மோக முள்

ஆசிரியரின் பிற நூல்கள்

நாவல்
- அமிர்தம்
- மலர்மஞ்சம்
- அன்பே ஆரமுதே
- அம்மா வந்தாள்
- உயிர்த்தேன்
- செம்பருத்தி
- மரப்பசு
- நளபாகம்

குறுநாவல்
- சிவஞானம்
- அடி
- தி. ஜானகிராமன் குறுநாவல்கள் (முழுத் தொகுப்பு)

கட்டுரை
- தி. ஜானகிராமன் கட்டுரைகள்

சிறுகதை
- கொட்டுமேளம்
- கச்சேரி
- சிவப்பு ரிக்ஷா
- கச்சேரி
- பாயசம்
- அக்பர் சாஸ்திரி
- யாதும் ஊரே
- பிடிகருணை
- சக்தி வைத்தியம் (சாகித்திய அகாதெமி விருது, 1979)
- மனிதாபிமானம்
- எருமைப் பொங்கல்
- சிலிர்ப்பு
- தி. ஜானகிராமன் சிறுகதைகள் (முழுத் தொகுப்பு)

கட்டுரை
- தி. ஜானகிராமன் கட்டுரைகள்

பயண நூல்
- உதய சூரியன்
- நடந்தாய் வாழி காவேரி (சிட்டியுடன்)
- கருங்கடலும் கலைக்கடலும்
- அடுத்த வீடு ஐம்பது மைல்

மேடை நாடகங்கள்
- டாக்டருக்கு மருந்து
- நாலு வேலி நிலம்
- வடிவேலு வாத்தியார்

வாழ்வியல் சித்திரம்
- அபூர்வ மனிதர்கள்

மோக முள்

தி. ஜானகிராமன் (1921–1982)

தி. ஜானகிராமன் தஞ்சை மாவட்டம் மன்னார்குடியை அடுத்த தேவங்குடியில் பிறந்தவர். பத்து வருடங்கள் பள்ளியாசிரியராகப் பணியாற்றியவர். பின்பு அகில இந்திய வானொலியில் பணியாற்றி ஓய்வுபெற்றார். கர்நாடக இசை அறிவும் வடமொழிப் புலமையும் பெற்றிருந்தவர்.

1943இல் எழுதத் தொடங்கிய தி. ஜானகிராமன் 'மோக முள்', 'அம்மா வந்தாள்', 'மரப்பசு' உள்ளிட்ட ஒன்பது நாவல்கள், நூற்றுக்கும் மேற்பட்ட சிறுகதைகள், மூன்று நாடகங்கள், பயண நூல்கள் ஆகியவற்றை எழுதினார். சிட்டியுடன் இணைந்து எழுதிய 'நடந்தாய் வாழி காவேரி' பயண இலக்கிய வகையில் முக்கியமான நூலாகக் கருதப்படுகிறது.

'மோக முள்', 'நாலு வேலி நிலம்' திரைப்பட மாக்கப்பட்டுள்ளன. 'மோக முள்', 'மரப்பசு', 'அம்மா வந்தாள்' ஆகிய நாவல்களும் பல சிறுகதைகளும் இந்திய, ஐரோப்பிய மொழிகளில் மொழி பெயர்க்கப்பட்டிருக்கின்றன.

1979இல் 'சக்தி வைத்தியம்' சிறுகதைத் தொகுப்பிற்கு சாகித்திய அக்காதெமி விருது வழங்கப்பட்டது.

இந்நூலின் உருவாக்கத்தில் உதவிய
பா. மதிவாணன், உமா சங்கரி, சுகுமாரன்
ஆகியோருக்கு நன்றி

தி. ஜானகிராமன்

மோக முள்

காலச்சுவடு பதிப்பகம்

அன்பார்ந்த வாசகருக்கு,

வணக்கம்.

காலச்சுவடு நூலை வாங்கியமைக்கு நன்றி.

நூலின் உள்ளடக்கம், உருவாக்கம், அட்டைப்படம் இன்ன பிற அம்சங்கள் பற்றிய உங்கள் கருத்துகளையும் ஆலோசனைகளையும் காலச்சுவடு வரவேற்கிறது. தகவல், எழுத்து, வாக்கியப் பிழைகள் தென்பட்டால் அவசியம் தெரிவித்து உதவுங்கள். நூல் தயாரிப்பில் கடும் குறைபாடு இருப்பின் மாற்றுப் பிரதி உங்களுக்குக் கிடைக்கக் காலச்சுவடு ஏற்பாடு செய்யும்.

மின்னஞ்சல்: **publisher@kalachuvadu.com**

காலச்சுவடு நாகர்கோவில் அலுவலகத்திற்குக் கடிதம் அனுப்பலாம்.

தங்கள்
எஸ்.ஆர். சுந்தரம் (கண்ணன்)
பதிப்பாளர் — நிர்வாக இயக்குநர்

மோக முள் ◆ நாவல் ◆ ஆசிரியர்: தி. ஜானகிராமன் ◆ © உமா சங்கரி ◆ முதல் பதிப்பு: 1956 ◆ காலச்சுவடு முதல் பதிப்பு: டிசம்பர் 2012, பதிநான்காம் பதிப்பு: செப்டம்பர் 2024 ◆ வெளியீடு: காலச்சுவடு பப்ளிகேஷன்ஸ் (பி) லிட்., 669 கே. பி. சாலை, நாகர்கோவில் 629001

mooka muL ◆ Novel ◆ Author: Thi. Janakiraman ◆ © Uma Shankari ◆ Language: Tamil ◆ First Edition: 1956 ◆ Kalachuvadu First Edition: December 2012, Fourteenth Edition: September 2024 ◆ Size: Demy 1 x 8 ◆ Paper: 18.6 kg maplitho ◆ Pages: 664

Published by Kalachuvadu Publications Pvt. Ltd., 669 K.P. Road, Nagercoil 629001, India ◆ Phone: 91-4652-278525 ◆ e-mail: publications @kalachuvadu.com ◆ Printed at Mani Offset, Chennai 600077

ISBN: 978-93-81969-36-6

09/2024/S.No. 481, kcp 5316, 18.6 (14) urss

முன்னுரை

மோகப் பெருமயக்கு

மோகத்தைக் கொன்றுவிடு – அல்லால் என்றன்
மூச்சை நிறுத்திவிடு;
தேகத்தைச் சாய்த்துவிடு – அல்லால் அதில்
சிந்தனை மாய்த்துவிடு.

பாரதி

1

காலத்தைப் பின்னுக்குத் தள்ளிவிட்ட செவ்வியல் ஆக்கங்களை மீண்டும் வாசிக்கும்போது ஒரு விஷயம் புலப்படு கிறது. அந்தப் படைப்புகள் உருவான காலத்தில் அவற்றின்மீது வைக்கப்பட்ட விமர்சனங்கள் மெல்லமெல்ல வலுவிழந்து போகின்றன. அவற்றில் இருப்பதாகக் கண்டுபிடிக்கப்பட்ட குறைகள் அவற்றின் குணங்களாகவே அங்கீகரிக்கப்பட்டுவிடு கின்றன. செவ்வியல் ஆக்கமாகக் கருதப்படும் படைப்பைத் திரும்ப வாசிக்கும்போது அதன் சிறப்புகள்தான் கவனத்தை ஈர்க்கின்றன. குறைகள் புலப்படுவதே இல்லை. தி. ஜானகிரம னின் 'மோகமுள்' ஓர் எடுத்துக்காட்டு. நாவல் தேவைக்கு அதிகமான பக்கங்களைக் கொண்டிருக்கிறது. கதையாடல் கட்டுக்கோப்பானதாக இல்லை. கதை நிகழும் காலத்தையும் சமூகப் பின்புலத்தையும் அழுத்தமாகச் சித்தரிக்கவில்லை. இவை நாவலை முன்னிருத்திச் சொல்லப்பட்ட விமர்சனங்கள். நாவல் எழுதப்பட்டும் வெளிவந்தும் அரை நூற்றாண்டுக்கும் மேல் ஆகிவிட்டது. இன்று வாசிக்கும்போது இந்த விமர்சனங்கள் பொருட்படுத்தத் தகுந்தவையாக இல்லை. நாவலின் அறுநூற்றுச் சொச்சம் பக்கங்கள் வாசகனுக்கு மலைப்புத் தரும் அளவல்ல; ஆயிரம் பக்கங்கள் அச்சியற்றப்படுவதும் வாசிக்கப்படுவதும் இலக்கியத் தகுதிகளில் ஒன்றாகவே ஆகிவிட்டிருக்கிறது. கட்டுச் செட்டான கதையாடலல்ல இன்றைய நாவல்கள். சிதறுண்ட கதை மையங்கள்தாம் இன்றைய புனைவு நடைமுறை. காலமும்

இடமும் முயங்கிய வெளிதான் இன்றைய ஆக்கங்களின் பின்புலம். இந்தக் கருத்துகளின் பின்பலத்தில் அணுகும்போது ‘மோக முள்’ தன்னியல்பாகவே தமிழின் செவ்வியல் நாவல்களில் ஒன்றாக நிலைபெறுகிறது. இன்று அந்த ‘மேலான குறைக’ளையும் ஏற்றுக் கொண்டே நாவலை வாசிக்கிறோம்.

புதுமுக வகுப்பு மாணவனாகக் கல்லூரி நூலகத்தில் முதன் முதலாக ‘மோக முள்’ நாவலை வாசித்த தருணம் இப்போதும் கலையாமல் நினைவில் தங்கியிருக்கிறது. அது ஜெயகாந்தன் படைப்புகளிலிருந்து புதுமைப்பித்தன், ஜானகிராமன் படைப்புகளின் வாசகனாக எனக்கு நானே பதவி உயர்வு கொடுத்துக்கொண்ட காலம். இரண்டு நாட்கள் வகுப்புகளுக்குப் போகாமல் நூலகரின் சந்தேகக் கேள்விகளுக்கு நம்பகமாகப் பொய்களைச் சொல்லியும் விரிவுரையாளர்கள், பேராசிரியர்கள் பார்வையில் அகப்படாமலும் வாசித்து முடித்த பரவசத்தை அன்று சொல்லத் தெரியவில்லை. இப்போதென்றால் தி.ஜா.வையே மேற்கோள் காட்டலாம் – ‘காதல் செய்கிற இன்பம் அதில் இருந்தது. காதல் செய்கிற இன்பம். ஏக்கம், எதிர்பார்ப்பு, ஒன்றிப்போதல், வேதனை – எல்லாம் அதில் இருந்தன.’ பரவசம் முற்றிய நிலையில் மிகச் சிக்கலான ஒரு நடவடிக்கை பற்றி யோசித்தேன். இருப்பதிலேயே அலுப்பூட்டும் பாடமான வேதியியலைக் கற்பிக்கத் தற்காலிக நியமனத்தில் வந்திருந்த ரெங்கநாயகி மேடத்தைக் காதலிக்கலாமா என்று தீவிரமாக ஆலோசனை செய்தேன். அவர் கற்பிக்க ஆரம்பித்த பிறகுதான் கந்தக அமிலத்துக்கு மல்லிகை மலரின் வாசனையிருப்பது தெரியவந்தது. அவரும் யமுனாவின் சாயலில்தான் இருந்தார். ‘அவ்வளவு தேர்ந்த அழகு என்று சொல்தற்கில்லை. உயரம். உடலமைப்பு. கால் கை விரல்களின் நீளம். குவிப்பு, நடுவில் உயர்ந்து நீண்டு குவியும் நகங்கள் எல்லாவற்றிலும் யமுனாவின் அச்சு. நிறத்தில் மட்டும் அவளைவிடச் சற்றுச் சிகப்பு.’ யமுனா பேசிய தமிழில் மராத்தி வாடை இருந்ததா என்று நாவலில் குறிப்பு இல்லை. ஆனால் ரெங்கநாயகியின் தமிழில் கொங்கு தேச நாயக்கர் தெலுங்கின் காரம் தொனித்தது. படிக்கிற பையன் என்று அவருக்கும் என்மேல் கரிசனம் இருந்தது. ஆசிரியர் அறைக்கு அழைத்துப் பேசும் நெருக்கமும் கான்டீனில் தேநீருக்குக் காசைக் கொடுக்கிற பிரியமும் இருந்தன. முதிரா இளைஞன் முதிர்ந்த இளைஞியைப் பற்றிக் கனவு காண இவை போதாதா? தன்னுடைய நியமனத்தை உறுதி செய்துகொள்வதற்காக ரெங்கநாயகி மேடம் நடத்திய வகுப்புத் தேர்வில் சக மாணவர்களில் முக்கால் சதவீதமும் தோல்வியடைந்ததில் அவர் வெறுத்துப்போய் முனைவர் பட்ட ஆய்வையே கைவிட நேர்ந்தது. அப்போது ஏற்பட்ட இழப்புணர்வு, சில ஆண்டுகளுக்குப் பிறகு, தொழிற்கருவிகள் விற்பனையாளனாக எனக்குக் கிடைத்த முதல் வேலைப் பருவத்தில் மறைந்தது. நான் விற்பனை நிமித்தமாகச் சென்றிருந்த ஒரு வார்ப்பகத்தின் உரிமையாளர் ரெங்கநாயகி

மேடத்தைத் தன்னுடைய மனைவியும் ஃபவுண்டரியின் மேலாளரும் என்று அறிமுகப்படுத்தினார். அந்த தினத்துக்குச் சில மாதங்கள் முன்னர்தான் தி. ஜானகிராமனின் மறைவு. அதையொட்டி நடந்த அஞ்சலிக் கூட்டத்தில் நான் வாசித்த இரங்கற்குறிப்பின் ஒரு வரி 'தி. ஜானகிராமனிடம் எனக்கு அந்தரங்கமான நன்றிக் கடன் உண்டு; என்னுடைய யமுனாவை எனக்கு அடையாளம் காட்டியவர் என்பதால்' என்பது. இன்று அந்த வரி நினைவுக்கு வரும்போது அசட்டுத்தனமாக உணர்கிறேன். ஆனால் எழுதியது ஆத்மார்த்தமாகத்தான்.

ஒரு நல்ல படைப்பின் ஜீவன் வாசகனுக்குள் ஊடுருவி நிலைக்கும் இலக்கியச் செயலின் உதாரணமாகவே இதைக் காண விரும்புகிறேன். அதே காலப் பகுதியில் வாசித்துப் புளகாங்கிதப்பட்ட வேறு பல நாவல்களும் பின்னர் வாசித்தபோது பொக்காகிப்போயின. ஆனால் ஏறத்தாழ நாற்பது ஆண்டுகளாகப் பல முறை வாசித்தும் உயிர்ப்பின் இளமை தீராத படைப்புகளில் ஒன்றாகவே 'மோக முள்' என்னளவில் இருந்து வருகிறது. என்னைப் போலவே இந்தப் பரவசத்துக்கு ஆட்பட்ட தீவிர வாசகர்கள் பலர் இருக்கிறார்கள் என்பது என் ஊகம். இது வாசிப்பவனின் மனப்பாங்கு மட்டுமல்ல; நாவல் மையத்தின் ஈர்ப்பு விசை மட்டுமல்ல. அந்தப் படைப்பு மொழியுடனும் வாசகப் பரப்புடனும் கொண்டிருக்கும் உறவின் இயல்பு. இந்த இயல்புதான் அதை இன்றைக்கும் வாசிக்கத் தகுந்த பிரதியாக ஆக்குகிறது.

'மோக முள்' இன்றும் தரும் பரவசம் கதையாடலைச் சார்ந்தது மட்டுமல்ல. ஒவ்வொரு மறு வாசிப்பிலும் அது வாசகனுக்குத் திறந்துவைக்கும் நுண் தளங்கள் சார்ந்தது. அந்தத் தளங்கள் வாசகனின் அந்தரங்கத்தில் வேறு இடங்களை உருவாக்குகின்றன. தி. ஜானகிராமனின் பிரதி என்னுடைய பிரதியாகவும் அவருடைய பாத்திரங்கள் என்னுடைய அனுபவத்தில் உலவும் மனிதர்களின் பிரதிநிதிகளாகவும் மாறுவது இந்த இயல்பினால்தான். இந்த இயல்புதான் புனைவுக்கும் உண்மைக்குமுள்ள புலனாகாத கோட்டை இல்லாமல் செய்கிறது.

'மோக முள்' நாவலை 1955–56ஆம் ஆண்டுகளில் எழுதியதாகக் குறிப்பிடுகிறார் ஜானகிராமன். அதைத் தொடர்ந்த ஆண்டிலேயே புத்தகமாகவும் வெளிவந்திருக்கலாம். புத்தகம் வெளிவந்த பிந்தைய ஆண்டுகளில் கதை நிகழும் இடத்தைச் சென்று 'தரிசித்தவர்க'ளின் எண்ணிக்கை கணிசமானது. குறிப்பாக யமுனாவின் வீட்டைத் தேடி அலைந்தவர்கள் அதிகம். எழுத்தாளர் சுந்தர ராமசாமி, கிருஷ்ணன் நம்பி, பிரபஞ்சன் முதல் நான் உட்பட. ஜானகிராமன் பார்த்த கும்பகோணமும் தூக்காம்பாளையத் தெருவும் அவர் காலத்திலேயே மாறியிருக்கக்கூடும். அதற்குப் பின்னர் அந்த இடங்களுக்குச் சென்றவர்கள் ஜானகிராமன் பார்த்த இடத்தையோ சித்தரித்த இடத்தையோ பார்க்கக்கூடிய வாய்ப்பு இல்லவே இல்லை. அந்த நிகழிடம் கற்பனையானது; அது புனைவின் களம் என்று தெரிந்தே

'இலக்கியத் தீர்த்த யாத்திரை' நடக்கிறது. இலக்கியப் புனைவு வாசக மெய்மையாகும் இந்தப் படைப்பு விநோதம் செவ்வியல் இலக்கியங் களுக்கு மட்டுமே சாத்தியம். அல்லது இதைச் சாத்தியப்படுத்தும் படைப்புகளே செவ்வியல் இலக்கியமாகக் கருதப்படுகின்றன. செவ்வியல் இயல்பு கதைக்களத்தை 'இலக்கியப் புனிதத் தல'மாக மாற்றுவதன் பழைய உதாரணம் – ஐரிஷ் நாவலாசிரியரும் கவிஞருமான ஜேம்ஸ் ஜாய்சின் 'டப்ளின்.' புதிய உதாரணம் – கொலம்பிய எழுத்தாளர் காப்ரியேல் கார்ஸியா மார்க்கேஸின் 'மகோந்தா.' தமிழ் உதாரணம் – ஜானகிராமனின் கும்பகோணம். தமிழில் வேறு எந்தக் கதைக்களமும் இவ்வளவு துல்லியமாக வாசக கவனத்தில் பதிந்திருக்குமா என்பது சந்தேகம். இத்தனைக்கும் ஆசிரியச் சித்தரிப்பில் நகர வர்ணனை வெறும் இடம் சுட்டல் மட்டுமே. ஆனால் அந்தச் சுட்டலில் அவர் கொடுக்கும் தகவல்கள் கதை மாந்தரளவுக்கு முக்கியமானவை. பாபுவைப் போல யமுனாவைப் போல நகரத்தையும் ஒரு கதாபாத்திர மாக்குகின்றன அந்தத் தகவல்கள்.

எனக்குக் கும்பகோணம் அறிமுகமானது 'மோக முள்' வாயிலாகத்தான். முதன்முறையாக அந்த நகரத்துக்குப் போனபோது ஜானகிராமனின் சித்தரிப்புத்தான் வரைபடமாக மனதில் இருந்தது. 'அணைக்கரை ஆனையடியைக் கடந்துவந்து டவுன் ஹைஸ்கூல் வாசலையும் கடந்து நாற்சந்தியையும் கடந்துபோயிற்று' என்ற வரியில் துலங்கும் நகரமைப்புப் படத்தைக் கற்பனை செய்துகொண்டு டவுன் ஹைஸ்கூல் வாசலில் நின்றபோது சட்டையும் கால் சராயும் அணிந்திருந்த எனக்கு 'ஐந்து முழக் காவிக் கதரால்' மூக்கைப் பொத்திக்கொள்ளத் தோன்றியது. ஏனெனில் பாபுவின் காலத்துக்கும் எனது காலத்துக்கும் ஓர் ஒற்றுமை இருந்தது. 'கும்பியில்' அப்போதும் புழுதி மாறாமலிருந்தது. செவ்வியல் கதாபாத்திரங்கள் நிரந்தர இருப்புக் கொண்டவை. கும்பகோணப் புழுதியும் அப்படித்தான்போல.

2

பாரதி கவிதைகள் பற்றி தி. ஜானகிராமன் அதிகம் எழுதி யிருப்பதாகத் தெரியவில்லை. சிறிது காலம் பள்ளி ஆசிரியராகப் பணியாற்றியவர். எனவே தவிர்க்கவியலாதபடி பாரதியை அறிந்திருப் பதற்கான வாய்ப்புகள் அதிகம். தன்னுடைய எழுத்துகளின் முன்னோடி என்று அவர் மதித்த மணிக்கொடி எழுத்தாளர் கு.ப. ராஜகோபாலன், பாரதி கவிதைகளை வியந்து பாராட்டும் விதத்தில் (சிட்டியுடன் இணைந்து 'கண்ணன் என் கவி') ஒரு நூலையே எழுதியிருக்கிறார். அதை அவர் வாசிக்காமலிருந்திருக்கவும் வழியில்லை. ஜானகிராமன் எழுதவந்த காலத்தில் பாரதி மறுகண்டுபிடிப்புச் செய்யப்பட்டுப் பரவலாக விவாதத்துக்கும் உரையாடல்களுக்கும் உள்ளாகியிருந்தார். பாரதியின் வரிகள் அநேகமாகத் தேய்வழக்குகளாகவே ஆகியிருந் திருக்கவும்கூடும். அந்தப் பேச்சுகள் அவர் காதை வந்தடையாமல்

இருந்திருக்காது. எனினும் அது பற்றி அவர் எங்கும் குறிப்பிட்டதில்லை. என் வாசிப்புக்கு எட்டியவரை அவரது எழுத்துகளில் எங்கேயும் பாரதியைப் பற்றிய சூசகங்களோ கவிதை மேற்கோள்களோ இல்லை. ஆனால், 'மோக முள்' நாவலின் தலைப்பும் அதன் கதை மையமும் இங்கே மேற்கோளாகக் கொடுக்கப்பட்டிருக்கும் நான்கு வரிகளின் பாதிப்பாக இருக்கலாம் என்பது அனுமானம். 'உரலில் உலக்கை விழும்போது தரையில் வைத்திருக்கும் பாத்திரம் அதிர்வது' போன்ற (உவமைக்கு நன்றி: சுந்தர ராமசாமி) பாதிப்பாக இருக்கலாம்.

பாபுவுக்கு யமுனாமேல் தோன்றும் பிள்ளைப்பருவ ஈர்ப்பு நாட்களினூடே வளர்ந்து இளமைப் பருவ மோகமாக விரிகிறது. அந்த மோக சாந்திக்காக அவன் படும் அவஸ்தைகள்தான் கதை யாடலின் மையம். அவளுடன் பிணைப்பு நிகழும்வரையிலான தேக வேட்கையும் சிந்தனைக் குமுறல்களும்தான் கதையாடலின் நகர்வுகள். அவற்றைப் பாரதியின் நான்கு வரிகளுக்குள் வைத்து யோசிக்கும்போது நாவலின் ஒற்றை வரிச் சுருக்கத்தைக் கண்டு விடலாம் என்று தோன்றுகிறது. ஜானகிராமன் தனது நாவலை இப்படி உள்வாங்கியிராமலும் இருக்கலாம். நாவலின் தலைப்பேகூட மேற்கோள் கவிதையிலிருந்து எடுக்கப்பட்டிருக்கலாம் என்றும் யோசித்திருக்கிறேன். தன்னுடைய கவிதைகளில் தீவிரமான உணர்ச்சியைக் காட்ட பாரதி அதிகம் பயன்படுத்திய சொல் 'மோகம்.' 'மோகத்தைக் கொன்று விடு, அடிமையின் மோகம், மோகப் பெருமயக்கு' என்ற பிரயோகங்கள் தீவிர நிலையைச் சித்தரிக்கின்றன. நாவலின் உச்சமும் மோகம் தைப்பதுதான் என்பதால் இப்படி ஒற்றுமையைத் தேடியிருக்கலாம் என்றும் படுகிறது. இந்த ஒப்பீடு அந்தரங்கமானது. பாரதியின் பாடலை வாசிக்கும்போதும் கேட்கும் போதும் (குறிப்பாக மகாராஜபுரம் சந்தானம் பாடியது) 'மோக முள்' நாவலின் காட்சிகள் பார்வைக்குள் புரள்வதும் 'மோக முள்' நாவலை வாசிக்கும் தருணங்களில் பாரதியின் பாடல் ஒலிப்பதுமான மனநிலையைப் பலமுறை அடைந்திருக்கிறேன். அதுவும் காரணமாக இருக்கலாம். இது வாசகனாக நான் செய்யும் அதிகப் பிரசங்கித்தனம். ஆனால் அது நாவலை இன்னும் துல்லியமாக விளங்கிக்கொள்ளத் துணை புரிகிறது. ஒரு செவ்வியல் படைப்பு இது போன்ற 'அதிகப் பிரசங்கித்தனத்துக்கு இடம் கொடுக்கிறது. அதன் மூலம் வாசகனுட னான உறவை வலுவாக்குகிறது.'

இந்தப் பார்வையின் வாயிலாக ஜானகிராமனின் எழுத்தியல்பை மதிப்பிடக்கூடிய இன்னொரு அம்சமும் புலப்படுகிறது. பாரதியின் பாதிப்பு ஜானகிராமனிடம் உண்டு என்ற குழப்பமான கருத்தைப் பிடிவாதமாக வைத்துக்கொள்கிறேன். அவர் எழுதிய காலத்தில் அந்தப் பாதிப்புத் தேய்வழக்காக மாறியிருந்தது என்ற ஊகத்தையும் சேர்த்துக்கொள்கிறேன். இங்கே ஜானகிராமனின் கலையிலுள்ள கறார்த்தன்மை வெளிப்படுகிறது. தேர்ந்த கலைஞன் தனது படைப்பு களில் தேய்வழக்குகளை அனுமதிக்க மாட்டான். அவனுடைய முந்தைய

எழுத்துகளின் பாதிப்பையேகூட அண்டவிட மாட்டான் என்ற நிலைப்பாடு நிரூபணமாகிறது. ஜானகிராமனின் மொத்தப் படைப்புகளையும் ஊன்றிக் கவனித்தால் அவரது படைப்பு நோக்கத்தில் பொதுத்தன்மை தென்படுமே தவிரப் படைப்புகளில் வித்தியாசங்களே இருக்கும். கதையாடலிலோ நடையிலோ சொல்முறையிலோ இடங்களை விவரிப்பதிலோ இயற்கை வர்ணனைகளிலோ என்றைக்குமான புதுமை மிளிரும். தொடர்கதையாக எழுதப்பட்ட 'மோக முள்'ளில்கூடத் தேய்வழக்குகள் இல்லை என்பது வாசிப்பில் புரியும்.

3

'மோக முள்'ளின் கதை வாழ்க்கையில் பழைமையானது. அது எழுதப்பட்ட காலகட்டத்தில் இலக்கியத்துக்குப் புதியது. முதிரா இளைஞன் முதிர் கன்னிமேல் ஈடுபாடு கொள்வதும் அடைவதும்தான் நாவலின் மையம். இந்த உறவுக்கு அன்றைய சமூக வாழ்க்கையில் மதிப்பில்லை. அது நாவலிலேயே குறிப்பாகச் சொல்லப்படுகிறது. பாபுவுக்கு யமுனாமீது ஏற்படும் ஈர்ப்புத் தெரிய வரும்போது அவர்களைச் சார்ந்தவர்கள், பாபுவின் தந்தை வைத்தி, நண்பன் ராஜம், யமுனாவின் தாய் பார்வதி, ஏன் யமுனாவேகூட அதை ஏற்கத் தயங்குகிறார்கள். இந்த உறவு மீறலைப் பதிவு செய்ததுதான் ஜானகிராமனின் கலைத் துணிவு. ஆனால் அதுமட்டுமே அல்ல நாவல். நாவலை மறுபடியும் வாசிக்கும் ஒவ்வொரு முறையும் அதன் நுண் தளங்கள் வெளிப் படுகின்றன. காதலையும் காமத்தையும் முதன்மையாகச் சொல்லும் நாவல் நுட்பமாக வேறு பரிமாணங்களையும் கொண்டிருக்கிறது. இசையும் உறவுகளும் காலமும் நாவலின் மறைமுக மையங்களாகின் றன. தந்தைக்கும் மகனுக்குமான உறவு (வைத்தி – பாபு), நண்பர் களுக்கிடையிலான தோழமை (ராஜம் – பாபு), சகோதர வாஞ்சை (சங்கு – பாபு), ஆசிரியனுக்கும் மாணவனுக்குமான பந்தம் (ரங்கண்ணா – பாபு), சங்கீதத் தேடல் (மராத்தியப் பாடகர் – பாபு), காமத்தின் அழைப்பு (தங்கம்மா – பாபு). இந்த நுண் தளங்கள் ஒன்றுக்கொன்று பிணைந்து நிற்கின்றன. மேற்சொன்ன கிளைத் தளங்களிலிருந்து அணுகினால் 'மோக முள்' இன்னொரு தோற்றத்தைக் கொள்ளக்கூடும்.

எடுத்துக்காட்டாக, ரங்கண்ணா என்ற இசைக் கலைஞருக்கும் பாபுவுக்கும் இடையில் நிலவிய உறவின் கோணத்திலிருந்து பார்த்தால் 'மோக முள்'ளின் முதன்மையான மையம் இசையாக மாறலாம். அப்போதும்கூட பாபு – யமுனா உறவே கதையாடலைத் தீர்மானிக்கும் அம்சமாக இருந்திருக்கும். சங்கீதம் ஓர் ஆன்மநிலை; அதை அடையப் புலனொழுக்கம் தேவை என்று பாபுவுக்குக் கற்பிக்கப்படுகிறது. அதை மீற முடியாமல் அவன் அடையும் தத்தளிப்புகள் இப்போதைய நாவல் வடிவத்தில் இடம்பெறுவதைவிடவும் சிக்கலானதாக இருந்திருக் கும். யமுனா மீதான பாபுவின் வேட்கையைக் கதை மாந்தர்களில்

பலரும் மெல்லமெல்லவே அறிகிறார்கள். முதலில் யமுனா, பின்னர் ராஜம், யமுனாவின் தாய் பார்வதி, இறுதியாக பாபுவின் தந்தை வைத்தி. அந்த உறவை அவன் உறுதியாக உணர்வது தங்கம்மா வுடனான முயக்கத்தின்போதுதான். குற்ற உணர்வால் தற்கொலை செய்துகொள்ளும் யோசனையுடன் தடுமாறும் பாபு அதை 'யமுனா வுக்குப் பண்ணின துரோக'மாக நினைக்கிறான். அதை அவளிடம் சொல்லும் சந்தர்ப்பத்தில்தான் யமுனாவும் அவன் உள்ளக் கிடக்கையைத் தெரிந்துகொள்கிறாள். அதே நாட்களில்தான் ரங்கண்ணாவையும் குருவாக ஏற்கிறான். ரங்கண்ணா செய்யும் உபதேசத்தில் சரீரக் கட்டுப்பாட்டுக்கு அழுத்தம் கொடுக்கிறார். 'கீர்த்தனம் வந்தா கொஞ்சம் அத்தர் இருந்தாத் தேவலை போலிருக்கும். அப்புறம் எங்க தேவடியா வீடு இருக்குன்னு உடம்பு அலையும். அதுக்கப்புறம் சங்கீதம் பிராணன் எல்லாம் ஒண்ணொண்ணாக் கரையும்.' இந்த எச்சரிக்கை பாபுவைத் தடுக்காமலிருந்தால், பாபுவின் ரகசியத்தை ரங்கண்ணா அறிந்திருந்தால்? – நாவலின் பின்புலமாக இருக்கும் இசை அதன் மையமாகவே ஆகியிருக்கும். இது ஓர் உதாரணம் மட்டுமே. இவ்வளவு நுண்தளங்கள் கொண்ட படைப்பு இது என்று சுட்டிக்காட்டவே.

4

விழைவுகளைச் சொல்லும் நாவலாகவே 'மோக முள்' பார்க்கப்பட்டிருக்கிறது. உறவுக்கான விழைவும். சங்கீதத்துக்கான விழைவும். மனிதர்கள் தமது இருப்பின் சமநிலையை எட்டுவதற்காக மேற்கொள்ளும் தவிப்பைப் பற்றிய கதையாடலாக நாவலை வாசிக்கலாம். பிரதானமாக பாபுவின் தவிப்புகள். அதன் விளைவாகப் பிறரிலும் ஏற்படும் தவிப்புகள்.

இளம் பருவம் முதல் பார்த்துவந்த யமுனாவின் மீது கொள்ளும் ஈடுபாடுதான் அவனுடைய தவிப்புக்குக் காரணம். அவன் வளர வளர இந்தத் தவிப்பும் வெவ்வேறு பருவங்களில் வளர்கிறது. சகோதரிக்கு இணையாகப் பார்க்கும் நிலை. தன்னுடைய தகப்பனார் காரியஸ்தராக இருக்கும் நிலவுடைமை அமைப்பின் உரிமையாளராகப் பார்க்கும் நிலை. தனது ரகசியங்களைப் பகிர்ந்துகொள்ளும் தோழியாகப் பார்க்கும் நிலை. அவளுடைய உடல் வனப்பால் ஈர்ப்புக்கு உள்ளாகும் நிலை, அவளுடைய அறிவையும் தன்மானத்தையும் வியக்கும் நிலை. வாழ்ந்து கெட்டு அநாதரவாக அவள் துவண்டிருக்கும் நிலை. இந்த நிலைகளின் இறுதியாக அவளை அடையும் நிலை. அவன் தவித்துத் தவித்து அவளை அடைந்த பின்புதான் சமநிலையைப் பெறுகிறான். அந்தச் சமநிலையையும் யமுனாவின் வழிகாட்டுதலில் தான் எட்ட முடிகிறது. அவனுடைய வாழ்க்கையின் நோக்கத்தைத் தேர்ந்தெடுத்து முன்னே செல்ல உந்துகிறது. சரிவுகளில் தடுமாறி

நின்ற அவளுக்கு அடைக்கலம் கொடுக்கிறான். அது அவளை உரிமை கொள்ளும் சுவாதீனத்தை அவனுக்கு அளிக்கிறது.

"பழைய பாபு இல்லை என்றுதான் நம்பினேன். நீ பிடிவாதமா இருக்கே. உன் திருப்திக்காகத்தான் நான் உயிரை வச்சிருக்கேன். உன்னைத் திருப்தி செய்யறதுதான் என் கடமை. எனக்கு ஆசை அதுதான். உன் திருப்திக்குத்தான். நீ செஞ்சது கொஞ்சநஞ்சமல்ல. எதையும் லட்சியம் பண்ணாமல் எனக்குக் கைகொடுத்துண்டே வந்திருக்கே. நான் ஏன் உன்னைத் திருப்திப்படுத்தப் படாது?" இந்த வாசகங்களை யமுனா சொல்லும் இடத்தில் பாபுவின் தவிப்பு நிறைவேறும் வழி திறக்கிறது. முதல் கூடலுக்குப் பின்பு அவள் கேட்கும் கேள்வி: 'வருஷக்கணக்காக, எத்தனை வருஷம், எட்டு வருஷமாக இல்லை, விவரம் தெரிந்தது முதல் பையனாக இருந்தது முதல் தவிச்சதெல்லாம் இதற்குத்தானே, ம்?" அவளே பதிலும் சொல்கிறாள் "இதற்குத்தான்." பாபு தவிப்பிலிருந்து விடுபட்டுச் சமநிலையை உணர்வது இந்தப் பதிலில்தான். இந்தச் சமநிலை அவனை இசையின் புதிய ஞான விழைவுக்கு உந்துகிறது. மோகித்து அடைந்த பொருள் வசப்பட்ட பின்னர் உருவாகும் வெற்றியின் வெறுமையிலிருந்து அவனை மீட்பது இசைமீதான நாட்டம். அதை அவனுக்கே புரியவைப்பவள் யமுனா. கற்பனைப் பாத்திரமான யமுனா வாசக மனதில் உயிரும் ஒளியுமுள்ள ஜீவனாக நிலைப்பது இதனால்தானா?

யமுனாவை பாபு ஒரே சமயத்தில் இரண்டு விதமாகப் பார்க்கிறான். அடையக்கூடியவளாகவும் அடைய முடியாதவளாகவும். குருதியும் நிணமும் பின்னிய வனப்பான மோகத்துக்குரிய மனித உடலாகவும் வழிபடத்தகுந்த சொரூபமாகவும். 'அவளைப் பார்த்ததும் பெருமிதம் பொங்கிற்று. அவள் மேனி முழுவதும் கூடத்தில் தொங்கும் பதினைந்து காண்டில் பவர் விளக்கின் ஒளியில் தகதகவென்று மின்னிற்று' என்று இச்சையுடன் பார்க்கும் அவனே 'நான் உன்னைச் சாதாரண மனிதப் பிறவியாக நினைக்கவில்லை. நான் வணங்கும் தெய்வத்தின் வடிவம் நீ" என்று மனதிலேயே தலைவணங்குகிறான். இந்த இரண்டு முனைகளுக்கும் நடுவில் அவன் மனம் ஆடும் ஊஞ்சலாட்டம்தான் தவிப்பைக் கொந்தளிப்பாக்குகிறது. யமுனாவுடனான கலவிதான் அதைத் தணிக்கிறது. அவளும் உயிரின் வேட்கையை உணரும் உடல் என்று உணர்கிறான். அந்த உணர்வு அடையக் கிடைக்காத ஒன்றை அடைந்துவிட்ட அகங்கார நிறைவும்கூட.

தவிப்பின் பேருருவம் தங்கம்மா. உடலை நாடும் உயிரின் பெரும் அலைக்கழிப்பு. யமுனாவின்பால் பாபு கொண்டிருக்கும் தவிப்புக்கு நிகரானது அவன் மேல் தங்கம்மா கொள்ளும் விழைவு. கிழவருக்குக் கட்டிவைக்கப்பட்டு, சரீர சுகம் பெறாமல் தவிக்கும் அவள் நள்ளிரவில் சுவர் தாண்டி வருவது அபாயகரமானது. ஓர் சமூக அத்துமீறல். தடையாக இருக்கும் சுவரைத் தாண்டுவதிலேயே

ஓர் உருவகத்தன்மையை ஜானகிராமன் சித்தரிக்கிறார். பாபுவுக்கு உடலின்பம் தேவையாக இருக்கிறது. அதே சமயம் அவனுக்குப் புகட்டப்பட்ட ஒழுக்க நெறிகள் அதைக் குற்றம் என்று எச்சரிக்கின்றன. சமூகக் கண்ணோட்டத்துக்கு அவனைப் பணியவும் செய்கின்றன. தவிர, சங்கீதம் ஓர் இறைநிலை. அதை அடைய நல்லொழுக்கம் பேணப்பட வேண்டும் என்ற போதனை அவனைக் கட்டுப்படுத்துகிறது. அந்த இறுக்க நிலையை ஒருமுறையேனும் தகர்ப்பதில் வெற்றி பெறுகிறாள் தங்கம்மா. அந்தத் தளர்வுதான் யமுனா மீதான காதலை மீண்டும் அவனுக்குள் கிளர்ந்தெழச் செய்கிறது. இரண்டாம் முறையாகத் தங்கம்மா தன்னை நாடும்போது பாபு அவளை நிராகரிக்கக் காரணம் ஒழுக்க நியதிகள் மட்டுமல்ல; யமுனாவுக்குத் துரோகம் செய்துவிடக் கூடாது என்ற தவிப்பும்தான். தங்கம்மாவின் பெருந்தவிப்பு மரணத்தில் சமநிலை அடைகிறது.

பெருந்தவிப்புகளில்லாமல் இருப்பின் சமநிலையை அடைந்த பாத்திரங்கள் நாவலில் இருக்கிறார்கள். எல்லாப் பெண்களையும் கடவுள் சாயலாகப் பார்க்கும் ராஜம், உலகின் எல்லா அசைவுகளிலும் இசையைக் காணும் ரங்கண்ணா, மனிதர்களுக்காக உருகும் அப்பா வைத்தி, அவமதிப்புகளிலும் புறக்கணிப்புகளிலும் வறுமையிலுமிருந்து தன் அகவலிமையால் நிமிரும் யமுனா – இவர்களின் தவிப்புகள் குறைந்தபட்சம் தன்னலமில்லாதவை. அதனால்தான் பாபு அவர்களை மானசீகமாகத் தஞ்சமடைகிறான்.

5

‘மோக முள்’ – ஓர் இரண்டு அடுக்கு நாவல். காதல் ஓர் அடுக்கு. இசை இன்னொரு அடுக்கு. இவை இரண்டும் ஒன்றுக்கொன்று நிறைவுசெய்துகொள்ளும் வகையில்தான் கதையாடல் அமைகிறது. எந்த அடுக்கு எப்போது இன்னொரு அடுக்கில் ஊடுருவுகிறது என்பதைக் கண்டடைவது ஒரு புதிர். நாவலின் தொடக்கத்திலிருந்து (மேலக் காவேரி சாஸ்திரிகளின் உரையாடல்) இறுதியில் இசை ஞானம் தேடி புனே செல்வதுவரை (‘கீழ்ஸ்தாயி ஷட்ஜமத்தில் நிற்கும்போதுகூட இந்த எதிர்ப்புத்தான் குரல் கொடுக்கிறது’ என்ற தனிமொழி) நாவலின் பக்கங்களில் இசையின் கார்வை நீடிக்கிறது. சரியாகச் சொன்னால் நாவலின் மையப்பகுதி முழுவதும் இசைமயமானது. அதன் ஆதார சுருதி ரங்கண்ணா. இந்த நாவலின் உயிரோட்டம் மிகுந்த பாத்திரம் அவர்தான். ஒருவேளை நவீனத் தமிழ்ப் புனைகதை மாந்தர்களில் முழுமையாக வார்க்கப்பட்ட பாத்திரங்களில் ரங்கண்ணாவும் ஒருவராக இருக்கலாம். ரங்கண்ணாவின் வாழ்க்கைச் சித்தரிப்பு ஒரு காவிய நாயகனின் வாழ்க்கைபோல நுட்பமாக ஜானகிராமனால் உருவாக்கப் படுகிறது. காண்பதிலெல்லாம் சங்கீதத்தின் சாயலைக் காண்கிறார். கேட்கும் ஒலியிலெல்லாம் இசையை உணர்கிறார். அவரது மரணமும் கூட இசையின் முத்தாய்ப்பாக அமைகிறது.

பாபுவின் மடியில் கிடந்து ரங்கண்ணா உயிர் துறக்கும் காட்சிக்கு உண்மையான ஆதாரம் இருந்திருக்கலாம் என்பது என் எண்ணம். சீடரான எம்.டி. ராமநாதனின் மடியில் கிடந்து குரு டைகர் வரதாச்சாரி உயிர் நீத்த சம்பவம் ஜானகிராமனை இந்தச் சித்தரிப்புக்குத் தூண்டி விட்டிருக்கலாம். இந்த அனுமானத்தை நேர்ச் சந்திப்பில் அவரிடம் தெரிவித்தபோது "அப்படி உங்களுக்குத் தோன்றினால் அது நல்லது" என்று சிரித்தார். மழுப்பலான சிரிப்பு. ஆனாலும் என் அனுமானத்தை யொட்டியே இந்தக் காட்சியை வாசிக்க விரும்புகிறேன்.

நாவலின் இசைப் பின்னணியைப் பற்றி யோசிக்கும்போதெல்லாம் ஓர் ஒற்றைவரி வாசகமும் ஒரு தீவிரமான காட்சியும் மனதில் படரும். இசைமையில்லாமல் அவை இல்லை என்று மனம் வலியுறுத்தும். தங்கம்மாவுடனான கூடலின் தருணத்தைச் சொல்லும் அந்த வரி - 'உறை கழற்றிய வீணை மாதிரி கிடந்த அந்த உடல் அலைஅலையாக எழுந்தது' – ஓர் சங்கீத ஆலாபனையில் ராகத்தின் முழுச் சாயலும் வெளிப்படும் நாத உச்சத்துக்கு ஒப்பான வரி. அதற்குச் சற்று முன்பு வரும் தங்கம்மாவின் உரையாடலில் இசைத் தீவிரம் கூடிய காட்சியைப் பார்க்கலாம்.

"நேத்து நீங்க பாடினேள் பாருங்கோ. 'மனசு விஷய' வா அதுதானே?"

"ஆமாம்."

"இனிமேல் என் காதுபட அதைப் பாடாமல் இருக்கேளா?"

"ஏன்?"

"நீங்க பாடினா நல்லாத்தான் இருக்கு ... பாட வேண்டாம்."

"ஏன்?"

"என் கல்யாணத்தில் யாரோ ஒரு பெண் வந்து பாடினா அதை... எனக்கு அதைக் கேட்டால் பைத்தியம் பிடிச்சுப்போயிடும் போலிருக்கு."

ஒரு வாசகனாகவும் இசை ஆர்வலனாகவும் இந்த வாசகம் புதிராக இருந்தது அந்தக் கீர்த்தனையின் பொருள் விளங்கும்வரை. 'மனதின் செய்கைகளைக் களவொழுக்கத்துக்கு அளித்துவிட்டால் ராமனின் கிருபை உண்டாகுமா? அந்தச் செயல், தன் வீட்டுக் கதவைப் பிறர் வீட்டிற்குப் பெயர்த்துவைத்துவிட்டு, தான், நாய்களை விரட்டுவதுபோல ஆகாதா? தவிட்டுக்கு வேசியாடச் செல்வது கூழ்ப் பானையைக் குரங்கு கொண்டுபோக அனுமதிப்பதுபோல ஆகாதா? அப்படிச் செய்வது செவிடனுக்கு உபதேசித்ததுபோல ஆகாதா?' இது அந்த நாட்டக் குறிஞ்சி ராகக் கீர்த்தனையின் சாரம். இது விளங்கியபோது அந்தக் காட்சி மேலும் துல்லியமானதாகத் தெரிந்தது. கதையாடலுக்கு வெளியிலிருக்கும் ஒன்றை அதற்குள் பொருத்திப்பார்ப்பது அநியாயம். ஆனால் இந்த அநியாயம் கதையாடலை மேலும் வசீகரமானதாக்குகிறது. பாபுவின் குற்ற

உணர்ச்சி இன்னும் ஆழமானதாகப் புலப்பட இந்தப் பொருத்திப் பார்த்தல் துணைபுரிகிறது. தங்கம்மா 'எனக்கும் பாடத் தெரியும்' என்று சொல்வதை இந்த வியாக்கியானத்துக்கான சான்றாக எடுத்துக் கொள்கிறேன். அது அவளுடைய தவிப்பையும் விழைவையும் உணர்ந்து பச்சாதாபம் கொள்ளவைக்கிறது. எரியுண்ட மயானத்தில் அவளுடைய சாம்பலைப் பார்த்து பாபு புலம்புவதைப் புரிந்துகொள்ள வைக்கிறது.

கதைமாந்தர்களின் பேச்சிலும் ஆசிரியரின் கூற்றிலுமாக இசை தொடர்பான நுட்பங்களையும் (தம்புராவுக்கு ஜீவா புடிச்சா மாதிரி சாரீரம், ரங்கண்ணாவின் அவதானிப்புகள்), விமர்சனங்களையும் (சங்கீதம் என்பது அனுபவம், அனுபவம்தான் ஞானம் என்ற ரங்கண்ணாவின் நிலைப்பாடு, இந்துஸ்தானி பாடகர்களின் மதிப்பீடுகள்) ஜானகிராமன் போகிறபோக்கில் சொல்வதுபோல எழுதிச் செல்கிறார். அவற்றை நுணுகிப் பார்த்தால் நாவலின் இசைத்தன்மை முடிவே யில்லாத ராக விஸ்தாரமாகத் தெரியும். நம் ஊர் சங்கீதக்காரர்கள் புனிதமயப்படுத்துவதுபோல் சங்கீதம் தெய்வீகமானதல்ல; மானுடத் தன்மை மிகுந்தது என்றும், இசை பக்தியின் கருவியல்ல அதுவே ஒரு கலை என்றும் அவர் வாதிடுவதாகப் படுகிறது.

6

ஜானகிராமன் நவீனத்துவரல்லர். செவ்வியல் மரபின் தொடர்ச்சி கொண்டவர், இசையிலும் எழுத்திலும். அந்த மரபில் அபூர்வமாக நிகழும் மீறலின் அடையாளம் அவர் எழுத்து. சமூகமும் மரபுகளும் காபந்து பண்ணிவைத்திருக்கும் மதிப்பீடுகளுக்கு எப்போதும் எதிரானது அவருடைய கலை நோக்கு. விலக்கப்பட்டவர்களின் சார்பானது அவருடைய கரிசனம். இதை அவரது நாவல்களின் பொதுக் குணமாகச் சொல்லலாம். அதன் ஒரு சான்று 'மோக முள்.' சமூகத்தின் அணுகு முறையில் மீறலாகக் கருதப்படும் ஒன்றைத் தனது எழுத்தில் நியாயமானதாக நிறுவுகிறார். ஏனெனில் அவரது கண்ணோட்டத்தின்படி மனித உறவுகள் நியதிகளுக்குக் கட்டுப்பட்டவையல்ல; உணர்ச்சி களுக்கும் அதை உருவாக்கும் சூழலுக்கும் இணங்கியவை.

'மோக முள்'ளின் கதையாடலைத் தீர்மானிக்கும் சிக்கல்களில் ஒன்று யமுனாவின் திருமணம். மணப்பருவம் கடந்தும் அவளுக்கு வாழ்க்கை அமையாததன் காரணம் அவள் பிறப்பு. அவள் பிராமண மராட்டிய உறவுகளின் சந்ததி. அதுவே அவளுக்குத் தடையாகிறது. அதன் தொடர் விளைவுதான் கதையின் நீட்சி. கலப்பு மணம் என்ன அவ்வளவு சிக்கலுக்குரிய பிரச்சனையா என்று நாவலை முன்பு வாசித்த சந்தர்ப்பங்களில் கேள்வி எழுந்திருக்கிறது. இப்போது வாசிக்கும்போது நிலவும் நிகழ்காலச் சூழல் அந்தக் கேள்விக்கு 'ஆம்' என்று பதிலளிக்கிறது. ஜானகிராமனை 'தீர்க்கதரிசி' என்று சொல்லலாம். அப்படிச் சொல்வது அந்தக் கலைஞனுக்கு எவ்வளவு பெரிய அவமானம்?

தனது படைப்புகளில் ஜானகிராமன் அதிகம் வாஞ்சை கொள்வது பெண்களிடம்தான். அவரது ஆரம்ப கால நாவலான 'அமிர்தம்' முதல் கடைசி நாவலான 'நளபாகம்' முடிய. பெரும்பான்மை நாவல்களும் பெண்களை முன்னிருத்தியே நகர்பவை. விதி விலக்கானவை – கலை வறுமை நிரம்பிய அவருடைய தொடர் கதையான 'அன்பே ஆரமுதே'வும் கலையின் ஒளிமிளிரும் 'மோக முள்'ளும் என்பது சுவாரசியமான முரண். இரண்டிலும் ஆணே மையம். ஆணின் பார்வையில் காட்டப்படும் உலகம்தான் அவருடையது. ஆனால் அங்கே விதியையும் விதிவிலக்கையும் உருவாக்குபவர்கள் பெண்களே. பாபு சங்கீதம் கற்கிறான். ஆனால் இசைக்கலைஞன் ஆவதில்லை. கல்லூரியில் படிக்கிறான். வேலைக்குப் போகிறான். ஆனால் சராசரி குமாஸ்தாவாக ஆவதில்லை. தன்னைத் தனக்குள் பொருத்திக்கொள்ள முடியாமல் அவன் கொள்ளும் தவிப்பை யமுனாவின் உறவு போக்குகிறது. அவளிடமிருந்துதான் அவனுடைய எதிர்காலம் துலங்குகிறது. 'பூமி வானைத் தொட்டதும் வானம் பூமியைத் தொட்டதும்' அங்கேதான்.

7

தனது எழுத்தை மூன்று நிலைகளில் எழுதுவதாகச் சொல்கிறார் ஜானகிராமன். எனக்கே எனக்கு, உனக்கே உனக்கு, எனக்கும் உனக்கும் ஆகிய மூன்று நிலைகள். 'மோக முள்' நாவலைக் கடந்த காலங்களில் இடைவெளி விட்டுப் பலமுறை வாசித்திருப்பேன். ஒவ்வொரு முறை வாசிக்கும்போதும் எனக்கே எனக்கு என்று எழுதப்பட்ட படைப்புகளில் ஒன்றாக எண்ணச் செய்கிறது. அதன்மீது வைக்கப்பட்ட, வைக்கப்படும் விமர்சனங்களை மீறி. 'மோக முள்' நாவலின் ஒவ்வொரு வாசகரும் இதையே சொல்லக்கூடும்.

திருவனந்தபுரம் **சுகுமாரன்**
18 டிசம்பர் 2012

மோக முள்

மலையாள மொழியாக்கத்தின் முன்னுரை

1955–56 வருஷங்களில்தான் 'மோக முள்'ளை எழுதினேன். அப்போது எனக்கு வயது முப்பத்துநாலு.

எனக்குச் சங்கீதம் சொல்லிக்கொடுத்த ஒரு மகா வியக்தியும் எனக்கு நன்கு தெரிந்த பலரும் இந்த நாவலில் இருக்கிறார்கள். உருவத்திலும் பெயரிலும் மாத்திரமே வேறுபாடு.

இந்த நாவலின் பாதி பாகமும் என் சொந்தக் கதை என்று எண்ணுபவர்கள் உண்டு. அது சரியல்ல. சில சம்பவங்கள், மனிதர்கள், விகார விசாரங்களை வாழ்க்கையிலிருந்து எடுத்திருப்பதாகத் தெரியலாம். அப்படி எடுப்பதுதான் இலக்கியப் படைப்பு என்று சொல்வதற்கில்லை.

நான் பல சந்தர்ப்பங்களில் சொல்லியிருக்கிறேன். வாழ்க்கை, இலக்கியம் இரண்டும் இரண்டுதான். இரண்டும் ஒன்றாகத் தெரியலாமென்றாலும் அது வெறும் தோற்றம் மட்டும்தான். வாழ்க்கைப் பிரச்சனைகளுக்குச் சில சமயங்களில் இலக்கியம் பரிகாரங்களை வைக்கலாம். ஆனால் இலக்கியம் அந்தப் பரிகாரங்களைக் கொடுத்தே தீர வேண்டும் என்ற அபிப்பிராயம் எனக்கு இல்லை. சுருக்கமாகச் சொன்னால் ஒரு மனிதனின் அக உலகம், அதிலிருக்கும் சிக்கல்கள், அதன் கடினமான துக்கங்கள், சித்ரவதைகள், அதன் மகிழ்ச்சி இவை எல்லாவற்றின் மொத்தமான அனுபூதிநிலைதான் இலக்கியப் படைப்பின் உந்துசக்தி. எதற்காக, எந்த நோக்கத்துக்காக எழுதுகிறேன் என்று கேட்டால் அந்தக் கேள்வி அநாவசியமானது என்றுதான் சொல்லுவேன். அது நீங்கள் ஏன் காதலிக்கிறீர்கள் என்று கேட்பதைப் போலத்தான் இருக்கும்.

'மோக முள்'ளில் சங்கீதம், காதல், கல்வி, தமிழ்நாட்டின் கிராமங்களிலும் சிறிய நகரங்களிலும் பார்த்த மனிதர்களின் வாழ்க்கை முறையும் மோகங்களும் மோக பங்கங்களும் இப்படி என்னவெல்லாமோ இருக்கின்றன. இவையெல்லாம் நாவலாசிரியனின் திடமும் தீர்மானமுமான முடிவுகளென்றோ அபிப்பிராயங்கள் என்றோ எடுத்துக் கொள்ள வேண்டாம். தராசில் நிறுத்துப் பார்ப்பதற்காக நான் எதையும் எழுதுவதில்லை.

இந்த நாவலில் கட்டுக்கோப்பான கதை இல்லையென்று பலரும் சொல்லியிருக்கிறார்கள். ஒரு சாமான்யன் ஒரு குழந்தையையோ ஒரு பூவையோ ஒரு நாய்க்குட்டியையோ தன் நெஞ்சோடு வாரியணைத்துக் கொள்வது போல விதவிதமான அனுபூதிகளை – உணர்ச்சிகளை, எண்ணங்களை, கதாபாத்திரங்களை கட்டித் தழுவிக் கொள்வதில் ஏற்படும் ஒரு பிரத்தியேக அனுபூதிதான் எனக்கு இருக்கிறது.

இந்த நாவலில் நாவலின் உத்திகள் இல்லை. பரிணாமம் இல்லை. இத்தியாதி விமர்சனங்களுமிருக்கின்றன. அந்த விமர்சனங்களைப் பணிவோடு ஏற்றுக்கொள்கிறேன். ஆனால் முன்னால் உந்திய வயிறும் ஒட்டிய பிருஷ்டமும் சூம்பிப்போன கால்களுமாகப் பிறந்துவிட்டது என்பதற்காக தன் குழந்தையை ஒரு பிச்சைக்காரிகூடக் குப்பைத் தொட்டியில் வீசி எறிவாளா?

புது தில்லி **தி. ஜானகிராமன்**

7.6.1970

(சி.ஏ. பாலன் மொழிபெயர்ப்பில் கேரள சாகித்திய அக்காதெமி வெளியீடாக மலையாளத்தில் வெளியான 'மோக முள்' நாவலுக்குத் தி. ஜானகிராமன் எழுதிய முன்னுரை. மலையாளத்திலிருந்து தமிழாக்கியவர் சுகுமாரன். நாவலின் முதல் பதிப்பு (3000 பிரதிகள்) மார்ச் 1972இல் வெளிவந்தது.)

1

அணைக்கரை பஸ் ஆனையடியைக் கடந்து வந்து டவுன் ஹைஸ்கூல் வாசலையும் கடந்து, நாற்சந்தியையும் கடந்துபோயிற்று. அவ்வளவுதான்; ஏதோ புழுதிப் புயல் கிளம்பி, ஊரையே சூறையாடுவது போலாய்விட்டது. மேல் துண்டாலும் முந்தானையாலும் மூக்கையும் வாயையும் பொத்திக்கொண்டார்கள். செம்மண் புகாமல் கண்ணை இடுக்கிக்கொண்டார்கள். உடம்பைச் சுற்றிப் போர்த்திருந்த காவிக் கதர் ஐந்து முழத்தால் மூக்கையும் வாயையும் பொத்தினவாறே விளக்குமாறு பட்ட நாய்போல 'ஹ்ரம் ஹ்ரம்' என்று சந்தேகத்தையும் அருவருப்பையும் கமறி வெளித்தள்ளினான் பாபு. புழுதி அடங்கக் குறைந்தது மூன்று நிமிடங்களாவது ஆகும். காலையில் தோய்த்து வெய்யிலில் உலர்த்தி முடமுடவென்று உடுத்தியிருந்த சட்டை, அங்க வஸ்திரம், வேட்டி எல்லாம் இப்படியே நடந்துபோனால் பாழாகிவிடுமேயென்று கடையோரமாக ஒதுங்கி நின்றான் அவன். அங்கவஸ்திரம் மூக்கிலேயே இருந்தது.

அன்யே தேச க்ருதம் பாபம் வாராணஸ்யம் விநச்யதி வாராணஸ்யாம் க்ருதம் பாபம் கும்பகோணே விநச்யதி கும்பகோணே க்ருதம் பாபம் கும்பகோணே விநச்யதி.

என்றார், புழுதிக்காகக் கடையோரமாக சைக்கிளை விட்டிறங்கி ஒதுங்கி நின்ற மேலக்காவேரி சாஸ்திரிகள். அவர் நெற்றி உச்சியில் பளபளத்த காயத்தின் வடுவைப்போல எப்போதும் அவர் உதட்டில் தங்கியிருக்கும் சிரிப்பு, சற்று காவிப்பல்லாக மலர்ந்தது.

"என்னங்க இது? யாரையோ வெய்யக் கிளம்பிட்டீங்களே திடீர்னு!" என்றார் கடைக்கார ஆறுமுகம்.

"வெய்யவும் இல்லெ, மண்ணும் இல்லெ."

"பின்னே இது என்னவாம்?"

"ஸ்தல மாகாத்மியம்."

"நம்ம பாஷையிலே சொல்லுங்களேன்."

"லோகத்திலே எந்தக் கண்டத்துலே, எந்த தேசத்துலே, எந்த மாகாணத்திலே, எந்த ஜில்லாவிலே பாவம் பண்ணினாலும் காசிக்குப் போனா தொலைஞ்சுபோயிடும். அந்தக் காசியிலே பாவம் பண்ணி னால், இந்த நம்ம கும்பகோணத்துலெ வந்து மாமாங்கக் குளத்துலெ ஒரு முழுக்குப் போட்டா தொலைஞ்சு போயிடும்."

"இந்தக் கும்பியிலியா?"

"இன்னொரு தடவை அப்படிச் சொல்லாதீர். முன்ஸிபாலிட்டி யிலெ மணு மணுவா மருந்தைக் கொண்டு கொட்றாளாக்கும்."

"அப்பதான் அசல் சாக்கடை நாத்தம் வருது."

"நாத்தமாவது, வாசனையாவது? முதல்லெ நாத்தமாத்தான் இருக்கும். பழகிப் போயிட்டா சரியாப் போயிடறது."

"இந்தக் கும்பிக்கு மாத்து இந்தக் கும்பிதான்னு சொல்லுங்க!"

"நீர் மாமாங்குளத்தையும் கும்பகோணத்தையும் குறை சொல்லக் கிளம்பிவிட்டீர்! மத்த ஜில்லாக்கள்ளே போய் பார்த்தாத் தெரியும். மெட்ராஸிலே போய்ப் பார்த்தாத் தெரியும்."

"என்னாத்தை?"

"கும்மாணம் கைச்சீவல், ரவாதோசை, தேங்கா சட்னி, பட்டுப் புடவை, பேச்சிலெ கெட்டிக்காரத்தனம்."

"ஆளை எத்தறது . . ."

"சொல்லிக்குமே. ராமசாமி கோயில்லே ஒரு தூணைப் பாக்கறவன் இந்த ஏமாத்தத்தையும் நாத்தத்தையுமா நெனச்சிண்டிருக்கப் போறான் . . . பாருமே, கமகமகமன்னு நீர் கட்ற வாசனை வடயம்!, கணக்குப்புலி ராமானுஜம் எல்லாம் இந்த ஊர்ச்சரக்குத்தானேங் காணும்."

"ஆகாகாகாகா, ராமானுஜம் பெருமையெல்லாம் இந்த ஊர்க் காரங்களாலே தானே உலகத்துக்குத் தெரிஞ்சுது!"

"யாராலெ தெரிஞ்சா என்ன? அவன் பிறந்த மண்ணு இது. அப்புறம் என்ன? கும்பகோணத்திலே பண்ணின பாவம் கும்பகோணத் திலெ தொலையறதுன்னு நான் சொன்னா உமக்கு எளக்காரமா இருக்கு."

"கும்மாணத்திலே இருக்கறவங்க கூட காசிக்குப் போய் வாராப் போல இருக்கே!"

"ஆறுமுகம், தெரியலேன்னு நெனச்சுக்காதீர். ஸார், இதப் பாருங்க ஸார் . . ." என்று பாபுவை ஏதோ தெரிந்தவர் போலப் பார்த்துச்

சொன்னார் சாஸ்திரிகள். "போன வருஷம் சக்ரபாணி அய்யர் இருக்காரே, ரிடயர்ட் லெக்சரர், அவர் காசிக்கு வா, கூடமாடத் துணையா இருக்கும்னு என்னை அழைச்சிண்டு போனார். அதை எவ்வளவு நாசூக்கா குத்திக் காமிக்கிறான் மனுஷன், பார்த்தேளோல்லியோ? ஆறுமுகம்! ஒரு ஆறு செகண்ட் தப்பிப் பிறந்துப்பிட்டீர். இல்லாட்டா, அல்லாடி, நார்ட்டன் அந்த கோஷ்டி யிலே சேர்ந்திருப்பீர்."

"அப்புறம் உங்களுக்கு யார் இஞ்ச வடயம் கட்டிக் குடுப்பாங்க!"

"அதுவும் வாஸ்தவம்தான். ஓய் ஆறுமுகம், இதைப் பாரும். சார்கூட உம்ம பேச்சைப் பார்த்து அஞ்சு நிமிஷமா அசந்து போய் நிக்கறார். சாரைத் தெரியுமா உமக்கு?" என்று பாபுவைப் பார்த்துக்கொண்டே ஆறுமுகத்தைக் கேட்டார் சாஸ்திரிகள்.

"கடைக்கு வர வாடிக்கைதானே. தெரியாம என்ன?"

"அவ்வளவுதான் தெரியுமா?"

"சொல்லுங்களேன்."

"அட போமய்யா. இவ்வளவு பேச்சு பேசறீர்! ஊரையே விலைக்கு வாங்கறேங்கிறீர். சாரைத் தெரியாதுங்கிறீரே!"

"அம்மா ... ஷண்முகா ... சாஸ்திரியாருகிட்ட ஒரு சேதி தெரிஞ்சுக்கறதுக்குள்ளார ... ராம ராமா ... நீங்களும் சொல்ல மாட்டீங்க ..."

"போன வருஷம் காலேஜிலே நாடகம் போட்டாளே பார்த்தீரா?"

"பாத்தேன்."

"அப்படீன்னா சொல்லும் சார் யாருன்னு?"

ஆறுமுகம் பாபுவை உற்று, புன்சிரிப்புடன் பார்த்தார்.

"சொல்லும்."

"இருங்க."

"எத்தனை நாழி? ஏன்யா, இது தெரியலியா? லீலாவதி வேஷம் போட்டுண்டாரேய்யா!"

"ஆமாங்க, ஆமாங்க. அதுக்கும் இதுக்கும் அடையாளமே தெரியலீங்க."

"அதான் ரகசியம். என்ன சாரீரம் பார்த்தீரா? என்ன பெரட்டு! என்ன ரவை! பொலபொலன்னு மத்தாப்பூவா உதிக்கிற சாரீரம். ரவை உதிர்த்தாப் போருமா? தனியா ஒரு ஜிலுஜிலுப்பு. நான் முதல் கிளாஸிலேதான் உட்கார்ந்திருந்தேன். எம்பக்கத்திலே மிருதங்கம் சாமிப்பிள்ளை. உங்க பாட்டைக்கேட்டு அவர் தலையே ஆடி

ஆடி ஒடிஞ்சே போயிடுத்துன்னு வச்சுக்குங்கோளேன். யாருங்க இந்தப் பொம்பிள்ளேன்னார் என்னைப் பார்த்து! ஆம்பிள்ளைதான் சார்னேன்! அ! ஆம்பிள்ளையா! ஆம்பிள்ளையான்னார்! அவருக்கு ஆச்சரியம் தாங்கலெ. நானும் அனந்தநாராயணையர், கலியாண ராமையர்லாம் ஆடிப் பார்த்திருக்கேங்க. அவங்களையே தூக்கி யடிக்குதே இந்தப் புள்ளேன்னார். என்ன தளுக்கு! என்ன லஜ்ஜை! நிக்கறது, கையை வச்சுக்கறது எல்லாம் – அப்படியே எல்லாம் சொக்கிப்போயிடுத்து! ... ஏன் ஸார், வேஷத்தைப் போட்டு புடவை கட்டின உடனேயும் பொம்மனாட்டியாவே ஆயிடுவேளா சார்?"

பாபு ஒன்றும் பேசாமல் புன்சிரிப்புச் சிரித்தான். நேரடியான இந்த முகமன் பட்டு அவன் உடல் சங்கோசத்தாலும் நாணத்தாலும் உள்ளே ஒடுங்கிற்று.

"கன்னத்திலே முகவாயை ஒரு இடிப்பு இடிச்சிண்டேளே கோபத்திலே ... அதிருக்கட்டும், ராஜாவைப் பார்த்துக் கண்ணை ஒரு சுழட்டு சுழட்டினேளே ... எப்படி! எப்படி! எனக்குக்கூட வரமாட்டேங்கறது சார்."

"உங்களுக்குக் கூடன்னா? எனக்கும் ஒண்ணும் புரியலியே" என்று இடைமறித்தார் ஆறுமுகம்."

"ஓய்! அதெல்லாம் பிறவிய்யா, பிறவி! தெய்வானுக்ரகம் வேணும், டான்ஸ் கூட நன்னா ஆடறேளே சார் ... அதெல்லாம் ஒரு அருள்தான். எல்லாருக்கும் வந்துடுமா என்ன? நீங்க அன்னிக்கி கானடாவை மேலே கொண்டு போய் ஒரு ஹிந்துஸ்தானி பிடிபிடிச்சு கிர்ர்னு ஒரு வளை வளைச்சுக் கீழே இறங்கி மேலே போனேளே ..."

"என்ன! என்ன! ஏது! சாஸ்திரியாருக்கு சங்கீதம் கூடத் தெரியும்போலிருக்கே!" என்றார் ஆறுமுகம்.

"அட போய்யா ... அன்னிக்குக் கானடாவை நீர் கேட்டிருந்தா தெரியும். இவர் மாத்திரம் சங்கீதம் சொல்லிக்கட்டும். இன்னிக்கி, காக்கா ஒண்ணோட ஒண்ணு மூக்கைக் குழறுமே, அந்த மாதிரி கால் கட்டையிலே நோண்டிண்டு சங்கீத வித்துவான்னு தடலடி அடிக்கிறானே, அவனெல்லாரையும் போற இடம் தெரியாம பண்ணி விடுவார்."

சாஸ்திரிகள் மேலே பேசுவதற்குள் எதிர்த்த ஹோட்டலிலிருந்து காபி சாப்பிட்டு வரும் சாயங்கால இளம் ஜமா ஒன்று வாசனை வடயம், வாசனைப் புகையிலைக்காக ஆறுமுகத்தின் கடை முன் வந்தது.

"சரி, வியாபாரத்தைக் கவனியும். நான் வரேன் ... நான் வரேன் சார்" என்று பாபுவிடமும் சொல்லிக்கொண்டு, சைக்கிள் மிதிமேல் காலைத் தூக்கி வைத்தார் சாஸ்திரிகள். அதற்குள் திருவையாற்றுக்குப் போகிற பஸ் ஒன்று, அடங்கின புழுதியை

மறுபடியும் கிளப்பிவிட்டுகொண்டே மண் காப்பெல்லாம் தடதடவென்று அதிர, தளர்ந்து போன ஹார்ன் தாறுமாறாக அலற, வடக்கு நோக்கி ஓடிற்று.

"நான் இன்னிக்கிப் போனாப்போலத்தான்" என்று சைக்கிள் மிதியிலிருந்து காலை எடுத்தார் சாஸ்திரிகள்.

"அஞ்சு நிமிஷமாச்சு. இடத்தைவிட்டு நகர முடியாம பண்ணிப் பிட்டாளே முனிசிபாலிடியும் பஸ்ஸுமாய் சேர்ந்துண்டு! மைசூரிலே ரோட்டிலே சிமிண்ட் போட்டுப்பிட்டான். இஞ்ச எல்லாம் எப்ப வரப்போறதோ? நான் உசிரோட இருக்கற வரைக்கும் வரப்போற தில்லே . . . ம், என்ன அக்ரமம்! இந்தப் புழுதியிலேயும் அல்வா, வடயம் எல்லாம் வியாபாரமாறது. நாமும் ஏலக்கா வாசனையோட இதையெல்லாம் முழுங்கிவிடறோம். நல்ல வேளை; நம்ம தெரு ஓதுப்புறமா இருந்துதோ பிழைச்சேனோ! நீங்க எங்க ஜாகை இருக்கேள்?"

"காலேஜுக்கு எதிரேதான்."

"நாசமாப் போச்சு. கோர்ட்டுக்குப் போற வழின்னா அது. அங்கேயும் தூசிக்குப் பஞ்சமிராது. எந்த வீடு?"

"சுப்பய்யர் வீட்டுக்கு ஒரு வீடு போட்டு மேலண்டை வீடு."

"அப்படின்னா, கைலாசம் வீடா?"

"ஆமாம்."

"அங்கே ஜாகை வச்சுக்க இடமிருக்கா என்ன?"

"இல்லை. ரூம் வச்சிண்டிருக்கேன்."

"அப்பா அம்மாவோட இல்லியா?"

"இல்லை."

"சாப்பாடு . . . கணபதி லாட்ஜா?"

"இல்லை இல்லை. நான் இருக்கறதுக்குப் பக்கத்து வீட்டிலேயே சொந்தக்காரா ஒருத்தர் இருக்கா. அங்கேயே பணம் கொடுத்து சாப்பிட்டிண்டிருக்கேன்."

"பக்கத்து வீடுன்னா, கீழண்டையா மேலண்டையா?"

"மேலண்டை."

"மேலண்டைன்னா, நீலுப்பாட்டின்னு ஒரு அம்மா இருக்கா அங்கெ."

"அதே அம்மாதான்."

"அவ பிள்ளைகூட இன்ஷூரன்ஸ் ஏஜண்டா இருக்கானே."

“அதேதான்.”

“உங்களுக்கு என்ன உறவா அவா?”

“உறவுதான். ஏதோ தூரத்து உறவு.”

“அப்படீன்னா உங்க ஊர்?”

“கிளிமங்கலம்.”

“கிளிமங்கலம்னா எனக்குத் தெரியுமே. ஆனா, எந்தக் கிளிமங்கலமோ? பஜனை பண்ணுவர் வைத்தின்னு ஒருத்தர், அந்தக் கிளிமங்கலமா?”

“அதே கிளிமங்கலம்தான். அந்த வைத்தியும் எங்கப்பாதான்.”

“என்ன! என்ன! வைத்தி பிள்ளையா நீங்க?”

“ஆமாம்.”

“அதான், தாய் ஒரு அடின்னா, குட்டிப் பத்தடி தாண்டறது... நான் முதல்லியே நெனச்சேன், பரம்பரையா சங்கீத வாசனை இருக்கணுமே இப்படி அமக்களமாகப் பாடறதுன்னா! என்னடாப் பான்னு யோசிச்சேன். வைத்தி பிள்ளையா நீங்க, கிளிமங்கலம்னு சொல்றேளே. ரொம்ப நாளா தஞ்சாவூர்லேன்னா இருக்கார்.”

“இப்ப தஞ்சாவூர்லே இல்லை, பாபநாசத்துக்கு வந்துட்டோம்.”

“ஏன்?”

“அவருக்கும் வயசாயிடுத்து. தள்ளலே. பாபநாசத்திலே நல்ல வீடா, மலிவாக் கிடைச்சுது. வாங்கியாச்சு.”

“அப்பா திடமாயிருக்காரா?”

“திடம் என்ன? வயசாயிடுத்து.”

“உங்கப்பா சாரீரமே அலாதி சார்? தம்புராவுக்கு ஜீவா புடிச்சாப்போல! பாடவே வாண்டாம். ஆன்னு வெறுமே இழுத்தாலே போரும். உள்ளுக்குள்ளே போய் என்னமோ பண்ணும்... மூணு ஸ்தாயியும் சிரமமில்லாமல் பேசும்.”

“இப்ப ஒண்ணும் முடியலே அவராலெ. பாடிப் பாடியே வயித்திலே புண் வந்துட்டுது. வயித்து வலி வயித்து வலின்னு துடிச்சுப் போயிடறார்.”

“இந்த மாதிரி ஓயாம பாடினா, வயித்து வலி வராம என்ன பண்ணும்? ரொம்ப பூஞ்சை உடம்பு அவருக்கு. வெறும் தடியன்லாம் பிராந்தியைக் குடிச்சுப்பிட்டு கத்திண்டு கிடக்கான். என்ன பாடறோம், எந்த பாஷையிலே பாடறோம்னுகூட தெரியாம கத்தறான்கள். அவனுக்கெல்லாம் ஒண்ணும் வரமாட்டேங்கறது. மனசு உருகி

உருகி, பகவானைப் பாடறார் உங்க அப்பா. வயித்து வலி, தலைவலி எல்லாம் வரது. பகவான் இதைத்தான் கொடுப்பர் . . . வைத்தியம் பண்ணிக்கிறாரோல்லியோ?"

"வைத்யத்துக்கு ஒண்ணும் குறைச்சல் இல்லே. நெல்லுன்னு வித்த பணத்திலே பாதி வைத்யனுக்குத்தான் போறது. இன்ஜெக்ஷன், லேகியம், சிந்தூரம் . . . என்னமோ, அப்பப்ப சாந்தியா இருக்கு. அவ்வளவுதான். விடாம சாப்பிட்டிண்டே இருந்தா சரியா இருக்கு. ஒரு நாலு நாள் விட்டுட்டா வந்துடறது."

"ரத்தம் குறைஞ்சுபோயிடுத்துன்னா சிரமம்தான். மருந்து பிடிக்கிறதே கஷ்டம் . . . என்னமா பாடுவர்! அருணாசலக் கவி முழுக்கத் தலைகீழ்ப் பாடம் அவருக்கு. என்னமா அனுபவிச்சுப் பாடுவர்! எனக்கு நேரே பழக்கமில்லை. பாபநாசம் போனா கட்டாயமா அவரைப் பாக்கணும். இஞ்ச எப்பவாவது வந்தார்னாலும் சொல்லுங்கோ, நான் வந்து தர்சனம் பண்றேன். பாடிக் கேக்க முடியாட்டாலும், பார்த்தாவது சந்தோஷப்படுவமே. ஆனா நீங்களும் அதுக்கு மேலேதான் பாடறேள் . . . ரூமிலே பாடறத்துக்கு வசதியாயிருக்கோ?"

"அதெல்லாம் தொந்தரவே கிடையாது."

"இராது. கைலாசம் அப்படி ஒண்ணும் அட்டாதுட்டியாயிருக்க மாட்டான். காசிலெதான் கெட்டி. ஒண்ணாம் தேதி காலமே கடன்காரன் மாதிரி வந்து நின்னுடுவான் வாடகைக்கு. மத்தபடி போக்கிரி சாக்கிரி இல்லை. பிறத்தியார் வம்புக்கு வரமாட்டான் . . . ஆனா சார், நீங்க இருக்கிற ரூம் இருக்கே, ரொம்ப ஆகிவந்தது. அதிலே இருந்து படிச்சவாள்ளாம் ஒருத்தரும் அப்பை சப்பையா இல்லை இப்ப. எல்லாரும் பெரிய பெரிய ஆசாமியா ஆயிட்டான். மூர்த்தின்னு அங்கதான் படிச்சான். அவன் யூபிலியோ பீகார்லியோ கலெக்டரா இருக்கான். சங்கரன் சங்கரன்னு இருந்தான். அவன் இப்ப டில்லியிலே டிப்டி செக்ரடரியா இருக்கான். நீங்களும் பெரிய ஆளாத்தான் ஆயிடுவேள் . . . ம் . . . சங்கீதம் சொல்லிக்கிறேளோ?"

"சொல்லிக்கணும்."

"இதுவரையில் சொல்லிக்கவே இல்லியா!"

"எதொ கொஞ்சம் நடந்துது. வகையா சொல்லிக்கலெ."

"இப்பவே சொல்லினுடுங்க சார். இதெல்லாம் ஒரு வயசுக்குள்ள சொல்லிண்டாத்தான். கல்யாணமாகி, குழந்தை குட்டின்னு ஆயிடுத்தோ, அப்புறம் அதுக்குத்தான் போது சரியாயிருக்கும்."

சாஸ்திரிகள் இன்னும் பேசியிருப்பார். ஆனால், தெருவில் தூசி அடங்கிவிட்டது. ஆறுமுகமும், "என்னங்க இன்னும் முடிக்கலியா?" என்று கேட்டு வைத்தார். "போறேன் ஐயா, எனக்கும்

நாழியாச்சு. வரேன் சார். உங்க ரூமுக்கு வரேன்... ஆனால் தொந்தரவா இருக்கப் போறானென்னு நெனச்சுக்காதிங்கோ. எனக்கு இங்கிதம் தெரியும்."

"கட்டாயம் வாங்கோ சார். காலமே பூரா ரூம்லேதான் இருப்பேன்" என்று அழைத்தான் பாபு.

சாஸ்திரிகள் இப்போது சைக்கிள் மீது ஏறி உட்கார்ந்தே விட்டார். நல்ல வேளையாக அணைக்கரை, திருவையாறு பஸ் ஒன்றும் வரவில்லை. சைக்கிளில் ஏறினவர் நாற்சந்தியில் நின்ற போலீஸ்காரனைச் சுற்றிக்கொண்டு பெரிய தெருப்பக்கம் திரும்பினார்.

அவர் உருவம் பெரிய தெருவின் கூட்டத்திலும் புழுதிப் படலத்திலும் மறைகிற வரையில் பார்த்துக்கொண்டிருந்தான் பாபு. அவருடைய சிரிப்பும் மிகை அதிகமாகத் தாளித்துவிடாத முகமனும் மனதைவிட்டு அகலவில்லை. சாஸ்திரிகளுக்கு நாற்பது வயதுக்குட் பட்டுத்தானிருக்கும். நல்ல உயரம். சற்று முக்கோணம் வாய்ந்த முகம். மார்பு வைரம் பாய்ந்திருந்தது. காவேரியில் நனைத்த, சலவை செய்த வேட்டிச் சற்றுப் பழுத்திருந்தது. காலில் தெரிந்த ஆடுசதையில்தான் எவ்வளவு கரவுசரிவு, எவ்வளவு அழுத்தம்!

பாபு காத்திருந்த நண்பன் வரவில்லை. காந்தி பார்க்கில் நுழைவதற்காக நாற்சந்தியைக் கடந்தான் அவன். பெரிய தெரு கோலாகலமாகத்தான் இருந்தது. நவராத்திரி காலம். இளமையும் பெண்மையும் கரைதவழும் அலையாகக் கிழக்கிலும் மேற்கிலுமாக நடந்துகொண்டிருந்தது. மாலை வெயில் காதிலும் கன்னத்திலும் பூரிப்பை அள்ளித் தெளித்து வீசிக்கொண்டிருந்தது. நகையும் சிரிப்பும் பட்டும் பகட்டும் பவனி வந்த அந்தப் பொற்காலம், பாபுவின் கண்ணை நிறுத்தவில்லை. அவன் மனம் எங்கேயோ அலைந்தது. சாஸ்திரிகளின் பேச்சு அவனை ஏக்கத்தில் ஆழ்த்திவிட்டது. வீட்டை விட்டுப் புறப்பட்ட மகிழ்ச்சியும் அமைதியும் எங்கோ பறந்து போய்விட்டன. கடமை தவறிய குறுகுறுப்பு நெருஞ்சியாக விட்டு விட்டுக் குத்திற்று. நடக்கக் கால் பாவவில்லை. வீட்டுக்குத் திரும்பி விடலாமா என்று நினைத்தான். எங்காவது உட்கார்ந்தால், அல்லது படுத்தால் தேவலை போலிருந்தது. காந்தி பார்க்கிற்குள் நுழைந்தான்.

வழக்கம்போலப் பார்க் நிறைந்துதானிருந்தது. அங்கங்கு புல்பத்தைகளிலும் மணற்பரப்புகளிலும் கும்பல் கும்பலாக மாலைக் கூட்டம் குவிந்து, பேச்சையும் புகையிலையையும் அரைத்துத் துப்பிக் கொண்டிருந்தது. கும்பகோணத்து ஜனங்களுக்குக் காந்தி பார்க்தான் கடற்கரை, பொழுதுபோக்கு, இளைப்பாறும் சோலை, எல்லாம்! கேட்டைத் தாண்டி நுழைந்தபோதே வடமேற்காக ஒதுங்கியிருந்த புல்பத்தையை உற்றுப் பார்த்துக்கொண்டே நடந்தான் பாபு. அங்கு அவனுடைய நண்பனைக் காணவில்லை. சற்று நின்று நாற்புறமும் கண்ணால் நோட்டம் விட்டான். அந்த இடத்தை விட்டுவிட்டு

வேறு எங்கும் ராஜம் உட்காரமாட்டான் என்று அவனுக்குத் தெரியும். இருந்தாலும் மனம் சோர்ந்திருந்த அந்த நிலையில், அவனை உடனே பிடித்துவிட்டால் தேவலை போலிருந்தது. ஒரு முறை சுற்றிலும் பார்த்தான். சிறிது தூரத்தில் அன்று காலையில் வந்த தினசரிப் பத்திரிகையை யாரோ உரக்கப் படித்துக்கொண்டிருந்தார். அவரைச் சுற்றி இருபது முப்பது பேர் உட்கார்ந்து அவர் வாசிப்பதை சிரத்தையாகக் கேட்டுக்கொண்டிருந்தார்கள். அந்தக் கும்பல், கும்பகோணத்தின் பல மூலைகளிலிருந்து வந்து சேருகிற குழு. பெரும்பாலும் நெசவுக்காரர்கள். கடியார ரிப்பேர்க்காரர் ஒருவர், மாட்டுத் தரகர் ஒருவர், இந்த மாதிரி அதிர்ஷ்டத்தை நம்பிப் பிழைக்கிற இன்னும் இரண்டு மூன்று ஆசாமிகளும் அந்தக் கூட்டத்தில் உண்டு. கூட்டு சந்தா போலிருக்கிறது. மணி ஐந்தடிப்பதற்குள் முப்பது பேரும் ஒவ்வொருவராக வந்து கூடி, பத்திரிகை முழுவதும் கையெழுத்து மறைகிற வரையில் வாசிக்கக் கேட்டு, முக்கியச் செய்திகளை நன்றாக வாதம் செய்து, அலசி ஆராய்ந்துவிடுவார்கள். 'சோ'வென்று பெய்கிற மழையைத் தவிர, வேறு ஒன்றும் அந்தக் கூட்டத்தை அங்கு வந்து செய்தி கேட்காமல் தடுத்துவிட முடியாது. புழுதிக் காற்றுக்கும் பனிக்காலத்துக்கும் பயந்து விடுகிற கூட்டமில்லை அது. அதைத் தாண்டிக்கொண்டே போனான் பாபு. காலேஜில் இண்டர்மீடியட் வகுப்பில் படிக்கிற ஒரு சிறு கூட்டம், ஒரு பழைய சீட்டுக் கட்டை வைத்துக்கொண்டு 504 ஆடிக்கொண்டிருந்தது. பாபுவைப் பார்த்த ஒரு பையன், வெற்றிலையை அரைக்கும் வாயைத் தூக்கி ஒரு குட்மார்னிங் வைத்துவிட்டு, மறுபடியும் சீட்டு விழுந்த களத்தை நோக்கிக் கண்ணைத் திருப்பிக்கொண்டான்.

வடமேற்கில் ஒதுங்கியிருந்த புல்பத்தையை அடைந்ததும் காலாலும் கண்ணாலும் வெற்றிலை எச்சில் இல்லையே என்று நிச்சயப்படுத்திக்கொண்டு பாபு உட்கார்ந்தான். தளதளவென்று புல்சிரிக்கும் இடமில்லை இது. புல் காய்ந்து மண்ணும் புல்லுமாக இருந்த இடம். காலால் ஒரு தடவை திலாவிவிட்டு, குட்டையாகக் கத்தரித்திருந்த சவுக்கைக் கன்றின் மறைவில் உட்கார்ந்து கொண்டான் அவன்.

2

இன்னும் ராஜம் வரவில்லை.

சற்று தூரத்தில் பி.ஏ. இரண்டாவது வருடம் படிக்கும் கூட்டம் ஒன்று உட்கார்ந்து அமர்க்களமாக இரைச்சல் போட்டுப் பேசிக் கொண்டிருந்தது.

பாபு தனியாக உட்கார்ந்திருப்பதைப் பார்த்துவிட்டு யாராவது ஒரு பையன் கிளம்பி, "என்ன மிஸ்டர்" என்று வந்தால் . . ? அப்படி ஒருவனும் வரமாட்டான். அந்த இடமே ராஜமும் அவனும் உட்கார்ந்து

பேச ஒதுக்கப்பட்ட இடம். அவனுக்கு ராஜம், ராஜத்திற்கு அவன் என்று பரஸ்பர உடைமையாகக் கொண்ட நட்பு அது. அதில் மூன்றாம் பேருக்கு இடமில்லை. மூன்றாம் பேர் யாராலும் அவனுடைய எண்ணங்களையோ ஏக்கங்களையோ புரிந்து கொண்டுவிட முடியாது. பரிவோடு அவற்றை மனதில் வாங்கி அனுதாபப் படவும் முடியாது.

பாபுவுக்கு வேடிக்கையாக இருந்தது. முன்பின் பழக்கமில்லாத சாஸ்திரிகள் எவ்வளவு தூரம் பேசி, எவ்வளவு கலக்குக் கலக்கிவிட்டுப் போய்விட்டார்! அவர் சொன்னது உண்மைதானா? தான் பாடுகிற பாட்டைப் பற்றி இப்படி வாய் நிறையப் புகழ்ந்த அவருடைய வார்த்தைகள் அவ்வளவும் உண்மையா? இல்லாவிட்டால் வெறும் முகமனா? வெறுமே, வழியில் போகிறவர், எதற்காகத் தன்னைப் புகழ வேண்டும்?

அவர் எப்படியிருந்தாலும் இருக்கட்டும். அவருடைய வார்த்தை கள் அவனைச் சும்மா விட்டுவிடவில்லை. ஊரில் தனக்காகக் கஷ்டப்பட்டுக்கொண்டிருக்கிற தந்தையின் நினைவைக்கொண்டு விட்டுவிட்டது, அவர் பேச்சு. பாபு வாயைத் திறந்து ஒரு பெருமூச்சு விட்டான்.

பார்க்கிற்கு வெளியே, ஹோட்டல் வாசலில் மாட்டிய ஒலி பெருக்கியிலிருந்து இசை தவழ்ந்து வந்துகொண்டிருந்தது. வீணையின் இசை; ஏதோ தேர்ந்த விரலாகத்தான் இருக்க வேண்டும். இல்லா விட்டால் பைரவி ராகத்தை இவ்வளவு சுத்தமாக எப்படி வாசிக்க முடியும்? அரை நிமிடம் கேட்பதற்குள் பாபுவின் உள்ளமும் உயிரும் அதில் ஒன்றிவிட்டன. அவ்வளவு சுருதி சுத்தமாக இசைந்தது, அந்த கானம். கேட்ட மாத்திரத்திலேயே நெஞ்சையும் இதயத்தையும் தன் வசப்படுத்துகிற அனுபவம் நிறைந்த கானம். நிஷாதத்தை அசைத்து அசைத்து, மத்யமத்தைத் தொட்டுத் தொட்டுக் கோலமிட்ட அந்த வரிசை, உள்ளத்தை உலுக்கி, உடலைச் சிலிர்க்க அடித்தது. மநிதபதமா, நீதநீத நீத பதமாகரீ... ஆகா! வீணையை அப்படி வருடிய விரல்கள் எவ்வளவு புண்யம் செய்தவைகளோ! முதுகுத் தண்டில் ஒரு சிலிர்ப்பு ஊர்ந்து அவன் உடல் உதறிற்று. பதமா... என்று கெஞ்சி இறைஞ்சும் அந்த இசை அவனைக் குற்றம் சாட்டிற்று. அவன் செய்தது தவறென்று உணரவில்லையா என்று தீனமாக மன்றாடிக் கேட்டது. பழைய நினைவுகளை உதறிவிட்டு, மீண்டும் சங்கீதத்தின் இனிமையில் லயிக்க முயன்றான் பாபு.

ஆகா! எவ்வளவு பாக்கியம் செய்த விரல்கள்!

பாபுவின் கண்களில் தாரைதாரையாக நீர் பெருகிற்று. கண்ணை மூடிக்கொண்டு இசையின் தூய்மையான இனிமையில் திளைத்தான். கண்ணைத் திறக்கக்கூட மனம் இல்லை. வெளி உலகைப் பார்க்கக்கூட மனம் வராத கண்கள், திறக்க மறுத்தன. காலமும் இடமும் மறைந்து அற்றுப்போன நிலையில், வெறும் ஒலி வடிவமான அனுபவத்தில்

அவன் உள்ளம் ஆழ்ந்தது. ஒரு கணப்பொழுது உள்ளமும் ஒலியும் ஒன்றாகிவிட்டன. ஆனால் அடுத்த விநாடி உள்ளம் ஒலியினின்றும் விண்டு தனியாகப் பிரிந்து, கேட்பவனாக, அனுபவிப்பவனாகத் தனியாக நின்றது.

நாமும் காலத்தையெல்லாம் இப்படி வீணாக்காமலிருந்தால்? இந்தச் சங்கீதத்தை நன்றாகப் பயின்றிருந்தால்?

காலத்தை வீணாக்கியாவிட்டோம்? இந்தப் படிப்பு ஒரு வீணா? இந்தப் படிப்பு பயனில்லாத படிப்பா? எத்தனையோ மேதைகளோடு புத்தகக் கண்ணாடியின் மூலமாக உறவாடி மகிழ்ந்து பெருமிதம் அடைகிற இந்தப் படிப்பு வீணா? பெற்றோரை விட்டுப் பிரிந்து, தனியாக உலகத்தைப் பார்க்கிற இந்தக் காலம் வீணா? ரத்னம் கிடைத்தது போல் கிடைத்த ராஜத்தின் நட்பு வீணா? ம்... ஆனால் ராஜத்தின் நட்பிற்காகவா, இவ்வளவு அழகான குரலும் சங்கீத ஞானமும் வாய்த்தன? பெற்றோரை விட்டுப் பிரிந்து, படிப்புக் காகத் தனியாக இருந்து, உலகத்தைப் பார்த்து கற்றுக்கொள்வதற்கா அப்பா இவ்வளவு இடம் கொடுத்தார்? அவ்வளவு அன்பைச் சொரிந்தார்? ஏழு வயதிலிருந்து நிசியும் பனியும் பாராது கேட்ட சங்கீதம் எல்லாம் இந்த மாதிரி எங்கோ வந்து, என்னத்தையோ படித்து, யாருடனோ நட்புக் கொண்டு, எதையோ வித்தையென்று பயிலத்தானா?

அந்த மாதிரி தந்தை, யாருக்குக் கிடைப்பார்கள்?

ஆமாம்... ஏழு வயது முதலே அவன் கச்சேரி கேட்க ஆரம்பித்து விட்டான். கேட்கும்படியாகச் செய்தது அவர்தான். இரவு பன்னிரண்டு மணி. இரண்டு மணி என்று அப்பாவும் பிள்ளையும் வந்து வீட்டுக் கதவைத் தட்டுவார்கள்! தூக்கக் கலக்கத்தில் அம்மா எழுந்து வந்து கதவைத் திறப்பாள். கோடை காலமோ பனி நாளோ, எப்போழுதும் அப்படித்தான், அதுவும் தஞ்சாவூரில் கச்சேரிக்கா பஞ்சம்! காசில்லாமல் சுத்த சங்கீதத்தைக் கேட்க அந்த நாள் தஞ்சாவூரைவிட வேறு இடம் கிடைக்குமா என்ன? வெங்கடேச பெருமாள் தெரு அனுமாருக்கு வாசு நடத்திய உற்சவம், சிவகங்கை அனுமாருக்கு நடக்கும் உற்சவம், மேல வீதி விச்வநாதய்யர் கோயிலில் ஜவுளிக்கடை சாம்பு நடத்திய கந்தஷஷ்டி, ராஜமாணிக்கம் செட்டியார் நடத்துகிற ராமலிங்கர் பூஜை விழா, வாகைப்பையர் சந்தில் தியாகப் பிரம்மம் பூஜை செய்த விக்ரகங்களுக்கு நடந்த ஆராதனை, தெற்கு வீதி காளி கோயிலில் நடக்கிற உற்சவம் இப்படி வருஷம் முழுவதும் சங்கீதத்திற்குப் பஞ்சமில்லாமல் நடந்துகொண்டிருந்தது. மனிதர்கள் செல்வாக்கைப்போல, திடீரென்று கோயில்களின் செல்வாக்கும் மறைகிற வழக்கம்தான். ஆனால், வேறு புதிதாக ஒரு கோயிலுக்கு – ஒரு சுப்பிரமணியருக்கோ, விநாயகருக்கோ தசாநாதம் அடிக்க ஆரம்பித்துவிடும். சங்கீதம் மட்டும் இந்த வித்தியாசத்தைப் பாராமல் கூப்பிட்ட இடத்தில் போய்ச் சேவகம் செய்துகொண்டிருந்தது.

சங்கீதத்தில் லயித்த பாபுவின் காதுகளுக்கு ரங்கூன் கமலத்தில் அடுப்புக் கட்டிக் கடுக்கன் போட்டதோடு நின்றுவிடவில்லை, வைத்தி. ஒரு சங்கீதக் கச்சேரி விடாமல் அவனை அழைத்துக்கொண்டு போய் வந்தார்.

ஒரு தைமாசம்தான். பாபுவுக்கு ஏழு வயது அப்போது. வெடவெடவென்று பனி நடுக்கிக்கொண்டிருந்தது. ராமலிங்கர் திருவிழாவில் நடந்த கச்சேரியைக் கேட்டுவிட்டுத் திரும்பி வந்து கொண்டிருந்தார்கள் வைத்தியும் பாபுவும். நடுநிசிக்கு மேலாகிவிட்டது. வீடுகளும் ஜன்னல்களும் கதவுகளும் உறங்கிக்கொண்டிருந்தன. குளிருக்குப் பயந்து எல்லையம்மன் கோயில் தெரு நாய்கள் கூட நடுத்தெருவை விட்டு, வீட்டுத் திண்ணைகளில் ஒண்டிக் கிடந்தன. இரவின் அந்த மௌனத்திற்கு நடுவில், தலைக்கு ஒரு மப்ளரும் மார்பில் கட்டிய கைகளுமாக பாபுவும் வைத்தியும், தாவடை குளிரில் அதிர நடந்துவந்தார்கள். கதவைத் தட்டியதும் அம்மா கதவைத் திறந்தாள்.

“கதவைத் திறக்க முடியலெ, அப்படி ஊதறது குளிர். இந்தப் பனியிலே குழந்தையை அழச்சிண்டு . . ? உடம்பு என்னத்துக்காகு மாம்?” என்று, கண்ணை முழுவதும் திறக்கக்கூட முடியாமல் இமைகள் அழுத்த, பாபுவை இழுத்து அணைத்துக்கொண்டாள் அம்மா!

“ஏண்டா பாபு குளிரலையா?”

“குளுர்ந்துதும்மா.”

“இந்தக் குளுர்லேகூட கச்சேரி கேட்டுத்தான் ஆகணுமா?”

“ரொம்ப நன்னா வாசிச்சார்மா.”

“கச்சேரி பண்றவா நன்கு வாசிக்காமயா இருப்பா . . ? இந்தப் பனியிலே, மார்லெ சளி பிடிச்சுண்டா என்ன பண்றது? அவன் ஏற்கனவே உலந்து வத்தலாயிருக்கான். அவனை இப்படி இழுத்திண்டு போகாட்டா என்ன?”

“ஒருநாள் தானே. நித்யம் போகப்போறோமா?” என்றார் வைத்தி.

“ஒருநாள் என்ன? இன்னும் அஞ்சுநாள் உற்சவம் பாக்கியிருக்கு. அப்புறம் விடாயத்தி. போனமாசம் பத்துநாள் திருவையாறு பனி ஆயிடுத்து.”

“நல்ல பனிக் காலமாப் பார்த்து தியாகராஜர் சமாதி ஆயிட்டார். என்ன பண்றது? பாபு கச்சேரி கேக்கப்பபோறான்னு தெரிஞ்சிருந்தா, சித்திரை வைகாசி மாசமாப் பாத்து சமாதி அடைஞ்சிருப்பார்.”

அப்பா சொன்னதைக் கேட்டு பாபு சிரித்தான்.

“ராமலிங்க சாமியும்தான்” என்றான். “ஏம்மா, மப்ளர், பனியன், முழுச்சட்டை எல்லாம்தான் இருக்கேம்மா. அப்புறம் என்ன?”

"சரி, பாலைச் சாப்பிட்டுவிட்டுப் படுத்துக்கலாம்" என்று பாயைப் போட்டுவிட்டு, சமையலறைக்குள் போய்ப் பாலை எடுத்து வந்தாள் அம்மா. அவன் சாப்பிடும்போது, "உனக்கென்னடா கச்சேரி கேட்கத் தெரியும்? நீட்டி முழக்கிண்டு போயிட்டு வறியே?" என்று கேலியாகப் புன்னகை செய்தாள்.

"பியாகடை இன்னிக்கு ரொம்ப நன்னா வாசிச்சார் அம்மா."

"ஆமாம், மறக்கவே முடியலே" என்றார் அப்பா.

"எனக்குக்கூட இன்னும் அப்படியே ஞாபகம் இருக்குப்பா."

"சரி சரி, படுத்துக்கோ" என்றாள் தாயார். பாபு படுத்துக் கொண்டான். அப்புறமும் ஒரு நிமிஷம் தொண்டைக்குள்ளேயே ராகத்தை இழுத்தான். மூடியிருந்த கண்களும் உள்ளமும் ராமலிங்க மடத்தில் இன்னும் பியாகடை ராகத்தைக் கேட்டுக்கொண்டிருந்தன. ஒலியில் அதிரும் ஏனத்து நீர்போல அவன் இளம் நெஞ்சு அந்த நினைவின் கார்வையில் சிலிர்த்துக்கொண்டிருந்தது.

"பாபூ."

". . ."

"பாபூ."

"ஏம்மா."

"மணி மூணடிச்சுப்பிடுத்து."

"எப்பம்மா?"

"இப்ப அடிச்சுதே, காதிலே விழலை? தூங்கு."

"பாபு, தூங்குடா" என்று அப்பா ஒருக்களித்துப் படுத்திருந்த அவனுடைய கையைத் தடவிக் கொடுத்தார்.

என்ன ஆனந்தமான ஸ்பர்சம்! ஒரு ஸ்பர்சத்தில் தந்தையின் பாசம் முழுவதையும் வடிக்கக்கூடிய அந்த உள்ளங்கை, இப்போது கூடத் தடவுவதுபோலிருக்கிறது. அப்போது கூடம் முழுவதும் பெட்ரூம் விளக்கின் முத்தொளியில், மார்பளவு நீரில் நிற்பவனைப்போல, இருளில் மௌனமாக அமுங்கிக் கிடந்தது. அந்த உள்ளங்கையில் ஊறிவடிந்த அமைதியையும் ஆறுதலையும் இன்னும் மறக்க முடியவில்லை.

இரண்டு நாள் கழித்து – அன்றிரவும் பெரிய கச்சேரிதான். ஏகக்கூட்டம். அன்று என்னமோ சமையலாகச் சற்று நேரமாகிவிட்டது. அதன் பலன் முன்னால் இடம் கிடைக்கவில்லை. மடம் முழுவதும் நிறைந்துவிட்டது. உள்ளே ஊசி குத்த இடமில்லை. வாசற்படி அடைந்துவிட்டது. மடத்து மொட்டை மாடியும் நிறைந்துவிட்டது. சிளுசிளுவென்று இறங்கிய பனியைக் கூடப் பாராட்டாமல் ஒரு பெரும் கூட்டம் அங்கும் நெருங்கி, துடைமேல் துடையாக நெருக்கிக் கொண்டு கூடியிருந்தது.

மடத்திற்கு வெளியே வந்து, எதிர் வீட்டில் இரண்டு ஆள் உயரத்திற்குக் கட்டியிருந்த திண்ணையில் பாபுவுடன் வந்து உட்கார்ந்துகொண்டார், வைத்தி. அங்கும் பத்து பன்னிரண்டு பேர் ஏற்கனவே தலையில் துணியைப் போட்டுக்கொண்டு உட்கார்ந்திருந்தார்கள்.

ஒவ்வொரு பாட்டும் ராகமும் ஆரம்பிக்கும்போது, "என்னடா ராகம், பாபு?" என்று கேட்டுக்கொண்டிருந்தார் வைத்தி. பாபுவும் 'பளிச்பளிச்' சென்று சொல்லிக்கொண்டு வந்தான். ஒன்றிரண்டு அவசரப்பட்டுத் தவறாகச் சொல்லவே, "செத்தெ இருந்து சொல்லு. அந்த மாதிரிதான் இந்த ராகம் இருக்கு. ஆனா அது இல்லை" என்பார் வைத்தி.

"சரி சரி சரி, இப்ப புரிஞ்சுதுப்பா, புரிஞ்சுதுப்பா" என்பான் பாபு.

"நிதானமாகக் கவனிச்சுச் சொல்லணும். குடுக்கை மாதிரி அவசரப்படப்படாது."

"நீங்க முதல்லியே கேட்டுடறேள்."

"பிள்ளை நம்ம குழந்தைங்களா?" என்று குரல் கேட்டது. வைத்தியும் பாபுவும் திரும்பிப் பார்த்தார்கள். மொட்டைத் தலையையும் சட்டை மேலும் ஒரு பச்சை சால்வையால் போர்த்தி யிருந்த ஒருவர்தான் கேள்வி கேட்டது.

"ஆமாம்."

"பிள்ளை பாடும்போலிருக்கே."

"பாடத் தெரியாது. ஏதோ கேட்கிறது."

"ம்" என்று இழுத்தார் அவர். சற்றுக் கழித்து "எதுக்காக கேட்டேன்னா... பிள்ளைக்கு வயசு என்னா ஆவுது?" என்று கேட்டார்.

"ஏழு."

"பிஞ்சு. யாராவது பாத்துக்கிட்டிருந்தா?"

"என்ன?"

"ஒண்ணுமில்லீங்க. இந்தக் கண்ணைத்தான் சொல்றேன்."

"கண்ணா?"

"கண்ணுதான். எங்க மாதிரி நாலுபேருங்க கண்ணுதான். பிள்ளை சிறிசு. வெடையா நறுக்கு நறுக்குனு பதில் சொல்லுது. நாலுபேர் கண் படப்படாது பாருங்க."

"நான் இரைஞ்சே கேக்கலியே."

தி. ஜானகிராமன்

"என் காதிலே உளுந்திச்சு. இந்தக் கண்ணு இருக்கு பாருங்க" என்று வலது கைப் பாம்பு விரலால் இரண்டு கண்களையும் மாற்றி மாற்றித் தொட்டுக்கொண்டே சொன்னார், அவர். "இது கெட்டசாதிப் பயமவனுது. எந்தக் கண்ணு எப்படியோ? எல்லாக் கண்ணும் ஒரு மாதிரியா இருக்குமா? உங்களுக்குத் தெரியாததையா சொல்லப் போறேன்! 'அடெ'ன்னு ஆச்சரியமாக் கண்ணை விரிப்பாங்க சில பேருங்க. அப்பறம் அந்தக் கண்ணு பாத்த இடம் சாணியாப்போயிரும். அவ்வளவு புண்யமான கண்ணு. என்னாத்துக்கு இந்த வம்பு?"

"என்னப்பா?" என்றான் பாபு.

"என்னடாது? பேசறதையா கேட்டிண்டிருக்கே. பாட்டுக் கேக்கலே?"

"அவர் என்னப்பா சொன்னார்?"

"உனக்கு ஒண்ணுமில்லெடா?"

"என்ன சொல்லுங்களேன்பா."

"அப்புறம் சொல்றேன். நீ பாட்டைக் கேளு."

கச்சேரி முடிந்து வீட்டுக்கு வரும்போது, "ஏம்பா, சில பேர் ஆச்சரியமா கண்ணை விரிச்சா, சாணியாப் போயிடும்னாரே உங்களோட பேசிண்டிருந்தவர், எப்படிப்பா சாணியா மாறும்?" என்று கேட்டான்.

"ம்..." என்று என்ன பதில் சொல்வதென்று யோசித்துக் கொண்டே நடந்தார் வைத்தி.

"புதுசா ஒரு சட்டையிருக்கு. அதைப் பாத்தா, அதுகூடச் சாணியாப் போயிடுமா? ஏம்பா?"

"அதெல்லாம் ஒண்ணும் இல்லெ."

"பின்னே அவர் சொல்றாரே?"

"சும்மா தெரியாம சொல்றார்."

"நீங்க, அவர் சொல்றதுக்கு ஆமாம்னேளேப்பா."

"அப்படிச் சொன்னாத்தான் அவர் பேசாம இருப்பார். இல்லாட்டா மொல்லு மொல்லுன்னு பேசிண்டு கச்சேரி கேக்க முடியாம பேசிண்டேயிருப்பார்."

"ஏம்பா அப்படிப் பேசறார்? அவருக்குக் கச்சேரி கேக்கத் தெரியாதா?"

"அதான் போலிருக்கு..."

"ரொம்ப வேடிக்கையா இருக்குப்பா. பார்த்தா எப்படிப்பா சாணியா மாறும்?" என்று சிரித்தான் பாபு.

வைத்தியும் விழுந்து விழுந்து சிரிக்கிறாற்போலப் பாவனை செய்து, சங்கடத்திலிருந்து மீண்டுகொண்டார். 'முர்ர்ர்' என்று பரமேச்வரய்யர் ஹோட்டலுக்கு எதிர்த்த வீட்டுத் திண்ணையில் ஒண்டிக்கிடந்த நாய் உறுமிற்று. பாபு அப்பாவோடு ஒண்டிக் கொண்டான். 'இந்த அர்த்த ராத்திரியில் என்னடா தெருவில் நடை?' என்று மிரட்டுவது போலிருந்த அந்த உறுமலைக்கேட்டு, பாபு வாயை மூடிக்கொண்டான்.

அன்றைய இரவு இந்த விசித்திரத்தோடு போய்விடவில்லை. வீட்டுக்குப் போனதுதான், ஊரிலிருந்து வந்திருந்த அண்ணாவின் ஞாபகம் வந்தது வைத்திக்கு. கதவு திறந்ததும் "அம்மா" என்று ஏதோ சமாசாரம் சொல்ல ஆரம்பித்தான் பாபு.

"ஸ், பெரியப்பா தூங்கறார். இரையாதே" என்றாள் அம்மா.

பெரியப்பா கோர்ட்டு அலுவலாக மாசத்திற்கு ஒரு தடவை வருகிற வழக்கம். அன்று காலையில் வந்தவர் கோர்ட்டுக்குப் போய், வக்கீல் வீட்டுக்குப்போய், இன்னும் காரியங்களை எல்லாம் முடித்துக் கொண்டு இரவு எட்டரை மணிக்கு வந்து சாப்பிட்டுவிட்டுப் படுத்துக்கொண்டு விட்டாராம். நாலைந்து மணிநேரம் முதல் தூக்கத்தில் ஆழ்ந்துவிட்டவர், இப்போது கதவைத் தட்டுகிற ஓசை கேட்டதும் விழித்துக்கொண்டு விட்டார். பாபுவும் வைத்தியும் படுத்துக்கொள்கிறபோது, அவருக்குத் தூக்கம் நன்றாகத் தெளிந்து விட்டது.

"யாரு வைத்தியா?" என்று கேட்டார்.

"ஆமாண்ணா."

"இப்பதான் வறியா என்ன?"

"ஆமாம்."

"எங்கே கச்சேரி?"

"ராமலிங்க மடத்திலே."

மணியை அடிக்க வேண்டியிருக்கிறதே என்று அலுத்துக் கொள்வதுபோல, நாலு விநாடி 'கர்ர்ர்ர்ர்' என்று காறி விட்டு, கூடத்து ஜப்பான் கடிகாரம் இரண்டு அடித்தது.

"மணி ரண்டடிக்கிறதே!"

"ஆமாம். பத்து நிமிஷம் பாஸ்ட்" என்று பயந்துகொண்டே சொன்னார் வைத்தி.

"இத்தனை நாழியா கச்சேரி பண்ணினான்?"

"ஆமாம்."

"இந்தக் குளிரிலியா?"

"அங்கே இவ்வளவு குளிர் தெரியாது."

"நல்ல பைத்தியங்கள்டா ... ராக்கூத்து அடிச்சிண்டு ... சரி, கச்சேரின்னா, இந்தப் பயலை வேறே என்னத்துக்கு இழுத்துண்டு போறே?"

"ஏதோ ஆசையாக் கேக்கறான்."

"நல்ல ஆசை போ. இந்த வாண்டுக்கு என்னடா தெரியும்?"

"ஏதோ கேக்கறதுக்கு ஞானமிருக்கு."

"நல்ல ஞானம் போ. இப்பவே பிடிச்சு இப்படி இடம் கொடுத்தா ..."

வைத்தி ஒன்றும் பதில் சொல்லவில்லை.

"குளிரானா, வயறு எலும்பெல்லாம் போய் உலுக்கறது. ஊதலானா வெளியிலே தலை கிளப்ப முடியலே. இத்துனுண்டு பய இவன். இவன் வரேன்னு சொன்னா, ஆகான்னு இழுத்துண்டு போயிடணுமா? நன்னாருக்கு."

வைத்தி பேசாமல் உட்கார்ந்திருந்தார்.

"என்னமோ. இப்படி இடம் கொடுத்திண்டேயிருந்தா, அப்பறம் கடிவாளம் போட முடியாது. பாத்துக்கோப்பா."

"ஒரு நாளைக்குத்தானே, போனாப் போறதுன்னு அழச்சிண்டு போயிட்டு வந்தேன்."

"சரி, நானும் வழக்கமாயிடப்படாதுன்னுதான் சொல்றேன் ... நம்ம பயலை பாக்குவெட்டியிலே வக்கற மாதிரி வச்சிண்டிருக்கேன். தெரியுமோல்லியோ? இல்லாட்டா இந்தக் காலத்துப் பிள்ளைகள் சொன்னதைக் கேக்கும்னா நெனக்கறே? சாயங்காலம் ஆறு அடிச்ச தோல்லியோ, வீட்டுக்கு வந்துவிடணும். படிப்பு கிடிப்பெல்லாம் முடிச்சு எட்டரை மணிக்கு படுக்கை. விடிய காலமே அஞ்சுமணிக்கு எழுப்பிவிட்டுடறேன். இவ்வளவு பண்ணினப்பறம் கிளாஸ்லே முதலாயிருக்கான். இல்லாட்டா, தத்தாரியாத்தானே திரியும்?"

பாபு எல்லாவற்றையும் கேட்டுக்கொண்டேதான் படுத்திருந்தான்.

'பெரியப்பாவுக்குப் பொறாமை' என்று அவன் நெஞ்சு உறுத்திக் கொண்டேயிருந்தது.

பெரியப்பா பிள்ளை சங்கு, அவனை விட இரண்டு வயது மூத்தவன். அப்போது முதல் படிவம் படித்துக்கொண்டிருந்தான். பெரியப்பாவுக்கு அவனைப் பள்ளிப்படிப்புக்குமேல் படிக்கவைக்க முடியவில்லை. இப்போது மதராஸில் பெரிய இரும்பு, சைக்கிள் மோட்டார், வர்ணம் என்று பல துறைகளில் வியாபாரம் செய்கிற பெரிய கம்பெனியில் குமாஸ்தாவாக இருக்கிறான். கம்பெனியை நிர்வாகம் செய்கிற செட்டியாருக்கு அந்தரங்க குமாஸ்தா அவன்.

அவன் கையெழுத்து மணி மணியாக இருக்கும். அவ்வளவு அழகான கையெழுத்தை பாபு இதுவரையில் பார்த்தது கிடையாதுதான். அந்த மாதிரி எழுத வேண்டும் என்று போன மாதம்கூட பத்து நாள் எழுதி எழுதிப் பார்த்துக்கொண்டிருந்தான். சங்கு எழுதுகிற தானா, கானா, ஜானா, நம்பர் நாலு, நானா, டானா – எல்லாம் தனி ராயசமும் முதுமையும் பெற்று, கம்பீரமாக நிற்கும். கானா, ஜானா என்ன, ஆனா, ஐயன்னா . . . இதென்ன இது! – அவன் எழுதுகிற எல்லா எழுத்துக்களும் அப்படித்தான் இருக்கின்றன! கணக்கில் அவன் கெட்டிக்காரன். எப்படித்தான் இவர்களுக்குக் கணக்கு இவ்வளவு வேகமாக, சுலபமாக வருகிறதோ! ஒவ்வொரு லீவுக்கும் தஞ்சாவூரிலிருந்து மாயவரம் போய், பாபு அவனிடம் கணக்குச் சொல்லிக்கொள்வான். ஏ.பி.எக்ஸ், ஒய், ஸி, டி, என்று தலையைச் சுற்றிய கணக்குகளெல்லாம் பாபு கற்றுக்கொண்டது சங்குவிடம்தான் பள்ளிக்கூடத்து வாத்தியார் சொல்லிக்கொடுத்து வரவில்லை அவனுக்கு. பாபு அப்படிச் சொல்லிக்கொண்டதும் பள்ளிப்படிப்பின் கடைசி வருடத்தில்தான். பள்ளிப்படிப்பை ஒரு தினுசாகத் தாண்டினதுகூட அப்படி சங்கு, சங்கு சங்காகக் கணக்கைக் குழந்தைக்குப் போட்டுகிறாற்போலப் போட்டினதால்தான் என்று பாபுவுக்கு உணர்வு உண்டு. இதையே இரண்டு வருடம் முன்னால் சொல்லிக்கொண்டிருந்தால், அவன் ஐந்தாவது பாரத்தில் கணக்கு எடுத்துக்கொண்டு, காலேஜிலும் கணக்கு எடுத்துக்கொண்டு, டாக்டருக்கோ என்ஜினீருக்கோ படித்திருக்கலாம். கணக்குப் பையன் களை எடுப்பதற்காக ஐந்தாவது படிவம் வந்ததும் ஒரு பரீட்சை வைத்தார்கள். வெறும் தசாம்சப் பெருக்கல்தான். பாபு அந்தக் கணக்கை வைத்துகொண்டு விழிவிழியென்று விழித்தான். கடைசியில் ஏதோ பெருக்கிப் புள்ளிகளை எங்கெங்கோ வைத்து, விடை என்று எதையோ எழுதிக்கொடுத்தான்.

“யார்றா பய நீ! வைத்தி பிள்ளைன்னா நீ . . . ஓடு ஓடு, ஹிஸ்டரிக்கு ஓடு. உனக்குக் கணக்கு வராது . . . ம் . . . ஓடு” என்று விரட்டினார், விஞ்ஞான வாத்தியார் பஞ்சாபகேசய்யர்.

“யாரு, பஜனை வைத்தி பிள்ளையா?”

“ஆமாம்.”

“எலே போடா, ஹிஸ்டரிக்குப் போ, மாவடு ரங்கசாமிக்கும் பஜனை, பாட்டுன்னா புடிக்கும். ஓடு.”

பாபுவுக்கு வெட்கமும் அவமானமும் தாங்கவில்லை. இந்தக் கணக்கைக்கூடப் போடத் தெரியவில்லையே என்று சிரித்து, குமுறலைச் சமாளித்துக்கொண்டே, பாட்டுப் பிடிக்கிற சரித்திர ஆசிரியர் மாவடு ரங்கசாமியின் வகுப்பு வாசலில் போய் நின்றான்.

“என்னடாது? நீ நமக்குத்தானா? உன்னையும் உதவாக்கரைன்னு இஞ்ச அனுப்பிச்சிப்பிட்டானா பஞ்சாமி . . . வா வா. வந்து உட்காரு”

என்று மணிபர்ஸ் வாயால் சிரித்துக்கொண்டே வரவேற்றார், மாவடு ரங்கசாமி. அந்தக் கபடமற்ற சிரிப்பு அவனை அடிமைப்படுத்தி விட்டது. இப்போதும் தஞ்சாவூருக்குப் போனால் அவரைத்தான் பாபு வாத்யாராக மதித்து, வீட்டுக்குப் போய்ப் பேசுகிற வழக்கம். அடிபட்ட புறாவைப் போல அன்று அவன் ஓடிவந்து, அவர் வகுப்பு வாசலில் வந்து நின்றபோது, அவரும் அவனும் பார்த்துக் கொண்ட வேளையோ என்னவோ, இரண்டு உள்ளங்களும் பிணைந்து விட்டன. அவனுடைய ஹிருதயத்தில் அழியாத ஒரு ஸ்தானத்தை அவருக்குக் கொடுத்துவிட்டான் பாபு. அன்று படிப்பு, புத்தகம், சர்ச்சை என்று அவன் வெறி கொண்டு அலைவதற்கெல்லாம் வித்திட்டவர் அவர்தான்.

சங்கு இல்லாவிட்டால் மட்டும் கணக்கு அவனைப் பள்ளியைத் தாண்டாமல் கட்டைப்போட்டிருக்கும். சொல்லிக்கொடுப்பதில் சங்கு புலி. பெரியப்பாவுக்கு அவன் மேல் உயிர். தம்பி பிள்ளை மேலும் கொஞ்சம் பொறாமையுண்டு. போன வருஷம் பாபநாசம் வந்திருந்த போது கூட, “நம்ம பய சங்கு சொல்றாண்டா பி.ஏ., எம்.ஏ., எல்லாம் இந்தக் காலத்திலே பிரயோஜனமே இல்லையாம். மெட்ராஸிலே இந்தப் பசங்கள்ளாம் வந்து இவன்கிட்ட வேலை வாங்கிக்கொடுன்னு மோளம் அடிக்கிறாளாம்” என்று அவர் அறியாமலே அவர் பொறாமை, வைத்தியிடம் சொல்லிக்கொண்டிருந்தது. “ஆமாமாம் . . . ரொம்பக் கஷ்டம்தான்” என்று என்னமோ சொல்லிப் பேசாமலிருந்துவிட்டார் அப்பா, பெரியப்பா அப்படிச் சொன்னதும். பத்துப் பன்னிரண்டு வருஷம் முன்னால் அன்றிரவு கச்சேரி கேட்டுவிட்டு வந்தபோது சொன்ன எச்சரிக்கைகளும் மறக்க முடியாத காட்சிகளாக, அந்த இருட்டு, முத்தொளி, குளிர் – எல்லாவற்றுடன் நெஞ்சில் பதிந்து கிடக்கின்றன. அப்பா அப்போதெல்லாம் விட்டுக் கொடுத்து ஒரு வார்த்தை பேச வேண்டுமே!

இந்த மாதிரி தந்தை கிடைப்பாரா? அவருடைய ஆசை யெல்லாம் நிறைவேறிற்றா?

பாபுவுக்கு உள்ளம் நெகிழ்ந்துவிட்டது. பைரவி ராக வர்ணத்தில் மபகாரீஸநீதபமா என்று வீணை கீழே இறங்குவது கேட்டது: என்னடா இப்படிச் செய்துவிட்டாயே என்று பொறுமையாகவும் இடித்தும் கேட்பது போல் விழுந்த அந்த ஸ்வர வரிசை, நெஞ்சில் பாய்ந்து வயிற்றைக் கலக்கிற்று. மறுபடியும் தாரை தாரையாக அவன் கண்ணில் நீர் பெருகிற்று. தன் தவறிய கடமைகளை நினைத்தா, அல்லது ராகத்தின் வடிவத்தைச் சுத்தமாக எழுப்பிய அந்தச் சுருதியைக் கவ்வின இசையில் நனைந்தா, அவன் கண் நனைந்தது, அவன் இதயம் விம்மிற்று?

பாபு உதட்டைக் கடித்துக்கொண்டு, கண்ணில் நீர் வருவதை யாராவது பார்த்துவிடப் போகிறார்களே என்று நன்றாகக் குனிந்து கொண்டான். எவ்வளவு உன்னதமான சங்கீதம்! இல்லை, சங்கீதமே

தான் இயல்பிலேயே இப்படி உன்னதமானதா என்று அவன் அறிவும் அனுபவமும் திணறின.

“என்ன பாபு, ரொம்ப நேரமாக் காத்துண்டிருக்கியா?” என்று குரல் கேட்டது.

பாபு நிமிர்ந்தான். ராஜம். செருப்பைக் கழற்றிவிட்டு, ராஜம் உட்கார்ந்து கொண்டான்.

“இல்லை” என்று வாய்விட்டுச் சொல்ல முடியாமல், நெஞ்சுருண்டை மேலே ஏறி இறங்கத் தலையசைத்தான் பாபு.

ராஜத்தைப் பார்த்ததும் மீண்டும் அவன் நெஞ்சை அடைத்துக் கொண்டது. தன் எண்ணங்களையும் உணர்ச்சிகளையும் பகிர்ந்து கொள்ள வந்த ஆத்மாவைக் கண்டதும் பாபுவிற்குத் தழதழப்பு அதிகரித்து உலுக்கிற்று.

“என்ன பாபு?”

ரொம்பவும் சிரமப்பட்டுத் தழதழப்பை அடக்கி, “இந்தப் பாட்டைக் கேளு” என்று பாட்டு வரும் பக்கம் முகத்தால் காண்பித்து, சொன்னான் பாபு. அவ்வளவுதான். வாயைத் திறந்ததும் என்னமோ மூடியைத் திறந்ததுபோல கண்ணில் நீர் தளும்பி வழிந்தது. வாயைக் கடித்து, திறந்து பெருமூச்சு விட்டான்.

ராஜமும், “கேட்டுண்டே வரேன். பிரமாதமாகத்தானிருக்கு” என்று சுருக்கமாகச் சொல்லிவிட்டு, இசையில் மனதைச் செலுத்தி னான்.

3

பைரவி ராகத்தையும் கீர்த்தனத்தையும் வாசித்துவிட்டு ஸ்வரம் வாசித்துக்கொண்டிருந்தார், வாத்யக்காரர். கமகமும் குழைவுமாகப் பொழிந்த அந்த இசை இரண்டு நிமிஷங்களுக்குப் பிறகு ஓய்ந்தது. “இதுவரை வீணை வாசித்தவர் ஈச்வரி அவர்கள்” என்று ஈச்வரியின் இசையை முடித்துவிட்டு, ஆங்கிலத்தில் செய்தியைக் கக்கிற்று ஒலி பெருக்கி.

“யாருப்பா இது ஈச்வரி?” என்று கேட்டான் ராஜம்.

“யாரோ – ஆனால் ஈச்வரியே வந்து வாசித்தாற்போல் தானிருந்தது.”

“யாரது? நான் கச்சேரியே கேட்டதில்லையே.”

“கச்சேரியே தொழில் இல்லையோ என்னமோ? அப்படி எத்தனையோ மேதைகள் இல்லையா!”

“இருக்கலாம். ஆனா, இவ்வளவு நன்னா வாசிக்கிறவாளை ஜனங்கள் சும்மா விடுமா? கச்சேரி கச்சேரின்னு அரித்துவிடாதா?”

"வீணை வாசிக்கிறவாளுக்கு அப்படி ஒண்ணும் பிரமாத கிராக்கி வந்துவிடாது."

"இந்த வீணைக்குக் கூடவா?"

"இந்த வீணையென்ன? சரசுவதியே வந்து வாசிக்கிட்டுமே!"

"ஏன் அப்படிச் சொல்றே?"

"இது வாய்ப்பாட்டு இல்லை. சொல் கிடையாது. வெறும் நாதம். வாய்ப்பாட்டை அனுபவிக்கிறதைவிட இன்னும் கொஞ்சம் உயர்ந்த அளவுக்கு ரசிக்கிற சக்தியிருக்க வேண்டும். வார்த்தையில்லாத வெறும் சுத்த சங்கீதத்தை ரசிக்கிற மாதிரிதான் இது."

"வாத்யம்தான் உசந்ததுங்கிறியா வாய்ப்பாட்டை விட?"

"அப்படிச் சொல்லலே. வாத்யத்திலே ஒரு பாட்டையோ ராகத்தையோ கேட்டு ரசிக்கிறதுன்னா, கேட்கிறவன் தரமும் உசந்திருக்கணும்னு சொன்னேன்."

"என்னமோ பாபு, எனக்கு சங்கீதம் தெரியாது. இப்ப வாசிச்ச பொம்மனாட்டி பெரிய மேதாவின்னு மாத்திரம் தெரியறது."

"மேதாவிதான்."

"ராகம் அவ்வளவு சுத்தமாயிருக்கு. ராகத்தோட உருவமே அவ்வளவு அழகு. அது கண்ணைமூட வச்சுடறது. ராகத்துக்கே அந்த சக்தியிருக்கோல்லியோ?"

"பாடறவா பாடினாத்தானே அதுவும்" என்றான் ராஜம்.

"ராகத்துக்கே ஒரு வடிவம், ஒரு உருவம் உண்டு. அதே போதும்."

"ராமனுடைய குணத்தை யார் சொன்னா என்னன்னு கம்பன், வால்மீகியோட, காளிதாசனோட, நானும் பண்றேன் ராமாயணம்னு எத்தனையோ சில்லுண்டி கவிராயன்லாம் பண்ணின ராமாயணத்தையும் சேர்த்து வைக்கிறாற்போல இருக்கு."

பாபு யோசித்தான்.

"ஆமாம், கிட்டத்தட்ட அந்த மாதிரிதான்."

"ராகமோ பாட்டோ பாடறவா பாடினால்தானே ரசிக்கும்."

"ராகத்திற்கே ஒரு அழகு இல்லையோ சொந்தமா?"

"திருப்பித் திருப்பி அதையே சொன்னா?"

"அதையே சொல்லலே நான். ஒரு ராகத்துக்கு சொந்தமா ஒரு அழகு, ஒரு தனித்தன்மை இருக்குன்னு தெரிஞ்சாத்தானே, பாடறவன் நன்னா பாடறான் பாடலேன்னு தெரியறது."

"அப்பவும் பாடினாத்தானே தெரியறது!"

“பாடாமலே இருக்கலாம். மனசுக்குள்ளேயே ராகத்தின் அழகைப் பார்த்துக்கொண்டேயிருக்கலாம். வடிவத்தை வளர வளரப் பார்த்துக் கொண்டே இருக்கலாம்” என்றான் பாபு.

“ஆனா இப்பத் திடீர்னு இந்த ஞாபகம் வந்ததே, இந்தப் பாட்டைக் கேட்டதனால்தானே?”

“ஆமாம் . . . கேட்காமலேயே சில சமயம் ஞாபகம் வந்து மனசுக்குள்ளே அனுபவிக்கிறேனே.”

“அதுவும், எப்பவோ கேட்டதன் ஞாபகமாக இருக்கும். எப்பவோ கேட்டதன் விளைவாக இருக்கும். ஒன்றுமே கேட்டிராத குழந்தை, ராகத்தின் அழகையா திடீரென்று தியானம் பண்ணும்? முன்னே பின்னே கேட்காதவனுக்கு, இந்த அனுபவமெல்லாம் எங்கே வரப் போகிறது?”

“அதுவும் சரிதான்.”

“அப்ப சங்கீதம், பாடறதுக்குத்தானே? தியானம் பண்ணுறதுக்கு இல்லையே” என்றான் ராஜம்.

“தியானமும் பண்ணலாம்.”

“தியானமும் பண்ணலாம்னு எப்பத் தோணும் தெரியுமோ? நான் பாட ஆரம்பிச்சுட்டேனோ, ‘ஐயோ ஐயோ மனசுக்குள்ளேயே பாடிக்கோ போரும்னு’ சொல்லுவே நீ” என்று ராஜம் புன்னகை அரும்பக் கூறினான்.

“நீ அப்படி ஒண்ணும் தாழ்த்திப் பேசிக்க வாண்டாம். சங்கீதத்தைப் பத்தி நீ இவ்வளவு பேசறியே.”

“பேச்சு! வாயைத் திறந்தா பேச வரது! யாருதான் பேசமாட்டா? இதென்ன சங்கீதப் பேச்சா? எல்லாத்துக்கும் இதே மாதிரி பேசிண்டிருக்கலாம். கலை விமர்சனம் இது” என்று கண்ணை விஷமமாகச் சிமிட்டினான் ராஜம். “பாடத் தெரியாதவர்கள், எழுத வராதவர்கள், நடக்கத் தெரியாதவர்கள், விளையாடத் தெரியாதவர்கள் யாரானலும் அதைப் பற்றி இப்படியே பேசலாம்.”

“ராஜம் திடீர்னு குறுக்கே எங்கேயோ போயிட்டியே, நான் சொன்னதுக்குப் பதில் சொல்லலியே நீ?”

“எல்லாம் சொல்லியாச்சு.”

“என்ன சொன்னே?”

“ராகத்துக்கு வடிவம் அழகெல்லாம் இருக்கு. பாடினால்தான் அது வெளிப்படும். நீ சொல்கிற தியானம் எல்லாம் எல்லாருக்கும் பிரயோஜனப் படாது. நீ வேணும்னா பண்ணிண்டிரு.”

“எனக்கு ஒண்ணும் வரப்போறதில்லே. தியானம்தான் மிச்சப்படு போலிருக்கு.”

“தியானம் என்ன? உனக்கு அற்புதமான சாரீரம் இருக்கு. நன்னாவும் பாடறே, உனக்கென்ன?”

“நான் பாடிக் கிழிச்சேன்.”

“என்ன பாபு, ஏன் இன்னிக்கி என்னமோ போலிருக்கே?”

“நல்ல சங்கீதம் கேட்கிறபோதெல்லாம் எனக்கு துக்கம் துக்கமாக வருகிறது; நிம்மதியே போயிடறது.”

“நல்ல சங்கீதம் அமைதியைக் கொடுக்கும்னு நீயே சொல்லி யிருக்கியே.”

“அது நல்ல சங்கீதத்தின் சுபாவம். ஆனால், நான் கேட்கிறபோது என் மனசு விழுந்திடறது. நான் அதுக்கு ரொம்ப துரோகம் பண்ணியிருக்கேன்.”

“என்ன பாபு, பெரிய வார்த்தை எல்லாம் போடறே?”

“துரோகம்தான். அப்பாவுக்கு நான் காலேஜிலே சேர்றதிலேகூட அவ்வளவாக இஷ்டமில்லை.”

“ஏன்?”

“அவருக்கு நான் பெரிய சங்கீத வித்வானா வரணும்னு ஆசை. நான் அதிலெல்லாம் மண்ணை வாரிப்போட்டேன். சங்கீதம் சொல்லிக்கிறதுக்காகக் கொண்டு ஒருத்தரிடம் விட்டார். நான் ஆடிக்கு ஒருநாள், ஆவணிக்கு ஒருநாள்னு போயிண்டிருந்தேன். எட்டு வர்ணமும் பதினாலு கீர்த்தனமும் முடிகிறதற்குள் பள்ளிக் கூடப் படிப்பு முடிஞ்சு போயிட்டுது!”

“ஏன் அப்படி?”

“அதான் சொன்னேனே. நான் ஆடிக்கு ஒருநாள் ஆவணிக்கு ஒருநாள் போவேன். நான் போன சமயத்துக்கு அவர் இருக்க மாட்டார்; ஒழுங்கா வரவனா இருந்தா, ஒரு குறிப்பிட்ட நேரத்துக்கு வருவான்னு அவரும் இருப்பார். சும்மா சொல்லப்படாது. சொல்லிக் கொடுத்ததை நன்னாத்தான் சொல்லிக் கொடுத்தார். நான்தான் சரியாப் போகலை ... நீ சொல்றாப்போல சங்கீதம் சொல்லிக் கொடுக்கறவர்களும் இருக்கா ... எங்கப்பா பிரமாதமாப் பாடுவார். ஆனா சங்கீதம் சொல்லிக்கவே இல்லை. ஊர்லே பக்கத்து வீட்டிலே குருமூர்த்தின்னு ஒருத்தர் இருந்தாராம். பெரிய சங்கீதப் பரம்பரை, தீட்சிதர், தியாகையர் ரண்டு பேரோட நேர் சிஷ்யரோட சிஷ்யர்கிட்ட சொல்லிண்டவராம். எங்கப்பா கிட்ட பாட்டுச் சொல்லிக் கொடுக்கி றேண்டா வாடா வைத்தின்னாராம். அப்பா போனாராம். அஞ்சுக் கட்டை சுருதியை வச்சுண்டு சொல்லித்தர ஆரமிச்சாராம். அப்பா வுக்கு மேல் ஸாவே பிடிக்க முடியலியாம். நெற்றியெல்லாம் நரம்பு புடைச்சிண்டு கண் சிவந்து, மூஞ்சியெல்லாம் ரத்தம் கசியிறாப்போல ஆயிட்டுதாம். இந்த மாதிரி நாலு நாள் ஆச்சு. அப்பாவுக்கு

அப்புறம் நான்கு மாசம் வாயைத் திறக்க முடியலியாம். அவரும் கட்டையைக் குறைக்கிறது நல்லதில்லேன்னு போயிட்டார். அப்பா அதோட அந்த வாத்தியார்கிட்ட போகவே இல்லை. அப்படிக் கத்திக் கத்தி அந்த வாத்யாருக்கும் கடைசீலே தொண்டை தகரக் குழாயாய்ப் போயிடுத்தாம். அந்த மாதிரி சொல்லிக் கொடுக்கிற குருமூர்த்திகளும் இருக்கா."

"பேரும் பொருத்தமாத்தான் இருக்கு."

"அவர் என்ன செய்வாராம் தெரியுமா, தொண்டை மேலே எட்டணும்கிறதுக்காக, கோட்டான் குளம்னு எங்க ஊர்லே ஒரு குளம் இருக்கு, அங்கே போய் சாதகம் பண்ணுவாராம்."

"என்னது! குளத்திலியா?"

"குளத்தங்கரையிலே ஒரு சத்திரம். அந்த சத்திரத்து நிலைப் படிக்கு மேல் பக்கத்திலே கையைத் தூக்கி அந்தக் கட்டையைப் பிடிச்சிண்டு, மேல் ஸ்தாயியை எட்டிப் புடிச்சிண்டிருப்பாராம்."

"அசுர சாதகம் மாதிரி, இது கதவு சாதகமா? புதுசா இருக்கே."

"அப்படியே தன் தொண்டையையும் பாழா அடிச்சிண்டாராம். யாரும் சொல்லிக்க வராமியே அவ்வளவு வித்தையோடு பிராணனை யும் விட்டாராம்... அந்த மாதிரி இல்லை எங்க வாத்தியார். எங்கப்பா நன்றாகப் பார்த்துத்தான், நல்ல வாத்யாராப் பார்த்துத் தான் அனுப்பிச்சார். நான் கொடுத்து வக்யலெ."

"பாபு, உனக்கு என்ன வயசாறது இப்ப?"

"இருபது."

"பின்னே ஏன் நூற்றுக் கிழவன் மாதிரி பேசறே,"

"ஏன்?"

"இப்ப என்ன குடி முழுகிப் போச்சு? இப்ப சொல்லிண்டாப் போறது."

"நிஜமாவா?" என்று ஒரு நம்பிக்கை மின்னலடிக்கக் கேட்டான் பாபு.

"ஏன் சத்யம் பண்ணிக் கொடுக்கணுமா?"

"நீயும்கூட இருந்தா எனக்கு நிச்சயம் வரும்."

"எனக்கும் கொஞ்சம் சங்கீதம்னா விலைவாசியாவது தெரிஞ்சிருக்க முடியும்."

"நீ சுத்த பைத்தியம்டா ராஜம். உன் சக்தி உனக்குத் தெரியலே."

"அது போகிறது. விஜயதசமி மூன்று நாள்தான் இருக்கு. ஆரமிச்சுடலாமா, எங்கப்பாவுக்கு ரங்கண்ணாவை நன்னாத் தெரியும்.

ரங்கண்ணாவும் தியாகய்யரோட பரம்பரைதான். இன்னிக்கி பெரிசு பெரிசா பேர் சொல்லிண்டிருக்கிற வித்வான் எல்லாம் அவர் கிட்ட வெசவு வாங்கினவங்கதானாம். விஜயதசமி அன்னிக்கி ... என்ன ?"

"விஜயதசமிக்கு முடியாது."

"ஏன் ?"

"அப்பா ஊருக்கு வரச்சொல்லி லெட்டர் போட்டிருக்கார்."

"நீ சொல்லவே இல்லியே."

"இன்னிக்கி சாயங்காலம்தான் பார்த்தேன். அறையில் லெட்டர் கிடந்தது."

"போகப் போறியா ?"

"நாளைக்குச் சாயங்காலமே போகணும்."

"எப்ப திரும்பி வருவே ?"

"நமக்குத்தான் விஜயதசமிக்கு மறுநாள் காலேஜ் உண்டே; காலேஜுக்கு வந்துவிடுவேன் அன்னிக்கி."

"என்ன விசேஷமாம் ?"

"அதுதான் தெரியலே. வருஷா வருஷம் சரஸ்வதி பூஜை விஜயதசமிக்கு நான் ஊருக்குப் போகும் வழக்கம்தான். நவராத்திரி வந்தால் அப்பா சும்மா இருக்கமாட்டார். பூஜை பாராயணம்னு உடம்பைப் போட்டு அலட்டிப்பார். காலமே மூணு மணிக்கு ஜபத்துக்கு உட்காருவார். பதினோரு மணிக்குத்தான் எழுந்திருப்பார். அப்பறம் பாராயணம் இரண்டு மணி. அப்பறம் பூஜை. சாப்பிடறதுக்கு இரண்டு மணிக்கு மேல் ஆயிடும். சாயங்காலம் பஜனை. இப்ப மூணு நாலு வருஷமா பஜனை இல்லை. அவராலெ முடியலெ. பேசாம இருக்கார் ... நவராத்திரிக்கு எப்பவும் நான் ஊர்லெதான் இருக்கிற வழக்கம். இந்த வருஷமும் தனியா இருக்க வாண்டாம்னு கூப்பிட்டிருப்பார்."

"சரி, அப்படீன்னா, போய்ட்டு வந்தப்பறம் ஆரமிக்கிறது."

"ஆமாம். அப்பா கிட்டவும் சொல்றேன். ஆனா எப்படிச் சொல்றதுன்னுதான் யோசனையா இருக்கு, அவர் சொன்ன காலங்களில் எல்லாம் மழுப்பிவிட்டு, இப்ப நானா சொன்னா .. ?"

"புத்தி வந்துதுன்னு நெனச்சுண்டு சரிங்கப் போறார். தடை சொல்லப் போறதில்லே."

"அவர் எனக்கு என்னிக்குமே தடை சொன்னதில்லே. பள்ளிக் கூடத்திலே படிக்கிறபோதே நித்யம் ராத்திரி எட்டு மணி ஒன்பது மணின்னுதான் வீட்டுக்கு வருவன். 'ஏண்டா இத்தனை நாழி'ன்னு

அவர் கேட்டதே கிடையாது. புஸ்தகத்தைத் தொடவே மாட்டேன். அப்பவும் ஏன்னு கேக்கமாட்டார். பரீட்சைக்கு இரண்டுநாள் முன்னாடி உக்காந்துண்டு ராத்தூக்கமில்லாம படிப்பேன். அப்பவும் ஏன்னு கேக்கமாட்டார். இஷ்டப்பட்ட நேரத்துக்குக் குளிப்பேன். சாப்பிட வருவேன். அம்மாதான் 'ஏண்டா, பள்ளிக்கூடத்திலே படிக்கிற பசங்கள்ளாம் திண்ணையிலே உட்கார்ந்துண்டு ஓயாம வாசிக்கிறா, நீ வாசிக்கிற குரலையே நான் கேட்டதில்லை. புஸ்தகத் தைத் தொட்டான்னா நீ வாசிச்சுக் கேக்கலாம்' என்று எப்பவாவது சொல்லுவா. எதிர்த்த வீட்டிலே நாராயணசாமின்னு ஒருத்தன் என்னோட வாசிச்சிண்டிருந்தான். விடிய விடிய எழுந்து, பல் தேய்ச்சு, விபூதியைக் குழச்சு இட்டுண்டு, திண்ணையிலே வந்து உட்கார்ந்து நாலு வீடு கேக்கும்படியா இரைஞ்சு வாசிப்பான், அவனைப் பார்த்துவிட்டுத்தான் அம்மாவுக்கு ஏக்கம். அப்பாகிட்ட போய், 'பிள்ளை பள்ளிக்கூடத்திலேதானே வாசிக்கிறான்? அவன் புஸ்தகம் எல்லாம் எப்படியிருக்கும்னு ஒரு நாளைக்குப் பார்க்கச் சொல்லப்படாதா?' என்றாள் ஒரு நாளைக்கு. 'ஏண்டா பாபு, ஏண்டா இப்படி திரிஞ்சுண்டே இருக்கே? புஸ்தகத்தை எடுத்து வாசிடா, போடா' என்று சொல்லணுமேன்னு சொல்லிவிட்டுப் போயிடுவார். அவர் அப்பவே இப்படி இடங்கொடுக்காம நன்னா உதைச்சிருந்தார்னா, நான் இப்படி ஆயிருக்கமாட்டேன். அம்மாவும் அதுக்கு மேலே சொல்லமாட்டா."

"இன்னிக்கி என்ன? நொந்துகொள்ளும் படலமாகவே இருக்கு."

"நாம் காலத்தை வீணா அடிக்கலியா?"

"இப்படி உட்கார்ந்து பேசறது வீணா?"

"இதைச் சொல்லலே நான்."

"பின்னே என்ன? நாம சீட்டாடறோமா? வெறுமே அரட்டை அடிக்கிறோமா, ஊர் சுத்தறோமா? விருதாப்பேச்சு பேசறோமா?"

"பேசறதைக்கூட நன்றாகப் படிச்சு, நன்றாக உலகத்தைப் பார்த்துச் சிந்தனை பண்ணின பிறகு செஞ்சா நல்லது. நீ அப்படி யெல்லாம் செய்யறே, நான் செய்யலே."

"பாபு இன்னிக்கு நீ சரியாயில்லே, சாப்பிட்டுவிட்டு வா, சினிமாவுக்குப் போயிட்டு வருவோம்."

"மணி என்ன ஆகிறது?"

"ஆறரை இருக்கும்."

"இப்ப போக முடியுமா?"

"நான் இன்னும் சாப்பிடலை, சாப்பிட்டுவிட்டு இரண்டாவது ஆட்டத்துக்குப் போவோம்."

“போவோம்.”

“கடைத்தெருவுக்குப் போகணும். அப்பா கடைத்தெருவிலே ஒரு சமாசாரம் சொல்லிவிட்டு வரச் சொன்னார்.”

“அப்ப கிளம்பு. நான்கூட இன்னிக்கி கும்பேச்வரன் கோயிலுக்குப் போகலாம்னு பார்க்கறேன். நாளைக்கு ஊருக்குப் போய்ட்டா, அப்பறம் நவராத்திரியும் போயிடும் . . . நீயும் வாயேன்.”

“நான் வரலை.”

“எனக்காக வாயேன், இன்னிக்கி ஒரு நாளைக்கு.”

“உனக்காகத்தான் நீ போறியே. நான் எதுக்கு?”

“என்னமோ உன் சித்தமே அலாதி. எனக்கு நீ சொல்றது புரியலெ.”

“புரியாட்டாப் போறது, நான் என்னைக் காப்பாத்திக்கணு மோல்லியோ?”

“காப்பாத்திக்கிறதா? ஸ்வாமிகிட்டேருந்தா?”

“மனிதர்களிடமிருந்து.”

“மனிதர்களிடமிருந்து ஸ்வாமி காப்பாத்துவார், வா.”

“ஸ்வாமிக்கு அந்த சிரமம் கொடுப்பானேன்! நான் வரலை.”

இருவரும் எழுந்து, சாந்தி பார்க்கின் வடமேற்கு வாசல் வழியாகப் பெரிய தெருவுக்கு வந்து நடந்தார்கள்.

4

அந்தி மயக்கம் மறைந்துவிட்டது. ஆனால், இருள் கவிந்து விடவில்லை. வளர்பிறையின் ஏழாம் மதியொளி, லேசாகக் குங்குமப்பூ போட்ட பாலைப் போலத் தெருவில் நீலமும் மஞ்சளும் வெண்மையும் கலந்த ஒளிப்பரப்பாக விழுந்திருந்தது. கலகலவென்று பேச்சும் சிரிப்பும் பட்டுடுத்த பெண்களும் குழந்தைகளுமாக நடமாடிக் கொண்டிருந்தனர். பெரிய தெருக் கடைகளின் முன் புறங்கள், வர்ண விளக்குகளை ஏற்றி நவராத்திரி கொண்டாடி, உலகில் நடமாடிய உல்லாசத்திற்குப் பின்னணி தீட்டியிருந்தன.

பெரிய தெருவில் பாதி தாண்டியதும் ஒரு ஜவுளிக் கடைப்பக்கம் திரும்பி, “பாபு, இங்கேதான் சமாசாரம் சொல்லணும் . . . அப்புறம் உன்னை எப்ப பாக்கறது? சாப்பிட்டவுடனே வந்துடறியா?” என்றான் ராஜம்.

“சரி, ஒன்பது மணிக்கு வரேன்.”

ராஜம் கடைக்குள் நுழைந்ததும் பாபு மேற்கே நடந்தான். "மகா பிடிவாதக்காரன். கோயிலுக்குள் வந்தால் என்ன? தன்னையே காப்பாற்றிக்கொள்ள வேண்டுமாம். கோயிலுக்குள் வந்தால் மனசு அலைகிறது என்கிறான். பெண்கள் பக்கம்தான் கண் திரும்புகிறது; அப்படிக் கண் ஸ்வாமியைப் பார்த்தாலும் மனசு பார்க்கமாட்டேன் என்கிறதாம். சந்நிதியில் இரும்புக் கிராதிக்கு அப்பால் நிற்கும் பெண்கள் பக்கம் போகிறதாம்!... என்ன இருந்தாலும் ராஜம் ராஜம்தான், ஆழ்ந்து எதையும் சிந்திக்கக் கூடியவன். சும்மாவாவது, தான் மனப்பூர்வமாக உணராத, நம்பாத எதையும் சொல்ல மாட்டான். அவசியமாகப் பிடிவாதம் செய்கிறவனுமில்லை. அப்பா, அம்மாவிடம் அவனுக்கு எவ்வளவு பரிவு! எது வந்தாலும் சரி, எங்கே போனாலும் சரி, ஏழாவது மணிக்கு அவன் வீட்டுக்குப் போய்விடத் தவறுவதில்லை. அம்மா சீக்குக்காரி, முடியாதவள். அகாலத்தில் போனால், அவள் இவனுக்குச் சாதம் போட்டு, காரியத்தை முடித்துப் படுக்கப் போகப் பத்துமணி ஆகிவிடும். அதற்காக, தலைபோகிற காரியமாயிருந்தாலும், ஏழு மணிக்கு வீட்டுக்குத் திரும்பிவிடத் தவறியதில்லை அவன். இவ்வளவு நன்றியும் பாசமும் நமக்கு இருக்கின்றனவா? அவனுடைய அப்பாவும் இடம் கொடுக்காமலா இருக்கிறார்? இரவு ஏழு மணிக்குப் போய்ச் சாப்பிட்டுவிட்டு வெளிக்கிளம்பினால் மணி பன்னிரண்டோ ஒன்றோ ஆகிறது ராஜம் வீடு திரும்ப. அவர் ஒன்றும் அதையெல்லாம் ஆட்சேபிக்கிறதில்லை. இவ்வளவு பொறுப்புடன் இந்தச் சின்னக் காரியத்தை விடாப்பிடியாக நிறைவேற்றுகிற உறுதிகூட நமக்கு இல்லை..."

அட, சுலோசனாவா!

சுலோசனாதான்! ராஜத்திற்கு இவள்தான் தெய்வம். இவளைத் தான் என் தெய்வம், என் தெய்வம் என்று சொல்லிக்கொண்டிருப் பான். இவளை இருதயத்தில் ஒரு தாமரை மலரில் சரஸ்வதியைப் போல உட்காரவைத்து வணங்கி வருவதாகச் சொல்கிறான் அவன். சுலோசனா நல்ல அழகுதான்! இந்தக் கும்பகோணத்திலேயே இந்த மாதிரி அழகு கிடையாதுதான். ஆனால், தெய்வமாக வைத்துக் கொண்டு தொழுவதற்கு இந்த அழகு போதுமா? தெய்வம் இவ்வளவு அழகுதானா இருக்கும்!

பாபு சற்றுக் கூர்ந்து கவனித்தான்.

சுலோசனா, "இதைக் கொஞ்சம் வச்சுக்கோம்மா" என்று கையில் இருந்த வெற்றிலைச் சீவலை அம்மாவிடம் கொடுத்துக்கொண்டிருந் தாள். மாம்பழக் கலர் பட்டுப்பாவாடையும் பளபளவென்று சிவப்பு ஸாடின் சட்டையும் எவ்வளவு பொருத்தமாயிருக்கின்றன! சுலோசனா வுக்குப் பத்து வயது, அதிகமாகப் பார்த்தால் பதினோரு வயது இருக்குமோ என்னவோ? ஆனால் கால் விரலைக் கூட மறைத்துத்

தி. ஜானகிராமன்

தொங்கி ஜிலுஜிலுக்கும் இந்தப் பாவாடை, அவளுடைய உயரத்தை இன்னும் எடுத்துக்காட்டுகிறது. வயதை இரண்டு வருடம் அதிகப் படுத்திக் காட்டுகிறது. அவள் காலைத் தூக்கி வைக்கிறபோது பாதம் இரண்டும் பளீர் என்று நிலவிலும் விளக்கொளியிலும் மின்னிமின்னி மறைந்தன ... கால்கூட அழகான கால்தான். தெய்வத் தின் கால்கூட இப்படி இருக்கலாம். ஆனால், முகம்! இதைவிட முகம் அழகாக இருக்க முடியாதா என்ன? ரவிவர்மாவின் லக்ஷ்மி சரஸ்வதிகூட மனித அழகுதான்! அவற்றையெல்லாம்விட ஒரு தனித்தன்மை ஒரு தெய்வத்தின் முகத்திற்கு இருக்கத்தான் வேண்டும். சுலோசனாவின் முகம் சற்று நீட்டுவாக்கு. இமைமயிர் கனமாக நீண்டு, துள்ளும் கண்கள். ஆனால், மனிதக் கண்களைவிட வேறான ஒன்றும் அங்கு இல்லை. முகமும் மனித முகம்தான். இதை எப்படித் தெய்வமாகத் தொழ முடியும்! டாக்டர் சந்திரனின் பெண் இவள் என்பதை மறந்துவிட்டு, அந்த முகத்தைத் தெய்வ முகமாக வைத்துத் தியானம் செய்யக்கூடிய அமானுஷ்ய பாவம் அதில் இருக்கிறதா? ... ஹ்ம், இல்லை. ராஜத்தின் போக்கே அலாதி.

யார் மீதோ மோதிக்கொண்டான் பாபு. "பாத்துப் போய்யா" என்று குரல் வரவே, சுலோசனாவின் காலைவிட்டுக் கண்ணை எடுத்துத் திரும்பி நிமிர்ந்தான் பாபு. மீசைக்குள்ளிருந்து எச்சரிக்கை வந்த அந்த முகத்தைப் பார்த்து, "பார்க்கலே" என்று மன்னிப்புக் கேட்கிறார்போல் சொல்லிக்கொண்டு நடந்தான்.

கமகமவென்று பூக்கடையிலிருந்து ஜாதிப் பூவின் தெய்வமணம் கடைத்தெருவை நிறைத்திருந்தது. மல்லிகைப் பூவைவிட ஜாதிப் பூதான் உயர்ந்தது. மல்லிகைப் பூ வாசனை, சாந்திக் கல்யாண அறை வாசனை வீசுகிறது. ஜாதிப்பூவில் கோயிலின் மணம், பூஜையின் மணம், வீசுகிறது என்று ராஜம் ஜாதிப்பூவைப் பார்க்கிறபோதெல்லாம் சொல்லிக்கொண்டேயிருப்பான். ஜாதிப்பூ பூதான் ... கும்பகோணத் தின் அழகே இந்த மணம் வீசும் முப்பது கஜ தூரத்தில்தான் இருக்கிறதோ?

"என்ன பாபு சார், கோவிலுக்கா?" என்று குரல் கேட்டது. கூடப் படிக்கிற ஒரு மாணவன்தான்.

"ஆமாம்."

"மணி ஏழுகூட ஆகலியே. இன்னிக்குக் கொஞ்சம் லேட்டாகும் அம்மன் சந்நிதி திறக்க. நான் போய்ப் பார்த்துட்டுத்தான் வரேன். கதவு சாத்திருக்கு. எட்டு மணியாகுமாம்."

"எட்டு மணியாகுமாமா?"

"எட்டு மணிக்குக் குறையாதாம்."

"ஓகோ!"

"என்ன வரீங்களா?"

"இல்லை, இருந்து பாத்துட்டுத்தான் வரப்போறேன்."

"அப்ப நான் வரட்டுமா?"

"சரி."

எட்டு மணி வரையில் எங்கே இருக்கிறது? கோயிலுக்குள் உட்கார்ந்திருக்கலாமா? இந்தக் கூட்டத்தில் எங்கு உட்கார்றது? அதுவும் தனியாக உட்கார்ந்திருந்தால், வருகிற பையன்கள் ஏதாவது நினைத்துக்கொண்டால், உனக்கும் கோயில் பைத்தியமா என்று? கோயிலுக்கு ஸ்வாமியைப் பார்க்க மட்டும் வருவதில்லை என்றுதானே அவர்கள் எண்ணம். அதுவும் படிக்கிற வயதில்!

பாபு திரும்பி வடக்குப் பக்கமாகக் கடைத் தெருக் கோடி வரையில் நடக்கலாம் என்று நகர்ந்தான். மருந்துக் கடைகள், சந்தனக் கடைகளைத் தாண்டி, ஈயப் பாத்திரக் கடையைப் பார்த்ததும் துக்காம்பாளையத் தெருவுக்குப் போகலாமே என்று ஞாபகம் வந்தது. அப்படியே அந்தத் தெருவில் திரும்பினான். யமுனாவையும் அவள் அம்மாவையும் பார்த்து நாளாகிவிட்டது. அக்காவுக்கு ஏதாவது சமாசாரம் இருந்தாலும் சொல்லுவார்கள்.

துக்காம்பாளையத் தெருவில் எப்போதும்போல் வெளிச்சம் அவ்வளவாக இல்லை. கும்பகோணத்துத் தெருவில் நடக்கிறாற் போலவே இராத ஒரு உணர்ச்சி. ஏதோ ஒரு சூன்யம், ஏதோ வரட்சி அங்கு மனதைப் பிடித்துக்கொண்டுவிடும். யமுனா வீடு இங்கு இல்லாவிட்டால், இந்தத் தெருவுக்கே வரவேண்டியதில்லை. போயும் போயும் இந்தத் தெருவிலா வீட்டை வாங்க வேண்டும் அவள் தகப்பனார்!

வாசற்படி ஏறி, செருப்பை நடையில் கழற்றியதும் "யாரு?" என்று குரல் வந்தது.

"நான்தான்."

"யாரு, அட, பாபுவா? என்ன பாபு, இந்தப் பக்கம் திரும்பியே பார்க்க வேண்டாம்னு இருக்கியா?" என்று யமுனாவின் அம்மா வந்தாள்.

"பாபுவா? வா பாபு. காலேஜிலே படிக்குது. சும்மா சும்மா வருமா? பழைய பாபுன்னு நெனச்சியா?" என்று யமுனாவும் சிரித்துக்கொண்டே வரவேற்றாள்.

"உட்காரு."

கூடத்தில் இருந்த பீரோக் கண்ணாடியில் ஒரு தடவை பார்த்துக்கொண்டே பாபு ஊஞ்சலில் போய் உட்கார்ந்தான்.

தி. ஜானகிராமன்

“காய வர்த்தமான, காய சமாச்சாரா?” என்று புன்சிரிப்புடன் கேட்டான். அந்த இரண்டு வார்த்தைதான் மராத்தி தெரியும் அவனுக்கு.

“காய வர்த்தமான, காய சமாச்சாரங்கிறியே. அடிக்கடி வந்து போனாத்தானே தேவலாம். வர்த்தமான நெறைய ஹெ” என்றாள் யமுனாவின் தாயார் பார்வதிபாய்.

“நிறைய இருக்கா? அப்படி என்ன ஹெ?”

“எல்லாம் சொல்றேன்.”

“எனக்கு வர ஒழிய மாட்டேங்கிறது.”

“ஒழியாமால் என்ன? வேலையும்தான் இருக்கும். வேலையோட வேலையா வேண்டியவங்களையும் பார்த்துட்டுத்தான் போயிட்டிருக்கணும். இப்பவே ஆடிக்கொண்ணு ஆவணிக்கொண்ணுன்னுட்டு வர்றே நீ. பெரிய வேலை கீலை கிடைச்சுப் போயிட்டியோ . . .”

“அதெல்லாம் ஒன்றுமில்லை.”

“நல்ல வேளை. இப்பவாவது சமயத்துக்கு வந்தியே. உனக்குச் சொல்லி அனுப்பலாம்னா, உன் விலாசம்கூட சரியாத் தெரியல்லே” என்று சொல்லிக்கொண்டே உள்ளே போனாள் பார்வதி. போனவள் அடுக்களைக்குள்ளிருந்து “யமுனா” என்று கூப்பிடவே, யமுனா உள்ளே சென்றாள்.

“என்ன பண்ணப் போறீங்க? . . . இப்ப ஒண்ணும் வேண்டாம் எனக்கு. போய்ச் சாப்பிட்டாகணும்” என்று உள்ளப் பார்த்துக் கத்தினான் பாபு.

“பயப்படாதே. ஒண்ணுமில்லே” என்று பதில் வந்தது.

மரியாதைக்கு வேண்டாம் என்று சொன்னாலும் பாபுவுக்கு என்னமோ பசியாகத்தானிருந்தது. பிற்பகல் இடைவேளைக்குக் காலேஜிலிருந்து வந்தபோது நீலுப்பாட்டி வறட்டி மாதிரி இரண்டு அடையைத் தட்டிப் போட்டு, எழுபது சதம் வறுத்த கொண்டைக் கடலை கலந்த காபி முக்கால் சேர் கொடுத்தாள். அது எத்தனை நேரம் வயிற்றிலிருக்கும்? சாயங்காலமே காபி சாப்பிட வேண்டும் போலிருந்தது. கையில் காசில்லை, பசிதான்.

பாபு சுற்றிமுற்றிப் பார்த்தான். வீட்டைத்தான் எவ்வளவு அழகாக வைத்துக்கொண்டிருக்கிறார்கள் இவர்கள்! வீடு புதிது மாதிரி இருந்தது. பழைய வீடுதான், வாங்கி ஆறு மாதம்தான் ஆயிற்று. மலிவாகக் கிடைத்ததென்று இந்தத் துக்காம்பாளையத் தெருவில் வந்து இந்த வீட்டை வாங்கிவிட்டார் யமுனாவின் தகப்பனார். பழைய உத்தரங்கள் இரண்டை எடுத்துவிட்டு, வேறு புதிதாகப் போட்டு, இரண்டு மூன்று வளைகளை மாற்றி,

மோசனங்களையும் மாற்றினார்கள். வீடு முழுவதையும் கொத்திக் கெல்லிவிட்டு வழவழவென்று சிமிண்டைப் பூசி, சிமிண்டுப் பால் விட்டுத் தேய்த்ததும் புதிது மாதிரி ஆகிவிட்டது. எங்கு பார்த்தாலும் நீலம் கலந்து அடித்திருந்த சுண்ணாம்பு கண்ணுக்குக் குளிர்ச்சியாக இருந்தது. நடையின் நிலையில் வர்ணக் கண்ணாடிக் குழாய்களில், இரண்டு மயில்கள் ஒன்றையொன்று பார்ப்பது போல ஜோடித்துத் தொங்கிக்கொண்டிருந்தன. காமிரா உள் நிலையில் ஒரு பூவேலை செய்த வெல்வெட் துணி, ஒரு காட்டுக் காட்சியைச் சித்தரித்த வண்ணம் பளபளவென்று விளக்கொளியில் மின்னியவாறு சிறு காற்றில் லேசாக அசைந்துகொண்டிருந்தது. போன மாதம் வந்தபோது இந்தத் துணி இல்லை. யமுனா அப்போதுதான் அதைப் போட்டுக் கொண்டிருந்தாள். சிறுசிறு மான்களும் மயில்களும் கொடிகளும் கொண்ட அந்தக் காட்சியை எப்படித்தான் போட்டாளோ யமுனா! யமுனாவுக்கு இந்தக் கைவேலைகளில் அபாரத் திறமை உண்டு. அவள் கைபட்ட எதற்கும் ஒரு தனி அழகு ஏறிவிடும். இந்தத் தொங்குசீலையைப் போட ஒரு வருஷமாவது ஆகியிருக்கும். எவ்வளவு பொறுமையும் நிதானமும் வேண்டும் இதற்கு! யமுனாவின் தாயாரும் இந்த அழகு வேலைகளில் கைதேர்ந்தவள். கூடத்தில் மாட்டியிருந்த அட்டையில் பூவேலை செய்த கிளி, சிங்கம், குழந்தை. இந்தப் படங்கள் எல்லாம் பார்வதிபாய் போட்டவைகள்தாம். அலமாரிக்குள் இரண்டு மூன்று பாட்டில்கள். பாட்டிலுக்குள் பூங்கொடிகளும் செல்லுலாயிட் கிளிகளும் கொண்ட மணிகளால் ஆன மரங்கள் இறக்கப்பட்டிருந்தன. சின்னப்பையனாகத் தஞ்சாவூரில் அவர்கள் வீட்டுக்குப் போகும்போதெல்லாம் இந்தப் பாட்டில்களைப் பார்த்துக் கொண்டே நின்றுகொண்டிருப்பான் பாபு. இவ்வளவு பெரிய கொடி, மரம் எல்லாவற்றையும் எப்படி இந்தச் சின்ன வாய் வழியாகத் திணித்து இறக்குகிறார்கள் என்று ஒரே புதிராக இருக்கும் அவனுக்கு. இன்றுகூட அவனுக்கு அது விளங்கவில்லை.

கூடத்துச் சுவரில் தஞ்சாவூர் பாணியில் எழுதிய ராம பட்டாபிஷேகம், தவழும் கிருஷ்ணன், கஜலக்ஷ்மி இப்படி பல படங்கள் மாட்டியிருந்தன. சுவரின் நடுவில் பார்வதியும் யமுனாவின் தந்தையும் தனித்தனியாகப் பெரிது பண்ணப்பட்ட புகைப்படங் களாகக் கூடத்தைக் காவல் புரிந்துகொண்டிருந்தார்கள். யமுனாவின் தந்தையின் நெற்றியில் எப்போதும் தெரியும் 'ப'னாவைச் சற்று உயர்த்தினாற் போன்ற கோபிசந்தனம் பளீர் என்று தெரிந்தது. பத்து வருஷம் முன்னால் எடுத்த புகைப்படங்கள். பார்வதிபாய் இளமையாயிருந்த காலம். பார்வதிபாயின் அழகிற்கு ஈடு சொல்வது கஷ்டம்தான். நல்ல உயரத்துடன் வெடவெடவென்று மெல்லிய உடல் அவளுக்கு. கை விரல், மூக்கு, கால் விரல், கை, கால் எல்லாம் நீளமாக, மிருதுவாக அமைந்த அவள் அழகைக் கண்டுதான் அவர் அவ்வளவு ஈடுபட்டிருக்க வேண்டும். இந்த வயதில்கூட அவளையும் யமுனாவையும் சேர்த்து நிறுத்திவைத்தால், பார்வதி பாயைத்தான்

அழகு என்று குழந்தைகூடச் சொல்லும். யமுனாவை அவ்வளவு தேர்ந்த அழகு என்று சொல்வதற்கில்லை. முகச் சாயலில் சற்று தகப்பனாரைக் கொண்டுவிட்டாள் அவள். ஆனால், முகத்தைத் தவிர உயரம், உடலமைப்பு எல்லாம் அம்மாவையே உரித்து வைத்திருந்தது. கால், கை, விரல்களின் நீளம், குவிப்பு, நடுவில் உயர்ந்து நீண்டு குவியும் நகங்கள் எல்லாவற்றிலும் அவள் தாயாரே அச்சு. நிறத்தில் மட்டும் அவளைவிடச் சற்று சிகப்பு. ஆனால் இன்னும் சட்டென்று இரு முகங்களையும் பார்த்தால் பார்வதியின் முகமும், வகிடு அமைந்து முன் மயிர் நெற்றியில் வளைந்து வருகிற இசைவும் ஏதோ கோயில் தூணில் தாமரை மொக்குடன் புன்முறுவல் பூக்கிற சிலையின் நினைவைக் கொண்டுவரும். யமுனாவிற்கு முகம் அவ்வளவு பரிபூர்ண லட்சணத்துடன் அமையவில்லை. ஆனால், அவளை அழகி என்று யாரும் சொல்லத் தயங்க முடியாது. யமுனா நடக்கிறது பார்வதியைவிட அழகுதான். பார்வதி நடக்கும் போது வலது பாதம் மட்டும் சற்று – சற்றேதான் – வெளிப்பாகம் பார்க்கும். யமுனாவுக்கு அது இல்லை. கோட்டில் நடப்பது போன்ற நடை அது. இவ்வளவு அழகிருந்தும் . . .

அழகுதான். சாதாரணமாகக் காண முடியாத அழகுதான். யமுனாவின், பார்வதிபாயின் உடலில் அரச ரத்தம் ஓடுகிறதோ என்னவோ. சிவாஜியின் தம்பி ஏகோஜி தஞ்சாவூரைப் பிடித்து மகாராஷ்டிர அரசை ஸ்தாபித்தபோது ஆயிரக்கணக்காக மராத்தியர்கள் தஞ்சாவூரில் வந்து குடியேறினார்கள். ராஜ வம்சத்துடனும் மகாராஷ்டிர மந்திரிகள், பிரபுக்கள் வம்சத்துடனும் தொடர்பு கொண்ட குடும்பங் கள் எத்தனையோ வந்தன. பார்வதியின் பாட்டி அல்லது முப்பாட்டி மூடுபல்லக்கில் சென்ற ராஜ அல்லது பிரபு வம்சத்து மங்கையாயிருந் திருக்க வேண்டும்! இப்போது கூட பார்வதியும் யமுனாவும் வெளியே கிளம்பினால், பார்வதி பத்து முழத்திற்குமேல் ஒரு பச்சை சால்வையை யும், யமுனா நல்ல அரக்குச் சிவப்பில் ஒரு பத்து முழச் சால்வையை யும் போர்த்தி, உடலை மூடி, முகம்கூடத் தெரியாமல்தான் தெருவில் நடந்து போவார்கள். அந்த இருவரையும் 'கும்டா' இல்லாமல் பாபு பார்த்திருப்பது பத்து தடவைக்கு மேலிராது. இலைகளுக்கிடையே மாங்கனி தெரிவதுபேல, பளீர் என்று அந்த முகங்கள் ஒளி வீசுவதைத் தற்செயலாக யாராவது பார்த்தால்தான் உண்டு. இவ்வளவு அழகுக்கு அவ்வளவு மறைவு இருப்பதுகூடப் பொருத்தமாகவே தோன்றும் பாபுவுக்கு. இவ்வளவு அழகிருந்தும் . . .

அழகுதான். யமுனாவின் அழகு பல குடும்பத்தாருக்குத் தெரிந்திருந்தது. தஞ்சாவூர் ஜனங்களுக்குத் தெரியாது. திரை மூடிய அந்த வனப்பை நெருங்கிப் பழகுகிற சில குடும்பத்து ஸ்திரீகள்தான் பார்த்திருந்தார்கள். மற்றவர்களுக்குத் தெரிந்திருந்தால், நேரில் பார்த்திராத செய்தி அது. பராபரியாகக் காதில் விழுந்த செய்தியாகத் தான் இருக்கும். கோலாப்பூரிலிருந்து தஞ்சாவூருக்கு வந்த ஒரு

மகாராஷ்டிர தனிகன் காதிலும் விழுந்தது அது. தான் இறங்கியிருந்த வீட்டார் மூலமாக யமுனாவின் தந்தையைப் பிடித்து, பெண் கேட்டான் அவன். பெரிய இடத்து சம்பந்தம் என்று முதலில் அவருக்குச் சபலம் தட்டிற்று. அவன் ரொம்பப் பணக்காரனாம். ஏராளமான நிலச் சொத்து, இரண்டு பஞ்சாலைகள், பூனாவில் ஒரு பெரிய வீடு, பம்பாயில் அறுபது குடும்பங்கள் குடியிருந்து மாதம் மூவாயிரம் வாடகை வருமானம் தரும் ஒரு 'நிவாஸ்' – எல்லாம் இருந்தன. தந்தைக்கும் பிரமைதான். "கேட்டுச் சொல்கிறேன்" என்று சொல்லிப் பார்வதியைக் கேட்டார். பார்வதிபாய்க்கும் சந்தோஷம்தான். ஆனால் இந்த மாதிரி மலைக்கும் மடுவுக்குமாகச் சம்பந்தம் நடக்கிறபோது, புருஷன் வீட்டுக்குப் போகிற பெண் திரும்பியே வருவதில்லை. ஆசை இருந்தால்கூட சந்தர்ப்பங்கள் அந்த மாதிரி ஒரு நிலையை ஏற்படுத்திவிடும். அவ்வளவு தூரம் போய்விட்டால், பெண்ணை அடிக்கடிப் பார்க்க முடியுமோ என்று பயந்தாள் பார்வதி. கடைசியில் ஒரு நாள் முழுவதும் யோசித்துவிட்டு, அவள் ஒரு கோடீச்வரனின் மனைவியாக இருப்பதை நாம் ஏன் தடை செய்ய வேண்டும், கிடைத்த சந்தர்ப்பத்தை நாம் ஏன் உதறி உடைக்க வேண்டும் என்று அவரிடம் சரியென்று சொல்லிவிட்டாள். கடைசியில் அவர் யமுனாவிடம் வந்துகேட்டார்.

"முடியாதுப்பா" என்று பதில் வந்ததும், அவருக்குத் தூக்கிவாரிப் போட்டது.

"ஏம்மா முடியாதுங்கிறே!"

"தேசம் விட்டு தேசம் போய் ஒரு கலியாணமா?"

"அவரும் மகாராஷ்டிரர்தானே?"

"நாம் மகாராஷ்டிரர் இல்லை. என்னமோ இருநூறு வருஷத்துக்கு முன் வந்த பழக்கம் இன்னும் விடவில்லை. நிழல் மாதிரி இந்த மராத்தி பாஷை கூடக்கூட வருது. நம் மராத்தி அவருக்குப் புரியவும் புரியாது. நாமெல்லாம் தமிழர்கள். நமக்கு எதுக்கு இந்த வம்பெல்லாம்? அதுவும் இவ்வளவு பணக்காரனும் வேண்டாம்" என்றாள் யமுனா.

அவள் அப்பா சொல்லிப் பார்த்தார். பிறகு, "யோசிச்சுச் சொல்லு. ஒண்ணும் அவசரமில்லை" என்றார்.

"யோசிக்க ஒன்றுமில்லை. எவ்வளவு யோசித்தாலும் எனக்கு அது சரியாப்படப் போறதில்லை" என்று பிடிவாதமாகக் கூறிவிட்டாள் யமுனா.

அக்கா இதைப் பாபுவிடம் கதை கதையாகச் சொல்லியிருக்கிறாள். இப்போதுகூட யமுனா பார்க்கிற பார்வையில் அந்தப் பிடிவாதம், உறுதி எல்லாம் தெரியும். இது நடந்தது பத்து வருடங்களுக்கு முன்னால், அப்போது யமுனாவுக்கு வயது இருபது. அன்று

முதல் இன்னும் கலியாணப் பேச்சு நடந்துகொண்டுதானிருக்கிறது. கல்யாணம்தான் ஆனபாடில்லை. யமுனாவுக்கு இப்போது வயது முப்பது. பதினைந்து பேருக்குமேல் பெண் கேட்டுவிட்டுப் போய் விட்டார்கள். யமுனா ஒன்றுக்கும் கட்டுப்படவில்லை.

“உனக்குக் கோலாப்பூர்லேந்து கோடீச்வரன் வந்தா, ‘அவன் தமிழ்ச் சாதி இல்லே’ங்கறே. நம்மூர், நம்ம சாதிக்காரனா வந்தா, நானூறு நொட்டை சொல்றே. மீனுபாயி மவன் வந்தான். ‘அந்த வெத்திலை பாக்குக் கடைக்காரனையா’ன்னுப்பிட்டே. சகாராம் ராவ் தம்பி வந்தான். ‘அவன் கோயில் கணக்குப்பிள்ளை – சிவ சொத்தைத் திருடறவன். விடியவே விடியாது’ன்னிட்டே. ஆள் நல்லாயிருந்தா குடும்பம் பிடிக்கலே. ரண்டும் நல்லாயிருந்தா செய்யற தொழில் பிடிக்கலே. இப்படி ஒண்ணா ரண்டா? ஒன்பது பேராச்சு.”

“எனக்கு ஆசாரமும் வேண்டாம், நாகரிகமும் வேண்டாம்மா. நாலு எழுத்துப் படிச்சவனாப் பாத்துக் கொடேன்னுதான் சொல்றேன். வீட்டுக்கு வரப்பவே, ‘இன்னிக்கி ஹோட்டல்லெ கொதிக்கிற சாம்பார் கால்லெ கொட்டிப் பிடிச்சு. கோளி நறுக்கறப்போ விரல்லெ கத்தி பட்டிடிச்சு’ன்னு பெண்டாட்டியோட பேசற ஆளாத்தான் பார்த்துக்கொடுக்கணுமா? என்னையும் எட்டுக் கிளாசுக்கு மேலே படிக்க வைக்கமாட்டேன்னுப்பிட்டே. என்னைக் கையைப் புடிக்கிறவன்கூட தற்குறியா இருக்கணுமாம்மா?”

வீட்டில் வந்து ஒருநாள் இதையெல்லாம் சொல்லிக் கொண்டிருந்தாள் யமுனாவின் தாயார். அம்மாவோடு உட்கார்ந் திருந்த பாபு, அதைக் கேட்டுச் சிரித்துக்கொண்டேயிருந்தான்.

“என்ன பாபு, என்ன யோசனை பலமாயிருக்கு?” என்று குரல் கேட்டது. பார்வதிபாய் ஒரு தட்டில் இரண்டு குஞ்சாலாடு, மைசூர்ப் பாக்கில் இரண்டு, ஓமப்பொடி எல்லாவற்றையும் கொண்டு வந்து ஊஞ்சலில் வைத்துக்கொண்டே, “என்ன யோசனையோ?” என்று கேட்டாள்.

“உள்ள போனவங்க ஆளையே காணுமென்னு யோசிச்சிண் டிருக்கேன்.”

“நீ வர்றப்பதான் யமுனா குளிக்கக் கிளம்பிக்கிட்டிருந்தது. குளிச்சாச்சு, வரும். யமுனா!”

“இதெல்லாம் என்ன இன்னிக்கி தடபுடல்? குஞ்சாலாடு மைசூர்ப்பாகு . . . ம்.”

“விசேஷம்தான், யமுனாவுக்குக் கலியாணம் வருது.”

“அட! கலியாணமா?”

"ஆமாம் பாபு. கலியாணம் வருது எனக்கு. ரயில் வண்டி மாதிரி ரொம்ப நீளம். பத்து வருஷமா ஓடறதுன்னா நீள வண்டியாத் தானே இருக்கணும்?" என்று புன்னகையுடன் வந்தாள் யமுனா.

"இதுதான் கடைசி வண்டியா இருக்கட்டுமே. இதிலே ஏறிவிடுகிறது" என்றான் பாபு.

"கடைசி வண்டி. அதுவும் நிற்காம போயிட்டுதுன்னா?" என்று சிரித்தாள் யமுனா.

"சீச்சீ – வாயை மூடு" என்றாள் பார்வதிபாய். "பாரேன் பாபு, இதே மாதிரி எடக்குப் பேச்சுத்தான். கலியாணம் பண்ணி எப்படித் தான் குப்பை கொட்டப் போவுதோ?"

"பார்த்தியா பாபு? கலியாணம் பண்ணிக்கிட்டா குப்பைதான் கொட்டணும். தெரிஞ்சுக்க. நல்லாக் குப்பை கொட்றவளாப் பாத்து நீயும் கலியாணம் பண்ணிக்க. தெரிஞ்சுதா?"

"அது சரி, மாப்பிள்ளை எந்த ஊரு? என்னிக்கி நிச்சயமாச்சு?" என்று கேட்டான் அவன்.

"இனிமேதான் ஆகணும். நாளைக்குப் பார்க்க வராரு."

"எந்த ஊராம்?"

"கோயம்புத்தூரிலே போஸ்ட் மாஸ்ட்ரா இருக்கிறாராம். முத சம்சாரம் இல்லே இப்ப."

"யாரு! முதல் சம்சாரம் இல்லியா? கலியாணம் ஆனவரா?"

"ஆமாம், அது பிரசவத்திலே போயிடிச்சாம். இரண்டு பிள்ளை இருக்காம்."

"ரண்டாம் கலியாணமா?"

"பின்னே என்னாத்தைப் பண்றது, சொல்லு. நாமும் எத்தினி வருஷம்தான் உட்கார்ந்திருக்கிறது? இப்படியே விட்டா, அப்பறம் பிள்ளையாருக்குக் கலியாணம் ஆனாப் போலத்தான். ஒண்ணு இருந்தா ஒண்ணு இருக்கமாட்டேங்குது. இவளுக்குத்தான் படிச்ச ஆம்படையானா வேணுமாம். படிச்சவன், ரண்டு குழந்தையிருக்கு, தேவலையாங்கறாள் இப்ப. என்னமோ நடக்கணும்."

"ரண்டாம் கலியாணம். குழந்தை வேறே ம்..." என்று இழுத்தான் பாபு.

"நாம் குழந்தை பெறாமல் இருந்துடறது" என்று யமுனா சிரித்தாள், நீ ஒன்றும் கவலைப்படாதே என்று சொல்வது போல.

"உனக்கு எல்லாம் வேடிக்கைதாண்டி. இப்படியே சிரிச்சு சிரிச்சுதான் எல்லாம் இப்படி ஆச்சு."

தி. ஜானகிராமன்

யமுனாவின் அலட்சியத்தைப் பார்க்கப் பார்க்க வேடிக்கையாக இருந்தது பாபுவுக்கு. கலியாணம் செய்து கொள்கிற பெண்கள் எல்லாம் இப்படித்தான் பேசுவார்களா? இல்லை, இவள்தான் இப்படிப் பேசுகிறாளா?

"நாளைக்கு எப்ப வறார்?"

"காலமே பாசஞ்சர்லே வராராம்?"

"முன்னாலேயே தெரியுமா அவரை?"

"தெரியவாவது போகவாவது? தஞ்சாவூர்லே சாமிநாத ராவ் இருக்கான்ல? அவன் வந்து இவ அப்பாகிட்ட சொன்னானாம்."

"சாமிநாத ராவ் யாரு?"

"அதான்பா. மளிகைக் கடை வச்சிருக்கானே . . . தேர் முட்டிக் கிட்ட."

"ஓ, சாமி ராவா!"

"ஆமாம் . . . சாமி ராவ்தான். அவன் இப்படி சேலம், கரூர், பங்களூர்னு போறான்ல, சரக்குப் போட. அப்ப கோயம்புத்தூர்லே தங்கியிருக்கறபோது பழக்கமாச்சாம். இந்த மாதிரி அவரு பொஞ்சாதி தவறிப்போயி ஒரு வருஷம் ஆச்சுன்னு தெரிஞ்சிருக்கு. அந்த போஸ்ட்மாஸ்டருக்கு தாயார் இருக்காங்களாம். அவங்கதான் நல்ல பொண்ணா இருக்குதான்னு கேட்டாங்களாம். இவன் உடனே இந்த மாதிரின்னு சொல்லி, ஊருக்குப்போய் விசாரிச்சு லெட்டர் போடறேன்னு வந்திருக்கிறான். இவ அப்பாகிட்ட சொன்னான். எங்கிட்டவும் சொன்னான். லெட்டர் போட்டுகிட்டு எல்லாம் ஆச்சு. நாளைக்கு வராங்க, அந்த போஸ்ட்மாஸ்டரு."

"நான் என்ன செய்யணும்?"

"நீ தான் அவரை ஸ்டேஷனுக்குப் போய் அழச்சிட்டு வரணும். சாமி ராவ் வர்றானோ என்னவோ? அவன் பணம் பணம், சரக்கு சரக்குன்னு காசி – ராமேச்வரத்துக்கு அலையறவன். வறேன்னு சொல்லியிருக்கான். ஆனா நிச்சயமாச் சொல்ல முடியாதுன்னானாம் இவங்க அப்பாகிட்ட . . . அதுக்குத்தான் நீ இருந்தாத் தேவலாமேன்னு நெனச்சேன். தஸ்ஸு புஸ்ஸுன்னு நீங்க இங்கிலீஷிலே பேசிப்பீங்க."

"மாமா?"

"யாரு? இவ அப்பாவா? அவங்களுக்கு உடம்பு முடியலியாம்."

"உடம்பு முடியலெ! உள்ளத்தைச் சொல்லேன். பாபு என்ன அந்நியா அசலா? என்று யமுனா குறுக்கிட்டாள்.

"இல்லெ பாபு. சாதி சாதின்னு இந்த சாதில்ல குறுக்கே வந்து எழவெடுக்குது. தஞ்சாவூரை விட்டு வந்ததே இதனாலேதானே.

சாதி சாதின்னுதானே அங்க எல்லாருமா ரண்டு மூணு வரனையும் கலைச்சானுக. இல்லாட்டி தஞ்சாவூர் வீட்டை வித்துப்பிட்டு இஞ்ச வீடு வாங்குவானேன்? … எங்கடவங்கள்ளாம் இப்படித்தான். அந்தக் காலத்திலே ராஜா, நம்மளை நெய்போட்டு வளர்த்தாங்கோ. இப்ப ஒருத்தரும் கவனிக்கலேன்னு முட்டாத்தனமாப் பேசிக்கிட்டிருப்பான். ஆனா இந்த மாதிரி குறும்பும் பண்ணிக்கிட்டேயிருப்பான். கலியாணமே ஆகாம இது நிக்குதேன்னுதான் இந்த ஊருக்கு வந்தது.”

அவள் பேசுவதைக் கேட்டு பாபுவுக்குச் சிரிப்பு வந்தது. பெருமையாகவும் இருந்தது.

“அதுதான் நீ இருந்தாத் தேவலாமேன்னு பார்த்தேன். சாமிராவ் எல்லாம் சொல்லியிருப்பான் வர்றவருக்கு. அவன் வராட்டி என்ன செய்றது? நல்ல வேளையா, நம்ப மனுஷனா நீயே வந்து சேர்ந்து விட்டே.”

“சரி, நான் காலமே வறேன். நேரா ஸ்டேஷனுக்குப் போயிடட்டுமா? இல்லை, இஞ்ச வந்துட்டுப் போகலாமா?”

“வந்திட்டே போயேன் … ஏன் இங்கியே சாப்பிட்டு படுத்துடேன் …”

“சாப்பிடறதைப் பத்தி இல்லெ. அந்தப் பாட்டி காத்திண்டிருப்ப. சொல்லிவிட்டு வந்தாலும் சரிங்கலாம். பிறத்தியார் வீட்டிலெ போய் நம்ம இஷ்டத்துக்கு இருக்க முடியுமா? எனக்குச் சாப்பாட்டை வச்சு காத்திண்டிருப்ப.”

“அது சரி . . . என்னமோ சமயத்துக்கு வந்தே.”

“கோயிலுக்குக் போகலாம்னு போனேன். சந்நிதி திறக்க எட்டு மணியாகும்னு சொன்னா. இப்படியே பாத்துட்டுப் போகலாம்னனு வந்தேன். இஞ்ச கலியாணச் சேதி, டிபன் எல்லாம் கிடைச்சுது. மணி என்ன?”

“ஏழரை ஆகப்போவுது.”

“பெரிய கடிகாரம் எங்கே?”

“அதுவா? யமுனா அண்ணன் வேணும்னு சொல்லிச்சாம். போன மாசம் இவங்க அப்பாதான் எடுத்துக்கிட்டுப் போனாங்க. அடுத்த மாசம் பட்டணம் போறப்போ ஒரு பாடற கடிகாரம் வாங்கப் போறேன்னு சொன்னாங்க.”

“அது சரி, மறந்தே போயிட்டேனே. ஏன் கொலு வக்யலே இந்த வருஷம்? வீடு புதிசா வாங்கினதுக்கு கொலு வச்சா களையா இருக்குமே.”

“யமுனா தம்பி செத்துப் போயிடிச்சில்ல.”

“யாரு! எனக்குத் தெரியவே தெரியாதே.”

"பத்து வயசிலே ஒரு பையன் இருந்தான். ரமணி ரமணின்னு."

"ஆமாம். நான்கூடப் பார்த்திருக்கேனே. அந்தப் பையனா?"

"ஆமாம்."

"என்ன உடம்பு?"

"வைசூரி."

"எப்ப?"

"இந்த ஆனி மாசம்தான்."

"எனக்குத் தெரியவே தெரியாதே."

"உனக்கு எப்படித் தெரியும்? உங்க அப்பா அம்மாவுக்கெல்லாம் தெரியும். அதுவும் நீங்க பாபநாசம் வந்திட்டீங்க. தஞ்சாவூர்லெ இருந்தாலும் எல்லா சமாச்சாரமும் தெரியும்."

"மாமா எல்லாம் தஞ்சாவூர்லெதான் இருக்காங்க?"

"இல்லெ. வீட்டை வாடகைக்கு விட்டுவிட்டு ஊரோட போய்ட்டாங்க. ரண்டு மாசம் ஆச்சு."

"போன தடவை வந்தபோதுகூட இதெல்லாம் சொல்லவே இல்லியே நீங்க."

"நீதான் வந்தே. என்ன சௌக்யமான்னு விசாரிச்சுப்பிட்டு என்னமோ கவர்னர் வர்றாப்போல புசுக்குனு கிளம்பிட்டே. என்னாத்தைச் சேதி சொல்றது உனக்கு? உனக்கில்ல அக்கறை இருக்கணும்! இப்பகூடக் கோயில்லே அம்மன் சந்நிதி திறந்திருந்தா, பாத்துட்டு நேரே போயிருப்பே. சாத்தியிருக்கக் கொண்டுதானே இங்கே வந்தே . . . போறது. சாத்தியிருக்குன்னு இங்கேயாவது வரத்தோணிச்சே, அதுவே பெரிசு."

"அதெல்லாம் வரவேண்டாம்னு இல்லெ. நேரம் இல்லெ."

"நேரம் இருக்கோ இல்லியோ. இனிமேலாவது அடிக்கடி வந்துகிட்டிரு. நமக்கும் ஊரு புதுசு. தஞ்சாவூரானாலும் வழிவழியாக இருந்த ஊரு. எல்லாரும் தெரிஞ்சவங்க. இஞ்ச ஏதாவது காரியம்னா இவங்க அப்பாவுக்குத்தானே எழுத வேண்டிருக்கு. நீ அடிக்கடி வந்துகிட்டிருந்தா கவலையில்லாம இருக்கும் பாரு."

"கட்டாயமா வறேன்."

"இப்ப என்ன கோயிலுக்குப் போயிட்டு, அப்புறம் போய் சாப்பிடப் போறியா? ரொம்ப நேரமாயிடாது?"

"ஒன்பது மணி ஆகும். நாளைக்கு ஊருக்குப் போறேன். அப்புறம் விஜயதசமி கழிச்சுத்தான் வரணும். அப்புறம் நவராத்திரி தரிசனம் கிடைக்காது."

"ஊருக்குப் போறியா?"

"ஆமாம் ராத்திரிதான்."

"ராத்திரிதானே?"

"யமுனா கலியாணத்தை நிச்சயம் பண்ணிவிட்டுத்தான்."

"ஏன், தாரைவார்த்துக் கொடுத்துட்டுப் போயேன்" என்று சிரித்தாள் யமுனா.

"உன்னைவிட நான் பத்து வயசு சின்னவனாயிருக்கேனே. பத்துவயசு கூட இருந்தா, தாரைவார்த்துக் கொடுத்துடுவேன்..." என்று சொல்லிக்கொண்டே, ஊஞ்சலை விட்டு எழுந்தான் பாபு.

"அப்ப விடியகாலமே வந்திடு."

"வந்துடறேன்... வரட்டுமா யமுனா?"

"சரி."

"நீ தான் இன்னிக்கி ஜாஸ்தி பேசவே இல்லை."

"கலியாணப் பெண்ணில்லையா? சும்மா பேசிக்கிட்டேயிருந்தா?" என்றாள் யமுனா.

"கலியாணம் ஆனதுக்கப்பறம் இதுகூடப் பேசமாட்டே."

"மாப்பிள்ளை சிணுங்காம இருந்தா, பேசறதுக்கு என்ன?" என்று சிரித்தாள் யமுனா.

"எல்லாம் நல்ல மாப்பிள்ளையாத்தான் இருப்பர்" என்று சொல்லி நடையில் இருந்த செருப்பை மாட்டிக்கொண்டே தெருவில் இறங்கி, மேற்கே கடைத்தெருவைப் பார்க்க நடந்தான் பாபு.

5

எல்லாவற்றையும் நினைக்க நினைக்க வேடிக்கையாக இருந்தது அவனுக்கு. யமுனா அப்பாவின் பிள்ளைகளிடத்தில்தான் இவர்களுக்கு எவ்வளவு அன்பு! சாதாரணமாக இரண்டு பெண்டாட்டிகள் என்றால், அது பொறாமை விளைந்து செழிக்கிற பூமியாக இருக்கும். புகைச்சல், பூசல், எரிச்சல் எல்லாம் கிளம்பி, புருஷனை மூச்சுமுட்ட அடிக்கும். அப்படி பார்வதி அக்னியை வலம் வந்து, அம்மி மிதித்து மாலையிட்ட பெண்டாட்டியும் இல்லை. ஆபீசில் போய்ப் பதிவு செய்துகொண்ட திருமணம்.

'கடையாணி கழன்று விழுந்தது தெரியாமல் ஓட்டுகிற வண்டி மாதிரி' என்று ஜனங்கள் நினைக்கிற கலியாணம் இது. எந்தக் கணத்திலும் சகடை கழன்று ஓடி, வண்டி உடைந்துதான் போகும். அப்புறம் நல்ல வண்டியாகப் பார்த்து ஏறிக்கொண்டுதான் போக

தி. ஜானகிராமன்

வேண்டும். இடையில், இடுப்போ மண்டையோ உடைந்தாலும் உடைந்ததுதான். கடையாணி கழன்ற வண்டி சில சமயம் வீடு போய்ச் சேர்கிற வரையில் ஆபத்தில்லாமல் போய்விடுவதுண்டு – தெய்வாயத்தமாக. இந்தக் கடையாணிப் பேச்சுகூட வைத்தி சொல்கிறதுதான். பாபுவுக்கு அது ஞாபகம் வந்தது.

யமுனாவின் தந்தை சுப்ரமண்ய அய்யர் தெம்புள்ளவர். பத்துப் பன்னிரண்டு வேலி குடமுருட்டி, காவேரி, அரசலாற்றுப் பாசனங்களில் நல்ல நிலமாக இருக்கிறது அவருக்கு. முப்பந்தைந்து முப்பத்தாறு வருடங்களுக்கு முன்னால் ஏதோ நிலம் வாங்க அரண்மனைக்கு வந்தவர், கணக்குப் பிள்ளை பஞ்சுராவ் வீட்டிற்குப் போனபோது பார்வதிபாயைப் பாத்தாராம். பஞ்சுராவின் சகோதரி யின் மகள் பார்வதி. பார்வதியின் தகப்பன் நல்ல செல்வாக்கும் செல்வமும் ஆண்டு கொண்டிருந்தவன். ஆனால், அந்தக் காலத்து ராஜகோபாலசாமி தெரு தாசிகள் மூன்று பேர் சேர்ந்து எல்லா வற்றையும் கரைத்துவிட்டார்கள். அவனுக்கு வயது காலத்தில் சீக்கும் வந்து அரண்மனை – ஊரிலிருந்த செல்வாக்கு எல்லாம் போய்விட்டது. பெண்டாட்டியையும் பிள்ளையையும் பன்னிரண்டு வயது பார்வதியையும் தவிக்க விட்டுவிட்டு, கண்ணை மூடிவிட்டான். தம்பி வீட்டில் வந்து புகல் அடைந்தார்கள் பார்வதியும் அவள் தாயாரும்.

“கோஷாவா இருந்தா என்ன? கும்டாவைப் போட்டுக்கிட்டாவது போய்ப் படிக்கட்டும்” என்று வாத்தியார் வேலைப் பயிற்சிக்குப் பார்வதியை அனுப்புவதற்குச் சிரமப்பட்டதெல்லாம் பஞ்சுராவ்தான். சுயஜாதியின் நையாண்டி, பிடுங்கல் எல்லாவற்றையும் எதிர்த்துப் போராடி, அவளைப் பள்ளிக்கூடத்தில் படிக்கவைத்த அவன், அதோடு நின்றுவிடவில்லை. நிலம் சம்பந்தமாகப் பேச வந்த சுப்ரமண்ய அய்யர் பார்வதியைப் பார்த்து, மனதைப் பறிகொடுத்து அடிக்கடி வர ஆரம்பித்ததும் அவரையும் புரிந்துகொண்டான். சுப்ரமண்யத்துக்கு அப்போது வயது இருபத்தைந்து, இருபத்தாறு இருக்கும். பார்வதியும் மனமுவந்து அவரை ஏற்றுக்கொண்டாள். ஒரு மாதத்தில் மதறாஸ் சென்று, பஞ்சுராவ், அவன் சகோதரி, பார்வதி, சுப்ரமண்யம் எல்லோரு மாகக் கலியாணத்தை முடித்துக்கொண்டு திரும்பிவிட்டார்கள்.

சுப்ரமண்யத்திற்குக் கிராமத்தில் மனைவியும் இரண்டு குழந்தை களும் இருந்தார்கள். இந்தக் கலியாணத்திற்குப் பிறகு, அந்தக் குடும்பத்தையும் தெற்கு வீதியில் ஒரு வீட்டை வாங்கி ஜாகை வைத்துவிட்டார் அவர். வடக்கு வீதியில் பார்வதியின் குடும்பமும், தெற்கு வீதியில் சொந்தக் குடும்பமுமாக நடந்துகொண்டிருந்தது.

சுப்ரமண்ய அய்யரின் மனைவி பாலம்மாளும் வடக்கு வீதிக் குடும்பத்தை வாழ்வில் ஒரு அங்கமாக ஏற்றுக்கொண்டுவிட்டாள். “ஊரிலேயே ரண்டு வீடு இருக்கு. கீழ்க்கோடி வீட்டிலே வாழை,

பாதிரி, மாங்கண்ணு, பம்பிளீஸ், துறிஞ்சி, எலுமிச்சைன்னு பழமும் பூவுமாத் தோட்டம் போட்டிருக்கு. பகல் பூராவும் அங்குதான் உக்கார்ந்திருப்பா அவா. அஸ்தமிச்சப்பறம் வீட்டுக்கு வருவா. அந்த மாதிரி இப்ப வடக்கு வீதி வீடுன்னு நெனச்சிண்டு பேசாம இருந்துட் டேன். முன்னாடி கொஞ்சம் என்னடா இப்படிப் பண்ணிவிட்டாளே இவான்னு இருந்தது. பார்வதி வந்து நமஸ்காரம் பண்ணிண்டு நின்னா, ஜாகை வச்சு ஒரு வாரம் கழிச்சு. சுடராட்டமா தகதகன்னு சால்வையை விலக்கினா. அவளைப் பார்த்தேன். எனக்கு வருத்தம் எல்லாம் போயிடுத்து. நல்ல சாது, கெட்டிக்காரி. இவா கோபம், வெடுக்வெடுக் வெடுக்குனு பேசறது எல்லாத்தையும் மாத்திவிட்டா அவ” என்று பாபுவின் தாயிடம் சொன்னாள் பாலம்மாள்.

பெரியம்மா, பெரியம்மா என்று யமுனா அவளைப் பற்றிச் சொல்வதும் அந்தக் குழந்தைகள் சின்னம்மா, யமுனாக்கா என்று இவர்களை அழைப்பதும் . . . ஒவ்வொன்றாக நினைக்கும்போது, பாவுக்குத் தனி உற்சாகம் பிறந்தது. நாளைக் காலையில் வரப்போகிற ‘மாப்பிள்ளை’ எப்படியிருப்பான் என்று நினைத்துக்கொண்டே நடந்தான். “ஸ்வாமி, யமுனாவுக்குத் தகுந்த கணவனாக இருக்க வேண்டும்” என்று மனதிற்குள் வேண்டிக்கொண்டே நடந்தான். துக்காம்பாளையத் தெருவிலும் பளிச் பளிச்சென்று வீட்டு வாசல் களில் வெளிச்சம் தெரிந்து கொண்டுதானிருந்தது. நவராத்திரியின் ஒளி இந்தத் தெருவிலும் கண்வீசியிருந்தது.

யமுனாவின் பெரிய குடும்பத்து அழகிற்கும் வாளிப்பிற்கும் ஏற்ற ஒரு கணவனாக இருக்க வேண்டுமே வரப் போகிறவன். யமுனாதான் எவ்வளவு உயரம்! உயரத்திற்கு ஏற்ற உடல் கட்டு! அவள் கால் மாதிரி வருகிறவனுக்கும் அழகான கால் இருக்க வேண்டுமே. உயர்ந்த பாதமும் நீளத்திற்கு ஏற்றாற் போல, வரிசையாக அடுக்கிவைத்தாற்போன்ற நீண்டு சேர்ந்த தழையும் விரல்களும் இவளுக்கு இருக்கிற மாதிரி அவனுக்கும் இருக்க வேண்டுமே. இவளை விட உயரமாக, பரந்த முகமாக, விசால மார்புடன் அவன் இருந்தால், எவ்வளவு அமைப்பாக இருக்கும்!

பாபு வேண்டிக்கொண்டே போனான். தேவியை வேண்டிக் கொள்ளும்போது அவன் இதயத்தில் யமுனாவின் கம்பீரமான, உயர்ந்து நின்ற உருவம்தான் வந்து நின்றது. இந்த யமுனாவைத்தானே அவன் தெய்வமாக நினைத்துப் பூஜிக்கிறான், ராஜம் சுலோசனாவை வைத்து வணங்குவதுபோல.

ஜாதிப்பூவின் மணம் அவன் நினைவைக் கலைத்தது. ம்ஹ் ம்ஹ் என்று நீளமாக மூச்சை உள்ளுக்கிழுத்து, அந்தப் புனிதமான காற்றை நுகர்ந்தான் பாபு. சுவாசத்தையே புனிதமாக்குவது போன்றிருந் தது அந்த மணம். இந்த நவராத்திரி சமயத்தில் அம்மா வீசை வீசையாக இந்தப் பூவை வாங்கி, ஊரில் பூஜை அலமாரியிலுள்ள

படங்களுக்கும் விக்ரஹங்களுக்கும் தொடுத்துப் போட்டுக்கொண்டிருப்பாள். இரவில் மொக்காக வாங்கித் தொடுத்துப் படங்களின்மீது சாத்திய மாலைகள், காலையில் அலமாரியைத் திறக்கும்போது குப்பென்று மணத்தை வீசி மலர்ந்து வெதவெதக்கும். இந்த ஜாதிப் பூவின் கந்தத்தை நுகரும்போதெல்லாம் இந்த நினைவுகள்தான் வருகின்றன. அப்பா கண்ணை மூடித் தியானத்தில் இருப்பது, நெஞ்சுருகிப் பாடுவது, சாயங்கால வேளைகளில் அம்மா சுமங்கலிகளை வரவேற்று, படத்திலிருக்கிற ஒவ்வொரு மாலையாக எடுத்துக் கிள்ளிக்கிள்ளி சரம்சரமாக வழங்குவது – எல்லா நினைவுகளும் இந்த மனத்தில் சுழன்று சுழன்று வந்து மனதை அமைதிப்படுத்தின.

கும்பேச்வரன் கோயில் வாசல் நடையில் வேகமாகப் போக முடியவில்லை. அலுமினியப் பாத்திரக் கடைகள் காய்கறிகள் கடைகள், பொம்மைக் கடைகள் – இங்கு மொய்த்துக்கொண்டிருந்த கும்பல்களோடு உள்ளேபோகிற ஜனத்திரளும் நடையைத் தடைப்படுத்திற்று. முதல் வாயிலைத் தாண்டியதும் வரிசையாக நின்ற நெடும் கல்தூண்களின் ஒரு அங்கணத்தில் யானைக்குட்டியொன்று முன்னங்காலைத் தூக்கி, பக்கவாட்டில் கிழக்கும் மேற்குமாக உடலை ஊசலாடிக் கொண்டிருந்தது. பாபு ஏதோ காணாததைக் கண்டதுபோல நின்றுவிட்டான். கடிகாரத்தின் ஊசலைப் போல ஏன் இது துதிக்கையையும் உடலையும் இப்படி ஆட்டிக்கொண்டிருக்கிறது? கட்டிப்போட்டிருக்கிற ஆற்றாமையா? விளையாடுகிறதா? ஏன் இந்தப் பரபரப்பு? நாலைந்து சிறுவர்கள் இந்த வேடிக்கையைப் பார்த்துக்கொண்டே நின்று கொண்டிருந்தார்கள். பாபுவும் மெய்மறந்தாற்போல் நின்றுவிட்டான். குட்டியாம் அது. ஒரு வயதுகூட ஆகவில்லையாம். நாலு ஆள் பருமனிருந்தது. இவ்வளவு பருமனிலும் குழந்தைத் தன்மை மட்டும் அதன் உடல் அமைப்பில் திரண்டு கிடந்தது. இத்தனை பருமனில் இவ்வளவு சேய்மையைச் சாதித்திருக்கிற உயிருக்குத்தான் எவ்வளவு விந்தையான சக்திகள்! இவ்வளவு பெரிய உடலை அமைத்துக் கொண்ட உயிர்ச் சக்தியின் நோக்கம்தான் என்ன? நோக்கம் என்னவோ, பலன் ஒன்றுமில்லை. மனிதன் செய்த ஒரு சிறு சங்கிலி, அதைக் கட்டி அடிமையாக்கிவிட்டது. அதன் பலமெல்லாம் அதற்குச் சுதந்திர வாழ்வு அளிக்கவில்லை. இந்தக் கிழக்கு மேற்கு ஆட்டத்தில் திமிரையும் வெறியையும் தீர்த்துக்கொண்டு, அயர்ந்துபோகிற ஆற்றாமைக்குத்தான் பயன்படுகிறது. இவ்வளவு அழகு யமுனாவுக்குப் பயன்பட்டதா? அம்மாவுக்கு அடிபணிந்து சுயசாதிக்கு நடுங்கி ஒடுங்கிக் குமைவதற்குத்தானே ஆயிற்று! அழகு பெற்றவர்கள் அருள் சுரந்ததுண்டு, அரசை ஆண்டதுண்டு, விரலை அசைத்து வீரர்களை அடிமைப்படுத்தியதுண்டு. ஆனால், யமுனாவின் விஷயத்திலோ யானைக்குட்டி ஆட்டமாக அயர்கிறது. யமுனா திமிறிக் கொண்டு போய் ஏன் இஷ்டமான பாதையில் அடிபோடவில்லை? அவளுடைய இதயத்தில் எந்தப் புருஷனும் இடம் பெறவில்லையா? ஒரு ஆண் உரிய காலத்தில் இதயத்தில் இடம்பெற்று வணங்கப்படுவது

இயற்கையின் போக்குதானே. யமுனாவைப் போன்ற அறிவும் அழகும் உள்ளவர்களின் இதயத்தில் கூட ஒரு ஆணின் உருவம் சுடரைப்போன்று ஓங்கி நின்று, பூஜைக்குப் பாத்திரமாவது இயற்கை தானே! யமுனாவை அப்படி யாரும் ஆட்கொள்ளவில்லையா?

கலியாணப்பேச்சு யமுனாவை எந்த விதத்திலும் பாதித்ததாகத் தெரியவில்லை. யாருக்கோ கல்யாணம் நடக்கிறாற்போலப் கிண்டலாக, வரட்டுத்தனமாகப் பேசிக்கொண்டிருந்தாள். என்ன மர்மமோ தெரியவில்லை. அவள் இதயத்தில் வேறு யாராவது இடம் பெற்றிருக்கி றானா? அவன் கைக்குக் கிட்டாமல் போய், அந்த இதயச்சுடர்தான் காற்றில் நடுங்கி அணைந்துவிட்டதோ என்னவோ! ஒரு வேளை அப்படி இருந்தால்?

இந்த எண்ணம் திரும்பித் திரும்பி வரும்போது யமுனாவின் மீது ஒரு இரக்கம் பிறந்தது பாபுவுக்கு. யமுனா உள்ளுக்குள் குமுறிக் குமுறி வாடிச் சாம்புகிறாளா? அழகைப் படைத்த கடவுள் தன் படைப்பிடமே பெருமிதம் கொள்வதற்குப் பதிலாகப் பொறாமை கொண்டு, அதிகார வெறியில் இழைக்கிற சூழ்ச்சியா இது? கண்ணுக்குத் தெரியும்படியாகக் கொம்பில் புல்லைக்கட்டி அலைக்கழித்து ஆட்டுகிற கொடுமையா?

“ஆனையைப் பார்க்கணுமின்னா ஓரமாப்போயி நின்னுக் கோங்கோ ... என்னாங்க, நாம்ப போகவளியில்லேன்னுதான் கேக்குறேன்” என்று இரண்டு தடவை திருப்பித் திருப்பி யாரோ சொல்கிறாற்போலிருந்தது. பாபு திரும்பிப் பார்த்தான். நன்னப்பன், தன்னுடன் காலேஜில் படிக்கிற எழுத்தாளர் வெங்கட்ராமனின் சகாக்களில் ஒருவர் அவர். பதினைந்து வயதிலேயே, படிக்கிற வயதிலேயே நல்ல சிந்தனை செய்து, நல்ல இலக்கியப் பத்திரிகை ஒன்று, கேட்டு வாங்கிப் பிரசுரிக்கும்படியான கதைகள் எழுதத் தொடங்கிவிட்டவன் வெங்கட்ராமன். அதுவும் உயிரைக் கவ்வும் தமிழ்ச் சொற்களைப் படைக்கும் திறன் பெற்ற வெங்கட்ராமனைக் கண்டு பாபு வியப்பதுண்டு. அதுவும் அவ்வளவு சிறு வயதில்! வெங்கட்ராமனுக்கு ஏகப்பட்ட நண்பர்கள். ராஜத்திற்கும் பாபுவுக்கும் உள்ள பரஸ்பர உடைமையுள்ள, பிறருக்குத் தடை செய்யப்பட்ட – நட்புகள் இல்லை அவை. அவனுக்கு ஏராளமான பரிவாரங்கள் உண்டு. அவன் எழுதுகிறான் என்று அவன் இனத்தாருக்கே பெருமை. அவன் எப்போது வெளியே கிளம்பினாலும் பத்துபேர் கூடக் கிளம்பிவிடுவார்கள். மிகவும் சுமுகமாக, மலர்ந்த முகத்துடன், புகையிலையை அரைத்துக்கொண்டு, சிரிப்பும் கிண்டலுமாக அவன் பேசிக்கொண்டு, புடைசூழ வருவதே ஒரு தனிக்கோலம். யாரும் வந்து ஒட்டிக்கொள்ளக் கூடிய பசையும் அன்பும் அவனிடம் உண்டு. நெருக்கடியில் தனக்குச் சமானமான, உண்மையான யோசனை சொல்லக்கூடிய நண்பன் தானேதான் என்ற பார்வை அந்த

சிரிப்பிலும் கண்ணிலும் தெரியும். இந்தத் தன்னம்பிக்கையினால்தான் அவன் பல பேர்களிடம் நெருங்கிப் பழக முடிகிறதோ என்னவோ. பாபு மட்டும் அவனிடம் அப்படி நெருங்கிப் பழகவில்லை. ஆனால், வெங்கட்ராமன் மதிக்கிற ஆள் என்ற அளவுக்கு பாபுவைத் தெரிந்து கொண்டிருந்தது வெங்கட்ராமனின் ஜமா. நன்னப்பன் அந்த ஜமாவில் ஒருவன்.

"ஆனையைப் பார்த்து ஸொக்கிப்போயிட்டாப்போலிருக்கே" என்று அவர் சொன்னதும் பாபுவும் சிரித்துக்கொண்டே நகர்ந்தான்.

"எங்கே வெங்கட்ராமன்?"

"அவுரா? காலேஜிலேந்து வந்தாரு. வாய்யா, கோயிலுக்குப் போலாம்னோம். அதெல்லாம் இண்ணக்கி முடியாதுன்னு மாடி உள்ளே போய் சாத்திகிட்டாரு. எளுதறார் போலிருக்கு."

வெங்கட்ராமன் இல்லாவிட்டால் இந்த ஜமா நெல்லிக்காய் மூட்டையாகப் பிரிந்துவிடும். தனித்தனியாகச் சுற்றும். அவனுக்கு இவ்வளவு பேரையும் போகச் சொல்லிவிடுகிற தைரியமும் தன்னம்பிக்கையும் உண்டு.

இந்த மாதிரி ஒரு தன்னம்பிக்கைதான் யமுனாவுக்கு இருக்கிறதோ? வந்த வரன்களையெல்லாம் தட்டி எறிந்துவிட்டு, தனிக்காட்டு ராஜாவாக ஒரு பெண் வாழ்வதற்கு இந்த மாதிரி ஒரு தைரியம், தன்னம்பிக்கைதான் ஆதரவாக இருக்குமோ?

வடவண்டை இருந்த சித்திரக்குளப் படிக்கட்டில் இயந்திரம் போல இறங்கிக் காலை அலம்பிவிட்டு உள்ளே நகார்ந்தான் பாபு. அம்மன் சன்னிதியில் கூட்டம் நெறித்தது. உள்ளே விக்ரகம் கண்ணுக்குத் தெரியாமல் வெளியே இரும்புக் கிராதியைச் சுற்றியும், உள்ளேயும் ஜனக்கும்பல் இடித்து நசுக்கிக்கொண்டிருந்தது. எதிரே உயரத்தில் சற்று சாய்த்து மாட்டியிருந்த நிலைக்கண்ணாடியில் அம்மனின் வடிவம் தெளிவாகத் தெரிந்தது. இடையைச் சற்று வளைத்து, முடியில் ராஜமகுடம் வைத்து அலங்காரம் செய்திருந்தார்கள். நல்ல அழகிய சிலைகளில் ஒன்று இது. அழகிய சிலைகளாக வடித்தால்தான் அம்பிகைகள் வரப்பிரசாதிகள் என்று கூட்டமும் காணிக்கையும் சேர்கிற வழக்கம். தமிழ் நாட்டில் இப்படி அழகின் மூலம் பெயர் பெற்ற அம்பிகைகளில் மங்களாம்பிகையையும் சேர்க்கத்தான் வேண்டும். யமுனாவைவிட வனப்பில் குறைந்தவள் தான் இவள். ஆனாலும் கண்ணைமூடி நின்ற பாபுவுக்கு இந்தச் சிலைதான் கண் முன் நின்றது. யமுனாவை வீட்டில் இருக்கும்போது இதயத்தில் வைத்து வணங்குகிற வழக்கம்தான். ஆனால், இந்த மங்களாம்பிகையின் முக அமைப்பிலும் நிற்கும் நிலையிலும் ஒரு அசாதாரணத் தன்மை, ஒரு அமானுஷம் ஓங்கி ஒளி வீசுகிறது. பெண்மையைப் போற்ற, பெண்ணையே கடவுளாக வைத்து, அதன்

அழகையும் அருளையும் சிலையாய் வடித்துச் செய்த அழகிய சதி இது. இந்த அழகைக் காண, இது அருளும் அமைதியில் கண்ணை மூடித் திளைக்க ஏன் மறுக்கிறான் ராஜம்?

ஆனால் ராஜம் இன்னும் ஒரு படி முன்னேறிவிட்டான். பெண்மையின் லட்சியங்களை வடிவாக்கிச் சிலையாக்கத் தொடங்கினான் யாரோ. ஆனால், இவனோ உயிருள்ள மனிதப் பெண்களையே உள்ளத்தில் வைத்து வணங்க ஆரம்பித்துவிட்டான்.

பாபுவும் ராஜமும் நட்புக்கொண்டே ஒரு வருஷம்கூட ஆகவில்லை. பழகி ஏழெட்டு நாளானதும் ராஜத்தின் இந்த வேடிக்கையான வழக்கத்தைக் கேட்டுவிட்டு பாபுவுக்குச் சிரிப்பு வந்தது. அருவருப்பாகக்கூட இருந்தது.

"பெண்ணைத் தெய்வமாக வணங்கினால், உனக்கு ஏதாவது கிடைக்கிறதா?" என்று கேட்டான் பாபு.

"ஒன்றும் கிடைக்கவில்லை. மனது சுத்தமாக இருக்கிறது. அமைதியாக இருக்கிறது" என்றான் ராஜம்.

"நீ எப்படி வணங்குகிற வழக்கம்?"

"அவர்களுடைய முகத்தை இதயத்தில் வைத்துக்கொண்டு வணங்குகிறதுதான்."

"என்ன கேட்பாய்?"

"ஒன்றும் கேட்பதில்லை."

"நீ வணங்குகிறது அவர்களுக்கு எட்டும் என்று நினைக்கிறாயா?"

"அவர்களுக்கு ஏன் எட்ட வேண்டும்? எட்டினாலும் அவர்கள் என்ன செய்ய முடியும்? மனிதர்கள்தானே அவர்கள்?"

"தெய்வம் என்றாயே!"

"என் வரையில் தெய்வம். அவ்வளவுதான்" என்று சொன்னான் ராஜம். பாபுவுக்கு ஒன்றும் புரியவில்லை. புரியவில்லை என்று சொல்லிக்கொள்ள வெட்கமாயிருந்தது. மேலே அதைப்பற்றிக் கேட்டு, அவனை மடக்கவும் பயமாயிருந்தது.

இரண்டு மாதம் கழித்து விசித்திரமாக ஒரு சம்பவம் நடந்தது. அன்னபூரணி என்ற பெண்ணைப் பற்றி அடிக்கடி பேசிக்கொண்டிருப்பான் ராஜம். அவனோடு ஹைஸ்கூலில் படித்தவளாம். செதுக்கின முகம், முன் மயிர் காற்றில் ஆட அவளுடைய உயர்ந்த உருவம் வீதியில் நடந்து செல்லும்போது, "பார் இந்த முகத்தை. எவ்வளவு தூய்மை! எவ்வளவு களங்கமற்ற முகம்! இந்த உள்ளத்தில் எவ்வளவு தெய்வீகமான எண்ணங்கள் ஊற்றெடுக்கின்றனவோ!" என்று ராஜம் அவளைச் சுட்டிக் காண்பித்தான். ஆமாம். அந்த முகத்தில் தூய்மை தான் பொலிந்தது.

தி. ஜானகிராமன்

ஹிந்தி வகுப்புக்குப் போய்க்கொண்டிருந்தாளாம். சாயங்கால வேளையில் அவள் பெரிய தெருவில் போகும் சமயத்திற்கு அவளுடைய உருவத்தைக் கண்டுவிட்டுத்தான் போவான் ராஜம்.

திடீரென்று அசந்தர்ப்பமாக ஒரு செய்தி வந்தது. அன்னபூரணி, யாரோ வியாபாரி ஒருவர் மகனோடு ஓடிவிட்டாளாம்.

அன்று ராஜத்தின் முகத்தைப் பார்க்க முடியவில்லை. மறுநாள், "அதைப் பற்றி எனக்குக் கவலையில்லை. என்னைப் பற்றிய வரையில் அவளைத் தெய்வமாகத்தான் வணங்குவேன். இழுத்துக்கொண்டு ஓடிப்போன அந்த ராஸ்கலுக்கு அவள் உடல்தான் தெரிந்தது. அவளுடைய உள்ளத்தின் தூய்மை தெரியவில்லை" என்று குமுறி னான் அவன். சொல்லும்போதே அவன் நெஞ்சை அடைத்துக் கொண்டுவிட்டது. பாபு அப்போது ஒன்றும் பதில் சொல்லவில்லை. ராஜம் சற்று அமைதி அடைந்த பிறகு, "இழுத்துண்டு போன ராஸ்கல் என்று அவனை வெய்யறே நீ. அவளுடைய களங்கமில்லாத ஹிருதயம் அவனுக்குத் தெரியலைங்கறே. இப்படி ஓடிப் போகிறவளுடைய உள்ளம் ரொம்ப சுத்தமாயிருக்கும்னு நினைக்கிறியா?" என்று கேட்டான் பாபு.

"அவனோடவே அவள் வாழ்ந்துவிட்டால் சரி" என்றான் ராஜம்.

"அப்படிப் பொதுவாக நடக்கிறதில்லையே. ஓடிப்போன பெண்ணை அப்பா போலீஸ் உதவியோடு அழைத்து வருவார். அப்புறம் நாலு வருஷம் வச்சிருந்து, கண்காணாத இடத்தில் ஒரு ஆளைப் பார்த்து, கண்காணாத இடத்தில் கல்யாணம் பண்ணிக் கொடுக்கிறதுதானே வழக்கமாயிருக்கிறது" என்றான் பாபு.

"அப்படி நடந்தால்கூட அவள் பரிசுத்தமானவள்தான் – என்னைப் பற்றிய வரையில். சரி. வேறு ஏதாவது பேசு, இதைப் பற்றிப் பேசப் பிடிக்கவில்லை எனக்கு! அவளை அப்படியெல்லாம் நினைத்துப் பார்க்க மனது இடம் கொடுக்கவில்லை" என்றான் ராஜம். அவன் போக்கே அலாதி. நடப்பை எல்லாம் பார்க்காத ஒரு பிடிவாதம்.

இரும்புக் கிராதிக்கு வெளியே, கை இரண்டையும் தலைமேல் கூப்பி, ஒருவர் ஏதோ விருத்தம் ஒன்றை இரைந்து பாடிக்கொண் டிருந்தார். பல பேர் ஏதோ வியாபாரம் செய்கிறாற்போல அர்ச்சனை யைப் பண்ணிவிட்டு, குருக்கள் தட்டில் தேங்காய் குங்குமத்தைக் கொடுத்ததும் ஒரு கும்பிடு போட்டுவிட்டு, நறுக்கென்று கிளம்பி விட்டார்கள்.

"இந்த அம்மனைப் பார்த்துக்கொண்டே இருக்க வேண்டும் போலிருக்கிறது. இவர்கள் எப்படி சாமான் வாங்கிக்கொண்டு போவதைப்போல டக்கென்று கிளம்புகிறார்கள்!"

ராஜம் வராததற்குக் காரணம் இதோ இருக்கிறேன் பார் என்று சொல்லுவதுபோல வாத்தியார் அர்ஜுனாச்சார், இரும்புக் கிராதிக்கு அப்பால் நின்றுகொண்டிருந்த ஒரு நாற்பது வயது 'பெண்'ணின் கண்களோடு பேசிக்கொண்டிருந்தார். அர்ஜுனாச்சார் போன வருஷம் பதவியை விட்டு விலகிவிட்டார். அதாவது வேலை நீடிப்பையும் சேர்த்து ஐம்பத்தெட்டு வயது. ஆனால், இந்த விஷயங் களில் அவர் சின்னப்பிள்ளைதான். சின்னப்பிள்ளை என்று அவருக்கு நினைப்பு. காவேரிக்குக் குளிக்க வருகிறவர் முட்டாக்கைப் போட்டுக் கொண்டுதான் ஸ்நானம் செய்கிற வழக்கம். ஏழு மணிக்கு வருகிறவர், கரையேற ஒன்பதுமணியாகிவிடும். குடும்பத்தைத் தவிர, அவருக்கு நிரந்தரமாக ஒரு சம்பந்தம் உண்டு. இதெல்லாம் கணக்கில் சேர்கக முடியாது

பாபுவுக்குச் சிரிப்பு வந்தது. மனிதனுக்கு மேலெல்லாம் சுருக்கம் சுண்டுவிட்டது. இளம் வயதில் மூக்கும் முழியுமாக அழகாகத்தான் இருந்திருக்க வேண்டும். அவருடைய குடுமி இன்னும் நரைக்கவில்லை. நல்ல சிவப்பு வேறு. பைசா அகலத்திற்குக் கரிப்பொட்டு நெற்றியில் துலங்க, அவர் மேற்கே சந்நிதியைப் பார்க்காமல், வடக்குப் பக்கம் பார்த்து, தன்னை மறந்து புன்சிரிப்புப் பூத்துக்கொண்டிருந்த வேடிக்கை... அந்த நாற்பது வயதும் கடைக்கண்ணும் நேர்க்கண்ணும் நாணமும் புன்சிரிப்புமாக ஈடுகொடுத்துக்கொண்டிருந்தன. அவள் கிளம்பவே, அர்ஜுனாச்சாரும் கிளம்பிவிட்டார்.

அவர் இந்தப் பாடு படுத்துகிறபோது இளைஞர்களுக்குக் கேட்பானேன்?

ராஜம் வர மறுத்ததில் என்ன தப்பு? திடீரென்று, தரிசனம் செய்வதைத் தவிர வேறு எதையெல்லாமோ செய்துகொண்டிருந்த உணர்வு வரவே, பாபு விழித்துக்கொண்டு அம்மனைப் பார்த்தான்.

நல்ல வேளை, யமுனா வரவில்லை. வந்திருந்தால், இந்த அர்ஜுனாச்சார்களின் கண்களில் பட்டுத்தானே இருக்க வேண்டும்?

"யமுனாவின் விருப்பத்திற்கேற்ற கணவனாக இருக்க வேண்டும் நாளை வரப்போகிறவன். அவள் கலியாணம் நிச்சயமாகிவிட்டால், இந்த மோதிரத்தை உனக்குக் காணிக்கையாகக் கொடுத்துவிடுகிறேன்" என்று திடீரென்று மோதிரத்தைப் பணயம் வைத்துவிட்டான் பாபு. அப்பா கொடுத்த மோதிரம் அது. அதைக் கொடுக்க அனுமதி இல்லாமல் நமக்கு உரிமை ஏது சற்றுத் தடுமாறினான். ஆனால், நமக்கே கொடுத்ததுதானே அது. நான் அதை என்ன வேண்டுமானா லும் செய்யலாம்...

பாபு கோயிலை விட்டு வெளிவந்து கடைத்தெருவுக்கு வந்தபோது மணி எட்டேகாலாகிவிட்டது. விறுவிறுவென்று நடையை வீசிப் போட்டான்.

நீலுப் பாட்டி வைத்திருந்த நீர்கொட்டின சாதத்தையும் மாவடுவையும் அள்ளி அள்ளிப் போட்டுக்கொண்டு வெளியே வந்து ராஜத்தின் வீட்டைப் பார்க்க நடந்தான்.

“ராஜம், இன்றைக்குச் சினிமாகூட வேண்டாமென்று தோணித்து. ரூம்லேயே இருந்துடலாம்னு பார்த்தேன். காத்திண்டிருக்கப் போறியேன்னு வந்தேன்” என்று வாசற்படியில் சட்டையைக் கழற்றி விட்டு வெறும் உடம்புடன் உட்கார்ந்துகொண்டிருந்த ராஜத்திடம் சொன்னான், பாபு.

“ஏன், என்ன, மனசு சரியாப் போச்சா?”

“மனசுபாட்டுக்கு இருக்கு. புது வேலை வந்திருக்கு.”

“புது வேலையா? கிடுகிடுன்னு சொல்லேன்.”

“நாளைக்குப் பெண் பார்க்க வரானாம் யமுனாவை. ஸ்டேஷ னுக்குப் போய் நான்தான் அழச்சிண்டு வரணும். கூட இருக்கணும். காலேஜுக்குக்கூட வரமுடியறதோ என்னவோ? விடியகாலமே எழுந்தாகணும் . . . சரி, சட்டையைப் போட்டுண்டு கிளம்பேன்.”

“சினிமாதான் வேண்டாம்னியே.”

“பரவாயில்லே வா. வடக்குக் கோடியிலேந்து தெற்குக் கோடிக்கு வந்தாச்சு; இனிமே கான்ஸல் பண்ணுவானேன்?”

ராஜம் சட்டையைப் போட்டுக்கொண்டு கிளம்பினான்.

“உனக்குக் கலியாணம் ஆறதுக்கு முன்னாலே, கலியாணம் பண்ணும் பொறுப்பே வந்துவிட்டது.”

“பின்னே வேறு மனுஷா யாரு அவர்களுக்கு?”

“அவ அப்பா?”

“அப்பாதான் இப்ப ஒரு பிரச்னையாயிருக்கார். அவர் அய்யர். இவர்கள் மராட்டியர்கள். கலப்பு மணம். தஞ்சாவூரில் இருக்கிற வரையில் கலியாணம் பண்ண முடியவில்லை. சுயசாதிக்காரர்கள் நல்ல சமயத்துக்கு ஏதாவது பத்தவச்சு காரியத்தைக் கெடுத்திண்டே யிருந்தானுகள். அதுக்காகத்தான் தஞ்சாவூரையே விட்டு இந்த ஊருக்கு வந்து சேர்ந்தா.”

“உங்கப்பாகூட அவா நிலத்தையெல்லாம் பார்த்துக்கறார்னு சொல்லிருக்கியே?”

“இவாளுக்கு நிலம் ஏது? அவர் ஏதோ கொடுத்திருக்கார். பாபநாசத்துக்கிட்ட இருக்கு. எங்க அப்பாதான் அதைக் கவனிச்சுக்க றார். வருஷா வருஷம் நெல்லு, பணம் எல்லாம் அனுப்புகிறார்.”

“வயசு என்ன ஆறது பெண்ணுக்கு?”

“முப்பது.”

"என்னப்பா இது?"

"ஏன்? பதினாலு வயசிலே கலியாணமாகி, பத்து பிள்ளையைப் பெற்று இன்னும் கிழவியாகலேங்கறியா?"

"அந்த வயசு ஆயிட்டாப்போலிருக்கே" என்று கேட்டான் ராஜம் சிரித்துக்கொண்டே.

"ஆயிட்டுது. அவளைப் பார்த்தால் இருபத்திரண்டு வயசுக்கு மேலே மதிக்க முடியாது."

"ரொம்ப அழகாயிருப்பாள்னுகூட சொல்லிருக்கியே."

"உன் சுலோசனாவைவிட பல மடங்கு அழகு."

"நான் பார்த்தால்தான் அது நிஜமான்னு தெரியும்."

"பார்க்கலாம். ஆனால் கோஷா மாதிரி."

"ஒன்றும் அவசரமில்லை" என்று சிரித்தான் ராஜம். "ஆமாம். ரொம்ப புத்திசாலி, கெட்டிக்காரின்னெல்லாம் சொல்றே. கோஷா கோஷான்னு இந்தப் பித்துக்குளித்தனமெல்லாம் பண்ணிண்டிருக் காளா?"

"புத்திசாலின்னா கட்டறுத்துண்டு ஓட முடியுமா? கும்பேச்வரன் கோயில் ஆனைக்குட்டிக்கு பலமா இல்லே. ஒற்றைச் சங்கிலியிலே கட்டுப்பட்டுத்தானே அவதிப்படறது அது?"

"உங்க யானைக்குட்டி அப்படி இருக்கட்டும். ஆனா மனிதர்கள் இதையெல்லாம் பண்ணினால் புகைஞ்சு புகைஞ்சு வரது எனக்கு. தப்புன்னும் தெரிஞ்சு, ஒரு வழக்கத்துக்குப் பணிகிறவர்கள், எந்தக் காரணத்தினாலே பணிந்தாலும் சரிதான், கபோதிகள். அவர்களாலே உலகத்துக்கும் பிரயோசனமில்லை. அவர்களுக்கும் பிரயோசனமில்லை."

"என்ன செய்வது? உலகத்தை அடியோட விரோதிச்சுக்க முடியுமா? பின்னாலல்லவா கஷ்டப்படணும்? அதுவும் பொம்மனாட்டி களுக்கு முடியுமா? அதுவும் படிக்காதவர்களுக்கு?" என்றான் பாபு.

"சரி, நீ அப்பா ஸ்தானத்திலிருந்து கலியாணம் நிச்சயம் பண்ணப் போறே."

"அப்பா ஸ்தானமோ, தம்பி ஸ்தானமோ. நிச்சயமாகணும். நான்கூட ஸ்வாமியெல்லாம் வேண்டிண்டிருக்கேன்."

"ஓ, கோயிலுக்குப் போயிட்டு வந்தியோ? இன்னிக்கி என்ன அலங்காரம்?"

"நீ என்னத்துக்குக் கேட்கிறே? நீதான் போறதில்லே."

"சொல்லாவிட்டால் போயேன்."

"அர்ஜுனாச்சார் வந்து ஒரு நாற்பத்தைந்து வயசோட நயன பாஷை, மந்தஹாஸம் எல்லாம் பண்ணி அமர்க்களப்படுத்திவிட்டுக் கூடவே போனார்."

"அர்ஜுனாச்சார்! மன்மத மனுஷன் அவர். காதல் பண்ணுகிறது தான் அவருக்குத் தொழில். பொழுதுபோக்குக்காக வாத்யார் வேலையும் பார்த்தார். சரி, நீ கோயிலுக்குப் போய் அவரைத்தான் பார்த்தியாக்கும்."

"அவர் மாதிரி இளம் அர்ஜுனாச்சார்களையும் பார்த்தேன்."

"பேஷ். நீயும் . . ."

"நானும் பார்க்கலாம். எனக்கு யமுனா கவலைதான் பெரிதாக இருந்தது."

6

சினிமா முடியும்போது மணி ஒன்றேகாலாகிவிட்டது. பாபு வீட்டுக்கு வரும்போது மணி இரண்டு. ஊர் முழுவதும் துயின்று கொண்டிருந்தது. வாய்க்கால் பாலத்தைக் கடக்கும்போது காவேரி சுழியிட்டு அரவமிடுவது அந்த நிசப்தத்தில் நன்கு கேட்டது.

நிலவும் மறைந்துவிட்டது.

கதவைத் தட்டியபோது கைலாசம் வந்து கதவைத் திறந்தார்.

"மணி என்ன ஆச்சு?" என்று கேட்டார்.

"ரண்டு இருக்கும்."

"இன்னிக்கு ரொம்ப சுருக்க வந்துட்டாப் போலிருக்கே."

"சுருக்குத்தான்" என்று அந்தக் கிண்டலுக்குப் பதில் சொல்லிக் கொண்டே, மாடிப்படி ஏறினான் பாபு.

"ஹ்ம்" என்று கைலாசம் பெருமூச்சு விடுவதும் அவன் காதில் விழுந்தது. 'அட உதவாக்கரை' என்று தொனித்த அதன் பொருளைக் கேட்டுச் சிரித்துக்கொண்டே, கட்டிலில் பாயை விரித்து ஜன்னலோர மாகப் போட்டுப் படுத்தான்.

"ஹ்ம் . . . அட உதவாக்கரை."

'ஊ' என்று அக்கரைச் சோலையில் ஒரு கோட்டான் கூவிற்று. 'கர்ர்' என்று சாகுருவி ஒன்று இக்கரையில் கரைந்தது.

யமுனாவை நினைக்கும்போதெல்லாம் தூக்கம்கூட வரவில்லை. எவ்வளவு கம்பீரமான அழகு! அவளுக்கா கலியாணம், சாதாரண மனிதர்களுக்கு நடக்கிற மாதிரி!

வெகு நேரம் கழித்துத்தான் கண்ணயர்ந்தான் பாபு.

இரண்டு மணி நேரம்தான் அயர்ந்த தூக்கமாகத் தூங்கினான். பிறகு உடம்புதான் தூங்கிற்று. உள் மனம் எழுந்து பிரக்ஞை உலகை எட்டி எட்டிப் பார்த்துவிட்டு, பின்பு நின்று காட்சிகள் காணத் தொடங்கிற்று. அரைத் தூக்கத்தில் சின்னச் சின்னதாகக் கனவுகள் பொம்மலாட்டம் மாதிரி சுருக்கமாக ஆடிவிட்டு மறைந்து கொண்டிருந்தன. திடீரென்று நாழியாகி விட்டாற்போல பாபு பரபரவென்று எழுந்தான். உட்கார்ந்தான். மேஜைமீது டைம்பீஸ் கடிகாரம் டிக்கிட்டு டிக்கிட்டு, இருட்டையும் இரவையும் அளப்பது கேட்டது. மணி என்ன என்று பார்க்க வேண்டும். இரவு வந்து படுக்கும்போது இருந்த அசதியில், அரிக்கேனைக்கூட ஏற்றவில்லை. அப்படியே கட்டிலிலிருந்த படுக்கையைப் பிரித்து, ஒரு தட்டுத் தட்டிவிட்டுப் படுத்துவிட்டான்.

எழுந்து, அலமாரிப் புத்தகங்களுக்கு ஓரத்திலிருந்த தீப்பெட்டியை எடுத்துக் கிழித்துப் பார்த்ததில் மூன்றரை ஆகியிருந்தது. மறுபடியும் வந்து படுத்தான். கண் மூடிற்று. ரயில் ஸ்டேஷனுக்குள் வருகிறாற் போலவும் தூரத்திலிருந்து அந்த சத்தத்தைக் கேட்டுவிட்டுத் தாமதம் பண்ணிவிட்டோமே என்று தலைதெறிக்க ஓடுவது போலவும் வந்த கனவிலிந்து திடீரென்று கண் விழித்தது. சரி, இனி படுத்தால் தூக்கம்தான் என்று பயந்து, அயர்ந்த உடம்பை எழுப்பி, படுக்கையைச் சுருட்டி மொட்டை மாடியில் போய் குறுக்கும் நெடுக்குமாகப் பத்து நடை நடந்தான் அவன். கைகளை முன்னுக்கும் மேலுக்கும் பக்கத்திலும் நீட்டி மடக்கினான்.

சிறிது சிறிதாகத் தூக்கக் கலக்கம் விடைபெற்றுக் கொண்டது.

தெற்குப் பக்கம் பார்த்தான். கறுத்து நெடிது நின்ற தென்னை களும் நெட்டிலிங்கைகளும் மாமரங்களும் இருளால் ஆக்கியவை போலக் கும்பலாக அடர்ந்துகிடந்தன. இந்தக் காவேரிக்கரைத் தென்னைகள் எவ்வளவு உயரம்! மூங்கில்கூட ஒவ்வொன்றும் தூண் தூணாகக் கூடு சிறுத்து வளர்கிற மண்! இந்தச் சோலையும் சுழித்து ஓடும் காவிரியும் இல்லாவிட்டால் இந்தக் கும்பகோணம் என்ன ஆகும்! இந்தக் கும்பகோணத்திற்குத்தான் என்ன யோக்கியதை இருக்கும்? பெண்டாட்டியைப் பறிகொடுத்த அவலமாகத்தான் நிற்க வேண்டும்! இவ்வளவு புழுதி, இவ்வளவு சாக்கடைத் தேக்கங்கள் – எல்லாவற்றையும் பற்றி நினைக்கக்கூட நினைக்காமல், ஒரு கவலை இல்லாமல் இருக்கும் இந்த ஊருக்குக்கூட அழகு உண்டு என்று இந்தக் காவேரி மன்றாடிக்கொண்டிருக்கிறது.

பாபு மொட்டை மாடியிலிருந்து உள்ளே வந்து ஜன்னலோரமாக நின்று வெளியே பார்த்தான். மின்சார ஒளியின் நெடுவீச்சில் காவேரி இன்று வேகமாகவே ஓடிக்கொணடிருப்பது தெரிந்தது. இவ்வளவு ஓட்டத்திலும் விரைவிலும்கூட ஒரு தனி அடக்கமும்

அமைதியும் நிறைந்து நின்றன. எதனால்? பரம்பரை பரம்பரையாக் கொடுப்பதையே கருமமாகக் கொண்ட பண்பாடா? பிறரை வாழ்விக் கவே உடல் எடுத்த உள்ள நிறைவா? இந்தக் காவேரிக்கு ஒரு மனித உருக் கொடுப்பதென்றால் . . .

பாபுவுக்கு யமுனாவின் உயர்ந்த உருவம் ஞாபகம் வந்தது. காவேரியின் எழிலும் வளர்ப்பும் பெரிய மனித இயல்பும் பெரு வாழ்வும் திரண்டு நின்ற பெண் வடிவம் அது. பிறருக்காகவே வாழ்ந்து வருபவள்தான் அவளும். மேகமும் காற்றும் முயங்கிப் பெற்ற காவேரி, தன் பொருளைப் பிறருக்கு இறைத்து இறைத்து வாழ்வது போல வாழ்ந்து வருகிறவள். உறவினர்கள் அவ்வளவு பேர் உண்டு. ஆனால், கல்யாணத்திற்கு யாரோ வரன் ஏற்பாடு செய்ய வேண்டியிருக்கிறது! யாரோ போய் வரனை எதிர் கொண்டழைக்க வேண்டியிருக்கிறது!

காவிரியைப் போல, வாங்கிப் பழக்கமில்லாமல், கொடுத்தே வாழ்கின்ற யமுனா, யாருக்கோ இப்போது அடங்கி வாழப் போகிறாள்! நினைக்கும்போது, பாபுவுக்கு வேடிக்கையாக இருந்தது, ஏக்கமாகவும் இருந்தது.

வலியன் குருவி கத்த ஆரம்பித்துவிட்டது. ஓசை எங்கிருந்து வருகிறது என்று தெரியவில்லை. அக்கரையில் நாணற்காட்டின் பின்னால் நின்ற மாமரத்திலிருந்துதான் வருகிறதோ என்னவோ. அதற்கு இன்னொரு குருவி அக்கரையில் உயர்ந்து நின்ற இலவ மரக்கிளையிலிருந்து எதிர்க்குரல் கொடுத்துக்கொண்டிருந்தது. இந்த மாற்றுக் குரல்களுக்குச் சுருதியாக, இருக்கிற இடமே கண்டுபிடிக்க முடியாத சுவர்க்கோழி நீளமாக ஒத்து ஊதிக்கொண்டிருந்தது.

இன்னும் நேரம் இருக்கிறது. இந்த மௌன வெள்ளத்தில் திளைத்த பாபுவுக்கு என்ன செய்கிறது என்று தெரியவில்லை. உள்ளம் ஆனந்தமயமாக வழிந்தது. பிரார்த்தனை செய்வதற்கு ஏற்ற மௌனமும் தெளிவும் அவனை உந்தின. கண்ணை மூடினான். யமுனாவின் வடிவம் வந்து நின்றது. அவளுடைய உயர்ந்த பாதங்கள் இதயத்தில் மென்மையாக அடியெடுத்து வந்தமைந்தன. எவ்வளவு அழகிய ப்ாதங்கள்! சிலிர்க்க வைக்கும் நிறம், வாட்டம்!

சின்ன வயதிலிருந்தே அவனுக்கு ஒரு ஆசை உண்டு. இந்த மாதிரி மௌனம் நிறைந்த காலையிருளில், ஜன சஞ்சாரமில்லாத காட்டில், பாதி வறண்டு அரித்து ஓடும் ஆற்றில் கால்மட்டும் நனைய நின்று, கிழக்கு நோக்கிப் பரம்பொருளை அடிபணியும் ஆசை. அறையில்கூட அவனுக்கு இருப்பாக இல்லை. காவிரியில் குளிர் நீரும், ஜிலுஜிலுவென்று தவழும் வைகறை மென்காற்றும் வலியன்களின் உருக்கமான கூப்பாடும் வெளியே அழைத்தன. ஜன்னல் கம்பிக்கும், சுவராணிக்குமாகக் கொடியாகக் கட்டியிருந்த ஹோல்டால் கயிற்றிலிருந்து காவேரி வேட்டியையும் துண்டையும்

உருவி இடுப்பில் கட்டி, வெள்ளை வேட்டியை இழுத்தான். முடமுட வென்று இருந்த வேட்டி, தென்னம் பன்னாடைபோல் விறைத்துக் கொண்டு நின்றது. காவேரிக்காக வைத்திருந்த ஜோடி அது. தினம் தினம் காவேரியில் நனைத்து நனைத்துப் பழுப்பேறியிருந்தது. அதைக் கட்டிக்கொண்டு கீழே இறங்கி, கதவைத் திறக்கும்போது, "யாரு?" என்று நடைத் திண்ணையில் படுத்திருந்த கைலாசத்தின் குரல் கேட்டது.

"நான்தான் மாமா. கொஞ்சம் ஸ்டேஷனுக்குப் போக வேண்டி யிருக்கு. குளிச்சிட்டு வறேன்" என்று சொல்லிக்கொண்டே கதவைப் பின்னால் சாத்திக்கொண்டு போய்த் தெருவைக் கடந்தான்.

தெருவைக் கடந்ததும் காவேரி. எதிர்சாரியில் வீடு கிடையாது. கட்டுச் சுவரைத் தழுவி ஆறு ஓடிக்கொண்டிருந்தது. நிறைந்து வழிந்து ஓடுகிற பிரவாகம். தண்ணீரில் இறங்கி, மூக்கைப் பிடித்துக் கொண்டு விறுவிறுவென்று பத்துப் பதினைந்து முழுக்குப் போட்டான் பாபு. இரவில் கண் விழித்த எரிச்சல் ஜிவ்வென்று தணிந்தது. நீரைவிட்டு வெளியேற மனமில்லை. அவ்வளவு இதமாக இருந்தது. அங்கேயே நின்று ஏதாவது தோத்திரங்களைச் சொல்ல வேண்டும் போலிருந்தது. ஆனால், அதற்கும் ஓடவில்லை. தெருவோடு பக்கத்து ஊர்களிலிருந்து மார்க்கெட்டை நோக்கிக் கறிகாய்க் கூடைகளைச் சுமந்து வருபவர்களின் சந்தடி ஆரம்பித்துவிட்டது.

இனியும் பொழுது போக்கவேண்டாமென்று பாபு கரையேறி னான். உடுத்தி, தலைவாரி, நீலுப்பாட்டியிடம் காபிக்கு வரவில்லை என்று சொல்லிவிட்டு, விறுவிறுவென்று நடந்தான்.

விடியற்காலையின் உறவே அவனுக்குக் கிடையாது. ராக்கண் விழித்து, காலை வெயில் ஏறும்போது எழுந்திருப்பதே பழக்கமாகி விட்டது. காலையில் எழுந்து செயலாற்றுவது, செயலாற்றுகிற 'நல்ல' பையன்கள் இரண்டையும்பற்றி அவன் அப்பா அவனிடம் எத்தனையோ உபன்யாசங்கள் செய்திருக்கிறார். பிள்ளையிடத்தில் அந்தக் குறை ஒன்றுதான் அவருக்கு.

"அஞ்சு வயசிலேர்ந்து ராக்கண் முழிக்கப் பாடம் ஆயிடுத்து உனக்கு. இனிமேலா நீ மாத்திக்கப் போறே?" என்று தாயார் பாபுவிடம் சொல்லுவாள். தகப்பனார் பேசாமல் அதோடு அந்த இடத்தை விட்டும் போய்விடுவார்.

கோயில்கள் ஒன்றும் திறக்கவில்லை. இரண்டுமூன்று ஹோட்டல் களில் மட்டும் வெளிச்சம் தெரிந்தது. இட்டிலிப் பானை மூடியைப் 'பக்'கென்று பிடுங்குகிற ஓசைகூட ஒரு ஹோட்டல் ஜன்னல் வழியாகக் கேட்டது. அந்த ஹோட்டலிலிருந்து யாரோ சாஸ்திரிகள் ஒருவர் அந்த பஞ்ச பஞ்ச உஷக் காலத்தில் ஏப்பம் விட்டுக்கொண்டே வெளியே வந்தார் . . .

ஆனையடி திரும்பி, துக்காம்பாளையத் தெருவில் பாதிபோனதும் யமுனா வீட்டு வாசலில் மங்கிய வெளிச்சம் தெரிந்தது. அதற்குள் வாசலில் நீர் தெளித்துப் பெருக்கி, சிங்கார ரதம் ஓடுகிற மாதிரி மாக்கோலம் வரையப்பட்டிருந்தது. வரனை எதிர்கொண்டழைப் பதற்காகவோ என்று நினைத்துக்கொண்டான் பாபு. திண்ணையைக் கடந்துள்ள நிலையின் இரு பக்கத்து மாடங்களிலும் இரண்டு வெண்கல விளக்குகள் அசையாமல் சுடர்விட்டுக் கொண்டிருந்தன.

"யமுனா!"

"யாரு? . . . பாபுவா? . . . வா பாபு" என்று புன்சிரிப்புடன் வரவேற்றாள் யமுனா.

பாபுவுக்கு அவளைப் பார்த்ததும் பெருமிதம் பொங்கிற்று. அவள் மேனி முழுவதும் கூடத்தில் தொங்கும் பதினைந்து காண்டில் பவர் விளக்கின் ஒளியில் தகதகவென்று வாழைக் குருத்தாகப் பொலிந்தது. அவள் கண்ணில் எப்பொழுதும் ஒரு சிரிப்பு, குறும்புச் சிரிப்புச் சிரித்துக்கொண்டிருக்கும். இப்போதும் அது என்னமோ கேலி செய்வது போல மின்னிற்று.

"ஸ்நானம் கீனமெல்லாம் ஆயிட்டாப் போலிருக்கே?" என்று கேட்டாள்.

"ஆயிடுத்து."

"ஆறு மணிக்குத்தான் வருவேன்னு நெனச்சிட்டிருக்கோம். எள்ளுங்கிறதுக்கு முன்னாடி எண்ணெயா இருக்கு."

"கரும்புங்கறதுக்கு முன்னோடி சக்கரையாயிருக்கேன்னு சொல்லேன். எள் என்னத்துக்கு? . . . அது சரி; வாசல்லே மாப்பிள்ளை ஏறிக்க ரதம் வச்சிருக்கு. பார்த்தேன்."

"அப்படித்தான் வச்சுக்கவேன்."

"நான்கூட ஏறி நின்று பார்த்தேன், நகரவில்லை."

"மாப்பிள்ளைக்குன்னா அது? நீ ஏறிட்டா நகந்துடும்னு நினைச்சியா?"

அவள் நடந்து செல்கின்றதைப் பார்த்த பாபுவுக்கு அவளை நிற்க வைத்து சாஷ்டாங்கமாக விழுந்து வணங்க வேண்டும் போலிருந் தது. அவள் கையில் ஒரு வீணையையும் புத்தகத்தையும் கொடுத்தால்? ஒரு தாமரையையும் உத்ராக்ஷ மாலையையும் கொடுத்தால்? சாதாரண மாக மனிதர்களுக்கு இல்லாத ஒரு களை ஏன் இந்த முகத்தில் தவழ்கிறது? தெய்வத்தின் முகமா இது? அல்லது தெய்வத்திற்கும் மனித நிலைக்கும் இடையிலுள்ள அதிமானுஷச் சாயையா? ஏன் வாழையிலைக் குருத்தின் மென்மையும் பொலிவும் வீசும் இந்தப் பாதங்களைத் தொட்டு வணங்க வேண்டும் போல் தோன்றுகிறது?

இந்த யமுனாவைப் பெண்பார்க்க வருகிறானாம் ஒருவன். இந்த மனித நிலையினின்று ஓங்கிச் சுடரும் திருவையா மனைவி என்று அழைக்கப் போகிறான்? பாபுவுக்குச் சிரிப்பு வந்தது. அந்த மாதிரி ஒரு சந்தர்ப்பம் நெருங்குவதைக் கண்டு, நெஞ்சம் வாடிற்று. சந்தோஷத்திற்கிடையில் படர்ந்து படர்ந்து நீரோட்டமாகக் காணும் இந்தச் சிறு ஏக்கம் அவனைக் குழப்பிற்று.

"பாபுவா? இப்பதான் வந்தியா?" என்று, ஸ்நானம் செய்துவிட்டுக் கூந்தலில் துணியைச் சுற்றி, மாற்றுப் புடவையை உடலில் சுற்றிக் கொண்டு வந்தாள் பார்வதி பாய்.

"ஆமாம்."

"மணி என்ன ஆச்சு? அஞ்சு பத்தா? ரொம்ப சீக்கிரம்தான் வந்திருக்கே, ரயில் ஆறரை மணிக்கு."

"ஆமாம், நேரத்துக்கு வந்தால்."

"அது சரி."

"அப்ப நான் புறப்படட்டுமா?"

"ரொம்ப அழகாயிருக்கே, இரு. இட்லி ஒரு ஈடு எடுத்தாச்சு. இதோ சாப்பிட்டுவிட்டுப் போகலாம். ஜம்னு!"

"ஏம்மா?"

"ஆயிட்டுதா?"

"இதோ வந்தே ஆச்சே" என்று யமுனா இட்லியை ஊஞ்சலின்மீது வைத்தாள்.

"மாப்பிள்ளை வரதுக்கு முன்னால் எல்லா உபசாரத்தையும் எனக்கே பண்ணிவிட்டா?"

"மாப்பிள்ளையைச் சரிக்கட்டறதுக்கு மச்சான்தான் ஆளு. அக்கா எப்பேர்ப்பட்டவ, உப்பில்லாம கலக் கஞ்சி குடிப்பான்னு நீதானே சொல்லி, மாப்பிள்ளையை மசிய வக்யணும்" என்று சொல்லிக்கொண்டே உள்ளே போனாள் யமுனா.

"அக்கா பொல்லாதவள்னு நானா சொல்லணும்? அவரே பார்த்துத் தெரிஞ்க்கறார் . . . என்னது இது?"

"நெய்யி."

"இட்லிக்கா?"

"எங்க மராத்தியங்க மீசையையே ராஜாக்கள் நெய்போட்டு வளத்திருக்காங்க. இட்லிக்கான்னு கேக்கறியே?"

"நான் தமிழ் பேசறவன். இட்லிக்கு எண்ணெயே போதும்."

"பரவாயில்லெ. வாயிலெ எடுத்துடாது. சாப்பிடு."

“சரி, போடு. உன்னோட தகரார் பண்றதுக்கு அதைச் சாப்பிட்டு விடலாம்.”

பாபுவுக்கு அம்மா பண்ணுகிற உபசாரமெல்லாம் ஞாபகம் வந்தது. அதில் குழைவும் கெஞ்சலும் இருக்கும். இது குழைவும் அதட்டலும் கலந்திருந்தது.

“நீ சாப்பிடறியா? இல்லை விசிறிக்காம்பை எடுத்து வரட்டுமா?” என்று யமுனா பல தடவை அவன் தின்பதற்கு சண்டி பண்ணும் போதெல்லாம் அதட்டிச் சிரித்திருக்கிறாள் . . . காபி வந்தது.

நீலுப் பாட்டி தருகிற எழுபது சதம் கொண்டைக்கடலைக் காபி சாப்பிடுகிற வாய்க்கு, இதன் மணம் அமிருதமாயிருந்தது; வயிற்றில்தான் இடமில்லை.

புறப்படும்போது யமுனா, “கொஞ்சம் இரு” என்று தர்மாஸ் பிளாஸ்கை அடுக்களையிலிருந்து கொண்டு வந்து கொடுத்தாள்.

“என்ன இது, வழியிலே சாப்பிடறதுக்கா?”

“நீ சாப்பிடறதுக்கில்லை. மாப்பிள்ளையும் மாப்பிள்ளைத் தோழனும்” என்றாள் யமுனா.

“எனக்குக்கூடத் தோணலெ. வண்டியை விட்டு இறங்கி, பிளாட்பாரத்துக்குள்ளே வந்ததும் கொடுத்து விடு.”

“மாப்பிள்ளை மேலே என்ன கரிசனம்! ஆளைப் பார்க்கறதுக்கு முன்னாடியே யமுனாவுக்குத் தல கால் தெரியலெ . . . யமுனா பத்து இட்லியும் கட்டிக்கொடுத்துவிடேன்.”

நடக்க முடியாமல் நடந்தான் பாபு. ‘க்ளக் க்ளக்’ என்று தண்ணீர் குடித்த வண்டி மாடு மாதிரி வயிற்றுக்குள் குலுங்கிற்று. பச்சைக் குழந்தையைப் போல் யமுனா அடம்பிடித்து அவனுக்குக் காபி கொடுத்ததை நினைத்துக்கொண்டே போனான்.

காலைக் காற்று ஜிலுஜிலுவென்று தவழ்ந்தது. தோட்டிகள் குப்பையைத் தள்ளித் தள்ளிப் புழுதியைக் கிளப்பிவிட ஆரம்பித்து விட்டார்கள். காந்தி பார்க் வந்ததும் “என்ன குளந்தே ரயிலடிக்குத் தானே? . . . ஏறிங்க?” என்று என்னமோ கூப்பிட்டதுபோல மாட்டு வண்டிக்காரன் வண்டியைக் கிட்டவே கொண்டு வந்ததும் பாபு வண்டியில் ஏறிக்கொண்டான்.

“குளந்தை எங்க போவுது, மாயவரம் பக்கமா, தஞ்சாவூர் பக்கமா?”

“தஞ்சாவூர்லேந்து வர வண்டியிலே ஒருத்தர் வரார். பார்க்கணும், போயிடுவியா?”

“பாஸஞ்சருக்குத்தானே குளந்தே. போயிடலாம் . . . ஹை . . போடா” என்று மாட்டின் மேல் கை வைத்ததும் மாடு நடையை

எட்டிப்போட்டது. பாபுவின் ஊர், ஜாகை, படிப்பு எல்லாவற்றையும் விசாரித்துக்கொண்டு நடுவில் மாட்டையும் ஒரு பார்வை பார்த்துக் கொண்டே போனான் வண்டிக்காரன். பேச்சுவாக்கில் ரயிலடியும் வந்துவிட்டது.

வண்டி சரியான நேரத்திற்கு வருகிறதாம். அரை மணி இருந்தது. ஒரு *சுதேசமித்திர*னை வாங்கி அவன் இரண்டு பக்கம் வாசிப்பதற்கும் வண்டி பிளாட்பாரத்தில் புகைந்து கிடுகிடுப்பதற்கும் சரியாக இருந்தது. தாளை அவசர அவசரமாக மடித்துக்கொண்டு மாப்பிள்ளைக்காக, கடந்துசெல்லும் ஒவ்வொரு ஜன்னலாகப் பார்த்தான். ஒன்றும் புரியவில்லை. யாரையும் கண்டுபிடிக்க முடியவில்லை. வண்டி நின்றதும் ஓடிக்கொண்டே அங்குமிங்கும் முகம் முகமாகப் பார்த்துக் கொண்டே ஓடினான். கடைசி வண்டியிலிருந்து ஒரு பருமன் இறங்கிற்று. சாமி ராவ் மாதிரி இருந்தது. சாமி ராவ் தான். இறங்கி, யாரையோ எதிர்பார்ப்பதுபோல் அவர் அங்குமிங்கும் பார்த்தார். கூட இறங்கி நிற்கிறவர்தான் மாப்பிள்ளை போலிருக்கிறது. நல்ல உயரம்தான். சற்று உயரப் பாங்கான முகம். மூக்கு, கண்ணெல்லாம் பெரிதாகத்தான் இருந்தன.

பாபு அருகில் போனான்.

"நீங்கதானே சாமி ராவ்?"

"ஆமாம். நீங்க யாரு?"

"நான் யமுனா வீட்டிலேந்து வர்றேன், அழச்சிண்டு போகலாம்னு. தஞ்சாவூர்லெ வைத்தி இல்லை?"

"பஜனை பண்ணுவாங்களே."

"அவர் பிள்ளை நான். யமுனா அம்மா சொன்னா நேத்திக்கி, அழச்சிண்டு வரச்சொன்னா."

"நல்லதாப்போச்சு சார் உங்களுக்கு" என்றார் கூட வந்தவரைப் பார்த்து அவர்.

"அப்படீன்னா?"

"அதான் இவரு வந்திட்டாரு. அப்புறம் என்ன? நீங்க போங்க."

"ஏன் நீங்க வரலே?" என்று கேட்டான் பாபு.

"சிதம்பரத்தில் ஒரு பார்ட்டிங்க எனக்காகக் காத்துகிட்டிருக் காங்க. அர்ஜண்டான சமாசாரம். இஞ்ச யாரும் வராட்டி, நான் வந்து ஒரு தந்தியாவது கொடுத்துவிடலாம்னு பார்த்தேன். இப்பதான் நீங்க வந்திட்டீங்க. இந்த ஊர்லெதான் இருக்கீங்களா?"

"காலேஜிலே வாசிக்கிறேன்."

"சரி, இவங்களை அழைச்சிட்டுப் போங்க."

பிளாட்பாரத்தில் வந்து காபியைக் கொடுத்தான் பாபு.

அவர் குரல் மெல்லியதாக இருந்தது. சற்று அவசர அவசரமாகப் பேசினார். ஆள் உயரத்திற்கும் முகத்தின் நீளத்திற்கும் ஏற்ற குரல் இல்லை என்று பாபுவுக்கு என்னமோ தோன்றிற்று. அவர் சிரிப்பு தேவலை. மீசை தழைந்திருந்தது. யமுனா "எங்க மீசைக்கு ராஜா நெய் போட்டு வளத்தாங்க" என்று சொன்னது ஞாபகம் வந்து, சிரிப்பு வந்தது அவனுக்கு. விருந்தை வரவேற்கிற புன்சிரிப்போடு அதை அங்கமாக்கிச் சமாளித்துக்கொண்டான் அவன்.

வண்டிக்காரர்கள் மொய்த்துக் கொண்டார்கள். "நம்ம வண்டிக்கு வாங்க குளந்தை" என்று வண்டிக்கார மொய்ப்பிலிருந்து ஒரு கை, பாபுவின் கையிலிருந்த பிளாஸ்கையும் கோயம்புத்தூரார் பையையும் பிடுங்கிக்கொண்டு ஓடிற்று. அதோடு கும்பலும் சிதறிவிட்டது. ஆள் எங்கே போனான் என்று தெரியவில்லை. ஒரு நிமிடத்தில் ஜட்கா வண்டி பெரிதாக ஒன்று வந்து நின்றது.

"ஏறுங்க குளந்தே."

"சத்தம் கித்தம் பேச வாண்டாமா?"

"ஆமாம். குளந்தைக்குத் தெரியாதாக்கும்? ஏறுங்க கிடக்கு. கடைத்தெருக்குத்தானே?"

"இல்லே. துக்காம்பாளையத் தெரு."

பாபு அவரோட பேச்சுக் கொடுத்துக்கொண்டே வந்தான்.

"உங்களுக்கு இவர்களை எப்படித் தெரியும்? என்று வழியில் கேட்டார் அவர்.

"விவரம் தெரிஞ்ச நாளா எனக்குத் தெரியும். அதுக்கும் ரொம்ப நாள் முன்னால் குடும்ப சிநேகிதம். நான், எங்க அம்மா, அக்கா இடுப்பிலேவிட, யமுனா இடுப்பிலேயும் அவ அம்மா இடுப்பிலேயும் தான் அதிகமாக உட்கார்ந்திருக்கிறேன்."

சாதாரண மனிதன்தான். சாதாரண போஸ்ட்மாஸ்டர். அன்றாடம் சம்பாதித்துக் குடும்பம் நடத்துகிற மனிதன்.

"உங்கள் பேரென்ன சார்?"

"பாபு."

"பேரே அவ்வளவுதானா? உங்கப்பா என்ன பண்றாங்க?"

"சும்மாயிருக்கிறார்."

"சொத்து இருக்காக்கும்?"

"ஏதோ கொஞ்சம் இருக்கு."

"எவ்வளவு இருக்கும்?"

"சொல்பம்தான்."

"நாலஞ்சு வேலி?"

"ம்ஹ்ம். அதெல்லாம் இல்லை."

"கையிலே ரொக்கம் ஏதாவது?"

"அது அப்பாவுக்குக்குத்தான் தெரியும்."

"எந்தத் தெருவிலே இருக்கீங்களோ?"

"நான் ரூம் வச்சிட்டு வாசிக்கிறேன். எங்கப்பா இங்கே பக்கத்திலே பாபநாசத்திலே இருக்கார்."

"என்ன படிக்கிறீங்க?"

"பி.ஏ. முதல் வருஷம்."

"அப்புறம் என்ன பண்றதாக உத்தேசம்?"

"அதை அப்பன்னா யோசிக்கணும்."

"போஸ்ட் ஆபீசுக்கு மனு போடுங்க சார். முதல்லே குமாஸ்தாவா இருந்தாலும் அப்புறம் விறுவிறுன்னு உயரலாம். இருநூறு ரிடையராறப்போ வாங்கிடலாம்."

சிறிது மௌனம்.

"வண்டிக்கு என்ன வாடகை?" இது இங்கிலீஷ்.

"பேசவில்லை."

"அப்புறம் ஏதாவது தகராறு பண்ணப்போகிறான் சார்! ஜட்கா வண்டிக்காரன்லாம் நம்ப முடியாது. நீங்க சிறுசு. அனுபவம் பத்தலே. கேட்டதைக் கொடுத்துடுவீங்க போலிருக்கு."

சற்றுக் கழித்து – "இதுதான் சினிமாக் கொட்டாயா?"

"ஆமாம்."

"ரொம்ப பழைய கர்நாடகமாயிருக்கே. கோயமுத்தூர்லே சும்மா அப்படி அரம்மணை மாதிரி கட்டியிருக்கான்."

"அது பெரிய ஊரு. பணம் பெருத்த ஊரு."

"இந்த தஞ்சாவூர் ஜில்லாவே மோசம். நானும் பட்டுக்கோட்டைக் காரன்தான். இருந்தாலும் மற்ற ஜில்லாக்கள் மாதிரி வராது இது. கோயமுத்தூர் ரோடெல்லாம் எப்படியிருக்கும் தெரியுமா? சும்மா அப்படியே நிகுநிகுன்னு, தயிர் ஸாதம் வச்சிக்கிட்டு சாப்பிடலாம் போலிருக்கும்."

"தேவலையே."

"இங்கே பாருங்க. ஜனங்களுக்குப் பொறுப்பு இருந்தாத்தானே?" என்று நிராசையுடன் தெருப் புழுதியைப் பார்த்தார் அவர்.

வண்டி ஆனையடியில் திரும்பிற்று.

"இவங்க இருக்கிறது சொந்த வீடா..?"

"ஆமாம்."

"வேறு ஏதாவது சொத்து சுதந்திரம்?"

"இருக்கு இருக்கு. கொஞ்சம் தெம்புள்ளவங்கதான்."

"பூமி, ரொக்கம் இப்படியிருக்குமாக்கும்?"

"ம்க்கும்."

"சாமி ராவ் சொன்னாரு."

"என்ன சொன்னார்?"

"நல்ல தெம்புள்ளவங்கதான்னு சொன்னாரு. தெம்பு இருந்தா என்ன, இல்லாட்டி என்ன? நம்ம வீட்டுக்கு வரது லக்ஷணமா, குணமாயிருக்கணும். ரொம்ப நல்லவங்கன்னும் சொன்னார் அவர். பணம் கிணம் எல்லாம் வேண்டாம். இவங்க கொடுத்தா நாம மாடி வீடு கட்டப்போறோம்? என்ன?"

"அது சரி."

இப்படியே பேசிக்கொண்டு வந்தார் அவர். வந்த கொட்டாவியை வாயை மூடிக்கொண்டுவிட்டான் பாபு.

7

பார்வதிபாய் புருஷர்கள் எதிர்நின்று பேசுகிற வழக்கமில்லை. நெருங்கிப் பழகுகிறவர்களைத் தவிர, யாருடனும் பேசப் பழக்கம் செய்துகொள்ளவில்லை அவள். ஆனால், இப்போது வேறு ஒருவரும் இல்லை. வந்தவரை "வாங்க" என்று புன்சிரிப்புடன் வரவேற்றாள். கூடத்தில் கீழே பழைய நாள் ரத்னகம்பளம் ஒன்று விரித்திருந்தது. கூடம் முழுவதும் சந்தன வத்தியின் மணம் பரவி நின்றது. வீட்டு உட்புறம் முழுவதும் தேய்த்து வைத்த ஏனம் மாதிரி சுத்தமாக மனதைக் கவர்ந்தது. கோயம்புத்தூர்க்காரர் சுற்றிமுற்றிலும் பார்த்தார்.

"புதுசாக் கட்டின வீடா?" என்று இங்கிலீஷில் கேட்டார்.

"இல்லை. பழசுதான். புதுப்பிச்சது" என்றான் பாபு.

"வெரி நைஸ்."

நிலைப்படிகளில் தொங்கிக்கொண்டிருந்த கண்ணாடிக் குழாய்த் திரைகள், காட்டுக் காட்சியை ஏந்தி அசைந்த 'ஸாடின்' தொங்கு சீலை, எல்லாவற்றையும் பார்த்தார். தொட்டுப் பார்த்தார்.

"வெரிகுட்" என்றார்.

"எல்லாம் யமுனா போட்டது" என்றான் பாபு.

மோக முள்

“அப்படியா? ... ரொம்ப செலவாயிருக்கும் போலிருக்கே. வீடெல்லாம்கூட இந்த ஊர்லெ ரொம்ப விலையாமே..?”

“ஆமாம்.”

“இது என்ன? ஈஸ்ட்ரிங் டைம்பீஸா? எங்க வீட்டிலேயும் இதுதான் வச்சிருந்தேன். அப்ப ஏழு ரூபாய்க்கு வாங்கினேன். இப்ப என்னாடான்னா விலை விஷமா ஏறிடுத்து. நாற்பது ரூபாயாம்.”

ஊஞ்சல் பலகையைப் பார்த்துவிட்டுச் சொன்னார் அவர்.

“இப்ப ஊஞ்சப் பலகையே கர்நாடகமாய்ப் போயிட்டுதில்லே? இடத்தை அடச்சிக்குது. அந்த விலை கொடுத்து சங்கிலியும் பலகையும் வாங்கறதுக்கு ஒரு பீரோவே வாங்கிடலாம்.” பாபு கவனித்துக் கேட்டான்.

விலை விலை என்று எதை எடுத்தாலும் விலை பேசிக்கொண்டேயிருந்தார் அவர். கடிகார விலை, வீட்டு விலை செருப்பு விலை, ஊஞ்சல் விலை இப்படி விலை கேட்காமல் அவர் ஒன்றையுமே பார்க்கவில்லை. அவன் நினைத்ததற்கு ஏற்றாற்போலப் பல் தேய்த்து விட்டு இட்லி சாப்பிடும்போது “இந்த ஊர் ஹோட்டல்லாம் இட்லி எப்படி விக்கிறாங்க இப்ப? அரையணாவா, காலணாவா?” என்று அவர் வாயிலிருந்து கேள்வி கிளம்பிவிட்டது.

“அரையணாவும் இருக்கு. காலணாவும் இருக்கு. விலைக்குத் தகுந்த சரக்கு. சரக்குக்குத் தகுந்த விலை” என்று நீளமாகப் பேசி, சிரிப்பை அடக்காமலும் தெரியாமலும் இருக்க வகை செய்து கொண்டான் பாபு.

“ஆமாம்; சரக்குக்குத் தகுந்த விலைதான்.”

“விலையே இல்லாத சில பொருட்கள் இருக்கு” என்றான் பாபு.

“நிறைய கிடைக்கிறதுக்கு விலை எப்படி இருக்கும்? தண்ணீருக்கும் காற்றுக்கும் விலை ஏது?”

“நான் அதைச் சொல்லவில்லை. விலையே கொடுத்து வாங்க முடியாத பொருளைச் சொன்னேன்.

“எந்த மாதிரி?”

“யமுனா மாதிரி.”

இதைக் கேட்டதும் பாபுவை ஆச்சரியத்துடன் திரும்பிப் பார்த்தார் அவர். உள்ளே பார்வதிபாய் பாபுவைப் பார்த்து முகத்தைச் சுளித்தாள். அவளுக்கு சந்தோஷம் கட்டிப்பிடிக்க முடியவில்லை. ஆனால் எல்லோரும் அப்படி உணர வேண்டுமே.

“ஆமாம் சார்” என்றான் மறுபடியும் பாபு.

“ரொம்ப நல்லது” என்றார் அவர்.

அவர் முகம் யோசனையில் ஆழ்ந்தது. அந்த நிமிடத்திலிருந்து அவருடைய பேச்சில் விலை வரவில்லை.

ஏதாவது அவரைப் பற்றித் தெரிந்துகொள்ளலாம் என்றால், அவர் பாபுவைப் பேசவிடுகிறதாக இல்லை. அவரே கேள்விகள் கேட்டுக்கொண்டிருந்தார். நல்ல மனிதன் மாதிரிதான் தோன்றிற்று. காசில் மட்டும் கொஞ்சம் கணக்காக இருப்பாரோ, என்னவோ.

திடீரென்று அவர் பார்வை சுவரில் மாட்டியிருந்த பெரிய புகைப்படங்களின் மீது விழுந்தது.

“ஏன் சார், இது ...”

“யமுனா அப்பா ... ஊரில் இல்லை. நேற்றே வர்றதாக எழுதியிருந்தார். இன்னிக்கி சாயங்காலம்தான் வரமுடியும்னு தந்தி வந்தது நேத்து” என்று சட்டென்று வாயில் வந்த ஒரு பொய்யைச் சொல்லி வைத்தான்.

“நான் மத்யான்னம் புறப்படணுமே.”

“அதனாலே என்ன? விஷயத்தைச் சொல்லிப்பிடறது.”

“ம் ...”

ஆகாரம் முடிந்து குளித்தாகிவிட்டது.

ரத்ன கம்பளத்தில் வந்து அவரை உட்காரச் சொன்னான் பாபு.

பார்வதிபாய் வந்தாள்.

“யமுனா எங்கே? ... யமுனா!”

யமுனா அடுக்களைக்குள்ளிருந்து வரும்போது பாபுவுக்குப் படபடவென்று இதயம் சிலிர்த்தது. கும்டா போட்டுக்கொண்டு அவள் நடந்து வருவது, கூடத்தையே ஒளிரச் செய்வது போலிருந்தது. பின்னந்தலையில் நழுவ நழுவப் போட்டிருந்த பட்டாடையில் ஜிலுஜிலு ஜிலுவென்று மயில் ஒளி தெறித்தது.

புன்சிரிப்புத் தவழ, அவரை வணங்கினாள் யமுனா.

உலகமே இவள் அடியில் பணிய வேண்டும். இவள் வந்து ... பாபு அவரைப் பார்த்தான். அவர் பார்வை யமுனாவை உச்சந்தலையிலிருந்து உள்ளங்கால்வரை அளந்துவிட்டது. மீண்டும் முகத்திற்குப் போயிற்று.

‘அவள் பாதத்தைப் பாருங்களேன் சார்’ என்று அவருக்கு இடித்துச்சொல்ல வேண்டும்போல பாபுவுக்கு நாக்கு துடித்தது.

யமுனா சற்று நின்றாள். பாபுவைப் பார்த்தாள். இன்னும் நிற்கலாமா உள்ளே போகலாமா என்று கேட்பதுபோல. பாபுவுக்கு அந்தக் கண்ணில் மின்னுகிற குறும்புச் சிரிப்பைக் கண்டு, லேசாக ஒரு சிரிப்பு வந்தது. சற்று மௌனமாக இருந்தான். அவர் மட்டும் அந்த முகத்தில் வைத்த கண்ணை எடுக்கவில்லை. விலை கிலை போடுகிறாரோ என்று ஒரு குறும்பு தோன்றவே, மனதிற்குள்ளேயே சிரித்துக்கொண்டான் பாபு. யமுனா அப்பாவின் படத்தையும், கால் நகத்தையும் பாபுவையும், சமையல் உள்ளையும் மாறி மாறிப் பார்த்துக்கொண்டு நின்றாள். மீண்டும் அவள் பாபுவைப் பார்த்த போது, அவன் வேண்டும் என்றே அவர் பக்கம் திரும்பினான். சரசரவென்று ஓசை கேட்டது. யமுனா உள்ளே மறைந்துவிட்டாள். ஏதோ விளக்கை எடுத்துக்கொண்டு போய்விட்டது போலிருந்தது.

பாபுவைப் பார்த்தார் அவர். அவருடைய முகம் புதையல் கண்டதுபோல மலர்ந்தது. பாபுவை வருத்தம் கவ்விக் கொண்டது.

பதிலுக்குப் புன்னகை புரியக்கூட பாபுவால் முடியவில்லை. இனம் தெரியாத துயரத்தின் பிடியில் உயிர் சிக்கி முனகிற்று. மனுஷனின் முகம் நிலைகொள்ளாமல் பூரிக்கிறது. பிடித்துவிட்டது என்று அவன் வாயைத் திறந்து சொல்ல வேறு வேண்டுமா?

பார்வதிபாயின் முகமும் வெளிச்சத்தில் கண்ணாடியைக் கொண்டு போனாற்போல எதிரொளி வீசுகிறது. யமுனா கடைசி வண்டியைத் தவறவிடாமல் ஏறிவிட்டாள் என்று அவளும் பூரிக்கிறாள் போலிருக்கிறது.

மூடிய கோட்டும் கால் சட்டையும் பேஷ்வாக்களைப் போல அணிந்து, மராத்தியப் பிரபுக்களைப் போல தலைப்பாகை அணிந்து, புஷ்பச் சரங்கள் முகத்தையும் கண்ணையும் மறைக்க, குதிரைமீது ஊர்வலம் வந்து யமுனாவைக் கைபிடிக்கப் போகிறானா இவன்! யமுனாவையா!

யமுனாவின் முன் நிற்கும்போது இவனுக்கு எப்படி இருக்கும்? எந்த வழியிலும் இவளுக்குத் தகுதியற்றவன் என்று உணரும் அளவுக்கு இவனுக்குப் பண்பாடு, அறிவு எல்லாம் இருக்குமா? இவளைக் கல்யாணம் செய்துகொள்கிறேன் என்று துணிச்சலாக முன் வந்தது ஏதோ அறியாமை, சின்னத்தனம், பாமரத்தன்மை என்று உணரக்கூடிய பெருமிதம் இவனுக்கிருக்குமா? அவள் முகத்தை ஏறிட்டுப் பார்க்கும் போது, மனித நிலையைக் கடந்து நிற்கும் திருவென்று உணரும் போதம் இருக்குமா?

இந்த மலர்ச்சியில் அந்த போதமும் உணர்வும் இல்லை. இது வெறும் கங்காளியின் தரித்திரப் பூரிப்பு. சோற்றைக் கண்ட கங்காளி யின் பரபரப்பு! பஞ்சத்தில் அடிபட்டாற்போல என்ன ஆசை!

யமுனாவைச் சமைத்துப் போடச் சொல்லி, சாப்பிட்டுவிட்டு ஆபீசுக்குப் போய் கார்ட், கவர் கொடுத்து மணியார்டர் ரசீது

தி. ஜானகிராமன்

கொடுத்து, முத்திரையைக் குத்தி, வீட்டுக்கு வந்து சாப்பிட்டுவிட்டு சிரித்துக்கொண்டே, இல்லாவிட்டால் அடுக்களையைப் பார்த்துக் கொண்டே ... அட அசடு! உனக்கு இவளோடு பேசத் தெரியுமா? அவள் அழகின் அர்த்தம் தெரியுமா? அர்த்தம் என்னவென்று யோசிக்கத் தெரியுமா? யோசிக்க வேண்டுமென்றாவது தோன்றுமா? அவள் உடலுக்குள் கிடக்கும் உள்ளத்தில் ஒரு பிரபஞ்சம் இருக்கிறது – அறிவும் கனவுகளும் மண்டி அழகின் துடிப்புடன் விரிந்த பிரபஞ்சம் அது என்று உனக்குக் கண்டுபிடிக்க முடியுமா? யாரோ சொன்னா னாம், பெண் பார்க்க வந்துவிட்டானாம். இவள் என்ன கண்காட்சியா? திமிங்கில எலும்புக்கூடா? பஞ்சடைத்த பறவையா? வர்ண மீனா? பெண் பார்க்கிறது என்று ஒரு வழக்கமா? எதற்காகப் பார்க்கிறது? என்ன உரிமை பார்க்க? எங்கேயோ இருக்கிறவன், முகம் தெரியாதவன், திடீரென்று எங்கோ பெண் இருக்கிறதாக யாரோ சொன்னார்கள் என்று ஓடி வந்து பார்த்து, எடைபோட்டு, சந்தோஷப்பட்டு ... இவனுக்கு இதில் என்ன சம்பந்தம்?

பார்வதிபாய் இரண்டு டம்ளர் எலுமிச்சை சர்பத்தைக் கொண்டு வந்து வைத்தாள்.

"பாபு, சர்க்கரை சரியாயிருக்கா, பாத்துச் சொல்லு."

பாபு ருசி பார்த்து "எனக்கு சரியாயிருக்கு. சாருக்கு எப்படியோ!" என்றான்.

"ஏ ஒன்னா இருக்கு. இந்த ஊர்லெ எலுமிச்சம் பளத்துக்குக் கேக்கணுமா? அய்யம்பேட்டைப் பளம்னா இஞ்சலல்லாம் வரும் ... இப்பகூட சீசன்தான் இல்லே. கொஞ்சம் வாங்கிட்டுப் போனாக்கூடத் தேவலாம் ... நூறு என்ன இருக்கும்?"

"எவ்வளவு இருந்தா என்ன?" என்று சிரித்துக்கொண்டான் பாபு.

கொஞ்சம் இரக்கம் பிறந்தது அவனுக்கு. இவர்மீது எதற்காகக் கோபித்துக்கொள்ள வேண்டும்? பார்க்க வந்தது இவர் குற்றமா? யமுனாவின் தந்தை வரச்சொல்லி பார்வதிபாய் சம்மதித்து, யமுனா வும் சம்மதித்துத்தானே பார்க்க வந்திருக்கிறார்? பெண்கள் பார்க்கப் பட வேண்டிய பொருள்கள்; எந்தப் பயல் வேண்டுமானாலும் வந்து பார்க்கலாம். முகம், உடம்பு, முதுகு, கால் எல்லாவற்றையும் பார்க்கலாம். பிடிக்கவில்லை என்று சொல்லிவிட்டுப் போய்விடலாம். வராதே என்று சொன்னால் வரப்போவதில்லை. வந்து பார் என்றால் ... இந்த அநாகரிகத்திற்கு யமுனா கூடவா சம்மதித்தாள்!

இவரும் பார்க்க வந்துவிட்டார். இவரைச் சொல்லி என்ன? யமுனாவை என்னமோ கொடுத்து வைத்தவன் மாதிரி கலியாணம் செய்துகொண்டு போகப்போகிறார், நாம் தகுதியுள்ளவன்தான், இவளுக்கு என்று நினைத்துக்கொண்டு – ஏன்? தகுதியா இல்லையா என்பதைப் பற்றியே யோசிக்காமல் சாப்பிட்டுவிட்டு ஆபீசுக்குப்

போய், வீட்டுக்கு வந்து தூங்கிவிட்டு மறுநாள் எழுந்து சாப்பிட்டு ஆபீசுக்குப் போய் எப்பொழுதாவது யமுனாவை அழைத்துக்கொண்டு ஸ்ரீரங்கம், ராமேச்வரம் என்று யாத்திரை போய்க்கொண்டு – எப்போதாவது சினிமாவுக்கு அழைத்துப்போய் பெண்கள் இடத்தில் அவளை உட்காரச் சொல்லிவிட்டு, காட்சி முடிந்ததும் அவளைக் கூட்டத்தில் கண்டுபிடித்து மறுபடியும் சேர்ந்துகொண்டு, அவளுக்குச் சமம்தான் என்று நினைத்துக்கொண்டு – ஆனால் யமுனாவின் உள்ளம், அறிவு ததும்பும் உள்ளம், சும்மா இருக்குமா? இவனை பாமரனாகவே வைத்திருக்குமா? தன் உள்ளத்தில் ஒளிரும் அறிவைச் சற்றுத் திறந்து காண்பிக்காதா? அப்போது அவன் மனிதனாகிவிட மாட்டானா – உயர்ந்த மனிதனாக, உண்மை மனிதனாக..?

"பாபு" என்று உள் நிலைப்படியிலிருந்து பார்வதிபாய் கூப்பிட்டாள். எழுந்து உள்ளே போனான்.

"கொஞ்சம் மார்க்கட்டு வரைக்கும் போயிட்டு வறியா?"

"என்ன வேணும்?"

"அதான் கேட்டாரேப்பா, இந்தா, நல்ல பழமா நூறு வாங்கிட்டு வந்திரு" என்று மூன்று ரூபாயைக் கொடுத்தாள் பார்வதி.

"பொறுக்கின பழமா, மெல்லிசுத் தோலா, கொடிப் பழமா இல்லாம, செடிப் பழமா, வாசனையா..." என்றாள் வறுவலுக்கு வாழைக்காய் நறுக்கிக்கொண்டிருந்த யமுனா. திரும்பி அவளைப் பார்த்தான் பாபு.

"அப்புறம் புளிப்பு இல்லாமேன்னும் சொல்லிவிடேன்" என்றான்.

"அவங்களைக் கேளு. புளிப்பும் வேண்டாம்னா ஆரஞ்சா வாங்கி வந்துவிடு" என்று சிரிக்காமல் சொன்னாள் யமுனா. கண்தான் சிரித்தது.

"எவங்களைக் கேக்கறது?"

"அவங்களை."

"பேஷ்... தேவலையே... அப்படீன்னா நீயே வாங்கி வந்து விடேன்" என்றான் பாபு.

பார்வதிபாய்க்கு இந்தப் பரிஹாசங்களைப் பார்த்து உடம்பு ஒரு சுற்றுப் பருத்துவிட்டாற் போலிருந்தது. பிள்ளை இல்லாத குறையே தனக்குக் கிடையாது என்று உள்ளம் சிலிர்த்தது.

பையை மடித்து வெளிவந்த பாபு, "இதோ வந்துவிட்டேன்" என்று அவரிடம் சொல்லிக்கொண்டே வெளியே போனான்.

ஒன்றும் புரியத்தானில்லை அவனுக்கு. யமுனாவுக்கு வேலை செய்தாலும் உண்டு. யாரோ முகம் தெரியாத ஒருவருக்கா? திடீரென்று, இரண்டு மூன்று மணி நேரம் முன்னால் வந்த, முகம் தெரியாத, சம்பந்தமில்லாத ஒருவனுக்கு எவ்வளவு உபசாரம்?

தி. ஜானகிராமன்

பெரியப்பாவின் பிள்ளை சங்குவிற்குத் தோழனாக அவன் இரண்டு இடங்களுக்குப் போனதுண்டு. பிள்ளைக்குப் பெண் பார்க்கப் புறப்படுவதென்றால் பெரியப்பா கிளம்புவது என்னமோ ஜமீன்தார் கிளம்புகிற மாதிரி இருக்கும். பெரியம்மா, பெண்கள் இரண்டு பேர், சங்கு, பக்கத்து வீட்டுக்காரர் சின்ன அத்தை இவ்வளவு பேரையும் அழைத்துக்கொண்டு இரண்டு தடவை போயிருக்கிறார். எல்லாருக்கும் ரயிலில் இரண்டாம் வகுப்பு. பெண்ணைப் பெற்றவன் கொடுக்கிறபோது மூன்றாம் வகுப்பில் போவானேன்? இவ்வளவும் செய்து, சொஜ்ஜியும் காப்பியும் சாப்பிட்டுவிட்டுத் தனக்கு ஒன்றும் ஆட்சேபணை இல்லை, பையன்தான் பெண் கொஞ்சம் படித்திருந் தால் தேவலை என்று யோசிக்கிறான் என்று எழுதியிருக்கிறார். ஒரு இடத்தில் பெண் பிடித்திருந்தது. ஆனால் பெண்ணின் அத்தா னுக்கு க்ஷயரோகம் என்று பின்னால் தெரியவே, சகுனமாகவில்லை என்று திரும்பி வந்த பிறகு தட்டிக் கழித்துவிட்டார். "நியாயமாடா இது?" என்று கணக்குப்பிள்ளை மாமா கேட்டதற்கு, "நியாயம் என்ன, அநியாயம் என்ன? பார்க்க வரேன்னு நான் சொன்னேனா? கூப்பிட்டா. போனோம். ஒருத்தர் இரண்டுபேர் பாத்தாப் போறாது. எல்லாரும் பாக்கறதுதான் வழக்கம்னு சொன்னேன். அதுக்கும் சரின்னா, போனோம். பிடிக்கலை, வந்தாச்சு. இதிலே நியாயம் அநியாயம்னு பேச்சுக்கென்ன இருக்கு?" என்று விஞ்ஞான ரீதியாக, உணர்ச்சிக்கே இடமில்லாத விஷயம்போல, அவர் வாதாடும்போது பார்த்ததும் உண்டு. அப்பாவுக்கு இந்த மாதிரி ஒருவரா அண்ணாவாக வாய்க்க வேண்டும்?

இது புதிதுமில்லை. பழையதுமில்லை. காதல் கலியாணமு மில்லை. பெரியவர்களாகப் பெண்ணை வெகுநாளாப் பார்த்ததி லிருந்து அறிந்திருந்து, மணம் செய்து வைக்கிற பழையதும் இல்லை. யாருக்கும் யாரும் தெரியாமல் திடீரென்று பெண்ணின் அழகை எடைபோட ஒரு கூட்டம் . . . ஒரு ஆள் . . .

கோயம்புத்தூர்க்காரருக்கு நூறு எலுமிச்சம்பழம் வேறு. யமுனா, நீயுமா இந்த அற்பத்தனத்திற்கெல்லாம் பணிந்துவிட்டாய்! அற்பத் தனமா? இல்லை. பித்துக்குளித்தனம். ஆண் என்ற ஒரே காரணத் திற்காக இப்படி தலை கிறங்கி ஆடுவது என்றால், சித்தஸ்வாதீன மில்லாத நிலைதான் அது. ஒருத்தனை மட்டும் இன்றி ஜனத்தையே பிடித்திருக்கிற சித்த பிரமை. யமுனாவிற்கு இதெல்லாம் தெரியாதா என்ன?

தெரிந்துதான் இருக்க வேண்டும். அவள் கண்ணில் வேல் போல மின்னுகிற குறும்புச் சிரிப்புக்கு வேறு என்ன அர்த்தம்? அம்மா ஒரு பைத்தியம், அப்பா ஒரு பைத்தியம், போனால் போகிறார் கள், அவர்கள் மனதை நோக அடிப்பானேன் என்று பொறுத்துக் கொண்டிருக்கிறாளா? இந்தப் 'பிள்ளை' தன்னை வந்து பார்த்தத னாலோ, தான் அவரைப் பார்த்ததனாலோ அவள் ஒன்றும் மாறின

தாகத் தெரியவில்லை. அதே குறும்பு, அதே கேலி, அதே அழுத்தம், உள்ளே என்ன இருக்கிறது என்று தெரியாத நெஞ்சழுத்தம்! பாபுவுக்குச் சற்றுப் பயமாகக்கூட இருந்தது.

மார்க்கட்டிலிருந்து திரும்பிவரும்போது, கோயம்புத்தூர்க்காரர் வாசல் திண்ணையில் உட்கார்ந்திருந்தார்.

"எங்க சார் போயிட்டு வறீங்க?"

"சும்மாத்தான், கடைக்குப் போயிட்டு வரேன்."

"என்னது?"

"ஒன்றுமில்லை."

"எலுமிச்சம் பளம்ல!"

"ஆமாம்."

ஒன்றை எடுத்து முகர்ந்து, "ஹ்ம், அப்பாடா நம்ம பக்கத்துப் பளம் பளம்தான்" என்றார்.

"கோயம்புத்தூர்லே இந்த மாதிரி கிடைக்காதா?"

"ம்" என்று உதட்டைப் பிதுக்கினார் அவர்.

"அதுக்காகத்தான் வாங்கிட்டு வந்தேன்."

"எனக்கா?"

"ஆமாம்."

"என்னத்துக்கு சார்? அடாடாடா. இதுக்காகவா இந்த வெயில்லே போய்ட்டு வந்தீங்க? என்ன கொடுத்தீங்க?"

"ஏதோ கொடுத்தேன்."

"சொல்லுங்க சார்."

"சொல்லவாண்டாம். நீங்க எடுத்திட்டு போங்க . . . உள்ள வச்சுப்பிட்டு வரேன்."

"வாங்க" என்று சொன்னவர் உள்ளே பார்த்து "சார்" என்றார்.

"என்ன?"

"ஒரு சங்கதி?"

"உள்ளே வச்சுப்பிட்டு வந்துடறேனே . . . இதோ வந்துடறேன்" என்று சொல்லிக்கொண்டே உள்ளே போய் வைத்துவிட்டு வந்தான் பாபு.

"என்ன சார்?"

"வண்டி எப்ப எனக்கு?"

"வண்டிக்கு நிறைய நேரமிருக்கு. சாப்பிட்டு ஒரு தூக்கம் போட்டுவிட்டுக் கிளம்பலாம்."

“சாப்பாடு ...” என்று இழுத்தார் அவர்.

“சமையலாயிட்டிருக்கு.”

“இஞ்ச சாப்பிடறது பளக்கமில்லேன்னு நினைக்கிறேன்.”

“அப்படீன்னா?”

“பெண்ணு பாக்க வந்த ஊட்டுலே சாப்பிடறது பளக்கமா வச்சுக்கறதில்லை பெரியவங்க.”

“அப்படியா? எனக்குத் தெரியவே தெரியாதே.”

“சில பேர் அப்படி வச்சுக்கிட்டிருக்காங்க.”

அழுவதா சிரிப்பதா என்று புரியாமல் அதற்கும் சமாதானம் சொன்னான் பாபு.

யமுனாவுக்கும் கலியாணம் கடைசியில் வந்து ட்டது. மனிதன் முடிவு சொல்லிவிட்டார். பாபுவின் மனம் உலர்ந்தது. யமுனாவுக்குக் கிடைத்தது இவ்வளவுதானா? யார் இழைக்கிற அநீதியோ, தெரிய வில்லை.

சாப்பிடக் கூப்பிடுகிற வரையில் அவரோடு பேசிக்கொண்டிருந் தான் பாபு. உள்ளக் கசப்பு அவன் பேச்சில் வாடையடிக்கவில்லை. அவ்வளவையும் அடக்கிக்கொண்டு எப்படி சுமுகமாகப் பேசுகிறோம் என்று அவனுக்கு வியப்பாகத்தான் இருந்தது. போளியும் பாயசமுமாக விருந்து நடந்தபோது அவன் செய்த உபசாரமும் குறையவில்லை.

பார்வதிபாயின் ஆனந்தமும் நீண்டகாலக் குளிர்விட்ட ஆறுத லும் உபசாரமுமாக நிறைந்து வழிந்தன. தொப்பு தொப்பென்று இலையில் பட்சணங்களைப் போட்டுத் திணற அடித்தாள்.

“இப்படி பராக்குப் பார்த்துட்டிருக்கிறபோது போட்டுட்டே இருந்தா, நான் அப்பறம் எழுந்துக்கவே மாட்டேன்” என்று உள்ளைப் பார்த்தான் பாபு. அடுக்களைக் கதவில் ஒரு விசிறிக் காம்பு இரண்டு தடவை எட்டிப் பார்த்து உள்ளே இழுத்துக்கொண்டது. பாபு சிரித்ததை அவர் பார்த்து விட்டார்.

“என்ன சார்?” என்றார்.

“ஒன்றுமில்லை. ஆண் வேலை செய்யணும். பெண் அழணும்னு தப்பா இங்கிலீஷிலே ஒரு வரி இருக்கு. பெண் சமைக்கணும், போடணும் ஆண் மூச்சு முட்டத் தவிக்கணும்னு இருக்கணும் ... இல்லையா?”

“நீங்க சொல்றது அவ்வளவும் உண்மை. என் ‘பஸ்ட் ஒய்ப்’ இப்படித்தான் என்னைப் படாத பாடு படுத்தினா” என்று இங்கிலீஷில் சொன்னார்.

பாபு உதட்டைக் கடித்துக்கொண்டான். அதற்குள் ‘முதல் மனைவி’ என்று இறந்துபோன மனைவிக்கு ஒரு எண் சேர்த்தாகி விட்டது! என்ன தீர்மானம்! என்ன சுவாதீனம்!

சாப்பாடானதும் திண்ணையில் இரண்டு ஜமக்காளங்களையும் தலையணைகளையும் கொண்டு போய் அவருக்குத் தாம்பூலம் கொடுத்துப் படுக்கச் சொல்லி, சிறு குறட்டைவிட ஆரம்பித்ததும் உள்ளே வந்தான் அவன்.

8

யமுனாவும் அம்மாவும் சாப்பிட்டுக்கொண்டிருந்தார்கள். பாபு அடுக்களை நிலைப்படியில் உட்கார்ந்துகொண்டான்.

“மாப்பிள்ளை தூங்கறார்” என்றான்.

“விசிர்றதானே தலைமாட்டிலே உட்கார்ந்து” என்றாள் யமுனா.

“விசிர்றவா விசிர்றட்டுமே.”

“ஆரமிச்சிட்டீங்களா ரண்டு பேரும்,” என்றாள் பார்வதி.

“நீ என்னமோ காக்கா குளர்றாப்போலக் குளர்றே. படிக்கிற புள்ளையாம். சாப்பிடற லட்சணத்தைப் பாரு, வயத்துவலி வந்தவன் மாதிரி” என்று கடிந்துகொண்டாள் பார்வதி.

“சாப்பிட வேண்டியவா நல்லா சாப்பிட்டாச்சு. நடையிலே நின்று கேளுங்க. குறட்டை எப்படி வரதுன்னு.”

“என்ன சொல்றாரு?”

“சொல்றது என்ன? மூஞ்சியைப் பார்த்தா தெரியலியா? கடைசி வண்டி, ‘ஏத்திட்டுத்தான் போப் போறேன், கதவைத் திறந்து வச்சுட்டிருக்கேன்’னு சொல்றதே.”

“நீயாச் சொல்றியா?”

“அவரே சொல்லிவிட்டார்.”

“என்ன சொன்னாரு? நீ என்ன கேட்டே?”

“நான் என்னத்தைக் கேக்க? அப்ப ...ன்னு இழுத்தேன். யமுனா அப்பா வந்தவுடனே கோயம்புத்தூருக்கு வரச் சொல்லுன்னு சொன்னார் ... யமுனாதான் வண்டியிலே ஏறிக்கணும். யமுனா, உனக்குப் பிடிச்சிருக்கோல்லியோ?”

“உனக்கு எப்படியிருக்கு?” என்று பதில் கேள்வி கேட்டாள் யமுனா.

“அவர் என்னைப் பார்க்க வரலியே.”

“உனக்குப் பிடிச்சிருக்கில்ல?”

“உனக்குப் பிடிச்சிருக்கான்னு கேக்கறேன்.”

“என்னை என்னத்துக்குக் கேக்கறே?”

“கேட்டா வழியாச் சொல்லுவியா எப்பப் பார்த்தாலும் விளையாட்டா?” என்றாள் பார்வதி.

“அதுதான் கேக்கறேன் பாபுவை, உனக்குப் பிடிச்சிருக்கா இல்லியான்னு. எனக்குப் பிடிச்சிருக்கு” என்றாள் யமுனா.

“எனக்குப் பிடிக்கலை” என்று திருப்பினான் பாபு.

“எனக்கும் பிடிக்கலை.”

“என்ன பிடிச்சிருக்குங்கறே? பிடிக்கலைங்கறே.”

“நீ மாத்திரம் என்ன சொன்னியாம்?”

“பார்த்தீங்களா இவளை?”

“சொல்லேண்டி வாயைத் திறந்து.”

“அதான் சொல்லியாச்சே.”

“என்னத்தைச் சொன்னே? பிடிச்சிருக்கு, பிடிக்கலை. இதுவா?” என்றான் பாபு.

“ஆமாம்.”

“அப்படீன்னா அப்பாவைப் போய் நிச்சயம் பண்ணிவிடச் சொல்லலாமா?”

“சொல்லேன்.”

“நல்லாச் சொல்லமாட்டேங்கறியே.”

“நல்லாச் சொல்றது வேறியா? . . . சரி அதோ பீரோ மேலே சின்ன ஜாடி இருக்கு பாரு. அதிலே ஊறுகாய் இருக்கு. எடுத்து ஒரு முட்டை போடு.”

“சரிதான். நீ சாப்பிடறியா, ஊறுகாய் மோர் வரையில் எல்லாத்தையும் எடுத்து வச்சிட்டிருக்கியான்னு பார்த்துவிட்டுத்தான் அவர் ஆபீசுக்குப் போகணும் போலிருக்கு.”

“ஆபீசு ரொம்ப தூரமோ! போஸ்ட்டாபீசு. வாசல்லே ஆபீஸு. இரண்டாம் கட்டிலே வீடு?.”

“நீ ‘கும்டா’ போட்டுட்டே இவ்வளவு தெரிஞ்சிண்டிருக்கியே.”

“பின்னே கும்டா எதுக்காகப் போட்டுக்கறது? நீயும் ஒரு கூலிங்கிளாஸ் வாங்கிப் போட்டுக்கோயேன், கும்டாப் போட்டுக்க வெக்கமாயிருந்தா?”

“ஏன் கும்டாவே போட்டுக்கறேன்.”

“போட்டுக்கவேன். பொம்பிளே வேஷம்லாம் போட்டுக்கறே.”

“அப்பாப்பா, ஓயமாட்டீங்களாடப்பா? ரண்டு பேரும் பேச ஆரமிச்சா அண்ணியும் நாத்தனாரும் பேசிக்கறாப்பலல்ல இருக்கு.”

"யமுனாதான் நாத்தனார். நான்தானே நடுங்க வேண்டிருக்கு."

உள்ளுக்குள் பாபுவை வேதனை தின்றுகொண்டிருந்தது.

இலையைச் சுருட்டிக்கொண்டு அவள் கையலம்ப நிலைப்படியைக் கடக்க ஒதுங்கினான் பாபு. அவள் நடந்துபோகிற காற்று ஒரு வீச்சு வீசிற்று.

இந்தக் காற்று மேலே படக்கூடத் தகுதியில்லாதவன் என்று குமைந்துகொண்டே எழுந்து கூடத்திற்குப் போனான். ஊஞ்சலில் உட்கார்ந்துகொண்டான். கூடத்தில் மாட்டியிருக்கிற படங்கள், படங்களுக்கு ஒட்டியும் தைத்தும் இருக்கிற ஜிகினாக்கள், தொங்கு சீலைகள், தையல் படங்கள், கண்ணாடித் திரைகள் – ஒவ்வொன்றும் யமுனா கையில் வளர்ந்தது. வீட்டில் ஒவ்வொரு பொருளிலும் யமுனாவின் மூச்சு வீசுகிறது. இந்த வீட்டிலிருந்து யமுனாவைப் பிரித்துவிட்டால் விரலை வெட்டுவதுபோல! பார்வதி எப்படி இங்கு ஒன்றியாக இருப்பாள்? பெண்ணைப் புருஷன் வீட்டிற்கு அனுப்பிவிட்டு இப்படி ஊஞ்சல் பலகையில் சிறு ஆட்டம் ஆடி கொட்கொட்டென்று விழித்துக்கொண்டு, மேலே சுமையாக விழுந்து அழுத்தும் பொழுதைச் சுமந்துகொண்டிருப்பாளா? சின்னம்மா, பெரியம்மா வீடுகளிலிருந்து யாரையாவது அழைத்து வைத்துக் கொள்வாளா? எல்லோரையும் போல, புருஷன் கூடவே வாழ்கிற மனைவியாக இருந்தால் இந்தக் கவலைக்கெல்லாம் இடமில்லை.

சாப்பாடு பாபுவையும் சற்று அயர்த்திற்று. இரவிலும் நல்ல தூக்கம் இல்லாதது வேறு. ஒருக்களித்து ஊஞ்சல் பலகையில் படுத்தவன் அயர்ந்துவிட்டான்.

❍

கண் விழித்தபோது, கோயம்புத்தூர்க்காரர் முகத்தைக் கழுவித் துடைத்துவிட்டு, கண்ணாடிக்கு முன் தலையை வாரிக்கொண்டிருந்தார். வாரிவிட்டுச் சட்டைப் பித்தானைப் போட்டுக்கொண்டார்.

"வண்டிக்கு டயமாச்சு சார்."

"அடடேடே" என்று பரபரவென்ற எழுந்து பாபு முகத்தைக் கழுவித் துடைத்துக் கொண்டான்.

காபியைச் சாப்பிட்டுவிட்டு இருவரும் கிளம்பினார்கள்.

"நான் வறேன். பாபுக்கிட்ட சொல்லியிருக்கிறேன்" என்று பார்வதி பாயிடம் சொல்லிக்கொண்டார் அவர்.

பாபு எலுமிச்சம் பழப் பையை எடுத்துக்கொண்டு அவரோடு நடந்தான்.

"வடக்குப் பார்த்த வீடாயிருந்தாலும் நல்ல காத்து சார். நானும் அப்படியே அசந்துபோயிட்டேன் ... வீடும் பெட்டியாட்டமா கச்சிதமாக நல்லாருக்கு."

“தெருதான் வேறு தெருவா இருந்திருந்தா நல்லாயிருக்கும். மலிவாக் கிடைச்சுதுன்னு இஞ்ச வந்து வாங்கிவிட்டார் அவர்” என்றான் பாபு.

“பரவாயில்லை. ஒதுப்புறமாயிருக்கு. அது ஒரு நல்லதுதானே. வீடு வாங்கறவங்க பார்த்து வாங்காமலா இருப்பாங்க. எல்லாம் அமைச்சலா இருக்கும்னு எதிர்பார்க்கத்தான் முடியுமா? . . .

காந்தி பார்க்கருகில் ஒரு வண்டியைப் பேசி ஏறிக்கொண்டார்கள் இருவரும். மாட்டு வண்டி மெதுவாக நகர்ந்தது.

“அவங்க தகப்பனார் பேரென்ன?” என்று கேட்டார் அவர்.

“சுப்பிரமணிய அய்யர்.”

“சுப்ரமணிய ராவா?”

“இல்லை. அய்யர்.”

“அய்யாரா? அப்படிக்கூட பேர் வச்சுக்கிறது உண்டா என்ன? வழக்கமில்லையே.”

பாபு சற்று யோசித்தான்.

“சாமிராவ் உங்ககிட்ட சொன்னாரோல்லியோ?”

“என்ன?”

“விவரம் எல்லாம் சொன்னாரோல்லியோ?”

“ரொம்ப நல்லவர், சாது. சுமாரா சொத்தும் இருக்கு. பெண்ணும் லட்சணமாயிருக்கும்னு சொன்னார்.”

“வேறு ஒன்றும் சொல்லலியா?”

“சொல்லலியே.”

“யமுனாவின் அப்பாவைப்பற்றி வேறு ஒன்றும் சொல்லலியா?”

“இல்லையே.”

“ம்” என்று எங்கேயோ பார்த்தான் பாபு.

“என்ன?”

“குறிப்பாக்கூட சொல்லலியா?”

“இல்லையே!”

“சொல்லியிருப்பார்னு நெனச்சேன்.”

“என்ன?”

“உங்ககிட்டே சொல்லப்படாதோ? நாமல்லாம் என்ன பத்தாம் பசலிகளா? படிச்சவங்கதானே!” என்றான் பாபு.

"ஏன் என்ன?"

"ஒன்றுமில்லை. யமுனா அப்பாவைப் பற்றித்தான்."

"அவருக்கு என்ன?"

"அவர் அய்யர்தான்."

"அய்யரா!"

"ஆமாம்."

"மராத்தியர்தானே?"

"இல்லை, தமிழ் பேசுகிறவர். அய்யர்!"

"மராத்தியர் இல்லையா?"

"இல்லை. அதான் சொன்னாரோன்னு கேட்டேன்."

"சொல்லலை. நீங்களும் சொல்லலை இதுவரையில்."

"சொல்லியிருக்கலாம் அவர்."

"நெஜமா அவர் அய்யரா?"

"ஆமாம்."

"இவங்க?"

"மராத்தியர்கள். அந்தக் காலத்தில் ராஜ வம்சத்துத் தொடர்பு உள்ளவர்கள்."

"அவரை அய்யர்ங்கிறீங்களே."

"ஆமாம்? பார்வதியும் அவரும் மனசொப்பி கலியாணம் பண்ணிண்டா . . . அவருக்கு ஊரில் மனைவி குழந்தைகள்ளாம் இருக்கு, ஆனா ரண்டு குடும்பமும் அக்கா தங்கை குடும்பம் மாதிரி சுமுகமா அன்யோன்யமாக நடக்கிறது."

"ஊரிலே ஒரு மனைவியா?"

"ஆமாம்."

"அவங்க யாரு?"

"சொந்தத்திலேயே கல்யாணம் அது."

"இது வேறு ஜாதியிலே ஒண்ணு இருக்கணும்னுட்டா?"

"அப்படீன்னா?"

"அப்படீன்னாங்கிறீங்களே? உங்களுக்கு வெட்கமாயில்லை?" என்று சற்று ஸ்தாயி உயரக் கத்தினார் அவர். பாபு அவரைப் பார்த்தான். அவர் முகம் இருண்டு வெடித்தது.

"என்ன சார்?"

"என்ன மோசடி சார் இது?"

பாபு இடிந்து போய்விட்டான்.

"இதுக்குத்தான் கோயம்புத்தூர்லேர்ந்து என்னை இழுத்து வந்தீங்களா, இந்த மாதிரிக் கரியைப் பூசறதுக்கு?"

பாபு அதிர்ச்சியை ஒருவாறு சமாளித்துக்கொண்டான். உடல் படபடத்து சூடுகண்டது.

"என்ன சார் கரியைப் பூசிவிட்டோம் இப்ப?"

"பின்னே என்ன சோப்பா இது? இந்தக் குடும்பம் வைப்பாட்டி குடும்பம்தானே சார்?"

"மூடுங்க சார் வாயை."

வண்டிக்காரன் திரும்பி ஒன்றும் புரியாமல் விழித்தான். பேச்சு இங்கிலீஷில் நடந்துகொண்டிருந்தது. எதோ பெரிய அவமானம் தலையில் விழுந்துவிட்டது. ஊர் சிரிக்க வேண்டாம் என்று நினைப்பது போல அவர் இங்கிலீஷிலேயே பொரிந்தார். உதடு துடித்தது.

"நீ மூடு வாயை. நானும் தஞ்சாவூர் ஜில்லாக்காரன்தான். இஞ்ச வாலாட்டாதே. இந்த மாதிரி ஊரை ஏமாத்தறதுக்கும் இழிவு பண்றதுக்கும் எவ்வளவு பேர் கிளம்பியிருக்கீங்க? பதில் சொல்லுய்யா" என்று கத்தினார் அவர்.

வண்டி போய்க்கொண்டிருந்தது. தெருவில் போகிற ஓரிருவர், பேச்சின் ஸ்தாயியைக் கேட்டு சந்தேகமாகத் திரும்பிப் பார்த்துக் கொண்டே நடந்தார்கள்.

"என்ன சார் இப்ப இழிவு படுத்திவிட்டோம்?"

"உங்களுக்கு இது கௌரவமா இருக்கலாம். உங்க சுப்ரமணிய அய்யர் இன்னும் பத்து வைப்பாட்டியை வச்சுக்கறது கௌரவம்னு நினைக்கலாம். நாங்க அப்டியில்லை. புரிஞ்சுக்க."

"வைப்பாட்டி வைப்பாட்டிங்காதீரையா, புத்திகெட்ட மூடம்! கையைப் பிடிச்சு கலியாணம் பண்ணிண்ட பெண்டாட்டி அந்தப் பொம்மனாட்டி. தங்கம் உலகத்திலேயே கிடைக்காது. போனாப் போறதுன்னு பொறுத்துக்கறேன். மறுபடியும் அந்த வார்த்தையைச் சொன்னீரோ, அவமானப்படுவீர்."

"என்ன, அடிச்சுப்பிடுவியோ?"

"சொன்னாத் தெரியும்."

"இவ்வளவு பண்ணினது பத்தாதுன்னு இன்னும் செய்யறேங்கிறியா?"

"என்னய்யா பண்ணித்து இப்ப? உளர்றே. ஆரமாற யோசிச்சு பாருய்யா. சும்மா ஆத்திரப்பட்டுப் பொரிஞ்சு கொட்டாதே."

“ஆத்திரப்படாம, மாலை போடுவான்னு நெனச்சியோ . . . ம் . . . ம் . . . ம் . . .”

பாபு அமைதியாகச் சொன்னான்.

“நீர் மாலை போட வேண்டாம். கொஞ்சம் அமைதியாகக் கேளும், போதும். சுப்ரமண்ய அய்யரின் இரண்டாவது மனைவி இவள். அசட்டுப்பிசட்டுன்னு சம்பந்தமில்லை. அவங்க பெண் யமுனா படிச்சவ, அறிவாளி, அழகி, கௌரவமான குடும்பம். அவ்வளவுதான் சொல்ல முடியும். . . எனக்கு மேலே சொல்லத் தெரியவில்லை. நம் தேசத்திலே இவ்வளவு முற்போக்காக இருக்கிறவர்கள் ரொம்ப சொல்பம்.”

“இரண்டு பெண்டாட்டியைக் கல்யாணம் பண்ணிக்கிற முற்போக்கா?”

“அது வேறு விஷயம். நாம் பேசுகிறது வேறே . . . அவா ரெண்டு பேரும் ஒற்றுமையா இருக்கா. பிற்போக்காகவே இருக்கட்டும். கௌரவமா, சுமுகமா ரெண்டு குடும்பமும் வாழறது. உமக்கு இது திருப்தியில்லையா? யமுனா மாதிரி பெண் கிடைக்கிறது அபூர்வம் . . . நீர் எந்தக் காலத்தைச் சேர்ந்தவர் என்று சொல்லிவிடும். எல்லாக் காலத்திலேயும் இந்த மாதிரி நடக்காமலில்லை. காலம் கீலம்லாம் ஒன்றும் இல்லை இதிலே. முழுக்க முழுக்க மனசைப் பொறுத்திருக்கிற விஷயம் இது. மறுபடியும் உம்மைக் கேட்கிறேன். நான் ஏதோ கோபப்பட்டுண்டு காரியத்தைக் கெடுத்ததாக யாரும் நினைச்சுக்கப் படாது. நீர் நினைக்கிறது தவறு. பண்ணிண்டால் உமக்கு அதிர்ஷ்டம்.”

கோயம்புத்தூர்க்காரர் வெறுப்பில் முகம் கோண, பாபுவைப் பார்த்தார்.

“விஷயம் இதுதான். அப்புறம் உங்கள் இஷ்டம்.”

“ஏன் இதை முன்னாலேயே சொல்லியிருக்கப்படாதோ?” என்று அவர் குமுறினார். நாய் உறுமுவது போல் அவர் பல்லில் கோபம் மின்னிற்று. குரல் மட்டும் தணிந்துவிட்டது.

“சாமிராவ் சொல்லியிருப்பார். உங்களுக்குத் தெரியும்னு நினைத்து விட்டோம். சொல்லலேன்னா சாமிராவ்தான் பொறுப்பாளி.”

“வரட்டும் அவன். விசாரிச்சுக்கறேன்.”

“அவரை அப்புறம் விசாரிச்சுக்கலாம். இப்ப என்ன சொல்றீங்க?”

“சொல்றது என்ன? உனக்குப் புரியலையா? பி.ஏ. படிக்கிறேங் கிறியே பி.ஏ.,” என்று ‘பி’யை வல்லினமாக அழுத்தினார் அவர்.

“அதனாலேதான் நானும் உங்க மாதிரி கத்தாமல் அடக்கிண் டிருக்கேன். அப்ப இறங்கிக்கட்டுமா?”

“குசாலா இறங்கிக்கலாம்.”

பாபு இறங்கினான்.

"அப்ப நான் யமுனா அப்பாவிடம் சொல்லிடலாமா?"

"தாராளமா."

"சரி. சிரமத்துக்கு மன்னிக்கணும்."

"போதும். மரியாதையெல்லாம். நீங்கள்ளாம் ரௌடிகளய்யா."

"பேச்சு முடிஞ்சு போயிட்டுதே."

"சரிதான் போய்யா" என்று முகத்தை அந்தண்டை திருப்பிக் கொண்டு "விடுய்யா வண்டியை" என்றார் அவர்.

"ஹை." வண்டி பிய்த்துக்கொண்டு கிளம்பிற்று.

பாபு மகாமகக்குளத்தைப் பார்த்துக்கொண்டு, குமுறிக்கொண்டே நடந்தான்.

"ஒழிந்தது சனி" என்று முனகிக்கொண்டே நடந்தான். எதிர் வெயில் சுள்ளென்று கண்ணைக் குத்திற்று.

9

டொப்பு டொப்பென்று மகாமகக்குளப் படிக்கட்டுகளில் துணி தோய்க்கிற ஓசைகள் தாளம் தவறிக்கேட்டுக்கொண்டிருந்தன. குளிப்பதற்கோ துவைப்பதற்கோ இங்கு வேளை கூடக் கிடையாது. அறுபது நாழியும் இந்தச் சத்தம்தான்.

கோயபுத்தூர்க்காரர் பிசாசு வருவதுபோலவே திடீரென்று வந்து திடீரென்று போய்விட்டார். அவர் மேல் இருந்த கோபத்திற்கு இடையில் பாபுவுக்குச் சிரிப்பும் வந்தது. ஏதோ அசட்டுக் கனவு மாதிரி வந்துவிட்டுப் போய்விட்டார். அவர் சொன்ன வார்த்தைகள் மட்டும் ஒரு பயத்தையும் கவலையையும் எழுப்பிவிட்டன.

பைத்தியக்காரன் மாதிரி என்னென்னவோ உளறிவிட்டுப் போனான் அவன். கோபத்தில் ஆளே மாறிவிட்டான். சாதாரணமாகப் பார்க்கும்போது இருந்த 'சாது' அப்போது சுவடு தெரியாமல் மறைந்துவிட்டது. முகத்தில் எவ்வளவு வெறுப்பு! பாபிகளையும், மோசடிக்காரர்களையும் காண்கிற 'புண்ய' வெறுப்பு, கடுகடுப்பு! இந்த அசடு வந்து யமுனாவைப் பார்க்கும்படியாக எப்படி நேர்ந்த தென்று நினைக்க நினைக்க அவனுக்கு ஆச்சரியம் தாங்கவில்லை. இப்படி சம்பந்தமேயில்லாத, ஒட்டவே ஒட்டாத மனிதர்களையும் சம்பவங்களையும் ஒரு இடத்தில் சேர்த்துவைத்து, சிறிது நேரம் கோமாளி காட்டியது யார்? சாமிராவா? சந்தர்ப்பம் என்ற ஒன்றா? கடவுளா? கடவுளுக்கு இந்த மாதிரி விஷயங்களுக்கொல்லாம் நேரமிருக்கிறதா? இல்லை, காரணம் தெரியாமல் நடுநிசியில் குளப் படிக்கட்டில் வந்து துணி தோய்க்கிற பிசாசா?

குளத்தின் வடமேற்கு மூலையில் பெரிய மண்டபத்தை நெருங்கும் போது, மூலையில் நுரையும் பத்தையுமாகப் பாசிக் குப்பலின் நாற்றம் வயிற்றைக் குமட்டிற்று. குமட்டலைத் துப்பினபோது கண்ணில் ஜலம் வந்துவிட்டது. அவனுக்கு அந்தப் பாசிக்குப் பக்கத்திலேயே ஒரு கூட்டம் துணிகளுக்கும் தோலுக்கும் சோப்பைப் போட்டுக் கழுவிக்கொண்டிருந்தது. கொஞ்சம் கொஞ்சமாகச் சகித்துச் சகித்து இந்த நாற்றத்தில் திளைக்கப் பழகிக் கொண்டுவிட்டார்கள். பாபுவுக்குக் கோபம் கோபமாக வந்தது. கோயம்புத்தூர்க்காரர், யமுனா, பார்வதி, குளத்தில் குளிப்பவர்கள் – எல்லார்மீதும்தான்.

வண்டியில் கேட்ட வார்த்தை நெஞ்சைச் சுட்டது. என்ன சொன்னான்! 'வைப்பாட்டி குடும்பந்தானேய்யா அது?' முகம் தெரியாதவர்களுடன் பழகுவதில் எவ்வளவு ஆபத்து!

நினைக்க நினைக்க பாபுவுக்குக் குமுறிக்கொண்டு வந்தது. உடல் பதறிற்று. திரும்பி ஓடிப்போய் ஸ்டேஷனில் அவனை மடக்கிப் பளார் பளார் என்று கன்னத்தில் அறைய வேண்டும் போலிருந்தது. இந்தப் பெண்களுக்கு என்று ரோஷம் வரப்போகிறது. சிறையில் உட்கார்ந்து, உட்கார்ந்து வலுவிழந்துவிட்டவர்கள், திறந்துவிட்டால் கூடத் திரும்பி கூண்டிற்குள்ளேயே வந்து அடைபட்டுவிடுவார்கள் போலிருக்கிறது! பெண் பார்க்க வருகிறானாம்! இவர்கள் சம்மதிக்கிறார் களாம். மிருகத்தைவிடக் கேவலமான நிலை. நாற்றத்தில் கிடந்து கிடந்து மரத்துப் போனவர்கள்.

வேகமாக நடந்தான் அவன். குமுறலில் நெஞ்சுகூடச் சற்று வலித்தது. நாக்கு வறண்டு ஒட்டிக்கொண்டது. இரைந்து திட்ட வேண்டும் போலிருந்தது. உரக்கக் கத்த வேண்டும்போல் உடல் பரந்தது; ஒரு எட்டில் யமுனா வீட்டிற்குள் குதித்துவிடத் துடித்தது. விறுவிறு என்று நடந்தான்.

செருப்பை நடையில் நடந்தவாக்கில் வீசிக் கழற்றிவிட்டு, உள்ளே நுழைந்தான். கூடத்தில் யாருமில்லை. யமுனாவும் அம்மாவும் அடுக்களையில் காப்பி போட்டுக்கொண்டிருந்தார்கள்.

"பாபுவா?"

"ஆமாம், பாபுதான்."

"வண்டி கிடைச்சுதா? ரொம்ப சீக்கிரமா வந்துட்டியே."

"சீக்கிரமாகத்தான் வந்துவிட்டேன்."

"ஜட்டு வச்சிட்டுப் போனீங்களா? போனதுக்கும் வண்டி வரதுக்கும் சரியாயிருந்ததாக்கும்?"

"ஜட்டு வச்சுக்கலை. மாட்டு வண்டிதான். நான் ஸ்டேஷனுக்குப் போகல்லெ. நடு வழியில் இறங்கிவந்துட்டேன்."

அவன் முகம் கடுகடுத்ததைக் கண்டு இரண்டு பேருக்கும் ஒன்றும் புரியவில்லை. எப்படி, என்ன கேட்பது என்று தெரியாமல் சற்றுத் தயங்கினார்கள்.

"அவரு போயிட்டாரா?" என்று பார்வதி மெதுவாகக் கேட்டாள்.

"போயிட்டான்."

"என்ன பாபு இது? நல்லாச் சொல்லேன்."

"உங்களுக்குப் புத்தியே கிடையாது. பொம்மனாட்டிகளே உருப்படாத ஜன்மங்கள். கபோதிகள். கையாலாகாதவர்கள். போதுமா?"

பாபுவின் உதடு துடித்தது; உடல் பரந்தது. யமுனாவும் பார்வதியும் திகைத்துப் போய் நின்றார்கள்.

"பாபு, உட்கார்ந்து சொல்லேன். ஏன் இப்படிப் பதர்றே? என்ன நடந்தது?" என்று யமுனா நிமிர்ந்து அவனைப் பார்த்தாள். கண்ணில் சிரிக்கும் குறும்பு மறைந்துவிட்டது. குரலில் அந்த வறட்சி இல்லை. இதுவரையில் பாபு கேட்டிராத ஒரு குழைவு அதில் கெஞ்சுவது போலிருந்தது.

"என்ன நடந்தது? எது நடக்காது? நீங்க இந்த மாதிரி இளிச்ச வாயர்களா இருந்தா எது நடக்காது?"

"என்ன சொல்லேன்?"

"என்னத்துக்காக முகந்தெரியாதவர்களை வரச் சொல்லணும்? இவன் யாரு? நாம யாரு? பெண் பார்க்க வரதுன்னு ஒரு பழக்கமா? உங்களுக்கெல்லாம் சொரணை இல்லை? உடம்பு, மனசு எல்லாம் மரத்தா போயிட்டுது? யாரோ பார்க்க வறானாம். போறானாம். சினிமாவா? கூத்தா?"

"பாபு, நீ உட்கார்ந்து பேசமாட்டே?" என்றாள் யமுனா.

"நான் உட்கார்றதுதான் கெட்டுப்போச்சு இப்ப" என்று சொல்லிக்கொண்டே, உட்கார்ந்தான் அவன்.

"என்ன விஷயம்னு சொல்லாமலே காச்சு மூச்சுனு கத்தறியே. உனக்கு வயசாகலே?"

பார்வதியின் முகம் கவலை தோய்ந்துவிட்டது.

"பாபு, ஆற அமர, அவசரப்படாமல் சொல்லேன். என்ன நடந்தது?"

"பிரமாதமா ஒன்றும் நடந்துவிடலெ, எங்கிட்ட அடிவாங்காம தப்பிச்சான் அந்த மூளை கெட்ட மூடம்!"

"ஏன் ஏதாவது சொன்னாரா?"

"சொன்னானா? என்னமோ அசடு மாதிரி இருந்தானேன்னு பார்த்தேன் . . . அசடுதான் . . . சந்தேகமென்ன? இல்லாட்டா வாய் தெரியாமப் பேசுவானா?"

“என்ன பேசினான்?”

“மாமா பேரைக் கேட்டான். சொன்னேன். சுப்ரமண்ய ராவா, அய்யரான்னான். எல்லாத்தையும் சொன்னேன். கத்தினானே பார்ப்பம். நீங்கள்ளாம் ரௌடி, கும்பகோணம்யான்னு என்னென்னமோ ஆரம்பிச்சுட்டான்.”

“ஏன், என்ன ரௌடியாப் போயிட்டோமாம்?”

“சொன்னானே, அவனைன்னா ஏன்னு கேக்கணும்?”

“என்னத்துக்காக அப்படிச் சொல்லணும்?”

“இந்தச் சாமிராவ் இருக்கானே, வெறும் தடியன், அவன் ஒன்றுமே சொல்லலியாம். இஞ்ச அழைச்சிண்டு வந்து ஏமாற்றிவிட்டோம் நாம் என்கிறான் இவன். போயும் போயும் உங்களுக்கு ஆள் அகப் பட்டானே வரன் தேடறதுக்கு. உளுந்து பயறு வியாபாரம் பண்றவன், மாட்டுத் தரகன், வீட்டுத் தரகன் – இப்படித்தானா ஆள் பார்க்கணும்?”

“நாம ஒண்ணும் சொல்லலே அவன்கிட்ட. அவனாத்தான் கோயம்புத்தூர்லெ கண்டானாம். பேசிக்கிட்டிருந்தானாம். சொன்னா னாம். அவனாத்தான் இவ அப்பாகிட்ட வந்து வரன் இருக்குன்னு சொன்னான். அப்பறந்தான் இவரு லெட்டர் எளுத ஆரமிச்சாரு.”

“சரி சொல்லட்டும். முழுக்கச் சொல்லித் தொலைக்கிறதுக்கு என்ன? அரைகுறையாச் சொல்லுவானேன், நாம் என்னமோ தலையிலெ கையை வச்சிட்டாப்போல இவன் கத்துவானேன்?”

“என்ன கத்தினான்?”

“என்னமோ கத்தினான். எனக்குக் கேட்கப் பிடிக்கலை – சொல்ல வும் பிடிக்கலை. நானும் பணிவாச் சொல்லிப்பார்த்தேன். தங்கத்தைக் காலாலே உதைச்சுத் தள்ளாதையான்னு சொன்னேன். இவன்கிட்ட போய் இப்படி ஏண்டா கெஞ்சினோம்னு இருக்கு இப்ப – அல்பர் களோடு, முட்டாள்களோடு பேச ஆரம்பிச்சா, நாமும் கௌரவத்தை இழக்கத்தானே வேண்டியிருக்கு . . . அவனைச் சொல்லி என்ன? நமக்கு ஏன் புத்தி இல்லே?”

“அப்ப கடைசியிலே என்ன சொன்னாரு அவரு?”

“அவன் என்னத்தைச் சொல்றது? குலைக்க ஆரம்பிச்சான். பேசாம இருக்கியா இல்லாட்டான்னேன். குரல் தணிஞ்சு போயிடுத்து. என்னமோ நாம் அவனைக் கீழே தள்ளிவிட்டு கைகொட்டிச் சிரிச்சாப்போலக் கிடந்து குமுறினான். உமக்கு இஷ்டமா இல்லையா, சாமிராவ் சொல்லாதது தப்புதான், நாங்க பொறுப்பில்லை அதுக்குன்னு முடிவாக் கேட்டேன். மறுபடியும் மறுபடியும் அசட்டுபிசட்டுன்னு பேச ஆரம்பிச்சான். நான் வண்டியைவிட்டு இறங்கிவிட்டேன்.”

“இதெல்லாம் வண்டியிலே நடந்ததா?”

"வண்டியிலேதான் மனுஷன் இங்கிலீஷிலே நல்லா வெய்யறான் . . ."

"ஹ்ம்" என்று பார்வதி பெருமூச்சு விட்டாள்.

"சரி, இந்தா காப்பியைச் சாப்பிடு."

"எனக்குக் காப்பியும் வேண்டாம், மண்ணும் வேண்டாம்."

"மண்ணு வாண்டாம். காப்பியைச் சாப்பிடு" என்றாள் யமுனா.

பாபு கோபத்துடன் அவளைப் பார்த்தான்.

"என்ன பார்க்கறே. இந்த மட்டாவது கொடுக்கிறாளேன்னு வாங்கிப்பியா? இன்னொருத்தங்கன்னா நீ செய்த காரியத்துக்குத் தண்ணிகூடக் கொடுக்கமாட்டாங்க" என்றாள் யமுனா.

பாபுவுக்குத் திகைப்பாக இருந்தது. அவள் முகத்திலிருந்தும் ஒன்றும் கண்டுபிடிக்க முடியவில்லை.

பார்வதியின் முகம் கவலை தோய்ந்து கிடந்தது.

'சின்னப்பையன். இசைகேடாக என்னமோ பேசிக் காரியத்தைக் கெடுத்துவிட்டான் என்று நொந்துகொள்கிறாளா?'

அவனுக்கு ஒன்றும் பேசவும் முடியவில்லை.

"சாப்பிடேன் பாபு" என்றாள் யமுனா.

"வேண்டாம்."

"கோபப்பட்டு என்ன பண்றது? ஜாக்ரதையா நடந்துக்கத் தெரிஞ்சுக்கணும்."

"நானா அஜாக்ரதையா நடந்துண்டேன்? அஜாக்ரதையாப் பேசினேன்?"

"அஜாக்ரதையாப் பேசலை. நடந்துகொண்டது என்னமோ அஜாக்ரதைதான்."

"பின்னே ரத்தம் கொதிக்கும்படியா அவன் பேசறபோது என் ஜாக்ரதை என் வசமாவா இருக்கும்? நீங்க கேட்டிருந்தா தெரியும்."

"நான் அதைச் சொல்லலே."

"பின்னே எதைச் சொல்றே?"

"பேசாம இறங்கிக் கையை வீசிட்டு நடந்து வந்தியே."

"பின்னே என்ன பண்றது? எனக்கு அப்பறம் உட்காரவே பிடிக்கலியே."

"அதுக்காக சும்மா இறங்கி வந்துடறதாக்கும்?"

"பின்னே என்ன பண்றது?"

"எலுமிச்சம் பழத்தை மறந்துவிட்டா வரது?"

அவள் கண்களில் மறுபடியும் அந்தக் கேலி இருந்த இடத்திற்கு வந்துவிட்டது.

பாபு குப்பென்று சிரித்துவிட்டான்.

"அப்பா, ஒரு விநாடி எனக்கு அப்படியே திகீர்னுது?" என்றான்.

"ரொம்பப் பயந்துபோயிட்டியோ?"

"நீ என்ன சொல்லப்போறேன்னு எதிர்பார்க்க முடியலியே."

"ஒண்ணும் எதிர்பார்க்க வேண்டாம். இப்ப ஸ்டேஷனுக்குப் போய் பழத்தை வாங்கிட்டு வரச்சொல்லலெ. பயப்படாதே."

பார்வதி இந்த வேடிக்கையை ரசிக்கிறாளா என்று புரியவில்லை. அவள் உதட்டில் வறண்ட புன்னகை வந்து போயிற்று. நிராசையும் தோல்வியும் மீண்டும் வந்து கண்களில் கவிந்துகொண்டன. யமுனாவை அவள் பார்த்த பார்வையில் எவ்வளவு துயரம்!

சிறிது நேரம் யாரும் பேசவில்லை. இந்த மௌனமே பயங்கரமா யிருந்தது. யமுனா புடவைத் தலைப்பில் துதிக்கையை எழுப்பி நின்ற யானையைப் பார்த்துக்கொண்டு நகத்தால் வருடிக்கொண்டிருந் தாள்.

பாபுவுக்குப் பேசாமலிருக்க முடியவில்லை. பார்வதியைப் பார்த்து, "உங்களைப் பார்த்தா வருத்தப்படறாப்போலிருக்கு" என்று நெகிழ்ந்தான்.

"வருத்தம் என்ன இப்ப?"

"நான் ஏதாவது இக்கப்பிக்குன்னு பேசி . . ."

"என்ன பாபு இது? நீ விட்டுக்கொடுக்காமப் பேசிவிட்டு வந்தியே அதே எனக்குப் பெருமையா இருக்கு" என்று சொல்லும்போதே அவளுக்குக் குரல் தழதழத்துவிட்டது. கண்ணிலும் நீர் தளும்பிற்று.

பாபு பேசவில்லை. யமுனாவும் பேசவில்லை. மூச்சை இழுத்துக் கண்ணைத் துடைத்துக்கொண்டாள் பார்வதி.

"கொஞ்ச சிறுமைப்படலே பாபு. அவ்வளவு பட்டாச்சு. ஒண்ணும் புதுசு இல்லே இன்னிக்கி. உறவுக்காரங்க பேசின பேச்சு கொஞ்சமா? படுத்தின பாடும் கொஞ்சமா? எனக்கும் என்ன செய்யறதுன்னு புரியலே. என்ன தப்புன்னுதான் நெனச்சு நெனச்சுப் பாக்கறேன். ஆற மாட்டேங்குது. பத்து வருஷமா பார்க்காத இடம் இல்லே. ஒண்ணும் நடக்கிற வழியா இல்லே. ஊர்லேதான் உறவு ஜனங்கள்ளாம் வயித்தெரிச்சப்படறாங்கன்னு இஞ்ச வந்தா, இங்கேயும் சோதனையா யிருக்கு. தெய்வத்துக்குக் கண்ணு கிண்ணு இருக்கான்னு சந்தேகமா யிருக்கு. உலகத்திலே கலியாணம்லாம் நடக்கலியா? பல்லும் பனங் காயுமா இருக்கிறதெல்லாம் கிடைச்சுது கிடைச்சுதுன்னு கலியாணத் தைப் பண்ணிக்கிட்டு ஓடிப்பிடுது, நமக்குப் பாரேன்" என்று மெள்ள மெள்ளப் பேசினாள். குரலில் நடுக்கம் நிற்கவில்லை.

"நீங்க என்னத்துக்காக நொந்துக்கணும் இப்படி?"

"நொந்துக்காம என்ன செய்யறது?"

"இன்னிக்கித் தட்டினது நல்லதாப் போச்சுன்னுதான் நான் சந்தோஷப்படறேன்... மகா பாமரன்... முட்டாள்."

"இன்னிக்குப் போனது சரி... நம்ம அதிர்ஷ்டம் பாரேன். அவன் நல்ல சமத்தாயிருக்கப்படாதா?"

"அவன் சரின்னாலும் வேண்டாம். யமுனாவுக்கு யாரோ மகான் பிறந்திருக்கான். அவன் மகா கவியா இருப்பான். மேதையா இருப்பான்."

"மன்மதனாயிருப்பான்" என்றாள் யமுனா.

"மன்மதனாக மட்டும் இருந்தால் போதுமா? அறிவும் கல்பனை யும் வேண்டாமா?"

"ஒண்ணும் வாண்டாம். நல்லவனா இருந்தாப் போதும்" என்றாள் பார்வதி.

"நல்லவனா மட்டும் இருந்தாப் பிரயோஜனம் இல்லே. கெட்டிக் காரனா இருக்கணும்" என்று பாபு குறுக்கிட்டான்.

"அப்புறம்?" என்று யமுனா சிரித்தாள்.

"நீங்க ஏன் கவலைப்படணும்? யமுனா கல்யாணம் என் பொறுப்பு. அதுவரையில் நான் கல்யாணம் பண்ணிக்கலே. சத்தியமாச் சொல்றேன்" என்றான் பாபு. குரல் நடுங்கிற்று.

பார்வதி திரும்பி அவனைப் பார்த்தாள்.

"உங்கப்பா மாதிரியே உனக்கும் மனசு பூவா இருக்கு... அவர் அப்படியே பிறத்தியார் கஷ்டம்னா உருகிப்போயிடுவாரு. என்னத்துக்கு இதெல்லாம் சொல்ற சத்தியம் கித்தியம்னு?"

"எனக்கும் ஞாபகம் இருக்க வேண்டாமா? சிமிண்ட் ஜலம் இல்லாம எப்படிக் கெட்டிப்படும்? மறுபடியும் அதையே சொல்றேன். இது சத்தியம்."

"உன் மனசுக்காவது சுவாமி இரங்கட்டும்."

சிறிது நேரம் மௌனம் நிலவிற்று.

"ம்ஹூம்" என்று பெருமூச்சு விட்டுவிட்டு, பார்வதி எழுந்து காப்பி பாத்திரங்கள் நாலைந்தை விரல்களில் இடுக்கிக்கொண்டு, கொல்லையில் தேய்க்கப் போடுவதற்காக நகர்ந்தாள்.

பாபுவும் எழுந்தான். யமுனா கன்னத்தில் இரண்டு கைகளையும் வைத்துக்கொண்டு தரையை, சூன்யத்தைப் பார்த்துக்கொண்டு உட்கார்ந்திருந்தாள்.

"என்ன யமுனா, ரொம்ப வருத்தமாயிருக்கா, கடைசி வண்டி நிக்காமப் போயிட்டதேன்னு?" என்று கேட்டான்.

மோக முள்

"கடைசி வண்டி என்ன? நீதான் சத்தியம் பண்ணியிருக்கியே. வண்டி கிடைக்காமலா போயிடும்?"

"கிடைக்கத்தான் போறது."

"அதிருக்கட்டும். காலேஜ் பாடம் எல்லாம் ஒழுங்காப் படிக்கிறியா?"

"ஏன் என்ன இப்ப திடீர்னு இந்தக் கவலை?"

"இல்லை, பாரதம், ராமாயணம் இப்படி இறங்கி விட்டியோன்னு பார்த்தேன்."

"ஏன்?"

"பீஷ்மர், ஹரிச்சந்திரன், தசரதன் – இந்த வரிசையிலே போயிட்டிருக்காப்போலிருக்கே, அதுதான் என்னடாப்பான்னு கேட்டேன்."

"பீஷ்மர், தசரதர் எல்லாம் மனுஷங்கதான்."

"அதனால்தான் சொல்றேன் நானும்."

"என்ன?"

"ஒண்ணுமில்லே இந்த மாதிரியெல்லாம் குடுகுடுன்னு உளறாதே இனிமேன்னுதான் சொல்றேன்."

"உளறத்தானே படாது?"

"ஆமாம்."

"சரி, புத்தி. ஒத்துக்கிண்டாச்சு. போதுமா?"

"போதும்" என்று யமுனா சிரித்துவிட்டு, "மணி என்ன ஆறது" என்று கேட்டாள்.

"அஞ்சு நாற்பது" என்று ஊஞ்சல் பலகையண்டை சென்று பார்த்துச் சொன்னான் பாபு. "சரி, நான் புறப்படணும்."

"எங்கே?"

"ஊருக்கு. நேத்தே சொன்னேனே, அப்பா வரச்சொல்லி எழுதியிருக்கார்னு."

"ஆமாமாம். பஸ்ஸா? ரயிலா?"

"பஸ்ஸுதான்."

பார்வதியிடம் கொல்லையில் போய் சொல்லிக்கொண்டான் பாபு. மிகுந்திருந்த கறிகாய்கள், ஆரஞ்சு, காய்ந்த திராட்சை எல்லாவற்றையும் ஒரு பையில் போட்டுக் கொடுத்தாள் யமுனா.

"திராட்சைப் பழம் உதிரி உதிரியாக நல்லாயிருக்கு. அப்பாக்குக் கொடுக்கச் சொல்லு" என்று யமுனா திராட்சைப் பொட்டணத்தைப் பையில் செருகினாள்.

தி. ஜானகிராமன்

"என்னிக்கு வருவே?"

"விஜயதசமிக்கு மறுநாள்தான்."

"அப்பன்னா நாளைக்கு, நாளன்னிக்கு, நாலாம் நாள்னு சொல்லு."

"ஆமாம்."

"வந்தவுடனே வா. ஜோலி ஜோலின்னு ரூம்லியே இருந்துடாதே" என்றாள் பார்வதி.

"ஒரு ஜோலியும் இல்லெ."

"ஜோலி இருந்தாலும் வரத்தான் வேணும். எங்களுக்கும் மனுஷங்க யாரு இஞ்ச, சொல்லு? வந்து போயிக்கிட்டிருந்தாத்தானே தெம்பா இருக்கு?"

"வரேன், வரேன், வரேன்."

"அக்கா, அம்மா, அப்பாகிட்டல்லாம் சொல்லு – இந்த மாதிரி யெல்லாம் நடந்துதுன்னு. நீதான் விகடம்லாம் பண்ணிக் காமிப்பியே ஒண்ணுவிடாம."

"ஒண்ணுவிடாம சொல்றேன்."

"அக்கா விழுந்து விழுந்து சிரிக்கும்."

"அப்ப வரட்டுமா?"

"போயிட்டு வா."

10

ஆனையடிக்கருகில் அணைக்கரை பஸ் எழுப்பிவிட்டுப் போன புழுதியை மாலை வெய்யில் தங்கமாக்கி, ரசவாதம் செய்து கொண்டிருந்தது. பச்சையப்பன் குளத்தருகில் பெரிய கூட்டமாகக் கூடியிருந்தது. கருட தரிசனம் செய்வதற்காக வியாழக்கிழமை சாயங்காலங்களில் கூடுகிற கூட்டம் அது.

"உக்காருங்கண்ணே, காலெல்லாம் வலி கண்டு போவுது" என்றார் ஒரு கம்பவுண்டர்.

"ஆமாம் தம்பி. இன்னிக்கி அரைமணி முக்கால் மணியாச்சு. எழுந்திருக்கவே மாட்டேங்கறாரே."

"என்னமோ, நம்ம மனசுப்படியா நடக்கும், எனக்கும் நேரமாச்சு. இன்னும் அஞ்சு நிமிஷம் பார்க்கப்போறேன். இல்லேன்னா கிளம்ப வேண்டியதுதான். ஐயாவோட இன்னிக்கு ஒரு அர்ஜண்ட் கேசுக்கு போயாகணும். ஆறு மணிக்கு வரச்சொல்லியிருக்காங்க."

பாபு கேட்டுக்கொண்டே கூட்டம் பார்த்துக்கொண்டிருக்கிற, வானைத் தொட்டு நின்ற தென்னை மரத்தின் கீற்றைப் பார்த்தான்.

ஒரு கருடன் இந்தக் கூட்டத்தையே லட்சியம் செய்யாமல் கிழக்கே பார்த்து அமர்ந்திருந்தது. அதை விரட்டக்கூடாதாம். தானாகவே எழுந்து பறக்க வேண்டுமாம். அப்போதுதான் கருடதரிசனத்தின் பலன் உண்டாம். அந்தப் பலனும் கருடன் பறந்து மறுபடியும் எங்காவது உட்காருவதைப் பார்த்தால்தான் பூர்த்தியாகுமாம். கூட்டம் வெகு நேரமாகக் காத்திருப்பது, அது பட்ட அலுப்பிலிருந்து நன்றாகத் தெரிந்தது. கருடனைப் பார்த்தான் பாபு. அதே தென்னங் கீற்றில் காலம் தொடங்கியது முதல் அது உட்கார்ந்திருப்பதுபோல ஒரு பிரமை எழுந்தது அவன் உள்ளத்தில். அது எழுந்திருக்கவே போவதில்லை என்றும் தோன்றிற்று.

நவராத்திரிக் கூட்டம் நடமாடத் தொடங்கிவிட்டது. புசுபுசுக்கும் புதுப் புடவைகளும் பாவாடைகளும் கடந்த வண்ணம் இருந்தன. கடந்துபோகும் ஒவ்வொரு கும்பலும் கதம்ப மணத்தை வீசிவீசிப் போயிற்று. நவராத்திரி முடிவு நெருங்க நெருங்க, வீதியில் கூட்டமும் புதுமையும் பெருகிக்கொண்டிருந்தன. நாளை ஒன்பதாவது நாள். சரஸ்வதி பூசை. கட்டுக்கடங்காத பூரிப்பாக ஊர் மலர்ந்து கொண்டிருக் கும், பாபநாசத்தில் என்ன இருக்கப்போகிறது? எப்போதும்போல மங்கலும் இருளுமாக அழுதுவடிந்துகொண்டிருக்கும். இந்தக் கோலா கலத்தில் கும்பகோணத்தை விட்டுப் போவதென்றால் மனசு வர வில்லை. என்ன செய்வது? அப்பாவானால் வரச்சொல்லியிருக்கிறார், கட்டாயமாக. அசிரத்தையாக இருந்துவிடப் போகிறோமோ என்று பன்னிப்பன்னி எழுதியிருக்கிறார். என்ன விசேஷமோ தெரியவில்லை. பிரதி விஜயதசமியும் எதாவது புதிதாக ஆரம்பிக்கிற வழக்கம் அவருக்கு. பாட்டு, படிப்பு, அவர் சொல்லி வைத்த கம்பராமாயணப் பாடம், எல்லாம் அவனுக்கு விஜயதசமியில்தான் ஆரம்பமாயிற்று. இப்போது மனதில் என்ன வைத்துக்கொண்டிருக்கிறாரோ!

அவனைப் போலவே அவரும் பள்ளிக்கூடத்துப் பையன்தான். வயது வந்தது முதல் இதுவரை அவர் எந்த வேலைக்கும் போகவில்லை. படிப்பிலேயே காலம் கழிந்துகொண்டிருக்கிறது அவருக்கு. ஒழிந்த வேளைக்குப் பாட்டு, பஜனை. இருபது வயதிலோ என்னமோ ஒரு செட்டியார் கடையில் கணக்குப்பிள்ளையாகச் சேர்ந்து ஒரு வருடம் இருந்தாராம். ஏழரை மணிக்குக் கடைக்குப் போய், பகல் இரண்டு மணி நேரம் போக, இரவு பத்துமணிக்கு வருகிற வழக்கத் திற்கு ஈடு கொடுக்க முடியாமல், வேலையை உதறிவிட்டுப் படிப்புக்கே திரும்பிவிட்டார். தமிழும் சமஸ்கிருதமும் பார்த்துக்கொண்டே வருகிறவருக்கு, சீடர்களும் வர ஆரம்பித்து வாசித்து வாசித்துப் போய்க்கொண்டிருந்தார்கள். காலையில் எழுந்ததிலிருந்து ஸ்நானம், பூஜை, பாட்டு, படிப்பு, சாப்பாடு, பாடம் சொல்லிக் கொடுக்கிறது. கொல்லையிலும் தோட்டத்திலும் கொத்திவிட்டு நீர் இறைப்பது, மறுபடியும் ஜபம், பாட்டு, படிப்பு என்று அவருக்கு இத்தனை நாள் ஓடி விட்டது. பாபாநாசத்திற்கு வந்தபிறகு, யமுனாவின்

தந்தை சுப்ரமண்ய அய்யரின் நிலம் இரண்டு வேலியும் அவர் பொறுப்பில் வந்தது. இப்போதும் அவர் படிப்பை விடவில்லை. வயல்கடைக்குப் போய் வந்த நேரம் போக புத்தகமும் சீடர்களுமாகத் தான் உட்கார்ந்திருப்பார். பாடத்தான் முடியவில்லை. பாடிப் பாடி வயிறெல்லாம் புண்ணாகிவிட்டது. வயிற்று வலி. பொறுக்க முடியாத வலி. திடீர் திடீர் என்று வந்து ஆளை வைத்து வைத்துக் கொல்லும் புழு மாதிரி கிடந்த அவர் துடிக்கும் துடிப்பைப் பார்க்கிறதே துரதிர்ஷ்டம் பிடித்த அனுபவம். அவரை அணைத்துக்கொண்டு பக்கத்தில் உட்காாந்திருப்பதைத் தவிர பாபுவுக்கு என்ன செய்ய முடியும்! அவரவர்கள் நோவை அவரவர்கள்தான் அனுபவித்துத் தீர வேண்டும். நாம் வாங்கி அனுபவிக்க முடியுமா? பட்டினி பட்டினி என்று விரதங்கள் வேறு. பட்டினி போட்டுப்போட்டு வயிற்று வலியையும் பெருக்கிக்கொண்டுவிட்டார் வைத்தி. டாக்டர் அடிக்கடி சொல்கிறார், வயிறு காய்ந்தால் வலி வந்துவிடும் என்று. வயிற்றில் ஏதாவது இருந்தால்தான் வலியைத் தவிர்க்க முடியும் என்று அவர் சொல்லிச் சொல்லி மனிதன் கொஞ்சம் திருந்தியிருக் கிறார். அதுவும் அக்காகூட இருக்கிறதால்தான்! அவள் இல்லாமல் அம்மாவா அவரைத் திருத்த? ஒரு விழி விழித்து அடக்கிவிடுவார் அம்மாவை!

அவர் உடம்பை நினைக்க நினைக்க, சரஸ்வதி பூசைக்கு கும்பகோணத்தில் இல்லாத குறைகூட பாபுவைவிட்டுக் கொஞ்சம் கொஞ்சமாக மறைந்துவிட்டது. எப்படியாவது ஊர் போய்ச் சேர்ந்து விட வேண்டுமென்று துடிப்பும் கண்டது. நடையை எட்டிப் போட்டான்.

வீட்டுக்குள் நுழைந்ததும், "இதோ வந்துவிட்டான் உன் சினேகிதன்" என்று கைலாசத்தின் குரல் கேட்டது. "பாபு, உனக்காக ஒரு மணி நேரமாகக் காத்திண்டிருக்கார். காலேஜுக்குப் போகலியா?" என்று கேட்டார் கைலாசம்.

"என்ன பாபு!" என்றான் ராஜம்.

"அட, ராஜமா! வாப்பா. இன்னி முழுக்கச் சரியாப் போச்சு."

"காயா, பழமா?"

"பழம் காயாப் போயிடுத்து."

"என்னப்பாது!"

"சரி, வாயேன். சொல்றேன். ஊருக்கு வேறு கிளம்பணும். போகும்போது சொல்றேன். வா."

"கலியாணக் கவலை. லீவு லெட்டர்கூட மறந்துபோச்சு உனக்கு" என்றான் ராஜம்.

"அடேடே" என்று திகைத்தான் பாபு.

“பரவாயில்லை. நான் சொல்லிவிட்டேன்.”

“என்ன சொன்னே?”

“என்னமோ அவசர ஜோலின்னு சொல்லிவிட்டேன். எட்டணா தண்டம் கொடுக்க வேண்டாம். ஊருக்குப் போய் வரபோது ஒரு லீவு லெட்டரைக் கொண்டு கொடுத்துவிடு.”

“காலமே நாலரை மணிக்கே குளித்துவிட்டுக் கிளம்பிவிட்டேன்.”

“காலமேயா! நீயா!”

“பின்னே என்ன செய்யறது! ரயிலடிக்குப் போக வேண்டியிருந்தது.”

“காலைத் தூக்கத்தைவிட யமுனா கலியாணம் பெரிசா போயிடுத்து உனக்கு! யமுனாதானே அவபேரு!”

“ஆமாம்.”

ஜன்னல் வழியாகப் பார்த்துக்கொண்டிருந்த ராஜம், “அட, இன்னிக்கு வானம் பிரமாதமாயிருக்கு ... உனக்குத் தேவலைப்பா. மொட்டை மாடிக்குப் போனா, காவேரி, பின்னாலே சோலை, வானம்” என்று சொல்லிக்கொண்டே மொட்டை மாடிக்குப் போனான். மேற்கே சூரியன் மறைந்துகொண்டிருந்தது. உயர்ந்து மலையாக நின்ற மேகத்தில் பளீரென்று உருக்கிய வெள்ளி விளிம்பு கட்டியிருந்தது. அடிவாரத்தில் சிந்தூர ஆறுகள் ஓடின. தங்க மிருகங்கள் மெதுவாக உருமாறிக்கொண்டிருந்தன. வர்ணங்கள் வரைந்த கனவாக வானவெளி கண்ணையும் மனதையும் செயலோயச் செய்தது.

“பாபு, இங்கே வாயேன். இந்த ஆச்சரியத்தைப் பாரேன்” என்று மொட்டை மாடியில் ராஜம் அழைக்கிற குரல் கேட்டது. பாபு பையில் வேட்டி, சட்டைகளைத் திணித்துக்கொண்டிருந்தவன், ஒரு துண்டை மடித்துச் செருகிவிட்டு அங்கு விரைந்தான்.

“இதைப் பாரேன்! ஒளி சொப்பனம் காண்றாப் போலிருக்கில்லே?”

“சூரியன் தூங்க ஆரம்பித்திருக்கிறான். கண்ணயர்கிறபோது வருகிற சொப்பனம் இது. கொஞ்ச நாழி கழிச்சு எல்லாம் மறைஞ்சு இருளாப் போயிடும்.”

“இருளாப் போயிடாது. சற்றுக் கழித்து சந்திரன் வரும். நக்ஷத்திரங்கள் வரும். மேற்கே விழுகிற சூரியன் தூங்க மாட்டான். பிரிட்டிஷ்காரனுக்கு நல்ல புத்தி கொடுப்பான். நம்ம தேசத்துக்கும் விடுதலை கிடைக்கும்.”

“எனக்குத் தோணலே.”

“ஏன் அப்படிச் சொல்றே?”

“நல்ல நாளிலேயே கொடுக்கலே அவன். இப்ப பெரிய சண்டையிலே மாட்டிண்டு முழிக்கிறான். சுதந்திரமாவது மண்ணாவது?”

"சண்டை இப்பதானே ஆரமிச்சிருக்கு. இதிலேருந்து அவன் மீண்டு வரபோது பார்த்துப்பம். அதுக்குள்ள நமக்கு வழி பிறந்துடாதா, அவனுக்கு இந்த சூரியன் நல்ல புத்தி கொடுக்காட்டாலும்!"

"வழி பிறக்கட்டும், வேண்டாம்னு யாரும் சொல்லப் போறதில்லை. ஆனால் வழி பிறந்து என்ன? நமக்கு என்ன பிரயோசனம்? குருடனுக்கு எந்த வழி பிறந்தால் என்ன? கண் இருந்தால்தானே வழி பிறந்திருக்கிறது தெரியும்; முட்டிக்காம நடக்கலாம். நமக்குச் சுதந்திரம் வந்தால் என்ன? வராவிட்டால் என்ன?"

"ஒரே அடியாகக் குருடர்கள்னு சொல்லிட்டியே."

"ஆமாம். மறுபடியும் சொல்றேன். குருடர்கள்தான். நமக்கு சொந்தமாகப் பார்வை இல்ல. எல்லாரும் பயந்தாங்கொள்ளிகள். ஆம்பிளைகள் பழசு பழசுன்னு பயந்து சாகிறார்கள். பொம்பிளைகள் கலியாணத்துக்கு யார் வரப்போறான்னு டிரஸ் பண்ணிண்டு நின்று சொரணை, வெட்கம் எல்லாத்தையும் விட்டுவிட்டு நிற்கிறார்கள். ஒருத்தன் வந்து பார்த்து பிடிக்கலேன்னு சொல்லிட்டுப் போனா, சரி, அடுத்தாப்பல யாரு வரான்னு மறுபடியும் டிரஸ் பண்ணிண்டு நிற்கிறார்கள். நாமெல்லாம் மரியாதை உள்ள மனுஷ ஜன்மங்கள்னு நினைவிருந்தா, இப்படியெல்லாம் நாமே அவமானப்படுத்திப்போமா?"

"நானும் நேத்திக்கி இது மாதிரி சொன்னேன். நீ ஒப்புக்கலையே."

"என்ன சொன்னே?"

"உங்க யமுனா கும்டா போட்டுக்கறது கோழைத்தனம்னு நான் சொன்னேன். அதுக்கு உலகத்தை விரோதிச்சுக்க முடியுமா ஒரேயடியான்னு பரிந்து பேசினே."

"பேசினேன். என்ன செய்யறது? அவளுக்குப் படிப்பில்லை. அம்மாவை எதிர்த்து நிற்க முடியாது. எதிர்த்துத் தனியா நிற்க படிப்பில்லாத பொம்மனாட்டிக்கு முடியாதுன்னு சொன்னேன்."

"படிப்புக்கும் இதுக்கும் சம்பந்தமில்லை பாபு. தைரியம் இயற்கையா வரணும்."

"இயற்கையா வராது. படிச்சு இந்த மாதிரி வாழறது முட்டாள் தனம்னு புரிஞ்சுக்கணும். இதைவிடப் பூரணமான வாழ்க்கையைப் பொம்மனாட்டிகள் வேறு எங்கெங்கேயோ நடத்திண்டு சந்தோஷமா இருக்கிறதைத் தெரிஞ்சுக்கணும். அப்பதான் தைரியம் வரும். ஆதாரத் துக்கு ஒண்ணை வச்சுக்காம தைரியம் வந்துவிடாது. அப்படித் தைரியம் வந்தா சங்கடங்கள் நிறைய இருக்கு."

"என்ன?"

"ஆமாம். படிப்பில்லாட்டா ஆம்பளையை நம்பிண்டு இருக்க ணும். படிப்பில்லாம தனியமா நிக்கிறேன்னா சிரமம்."

“படிப்பு அவசியமில்லாத வேலையா செய்யறது.”

“படிப்பு அவசியமில்லாத வேலையை எத்தனை பேர் செய்ய முடியும்?”

“எல்லாரும் படிச்சா சரியாப் போயிடுமோ?” என்று கிண்டலாகக் கேட்டான் ராஜம்.

“படிச்சா, விஷமம் எங்கே இருக்குன்னு கண்டுபிடிச்சு வச்சுக்க வாவது முடியும். எது நல்லது, எது கெட்டது, எது பத்திரம், எது ஆபத்துன்னு புரிஞ்சுக்க முடியும். தைரியம்னா இதுதான், அறிவுதான் தைரியம்.”

“எல்லாப் பெண்களும் படிச்சா இப்படி ஆகிவிடுவாளா?”

“கட்டாயமா.”

அடுத்த வீட்டு மொட்டை மாடியில் ஆஸ்த்துமா இருமல் ஒன்று கேட்டது. கால் நிமிடம் கொல்லிட்டுக் கொல்லிட்டு, திறந்து விட்ட பெட்டி மூடிபோல மெதுவாகத் தணிந்து அடங்கிற்று அது. இருவரும் திரும்பிப் பார்த்தார்கள். கிழவர் ஒருவர் இருமலோடு போராடிவிட்டு மூலையில் துப்பிக்கொண்டிருந்தார். கூட ஒரு பெண். இருபது வயதிருக்கும். இளமையின் கோலாகலத்துடன் பொலிந்துகொண்டிருந்தாள். சற்று உருண்டை முகம். கழுத்திலும் கன்னத்திலும் யௌவனம் நிகுநிகுத்தது. ஒரு சந்தனக் கலர் வாயில் ரவிக்கை. கருப்புப் புடவை. வைரத்தோடு. கழுத்தில் நாலைந்து வடம் சங்கிலி. கிழவர் “அப்பாடா” என்று நிமிர்ந்தும் நிமிராமல் இடுப்பைப் பிடித்துக்கொண்டு திரும்பி பாபுவையும் ராஜத்தையும் பார்த்தவர், ஒரு கணம் மாறி மாறி இரு முகங்களையும் பார்த்துவிட்டு, மொட்டை மாடியைவிட்டு உள்ளே போனார். அவருக்கு முன்னா லேயே போயிற்று அந்தப் பெண். கிழவர் உள்ளே நுழைந்து இரு கதவுகளையும் சாத்தினார். உடனே பக்கத்தில் இருந்த இரண்டு ஜன்னல் கதவுகளும் மூடிக்கொண்டன.

பாபு ராஜத்தைப் பார்த்துப் புன்னகை புரிந்தான்.

“சரி, புறப்படலாமா? நேரமாயிடுத்து.”

“ம்.”

பையை எடுத்துக்கொண்டு, அறையைப் பூட்டிக்கொண்டு கிளம்பினார்கள். கைலாசமய்யரிடம் ஊருக்குப் போவதாகச் சொல்லிக் கொண்டு வெளியே வந்ததும் “என்னத்துக்காகச் சிரிச்சே?” என்று ராஜம் அடக்கி வைத்துக்கொண்டிருந்த கேள்வியைக் கேட்டுவிட்டான்.

“தாத்தா பார்வையைப் பாத்தியோல்லியோ?”

“பார்த்தேன். யாரு அவர்?”

“குடி வந்திருக்கார் புதுசா. ஒரு வாரம் ஆறது.”

ஆஸ்த்துமாக்காரர் மாதிரி இருக்கே" என்றான் ராஜம்.

"ஆஸ்த்துமாதான் போலிருக்கு."

"தெரியறது. இல்லாட்டா இப்படி ஈளையும் இரைப்புமா இருக்காது. மனுஷன் கிடந்து தவிக்கிறாரே, பாவம். அந்தப் பொண்ணுக்கும் வராம இருக்கணும். பரம்பரையா வர்ற வியாதின்னு சொல்லுவர் எங்கப்பா."

"பரம்பரையா வறது நிஜமோ என்னமோ. இவளுக்கு வராது. பெண்ணாயிருந்தால்தானே வரும்?"

"அவர் பெண் இல்லையா இது?"

"பெண்டாட்டி."

"என்னது!" என்று ராஜம் திகைத்துப்போய் நின்றான்.

"ஏன் நின்னுட்டே? வா, சொல்றேன்."

"என்னப்பாது! அக்ரமம்."

"யாரு அக்ரமம் பண்ணுறாங்கறே?"

"மனுஷன் சாகக்கிடக்கறாப் போலிருக்கான்."

"சாகிறது என்ன? அவர் சர்வீஸிலே ரிடையராறதுக்கு இன்னும் ஒரு வருஷம் இருக்கு. அம்பத்திநாலுதான் ஆறது.

"அம்பத்து நாலு வயசிலயா கல்யாணம்? அக்ரமம்."

"கிழவர் பண்ணினது அக்கிரமம்கிறியா?"

"அக்ரமமா, உதைக்கணும் அந்த ராஸ்கலை."

"அவரைப் போய் ராஸ்கல்ங்றியே. அந்தப் பெண்ணுக்குப் புத்தி எங்கே போச்சு? அவர் தாலியை நீட்டின உடனே இது கழுத்தையும் நீட்டித்தே, பளார்னு ஒரு அறை விட்டு அந்தத் தேஞ்ச பல்லையெல்லாம் தட்றதுக்கென்ன?" என்று கேட்டான் பாபு.

ராஜம், 'மகா அநியாயம் இது' என்று அவன் சொன்னதைக் காதில் போட்டுக்கொள்ளாமல் பொருமினான்.

"ஏன், இது தைரியமா மாட்டேன்னு சொல்லப்படாதோ?"

ராஜம் பேசாமல் நடந்துகொண்டிருந்தான்.

"தைரியம் எப்படி வரும்? படிச்சிருந்தா பொழச்சிக்கலாம்னு தைரியம் வரும். அப்பா அம்மா அன்னக்காவடி. நாமும் ஒரு பாரமான்னு இவனுக்குக் கழுத்தை நீட்டிப்பிடுத்து. படிப்பு இல்லாம தைரியம் வரும்னியே ... காணுமே" என்று முந்தினான் பாபு. "யமுனாவுக்குப் படிப்பில்லை. ஆனால், படிக்காதவனை வேண்டாம்னு

சொல்றதுக்கு தைரியம் இருந்தது. இன்னும் படிச்சிருந்தால் அவள் இன்னும் தைரியசாலியா இருப்பாள்.”

“இன்னிக்கி என்ன ஆச்சு? சொல்றேன்னியே” என்று கேட்டான் ராஜம்.

பாபு ஸ்டேஷனுக்குப் போனதிலிருந்து திரும்பிப் போய் வண்டியைவிட்டு இறங்கிய வரையில் சொல்லிமுடித்தான். அவன் முடிப்பதற்குள் தபாலாபீஸ் தெருவே வந்துவிட்டது.

“பெண் பார்க்க வரதுன்னு ஒரு பழக்கம். அதுக்கும் இவர்கள் மானமில்லாம பணிஞ்சுதானே போயிண்டிருக்கா. நமக்குச் சுதந்திரம் கிடைச்சா என்ன, கிடைக்காவிட்டா என்ன?” என்று அலுத்துக் கொண்டான் பாபு.

“நமக்குச் சுதந்திரம் வரதுக்கும் இதுக்கும் என்ன சம்பந்தம் பாபு?”

“நாம் சுதந்திரம் கேட்கறதிலே அர்த்தமில்லை. நம் சொந்த வாழ்க்கையிலேயே சுதந்திரம்னா என்னன்னு நமக்குத் தெரியாமல் நாம் சுதந்திரம் வந்து என்ன பண்ணப் போறோம்? பொம்மனாட்டிகள் இரைஞ்சு பேசினா நமக்குப் பிடிக்க மாட்டேங்கறது. தனியாப்போனா பிடிக்க மாட்டேங்கறது. நம்மைச் சுற்றி நாலு பக்கமும் பெரிசு பெரிசா சுவரைக் கட்டிக்கிண்டு நாம் சுதந்திரத்துக்கு ஆசைப்படறோம்.”

ராஜம் சற்றுப் பேசாமலிருந்துவிட்டு, “பாபு, உன் யமுனாவைப் பார்க்கணும் போலிருக்கு எனக்கு” என்றான் திடீரென்று.

“பேஷாப் பார்க்கறது. நானே அழச்சிண்டு போறேன். ஊர்லேர்ந்து வந்தவுடனே, என்ன இப்படி திடீர்னு?”

“பாபு பழைய பாபுவா இல்லையேன்னு பார்த்தேன். நேற்றும் அதுக்கும் முன்னாலும் இருந்த பாபுவா இல்லையேன்னு கேட்டேன்.”

“என்ன ராஜம், திடீரென்று அப்படியா மாறிவிட்டேன்?”

“இவ்வளவு துணிச்சலா நீ பேசற வழக்கம் இல்லையே. இப்ப என்ன வெறிபிடிச்சவன் மாதிரி குதிக்கிறியே. இப்படி ஆட்டி வைக்கிற பொம்மனாட்டியை நானும்தான் பார்க்கறேனே!”

“பாரு. ஆளு அப்படி ஒன்றும் வாயைத் திறந்து கலகலன்னு பேசறவ இல்லே அவ. நீ ஏமாந்து போனாலும் போவே.”

பஸ் ஸ்டாண்ட் திரும்புகிற சந்து வந்ததும், “அப்ப நான் வரட்டுமா?” என்று நின்றான் பாபு.

“சரி.”

“நீ அதுக்கு மேலே தங்கமாட்டேன்னு தெரியும் எனக்கு.”

“ஏன் ராஜம்?”

“ஏன்னா காலேஜிலே படிக்கிறவன் அனாவசியமா ஊரிலே இருப்பானா! அதான் சொன்னேன்.”

பாபு சற்றுத் தயக்கத்துடன் ராஜம் போவதைப் பார்த்துக் கொண்டிருந்தான். ‘நல்ல புத்திசாலிதான் இவன் ...’ என்று பெருமை யோடு அவனைப் பார்த்துக்கொண்டு நின்றான். ஒல்லியாக, உயரமாக, நிமிர்ந்த நடை. தலையில் அடர்ந்து வளர்ந்திருந்த மயிர். பெரிது பெரிதாகத் தொடங்கி சிறிதாகச் சிறுத்து முடியும் அலைகளாக ராஜத்தின் கேசம் கருகருவென்று மின்னிற்று. இவன் கண்ணில் தான் எவ்வளவு அறிவு! துல்லியமான, அழுக்கில்லாத இதயம்! பளிங்கு போன்ற அவனுடைய தெளிந்த உள்ளத்தை அந்தக் கண்களின் வழியாகக் குழந்தைகூடப் பார்க்க முடியும்! சிந்தனையும் ஆழமும் அலையும் கண்கள்.

பாபு பஸ் ஸ்டாண்ட் சந்துக்குள் திரும்பினான். டிக்கட்டை வாங்கி தஞ்சாவூர் பஸ்ஸில் உட்கார்ந்தபோது அவனுக்கு அக்கம் பக்கத்து நினைவுகூட இல்லை. ராஜம் எதற்காக யமுனாவைப் பார்க்க வேண்டுமென்று சொன்னான்? நாம் திடீரென்று அப்படியா மாறிவிட்டோம்?

ராஜம் சொல்வதுகூட உண்மைதான். இப்போது கோபம் கோபமாகத்தான் வருகிறது. யார் மீது கோபம்? கையாலாகாமல் கூண்டில் அடைப்பட்டிருக்கும் இந்தப் பெண்கள் மீதா? வலை போட்டுப் போட்டு, பயமுறுத்தி பயமுறுத்தி ஒடுங்க அடிக்கும் பெரியவர்கள் மீதா? சிறுமைப்பட்டதை நினைத்து விம்மிக் கண்ணீர் விட்ட பார்வதிபாய் மீதா? இநத அவமானத்தைச் சகித்துக்கொண்ட யமுனா மீதா? காறிக் காறிக் கண்ட இடத்தில பஸ் ஸ்டாண்டில் துப்பிக்கொண்டிருந்த ஜனங்கள் மீதா?

எல்லார் மீதும்தான் அவனுக்குக் கோபம். காரணம் புரியாத ஆற்றாமை தரித்திரம்! இவ்வளவு அழகை வைத்துக்கொண்டு ஒரு கிழவனைக் கல்யாணம் செய்துகொண்டு! இருமுகிறதைக் கேட்பதைத் தவிர, என்ன சுகம் காண முடியுமோ தெரியவில்லை! அப்பாவும் அம்மாவும் பரம ஏழைகளாம்! ஏழை ஏழையென்று சொல்லிக் கொண்டு, இந்தக் கிழவனுக்குக் கொண்டு கொடுக்கிறோமே என்று அழுது கொண்டு வேறு கொடுத்திருப்பார்கள்! அழுவதைத் தவிர வேறு என்னதான் செய்ய முடியும் இந்தக் கபோதிகளுக்கு? இவள் செய்தது உண்மையாக ஒரு தியாகமா? இந்தத் தியாகத்திற்கு ஏதாவது அர்த்தம் உண்டா?

பஸ்ஸில் புளி அடைக்கிறாற் போல ஜனங்களை ஏற்றி அடைத் திருந்தான் கண்டக்டர். ‘ட்ர்ட்ர்’ என்று வண்டிக்குப் பின்னால் சுற்றிச் சுற்றி அரைத்துக்கொண்டிருந்தான் ஒரு பையன். கரிவாயுவின் நாற்றம் மூக்கைத் துளைத்தது.

11

பாபநாசத்தில் இறங்கி அவசர அவசரமாக நடந்தான் பாபு. வீட்டு வாசலில் அவன் சகோதரி அவன் வருகிற திக்கைப் பார்த்துக் கொண்டு நின்றுகொண்டிருந்தவள் அவனைப் பார்த்ததும் சட்டென்று மறைந்தாள். அடுத்த கணம் அவனுடைய தந்தை வாசலுக்கு வந்துவிட்டார்.

"பாபு, ஏன் இத்தனை நாழி?" என்று சுபாவமான அவசரத்தில் கேட்டாள் அக்கா.

"ஏண்டா இத்தனை நாழி பாபு? இத்தனை நாழி பஸ் ஸ்டாண்டிலே நின்னு பாத்திண்டே இருந்தேன். அப்பறம் சிரமமா யிருந்தது. வந்து இப்படி சாய்ந்தேன். அஞ்சு நிமிஷம்கூட ஆகலெ. ஏன் காலேஜ்விட நாழியாச்சா?" என்று பையை வாங்கிக்கொண்டார் வைத்தி.

"இன்னிக்கி காலேஜுக்கே போகலை."

"காலேஜுக்குப் போகலையா?"

"யமுனா வீட்டுக்கு யாரோ பெண் பார்க்க வந்தான். வான்னு சொன்னா பார்வதி. இன்னிக்குக் காலமே போனது சாயங்காலத்தான் வர முடிஞ்சுது."

"சுப்புணி இல்லியா?"

"வரலை."

"நீ சம்மந்தியா இருந்தியாக்கும்" என்றாள் அக்கா.

"கல்யாணம் நிச்சயமானான்னா சம்பந்தி."

"நிச்சயமாச்சா, ஆகலியா?"

"ஆகலே . . . அப்புறம் சொல்றேன் வேடிக்கையெல்லாம்."

"பாபு வந்துவிட்டானா?" என்று கேட்டுக்கொண்டே வந்தாள் அம்மா.

உள்ளே போய்க் கையைக் காலை அலம்பியும் இறுக்கம் நீங்கவில்லை. காற்றாட இருக்கட்டும் என்று எல்லோரும் வாசலுக்கே வந்தார்கள்.

அப்பாவுக்கு உடம்பு இன்னும் இளைத்துவிட்டிருந்தது. அந்தச் சாய்வு நாற்காலியில் அந்தக் காலத்தில் கனமும், இடலமுமாக நிறைந்து உட்கார்ந்த உடம்பாகவே இல்லை. அவரைப் பார்த்ததும், பாபுவைக் கலக்கிக்கொண்டிருந்த கோபம் எல்லாம் மறைந்துவிட்டது. துயரத்திற்காகவே பிறந்தது போன்ற அக்காவுக்கு, அவன்தான் பிள்ளை. அவள் கொண்டு வந்த காபி அவனுடைய கலக்கத்தை யெல்லாம் போக்கிவிட்டது. 'பாபு' என்று அவள் அழைக்கிற

குரலில் ஆழங்காண முடியாத ஒரு பாசம். அந்த ஏக்கம், காணாததைக் கண்ட ஒரு பிரமை, வேறு யார் குரலிலும் தொனிக்கிறதில்லை. அவன் மனம் அமைதி அடைந்துவிட்டது. வீட்டில் காலடி எடுத்து வைத்ததுமே அவனுக்கு எங்கேயோ முகம் தெரியாத இடங்களில் சுற்றிவிட்டு வந்ததுபோல ஒரு நிதானமும் சாந்தமும் வந்துவிட்டது. வாசலில் கிடந்த வண்டியைப் பார்த்தான். வாசல் கொட்டகையில் ஓரத்தில் கட்டியிருந்த கன்றுக்குட்டியைத் தழுவிக்கொண்டான். புது ஆளைக் கண்டு சற்று மிரண்டு கழுத்தை விடுவித்துக்கொண்டது அது. அவனும் விடவில்லை. அது பயம் தெளிந்து, கழுத்துப் பட்டையைச் சொறிந்து கொடுத்துவிட்டுத்தான் இப்பால் வந்தான்.

"போன வாரம் கூட சுப்புணி வந்திருந்தார். யமுனாவுக்குப் பெண் பார்க்க வரப்போறான்னு சொல்லலியே" என்றாள் அக்கா.

"யாரு வந்தா என்ன? உட்கார்ந்துண்டு சொல்லு" என்றார் வைத்தி.

"பரவாயில்லேப்பா."

"உட்கார்ந்து சொல்லுடா" என்று அவர் இரண்டு தடவை சொன்ன பிறகு உட்கார்ந்து கொண்டான் பாபு.

"யாரோப்பா, வெறும் தடியன் . யாரோ சொன்னான்னு இவர் வரச்சொல்லிவிட்டு பாயசமும், போளியுமா பண்ணி உபசாரம் பண்ணினா. சுத்த ஆஷாடபூதி. தத்துப்பித்துன்னு ஸ்டேஷனுக்குப் போறபோது பேத்தினான். எனக்குக் கோபம் வந்துடுத்து."

"அடியிலேருந்து சொல்லுடா பாபு" என்றார் வைத்தி.

இரண்டாந் தடவையாக அடியைப் பிடிடா என்று ஆரம்பித் தான் அவன்.

எல்லாவற்றையும் கேட்டுவிட்டு "ஹ்ம்" என்று பெருமூச்சு விட்டாள் அக்கா.

"ஒரு கோணல்லே ஆரமிச்சா, அது ஜன்மம் முழுக்கக் கோணலாயிடறது. என்ன பண்றது?" என்றார் வைத்தி.

"என்ன கோணல் அப்பா?" என்றான் பாபு.

பதில் தெரிந்த கேள்விதானே என்று வைத்தி பேசாமல் வாசலைப் பார்த்துக்கொண்டு உட்கார்ந்திருந்தார்.

"கோணல் என்ன அப்பா? யமுனா என்ன அழகிலே குறைச்சலா? குணத்திலே குறைச்சலா?"

"எது இருந்தா என்னடா குழந்தே? தலையெழுத்து விட்டு விடுமோ?"

"தலையாவது எழுத்தாவதுப்பா. நம்ம தலையிலே இருக்கிறது சரியா இருக்கணும். அது கெட்டுப் போயிடறது."

மோக முள்

"சரிடா, சாப்பிட வா... அப்பா, வாங்கோப்பா" என்று கூப்பிட்டாள் அக்கா.

உள்ளே வந்ததும் வைத்தி பூசை அலமாரியின் முன் சாஷ்டாங்கமாக நமஸ்கரித்து அரை நிமிடம் கழித்து எழுந்து நின்றார். அப்போது தான் பாபுவுக்கு ஞாபகம் வந்தது. அலமாரி முன் வணங்கிவிட்டு அப்பா, அம்மா, அக்கா எல்லோரையும் விழுந்து வணங்கினான். "தீர்க்காயுசா, நல்ல புத்தியும் பேருமா இருக்கணும்டா குழந்தே" என்று அம்மா ஆசி சொன்ன குரலின் நடுக்கத்தையும் ஆழத்தையும் கேட்டு பாபுவுக்குச் சற்று தழதழத்துவிட்டது.

"நல்ல அழகா ஒரு பெண்ணா கல்யாணமாகி ராஜா மாதிரி புள்ளையும் குட்டியுமா பெத்துண்டு இருக்கணும்னு சொல்லேம்மா" என்று அக்கா சிரித்தாள்.

"எல்லாம் தானா நடக்கிறது" என்றாள் அம்மா.

வைத்தி புன்சிரிப்புடன் பெண்ணின் சந்தோஷத்தைப் பார்த்துக் கொண்டு நின்றார்.

"அதுக்குள்ளியுமே எனக்குக் கல்யாணம், புள்ளைக் குட்டி எல்லாம் வந்துவிடணுமாக்கா?" என்றான் பாபு, சட்டையின் முன் பக்கத்தை லேசாக உதறிக்கொண்டு.

"எங்களுக்கும் வயசாச்சுடா குழந்தே. அதான் சொல்றா" என்றாள் அம்மா.

"வயசாறதோ வயசாகலியோ..." என்று நிறுத்தினாள் அக்கா.

அக்காவின் முகத்தில் மலர்ச்சியைத் தவிர வேறு பார்த்த ஞாபகமே இல்லை பாபுவுக்கு. படிக்கும்போது அவள் நினைவு வரும்போதெல்லாம் அவளுடைய சிரிக்கும் முகம்தான் வந்து கண்முன் நிற்கும். 'படேர்' என்று இளமையில் விழுந்த இரண்டு அடிகளைப் பொறுத்துக்கொண்டு, மறத்துவிட்டு, அல்லது நசுக்கி இதயத்தின் ஆழத்தில் போட்டு மூடிவிட்டு, சிரித்துக் கலகலக்கிறது என்பது அவள் ஒருத்திக்குத்தான் முடிகிற விஷயம் என்று தோன்றியது.

அவள் தலைமீது முதல் அடி விழுந்தபோது பாபுவுக்கு ஐந்து வயதிருக்குமோ என்னவோ. விவரம் தெரியாத வயது என்றுதான் சொல்ல வேண்டும். அவன் பிறக்கிறதற்கு முன்னமேயே கல்யாணமாகி புருஷன் வீடு சென்றுவிட்டாள் அவள். முதன்முதலில் தனக்கு ஒரு அக்கா இருக்கிறாள் என்று அவன் மனதில் பதிந்ததே ஐந்து வயதில்தான். ஒருநாள் இருட்டியிருக்கும். வாசலில் மாட்டு வண்டி ஒன்று நின்றது. வைத்தி இறங்கினார். இறங்கினவர் வண்டிக்குள் இருந்த ஒருவரை அப்படியே குண்டுக் கட்டாகத் தூக்கி கொண்டு, இறைக்க இறைக்க வாசல்படி ஏறி உள்ளே வந்து காமிரா உள்ளில் கொண்டு வைத்தார். கூடவே தங்க அரசிலையும் கறுப்புப்பட்டு

116 தி. ஜானகிராமன்

அரைஞாணும் சிவப்பு உடம்பில் மின்ன ஒரு குழந்தையை – இரண்டு வயதிருக்கும் – எடுத்துக்கொண்டு ஒரு பெண் படியேறி வந்தாள். பச்சைப்புடவை கட்டி வந்த அவள்தான் அக்காவாம். வந்ததும் வராததுமாக இடுப்புக் குழந்தையை இறக்கிவிட்டு, பாபுவைத் தூக்கி நாலைந்து முத்தமிட்டுவிட்டுக் கீழே இறக்கி, காமிரா உள்ளுக்குப் போனாள். உள்ளே அப்பா தூக்கி வந்த மாமா, இரட்டை நாடியாகப் பளபளவென்று அகல மூஞ்சியாக இருந்தார். அப்பாவுக்கு எப்படித் தான் தூக்க முடிந்ததோ அவரை, தலையில் கட்டுக் குடுமி. பாபுவை அவரும் இழுத்து முத்தமிட்டு மடியில் உட்கார்த்திக்கொண்டார். என்னென்னமோ கேட்டார். ஞாபகமில்லை. பாபுவுக்கு வேறு அதிகமாக அவரைப் பற்றி நினைவில்லை. ஒருநாள் காலையில் சுவரைப் பிடித்துக்கொண்ட அவர் விந்திவிந்திக் காலை எடுத்து வைத்து நடக்க முயன்றது இன்னும் கண்முன் நிற்கிறது. ஒருமுறை பாபுவைப் பார்த்துச் சிரித்தது – ஒரே ஒரு தடவைதான் – ஞாபக மிருக்கிறது. காலைவேளை; அப்போது பாபு பள்ளிக்கூடத்துக்குப் புறப்பட்டுக்கொண்டிருந்தான். அவன் சட்டைப் புத்தானைப் போட்டு விடுகிறவர், சிரித்தார். இன்னும் வரிசை வரிசையாக அந்தப் பல் தெரிந்தது ஞாபகமிருக்கிறது. எதற்காகச் சிரித்தார் என்று ஞாபக மில்லை. இன்னொரு தடவை ஒரு வைத்தியர் வந்து ஒரு இருப்புச் சட்டியில் என்னென்னமோ போட்டு காய்ச்சின எண்ணெயை அவர் காலில் தடவி உருவிவிட்டுக் கொண்டிருந்தார். ‘ஹ’ என்று வலியில் அவர் முனகினது ஞாபகமிருக்கிறது. அக்கா அந்த உள்ளுக்கும் சமையல் உள்ளுக்கும் அடிக்கடி போய் வருவாள். கூடவே செக்கச் செவேலென்று அரசிலை கட்டின அந்தக் குழந்தை ஓடும்.

இன்னொருநாள் இருட்டியதும் பாபு எங்கோ கோயிலில் சுற்றிவிட்டு வீட்டுக்கு வரும்போது கூட்டமாக யார் யாரோ அழும் ஓசைகள் கேட்டன. படியேறி வந்தபோது, நடையில் ஏகக் கூட்டம். உள்ளே இருந்தவர் இங்கு வந்து மல்லாந்து படுத்திருந்தார். சுற்றி அப்பா, அம்மா, அக்கா இன்னும் யார் யாரோ பெண்டுகள் – எல்லோருமாக உட்கார்ந்து பெரிதாக அலறிக்கொண்டிருந்தார்கள். பாபுவும் என்னவென்று தெரியாமல் அழுதுகொண்டே நெருங்கியதும் கூட்டத்திற்கு நடுவில் மாட்டிக்கொண்டு, மூச்சுமுட்ட, விடும்மா விடும்மா என்னை என்று அலறிக்கொண்டு எழுந்துபோய் நிலைப் படியில் நின்று, இந்தக் காட்சியைப் பார்த்ததும் ஞாபகம் இருக்கிறது. அவர் பளபளவென்று படுத்திருந்தார். காதில் சிவப்புக் கடுக்கன் மின்னிற்று. அவர்தான் பச்சைப்புடவை கட்டிக்கொண்டிருந்த அக்காவின் புருஷன். மறுநாள் காலையில் வாசல் திண்ணையில் பாபு அப்பாவோடு உட்கார்ந்திருந்தான். திடீரென்று தெருவில் நின்ற ஒரு வண்டியிலிருந்து மூன்று, நாலு பாட்டிகள் இறங்கி மார்பில் ஓங்கி ஓங்கி அடித்துக்கொண்டு, அலறிக்கொண்டு படியேறி உள்ளே போனார்கள். அந்த பாட்டி எவ்வளவு மொத்தம்! பெரிய சத்துமாப் பைகள் மாதிரி ஆடின மார்பில் ஓங்கி ஓங்கி அடித்துக்

கொண்டு வந்தாளே, அதை இன்னும் மறக்க முடியவில்லை. அந்தப் பாட்டி, அவரைப் படுக்க வைத்துத் தூக்கிக்கொண்டு போனபோது அதே மாதிரி அடித்து அழுதுகொண்டே பின்னால் போனாள். இன்னொரு ஞாபகம்; தூக்கிக்கொண்டு போய் அவரை அந்தக் கீற்றுப் படுக்கையோடு ஒரு மரத்தடியில் வைத்திருந்தார்கள். சற்று தூரத்தில் வடவாறு ஓடிக்கொண்டிருந்தது. நல்ல வெய்யில். கால் பொரிந்தது. அந்த இடம் எங்கு பார்த்தாலும் சாதாரணத் தரை மாதிரி இல்லை. மண் காவி நிறமாக இல்லாமல், சாம்பல் மாதிரி இருந்தது. அக்காவின் புருஷனைப் பற்றி இதற்குமேல் ஒன்றும் நினைவில்லை பாபுவுக்கு.

பின்பு ஒரு நாளைக்கு ஆற்றங்கரையில் அக்காவைப் பிடித்துக் கொண்டு யார் யாரோ அழுதுகொண்டு நின்றார்கள். அப்பா சாணி நிறத்தில் ஒரு புடவையை எடுத்து வந்து அக்கா கழுத்தில் போட்டுவிட்டு, அழுதுகொண்டே அப்பால் போனார். அவரையும் இரண்டு மூன்று பேர் பிடித்துக்கொண்டு போனார்கள்.

அதற்குப் பிறகு அக்கா ஊருக்குப் போகவில்லை. அந்தக் குழந்தையோடு அப்பா, அம்மாவுடனேயே தங்கிவிட்டாள். நெற்றியில் ஒன்றுமில்லாமல், காலில் உருட்டில்லாமல், கை கழுத்தில் ஒன்று மில்லாமல் ஒரு வெள்ளை ரவிக்கை, கறை, தலைப்பில்லாத ஒரு பச்சைப் புடவை – இதுதான் அக்கா. அவர் இறந்துபோன நாலைந்து மாதம் கழித்தோ என்னவோ அப்பா ஒரு பெரிய படத்தை நியூஸ் பேப்பரைப் போட்டுச் சுற்றி, ஒரு நாள் எடுத்து வந்தார். திறந்து பார்த்தபோது அவர் மாதிரி இருந்தது. அக்காவின் புருஷனின் முகம்கூட பாபுவுக்குச் சரியாக ஞாபகமில்லை. தேய்ந்தாற்போல ஒரு நினைவு. அவ்வளவுதான். இந்த, பெரிது பண்ணப்பட்ட, மார்பு வரையிருந்த புகைப்படம்கூட சற்றுத் தேய்ந்தாற்போல் தானிருந்தது. யாரோ ட்ராயிங் மாஸ்டர் தெரிந்த வரையில் பெரிது பண்ணிக் கொடுத்ததை அப்பா எடுத்துக்கொண்டு வந்துவிட்டார். எதோ ஒரு நாள் பள்ளிக்கூடம் போகும்போது அவன் சட்டைப் புத்தானை மாட்டிக்கொண்டே அவர் சிரித்த சிரிப்பும், சுவரைப் பிடித்துக்கொண்டு ஒரு நாள் விந்தி விந்தி அவர் நடக்க முயன்றதுமே ஞாபகமிருந்த பாபுவுக்கு இந்தப் படம் யாரோ மாதிரி இருந்தது. இந்தப் படத்திலுள்ளவருக்கு ஒரு குல்லாய், மூடின கோட்டு எல்லாம் போட்டிருந்தது. ஆபீஸ் உடையில் எடுத்த படம். இருந்தாலும் அவரைச் சீக்காளியாகப் பார்த்தபோதுகூட இதைவிட நன்றாக இருந்தார் என்றே பாபுவுக்குத் தோன்றிற்று. வேறுபடம் இல்லாததால் இதுதான் அக்காவின் கணவர் என்று நாளடையில் சமாதானம் செய்துகொள்ள வேண்டியிருந்தது. நெற்றியில் ஒரு குங்குமப் பொட்டு, இந்தப் படத்தில். அக்காவின் நெற்றியில் அழிந்தது அங்கு நிரந்தரமாக நிலைத்துவிட்டது. அகன்று பரந்த முகம். முப்பத்தைந்து வயது மதிக்கலாம். ஆனால் அவர் இறக்கும்போது இருபத்தெட்டு வயது தானாம். பெரிய சர்க்கார் அதிகாரி; திறமையும், கருணையும்

உள்ள, கம்பீரமான தோற்றம் படைத்த சர்க்கார் அதிகாரி என்பதைத் தவிர படத்தில் வேறு ஒன்றும் தெரியவில்லை. ஆனால் அப்பாவும் அம்மாவும் அவரைப் பற்றிப் பேச ஆரம்பித்தால் மணிக்கணக்கில் பேசுவார்கள். அப்பா தழதழப்பை மௌனத்தினால் மறைத்துக் கொண்டு விடுவார். அம்மா, வழியும் கண்ணீரைத் துடைத்துக் கொள்வாள். அக்காவுக்கு வேறு ஒரு சாமியும் தெரியாது. சாமான் உள்ளில் அந்தப் படத்தின் முன்னால் மணிக்கணக்காக உட்கார்ந்து கண்ணை மூடிக்கொண்டிருப்பாள். அதற்குத்தான் நைவேத்தியம் பூமாலை எல்லாம். அப்பா பூஜை பண்ணுகிற சாமிகளிடம் அவளுக்கு அக்கறை கிடையாது. அப்பா கற்பூர ஆரத்தி செய்யும்போதோ அர்ச்சனை செய்யும்போதோ அவள் வந்து நின்று பார்ப்பதோ வணக்கம் செய்வதோ ஒப்புக்கு அல்லது மரியாதைக்காக என்று நிச்சயமாகச் சொல்ல முடியும். விழுந்து கும்பிட்டுவிட்டு உடனே அவள் அந்த இடத்தை விட்டுப் போவதைப் பார்த்தாலே அது தெரியும். அப்பாவும் ஏதாவது நினைத்துக்கொள்ளபோகிறாரோ என்று வந்துவிட்டுப் போவதுபோல்தானிருக்கும். அப்பாவும் அப்படி நினைத்துக்கொள்ளக் கூடியவர் என்றுதான் சொல்ல வேண்டும். சாதாரணமாகக் கோபம் வருவதில்லை அவருக்கு. ஆனால் பூஜைக்கு எடுத்து வைப்பதில் மட்டும் ஒரு சிறுகுறை இருந்தால் அவர் முகம் இருண்டுவிடும். சந்தனம் அரைத்து, வெற்றிலை பாக்கு எடுத்து வைத்து எல்லாம் சித்தமாக இருக்க வேண்டும். “உனக்கு நம்பிக்கை இல்லேன்னு சொல்லிவிடு. நானே பார்த்துக்கறேன். இப்படிக் கடனுக்குச் செய்வானேன்?” என்று அம்மாவை அழ அழ அவர் பேசுகிறபோது தான் பாபுவுக்குச் சற்றுக் கோபம். இந்தப் படம், லிங்கம், சாளக்ராமம் எல்லாவற்றையும் வெள்ளத்தில் சேர்த்துவிட வேண்டும்போல ஒரு ஆத்திரம் வரும். அந்த ஒரு விஷயத்தில்தான் அப்பா மீது சிறிது வருத்தம் அவனுக்கு. அழ அழச் சொல்வாரே தவிர அம்மா அப்படி அழுதுவிடுகிற ஆளும் இல்லை. அடாடா என்று சிரித்து கொண்டு ஓடி, கண் சிமிட்டுவதற்குள் கொண்டுவந்துவிடுவாள். என்றாவது ஒரு நாளைக்கு அவர் சொல் அனாவசியக் கூர்மையுடன் பாயும்போதுதான் அவள் முகம் சற்றுச் சிறுத்து, மௌனத்தில் அவள் மனம் புண்படுவது தெரியும். அதுவும் ஒரு நிமிஷத்திற்குமேல் நீடித்ததில்லை. மறுபடியும் சிரிப்பு தழைத்துவிடும். பாபுவுக்கு மாத்திரம் அப்பாவின் வார்த்தைகள் நெருடிக்கொண்டேயிருக்கும். அப்பாவுக்கு இந்தக் கோபம் அவசியமேயில்லை. என்ன செய்ய? பொதுவாக யாருக்கும் இருக்கிற குறைதான். வீட்டு எஜமானன் பூஜைசெய்யும்போது மற்றவர்களும் அவரைப் பார்த்துக்கொண்டு கையைக் கட்டி நிற்க வேண்டியதுதான். இல்லாவிட்டால் தன்னை அலட்சியம் செய்த மாதிரிதான் நினைக்கத் தோன்றும். மற்றவர் களுக்குக் கடவுளே கிடையாது என்று அந்த எஜமான் மனசு நினைத்துக்கொண்டு குமையத்தான் செய்யும். அக்கா இந்தச் சின்னத் தாங்கலுக்கெல்லாம் இடம்வைக்கமாட்டாள். வந்து பார்த்து ஒரு நமஸ்காரத்தையும் போட்டுவிட்டுப் போய்விடுவாள். ஆனால்

அவளுக்குச் சாமி அந்த உள்ளில் சின்ன அலமாரியில் குல்லாவும், கோட்டும், குங்குமப் பொட்டுமாக இருக்கிற படம்தான். அவர் காட்டிலாகாவில் வேலை பார்த்தவர். அவருக்கு என்று சுப்ரமண்யர் கோயில் ஒன்று கிடைத்துவிடும். குடியிருக்கிற இடத்திலிருந்து அந்தக் கோயில் எத்தனை தூரமிருந்தாலும் எந்தக் காட்டின் நடுவில் இருந்தாலும், நடுவில் எத்தனை மயானத்தில் எந்தச் சவம் எரிந்தாலும் நெஞ்சுரப்பைத் தளரவிடாமல் தரிசனம் பண்ணிவிட்டு வந்துவிடு வாராம். வைத்தியிடம் அவர் வழக்கமான மாமனார் – மாப்பிள்ளை உறவில் நடந்துகொள்ளவில்லை. மாமனார் கோடீச்வரனாயிருந் தாலும், “கிடக்கான் பிச்சைக்காரப் பயல்” என்கிற இந்த உலகத்து மாப்பிள்ளையாக இல்லை அவர். குரு சிஷ்ய உறவாக இருந்தது அது. பெண்ணைப் பெற்ற வைத்தியை, எழுத்தறிவித்த இறைவனைப் போல்தான் அக்காவின் புருஷனும் தாயாரும் போற்றி வந்தார்கள். இருபத்தெட்டு வயதில் அந்த மாப்பிள்ளை பறிபோனது அக்காவுக்கு மட்டுமில்லை, அப்பாவுக்கே பொறியைக் கலக்கின அடியாகத்தான் விழுந்தது.

அந்தக் குழந்தை தந்தைவழிப் பாட்டனைக் கொண்டு பிறந்த தாம். அக்காவும் அவள் புருஷனும் மாநிறந்தான். அக்காவின் மாமனார் எலுமிச்சம் பழமாக இருப்பாராம். அவர் நிறம்தான் இந்தக் குழந்தை என்று சொல்லிக்கொண்டார்கள். கொஞ்சம் முக்கோணம் வாய்ந்த முகம், அந்தப் பட்டுவுக்கு. படிப்பே வரவில்லை அதற்கு. ஆனால், வீட்டுக் காரியங்களை நாற்பது வயது அனுபவத் துடன் செய்யும். அதன் உடம்பைப் போலவே அதன் காரியங்களும் பட்டுத் துடைத்தாற்போல இருக்கும். நன்றாகக் கோலம் போடும். எப்போதும் உதட்டில் தயாராக ஒரு புன்சிரிப்பு. பொறுமையே வடிவம். பாபு அதை நிமிண்டிக்கொண்டே இருப்பான். இரண்டரை வயசு பெரியவன் என்ற அதிகாரத்தை நிமிஷத்திற்கு நிமிஷம் அவன் செலுத்துவதும் சுக்ரீவாக்ஞையாகப் பட்டு அதைக்கேட்டு ஓடுவதும் பார்க்கச் சற்று, மனசுக்குக் கஷ்டமாகக்கூட இருக்கும். “எட்டீ பட்டூ, கொஞ்சம் தண்ணி கொண்டு வா . . .ம்” என்று பாபு அதட்டுகிற அதட்டல் தினமும் பத்து தடவையாவது கேட்கும்.

“எட்டீ பட்டூ, என்னடீ நிக்கறே? ஏன்னு கேட்கறத்துக்கென்ன?”

“எட்டீ, பட்டூ, இலையைப் போடுறீ.”

“பட்டூ . . . அதோ அலமாரியிலே ‘இந்து தேச சரித்திரம்’னு நீல அட்டை போட்டிருக்கும் ஒரு புஸ்தகம் அதை எடுத்துண்டு வா.”

“இதுதான் இந்து தேச சரித்திரமா . . ? சூன்யம்! இது பைந்தமிழ் வாசகம்டீ. நீல அட்டைடீ, போ எடுத்துண்டு வா . . . என்ன இளிக்கிறே . . . ம்.”

“எட்டீ பட்டு, குடலையை எடுத்துண்டு வா . . . பூ பறிச்சிண்டு வரணும்.”

“தோட்டிக்க துண்டு கொண்டாடீ பட்டு.”

“பட்டு, என்ன அதுக்குள்ளியும் தூக்கம்! மணி எட்டடிக்கல்லே.”

“பட்டூ, எட்டீ பாவாடையை இழுத்து விட்டுண்டு தூங்குடீ . . . சொரணை கெட்டவளே.”

பாபுவின் அதிகாரம்தான் அறுபது நாழியும் பிறந்து கொண்டிருக்கும். பத்து வயதுதான் அவனுக்கு. நாற்பது வயது சமர்த்துடன் அது காரியம் செய்வதுபோல் அவனும் நாற்பது வயது அதிகாரத்துடன் கார்வார் பண்ணிக்கொண்டிருப்பான். அதுவும் “கொண்டு வரேன் மாமா”, “இனிமே இல்லே மாமா” என்று ஓடி ஓடி அவனுக்கு ஈடுகொடுத்துக்கொண்டிருக்கும்.

“எட்டீ பட்டு, இத மாதிரி கோயில்லே வீதிலெயெல்லாம் மாமா மாமான்னு கூப்பிட்டியோ, அப்புறம் தெரியுமா? அதெல்லாம் வீட்டிலேதான் வச்சுக்கணும் . . . தெரிஞ்சுதாடீ.”

“சரி மாமா.”

“என்னடி மாமாங்கறே. பாபுன்னு கூப்பிடு.”

“போ மாமா, நீ ஒண்ணு.”

“என்ன சொன்னே?” மண்டையில் ஒரு குட்டு.

“தாத்தா, தாத்தா, மாமா குட்றான் தாத்தா?” என்று வீட்டில் போய்ப் புகார்.

ஓயாமல் விரட்டிக்கொண்டேயிருப்பான் பாபு அதை. அதுவும் கூடவே போகிற, நின்றால் நிற்கிற, சந்திர வட்டம் போல அவன் கூடவே போய்க்கொண்டிருக்கும். முழங்காலுக்குக் கீழ் ஆடு சதையிலும், முன் கையிலும் பச்சை நரம்பு அந்த வெண்ணுடலில் ஓடுவது நன்றாகத் தெரியும். இவன் ஒரு பள்ளிக்கூடம், அவள் ஒரு பள்ளிக்கூடம். இரண்டு பேரும் ஐந்து நிமிஷம் முன்னே பின்னே பகல் சாப்பாட்டுக்கு வந்துவிடுவார்கள். அப்பா, அம்மா, அக்கா எல்லாருக்கும் தூக்கக் கலக்கமாயிருந்தால், பட்டுவே மாமாவுக்கு இலையை எடுத்துப்போட்டு, சாப்பாடு பரிமாறி, பின்பு தானும் சாப்பிட்டுவிட்டு, மெழுகித் துடைத்துவிட்டுப் பள்ளிக்கூடமும் போய்விடும். ஏதாவது ஒரு நாள் முன்னால் வந்தால்கூட மாமா வருகிறவரையில் காத்துக் கொண்டிருந்து விட்டுத்தான் சாப்பிடும் அது. பாபுவுக்கும் அவள் இல்லாமல் தனியாக எங்கும் போகவும் முடியாது.

அவளுக்குப் பதினொன்று வயதிருக்கும். பார்க்கிறவர்கள் பதினைந்து வயது மதிப்பிடும்படியாக வளர்ந்துவிட்டாள். மூக்கில்

ஒரு கம்பி சுற்றியிருக்கும், காதில் ஒரு சிவப்புக் கடுக்கண் – அப்பா போட்டுக்கொண்டிருந்தது. கையில் இரண்டு தங்கக் காப்பு – கட்டைக் காப்பு, காலில் ஒரு கொலுசு, கழுத்தில் ஒரு சிவப்புக் கண்ணாடி மணிமாலை. அவளைக் கல்யாணம் செய்துகொள்ளச் சற்றுப் பணம் படைத்த உறவினர் பல பேர் திட்டம் போட்டிருந்தார்கள். அந்த நிறம், முக்கோண முகமாயிருந்தாலும் அதில் வடிந்த களை, மென்மை யான சுபாவம், காரியச் சமர்த்து, அதிகமாய்ப் பேசாத, கேட்டதற்குப் பதில் சொல்லுகிற ஒதுங்கல் – இதெல்லாம்தான் அவர்களைக் கவர்ந்திருக்க வேண்டும். மறு வருடம் கல்யாணம் செய்துவிடுவதாக ஏற்பாடுகள் நடந்துகொண்டிருந்தன. கழுத்துச் சங்கிலி இரண்டு, கைக்கு வளையல், சீர்ப்பாத்திரங்கள். இப்படிக் கொஞ்ச கொஞ்சமாக சாமான் சேர்ந்துகொண்டிருந்தது. வாசல் திண்ணையில் ஒரு பத்தர் வந்து என்னமோ பண்ணை வீட்டுக் கல்யாணத்திற்குப் போலப் பட்டரை பரப்பி ஊதித் தட்டிக்கொண்டிருந்தார். பாபுவின் புஷ்பராக அடுப்புக்கட்டிக்குக் கூட அப்போதுதான் எண்ணெய் எடுத்து மறு கட்டு நடந்தது.

ஆனி மாசம் கல்யாணம் நடக்கப் போகிறது – பங்குனி மாசம் முடிய நாலு நாள் இருக்கிறது. பட்டு ஆறாம் வகுப்புப் பரீட்சை எழுதிவிட்டு ஓடிவந்தாள். பாட்டில் அவளுக்கு முதல் மார்க்காம். சந்தோஷம் தாங்கவில்லை. தாத்தாவிடமும் பாபுவிடமும் சொல்லிக் கூத்தாட வேண்டும் போலிருந்தது. ஓடி வந்தாள். படி இடித்து விழுந்தாள். முழங்காலில் ஆழமான காயம்; ரத்தம். வழக்கம்போல சாணி, சுண்ணாம்பு என்று கைக்கு அகப்பட்டதைப் போட்டு கை வைத்தியம் செய்தாள் அக்கா. பட்டுவுக்கு ஜுரம் கூட வந்துவிட்டது. பூஞ்சை உடம்பு அதிர்ச்சி தாங்காத உடம்புதான்.

“ஏண்டி இப்படி ஓடிவறே?” என்றான் பாபு. பட்டு இந்த மாதிரி படுத்துக்கொண்டே அவன் பார்த்ததில்லை.

“அப்படி ஒண்ணும் வேகமா ஓடிவரலை மாமா. தவறி விட்டுடுத்து.”

“ரொம்ப வலிக்கிறதோல்லியோ?”

“கொஞ்சமாத்தான் வலிக்கிறது.”

“பின்னே இப்படி முனகறியே.”

“எலும்பிலே இருக்கோல்லியோ வலிக்கிறது. ரண்டு நாளிலெ சரியாப் போயிடும்” என்று என்னமோ பாபு படுத்துக்கொண்டிருக்கிறாற் போல தைரியம் சொன்னாள் அவள்.

“சரி, அப்படீன்னா, அப்படியே படுத்துண்டிரு. அங்கேயும் இங்கேயும் நடக்காதே” என்று அதிகாரம் பண்ணிவிட்டு சற்றைக் கொருதரம் வளைய வளைய வந்து விசாரித்துக்கொண்டிருப்பான் பாபு.

இரண்டு நாளில் அந்தக் காயம் சரியாகவில்லை. கால் வலி நின்றுவிட்டது, மார்புவலி என்று மார்பைப் பிடித்துக்கொண்டு கூச்சல் போட்டாள் அவள். பட்டுவுக்கு அந்த மாதிரி இரைந்து கத்தவே தெரியாது. இப்போது அவள் போடுகிற கூச்சல் – அப்பா! இரண்டு நாள் ராப்பகலாக ஓயாத கூச்சல். கூட அப்பாவும், அம்மாவும் அக்காவும் மாறி மாறி உட்கார்ந்திருந்தார்கள். இரவில் பாபு தூக்கம் வராமல் விரலால் காதை அழுத்திப் பொத்திக் கொள்வான். அந்தக் கூச்சல் உடம்பைப் போய் என்னமோ செய்தது. பயமாக இருந்தது. மூன்றாம் நாள் காலை எழுந்திருந்தபோது மல்லாந்து படுத்துக்கொண்டே தாத்தா சொல்லிக்கொடுத்த ஏதோ தோத்திரத்தைச் சொல்லிக்கொண்டிருந்தாள் பட்டு. வலி சற்றுத் தேவலை போலிருக்கிறது ... இல்லை ... இல்லை என்று சொல்வது போல அம்மாவ் என்று வீறினாள் குழந்தை. ஒரு நிமிடம் கழித்து மறுபடியும் ஸ்தோத்திரம் சொல்ல ஆரம்பித்துவிட்டாள்! அப்புறம் பாபு பள்ளிக்கூடத்துக்குப் போகிற வரையில் கத்தவில்லை. அப்பாடா!

அன்று ட்ராயிங் பரீட்சை. கூஜாவையும் மூடியையும் ஒரு மணி நேரம் நாக்கைப் பிதுக்கிக்கொண்டே போட்டுவிட்டு பாபு திரும்பிவந்தான். வீட்டுக்கு இரண்டு, மூன்று வீடு முன்னால் ஒரு மளிகைக் கடை. கடைச் சொந்தக்காரர் கீழே இறங்கி, பாபு வருவதையே பார்த்துக்கொண்டிருந்தார். அருகே வந்ததும், "பாபூ, இஞ்ச வா. இஞ்சியே இரு" என்று உட்கார்த்திவைத்தார்.

"என்ன மாமா?"

"ஒண்ணுமில்லே. இப்ப வீட்டுக்குப் போக வாண்டாம். இஞ்சியே இரு."

"ஏன் மாமா, போய்ச் சாப்பிடணுமே."

"சாப்பிடலாம் ... பட்டு செத்துப்போயிட்டா ..."

"என்ன மாமா உளர்றேள்? அப்பறம் தெரியுமா?"

"பாவங்க, காலமே பள்ளிக்கூடம் போறப்ப, நல்லாயிருக்கிறதைப் பார்த்திருக்கு" என்று கணக்குப்பிள்ளை சொன்னார். கடையில் இருந்தவர்கள் அவனைப் பார்த்த பார்வையிலிருந்து செய்தி உண்மை என்று பட்டது பாபுவுக்கு. மேலே மேலே வந்த அனுதாபங்கள் அவனை விசும்பி அழ அடித்துவிட்டன. வீட்டுக்குப் போக வேண்டும் என்று கேட்கக் கூடத் தோன்றவில்லை. கடைக்கார மாமா அவனைப் பக்கத்தில் இருந்த ஒரு குளத்திற்கு அழைத்துக்கொண்டு போய் முழுகச் சொன்னார். வேட்டி, சட்டையெல்லாம் பிழிந்து கொடுத்தார். மேல் துண்டைக் கொடுத்துக் கட்டிக்கொள்ளச் சொன்னார். வேறு யாரோ ஒருவன் அப்போது ஒரு கடுதாசிப் பொட்டணத்தைக் கொண்டு கொடுத்துச் சாப்பிடச் சொன்னான். உப்புமா. ஹோட்டல் உப்புமாபோல இருந்தது. எண்ணெயோ, நெய்யோ வழிந்து இலை

பளபளத்தது. வாசனையாக இருந்தது. பசியில் எல்லாவற்றையும் சாப்பிட்டுவிட்டான் அவன். வெயில் தாங்க முடியவில்லை. குளத்தோரமா யானை முதுகுபோல நீளமான மண்டபம். அதில் இருவரும் வெகு நேரம் உட்கார்ந்திருந்தார்கள். பாபுவின் கண் சூன்யமாக, நீராழி மண்டபத்திலிருந்து குதி போட்டு நீந்துகிறவர் களையும் வட்டமிடும் ஒன்றிரண்டு கழுகுகளையும் பார்த்துக் கொண்டேயிருந்தது. கடைக்கார மாமா வீட்டில் கொண்டுபோய் அவனை விட்டபோது திண்ணை, வாசல் எங்கு பார்த்தாலும் தண்ணீர். வாசலில் பட்டு படுத்திருந்த பாய், ஜமுக்காளம், தலையணை எல்லாம் சாக்கடையோரமாகக் கிடந்தன. உள்ளே ஹால், அறை எங்கு பார்த்தாலும் தண்ணீர். அப்பாவைக் காணவில்லை. ஹாலைத் தாண்டி சமையலைறையில் அக்கா சோகம் போட்டுப் படுத்துக் கிடந்தாள். அம்மா அணைத்துக்கொண்டிருந்தாள். அவனைப் பார்த்ததும் "பாபூ பட்டு செத்துப்போயிட்டாடா" என்று அம்மா வீறிட்டாள். தொண்டை கட்டிக்கிடந்தது அம்மாவுக்கு. பயந்து கொண்டு மாடிக்குப்போய் படுத்துவிட்டான் பாபு. அக்கா சாயங் காலம் வரையில் எழுந்திருக்கவில்லை. அந்திவேளையில் கண் விழித்தவள், "பாபு பாபூ" என்று கூப்பிட்டாள். அருகே சென்றவுடன் "பாபூ, கோயில்லே போய்க் கேட்டுட்டு வாடா, பட்டுவைக் கொடுன்னு கேள்டா அவரை . . . கேக்கறியா?" என்று கெஞ்சினாள். பாபு ஒன்றும் புரியாமல் விழித்தான். போய்க் கேட்டால், பட்டு கர்ப்பக்கிரகத்தி லிருந்து வந்துவிடுவாளா? வந்தால் உண்மையாகவா . . . ம்ஹ் . . . அக்கா பிதற்றுகிறாள்.

அக்காவுக்குப் பிதற்றல் தெளிய ஒரு மாதம் ஆயிற்று. ஒவ்வொரு நாளும் நாலைந்து விருந்துகள். "குஞ்சலமே" என்று நிலைப்படியைக் கடந்ததுமே அலறிக்கொண்டு வருவார்கள். பாபு மாடிக்கு ஓடி விடுவான். அழுகைச் சத்தம் உள்ளே துளைத்துப் புகுந்து இனம் தெரியாத பயத்தை உண்டாக்கிற்று.

அக்கா ஒரு வருடம் வரையில் சரியாகச் சாப்பிடவில்லை. எல்லாம் போய்விட்டது . . . கணவன், ஒரே பெண் . . . வயிற்றுக்கு இருந்த சொத்திலும் முக்கால்வாசிக்கு மேல் போய்விட்டது. ஊர் ஊராக சர்க்காரில் மாற்றிக்கொண்டிருக்கிறார்களே என்று ஆயிரம் ரூபாய் பாத்திரங்களை அவர் தன்னுடைய சகோதரி புருஷன் வீட்டில் மச்சுமேல் போட்டு வைத்திருந்தார். சகோதரியின் புருஷன் தான் அவருடைய நிலபுலன்களையும் கவனித்துக்கொண்டிருந்தவர். மைத்துனன் போனதும் பாத்திரங்களை அந்த மச்சே சாப்பிட்டு விட்டது. அதோடு நின்று விடவில்லை. பொய்க் கணக்கு எழுதி பதினாயிரம் ரூபாய்க்கு மேல் மைத்துனன் கொடுக்க வேண்டும் என்று வியாஜ்யம் போட்டு வைத்தியைக் கோர்ட்டுக்கு இழுக்கடித்துப் படாத பாடுபடுத்திவிட்டார். கடனுக்காக முக்கால்வாசி நிலத்தைச்

சாசனம் வாங்கிவிட்டார் அந்த தண்டபாணி அய்யர். அந்த தண்டபாணி அய்யருக்கு அன்ன தாதா என்று பிரசித்தி உண்டு. தினமும் நாலைந்து பிராம்மணர்களுக்கு – வேறு யாருக்கும் இல்லை – அன்னதானம் செய்கிற வழக்கமாம். வீண் சோற்றுச் சோம்பேறிகள் தான் அவருக்கு இந்தப் பட்டத்தை அளித்திருக்க வேண்டும். ஆயிரம் ஆயிரமாய் வட்டிக்குக் கொடுத்து, அதைத் திருப்பியே கேட்காமல், அயர்ந்திருக்கிற சமயத்தில் பிராதுபோட்டு நிலத்தை எழுதி வாங்கியே ஏழு வேலியை இருபது வேலியாக்கிவிட்டவர் அவர். அன்னதாதா என்ற பட்டம் வேறு யாருக்குத்தான் கொடுக்கிறது! அவருக்கு ஐந்து பிள்ளைகள், நாலு பெண்கள் – முதல் இரண்டு பிள்ளைக்குப் பெரிய வியாதி. கடைசி இரண்டு பெண்களுக்கு பெரிய வியாதி. எல்லாரும் குணப்படுத்த முடியாத அளவுக்குக் கஷ்டப்பட்டுக் கொண்டிருந்தார்கள். மருமகள் இரண்டு பேருக்குப் புகுந்த வீட்டில் நாலு மாசத்தில் சித்தப் பிரமை வந்துவிட்டது. பகுத்தறிவுக்குப் பொருந்துகிறதோ என்ன இழவோ. ஆனால் அந்த அன்னதாதாவின் கொடுமைதான் இப்படி வடிவெடுத்துவிட்டனவோ என்று நெஞ்சு பிணைத்துப் பார்ப்பதைப் பாபுவால் தடுக்க முடிய வில்லை.

அந்த அன்னதாதா பொய்க்கணக்கு எழுதி, கூண்டில் ஏறிப் பொய் சொல்லி, அக்காவைக் கதறக் கதற அடித்துவிட்டார். அக்காவின் அழுகைக்கு அவர் மசியவில்லை. ஒன்றேமுக்கால் வேலியைச் சுருட்டிக் கொண்டுபோய்விட்டார்.

அந்த சம்பவத்திற்குப் பிறகுதான் அக்கா மாறினாள். அவள் முகத்தில் தேங்கிக் கிடந்த துயரம், சோர்வு எல்லாம் போய்விட்டன. கலகலவென்று பழைய அக்காவாக ஜன்மம் எடுத்துவிட்டாள் போலிருந்தது. எல்லாம் தொலைந்தவர்கள். ஆதரவுகளே போய் விட்டவர்கள் வேறு எப்படி இருக்க முடியும்?

இந்த ஐந்து வருஷமாக பாபு அவளுக்குக் குழந்தை ஆகிவிட்டான். பல பேர் அப்படியே நினைத்துக்கொண்டிருக்கிறார்கள். அவளுக்கு மெதுவாகவோ கீழ் ஸ்தாயிலோ பேசத்தெரியாது. அவள் நடக்கிற நடையும் அப்படித்ததான். ஏதோ வைத்ததை எடுக்கப்போகிறாற் போலத்தான் ஓடிக்கொண்டிருப்பாள். வீட்டு வேலையும் அப்படித் தான். இந்த விஷயத்தில் அம்மாவும் அவளும் நேர் எதிர். அம்மா பேச்சு, காரியம், நடை, புரிந்துகொள்வது எல்லாம் சாவதானமாகத் தான் நடக்கும்.

“அம்மா நடக்கிறபோது பாரு . . . ஒரு கால் எடுத்து வைக்கிறதுக் குள்ளே மாற்றுக்கால் செல்லரிச்சுப் போயிடும்” என்று அக்கா சொல்லுவதும், அம்மாவும் அப்பாவும் அதைக் கேட்டுச் சிரிப்பதும் எத்தனையோ தடவை. அதை நினைத்து நினைத்து பாபு சிரித்துக் கொண்டேயிருப்பான். படிக்காதவர்களுக்கு எவ்வளவு கற்பனை! எவ்வளவு வேகம் பேச்சில்!

"உன் மாதிரி குடுகுடுப்பாண்டியா இருக்கணுமாக்கும். எல்லாம் தேவலை போ" என்பதற்கு மேல் அம்மாவுக்குப் பதில் சொல்லத் தெரியாது. அக்கா குடுகுடுப்பைதான். வார்த்தைகளை ஒன்றன்மேல் ஒன்றாகச் சவாரிவிட்டு அவள் பேசுவதும், அவள் காரியச் சுருக்கும் பார்க்கப் பார்க்கக் கண்ணுக்கும், மனதுக்கும் வேடிக்கையாக இருக்கும். குறிப்பறிந்து, நடுநிசியோ பகலோ தூக்கமோ விழிப்போ – எதையும் பாராமல், அவள் பிறருக்குச் செய்து போடுவதில் அவளுக்கு ஈடாக யாரையும் சொல்கிறது சிரமம். யார் யாருக்கு என்னென்ன வேண்டும்; பாபுவுக்கு, அம்மாவுக்கு, அப்பாவுக்கு, வந்த விருந்தினர் களுக்கு – யார் யாருக்கு என்னென்ன பிடிக்கும். சாப்பாட்டிலோ வெற்றிலைப் பாக்கிலோ பேச்சிலோ – எல்லாம் அவளுக்கு அற்றுபடி. நினைக்கிறபோதே முன்னால் கொண்டு நிறுத்திவிடுவாள். கால் விரலாலேயே அவள் நடந்து ஓடுவதைப் பார்த்தால் தாவுகிற மாதிரிதான் தோன்றும். அவள் உடம்பில் அப்படி ஒன்றும் பலமில்லை. இரண்டடியை வாங்கிக்கொண்ட அவள் உடம்பு தேறவே இல்லை. ஆனால் அவளுடைய, அன்புக்காகவே அன்பு செலுத்திதுகிற, அவியாஜமான அன்புதான் அவளுக்கு வலுவு தந்திருக்க வேண்டும். இல்லாவிட்டால் நோயும், துன்பமும் நெகிழ அடித்த இந்த உடம்பு பாதரசத்தைப் போல இப்படித் துள்ளவோ மரங்கொத்தி மாதிரி சிரிக்கவோ முடியாது. அவள் எங்கு வந்தாலும் அங்கு சிரிப்பு, சந்தோஷம் எல்லாம் புகுந்து இடம் கலகலத்துவிடும். மனசிலுள்ளதை யெல்லாம் மளமளவென்று கொட்டிவிடுவாள் அவள். திடீர் திடீர் என்று கோபம் வரும். படபடவென்று வாய் பொரியும். வந்த சுருக்கில் மறைந்தும் போய்விடும். ஊழல் காரியத்தைக் கண்டால் அவளுக்கு வருகிற படபடப்பு!

யமுனாவையும் இவளையும் சேர்த்து நிறுத்தினால், அழுத்தமும் அவசரமும் நிதானமும் கலகலப்பும் பள்ளமும் மேடும் கடலும் அருவியும் அரித்தோடும் சலசலப்பும் அண்டாத ஆழமும் இளமை யும் இளைப்பும் பக்கத்தில் பக்கத்தில் நிற்கிறாற்போல் இருக்கும்.

பட்டு இறந்து போய் இரண்டு மாதம், மூன்று மாதம் வரையில் யமுனாதான் அக்காவுடன் உட்கார்ந்து ஆறுதல் சொல்லிக் கொண்டிருக்கிற வழக்கம். மத்தியானம் ஒரு மணிக்கு வருகிற யமுனா இருட்டிய பிறகுதான் வீடு திரும்புவாள். அவர்கள் நட்பு வலுத்ததே அப்போதிருந்துதான். கடைகண்ணி, கச்சேரி, கோயில் – எங்கே போனாலும், யமுனா, அக்கா, பார்வதி மூன்றுபேரும் சேர்ந்துதான் கிளம்புவார்கள். பேச்சைக் கேட்டுச் சிரித்துவிட்டுப் போவதற்காகவே அவர்கள் வந்து போவதுபோல் இருக்கும். யமுனாவும் அவளும் கிட்டத்தட்ட ஒரே வயதுதான்.

யமுனாவைக் கல்யாணம் பண்ணிப் பார்க்க வேண்டுமென்று அக்காவுக்குக் கொள்ளை ஆசை.

“உங்க மாதிரி நான் அவசரக்காரியாக்கா ... எல்லாம் மெதுவாகத் தான் நடக்கும்” என்று சிரித்துக்கொள்வாள் யமுனா.

“என்னடா பாபு. ஏன் சரியாகவே சாப்பிட மாட்டேங்கறே?” என்று பக்கத்தில் பலகாரம் செய்துகொண்டிருந்த அக்கா கேட்டாள்.

“சரியாத்தானே சாப்பிடறேன்.”

“வரபோது ஏதாவது . . . ஹோட்டல்லே . . .”

“அதெல்லாம் ஒண்ணும் இல்லை. ஹோட்டல் பக்கமே போகலை.”

“அதெல்லாம் இராதுடீ. சம்பந்தியான்னா போயிருக்கான் இன்னிக்கி. கல்யாணம் நிச்சயமாகலையேன்னு இருக்கும்” என்று வைத்தி மெதுவாகச் சிரித்தார்.

“கவலை என்ன, கோபம்தான். யரோ முட்டாப்பய, அவனை வந்து பாருன்னா ... இந்தப் பெண் பார்க்கிற வழக்கம் இருக்கிற வரைக்கும் நாமெல்லாம் இப்படி அவமானத்தை சொஜ்ஜியும், பஜ்ஜியுமா விலை கொடுத்து வாங்கிக் கட்டிக்க வேண்டியதுதான்.”

“என்னடாப்பா பண்றது? பெண்ணைப் பெற்றுவிட்டு முழிக்கி றாளே எல்லோரும்.”

“ஏண்டா, இப்படித்தான் ஒருத்தனை வரச்சொல்லுவாளோடா? அந்தப் பிராம்மணன்தான் யோசிச்சுச் செய்யப்படாதோ? என்ன புத்தியிருந்தாலும் அசடுகள்டா” என்று அக்கா பொரிந்தாள்.

“யாரு?”

“எல்லாரும்தான்.”

“அசடு இல்லை. பயம். பெரியவா பெரியவான்னு பயந்துண்டே இருந்தா, பெரியவா எப்பவுமே யோசனையோட செய்வா? காலை வாரி விட்டுடறா. உன் சிநேகிதி மாட்டேன்னு சொல்றதுக்கென்ன?”

“பின்னே எப்பதான் கல்யாணம் ஆறதாம்?”

“எல்லாம் தானா ஆகும்.”

சாப்பிட்டுக் கையலம்பினவுடன், “குழந்தே” என்று குழைந்தார் வைத்தி.

“என்னப்பா?”

“தம்புராவை சுருதி சேத்து வச்சிருக்கேன். ரண்டு கீர்த்தனம் பாடறியோ?” என்றார். அவர் இப்படித்தான் கேட்கிற வழக்கம். இஷ்டமிருந்தால் பாடு என்கிறாற்போலத்தான் கேட்பார்.

“வயிறு நிறைஞ்சு கிடக்கேயப்பா.”

“ஒண்ணே ஒண்ணு பாட முடியாதா?”

“ம்” என்று கொண்டே உட்கார்ந்தான் பாபு. அவனைப் பாடச் சொல்ல, நிலையை விட்டுத் தேர் தள்ளுகிற மாதிரிதான். தானாக

மணிக்கணக்கில் பாடிக்கொண்டிருப்பான். அதுவும் அப்பா சொன்னால். ஆதியில் அவர் சொன்னதைக் கேட்காத நினைவு வந்து அவனை உபத்திரவப்படுத்தும். அந்த அரிப்பு முதலில் மறக்கும். "என்ன பாடி என்ன? இது உள்ளுக்குள்ளேயே பாடுகிற பாட்டுத்தானே. அவர் மனசுப்படி வித்வானாகிற நம்பிக்கையில் மண்ணைப் போட்டாகிவிட்டது" என்று ஒரு நிராசை கரகரக்கும்.

12

அன்று அவன் நன்றாகத்தான் பாடினான். முதல் நாள் ரேடியோ வில் கேட்ட அனுபவ சங்கீதத்தின் நனவில் அதே பைரவி ராகத்தை இன்னும் அனுபவித்து கமகங்களை இழைத்து அரை மணி பாடி நிறுத்தினான். நிறுத்திவிட்டுக் கூடத்தில் பாட்டைக் கேட்டுவிட்டுக் கூடியிருந்த அக்கம் பக்கத்து வீட்டுக் குழந்தைகளைப் பார்த்தான். நாணிக்கோணிக் கொண்டு ஒன்றிரண்டு குழந்தைகள் தங்களை என்னவோ பாடச் சொன்னதுபோலப் புன்னகை பூத்தன.

"ஒரு கீர்த்தனம் பாடேண்டா பாபு."

பாபு அதையும் பாடினான். வைத்தியின் பெருமிதம் முகத்தில் தெரிந்தது. "ஆகாகா, என்ன அழகான கீர்த்தனம்டா. சாதாரண மனுஷனுக்குச் சாதிக்க முடிகிற விஷயமா இது. நல்ல தெய்வாம்சம் பொருந்தினவர், கவி" என்று சியாமகிருஷ்ணரைக் கண்டு வியந்தார். பாபு மேலும் பாடச் சொல்லப்போகிறார் என்று காத்துக்கொண்டே அவரைப் பார்த்தான். அவனுக்குப் பாட வேண்டும் போலிருந்தது. ஆனால் வைத்தி எழுந்து கொண்டுவிட்டார்.

"கொஞ்சம் இப்படி போயிட்டு வரோமடி விஜயம்" என்று பெண்ணிடம் சொல்லிக்கொண்டார். "பாபு, வாடா இப்படிக் காற்றாடப் போயிட்டு வருவோம்" என்று வாசல் பக்கம் நடந்தார். பாபுவும் பின் தொடர்ந்தான்.

"சுருக்க வந்துருங்கப்பா. எங்கே கடைத் தெருப் பக்கமா?"

"க்கும்" என்று அதைக் காதில் வாங்காமலேயே நடந்தார் அவர்.

அவர் கடைத்தெருப் பக்கம் போகவில்லை. ஆற்றங்கரைப்பக்கம் நடந்துகொண்டிருந்தார். எட்டாம் நாள் பிறைச்சந்திரன் உச்சியை விட்டு நகர்ந்து, மேற்குப் பக்கம் சாய்ந்து, தெருவில் பாலைப் பொழிந்துகொண்டிருந்தது.

குடமுருட்டியாறு வெள்ளமாக ஓடிக்கொண்டிருந்தது. முறை நாள் போலிருக்கிறது. நீரின் சலசலப்பைத் தவிர ஓசை வேறு இல்லை. மெல்லிய காற்றில் மூங்கில் தோப்பு கிர்கிர் என்று முனகிக்கொண்டிருந்தது. கடவுளைப் போல எந்த இடத்திலும் இருக்கும் சில்வண்டு எங்கோ ஒரு மரக்கிளையிலிருந்து சுருதி

தி. ஜானகிராமன்

எழுப்பி ஆற்று வெளியை நிறைத்துக்கொண்டிருந்தது. எப்போதாவது ஊர் நடுவில் போகிற மோட்டார் வண்டியின் ஹார்ன் ஓசை லேசாகக் கேட்கும். இத்தனையையும் மீறிய நிசப்தத்தின் வெள்ளி மஞ்சத்தில், ஆற்று வெளி துயில முயல்வது போல் தோன்றிற்று. எதிர்த்த கரையில் மரங்களும் புதர்களும் இருள் குப்பலாக மண்டிக் கிடந்தன. கரையோரமாக இருந்த ஒரு மூங்கில் கொத்திலும் நெடிது நின்ற அரச மரத்திலும் ஆயிரக்கணக்கில் மின்மினிக் கும்பல் தோன்றியும் மறைந்தும் கண்ணை மயக்கிற்று. தூரத்தில் ஆற்றின் குறுக்கே ஓடுகிற ஓடம் ஊர்வது நிலவில் தெரிந்தது. இந்தண்டைப் பக்கம் நூறு கஜத்திற்கு அப்பால் வயல் வேலையோ கடை வேலையோ செய்துவிட்டு வந்த சிலர் பேசிக்கொண்டே குளிக்கும் ஓசையும் கேட்டுக்கொண்டிருந்தது.

"உட்காரு பாபு" என்று வைத்தி அந்தப் படிக்கட்டில் உட்கார்ந்தார்.

பாபு உட்கார்ந்தான்.

"அப்பாடா, திவ்யமான காற்று, 'ஙொய்'னு இந்தச் சுவர்க்கோழி கத்தறதைப் பாரு. இருக்கற இடம் விளக்கேத்திப் பார்க்கணும். இது போடற சத்தமானா . . . ம்" என்று சிரித்தார் அவர்.

பாபுவுக்கு எல்லாம் ஆச்சரியமாயிருந்தது. ஆற்று வெளியின் மௌனமும் அழகும் மட்டும் இல்லை; அப்பா தன்னை இங்கு அழைத்து வந்ததும்தான். ஆற்றங்கரைக்கு அடிக்கடி அவரோடு வருகிற வழக்கம்தான். ஆனால் இதனை நேரத்திற்குப் பிறகு, இரவு மணி ஒன்பதரை ஆன பிறகு, இந்த மாதிரி நடமாட்டம் ஓய்ந்த இடத்திற்கு அவரோடு வருவது இதுதான் முதல் தடவை.

பாபவும் சுற்றிலும் பார்த்தான்.

ஆறு, கரைமீது சிற்றலைகளை ஏவிஏவி ஓசையிட்டு விரைந்து ஓடிக்கொண்டிருந்தது.

"நாளைக்கு சரஸ்வதி பூஜை. நாளன்னிக்கு விஜயதசமி. விஜய தசமிக்கு ஒரு முக்கியக் காரியமிருக்குடா பாபு. அதுக்குத்தான் உன்னை அவசரமாக் கூப்பிட்டேன். நல்ல வேளையாக வந்தே. லீவு இல்லை, கீவு இல்லைன்னு ஏதாவது சொல்லித் தங்கிவிடு வியோன்னு பயந்தேன். அம்பாள் கிருபை நல்ல வேளையாக வந்தே."

"லீவு எடுத்துக்க முடியாதா . . . என்ன விசேஷம்பா?" என்றான் பாபு.

"சொல்றேன்" என்று சற்று சும்மாயிருந்தார் வைத்தி.

என்ன சொல்லப்போகிறார் என்று அவரையே பார்த்துக் கொண்டிருந்தான் பாபு.

குளுக் குளுக்கென்று கொப்பளிக்கும் ஒரு சுழல் இன்னொன்றைத் தொடர்ந்துகொண்டே விரைந்து பேயிற்று. ஆற்றின் மையத்தில் அகன்று விழுந்த நிலவொளி, ஓடும் நீரின் சலனம்பட்டு சிலிர்த்தது. மூங்கில் கொத்தும், நீரில் சுழலும் அரசமரத்தின் சலசலப்பும் ரகசியங்கள் பேசிக்கொண்டிருந்தன. வீட்டைவிட்டு இவ்வளவு தூரம் வந்து செல்லும்படியாக என்ன ரகசியம் வைத்திருக்கிறார் அப்பா?

"அரசங்காடு அத்தானை உனக்கு ஞாபகமிருக்கோல்லியோ" என்று, அக்கரையைப் பார்த்துக்கொண்டிருந்த வைத்தி திரும்பினார்.

"சின்னக் குழந்தையா இருக்கிறபோது பார்த்தது. ஏதோ நிழலாட்டமாயிருக்கு."

"நிழலாட்டமாத்தானிருக்கும். அதான் அல்பாயுசிலே போயிட்டானே. நல்ல பய பொட்டுன்னு போயிட்டான்! அவன் மாமனாரைப் பற்றிக் கேள்விப்பட்டிருக்கியோ நீ?"

"அவர் மாமனாரா? ம்ஹ்ம். கேள்விப்பட்டதில்லை."

"மகான். மகான்னு வெறுமே சொல்லக்கூடாது. சித்த புருஷர்."

"ராஜுன்னு பேரா அவருக்கு?"

"ஆமாம். உனக்குத் தெரியுமா?"

"ராஜுன்னு ஒரு பெரியவர் இருந்தார்னு யாரோ பேசிண்டிருக்கும்போது கேட்டிருக்கேன். அரசங்காட்டு அத்தான் மாமனார்னு தெரியும். அவ்வளவுதான். "பெரிய மகரிஷிடா பாபு அவர். சித்த புருஷர்."

"நீங்க பார்த்ததுண்டா அவரை?"

"பார்த்திருக்கேனா! நமக்கெல்லாம் குரு அவர்!"

"குருவா! சேஷாயிகிட்ட சமஸ்கிருதம் வாசிச்சேன், சின்னு முதலியார்கிட்ட தமிழ் வாசிச்சேன்னுதான் நீங்கள் சொன்ன ஞாபகம்."

"அவர்களிடம்தான் வாசிச்சேன். ஆனால் இவர்தான் ஞானகுரு."

"நீங்க சொன்னதேயில்லையே?"

"இல்லைதான். இப்ப சொல்லணும்னுதான் கூப்பிட்டேன்."

"ஞானகுருன்னு?"

"நாம நாலுபடிப்பு படிச்சவன்னு பேர் சொல்லிண்டிருக்கிறதுக்கெல்லாம் அவர்தாண்டா காரணம். ரொம்பப் பெரியவர். பரமசாது. சாத்வீகர். இரைந்து பேசத் தெரியாது. கோபம் தெரியாது. உலகமே தெரியாது. உபாசனை ஒன்று தான் அவருக்கு உலகம். சாஸ்திரங்களெல்லாம் பிரமாதமாகப் படித்தவரும் இல்லை."

“அப்படீன்னா?”

“சாதாரணப் படிப்புதான்.”

“அவர் கிட்ட வாசிச்சதாக ...”

“வாசிச்சேன்னு சொல்லலியே. குருன்னு சொன்னேன். எனக்கு உபதேசம் பண்ணினவர் அவர்தான். தீட்சை கொடுத்தவர் அவர் ... தேவி உபாசகர் அவர். தேவியைப் பல மந்திரங்களாலே உபாசிச்சிண்டு வந்தார். பல மந்திரங்களாலே சித்தி உண்டு அவருக்கு. அவர் நினைச்சிருந்தா கோடீச்வரனாக ஆகியிருக்கலாம். நினைச்சிருந்தா லோகத்தையே தன்னை விழுந்து வணங்கும்படியா வச்யப்படுத்தி யிருக்கலாம். நினைச்சிருந்தா மகத்தான வாக்குவன்மையை அடைஞ்சிருக்கலாம். அவர் பேச்சைக் கேட்டு உலகமே வாயைத் திறந்து அவரையே பார்த்துண்டிருந்திருக்கும். ஏன் எத்தனையோ ஸ்திரீகளைக்கூட அடைஞ்சிருக்கலாம் ...”

கடைசி வாக்யத்தைக் கேட்கும்போது ஒருகணநேரம் என்னவோ போலிருந்தது பாபுவுக்கு. அப்பா அப்பாவாகப் பேசுவதைவிட, நண்பனாகப் பேசுவது தொனித்தது. அவரும் சாதாரணக் குரலில்தான் சொன்னார்.

“... எத்தனையோ சுகங்களை அனுபவித்திருக்கலாம். ஐச்வரியங் களை அனுபவித்திருக்கலாம். ஆனால் அவர் ஒன்றும் செய்யவில்லை. பரம தரித்திரராகவே இருந்து விட்டுப் போய்விட்டார்.”

“தரித்திரராகவா?”

“பரம தரித்திரராக இருந்தார்டா பாபு அவர்!”

“என்னத்துக்காக அப்படியிருக்கணும்?”

“வேறு தினுசாக இருக்க இஷ்டமில்லை. அப்படியிருந்தார்.”

“வழி தெரிஞ்சவா தரித்திரத்தை விட்டு விலகின்னா போவா.”

“தரித்திரம்னா சாப்பாட்டுக்குத் தரித்திரமில்லை. துணிக்குத் தரித்திரமில்லை. அதற்குப் பிறகு அவர் தரித்திரராகத்தான் இருந்தார். சக்திகளையோ சித்திகளையோ உபயோகப்படுத்தவில்லை ... ஆனால் ஓரிரண்டு தடவை ...”

வைத்தி நிறுத்திவிட்டார். மேலே பேசவில்லை. தயங்குகிறாற் போலிருந்தது.

“பெரிய மகான்” என்றார்.

“ஓரிரண்டு தடவைன்னு என்னமோ சொன்னீர்களே” என்றான் பாபு.

“த்ஸ். ஒன்றுமில்லை.”

“என்ன?”

“அதை என்னத்துக்குச் சொல்லணும்னு பார்க்கிறேன். சொன்னால் நம்பறது சிரமம். அவருடைய பெருமைக்குக்கூடக் கொஞ்சம் குறைவு தான்.”

“சொல்லப்படாதுன்னு உங்களுக்குத் தோன்றினால் வேண்டாம்.”

வைத்தி சற்றுத் தயங்கிப் பேசாமல் இருந்தார். நாலைந்து விநாடி கழித்து, “சொன்னா என்ன இப்ப? ரண்டு, மூணு தடவை தன்னுடைய சித்திகளை உபயோகிச்சிருக்கார் அவர். காலணா சொத்து அவரிடம் கிடையாது. ஆனா வீட்டிலே எப்பப் பார்த்தாலும் அரிசி ரண்டு மூட்டையாவது இருந்திண்டிருக்கும். உப்பா, புளியா, பருப்பா எந்தச் சாமானும் பாத்திரம் பாத்திரமா நிறையத்தான் இருக்கும். எல்லாம் தீர்ந்து போயிடும். இன்னிக்கு சாப்பாட்டுக்கு என்னடா பண்றதுன்னு அவர் சம்சாரம் கவலைப்பட்டுண்டே உட்கார்ந்திருப்பள். திடீர்னு ஒரு வண்டியிலே அரிசி, காய்கறி, பருப்பு வகையறாவெல்லாம் வந்து இறங்கும். யாராவது பக்கத்து ஊரிலிருந்து அனுப்பியிருப்பா. பெரிய மனுஷனோ சின்ன மனுஷனோ ஏதோ அவருக்கு அனுப்பணும்போல் தோன்றியிருக்கும். அனுப்பிச் சிருப்பன். இதுமாதிரி அடிக்கடி நடக்கிறதுண்டு. ஒரு தடவை ஏழெட்டுபேர் விருந்துக்கு வந்துவிட்டார்கள். எல்லாரும் நல்ல வித்வான்கள். வீட்டில் ஒரு பிடி நொய்கூட இல்லை. காலமே ஒன்பது மணியாச்சு. திடீர்னு அவர் எழுந்துபோனார். ஊருக்கு வெளியே போனார். ரேழியிலிருந்து ஒரு மழுங்கின ஆணியைப் பிடுங்கிக்கொண்டு வாசலைப் பார்க்க நடந்தார். ஊருக்கு வெளியே சற்று தூரம் போனார். அவர் திரும்பி வரும்போதுதான் நானும் அங்கு போனேன். அவரைப் பார்த்துவிட்டு வரலாம் என்று அன்று தற்செயலாய் அந்த ஊருக்குப் போனேன். தெருக்கோடியில் அவர் வந்துகொண்டிருந்தார். ‘வைத்தியா, இப்பதான் வரயா?’ என்று கேட்டுவிட்டு, ‘நல்ல வேளையா சமயத்துக்கு வந்தே. ஒரு காரியம் செய்யணுமே’ன்னார். என்னன்னேன். ‘சிரமத்தைப் பாக்காம போயிட்டு வரயோ?’ ஒண்ணரை மைல்தானே. ஏழெட்டுபேர் வந்திருக்கா, நீ வந்துதான் சாப்பாடு ஆகணும் எல்லாருக்கும். அரிசி, புளி பருப்பிலேர்ந்து ஜீனி வரையில் வாங்கிண்டு வந்துடணும். இந்தா’ என்று மழுங்கிப் போன அந்தத் தங்கக்குச்சியைக் கொடுத்தார். தலை மழுங்கின ஆணி மாதிரி இருந்தது அது. ‘இதைக் காசுக் கடையிலே கொடுத்து ரொக்கமா மாத்திக்கோ. சாமான்களை வாங்கிண்டு ஒரு வண்டியிலே போட்டுண்டு வந்துடு, சீக்கிரமா வரணும்’ என்றார். நானும் அதை வாங்கிக்கொண்டு விருவிரு என்று நடந்து காசுக் கடைக்குப் போய்ச் சேர்ந்தேன். கடைக்காரன் ஆணியை ரண்டு மூன்று தடவை பார்த்தான். நாலஞ்சு தடவை உரைச்சான். கலப்படமில்லாத தங்கம். மாற்றுத் தங்கம். எடைபோட்டு ரூபாயைக் கையிலே கொடுத்தான். சாமான் களை வாங்கிண்டு வந்தேன். அப்புறம் சமையலாச்சு. எல்லாரும் சாப்பிட்டா. இந்த மாதிரி ரண்டு, மூணு தடவை ஆச்சுன்னு சொல்லியிருக்கார். யோகிகள், உண்மையான யோகிகள், தவிர்க்க

முடியாத நிர்ப்பந்தம் வந்தாலொழிய இந்தச் சக்திகளை உபயோகிக்க மாட்டார்கள்."

"ரசவாதம், ரசவாதம்னு சொல்லக் கேள்விப்பட்டிருக்கோம் நாம். இரும்பைத் தங்கமா மாத்தறது. இந்த வித்தை எல்லாம் சித்தர்கள் செய்ததாகக் கேள்விப்பட்டிருக்கோம். நீங்க அந்த மாதிரி ஒருத்தரை நேரேயே பாத்துப் பேசிப் பழகியிருக்கேங்கறேள் . . . இந்தக் காலத்திலே அந்த மாதிரி . . ."

"ஏண்டா பாபு, காலத்திலே அந்தக் காலம். இந்தக் காலம்னு ரண்டு உண்டா? காலம் ஒரே காலம்தான். இது எந்தக் காலத்திலேயும் நடக்கக்கூடியதுதானே!"

"அவர் ஆணியைப் பிடுங்கிண்டுபோனதை நீங்க பார்த்ததுண்டா?"

"அவர்தான் சொன்னார். கொஞ்சம் வருத்தத்தோட சொன்னார். இந்த மாதிரி பண்ண வேண்டியிருக்கேன்னு. அவருக்கு இந்த மாதிரி செய்ய முடியும்னு யாருக்கும் தெரியவும் தெரியாது. ரொம்பநாள் கழிச்சு எங்கிட்ட சொன்னார்."

"அதென்ன பச்சிலையா? மந்திரமா?"

"எனக்கு ஒன்றும் தெரியாது. அவர் சொல்லலெ. ஏதோ ஒரு மாதிரி ஒரு தடவை கேட்டதுக்கு நீ என்னத்துக்கு அதெல்லாம் கேக்கறே, பேசாம இருன்னார். நான் தெரிஞ்சுக்கணுங்கிற ஆசையையும் அதோடு விட்டுட்டேன் . . . ஏதோ ஞாபகம் வந்தது, இதைப் பற்றி இவ்வளவு சொன்னேன். நான் சொல்ல நினைச்சுது வேறே."

"என்ன?"

"அவர் பெரிய தேவி பக்தர். கடவுளைத் தாயாக உபாசிக்கிற சம்பிரதாயத்தில் சித்தி கண்டு அருள்கண்டவர். அதனால்தான் அவர் வறுமையை பொருட்டாக நினைக்கவில்லை. உலக சிந்தையே இல்லாமலிருந்தார்."

"ஏனப்பா, உலக சிந்தையில்லாமல் ஏன் இருக்கணும்? அவருக்குத் தெரிஞ்சிக்கிற சித்திகளை வைத்து உலகத்தினுடைய வறுமையைப் போக்கிவிடக் கூடாதோ?"

"அந்த மாதிரி உண்மையான பெரியவன் செய்ய மாட்டாண்டா பாபு. அவனவன் தன்னாலேதான் முன்னுக்கு வரணும் இந்த உலகத்திலே. எல்லாரும் சோம்பேறியாக இருப்பதற்குப் பெரியவர்கள் வழிகாட்டமாட்டார்கள்; இடம் பண்ணிவைக்கமாட்டார்கள்; முன்னேறுகிறதுக்கு வெளிச்சம் காண்பிப்பார்கள். அவ்வளவுதான். முன்னேறுகிறதும் பின்தங்குகிறதும் நம் பொறுப்பு. நாலு பேராவது முன்னேறுவார்கள். உலகத்தை உயர்த்தி ஒரு நிலையிலே கொண்டு வைத்துவிட்டு அப்புறம் மறைந்துவிடுவார்கள்."

சிறிதுநேரம் இருவரும் பேசவில்லை. ஒவ்வொருவரும் ஒரு சிந்தையில் ஆழ்ந்திருந்தார்கள். ‘மனிதனுக்கு இப்படி சக்திகளைப் பெற முடியுமா? பெற்றபின் அதை உபயோகப்படுத்தாமல் எதற்கு இருக்க வேண்டும்? இன்னும் ஒரு உயர்ந்த லட்சியத்திற்குச் சாதனமாக உடலைத் தயார் செய்வதற்காக இந்தச் சக்திகளை வீணாக்காமல் சேமித்து வைத்துக்கொள்வதற்கு மனம் இடம் கொடுக்குமா? அப்படி வேண்டாமென்று சொல்பவன் உண்மையில் பெரியவனாகத்தான் இருக்க வேண்டும் . . . பிறருக்குப் பயன்படாமல் இந்தச் சக்திகளைச் சேமித்துவைப்பது நியாயம்தானா? ராஜு அந்த மாதிரி சக்திகளை எய்தியவர்தானா . . ?’ பாபுவின் மனம் குழம்பிக்கொண்டிருந்தது. சந்தேகம் குழம்பிற்று.

“ஏனப்பா, அவர் ரொம்பப் பெரியவர். சக்திகளையெல்லாம் வெளியிலே காண்பிக்கவில்லை. பின்னே எப்படித்தான் பெரியவர்னு தெரிஞ்சுக்கறது?”

“அதான் சொன்னேனே பாபு. அதான் நான் முன்னால் சொல்லலாமா வேண்டாமான்னு பார்த்தேன். நம்புகிறது கொஞ்சம் கஷ்டம். அதுவும் நம்ம தேசம். யோகங்கள், ஆத்ம விசார வழிகள் – இதுகளைப் பற்றித் தெரியாதவர்களுக்கு, புதுப்படிப்பே படிப்பு என்று நினைக்கிறவர்களுக்கு, நம்புகிறது சிரமம், நம்புகிறது என்ன? கேள்விப்படுவதற்குக்கூடப் பொழுது இல்லை. இதையெல்லாம் சொல்ற வாளும் இல்லை. அவனவனுக்கு வயிறு வளர்க்கிறதே பெரும்பாடாயிருக்கிறது. வயிறு நிறைய சாப்பிடுவதற்கு வழி தேடுவதே பெரிய சித்தியாக இருக்கிறது . . . தங்கத்தைச் சாணியிலும் இலையிலும் மூடிச் சாம்பலாக மாற்றினால் நம்புகிறார்கள். உடம்பில் விஷம் ஏறி செத்துப்போனால் நம்புகிறார்கள். மூலிகையும் மிக்சரும் சாப்பிட்டு வியாதி குணமானால் நம்புகிறார்கள். இரும்பைத் தங்கமாக மாற்ற முடியும் என்றால் நம்ப மாட்டேன் என்கிறார்கள். அறிவு வளர வளரத்தான் நம்பிக்கையும் வளரும்.”

“அவநம்பிக்கையா?”

“நம்பிக்கை.”

“இந்தக் காலத்திலே அதெல்லாம் கதை மாதிரியிருக்கே.”

“இந்தக் காலத்திலே இல்லெ. எல்லாக் காலத்திலேயும் கதையாத் தான் இருந்திருக்கு. அப்பல்லாம் சொன்னா, ஆன்னு ஆச்சரியப்படுவா. இப்ப சொன்னா சிரிக்கிறா, அவ்வளவுதான். அதான் யாரும் சொல்றதுமில்லே. ஒருத்தன் மட்டும் கோவணம் கட்டிக்கிண்டு பைத்தியம்னு பேர் கட்டிப்பானேன்?”

“நம்பறதாகவே வச்சுக்குவம், எல்லாருக்கும் எட்டாத ஒண்ணைப் பற்றி நாம் ஏன் கவலைப்படணும்?”

“கவலைப்பட அவசியமில்லை. கவலைப்படற நாலு பேர்தான் பெரிய மனிதனாக ஆகிறான். அவர்கள்தான் சக்திகளை அடைகிறார் கள், ஜனங்களுக்கு நல்ல வழி காட்டுகிறார்கள்.”

“சக்திகளை உபயோகிக்கமாட்டான் உண்மையான பெரியவன் என்று நீங்கள் இப்போதுதானே சொன்னீர்கள்?”

“அவன் ரொம்பப் பெரியவன். அதற்குக் கீழ் அடுத்த பெரியவன் ஒருவன் இருக்கிறான். அந்தச் சக்திகளைப் பெற்று, உலகத்தை நடத்தத் தெம்பையும் திறமையையும் அடைந்தவன். முதல் பெரியவ னால் உலகத்திற்கு நேரடியாகப் பிரயோசனமில்லை. இரண்டாவது சொன்னேனே, அந்த மாதிரி புருஷர்களைத் தயார் செய்கிற மூலாதாரம் அவன். அவனுக்கு அதற்கு மேல் ஒன்றும் கிடையாது. அவன் கடவுள் நிலைக்கு அருகில் போய்க்கொண்டிருப்பவன். தன் உபதேசங்களை ஏற்க சிஷ்யர்கள் கிடைத்தாலும், கிடைக்கா விட்டாலும் அவன் கவலைப்படமாட்டான். ஒருத்தருக்கும் தெரியா மலே உலகத்தை விட்டு மறைந்துபோயிடுவான். அவனுக்குப் புகழ், உலகத்தாரின் நலம் – இதைப்பற்றி எல்லாம் சிந்தையிராது. ஆனால் ஒரு வேடிக்கை என்னவென்றால், விளக்கைப் போல் அவன் யார் கண்ணிலாவது பட்டுவிடுவான். சின்ன விளக்காக நாலைந்து வந்து அதில் தங்களை ஏற்றிக்கொண்டு போய்விடும்.”

சுற்றிலும் நிசப்தம் நிலவிற்று. அந்த நிசப்தத்தை நீரின் சுழிப்பும் இலையின் சலசலப்பும் உரைகற்களாக மாற்றுப் போட்டுக் கொண்டிருந்தன.

“அந்த மாதிரி இவர் யாரையாவது தயார் செய்தாரா?” என்று கேட்டான் பாபு.

“மூன்று, நாலுபேரை எனக்குத் தெரியும். நம்ம தேச சுதந்திரத் துக்கு ஊர் ஊராகப் போய்ப் பேசி, மழைமாதிரி பொழிகிறாரே தர்மநாதன், அவர் பேச்சைக் கேட்டிருக்கையோல்லியோ?”

“நாலைந்து தடவை கேட்டிருக்கிறேன். உலகத்திலேயே அவர் மாதிரி பேசுகிறவர்கள் பத்து பேராவது இருந்தால் அதிகம். உணர்ச்சி களைக் கிளப்புவதில் ராஜா. வெறும் பேச்சும் இல்லை. காரண காரியம், விவரங்கள், அழகு எல்லாம் நிறைந்த பேச்சு அது.”

“அந்த தர்மநாதன், அவரிடம் உபதேசம் பெற்றவர். அரசியலில் இறங்கறதுக்கு வெகுநாள் முன்னாலேயே உபதேசம் பெற்றுவிட்டார். ராஜூவிடம் அவர் உபதேசம் பெற்றது காலேஜில் வாசிக்கும்போது. அப்புறம் அதே தபஸாக நாலு வருஷம் இருந்தார். அப்புறம் அரசியலைப் பார்க்க அவர் வாக்கு வெள்ளம் திரும்பிற்று. இன்னிக்கி அவராலே கோடி ஜனங்களாவது விழிச்சிண்டிருக்கான்னு சொல்ல முடியுமா இல்லையா?”

“தடையில்லாமல் சொல்லலாம்.”

“தர்மநாதன் அந்தத் திசையிலே போனார். சுப்பராமன் பரம ஏழையாயிருந்தான். அவன் அம்மா அப்பளம் இட்டு இட்டு விற்று அவனைப் படிக்க வச்சாள். அவன் வியாபாரத்திலே இறங்கினான். கோடிக்கணக்கிலே சம்பாதிச்சிண்டிருக்கான். ஆனா, அவன் சம்பாதிக்கிறதிலே ரூபாய்க்கு பதினஞ்சரையணா அவன் தொடலே. படிக்கிற பிள்ளைகளுக்கும், வியாதி வந்து கஷ்டப்படறவாளுக்கும், நாதியில்லாத ஸ்திரீகளுக்கும், குழந்தைகளுக்கும் போறது எல்லாம்.”

“சுப்பராமன் நடைமுறை சோஷலிஸ்ட் என்று அவன் ஆபீஸிலே வேலை பார்க்கிற ஒரு பையன் சொல்லிக் கேட்டிருக்கிறேன்.”

“என்ன பேர் வச்சாலும் சரி. ஒரு சின்ன சர்க்கார் மாதிரி அவன் ஸ்தாபனங்கள் நடக்கிறது. அவன் வெறும் சோஷலிஸ்ட் இல்லை. துறவிகூடன்னு சொல்லணும். அவன் ராஜுவைத்தான் மனசிலே வச்சு ஆராதனை பண்ணிண்டிருக்கான். அப்பறம் வீணை ரங்கசாமி.”

“வீணை ரங்கசாமியா? ராஜு சிஷ்யரா?” என்று ஒரு சங்கீதப் பெயரைக் கேட்டதும் பரபரவென்று கேட்டான் பாபு.

“ஆமாம்.”

“அவர் வாசிக்கிறபோது யாரோ மனுஷன் வாசிக்கறாப் போலில்லை, நாதமே தன்னையே வாசிக்கறாப்போலிருக்கு.”

“அவனுக்கு நாதத்தைத் தவிர வேறு தெய்வம் கிடையாது. அதற்கு வழி சொல்லிக் கொடுத்தவர் ராஜு.”

“இவ்வளவு இருக்கு. ராஜு பேரே வெளியிலே தெரியலியே?”

“தெரியாது. தெரியவே தெரியாது.”

“ஏன்?”

“நான் உபதேசம் பண்ணினதாக யாருக்கும் தெரியக் கூடாது. உபதேசம், உபாசனை இருப்பதாகவே தெரியக் கூடாதுன்னு தீர்மானமாகக் கேட்டுண்டுதான் அவர் உபதேசம் பண்ணுகிற வழக்கம். அவர் கிட்ட உபதேசம் செய்துண்டவர்களே ஏழெட்டு பேர்தான்.”

“என்னத்துக்காக அப்படி உறுதி வாங்கிக்கணும்?”

“ஆடம்பரமும் மோசடியும் மலியாமல் இருக்கத்தான். இன்னிக்கி எத்தனையோ பேர் சுருட்டறதையும், ஏமாத்தறதையுமே தொழிலா வச்சுண்டு கிளம்பி ஒரு நல்ல சம்பிரதாயத்தின் மூஞ்சியிலே கரியைப் பூசிண்டிருக்கான்கள். அதெல்லாம் இல்லாமல் இருக்கணும்னுதான்.”

ராஜுவைப் பற்றி இன்னும் பல விவரங்களைச் சொல்லிக் கொண்டிருந்தார் வைத்தி. ஒரு முறை காமாட்சியைத் தரிசனம்

செய்வதற்காக காஞ்சீபுரத்திற்குக் கால்நடையாகவே புறப்பட்டாராம் அவர். அப்போது நல்ல கடும் கோடை. தஞ்சாவூர், தென் ஆற்காட்டின் பச்சை குறைந்துகொண்டே வந்தது. செங்கல்பட்டு பிராந்தியத்தின் வறண்ட வெளியில் அன்று நடக்க வேண்டி வந்துவிட்டது. கால் பொரிந்தது. நாக்கு ஒட்டுகிற தாகம் கண்ணை மறைத்தது. நடை ஆடிற்று. தலையில் ஒரு கிறுகிறுப்பு. வயிற்றில் பசியின் சூன்யம் தீயாக எரிந்தது. ஒற்றையாக நின்ற ஒரு புங்க மரத்தின் அடியில் சற்றுத் தங்கினார். அதோ ஒரு குட்டை இருக்கிறது என்று யாரோ வழிப்போக்கன் சொன்னதும், சற்றுக் கழித்து எழுந்து நடந்தார் அவர். குட்டையை அடைவதற்குள் மறுபடியும் வெலவெலத்து விட்டது. கண்ணை இருட்டிற்று. சற்று உட்கார்ந்துவிட்டு தண்ணீரை யாவது இரண்டு வாய் குடிக்கலாம் என்று நீரில் இறங்கினார். தோலை வறுக்கிற வெய்யிலில் நீரும் சூடேறியிருந்தது. இதமான ஜிலுஜிலுப்பில்லாவிட்டாலும் அயர்ந்து புழுதிக் காப்பிட்ட காலுக்கு ஆறுதல் அளிக்கும் வெதவெதப்புதான். அப்படியே சிறிது நேரம் நின்றுகொண்டிருந்தார். எப்போதும் தியானத்திலேயே தோய்ந்திருக்கிற உள்ளம் அந்த நீரின் சுகத்தில் தேவியைக் கண்டது. "காமாட்சி, பரதேவதை" என்று வாயாறச் சொல்லி "அப்பாடா" என்று பெருமூச்சு விட்டுக் காலைத் தேய்த்துக் கழுவினார் ராஜு. அப்படியே சிறிது நேரம் நின்றுகொண்டேயிருந்தார் . . .

"அப்பாடா, இறங்கி வாடா கண்ணு சாப்பிடலாம்" என்ற ஒரு பெண் குரல் கேட்டது.

ராஜு திரும்பிப் பார்த்தார். ஒரு அம்மாள் பெண்குழந்தையைக் கீழே இறக்கிக் கையைப் பிடித்துக் குட்டைக் கரையில் வந்தாள். முப்பத்தைந்து வயதிருக்கும்.

"அப்பாடா நல்ல வெயில்" என்றாள் ராஜுவைப் பார்த்ததும்.

"வெய்யில்தாம்மா. ஜலம்கூடச் சுடறது" என்றார் ராஜு. "ஏம்மா, இந்த வெய்யில்லே எப்படியம்மா நடந்து வந்தேள்? குழந்தையை வேறு தூக்கிண்டு. கால் அப்பளமாய்ப் பொரிகிறதே."

"என்ன தாத்தா செய்யறது? அவசரக் காரியமானா வெய்யில் நிழல்னு பார்த்துண்டிருக்க முடியுமா?"

"சாயங்காலம், அல்லது காலமே, வெய்யில் தணிஞ்சிருக்கிறபோது போகப்படாதோ?"

"அவசரக் காரியம்னா என்ன பண்றது?"

"ஒரு வண்டி, காடி வச்சிக்கப்படாதாம்மா?"

"நீங்க வண்டி, காடி வச்சிண்டா வந்திருக்கேள். அத மாதிரிதான். சமயத்துக்குக் கிடைச்சாத்தானே?" என்று சொல்லிக்கொண்டே கால் கையைக் கழுவி, குழந்தையின் கை கால்களையும் அலம்பி

முந்தானையால் துடைத்துவிட்டுச் சாப்பாட்டு ஏனத்தைக் கட்டி யிருந்த துணியை அவிழ்ந்தாள் அந்த அம்மாள்.

"சாதம் நிறைய இருக்கு. கொஞ்சம் சாப்பிடறேளா தாத்தா?" என்று கேட்டாள்.

"எதுக்கும்மா? குழந்தையும் நீங்களும் சாப்பிடுங்கோம்மா."

"நிறைய இருக்கு தாத்தா."

"சரி, காணும்னா சாப்பிடறேன் ... ரண்டே ரண்டு கவளம் போதும்."

"ரண்டே ரண்டு என்ன? நிறையச் சாப்பிடலாம்."

ஜலத்தில் நின்றுகொண்டே இரண்டு கைகளையும் நீட்டினார் ராஜு.

"கமகமன்னு மணக்கிறதே தயிர்சாதம் ... தீர்க்க சுமங்கலியா இருக்கணும்மா."

"இந்தப் பொட்டல்லே பசிக்குன்னு ஒருத்தருக்குப் போடும்படியா நேர்ந்ததே. அதைச் சொல்லுங்கோ தாத்தா" என்று ஒரு இலை நிறையத் தயிர் சாதத்தைக் கொடுத்தாள் பெண்.

"இந்தப் பொட்டல்லே அமிர்தம் மாதிரி எங்கிருந்தோ வந்து என்னைக் காப்பாத்தறாளே ... என் தாய்க்கு எவ்வளவு கருணை! காமாட்சி, தாயே!"

"தாத்தா, என் பேரும் காமாட்சிதான்" என்று சிரித்தாள் காமாட்சி.

"அப்படியா, காஞ்சீபுரம் வரதுக்கு முன்னாலேயே என் காமாட்சி தரிசனம் கொடுத்துட்டா."

"சாப்பிடுங்கோ தாத்தா."

தாத்தா சாப்பிட்டார்.

"அம்மா, என்ன மணம்! என்ன மணம்! அமிர்தமாயிருக்கும்மா!"

சாப்பிட்டுக் கையலம்பியதும் அம்மாள் குழந்தையைத் தூக்கிக் கொண்டு புறப்பட்டாள்.

"வரேன் தாத்தா. நீங்க எங்கே போறேள்?"

"காஞ்சீபுரம் போறேம்மா. தரிசனத்துக்குப் போறேன்."

"ஜாக்கிரதையாப் போங்கோ தாத்தா" என்று கிளம்பிவிட்டாள்.

"நீங்க எங்கம்மா போறேள்?"

"இதோத்தான் இருக்கு. ரண்டு மயில்தான் இருக்கு ஊரு ... வரட்டுமா?"

அவள் போன பிறகு ஐந்து நிமிஷம் கழித்து எப்படிப் போகிறாளோ இந்த வெய்யிலில் என்று இரக்கத்துடன் எழுந்து பார்த்தார் ராஜு. அது என்ன நடையோ! அம்மாள் வேகமாக நடந்து தூரத்து வேலிக்குள் மறைந்துவிட்டாள்.

"வைத்தி, அவள் சாதாரண மனுஷி இல்லை" என்று அடிக்கடி சொல்வாராம் ராஜு.

"ராஜு, அவ்வளவு பெரிய மகான்" என்றார் வைத்தி. சொல்லும் போது அவருக்குப் பேச முடியவில்லை. சுழிப்பின் சலசலப்பில் அவருடைய குரல் கரகரத்துத் தேய்ந்துவிட்டது.

பாபு ஸ்தம்பித்து உட்கார்ந்திருந்தான், அது யாரோ – யாரா யிருந்தாலும் ... மனுஷியாக இருந்தாலும் மனதை நெகிழ வைக்கும் நிகழ்ச்சிதான் ... அந்த வெய்யிலையும் உதவியையும் நினைக்கும்போது நெஞ்சு குளிர்கிறது.

பாபுவின் மனம் அவர் சொன்னதை அப்படியே நம்பிற்று. வாய் மட்டும், "அப்பா, அந்தப் பெண் ஒரு சமயம் வராமலிருந்தால் கூட ராஜுவின் சுய சிந்தையில்லாத அர்ப்பணம், அதை எதையும் தாங்கிக்கொள்ளச் செய்திருக்கும். பக்தியின் பலம் அதுதான். இல்லையா?" என்று சொல்லிற்று.

வைத்தியின் முகத்தில் புன்சிரிப்புத் தவழ்வது போலிருந்தது.

"எப்படியாவது வச்சுக்கோயேன்" என்று சொல்லும்போதே அவர் சிரிப்புக் குரல் கேட்டது.

"ராஜு மகான்தான்" என்றான் பாபு.

"மகான்தான். நமக்கு மகான்தான் அவர் ...ம் ...ரண்டு வருஷமாகவே ஒரு யோசனை எனக்கு."

"என்னப்பா?"

"அவர் எனக்குக் கொடுத்தது வழி வழியா வரட்டுமேன்னு பார்த்தேன்."

"என்னது?"

"ஒரு உபாசனை எனக்குக் கொடுத்தார் அவர். அதை உனக்குக் கொடுக்கலாம்னு நினைக்கிறேன். வாக்கு வன்மை பெருகும். கலையிலே ருசியுள்ளவர்களுக்கு அதனாலெ பெரிய லாபம் உண்டு. அளவிட முடியாத லாபம். நமக்கும் ஹிருதயத்திலே எப்பொழுதும் ஒரு தீபம் வேணும். சமயத்துக்கு அது அந்தகாரத்தை நீக்கி வழிகாட்டும். அருள் கிடைக்கிற பாதையைக் காட்டும். தைரியம் கொடுக்கும். தெம்பு கொடுக்கும். ஒவ்வொரு க்ஷணமும் அந்தச் சக்தி நம்மை ஆதாரமாகத் தாங்கிக்கொண்டிருக்கும். துக்கம் வரும்போது சகித்துக் கொள்ள சக்தி கொடுக்கும். ஆனந்தம் வரும்போது நிதானமாக

அனுபவிக்கச் சொல்லும். சுயநலத்தை அறுத்தெறியும். ஐச்வர்யம் கிடைக்கும்போது, அதைப் பொதுசொத்தாகக் கருதி பிறரோடு பகிர்ந்துகொள்ளும் மனுஷத் தன்மையைக் கொடுக்கும். நாட்டில் பார்க்கும் பெண்களை எல்லாம் நடமாடும் தெய்வங்களாகப் பார்க்கச் செய்யும். அகந்தையை அறுக்கும். மனதைச் சுத்தம் செய்யும்."

பாபுவுக்கு அவ்வளவும் தனக்குக் கிட்டிவிட்டாற்போலிருந்தது, கேட்கும்போது.

"ரொம்ப நாளாகக் கொடுக்கணும்னு ஆசை. எனக்கும் உடம்பு இப்படியிருக்கு. சுருக்கச் செஞ்சுப்பிட்டாத் தேவலைன்னு தோண்றது."

"உங்க உடம்புக்கு ஒண்ணுமில்லேப்பா. அதை என்னத்துக்குச் சொல்றேள் இப்ப? . . . நான் எடுத்துக்கறேன்" என்றான் பாபு.

"எடுத்துக்கோ. உனக்கு ஒன்றும் குறைவு வராது."

"எடுத்துக்கறேன்."

"நாளன்னிக்கி விஜயதசமி. அன்னிக்கி சொல்லிவிடுகிறேன்."

"சரிப்பா."

"ஆனா ஒண்ணே ஒண்ணு சொல்லணும்."

"என்ன?"

"சில வரைமுறைகளை வச்சுக்கணும். கண்ட இடத்திலே கண்டதை வாங்கித் திங்கப்படாது. ஆகாரம்தான் மனதை உருவாக்குறது. ஆகாரத்திற்குத் தகுந்தாற்போல் மனதும் மாறும். படிச்சு வேலையா ஊர் ஊரா அலையறவர்களுக்கு அந்தக் கட்டுப்பாடெல்லாம் வச்சுக்கிறது சிரமம். ஆனால் ஒரு கட்டுப்பாடு கட்டாயமா இருக்கணும். சரீரம் சுத்தமாயிருக்கணும். நான் சொல்றது புரிகிறதோ?"

"சரீரம் சுத்தமாயிருக்கணும்னு . . ."

"ஸ்திரீகளைத் தெய்வமாக மதிக்கணும்."

"ம்."

"மனுஷன் சுகமாயிருக்கிறதை யாரும் தடுத்ததில்லை. ஆனால் இரண்டாவது பெண் மனுஷனுக்கு அவசியமில்லை."

"ம்."

"பெண்டாட்டி இருக்கிறபோது, வேறு ஸ்திரீயிடம் மோகிக்கிறது துரோகம் என்று சொல்வதுண்டு. துரோகம்தான். நான் அப்படிச் சொல்லவில்லை. அது ஒருவனுடைய சுயமரியாதைக்குக் குறைவு. கௌரவக் குறைவு."

"அப்படீன்னா?"

"நம்மிடம் நமக்கே மரியாதை, கௌரவபுத்தி இரண்டும் இல்லைன்னு அர்த்தம்."

பாபு சற்று யோசித்தான். இதை முழுவதும் மனதில் வாங்க ஒரு நிமிஷம் பிடித்தது அவனுக்கு.

"ஆமாம். கௌரவக் குறைவுதான்" என்று சொன்னான் பாபு.

"போகப் போகத்தான் இன்னும் நன்றாகப் புரியும்."

"ம்."

"கௌரவக் குறைவு மட்டும் இல்லை. நாம் வளர்றதையும் கெடுத்துப் பாழ்பண்ணும் அது."

"ம்."

"நான் சொல்றது புரியறதோ பாபு?"

"புரியறதுப்பா."

"நீ இந்த மாதிரி உன்னை அகௌரவப்படுத்திக்க மாட்டேன்னு நிச்சயமாகச் சொல்ல முடியுமோ? உன் சுய மரியாதைக்குப் பங்கம் பண்ணிக்கமாட்டேன்னு சொல்ல முடியுமோ?"

"வாக்குத் தரணுமா?"

"அது மாதிரிதான்."

"இந்த நீசத்தனத்தை நான் செய்யமாட்டேன். எனக்குக் கௌரவம், சுயமரியாதை உண்டு. அதுகளை நான் காப்பாற்றாமல் விடமாட்டேன்."

"சொன்னதைக் காப்பாத்தறதும் சிரமம்."

"நிச்சயமாகக் காப்பாற்றுகிறேன்."

"அப்படியிருந்தால் அருள் உண்டு. உண்மை எப்போதும் தன்னை மறைத்துக்கொள்ளாமல் நினைக்கிறபோது வந்து தரிசனம் கொடுக்கும்."

"வார்த்தையைக் காப்பாற்றுகிற தெம்பு எனக்கு வர வேண்டும். ராஜுவின் ஞாபகம், உங்கள் ஆசி எல்லாம் இருந்தால் அது முடியும்."

"என் ஆசீர்வாதம் பூரணமாக உண்டு. ஆனால், ஒவ்வொரு மனிதனுக்கும் தான்தான் ராஜா. அவனேதான் அவனை அடக்கி ஆள வேண்டும்."

"நான் இதை முன்னாலேயே பழக்கிண்டு தானப்பா வரேன்."

"எதை?"

"என் சிநேகிதன் ஒருவன் இருக்கான்னு சொல்லியிருக்கேனே ... ராஜம் ராஜம்னு."

"சொல்லியிருக்கே."

"அவன் நீங்க சொல்றமாதிரி பல தடவை எனக்குச் சொல்லி யிருக்கான்... பெண்களைத் தெய்வமாகப் பூஜித்தே வருகிறான் அவன்."

"ஆகா... நல்லவர்கள் பிள்ளையாக இருக்கணும் அவன்."

"எனக்கு முதலில் சிரிப்பாகத்தான் இருந்தது. இப்பத்தான் அவன் ரொம்பப் பெரியவன்னு தெரியறது. அவனை நீங்க பார்க்கணும்பா."

"கட்டாயம் அழச்சிண்டு வா. பார்க்கணும். ஆனால் அவன் கிட்டகூட இதெல்லாம் சொல்ல வேண்டாம்."

"அப்படியா?"

"யார் கிட்டவும் சொல்லக்கூடாது. கொலை பண்றதைச் சொல்லலாம். இதைச் சொல்லப்படாது. ராஜுவின் இஷ்டம் அதுதான்."

"நான் சொல்லலே. ஆனால் ஏன் சொல்லப்படாது? சும்மா கேட்கிறேன்."

"எனக்குத் தெரியலே. ஒரு சமயம் இப்படி இருக்கலாம். சொன்னால் அவன் நம்பாதவனாக இருக்கலாம் பரிகாசம் செய்யலாம். இல்லா விட்டால் ரொம்ப நம்பிக்கையுள்ளவனாக இருந்து நம்மை ஏதோ மகான்னு நெனச்சிண்டு ஏமாறலாம். செய்தியைத் தம்பட்டம் அடிக்கலாம். உபாசனை ரொம்பப் புனிதமானது. புருஷன் பெண்டாட்டி உறவு மாதிரி ரகசியமாகக் காப்பாற்ற வேண்டிய விஷயம் அது... சொல்ல வேண்டாம்."

"சொல்லவில்லை."

"சரி, அப்ப புறப்படுவமா?"

"ம்."

இருவரும் எழுந்து நடந்தார்கள்.

நுணுப்பூவின் மணம் நிலவிலும் மெல்லிய காற்றிலும் கலந்து கமழ்ந்தது.

"அப்பாடா... என்ன வாசனைடா இதுக்கு."

"மல்லிப்பூ மாதிரியேதான் இருக்கு."

"எடுத்துக் கொஞ்ச நாழி வச்சிண்டு பாரு. மாயமா மறைஞ்சு போயிடும்! எங்க முத்தண்ணா சொல்லுவன், 'இதென்னடா அவுசாரி ஆம்படையான் கிட்ட சத்தியம் பண்றாப்போல'ன்னு. முத்தண்ணா வெகண்டையாவேதான் பேசுவான். இருந்தா இப்ப எவ்வளவு சந்தோஷப்படுவன் தெரியுமா?" முத்தண்ணா வைத்தியின் மூத்த அண்ணா. காளைப் பருவத்தில் இறந்துபோய்விட்டார். வைத்தியிடம் எல்லையில்லாத பிரியம். வைத்திக்குத் தகப்பனார் இறக்கும்போது

தி. ஜானகிராமன்

ஏழு வயது. ஆகவேதான் தான் தகப்பனார் என்று உரிமை கொண்டாடி அன்பும் ஆதரவுமாக, அதட்டாமல், விரட்டாமல் வைத்தியை வளர்த்தார் முத்தண்ணா.

"இந்த அண்ணா மாதிரியா அவன்? சிரிக்கச் சிரிக்கப் பேசுவான். சத்தியசந்தன். அசாத்திய கோபக்காரன். ஆனால் நியாயத்தை விட்டு ஒரு இம்மி பிசகமாட்டானே . . . நுணுப்பூவைப் பார்க்கற போதெல்லாம் இதான் சொல்லுவான் அவன். அந்த வாசனையாவே போயிடுத்து அவன் ஆயுசும். அல்பாயுசு" என்று பழைய நினைவுகளில் கலங்கினார் வைத்தி.

வேலியோரமாக அப்பளம் சுடுகிற மணம் கமழ்ந்தது.

"அப்பாடா . . . நல்ல அப்பளம் வாசனை" என்றான் பாபு.

"சீ . . . சாரைப் பாம்புடா. அந்தத் தரித்திரத்துக்கு இந்த மாதிரி ஒரு வாசனையைக் கொண்டு வச்சிருக்கான் பாரேன்" என்று மூச்சால் உசுப்பிக்கொண்டே நடந்தார் அவர்.

ஊரே அடங்கிவிட்டது. நிலவென்று தெரு மின்சார விளக்கை அணைத்துவிட்டார்கள். தெருவின் மண் காலுக்கு ஜிலுஜிலுவென் றிருந்தது. பாதம் புதைகிற மண். நடமாட்டம் அற்றே விட்டது. திண்ணைகளில் சிறிதும் பெரிதுமாகக் குறட்டைகள் கேட்டன. எதிரே ஒரு ஆள் வந்துகொண்டிருந்தான்.

"ஐயாங்களா?" என்று நின்றது அந்த உருவம்.

"யாரு? மனுகொண்டாரா?"

"ஆமாங்க. என்னங்க இது? எங்க போயிட்டு வறீங்க? நான் கடைத்தெருவெல்லாம் கோலிட்டு வாரேன், ஆத்தங்கரைக்கா போயிட்டு வறீங்க. . ."

"ஆமாம். சும்மா காற்றாட போனோம்."

"குளந்தை வந்திருக்குன்னு சொன்னாங்க . . . அம்மா. பார்க்க லாம்னு குந்திருந்தேன், குந்திருந்தேன், வரக்காணும். அப்புறம் அம்மாதான் சொன்னாங்க, போய்ப்பார்த்துட்டு வாடா, ரொம்ப நேரமாச்சு போயின்னாங்க. கடைத்தெருப்பக்கம்ல போனீங்கன்னாங்க."

"இஞ்சதான் போயிட்டு வர்றோம்."

"என்ன குளந்தே . . ."

"சௌக்கியமா ராமு?"

"இருக்குறேங்க. சவுக்யத்துக்கென்னா?"

"மீனாச்சி, குளந்தையெல்லாம் நல்லாயிருக்கா?"

"நல்லா இருக்குங்க. இன்னக்கிகூட அது சொல்லிக்கிட்டிருந்தது. ஆயுதபூசையாச்சே, நாளக்கி, குளந்தை வந்திருக்குமேன்னு . . . ம் . . .

இந்நேரத்துக்கா ஆத்துக்குப் போவாங்க... ஐயாவுக்குத்தான் அப்படி என்ன நல்ல உடம்பா?"

ராமையா மனுகொண்டார் பின்னால் வர, இருவரும் பேசிக்கொண்டே நடந்தார்கள்.

வாசல் குறட்டில் இரண்டு கட்டில்களிலும் படுக்கை போட்டு கொசுவலை கட்டியிருந்தது.

"யாரு பாய் போட்டா?" என்றான் பாபு.

"நான்தாங்க."

குரல் கேட்டு வாசல் கதவு திறந்தது.

13

மனுகொண்டார் போனதும் பாலைச் சாப்பிட்டுட்டுப் படுக்க அரை மணியாயிற்று இருவருக்கும். கொசுவலைக்குள் புகுந்து படுத்த பாபுவுக்குத் தூக்கம் கொள்ளவில்லை. தர்மநாதனின் பேச்சு வெள்ளமும் சுப்பராமனின் செல்வமும் ரங்கசாமியின் இசையும் காதிலும், கண்முன்னும் வட்டமிட்டன. ராஜு கொடுத்த தங்க ஆணி பளபளத்தது. வெய்யிலில் வந்த அமுதம் நெஞ்சில் இனித்தது. வருங்காலத்தின் நெடிய பாதை ஏதோ வெளிச்சத்தில் வெகு தூரம்வரை தெள்ளெனத் தெரிவது போலிருந்தது. நிலவின் மௌனத்திலும் நீரின் சுழிப்பிலும் தந்தை சொன்ன சொற்கள் ஒவ்வொன்றும் அவன் நினைவில் பதிந்துவிட்டன. நீசத்தனம் செய்யமாட்டேன் என்று சொன்னபோது, அந்த அகௌரவமான, சுயமரியாதைக்குப் பங்கமான காரியத்தைச் செய்யமாட்டேன் என்று அவன் சொன்னதைக் கேட்டு, அவர் முகத்தில் படர்ந்த ஒளி, வெண் முகில் திட்டு விலகி ஊறும் போதே மண்ணில் ஓடிவரும் வெய்யிலைப் போல அவன் மனத்தில் பளிச்சிட்டது.

திடீர் என்று அவனுக்கு ஞாபகம் வந்தது.

'யமுனா வீட்டில் சத்தியம் செய்து சில மணிநேரத்திற்குள் இங்கு ஒரு சபதமா?'

இந்த உலகில் இருப்பதுபோலவே இல்லை பாபுவுக்கு. தன்னுடன் படிக்கும் பையன்களின் நினைவு வந்தது அவனுக்கு. ராஜத்தின் நினைவு வந்தது. எல்லாரையும் விடத் தனக்கு ஒரு தனிப் பொறுப்பு, வயதுக்கு மீறிய பொறுப்பு விழுந்துவிட்டது போன்ற ஒரு பெருமையும் கவலையும் அவனைச் சற்று நேரம் பிடித்து நின்றன. 'எனக்கு மட்டும்தான் இப்படி வாக்குகள் செய்கிற வாய்ப்பு உண்டா! இல்லை, எல்லாப் பையன்களுக்கும் இந்த மாதிரி பொறுப்புகள் நேருமா..? எல்லோருக்கும் இத்தகைய வாய்ப்பு எப்படிக் கிடைக்கும்..?'

யமுனா "பள்ளிக்கூடப் பாடங்களெல்லாம் ஒழுங்காகப் படிக்கிறாயா?" என்று கேட்டாள். சத்தியம் செய்ததைக் குறித்து அவள் செய்தது கேலி மாதிரிதான் இருந்தது. ஆனால் கேலி இல்லை. கோபம். அந்தக் கண்ணில் தெரிந்த அன்பும் நன்றியும் கேலியாக வடிவெடுத்தன.

"இங்கு வந்து ஒரு சபதமா . . ?"

பாபுவுக்குச் சற்று நேரம் மனதை ஒரு இடத்தில் வைக்க வேண்டும்போல் இருந்தது. தொழ ஆரம்பித்தான்.

கோட்டைக் கதவுகளை மூடுவதுபோலக் கொசுவலையை நாலு பக்கமும் பாய்க்கடியில் செருகிவிட்டு கட்டிலில் சப்பளம் கட்டி உட்கார்ந்துகொண்டான் பாபு. வலைக்கு மேல் கையாலாகாத கோபத்துடன் நாலைந்து கொசுக்கள் பாடிக்கொண்டிருந்தன. தலையைத் தொட்டும் தொடாமல் தொங்கின வலையை விரலால் சுண்டிவிட்டான். பயந்த கொசுக்கள் சற்று விலகிவிட்டு மீண்டும் மீண்டும் வந்து மொய்த்து ஓலமிட்டன. உபத்திரவம் தாங்காமல் மனமில்லாமல் படுத்துக்கொண்டான் பாபு.

தூக்கமும் வரவில்லை.

மனது நிலைப்படாமல் அலைந்தது. காலையிலிருந்து நடந்தவையெல்லாம் மேட்டில் மோதித் திரும்புகிற நீர் போல எதிர்த்தும் ஒன்றோடு ஒன்று கலந்தும் வந்து நினைவில் சுற்றிக்கொண்டிருந்தன.

'இன்று ஏதோ விசேஷமிருக்கிறது. ஆயுளில் முக்கியமான நாளோ என்னவோ. நேற்றும் அப்படித்தானோ? புழுதிக்காகக் கடைப்பக்கம் ஒதுங்கினவனை யாரோ முகம் தெரியாத ஒருவர் பார்த்துப் பாட்டைப் புகழ்ந்துவிட்டு, காலத்தை வீணாக்காதே என்று புத்தி சொல்கிறாற்போலச் சொல்லிவிட்டுப் போனார். திடீர் என்று யாரோ ஒருவர் வந்து இப்படிச் சொல்லி மனதைக் கிளறுவானேன்?'

பிறகு ராஜமும் ரங்கண்ணாவிடம் பாட்டுச் சொல்லிக்கொடுக்க ஏற்பாடு செய்கிறேன் என்று பரிவாகச் சொன்னான். ரங்கண்ணாவுக்கு வயதாகிவிட்டது. எழுபத்தைந்துக்கு மேலிருக்கும். பழைய கலை சம்பிரதாயத்தின் தூண்கள் எல்லாம் விழுந்த பிறகு, தனித் தூணாக நின்றுகொண்டு விழக் காத்துக்கொண்டிருப்பவர். அவர் போய் விட்டால் பழைய சங்கீதத்தோடு இருந்த ஒரே தொடர்பும் அற்று விடும். வயதே அதை ஆட்டிக்கொண்டிருக்கிறது. இந்த வயதில் அவருக்கு என்ன பாட முடியப்போகிறது? என்னத்தைச் சொல்லிக் கொடுக்க இயலப்போகிறது? உட்கார்ந்து சொல்லிக் கொடுக்கத்தான் உடம்பில் தெம்பிருக்குமா? இல்லை, பாட்டாகச் சொல்லிக் கொடுக்காமல் பேசிப் பேசிக் கற்பிப்பாரோ? என்னமோ . . . போய்ப் பார்த்தால்தான் தெரியும். பாபு இரண்டு மூன்று தடவை அவரைப்

பார்த்திருக்கிறான். எதோ ஒரு கச்சேரியில் முதலில் உட்கார்ந்து அவர் கண்ணை மூடிக்கொண்டு கேட்டுக்கொண்டிருந்தார். ரங்கண்ணாவைப் பற்றி முதல் முதலில் கேள்விப்பட்டபோது, வைரம் அல்லது ஒரு பச்சைக் கடுக்கன், மெல்லியதாக மல்லிலோ பட்டிலோ ஒரு சட்டை, கீழே அதே மாதிரி மல்லிலோ சேலம் மயில்கண்ணிலோ ஒரு மூலக் கச்சம், மேலே ஸாதரா வாசனை – இப்படித்தான் ஒரு உருவம் மனதில் இருந்தது. ஆனால் நேரில் பார்த்தபோது!

கச்சேரியில் ஒருவர் முன்னால் உட்கார்ந்திருந்தார். அவருக்குப் பின்னால், மற்றவர்கள் மரியாதையுடன் சற்றுவிலகி உட்கார்ந் திருந்தார்கள். அவர் ரசிப்பதையும் அடிக்கடி பார்த்துக்கொண் டிருந்தார்கள். கச்சேரி பண்ணும் வித்வான் கூட குனிந்து அவருடன் பேசும்போது மகாராஜாவிடம் பேசுவது போல அடக்க ஒடுக்கமாக ... ஒரு பயபக்தி. அந்தக் கிழவர்தான் ரங்கண்ணாவாம். இவரா ரங்கண்ணா! இவ்வளவு சிவப்பா ரங்கண்ணா! பளபளவென்று சிவப்பு. இளமையில் பலிஷ்டராக இருந்திருப்பார் போலிருக்கிறது! இப்போது வயதாகி, உடல் தளர்ந்துவிட்டது. உட்கார்ந்திருக்கிறபோதே வாட்ட சாட்டமாக உயர்ந்த மனிதர் என்று தெரிந்தது. கை விரல்கள் எவ்வளவு பெரியவை! எல்லாவற்றையும்விட கவனத்தைக் கவர்ந்தது முகம்தான். அதன் அமைப்பு எதோ சிம்மத்தின் முகம் போன்றிருக்கிறது. சிரிக்கும்போது சிரக்கம்பம் செய்து "ஆகா" என்றபோது, அந்த சிம்மத் தோற்றம் தெளிவாகத் தெரிந்தது. சட்டென்று பார்த்ததும் பயத்தை எழுப்பக்கூடிய முகம். பார்வையில் கூட அப்படி ஒரு கூர்மை, ஏண்டா தூங்கும்போது எழுப்பினாய் என்று கேட்கிற சிங்கம் போல. இப்படிப் பார்ப்பவரை எப்படி நெருங்க முடியும், பழக முடியும்? தலையில் வழுக்கை, முகத்தில் பத்து நாள் வெள்ளை மயிர். இடையில் வெள்ளை வெளேரென்று சேலம் குண்டஞ்சில் பஞ்ச கச்சம். மேல் வேட்டி மேலே போர்த்தாமல் இடுப்பில் சுற்றியிருந்தது. திரும்பி எப்போதாவது பார்க்கும் சமயத்தைத் தவிர மற்ற சமயங்களில் கண் மூடியிருந்தது. வேடிக்கையான முகம்! சிம்மம் மாதிரி ஒரு முகமா? மூக்கு, உதடு, முகவாயின் சரிவு – அசல் சிம்மம்தான். நரசிம்மமூர்த்தி என்பது கற்பனையல்ல. இவர் எப்படி சொல்லிக்கொடுப்பார்! இப்போது இருக்கிற, கொடிகட்டிப் பறக்கிற சங்கீத வித்வான்களெல்லாம் இவரிடம் வசவு வாங்கினவர்கள் என்று ராஜம் சொன்னது இன்னும் கேட்கிறது. இவரிடம் எப்படி உட்கார்ந்து சொல்லிக்கொள்ள முடியும்! எப்படிச் சொல்லிக் கொடுக்க முடியும் இவரால்! எதாவது அவமானமாகப் பேசுவாரோ? அடிப்பாரோ? முகத்தைக் கண்டால் ஒரு திகைப்பும் பீதியும் தன்னையறியாமல் எழுகின்றனவே. முகத்திலும் மார்பிலும் புஜங் களிலும் மூன்று மூன்றாக வெள்ளை வெளேரென்று விபூதிப்பட்டை. விரல் எவ்வளவு பெரிதென்று ஒவ்வொரு பட்டையும் சொல்லிக் கொண்டிருந்தது. முகத்தில் ஏன் இவ்வளவு கடுமை? இவ்வளவு

பயத்தை எழுப்பும் கடுமை? அசாதாரணமான முகம்தான். இதுமாதிரி எந்த முகத்தையும் பார்த்ததில்லை. அப்பாவின் முகம் அனுபவத்தின், அமைதியின் வாசம். அம்மாவின் முகம் சாத்வீகத்தின், கபடில்லாத குழந்தைத் தன்மையின் உறைவிடம். அக்காவின் முகத்தில் ஓயாத உலகத்தைப் பற்றிய கவலை; அப்பா, அம்மா, பாபு இன்னும் எத்தனையோ பேரின் உடம்பைப் பற்றிக் கவலை! ராஜத்தின் முகத்தில் எவ்வளவு துணிச்சல்! துணிச்சல் என்று பார்க்கப் போனால் யமுனாவின் முகத்தில் காணும் துணிச்சலை விடவா? அவள் முகம் துணிச்சல், அழுத்தம், ஆழம் – இவ்வளவும் உலகைக் கண்டு சிரிக்கிற முகம். உள்ளே என்ன இருக்கிறது என்று உனக்கா கண்டு பிடிக்க முடியும் என்கிற முகம்.

எப்போதும் தவழ்கிற புன்சிரிப்புக்கூட அந்தத் தீர்மானமும் ஏளனமும் கலந்த தன்னம்பிக்கை உதடாக வடிவெடுத்ததுதான். அவளை நினைக்கும்போது ஏன் இவ்வளவு தெம்பு எழுகிறது! இப்படி உள்ளம் சிலிர்க்கிறது! எதையும் எதிர்த்து நிற்க முடியும் என்ற முரட்டுத்தனமான ஒரு தைரியம்கூட துடிக்கிறது!

இவளுக்கா கலியாணம்! இவளுக்குக் கலியாண ஏற்பாடுகள் செய்யவா நாம் போனோம். இவளை, எல்லாப் பெண்களையும் பார்ப்பதைப்போல் பார்க்கவா ஒருவன் வந்தான்! அதுவும் சாதாரண மனிதன் ஒருவன்! அவன் அம்மா கண்ணீர் விட்டு, சிறுமைப்பட்டதை நினைத்து வெம்பியதை இப்போது நினைத்தால்கூடப் பதறுகிறது. அழகான முகம் ஒன்று – அதுவும் துயரங்களையே காணக்கூடாத, துயரம் என்ன என்றே அறியத் தேவையில்லாத அழகிய முகம் ஒன்று – தேம்பிக் கண்ணீர் உதிர்க்கும்போது ஒன்றும் புரியவில்லை. நம்மிடம் மட்டும் பிரத்யேகமாக ஒப்படைக்கப்பட்ட ரகசியம் இந்தக் கண்ணீர் என்ற பெருமிதம் அடைவதைத் தவிர ஒன்றும் புரியவில்லை. இல்லை, இந்த மாதிரி முகங்களுக்கும் மனங்களுக்கும் மற்ற மனிதர்களைப் போல சாதாரணத் துயர்களும் வாட்டங்களும் உண்டா? பார்வதி பேசியதெல்லாம் என்னமோ மற்ற மனிதர்களைப் போல்தானிருந்தது அப்போது. ஆனால் கண்ணீரைத் துடைத்து சிறிதுநேரம் கழித்து, ஊருக்குப் போகிற அவனுக்கு விடை கொடுக்கிற போது, மறுபடியும் பழைய அசாதாரணத் தன்மையைப் பெற்று விட்டது. அந்த முகம். யமுனாவின் அசாதாரண முகத்தில்தான் மாறுதல் இல்லை. அம்மா கண்ணீர் வடிக்கும்போது அவள் முகம் குனிந்து சூன்யத்தைப் பார்த்ததே தவிர மாறுதல் ஒன்றும் அடைய வில்லை. பாபு ஸ்டேஷனிலிருந்து வந்து விஷயத்தைச் சொல்லாமல் கத்தினபோதுதான், “பாபு, நீ உட்கார்ந்து சொல்லேன்” என்று சற்றுக் கெஞ்சி, பின்பு அதட்ட ஆரம்பித்தாள் யமுனா; அதுவும் குரல் உயராத அதட்டல்.

யமுனாவுக்குக் கலியாணம் எதற்கு? இப்படியே தனக்குத் தானே அரசியாக இருக்கத்தானே பிறந்தவள் அவள்! அவள்

கலியாணம் செய்துகொண்டால், அவளை மணந்தவன் எப்படி இருப்பான்! எவ்வித சிந்தனைகள் அவனுக்கு ஓடும்! நிச்சயமாக மணந்தது தனி வாய்ப்பு, லகுவில் கிட்டாத ஒரு தனித்தன்மை என்று உணர முடியும் அவனுக்கு – அந்த மாதிரி உணரும் அளவுக்கு மன அமைப்பு இருந்தால்.

யமுனாவின் கல்யாணம் என் பொறுப்பு... நாம் எப்படி சபதம் செய்தோம்? ஏன் செய்தோம்?

அவனுக்குச் சிறிது நேரம் புரியவில்லை. சம்பந்தம் இல்லாத ஒரு குடும்பம். வெகுநாளாக கெட்டிப்பட்ட குடும்ப நட்பு ஒன்றைத் தவிர வேறு எந்த உறவுமில்லாத இருவர் முன் நாம் ஏன் சபதம் செய்ய வேண்டும்?

சபதம் செய்ததை நினைத்தால் பெருமிதம் திளைக்கிறது. செய்ய நேர்ந்ததே என்று கிட்டாத வாய்ப்பை எட்டிய நினைவு, உடலையும் உள்ளத்தையும் நிறைக்கிறது. நிறைவேற்ற நமக்கு முடியுமா? இவளுக்குத் தகுந்தவன் ஒருவன் இருக்க முடியுமா? தகுதியாகும் லக்ஷ்யத்தையாவது கொண்ட ஒருவனை எங்கே கண்டுபிடிக்க முடியும்? அந்த மாதிரி ஒரு லட்சியத்தைப் போற்றுகிறவனுக்கு அவளைக் கண்டு, அறிந்துகொள்ளவாவது ஒரு சந்தர்ப்பம் ஏற்பட வேண்டாமா? நல்ல சபதம்! தெய்வத்தை தவிர இதற்கு வேறு எந்த சக்தி இந்தத் தெம்பைக் கொடுக்கப்போகிறது? வழி காட்டப் போகிறது?

ஒரு வழியில் பார்த்தால் வேடிக்கையாகத்தான் தோன்றுகிறது. பாபுவுக்கு இரண்டு மூன்று வயது வரையில் யமுனா அவனை வந்து அடிக்கடி தூக்கிக்கொண்டு போய்விடுவாளாம். யமுனா அப்போது சிறுமி. பதின்மூன்று வயதிருக்குமோ என்னவோ! அந்த ஞாபகம் ஏதோ தேய்ந்த நிழலாக ஆடுகிறது. அவ்வளவுதான். நல்ல உயரமாக ஒரு பெண் – விசிறித் தொங்கும் பாவாடையும் ஒரு நீலப் பட்டுச் சிற்றாடையும் அணிந்த ஒரு பெண் – இரண்டு கைகளாலும் தன்னைத் தூக்கிக் கொஞ்சுவது போன்ற நினைவு. எவ்வளவு உயரமாகத் தூக்கினாள்! கீழே கிடுகிடு பாதாளம் மாதிரி தோன்றுகிறது. முகம்கூட அவ்வளவு ஞாபகம் இல்லை! ஒரு தடவை யமுனாவின் இடையிலிருந்து விறுவிறு என்று இறங்கி, கையில் உள்ள எதையோ தூக்கிக் கூடத்தில் வீசி எறிந்த ஞாபகம் இருக்கிறது. அது உருண்டு ஓடி கல்லுரலுக்குப் பக்கத்தில் இருந்த தண்ணீர் அண்டா மீது 'டங்' என்று மோதி விழுந்தது. அந்தப் பெண் சிரித்தாள். பார்வதியும் சிரித்தாள். ஒன்றுமில்லை. ஒரு கொட்டைப் பாக்கு. அதை வைத்துக்கொண்டு பாபு விளையாடிக்கொண்டிருந் தானாம், யமுனா வீட்டில். யமுனா அவனைக் கொண்டுவிடுவதற் காகத் தூக்கிக்கொண்டு கிளம்பியபோது, கொட்டைப்பாக்கை எடுத்து வந்துவிட்ட ஞாபகம் வரவே, விறுவிறுவென்று இடுப்பைவிட்டு இறங்கி ஓடி வந்து கூடத்தில் எறிந்தானாம்.

“இதுக்கு இருக்கிற வேற்று புத்தியைப் பார்த்தீல்ல, விஜயம்? எங்க வீட்டு சாமானாம் அந்தக் கொட்டைப்பாக்கு! என்னடப்பா கிடுகிடுன்னு இவ இடுப்பை விட்டு இறங்குதேன்னு பார்க்கறேன். அதை வீசி விட்டெறிஞ்சுட்டு ஓடி வருது. அந்தக் கொட்டைப் பாக்குக்கும் சின்னக் கொட்டைப்பாக்கு இது! நம்ம வீட்டுது, பிறத்தி வீட்டுதுன்னு இவ்வளவு பிரிச்சு வச்சிட்டிருக்கே . . . ம் . . . அடி அம்மாடி!” என்று கன்னத்தில் கையை வைத்து மாய்ந்து போனாளாம் பார்வதி. அதை அவள் நூறு தடவை சொல்லி யிருக்கிறாள். அக்காவும் அதில் பாதி தடவையாவது சொன்னதுண்டு.

அந்த மாதிரி அவள் இடுப்பில் குழந்தையாக ஏறி விளையாடி யதும் இப்போது அவள் கலியாணம் என் பொறுப்பு என்று சபதம் செய்கிறதும் . . . வேடிக்கைதான்!

“அவள் கலியாணம் என் பொறுப்பு. அதுவரையில் நான் கலியாணம் செய்துகொள்ளவில்லை.”

இதைக் கேட்டுவிட்டுப் பார்வதியின் மனம் இளகிவிட்டது. ஆதரவாக ஒரு வார்த்தை கிடைத்த நன்றி அது. ஆனால் அதுமட்டும் இல்லை. சிறு பிள்ளை, ஏதோ படபடவென்று சொல்கிறது என்று அனுதாபமும் அவள் முகத்திலும் பேச்சிலும் படர்ந்திருந்தது. யமுனா மட்டும்தான் அவன் சொன்னது அவ்வளவும் உண்மையென்று நம்பினவள் என்று தோன்றிற்று. இல்லாவிட்டால் அவள் பேசின பேச்சில், கேலியில் நன்றியோடு இவ்வளவு கோபம் ஒலிப்பானேன்?

யமுனாவோடும் பார்வதியோடும் இவ்வளவுநேரம், ஏறக்குறைய ஒருநாள் முழுவதும்கூட இருந்து, பேசிப்பழகியது இதுதான் முதல் தடவை என்று சொல்ல வேண்டும். வெகுகால நண்பர்களாக இருந்தாலும் இத்தனை வருஷங்களாக ஐந்து நிமிஷம் பத்து நிமிஷங் களுக்குமேல் எதிரில் நின்று, உட்கார்ந்து பேசி எண்ணங்களைக் கலந்துகொண்டதே இல்லை. அநேகமாகப் படிப்பைப் பற்றி நாலைந்து வார்த்தைகள்; பிறகு என்ன பேச இருக்கிறது என்று சிறிது தவிக்கிற மௌனம். அந்த மௌனத்தைப் பேச்சாக மாற்ற அக்காவோ அம்மாவோ உள்ளேயிருந்து வந்திருப்பார்கள். நல்ல வேளையாக வந்தாளே என்று, நிலைகொள்ளாமல், வெட்கத்தின் முள்மேல் நிற்கிறவன், அந்த இடத்தை விட்டு அகன்றுவிடுவான். சிறு பையனாக இருக்கும்போது அக்கா, அம்மா, யமுனா, பார்வதி – எல்லோருமாகக் காவேரிப் பட்டணத்திற்கு ஆடி அமாவாசைக்குப் போனார்கள். செம்பனார்கோயிலிலிருந்து சாயங்காலம் புறப்பட்ட கட்டை வண்டி மண்சாலையில் அசைந்து அசைந்து ஊர்ந்துகொண்டிருந்தது. யமுனாவின் பக்கத்தில் உட்கார்ந்திருந்தான் பாபு. அப்போதுகூட உட்கார வெட்கமாகத்தானிருந்தது. கடைசியில் அவள் மடியிலேயே தலைவைத்துத் தூங்கிவிட்டான். ஆறு ஏழு வயதில் நடந்த ஞாபகம் இது. அதற்குப் பிறகு சேர்ந்தாற்போலப் பத்து நிமிஷம் அவர்கள் முன் நின்றதுமில்லை, நேராகப் பார்த்ததுமில்லை. அப்போது இருளில்

புகுந்து போவது போலிருந்தது வண்டி. சாலையின் இருமருங்கிலும் நின்ற மரங்களும், நக்ஷத்திர வெளிச்சமும் வண்டிக் கால் மண்ணில் புதைந்து முனகும் ஓசையும் இப்போதும் கேட்கின்றன. முடிவில்லாத பிரயாணம் போலிருந்தது. அதற்குப் பிறகு காவேரிப்பட்டணத்தி லிருந்து திருவெண்காட்டுக்குக் கட்டை வண்டிப் பயணம் – மறுபடியும் வைத்தீஸ்வரன்கோயிலுக்கு. இந்தக் கட்டை வண்டியில் உட்கார்வதில் எவ்வளவு ஆசை அம்மா, அக்காவுக்கு எல்லாம்! எரிச்சல் எரிச்சலாக வந்தது. வைத்தீஸ்வரன்கோயில் வந்தபிறகுதான் ரயிலைப் பார்க்க முடிந்தது. அப்போதே யமுனா கலியாணத்தைப் பற்றி என்னென்னமோ அவர்கள் பேசிக்கொண்டிருந்த ஞாபகம். அந்தக் கட்டைவண்டி வேகத்தில் யமுனாவின் கல்யாணமும் போய்க்கொண்டிருக்கிறது. இப்போது நம் சபதம் அதற்குத் தார்க்குச்சி போட்டு விரட்டப் போகிறது . . ?

பதினான்கு வருஷம் கழித்து இப்போது ஒருநாள் முழுவதும் அவர்கள் காரியமாக அலைய, பேச, நினைக்க நேர்ந்திருக்கிறது. சத்யம் வேறு! ஒரு சத்யமா? அப்பாவிடம் ஒரு சத்யம்!

அப்பா எதற்காக இப்படி என்னை உறுதிகேட்டார்! என் மேல் சந்தேகமா? இல்லை, இப்படி ஒன்றைச் சொல்லிக் கட்டி விட வேண்டும் என்று தீர்மானித்தாரா? சந்தேகம் இல்லாமலிராது என்றுதான் தோன்றுகிறது. போன வருஷம் நடந்ததை நினைத்துக் கொண்டிருக்கிறாரோ என்னவோ?

போன வருஷம் இண்டர்மீடியட் வாசிக்கும்போது, சாப்பாடு நீலுப்பாட்டி வீட்டில் இல்லை. அம்மாவுக்குச் சின்னம்மா பிள்ளை ஒருவர் குடும்பம் மேட்டுத்தெருவில் இருந்தது. அவர் காலமாகி நாலைந்து வருஷமாகிவிட்டது. அவர் சம்சாரம் இரண்டு பிள்ளை களைப் படிக்க வைத்து, கஷ்டப்பட்டுக் கொண்டிருந்தாள். புருஷன் வைத்துவிட்டுப்போன வீடு ஒன்றுதான் அவளுக்குச் சொத்து. முன்கட்டில் ஒரு குடியை வைத்து, அந்த வாடகையில்தான் ஜீவனம். பற்றாததற்குப் பெரிய மனதர்கள் வீட்டில் போய் காரியம் செய்து சமாளித்துக்கொண்டிருந்தாள். அவளுக்கும் உதவியாக இருக்கட்டுமே என்று பாபுவை அங்கு சாப்பிட ஏற்பாடு செய்தார் வைத்தி.

பரீட்சைக்கு ஒரு மாதம் முன்னால் . . .

அதே மாதிரி இன்னொரு ஏழை. சமையல் செய்து பிழைத்து வருகிறவள். நாலைந்துவீடு தள்ளி இரண்டு ரூபாய்க்கு ஒரு அறையை வாடகைக்கு எடுத்துக்கொண்டு வயிறு வளர்த்துக்கொண்டிருந்தவள். அவள் பெண்தான் அந்த அவயம். அட்டைக்கரியில்லாவிட்டாலும் கறுப்புத்தான். ஆனால் புது இளமை எங்கிருந்தோ வந்து கண்ணிலும் கன்னத்திலும் புஜங்களிலும் பூசியிருந்தது. பேசுவதே இல்லை அவள். வந்த காரியத்தைச் சொல்லிவிட்டு நின்றுகொண்டேயிருப்பாள். அங்குமிங்கும் பார்த்துக்கொண்டிருப்பாள். பார்த்தால் அப்பால்

திரும்பிக்கொள்வாள். பாபு பாடுகிறபோதெல்லாம் வந்து எங்கேயாவது நின்றுகொண்டிருப்பாள். வரவர பாட்டில் ஏக்கம் தொனித்தது. பாபுவுக்கே தெரிந்தது இது. சரியாகச் சொன்னால் ஏக்கம்தான். ஒரு வருத்தம். பரிமாறிக்கொள்கிற நிலைக்கு அந்த வருத்தம் வளர்ந்து ... ஏழெட்டு நாள் அப்படிக் கழிந்து ... அன்று காலை அவள் கையில் புத்தகத்தைக் கொடுத்ததும் திடீரென்று அப்பா உள்ளே வந்ததும் ... இவன் வாங்கோப்பா என்றதும் ... தற்செயலாகப் பையனைப் பார்க்க பாபநாசத்திலிருந்து வந்தார் அவர்.

“பஸ்ஸிலியா அப்பா?” என்று கேட்டதற்கு, அவர் அவ்வளவு உற்சாகமாகப் பதில் சொல்லவில்லை.

“ஆமாம்” என்று சொல்லிவிட்டு அவள் போவதைப் பார்த்தார். அவள்தான் சற்று நின்றுவிட்டுப் போகக்கூடாதா? என்னமோ திருடிக்கொண்டு ஓடுகிறதுபோல் விறுக்கென்ற வாசலைப் பார்க்க விரைந்துவிட்டாள்.

“வாங்கோ?” என்று கமலத்தம்மாள் உள்ளிருந்து வந்தாள்.

“வந்தேன். இது யாரு?” என்று உடனே கேட்டுவிட்டார் வைத்தி.

“அதுவா? யாரடா பாபு, அவயமா வந்துட்டுப்போறா? இஞ்ச நாலஞ்சு வீடுதள்ளி குடியிருக்கா. அவ அம்மா ரொம்ப ஏழை. எங்கேயோ சமையல் பண்ணிப் போட்டுண்டிருக்கா. கலியாணம் பண்ணணும் பாவம். நல்லபெண்ணு. சாது. ஓயாமல் வாசிப்பு வாசிப்பு என்று பிராணனை விடும். யார்கிட்ட புஸ்தகம் இருந்தாலும் தூக்கிண்டு போயிடும் ... பாபுவுக்கு புஸ்தகம் கொடுத்து மாளல்லே ... ம் ... இப்ப ஏது ரயில் உங்களுக்கு . . ?”

அப்பாவின் முகம் உடனே திருப்தியடைந்ததாகத் தெரிய வில்லை. அவர் சாயங்காலம் ஊருக்குப் போனதும் மறுநாள் காலையில் அக்கா வந்து சேர்ந்தாள், கண் வைத்தியம் செய்கொள்ள. பதினைந்து நாள் இருந்து, கண் வைத்தியரிடம் வயிற்று வலிக்கும் மருந்து சாப்பிட்டுக்கொண்டு, பரீட்சை முடிந்தபிறகு இருவரும் சேர்ந்தே பாபநாசத்திற்கப் பயணம் கட்டினார்கள். அப்பா வந்தபோது வந்த அவயம் அப்புறம் இரண்டு தடவை வந்தாள். புஸ்தகம் கிடைக்கவில்லை.

“ஏண்டி குழந்தே, பரீட்சைக்குப் படிப்பானா அவன்? உனக்குப் புஸ்தகம் தேடிண்டிருப்பானா?” என்று சொன்னாள் அக்கா.

பரீட்சை முடிவதற்குள் அவயத்திற்குக் கலியாணம் நிச்சயமாகி விட்டது என்ற செய்தி வந்தது. அவளைப் பார்க்கவே இல்லை அன்று முதல். ஏக்கம் தெளிய ஒரு மாதமாயிற்று. இப்போது நினைக்கும்போது ... வெட்கப்பட வேண்டிய நினைவுதான். அவள் மனமும் இப்படித்தான் வெறிபிடித்து அழுதிருக்குமோ . . ? என்னவோ, கலியாணமாகி, இப்போது எங்கேயோ விழுப்புரத்தில் இருக்கிறாளாம்.

பண்ணிக்கொண்டவனும் ஹோட்டலில் வேலை செய்கிற பையன் தான் ... அவனுக்கு அவள் மனதில் வந்து போன ஏக்கம் தெரிந்தால் எப்படியிருக்குமோ ..? அசட்டுத்தனமான ஏக்கம் என்று தெரிகிறது. நினைத்தால் இப்போதுகூட மனம் சற்று வெறிச்சோடுகிறது; ஊன்றி நினைத்துப் பார்த்தால்தான். ஆனால் அதைப் பற்றி நினைப்பதே யில்லையே. எப்போதாவது நினைவு வந்தால்கூட வேறு எதையாவது மனதில் கொண்டுவந்து, மீண்டுகொள்ளும் வழக்கம் வந்துவிட்டது. அதுவும் ராஜத்தின் நட்பு கிடைத்த பிறகு அதைப் பற்றி நினைக்கக்கூட வெட்கமாயிருக்கிறது. ஏதோ ஆசை காட்டிய கனவு, அவ்வளவுதான். அப்பா இதை நினைத்துக்கொண்டுதான் இப்படிக் கேட்டாரோ என்னவோ?

எங்கேயோ நாய் ஒன்று குரைத்தது. அதைக் கேட்டுவிட்டு இன்னொரு நாய் வேறு தெருவில் குரைத்தது. இரண்டும் வெகு தூரத்திலிருந்து வந்தது. எதிர்வீட்டு வாசலில் மாட்டின் கழுத்து மணியோசை கேட்டது. விழுந்து வணங்குவது போல ஒரு கூண்டு அரை வண்டி அவிழ்த்து விடப்பட்டிருந்தது. அதன் காலில் கட்டி யிருந்த மாடுகளின் மணி சோம்பலுடன் ஒலித்தது. யாரோ பக்கத்து கிராமத்திலிருந்து வந்திருக்கிறார்கள் போலிருக்கிறது.

சக்திகள், சித்திகள் என்று அப்பா சொல்லிக்கொண்டிருந்தார். ராஜு அவற்றை உபயோகப்படுத்தவில்லையாம். ஏன் பயன்படுத்த வில்லை? இவ்வளவு சக்திகளை வைத்துக்கொண்டு, உலகத்தாருக்குப் பயன்படுத்துவதற்கென்ன? தான் மட்டும் கடவுள் நிலையை அடைய சக்திகளைச் சேமித்து வைத்துக்கொள்வது சுயநலமில்லையா? விசுவாமித்திரர் கோபம் வந்து போட்டிப் படைப்பிலும் சபிப்பதிலும் சக்திகளை, தவத்தைச் செலவழித்து, மீண்டும் அடியைப் பிடிடா என்று புறப்பட்ட இடத்திலிருந்து ஆரம்பித்தாராம். அப்படிக் கோபப்படாமல், போட்டிப் போட்டுச் செலவழிக்காமல் இருந்தால், அவருடைய பெயர் இன்று எப்படி நமக்குத் தெரிந்திருக்கப் போகிறது? உலகத்து மாமுனிகளில் ஒருவராக அவரை எப்படி அறிந்திருக்கும் உலகம்? ஆனால் அப்பா சொல்வதைப் பார்த்தால் இந்தப் புகழைக் கூட உதறிவிட்டார் ராஜு. இப்படி ஒருவன் இருந்திருக்க முடியுமா? அதுவும் சமீபகாலத்தில்?

நினைவுச் சுழல் திடீரென்று நின்றது. தொழுவதற்குக் கிளம்பிய மனம் எங்கெங்கோ அவனறியாமல் சுற்றிக்கொண்டிருந்ததை நினைத்துப் பார்த்தான் பாபு. ஆரம்பித்த நோக்கமே, இடமே, எங்கேயோ நினைவுகளில் கரைந்து போய்விட்டது. வழுக்கி ஓடிவிட்ட சித்தத்தைத் திருப்பிப் பிடித்தான்.

"பாபு?"

அப்பாவின் குரல்.

"ம்" என்று பதில் கொடுத்தான்.

"இன்னும் தூங்கலை நீ?"

"தூங்கத்தான் போகிறேன்."

"இத்தனை நேரமாக தூங்கலையா?"

"ம்ஹ்ம்."

"சுருக்கத் தூங்கு. காலமே எழுந்துக்கணும். சரஸ்வதி பூஜை. விடிய காலமே எழுந்துக்கணுமே."

"தூங்கறேன்பா."

அவரும் வெகு நேரமாகத் தூங்கவில்லை என்பது இத்தனை நேரமும் அவன் மனத்தின் கடைக்கண்ணில் தெரிந்தேயிருந்தது. முசுமுசுவென்று அவர் கொசுவலைக்குள் இருந்தே ஜபித்துக்கொண்டிருந்தார். சற்றைக்கொரு தரம் உத்திராட்ச மாலை கிலுகிலுவென்று ஒலிப்பது கேட்டது. ஆனால் நினைவின் சுழலில் அகப்பட்டவனுக்கு ஏதோ தூரத்து ஒலிபோலக் கேட்டன இரண்டும். அடிமனத்தில் மட்டும் அவர் விழித்துக்கொண்டிருக்கிறார் என்ற உணர்வு இருந்துகொண்டே இருந்தது. ஆயுசில் கால்வாசிக்குமேல் இப்படி தியானத்திலேயே கழித்திருக்கிறார் அவர். மூன்று வருடங்களாக இரவு வெகு நேரம் வரையில் படுக்கையில் சாய்ந்துகொண்டே வணங்கும் பழக்கம் வந்திருக்கிறது. மூன்று, நாலு மணிநேரம் தூங்கிவிட்டு, இரவு மூன்று மணிக்கே எழுந்து தலையணையில் சாய்ந்தாற்போல் உட்கார்ந்து மீண்டும் ஜபத்தை ஆரம்பித்துவிடுவார். தலையணைக் கடியில் சுருண்டு உறங்கிய உத்திராட்ச மாலையும் எழுந்து அவர் கையில் கிலுகிலுக்கும். சாப்பிடும்போது, நடக்கும்போது, களத்தில் தாளடி, கிடாவடியைப் பார்க்கும்போது – எப்போதும் அவர் வாய் முணுமுணுத்துக்கொண்டிருக்கும். முணுமுணுக்காவிட்டாலும் மனமாவது முணுமுணுப்பது தெரியும். வருகிறேன் வருகிறேன் என்று யாரோ சொல்லியனுப்பியிருக்கிறது போலவும், அந்த ஆசாமியை நினைத்துக்கொண்டே இப்படி அவர் காத்திருப்பது போலவும் பட்டது. அப்படி வருகிறேன் என்று சொல்லியிருக்கிறவர் யார்? கடவுளா? அல்லது கடவுளின் அந்தரங்கக் காரியதரிசியான யமனா? . . . சை இது என்ன பைத்தியக்காரத்தனமான பிரமை! ஆனால் அப்பா ஓயாமல் தொழுதுகொண்டிருப்பதைப் பார்த்தால் மூப்பின் சுமையின் கீழ் முனகுவது போல்தானிருக்கிறது . . . யமனுக்குப் பயந்துகொண்டு கடவுளைத் தொழுவது போலிருக்கிறது. பயமா அது? பயம் என்று அவர் சொன்னதில்லை. யமனை அந்த எஜமானின் அந்தரங்கக் காரியதரிசி என்று அப்பாதான் சொல்வது வழக்கம். அவன் மூலமாக வான்னு சொல்லியனுப்பிச்சார்னா உடனே கிளம்பிவிடுவேன் என்று இரண்டு மூன்று தடவை சிரித்துக்கொண்டே சொல்லியிருக்கிறார். "முன்னால் எனக்குத்தான் வரச்சொல்லி சமாசாரம் வரும்" என்று காதோலை ஆட அம்மா சிரிப்பாள்.

அப்பாவுக்குச் சக்திகளும் கிடையாது, சித்திகளும் கிடையாது. ஒரு வேளை இப்படிச் சிரித்துக்கொண்டே காத்திருப்பதுதான் சித்தியோ, என்னவோ . . ! இது ஒரு சாதனையா? எங்கோ போகிற சாவை இங்கே வா என்று அழைப்பது போலில்லையா, இந்த தியானமும் தொழுகையும்!

"பாபூ."

"ம்."

"இன்னும் தூங்கலையா நீ?"

"தூக்கம் வந்திண்டிருக்கு."

பாபு இப்போது நிஜமாகவே கண்ணையிறுக்கி, தியானிக்க ஆரம்பித்துவிட்டான். கண்முன் மங்களாம்பிகையின் வடிவம் வந்து நின்றது. குட்டைக்கரையில் ராஜுவுக்கு இலையில் சாதம் கொடுத்த அம்மாளின் உருவம் வந்து நின்றது. அவளைப் பார்த்ததே இல்லை. ஆனால் பார்த்தது போன்ற முகமாயிருக்கிறது. கிட்டத்தட்ட பார்வதி பாயின் சாயலாக இருக்கிறது. ஆனால் பார்வதிபாயைப் போல அவ்வளவு மெல்லியவளாக இல்லை. முகத்தில் மட்டும் அந்த அனுதாபமும் அசாதாரணத் தன்மையும் ஒளிவீசின. பசிக்கு எங்கிருந்தோ வந்து உணவிட்டவள் – எவனாவது ஆண் பிள்ளைக்கு அப்படி வரத் தோன்றிருக்குமா? பெண்ணுக்குத்தான் இந்தக் கருணையும் அன்பும் ஓடிவந்து உதவும் உடல் திறனும் உண்டு. இவள் ஏன் பார்வதிபாய் மாதிரி இருக்கிறாள் பார்ப்பதற்கு . . ?

உருவங்களும் எண்ணங்களும் குழம்பின, சுழல் மாதிரி எண்ணங்கள் செருகி அடிமட்டத்தை நோக்கிப் பாய்ந்தன. தூக்கத்தில் எல்லாம் கரைந்து மறைந்துவிட்டது.

○

அப்பா காலையிலேயே எழுப்பிவிட்டார். இருவரும் குடமுருட்டி யில் போய் ஸ்நானம் செய்துவிட்டுத் திரும்பும்போது கிழக்கில் வெளுப்புக் கண்டது. வந்ததும் வராததுமாக அவர் ஜபத்திற்கு உட்கார்ந்துவிட்டார். ஒரு முழுப் புலியை உரித்த தோல் ஒன்று ஒரு அங்கணத்தை நிறைத்துக்கொண்டு கீழே விரிந்து கிடந்தது. பேய்களை சம்ஹரித்து விடுதலைப் பெருமூச்சு விடுவதுபோல. வைத்தி அதன் மேல் உட்கார்ந்து மூச்சை ஒற்றை மூக்கால் இழுத்துக் கொண்டிருந்தார். இந்தப் புலித்தோல் யமுனா கொடுத்தது. இரண்டு மூன்று வருஷமாயிற்று. யமுனாவின் தந்தை நாற்காலியில் போடுவதற் காக பார்வதிக்கு வாங்கிக்கொண்டு வந்தாராம்.

"நாற்காலியிலே போட்டேன். உட்கார மனசு வல்லே. என்னடாப்பா செய்யறதுன்னு நெனச்சுகிட்டே இருந்தேன். யமுனா கிட்ட சொன்னேன். விஜயம் அப்பா கிட்ட கொண்டு கொடுன்னா

அவ. உன் வாய்க்குச் சர்க்கரைதான் போடணும்னு கொண்டு வந்திட்டேன். இது என்னாத்துக்கு நமக்கு? தபசு பாழா போவுதா? சுருக்கக் கொடுத்துடும்மா. நாற்காலியிலும் போடாமே வெறுமனே சுருட்டி வச்சிருந்தா அப்பா வந்து அந்தத் திண்ணையிலே போட்டுக்கிட்டு சீட்டாட ஆரமிச்சுடுவாங்கன்னா ஜமுனா. சரின்னு விறு விறுன்னு கொண்டாந்திட்டேன்" என்று அதைப் போட்டுவிட்டுப் போனாள் பார்வதிபாய். சுப்ரமண்யம் வாசல் திண்ணையில் வேளை போது தெரியாமல் சீட்டாடிக் கொண்டிருப்பார். தெற்கு வீதியிலிருந்து வடக்கு வீதிக்கு அவர் வருவதே உல்லாசத்திற்குத்தானே. வந்ததும் வராததுமாக, அவருக்குப் பார்வதி, யமுனாவோடு பேசக்கூட நேரமிராது. வாசலில் கழுகிற்கு மூக்கில் வேர்க்கிறாற்போல "என்ன ஓய், சுப்ரமண்யய்யர்" என்று மொட்டைத் தலையும் வாண மூக்குமாக ரிட்டயரான தலமையாசிரியர் வரதாச்சாரி கணீர் என்று குரல் கொடுத்துவிடுவார்!

வீடு முழுவதும் ஒரே பாராயணமாக ஒலித்தது. அக்கா உள்ளே உட்கார்ந்து இரைந்து பல ராகங்களில் ராமாயாணத்தை வாசித்துக் கொண்டிருந்தாள். சமையலுள்ளில் நைவேத்யத்துக்கு வடை தட்டிக் கொண்டிருந்த அம்மா எண்ணெயில் வடை விழுந்த சீறலை சுருதியாக வைத்துக்கொண்டு, அந்த சுருதியிலும் சேராமல், தமிழில் மகிஷாசுரமர்த்தனி புராணத்தைச் சொல்லிக்கொண்டிருந்தாள். அப்பாவின் அம்மா நாட்டுப் பெண்ணுக்குக் கரைத்துப் போட்டின பாடம் அது.

சரஸ்வதிபூஜை நடந்து முடிய இரண்டு மணியாகிவிட்டது. அன்றிரவு வைத்தி ஒன்றும் சொல்லவில்லை. பாபு மட்டும் எதோ புதையல் வேட்டைக்குப்போவது போல் இரவு முழுவதும் திளைத்துக் கொண்டிருந்தான். அன்றிரவு தூங்க வெகுநேரம் பிடித்தது.

விஜயதசமி அன்று காலை, இருள் பிரிய வெகு நேரம் இருந்தது. அப்பா எழுப்பிவிட்டுவிட்டார். குடமுருட்டியின் நீர் கண்ணைக் குளிர்வித்தது.

"பாபு இப்படியே உட்கார்ந்து ஒரு மணிநேரம் தேவியை தியானம் பண்ணிக்கொண்டே இரு" என்று சுருக்கமாகச் சொல்லி விட்டுப் பூஜைக்கு உட்கார்ந்தார் வைத்தி.

பாபு கண்ணை மூடி உட்கார்ந்து கொண்டான்.

பூஜை முடிந்ததும் அவர் குரல் எழுந்தது.

"பாபு, இப்படி வா ... இப்படி உட்கார் ... உட்காரவாண்டாம். அம்மாவுக்கு நமஸ்காரம் பண்ணிவிட்டு வா ... பண்ணிவிட்டியா? ராஜூவை நெனச்சுக்கோ ... ராஜூ எப்படியிருப்பார்னு தெரியாது உனக்கு ... விருத்தர் ... தேஜஸ் ஜொலிக்கிற முகம் ... சாந்தமான முகம் ... போறும் ... நான் நேத்திக்குச் சொல்லும்போதே ஒரு

வடிவம் உனக்கு மனசிலே ஏற்பட்டிருக்குமோல்லியோ . . . அதை நெனச்சுக்கோயேன். அவர்தான் இதுக்கு மூலாதாரம். குரு பக்திதான் நமக்கு உயிர். குருதான் ஆதாரம் . . . சரி, நெனச்சுண்டியா . . . சொல்லு . . .”

சொல்லி முடிந்தது. அம்மாவும் அக்காவும் ஏதோ பிள்ளைக்குக் கல்யாணம் ஆகிறதுபோலப் பார்த்துக்கொண்டு நின்றார்கள்.

“பக்தி என்பது பேரமில்லை. ‘நான் உன்னை நெனைக்கிறேன், நீ என்ன கொடுக்கிறே? பணம் கொடுக்கிறியா? அறிவு கொடுக்கிறியா? பேர் கொடுக்கிறியா? சக்தி கொடுக்கிறியா? ஆபத்திலேர்ந்து காப்பாத்தறியா?’ – இப்படிக் கேட்கறதுக்காக பக்தியில்லே. அப்படிக் கொடுக்கிறதுன்னு நாம் நெனச்சிண்டிருக்கிற தெய்வம் நாம்தான். நாம் சாதாரண மனுஷனா இருந்தாலே போதும். அதாவது மாய சக்திகளெல்லாம் நமக்குத் தேவையில்லை. ஆனால் மனுஷனா யிருக்கிறபோது உயர்ந்த மனுஷனாக இருக்கப் பாடுபடணும். உயர்ந்த மனுஷன் எப்படியிருப்பான்னு கேட்டா, போகப் போகத் தெரியும். நீ ஏற ஏற உயர்ந்த மனுஷன் மேலே மேலே போயிண்டிருப் பான். அப்படியே போயிண்டிருக்க வேண்டியதுதான் . . .” என்று நிறுத்தினார் அப்பா.

அப்பா என்ன சொல்லுகிறார் என்று அம்மாவுக்குப் புரியவே இல்லை போலிருந்தது, அக்கா அதைப் புரிந்துகொள்ள முயல்வதற் காகத் தரையைப் பார்த்துக்கொண்டிருந்தாள்.

அம்மா வாசலைப் பார்க்கப் போனாள். ஐந்து நிமிஷம் கழித்துத் திரும்பி வந்தாள். அவளோடு அக்கம்பக்கத்து வீட்டு ஸ்திரீகள் நாலைந்து பேர் வந்தார்கள். அவர்கள் வருவதற்குள் பாபு எழுந்து கூடத்தில் உலாவிக்கொண்டே தந்தை சொன்னதை யோசித்துக் கொண்டிருந்தான்.

“பாபு” என்றாள் அம்மா.

“ஏனம்மா.”

“இவர்களுக்கெல்லாம் நமஸ்காரம் பண்ணுடா.”

மனித வடிவில், பெண் வடிவில் வந்த தெய்வமாக நினைத்துக் கொண்டே வணங்கினான் அவன். அப்புறம் அப்பா, அம்மா, அக்காவுக்கு. அக்காவை வணங்கும்போது இன்னும் ஒருவரை வணங்கியாக வேண்டும் என்று அவன் மனம் எங்கேயோ குரல் கொடுத்தது. அவள் சிரித்தால்? எப்போதுமா சிரிப்பாள்? அவளிடம் இதைச் சொல்லலாமோ? அப்பா இதை எவ்வளவு ரகசியமாக வைத்திருக்கச் சொல்லியிருக்கிறார்? . . . சொல்லாமலே வணங்கினால்? எதற்கு என்று கேலி செய்யமாட்டாளா? அதுவரையில் காத்திருக்க வேண்டுமா? இங்கிருந்தபடியே வணங்கிவிட்டால் போகிறது.

அவன் மார்பிற்குள் நீண்டு கூம்பிய நகங்களும் குவியும் விரல்களுமாக இரண்டு பாதங்கள் அடியெடுத்து வைத்தன.

14

ஏதோ புதிய மனிதனாக மாறிவிட்டது போலிருந்தது பாபுவுக்கு. உடல், மனம் எல்லாம் லேசாக ஆகி மண்மட்டத்திலிருந்து உயர்ந்து விட்டது போலிருந்தது. நடக்கும்போது கால் தரைமீதுதான் நடந்தது; ஆனால் அவன் மனதிற்கு மட்டும் தரையில் பாவாமல் சற்று உயர எழும்பி நடப்பது போல் தோன்றிற்று. பொறுப்புகளும் கவலைகளும் நீங்கிவிட்டதுபோல ஒரு உவகையில் மனமும், புலன் களும் புத்தியும் மிதந்தன. பரம்பொருளின் காற்று மேலே பட்டு விட்டது போல, அதன் நிழல் மேலே கவிந்தது போல, அதன் கருணையின் திவலைகள் மேலே வீசுவதுபோல, நெஞ்சை அடைக்கும் ஒரு பேரின்பம் இதயத்தை வியாபித்தது; வேறு ஒன்றுக்கும் இடமில் லாமல் நிறைத்துக்கொண்டது. நெஞ்சை அடைக்கும் இன்பம்தான். அதை நினைக்க நினைக்க நெகிழ்ந்தது நெஞ்சு.

சாப்பாடுகூட அதிகமாகச் செல்லவில்லை. அந்த இனிப்பிலும் புலன்களுக்கு இதமான ருசியிலும், ஆளும் சக்தியின் இனிப்பும் ருசியும்தான் கமழ்ந்தன. அன்னமே பரம்பொருள் அண்ணிக்கும் தண்ணீரும் பரம்பொருள்.

பாபுவுக்கு இன்னதென்று புரியவில்லை. சொல்லுக்கெட்டாத அமைதியும் உவகையும் உடல் முழுவதும், மயிர்க்காம்பில்கூட, படிந்துவிட்டது போலிருந்தது. சாப்பாட்டில் கவனம் ஒன்றவில்லை. பேசவும் நா எழவில்லை. அப்பாவும் அம்மாவும் என்னமோ பேசிக்கொண்டிருந்ததும் அக்கா ஏதோ தன்னைக் கேட்டதும் சரியாகக் காதில் விழவில்லை. மனம் அப்பா சொன்ன மந்திரத்தைத் திருப்பித் திருப்பிச் சொல்லிக்கொண்டிருந்தது. திருப்பிச் சொல்ல, செவி அதைக் கேட்க உள்நோக்கித் திரும்பியிருந்தது. அவர்களுடைய பேச்சும் உலகத்து ஓசைகளும் எங்கோ தொலைவில் கேட்கும் சிற்றொலிகளாகவே ஒலித்தன.

சாப்பிட்ட பிறகு, துண்டை எடுத்துப் போர்த்திக்கொண்டு வெளியே கிளம்பினான் அவன். கால் தானாகப் போய்க்கொண்டிருந் தது. சற்றுக் கழித்து குடமுருட்டியாறு காலடியில் ஓடிக்கொண்டிருந்தது. அரசமரம் அசைவற்று நின்றது. அசையும் பொருட்களே எங்கும் இருப்பதாகவே தோன்றவில்லை. ஆற்றின் ஓட்டத்தைத் தவிர, மற்ற யாவும் செயலற்று நின்றன. மூச்சு ஒய்கிற வெய்யில். சுற்று வெளி முழுவதும் ஸ்தம்பித்துக் கிடந்தது. அரசமரத்தில் இலை களிடையே மட்டும் அங்குமிங்கும் நாலைந்து நாகணவாய்கள் 'சிர்'றிட்டன. மரத்தடியில் ஒரு ஜோடி அசைந்து அசைந்து நடந்து மண்ணைக் கொத்திக்கொண்டிருந்தது.

பாபு அங்கேயே மண்டபத்தில் உட்கார்ந்துவிட்டான். நிறைவின் வெறியிலிருந்து உள்ளம் இறங்கவில்லை. மனம் பொருளற்ற மாயச் சொற்களை முனகிக்கொண்டிருந்தது. சற்றுக் கழித்து ஒருக்களித்துப்

படுத்தான். ஆற்றுவெளி மூர்ச்சையிலிருந்து எழுவதுபோல ஒரு சிறு காற்று தவழ்ந்து அரசமரத்து இலைகள் சலசலத்தன. மூங்கில் கொத்து கிர்ரிட்டது. தூக்கம் கண்ணைச் சுழற்றிற்று. தூங்கிவிட்டான் அவன்.

அன்று இரவும் அப்படியே தூக்கம் பிடிக்க நேரமாயிற்று. புதிதாகத் தோன்றிய சுடர் உள்ளும் புறமும் வியாபித்திருந்தது.

❍

காலையில் எழுந்தவுடன் புறப்படுவதாக இருந்தான் பாபு. அம்மா கேட்கவில்லை. "குளிச்சு சாப்பிட்டே புறப்படு. சமையலாயிடும் எட்டரை மணிக்குள்ளே" என்று தடுத்துவிட்டாள்.

எட்டே முக்கால் பஸ்ஸுக்கு முப்பது ஜனத்துக்கு மேல் காத்திருந்தது. பாபுவை பஸ்ஸில் ஏற்றிவிடுவதற்காகக் கூட வந்திருந் தார் வைத்தி. ரயிலும் இல்லை. சண்டை சண்டை என்று ரயில் போக்குவரத்தின் மென்னியைத் திருகிவிட்டார்கள். தஞ்சாவூரிலிருந்து வருகிற ஒவ்வொரு பஸ்ஸிலும் இருக்கிற நாலு இடத்திற்கு நாற்பது பேர் காத்திருப்பதே வழக்கமாகிவிட்டது.

அன்று எட்டேமுக்கால் பஸ் எட்டே முக்காலுக்கே வந்து சேர்ந்தது. முப்பது பேரும் முண்டியடித்துக்கொண்டு பாய்ந்தார்கள்.

வைத்தி என்னமோ பறிகொடுத்தாற்போல நின்றுகொண் டிருந்தார். தடவைக்குத் தடவை பாபுவுக்குக் விடை கொடுக்கும்போது அவர் முகத்தில் படர்கிற ஏக்கம்தான் அது.

வீட்டிலிருந்து புறப்பட்டது முதல் அவர் ஓயாமல் புத்தி சொல்லிக்கொண்டுதான் வந்தார்.

ஜாக்கிரதையாக இரு என்று நாலு தடவை சொல்லிவிட்டார். அதன் பொருள் முதல் தடவையே அவனுக்குத் தெரிந்துவிட்டது. அவன் சரியாகப் புரிந்துகொள்ளவில்லையோ என்று மேலும் மூன்று முறை அவருக்குச் சொல்லாமல் இருக்க முடியவில்லை.

கீழே நின்ற அவர் முகத்தைப் பார்க்கும்போது பாபுவுக்கு இறங்கி சற்று நேரம் அவரோடு பேச வேண்டும்போல் துடித்தது. அவருக்கு ஒன்றுமே தோன்றவில்லையோ என்னமோ, அவனையே பார்த்துக்கொண்டு நின்றார். நினைவுகள்கூட அந்த கணத்தில் முடங்கிக் கிடந்தாற்போல் தோன்றின. ஏக்கமே நிறைந்திருந்த அவர் நெஞ்சில் வேறு யோசனைக்குக் கூட இடமில்லை போலிருந்தது.

"சொன்னதல்லாம் ஞாபகம் இருக்கோல்லியோ?" என்றார் அவர்.

"இருக்கப்பா."

"ஆமாம். ஜாக்ரதையா இரு."

"இருக்கேன்."

"பார்வதி வீட்டுப்பக்கம் போனா, இன்னும் ஒரு வாரத்திலே நெல்லு வண்டி வரும்னு சொல்லு."

"சொல்றேன்."

"ரைட்" என்றான் கண்டக்டர்.

"போயிட்டு வரேம்பா."

"வா. மங்களானி பவந்து" பஸ் கடைத்தெரு முனையில் திரும்புகிறவரையில் அவர் இடுப்பைப் பிடித்துக்கொண்டு பார்த்த வண்ணம் நிற்பது தெரிந்தது.

கும்பகோணம் ஒன்பது மைல்தான், ஆனாலும் வைத்திக்கு பையன் ஒன்பது ஆயிரம் மைல் போவதுபோல ஏக்கமும் கலக்கமும் வருகிற வழக்கம். பாபுவும் கலங்கிவிடுவான். ஒவ்வொரு தடவையும் ஏற்படுகிற அனுபவம்தான் இது.

சாலையில் கடந்து ஓடும் வீடுகளையும் மரங்களையும் வயல் களையும் பார்த்துக்கொண்டேயிருந்தான் அவன். அப்பாவின் உருவம்தான் கூட ஓடிவந்தது . . . அவர் உடம்பை நினைத்தால் சற்றுப் பயமாகத்தானிருக்கிறது. அவரோடு படித்தவர்கள், அவருக்கு சம வயதினர்கள் இன்னும் திடகாத்திரர்களாகத்தான் இருக்கிறார்கள். மகாலிங்கம் அவரோடு படித்தவர்தான். அவர் வயதுதான். அவர் ஓடுகிற ஓட்டமும் சாப்பிடுகிற சாப்பாடும்! அப்பாவுக்கு இப்படித் திடீரென்று பலஹீனமும் செயலோய்வும் தள்ளாமையும் வந்தது அநியாயம். பகவானுக்கு யமன் அந்தரங்கக் காரியதரிசியாம். இந்த வயிற்றுவலி முதலிலேயே வருகிற காரியதரிசி போலிருக்கிறது.

சுந்தரபெருமாள்கோயில் போவதற்குள்ளேயே தலைவலி வந்து விட்டது. உத்தானி ரயில்வே லெவல் கிராஸ்ஸிங் சாத்தியிருந்தது. பஸ் நின்றது. மூன்று நிமிஷம் கழித்து ஒரு கூட்ஸ் வண்டி போயிற்று. இறங்கி நின்று பிரயாணிகள் ஏறிக்கொண்டார்கள். கேட் திறந்தது. பஸ் கிளம்பவில்லை. ஆஸ்துமாக்காரன் மாதிரி இரைத்து இரைத்து புகைந்து புகைந்து ஓய்ந்துவிட்டது. ட்ரைவர் என்னென்னவோ சாமர்த்தியங்களெல்லாம் செய்து பார்த்தான். காறலும் முனகலும் இரைப்பும் எழுந்தனவே தவிர வண்டி நகரவில்லை. கரிவண்டி பின்னால் போய் கண்டக்டர் சுற்றிச் சுற்றிப் பார்த்தான், பயனில்லை.

"இறங்கி தள்ளுங்க – ஒரு தள்ளு" என்றான் கண்டக்டர்.

ஸ்திரீகளைத் தவிர இருந்த புருஷக்கூட்டம் முழுவதும் இறங்கித் தள்ள ஆரம்பித்தது.

"ம் . . . கொஞ்சம் . . .இன்னும் கொஞ்சம். வேகமாத் தள்ளுங்க. இந்தாய்யா . . . ஒருகை பிடிக்கப்படாது? நாங்கள்ளாம் தள்றோமே மனுசனாப்படலியா உனக்கு? தள்ளுய்யா."

பத்து கஜம், இருபது கஜம், ஒரு பர்லாங், இரண்டு பர்லாங் . . . சுந்தரபெருமாள்கோவில் வந்துவிட்டது. பஸ்ஸூம் காப்பி ஹோட்டல் வாசலில் வந்து நின்றுவிட்டது.

கும்பகோணம் போகிற ஒரு பஸ் மூலமாக இழுத்துப் போக ஒரு பஸ்ஸை அனுப்பச் சொல்லிவிட்டு ஹோட்டலில் புகுந்தான் கண்டக்டர்.

பிறகு இரண்டு பஸ் நிறைய இடமில்லாமல் போய் மூன்றாவது பஸ்ஸில் இடம் கிடைத்து, கும்பகோணம் சேர்ந்து, விடுதிக்குப் போவதற்குப் பதினொன்றரைக்கு மேலாகிவிட்டது. போவதா வேண்டாமா என்று ஐந்து நிமிஷம் யோசித்துப் போவதாக முடிவு செய்து ஜன்னலைத் திறந்தபோது, மொட்டை மாடியில் நாலாம் நாளோ, அதற்கு முன்போ உலர்த்திய சட்டை விறைத்து முட முடத்துக் கிடந்ததை எடுத்து உள்ளே வைப்பதற்காகப் போனான் பாபு.

"அம்மா, அம்மா" என்று முனகல் கேட்டது.

திடுக்கிட்டது பாபுவுக்கு. சட்டையை எடுத்து உதறிக்கொண்டே திரும்பிப் பார்த்தான்.

அந்த பெண்தான். கறுப்புப்புடவை தகதகவென்ற அந்த உடலின் பொலிவைப் பளீர் என்று எடுத்துக் காட்டிற்று. முகத்தில் ஏன் இந்தக் கண்ணீர்? வலது கைப் பாம்பு விரலை அழுத்திப் பிடித்துக் கொண்டு மாடிக் கட்டைச் சுவரோரமாக வந்து நின்றாள் அவள்.

"உங்க கிட்ட ஏதாவது மருந்து இருக்கா? தேள் கொட்டிப்பிடுத்து."

"இல்லையே."

"இங்கேயும் ஒருத்தருமில்லை."

"மாமா ஆபீஸ் போயிட்டாரா?"

"அவர் போய் ஒரு மணி நேரமாச்சு . . . வாசலைப் பூட்டிண்டு போயிருக்கார். அடுத்த வீடு அண்டை வீட்டிலெ போய் ஏதாவது போட்டுக்கலாம்னு பார்த்தா, இவர் பூட்டிண்டு போயிட்டார்."

"என்ன பூட்டிண்டு போயிட்டாரா? வாசலையா?"

"ஆமாம்."

"என்னத்துக்காக? பூட்டிண்டு போவானேன்?" பாபுவுக்கு வியப்பு தாங்கவில்லை; புரியவுமில்லை.

"எனக்குத் தெரியாது . . . ஐயோ . . . அம்மா . . . நீங்க ஏதாவது மருந்து வாங்கிண்டு வந்து இப்படியே வீசிப் போட்டுடுங்களேன்."

பாபு விறுவிறு என்று கீழே இறங்கினான். அறையைப் பூட்டாமல் தாழ்ப்பாளை மட்டும் போட்டுவிட்டு, வாசலுக்குப் போய் அடுத்த வீட்டை எட்டிப் பார்த்தான். உண்மைதான். கிழங்கு மாதிரி ஒரு

அரை வீசை அலிகார் பூட்டு நாக்கைப் பூட்டி மேல் நாதாங்கியில் தொங்கிக்கொண்டிருந்தது. பாபு விறுவிறுவென்று நடந்து, மடத்துத் தெருவுக்கு ஓடி தேள் கடி மருந்தை வாங்கிக்கொண்டு வேகமாகத் திரும்பினான். மருந்துக்கடையில் உட்கார்ந்து ஒருவர் உள்ளூக்கும் ஏதோ மருந்தைச் சொன்னார்.

எல்லாவற்றையும் கேட்டுக்கொண்டே திரும்பினான் பாபு.

மருந்தை வீசி எறிந்தான். கேட்ட வைத்யத்தையும் சொன்னான்.

"கண்ணிலே யார் போடறது மருந்தை?"

"நான் போடுகிறேன்."

"இப்படி சுவரேறிக் குதிச்சா . . . இது போரும் . . . நல்ல சமயத்துக்கு உதவி பண்ணினேளே" என்று சொல்லும்போது அவளுக்கு அடக்க முடியாமல் அழுகை வந்துவிட்டது. மருந்தை எடுத்துக் கொண்டு மறைந்தாள் அவள்.

பாபுவுக்கு சிறிது நேரம் தலையில் அடித்தாற்போலிருந்தது.

இப்படி ஒரு அதிசயமா? ஆபீசுக்குப் போகிறவன் வீட்டு வாசலைப் பூட்டிக்கொண்டா போவான்?

சிறிதுநேரம் ஒன்றும் புரியத்தான் இல்லை. தேவதைக் கதை மாதிரி இருந்தது. குகையில் தள்ளிவிட்டுப் பாறையைப் போட்டு மூடிவிட்டுப் போகிற கதை மாதிரி. ஆனால் அதெல்லாம் காட்டில் நடக்கிற கதை. இது நாட்டில், நகரத்தில், நடுத்தெருவில் நடக்கிறது!

நடைப்பிணமாக, உடல் ஒடுங்கி, இடுப்பைப் பிடித்துக்கொண்டு, இரைப்பும் ஈளையுமாக இருமலோடு மல்லுக்கு நின்ற அந்த ஆளா பூட்டிக்கொண்டு போயிருக்கிறான்? இதற்கா கல்யாணம்? இதற்கா இவ்வளவு அழகான பெண் பிம்பம்? பக்கத்து வீடுகளுக்குத் தெரியாது என்று நினைத்தாரா? தெரிந்தால் என்ன ஆகும் என்று நினைக்க வில்லையா?

பாபு நினைத்து நினைத்துப் பார்த்தான். நம்பவே முடியவில்லை. கீழே இறங்கி, வாசல் நடுவில் யாரையோ பார்ப்பதுபோலப் பார்த்துவிட்டு, பக்கத்து வீட்டுக் கதவைப் பார்த்தான். பொய்யில்லை. மாயமில்லை. மயக்கில்லை. பூட்டித்தானிருக்கிறது. அலிகார் பூட்டு, அரைவீசைப் பூட்டு. பித்தளைப் பூட்டு. அரம்போட்டு நாக்கை அறுக்க அரைமணியாகும்.

"என்ன பாபு? ஊர்லேந்து எப்ப வந்தே?" என்று நடையிலிருந்து வந்துகொண்டிருந்த கைலாசம் கேட்டார்.

"சற்று முன்னால் வந்தேன்."

"எனக்குத் தெரியவே இல்லியே . . . நான் சாப்பிடும்போது வந்தேபோலிருக்கு . . . இன்னிக்கி காலேஜ் உண்டோல்லியோ?"

“உண்டு. காலமேயே புறப்பட்டேன். சுந்தரபெருமாள் கோயில் கிட்ட பஸ் தகராறு பண்ணிவிட்டது. அப்பறம் மூணு பஸ்ஸிலே இடம் கிடைக்காமல் ஒரு தினுசா வந்து சேர்ந்தேன்.”

பாபுவுக்கு வேறு நினைவு. ‘கைலாசத்திற்கு அடுத்த வீட்டில் தேள் கொட்டின செய்தி தெரியாது என்று தோன்றுகிறது. அவரிடம் சொல்லலாமா வேண்டாமா? இதை நம்முடைய ரகசியமாகவே புதைத்துவிடலாமா? அடுத்த வீட்டுக் கிழவர், மனைவியைக் காபந்து செய்கிற அதிசயம் இவருக்குத் தெரிந்திருக்குமா?’

“சாப்பிட்டாச்சோல்லியோ?” என்றார் கைலாசம்.

“ஊரிலேயே சாப்பிட்டுத்தான் கிளம்பினேன்.”

“அப்ப ஆயாசம் தீரத் தூங்கு. இரண்டு மணிக்கு எழுப்பறேன். போகலாம் . . .”

“அப்படித்தான் செய்யணும்.”

“ஊரிலே அப்பா, அம்மா எல்லோரும் சௌக்கியம்தானே?”

“ம்.”

“அறுப்பெல்லாம் ஆயிடுத்தா, குறுவை?”

“ஆயிண்டிருக்கு.”

“எப்படியிருக்கு?”

“சுமாராயிருக்கு. எலி வெட்டு ஜாஸ்தியாம்.”

கைலாசம் நடைத் திண்ணையில் துண்டை விரித்துப் படுத்துக் கொண்டார். பாபு மாடிக்குப் போனான்.

ஜன்னலிலிருந்து அடுத்த வீட்டு மாடியைப் பார்த்தான். யாரு மில்லை. அவளுக்கு எப்படியிருக்கிறதோ? போய்ப் பார்க்கலாம் என்றால் . . ? கண்ணுக்கு மருந்து போட்டுக்கொள்ளலாம். தானாகப் போட்டுக்கொள்ள முடியுமா? போய்ப் போடலாம் என்றால் . . .

இப்படி சுவரேறிக் குதிச்சா?

பாபுவுக்குச் சிரிப்பாக வந்தது. எவ்வளவு அர்த்தங்கள் அதில் தொனிக்கின்றன! இவ்வளவு புத்தியும் அழகும் இருந்து இந்தச் சகதியில் வந்து விழுந்தாயே. துரதிர்ஷ்டப் பஞ்சமே! உனக்கு ஏன் வேண்டாம் என்று சொல்லத் தைரியமில்லை! மூத்தாள் கல் கல்லாக அணிந்திருந்த நகைக்கா இந்தக் கலியாணம்? இருமலைக் கேட்கவா?

சற்று உருண்டை முகம் அவளுக்கு. கருகருவென்று வளர்ந்திருந்த மயிரைப் பின்னி எடுத்துப் பிச்சோடாப் போட்டவுடன், அந்த முகத்திற்கு முழுமை வந்துவிட்டது. காதுக்கு முன்னால் மயிர் நன்றாகவே இறங்கியிருந்த களை ஒன்றே போதும் அவள் அழகி

என்று சொல்ல. பின்னலை எடுத்துக்கட்டியிருந்ததால் பின் கழுத்தின் பளபளப்பும் பருவப் பொலிவும் அழுத்தமும் தோளின் சரிவும் இன்னும் தெளிந்து தெரிந்தன.

இவள் யார்? பெயரென்ன? எந்த ஊர்? இவளுடைய பெற்றோர்கள் என்ற கபோதிகள் அல்லது கயவர்கள் யார்? எப்படியிருப்பார்கள்? எங்காவது சத்திரத்தில் சமைத்துப்போடும் பஞ்சப் பனாதிகளோ?

பஞ்சத்தில் அடிபட்ட பனாதிகள்தான் இந்த மாதிரி கேலிக் கூத்துக்கு உடன்பட்டிருப்பார்கள். எவனாவது கலியாணத் தரகன் செய்த குறளியாகத்தான் இருக்க வேண்டும். ஆஸ்துமாக் கிழம் ஐநூறு, ஆயிரத்தைக் கொடுத்துப் பெண்ணை வாங்கிவந்திருக்கும். தரகன் பெண் தரப்பில் நூறும் பிள்ளை தரப்பில் முந்நூறும் தேட்டைத் தட்டியிருப்பான். பெண்ணைப் பெற்றவர்களுக்குக் கலியாணத்தில் என்னென்ன தோன்றியிருக்கும்! கலியாணம் நடப்பது போலா அல்லது ஈமச்சடங்கு நடத்துவதுபோலா? இந்த மாப்பிள்ளை ஈமச்சடங்கு நடத்தி முடித்தவன் உடுத்திக்கொள்ளுவது போலப் புது வேஷ்டியை உடுத்தி நின்றிருப்பாரோ!

தம்பதிகள் குடிவந்து பத்துப் பதினைந்து நாள் தானிருக்கும். மூலக்கச்சமும் ஒரு பித்தானும் போடாமல் வாயைப் பிளந்த வண்ணமே இருக்கும் ஒரு மூடுகோட்டும் வாயில் வெற்றிலையும் இருமலும் நெற்றியில் சந்தனக் கீற்றும் குடையுமாக கிழக்கே பார்க்க ஆபீஸ் போகிறார். ஏதோ தலைமை குமாஸ்தாவாம். தபாலாபீசா முன்சீப் கோர்ட்டா தாலூகா ஆபீஸா முனிசிபாலிட்டியா ஆஸ்பத்திரியா – எந்த ஆபீஸ் என்று நிச்சயமாகத் தெரியவில்லை. புதிதாக மாற்றலாகி வந்திருப்பவர் மாதிரி இருக்கிறது. முனிசிபல் ஆபீசாக இராது. கஜானா உத்தியோகஸ்தரோ என்னமோ? இப்படிப் பூட்டிவிட்டுப் போகிறாரே!

இவன் கையைப் பிடித்துக்கொண்டு, கலியாணத்தில் பத்துபேர் முன் இவன் பெண்டாட்டிதான் நான் என்று நின்றிருப்பாயே, உனக்கு சொரணை இல்லை? கழுத்தில் தாலி ஏறின பிறகு கூறைப்புடவை கொச கொசக்க, ஆடாதொடை மாலை வாட வாட உக்ராண உள்ளில் சர்க்கரைக்கும் இலைக்கட்டுக்கும் வாழைப் பழக் கூடைக்கும் சந்தனப் பேலாவுக்கும் முன்னால் நின்று விம்மி விம்மி அழுதாயாக்கும்! அப்பொழுதே உன் அம்மா அப்பா யாராவது வந்து எட்டிப் பார்த்தார்களோ! எட்டிப் பார்த்துவிட்டு, அப்படியே நழுவிவிட்டார்களோ! இந்த அழுகையை முன்னாலேயே அழுது தொலைத்திருந்தால், இப்போது அழுகிற – நிற்காத அழுகையை அழவே வேண்டியதில்லையே.

உன் அப்பா இப்படித்தான் திட்டம் போட்டிருப்பார். கிழம் இன்னும் எத்தனை வருஷம் இருக்கிறதோ! காசம், பாதி வயதைக்

குடித்துவிட்டது. உடம்பு நாலைந்து வருஷம் இரைத்துவிட்டுத் தீர்த்துவிடும். குழந்தை கிழந்தை பிறக்கும். எப்படி இருந்தாலும், இருக்கிற ரொக்கத்தையும் நகையையும் போட்டு அடித்து ஒரு வேலியோ மேலேயோ பூஸ்திதி வாங்கி, நாம் அதை மேற்பார்வை பார்த்துக்கொண்டு, கடைசி காலத்திலாவது இந்த சாலைச் சத்திரத்தையோ தண்ணீர் பந்தலையோ விட்டுவிட்டு, கொஞ்சம் அந்தஸ்தாக வாவது வாழலாம் . . . பாவம் . . . விரலுக்குத் தகுந்த வீக்கம்!

பாபு ஜன்னல் பக்கம் நின்று கொண்டிருந்தான். அடுத்த வீட்டு மாடியில் யாரையும் காணோம். மருந்து போட்டுக்கொண்டு களைப்புடன் படுத்துவிட்டாளோ என்னவோ? பாம்பு விஷமாவது இறங்கி விடும் என்று சொல்வார்கள். தேள் விஷம் லேசில் இறங்காது. இறங்கினாலும் கொட்டுவாயில் இரண்டு நாட்கள் கடுப்பு தங்கி யிருக்குமாம். தேளில்லாமல் பாம்பு பிடுங்கியிருந்தால் இப்போது என்ன ஆகியிருக்கும்!

காலேஜ் மணி கணீர் என்ற ஒலித்தது. இரண்டாவது பீரியட் முடிந்துவிட்டது. மருந்ததை வாங்கிக் கொடுத்துவிட்டு நேராகப் போயிருந்தால் மூன்றாவதற்காவது போய்ச் சேர்ந்திருக்கலாம். லீவு இல்லாத அன்று, ஊரிலும் இருந்துகொண்டு கூப்பிடு தூரத்திலும் இருக்கிறபோது, இப்படி வீட்டில் உட்கார்ந்திருந்தால் . . . செய்யத்தகாத காரியம்போல வயிறு என்னமோ செய்கிறது. காலேஜை எட்டிப் பார்த்து ஐந்து நாளாகிறது! பாடம் என்னென்ன நடந்திருக்கிறதோ!

அடுத்த மாடியில் யாரும் இருப்பதாகத் தெரியவில்லை. வலி தணிந்த சோர்வில் அயர்ந்துவிட்டிருப்பாள் அவள். வெறும் இன்பத்தை விட, துன்பத்திலிருந்து விடுதலையை உடலும் மனமும் அனுபவிப்பது அதிகம்தான்.

பாபு கட்டிலில் வந்த படுத்தான். துணி உலர்த்தும் படுக்கைக் கயிற்றின் மீது குருவிஜோடி உட்கார்ந்து கீச்சிட்டு அவனையும் அறையிலுள்ளவற்றையும் மாறி மாறிப் பார்த்துக்கொண்டிருந்தது.

அந்த வாசலில் அலிகார் பூட்டு தொங்குகிறதைக் கண்ணால் பார்த்தோம். கனவு இல்லை. இல்லை, ஏதாவது பிரமையாக இருக்குமோ? மோகினிகளின் கதைகள் கேட்டதுண்டு. அதுமாதிரி . . ! கிழவர் வெறும் வீட்டைப் பூட்டிக்கொண்டு போகிறாரா? இந்தப் பெண் ஆளில்லா வீட்டில் நடமாடுகிற துர்த்தேவதையாக இருந்தால்? கிழவரின் உடலை ஏதோ பழைய ஞாபகத்தில் இது குடித்து உருக்குகிறதோ! நம்மைக் கூப்பிட்டுச் சொன்னது, நாம் கடைக்கு ஓடி மருந்து வாங்கியது, கொடுத்தது எல்லாமே பிரமையா!

படுக்கை கொள்ளாமல் எழுந்தான் பாபு. ஜன்னலண்டை போய் நின்றான். அவள்தான். நின்றவாறே குனிந்து கையால் எதையோ திலாவிக்கொண்டிருந்தாள். சுண்டை வற்றல் மாதிரி இருந்தது. ஒரு நிமிஷத்திற்குப் பிறகு நிமிர்ந்து இந்தப் பக்கம் திரும்பினாள்.

பாபுவைப் பார்த்ததும் உள்ளே போய், சுண்டை வற்றல் ஒன்றை ஒரு காகிதத்தில் சுற்றி வீசி எறிந்துவிட்டு உள்ளே போய் விட்டாள். பாபுவுக்கு முதலில் ஒன்றும் புரியவில்லை. உடல் நடுங்கிற்று. அதை எடுப்பதா வேண்டாமா என்று தயங்கினான். ஜன்னலில் அந்த முகம் ஒரு முறை பார்த்து மறைந்தது. போய் அந்தக் காகிதக் கசக்கலை எடுத்து உள்ளே வந்து பார்க்கும்போது . . . சுண்டை வற்றல் கனத்திற்குத்தான் வைக்கப்பட்டிருந்தது. அது தாங்கி வந்தது கடிதம்:

"நீங்கள் செய்த உதவியை மறக்க முடியாது. ஸ்வாமியாகத்தான் உங்களைக் கொண்டு சேர்த்தார். கையிலே விஷம் ஏறினதும் கத்தணும் போலிருந்தது. ஆனால் நான் கத்த முடியுமா? பக்கத்திலே மாடிப்பக்கம் யாராவது வரமாட்டார்களோன்னு மாடி உள்ளிலே வந்து நின்னேன், தெய்வாதீனமா நீங்கள் வந்தேள். பத்து நிமிஷம் நின்று பார்த்தேன். ஒருத்தரையும் காணோம். ஸ்வாமியை வேண்டிக் கிண்டே நின்னேன். பத்து நிமிஷம் கழிச்சு நீங்கள் வந்தேள். ஸ்வாமியே வந்தாப்போலதான் இருந்தது எனக்கு. என்னமாவது நினைச்சுக்க மாட்டாளான்னு யோசிக்காமல் நான் வெட்கமில்லாமல் உங்களிடம் சொல்லிவிட்டேன். நீங்கள் சொன்ன க்ஷணமே ஓடிப்போய் மருந்தை வாங்கிக்கொண்டு வந்து கொடுத்தேள். உங்களை இப்படிப் பண்ணினதை நெனச்சால் அவமானமாயிருக்கு. உபத்திரவம் தாங்காமல் சொல்லி விட்டேன். மன்னிச்சுக்கணும். ஏன் இந்த மாதிரி சொல்லி அலக்கழிச் சோம்னு வருத்தமாயிருக்கு எனக்கு. தப்பை மன்னிச்சுவிடணும்னு காலில் விழுந்து கேட்டுக்கறேன். இதை யார் கிட்டவும் சொல்ல வாண்டாம்னு தயவு செய்து கேட்டுக்கறேன். என் மானம் போயிடும். ஒரு ப்ராணிக்குத் தெரிய வாண்டாம். ரொம்ப துணிச்சக்காரியா இருப்பாளோ, இப்படி எழுதியிருக்காளேன்னு நெனச்சுக்க வாண்டாம். உங்களைப் பார்த்தா நல்ல மாதிரியா தோணறது. இவ்வளவு செய்த துக்கு வாயால் வார்த்தையாலாவது சொல்லணும்னு எனக்கு அடிச்சிண்டுது. எழுதினால் ஒன்றும் நெனச்சுக்க மாட்டேள்ன்னு நெனச்சு எழுதிப்பிட்டேன். தப்பாகயிருந்தா மன்னிச்சுக்கணும். நான் ரொம்ப படிச்சவளில்லை. பட்டிக்காடு. எழுதத் தெரியாது. இதையும் மன்னிச்சுக்கணும். நான் வேற தினுசா எப்படி சொல்ல முடியும். புனுகு பூனை மாதிரி பூட்டின வீட்டுக்குள்ளே சுத்திண்டு இருக்கேன். இல்லாட்டா எப்படியாவது உங்களுக்கு வந்து ஒரு நமஸ்காரம் பண்ணியிருப்பேன். முடியாததினாலெ எழுதியிருக்கேன். நீங்க வாசிச்சுவிட்டு என் கண்ணெதிராகவே இதைக் கிழிச்சுப் போட்டுவிட்டால் எனக்கு ஆச்வாசமாயிருக்கும். பயமும் தீர்ந்து போயிடும். நான் நன்னி மறக்கமாட்டேன்."

கடிதம் முடிந்துவிட்டது; பெயரைக் காணவில்லை.

திருப்பித் திருப்பிப் படித்தான் பாபு. கோணல் கோணலான எழுத்துக்கள்; ஒவ்வொரு வார்த்தைக்கும் ஒரு முற்றுப்புள்ளி.

இலக்கணத்தைக் கொலை செய்வதில் வார்த்தைக்கு வார்த்தை மகாகவியாக இருந்தாள் எழுதினவள். இத்தனை தப்புகளும் ஒரே பக்கத்திற்குள் இருந்ததைப் பார்க்கும்போது திருப்பித் திருப்பிப் படிக்க வேண்டும் போலிருந்தது. குழந்தைச் சித்திரம் மாதிரி ஒரு எளிய கவர்ச்சி, வாசிக்க வாசிக்க சிரிப்பும் வருகிறது, நெஞ்சம் நோகிறது. எத்தனை தடவை மன்னிப்புக் கோரல்! புனுகு பூனை உவமை வேறு. இதைக் கிழித்தா போடவேண்டும்? இவ்வளவு நல்ல கடிதத்தையா? ஆச்வாசமாயிருக்குமாம். பயம் தீர்ந்துவிடுமாம். ம் . . . ஒளித்து வைத்து வேறு கடுதாசியைக் கிழித்தால்? . . . நம்மை நம்பி எழுதியதற்குப் பலனா?

கிழித்துப் போடுவதுதான் நல்லது.

கிழிக்கத்தான் மனசு வரவில்லை, என்ன செய்கிறது? திருப்பித் திருப்பி வாசித்தான். அங்குமிங்கும் வாசித்தான். மொட்டை மாடிக்குப் போய் நின்றான். அந்த ஜன்னலில் மீண்டும் முகமும் கண்ணும் தெரியவே, சுக்காகக் கிழித்தான். தூளாகக் கிழித்து மொட்டை மாடிக்கு அப்பாலிருந்த ஓட்டுச் சரிவில் இறைத்துவிட்டு வந்தான். ஜன்னலில் இருந்த முகம் “திருப்திதான்” என்று சொல்லி, அடைவது போல் தோன்றிற்று. பத்துவிநாடி அவனையே பார்த்தது. பின்பு மறைந்துவிட்டது. அப்பாடா என்று பெருமூச்சுவிட்டுத்தான் போயிருக்கும்.

ஓங்கி அறைந்தால் அப்படியே சுருண்டு விழவேண்டியதுதானே. பிராணன்கூடப் போனாலும் போனதுதான். உடம்பில் என்ன இருக்கிறது! தவடையில் அறைந்தால் பல் எல்லாம் கொட்டிப் போய்விடும். மார்பைப் பிடித்து ஒரு தள்ளு தள்ளினாலே நிற்க முடியாமல அப்படியே பொத்தென்று மல்லாந்து விழுந்துவிடுவான். அப்புறம் மேலே ஏறி மார்பின் மேல் உட்கார்ந்து நசுக்கினால் அப்படியே பிராணன் பிதுங்கி வெளியே போய்விடும் . . . எழுந்து பார்த்தால் வாயில் ரத்தம் வழிய வெறும் கட்டைதான் கிடக்கிறது.

பாபு சட்டென்னு உலுப்பிக்கொண்டான். இந்த மிருக பலத்தைப் பிரயோகிப்பதில் பட்ட களிப்பிலிருந்து கற்பனை மீண்டு ஒதுங்கிற்று. பாவம், அவருக்குப் பயம். காபந்து செய்துகொள்கிறார். நமக்கென்ன! அனுமார் கேட்டாற்போலல்லவா இருக்கிறது! ராவணனைக் கொன்றுவிட்டு, ராமன் அனுமாரை அனுப்பினாராம் சீதையிடம். வெற்றிச் செய்தியைக் கேட்டு, ராமனிடமிருந்து தனக்கு நேராக அனுப்பிய சுபச் செய்தியைக் கேட்டு புல்லரித்து, பேச முடியாமல் வாயடைத்து நின்றாள் சீதை, கடைசியில் இந்தச் செய்தி கொண்டு வந்ததற்கு எதைக் கொடுப்பது? மூன்று உலக ஆதிக்கத்தை இந்த உதவிக்கு சமமாக வைத்துப் பேச முடியாதே என்று தழதழத்து விட்டாள். “தாயே, எனக்கு ஒரே ஒரு ஆசைதான். இந்த ராக்ஷஸி மிருகங்கள் உங்களைப் படுத்தி வைத்ததை என் கண்ணால் பார்த்தேன். நெஞ்சு கொதிக்கிறது. எனக்கு ஒரே ஒரு ஆசை; பேச்சு கோரம்,

செயல் கோரம், உருவம் கோரம், எண்ணங்கள் கோரம். கண்ணைப் பாருங்களேன் – எவ்வளவு குரூரம்! எனக்கு ஒரு வரம் கொடுங்கள். கையினாலும் முஷ்டியாலும் காலாலும் இவர்களை த்வம்சம் செய்கிறேன்” என்றாராம் அனுமார். ஜம்புமாலியையும் அக்ஷனையும் ப்ரஹஸனையும் விரூபாக்ஷயூபாக்ஷர்களையும் ஹதம் செய்த அனுமான் அதோடு நிற்கவில்லை. “அம்மா, இந்த ராக்ஷஸிகளை வெறுமே ஒரே அடியினால் கொன்றால் போதாது. கையால் உதைக்கணும். முழங்காலால் உதைக்கணும். பூமியில் ஓங்கி அறையணும். இப்படிப் பல தினுசாக அடித்துக் கொல்லணும் போல் துடிக்கிறது. நீங்கள் உத்தரவு கொடுக்க வேண்டும்” என்றாராம். சிரிப்பாக வந்தது. பாவம், அப்படி என்ன செய்துவிட்டார் தலைமை குமாஸ்தா! அதுவும் அவர் பெண்டாட்டி, அவருக்குச் சந்தேகப்பட உரிமை இருக்கிறது. பூட்டிவிட்டும் போகலாம். ஊரான் கேட்க முடியுமா . . ! நமக்கு ஏன் இந்தக் குரங்கு புத்தி?

அவள் உடன்பட்டா இருக்கிறாள்! கலியாணமே பண்ணிக் கொண்டவள் உடன்படாமல் என்ன செய்கிறது? கலியாணம் பண்ணிக்கொள்ளுமுன் இந்த நிபந்தனைகளை இவரே போட்டு விட்டாரோ?

பெயரைக்கூட எழுதவில்லை இவள். யாரிடமும் சொல்ல வேண்டாமாம். அவருக்கு ஒன்றுமே தெரியாமல் இருந்துவிட்டால் எப்போதுதான் திருந்தப்போகிறார்?

மறுபடியும் அந்த ஜன்னலின் வழியாக அவள் அந்த அறைக்குள் வந்திருப்பது தெரிந்தது. பாபு பரபரவென்று ஒரு நோட்டைத் திறந்து கடுதாசி ஒன்றைக் கிழித்தான். விறுவிறுவென்று எழுதினான்.

“நீங்கள் யார்? எந்த ஊர்? எப்படி இங்கு வந்தீர்கள்? எதற்காக இவர் பூட்டிவிட்டுப் போயிருக்கிறார்? எனக்கு ஒன்றுமே புரிய வில்லையே. முழுவதும் தெரிந்துகொள்ள விரும்புகிறேன். நான் செய்தது உதவி இல்லை. கடமை, எந்தச் சமயத்திலும் நான் எந்த உதவியும் செய்யக் காத்திருப்பேன்.”

எழுதி முடித்ததும், அதே சுண்டைக்காயைப் பாரமாக வைத்து உருட்டினான். ஜன்னலண்டை அவள் வந்து நின்றதும், அவள் பார்க்கும்படியாக வீசி எறிந்தான். அடுத்த மொட்டை மாடியில் அது விழுந்ததும் அவளும் அதை வந்து எடுத்து உள்ளே சென்ற வுடன் . . . அவன் காலும் கையும் நடுங்கத் தொடங்கிவிட்டன. வயிறு மொலமொலவென்றது. உடல் துவள்வது போலிருந்தது. கட்டிலில் வந்து உட்கார்ந்துகொண்டான். உட்கார முடியவில்லை. எழுந்து ஜன்னலண்டை போனான்.

ஜன்னல் சூன்யமாயிருந்தது. மொட்டை மாடிப் பக்கம் போனான். தெரியவில்லை. மறுபடியும் உள்ளே வந்தான். கட்டிலில் உட்கார்ந்து இரண்டு விநாடியானபோதும் பயத்தின் படபடப்பு அடங்கவில்லை.

இருப்புக்கொள்ளவில்லை. ஜன்னலண்டை போய் நின்றான். அவள் முகம் தெரிந்தது. கிழித்துப் போட்டுவிடுங்கள் என்று சமிக்ஞை செய்தான். அவளுக்குப் புரிந்ததோ என்னவோ, இரண்டு மூன்று தடவை சமிக்ஞை செய்து பார்த்தான். அவள் ஒன்றும் பதில் செய்யவில்லை. அவனையே பத்து விநாடி பார்த்தாள். கோபமோ? இதை யாரிடமாவது காட்டிவிட்டால்? அவருக்கே இந்தச் செய்தி எட்டிவிட்டால்?... அவனையே கண்ணெடுக்காமல் பார்த்தவள், உள்ளே போய்விட்டாள்.

ஒரு நிமிஷம், இரண்டு நிமிஷம், ஐந்து நிமிஷம்... கீழே போய்விட்டாள் போலிருக்கிறது. பத்து நிமிஷம், அரை மணியாயிற்று; ஒன்றும் தெரியவில்லை. நடுவில் காலேஜ் மணி கேட்டாற்போலிருந்தது. முற்பகல் வகுப்புகள் முடிந்திருக்கும்.

அறையில் இருக்க முடியவில்லை. பிற்பகலுக்கு வேண்டிய புத்தகங்களையும் நோட்டுகளையும் எடுத்துக்கொண்டான். இப்போதே புறப்பட்டுவிட வேண்டியதுதான். இன்னும் ஒரு மணி நேரமிருக்கிறது, ஆனால் எங்காவது தலைமறைவாகச் சுற்றினால் தேவலை போலிருந்தது. உட்கார்ந்து நீளமாக எழுதுகிறாளா? அதனால்தான் இத்தனை நேரமாகிறதோ, அதிகமாகப் படிக்காதவள் எழுத நேரமாகும். இல்லை. கீழே உட்கார்ந்து தப்பாக நினைத்துக்கொண்டு அழுகிறாளோ? தப்பாக ஒன்றும் எழுதவில்லையே. ஏன், எதை எழுதினால் என்ன? தனியாக இருக்கிற ஒரு பெண்ணுக்கு எழுதுவதே காலித்தனம்... அப்படியா? நானா காலி..? அவளே முதலில் எழுதினாள். அவளா இப்படி நடந்து கொள்வாள்? நடந்துகொண்டால் என்ன செய்கிறது? அவள் எழுதினதையும் கிழித்தாகிவிட்டது. மொட்டை மாடி, தேள் மருந்து வாங்கினது, யாராவது சொன்னால் நம்புவார்களா?

தவிப்பு அடங்கவில்லை. 'நீதான் காப்பாற்ற வேண்டும் நான் தப்பாகச் செய்யவில்லை' என்று அப்பா காண்பித்துக் கொடுத்த தெய்வத்தை வணங்கினான். வழிபாட்டை மனது முனகிற்று. மொட்டை மாடிக் கதவைச் சாத்தித் தாழிட்டு, ஜன்னல் பக்கம் நின்று ஒரு தடவை பார்த்துவிட்டு ஒரு கதவைச் சாத்தும்போது, "பாபு" என்று குரல் கேட்டது.

"யாருப்பா?" என்ற கைலாசத்தின் குரல் கேட்டது.

"பாபு வரலை?"

"வந்துவிட்டானே. போ."

ராஜம் மாடி ஏறி வந்துவிட்டான்.

"என்ன பாபு! எப்ப வந்தே?"

"வா ராஜம்... காலேஜ் விட்டாச்சா?" என்று மன நடுக்கம் தெரியாமல் சற்று உரக்கவே கூப்பிட்டான் பாபு. அவ்வளவு உரக்கக்

தி. ஜானகிராமன்

கத்தாவிட்டால் மனம் இளித்திருக்கும். ஜன்னலைச் சாத்தாமலேயே திரும்பினான்.

"ஆச்சு. எப்ப வந்தே நீ?"

"அதை ஏன் கேக்கறே போ. எட்டரை மணிக்குப் புறப்பட்டு பதிணொண்ணரைக்கு வந்தேன்."

"ஏன் பஸ் கிடைக்கலியா?"

"பஸ் கிடைச்சது. நடுவிலே மக்கர் பண்ணிவிட்டது. ஒரு மைல் தள்ளிவிட்டு கரியைத் தடவிண்டு, சுந்தரப்பெருமாகோயில்லெ நிறுத்திவிட்டு, அப்புறம் ரண்டு பஸ்ஸிலே இடம் கிடைக்காமல், எப்படியோ வந்தேன். வந்து பார்த்தேன். பன்னிரண்டு மணி ஆகிவிட்டது, சிரமமாகவும் இருந்துது. படுத்துவிட்டேன். யாராவது கேட்டார்களா ஏன் வரலைன்னு?" தைரியமாகப் பேசினானே தவிர குரல் நடுங்குவது தெரிந்தது.

"பையன்கள் சிலபேர் கேட்டாங்க. சீதாராமன் கேட்டார், இன்னிக்கு பொயட்ரி கிளாசிலே. நீதானே அவருக்கு முக்ய ரசிகன்."

"ஏன் நீ இல்லையா? நீ எழுதற இங்கிலீஷைத்தான், கௌலி மாதிரி இருக்கு, ப்ரீஸ்ட்லி மாதிரி இருக்குன்னு அவர் தலையிலே வச்சிண்டு ஆடறார். க்ளாசிலெ வேறு சொல்லி, பையன்கள் வயித்தெரிச்சலையெல்லாம் கிளப்பியிருக்கார்."

"ஆமாம் . . . இங்கிலீஷை யார் கேக்கறா இப்ப? பிறத்தியான் பாஷையை நம்ம பாஷை மாதிரி எழுத முடியுமா என்ன? – அது எப்படியிருந்தா என்ன. நீ இல்லாட்டா சீதாராமனுக்கு உற்சாகம் வராது. நீ உட்கார்ந்து தலையாட்டுகிறதுதான் அவருக்குச் சந்தோஷம்."

"என்னமோ எனக்கு ரொம்ப தெரியும்னு நெனச்சிண்டிருக்கார். நான் பாடறதைப் பார்த்து நான் சங்கீதம் தெரிஞ்சவன்னு நெனச்சு என்னென்னமோ பேச ஆரம்பிச்சுட்டார். ஸம்வாதி, விவாதி, ஓவர்ட்டோன், இந்த மாதிரி ஏதேதோ வார்த்தைகளைச் சொல்லிண்டு வெகு நேரமா என் கிட்ட பேசினார். ஒரு நாளைக்கு. இதெல்லாம் எனக்கு ஒன்றும் தெரியாது சார்னு சொல்லலாம்னு பார்த்தேன். அவர் என்னைப் பேசவும் விடலே, நல்ல வேளையா இது வெறும் குடம்னு தெரிஞ்சுக்கறத்துக்கு முன்னாலோ நான் ஏதாவது கத்துன்னுட்டா தேவலைன்னுதான் ஆசைப்படறேன்."

"அதான் விஜயதசமிக்கு ரங்கண்ணாகிட்ட ஆரம்பிக்கலாம்னு சொன்னேன். நீ அப்பா வரச்சொல்லியிருக்கார்னு போயிட்டே. அப்பா கட்டாயமா வரச்சொன்னார்னியே. என்ன விசேஷம்?"

"ஒண்ணுமில்லே. சரஸ்வதி பூஜை, விஜயதசமியாச்சே. தனியா இருக்க வேண்டாம்னுதான் எழுதினாராம்."

“அவ்வளவுதானே?”

“ஆமாம்.”

“சௌக்யம்தானே அப்பா அம்மா எல்லோரும்.”

“சௌக்கியம்தான்.”

“டிபன் சாப்பிட்டாச்சா?”

“இல்லை, நீ?”

“நானும் இல்லை. காலேஜ் விட்டுது. நீ வந்திருக்கியோ பார்த்து விட்டுப் போகலாம்னு வந்தேன். காலமே வந்தேன், ரூம் பூட்டியிருந்தது.

பாபு ‘ம்’ என்றானே ஒழிய மனதிற்குள் தயக்கமாயிருந்தது. அவள் ஏதாவது எழுதி வந்து தேடுவாளோ என்று நம்புகிற அளவுக்குச் சிறிது தைரியம் வந்திருந்தது இரண்டாவது ஆளோடு பேசியதில். ஆனால் சந்தேகமும் பயமும் முற்றிலும் நீங்கிவிடவில்லை. கதவைத் திறந்து மெள்ள மாடியில் எதையோ எடுக்கப்போவது போலப் போய்ப் பார்த்துவிட்டுத் திரும்பி வந்தான். “இங்கே இருக்கா” என்று சொல்லிக்கொண்டே கைக்குட்டையை எடுத்து மடித்து, ஜன்னல் கதவைச் சாத்துவது போல, அந்த ஜன்னலில் கம்பிகள் மட்டும் இருப்பதைப் பார்த்து, கதவைச் சாத்தினான். புத்தகங்களை எடுத்துக் கொண்டான்.

இருவரும் கிளம்பினார்கள். அடுத்த வீட்டு வாசல் கதவு திறந்திருந்தது. அலிகார்பூட்டைக் காணவில்லை. தலைமை குமாஸ்தா டிபனுக்கு வந்திருக்கிறார் போலிருக்கிறது. வாசலைக் கடக்கும்போது தற்செயலாகத் திரும்புவதுபோல அந்தப் பக்கம் திரும்பினான். நேராகத் தெரிகிற கொல்லை முற்றத்தில் அரைக்கைச் சட்டையுடன் தலைமை குமாஸ்தா வாயைக் கொப்பளித்துக்கொண்டிருந்தார்.

“சரஸ்வதி பூஜை எல்லாம் நடந்ததா?” என்று கேட்டான் ராஜம்.

“நடந்தது.”

“உங்கப்பாவிடம் கேட்டியா, ரங்கண்ணாகிட்ட பாட்டு சொல்லிக் கிட்டுமான்னு.”

“கேட்டேன். பேஷாச் சொல்லிக்கோன்னார். பெரிய சமுத்ரம் அது. நாதக்கடல். அவர் சொல்லிக்கொடுக்கிறேன்னு சொன்னால் அதிர்ஷ்டம்தான்னு சொன்னார்.”

“பணம் கிணம் கேட்கமாட்டாராம் அவர்.”

“பணம்னு கொடுக்கிறதுன்னா லக்ஷம் லக்ஷமாகக் கொடுக்கலாம். சொல்லிக் கொடுக்கறதுக்கும் சொல்லிக்கிறதுக்கும் மாசப் பணம் வருஷப் பணம்னு பேசிக்கறது புது நாகரிகம், பழைய நாளில்

இது கிடையாது. குருவுக்குப் பணிவிடை பண்ணித்தான் கலையோ வித்யையோ சம்பாதிக்கிற வழக்கம். முடிஞ்சா கடைசியிலே ஏதோ கொடுக்கிற வழக்கம்னு சொன்னார் அப்பா."

"அதுதான் போயிடுத்தே இப்ப."

"ஆனால், அப்பாவிடம் சொல்லியிருக்கேன். முடிந்ததைக் கொடுக்கறேன்னு சொன்னார்."

"அதைப் பற்றி இப்ப என்ன கவலை? ... எங்கப்பாவிடம் சொன்னேன். அழச்சிண்டு போறேன்னு சொல்லியிருக்கார். ராத்திரி வாயேன். என்னிக்கு அழைச்சிண்டு போறேன்னு சொல்லுவார்."

"வரேன்."

இருவரும் சுப்பாச்சாரி ஹோட்டலில் காபி சாப்பிட்டுவிட்டுத் திரும்பும்போது, எதிரே தலைமை குமாஸ்தா வந்துகொண்டிருந்தார். பித்தான் போடாத மூடின கோட்டையும் இடுப்பு வேட்டியையும் தலைப்பாகையையும் எப்படித்தான் சுமக்கிறாரோ என்று இரக்கமாகத் தானிருந்தது பாபுவுக்கு. போதாதற்குக் குடை வேறு. மனுஷன் நடந்து போகும்போது பச்சைக் கற்பூரமும் ஏலமுமாக வாய் மணத்தது. வெற்றிலைச் சீவலை அசை போட்டுக்கொண்டு போய்கொண்டிருந் தார் அவர். நல்ல வேளை, நம்மை ஒன்றும் முறைத்துப் பார்க்கவில்லை. விபரீதமாக ஒன்றும் நடந்திராது போல்தான் தோன்றுகிறது.

"இவர்தானேப்பா அடுத்த வீட்டு மாப்பிள்ளை?" என்றான் ராஜம்.

"அவரேதான். அன்னிக்குப் பார்த்ததை இன்னும் ஞாபகம் வச்சிறிக்கியா நீ?"

"அன்னிக்கு என்ன? அன்னிக்கிதான் உனக்கு அடுத்த வீட்டுக் காரர்னு தெரிஞ்சுது. பத்து நாளாகத்தான் அவரை இந்த நேரத்துக்குப் பார்த்திண்டிருக்கேனே ... என்ன சவடால் பாத்தியா? வெற்றிலை, சீவல், கமகமன்னு சந்தன மணம் – நல்ல ரசிகர் மாதிரி இருக்கு."

"... ம்."

"என்ன ம்? ரசிகர் இல்லையா அவர்?"

"என்னமோ" என்றான் பாபு.

"என்ன என்னமோ? இல்லாட்டா இப்படிக் கிளி மாதிரி ஒரு பொண்ணை கொத்திண்டு வந்திருப்பாரா? நம்ம பாச்சாவும்தான் கலியாணம் பண்ணிண்டான். பி. ஏ. வாசிக்கிறவன்தான். நல்ல அழகுதான். பேச்சு, மானத்தை வில்லா வளைக்கிறான். கடைசிலே 'கிண்டியாய நமஹன்னு' எதிர் ஜாமீன் நிறைய வரதுன்னு தேய்க்காத பித்தளைச் சொம்பு மாதிரி ஒண்ணைப் போய்ப் பண்ணிண்டானே."

"அப்பாவுக்கு அடங்கின பிள்ளை."

"அப்படிச் சுலபமா விட்டுவிடாதே. மாமனார் கை தெம்பு. மேலே படிக்கவைப்பார்; என்ன டான்சா ஆடப்போறான்னு பெரியவர்கள் குழை அடிச்சிருப்பார்கள். பாச்சா கெட்டிக்காரத் தனமாய் பண்றாப்போல சரி போட்டுவிட்டான். இவரைப் பாரு. அம்பத்துநாலு வயசிலே எத்தனையோ பேர் தவம் கிடக்கணும், அந்த மாதிரி பெண்ணாப் பார்த்து லாவிண்டு வந்துவிட்டார். ரசிகரா இல்லாமலா இப்படிச் செய்தார்? ராஸ்கல்! உதைச்சுப் பல்லைத் தட்டிக் கையிலே கொடுக்கணும். வெத்தலையா போடறது இந்தப் பல்லு! ஒரு பாக்கைக் கடிக்க முடியுமா இதுக்கு? ஒரு சீவலைப் போட்டுண்டா போய் எங்கேயாவது புகுந்துவிடும். அப்புறம் புதைபொருள் இலாகாவை அனுப்பி அதை வெளியிலே கொண்டு வரணும் போலிருக்கு. வெற்றிலை, சீவல், கல்யாணம். கேட்கிறதுக்கு ஆள் இல்லாது போயிட்டுது, உலகம் நடக்கிறதைப் பாரு. நேரே போகிறானே. போஸ்ட் ஆபீஸோ, ஆபத்திரியோ..." என்று கறுவிக் கொண்டே ராஜம், குடையால் இடுப்புக்குமேல் மறைத்து நடந்து கொண்டிருந்த தலைமை குமாஸ்தாவைப் பார்த்தான். கோர்ட்டு வாசலில் நின்ற ஜன நடமாட்டத்திற்கிடையே அவர் உருவம் மறைந்துவிட்டது.

"மயிலே மயிலேன்னா இறகு போடாது. சர்வாதிகாரம் வரணும். இதையெல்லாம் ஒழிச்சுக்கட்டணும்" என்று அங்கேயே பார்த்துக் கொண்டு பொருமினான் ராஜம். "ஜனநாயகம்னா தனி நபர் சுதந்திரம், மதம் கிதம்னு சொல்வான்கள். போகாத ஊருக்கெல்லாம் வழி சொல்லுவார்கள். இதுக்கெல்லாம் ஏகராஜாவாக பழைய காலம் மாதிரி இருக்கணும், இதையெல்லாம் ஒழிச்சுக் கட்டிவிடலாம்."

"நீ இந்தியாவுக்குச் சர்வாதிகாரியா வந்தா முதல்லே இவரைத் தூக்கி ஜெயில்லே போட்டுவிட்டு, கல்யாண வயசுகளுக்குச் சட்டம் கொண்டு வந்துவிடுவே போலிருக்கு."

"சட்டமா, தூள் பறக்கும்" என்று சிரித்தான் ராஜம். "ஏன் நான் சர்வதிகாரியா ஆக மாட்டேங்கறியா?"

"பேஷா ஆகலாம். ஆனால் அதுவரையில் இவர் மனைவி சுமங்கலியா இருப்பாளோ?"

"தப்பிச்சிண்டுடுவர்ங்கிறியா? போனால் போகிறார். ஆனா அந்தச் சட்டத்திலே செக்‌ஷன் நாலு, ஷாரா மூணுப் பிரகாரம் அவள் கல்யாணம் பண்ணிண்டு கட்டாயமா சுகமா வாழ்ந்தாகணும் தெரியுமா?"

"என்ன ராஜம், பெரிய நிர்வாகப் பிரச்னையா இருக்கே" என்று குரல் கேட்டது.

ராஜம் திரும்பிப் பார்த்துச் சட்டென்று நாக்கைக் கடித்து நாணத்துடன் நகைத்தான். ஆங்கில ஆசிரியர் சீதாராமய்யர் நின்று,

தி. ஜானகிராமன்

வெகண்டையாகப் புன்சிரிப்பு பூத்ததைப் பார்த்து இருவரும் "ஒன்றுமில்லை சார்" என்றார்கள்.

"எங்கே பாபு, நாலஞ்சு நாளாகக் காணுமே" என்றார் அவர்.

"ஊருக்குப் போயிருந்தேன் சார். மத்யானம்தான் வந்தேன்."

"சரஸ்வதி பூஜையா?"

"ஆமாம் சார்."

"ராஜம் என்ன குமுர்றது, எரிமலை?"

"ஒன்றுமில்லை சார்."

"சொல்லேன். எனக்குத் தெரிஞ்சதை நானும் சொல்றேன்."

"ரிடையராற வயசிலெ கல்யாணம் பண்ணிக்கிறவன் சமூக எதிரியா இல்லையா?" என்றான் ராஜம்.

"அது அவன் உடம்பு பலத்தைப் பொறுத்திருக்கு."

"பலமில்லை, நோஞ்சான்."

"அப்ப, அவனே அவனுக்கு எதிரி."

"சமூகத்துக்கும் எதிரி சார்."

"எப்படி? அவன் பரம உபகாரியல்லவா! நம்மால் உபகாரம் இருக்கணும். இல்லாட்டா நம்ம செத்தாலாவது பிறத்தியாருக்கு உபகாரம் இருக்கணும். எந்த வழியிலாவது லோகத்துக்கு உபகாரம் பண்ண வேண்டியது. இவனைப் போய் சமூக எதிரிங்கறியே?" என்று சிரித்தார் அவர்.

"எல்லோருக்கும் – இந்த துரதிர்ஷ்டத்துக்கு ஆளானவளையும் சேர்த்துத்தான் சொல்றேன். அப்படி பரோபகார சிந்தனை இருக்குமா என்ன?"

"எல்லாரும்னா என்ன? உலகத்திலே எல்லாத்துக்கும் ஒண்ணு ரெண்டு விலக்கு இருக்கத்தான் இருக்கும்."

"விலக்குன்னா, பெரும்பாலும் அப்படி ஆயிடும்ங்கறேளா?"

"ஆமாம் ஆமாம் ஆமாம். அது சரி, ராஜம் இப்படிப் பொருமு வானேன்."

"நனாக தாங்கி மாதிரி ஒரு ஆளைப் பார்த்தேன் சார் இப்ப, ஆத்திரம் வந்தது."

"இவன் சர்வாதிகாரியாக வந்து இதெல்லாம் ஒழிக்கப் போகிறானாம்."

"பேஷாச் செய். நீ ராஜ்யம் நடத்தறபோது நானும் இருந்து பார்க்கும்படியா பகவான் கிருபை பண்ணணும்... யார் இப்ப அப்படிக் கோபத்துக்கு ஆளானவர்?"

"எங்க வீட்டுக்குப் பக்கத்து வீடு சார்" என்றான் பாபு.

"ஓஹோஹோ ஹொஹொ" என்று சீதாராமன் தலையாட்டினார். "அவனா?"

"ஏன் சார்? தெரியுமா சார் உங்களுக்கு?"

"சிவசிதம்பரம். மொட்டைத் தலை, நெற்றியிலே சந்தணக்கீற்று, ஆஸ்த்துமா."

"அவரேதான் சார்."

"இப்ப புதுசா ஜாகை மாத்திண்டு வந்திருக்கானோ?"

"வந்து பதினைந்து நாளாச்சு சார்."

"அவனா?"

"உங்களுக்குத் தெரியுமா சார்?"

அதற்குள் ஓடம் வந்துவிட்டது.

தற்செயலாகப் பையைத் தடவியபோது பாபுவுக்கு, பேனா எடுத்து வராத ஞாபகம் வந்தது.

"ராஜம் பேனாவை மறந்து வந்துவிட்டேன். நீ போறயா? நான் போய் எடுத்துண்டு வந்துடறேன்."

"சரிதான்பா, வாப்பா. பேனாவா கிடைக்காது?" என்று தடுத்தான் ராஜம். கடுதாசு, கடுதாசு என்று பயமும் சந்தேகமும் ஆவலுமாக அடித்துக்கொண்டிருந்த பாபு சீதாராமனும் அவள் கணவரைப் பற்றியாவது சொல்லப்போகிறார் என்று சமாதானம் செய்துகொண்டே ஓடத்தில் காலை வைத்தான். இல்லாவிட்டால் திரும்பி அறைக்குத்தான் ஓடியிருப்பான் அவன்.

அம்மாசி முளையிலிருந்து கயிற்றை அவிழ்த்து ஓடச் சங்கிலியை வீசினான். ஓடம் நகர்ந்தது.

"இங்கே எப்படி வந்தான் தெரியுமோ, அவன்?" என்றார் சீதாராமன்.

"எங்கே சார்?"

"அதான். உன் பக்கத்து வீட்டுக்கு."

"இத்தனை நாளாக எங்கே சார் இருந்தார்? இந்த ஊருக்குப் புதுசா மாற்றலாகி வந்திருக்காரா?"

"வீடுதாண்டா மாற்றல். இத்தனை நாளாகக் கடைத்தெருக்கு அந்தண்டை குடியிருந்தான். பெண்டாட்டி செத்துப்போய் நாலஞ்சு வருஷம் ஆச்சு. முப்பது வயசிலே ஒரு பிள்ளை இருக்கான், அவனுக்குக் கலியாணம் ஆகி ரண்டு குழந்தைகள் இருக்கு."

தி. ஜானகிராமன்

“இங்கே ஒருத்தரையும் காணோமே சார்.”

“அவன் அங்கே இருக்கான். இவன் கல்யாணத்தைப் பண்ணிண்டு தனிக் குடித்தனம் வச்சிருக்கான். இப்ப ஹனிமூன்.”

சீதாராமன் கொஞ்சம் பருமன். ஸ்லேட்டுக் கலரில் ஒரு மூடிய கோட்டோ, திறந்த கோட்டோ, தும்பைப் பூ மாதிரி மூலக்கச்சம், தலையில் தலைப்பாகை, மூக்குக் கண்ணாடி, பார்வை எப்போதும் மேல் பார்க்கவே இருக்கும். பேசும்போது இன்னும் ஒரு அங்குலம் முகம் மேலே திரும்பும். சிரிக்காமல் சிரிக்க வைக்கும் பழக்கம் அந்த முகத்தோடு பிறந்திருந்தது.

“நல்ல வயது சார் ‘ஹனிமூனு’க்கு!” என்றான் ராஜம்.

“புரட்சிக்காரண்டா அவன்” என்றார் சீதாராமன்.

“புரட்சிக்காரனா?”

“ஆமாம். பிள்ளைகளுக்குக் கல்யாணத்தைப் பண்ணி வச்சு தனிக் குடித்தனம் வச்சுக் கொடுப்பா அப்பாக்கள். இவர் தானே கலியாணம் பண்ணிண்டு, தனிக்குடித்தனம் வச்சுட்டார்.”

“தனிக் குடித்தனம் வக்யணுமா சார்?”

“பின்னே என்ன பண்றது? இவர் கலியாணம் பண்ணிண்டு பெண்டாட்டியை அழச்சிண்டு வரார்னு தெரிஞ்சுது. ‘ஓய், நடந்துது நடந்துட்டுது. ஒரு ஆரத்தியைக் கரைச்சு வைக்கச் சொல்லும். வெறுமே நுழையச் சொல்லப்படாது’ன்னாள் வீட்டிலே குடியிருக்கிற கிழவி. பேஷாச் செஞ்சுப்பிடறதுன்னான் பிள்ளை. ஒரு தட்டிலே சாணியைக் கரைச்சு, பெண்டாட்டியை உள்ளே தள்ளிவிட்டு, தானே ஆரத்தி சுத்திக்கொட்டிவிட்டான். அதிலேர்ந்து பேச்சு வார்த்தை கிடையாது. ஏழாவது நாள் தனிக் குடித்தனம் வச்சுட்டார் மாப்பிள்ளை.”

“நல்ல மாப்பிள்ளை சார்.”

“ஏய், எனக்கு அத்தான் முறை வேணும்டா அவன். பரிகாசம் எல்லாம் ஜாஸ்தி வாண்டாம்.”

“நீங்க வேண்டாம்னு சொல்லப்படாதா சார்? இவ்வளவு கிட்டின உறவாயிருக்கிறபோது” என்றான் பாபு.

“கிட்டின உறவாவதுடா. எங்க அப்பாவுக்குப் பெரியப்பா பெண்ணுக்குப் பிள்ளை இவன். நூறு வருஷத்துக்கு முந்தின சேதியல்லவா கிட்டின உறவெல்லாம்! ரயிலும் பஸ்ஸூம் வரலை அப்ப. கொண்டான் கொடுத்தான் உறவாயிருக்கும். மாப்பிள்ளை வீடு எதிர்ச்சாரியா இருக்கும். இல்லாட்டா அடுத்த ஊரா இருக்கும். அதிகமாப்போனால் அடுத்த தாலூகாவாக இருக்கும். இப்ப மாப்பிள்ளை வீடு டில்லி, பம்பாயீலேன்னா இருக்கு. தொழில்

நாகரிகம்டாப்பா. ஆம்படையான் பெண்டாட்டி சேர்ந்து இருந்தாலே போதும். அண்ணா, தங்கை, அத்தை, அம்மாஞ்சியெல்லாம் கிடக்கட்டும் ... ஆனா இவன் மாத்திரம் எங்கம்மாவிடம் வந்து கேட்டானாம்."

"உங்களுக்கு அம்மா இருக்காளா சார்?"

"ஏண்டா! தாயில்லாப் பிள்ளை மாதிரி இருக்கா என்னைப் பார்த்தா?"

"இல்லே சார், கேட்டேன்."

"கொட்டு மேளத்தோட இருக்கா. இதைப் பாத்தியா?"என்று பையிலிருந்து ஒரு பொடி மட்டையை எடுத்தார் சீதாராமன். "இது அவளுக்குத்தான். சும்மா தாத்தாக்கள் போடற நெய்ப் பொடின்னு நெனைச்சுக்காதே. நல்ல வெள்ளைப் பொடி, கபாலத்திலே ஏறும். எங்கப்பா போடுவர். யதா பர்த்தா ததா ஸதீன்னு எங்கம்மாவும் இதைப் பிடிச்சிண்டா. இப்ப என்னடான்னா நித்தியம் கால் பலம் வேண்டிருக்கு. அவர் இல்லையா! அவர் போடறதையும் சேர்த்துப் போட்டுக்கறா ... அவளுக்கு ஒரு அரைப்பலம் பொடியையும் வாங்கிண்டு யோசனை கேட்க வந்தானாம் சிவசிதம்பரம்."

"சிவசிதம்பரம் யாரு சார்?"

"அவன்தாண்டா – புது மாப்பிள்ளை. திடீர்னு வேறு யார் பேரைச் சொல்லப்போறேன்? குடும்பக் கிளைகளுக்கே வயசானவளா உசிரோட இருக்கிறவ இவதான். இவகிட்ட வந்து யோசனை கேட்டானாம். மனுஷா இல்லாம திண்டாட்டமா இருக்கு. ஒரு பெண்ணைப் பிடிச்சுப் போட்டுடலாம்னு பார்க்கறேன்னானாம். நாலு நாழி சுத்திச் சுத்திப் பேசிவிட்டு உனக்கென்னடா மனுஷா இல்லே? தசரத மகாராஜா மாதிரி பிள்ளை இருக்கான். பெண்ணும் சாது. நன்னாக் கிடந்து அலையறேன்னாளாம், எங்கம்மா. இவர்கள் மனுஷாளாப் படலை இவனுக்கு. அதெல்லாம் ஒண்ணும் இல்லே. டிப்டி கலெக்டரோட எங்கேயோ காம்புக்குப் போயிருக்கிறபோது, ஒரு கிராமத்திலே பார்த்திருக்கான் இந்தப் பெண்ணை. அடிச்சான் பிரைஸ் ... சரி, இறங்கு" என்றார் சீதாராமன்.

ஓடம் கரை தட்டிவிட்டது. அம்மாசி முளையில் கட்டினான். எல்லோரும் இறங்கினார்கள்.

"எல்லாத்துக்கும் அதிர்ஷ்டம் வேணும்டாப்பா" என்று சொல்லிக் கொண்டே நடந்த சீதாராமன், "டிபன் ஆயிடுத்தாக்கும்" என்று எதிர்ப்பட்ட தமிழ்ப் பண்டிதரிடம், "உமக்கென்னய்யா, வெற்றிலை முதல்கொண்டு சுண்ணாம்பிட்டுச் சுருட்டி வந்துடறது. ஏன் கருடான்னு கேக்க மாட்டீரோ" என்று சொல்லிக்கொண்டே, அவரோடு பேச நின்றுவிட்டார். பாபுவும் ராஜமும் வகுப்பிற்குப் போனார்கள்.

பாபுவுக்குக் கொஞ்சம் ஏமாற்றம்தான். எல்லாம் சொல்லிவிட்டு, பெண் யார், பெற்றோர்கள் யார், ஒன்றும் சொல்லவில்லை அவர்.

இனிமேல் நாமாகப் போய் அந்தப் பேச்சை எடுப்பதா . . ? "உனக்கென்ன இவ்வளவு அக்கறை?" என்கிற மாதிரி விஷமமாக ஏதாவது கேட்டு வைத்தால் . . ?

கவலை வேறு பிடுங்கித் தின்றது. தலைமை குமாஸ்தா இவருக்கு உறவாம். அந்தக் கடுதாசி விஷயம் தெரிந்து, பரவி, இவர் வரையில் எட்டினால்? தனிப் பிரியத்துடன் பழகுகிறார் இவர். இந்த சனியன் பஸ் நிற்காவிட்டால், நேரத்துக்கு வந்திருந்து, பத்தரை மணிக்கே காலேஜுக்கு வந்திருக்கலாம் . . . நமக்குத்தான் என்ன அவசரம்! எழுதாமல் அடக்கிக்கொண்டிருக்க முடியாதா? குடுகுடுவென்று மனசில் தோன்றியவுடன் எழுதி எறிந்துவிட வேண்டுமா . . ? வயிறு மீண்டும் மொலமொலவென்றது.

"இன்னும் கால்மணி இருக்கேப்பா. இப்படி உட்கார்ந்துவிட்டுப் போகலாமே" என்றான் ராஜம்.

பாபுவுக்கு உற்சாகம் இல்லை.

"ச . . . ரி" என்று இழுத்து பலா மரத்தடியில் உள்ள பெஞ்சில் உட்கார்ந்து, கை எட்டில் தொங்கின ஒரு அரும் பலாப் பிஞ்சை, பால் வடியும் பிஞ்சை ஒடித்துக் கடித்தான்.

"கருப்பண்ணா கிளம்பறதுக்குத் தயாராக நிற்கிறாரே" என்றான் ராஜம்.

தினந்தோறும் பிற்பகல் சிற்றுண்டி வேளைக்கு, அக்கரையிலிருந்து நாலு நாய்கள் காலேஜுக்கு வருகிற வழக்ககம். நாலும் நீந்தித்தான் வரும். அக்கரையில் சிறிது தூரம் மேற்கே தள்ளி ஆற்றில் இறங்கி, நீந்தி, காலேஜில் ஏதாவது ஒரு படித்துறையில் ஏற, பையன்கள் எறியும் டிபன் மிச்சங்களைச் சாப்பிட்டுவிட்டு, மறுபடியும் நீரில் இறங்கி நீந்தி நூறு கஜம் கிழக்கே தள்ளி ஆஸ்பத்திரி அல்லது கலெக்டர் ஆபீஸ் படிக்கட்டில் கரையேறிச் சென்றுவிடும். கருப்பண்ணா சாப்பாடு முடிந்து , படிக்கட்டில் கீழ்ப்படியில் இறங்கத் தயாராய் நின்றுகொண்டிருந்தது.

"கருப்பண்ணா" என்று கூப்பிட்டான் ராஜம். குரலைக் கேட்டு ஓடிவந்தது அது. வாலைக் குழைத்தது இரண்டு பேரையும் பார்த்து.

"எங்கே மல்லாரி, குண்டப்பா எல்லாரும்?"

கருப்பண்ணா பதில் சொல்லாமல் முகத்தைப் பார்த்தது.

"இந்தா" என்று ராஜம் ஏழெட்டு பிஸ்கத்தைத் தூக்கிப் பிடித்ததும், எம்பிக் கவ்விக் கருமுருவென்று மென்று விழுங்கிவிட்டு, அவனைப் பார்த்துக்கொண்டே நின்றது அது.

"த்தா, போ, தீர்ந்து போச்சு" என்றவுடன் பெருநடையாக நடந்து ஆற்றில் இறங்கிற்று. ஆஸ்பத்திரி வார்டுகள், தாலூகாக்

கச்சேரி என்று இன்னும் பல இடங்களுக்குப் போயாக வேண்டும் அதற்கு. கூடவரும் மல்லாரி, குண்டப்பா, கேபிரியல் மூன்றும் முன்னாலேயே போய்விட்டன. தலையை நீர் மட்டத்தின்மேல் நிமிர்த்தின வண்ணம் அது நீந்திக்கொண்டே கரையேறி, மேல்நின்று ஒரு தடவை சிலிர்த்துவிட்டு கச்சேரிக் கட்டிடங்களுக்குள் மறைந்தது. ஆறு வழிந்து ஓடிக்கொண்டிருந்தது.

"என்ன நெஞ்சுரப்பு! என்ன நம்பிக்கை!" என்றான் ராஜம். பாபு பதில் சொல்லவில்லை.

"நாமெல்லாம் இவ்வளவு பயங்கொள்ளிகளாக இருக்கிறோமே" என்றான் ராஜம்.

"அது மாதிரி தைரியம் நமக்கு இருந்தால்?"

"தைரியமாயிருக்க நம்மை யார் விடறா? வாத்தியாரைக் கண்டால் பயம், அப்பாவைக் கண்டால் பயம், மேலதிகாரியைக் கண்டால் பயம், ஊரைக் கண்டால் பயம். பயப்படச் சொல்லித்தானே நமக்கு எல்லாப் பாடமும் நடக்கிறது."

பாபு பேசாமலிருந்தான். அவனுக்கு நடுக்கம் நீங்கவில்லை.

முதல் மணி அடித்தது. இருவரும் எழுந்தார்கள்.

அங்கங்கே மரத்தடிகளிலும் வராந்தாவிலும் நின்றிருந்த மாணவர் குழுக்கள் வகுப்புகளில் நுழைந்தன.

மூன்று நிமிஷம் கழித்து காலைப் பின்னிப்பின்னி, கோதண்ட ராம அய்யங்கார் வந்து உட்கார்ந்தார். அவர் வகுப்பு வழக்கம்போல் தூங்கி வழிந்தது. ரங்கநாதன் ஹாவ் என்று கொட்டாவி விட்டான். ஆரோக்கியசாமி கோதண்டராம அய்யங்காரை வெறித்துப் பார்த்துக் கொண்டிருந்தது கண்ணைச் செருகும் நித்திரையை விரட்டத்தான். வைத்தீச்வரன் வாயை மூடி மூடிக் கொட்டாவியைத் தின்று கொண்டிருந்தான். பாபு, நோட்டின் ஒரு பக்கத்தில் நூறு தலைபோல் வரைந்து, மனிதர்களில் இருப்பதுபோலவே சித்திரத்திலும் ஒவ்வொரு முகமும் இன்னொன்றிலிருந்து வேறுபட்டிருக்கும் விந்தையைக் கண்டு வியந்துகொண்டிருந்தான். தேவநாதன் டெஸ்கில் தலை வைத்துப் படுத்திருப்பதைக் கண்ஜாடையும் சிரிப்புமாக சொக்கலிங்கத் திற்குக் காட்டுவதில் சேதுராமனுக்குப் பொழுதுபோயிற்று. நல்ல பிள்ளைகள் சிலர், புஸ்தகத்தைப் பார்த்து வரியும் வரியும் சவாரி செய்வதைப் பார்த்துக்கொண்டிருந்தார்கள். வெங்கடராமனின் கண், மணிக்கொடியில் லயித்திருந்தது. ராஜமும் இன்னும் இரண்டு மூன்று பேரும்தான் கோதண்டராம அய்ங்கார் திணறித் திணறிப் பேசுவதைப் பொறுமையோடு கேட்டுக்கொண்டிருந்தார்கள். இரண்டா வது பெஞ்சில் ஒரு பொடி மட்டை வடகோடியிலிருந்து தென் கோடியில் உள்ள ஷேக்முகம்மதை நோக்கிக் கை மாறி மாறிப் பிரயாணம் செய்தது.

திடீரென்று ஒரு சிரிப்பு; கோதண்டராமய்யங்கார்தான்.

"காலிபானுக்கும் நகைச்சுவை உண்டு என்று நமக்குத் தெரிவிக்கிறது, இல்லையா?" என்று ஒரு வினாவாகச் சொன்னார் அவர்.

சொக்கு இரைந்து சிரித்தான். அந்தத் தனிக்குரல் சிரித்ததைக் கேட்டு எல்லாரும் அவன் பக்கம் திரும்பினார்கள். ஆரோக்கியசாமி மடேர் மடேர் என்று தூங்கி விழுந்ததைக் கண்டு இரைந்து சிரிக்க முடியாமல் தவித்த சொக்குக்கு, ஆசிரியரின் சிரிப்பு இடம் கொடுத்தது.

அவனுக்காவது அனுபவிக்கத் தெரிந்ததே என்று அய்யங்காருக்குத் திருப்தி முகத்தில், ஒரேயடியாக மலர்ந்துவிட்டது.

"நீ என்ன நினைக்கிறாய்?" என்று அவனைப் பார்த்துக் கேட்டார்.

"கண்ணீர் கலந்த ஹாஸ்யம் அல்ல இது. காட்டுமிராண்டியின் ஹாஸ்யம்" என்று எங்கேயோ கேட்டதை, என்னமோ ரொம்ப கவனித்து வருவதுபோல பளிச்சென்று சொன்னான் சொக்கு.

ஒரு நிமிஷம் கழித்து "நீ கெட்டிக்கார ராஸ்கல்டா, பி.ஏ. பெயில் ஆனதும் சட்டசபையைப் பார்க்கத் தொலை" என்று ராஜம் நோட்டில் எழுதி, சொக்குவிடம் நீட்டுவதைப் பார்த்தான் பாபு.

இந்தச் சிறு பரபரப்பில் வகுப்பிலேயே பொதுவாகச் சிறிது தூக்கம் கலைந்தது.

மணி அடித்ததும் 'அப்பாடா' என்று எல்லோரும் வெளியே எழுந்தார்கள். சரித்திர மாணவர்களுக்கு அடுத்த ஒரு மணி ஓய்வு. வீட்டுக்குப் போனாலும் போய்விடலாம். பாபுவுக்கு அப்படித் தானிருந்தது.

"கானோவை இறங்கி ஒரு ட்ரிப் போய்விட்டு வந்துடலாம்பா" என்றான் ராஜம்.

பாபுவுக்குப் படகு தள்ள மனமில்லை. இருந்தாலும் அவன் இஷ்டப்படிக் கேட்டுவிட்டால், தனியாக அறைக்குப் போகலாம்; அப்புறம் யமுனாவையும் பார்த்துச் செய்தி சொல்லி வரலாம் என்று திட்டமிட்டுக்கொண்டே சம்மதித்தான். இருவரும் உடற்பயிற்சி ஆசிரியரிடம் போய்ச் சாவியை வாங்கித் துடுப்பு அறையைத் திறந்து, இரண்டு துடுப்புகளை எடுத்து வந்து அகலப் படகின் வளைவில் மாட்டினார்கள்.

"ராஜம், நான் இன்னிக்கி சுக்கான் பிடிக்கிறேன். நீ துடுப்புப் போடு" என்று பாபு படகின் முனையில் உட்கார்ந்து விட்டான்.

"ஏன், சிரமமாயிருக்கா?"

"ஆமாம்."

"நானாவது அய்யங்கார் க்ளாசிலே பாதி கவனிச்சேன். நீ மாமாங்கக் கூட்டம் போடறாப்போலத் தலையாப் போட்டுண்டு இருந்தியே" என்று சொல்லிக்கொண்டே துடுப்பை வளைத்தான் ராஜம்."

"தலை போடாமல் என்ன பண்றது? இவர் தலையைப் பார்க்கா மலே இவருக்கு உத்தியோகம் கொடுத்து எண்ணூறு ரூபா சம்பளத்தைக் கொடுத்திண்டிருக்கான் சர்க்கார்லே."

"நம்ம தலையெழுத்து இப்படி ஆச்சேன்னு தலையாப் போட்டி யாக்கும்?"

"அது ஹாஸ்யம் அனுபவிக்கிறதும், முக்கறதும் முழுங்கறதும் – ராம ராமா, காலேஜுக்குன்னு ஆள் போடறான் பார் – பிஞ்சராப் போல் மாதிரி."

"சீதாராமன் மாதிரி சிம்மங்கள் இருக்கறபோது இந்த மாதிரி ஒரு ஆடும் வேண்டாமோ?"

"இதென்ன 'ஸூ'வா?"

இரண்டு பேரும் சிரித்தார்கள்.

"என்ன ராஜம், மாசம் காத தூரம் போவாய் போலிருக்கே."

"ஏன், அவசரமோ?"

"அவசரம் ஒன்றுமில்லை. இவ்வளவு மெதுவாப் போறியேன்னேன்."

"உனக்கு உட்கார்ந்திருக்கிறதே சிரமமாயிருக்காப்போலிருக்கு."

"ஆமாம்பா . . . என்னமோ, தூக்கம் தூக்கமா வரது."

"அப்பன்னா நீராழி மண்டபம் வரையில் போக வேண்டாமே. பாலத்தோடு திரும்பிடறது."

"திரும்பிவிடலாம். போய்ப் படுத்து ஒரு தூக்கம் போடணும்."

"காலமே வேறே ஒரு மணி நேரம் பஸ்ஸு தள்ளியிருக்கே வெயில்லே. இப்ப அய்யங்காரால் அலுப்பு."

சிறிது தூரம் சென்றதும், "என்ன முன் ஜன்னலைத் திறந்துவிட்டு வந்திருக்கே" என்று பாபுவின் அறையைப் பார்த்துக் கேட்டான் ராஜம்.

"திறந்தா என்ன?"

"ஒரே தூசியை வாரியடிக்கிறதே ரோடு."

"அதுக்குத்தான் ஒரு ஆள் போட்டிருக்கே பெருக்கவும் தட்டவும்."

"பாபு, நான் ஒண்ணு கேக்கறேன். நேரே பதில் சொல்லுவியா?"

"என்ன?"

“நாலஞ்சு நாளாகவே சுரத்தா இல்லியே நீ, ஏன்? என்னமோ மாறியிருக்கிறாற் போல இருக்கு உன்னைப் பார்த்தா.”

“நானா மாறியிருக்கேன்! நானா?”

“நீயான்னு ஏன் ஆச்சரியப்படறே? நீ என்ன மாறக் கூடாதா?”

“எனக்கு ஒண்ணும் தெரியலியே.”

“சும்மா மழுப்பாதே. உனக்குத் தெரியாமல் இருக்காது.”

“ஒன்றும் மழுப்பவில்லை. எதானும் இருந்தால்தானே மழுப்பணும்.”

“இல்லெ. நீ என்னமோ அவஸ்தைப்படறே?”

“ஏதாவது இருந்தா உங்கிட்ட கூடவா சொல்லமாட்டேன்!”

“நீ பார்க்கறது, வேதனைப்படறது, சாப்பாடு இல்லாமல் துஷ்யந்தன் மாதிரி இளைக்கிறது – இதெல்லாம் இப்ப நடந்திண்டிருக்கேன்னேன்.”

“வயசு இருபது முடியலே, இப்ப என்ன அவசரம் இதுக்கெல்லாம்?”

“இன்னும் வயசாகலே பாபுவுக்கு, அப்புறம் பார்த்துக்கலாம்னு வாசற்படியிலேயே இதெல்லாம் நிற்கும்னு நினைக்கிறியா?”

“நான் ஒண்ணுமே நினைக்கலே.”

“ம்... சரி, சொல்லாட்டா போ.”

“நீயாவது ரண்டு மூணு வயசு பெரியவன்...”

“அப்படின்னு சொல்லி, நான் சொன்னதையெல்லாம் என் மேலேயே திருப்பலாம்னு பார்க்கிறியாக்கும்.. நான் ஆகாசத்தைப் பார்த்துண்டு, ஒன்றிலும் மனசு செல்லாமல் உட்கார்ந்திருக்கவில்லையே இப்ப.”

பாபு பதில் சொல்லவில்லை. ராஜமும் விட்டுவிட்டான்.

நாணல் காட்டைத் தவழ்ந்து கடக்கு கடக்கென்று ஓசை எழுப்பிக்கொண்டே படகு நகர்ந்துகொண்டிருந்தது. பாபு நீரில் ஒரு உள்ளங்கையைத் தொங்கவிட்டு சூன்யமாகப் பார்த்துக் கொண்டிருந்தான். பழைய பாலத்திற்கு முப்பது கஜம் முன்னாலேயே சுக்கானைத் திருப்பினான். ஓடம் ஆற்றின் குறுக்கே நகர்ந்து, தெற்குக் கரைக்கு வந்ததும், கிழக்கு நோக்கித் திரும்பிற்று. ராஜம், ஓடுகிற திசையில் தானாகப் போகட்டுமென்று துடுப்பை விட்டுவிட்டான்.

“ஏன் ராஜம், களைச்சுப் போச்சா?”

“உள்ளங்கை கொப்புளிக்கிறது. ஒரு வாரமாச்சு துடுப்பைத் தொட்டு” என்று உள்ளங்கையை மல்லாத்திப் பார்த்தான். பாம்பு விரலடியிலும் ஆள்காட்டி அடியிலும் கொப்புளம் கண்டிருந்தது.

"பள்ளிக்கூடப் படிப்பு முடிந்தவுடனே உங்கப்பா சொல்கிறாற் போல பாட்டுப்பாடப் போயிருந்தா, இந்த மாதிரி 'கானோ' விட முடியுமா, பாபு? வேறு எந்தக் காலேஜ் பையனுக்கும் கிடைக்காத பாக்யம் இது. இவ்வளவு தண்ணிக்கு நடுவிலே, இந்த நிழல்லேயும் நாணல்லியும் உரசிண்டு போறபோது, எனக்கு வேறு ஏதோ லோகத் திலே உலவறாப்பல இருக்கு" என்று ராஜம் மாய்ந்து போனான்.

ஆற்று வெள்ளத்தின் பச்சை கலந்த காவி, மாலை வெயில், ஒரு சொட்டு மேகம் இன்றி ஒரே நீலமாகக் கவிந்திருந்த வானம், அதில் அங்குமிங்கும் உயரத் திரிந்த கழுகுப் புள்ளிகள், ஆற்றோரத்து அடர்ந்த பச்சை – எல்லாம் இருவரையும் சிறிது நேரம் பேச்சோயச் செய்தன.

காலேஜ் இன்னும் முடியவில்லை. படகைக் கரையில் கட்டி விட்டு, இருவரும் கரையேறி, வேட்டியைக் கட்டிக்கொண்டு அம்மாசிக்கு நல்ல வார்த்தை சொல்லிப் பரிசிலைக் கிளப்பினார்கள்.

வீட்டின் முன் பிரியும்போது, "ராத்திரி வறியா பாபு, அப்பாவைப் பார்க்கணும்னியே" என்றான் ராஜம்.

"வரேன். எட்டு எட்டரை மணிக்கு வரேன்" என்று பாபு, அவன் போவதைச் சிறிது நேரம் பார்த்துவிட்டுத் திரும்பினான்.

அடுத்த வீடு சாத்தியிருந்தது. ஆனால், அலிகார் பூட்டைக் காணவில்லை. அதற்குள்ளா தலைமை குமாஸ்தா வந்துவிட்டார்! அவர் பெயர் என்ன? சிவசிதம்பரமா? ஆமாம்.

பாபு அறையைத் திறந்து மொட்டைமாடிக் கதவையும் திறந்தபோது... யாரும் இல்லை. இந்த மாடியும் மொட்டையாகத்தான் கிடந்தது. சுண்டைக்காய் சுற்றிய காகிதக் கசக்கல் ஒன்றும் இல்லை.

சட்டென்று அந்த ஜன்னலில் முகம் தெரிந்தது. அந்த முகம்தான். அவனைப் பார்த்து ஒரு கணம் நின்றுவிட்டு, உள்ளுக்கிழுத்துக் கொண்டது. என்ன அர்த்தம் என்று தெரியவில்லை. பயமா, அபயமா தெரியவில்லை. கால் மணி நின்று பார்த்தான். கொல்லை நெட்டிலிங்கத் தோப்பிலும் மாமரங்களிலும் ஒலிக்கும் புள்ளோசை கள்தான் கேட்டன. காவேரி நிதானமாக ஓடிக்கொண்டிருந்தது. வயிற்றில் உட்கார்ந்திருந்த பாரம் குறையவில்லை.

பாபு தெய்வத்தை வேண்டிக்கொண்டே கதவைச் சாத்தி அறையைப் பூட்டிக்கொண்டு கீழே இறங்கினான். சற்று வாசலில் நின்று கிழக்கே பார்த்தான். அடுத்த வீட்டு வாசலில் அலிகார் பூட்டைக் காணவில்லை. சிவசிதம்பரம் வந்துவிட்டார் போலிருக்கிறது. எது வேண்டுமானாலும் நடந்துவிட்டுப் போகிறது என்று, வணங்கும் தெய்வத்தின் மீது பாரத்தைப் போட்டு, மனது ஏதோ பாட்டை முனக, மேற்கு நோக்கி நடந்தான்.

தி. ஜானகிராமன்

மடத்துத் தெருவில் கொலுக்கடைகளை ஒவ்வொன்றாகக் கட்டிக்கொண்டிருந்தார்கள். வைக்கோலையும் காகிதங்களையும் போட்டுச் சுற்றிக் கூடையில் வைத்திருந்த பொம்மைகள், பிரயாணத் திற்குத் தயாராகக் காத்திருந்தன.

15

துக்காம்பாளையத் தெருவில் திரும்பி யமுனாவின் வீட்டை அடையும்போது கொஞ்சம் பாரம் குறைந்துவிட்டிருந்தது. வாசல்படி ஏறும்போது புதிதாக ஏதோ குரல் கேட்டது. ஆண் குரல்தான். சுப்ரமண்யம் இல்லை. மராட்டியில் அந்தக் குரல் பேசிக்கொண் டிருந்தது. சற்று நின்ற கவனித்தான் பாபு. சாமிராவ் குரல் மாதிரி இருந்தது. இவன் எங்கே வந்தான் இந்த சமயத்தில்? படபடவென்று வந்தது பாபுவுக்கு. பளார் பளார் என்று அறைந்தால் எப்படி இருக்கும்? அறைய முடியுமா? நாலு வார்த்தையாவது ஆத்திரம் தீரச் சொன்னாலாவது அடங்கும் . . . இல்லை . . . திரும்பிப் போய் விடலாமா? . . . ஒரு விநாடி தயங்கினான் அவன்.

"யாரு? – அட, ஆயுசு நூறுதான்" என்றாள் யமுனா உள்ளே இருந்து.

"அட, நீங்களா! வாங்க சார்!" என்றார் சாமிராவ். பீரோக் கண்ணாடியில் போகிற போக்கில் பார்த்துக்கொண்டே ஊஞ்சல் பலகையில் உட்கார்ந்தான் பாபு.

"சார் எப்ப வந்தார்?"

"நான் வந்து அரைமணியாச்சு சார்."

"முக்கியமான நாளெல்லாம் விட்டுவிட்டு இன்னிக்கு எங்கே இப்படி அபூர்வமா?" என்று குரல் வறளக் கேட்டான் பாபு.

"அந்த ஆளு எழுதியிருந்தாரு?"

"எந்த ஆளு?"

"கோயம்புத்தூரிலேர்ந்து."

"அவர்தான் ஆளா? ஆள்தான். வாஸ்தவம். ஒரு மண்வெட்டியும் அரிவாளும் கையிலே கொடுக்க வேண்டியதுதான்."

"என்ன?"

"நல்ல ஆசாமியைப் பார்த்து அனுப்பிச்சீரையா! ஏதாவது ஒத்தாசை பண்ணுன்னா மதுரைவீரன் மாதிரி ஒரு காட்டுப் பயலை அனுப்பிச்சீரே. நீராவது கூட வந்தீரா? நட்டாத்திலே இறக்கிவிட்டுட்டு எப்படியாவது பார்த்துக்கட்டும்னு இருக்கறவங் களைத் திண்டாட விட்டுட்டுப் போயிட்டீரே."

பார்வதி வாயடைத்துவிட்டாள்.

"இனிமேல் இந்த மாதிரி நடக்காது. இன்னும் ஒரு மாசத்துக் குள்ளார நான் அயனான வரனா ஒண்ணு ஸெட்டில் பண்ணி, நானே கல்யாணத்தை இருந்து நடத்திவச்சு விடறேன்" என்றார் சாமிராவ்.

"நீர் என்ன நடத்தறது? நீர் வாயை மூடிண்டு பேசாம இருந்து, இருக்கிறவாளுக்கு அவமானத்தை வாங்கி வைக்காம இருந்தாலே போதும். உம்ம வாய் வார்த்தை எல்லாம் உம்ம வியாபாரத்திலே உபயோகப்படுத்தி லாபமடையும். இந்த மாதிரி நல்ல மனுஷாளை நோக அடிக்கப் பிரயோகிக் வேண்டாம்."

"சார், இந்த மாரி வார்த்தைகளை நான் யார் கிட்டேயும் கேட்டதில்லே சார் . . . வைத்தி பிள்ளையா இப்படிப் பேசறீங்க? பரம சாதுவாச்சே அவர்."

"ஓய், நீர் விஷயத்தை விட்டுட்டு மரியாதை எல்லாம் பேசிண்டிருக்கீர். யமுனா கல்யாணத்துக்கு நீர் ஒண்ணும் அலைய வேண்டாம். நீங்க இவ்வளவு தூரம் பண்ணினதுக்கு, இனிமே இதிலெ தலையிடாம இருக்கிறதுதான் பிராயச்சித்தம் . . . சரிம்மா . . . நான் போயிட்டு வரேன். கொஞ்சம் அவசரமாப் போக வேண்டியிருக்கு" என்று கிளம்பினான் பாபு.

"என்னது, இப்பதானெ வந்தே?"

"போறபோத எட்டிப் பார்க்கலாம்னு வந்தேன். நாளைக்கு வர்றேன்" என்று எழுந்தான்.

"எல்லாம் போகலாம், இரு" என்று யமுனா காபியைக் கொண்டு வந்தாள்.

"சாருக்கு என்னைப் பார்த்தவுடனேயே கோபம் வந்திடிச்சு. இன்னும் அடங்கலே. அந்த ஆளு ஒரு தினுசான ஆளுதான். நான் வராததும் தப்புதான். இருந்தாலும், இப்படி இடக்குப் பண்ணுவன்னு யார் கண்டா? அவனும் எங்க ஜாதியிலெ கொஞ்ச பேர்லெ ஒருத்தனா காலேஜுக்குப் போய், நாலு எழுத்து வாசிச்சு, உத்தியோகமாகவும் இருக்கானேன்னு பார்த்தேன், இப்படி உதைக்கிற குதிரைன்னு எனக்கும் தெரியலே."

"நீங்க முன்னால் சொல்லியிருக்கணும் எல்லாம். உங்களுக்கும் பின்னால்தானே தோணுறது."

"முதல்லே ஆளைப் பார்க்கறப்பொ அப்படித் தெரியலெ. நீங்க முதல்லெ பார்த்தீங்களே, ஏதாவது தெரிஞ்சிச்சோ? அப்பறம் திரும்பிப் போறப்பதானே, ஆள் நாய்வேஷம் போட்டுக்கிட்டான்."

"த்ஸ்" என்று சற்று ஆமோதிக்கிறாற் போலத் தலையாட்டினான் பாபு.

"காபி ஆறுது" என்றாள் யமுனா.

"சாப்பிடு பாபு. அக்கா ஏதாவது சொல்லிச்சா" என்று கேட்டாள் பார்வதி.

சிறிது மௌனத்திற்குப் பிறகு, "நான் வராதது, அவன் கிட்ட முன்னாடியே சொல்லாதது, எலலாம் தப்புதான். அந்தத் தப்புக் கெல்லாம் சேர்த்து ஈடுபண்ணிவிடறேன். நல்ல பஸ்ட் கிளாஸ் வரனாப் பார்த்து, இருந்து கலியாணத்தை நடத்தி வச்சிடறேன்" என்றார் சாமிராவ்.

பாபு வாயை அடக்கிக்கொண்டான்.

"சரிதானே சார்?"

"ரொம்ப நன்றி."

"என் கலியாணத்துக்கு எத்தனை பேர் தலைப்பொறுப்பா அலையறாங்க பாத்தியாம்மா?" என்றாள் யமுனா.

"பின்னே எங்களுக்கில்லாம யாருக்கு இருக்கும்... உங்கப்பாவானா சீக்காப் படுத்துட்டுக் கிடக்கிறாரு. நாங்கதானே அலையணும்?"

"சீக்கா? என்ன சீக்கு?" என்று பார்வதியைபாயைப் பார்த்தான் பாபு.

"இப்ப என்னமோ நாலஞ்சு நாளா ஜூரமாப் படுத்திருக்காங் களாம்" என்றாள் பார்வதி.

"அடிக்கடி கால் கையெல்லாம் பிடிச்சக்கிட்டாப்பல படுத்திடறாரு... கீல் வாயு மாதிரி. அலையக்கிலைய முடியாது" என்றார் சாமிராவ்.

"இப்ப என்ன ஜூரமாம்?"

"எதோ வாயு சம்பந்தம்கிறாராம் டாக்டரு. இன்னிக்கி லெட்டர் எளுதியிருக்குறான் மூத்த பிள்ளை. போய்ப் பார்த்துட்டு வரலாம்னு பார்க்கறோம்."

"ஊர்லேதானே. இருக்கார்?"

"ஊர்லேதான். தஞ்சாவூர் வீட்டைத்தான் காலி பண்ணியாச்சே."

"இங்கே நடந்ததெல்லாம் அவருக்குத் தெரியுமோ?"

"நான் எழுதினேன். அதுக்கு ரண்டுநாள் முன்னாடியே ஜூரமாம். கவலைப்பட வேண்டாம்னு எளுதியிருக்கான் அவன்."

சாமிராவ் வாசலில் இறங்கிப்போனதும், மறுபடியும் ஊஞ்சலில் வந்து உட்கார்ந்து கொண்டான் பாபு.

"எங்கேயோ அவசரமாப் போறேன்னியே! எங்கே?" என்று கேட்டாள் யமுனா.

பாபு சிரித்து விட்டான்.

"அதுக்கு எத்தனையோ ஜோலி" என்றாள் பார்வதி.

"எனக்கு ஒரு ஜோலியும் இல்லை. இந்த மனுஷனோட ஏதாவது வாய் வளந்துடப் போறதேன்று பயந்துண்டுதான் சொன்னேன் ... நல்ல வேளையா நீங்க காப்பாத்தினேள்."

"அப்பா, அம்மா, அக்கா எல்லாரும் சௌக்யந்தானே?" என்றாள் யமுனா.

"எல்லாரும் சௌக்யம். இன்னும் நாலு நாள்ளே நெல்லு அனுப்பறேன்னு சொன்னார், அப்பா."

"ம் ... விளைச்சல் எப்படியாம்?"

"சுமார்தான். தாளடிக்காவது எலிவெட்டு அதிகமா இல்லாம இருக்கறதுக்காக, வில்லு, மருந்து எல்லாம் வாங்கி வச்சிருக்கார் அப்பா."

"வில்லா? எலியை அடிக்கிறதுக்கா?"

"வில்லுன்னா ராமன் விடற வில்லு இல்லை. வில்லு மாதிரி இருக்கும். அதிலே பண்டம் வச்சிருக்கும். எலி வாயை வச்சுதுன்னா மாட்டிக்கும்."

"எலிப் பொறியா?"

"அந்த மாதிரிதான். மருந்து வேறே அடிக்கச் சொல்லியிருக் காராம்."

"உங்கப்பாவுக்குச் சிரமம்தான் ..."

எலிகளுக்கும் சிரமம்தான். நாம சாப்பிடறதுக்காக எலிகள்ளாம் சாக வேண்டியிருக்கே" என்றாள் யமுனா.

"யாராவது ஒருத்தர்தானே சாப்பிடணும்?"

"எலி, மனுஷா எல்லாரும் நிறைய சாப்பிடும்படியா விளையப் படாதா?"

"அதுக்கு நீ போய்தான் விவசாயம் பண்ணணும்."

"பண்றேன். அதுக்குள்ளாறதான் எனக்குக் கலியாணம் பண்ணிப் பிடறேன் பண்ணிப்பிடறேன்னு கச்சைக் கட்டிட்டு நிக்கறாங்களே எல்லாருமா!"

"அவளுக்குக் கலியாணத்தைப் பத்தியே பேசணும் போலிருக்கு. எப்படியாவது பேச்சை அங்கே கொண்டு வந்துடறா."

"கலியாணம் ஆகிற பாடாக இல்லை. பேசியாவது சந்தோஷப் படப்படாதா?" என்றாள் யமுனா.

சற்றுக் கழித்து பாபு கேட்டான்: "ஊருக்கு மாமாவைப் பார்க்க எப்ப போறதாக எண்ணம்?"

"மூத்தவன் எழுதியிருக்கிறான், கவலைப்பட வேண்டாம்னு. வரச்சொல்லி கிரச்சொல்லி ஒண்ணும் எழுதலெ. நான்தான் போயிட்டு வரலாமான்னு பார்க்கிறேன். ஜம்னாவை அழைச்சிக்கிட்டு. சாதாரண ஜுரமாத்தான் இருக்குன்னு எழுதியிருக்கிறான். ரத்தக் கொதிப்பாமே, அது கொஞ்சம் உண்டு அவருக்கு. நாலஞ்சு வருஷமா இருக்கு. இதோடு கீல்வாயு வேற. சித்தெ அலஞ்சா படுத்துக்கிடறாரு. அதான் எனக்குக் கவலையா இருக்கு" என்று பார்வதி சொன்னபோது, அவள் முகத்தைப் பார்க்க முடியவில்லை. பயத்திலும் கவலையிலும் அவள் உள்ளம் சாம்புவது கண்ணில் தெரிந்தது.

"கிட்டப்போய் செஞ்சு போடலாம்னா, நமக்கு லபிக்கலெ" என்று உஷ்ணமாகப் பெருமூச்சு விட்டாள். குரல் கரகரத்தது. அழுதுவிடுவாள் போலிருந்தது.

"என்னமோ, ஸ்வாமிதான் காப்பாத்தணும். நானும் கோயிலுக் கெல்லாம் வேண்டிக்கிட்டுதான் இருக்கிறேன்."

"என்ன வேண்டிண்டிருக்கேள்?"

"வியாதி வக்கை இல்லாம இருக்கணும்னுதான்."

"எந்த ஸ்வாமிக்கெல்லாம்?"

"எல்லாருக்கும்தான். வைதீச்வரன் கோயில் தஞ்சாவூர் மாரியம்மன் – எல்லாம்தான்."

"அப்படியே யமுனா கலியாணத்துக்கும் வேண்டிக்கப் படாதா?"

"என் கல்யாணத்துக்குத்தானே? அது ஒரு சாமி பாக்கியில்லே. அதுக்கெல்லாம் செய்யற செலவு வேற இருக்கு. கலியாணச் செலவுக்கு மேலே ரட்டைச்செலவு அதுக்கு இருக்கு."

"என்னது ரட்டைச் செலவா! கலியாணச் செலவைப் போலவா!"

"ஆமாம். திருப்பதி, திருக்கழுக்குன்றம், குணசேகரம், தஞ்சாவூர் காமாட்சி, வைதீச்வரன் கோயில் – அப்பறம் உங்க ஊர் கிட்ட பெரிய ஆலமரத்துக்கடியிலே சந்தைவெளி அனுமார்னு ஒருத்தர் இருக்குறாராமே – உங்க அக்கா சொன்னா, 'அவருக்கு வேண்டிக்கிங்க, சீக்கிரம் ஆயிடும்னு' அவருக்கும் வேண்டிக்கிட்டிருக்கா அம்மா. ரண்டு வருஷம் ஆச்சு, போதுமா? ரட்டைச் செலவு ஆகுமா இல்லியா கல்யாணத்துக்கு ஆறாப்போல?"

"தேவலையே."

"அப்பறம் நீ, சாமிராவ் எல்லாரும் கங்கணம் கட்டிக்கிட்டிருக்கீங்க."

மோக முள்

"அது சரி, வேண்டிக்காதவ நீ ஒருத்திதான் போலிருக்கு. நீ பேசறதைப் பார்த்தா, உன் தங்கை கலியாணத்தைப் பத்திப்பேசறாப் போல இருக்கு."

"நான் வேற வேணடிக்கணுமா? கலியாணச் செலவு போதா துன்னு... எனக்குக் கலியாணம் ஆகணும்னு வேறே யாராவது வேண்டிப்பாங்களா?" என்று குழந்தை மாதிரி கேட்டாள் யமுனா.

வேலைக்காரி வந்தாள் அப்போது. "சரி, நான் போய்ப் பாத்திரங்கள்ளாம் எடுத்துப் போடறேன்" என்று பார்வதிபாய் எழுந்துபோனதும், பாபு தணித்த குரலில் கேட்டான்.

"யமுனா, நான் ஒன்று கேட்கிறேன். ஒன்றும் வித்தியாசமா நெனைச்சுக்கமாட்டியே."

"நெனைச்சிட்டா என்ன பண்ணுவே?"

"நான் என்ன பண்ண முடியும்?"

"என்ன கேட்கப் போறே?"

"இல்லை. உன் கலியாண விஷயமாப் பேசும்போதெல்லாம் இப்படியே வறட்டுத்தனமாப் பேசிண்டிருக்கியே ஏன்?"

"அது என் இஷ்டம்."

"உன் இஷ்டம்தான். அதான் தெரியறதே. ஏன்னுதானே கேக்கிறேன்?"

"ஏன் இப்படி ஒருத்தி நடந்துக்கணும்?"

"நீ என்னைக் கேட்கறியா?"

"நீ ஏதாவது தெரிஞ்சிண்டிருப்பேன்னு கேட்கிறேன்."

"எனக்குத் தெரியலை."

"ஏன் தெரியலே?"

"இந்த சங்கிலியிலே முட்டிக்கிண்டாத் தெரியுமோ என்னவோ?" என்றான் பாபு சற்று ஆத்திரத்துடன்.

"அதுக்குள்ளேயும் கோபம் வந்துவிட்டதா?"

"கோபம் வரவில்லை. நீ பேசுகிறதைப் பார்த்தாலே இரண்டு கையும் விரிச்சிண்டு கத்தணும் போலிருக்கு."

"எங்கே, கத்து பார்ப்போம்."

"நான் ஏன் கத்தறேன்? எழுந்து போறேன். எனக்கு நாழியாச்சு."

"உட்காரு. அப்புறம் போகலாம்."

"சொல்றதுன்னா சொல்லு உடனே. இல்லாட்டா, நான் எழுந்து போறேன்."

தி. ஜானகிராமன்

"சரி சொல்றேன்... முதல்லெ நான் ஒண்ணு கேக்கறேன். நீ வித்தியாசமா நெனைச்சுக்கமாட்டியே?"

"நெனச்சுக்கலே."

"உனக்கு என்ன வயசு?"

"இருபது முடியப் போறது."

"இவ்வளவுதானா?"

"ஏன்?"

"அதான் இப்படிக் கோபம், ஆற்றாமை எல்லாம் இருக்கு. எனக்கு என்ன வயசு தெரியுமோ உனக்கு?"

"சரியாத் தெரியாது."

"இந்தப் புரட்டாசியோட முப்பது முடிந்துவிட்டது."

"ம்."

"அதனாலெ எனக்குக் கோபம், ஆற்றாமை எல்லாம் அனாவசியமாக வராது."

"சரிதான்."

"கலியாணப் பேச்சிலேயும் எனக்கு அவ்வளவு உற்சாகம் கிடையாது."

"நீ என்ன கிழவியா?"

"உனக்கு எப்படித் தோன்றுகிறது?"

"இருபத்தைந்து வயசு மாதிரி."

"ஐந்து வயசு குறைச்சலாகவா?"

"ஆமாம்."

"அதனாலெதான் நான் ஏன் வறட்டுத்தனமாப் பேசறேங்கறது புரியலையா உனக்கு?"

"எதனாலேயோ! நீ பேசுகிறது விசித்ரமாயிருக்கு."

"நீ கேட்கறதும்தான் எனக்கு விசித்ரமாயிருக்கு."

"நான் சொன்னதையே திருப்பிச் சொன்னா, சரியான பதில் சொன்னாப்போல ஆயிடுமா?"

"பாபூ, உனக்குக் கத்திரிக்காய்த் தொவையல் பிடிக்குமா? பருப்புத் துவையல் பிடிக்குமா?" என்று உள்ளிருந்து குரல் கேட்டது.

"இரண்டும் பிடிக்கும்... எதுக்கு?"

"எதுக்குன்னா? சாப்பிடத்தான்."

"நான் சாப்பிடப் போறேன்னு சொன்னேனா?"

மோக முள்

பார்வதி அருகே வந்தாள்.

"சாப்பிட்டுப் போயிடேன்."

"பரவாயில்லே."

"பாபு இன்னிக்கு அவ்வளவு குஷியா இல்லே" என்றாள் யமுனா.

"அதுக்கு சாமிராவைக் கண்டவுடனே பொசபொசன்னு வந்திட்டாப்போல இருக்கு."

"இல்லே இல்லே. வர்றபோதே தெளிவாக இல்லை" என்றாள் யமுனா.

பாபுவுக்குச் சற்றுத் திகைப்பாகத்தான் இருந்தது.

"அதெல்லாம் ஒன்றும் இல்லை. நான் சாதாரணமாகத்தான் இருக்கேன்" என்று மறித்தான்.

"மூஞ்சியிலே தெரியலியே அது."

திடீரென்று மறைந்திருந்த பயம் அவன் மனதில் மீண்டும் தலையெடுத்தது. மொட்டை மாடியும் காகிதக் கசக்கலும் தலைமைக் குமாஸ்தாவும் அவர் மனைவியும் முன்னே வந்து நின்று, மனதை அலைத்தன. கலவரம் உள்ளே மொலுமொலுவென்று அரித்தது.

"பாட்டி நல்ல டிபனாப் பண்ணிப் போடலியோ?" என்றாள் யமுனா.

"இன்னிக்கி நல்ல டிபன். சுப்பாச்சாரி ஹோட்டலில் ஊத்தப்பம், கமகமன்னு காபி – உங்க வீட்டுக் காபி மாதிரியே நல்ல காபி."

"அப்புறம் எங்க வீட்டுக் காபியும் குடிச்சாச்சு. ஆனால் உத்சாகம் வந்ததாகத் தெரியலியே!"

"காலமே ஊரிலிருந்து வரபோது பஸ் நின்று போயிடுத்து. ஒண்ணரை மயில் தள்ளினோம் எல்லோருமாக. அப்புறம் மத்யானம் க்ளாசிலே தூக்கம் வரும்படியா வாத்தியார் சொல்லிக்கொடுத்தார். நேத்து ராத்திரி வேறு தூக்கமில்லே."

"தூங்காம என்ன பண்ணினே?"

"எதோ ஜபம் கிபம் பண்ணிண்டிருந்தேன்."

"ஏது? தேவலையே. அதெல்லாம் வேறு வச்சிட்டிருக்கியோ?"

"ஏன் என்னைப் பார்த்தா பாஷாண்டி மாதிரி இருக்கா?"

"என்னடி ஜம்னா, தத்துப்பித்துன்னு, எதுக்குத்தான் விளையாடற துன்னு கிடையாதா?"

"விளையாடலே அவ. எனக்கு ஒரு பாடம்தானே அது?"

"என்ன பாடம் பாபு?" என்றாள் யமுனா.

"நான் சொன்னது தப்புதானே?"

தி. ஜானகிராமன்

“பாபுக்கு எதுக்கு எடுத்தாலும் மூக்குக்கு மேலே கோபம் வந்திடுதும்மா.”

“பின்னே எல்லாத்துக்கும் ஏதாவது சொல்லிருட்டிருந்தா நீ?”

“பாபு கோபமா?”

“நான் கோவிச்சுக்கலயே.”

“இல்லை.”

“ராம ராமா.”

“நீ இந்த மாதிரி கோவிச்சுக்கறதுன்னா, நான் வாயைத் தைச்சுப் போட்டுடறேன்.”

“நான் கோவிச்சுக்கலெ. கோவிச்சக்கலெ, கோவிச்சுக்கலே போதுமா?

“இது என்னவாம்?”

பாபு சிரித்தான்.

“நீங்க இவ்வளவு சாதுவா இருக்கேளே . . .”

“உங்க பொண்ணு மாத்திரம் இப்படி இருக்காளேன்னு கேட்கிறியா?”

“சும்மா இருடி ஜம்னா” என்றாள் பார்வதி.

“நான் வரட்டுமா?”

“வா. ஊருக்குப் போறதுன்னா . . . ரண்டு மூணு நாள் கழிச்சுத் தான் போவோம். எல்லாத்துக்கும் நாளைக்கு வாயேன்.”

“முடிஞ்சா வரேன்.”

“நெல் வண்டி எப்ப வரும் பாபு?”

“ரண்டு நாள்ளே வரும்னு சொன்னேனே.”

“நீங்க ரண்டு பேரும் பேசறதைப் பார்த்தா காமன் பண்டிகை லாவணி மாதிரி இருக்கு” என்றாள் பார்வதி.

“நான் எரிஞ்ச கக்ஷி, பாபு எரியாத கக்ஷி.”

“சரி, அப்ப நான் வரட்டுமா?”

“சரி.”

“நாளைக்கு முடிஞ்சாத்தான் வருவியாக்கும்?” என்றாள் யமுனா.

“ஆமாம்.”

செருப்பை மாட்டிக்கொண்டு வாசலில் இறங்கினவனுக்கு, அன்று அம்மா அழைத்து வந்த சுமங்கலிகளின் ஞாபகம் வந்தது. நமஸ்காரம் செய்ய இன்னும் யாரோ மீதியிருந்த நினைவு வந்தது. திரும்பினான்.

“என்ன பாபு?”

சங்கோசம் பற்றிக்கொண்டது.

“ஒன்றுமில்லை. ஏதோ நினைச்சிண்டேன். மறந்துபோச்சு” என்று தயங்கினான், நினைத்துப் பார்க்கிறாற்போல.

“எப்ப நெனச்சிண்டே?” என்றாள் யமுனா. “எங்கே நினைச்சுண்டே?”

பாபு பதில் சொல்லத் தெரியாமல் சற்று விழித்தான்.

“உள்ளே இருக்கிறபோது நெனச்சிருந்தா, மறுபடியும் அங்கே வந்து கொஞ்சம் உட்காரு. ஞாபகம் வரும்.”

“ம்ஹ்ம் . . . வரதாத் தெரியலை” என்று தலையசைத்து சிரித்து விட்டுத் திரும்பினான் அவன். “நான் போயிட்டு வரேன்.”

அறைக்குத் திரும்பி வந்தபோது சூரியன் அஸ்தமித்துவிட்டது. பட்சிகளின் கூடடைகிற பாட்டுகள் கொல்லை முழுவதும் ஒரே இரைச்சலாக, ஒரே ரகளையாக இரைந்துகொண்டிருந்தன. மனதில் இப்போது அவ்வளவு பயம் இல்லை, நமுநமுவென்று மட்டும் ஒரு சிறு அமைதியின்மை. உடலும் ஒரேயடியாக அயர்ந்துவிட்டிருந்தது. மொட்டை மாடியைத் துளைத்து துளைத்துப் பார்த்தும் காகிதக் கசக்கல் ஒன்றும் தென்படவில்லை.

ஒரு மணிநேரம் இரைச்சலில்லாமல், அமைதியாகப் படுத்து உறங்கினால் தேவலைபோலிருந்தது. பாபு கட்டிலில் பாயை விரித்துத் தூசியடைந்திருந்த ஜமக்காளத்தை உதறி, தலையணையைப் போட்டுப் படுத்தான். தெருச்சப்தமும் காவேரியில் துவைக்கும் சப்தமும் கொல்லையில் சம்போத்து ஜோடியும் கிளிக்கூட்டமும் போடுகிற இரைச்சலும் கண்ணை மூட விடவில்லை. ஜன்னல் கதவைச் சாத்தப் போகும்போது தலைமை குமஸ்தாவின் உருவம் அடுத்த மொட்டை மாடியில் தெரிந்தது. ஒரு பனியனை மட்டும் போட்டு, எச்சில் துப்ப அறையை விட்டு வெளியே வந்தவர், ஜன்னலில் அவனைப் பார்த்துவிட்டு, துப்பிவிட்டுபோனது – அவர் பார்த்தது சாதாரணமாகத்தானிருந்தது. பார்வையில் விசேஷ அர்த்தம் ஒன்றும் தெரியவில்லை. ஜன்னல் கதவுளையும் மற்ற கதவுகளையும் சாத்திப் படுத்தான். ஒரு இரைச்சல்கூடக் கேட்காமல் இருக்க, இரண்டு காதுகளையும் விரல்களை விட்டு இறுக அடைத்துக்கொண்டு, கண்ணை மூடிக்கொண்டான். ராஜூவை நினைத்தான். அப்பாவை நினைத்தான். அவர் காட்டிய தெய்வத்தை நினைத்து, சொன்ன வணக்கத்தை முனகி முனகி, மனதை இரைச்சலிலிருந்து மீட்டுக் கொண்டுவிட்டான். மனது அப்படி ஒரே நிலையில் நிற்பதாக இல்லை. எங்கேயோ சுற்றி அலைந்தது. ஆனால் அதைப் பிடித்துப் பிடித்துத் தியானத்தின் சுவட்டில் விடுவதும் அது தப்பித்தப்பி விலகுவதும், மீண்டும் சுவட்டில் விழுவதும், ஒரு அளவுக்கு அமைதியை

அளிப்பதாக இருந்தது. நியாயமாக வேலை செய்து கூலி வாங்கினாற் போல, ஒரு தூக்கம் கடைசியில் வந்தது. நல்ல தூக்கம். நீண்ட தூக்கம் இல்லை. அரைமணிக்குட்பட்ட தூக்கம்.

தூங்கி எழும்போது நன்றாக இருட்டிவிட்டது. கதவுகள் சாத்தி யிருந்ததால் உள்ளடைந்த புழுக்கம் மூச்சை அடைப்பதுபோலிருந்தது. எல்லாக் கதவுகளையும் திறந்துவிட்டான். மின்சார விளக்குகள் தெருவிலும் காலேஜ் ஹாஸ்டலிலும் எரிந்துகொண்டிருந்தன. அடுத்த மொட்டை மாடி அறையிலும் வெளிச்சம் தெரிந்தது. பாபு இன்னும் அரிக்கேனை ஏற்றவில்லை. ஜன்னல் வழியாகப் பார்த்தபோது, கையில் பேனாவுடன் அறையிலிருந்து வெளிவந்தார் தலைமைக் குமாஸ்தா. பாதி எழுத்திலேயே எழுந்துவருகிறது போல் தோன்றிற்று. துப்பிவிட்டு உள்ளே போனார். நின்று அடுத்த மாடி அறையைப் பார்க்கவில்லை. சரி, விஷயம் அவருக்கு நிச்சயமாகத் தெரியாது என்று தன் அறையின் கும்பிருளில் நின்றிருந்த பாபு நிச்சயம் செய்து, ஆறுதல் அடைந்தான். விளக்கையும் ஏற்றவில்லை. இருளில் நின்ற படியே பார்த்துக்கொண்டு நின்றான். பத்து நிமிஷம் கழித்து, அந்தத் தலை தெரிந்தது. அவள் தலைதான். கருகருவென்று காதின் முன் மயிர் இறங்கிய அழகுத் தலை தெரிந்தது. தலைமை குமாஸ்தா என்ன சொன்னாரோ? சிரித்தது – சந்தோஷச் சிரிப்புதான். பின்பு பாபுவின் ஜன்னலை இரண்டு தடவை பார்த்தது. இங்கு இருள் இல்லாவிட்டால், இவன் கண்களை நேராகச் சந்தித்திருக்கக்கூடிய பார்வைதான் அது. இரண்டு மூன்று தடவை பார்த்துவிட்டு மறைந்து விட்டது.

யமுனாவைப் போல அறிவும் ஒளியும் திகழ்கிற முகம் இல்லை இது. ஆனால் தளதளவென்று பருவம் பால் வடிந்தது. கன்னத்தில் தலைமைக் குமாஸ்தா அணிவித்த வைரத்தோட்டின் பூரிப்பு அடித்துக் கொண்டிருந்தது. வைரமோ ரங்கூன் வைரமோ – அந்தக் கன்னத்தில் அந்த ஒளி சிதறிப் பொலியும்போது, வைரம் மாதிரிதான் இருக்கிறது. கால் மணி அப்படியே நின்றுவிட்டுக் கீழே இறங்கி, காவேரியில் கைகாலை அலம்பிவிட்டு நீலுப்பாட்டி வீட்டுக்குச் சாப்பிடப் போனான் பாபு.

தான் வந்துவிட்டதைத் தெரிவிப்பதற்காகப் பிற்பகலில் அங்கு போனபோது நீலுப்பாட்டி வீட்டில் இல்லை. அவள் பிள்ளையும் எங்கேயோ திருவையாறு போயிருந்தானாம். இன்ஷ்யூரன்ஸ் ஏஜெண்ட் அவன். வாயில் ஈ புகுந்தது தெரியாமல் அலைபவன். கிராமங்களை வளைத்துக் கட்டிக் கொண்டிருந்தான். அதுவும் இப்போது குறுவை அறுத்து நெல் போட்டிருப்பார்கள். அவனை வீட்டில் காண்பது துர்லபம். அவன் மனைவியிடம் சொல்லிவிட்டுப் போயிருந்தான் பாபு.

வீட்டில் நுழையும்போது "யாரு?" என்று குரல் கேட்டது. நீலுப்பாட்டிதான்.

“நான்தான், பாட்டி.”

“யாரு பாபுவா? வா. அத்திப்பூவா போயிட்டே வர வர!” என்று வரவேற்றாள் பாட்டி.

“ஊரிலிருந்தே மத்தியானம்தானே வந்தேன் பாட்டி. வந்துட்டேன்னு சொல்றதுக்காக வந்தேன் மத்தியானம். நீங்க இல்லே.”

“நீ வந்துட்டுப் போனேன்னு சொன்னா. நீ காலமேயே வந்துடுவேன்னு ஜவ்வரிசி கருவடாம் பொரிச்சு, சேனைக்கிழங்கு வறுவல் பண்ணியிருந்தேன். தேங்கா போட்டு பச்சைச் சுண்டைக்காய் குழம்பு பண்ணியிருந்தேன். கலத்துக்குப் பயத்தம்பருப்பு வச்சிருந்தேன். குழம்பு இன்னிக்கு சக்குசக்குனு நாக்கிலே ஒட்டிண்டு தேனா அமைஞ்சிருந்தது. நீ வரலியா, எனக்குச் சாப்பிடறாப்போலவே இல்லெ. ஊரிலேயே சாப்பிட்டு வந்துட்டியா?”

“ஆமாம்.”

“உனக்காகத்தான் இன்னிக்கு வறுவல், மணத்தக்காளிக்கீரை வதக்கல் எல்லாம். இளஇளன்னு நல்ல கீரையா வந்திருந்தது. நெய்யை ஊற்றி வதக்கியிருந்தேன்.”

இந்த மாதிரி பேசுகிறதுதான் பாட்டிக்கு வழக்கம். அவன் வராத வேளைகளில் அவனுக்காக அவள் செய்து வைத்தது பெரிய ஜாபிதாவாகத்தான் இருக்கிற வழக்கம். நரிக்கொம்பு, புலிப்பால். முதலைக்கொழுப்பு, மயில் எண்ணெய் முதலிய அபூர்வங்களைக் கொண்டு வந்து வைத்துவிட்டதுபோல, மூக்குத்திக் காய்க்கறி, வாளவரங்காய்க் கூட்டு, சீமைப்பலாமுசுக்கறி, பலாப்பழப் பச்சடி என்று ஒரு மூச்சு சொல்லிவிடுவாள்.

“அடேடே, எனக்குத் தெரியாம போயிட்டுதே” என்றான் பாபு.

“ஊரிலே சாப்பிட்டால்தான் என்ன? மத்தியானம் ரண்டு மணிக்கு வரது, ஒரு தடவை சாப்பிட்டுட்டுப் போறது . . . கப்பூ, மத்தியானக் குழம்பு மிச்சம் வச்சிருக்கியோ” என்று உள்ளே பார்த்துக் குரல் கொடுத்தாள் பாட்டி.

“தொட்டுக்க இருக்கு.”

“நல்ல வேளைடீம்மா! தொட்டுக்க இருக்காம். இந்தப் பெரிசு இருக்கே, அது குழம்பு நன்னாருக்கு நன்னாருக்குன்னு தீட்டித்தே பாரு” என்று கூடத்தைப் பார்த்தாள். கண்ணில் சதை வளர்ந்து, ஆபரேஷன் செய்து, போட்ட அந்தப் பூதக் கண்ணாடிக்குள், அவள் வலது கண் விளம்பரக் கண்ணாக விரிந்திருந்தது.

‘பெரிசு’ பாட்டியின் மூத்த பேத்தி, நாலு வயதிருக்கும், அப்போது கூடத்தில் படுத்துத் தூங்கிக்கொண்டிருந்தது.

“சரி, கையைக் காலை அலம்பிண்டு உட்காரேன்.”

பாபு உட்கார்ந்தான்.

வாழை இலையில் நீர் தெளித்து ஒரு மூலையில் சிறிது உப்பும் மாவடுவும் வைத்திருந்தது. பாட்டியின் மருமகள் ஒரு ஈயப் போணியைக் கொண்டு வைத்து, நீர் கொட்டின சாதத்தை நாலைந்து கை பிழிந்து வைத்தாள்.

“இன்னிக்காவது கொஞ்சம் மோர் போட்டுக்கோயேன் பாபு” என்றாள் பாட்டி.

“வேண்டாம் பாட்டி.”

“புளிக்காத மோர்தாண்டா. கப்பூ, கடையாத மோர்லே கொஞ்சம் போடும்மா.”

“வேண்டாம் பாட்டி.”

“எல்லாத்துக்கும் வாண்டாம், வாண்டாம், வாண்டாம். சரி, குழம்பாவது போட்டிப்பியோ மாட்டியோ?”

‘போட்டுக்கறேன்’ என்று பாபு மனதிற்குள் சிரித்துகொண்டான். பாட்டி இந்த மாதிரி உபசாரம் செய்வதில் கைதேர்ந்தவள். அவளுக்கு ஒன்றும் மனது கடிசல் இல்லை. ஆனால் நன்றாகச் சம்பாதித்து வந்த புருஷன் திடீர் என்று குடும்பத்திற்கு மீறிய கடனை வைத்து விட்டு இறந்துபோன நாளிலிருந்து, ஒன்றியாக ஒரு எருமையை வைத்துக்கொண்டு, பால் விற்று, மோர் விற்று ஒரு பிள்ளையைப் படிக்க வைத்து, அவன் பள்ளிக் கடைசி வகுப்பில் மூன்று தடவை தவறி, வேலையில்லாமல் திண்டாடி, கடைசியில் இன்ஷியூரன்ஸில் புகுந்து, ஆளாகி, கல்யாணம் செய்து, இரண்டு குழந்தைகளைப் பெற்று, சம்பாதிப்பதில் முக்கால்வாசியை வெளியே உதறிவிட்டு, மீதியில் அம்மா கண்ணில் காண்பித்து – அவதிதான். இரண்டு குழந்தைகளுக்கும் வயிற்றில் கட்டி. அதற்குச் செலவு. மருமகள் பிரசவிப்பது, ஏழைகள் பிரசவமாகவும் இராது. பாட்டிக்கு இந்த வாய் உபசாரத்தைக் கற்றுக்கொள்ளும் தேவை வந்துவிட்டது.

அந்த வருஷம் கல்லூரி திறந்து, ஜுலை மாதம் பாட்டி வீட்டில் அவன் சாப்பாட்டுக்கு ஏற்பாடாயிற்று. ஹாஸ்டல், ஹோட்டல் – இரண்டிலும் செலவு சற்று கூடுதல்தான். அது மட்டு மில்லை. ஜுரம் உடம்பு வலி என்று படுத்துக்கொண்டால், பத்தியமாக இருப்பதற்கு இப்படித் தெரிந்தவர்கள் வீட்டில் வைத்துக்கொள்வது நல்லது என்று, வைத்தி அவனைக் காலேஜில் சேர்த்த நாள் முதல் செய்துகொண்டிருந்தார்.

ஜூலை மாதம் இங்கு வந்தபோது, முதல் நாலு நாளைக்கு இரவிலும் குழம்பும், கறியும், ரசமுமாகச் செய்து போட்டாள் பாட்டி. பாபுவுக்குச் சற்று மனதுக்குச் சிரமமாயிருந்தது. அங்கு இரவுச் சமையல் என்பது அவனுக்காகத்தான். வெய்யில் காலம். புழுக்கமோ 'ஹா ஹா' என்று அரற்றினால் தேவலைபோலிருந்தது. "பாட்டி, ராத்திரியிலே எதுக்கு இதெல்லாம்? கொஞ்சம் நீர் கொட்டின சாதமே போதும் எனக்கு. அதுதான் வழக்கம்" என்று சொல்லி வைத்தான். அவன் இஷ்டப்படியே செய்துவிட்டாள் பாட்டி. "மோர் வேண்டாம் பாட்டி. நீர் கொட்டின சாதத்திற்கு, அதுவும் புழுங்கலரிசிச் சோறுக்கு, ஒரு கடுப்பும், மணமும் உண்டு. மோரைப் போட்டால் அந்த மணத்தை அடிச்சிண்டு போயிடும்" என்றான் பாபு. மறுநாள் பாட்டி அதற்கு இசைந்தாள்.

நடுவில் மழை ஒரு வாரம் அடித்து, சற்றுக் குளிராகக்கூட இருந்தது. பாட்டி அதை மாற்றவில்லை. சுடச்சுட வேண்டும் போலிருந்தது பாபுவுக்கு. தானே வாயைக் கொடுத்து மாட்டிக் கொண்டதுபோல் விழித்தான். ஆனால், வாயைத் திறந்து ஒன்றும் சொல்லவில்லை. இரண்டு வருஷம்தானே, எப்படியாவது தள்ளிவிடு வோம் என்று மூன்றாவது மழையன்றே திடப்படுத்திக்கொண்டு விட்டான். பாட்டி போடுகிற காபிகூட காபிப்பொடி காலும், வறுத்த கொண்டைக்கடலை முக்காலுமாகத்தானிருக்கும். முதலில் கொஞ்சம் பேதிக்குச் சாப்பிடுகிற மாதிரி இருந்தது. ஆனால் இப்போது அதுவும் பழகிவிட்டது; அயன் காபியில்கூட அன்னிய ருசி வாடையடிப்பதாகப் படுகிற அளவுக்குப் பழகிவிட்டது!

அவனுக்குப் பசிதான். நீர் கொட்டின சோறு கடுப்பும், தவிட்டு மணமுமாக மூக்கையிழுத்தது. பாபுவுக்காகப் பண்ணினது என்று பாட்டி சொன்னது கொஞ்சம் மிகையாக இருக்கலாம். எப்படியோ, சுண்டைக்காய்க் குழம்பு மிகமிக ருசியாகத்தான் இருந்தது. நமக்காகப் பண்ணினதாகவே அவள் சொல்லட்டுமே – ஒன்றும் தவறில்லை. பாட்டியும் மாவடு வாங்குவதில் பெயர் போனவள். வடு வடு என்று கண்டதை வாங்கி ஊறப்போட்டு விடமாட்டாள். மஞ்சநாறி அரிசிக்காய்ச்சி என்று வாசலில் உட்கார்ந்து, நூற்றுக்கணக்கில் கூடைகளை இறக்கி, முகர்ந்து, நசுக்கி, ருசி பார்த்து, ஒரு கலம் வடுபொறுக்கி எடுப்பதற்கு மாவடு சீசன் முடிகிற வரையில் ஆகிவிடும் வழக்கம். நீர் கொட்டின சோற்றைச் சாப்பிட்டு வாழும் முறையைக் கூட ரசிகத்தன்மையோடு வகுத்துக்கொண்டவன்தான் அவன். கொண்டைக் கடலைக் காபியைக் காபி என்று சமாதானம் செய்து கொள்கிற மனோபாவத்திற்கும் இதற்கும் முரண்பாடாகத்தான் இருக்கிறது. முரண்பாடு என்று நினைப்பானேன்! முடிந்தால், பிள்ளை இன்னும் நாலு காசைக் கண்ணில் காண்பித்தால், இந்தச் சமாதானத்திற்கு அவசியமே இருந்திராது.

பாபு சாப்பிட்டுவிட்டு வெளியே வந்தான்.

16

தெருவெல்லாம் புரட்டாசி நிலவு வெள்ளி பூசியிருந்தது. ஜிலுஜிலுக்கும் மென்காற்றும் புலன்களைக் குளிர்வித்தது. அக்கரையில் ஓங்கி நின்ற தென்னைகளின் கீற்றுகள் நிலவில் குளித்து மின்னிக்கொண்டிருந்தன. தலைமைக் குமாஸ்தாவின் வீடு சாத்தியிருந்தது. வாசல் மாடத்திலிருந்த அகல் விளக்கு மட்டும் முத்தாக எரிந்துகொண்டிருந்தது. வீட்டு வாசல்களில் என்னமோ சாப்பிட்ட இடத்தை மெழுகுவது போல் சின்னதாக நீர் தெளித்துக் கோலம் போட்டிருந்தார்கள். இன்னும் பத்து வாளி நீரைத் தெருவையடைத்துத் தெளித்திருந்தால், புழுதியும் அடங்கும்; மனதுக்கும் குளுமையாக இருக்கும். கடனே இன்று இப்படி ஒப்பேற்றுவானேன்? இந்த ஊரில் தண்ணீருக்கா பஞ்சம்! தெருவின் பழுப்புக்கு நடுவில் சுட்டிச் சுட்டியாக, வீட்டு வாசல்களை ஒட்டின நீர் தெளிப்பைக் கண்டதும் சிரிப்பாகத்தான் இருந்தது. நீர் தெளிப்பதில் கூடவா இவ்வளவு தரித்திரம்! இவ்வளவு கணக்கு! தெருவையடைத்துத் தண்ணீரைச் சதும்பத் தெளித்து, பளிச்சென்று கோலத்தைப் போட்டு, திண்ணையில் வந்து உட்கார்ந்து வாசலில் காவேரி ஓடுவதைப் பார்த்துக்கொண்டிருந்தால் . . . வெறும் நம்பிக்கைதான், அப்படி யாரும் உட்காரவில்லை. உள்ளே அழகிருந்தால் வெளியே மலரும். சோம்பலும் வாசல் நம்முடையதல்ல என்ற மன விகாரமும் பிறர் சொல்லியா நீங்கப்போகின்றன! சந்திரன் இதை சட்டை செய்யவில்லை. கும்பகோணத்துச் செம்புழுதியைக் கூட வெள்ளியாக மாற்றி, அழகை இறைத்திருந்தான்.

மாவடு இன்னும் வாயில் மணக்கிறது. பாட்டி பழங்காலக் கிராமத்து ரசிகை. ஆனால், மாவடு, வற்றல்களுக்கு மேல் அந்த ரசிகத்தன்மை இப்பொழுது மிஞ்ச முடியவில்லை. வக்கீல் குமாஸ்தாவாக இருந்த அவள் புருஷனுக்குப் பெரிய வக்கீல்களுக்குச் சமமாகச் சம்பாத்தியம் கொழித்துக்கொண்டிருந்தது. பாரிச் செலவு. கட்சிக்காரர்கள் முதற்கொண்டு அங்கேயே சாப்பிட்டுக்கொண்டிருப்பார்களாம். ‘சத வருஷம் இருக்கப் போகும் நம்பிக்கையுடன்தான், எல்லோரும் வாழ்கிறார்கள் – அதுவும் பெரிய மனதுகளுக்குக் கேட்பானேன்.’ திடீரென்று மாரடைப்பு வந்துவிடும் என்று யாருக்குத் தெரியும்? மனிதன் கண்ணை மூடி இரண்டாம் மாதமே நகைகள் கடனுக்குப் போக, பெரிய வீட்டைவிட்டு சின்ன வாடகை தேடி, எருமை வைத்துக்கொள்ளும் காலம் வந்துவிட்டதாம். அதற்காகப் பாட்டி அஞ்சவில்லை. ஆயிரம் ரூபாயிலும் ஒற்றை ரூபாயிலும் அவளுக்குக் குடும்பம் நடத்த முடியும் . . . இந்தப் பிள்ளை மட்டும் வெளியாடம்பரங்களைக் குறைத்துக் கொண்டு, இன்னும் கொஞ்சம் பணம் கொடுத்தால்? செலவில் அப்பாவைக் கொண்டுதான் பிறந்திருக்கிறான். சம்பாதிப்பதில் என்னவோ?

திடீரென்று நின்றான் பாபு. ஆனையடி வந்ததும் துக்காம் பாளையத் தெருவில் அவன் திரும்பி, சிறிது தூரம் நடந்துவிட்டிருந் தான். நேரே போக வேண்டியவன் இங்கு திரும்புவானேன். தன்னை யறியாமல்? யமுனா வீட்டுக்குச் சாயங்காலம்தானே போய் வந்தோம்... மறுபடியும் போனால் என்ன? போகலாம். போனால் சுருக்கென்று ஏதாவது சொல்லுவாள். கேலி செய்வாள். வாயைத் திறக்காமல் கண்ணால் சிரிப்பாள். படிக்காமல் ஊர் சுற்றுகிறது அவள் கண்ணை உறுத்தும் . . .

பின்னாலும் திரும்ப மனம் இல்லை. மேலே நடந்தான் அவன். யமுனா வீட்டு வாசல்கதவு சாத்தியிருந்தது. மாடத்து விளக்கும் அணைந்துவிட்டது, நல்லவேளை . . . கடைத்தெரு சுற்றிக்கொண்டு போனாலும் எட்டரை மணிக்குச் சரியாக ராஜத்தின் வீட்டுக்குப் போய்விடலாம் . . .

❍

வழக்கம்போல ராஜம் சட்டையைக் கழற்றிவிட்டு, வெறும் உடம்புடன் வாசற்படியில் உட்கார்ந்து, காற்று வாங்கிக்கொண்டிருந் தான். கடலங்குடித் தெருவிலுள்ள மற்ற வீடுகளைப் போல இதுவும் அகலமான வீடுதான். இரண்டு மனை அகலம், ஹோ என்று பெரிய திண்ணை. திண்ணையில் ஒரு விசுப்பலகைகூட இருந்தது. ஆனால், ராஜம் எல்லாவற்றையும் விட்டுவிட்டு வாசல்படியில்தான் உட்காரும் வழக்கம்.

“அப்பா அரைமணியாகக் கேட்டுண்டிருக்கார் எங்கே நீ வல்லியே வல்லியேன்னு.”

“எட்டரை மணிக்குத்தானே வரேன்னேன்?”

“அது சரி; அவர் அவசரப்படறதைப் பார்த்தா அவரே இப்ப ஒரு தம்புராவை வச்சிண்டு. உனக்குப் பாட்டுச் சொல்லிக் கொடுக்க ஆரம்பித்து விடுவாரோன்னு பயமாயிருக்கு” என்று மெதுவாகச் சிரித்தான் ராஜம்.

அவர்கள் உள்ளே போனதும் “வாய்யா” என்று உரக்க வரவேற்றார் தியாகராமன். “சொன்னா சொன்ன நேரத்துக்குத்தான் வருவே போலிருக்கு” என்று அவர் சொல்வதற்கும் கூடத்துக் கடிகாரம் காறிக்கொண்டு ஒரு அரை அடிப்பதற்கும் சரியாயிருந்தது.

முற்றம் பெரிய முற்றம். மேலே முழுவதும் கம்பி போட்டிருந்தது. அதற்கு மேல் பெரிய கோடைப்பந்தல் – தெற்கு நோக்கி மேலே எழும்பியிருந்தது. தெற்குக் காற்றை அப்படியே பிடிப்பதற்காக வாயைப் பிளப்பதுபோல் போட்டிருந்த பந்தல். நடு முற்றத்தில் ஒரு பெரிய மேஜை. மேஜை நிறையப் புத்தகங்கள். சுற்றிலும் இரண்டு மூன்று நாற்காலிகள், பெஞ்சுகள். மேஜைக்குப் பின், ஒரு சோபாவில் உட்கார்ந்திருந்தார் தியாகராமன். “வாய்யா” என்று சொல்லிவிட்டு,

டிராயரை இழுத்து, பல் செட்டை எடுத்து வாயில் மாட்டிக் கொண்டார் அவர். மாநிறம். ஒல்லி. அவரைப் பார்த்தால் ராஜம் கிழவனானது போலிருக்கும். முன்னந்தலை வழுக்கை விழுந்து, பின்னர் தலையில் நரை அரை வட்டமாகப் பின்னோடிக் கொண்டிருந்தது.

"என்ன பாபு, பாட்டுச் சொல்லிக்கணுமாமே?"

"ஆமா."

"முன்னேயே சொல்லிண்டிருக்கியாமே."

"அது போதவில்லை."

"அப்படியே நீஞ்ச வேண்டியதுதான், ஆழம்வரையில் உன்னைக் கொண்டு விடுவார்களா?"

"ஆழம் வரையில் போக நினைக்கிறதுக்குத் தைரியம் வேணுமோல்லியோ? எனக்கு அதுகூட வரலை இன்னும்."

"நான் போய் சொல்றேன்பா ரங்கண்ணாகிட்ட, உன்னையும் அழச்சிண்டு போறேன். எனக்கு ஆட்சேபமில்லை. ஆனால், ரொம்ப வேலை வாங்குவர் அவர். உங்க ரண்டுபேருக்கும் காலேஜ் பாடமே அன்னி அன்னிக்குப் படிக்க முடியலே. காவேரி மணலிலேயும் நாகேச்வர்சாமி கோயில் பிரகாரத்திலேயும் காந்தி பார்க்கிலேயும் உட்கார்ந்து பேசறதுக்குத்தானே போது சரியா இருக்கு?"

பாபு ராஜத்தைப் பார்த்தான். ராஜம் கிழக்கே சுவரைப் பார்த்துப் புன்சிரிப்புச் சிரித்தான்.

பாபு பேசாமலிருந்தான்.

"எது பெரிசு, எது முக்யம்னு தீர்மானம் பண்ணிக்கோ. சங்கீதம் பெரிசா, இப்படி மூலைக்கு மூலை உட்கார்ந்து மந்த்ராலோசனை பண்றது பெரிசா?"

"அதெல்லாம் குறைச்சுக்கறோம். நான் இனி அவனைக் கட்டி இழுக்கவில்லை" என்றான் ராஜம்.

"நீயா? நீ அவன் பாட்டுச் சொல்லிக்கறபோது போய், ரங்கண்ணாவோடயே பேச ஆரமிச்சுடுவயே" என்றார் அவர்.

"அங்கேயும் போகவில்லை."

"நீங்க என்னதான் பேசறேளோ? பன்னிரண்டு மணிக்குக் குறைஞ்சு இவன் வீட்டுக்கு வந்து நான் பார்க்கலெ. இப்பதான் நீ ஊருக்குப் போயிருக்கேன்னு வீட்டிலே கிழக்கேயும் மேற்கேயும் பார்த்துண்டு உக்காந்திருக்கான் நாலு நாளா. அரை மணி பேசு. ஒரு மணி பேசு. இப்படியா ராத்திரி பகல் தெரியாம?"

"லண்டன்லெ போய் ராஜாவோட பேசினாலும் சுயராஜ்ய மாவது வாங்கிண்டு வரலாம்" என்றாள் – எச்சில் மெழுகிவிட்டு, முற்றத் தாழ்வாரம் வழியாகக் கையலம்பப் போன அவர் மனைவி.

"அதானே சொல்றேன்!"

சிறிது மவுனத்திற்குப் பிறகு அவர் எழுந்து உள்ளே சென்றார். வெளியே வரும்போது தட்டாடை மூலக்கச்சமாக மாறியிருந்தது. மேலே முழுக்கைச் சட்டை. அங்கவஸ்திரம்.

"போவோமா?"

"இப்பவேவா!" என்று பாபு திகைத்தாற்போலக் கேட்டான்.

"பின்னே எப்ப? போய்ப் பார்க்க யோசிக்கிறது ஒரு நாளைக்கு. எப்ப வரலாம்னு கேட்கிறது ஒரு நாளைக்கா?" என்று அடி மாடத்திலிருந்த செருப்பை மாட்டிக்கொண்டார் அவர்.

ராஜமும் சட்டையை மாட்டிக்கொண்டு கிளம்பினான்.

"இதெல்லாம் நினைச்ச உடனே செய்யணும். நாளைக்கு உனக்கு ஏதாவது தோணும். காலேஜ் பாடம் இருக்கே. இரண்டையும் கவனிக்க முடியுமோ முடியாதோன்னு யோசனையெல்லாம் வரும். அப்புறம் என்னைப் பார்க்கிறபோது இதைப்பற்றிப் பேசாம இருப்பே. நானும் ஏதாவது சொல்றானா இல்லியா என்று நாலு தடவை பார்ப்பேன். அப்புறம் எனக்கென்னன்னு பேசாம இருந்து விடுவேன்."

பாபுவுக்குத் திக்திக்கென்றது. பரீட்சைக்குப் போகிறது போல, என்னவோ ஏதோ என்ற ஒரு நடுக்கம். உடனே இப்படித் தரதரவென்று கழுத்தில் வேட்டியைப் போட்டு இழுப்பதுபோல இவர் அழைத்துப் போவார் என்று எதிர்பார்க்கவில்லை அவன்.

கும்பேச்வரன் கோயில் தெற்கு வீதி வழியாய்ப் போகும்போது மங்களாம்பிகையிடம் வேண்டிக் கொண்டான். வைத்தி சொன்ன பிரார்த்தனையைச் சொல்லிச் சொல்லி, தைரியத்தைத் தருவித்துக் கொண்டான். மூவரும் கோயிலை வலம் வந்து வடக்கு வீதி வந்து திருமஞ்சன வீதியில் திரும்பினார்கள். ஒரு கிழக்குப் பார்த்த வீட்டின் முன் நின்றார் அவர்.

வாசல் கதவு ஒருக்களித்திருந்தது. குறட்டின் சிவப்புச் சிமிட்டுப் பரப்பு நிலவு விழுந்து பளபளத்தது. நடை இருட்டாக இல்லை. மங்கிய வெளிச்சத்தில் உறங்குவது போலிருந்தது.

"அண்ணா" என்று குரல் கொடுத்தார் தியாகராமன். பதில் இல்லை.

ஆளோடியில் ஏறி மெதுவாகக் கதவை விரலால் தள்ளினார்.

சிறு வெளிச்சத்தில் அவர்கள் கண்ட காட்சி வாயை அடைத்து, கண்ணை அகலச் செய்தது. ரங்கண்ணா நடையில் இருந்த ஒட்டுத்

திண்ணையில் சப்பணம் கட்டி உட்கார்ந்திருந்தார். கண் மூடியிருந்தது. வலது கை முழங்கைக்கு மேல் அசைந்துகொண்டிருந்தது. மேலும் கீழும் முன் கையை உயர்த்தித் தாழ்த்திக் கொண்டிருந்தார் ரங்கண்ணா. கண் மூடின முகமும் கையோடு மேலும் கீழும் அசைந்து கொண்டிருந்தது. உதடுகள் சற்றுப் பிரிந்திருந்தன. ஆனால் சப்தம் ஏதும் வாயினின்றும் எழவில்லை. தியானத்தில் ஆழ்ந்து, சுழலில் சிக்குவதைப்போல, சூழ்நிலை நினைவின்றி சிக்கின ஒரு நிலையின் முகபாவம்தான் அது. நடுவில் இரண்டு தடவை இரண்டு கைகளும் ஏதோ வானைக் கண்டு இறைஞ்சுவதுபோல் மல்லாந்தன. நாலைந்து கணங்கள் அந்த நிலையில் நின்று முழங்கால்களின்மீது அமர்ந்தன. முகம் சற்று மேல்நோக்கி, அசைவு ஓய்ந்தது. இருபது விநாடிக்குப் பிறகு மீண்டும் வலது முன்னங்கை பழையபடியே மெதுவாக உயர்ந்து தாழ்ந்தது. முகமும் அதன் சலனத்திற்கு ஏற்ப உயர்ந்து தாழ்ந்தது.

அந்த முகத்தில் ஒரு எல்லை காணா அமைதி. ஆனால், சிம்மம் போன்ற அதன் அமைப்பு மட்டும் சற்றுப் பயத்தையும் எழுப்பத்தான் செய்தது. ஏதோ பெரிய அலைகள் மீது ஏறி ஏறி இறங்குவதுபோல, இந்தக் கையும் முகமும் எழும்பி இறங்குவது உள்ளே நிகழும் இயக்கத்தின் வெளித்தோற்றமாகத் தோன்றுகிறது. அப்படி எந்த அலைமீது இந்த உள்ளம் ஏறி மிதக்கிறது; அசைப்பில் பார்த்தால், சித்த சுவாதீனமில்லாத நிலையென்று ஐயம் எழுப்பும் சேஷ்டை இது. பாபுவுக்குப் பளிச்சென்று முதலில் தோன்றியதே அந்த எண்ணம்தான். அது கரைந்து போகக் கால் நிமிஷம் ஆயிற்று. தனியாக நடையில் உட்கார்ந்து, ஏன் இந்த சேஷ்டை! சற்று உற்றுப் பார்த்தால், அவருடைய உடல் முழுவதுமே அந்த அசைவில் ஏறியிருப்பதுபோலத் தோன்றிற்று. தன்னை மறந்த அந்த லயிப்பில், அவர் உடல், உள்ளம், உயிர் எல்லாவற்றையுமே இழந்து விட்டது போல்தானிருந்தது.

பாபு ராஜத்தைப் பார்த்தான். ராஜம் அவன் தந்தையைப் பார்த்தான். அவர் உள்ளங்கையை மலர மல்லாத்தி வாயைத் திறக்காமல் எதையோ சொன்னார். 'யாருக்கு அறிய முடியும்? பெரியவர்...' என்பது போன்று இரண்டு மூன்று அர்த்தங்கள் பாபுவுக்குத் தோன்றின அந்த ஜாடையைப் பார்த்து.

அவர்கள் வந்துநின்று ஒன்றரை இரண்டு நிமிஷமாயிருக்கும். ஆளோடியில் செருப்புகள் ஏறின சப்தம் உள்ளேயும் யார் காதிலும் விழவில்லை போலிருக்கிறது. வந்தபோது போல்தான் இப்போதும் இருந்தது. கூடத்திலும் அரவம் இல்லை. வெளிச்சம் மங்கி, பழுப்பு இருளாகத்தான் தெரிந்தது.

அசைந்துகொண்டிருந்த கை துடையில் அமர்ந்தது, இடது கை இடது துடையில் மல்லாந்தது.

மோக முள்

"ஆகா" என்ற பெருமூச்சுடன் குரல் எழுந்தது. ரங்கண்ணா எதற்கு இந்த ஆஹாகாரம் செய்தார் என்று புரியவில்லை.

"அண்ணா" என்றார் தியாகராமன், இந்த இடைவெளியைப் பிடித்துக்கொண்டு.

"யார் அது?" என்று திரும்பினார் ரங்கண்ணா. இரண்டு மூன்றுபேர் நிற்பதைப் பார்த்ததும், சற்று மருண்டதுபோல் எழுந்து, "யாரு?" என்று கண்ணை இடுக்கினார்.

"நான்தான் அண்ணா."

"யாரு? தெரியலியே. இப்படி வெளிச்சத்திலே வாங்கோளேன்" என்று எதிரே சுவரில் மாட்டியிருந்த பெட்ரூம் விளக்கைத் திருகிப் பெரிது பண்ணினார் அவர்.

"நான்தான் அண்ணா, தியாகராமன்." தியாகராமன் நிலைப் படியைத் தாண்டி நடையில் வந்தார்.

"யாரு?" என்று மறுபடியும் உற்றுப் பார்த்தார் அவர்.

"தியாகராமன்."

"காலேஜ் தியாகராமனா?"

"ஆமாம்."

"வாங்கோய்யா, வாங்கோ. நான் யாரோன்னு நெனச்சிண்டிருக்கேன். உட்காருங்கோ, எத்தனை நாளாச்சு பாத்து! அ..." என்று பிரமாத சந்தோஷத்துடன் வரவேற்றார் ரங்கண்ணா. அவருடைய சிம்ம முகத்தின் தோற்றமே மாறிவிட்டது போலிருந்தது பாபுவுக்கு. யாராவது வேண்டிய மனிதர்களைப் பார்த்தால், குழந்தைகள் இப்படி, மனப்பூர்வமான சந்தோஷத்தைக் காண்பிக்கும். ஒரே மலர்ச்சியாக மலர்ந்த அந்த முகத்தில், மனமும் வாக்கும் ஒன்றையே நினைக்கும் நிர்மலமான குழந்தைத் தன்மைதான் மலர்ந்தது. எவ்வளவு பெரிய பல் இவருக்கு! எல்லாம் வெள்ளை வெளேரென்று வரிசையாக ஒரு அழுக்கு, பழுதில்லாமல் மின்னின. செயற்கைப் பல்லோ என்னவோ! கணைக்காலுக்குக் கீழ் போகாத பஞ்சகச்சம், இடையில் மேல் வேட்டி சுற்றியிருந்தது. நெற்றியிலும், மார்பு கைகளிலும் அந்தியில் அணிந்த விபூதிப்பட்டைகள் இன்னும் மறையவில்லை.

"எங்கே இப்படி அபூர்வமா? அங்கே யாரு?"

"என் பையன். அவனோட வாசிக்கிறான் இன்னொரு பையன்."

"உங்க பையனா? வாங்கோடாப்பா, குழந்தைகளா, வாங்கோ, உட்காருங்கோ... பையன் என்ன படிக்கிறான்?"

"பி.ஏ. தான். முதல் வருஷம்."

தி. ஜானகிராமன்

“பேஷ் . . . இதுதானே உங்க பையன்?”

“ஆமாம்.”

“இது?”

“இதுதான் அவன்கூடப் படிக்கிறவன்.”

“ஓகோ . . . பேஷ் . . . உட்காருங்கோடாப்பா.”

“ஏய் ராஜம், நமஸ்காரம் பண்ணுடா அண்ணாவுக்கு. பாபு, நீயும் பண்ணு” என்ற தியாகராமன், அவர்கள் விழுந்து வணங்கின பிறகு, தானும் வணங்கி எழுந்தார்.

“என்னத்துக்கு இதெல்லாம்?” என்று சிரித்துக்கொண்டே, எல்லோருக்கும் ஆசி கூறினார் ரங்கண்ணா.

பாபுவுக்குப் பயமெல்லாம் போய்விட்டது.

“வேலையிலேர்ந்து . . .”

“ரிடயராயிட்டேனே . . . போன வருஷம்.”

“அதான். அதான் ஞாபகம். அதே வீட்டிலெதானே வாசம்?”

“ஆமாண்ணா.”

“ரிடயராச்சுன்னா கவலையில்லை. அனவரதம் என் அப்பனை ஸ்மரிச்சுண்டே உட்கார்ந்துண்டிருக்கலாம். நீங்க நல்ல விவேகியாச்சே.”

தியாகராமன் வெட்கப்படுகிறாற்போலிருந்தது பாபுவுக்கு.

“என் மாதிரி அபஸ்வரங்களைக் கட்டிண்டு அழவேண்டாம் பாருங்கோ. அதுக்காகச் சொன்னேன்” என்றார் ரங்கண்ணா.

“அபஸ்வரம் நாசமாறதுக்குத்தானே இங்கே வரது?” என்றார் தியாகராமன்.

“ஆமாம் . . . நீங்க ஒண்ணு. நான் என்னத்தைப் பண்ணப்போறேன்? அபஸ்வரம் நாசமாறதுக்கு பகவான் கடாட்சிக்கணும். நான் என்ன செய்ய இருக்கு? அது? அவன் பார்க்கலேன்னா, என் கழுத்து அறுந்துண்டிருக்கும். ஐயா, என்னை விடுன்னாலும் விடமாட்டேங்கறா. என்ன செய்யறது? இப்படீ போயிண்டிருக்கு? அ?”

“ஒவ்வொரு பெரியவாளும் ஒரு காரியத்துக்காகப் பிறக்கிறா. கடைசி மூச்சு விடறவரைக்கும் அதைச் செஞ்சிண்டுதான் இருக்கணும்.”

“பெரியவாளுக்குன்னாய்யா அது? என் மாதிரி பாஷாண்டிகளுக்கெல்லாம் என்ன?”

“நீங்களே இப்படிச் சொல்லிண்டா நாங்கள்ளாம் எங்களை என்னன்னு சொல்லிக்கிறது?”

“நீங்கள்ளாம் நன்னா நாலு வித்தையைக் கத்துண்டு ஞானத்தைச் சம்பாதிச்சிண்டவா இல்லியா? கொக்குக்கு ஒண்ணே மதின்னு இல்லியே இங்கே மாதிரி.”

“எனக்கு என்ன சொல்றதுன்னு புரியலே. நாங்க படிச்சதெல்லாம் வித்தையில்லே. செப்பிடு வித்தை.”

“போங்கய்யா போங்கோ. உமக்கு அடக்கம் ஜாஸ்தி நீங்க சாஸ்திரங்கள்ளாம் ஜீரணம் பண்ணின பேர்வழின்னு எனக்குத் தெரியாதா?” என்று மறுபடியும் குழந்தை மாதிரி சிரித்தார் ரங்கண்ணா. “நிறைகுடம் தளும்பாதையா.”

தியாகராமனுக்கு என்ன சொல்வது என்று தெரியத்தான் இல்லை. “சரி, நீங்க எப்படி வேண்டுமானாலும் வச்சுக்கலாம்” என்று சொல்லிவிட்டார்.

“எங்கே இப்படி இவ்வளவு தூரம் ராத்திரியிலே?” என்று ரங்கண்ணா தானாகக் கேட்கிறவரையில், அவர் பிறகு வாயைத் திறக்கவில்லை.

“இந்தப் பையன் விஷயமாய் வந்தேன்” என்று பாபுவைக் காண்பித்தார் தியாகு.

“என்ன?”

“பி.ஏ. வாசிக்கிறான், நாலு வருஷம் சங்கீதம் சொல்லிண்டிருக்கான். மேலே அண்ணாகிட்ட இருக்கணும்னு ஆசை.”

“இப்பத்தான் சொல்லி, வாயைமூடலை; அதுக்குள்ளியும் ஒரு பாலசிக்ஷையைக் கொண்டு விடறேங்கிறேளே?”

“அப்படி ரொம்ப பாலசிக்ஷ இல்லேண்ணா; நாலு வருஷம் ஆகியிருக்கே.”

“நாலு வருஷம் ஆயிருக்கா?”

“ம்.”

“சரி, யாருகிட்ட ஆச்சுன்னு தெரியவேண்டாமா? கட்டடத்தையே இடிச்சு வேற அஸ்திவாரம் போடும்படியா ஆயிடறதே சில சமயம். அப்ப பாலசிக்ஷயைவிடச் சிரமமாப் போயிடறதே.”

“நீங்கன்னா அதைச் சோதிக்கணும்?”

“ஏண்டா குழந்தை – யார் கிட்டடா சொல்லிண்டே?”

பாபு பழைய ஆசிரியரின் பெயரைச் சொன்னான்.

“தஞ்சாவூர்னா அவருக்கு?”

“ஆமாம்; அங்கேதான் சொல்லிண்டேன்.”

“உனக்கு எந்த ஊரு?”

தியாகராமன் வைத்தியைப் பற்றிச் சொன்னபோது, ரங்கண்ணா வின் குரலில் அலுப்புச் சற்று மறைந்தது.

"அவரா? ரொம்பப் பெரியவர்னு கேள்விப்பட்டிருக்கேன். எப்பவோ ஒரு ராதா கலியாணத்துக்குக் கச்சேரி பண்ணப்போயிருந் தேன். அப்ப அவா பாடிக் கேட்டேனே. நல்ல திவ்யமான சாரீர சம்பத்து. தம்புராவுக்கு ஜீவாப் புடிச்சாப்போல இருக்கும். அவர் பிள்ளையா? சந்தோஷம். ஒரு வில்லங்கம் தீர்ந்தது."

"என்னண்ணா?"

"ஆமாம். பரம்பரைப் பணக்காரன், புதுப் பணக்காரன்னு இரண்டு தினுசு உண்டோல்லியோ? இரண்டும் வேறே வேறே" என்று சிரித்தார் ரங்கண்ணா. "சரி, மெதுவா, ரண்டு கீர்த்தனம் பாடுவியோப்பா?"

"பாடறேன்."

"சின்னக் குரல்லெ பாடு, போதும். மணி ஆயிடுத்து."

பாபு பாடினான்.

அனுபல்லவி முடிந்ததும், "பயப்படாமல் பாடு" என்றார் ரங்கண்ணா.

ஒரு கீர்த்தனை பாடி முடிகிறவரையில், அவர் முகத்தில் ஒன்றும் தெரியவில்லை.

"பரவாயில்லை ... அஸ்திவாரத்தைப் பெயர்க்க வாண்டாம். ஆனாலும் பாலசிக்ஷைதான். பரவாயில்லே. ஸ்வரம் கிரம் பாடுவியோடாப்பா?"

"தெரியாது."

"நல்லவேளை. இன்னொரு வில்லங்கமும் தீர்ந்தது ... தியாகு, ஒண்ணுமில்லை. வித்தியாசமா நினைச்சிக்காதீங்கோ. ஒடிஞ்ச கையைத் தப்பா ஒட்ட வச்சிருப்பன். ஒடிச்சு நிமித்தியாகணும். வைத்தியனுக்கும் வேதனை. ஒடிஞ்சவனுக்கும் அவஸ்தை. நல்ல வேளையா அப்படி ஒண்ணும் இல்லே ... ம்" என்று பாபுவையே பார்த்தார் அவர்.

"ஏண்டா, குழந்தே! நீ ஒரு பாட்டுப் பாடேண்டா" என்று ராஜத்தைப் பார்த்தார்.

"பாடத் தெரியாது அவனுக்கு, பேசுவான்" என்றார் தியாகு.

"பேசறதுதான் கஷ்டம் ஐயா. பாடறது எல்லாரும்தான் பண்றா. குயில் பாடறது. வானம்பாடி பாடறது. பாரத்வாஜம் பாடறது. திர்யக் ஜந்து பலது பாடறது. பேசறது மனுஷன் ஒருத்தன்தானே. அப்ப பேசறது பெரிசு இல்லியா, நீங்க சொல்லுங்கோ. அ?"

"அண்ணா மாதிரி பேசினா, பெரிசுதான்" என்றார் தியாகு.

"நீங்க ஒண்ணு ... ம் ... சரி. அப்ப என்னிக்கி வரேடா குழந்தே?" என்றார் பாபுவைப் பார்த்து.

"அங்கே எப்ப உத்தரவோ அப்ப வரான்."

"சரி, நாளன்னிக்கி வரட்டுமே. புதன்கிழமையா இருக்கு."

"என்ன பாபு?"

"காலமே வா. சாயங்காலம் என்னென்னமோல்லாம் வரது. நீ காலமே வந்துடு."

"சரி."

பாபுவுக்குத் திடீரென்று நல்ல வெய்யிலில் நீரில் குதித்தது போல இருந்தது. இவர் சொல்லிக் கொடுப்பதாக ஒப்புக்கொண்டாலே அதிர்ஷ்டம்தான் என்று அப்பா சொன்னது ஞாபகம் வந்தது. ஒப்புக்கொள்ளும்படியாக என்னிடம் எதைக் கண்டார் ரங்கண்ணா?

"பையன் ரொம்ப இல்லாதவனுமில்லெ. இருக்கிறவனுமில்லெ ..." என்று இழுத்தார் தியாகு.

"ம் ... அப்புறம்?"

"ஏதோ முடிஞ்சதை ..."

"அது சரி, உங்களை யார் இப்ப கேட்டா இதை? திடீர்னு என்னத்துக்கு இந்தப் பேச்சு?" என்று அலுத்துக்கொண்டார் ரங்கண்ணா.

சிறிது நேரம் கழித்து எல்லோரும் விடைபெற்று வெளியே வரும்போது, நிலவு பன்மடங்கு சோபை பெற்றுவிட்டது போலிருந்தது பாபுவுக்கு. ரங்கண்ணாவின் முக ஒளியையும் அவர் தடையில்லாமல் அங்கீகரித்ததையும் நினைக்கும்போது, உலகமே நல்லது நிறைந்ததாகப் பட்டது.

"போருமோல்லியோ பாபு?" என்றார் தியாகு, திரு மஞ்சன வீதியை விட்டுத் திரும்பும்போது.

"எனக்கு ஒண்ணுமே சொல்லத் தெரியவில்லை" என்றான் பாபு. அவன் குரல் நடுங்கியதைக் கேட்டு. "இப்ப ஒண்ணும் சொல்ல வேண்டாம், அப்பா. அவன் கொஞ்சம் உணர்ச்சி 'டைப்.' தழதழன்னு பேசவும் முடியாம, பேசாமலும் இருக்க முடியாம திண்டாடுவான்" என்றான் ராஜம்.

"சரி, இன்னும் இரண்டு வருஷத்திலே பாபுவுக்கு வெத்திலைப் பெட்டி தூக்கணும் நான்!" என்று அவன் தொடர்ந்து சொன்னபோது, "அவன் வெத்திலையைப் போட்டுண்டு, பேசமுடியாம நிக்கறச்சே, நாம பேசலாம்னு உனக்கு சந்தோஷமாக்கும்!" என்றார் தியாகு.

பாபுவுக்கு இந்த அப்பா, பிள்ளை பழகுவதைப் பார்த்து வேடிக்கையாகத்தான் இருந்தது. இந்த ராஜம் பொல்லாதவன். எப்படிச் சின்ன சின்ன விஷயங்களைக்கூட சமாளிக்கிறான்! எவ்வளவு பரிவு இவனுக்கும்! நாம் அதிர்ஷ்டசாலிதான் . . . அப்பா, யமுனா, ராஜம், ரங்கண்ணா . . .

போகும்போது எவ்வளவு நடுக்கம்! எவ்வளவு பயம், கலவரம்! அதற்கு நேர்மாறாக இப்போது உடலும், உள்ளமும் லேசாகி மிதக்கின்றன. இதை முதலில் அப்பாவுக்கு எழுத வேண்டும். ரங்கண்ணா ஏற்றுக்கொள்வாரோ மாட்டாரோ என்று சந்தேகமும் அச்சமும் வேதனைப்படுத்தியதற்கெல்லாம் "என்றைக்கடா வரே குழந்தை?" என்று அவர் தானாகக் கேட்டது எத்தனையோ மடங்கு ஈடு செய்துவிட்டது. குழந்தை மாதிரிதான் இருந்தார் அவர். குழந்தையைப்போலக் கள்ளமில்லாத சிரிப்பு, எதைப் பார்த்தாலும் ஆச்சரியம்! சங்கீதத்தைத் தவிர அவருக்கு எதுவும் வியப்பாகத்தான் இருக்கும்போலிருக்கிறது.

சங்கீதத்தைத் தவிர, வேறு ஒன்றும் தெரியுமென்று அவர் காட்டிக்கொள்ளவில்லை. தெரியாமலிருப்பது குறையென்று நினைப்ப தாகவும் அவர் காட்டிக்கொள்ளவில்லை. இந்த ஒன்றையே நாம் சரியாகச் செய்தால் போதும், நமக்கு வேறு எதற்கும் பொழுது இல்லை. தேவையில்லை என்ற உறுதி அவருக்குத் தீர்மானமாக இருக்கும்போலிருக்கிறது. தன்னந்தனியாக அந்தச் சிறு வீட்டின் நடையின் ஒட்டுத்திண்ணையில், சிறு பெட்ரூம் விளக்கின் பழுப்பிருட்டில் அவர் உட்கார்ந்திருந்த தோரணையையும், யாரையும் எதிர்பார்க்காதது போன்ற தன்னம்பிக்கையையும் பார்க்கும்போது, இந்த உறுதி நிச்சயமாக அவருக்கு இருக்க வேண்டுமென்றுதான் தோன்றுகிறது.

அப்பா மாதிரிதான் இருப்பாரோ என்னமோ இவரும்? அப்பாவுக்கும் அவர் படிப்பு, பஜனை, பிரார்த்தனையைத் தவிர ஒன்றும் தெரியாது. கூப்பிட்ட இடத்திற்குப் போவார். கூப்பிட்டவர் கள், எப்படிக் கூப்பிட்டார்கள், கூப்பிட்ட குரல், முகபாவம் எப்படியிருந்தது என்றெல்லாம் யோசிக்க மாட்டார். தானாக வலுவில் யாரையும் போய்ப் பார்ப்பதுமில்லை. ஆனால் 'தான்' என்கிற நினைப்பும் கிடையாது. நாமாகப் போய்ப் பார்த்தால், கூப்பிடாமல் போனால், ஏதாவது தவறாக நினைத்துக்கொண்டுவிடப் போகிறார்களே என்ற பயம்தான். கூப்பிடாதபோதே வந்து பார்க்கிறார் களே என்று மனித வர்க்கத்தின் பெரும்பான்மை திருப்திபடுகிற சர்வசாதாரண விஷயம் அவருக்குத் தெரியாது.

"நீங்க கதவைத் திறக்கறபோது, ரங்கண்ணா உட்கார்ந்திண்டிருந் தாரே, அது அப்படியே நிற்கிறது கண் முன்னாலே" என்றான் ராஜம்.

“நான்கூட அதைப்பற்றித்தான் நெனச்சிண்டிருக்கேன்.”

“ஏதாவது வேதத்திலிருந்து மனசுக்குள்ளே சொல்லிண்டிருந் தாரோ?”

“அதெல்லாம் ஒன்றும் இல்லை. ரங்கண்ணாவுக்கு வேதமும் தெரியாது, புராணமும் தெரியாது ... ஏதாவது சங்கீத சம்பந்தமாத்தான் இருக்கும். நீதான் சொல்லேண்டா பாபு. குலாம்காதர் கிட்டபோய் கோகுலாஷ்டமியைப் பற்றிக் கேட்கிறானே இவன்!”

“நானும் உங்களிடம்தான் கேட்டுத் தெரிஞ்சிக்கனும்னு இருந்தேன்.”

“அவ்வளவுதானா?”

“நீங்கள் என்ன நினைக்கிறேள்.”

“ஏதாவது கீர்த்தனையை மனசுக்குள்ளே பாடிண்டிருக்காரோ என்னவோன்னுதான் நெனச்சேன் நான்.”

“நானும் அதுதான் நெனச்சேன்.”

“கேட்காத சங்கீதம் கேட்கிற சங்கீதத்தைவிட இனிமைன்னு இங்கிலீஷில் சொல்வது போல சொல்றாளே அந்த மாதிரி கேட்காத சங்கீதத்தைக் கேட்டுண்டிருந்தாரோ என்னவோ!” என்று ராஜம் சிரித்தான்.

யாரும் சிறிது நேரம் பேசவில்லை. சற்றுக் கழித்து, “ஏண்டா சிரிக்கிறே, ராஜம்?” என்று கேட்டார் தியாகராமன்.

ராஜம் சொன்னது இருவரையுமே சிந்தனையில் ஆழ்த்திவிட்டது. அவன் எப்படிச் சொன்னானோ? அவன் சொன்னது மட்டும் மறுபடியும் பேச்சை மேலே போகாமல் நிறுத்திவிட்டது. வீடு வருகிற வரையில் அந்த மௌனம் கலையவில்லை.

“இனிமே உன்னைப் பார்க்கவே முடியாது இப்ப மாதிரி யெல்லாம்” என்றான் ராஜம்.

“எல்லாம் நீயே சொல்லிவிட்டா, நான் என்ன சொல்றது?”

“அதுக்கில்லே பாபு. காலேஜிலேயும் வாசிக்கணும். பாட்டும் சொல்லிண்டு சாதகமும் பண்ணணும். மூலை மூலையா ஊரில் நாம பேசிண்டும் இருக்கணும் ... எல்லாம் செய்ய முடியாதுங்கறேன்.”

பாபு சிரித்தான், “காதலன் காதலியைப் பிரிக்க முடியுமா?”

“இந்த மாதிரி காதலன் காதலியை சங்கீதம், கல்யாணம், யமுனா – இப்படி யாராவது பிரித்துவிட முடியும்.”

பாபு ஒன்றும் பதில் பேசவில்லை. சற்றுக்கழித்து "யமுனாவும் கல்யாணம் ஆகிப் போயிடப்போறா. அப்புறம் என்ன? அப்படியே நம்மைப் பிரிக்கிறதாக நீ சொல்கிறாற்போல வச்சுக்குவமே. பிரிக்க முடியாது – இருந்தாலும் நீ சொல்றியே. அதுக்காகச் சொல்கிறேன்."

"அவளுக்குக் கல்யாணம் ஆகும் வரையில்?"

". . ."

"நீ எதுக்குன்னுதான் நேரம் ஒதுக்கி வச்சுக்கப்போறே? இருக்கிறது இருபத்திநாலு மணிதான்."

பாபு, அதற்குப் பதில் சொல்லவில்லை.

"பாபு சும்மா குழந்தை மாதிரி பேசாதே. நல்ல திறமைகள் இருக்கிறபோது, பொழுதைப் போக்காமல் அதுகளை வளர்த்துக்கறது தான் புத்தியுள்ளவன் செய்ய வேண்டிய காரியம். ஒரு நல்ல காரியத்திலே ஈடுபட்டோமானால், மோகினி மயக்குமாதிரி நம்ம கவனத்தை அந்தண்டை இழுத்துண்டு போறதுக்கு எவ்வளவோ வந்து சேரும். ஸ்நேகிதம், காதல், பணம் சம்பாதிக்கிற ஆசை – இப்படி ஏதாவது ஒரு பேர் வச்சுண்டு வரும் அதெல்லாம். அதுக்கெல் லாம் இடம் கொடுத்தா காரியம் கெட்டுப் போயிடும். பின்னால் வருத்தமாயிருக்கும்."

ராஜம் கால் நகத்தைக் கிள்ளிக்கொண்டே பேசிக்கொண்டிருந் தான்.

"என்ன, நான் சொல்வதெல்லாம் சரியாயில்லைபோல் தோண்றதா?"

"நீ மூன்று சொன்னியே. அதிலே முதலாவதுதான் தவறாகத் தோன்றுகிறது."

"என் அபிப்பிராயம் அது. மூன்றும் சரின்னுதான் நான் நினைக்கிறேன். ஸ்நேகிதம், காதல் எல்லாம் ஒன்றுதான் . . . ஆனால் காதல் வந்தால் சிநேகிதம் தூக்கத்திலே இடுப்புச் சோமன் அவிழ்ந்து போகிறாற்போல நம்மையறியாமல் போயிடும்."

"தூக்கத்திலே எல்லாருக்கும் வேட்டி அவிழ்கிறதில்லையே."

"அதுவும் சரி" என்றான் ராஜம்.

"அதிருக்கட்டும். நீ என்னமோ காதலிலெல்லாம் ஈடுபட்டு, சிநேகிதத்தை நழுவ விட்டுவிட்டாற்போலப் பேசறியே. ரொம்ப அனுபவிச்ச மாதிரி . . ?"

"நாம அனுபவிச்சாத்தானா? உலகத்தைப் பார்த்துத் தெரிஞ்சுக்கப் படாதா?"

"யார்யாரு அப்படிப் பண்ணியிருக்கா? காதலில் நட்பை நழுவ விட்டவர்கள் யாரு?"

"எத்தனையோ பேர்?"

"எனக்கும் நாலு சொல்லேன்."

"நீ ஒண்ணு."

"யாரு . . . நானா?"

"என்ன தூக்கி வாரிப் போட்டாப்போல நானாங்கிறியே?"

"தூக்கிவாரித்தான் போடறது நீ சொல்றது."

"எது? நான் தெரிஞ்சிண்டிருக்கேன்கிறதா?"

"இல்லை. இல்லாததை இருப்பதுபோல தெரிஞ்சிண்டிருக்கேங் கிறியே. அதுதான்."

"என்ன இல்லாதது? நான் சொல்றது சரியில்லையா?"

பாபு உண்மையாகவே அடக்க முடியாமல் சிரித்தான்.

திடீரென்று அவனுக்குப் பளிச்சென்று என்னமோ தோன்றிற்று. 'தேள் கொட்டி, மருந்து வாங்கிக்கொடுத்தது இவனுக்குத் தெரிந்து விட்டதா? அப்படியானால் அந்தக் கடிதமும் தெரிந்திருக்குமா? எப்படித் தெரிந்திருக்கும்? நாம் சொல்லவில்லையே . . . யாராவது பார்த்துத்தான் விட்டார்களா?'

"பக்கத்து வீட்டிலே யாராவது அழகாயிருந்தா, உடனே காதல் வந்துவிடும்னு தீர்மானிச்சுட்டாப் போலிருக்கு நீ" என்று சிரித்துக் கொண்டே, பதில் சொன்னான் அவன்.

ராஜம் புன்சிரிப்புடன் அவனைக் கண்கொட்டாமல் பத்து விநாடி பார்த்தான்.

"என்ன பார்க்கறே, ராஜம்?"

"நீ இவ்வளவு கெட்டிக்காரனாயிருக்கியேன்னுதான்."

"நீயும் இவ்வளவு அசடாயிருக்கியேன்னு எனக்குச் சிரிப்பு வரது," என்றான் பாபு.

"வாஸ்தவம்" என்று சொல்லிச் சிறிதுநேர மௌனத்திற்குப் பிறகு, தொடர்ந்து சொன்னான் ராஜம்: "நானும் சட்டுனு தீர்மானம் பண்றது தப்புதான்."

"தப்புதான்."

"மகா பொல்லாதவன் நீ, பாபு. இருந்தாலும் எனக்குப் பரிதாபமா யிருக்கோல்லியோ . . . சொன்னேன்."

“நீ பரிதாபப்பட வேண்டாம். எனக்குக் காதல் இல்லை. சிநேகம் ஒண்ணுதான் இருக்கு. ஆனா அது என்மேலே இப்படி சந்தேகப் படும்னு நெனக்கலை. அதை நெனச்சாத்தான் பரிதாபமாயிருக்கு.”

ராஜம் பதில் சொல்லவில்லை. மறுபடியும் அவன் முகத்தில் புன்முறுவல் தவழ்ந்தது.

“பாபு, நீ சொல்லுகிற வார்த்தைகளை யோசிச்சு, இரண்டு அர்த்தம் தொனிக்கும்படியா அளந்து சொல்றயா, இல்லை, என்னமோ வாயிலே வந்ததைச் சொல்றியா, தெரியலை எனக்கு.”

“அளந்து பேசறதே என்னிடம் கிடையாது.”

‘சரி’ என்று பெருமூச்சு விட்டு, “இந்த விஷயத்தை இதோட நிறுத்திக்க வேண்டியதுதான். நீ பிடிபடாம நழுவறே.”

“நான் நழுவாமல் பிடியிலேயே இருக்கேன். நன்றாகச் சொல்லு. நான் விளக்குகிறேன்.”

“நீதான் சொல்லிவிட்டயே – காதல் கீதல் ஒண்ணும் இல்லேன்னு. அப்புறம் என்ன?”

“நீ ஒப்புக்கொண்டதாகச் சொல்லலியே, நான் சொல்றதை.”

“பாபு, நான் மறுபடியும் சொல்கிறேன். நீ கெட்டிக்காரன். நீ சொல்கிறதை நான் நம்பறேனா இல்லியாங்கறதைப் பற்றி நான் அப்பறம்தான் சொல்லணும். நானே தெளிவாக இல்லெ. இன்னிக்கிச் சாயங்காலம் திடீர்னு சுக்கானைத் திருப்பினே பாரு அது மாதிரி இப்ப எங்கேயோ பேச்சைத் திருப்பிவிட்டே, எங்கேன்னு நான் கண்டுபிடிக்கறதுக்குள்ளேயும் என்னைக் குழப்பிக் கிழப்பி, என்னமோ பண்ணிவிட்டே. இன்னிக்கி இந்த விஷயத்தை இதோட விட்டு விடுவோமே” என்றான்.

“விட்டு விடுகிறேன். விட்டுவிடு விட்டுவிடுன்னு சொல்றபோதே, நீ எங்கேயாவது பொடி வச்சுவிடறே. எனக்குத் தாங்கமாட்டேங்கறது. நான் பேச்சைத் திருப்பவும் இல்லை. குழப்பவும் இல்லை. ராஜம், ஒண்ணே ஒண்ணு சொல்றேன், கேட்டுக்கோ.”

“என்ன?”

“நான் உன்னோடு சேர்ந்தபிறகு எனக்கு ஒரு புது உலகம், புது தத்துவம் தெரிஞ்சுது. நான் அந்த விதத்திலே அதிர்ஷ்டசாலிதான்.”

“அப்படி என்ன தெரிஞ்சுது?”

“பெண்களைத் தெய்வமா நெனச்சு – அதுவும் நாம் பார்க்கிற பெண்களையெல்லாம் தெய்வமா மனசிலே வச்சு, பூஜை பண்ணும் பழக்கம் நீ கற்றுக்கொடுத்ததுதான்.”

“நான் ஒண்ணும் புதுசாக் கண்டுபிடிக்கலியே. நம்ம நாட்டிலே எத்தனையோ பேர் எத்தனையோ காலமா அதைச் செய்து வந்திருக்கார்களே.”

“உனக்கு யார் அதைச் சொல்லிக் கொடுத்தா?”

“எத்தனையோ பேர் இதைப் பழகி வந்திருக்கிறார்கள் – இந்த முறையை. ராமகிருஷ்ண பரமஹம்ஸர் இந்த மாதிரி பாவனையில் இருந்ததாகப் புஸ்தகங்களில் எழுதியிருக்கே.”

“நானும் படிச்சிருக்கேன், எனக்குத் தெரியலியே அது!” என்றான் பாபு.

“நானும் புஸ்தகம் பார்த்துத் தெரிஞ்சுக்கலை – அதாவது புஸ்தகத்தைப் பாத்துப் பழக்கத்துக்குக் கொண்டு வரலெ.”

“அப்படின்னா?”

“எனக்கு இதை ஒரு புல்லுக்கட்டுகாரி சொல்லிக் கொடுத்தா.”

“என்னது!”

“ஆமாம்பா, நான் ஒருத்தரிடமும் அதைச் சொல்லலே. இந்த மாதிரி யாரும் என்னைக் கேட்கலே. நீதான் கேட்டே. ஆனா நீ நம்பமாட்டே.”

“என்ன ராஜம் இது? எதை எடுத்தாலும் ஏன் இப்படி ஒரு பீடிகை போட்டுக்கறே?”

“நம்பமாட்டேன்னு சந்தேகம். சொன்னேன். பீடிகையென்ன?”

“நான் நம்பறேன். சொல்லு.”

“இரண்டு வருஷம் ஆச்சு, அது நடந்து.”

“எது நடந்து?”

“இண்டர்மீடியட் முதல் வருஷம் படிக்கிறபோது எனக்கு டைபாயிட் வந்து, ஒரு வருஷம் வீட்டோடு கிடந்தேன்.”

“ஆமாம்.”

“அதுக்காக ஏகப்பட்ட போஷாக்குக் கொடுத்தாள் அம்மா. காட்லிவர் ஆயில், முட்டை, பழம் – அப்பா சாம்பாதிக்கிறதிலே பாதி எனக்கே செலவாச்சு.”

“சரி.”

“உடம்பு கிடுகிடுன்னு தேறித்து. டைபாயிட் வந்த பிழைத்தாலே உடம்பு புடம் போட்டாற்போல புனர்ஜன்மம் எடுத்தாற்போல, புது உடம்பு வாங்கி வந்தாற்போல ஆயிடும். டானிக், சாப்பாடு எல்லாம் சேர்ந்தால் கேட்பானேன்? வயசு அப்ப உன் வயசுதான் எனக்கு.”

“விஷயத்தைச் சொல்லமாட்டேங்கறியே.”

“அவசரப்படாதே. எனக்குச் சொல்றதுக்கு என்னமோ போலிருக்கு. அதுக்குத்தான் சுற்றிச்சுற்றி அப்ப இருந்த மாதிரி மனசிலே ஆயிண்டு வரேன், பொறுத்துக் கேளேன் ... உடம்பு நன்றாகத் தேறிற்று போஷாக்கை நிறுத்தியிருக்கலாம் அம்மா. ஆனா, அம்மாவுக்குப் பாசம் கேட்குமா? ... உடம்பு தலைகால் புரியாமல் பறந்துது. சகவாசமும் அப்படி நல்ல சகவாசம் இல்லை. ராகவாச்சாரி ராகவாச்சாரின்னு ஒரு சிநேகிதன். சின்னக் கிளாஸ்லேருந்து கூடப் படிச்சான். நானும் அவனும் இணைபிரியமாட்டோம். அவன் மைனர், பணக்காரப் பயல். படிச்சாகணுங்கறதில்லே. வீட்டிலிருந்து ஏகப்பட்ட பணம். படிக்கிற பசங்களுக்குக் கை நிறையப் பணத்தைக் கொடுத்து, லட்சியத்தையும் நல்ல சகவாசத்தையும் கொடுக்கா விட்டால் என்ன ஆகும்? ராகவாச்சாரி கோயிலுக்குப் போறேன், கோயிலுக்குப் போறேன்னு கைகாட்டி மரத்தெருவிலே சுற்ற ஆரம்பிச் சான். முதலில் அவன் இப்படியெல்லாம் பண்றான்னு எனக்குத் தெரியாது. படிச்ச களைப்பு தீர ஒரே நாளில் இரண்டு சினிமாப் பார்த்தேன். முதல் ஷோவுக்கு என்னோடு வந்திருந்தான் ராகவாச்சாரி. முடிந்தவுடனே அப்படியே வீட்டுக்குப் போகணும்னு போயிட்டான். நான் சாயங்காலமே சாப்பிட்டாச்சு. ஒரு ஹோட்டலில் பாலை வாங்கிக் குடித்துவிட்டு, வேறு கொட்டகையிலே இரண்டாவது ஷோ பார்க்கப்போனேன். திரும்பிப்போகும்போது திடீர்னு ஒரு வீட்டிலிருந்து முட்டாக்கும் தலையுமாக வேகமாக ஒரு ஆள் இறங்கிப் போனான். ஆளாவது? நடையெல்லாம் ராகவாச்சாரி மாதிரி இருந்தது. வேகமாக நடந்து நானும் பின்னாலேயே போனேன். ஆள் கிட்ட போயிட்டேன். ராகவாச்சாரின்னு கூப்பிட்டேன். திரும்பி, அட ராஜமான்னான். எங்கடா அர்த்தராத்திரியிலே போயிட்டு வரேன்னான். வீட்டுக்குப் போய்த் தூங்கப் போறேன்னியே, எங்கே தூங்கினேன்னு நான் கேட்டதுக்கு. சினிமாவுக்குப் போயிட்டு வரேன்னான். சினிமாவுக்குப் போறதுக்குத் தலையிலே எதுக்கு முட்டாக்குன்னு நான் கேட்டதும், உளறிவிட்டான். ஏய் ராஜம், நீ பார்த்துவிட்டியான்னான். தெரியாமல் செய்துவிட்டேன்னான். ஒருத்தரிடமும் சொல்லாதேடா, இனிமே இப்படிச் செய்ய மாட்டேன் னான். என்னை ஏமாற்றிவிட்டுத்தானே போனேன்னு நான் சொன்ன தும், அவனுக்குச் சந்தோஷம் தாங்கவில்லை. என்னடா ராஜம், நான் உன்னை ஏமாற்றுவேனா? நீ இதுக்கெல்லாம் சம்மதிப்பாயோன்னு பயமாயிருந்துதுன்னான். இது என்னடா பிரமாதம்னு மறுநாளைக்கே அழச்சிண்டு போயிட்டான். ராத்திரி இரண்டாவது ஷோ போயிட்டு வரும்போதுதான். இந்தத் தெருதான். உனக்குத்தான் தெரியுமே. வாசலெல்லாம் இருட்டாக இருக்கும். இருட்டிலே காசு கிணு கிணுன்னு சப்தம் கேக்கும். ரகசியமா இருட்டு கூப்பிடும், வாவான்னு; போயிட்டேன். ஒரு பெரிய கரும்பூதம். காலிலெ பெரிய கொலுசு. பெரிய தலை. பெரிய உடம்பு. வா தம்பின்னாள். ஏன் பயப்படறேன்

னாள். சட்டைப் பையைத் தட்டினாள். இருக்கிறதை எடுத்துக் கொண்டாள். எனக்கு வெடவெடன்னு நடுங்கறது. வேர்த்து ஊத்தித்து. வாசல் பக்கம் திரும்பித் திரும்பிப் பார்த்தேன். வாசல் கதவு சாத்தித்தானிருந்தது. சும்மா வா பயப்படாதே! ஏன் இப்படிப் பயந்து சாவுறே? புதுசு போலிருக்கு. பள்ளிக்கூடத்துப் புள்ளையான்னு தடவிக்கொடுத்தாள். அம்மாடி! இம்மாம் நடுக்கம் நடுங்கிறியே – அந்தப் புள்ளையோட வந்தா இம்மாம் பயம்னாள். அதைத் தெரியுமா உனக்குன்னேன். யாரு, அதையா தெரியாது? ... அது சரி. இப்படியே எத்தினி நாளி நிக்கிறது. நேரமாச்சேன்னு அலுத்துக்க ஆரமிச்சா அவ. நான் போறேன்னு வாசல் கதவைத் திடீர்னு திறந்து, வெளியே படபடன்னு ஓடினேன். நல்லா பயந்து சாவுதுடீ இந்தப் புள்ளேன்னு சொல்லிண்டே வந்தாள் அவள். புதுசு பாவம்னாள் இன்னொருத்தி. வீட்டுக்கு வந்து படுத்தேன். யாருக்காவது தெரிந்தால், அதுவும் இன்னார் பையன்னு தெரிந்தால், எப்படியிருக்கும்? ஆனா, தைரிய மில்லாமல் வந்துட்டோமேன்னு வருத்தமாயிருந்தது. தைரியமும் வரவில்லை. அப்புறம் அஞ்சாறு மாசம்வரையில் அந்தத் தெருப் பக்கமே போகலே. மத்தியானம் வாசலில் நின்று என்னைக் கண்டு அடையாளம் கண்டுபிடிச்சு சிரிச்சான்னா என்ன செய்யறதுன்னு பயம். ராகவாச்சாரியும் நான் பயந்ததைத் தெரிஞ்சுண்டு, எனக்கு எவ்வளவோ சொல்லிப் பார்த்தான். எனக்குத் தைரியம் வரவில்லை. கடைசியிலே என்னை விடவும் விட்டுவிட்டான். எனக்குத் தைரியம் தான் வரவில்லை. ஆனா, வேறு ஒண்ணும் குறையவில்லை. இரண்டு மாசத்துக்கெல்லாம் என் சித்தப்பா செத்துப்போயிட்டார்னு தந்தி வந்தது. அப்பாவும் அம்மாவும் என்னை மாத்திரம் விட்டுவிட்டு திருச்சிராப்பள்ளிக்குப் போனா. எனக்குப் படிப்பு இருக்கே. வீட்டிலெ தனியா இருக்கிறபோதெல்லாம் எனக்குப் படிக்கவே ஓடலே. அவர்கள் பூட்டி சாவியைக் கொடுத்ததிலிருந்தே ஒரே எண்ணம் தான். தனியாக இருக்கும்போது இந்த மாதிரி இஷ்டப்படி இருக்கணும்னு தான் துடிச்சது. மூணுநாள் ஆச்சு. முதல் நாள், இரண்டாவது நாள், மூன்றாம் நாள் எல்லாம் வீணாகப் போயிட்டாப்போல்தான் பட்டுது. நாலாம்நாள் சாயங்காலம் இருட்டும் சமயத்துக்கு மழை பிடிச்சிண்டுது. சின்ன மழைதான். ஏதோ போற மேகம். கால்மணி நேரம் அடிச்சுது. மழை தபதபன்னு விழ ஆரம்பிக்கிறபோதே, வாசலில் வந்து ஒருத்தி, புல்லுக்கட்டுக்காரி, புல்லை அப்படியே திண்ணையிலே போட்டுவிட்டு படியேறினாள். பங்குனி மாசத்திலே நல்ல மளை வந்திச்சுன்னு என்னைப் பார்த்தாள். நான் சிரித்தேன். இரண்டு, மூன்று தடவை என் சிரிப்பைப் பார்த்தப்புறம்தான் அவளுக்குப் புரிஞ்சுது. உள்ளே போய் பீரோவைப் பார்த்து இரண்டு ரூபாயை எடுத்து வந்தேன். கூப்பிட்டேன். உள்ளே அவள் நழுவி வந்ததும், கதவைச் சாத்தினேன். சாமி, மளைக்கின்னு ஒதுங்கினா, இப்படிச் செய்யலாமான்னு சிரிச்சா அவ, எனக்குச் சொரேர்ன்னுது. அவ சும்மா பயமுறுத்தித்தான் பார்த்திருக்கா. எனக்குத் தோணின

எண்ணம் ஒண்ணே ஒண்ணுதான். உள்ளே வேறு யாராவது இருக்காளா இல்லியான்னு அவ ஏன் தயங்கவில்லைன்னு எனக்குப் புரியல்லெ. பொம்மனாட்டிகளே இப்படியா, இல்லை அவ ஒருத்தித்தான் இப்படி தயங்கவில்லையான்னு எனக்குப் புரியல்லெ. கதவைத் தாப்பாப் போடலீங்களா சாமின்னு கேட்டா அவ, நான் இப்படி குழம்பிண்டிருக்கிறபோது. நான் போட்டிரட்டுமான்னா. வேண்டாம் னேன். பின்னே இப்படியேவா? யாராவது திறந்திட்டு வந்திட்டாங் கன்னா. ஹூம்! நான் மாட்டேன், எனக்குப் பயமாயிருக்குன்னா அவ. தாழ்ப்பாள் போட வேண்டாம்னேன். உள்ளே வான்னேன். வேண்டாம் சாமி, நான் போறேன். பயமாயிருக்கு எனக்குன்னு கதவை மெதுவாகத் திறந்து திண்ணைக்குப் போயிட்டா, எனக்கும் அப்பாடா, பிழைச்சோம்னு இருந்தது. அப்படியே கதவைச் சாத்தித் தாழ்ப்பாள் போட்டுவிட்டு, பூஜை அலமாரி கிட்ட போய் நின்னேன். அம்மா நித்தியம் மாலைபோட்டு பூஜை பண்ணும் படத்துக்கிட்ட போய் பைத்தியம் பிடிச்சாப்போல நின்னேன். நான் இனிமே பொம்மனாட்டிகளை உன் மாதிரியே நினைச்சுப்பேன்னு சொன்னேன். அப்புறம் மழை நின்று ரொம்ப நாழி வரைக்கும் வெளியிலே வரலே. அந்தப் படத்துக்கு முன்னாலேயே நின்னுண்டிருந்தேன். கதவைத் திறந்து வெளியிலே வரபோது அவள் இல்லை. புல்லுக்கட்டையும் காணோம் . . . அவ்வளவு தான்."

ராஜம் நிறுத்திவிட்டான். அரை நிமிஷமாயிற்று. அவன் மேலே என்ன சொல்லப்போகிறான் என்று பாபு வீணாகக் காத்துக் கொண்டிருந்தானே தவிர, மேலே ஒன்றும் வரவில்லை.

"என்ன ராஜம் நிறுத்திவிட்டே?"

"நின்னு போச்சு, நிறுத்திவிட்டேன்."

"என்னமோ அவதான் இந்தத் தத்துவத்தைச் சொல்லிக் கொடுத்தான்னியே."

"அவ நேரே சொல்லணுமா? மழைக்காக ஒதுங்கினா இப்படிச் செய்யலாமான்னு சிரிச்சாளே. அந்தச் சிரிப்பு அவ சிரிச்சாப்போல இல்லை. எனக்கு யாரோ உடம்பு இல்லாத ஒண்ணு சிரிச்சாப்போல இருந்தது. வெறுமெ வெறுமே அந்தச் சிரிப்பு கேட்டுண்டே இருக்கும் எனக்கு. ஏதோ கவசம் மாதிரி ஆயிட்டுது எனக்கு அந்தச் சிரிப்பு. பொம்மனாட்டி பின்னாலே ஓடுகிறவர்களைப் பார்க்கிற போதெல்லாம் அந்தச் சிரிப்பு கேட்கிறது."

சற்று நின்றுவிட்டு, மேலும் சொன்னான் ராஜம்:

"வீட்டிலே என்னைத் தனியாவிட்டு சாவியைக் கொடுத்து விட்டுப் போனாளே அப்பாவும் அம்மாவும் அவர்கள் நினைவும்தான் வந்தது எனக்கு. நான் அவர்கள் நம்பிக்கையையும் காப்பாற்றி விட்டேன்."

உள்ளங்கையில் இடது கைவிரலால் தேய்த்து, உரிந்த தோலை உதிர்த்துக்கொண்டே பேசினான் ராஜம்.

சிறிது நேரம் இருவரும் பேசவில்லை.

"ராஜம், நானாக இந்த உண்மையை அனுபவித்துத் தெரிந்து கொள்ளவில்லை. இருந்தாலும் நீதான், உன் வார்த்தைகளின் நினைவு தான், என்னை ஜாக்கிரதையாகக் காப்பாற்றி வருகிறது."

"நான் தைரியசாலி இல்லை . . . என் கோழைத்தனம் என்னை இந்த மாதிரி வழியிலே தள்ளிவிட்டது. எது தள்ளினாலும் பாதை நல்ல பாதை" என்றான் ராஜம்.

"எதுக்காக இவ்வளவு தூரம் சொன்னேன்னா . . ." என்று நிறுத்திவிட்டான் அவன்.

"எதுக்காக?"

"எதுக்காகவா? . . . நான் சொல்றது சரியோ என்னமோ, உனக்கு இதெல்லாம் வேண்டாம்னு நெனச்சேன். ஆனா, நீதான் நான் நெனச்சுது தவறுன்னு சொல்லிவிட்டியே."

"தவறுதான் . . . ஏன்னா, உன் சிநேகம் கிடைச்சப்புறம், இந்த மாதிரி ஞாபகங்கள் எனக்கு வரதில்லை . . . உனக்கு ஏன் அப்படித் தோணித்து?"

"ஏதோ தோணித்து. முட்டாள்தனமான எண்ணங்களுக்குக் காரணமா வேணும்?"

"நான் உன்னிடம் வருகிறதும், பேசுகிறதும் குறைஞ்சு போயிட்டா, எப்படி ஆவேனோன்னு பயமாத்தானிருக்கு. அதுக்காகத்தான் வருவதை விடமாட்டேன், குறைச்சுக்கமாட்டேன்னு சொன்னேன்" என்றான் பாபு.

"என்னமோ – எனக்குக் கேட்கப் பெருமையாகத்தானிருக்கு. ரங்கண்ணா சரின்னு சொன்னது உன் அதிர்ஷ்டம். என்னோட சும்மாப் பொழுதைப் போக்கி அதுக்குக் குந்தகம் பண்ணிக்க வேண்டாமென்னு சொன்னேன். அவ்வளவுதான்."

"உனக்கேன் அந்தக் கவலை?"

இவ்வளவு பேச்சுக்குப் பிறகும், என்னமோ கடைசி தடவையாகப் பேசுவதுபோல் இன்னொரு இரண்டு மணிநேரம் பேசிவிட்டுத்தான் இருவரும் பிரிந்தார்கள். பிரியும்போது, ஊர் ஓய்ந்துவிட்டது. கடலங்குடித் தெரு வீடுகள் எல்லாம் உறங்கிவிட்டன. உச்சிப் பிள்ளையார் கோவிலுக்குப் பக்கத்திலும் இன்னும் சற்றுக் கிழக்கில் சினிமாக் கொட்டகைக்குப் பக்கத்திலும் வெற்றிலைப் பாக்குக் கடைகளும் பால்கடைகளும் திறந்திருந்தன. நீலப் பால்நிலவின் முன், இந்தக் கடை விளக்குகள் தூங்கி வழிந்துகொண்டிருந்தன.

ராஜத்தின் அனுபவத்தை நினைக்கிறபோது ஆச்சரியமாகத்தான் இருக்கிறது. ராஜமா இப்படியிருந்தான்? ஒரு சின்ன வீட்டில், சிமினி விளக்கு மினுக்குகிற வீட்டில் கரும் பூதம் மாதிரி ஒரு பெண்பிள்ளை முதுகைத் தடவித்தேற்ற, ராஜமா நின்றான்?

பாபுவுக்குச் சிரிப்பாக வந்தது. ராஜம் ஒளிக்காமல் சொல்லி விட்டான் ஒன்று விடாமல்...

மடத்துத் தெருவைத் தாண்டி ஒவ்வொன்றாக நினைத்துக் கொண்டே, காவேரி வெள்ளத்தைப் பார்த்துக்கொண்டே நடந்தான் பாபு. இது என்ன? – வீட்டு வாசலில் விளக்குத் தெரிந்தது. ஆமாம் நம் வீட்டில்தான் – ஒருநாளும் இல்லாத திருநாளாய் என்ன? கைலாசத்திற்கு இந்தச் சமயம் சாதாரணமாக இரண்டாம் ஜாமத் தூக்கம். ஆனால், அவரே விழித்துக்கொண்டு வாசல் ஒட்டுத் திண்ணையில் அரிக்கேன் விளக்கை வைத்துக்கொண்டு உட்கார்ந் திருந்தார். இன்னும் யாரோ எதிரே உட்கார்ந்திருந்தார். பாபுவுக்கு என்னவென்று புரியவில்லை.

17

"இதோ வந்துவிட்டாரே" என்றார் கைலாசம்.

"பாபு அரை மணியாகக் காத்திருக்கார். துக்காம்பாளையத் தெருவாம். உனக்கு யாரோ தெரிஞ்சவா இருக்காளாமே. சமாசாரம் சொல்லியனுப்பிச்சிருக்கார். நல்ல சமாசாரம் இல்லெ. நான் சொல்லுவானேன்? நீங்களே சொல்லுங்கோய்யா" என்றார். பாபுவுக்கு வயிற்றில் புளியைக் கரைத்தது.

மணி பன்னிரண்டிருக்கும் போலிருக்கிறது. இந்த நேரத்தில் யமுனா வீட்டிலிருந்து என்ன செய்தி வந்திருக்கப் போகிறது?

வந்திருந்த பையன் எழுந்து நின்றான்.

"பார்வதி அம்மா அனுப்பிச்சாங்க. நான் அவங்க வீட்டுக்கு எதிர் வீடு. இந்தக் கடுதாசைக் கொடுக்கச் சொன்னாங்க. கையோட அழச்சுக்கிட்டும் வரச் சொன்னாங்க" என்று கடுதாசை நீட்டினான் பையன். பாபு உறையைக் கிழித்தான். பென்சிலில் எழுதியிருந்தது கடிதம். விளக்குக்கருகில் பிரித்து வாசித்தான்.

"அன்புள்ள பாபுவுக்கு வணக்கம். இன்று மாலை ஏழு மணிக்கு ஊரில் என் அப்பா காலமாகிவிட்டதாகத் தந்தி வந்திருக்கிறது. உடனே புறப்பட்டு வரவும். ராத்திரியே ஊருக்குப் போக வேண்டி யிருப்பதால் அதற்குத் தகுந்தாற்போல வரவும்.

– யமுனா."

"எப்ப தந்தி வந்தது?"

"பத்துப் பத்தரை மணி இருக்கும்."

"இப்ப ரயில்கூட இல்லையே. காலமேதானே ரயில்."

"டாக்ஸியாவது வச்சுக்கிட்டுப் போகலாங்கிறாங்க."

"யாரு பாபு?" என்றார் கைலாசம். "சொந்தக்காராளா?"

"சொந்தம் இல்லை. தெரிஞ்சவா. தஞ்சாவூர்லெ முப்பது வருஷமாத் தெரிஞ்சவா."

"என்ன சேதி, உடம்பு கிடம்பு சரிப்படலியா?"

"காலமாயிட்டுதாம்."

"யாரு?"

"இந்தக் கடுதாசு கொடுத்தனுப்பியிருக்காளே, அவ அப்பா."

"எந்த ஊரு."

"நந்தமங்கலம்."

"தஞ்சாவூர் கிட்டன்னா அது?... நீயும் போகணுமா?"

"ஆமாம்."

"இன்னிக்கித்தான் ஊருக்குப் போயிட்டு வந்தே, மறுபடியும் அலைச்சல். என்ன செய்யறது? அதுவும் இது மாதிரி வந்தா மாட்டேன்னு இருக்க முடியுமா? மாப்பிள்ளை இங்கேதானே இருக்கார்?"

"இன்னும் கலியாணமே ஆகலே பெண்ணுக்கு."

"கலியாணமே ஆகலியா?"

"ஆமாம்."

"இங்கே யாராவது உறவுக்காரர் வீட்டுக்கு வந்திருக்காளோ?"

"ஆமாம். நவராத்திரி, கும்பகோணம் கலகலன்னு இருக்குமேன்னு வந்தா."

"பாவம் கலகலன்னு வந்துட்டு, கண்ணாலே ஜலம் விட்டுண்டே திரும்ப வேண்டியிருக்கு, கஷ்டம். கலியாணம் வேற ஆகலேங்கறே... மனுஷன் கலியாணத்தைப் பண்ணி வச்சிவிட்டுப் போயிருக்கலாம். அவ்வளவுதான் பிராப்தம். சரி கிளம்பு."

பாபு மாடிப் படியேறி அறையைத் திறந்து ஒரு வேட்டி, துண்டு, சட்டையைப் பையில் போட்டுக்கொண்டு ஜன்னல் கதவைச் சாத்தப்போனபோது ... யார் அது? அவள்தான். அடுத்த வீடு மொட்டை மாடியில், நிலவில் தோள்பட்டை பளபளக்க மேற்கே பார்த்துக்கொண்டு நின்றிருந்தாள். வெகு நேரமாக நிற்கிறாள் போலிருந்தது.

தி. ஜானகிராமன்

பாபு சற்று நின்றான். சல்லா போட்டதுபோல முழுவதையும் காட்டாத நிலவில்கூட அந்த செதுக்கின உடலின் கட்டும் உறுதியும் பளிச்சென்று தெரிந்தன. நந்தியாவட்டை இதழ்போல அந்த நைப்பும் வழவழப்பும் நிலவோடு நிலவாகப் பொலிந்தன. ஹ்ம் . . . தலைமை குமாஸ்தா அரைக் கண்ணும் அரை வாயும் திறந்து உடலை மடித்து உள்ளங்கையில் தலைவைத்து, ஒருக்களித்து உறங்குகிறது போலிருக்கிறது. நிச்சயமாகத் தூங்கத்தான் வேண்டும்! மொட்டை மாடிக்குப் போகலாமா? . . . கிழம் தூங்காமல் விழித்துக்கொண்டிருந் தால் . . ? காற்று வாங்க மட்டும் அனுமதி கொடுத்துவிட்டு, சாய்வு நற்காலியில் படுத்தபடியே பார்த்துக்கொண்டிருக்கிறதோ என்னவோ . . ? நிலவின் முக்கால் இருட்டில் அதோ அறையில் எதோ வெள்ளை யாகத் தெரிகிறது. சாய்வு நாற்காலியில் அது படுத்திருக்கிறாற் போல்தான் இருக்கிறது.

தலை மயிரின் படிவும் கன்னத்தின் ஒளியும் திரும்பும்போது மின்னுகின்றன. பாவம்!

"லைட் வேணுமா பாபு? என்று கீழிருந்து குரல் வந்தது.

"வேண்டாம்."

திடீரென்று அடுத்த வீட்டு உள்ளிருந்து வரும் குரலைக் கேட்டுத்தானோ என்னவோ, அவள் ஜன்னல் பக்கம் பார்த்தாள். உடனே தன்னுடைய உள்பக்கம் பார்த்துவிட்டு மறுபடியும், ஜன்னல் பக்கம் திரும்பிற்று பார்வை. வெளிச்சம் இருந்தால் அந்தக் கண்களைத் தான் பார்க்கிறோம் என்று தெரியும் அவளுக்கு.

"வேணும்னா விளக்கைக் கொண்டுவரேன்."

"வேண்டாம். கிளம்பியாச்சு."

ஜன்னலைச் சாத்தினான் பாபு.

சிரிப்பு வந்தது ராஜம் சொன்னதை நினைக்கும்போது. விசித்திர மான சந்தேகம். இவளைக் கண்டா? பாவம், நாட்டுப்புறம்! சூதும் வாதும் முளைக்காத, புல்லும் பூண்டும் மணக்கும் நாட்டுப் புறத்தில் வளர்ந்தவள். தாயார் தகப்பனாரின் கஷ்டம் சகிக்காமல், தலைமை குமாஸ்தாவிடம் கழுத்தை நீட்டி வந்துவிட்டது . . . சீதாராமன் கூட முழுவதும் சொல்லவில்லை. தலைமை குமாஸ்தாவைப் பற்றிப் பேசுவதற்குள் படகு கரை தட்டிவிட்டது.

ராஜத்திற்கு எப்படி இந்தக் கோணல் நினைவு வந்தது என்றுதான் புரியவில்லை. பாபு கண்ணை இறுக மூடி, அவள் முகத்தையும் அடிகளையும் புருவங்களுக்கிடையே வைத்து வணங்கினான். "ராஜத்திற்காக நானே மன்னிப்புக்கேட்டு விடுகிறேன்" என்று அந்தப் புருவத்து வடிவிடம் இறைஞ்சினான். கதவை மெதுவாக சாத்திப் பையை எடுத்துக்கொண்டு, அறையைப் பூட்டிக்கொண்டு கீழே இறங்கினான்.

பையனுடன் தெருவில் நடந்தான்.

"இன்னும் அரைமணி கழிச்சு நீங்க வந்திருந்தா நான் போயிருப் பேன்" என்றான் பையன்.

"ஏன்?"

"இவங்களை வந்து கேட்டேன். பாபுவா? அவர் வரது பகவானுக்குத்தான் தெரியும்னாரு. நீ சும்மா காத்திட்டிருக்கிறதிலெ என்ன லாபம், சங்கதியைச் சொல்லு, நான் சொல்லிடறேன்னு தட்டிக்கழிச்சிட்டாரு. நான் உட்கார்ந்துகிட்டப்பறம்தான் லைட்டைக் கொண்ணாந்து, விடமாட்டான் போலிருக்கேன்னு அவரும், உக்கார்ந்துகிட்டாரு."

"தூக்கக் கலக்கம்."

"நீங்க எங்க போயிருந்தீங்க? சினிமாவுக்குப் போயிருந்தீங்களா?"

"இல்லை, சும்மா கடலங்குடித் தெருவுக்குப் போயிருந்தேன்."

"நான் வந்த நேரத்துக்குப் புறப்பட்டிருந்தா, இத்தினி நாளி கார்லே பாதி தூரம் பேயிருக்கலாம்."

பாபுவின் கண்ணில் சுப்ரமணியத்தின் உடல் உயிரற்று மல்லாந்து கிடக்கும் தோற்றம் வந்து நின்றது.

பார்வதியின் முகத்தை சாயங்காலம் கண்கொண்டு பார்க்க முடியவில்லை. பறி கொடுத்தாற்போலப் பதறிக் கிடந்தது. அதே சமயம்தான் அவர் நந்தமங்கலத்தில் மரணாவஸ்தையில் கிடந்து துடித்திருக்க வேண்டும். அவர் உள்ளத்தின் ஏக்கம்தான் பார்வதியைத் தாக்கிக்கொண்டிருந்ததோ என்னவோ!

சுப்ரமண்யம் கொடுத்துவைத்தவர்தான். ஏகப்பட்ட சொத்து. அடக்கமும் அறிவுமாக ஒரு மனைவி – கணவனுக்கு விட்டுக் கொடுப் பதையே ஒரு பணியாகக் கருதுகிற மனைவி. பார்வதிக்கு அவள் விட்டுக்கொடுத்தது ஆச்சரியமான விஷயமில்லைதான். இப்படி ரோஷமில்லாமல் ஒரு பெண் பிள்ளை கணவனுக்கு விட்டுக் கொடுப்பது, அடிப்படையான மனித தர்மத்திற்குப் புறம்பாக இருக்கலாம். ஆனால் அவள் விட்டுக் கொடுத்தது என்னவோ உண்மை.

பையன் மூச்சுவிடாமல் பேசிக்கொண்டு வந்தான். 'ம்ம்.' 'ஆமாம்' என்று அவன் சொன்னதை சரியாகக் காதில் வாங்காமல் பதில் சொல்லிக்கொண்டே நடந்தான். பாபு.

சுப்ரமண்யம் கொடுத்துவைத்தவர்தான். சொத்து, சாப்பாடு, பொழுதுபோகச் சீட்டாட்டம். காசு வைத்து ஆடமாட்டாராம். ஆனால் கலியாணம் என்று எங்காவது போனால் பெரிய ஜமாவோடு உட்கார்ந்து சவரன் வைத்து வைத்து ஆடுவாராம். வேலை என்பது என்னவென்று தெரியாமல், முன்னோர்களும் பழங்காலமும் பிறப்பும்

தந்த வரத்தால் வாழும் நிலச்சுவான்தாரர்களில் ஒருவர். உள்ளூர் நிலத்தைக் கவனித்துக்கொள்ளக் காரியஸ்தன். வேறு ஊர்களில் இருந்த நிலங்கள் குத்தகைக் கணக்குப் புஸ்தகத்தைப் பார்ப்பதும், நெல் விற்ற பணத்தை வைத்துச் செலவழிப்பதும்தான் சுப்ரமண்யத்துக்கு வேலை. கோடைக் காலத்துக்குத் திருக்குற்றாலம், கோடைக் கானல், நீலகிரி இவற்றையும் வெள்ளைக்காரன் அல்லாத 'வெள்ளை' இந்தியர்கள் மாதிரி வருஷ ஒழுங்காகச் செய்யாவிட்டாலும் இரண்டு வருஷங்களுக்கு ஒரு தடவையாவது செய்துவிடுவார். குற்றாலத்துக்கு பாலம்மாள் போனால் கோடைக்கானலுக்கு பார்வதி கூட வரவேண்டும் அடுத்த வருடம். இந்தப் பிரயாணத்தில் இரண்டு பேரையும் சேர்த்து அழைத்துப் போவதில்லையாம் அவர்.

வாசலில் கான்வாஸ் விதானம் போட்ட கார் ஒன்று நின்றிருந்தது.

துக்கம் விசாரித்துப் பழக்கமில்லை. போய்ப் பார்த்தவுடன் என்ன சொல்வது என்று புரியாமல் குழம்பிக்கொண்டே போனான் பாபு. வாசலில் விளக்கு எரிந்துகொண்டிருந்தது. திண்ணையில் இருவர் உட்கார்ந்து பேசிக்கொண்டிருந்தார்கள்.

கூடத்தில் உட்கார்ந்திருந்த பார்வதி, பாபுவைக் கண்டதும் ஒன்றும் சொல்லாமல், பாதி வாய்விட்டு அழத்தொடங்கிவிட்டாள். யமுனாவின் அழுகை காதில் விழவில்லை.

"ஒரு வாரமாவே உடம்பு சரியில்லையாம். போகணும் போகணும்னு சொல்லிக்கிட்டிருந்தாங்களாம். இப்படித் தலையிலே இடியா வந்து விளும்னு யார் கண்டாங்க?" என்றாள் ஒரு மூன்றாவது ஸ்திரி பாபுவிடம்.

"இன்னிக்குச் சாயங்காலம்கூட போகணும்னு சொன்னாங்க... அப்படிக் கவலைக்கிடமாயில்லேன்னு எழுதியிருந்தார் இல்லே உங்க அண்ணா, ஏன் யமுனா?" என்று கேட்டான் பாபு.

"அவன் எழுதினதைப் பார்த்தா தைரியமாத்தான் இருந்தது. அப்பறம் திடீர்னு மோசமாயிட்டாப்போலிருக்கு."

இருவர் முகமும் அழுது கலங்கியிருந்தன. கூந்தலை இருவரும் முதுகில் புரள, நுனி தெரிய கொளகொளவென்று முடிந்திருந்தார்கள். அழும்போதுகூட இவர்கள் எவ்வளவு அழகாக இருக்கிறார்கள்! கண்களின் கீழ் கண்ணீர் வடிந்து, வற்றிய பளபளப்பு மங்கலாகத் தேங்கியிருந்தது. முழங்காலைக் கட்டித் தூணில் சாய்ந்து உட்கார்ந்திருந்தாள் யமுனா.

பார்வதியை எந்த வார்த்தைகளைச் சொல்லிச் சமாதானம் செய்வது என்று புரியவில்லை பாபுவுக்கு. "சும்மா அழுது அழுது என்ன செய்கிறது? நடந்தது நடந்துவிட்டது" என்று சொல்ல வந்த வாயை மூடிக்கொண்டான்.

வீட்டைப் பூட்டிக்கொண்டு கிளம்பக் கால் மணி ஆயிற்று.

பார்வதி ஏறியதும் யமுனாவும் ஏறினாள். முன் சீட்டில் ட்ரைவருக்கு உதவிக்கு வந்திருந்த ஆள் ஒருவர் உட்காரவே பாபு தயங்கினான்.

"நீங்க பின்னாடி உட்காருங்க சார்."

"பாபு, இங்கேயே வந்துவிடு."

"அங்கேயா..?"

"பரவாயில்லை."

பாபு கூனிக் குறுகி உட்கார்ந்து கொண்டான்.

○

பழைய கார்தான். படபடவென்று மண்காப்பு படபடக்க, மோட்டார் சைக்கிள் சத்தத்துடன் போய்க்கொண்டிருந்தது.

"இப்படியே கால், கை, உடம்பெல்லாம் 'காம்ப் காட்' மாதிரி எத்தனை நாழி மடக்கிக்கிட்டு வரப்போறே?" என்று கேட்டாள் யமுனா. கார் திருவலஞ்சுழி தாண்டியிருந்தது அப்போது.

"சரியாக உட்காரு."

பாபு சரியாக உட்கார்ந்துகொண்டான். அப்போதும் மனம் கூனிக் குறுகிற்று. உடல் லேசாக நடுங்கிற்று. அபசாரம் போல தேகம் குன்றிற்று. ஹிருதயத்தில் அவள் முகம் பூஜையைப் பெற்றுக் கொண்டு நிறைந்திருக்கிறது. இவள் சாதாரண மனித ஸ்திரீ அல்ல. மனிதர்களிடத்தில் இல்லாத ஒரு தன்மை இவள் உடலிலும் பேச்சிலும் எண்ணத்திலும் இருந்து கொண்டேதானிருக்கிறது. இவள் மேலே படும்போது ஏதோ தவறிழைப்பது மாதிரி உள்ளம் வெட்டிச் சிலுப்புகிறது.

அப்பாவும் போய்விட்டார். இவளை யார் காக்கப் போகிறார்கள்?

யமுனா ஒன்றும் பேசவில்லை. பார்வதி சற்றைக்கொருதரம் நினைத்து நினைத்து "அம்மா" என்று வாய்விட்டு அரற்றி வந்தாள். "நான் என்ன பாபு செய்வேன்? வயித்துலே அடிச்சிட்டுப் போயிட்டாங்களே" என்று மூன்று நாலு தடவை புலம்பிவிட்டாள்.

"பேசாம வாம்மா" என்றாள் யமுனா. கார் வாழைப்பழக் கடைச்சாலையைத் தாண்டிற்று.

"பாபநாசம் வரது. வீட்டிலே இறங்கிப் பார்த்துவிட்டுப் போகலாமா?" என்றான் பாபு.

"வேண்டாம் பாபு" என்றாள் பார்வதி.

தி. ஜானகிராமன்

“இறங்கி ஏதாவது தண்ணியாவது சாப்பிட்டு வரலாமே. சாப்பிடவே இல்லியாமே நீங்க?”

“வேண்டாம். நேரே போயிடுவோம்.”

“நேரவே போயிடுவோம் பாபு” என்றாள் யமுனாவும்.

“வித்தியாசமா நெனைச்சுக்கற மனுஷாளா அங்கே?”

“நான் அப்படிச் சொல்லலே பாபு. உங்க அக்கா சேதியைக் கேட்டுதுன்னா புலம்பித் தீர்த்துவிடும். அதுக்கு உலகத்திலே எல்லாரும்கூடப் பிறந்த மாதிரி. இப்ப வேண்டாம், சொன்னதைக் கேளு.”

“சரி, அப்புறம் உங்க சௌகரியம்.”

அப்பாவைப் பார்த்துவிட்டுப் போகலாம். இவர்கள் தெம்பாக நாலு வார்த்தை சொல்லி நெஞ்சின் ரணங்களை ஆற்றும் குரல் அது. பிறர் கஷ்டங்களைப் புரிந்து அந்தந்த மனங்களுக்கு ஏற்ப, இதமாகச் சொல்லித் தேற்றும் அனுபவமும் அனுதாபமும் உள்ளவர் அவர். பார்வதியோ பிடிவாதமாக மறுக்கிறாள்.

“நீ ஒண்ணும் நெனைச்சுக்காதே பாபு. அம்மா இஷ்டம் போல விட்டுவிடு” என்று யமுனா கடைசி முறையாகச் சொல்லிவிட்டாள்.

பாபநாசத்தைக் கடந்து போகும்போது அவனுக்கு இருப்பாக இருக்கவில்லை. நம் ஊர் வழியாக, நம் வீட்டில் இறங்காமலேயே கடந்துபோகிறோம்! வாசல் திண்ணையில் அப்பா படுத்து உறங்கிக் கொண்டிருப்பார். அல்லது ‘கிலி கிலி’ என்று சிறு உத்ராட்ச மாலையை விரலில் கடத்திக்கொண்டிருப்பார். நாம் ஐம்பது கெஜ தூரத்தில் போகிறோம் என்று அவருக்குத் தெரியுமா? அம்மாவும் அக்காவும் பாபு பாபநாசம் வழியாகப் போவதாக தூக்கத்தில் கனவு கண்டுகொண்டிருப்பார்களா?

தென்னோலைகள் இனாமல் பூசினாற்போல நிலவில் மின்னிக் கொண்டிருந்தன. மரங்கள் மெதுவாக அசைந்தன. குடிசை வாசல் களில் யார் யரோ படுத்து உறங்கிக்கொண்டிருந்தார்கள். கால் தூக்கங்கள், கார் சத்தத்தைக் கேட்டு விழித்து, கார் விளக்கின் கூச்சத்தில் கண்ணை இறுக்கிக்கொண்டன. தஞ்சாவூருக்குப் போகும் போக்கு வண்டிகளின் மாடுகள் தலையை சாவதானமாக ஆட்டிக் கொண்டு தூங்கி வழிந்து ஊர்ந்துகொண்டிருந்தன. தூங்குகிற வண்டிக் காரர்களை எழுப்பாமல், சிரமம் கொடுக்காமல், கார் சத்தத்தைக் கேட்டு இடது பக்கமாக ஒதுங்கிப் போய்க்கொண்டிருந்தன; நிலவில் வெண்ணெய் மாதிரி, ஆனால் உறுதிபெற்ற வலுவுடனும், வனப்புட னும், சாலையில் போகிற காரைக்கூட லட்சியம் செய்யாமல், மூச்சு முட்டும் சுமைகளை இழுந்து நடந்தன அந்த மாடுகள். தூரத்தில் தூங்கி வழிகிறதுபோல் நடந்தனவே தவிர, அருகில் பார்க்கும்போது

தீர்மானமாகத் திடமாகக் காலை வைத்து நடப்பது தெரிந்தது. எதிரே வரும் வண்டிமாடுகளின் கண்கள் பெரியனவாகக் கண்ணாடி யாக மின்னின.

பாபு உள்ளே யமுனாவின் பக்கமோ, பார்வதியின் பக்கமோ திரும்பவில்லை. பாய்ந்து கடக்கும் சாலை மரங்களையும் வண்டிகளை யும் வயல்களையும் முன்னே ஓடும் சந்திரனையும் மினுங்காது விழிக்கும் ஒரு விண் மீனையும் மாறி மாறிப் பார்த்துக்கொண்டிருந் தான். பார்வதி மற்ற ஸ்திரீகளைப் போல விதவையாகிவிட்டாள் என்ற உண்மையை நினைத்துப் பார்க்கவே முடியவில்லை. விதவையா யிருப்பது ஏதோ அசுபம் என்ற எண்ணத்தில் வளர்ந்த உள்ளத்திற்கு, பார்வதியும் இந்தக் குறைக்குப் பலியாகக்கூடிய சாதாரண மனுஷி என்று சமாதானப்படுத்திக்கொள்ள முடியத்தான் இல்லை. இவ்வளவு அங்க அழகும் நிறைவும் உள்ளவள் இந்த மாதிரி ஒதுக்கிவைத்திருக் கிறாற் போன்ற நிலைக்கு ஆளாவது சாத்யமா என்பதும் புரிய வில்லை ... விதவையாவது ஒரு சாதாரண நிகழ்ச்சிதான். இதை அமங்கலம் என்று நினைப்பது கூடி வாழ்கிற மனிதன் கட்டி எழுப்பிய உணர்ச்சிதான் ... ஆனால் மனம் என்னமோ இதை வாங்க மறுக்கிறது. ஆண்டு ஆண்டாக, காலம் காலமாக இது அசுபம் என்று யாரோ கொட்டிக்கொட்டி வைத்திருக்கிறார்கள். செய்தியைக் கேட்டவுடனே, தேவைக்கு மீறிப் பரிதாபமும் இரக்கமும் படக்கூடிய நிலை ரத்தத்தில் ஊறிவிட்டது. இயற்கைபோல மாறி விட்டது. இருந்தாலும் இந்த அழகோடும் நிறைவோடும் இந்தத் துயரமும் பங்கமும் ஒட்டாத விஷயங்கள் என்றுதான் தோன்றுகிறது.

சுப்ரமண்யம் அதிர்ஷ்டசாலிதான். பார்வதியைப் பார்த்து, விரும்பியதும் அவள் ஏற்றுக்கொண்டதும் – எல்லாம் அவருக்கு அதிர்ஷ்டம்தான். இப்போது அவர் தனியாகப் போவது அவருடைய துரதிர்ஷ்டம். இவளை இனிமேல் எங்கு பார்க்கப்போகிறார் அவர்?

18

சாலையிலிருந்து வாய்க்கால் மதகில் திரும்பி நந்தமங்கலம் தெருவில் கார் நுழைந்தபோது ஊர் அடங்கிக் கிடந்தது. கார் சத்தத்தைக் கேட்டுத் திடீரென்று அரண்டுபோன நாய் துள்ளி ஓடி தூரத்தில் போய் நின்றுகொண்டு ‘வள் வள்’ என்று ஊரே எழுந்து விடும்படி குரைத்தது. பெரிய தொண்டை அதற்கு. இவ்வளவு கோழைகளுக்கு ஏன் இவ்வளவு பெரிய தொண்டை என்றுதான் புரியவில்லை. இந்தச் சத்தத்தைக் கேட்டு, வேறு தெருவிலிருந்து ஒரு நாய் முறை வைத்தது. ஒரு கீரிப்பிள்ளை இந்தச் சாரியிலிருந்து அந்தச் சாரிக்கு ஓடிற்று.

“அதோ பந்தல் போட்டிருக்கே ... அந்த வீடுதான்” என்றாள் யமுனா.

பெரிய வீடு. உயரமான வாசலில் கீழே ஒரு திண்ணை; மேலே ஒரு திண்ணை. அகலத்தில் ஒவ்வொன்றும் ஒன்றரை ஆள் நீளம். வாசல் கதவுக்கு முன்னால் இருந்த பாகமே ஒரு வீடளவு இருந்தது. மேலே இருந்த ஒட்டுத் திண்ணையில் ஒரு விளக்கு. ஒரு ஆள் – ஜமக்காளத்தைப் படபடவென்று தட்டிப் போட்டு தலைமாட்டில் தலையணையைப் போட்டவன், கார் நின்றதைப் பார்த்து விளக்கை எடுத்துக் கீழே வைத்தான்.

"அம்மாவா?" என்றான்.

அதற்குள் யமுனாவின் அண்ணா உள்ளேயிருந்து வந்து விட்டார். முழுகின ஈரம் காய, குடுமியை நுனி முடிப்பு முடித்திருந்தார். காதில் பளபளவென்று ஒற்றைக்கல் வைரக்கடுக்கன். தலையில் பின்னோடிய மயிருக்கு விளிம்பு கட்டிய கன்னுக்குடுமி. மொத்தமாக இல்லாவிட்டாலும் இரட்டை நாடி என்று சொல்ல வேண்டிய உடம்புதான்.

வாசலில் ஏறியதும் ஜில்லென்றிருந்தது தரை. திண்ணையில் ஈரம் காய்ந்ததும் காயாததுமாகச் சுட்டிச் சுட்டியாக இருந்தது. உடலைக் கொண்டுபோய் அடக்கம் எல்லாம் செய்துவிட்டார்கள் என்று தோன்றிற்று.

யமுனாவும் பார்வதியும் உள்ளே போனார்கள். பாபு வாசலிலேயே அவருக்குப் பக்கத்தில் மேல் திண்ணைமீது உட்கார்ந்து கொண்டான். அழுகைச் சத்தம் உள்ளிருந்து கேட்டது.

"யார் நீங்க, தெரியலியே?" என்றார் அவர்.

"நான் வைத்தி மாமா பிள்ளை."

"அட, அடையாளமே தெரியலியே. நாலஞ்சு வருஷத்துக்கு முன்னால் பார்த்தது."

"ஆமாம்."

"கும்பகோணத்திலே வாசிக்கிறது நீங்கதானே."

"ஆமாம்."

"உங்களுக்கு எப்படி சமாசாரம் தெரியும்?"

"ராத்திரி இவாவீட்டு எதிர்வீட்டுப் பையனிடம் சொல்லியனுப்பிச்சா."

"தந்தி எப்ப கிடைச்சுதாம்?"

"பத்துப் பத்தரை மணி இருக்கும் போலிருக்கு."

"பத்து மணிக்கா! நான் எக்ஸ்பிரஸிலேன்னா கொடுத்தேன்."

"என்னமோ! எனக்குப் பன்னிரண்டு மணிக்குத்தான் சமாசாரம் வந்தது. உடனே புறப்படணும் – துணைக்கு யாருமில்லேன்னு சொல்லியனுப்பிச்சா. உடனே ஒரு டாக்ஸி எடுத்துண்டு வந்தோம்."

"பத்து மணி வரையில் பார்த்தது. வரலை. சாயங்காலம் ஆறு மணிக்கே ஆயிடுத்து. ஊர்லே எல்லோரும் பட்டினி. ஏதாவது ரொம்ப நாழியா சுவாசம் கீசம் வந்து எதிர்பார்த்திருந்தாலாவது எல்லாரும் ஜாக்கிரதையா இருந்திருப்பா . . . அஞ்சரை மணி வரையில் சாதாரணமாகத்தான் இருந்தார். தஞ்சாவூர்லேர்ந்து டாக்டர் வந்திருந்தார். ஒரு க்ளூகோஸ் இன்ஜக்ஷனைப் போட்டு பின்பு கவலையில்லேன்னு சொல்லிட்டுப் போனார். அவர் போன இருபது நிமிஷத்துக்கெல்லாம் குடிக்க ஜலம் கொண்டான்னாராம். நான் கூட அப்ப இல்லே, டாக்டரை அனுப்பிச்சுட்டுக் கிழக்கே வாழைக்கொல்லைப் பக்கம் போயிருந்தேன். தஞ்சாவூர் வியாபாரி ஒருத்தன் இலைக்கட்டு வாங்க வந்திருந்தான். என்ன சேதி பார்க்க லாம்னு போனேன், பத்து நிமிஷத்துக்கெல்லாம் ஆள் வந்து சொல்லி விட்டான். ஜலம் கொண்டுவான்னாராம். அம்மா உள்ளே போய் எடுத்துவந்து பார்த்தா, தலை தொங்கலிட்டு விட்டதாம். ஆறு மணி அடிக்கப்போற சமயம். உடனே தந்தி கொடுக்கச் சொன்னேன். சைக்கிளைக் கொடுத்து அனுப்பிச்சேன். ஆறரை மணிக்குக் கிடைச் சாலும் உடனே புறப்பட்டு வந்தா ஒன்பது மணி பத்து மணிக்குள் இவா வந்துடுவான்னு நெனச்சேன். பத்தாச்சு வரலை. ஊரிலே குஞ்சு குழந்தைகள்ளாம் பட்டினி. டவுனா இருந்தா இதெல்லாம் பார்க்கமாட்டா. இதுவோ குக்ராமம். ப்ரேதம் கிடக்கறபோது சாப்பிடுவாளோ? சரிதான்னு உடனே ஏற்பாடெல்லாம் ஆரமிச்சு விட்டேன். பன்னண்டரை மணிக்குத்தான் முடிஞ்சு திரும்பி வந்தோம்."

பாபு பேசவில்லை. கோபம் கோபமாக வந்தது அவனுக்கு. அவர் குரல் சாதாரணமாக, நடந்ததைச் சொல்வது போல் இல்லை. சற்று ஆர்வம், தயக்கம், எதிராளி நம்ப வேண்டும் என்ற கவலை எல்லாம் தொனித்துக்கொண்டிருந்தன. இந்த மனிதன், காலையில் தான் நடக்க வேண்டும் என்று தீர்மானமாகச் சொன்னால் ஊரார் என்ன செய்ய முடியும்? வேண்டாம் என்றா சொல்லப்போகிறார்கள்? குழந்தைகள் பட்டினி கிடக்குமாம்! குழந்தைகளைப் பசிக்கப் பசிக்கவா விட்டுவிடுவார்கள்? பெரியவர்கள் பத்து மணிவரையில் நிஜப் பட்டினியாகவா இருந்திருப்பார்கள்? பார்வதியின் உணர்ச்சி களைப் பற்றி இவர் நினைத்துப் பார்த்திருந்தால் . . . பார்த்தது மாதிரிதான் பேசுகிறார். இந்தத் தயக்கமும் அதிகப்படியான ஆர்வமும் முக்கால் உண்மையை முழு உண்மையாகச் சொல்லி நம்பவைக்கத்தான்.

உள்ளே ஓலமாகக் கேட்டது. இரு குரல்கள் அடக்கியும் விட்டும் அழுதுகொண்டிருந்தன. எங்கேயாவது எழுந்துபோய்விட்டால் தேவலை போலிருந்தது அவனுக்கு. அழுகையைக் கேட்டுக்கொண்டு உட்காரத் தெம்பில்லை. உடம்பைப் போட்டு வைத்திருந்தால் இந்த மாதிரி அழுகையை கேட்காமலிருக்கலாமே என்று கூடத் தோன்றிற்று.

"பத்து மணி வரையில் காத்திருந்தவர்கள் இன்னும் சில மணி நேரம் காத்திருந்திருக்கலாம்" என்றான், தயங்கிய குரலில்.

“பொட்டலிலே தனி வீடா இருந்தாத்தான் முடியும்” என்றார் அவர். பாபுவுக்கு முகத்தில் அறைந்தாற்போலிருந்தது. சற்று பயந்து கொண்டேதான் சொன்னான் அவனும். எதிராளியைத் தாராளமாகப் பேசவிடக்கூடிய முகம் இல்லை அது. இயற்கையிலேயே முகத்தில் ஒரு கடுப்பு. கண்ணில் ஒரு அலட்சியம். துடுக்குத்தனமாக ஏதாவது சொல்லுவேன் என்று காத்துக்கொண்டிருக்கிற கண். அதையும் மீறி பாபுவை வருத்தமும் கோபமும் சொல்லத் தூண்டின. பதில் துடுக்கென்று வந்ததும் அடங்கிவிட்டான்.

“மத்தியானம் மூணு மணி இரண்டு மணியா? ராத்திரி வேளை ஐயா! அஸ்தமன வேளை. அதுவும் சௌகரியமாறதுன்னு நெனைச்சிண்டிருக்கிறபோது திடும்னு நடந்துட்டுது. மனுஷா வர வேண்டியதுதான். அதுக்காக ஊரைப் பட்டினி போடறதா? பகைச்சுக்கறதா? . . . உடம்பு சரியாயில்லேன்னு லெட்டர் போட்டிருந்தேனே அப்ப வந்து பார்க்கப்படாதா? . . . எரிஞ்சு சாம்பலானப்பறம்தான் வருவேன்னு உட்கார்ந்திருந்தா அதுக்கு யார் பிணை?”

“வரதாகத்தான் சொல்லிண்டிருந்தாளாம். நீங்க கவலையில்லேன்னு எழுந்தியிருந்தேளாம்!”

“கவலையில்லேன்னா வந்துகூடப் பார்க்க வேண்டாம்னு அர்த்தமா? கவலைக்கிடமாயிருந்தாத்தான் வந்து பார்க்கணுமா?”

மேலே பேச்சுக் கொடுக்கக் கொடுக்க, தான் செய்தது நியாயம் என்று அவர் சாதித்து விடுவார் போலிருந்தது.

“நீங்க படுத்துக்கிறேளா? – காளீ!” என்று, டாக்ஸியருகில் நின்று அதன் முன் பின் புறங்களைப் பார்த்துக்கொண்டிருந்த ஆளைக் கூப்பிட்டார் அவர்.

“ஏங்க?”

“ஐயாவுக்கு ஒரு ஜமுக்காளமும் தலாணியும் கொண்டு போடு . . . ஜலம் கிலம் சாப்பிடறேளா?”

“வாண்டாம், ஸார்.”

“காளீ, நீ வீட்டுக்குப் போவாண்டாம். இங்கியே படுத்துக்க” என்று உத்தரவு போட்டு, மடியில் செருகியிருந்த பொட்டணத்தை எடுத்துப் பிரித்து, ஒரு கை புகையிலையை எடுத்துப் பிரித்து வாயில் அதக்கிக்கொண்டு, “தூங்குங்கள்” என்று சொல்லிவிட்டு உள்ளே நகர்ந்தார் அவர்.

வெறும் புகையிலையை மட்டும் வாயில் அதக்கிக்கொண்டு போகிறார். அப்பா செத்த துக்கத்தைக் கொண்டாடுவதற்காக வெற்றிலையை நிறுத்தியிருக்கிறார் போலிருக்கிறது. புகையிலையை நிறுத்த முடியாது என்றுதான் தோன்றுகிறது. அதற்கு மேல் துக்கம் கொண்டாடவும் அவர் தயார் இல்லை. பேச்சும் செயலும் அப்பாவைக்

கொண்டு அடக்கம் செய்துவிட்டு வந்ததைவிட, இடத்தை அடைத்துக் கொண்டிருந்த ஏதோ பழைய சாமானை விற்றுவிட்டது போலவே இருந்தன.

கடியாரத்தை யமுனா வீட்டிலிருந்து கொண்டு போனவர் இவர்தான். இனிமேல் எதையெல்லாம் தூக்கிக்கொண்டு போகப் போகிறாரோ. மல்லாந்து படுத்திருந்த பாபுவுக்குத் தூக்கம் வரவில்லை.

வீடு தெற்குப் பார்த்த வீடு. சற்றைக்கொருமுறை மூச்சுக் காற்றுப்போலத் தவழ்ந்து வந்த காற்று, உடலை மெதுவாகத் தடவித் தடவிச் சென்றது.

சுகமான காற்று. சுகமான நிலவு. ஆனால் வயிற்றில் ஏதாவது போட்டிருந்தால் ரசித்துக்கொண்டிருக்கலாம். நீர் கொட்டின சோற்றுக்கும் மாவடுவுக்கும் சுண்டைவற்றல் குழம்புக்கும் எவ்வளவு அழுத்தம் என்று இப்போதுதான் தெரிகிறது. வயிறு, காற்றைத் தின்று வாழ்வதுபோல பறக்கிறது. இப்போது எது கிடைத்தாலும் தின்னலாம். ஆனால், அவர் ஜலம் கிலம் வேண்டுமா என்று கேட்டபோது வாங்கிக்கொள்ளத் தயாராக இல்லை மனது. அவர் கேட்ட மாதிரியே அப்படி இருந்தது. ஏதோ கேட்க வேண்டுமென்று கேட்கிறேன். வேணுமா வேண்டாமா என்று வேறு எங்கேயோ மனதை வைத்துவிட்டுக் கேட்கிற கேள்விக்கு வேண்டும் என்று எப்படிப் பதில் சொல்வது.

வைத்தி சொன்ன பிரார்த்தனையை முணுமுணுத்தான் பாபு.

மல்லாந்து படுத்தால் பசி இன்னும் கிளருகிறது! இப்படி ஒருக்களித்துப் படுத்தால்? காலை இப்படி நாற்காலியைப் போல மடக்கிக் கொண்டால்? – பசி சற்றுத் தணிந்த மாதிரி இருக்கிறது. தணியவில்லை. எங்கேயோ ஒளிந்துகொண்டிருக்கிறது. அவ்வளவுதான்.

தூக்கம் வந்தாலும் தேவலை என்றால், வரவில்லையே. தலையணை நல்ல தலையணை. உறை, சலவை வாடை வீசுகிறது. வராத விருந்துக்கு என்று பெட்டியிலிருந்து எடுத்த உறை. உறைக்குள் கையைவிட்டுத் தடவினால் வழவழவென்று, மூக்குக்கண்ணாடி துடைக்கிற நாய்த் தோல் மாதிரி ஜில்லென்று ... அவரே வைத்துக் கொள்கிற தலையணையோ என்னவோ. இல்லை, எல்லா தலையணை களும் இந்த வீட்டில் இப்படித்தான் இருக்கலாம். தெம்புள்ளவர்கள். வருஷத்துக்கு மூவாயிரம், நாலாயிரம் கலம் என்று நெல் போடுகிறவர்கள்.

"தூங்கிப் போயிட்டேளா சார்" என்று குரல் கேட்டது.

அவர்தான்.

"இல்லை சார்."

"நல்ல வேளை. இந்தாங்க சார். எழுந்திருங்கோ ... இதைச் சாப்பிடுங்கோ."

தி. ஜானகிராமன்

“என்னது?”

“ஒண்ணுமில்லே. நாலஞ்சு பேயம் பழம்.”

“இப்ப எதுக்கு சார்?”

“யமுனா சொன்னா, நீங்க பசியாயிருப்பேள்னு ... எனக்கு அப்ப தோணல்லெ. அவ சொன்னப்பறம்தான் ஞாபகம் வந்தது. நல்ல பழம்... மரத்திலேயே பழுத்தது. கடாப்பு வச்சதில்லே. சாப்பிடுங்கோ ...” என்று நாலைந்து பேயன் பழங்களையும், ஒரு டம்ளர் தண்ணீரையும் வைத்தார் அவர்.

இந்த அழுகைக்கும் சிந்தலுக்கும் இடையில் யமுனா இதையும் மறக்கவில்லையா?

பேயன் பழத்திற்குத்தான் எவ்வளவு ருசி! இன்னும்கூட ஒரு டம்ளர் தண்ணீர் குடிக்கலாம். எதற்கு இவரை அலைக்கழிக்க வேண்டும்?

“பழம் ரொம்ப நன்னாருக்கு சார்.”

“கீழ்க்கொல்லைப்பழம். கீழ்க்கொல்லையில் எட்டிக் காய்கூட தித்திக்கும். அப்பேர்ப்பட்ட மண்ணு. தார் எப்படாப்பா தெரியும்னு காத்திண்டிருக்கான் – கொண்டு போயிடறான் வியாபாரி.”

“ம்.”

“விலை எப்படியிருந்தாலும் சரி, கீழ்க்கொல்லைப் பழம்னா போரும். எதையும் பார்க்கமாட்டான். தஞ்சாவூர் மார்க்கெட்டிலே கொண்டு போட்டாத்தான் தூக்கம் வரும் அவனுக்கு ... சரி ... படுத்துக்கறேளா?”

“படுத்துக்க வேண்டியதுதான்.”

அவர் மறுபடியும் உள்ளே போய்விட்டார்.

புரண்டு புரண்டு படுத்ததுதான் மிச்சம். தூக்கம் வரவில்லை. கீழ்த் திண்ணையில் காளி தூங்குவது காதுக்குத் தெரிந்தது.

நல்ல நிலவு. வீணாக அடிப்பானேன்? பாபு எழுந்து திண்ணையை விட்டிறங்கி, மேற்குப் பார்க்க நடந்தான். கோடியில் தெருவைப் பார்த்துக்கொண்டு ஒரு கோயில். செங்கல்லும் காரையும் போட்டுக் கட்டிய கோயில். வாசலில் கோபுரம் இல்லை. யானை முதுகு மண்டபம். கர்ப்பக்ரஹத்து கூம்பு கோபுரத்திலுள்ள பொம்மை களும் சிலைகளும் காலும் கையும் அறுத்துக் கிடந்தன. பழைய கோயில். வாசல்கூட இடிந்து பல்லை இளித்தது. தேய்ந்த செங்கற்கள், கறுப்பாக, பேய் சிரிக்கிறதுபோல் இளித்தன.

தெருக்கோடியில் நின்று தெற்குப் பக்கம் பார்த்தபோது ஒரு பெரிய குட்டை தெரிந்தது. கரையில் ஒரு நெடிய அரச மரம்

நிலவின் ஒளியின் பட்டை நரைத்து நின்றது. குட்டையின் எதிரே ஒரு கோயில். அதற்கும் முன் கோபுரமில்லை. உள் விமானம்தான் இருந்தது. அருகில் நெருங்க நெருங்க, குட்டையென்று சொல்ல முடியாதென்று தோன்றிற்று. சிறு குளம். கோயிலுக்கு முன் அரச மரத்திற்குப் பக்கத்தில் சிமெண்ட் படிக்கட்டு கட்டியிருந்தது தெரிந்தது. நீரில் கொரகொரவென்று தவளைகள் கொக்கரிக்கிற ஓசை, நிலவின் மௌனத்தில் கல்லை விட்டெறிந்துகொண்டிருந்தது.

தெருமுனையிலிருந்து குட்டைக்கு வரும் பாதையோரமாக ஒரு கொல்லை வேலியிட்டு அடைத்திருந்தது. மாட்டுக்கொட்டில் போலிருக்கிறது. மாட்டுக் கழுத்து மணியோசை ஒன்றிரண்டும் வண்டி மாடு மூச்சுவிடுகிற இரைப்பும் வைக்கோலைப் பிடுங்குகிற சலசலப்பும் அங்கிருந்து கேட்டன. இந்த அமைதியும் நகரவாடை யில்லாத வயல் மணமும் வைக்கோல் ஒலியும் மனதைத் தூங்கச் செய்தன; தூங்க இல்லை – ஓய்ந்து இளைப்பாறச் செய்தன. அப்பாடா! இப்படியே சந்திரன் சாயாமல், பொழுது விடியாமல், இந்தத் தவளைகளின் கொக்கரிப்பு ஓயாமல், மாட்டு மணி ஓயாமல் இப்படியே நீடித்துவிட்டால் . . .

குட்டை நீரில் மீன்கள் துள்ளின.

“யாரு?” என்று வேலியடைத்த கொல்லைக்குள் குரல் கேட்டது.

“நான்தான் மாமா.”

“யாரு, நடேசனா?”

“ஆமாம் மாமா.”

“ஏண்டா, பொணம் எரிஞ்சு ஆறு நாழியாறது. நீ வரதுக்கு இத்தனை நாழியா?”

“வந்து சாப்பிட்டுட்டு, வெத்திலையைப் போட்டுண்டேன். சிரமமாயிருந்தது. கொஞ்ச நேரம் படுத்திண்டிருந்தேன். வந்தேன்.”

“சுந்தரம் ரொம்ப வருத்தப்படறானோடா!”

“வருத்தப்பட்டால் என்ன? படாவிட்டால் என்ன? நீங்க, பெரியவர் தலை சாஞ்சதுமே தலையைக் காமிச்சுவிட்டு போயிட்டேள். வருத்தப்பட்டா ஆறுதல் சொல்லப்போறேளா?”

“பின்னே என்ன? என்னைச் சுடுகாடு மட்டும் வரச்சொல்றியா? காலமே பத்து மணிக்குச் சாப்பிட்டேன். துவாதசி பாரு. மத்யானம் அரைச் சேர் டீ சாப்பிட்டது. இந்த மனுஷன் அஞ்சரை மணிக்குத் திடீர்னு டிக்கட்டு வாங்கிடுவர்னு நான் கண்டேனா? கவாங் கவாங்னு கிடக்கிறதுன்னா என்னாலே முடியலேப்பா. அந்தக் காலமெல்லாம் போயிடுத்து. நல்ல வேளையா இத்தோட விட்டானே சுந்தரம். தஞ்சாவூர்க்காரி வந்தப்புறம்தான் எடுக்கணும்னு பாலாம்பா

ஒன்றைக் காலாலே நின்னாளாமே! அம்மா சொல்றது வேத வாக்குன்னு சுந்தரம் கேட்டிருந்தான்னா என் உசிரு போயிருக்கும். நல்ல வேளையாப் பொழச்சேன்."

"நீங்க எப்ப வந்தேள் இங்கே?"

"நான் வந்து ஒரு மணியாக் காத்திண்டிருக்கேண்டா உனக்காக?"

"அதான் தெரியலெ உங்களுக்கு!"

"என்ன தெரியலே?"

"தஞ்சாவூர்க்காரி வந்துவிட்டாள்."

"வந்துவிட்டாளா? எப்ப?"

"அரை மணியாச்சு. கார்லெ வந்திருக்கா?"

"ஹத்தரி கொடகல். கார்லெ வந்திருக்காளா? சொந்தக்காரோ இரவலோ?"

"ஆமாம். சொந்தக் கார் வாங்கிக்கொடுக்கும்படியா அப்பாவை விட்டுவிடுவாரா பிள்ளை?

"அதானே கேட்கிறேன்."

"வாடகைக் காராத்தான் இருக்கும். சரியாகத் தெரியலெ."

"அட வாடகைக் காரா இல்லாட்டாத்தான் என்ன? எத்தனையோ பேர் கொடுக்கிறான்."

"யாரு கொடுப்பா?"

"எத்தனையோ பேர்? வயசானா என்னடா? இப்பவும் மான் குட்டி மாதிரின்னா இருக்காளாம்!"

"என்ன மாமா சொல்றேள்?"

"பின்னே என்ன? அருந்ததி பாழாப் போறாளாக்கும்."

"சேச்ச! சொல்லாதீங்க மாமா. அவ அருந்ததிதான். பரம சாது."

"எல, உனக்கு ரொம்பத் தெரியுமோ? என்னமோ மாஞ்சு போறியே. தஞ்சாவூர் தானேடா எல்லாம்?"

"அதெல்லாம் இல்லெ. நல்ல பெரிய குடும்பம். அவ தாத்தா கஜானா அதிகாரியா இருந்தவராம்."

"ஆமாம். உன் கிட்ட வந்து வம்ச பத்ரம் வாசிச்சுக் கொடுத்தானாக்கும்!"

குட்டைக் கரையில் நின்றுகொண்டிருந்த பாபுவுக்குக் கைகால் எல்லாம் என்னமோ செய்தது. வயதான குரல் எரிகிற இளப்பமும்

துடுக்கும், அபாண்டமும் வயிற்றில் கல்லாக விழுந்தன. வழக்கம்போல அந்தக் குரலே எழும்பாமல் மென்னியைத் திருகிவிடத் துடித்தது அவன் கை. பார்வதிக்குப் பரிகிற குரல் சற்றுக் குறைந்த வயதுக் குரல்.

“வம்ச பத்ரம் வாசிச்சுக் கொடுக்கணுமா? மனுஷாளைப் பாத்தாத் தெரியாதா, நல்லவர்களா பொல்லாதவர்களான்னு?”

“சரி. விடு . . . அவளுக்குப் பொண்ணு ஒண்ணு இருக்கே. அதுவும் வந்திருக்கோ.”

“அவ வராமலா?”

“இன்னும் யாரு வந்திருக்கா?”

“கூட ஒரு பையன் வந்திருக்கான்.”

“பொண்ணு வந்தா, கூட ஒரு பையன் வரவாண்டாமோ!”

“மாமா, நீங்க என்ன வாயிலெ வந்ததைச் சொல்லிக்கொண்டிருக் கேளே! அவன் யாரோ? தம்பி முறையா இருந்தாலும் இருக்கலாம். அம்மாக்காரிக்கு ஒரு அக்கா இருக்காளாம். அவ பிள்ளையோ என்னமோ! யாருன்னு பார்க்காமல், தெரிஞ்சுக்காமல் சொல்லி விடறதா?”

“உனக்கு மாத்திரம் தெரியுமோ?”

“தெரியாது. அதுக்காகத் தப்பாச் சொல்லிவிடணுமா?”

“எலே நடேசு, உன்னைவிட இருபத்தஞ்சு வயசு பெரியவண்டா. எனக்குக் கொஞ்சம் அனுபவம், அறிவு எல்லாம் உண்டுடா. எனக்கு தர்மோபதேசம் பண்ண ஆரமிச்சுட்டியே, ஏண்டா சுப்பா, எனக்கென்னடா பயம்?”

“எனக்குப் பயமாயிருக்கு. நான் அவா வீட்டு உப்பைத் திங்கிறவன். எனக்கு வாயிலே வந்தபடி உளர்றதுன்னா மனசு வருமா?”

“அப்படிச் சொல்லுடான்னான். அவா உப்பைத் திங்காட்டா நீயும் என்னோட சேர்ந்துப்பே. இல்லையா?”

“எப்படியிருந்தா என்ன? பாவம், புண்ணியம், நியாயம், அநியாயம் – இதெல்லாம் தெரியாமப் போயிடுமா? . . . சரி, எழுந்திருங்களேன்.”

“இதோ . . . அப்பா ராமா ஊரு இப்படி கெட்டுப் போயிடுத்தே. பட்டறையைக் கலைச்சுத் திருடறதுங்கறது இந்தச் சீமையிலேயே கிடையாது . . . இந்த வருஷம் என்னடான்னா, நன்னா தூங்க வேண்டிய வேளையிலே இப்படி களம் களமா நடந்து, ரோந்து போக வேண்டியிருக்கே. கலி பூந்துட்டானா?”

“நீங்க சித்தெ முன்னாடி பேசினதைப் பார்த்தா கலி பூந்துட் டான்னுதான் தோண்றது.”

“எலெ என்ன சொன்ன? ஹு ... ஏது! துளுத்துப் போயிட்டாப்பல இருக்கு.”

“போங்க மாமா.”

“நாலஞ்சு நாள் இருப்பாளாடா அவ?”

“எனக்குத் தெரியாது மாமா.”

“எலே, அந்தப் பெண்ணைக் கிண்ணைப் பார்த்துட்டியோடா? இப்படி மாயறியே? ஏண்டா?

பேச்சுத் தேய்ந்து மறைந்தது. இருவரும் கிளம்பிவிட்டார்கள் என்று தோன்றுகிறது.

பாபு குமுறிக்கொண்டு நின்றான்.

“போய்விட்டானே இந்தத் தடிப்பயல்” என்று ஏமாற்றத்துடன் கருவினான்.

துக்கம் நெஞ்சையடைத்தது. வயலும், வைக்கோலும் மணக்கிற இந்த அமைதியில் எவ்வளவு அபஸ்வரம்!

மறுபடியும் பேச்சு கேட்டது. அதே குரல்கள்தான். தெரு முக்கைத் திரும்பி, குட்டையை நோக்கி வந்தன இரு உருவங்களும்.

பேச்சு சட்டென்று நின்றது. நாலு விநாடி கழித்து மீண்டும் கேட்டது.

“யார்றா அது?”

“தெரியலியே. செல்லப்பா மாதிரி இருக்கு.”

பேசிக்கொண்டே இரு உருவங்களும் நெருங்கின.

“யார் அது?” என்று வயதான குரல் சற்று அதட்டலாகவே கேட்டது.

“ஏன்?” என்றான் பாபு.

“யாரு?”

“நான்தான்.”

“நான்தான்னா” என்று கொண்டே முகத்தின் அருகே வந்து பார்த்தார் அவர்.

“யாரு தெரியலியே?”

“வெளியூர்.”

"யாராத்துக்கு வந்திருக்கேள்?"

"சுப்பிரமணியத்தின் வீட்டுக்கு."

"சாருக்கு எந்த ஊரு?" என்று இளையவன் கேட்டான்.

"தஞ்சாவூர்."

"நீங்கதான் கார்லே வந்தேளா?"

"ஆமாம்."

"எல்லோரும் வந்திருக்காப்பலிருக்கே."

"எல்லாரும்னா?" என்றான் பாபு.

"கும்பகோணத்திலேர்ந்து அவாதான்."

"வந்திருக்கா."

"கார் வந்தபோது பார்த்தேன். நான் சுப்புணி மாமா கிட்டத்தான் காரியம் பாத்திண்டிருக்கேன். கார் வந்து நின்னுது. பார்த்தேன்."

"நீங்க என்ன உறவோ அவாளுக்கு?" — இது வயதானவர் கேட்ட கேள்வி. அப்படியொன்றும் வயதாகிவிடவில்லை. ஐம்பத்தைந்து வயதிருக்கும். காரியஸ்தன் நடேசுவுக்கு இருபத்தெட்டு முப்பதிருக்கும். ஒல்லியாக உயரமாக, ஒரு கூனல் இடுப்புக்குமேல் சற்று வளைய நின்றான். பெரியவர் சற்று 'தாட்டி' தான்.

"என்ன உறவா? இப்பத்தான் நீங்க சொல்லிண்டிருந்தேளே."

"நானா?"

"நீங்கதான்."

"எங்கே?"

"அதோ அந்தக் கொல்லையிலே."

"அதுவா? அது சும்மா வேடிக்கையா... இவனுக்கு அவாளைப் பத்தி உண்மை தெரியுமான்னு பார்க்கறதுக்குச் சொல்லிண்டிருந் தேன்... அவா எப்பேர்ப்பட்ட குடும்பம்..."

"என்ன சொன்னீர்! என்ன சொன்னீர்! சும்மாவா! வேடிக்கை யாகவா!" என்று அவருடைய இரு காதுகளையும் கெட்டியாகப் பிடித்துக்கொண்டு உலுக்கினான் பாபு. "என்ன சொன்னீர்? வாயிலெ வந்ததைப் பேத்திவிட்டு, ஆளைக் கண்டவுடனே நாக்கையா பிரட்டறீர்!"

பாபு உலுக்கு உலுக்கு என்று உலுக்கினான் அவர் காதுகளை.

"இனிமே சொல்லுவீரா? சொல்லுவீரா?"

"சொல்லலே."

“கன்னத்திலே போட்டுக்கும்.”

“சார். விடுங்க சார்” என்று நடேசன் கையை விடுவிக்க வந்தான்.

“நீ போய்யா அந்தண்டை. உமக்கும் விழும் நீர் குறுக்க வந்தீர்னா.”

“இல்லே சார், அவர் வேடிக்கையாத்தானே சொன்னேங்கறார்!”

“வேடிக்கையா! எது வேடிக்கை! எது வேடிக்கை? சொல்லுமய்யா” என்று மறுபடியும் பெரியவர் காதுகளை உலுக்கினான் பாபு.

“சரி, தெரியாமல் சொல்லிவிட்டார். விடுங்க சார், பெரியவர்.”

“பெரியவர்! பெரியவர்! இது பெரிசா, இல்லியே” என்று ஓங்கி அவர் இடது மார்பில் ஒரு அடி அடித்தான் பாபு.

“வேடிக்கையா ஏதோ சொல்லப்போய், விபரீதமாயிடுத்து” என்றார் பெரியவர்.

“உம்ம வேடிக்கையை உம்மோட வச்சுக்கும்.”

“பகல்லே பக்கம் பார்த்துப் பேசணும் ராத்திரியிலே அதுவும் பேசப்படாது” என்றான் நடேசன்.

“நாளைக்கு அவர்கிட்ட சொன்னா உம்ம சீட்டுக் கிழிஞ்சு விடும்.”

“நான் ஒண்ணும் சொல்லலியே, மாமா சொன்னதெல்லாம் சரியில்லேன்னுதானே சொல்லிண்டிருந்தேன்.”

“அதான் பொழச்சீர் ... இல்லாட்டா உம்மையும் திருகியிருப் பேன் ... பெரியவராம்! பாம்பு. உம்ம மாதிரி ஆள்களாலேதான் கிராமமே நார்றது. ஏன்யா, இந்த ஆள் சொல்லச் சொல்ல மேக்கரிச்சே பேசிண்டிருந்தீரே.”

“நீங்க ஒண்ணும் வித்தியாசமா நெனச்சுக்கப்படாது. ஏதோ என் போராத காலம்” என்று பெரியவர் இடுப்பில் கையை வைத்து, குனிந்து நின்றார்.

“உமக்கு நல்ல காலம். இல்லாட்டா இதோட இது போயிருக்காது ... உம்ம பட்டறையிலே கலி பூந்திண்டிருக்கான். போய் விரட்டும்” என்று சற்று நகர்ந்தான் பாபு.

இருவரும் நகர்ந்தார்கள்.

நடேசு மட்டும் மறுபடியும் வந்தான்.

“சார் ... நான் ஒண்ணுமே சொல்லலே சார்” என்றான் அவனுக்குத் தொண்டை அடைத்தது.

“அதுக்கென்ன இப்ப?”

“அய்யர்வாள்கிட்ட ஒண்ணும் சொல்லிவிடப் படாது. பரம ஏழை ...” என்று சற்றுக் குரலைத் தாழ்த்திக்கொண்டான் நடேசு. “இவருக்கு இப்படியே பேசிப் பழக்கம். இன்னிக்கு நல்ல புத்தி வந்துடுத்து. இன்னிக்கின்னு நான்கூட வந்து இதையெல்லாம் கேட்கும் படியா ஆச்சே. என் பாவம் ... நீங்க தயவு பண்ணி ஒண்ணும் சொல்லப்படாது. நமஸ்காரம் பண்ணிக் கேட்டுக்கிறேன்.”

“நமஸ்காரம் என்னத்துக்கு. நீங்க போகலாம்.”

“எனக்குச் சமாதானமாயில்லியே.”

“நான் ஒண்ணும் சொல்லலே.”

“இல்லே நீங்க யாருன்னு தெரிஞ்சுக்கலாமோ.”

“நான் யாராயிருந்தா என்ன?”

“தெரிஞ்சுக்கலாம்னு கேட்டேன். வேண்டாம்னா சரி.”

“நீங்க போயிட்டு வாங்கோ.”

“ம்” என்று இழுத்துக்கொண்டே போனான் நடேசு.

“உங்களுக்கு இவ்வளவு வாய் வேண்டாம் மாமா ...” என்று அவன் சற்று இரைந்து அவன் காதில் படும்படியாகச் சொன்னது கேட்டது.

பாபு அவர்கள் மறைகிற வரையில் பார்த்துக்கொண்டே நின்றான்.

குளத்துப் படிக்கட்டின் மேடையில் தெற்கும் வடக்குமாக நடந்தான். சிரிப்பு வந்துவிட்டது அவனுக்கு.

அவர் காதைப் பிடித்தபோது, தானும் இரண்டு அறை வாங்கிக் கொண்டு அவரோடு சேர்ந்து கீழே உருண்டு புரள நேரும் என்று ஒரு கணத்தில் திட்டம் போட்டுத் தயாராகத்தான் இருந்தான் அவன். ஆனால் அவர் வெலவெலவென்று நடுங்கி, முகம் செத்து ...

அவன் திரும்பிப் போகும்போது சுந்தரம் திண்ணையில் உறங்கிக்கொண்டிருந்தார். திண்ணையில் ஏறி, காலை மெதுவாகத் தட்டி தூசிகளை உதறிவிட்டு, பக்கத்து ஜமக்காளத்தில் பின்னுக்கு நகர்ந்தவாறே படுத்தான் பாபு.

நடேசு சாது, கெட்டிக்காரனாகக்கூட இருப்பான் போலிருக்கிறது. சீட்டுக் கிழிகிற பயம் அவனுக்கு முற்றும் நீங்கிற்றோ என்னவோ, பாவம்.

○

“சார், சார், பாபு, பாபு” என்று விடியற்காலையில் குரல் கேட்டது. அசதியில் ‘ம் ம்’ என்று முனகிக்கொண்டே புரண்டான் பாபு.

"சார், சார், பாபு. ரொம்ப நாழி கழிச்சுத் தூங்கியிருக்கார், பாவம்."

"சார், பாபு சார்."

"சார், சார்" என்று டாக்ஸிக்காரன் எழுப்பினான்.

"ம்."

"வண்டி ரெடியாயிருக்கு, கிளம்பலாமா?"

அப்போதுதான் பாபுவுக்குக் கும்பகோணத்து அறையில் இல்லை. வேற்றூரில் வந்திருக்கிற உணர்வு வந்தது.

"ம்" என்று எழுந்துகொண்டான்.

கிழக்கு லேசாக வெளுத்திருந்தது. சல்சல்லென்று அண்டை வீடுகளில் சாணி தெளிக்கும் ஓசை கேட்டது. வாசலில் விளக்குமாறு பெருக்கும் ஓசை வேறு.

எவ்வளவு பெரிய திண்ணை! பெரிய வீடுதான்.

"சார் பல் தேய்க்கிறேளா?" என்றார் சுந்தரம்.

சுந்தரத்தோடு உள்ளே போனபோது உள்ளே ஒரு பெண் குழந்தை அவனை வெறித்துப் பார்த்தது. அதற்குப் பெரியவனாக ஒரு நாலு வயதுக் குழந்தை. பதினைந்து வயதுப் பெண் ஒன்று கூடத்தில் அடித்துப் போட்டாற்போல உறங்கிக் கிடந்தாள். காளி பக்கத்திலுள்ள பாய்களைச் சுருட்டிக்கொண்டிருந்தான். தூங்குகிறது சுந்தரத்தின் பெண் போலிருக்கிறது.

கொல்லைக் கிணற்றடியில் இரண்டு பேர் – சுந்தரத்தின் தம்பி களாம்.

"வைத்தி மாமா பிள்ளைடா இவர், கோபு" என்று அறிமுகம் செய்துவைத்தார் சுந்தரம்.

"என் தம்பிகள். இவன் பி.ஏ. வாசிச்சிண்டிருக்கான். இவன் இண்டர் வாசிக்கிறான். கோபு."

"அது யாரு?"

"அவன் பிள்ளையாண்டான். ஸ்கூல் பைனல் வாசிக்கிறான். நீங்க படிச்ச ஸ்கூல்லேதான்."

"மாவடு ரங்கசாமி சௌக்கியமா இருக்காரா?" என்றான் பாபு.

"மாவடு சாரா? அமர்க்களமா இருக்கார். அவர்தான் எனக்கு ஹிஸ்டரிக்கு வரார்."

பாபு பல்லைத் தேய்த்தான்.

காபி சாப்பிட்டதும் யமுனாவும் பார்வதியும் புறப்பட்டார்கள்.

காரில் ஏறும்போது ஒவ்வொரு வாசலிலும் ஸ்திரீகள் நிற்பது தெரிந்தது. சின்னக் குழந்தைகளுக்குக்கூடத் தெரியாமல் இந்த ஊர்களில் மூச்சுக்கூட விட முடியாது, மூச்சு விடுவதே இங்கு செய்திதான்.

யமுனாவும் ஏறி, பார்வதியும் ஏறியதும், பாபு ஏறிக்கொண்டான். காரைச் சுற்றி ஊர்க் குழந்தைகள் பத்துப் பன்னிரண்டு கூடியிருந்தன.

"உங்கப்பாக்கூட நாளை நாளன்னிக்கு வருவார்" என்றான் சுந்தரம்.

"நேத்திக்கே வந்திருப்பாரேன்னுதான் நெனச்சேன்."

"அவருக்கு என்னமாத் தெரியும்? நான் இனிமேத்தான் லெட்டரே போடப்போறேன்."

கார் கிளம்பிற்று.

"அண்ணா, நான் வரட்டுமா?" என்றாள் யமுனா.

"சரி."

"சுந்தரம், நான் வரேன்பா."

"சரி."

கார் நகர்ந்தது.

சற்றுப் பெரிய கிராமம் என்று சொல்ல வேண்டிய ஊர்தான். இப்படியும் அப்படியுமாக நூறு வீடுகளுக்குக் குறையாது. எல்லாமே அகலப்பாங்கான வீடுகள். காலி மனைகளோ பாழ் மனைகளோ தென்படவில்லை. கொஞ்சம் சுபிட்ச வரிசையில் சேர்க்க வேண்டிய ஊர் என்று நிகுநிகு என்ற திண்ணைகளும் வீடுகளின் நிலை உயரமும், வீச்சும், நடுவயதுத் தோற்றமும், தெருவில் காரோடு ஓடி வந்த குழந்தைகளும், வீட்டுக்கு வீடு வாசலில் நின்று வேடிக்கை பார்த்த பெண்ணினத்தின் தெளிவும் பொலிவும் சொல்லின. அப்படி கார் வேகமாகவும் போகவில்லை. ஆனால், ஊன்றி ஒவ்வொரு வாசலாக ஒவ்வொரு மனிதராகப் பார்த்துப் போகக்கூடிய மெதுவும் இல்லை. அந்த வேகத்திலேயே புடவைத் தலைப்பு, கழுத்து, கைகளில் இருந்தவைகள், முகங்கள் எல்லாமே பொதுவாக நல்ல கோலமாகத் தான் இருந்தன. சில கிராமங்களில் பார்க்கிறாற்போல இங்கு இல்லை – இங்கு அநேகமாக ஸ்திரீகள் – சிறிசு, பெரிசு, கிழம் எல்லாருமே சற்றுப் பார்க்கக்கூடியவர்களாக இருந்தார்கள்; பங்கரையில்லாமல் இருந்தார்கள். கொஞ்சம் ஆரோக்கியமாகக்கூட என்று தோன்றிற்று. சற்றுக் காலை அகட்டி, குனிந்து வாசலில் கோலம் போட்டுக் கொண்டிருந்த இரண்டு ஸ்திரீகளில் ஒருத்தி, கார் நெருங்கியதும் நிமிர்ந்து நகர்ந்து திண்ணைமயோரமாக நின்றுகொண்டாள்.

இன்னொருத்தி – அடுத்த வீட்டு வாசலில் – அகட்டின கால்களுட னேயே அப்படியே நிமிர்ந்து, கார் உள்ளேயிருப்பவர்கள் எல்லா வற்றையுமே மனதில், கோலம் கோட்டுக்கொள்ளுவதுபோல, பார்த்து வைத்துக்கொண்டாள். இரண்டு மூன்று விஷமப் புன்சிரிப்புகள், எதிர்சாரியில் பூத்த புன்னகைகளுக்குப் பதில் கொடுத்தன. அதேபோல கண்கள் எதையோ ரகசியத்தைக் கண்டுபிடித்துவிட்ட பெருமையைக் கொடுத்து வாங்கிக்கொண்டன. ஒரு திண்ணையில் சாய்வு நாற்காலி யில் சாய்ந்துகொண்டிருந்த ஒருவர் காரை வெகு அலட்சியமாகப் பார்த்துக்கொண்டிருந்தார். பிரமாதக் கார்! அல்லது கார் என்ன பெரிய அதிசயமா, எல்லாம் நானும் பார்த்திருக்கிறேன் என்று இடிப்பதுபோல ஒரு அலட்சியப் பார்வை!

பாபு சற்று உள்ளே திரும்பினான். யமுனாவும் பார்வதியும் பக்கத்தில் எங்கும் பார்க்கவில்லை. நேராகப் பார்த்துக்கொண்டிருந் தார்கள். யமுனாவின் விழிகள் மட்டும் கடையில் அடிக்கடி ஒதுங்குவது போலிருந்தது.

தெரு முனங்கு திரும்பியதும், "கிராமம்னா மரியாதை, கட்டுப்பாடு எல்லாம் ஜாஸ்திதான்" என்றாள் யமுனா.

திடீரென்று அவள் கிராமத்தைப் பற்றி அபிப்பிராயம் சொல்ல ஆரம்பித்தது விந்தையாகத்தானிருந்தது.

"ஆமாமாம். ஜாஸ்திதான். வெத்திலை பாக்கு வச்சு அழைச்சாப் போல, எல்லாரும் வாசலுக்கு வந்து நின்னு பாக்கற மரியாதையும் கட்டுப்பாடும் எல்லாம் அதிகம்தான். கிழம் கட்டை, குஞ்சுகுளுவான் ஒண்ணு பாக்கியில்லை."

"நான் அதைச் சொல்லலே. இந்த அம்மாவைச் சொன்னனே" என்று கிராமத்தையும் சாலையையும் இணைக்கிற பாதையின் நடுவில் ஒற்றைக் கட்டிடமாக நின்ற சத்திரத்தில் ஈரம் சொட்டச் சொட்ட, கையில் ஒரு டம்ளருடன் ஒதுங்கி நின்ற விதவைக் கிழவியைப் பார்த்தாள் யமுனா.

யாரோ கிழவி – ஆற்றில் குளித்துவிட்டுத் திரும்பிக்கொண்டிருந் தவள் அபசகுனமாக எதிரே வருவானேன் என்று, காரைக் கண்டதும் சத்திரத்தில் ஒதுங்கி நின்றிருந்தாள்.

"ஹ¬ம்" என்று பெருமூச்சுவிட்டாள் பார்வதி.

யமுனா பாபுவின் பக்கம் திரும்பி நாக்கைக் கடித்துக்கொண்டாள்.

"பாரு, விடியகாலம் இந்தத் தள்ளாத உடம்பிலே எழுந்து நடந்து ஆத்திலே போய்க் குளிச்சுவிட்டு வரதுன்னா மனசும் உடம்பும் ஒரு கட்டுப்பாட்டுக்குக் கட்டுப்பட்டு வளைஞ்சு கொடுத்தாத் தானே முடியும்" என்று பேச்சைச் சட்டென்று மாற்றிவிட்டாள் யமுனா.

“யாரு யமுனா அது? தையுப்பாட்டி மாதிரி இருக்கே” என்று கேட்டாள் பார்வதி.

“ஆமாம்மா, தையுப் பாட்டிதான்” என்று பின்பக்கம் இருந்த கண்ணாடி வழியாகப் பார்த்தாள் யமுனா. “ஆமாம், தையுப் பாட்டிதான்” என்றாள்.

“பாவம், இந்த ஆறும் முழுக்கும்தான் அதுக்கு ஆறுதல்” என்று சொன்ன பார்வதி, தேம்பித் தேம்பி அழத் தொடங்கிவிட்டாள்.

பாபுவுக்கு ஒன்றும் புரியவில்லை. அவன் திகைத்துப்போய் குழம்பும்போதே, பார்வதி அழுகையும் அடைப்புமாகச் சொன்னாள்: “பாவம் . . . மூணு வயசிலே கல்யாணம். நாலு வயசிலே தாலி போயிடிச்சு. அப்பறம் எழுபது வருஷம் இந்தக் கோலம் . . . அநியாயம்” என்று கண்ணைத் துடைத்துக்கொண்டாள்.

❍

பாபுவுக்கு அந்த விஷமப்பார்வைகளை – இந்தச் சாரிக்கும் அந்தச் சாரிக்குமாக ரகசியம் பரிமாறிக்கொண்ட கண்களை – மறப்பது சிரமமாயிருந்தது. இரவு அவன் மிரட்டிக் காதைக் குலுக்கிய கிழவரையும் மறக்க முடியவில்லை. அவர் கற்றுக்கொண்ட பாடம் உபயோகமானதுதான். பகலில் பக்கம் பார்த்துப் பேச வேண்டும், இரவில் அதுவும் கூடாது. ஆனால் யமுனாவையும் பார்வதியையும் பற்றி அவர் வெகு காலமாக வளர்த்திருக்கிற எண்ணங்களைக் கழித்து எறிய வேண்டும் என்று அவன் சொல்லிக்கொடுத்த பாடத்தைக் கற்றுக்கொண்டிருப்பார் என்று தோன்றவில்லை. இப்போது கண்ட கிண்டலையும் புன்னகைகளையும் நினைக்கும்போது ஊர் முழுவதுமே வேரூன்றின விஷம் இது என்று தெரிகிறது. பாலம்மாளே இல்லாமல் பார்வதி மட்டும் சுப்ரமண்யத்தின் மனைவியாக இருந்தால், அப்போதும் இப்படித்தானே இருக்கப்போகிறது? உறவுக்காரர்கள் மட்டும் இல்லை. ஊரே, எல்லாருமே இதை விரும்பவில்லை என்று பார்வதிக்குத் தெரிந்திருக்குமோ? இதையெல்லாம் நினைத்துத் தான் கடையாணி கழன்ற வண்டி என்று அப்பா சொன்னார் போலிருக்கிறது. கடையாணி கழன்றிருக்கிறது என்று யாராவது சாலையில் போகிறவன் பார்த்துச் சொல்லுவான்.

இப்போது சொல்லாமல் சிரிக்கிறார்கள். நையாண்டி செய்கிறார்கள். வண்டி விழுந்து நொறுங்குவதைப் பார்த்தால் ஒழிய அவர்களுக்கு நிம்மதி வராது.

கார் வேகமாகப் போயிற்று. எதிர்காற்று சில்லென்று அடித்தது.

யமுனா வெளியே பார்த்துக்கொண்டு வந்தாள். இரண்டு பேர் முகத்திலும் கவலை தேங்கிக் கிடந்தது.

சிறிது நேரம் யாரும் பேசவில்லை.

"எனக்கு என்னமோ . . ." என்று இழுத்தவன் மேலே பேசாமல் நிறுத்திக்கொண்டான். அரை நிமிஷம் எதிர்பார்த்துவிட்டு "என்ன பாபு?" என்று கேட்டாள் பார்வதி.

"நான் நினைக்கிறது சரியோ என்னவோ."

"என்ன ?"

"இவரை நம்ப முடியுமான்னு எனக்குச் சந்தேகமாயிருக்கு" என்று எங்கேயோ பாத்துக்கொண்டே சொன்னான் பாபு.

"ஏன் ?"

"பேசுகிற மாதிரி தோரணையெல்லாம் பார்த்தால் அப்படியிருக்கு."

"ஏதாவது சொன்னானா ?"

"ஒண்ணும் சொல்லலே: அவசரத் தந்தி கொடுத்தேங்கறேள்; இன்னும் கொஞ்சம் பார்க்கப்படாதான்னு கேட்டதுக்கு, ஏதோ ஊரிலே பட்டினி கிட்டினின்னு நொண்டிச் சமாதானம் எல்லாம் சொன்னார். அதுதான் போனாப்போறதுன்னா, முன்னாலேயே வந்து பார்க்கப்படாதான்னு ரொம்ப அலட்சியமா சொன்னார்."

"நான் புறப்படறதாத்தான் இருந்தேன். கவலையில்லேன்னு எழுதியிருந்தானே . . . அதனாலே . . ."

"நான் அதைத்தான் சொன்னேன். 'உடம்பு கவலைக்கிடமா இருந்தாத்தான் வந்து பார்க்கணும் போலிருக்கு'ன்னு வள்ளுனு விழறாப்போல விழுந்தார்."

"வேறு என்ன சொல்லப் போறான் அவன்? என்ன சொல்றதுக்கு இருக்கு?" என்றாள் யமுனா.

கார் நிதானமாக ஒரே வேகத்தில் போய்க்கொண்டிருந்தது. எதிரே சென்ற வயல்களும் மரங்களும் திருப்பித் திருப்பி ஒரே காட்சியாக வந்தன. தூக்கம் கண்ணை அமட்டிற்று. இரண்டு, மூன்று தடவை விழுந்து எழுந்தான் பாபு.

"அப்படியே சாய்ந்துகொள்ளேன் பாபு" என்றாள் பார்வதி.

"பரவாயில்லை." ஆனால் இமை அழுந்திற்று. பசையிட்டு ஒட்டிக்கொண்டது. கண்ணை விழித்தபோது கார் எங்கேயோ ஓட்டம் தடைப்பட்டு நின்றிருந்தது. முன்னால் ரயில்வே கேட் ஒன்று சாத்தியிருந்தது.

மலமலவென்று விழித்தான் அவன்.

"சுந்தரபெருமாள்கோயில் ரயில்வே கேட்டா ?"

"ஆமாம்."

"பாபநாசம் தாண்டியாச்சா ?"

“ஆச்சு.”

“அடேடே!”

“என்ன?”

“வரும்போதாவது பாபநாசத்திலே இறங்கலாம்னு பார்த்தேன்.”

“தூங்கிப்போயிட்யே” என்றாள் யமுனா.

“என்னறியாமல் அமட்டிண்டு வந்துது.”

“நல்ல வேளை” என்றாள் யமுனா.

“ஏன் யமுனா?”

“இல்லாட்டா இன்னிக்குக் காலேஜிலே முதல் பீரியட் போயிருக்கும்.”

“அப்பா ஏதாவது தைரியமா சொல்லுவார். அதான் நெனச்சேன்.”

“நீ இருக்கிறதே தைரியம்தான் பாபு” என்றாள் பார்வதி.

வாழைக்குருத்து போல – பறித்து இரண்டு நாளான – அவள் உடல் பக்கத்தில் பொலிந்துகொண்டிருந்தது. அப்பால் இருந்தது புதிய குருத்தாகப் பளபளத்தது.

யமுனாவின் முகத்தையும் கண்ணையும் வனப்பையும் பார்த்தான் பாபு. கோயம்புத்தூர்க்காரன் முட்டாள் என்றுகூடத் தோன்றவில்லை. இந்த வனப்பை எதிர்த்து நிற்கிற சக்தி எப்படி அவனுக்கு வந்தது? இல்லை. இதை அழகு என்றே புரிந்துகொள்ளாத மௌட்யமா அது? அப்படி ஒன்றும் புரியாததில்லை. இல்லை, அவனும் கடையாணி இல்லாத வண்டி என்று பயந்துவிட்டானா?”

இவளிடம் ஏதோ அசாதாரணமான ஒன்று இருக்கத்தான் இருக்கிறது. அணுக முடியாத, தொட முடியாத ஒரு முழுமை, பொலிவு, சந்தனக்கட்டையின் வழவழப்பு, வர்ணம், நீண்ட விரல்கள், நீண்ட கைகள், நீண்ட பாதம்.

படித்த முகம்தான் இது. சாதாரணமாகப் படித்த முகம் இல்லை. இவள் படித்தது – பள்ளிக்கூடத்தில் படித்தது, சொல்பம். முகம், படிப்பிலேயே சிறு வயதையும் குமரப் பருவத்தையும் யௌவனத்தில் பாதியையும் கழித்துவிட்டாற்போல சுடர் வீசுகிறது. அறிவின் மையத்தை, அறிவின் உயிரை, ஆட்கொண்டுவிட்ட சாதனைதான் கண்ணின் ஒளியும் நிதானமும்.

உண்மையாகவே இவள் தொடக் கூடாதவளா? நெருங்க முடியாதவளா, நெருங்கத் தகாதவளா? அறிவைத் தவிர, எண்ணங் களைத் தவிர வேறு ஒன்றுமே இவளுக்குக் கிடையாதா? இவள் சரீரத்திற்கு, தங்கச் சுரங்கமான இந்தப் புற அழகிற்குப் பலனே கிடையாதா?

தூக்கம் கலைந்து, முக்கால் உணர்வும் கால் மயக்கமுமாக, சிறிது சிறிதாகத் தெளிந்து கொண்டிருந்தவனுக்கு என்னென்னமோ படம் படமாகத் தோன்றிற்று.

கார் சுவாமிமலை ஸ்டேஷனைத் தாண்டிச் சென்றுகொண்டிருந்தது.

பார்வதியிடம்கூட இந்த அசாதாரணத்தன்மை ஒரு அளவு இருக்கத்தானிருக்கிறது. அதற்காக அவள் எந்த அனுபவத்தைப் பெறவில்லை? சுப்ரமண்யம் என்ற ஒரு மனிதனை, சர்வசாதாரண மனிதனைக் கணவனாக வரித்து, மற்றவர்களைப் போல ஒரு குழந்தையைப் பெற்று, மற்ற வீடுகளுக்கு நடுவில் ஒரு வீட்டில் மனிதப் பெண்ணாகத்தானே வாழ்ந்தாள்?

அதேபோல இவளும் மனித அனுபவங்களைப் பெற வேண்டியவள்தானே? 'சாப்பிடுகிறாள். சோற்றையும் பண்டங்களையும் பல்லால் கடித்து மென்றுதானே தின்கிறாள். இவள் சாப்பிடும்போது விகாரமாக இல்லை, அவ்வளவுதான். இவள் முகத்திலும் வேர்வை அரும்புகிறது. நாம் பேசுகிற வார்த்தைகளை, பாஷையைத்தானே பேசுகிறாள் இவளும்! இவளுக்கும் குளியல், சோப்பு, அங்கங்களை மறைத்துக்கொள்ள ஒரு புடவை, ரவிக்கை எல்லாம் வேண்டித் தானிருக்கின்றன.

இவளும் ஒரு கணத்தில், ஒளி மங்கிய முக்கால் இருளில் தனிமையின் கைமறையும் அந்திமங்கலில் அன்பை மட்டும் ஆடையாக அணிந்து மயங்கத்தானே வேண்டும். தனிமையின் தயங்கும் துணிச்சலில், இருள் – ஒளிக் கலவையின் மறைவில், ஆகாயத்தை மட்டும் ஆடையாக அணிந்து நாணம் மின்னி நெளிய, குன்றியும் ஒடுங்கியும் எழுச்சி பெற்று நினைவழியத்தானே வேண்டும்..!

பாபு சரேலென்று உலுப்பிக் கொண்டான்.

உள்ளே தோன்றிய உருவங்களும் நிலைகளும் அழிந்தன.

சை–என்ன அசட்டுக் கற்பனை; நியாயமற்ற கற்பனை! விழித்துக் கொண்டிருக்கும்போதே நம்மை ஏமாற்றி எப்படி இந்த அசட்டுத் தனத்தில் குதித்துத் திளைத்தது? மனம் அடங்காத பிடாரி!

மனதினாலேயே அவள் கால்களை எடுத்துக் கண்ணில் ஒற்றிக் கொண்டான் அவன். இதயத்தில் அவற்றை எடுத்து வைத்த மனசிலேயே தலைவணங்கினான்.

"நான் உன்னைச் சாதாரண மனிதப்பிறவியாக நினைக்கவில்லை. நான் வணங்கும் தெய்வத்தின் வடிவம் நீ" என்று அந்தராத்மா தலையைத் தொங்கவிட்டு மன்னிப்புக் கோரிற்று. அப்பா சொன்ன பிரார்த்தனையை மனம் முணுமுணுத்தது.

வண்டி கும்பகோணத்திற்குள் வந்துவிட்டது.

19

மறுநாள் விடியற்காலையில் எழுந்துவிட்டான் பாபு.

இரவில் நல்ல தூக்கம். ஒன்பது மணிக்கே படுத்துவிட்டான். அன்று ஏழு மணிக்கே சாப்பிட்டுவிட்டு, அரிக்கேன் விளக்கை ஏற்றி வைத்துக்கொண்டு ராஜபுத்திர சரித்திரத்தில் பாதியை வாசித்துத் தீர்த்தான்; தீர்க்க முடியவில்லை. திரும்பித் திரும்பி அவர்கள் ஞாபகம்தான் வந்தது. எதற்காக இவர்கள் இப்படி அல்லல்பட வேண்டும்? ராஜவம்சமாகப் பார்த்துப் பிறக்காமல் இப்படி சாதாரண மாகப் பிறந்ததற்குத் தண்டனையா? அல்லது சாதாரண மனிதர்களின் வகுப்பில் அசாதாரணமாகப் பிறந்ததற்குத் தண்டனையா? எங்கு திரும்பினாலும் துயரம், அதிருப்தி, மனவலி, தோல்வி. ஒரு பக்கம் யமுனா, ஒரு பக்கம் பார்வதி; இந்தப் பக்கம் தலைமைக் குமாஸ்தாவின் மனைவி . . . இன்று என்னமோ வாசற்கதவு பூட்டியிருக்கவில்லை. சிவசிதம்பரத்திற்குக் கருணை வந்துவிட்டாற்போலிருக்கிறது, மனைவி மீது. இல்லாவிட்டால் பயமாக இருக்கும். அங்கும் வெளிச்சமில்லை. எட்டரைமணிக்கு எழுந்து பார்த்தபோது ஒரு நிமிஷத்திற்குப் பிறகு வெளிச்சம் தெரிந்தது. உள்ளே அவர் தலை தெரிந்தது. அரை நிமிஷம் ஆனதும் அந்த வெளிச்சம் அணைந்துவிட்டது. மனதில் உள்ள குழப்பத்தை விரட்டிவிட முடியவில்லை. மூச்சைப் பத்து தடவை நன்றாக இழுத்து, ஸ்தம்பனம் செய்து அப்பா காண்பித்த தெய்வத்தைப் புருவத்திடையே நிறுத்தி வேண்டினான்! அது யமுனா வின் வடிவாக வந்து நின்றது. இந்த யமுனா எதற்காக மனுஷியாகப் பிறந்தாள்? இவளுக்கு நிச்சயமாகக் கல்யாணம் ஆகுமா? சத்யம் செய்து கொடுத்தோமே – நம்மால் செய்து வைக்க முடியுமா? நாம் செய்து வைத்து இவளைச் சாதாரண மனுஷியாக ஆக்க முடியுமா? எவ்வளவு அழகான உடல்! . . . முகத்திலுள்ள அறிவுக்கும் இப்படிக் கிடக்கும் அழகிற்கும் பொருந்துகிறதா . . . அழகான உடலுக்கும் முகத்திற்கும், அறிவின் ஒளி வீச்சுக்கும் பொருத்தம் கிடையாதா?

உடல் அயர்ந்த கிடந்தது. எப்போது தூங்கினோமென்று தெரியவில்லை. கீழே கூடத்தில் மாட்டியுள்ள கடிகாரம் தருகிற ஒவ்வொரு மணியும் கேட்கும். ஒன்பது மணி எண்ணிய ஞாபகம் இருக்கிறது. பத்து மணிக்குள் தூங்கிவிட்டோம் போலிருக்கிறது.

பாபு அவசரமாகக் குளித்துவிட்டு முதல்நாள் மாலை வாங்கி வைத்திருந்த சாத்துக்குடிகளையும் மலைப் பழங்களையும் ஒரு பையில் போட்டுக்கொண்டு கிளம்பினான்.

சூரியோதயமாகிவிட்டது. ரங்கண்ணாவைப் பார்க்கப் போகும் ஆவலில் கால் எட்டி எட்டி விழுந்தது. மடத்துத் தெருவில் கடை திறந்துகொண்டிருந்தார்கள். கரி பிடித்த ஹோட்டல் ஜன்னலிலிருந்து புகையும், சுர்சுர் என்று தோசையின் ஓசையும் தெருவில் வழிந்தன.

கும்பேச்வரன் திருமஞ்சன வீதி போவதற்குள் வெயிலின் ஆரஞ்சு நிறம் சற்று வெள்ளையாக மாறிக்கொண்டிருந்தது.

முந்தாநாளிரவு பார்த்ததுபோல்தான் ரங்கண்ணா பட்டைப் பட்டையாக விபூதியிட்டுக்கொண்டு இடைகழியின் ஒட்டுத் திண்ணையில் கண்ணை மூடி உட்கார்ந்திருந்தார். கைகள் மட்டும் அப்போது மாதிரி மேலும் கீழும் போகாமல் விரல் கோத்து மடியில் கிடந்தது. தியானத்தில் ஆழ்ந்திருந்தவருக்கு பாபு வந்தது கேட்க வில்லை. அவன் லேசாக இருமுறை இருமிய பிறகுதான், கண்ணைத் திறந்து திரும்பினார். இரண்டு விநாடி புரியாமல் பார்த்தார்.

“வாடாப்பா, உன்னைத்தானேடா தியாகராமன் அழைச்சிண்டு வந்தார்.”

“ஆமாம்.”

“உன் பேர் மறந்து போச்சுடா.”

“பாபு.”

“பாபுவா? ரொம்ப சின்ன பேரா இருக்கேடா” என்று சிரித்துக் கொண்டே உள்ளே நடந்தார் அவர்.

“உட்கார்ந்துக்கோ.”

அவர் மனைவி பாபுவை அடுக்களையிலிருந்து பார்த்துக் கொண்டே, அருகில் வந்து, “புதுசாச் சொல்லிக்கப் போறான்னேளே, இந்தப் பையன்தானா?” என்று கேட்டாள். பாபுவுக்குத் தைரியம்கூட சற்றுத் தளர்ந்துவிட்டது. குரலில் தொனித்த அதிகாரம் – அதுவும் அவரைக் கேட்கும்போது தொனிப்பது விசித்திரமாயிருந்தது.

“என்ன?” என்று தம்புராவை மூலையிலிருந்து எடுக்கப்போன ரங்கண்ணா, அதைத் தொட்டுக்கொண்டே திரும்பிக் கேட்டார்.

“இவன்தான் புதுசாச் சொல்லிக்க வந்திருக்கிற பையனான்னு கேட்டேன்” என்று இன்னும் சற்றுக் குரல் உயர்ந்தது.

“ஆமா ஆமா. இவன்தான். வெறும் சிஷ்யன் இல்லேடி. பி.ஏ. படிக்கிறானாம். ஏண்டா குழந்தை, பி.ஏ. தானே?”

“ஆமாம்.”

தம்புராவை எடுத்து வந்து உட்கார்ந்து உறையைக் கழற்றினார் ரங்கண்ணா.

“ஒரு தட்டு வேணும்” என்றான் பாபு.

அவனை ஏற இறங்க பார்த்துக்கொண்டிருந்த கிழவி, உள்ளே போய் ஒரு தட்டை எடுத்து வந்தாள். பையிலிருந்த பழங்களையும் புஷ்பத்தையும் அதில் எடுத்து வைத்து, அவர் முன்னால் வைத்து விழுந்து வணங்கினான் பாபு.

“தீர்க்காயுசா இருக்கணும்டாப்பா ... இதெல்லாம் என்னத்துக்கு இப்ப?” என்றார் அவர்.

கிழவிக்கு ஒரு நமஸ்காரம் செய்தான் பாபு.

மறுபடியும் கண்ணை மூடி அஞ்சலி செய்துவிட்டு ஒரு தடவை மீட்டி, பிருடையை முடுக்கி சுருதி சேர்க்க ஆரம்பித்தார் ரங்கண்ணா.

“எனக்கு தள்ளலேப்பா. ஏதோ முடிஞ்சதைச் சொல்லிக் கொடுக்கிறேன்.”

“காபியைச் சாப்பிட்டு உட்காருங்களேன்” என்று குரல் வந்தது.

“உட்கார்ந்தாச்சு. இங்கே கொண்டு வந்து கொடுத்துடப்படாதா?” என்று சொல்லவே, உள்ளே போனாள் கிழவி.

கிழவி ஒல்லி. பொல்லென்று வெளுத்த தலை. அதற்காகக் காலிறங்கின புடவை இல்லை. அரக்குப் பட்டில் சலங்கை பேட்டு போட்டு ஒரு புடவை. பட்டின் துவளலும் கொடியில் காய்ந்த முட முடப்பும் கலந்த கொசகொசப்பு. காதில் துவாரத்திலிருந்து விழுந்துவிடுவேன் என்று பயமுறுத்துகிற ஒரு பெரிய சிவப்புக் கல் ஓலை. நல்ல ஜாதிச் சிவப்பு. கழுத்தை நெருக்கமாகச் சுற்றிய ஒரு பழைய கால அட்டிகை – பட்டை மாதிரி – குறுகிய பட்டை. கிழவிக்கு வயது அதிகம் தான் என்று தோன்றிற்று. ஆனால், நிமிர்ந்து வேகமாக நடந்தாள். காலிலும் முகத்திலும் மஞ்சள் தேய்த்துக் குளித்த பசுமை படர்ந்திருந்தது.

ஒரு பெரிய டம்ளர் நிறைய காபி வந்தது. தண்ணீர் காபி. நுரைக்காத காபி. மடமடவென்று குடித்தார். “அப்பாடா. காபியைக் குடிச்சாத்தான் உசிரு வரது. எங்க ஐயாவுக்கு ... இது பேர் கூடத் தெரியாது; எனக்கும் நாற்பத்தஞ்சு வயசு வரையில் தெரியாது. அப்புறம் இதைச் சாப்பிடுய்யா, சாப்பிடுய்யான்னு பழக்கிவிட்டு விட்டார், பிடில் பொன்னுசாமி. இருபத்தஞ்சு வருஷமாச்சு. என்னமோ சொல்றாளே, வெள்ளி விழாவா ... இருபத்தஞ்சு வருஷம் பூர்த்தியாச்சுன்னா செய்யறதாமே. அது என்ன சொல்லேன்.”

“வெள்ளி விழாத்தான்.”

“வெள்ளி விழாத்தானே. செத்துப் போன ராஜாவுக்குக் கூட அது கொண்டாடினாளாமே, பட்டத்துக்கு வந்த வருஷத்தைக் கணக்குப் பண்ணி.”

“ஆமாம்.”

“அதான் இந்த காபிக்குக் கொண்டாடணும்” என்று சிரித்தார், ரங்கண்ணா. “தங்க விழா, வைரம் எல்லாம் உண்டோ?”

“தங்க விழான்னா அம்பது வருஷத்துக்கு.”

"ஏ அம்மாடி...! அது வரையிலே யாரு இருக்கிறது?" என்று தந்தியை மீட்டினார் ரங்கண்ணா. பிருடையை முடுக்கினார். தண்டியைக் காதருகில் சாய்த்துக்கொண்டார்.

தம்புரா கம்பீரமாக நாதம் எழுப்பிற்று. காவ் காவ் என்று உள்ளோட்டமாகக் காந்தாரம் எழுந்தது.

"இது என்னடா குழந்தே ஸ்வரம்... ஸ, ப இல்லெ... தனியாகக் கேட்கிறதே... கேளு."

"காந்தாரம்."

"காந்தாரமா? சரி. அது எந்தத் தந்தியிலே கேக்கறது? ஒண்ணாவதா, நாலாவதா, நடுத் தந்திகளா?"

"எல்லாத்திலேயும் தான்."

"தம்புரா இருக்கா உங்கிட்ட?"

"ஊரிலே இருக்கு."

"பெரிய தம்புராவா?"

"இது மாதிரிதான் இருக்கும்."

"நல்லது... இந்த காந்தாரம் கேக்கறது பார்... அந்த மாதிரி இருக்கணும் பாட்டு. சங்கீதம் அப்படியிருக்கணும்... பாடறபோது, சிரமமில்லாமல் ஜீவன் கேக்கணும்... இப்படியெல்லாம் சேர்ந்தாத் தான் அது கேட்கும்."

சுருதி நன்றாகச் சேர்ந்துவிட்டது.

ரங்கண்ணா காதில் தண்டியை ஒட்டி ஒட்டி, கண்ணை மூடிமூடி, மீட்டிக் கொண்டேயிருந்தார். புருவத்தைச் சுருக்கிக் காய்களை அணு அணுவாக நகர்த்தினார். ஜீவாப் பட்டைத் திரித்துத் திரித்துப் பார்த்தார். மறுபடியும் காய்களைத் தள்ளினார்.

பத்து நிமிஷம் ஆயிற்று.

ரங்கண்ணா இன்னும் காதைத் தண்டியிலிருந்து எடுக்கவில்லை. காய்களையும் ஜீவாக்களையும் தள்ளியும் திரித்தும் முகத்தைச் சுளித்தார்.

"யார்றா அது?" என்று பாபுவின் தலைமேல் பார்த்தார்.

"நான்தான்" என்று ஒருவன் – இருபத்தைந்து வயதிருக்கும் – வாட்டசாட்டமாக வந்து கையைக் கட்டி நின்றான்.

"யார்றா அது, சாம்பனா?"

"ஆமாம்."

மோக முள்

“ஏண்டா, தடியா? நேத்திக்கி எங்கே போயிட்டே? ... தடிக் கழுதே.”

“ஊருக்குப் போயிருந்தேன்.”

“ஊருக்கா? எந்தூருக்கு?”

“கிராமத்துக்கு.”

“கிராமத்துக்கா? ... நீ கலியாணத்தைப் பண்ணிண்டு போயேன். ஏன் என் கழுத்தை அறுக்கிறே ... ம்?”

சாம்பன் என்ற அந்த ‘தடியன்’ தூணோரமாக உட்கார்ந்து கொண்டான்.

“இந்தப் பையன் புதிசாச் சொல்லிக்க வந்திருக்காண்டா. பி.ஏ. படிக்கிறான். உன் மாதிரி தற்குறியில்லே.”

சாம்பன் புன்சிரிப்புடன் தலையைக் குனிந்துகொண்டான்.

“சுருதி சேர்ந்திருக்காடா ... ம்?”

“சேர்ந்திருக்குண்ணா.”

“நன்னாக் கவனி, மட சாம்பிராணி. எங்கே சேர்ந்திருக்கு? உன் காதை பொசுக்க.”

ரங்கண்ணா ஜீவாவைத் திரித்துத் திரித்து மீட்டிக்கொண்டிருந்தார்.

இருபது நிமிஷமாயிற்று. ரங்கண்ணா புருவத்தைச் சுளிக்காமல், கண்ணை மூடிக் கேட்டார். ஒரு நிமிஷம் கேட்டுவிட்டு மறுபடியும் மணியைத் தொட்டார். தண்டியைச் சாய்த்துக்கொண்டார். நாலு நிமிஷம் ஆயிற்று.

“அப்பாடா ஏண்டா, செவிட்டு முண்டம், அப்பவே சேர்ந்துடுத் துன்னியே ...” என்று மறுபடியும் செல்லமாகப் பாட்டு விட்டு, “ஆரம்பிக்கலாமா?” என்றார். “அ ...சேந்துக்கோ ...”

பாபு வாயைத் திறந்தான்.

“ரொம்ப திறக்காதே இது போரும்” என்று உதட்டைச் சற்றுத் திறந்தார் ரங்கண்ணா.

“கொஞ்சம் இரு” என்று, பாபு ஆரம்பித்ததும் கையைக் காண்பித் தார் ரங்கண்ணா. சுருதி சேர்ந்திருக்கிறதா என்று மறுபடியும் சந்தேகம் வந்துவிட்டாற் போலிருக்கிறது. கண்ணை இடுக்கிப் புருவத்தைச் சுளித்து, தந்திகளை மீட்டி, தலையைச் சற்று சாய்த்துக்கொண்டார்.

ஒரு நிமிஷம் ஆயிற்று.

தம்புராவின் நாதம் அலை அலையாக எழுந்து, செவியையும், உள்ளத்தையும் நிரப்பிற்று.

அப்பழுக்கில்லாத நாதமாகக் கூடம் முழுவதும் கமழ்ந்தது அது.

சுருதி பரிபூர்ணமாகச் சேர்ந்திருந்தது. தீயும் சூடும் போல, இரவும் இருளும்போல, நிலவும் தண்மையும் போல, வைகறையும் தூய்மையும் போலச் சேர்ந்திருந்தது. மகா கவியின் சொற்களில் எழுவதுபோல, சொல்லாத காந்தாரம் சேர்ந்து தொனித்தது.

புலன்களைக் கூட்டி, ஒருமுகப்படுத்திற்று அந்த நாதம். புறத்தின் நினைவை அகற்றி, உள்ளத்தை மீற முடியாமல் கவ்விச் சென்றது. உடலையும் உலகையும் விட்டுச் சென்ற நினைவும், புத்தியே ஒலியும் பாவுமான அனுபவத்தின் மேலமர்ந்து, மாயக் கம்பளத்தில் அமர்ந்தது போல் பறந்தது. திக்கும் எல்லையும் அற்ற பெருவெளியில் உலவுவது போன்றிருந்தது அந்த நாத உணர்வு.

நாத முனிகளெல்லாம் இப்படித்தான் திரிந்தார்கள். நாரதன் திரிந்தது இந்த மாயந்தான். மூவுலக வழிப்போக்கனாகத் திரிந்த அவன் இந்த நாத வெளியில்தான் திரிந்தான் போலிருக்கிறது. இதைத்தான் மனிதனின் விரியாத கற்பனை மூவுலகென்று குறுக்கிப் பெயரிட்டு விட்டதா? அல்லது மூன்று ஸ்தாயிகளையே மூவுலகென்று சொல்லிற்றா? தந்தி ஒலிக்க, வாய் பாட, செம்பை ஏந்திப் பிட்சை ஏற்ற தியாகய்யர், தெருவிலா நடந்தார்? திக்கை நிறைத்த நாதத்தில் தானே அலைந்த அவர் செம்பை ஏந்தியது அரிசிக்கா? அல்லது நாதவெள்ளத்தில் மொள்ளுவதற்கா? ஊர் ஊராகக் காசிக்கும் தில்லைக்கும் தீர்த்தங்களுக்கும் தீட்சிதர் அலைந்ததெல்லாம் நாதத்தில் அலைந்ததுதானே? சுந்தரர் காலால் நடந்தது இந்த ஒருமையில்தானே! அவன் குளத்தில் மூழ்கி நீக்கிக் கொண்ட நோய் உடல் நோயா, அபஸ்வரமா? இந்த ஒருமையிலிருந்து விண்டு விண்டு வந்த பேதப்பாங்கா?

பாபுவுக்கு ஆச்சரியமாகத்தான் இருந்தது. பாட்டுக்கூட இல்லை இது. வெறும் இரண்டு மூன்று ஒலிகள். வெறும் தம்புராவின் இசை. திருப்பித் திருப்பி வரும் ஒரே ஸ்வரங்கள். இதுவா இப்படிப் பரவசப்படுத்துகிறது? காரணம் என்ன என்று அறிய முடியவில்லை. தந்திகளின் இனிமையா, நின்று ஒலிக்கும் கார்வையின் நீளமா? சுருதி சேர்ந்த தூய்மையின் நிறைவா?

வாத்தியம் ஒலித்துக்கொண்டிருந்தது.

ரங்கண்ணாவின் இடது விரல்கள் ஜீவா மணி இவைகளை விட்டு துடையில் மல்லாந்திருந்தன. சுருதி நன்றாக, அவருக்குத் திருப்தியாகச் சேர்ந்துவிட்டது என்று தோன்றுகிறது.

கண்ணை மூடி, வாயைத் திறந்து அவர் மீட்டிக்கொண்டே யிருந்தார். மார்பு மூச்சின் சலனத்தில் ஒழுங்காக ஏறி இறங்கிக் கொண்டிருந்தது. பிய்த்துக்கொண்டுவர விரும்பாமல் எங்கேயோ ஒரு அறையில் தாழிட்டுக்கொண்டுவிட்டது போலிருந்தது. "அப்பாடா!

அம்மா!" என்று இளைப்பாறுவதுபோல் அவர் இரண்டு, மூன்று முறை எழுப்பிய குரல், ஏதோ கஷ்டத்திலிருந்து தப்பியோடி புகுந்துகொண்ட அறையின் பத்திரமான தனிமையில் எழுப்பிய ஆச்வாசக் குரலாகத் தொனித்தது.

சற்றுக் கழித்துக் கண்ணைத் திறந்து, தூங்கி எழுந்ததுபோல் மலமலவென்று விழித்துக்கொண்டே பாபுவையும் சாம்பனையும் பார்த்தார் அவர்.

"நீ எப்படா வந்தே?" என்று அவர் நிலைப்பக்கம் பார்த்ததைக் கண்டு பாபு பின்னால் திரும்பினான். பதினேழு வயதிருக்கலாம் – ஒல்லியாக, மாநிறமாக, குடுமியும் சந்தனப் பொட்டுமாக ஒரு பையன் நிலையண்டை உட்கார்ந்திருந்தான்.

"உன்னைத்தாண்டா, ஷண்முகம். எப்ப வந்தே?"

"அஞ்சு நிமிஷமாச்சு."

"நான் பாக்கலியே."

". . ."

"என்ன பார்க்கறே? புதுப்பையண்டா. காலேஜிலே வாசிக்கிறான். இங்கிலீஷ் காலேஜ்" என்று பாபுவைப் பார்த்து, அவனும் உன்மாதிரி தாண்டா. திருவையாறு காலேஜிலே வாசிக்கிறான் – தமிழ் வாசிக் கிறான். எங்கப்பன் ஸ்வாமி பிறந்து, நாதமா வர்ஷிச்ச ஊர். கொடுத்து வச்ச பய. சனி ஞாயர்லே வருவான். இன்னிக்கி என்னடா லீவா உனக்கு?" என்று மீண்டும் ஷண்முகத்தின் பக்கம் திரும்பினார்.

"இல்லே தாத்தாவுக்கு திதி. ராத்திரி வந்தேன்."

"என்னது?"

"தாத்தாவுக்கு திதி."

"திதியா? சதாசிவத்துக்கா?"

"ஆமாம்."

"ஓகோ ... நவராத்திரி ஆனவுடனே தானே செத்துப் போனான், புண்ணியமாகக் கட்டிண்டு போயிட்டான் ... ஹம், தேவாரம், திருப்புகழ் எல்லாத்தையும் அனாதையா விட்டுட்டுப் போயிட் டாண்டா. அவன் பாடினான்னா என் பிரபு முன்னாடி வந்து நிப்பனே ... நல்லதெல்லாம் போயிட்டுது. என் மாதிரி உதவாக்கரை யெல்லாம் சோத்துக்குப் பாரமா இன்னும் உட்கார்ந்திண்டிருக்கோம்" என்று சதாசிவத்தின் நினைவில் இளகிய ரங்கண்ணா, மறுபடியும் தந்தியை மீட்டினார்.

"அப்பாடா ... சாம்பா, சுருதி எப்படிடா சேர்ந்திருக்கு இன்றைக்கு, பாத்தியா?"

தி. ஜானகிராமன்

"..."

"ஏண்டா வாயடைச்சுப் போச்சு? சொல்லேன் ... மந்தி, என்ன சிரிக்கிறே ... உன் மந்தஹாசத்தைப் பொசுக்க."

"எனக்கு உடம்பு சிலிர்க்கிறது அண்ணா."

"சிலுக்கிறதா? ... சிலுக்கும் சிலுக்கும் ... இந்த மாதிரி சேர்றதே இல்லேடா, ரொம்ப அபூர்வம், இன்னிக்கி என்னமோ ... இந்தப் பையன் வந்திருக்கானா, தம்புரா கொஞ்சறது."

"ஆமாம், கொஞ்சுறது. ரண்டு நாழியாச்சு அந்தப் பையன் உட்கார்ந்திண்டிருக்கான். பிரும்மதண்டத்தைத் தலையிலே வச்சாப்பல நீங்க என்னமோ கண்ணை மூடிண்டு தபசு பண்றேள். சாம்பனோட குலாவறேள் ... ஏண்டா, சாம்பா, தாத்தாவுக்குத் திதிக்கத் திதிக்கச் சொல்றயே. மாளய பட்சத்துக்கே ஆறு மரக்கா தடல் உளுந்து கொண்டு கொட்டிப்பிடறேன்னே. சரசுவதி பூஜை, விஜயதசமி ஆயிடுத்து. உன் உடம்பு சிலுத்துட்டாப் போருமான்னேன்" என்று ரங்கண்ணா சம்சாரம் வந்து நின்று அதட்டினாள்.

"நீ எங்கேடி வந்து இப்ப கரடி விடறே? ஏண்டா, தடிக்கம்பு! கேட்டுண்டியாடா சொல்றதை? கூர்ச்சம் மாதிரி வந்து உட்கார்ந் துக்கறியே போது விடிஞ்சா. ஆறு மரக்கா உளுந்துடா, வயசானவ கேட்கிறாளேன்னு ஏதாவது கொஞ்சம் இருக்கோ உனக்கு?"

"கொண்டு வந்துவிடறேண்ணா. நேத்திக்குத்தான் ரயில்வே ரசீது வந்திருக்கு. இன்னிக்கு மூட்டை வந்திருக்கும். நாளைக்குக் கட்டாயமா கொண்டு வந்து போட்டுவிடறேன்."

"நாளைக்கு மூட்டையோட வா. இல்லாட்டா இஞ்ச வந்து தூணுக்கு முட்டா உட்காராதே. கேட்டுண்டியாடீ ... சொல்லிப்பிட்டேன்."

"ஆமா. எனக்கு மெய்க்க மெய்க்கப் பேசணுமாக்கும் இப்ப ... நாளைக்கு நாளைக்குன்னு சுவரிலே எழுதி வச்சுட்டுப் போட்டும் அவன். நீங்க தபசு பண்ணிண்டிருங்கோ."

"நாளைக்குக் கொண்டு வறேனா இல்லியா பாருங்கோ மாமி."

"கொண்டு வந்தா வா, வராட்டா போ" என்று சொல்லிக் கொண்டே அடுக்களையைப் பார்க்கப் போனாள் கிழவி.

"ராம ராமா" என்று அரற்றிவிட்டு மறுபடியும் தந்தியை மீட்டினார் ரங்கண்ணா.

"இன்னிக்கு என்னடா இப்படிச் சேர்ந்திருக்கு ... அ ... பாட்டாவது, கீட்டாவது. இதையே கேட்டுண்டிருந்தாப் போரும் போலிருக்குடா சாம்பா ... இதைக் கேட்டுண்டே கட்டையைப் போட்டுட்டு ஓடிப் போயிடணும். ஆகாகா ... நீ என்னடா பார்க்கறே?

சங்கீதம் சொல்லிக்க வந்தோம், தேர் நிலையை விட்டே கிளம்பலி யேன்னு பார்க்கறியா . . ?"

"அதெல்லாம் ஒண்ணுமில்லையே" என்றான் பாபு.

"ஆரம்பிக்கிறதுக்கு முன்னாடி கேட்டுவிடறேன். நீ எதுக்கு சங்கீதம் சொல்லிக்கப்போறே? கச்சேரி பண்ணி பிரக்யாதி வரத்துக்கா? இல்லெ, ஞான சம்பத்துக்கா?"

அவர் எந்தப் பதிலை எதிர்பார்க்கிறார் என்று புரிகிறது. அப்பாவுக்கு ஆசை – பையன் கச்சேரி பண்ணிப் பார்க்க வேண்டும் என்று.

"ஏண்டா ஒண்ணும் சொல்லமாட்டேங்கறே?"

"ஞானம்தான் முக்கியம்."

"என்னமோபோலச் சொல்றியே . . . குரல் அழுத்தமாயில்லியே . . . சுவாமி கிட்டபோய் மண்ணாசை, பொன்னாசை, பெண்ணாசை எல்லாம் ஒழியணும்னு கேட்கணும்போலிருக்கு. அவர் நிச்சயமாகக் கேட்டதைக் கொடுத்துவிடுவார்னு தெரிஞ்சிருந்தா என்னடா ஆகும்?"

"சாமி கிட்டவே போக மாட்டோம்" என்று குரல் வந்தது.

"யார்றா சொன்னது? ஷண்முகம் . . . நீயாடா சொன்னே . . . உன் வாய்க்கு வெல்லமாப் போடணும். உங்க மாதிரி சிறுசுகள் மட்டும் இல்லே. நானும் ஓடியேப் போயிடுவேன் . . . பிரசித்தி வேணுமா, ஞானம் மாத்திரம் வேணுமான்னு உன்னைக் கேட்டா நீ என்ன பண்ணுவே? சொல்லவும் முடியாமல் மெல்லவும் முடியா மல் தவிக்கிறே! கச்சேரி பண்ணு, வேண்டாங்கலே. அதுக்கு ஒண்ணும் இப்ப அவசரமில்லே. சாம்பக் கழுதைக்குக்கூட ஆசைதான் – ஸ்வரம் பாடணும், பிடில்காரனையும் மிருதங்கக்காரனையும் விழுந்து பிடுங்கணும், இந்தக் குஸ்தியைப் பதினாயிரம்பேர் பார்க்கணும், அப்புறம் மூட்டை மூட்டையாப் பணத்ஸைத் தூக்கிண்டு வந்துடணும்னு. இந்தக் கிழம் சரின்னு வாயைத் திறக்க மாட்டேங்கற தேன்னு பொருமறான். ஏண்டா, ராஜப்பா பண்ணினாப்பல பண்ணிவிடேன். கச்சேரி கச்சேரின்னு துடிச்சிண்டு கிடந்தான். என்னைக் கேட்டுக் கேட்டுப் பார்த்தான். நடக்கலே. கடசீலே அரங்கேற்றுப்படின்னு ஒரு நோட்டீஸைப் போட்டுண்டு வந்து, "ரொம்பத் தொந்தரவு பண்ணினா எல்லாரும். சரின்னு ஒப்புத்துன்னுட்டேன். அண்ணா வந்து ஆசீர்வாதம் பண்ணணும்னு கையைக் கட்டிண்டு ரொம்ப பவ்யம் மாதிரி நின்னுது. போய்ட்டு வந்தேன். கெக்கேபிக்கேன்னு கத்தி என் மானத்தை வாங்கிவிட்டான். எல்லாம் தலையாட்டிண்டு உட்கார்ந்திருந்தது. பய ஜனங்க மனசுக்கு எப்படி மிருதங்கம் வாசிக்கிறதுன்னு தெரிஞ்சுனூட்டான். கடசீலே என்னை நாலுபேர் எழுந்து ஸ்தோத்ரம் பண்ணினான். நானும் கழுத்திலே போட்டுண்டு, வேட்டியையும் வாங்கிண்டு வந்தேன்.

நீயும் அது மாதிரி நோட்டீஸ் அடிச்சுவிடேன் திடீர்னு. இப்பல்லாம் தான் ஞானம், உசிரு ஒண்ணும் அவசியமா இல்லியே. பலம் இருந்தால் போதும் குஸ்தி போடணும். ஒண்ணு ரெண்டு மறந்து போயிடாம எண்ணத் தெரியணும். நீயும்தான் கத்துண்டிருக்கே அதெல்லாம். அடியேண்டா நோட்டீஸை... மாட்டியா?... மாட்டேன்னா போயேன். எனக்கென்ன?... அப்ப உனக்கு என்ன வேணும்... பேரா, ஞானமா?"

"ஞானம்தான்" என்றான் பாபு.

"ஞானம்தானா? சரி. ஞானம்னா என்ன, தெரியுமோ?"

"அறிவு, தெரிஞ்சுக்கறது."

"தெரிஞ்சுக்கறது மாத்திரம் இல்லே. தெரிஞ்ண்டது எல்லாம் பாட முடியணும். சில்பத்திலே ஞானம்னா மனசிலே நினைக்கிறதைக் கல்லிலே காண்பிக்கணும். சண்டையிலே வீராப்பைக் கையிலேயும் வில்லிலேயும் காமிக்கணும். அந்த மாதிரிதான் எல்லா சாஸ்திரமும். புஸ்தகத்தை வாசுச்சுத் தெரிஞ்சுக்கறதும், காதாலே கேட்டுக்கறதும் மாத்திரம் ஞானமாயிடாது. அனுபவம்தான் ஞானம். செய்யறதுதான் ஞானம். அவர் இந்த ராகத்தை அப்படி ஜமாய்ச்சுப்பிட்டார், அப்படி இழைச்சுவிட்டார்னா போதாது. நேத்திக்கு ஒருத்தன் தெருவோட சொல்லிண்டு போறான், ஆகா கல்யாணியைக் கொன்னு குழியை வெட்டி மூடிப்பிட்டான்னு. இன்னும் விவரம் தெரிஞ்சுக் கேட்டாலும் சரி, செய்து காண்பிக்கறதுதாண்டா ஞானம். அனுபவம் தான் ஞானம். அது இல்லாத வரையில் அரைக் கிணறு தாண்டின சங்கதி. அதுக்கு என்ன பண்ணணும்? அ? என்ன பண்ணணும்?"

"உழைக்கணும்."

"ஆமாம். உழைக்கணும். மண்வெட்டியை வச்சுண்டு உழைச்சு பாடுபடறதுன்னா என்ன வேணும்?"

"பலம் வேணும்."

"ஆமாம். பலம் வேணும். ஆனால் வெறும் மண்வெட்டியைப் போடற சங்கதியில்லை இது. மண்வெட்டி அடிக்கிற பலம், சம்மட்டி போடற பலம் எல்லாம் போதாது இதுக்கு."

"..."

"என்னடா, புரியறதா..? முண்டு முண்டுன்னு சதையிருந்தா போறாது" என்றுகொண்டே சாம்பனைப் பார்த்தார் ரங்கண்ணா.

"சாம்பா, சொல்லட்டுமாடா இவனுக்கு? என்ன மந்தஹாசம்? உன் மொகரைக்கு மந்தஹாஸம் பண்ணினா மகா விஷ்ணு மாதிரி இருக்கும்னு நெனச்சிண்டிருக்கியோ? இல்லாட்டா பாலாமணின்னு நெனப்போன்னேன்..? இவன் சிறுசா இருக்கானே? சொல்லட்டுமா? வாண்டாமா? சொல்லேண்டா... தடிக்கம்பு."

“எதை அண்ணா?”

“எதையா? என்ன, தெரியாதுபோலக் கேட்கறே. ஆஷாடபூதி. மண்வெட்டி பிடிக்கிற பலம் போதாதுடா இதுக்கு. பிராண பலம் வேணும். மனோ பலம், ஆத்ம பலம் எல்லாம் இருக்கணும். எல்லாத் துக்கும் சரீரம் வேணும். ஆனா, இதுக்கு சரீரம் ரொம்ப ரொம்ப வேணும்டாப்பா, ரொம்ப வேணும். பிராணசக்தி கண்ணுக்குத் தெரியாது. அதைத்தான் முரட்டுத்தனமா வளர்த்தாகணும். ஜெண்டை வரிசை ஆகும்போது வெள்ளைக் கடுக்கன் வேணும் போலிருக்கும். வர்ணம் வந்தா மயில்கண் வேஷ்டி, மல்லுச் சட்டை. கீர்த்தனம் வந்தா கொஞ்சம் அத்தர் இருந்தாத் தேவலை போலிருக்கும். அப்புறம் எங்க தேவடியா வீடு இருக்குன்னு உடம்பு அலையும். அதுக்கப்பறம் சங்கீதம், பிராணன் எல்லாம் ஒண்ணொண்ணாக் கரையும்... எங்க ஐயா சங்கீதத்தைக் காப்பாத்தணுமேன்னு கல்யாணம்கூடப் பண்ணிக்காமல் இருந்தார். குரலைக் காப்பாத்திக்கிறதுக்கு அவர் பட்ட பாடு கொஞ்சமா? கல்யாணம் கிடந்துட்டுப் போறது. மோரைக் கண்ணாலேகூடப் பார்க்கமாட்டார். எலுமிச்சம் பழம், புளி, வெற்றிலைப் பாக்கு – ஒண்ணையும் விரலாலேகூடத் தொட்டறியார். சித்தத்தை அப்படி நிரோதம் பண்ணி சன்னாசி மாதிரி வாழ்ந்து விட்டுப் போய்ச் சேர்ந்தார். சன்னாசி மாதிரி என்னத்துக்காக இருக்கணும்? யாருக்காக இருக்கணும்? எல்லாம் இதுக்குத்தான்” என்று தொண்டையை இடது கை கட்டை விரலாலும் ஆள் காட்டியாலும் தொட்டுக் காண்பித்தார் ரங்கண்ணா.

“அப்யாசம் பண்ற வித்தைகிட்ட அவ்வளவு பயம். அவ்வளவு பக்தி, மரியாதை எல்லாம் அவர்களுக்கு இருந்தது. இப்ப மாதிரியா? கண்ட இடத்திலே கண்டதை வாங்கித் திங்கறானுங்கள். பன்னிக் குட்டி மாதிரி கண்ட இடத்திலே போய் விழுறானுகள். வித்தையோட ரகசியம் என்ன, உசிரு எது, நோக்கம் என்னன்னு யாராவது பாடறச்சே நெனச்சுண்டு பாடறானா? எந்த ஹைக்கோர்ட்டு ஜட்ஜ் தலையாட்டறார்னு பார்த்துண்டே இருக்கான். இதுக்கெல்லாம் அப்பீல் இல்லாது போயிடுத்து. இந்த ஆடம்பரங்கள்ளாம் என்னத்துக் காகும்? கச்சேரியிலே எங்கேயோ ஒரு மூலையிலே அனுமார் மாதிரி பரம ரஸிகனா ஒருத்தன் உட்கார்ந்திண்டிருப்பன். அவன்னா ஹைக்கோர்ட் ஜட்ஜ்! அவன் எங்கேயாவது மூஞ்சியை சிணுக்கப் போறானேன்னு மனசுலே பயம் இருக்கணும். அவனைப் பார்த்தா பரதேசி மாதிரி இருக்கானோ எப்படியிருக்கானோ. போலீஸ்காரன் உடுப்பைக் கழட்டிவிட்டு துப்புத்தேட வந்திருக்காப்பல வந்திருப்பன். அதனாலெ பரம ஜாக்ரதையா இருக்கணும். நமக்கு எது சம்யம்னு பட்டுதோ அதைப் பாடறோம். நாம சத்தியத்துக்குக் கட்டுப்பட்டு அதன் ரூபத்தை அறிஞ்சு ஆராதிச்சா எந்தப் பய ஒரு வார்த்தை சொல்ல முடியும்கறேன். சொல்ல முடியுமாடா, சாம்பா.”

“...”

“முடியவே முடியாது ... சத்தியத்தைப் புரிஞ்சுக்காத கூட்டமா யிருந்தது, தொலையறது சனின்னு எழுந்துவா. அதில்லாமல் உனக்கு எப்படித் தம்பட்டம் அடிச்சாப் பிடிக்கும்னு இளிச்சுண்டு நிற்கலாமோ, அதுக்கு முன்னாலே .. ? என்னடா சாம்பா.”

“. . .”

“இப்ப அதானேடா பண்றான் எல்லாரும். கடசீயிலே இவனும் எல்லாத்தையும் மறந்துவிட்டு அதுகளையும் மேலே எழும்பவிடாம ஆட்டுக்கூட்டமாப் பண்ணிவிட்டு போய்ச் சேர்றான். அனுசரணை யாம், அனுசரணை! எவ்வளவு லட்சணமாயிருக்கு! என்னடா சாம்பா! ஏன் இன்னிக்கு வாயைத் திறக்கமாட்டேங்கறே. எல்லாம் உனக்குச் சொல்றாப்பல இருக்கோன்னேன்.”

சிறிது மௌனம் நிலவிற்று.

“அப்படியிருக்கு சேதி ... என்னடாப்பா ஆரம்பிக்கலாமா? சுருதி சேரு.”

❍

சுருதி சேர்ந்ததும், ஒரு கீர்த்தனையைத் தொடங்கிச் சொல்லிக் கொடுத்தார் அவர். அரை மணி நேரமாயிற்று.

அந்த அரை மணிக்குள் தன் கண்ணில் விரலைக் கொடுத்து ஆட்டிவிட்டாற்போல் தானிருந்தது பாபுவுக்கு. மூச்சைப் பிடித்துக் கொண்டு அவர் ஸ்வரங்களில் நிற்கச் சொன்னதில் அவன் கண் பிதுங்கிற்று.

“மனனம் பண்ணுடா, தியானம் பண்ணு. சுருதிதான் தெய்வம். பெற்ற தாய் அது. ஸ்வரங்களெல்லாம் தியானம் பண்ணி, தியானம் பண்ணிப் பண்ணித்தான் வசப்படுத்த முடியும். நாம் பாட்டுக்கு ரீகாமாதான்னு சொல்லிவிட்டா வந்துடாது, உனக்கென்ன சிரமம் இப்ப? சாரீரம் நன்னா இருக்கு, கொஞ்சம் மனசுதான் போய் ஏகாக்ரமா நிக்கணும். உனக்கொண்ணும் பெரிசு இல்லேடா. சாம்பன் கழுதை மாதிரி சாரீரத்தை வச்சுண்டு ஸ்வரம் இருக்கிற ஸ்டேஷன் லாம் கண்டுபிடிச்சுட்டானே. ஏண்டா கழுதே, உன் சிரமம் பட வேண்டாம் இவன். சாரீரத்தைப் பாத்தியாடா? தேனபிஷேகம் பண்ணியிருக்கான் ஜன்மாந்தரத்திலேயே. அம்பாள் கடாட்சிச்சிருக்கா.”

பாபு பாடியதை ஸ்வரத்திற்கு ஸ்வரம் திருத்திக்கொண்டே வந்தார் அவர்.

பாபுவுக்குத் திக்கென்றது, அவர் தெரிந்துதான் சொல்கிறாரா என்று புரியவில்லை.

“சாரீரம் நன்னாயிருக்கு. ஸ்வர சுத்தம் வேணுமேடா. அதுக்கு மனசுபோய் லயிச்சாத்தான் நடக்கும். மனசுபோய் லயிக்கிறதுன்னா

வெறுமே தியானம் பண்ணிக்கொண்டே இருக்கணும். ஸ்வரம் ஸ்வரமா. சஞ்சாரம் சஞ்சாரமா ... இப்ப வாண்டாம் – தெரிஞ்சுக்கோ, எங்கேயாவது தனியாய்ப் போய் உட்கார்ந்துக்கோ, மூச்சைப் பிடிச்சு ஸ்வாமியைப் பிரார்த்தித்து அப்புறம் தியானம் பண்ணு. புரிகிறதா? மூச்சைப் பிடிக்கிற வித்தை தெரியணும்னா சாம்பனைக் கேளு. பாடறானோ இல்லியோ, பாடறதுக்கு வேணுங்கற ஜபர்தஸ்தெல்லாம் அவனுக்குத் தெரியும். சாம்பா, மூக்கை அடக்கச் சொல்லிக்கொடு இவனுக்கு. ஒரே நாளில் ஏதாவது பண்ணிக் கொன்னுவிடாதே."

ஒரு நிமிஷம் பேசாமல் உட்கார்ந்துவிட்டு "சரி, பாடம் ஆயிடுத்து. போய்ப் பாடம் பண்ணு," என்றார் அவர்.

"..."

"பாடம் பண்றதுன்னா, கீர்த்தனையை சும்மா நெட்டுருப் போட்டாப் போறாது. நெட்டுருப் பண்ணிவிட்டு தியானம் பண்ணு. பண்ணப் பண்ணத் தெரியும் அதன் அழகு. நான் சும்மா சொல்லி என்ன பண்றது? புகுந்து பார்த்த அப்புறம் அதைவிட்டு, வேற எங்கேயும் மனசு துணியாதுடா, துணியவே துணியாது. சாம்பா, வெந்நீர் சுட்டுப் போச்சா, பாரு," என்று தம்புராவை எடுத்து உறையைப் போட்டார் ரங்கண்ணா.

"சரி, போயிட்டு வரியா?"

"வரேன்."

"எப்ப வரே மறுபடியும். நாளைக்காலமே வரியா?"

"வரேன்."

"ஞாபகம் வச்சுக்கோ, சொன்னதெல்லாம்."

"ம்."

"சிறிசு, மனசிலே எத்தனையோ இருக்கும். மற்ற வித்தைகளுக் கெல்லாமாவது போனாப் போறதுங்கலாம். இதுக்கு, கன ஜாக்ரதையா இருக்கணும் ... ரொம்ப. இந்த சங்கதியெல்லாம் ஜாடைமாடையாத் தான் சொல்லலாம். ஜாக்ரதையா இரு. எல்லாம் கைகூடும். அப்ப போயிட்டு வரியா?"

"ம்."

"வெந்நீர் சுட்டுப் போச்சாடா, சாம்பா?"

"சுட்டுப் போயிடுத்தண்ணா."

"அப்ப வரியாடாப்பா நீ? ஷண்முகம், நீயும் புறப்படேன். தாத்தாவுக்கு திதின்னியேடா."

"புறப்பட வேண்டியதுதாங்க."

"அப்ப கிளம்பு. நான் குளிக்கப்போறேன். வயசாக வயசாக பிராதஸ்நானம் கூட போயிடுத்து... ம், இனிமே இப்படித்தான்" என்று முனகிவிட்டுக் கொல்லைப்பக்கம் நடந்தார் ரங்கண்ணா.

எவ்வளவு உயரம்! முகம் சிம்மம் மாதிரி. அப்பாலும் இப்பாலும் பார்த்து நடக்கும்போது, பாபு அவரை வியப்புத் தாங்காமல் பார்த்தான். கூடப் போக வேண்டும் போலிருந்தது. சாம்பனுக்குத்தான் இந்த உரிமைகள் உண்டு போலிருக்கிறது. சாம்பனுடைய இடம் நமக்கு என்றாவது கிடைக்குமா? இப்போதே போகலாமா? அவர் போகச் சொல்லிவிட்டார். கேட்காமல் அவரைத் தொடர்ந்து போனால் என்ன சொல்வாரோ?

கொல்லை வாசல் தாண்டி அவர் உருவம் மறைந்ததும் பாபு வெளியே நடந்தான். ஷண்முகமும் கூட வந்துவிட்டான்.

திண்ணையில் ரங்கண்ணா சம்சாரம் உட்கார்ந்திருந்தாள்.

"உனக்கு எந்த ஊர்டா பையா?"

"பாபநாசம் இப்ப."

"அப்பா அம்மா இருக்காளா?"

"இருக்கா."

"காலேஜிலே வாசிக்கிறயா?"

"ஆமாம்."

"எந்த க்ளாசு?"

"பி.ஏ., அடுத்த வருஷம் பரீட்சைக்குப் போறேன்."

"ம், தாத்தாவுக்கு மாசம் என்ன கொடுக்கறதா இருக்கே!"

பாபுவுக்கு என்ன சொல்வதென்றே புரியவில்லை.

"முடிந்ததைக் கொடுக்கிறேன்."

"முடிந்ததைன்னா? உன்னால் முடிந்ததையா? அவராலெ கேட்க முடிந்ததையா?"

பாபு புன்சிரிப்புடன் நின்றான்.

"சொத்து கித்து இருக்கோ?"

"சுமாரா இருக்கு."

"சுமார்னா?"

"ரொம்ப இல்லை, சாப்பாட்டுக்கு இருக்கு. பாபநாசத்திலே ஒரு வீடு இருக்கு."

“இங்கெல்லாம் மொத்தமா ஆயிரம் ரண்டாயிரம்னு பேசிண்டு வரான். முந்நூறு நானூறுங்கறான். அதெல்லாம் காணறதுக்குள்ளியும் போரும் போரும்னு ஆறது. நீ மாசம் பதினைஞ்சு ரூபாய் கொடுத்து விட வேண்டியது. இல்லாட்டா அவரைப்போய் வயசு காலத்திலே ஏன் கஷ்டப்படுத்தணும், சொல்லு.”

பாபுவுக்கு அப்போதும் என்ன சொல்வதென்று புரியவில்லை. பதினைந்து ரூபாய் அப்பாவுக்கு நிச்சயமாகக் கொடுக்க முடியாது. கொடுக்கக்கூடிய நிலைமை இருந்தால் உபகாரச் சம்பளப் பரீட்சைக்கு உட்காரச் சொல்லி இந்தப் பாதிச் சம்பளக் காசுக்கு ஆசைப்பட்டிருக்க மாட்டார் அவர்.

“ஏன்? உனக்கு எத்தனை கொடுக்கிறதாக எண்ணம்?”

“நான் இன்னும் யோசிக்கவே இல்லை” என்றான் பாபு தலையைக் குனிந்து.

“அப்படீன்னா நானே யோசிச்சுக் கொடுத்துவிட்டேன் இப்ப.”

“பார்க்கிறேன்.”

“எந்தத் தெருவிலே இருக்கே?”

“காலேஜுக்குக் கிட்டதான் ... ரூம் வச்சிண்டிருக்கேன்.”

“ரூமுக்கு என்ன வாடகை?”

“அஞ்சு ரூபா.”

“ஹோட்டல்லெ சாப்பாடா?”

“இல்லை. தெரிந்தவர்கள் வீட்டில்.”

“அவர்களுக்கு என்ன கொடுக்கிறே?”

“பன்னிரண்டு ரூபாய்.”

“காபி, சாப்பாடு, எண்ணெய் எல்லாமா?”

“ஆமாம்.”

“ஏண்டா, ஷண்முகம், நீ என்னடா கொடுக்கறே சாப்பாட்டுக்கு உங்க காலேஜிலே?”

“எனக்கு இனாம் சாப்பாடும்மா.”

“எண்ணெய்.”

“அதுவும் இனாம்தான்.”

"சரி, எப்ப ஊருக்குப் போப்போறே?"

"காலமே."

"சரி சாயங்காலம் வந்துவிட்டுப் போ."

"நான் போயிட்டு வரட்டுமா?" என்றான் பாபு.

"சரி, போயிட்டு வா. தாத்தா உசிரைக் கொடுப்பர். காசைப் பெரிசுன்னு நெனைக்காதே. அதுக்குத்தான் சொன்னேன்."

"சரி."

"போய்விட்டு வா."

ஷண்முகம், தெருவில் நடந்து போகும்போது பாபுவின் பூர்வ சிட்சை, குலம், கோத்ரம் எல்லாம் விசாரித்துக்கொண்டே வந்தான்.

"அம்மாவைக் கண்டு பயந்துவிடாதீங்க. ஐயாவுக்கு உலக நினைவே இருக்காது. அதனாலெ அம்மா இப்படிப் பயமுறுத்தினாத் தான் நடக்கும்னு அலட்டுவாங்க. மனசிலே ஒண்ணும் வித்யாசமா இராது" என்று தேற்றினான் அவன்.

"ஐயாவுக்குத் தெரியுமா இது?"

"தெரியாமலா இருக்கும்? அவங்க சொன்னாலும் இவங்க கேக்க மாட்டாங்க, சுபாவம். ஐயா காதிலேயே போட்டுக்கறதில்லை."

"ம்."

"அம்மாவுக்கு வேறு ஒண்ணும் இல்லெ. வயசு காலத்திலெ இப்படி ஐயாவ தொந்தரவு படுத்திக்கறாங்களேன்னுதான் . . . ஐயா கேப்பாங்களா? அவங்களுக்கு யாருக்காவது சொல்லிக்கிட்டே இருக்கணும். பேசிக்கிட்டே இருக்கணும். இல்லாட்டி உடம்பு வாடிப் போயிடும்."

ஷண்முகம் சிறு பையன்தான். ஆனால் உலகானுபவமும் அறிவும் நிறைந்திருக்கும் போலிருந்தது. பேச்சும் முற்றலாகத் தானிருந்தது. அவன் முகத்தில் தனியாக ஒரு களை. சிறு பிள்ளையின் களை. கிழக்கு வெளுத்ததும் தெரிவதுபோல வரப்போகும் யௌவனத் தின் பொலிவு முகத்திலும் உடலின் மினுமினுப்பிலும் படர்ந்திருந்தது, வருகையை அறிவிப்பதுபோல. அவனைக் கவனமாகப் பார்த்துக் கொண்டு வந்தான் பாபு.

"அப்ப நான் வரட்டுங்களா?"

"எங்கே வீடு?"

"நான் வலயப்பேட்டை, திரும்பி ஐயா வீட்டோதான் போகணும்."

“அடடே, எனக்காகவா நடந்து வந்தீங்க?”

“அம்மா சொல்லிக்கிட்டிருந்ததைக் கேட்டு, வித்தியாசமா நெனச்சுக்கப்படாதுன்னு சொல்ல வந்தேன். உங்க முகம் என்னமோ கொஞ்சம் மாறினாப்பல இருந்தது. அதான் வந்தேன். அம்மா வெகுளி. இப்படித்தான். நீக்குபோக்குத் தெரியாமல் அரட்டிவிட்டிடு வாங்க ... நான் வரட்டுமா? சனிக்கிழமை வருவேன், பார்க்கிறேன்.”

பாபுவுக்கு ஒவ்வொரு அனுபவமும் நினைக்க நினைக்கப் புதிதாக விசித்ரமாக இருந்தது. சாம்பனை அவர் கூப்பிட்ட ஆயிரம் கழுதையும் வெசவும் – எவ்வளவு செல்லம் அவனுக்கு!

புதிது புதிதாகத்தான் இருந்தது எல்லாம்.

எல்லாமா புதிது? அவர் சரீரத்தைப் பற்றிச் சொன்னது? வைத்தி சொன்னது போதாதா? ராஜம் சொல்கிறது போதாதா? இவருமா இதைச் சொல்ல வேண்டும்?

அது பழைய செய்திதான். இவரிடம் கேட்கிறது மூன்றாவது தடவை. அதன் புதுமைதான் குறையவில்லை. இவர் வேறு தினுசாகச் சொன்னதுதான் புதுமை. வேறு வார்த்தைகளில் சொன்னதுதான் புதுமை.

நமக்கு இதையெல்லாம் காப்பாற்ற முடியுமா?

அப்பா அகௌரவம் என்று சொன்னார். இவர் சங்கீதத்துக்கே ஆதாரம் என்கிறார்.

அப்பாவின் ஆசை பூர்த்தியாகிவிடும். அவருக்கு நான் சங்கீத வித்வானாக வேண்டும் என்று ஆசை. கச்சேரி பண்ண வேண்டும் என்ற ஆசையோ என்னமோ? இந்த மாதிரி வாய்விட்டுச் சொன்னதாக ஞாபகமில்லை. சங்கீத வித்வானாகிப் பாடிக்கொண்டிருந்தால் கேட்கிறவர்கள் கேட்டுவிட்டுப் போகிறார்கள், இல்லாவிட்டால் சொந்தத்திற்குப் பயன்பட்டுவிட்டுப் போகிறது என்று அதைச் சொல்லாமலிருந்தாரா?

எது எப்படிப் போனாலும், குழப்பங்களுக்கும் ஐயங்களுக்கும் ரங்கண்ணா பேசிய சொற்களும், பேசப்போகும் சொற்களும் கட்டாயம் விடைதரும் என்றுதான் தோன்றுகிறது. அப்பா ஊன்றிய விதையை இவர் உரமும் நீரும் இட்டு வளர்ப்பார் என்றுதான் தோன்றுகிறது. யுக யுகமாக இவ்வளவு வெசவு வாங்கி அபக்யாதி பெற்றுவிட்ட சரீரத்தில்தான் விண்ணின் விதைகளும் அமுங்கிக் கிடக்கின்றன. இது என்ன வேடிக்கை!

பாபுவுக்கு இந்தப் புது அனுபவத்தின் குளுமையில் தோட்டி வாரிவிட்ட புழுதிகூட பிரமாதமான விரோதியாகத் தோன்றவில்லை. வீட்டிற்கு வரும்போது ஒன்பதரை மணி ஆகிவிட்டது.

21

ராஜம் சொன்னது எல்லாம் சரி என்றுதான் தோன்றிற்று. பாபுவுக்குக் காலை எழுந்தது முதல் படுக்கப் போகும்வரையில் வேலை சரியாக இருந்தது, சூரியோதய சமயத்திற்கு எழுந்திருந்தால் போதவில்லை. வெய்யில் புறப்பட்டு, பல் தேய்த்து நீலுப்பாட்டி வீட்டில் காப்பியைச் சாப்பிட்டு குளித்துவிட்டு ஜபத்திற்கு உட்கார்ந்தால் ஏழரை மணியாகிவிடுகிறது. ரங்கண்ணா வீடுதான் அருகில் இருக்கிறதா? ஒரு மைல் நடந்தாக வேண்டும். அங்கு போவதற்குள் மணி எட்டடித்து விடுகிறது. இரண்டு, மூன்று நாள் சேர்ந்தாற்போல் எட்டு மணிக்குப் போனதும், "எத்தனை நாழிடா காத்துண்டிருக்கிறது உனக்காக? சுருக்க வந்து சேரேன். காலமே எழுந்து, நீ எப்ப வருவே வருவேன்னு வாசலைப் பார்த்து உக்காந்திண்டிருக்கணும்கிறியா?" என்று அலுத்தாற்போலச் சொன்னார்.

அது வெறும் அலுப்பாக இல்லை. அவரையும் மீறிக் குரலில் ஒரு ஆவல்.

மறுநாள், "சொல்லச் சொல்ல இப்படியே பண்றயே. ஏண்டா வயசு காலத்திலே இப்படிப் போட்டு வதைக்கிறே? மனசைக் கொஞ்சமாவது ஈரமா வச்சுக்கப்படாதா? . . . ம் . . . நான் முட்டிண்டு என்ன பண்றது . . ?" என்று கேட்டுக்கொண்டே தம்புராவை எடுத்தார்.

பாபுவுக்குச் சுரீரென்றது.

அந்தக் குரலில் வெறும் ஆவல் மட்டுமோ, அலுப்பு மட்டுமோ இல்லை. பிரிவு ஒன்று, வேதனை ஒன்று புகைந்தது.

ஒரு நாள் போகாமலிருந்தால் அது ஆற்றாமையாகக் குரலில் கரகரத்தது.

"ஏண்டா நேத்திக்கு வரலெ."

"வேலையிருந்தது."

"என்ன வேலை?"

"காலேஜ் வேலை."

"அப்படீன்னா முந்தாநாளே சொல்றதுக்கென்ன?"

". . ."

"நீ வருவே வருவேன்னு காத்திருக்கணும். 'நீ பாட்டுக்கு உட்கார்ந்திருடா கிழ முண்டம். இன்னிக்கு உன்னை ஏச்சுப் பிட்டேன்'னு நீ உன் வேலையைப் பார்த்துண்டிருக்கிறது. முன்னாடியே சொல்லப்படாதோ? எதிர்பார்த்து உட்காராமலாவது இருப்பேனோல்லியோ?"

விசித்திரமான இந்த அன்பு, வேதனையாக வந்தது. கோபமாகக் கனிந்தது. ஒருநாள் தவறாமல் போக வேண்டியிருந்தது. அதுவும் காலையில் ஏழரை மணிக்குள் போய்விட வேண்டும்.

காலையில் சூரியனோடு எழும் வழக்கத்தை மாற்றிக்கொண்டால் ஒழிய, வேறு வழியில்லை. ராஜத்தோடு பன்னிரண்டு மணி, ஒரு மணி என்று முன்னிரவைப் பேசிக் கழிப்பது சிரமமாகத்தான் இருந்தது. காலையில் எழுந்திருக்க முடியவில்லை. ஆறரை மணிக்கு எழுந்து உடனே கிளம்பலாம் என்றால் அப்பா சொன்னதை விட்டுவிட வேண்டும்.

"பாபு, அரை மணி நேரமாவது இதுக்கு ஒதுக்கணும். நான் இன்னும் ஜாஸ்தியாகவே சொல்லுவேன். படிப்பும் கிடிப்பும் இருக்கிற நாள்ளே ஒரு மணி ரண்டு மணிங்கறது அசாத்தியம். அரை மணிக்காவது குறையாமல், மனசைத் தெய்வத்திடம் ஒப்படைத்து விடணும்; கைகால், காது, கண்ணு எல்லாத்தையும் ஒடுக்கி, வேறு நினைவு இல்லாமல் கொடுத்தால், அதன் அருமை பின்னால் தெரியும்" என்று அவர் சொன்னது, அப்போது சாதாரண, முடிகிற காரியமாகத் தான் தோன்றிற்று. "இதுகூடவா முடியாது!" என்றுதான் அப்போது பதில் சொன்னான் பாபு.

இப்போது அவ்வளவு லகுவில் முடிகிற காரியமில்லை என்று தோன்றிற்று.

மூச்சை நாலு தடவை பிடிக்கவே ஆறேழு நிமிஷம் ஆகிவிடுகிறது அப்புறம் மீனைப்போல வழுக்கி வழுக்கி ஓடும் மனதைப் பிடிக்கப் பத்து, பதினைந்து, இருபது நிமிஷம், அரை மணிகூட ஆகிறது. அப்புறம் அதைப் பிடித்துக்கொண்டேயிருக்க முடியவில்லை. பிடித்து விட்டதாக நினைத்துக்கொண்டு அரை மணி.

இது லேசில் முடியும் காரியம் இல்லை. குறைந்தபட்சம் ஒரு மணியாவது உட்கார வேண்டும். அதற்குப் பிறகு தோல்வியுடன் எழுந்திருக்க மனம் இல்லை. இன்னும் அரை மணி இருந்தால் தேவலைபோலிருக்கிறது. ரங்கண்ணாவிடம் எத்தனை நாழி கழித்துப் போகிறது?

ராஜத்தைக்கூட இப்போது பார்க்க முடியவில்லை. காலேஜில் பார்க்கிறதும், மாலையில் பார்க்கின் மணலில் உட்கார்ந்து பேசுவதும் தான் முடிந்தது. சாப்பிட்டுவிட்டுச் சந்திக்கும் பழக்கம் சிறிது சிறிதாக நின்றுகொண்டிருந்தது. தினந்தோறும் என்பது, ஒரு நாள் வட்டம், இரண்டு மூன்று நாள் வட்டம் என்று நீண்டு வந்தது. இன்று சனிக்கிழமை. போன திங்கட்கிழமை இரவு சாப்பிட்டுவிட்டு இருவரும் பதினோரு மணி வரையில் பேசித் தீர்த்தார்கள். ஐந்து நாளாக அப்புறம் இரவு சந்திக்க முடியவில்லை.

சுயநலக்காரன் என்று ராஜம் நினைத்துக்கொள்கிறானோ என்னவோ . . .

என்னதான் செய்ய முடியும்?

இப்படிக் கூடிக் கூடிப் பேசிப் பொழுதைப் போக்க முடியாது என்று சொன்னதே அவன்தானே!

அவனோடு இரவு பேசின பொழுதெல்லாம் இப்போது வேறு தினுசாகக் கழிந்துகொண்டிருக்கிறது. ரங்கண்ணா சொல்லிக் கொடுத்த பாடத்தை அணு அணுவாக, நிலை நிலையாக, துண்டு துண்டாக நினைத்துப் பார்க்க ஏழரை மணியிலிருந்து பத்து மணி வரையில் பிடிக்கிறது. நினைத்துப் பார்த்ததைப் பாடிப் பாடிப் பார்க்க வேண்டியிருக்கிறது. இந்த சங்கீதத்துக்கு ஒரு ஆயுள் போதாது!

ராஜமும் புரிந்துகொள்கிறவன்தான். அவனும் வாயேன் வாயேன் என்று முன் மாதிரி கூப்பிடுகிறதில்லை. ஆனால்...

ஆனால் என்ன? என்றுமே அவன் தனியாக நிற்க முடியும் என்று காண்பித்துக்கொண்டேதான் வந்திருக்கிறான். நான் இல்லாமல் அவனுக்குப் பொழுது போகும். பகலையோ இரவையோ நிறைத்துக் கொள்ள முடியும். ஒரு புத்தகத்தை எடுத்து வைத்துக்கொண்டால் போதும் அவனுக்கு. புத்தகமும் இல்லாத ஒரு பாலைவனத்தில் கொண்டுவிட்டாலும், எங்கேயாவது பார்த்துக்கொண்டு மணிக் கணக்கில்கூட உட்கார்ந்திருக்க முடியும் அவனால். கூட ஒரு மனிதன் இருக்க வேண்டும் என்று முடையில்லை. தனிமையில் கூட்டத்தையும் கூட்டத்தில் தனிமையையும் தேடிப் பிடித்து உறவாடுகிற தெம்புண்டு அவனுக்கு. நமக்குத்தான் இந்தத் தனிமை தாங்க முடியவில்லை.

ஒரு மாதமாகி விட்டதே. ஏன் இப்போது முன் மாதிரி சந்திக்க வில்லை நாம் என்று ஏதாவது கேட்கிறானா? ஒருநாள் விட்டுச் சந்தித்தாலும் ஒரு வாரம் விட்டுச் சந்தித்தாலும் இது என்னமோ சகஜம்போல, எப்போதுமே இப்படியே, நிகழ்ந்து வருவதுபோல சாதாரணமாகத்தான் வருகிறான். பேசுகிறான், போகிறான். ஒரு வார்த்தை, ஒரு வேதனை அதைப்பற்றி ஒன்றுமில்லை.

இப்படி மாறிவிட்டதே என்று நினைக்காமல்கூடவா இருப்பான்! இருக்க முடியாது!

மொத்தத்தில், அவனைவிட நம் சௌகர்யங்களைப் புரிந்து கொள்ள யாராலும் முடியாது. அப்படிப் புரிந்துகொண்டு நடப்பதால் தான் நமக்கும் ரங்கண்ணா, காலேஜ் பாடம் எல்லாவற்றிற்கும் ஈடுகொடுக்க முடிகிறது. ரங்கண்ணாவுக்கும் திருப்தியாக நடந்து கொள்ள முடிகிறது. ரங்கண்ணா சொல்கிறவாறு மனனமும், தியான மும் வாய்விட்டுமாக, சாதகம் செய்ய முடிகிறது. அவர் கேட்ட இடத்தில் பதில் சொல்லுமளவுக்குச் சாதகம் செய்வதால், அவரும் பிரியமாக மேலே மேலே சொல்லிக்கொண்டு போகிறார்.

ரங்கண்ணா மனதையே, உடலையே சங்கீத மயமாக ஆக்கிக் கொண்டிருந்தார். தம்புராவை மீட்டிக்கொண்டே இருக்கும்போது,

கிழவி உள்ளே அண்டாவில் நீர் எடுக்கச் செம்பால் மொள்ளும்போது ஞண் என்று ஒலித்தால், "என்னடா ஸ்வரம் அது!" என்று கேட்பார். உடனே பதில் சொல்ல வேண்டும். காக்காய் கத்தல், மாவு மிஷின் கரைதல், தாம்பாள சப்தம், கும்பேச்வரன் கோவில் மணி, வாசலில் போகும் குதிரை வண்டியின் ஹார்ன், சைக்கிள் மணி, எல்லா வற்றிற்கும் இந்தக் கேள்விதான் எழும். சொல்லிச் சொல்லி, இப்போது நமக்கும் அதே வழக்கமாகி விட்டது. உள்ளே எப்போதும் நிலவிக் கொண்டிருக்கும் ஆதார சுருதிக்கு உலகத்து ஒலியெல்லாம் ஸ்தாயி களாகவும் ஸ்வரங்களாகவும் கேட்கின்றன. கொல்லையில் காச்சு மூச்சென்று எழும் பட்சிகளின் ஆர்ப்பும், இசையும், காய்கறிக்காரி களின் கூவல்களும், கைலாசத்தின் வீட்டு எருமைக் கன்றின் இசையும் கூட இந்த ஆதாரத்தின் வெவ்வேறு நிலைகளாகவும், தளிர்களாகவும் ஒலிக்கின்றன. உலகமே ஒரு இசையில் ஊடும் பாவுமாக இழைந்து ஒலிக்கிறது.

பழைய ஆசிரியருக்கும் இவருக்கும் மலைக்கும் மடுவுக்கும் என்றுதான் சொல்ல வேண்டும். உலக தர்மப்படி அவரும் ஆசிரியர் என்ற முறையில் பூஜைக்கும் போற்றற்கும் உரியவர்தான். ஆனால் விலகி நின்று பார்க்காமல் என்னதான் செய்ய முடியும்? அவருக்குச் சங்கீதம் தொழில், ஆனந்தமாகக்கூட இருக்கலாம்! ரங்கண்ணாவுக்கு சங்கீதம்தான் உயிர். பாடாவிட்டால், நாதத்தைப்பற்றி நினைக்கா விட்டால் அவருக்கு உயிர் தாங்காது. சங்கல்பம் செய்து கொண்டு அதைப்பற்றி நினைக்க வேண்டுமென்றில்லை. தைலதாரை என்று சொல்வதுபோல் அவருடைய சங்கீத உபாசனை கணமும் அறாத உபாசனை. வருடம் முழுதும் வற்றா அருவிபோல், கணமும் ஓயாக் கடலின் அலைபோல், கருத்தும் உணர்வும் கணமும் அறாமல் நாதம் அவருள் நடனமிடுகின்றது. ஓயாத வெள்ளம் அது. இசையே உயிர் அவருக்கு. குளிப்பதும், தின்பதும், பேசுவதும் தற்செயலாக நிலவும் நிகழ்ச்சிகள் அவருக்கு. வேறு சிந்தனையின்றி நாதத்தையே பரம் பொருளாக எண்ணி, அதன் அருவியின் கீழ் ஓயாமல் நனைந்து கொண்டிருப்பவரின் உணர்வும் அறிவும் குளிர்ந்திடாமல் எப்படி யிருக்கும்? அவர் பேச்சும் – ஏன் – வெசவும்கூட அருளின் வடிவாகக் குளிர்ந்து, நம் மனதில் எழும் புயலையும் பகையையும் களங்கங் களையும் சாடி விடுவதில் என்ன வியப்பு!

ஆமாம்; ஒன்றரை மாதமாக, அவரிடம் போனதிலிருந்து ஒரு தனி அமைதியும் தைரியமும் நெஞ்சில் உரமேறி நிற்கின்றன. எதற்கும் கலங்க வேண்டாத ஒரு அமைதி.

நமக்குக்கூட இப்போதெல்லாம் ஒரு நாள் அவரைப் பார்க்காம லிருப்பது கஷ்டமாகத்தானிருக்கிறது. ஒரு நாள் போகாதது அந்த அமைதியில் சிறு கல்லை எறிந்து கலக்கிவிடுகிறது.

ஒன்றரை மாதம்தான், ஆனால், ஒன்றரை வருடம் போலிருக் கிறது. ரங்கண்ணாவை ஏதோ ஆயிரம் தடவையாவது பார்த்துப்

பேசிப் பழகி விட்டாற்போன்ற ஒரு நெருங்கிய அனுபவம். அவர் அவ்வளவு சொல்லிக் கொடுத்துவிட்டார். அரை மணி நேரம் சுருதி சேர்த்துவிட்டு ஆரம்பித்தால், பேச்சும் பாட்டுமாக முடிக்க ஒன்பதரை மணி வரையில் போய்க்கொண்டிருக்கும்.

“கடியாரத்தைக் கடியாரத்தைப் பார்க்கிறியே அஞ்சு நிமிஷமா, புறப்படுணுமோ? மணி என்ன ஆறது?”

“ஒன்பது முப்பத்தஞ்சு.”

“கரெக்டாச் சொல்றியே ... சரி புறப்படு ... காலேஜ் பத்தரை மணிக்கோல்லியோ?”

“ஆமாம்.”

“போய் சாப்பிட்டுவிட்டுக் கிளம்பணும். வேறு யார் வீட்டிலே யோன்னா சாப்பிடறேங்கறே, கிளம்பு ... எனக்கு என்ன வேலையா, வெட்டியா, சாப்பாட்டு ராமன். நாழி போறது தெரியாமல் ஏதாவது சொல்லிண்டே இருப்பேன்.”

அவருக்கு அப்போதுகூடப் பாதி மனதுதான். இன்னும் இருக்கிறேன் என்றால், எழுந்திருக்காமல், கூட இரண்டு மணி உட்காரத் தயார் போல்தான் தோன்றும்.

“ஏய், சாம்பக்கழுதே பார்த்துக்கோடா பாடத்தை எவ்வளவு கரெக்டா, பாடம் பண்றான். நீயும் இருக்கியே உதிய மரமாட்டமா ... சிரிச்சுக்கோடா, சிரிச்சுக்கோ. கழுதே. கழுதே, உன் சிரிப்பைப் பொசுக்க.”

அதில் ஒன்றுகூட உண்மையில்லை. சாம்பனிடம் அவருக்கு அபார பிரியம். அதை அவனிடம் வேறு வழியில் வெளிப்படுத்தத் தெரியாது அவருக்கு. ‘சாம்பக்கழுதை’யும் அவர் வேஷ்டியைத் தும்பைப் பூவாகத் தோய்த்து உலர்த்துவான். கிழவியின் புடவையைத் தோய்த்து உலர்த்துவான். கிழவிக்கு மாதம் இருபது நாள் முடியாத நிலையில், சமையலும் அவன்தான். மார்க்கட்டு, கடை கண்ணி, கொல்லையிலே இருக்கிற நந்தியாவட்டை, காசித் தும்பை, துளசி, மல்லிகை, ஏழெட்டு வாழைக்கன்றுகள், சுண்டைச் செடி முதலிய வற்றின் பராமரிப்பு – எல்லாம் அவன் வேலை. இத்தனைக்கும் நடுவில் கிராமங்களுக்குப் போய், நெல்லும் உளுந்தும் பயறும் பிடித்து, கடைகளுக்கு வியாபாரம் செய்வதையும் விடவில்லை அவன். அதுதான் அவனுக்கு ஜீவனம். வயதான தாயார் ஒருத்தி அவனுக்கு. தகப்பனார் இல்லை. இரண்டு தங்கைகளுக்குக் கல்யாணம் செய்ய வேண்டும். யோகாசனம், பிராணாயாமம், குஸ்தி இவற்றிலும் சூரனாம். பாபுவுக்குத் தெரிந்த மூச்சுக் கட்டுப்பாட்டை வழியாக்கி, நேராக்கியவனும் அவன்தான். கட்டையாக, தூண் மொத்தத்திற்குச் சாரீரம் அவனுக்கு. அதோடு மல்லுக்கு நின்று அடிமைப்படுத்தி, நினைத்தபடி ஆட்டிவைக்கப் பயின்றிருந்தான் அவன். மூன்றாவது

பாரத்தோடு பதினான்காம் வயதில் படிப்பை நிறுத்திவிட்டு, ரங்கண்ணாவிடம் வந்து பன்னிரண்டு வருஷமாகிறது. கச்சேரி செய்ய வேண்டும் என்று அவனுக்கு ஆசை இருப்பதாகத் தெரிய வில்லை இருந்துதான், அண்ணாவுக்குப் பயந்து பேசாமலிருந்து விட்டானோ என்னவோ? சித்தப்பாவிடம் நாலைந்து மாதம் உளுந்து, பயிறு, அரிசி பிடிக்கப் பயின்று, கமிஷன் வியாபாரத்தில் இறங்கிவிட்டான்.

வியாபாரம் – அது ஒன்றே அலையப்போதும். யோகம், குஸ்தி, சங்கீதம் இவை வேறு அவனுக்கு அதிகமாகப் பேசப் பொழுது கிடையாது.

ரங்கண்ணாவுக்கு வலது கை சாம்பன்.

ஆனாலும் . . . அவர் என்னிடம் இப்போது காட்டுகிற பிரியமும் பரிவும் சாம்பனிடம் வைத்திருப்பதைவிட ஒருபடி அதிகம்தான்.

"அண்ணா இந்த மாதிரி ஒருத்தருக்கும் சொல்லிக் கொடுத்ததே இல்லை. எனக்குக் கூட இவ்வளவு விஷயங்கள் சொன்னதில்லை. நீங்க படிச்சிருக்கேள். வாங்கிக்க முடியறது. அதிர்ஷ்டமும் இருக்கு" என்று சாம்பன்தான் சொன்னான். நேற்றுக் காலையில்தான் சொன்னான் அதுவும்.

ஞாயிற்றுக்கிழமை என்றோ என்னவோ, நீலுப்பாட்டி சற்று வலுவாகச் சமைத்துப் போட்டுவிட்டாள். அதாவது, கறியோடு ஒரு கூட்டு, பச்சடி, பாயசம், ஆமவடை வேறு – கார்த்திகை ஞாயிற்றுக்கிழமைக்கு ஏதோ வேண்டுதலையாம். நல்ல வேளையாக, வேண்டுதலை உபவாசத்திற்குப் பதிலாக விருந்தாக முடிந்தது. கண்ணைக்கூடச் சற்று அயர்த்துகிறது. வெய்யில் அவ்வளவாகத் தெரியவில்லை. குளிர்காலம். சட்டை போட்டுக்கொண்டால் தேவலை போலிருக்கிறது. கட்டிலில் மல்லாந்து படுத்திருந்த பாபுவுக்குக் கண்ணை அமட்டி அமட்டிச் செருகிற்று.

"பாபு . . . பாபூ . . . ஏய் . . . பாபு . . . அழகாயிருக்கே படிக்கிறது . . . மத்யானத் தூக்கம் தூங்க ஆரம்பிச்சுட்டியா . . . ஏய் பாபு" என்று யாரோ உலுக்கினார்கள்.

"டேய் பாபு."

"யாரு?" என்று சுருண்டு திரும்பிக்கொண்டான் பாபு.

"யாரா? கண்ணை மூடிண்டே இருந்தா? முழிச்சுப் பாருடா. ஏய் பாபு . . . இதைப் பார்றா யாருன்னு!"

பாபு கண்ணைத் திறந்து திரும்பினான். திறந்தவன் சரேலென்று எழுந்து உட்கார்ந்துகொண்டான்.

"அடே, நீயா? எப்ப வந்தே?" என்ற ஆவல் பொங்கக் கேட்டான்.

"என்னடாது திடீர்னு? எங்கேருந்து வரே? மதராஸிலிருந்தா? ஊர்லேர்ந்தா?"

பெரியப்பா பிள்ளை சங்குவைக் கண்டாலே அவன் புது ஆளாக மாறிவிடுகிற வழக்கம்தான். பச்சைக் குழந்தை மாதிரி அவனை ஊக்குவிக்கும் உற்சாகமும், சிறுபிள்ளைத்தனமும் வேடிக்கையும் சங்குவிடம் நிறைந்திருந்தன.

"என்னடா பாபு, நீ கூட மத்தியான வேளையிலே தூங்க ஆரம்பிச்சுப்பிட்டே?"

"ஏதோ அசதியாயிருந்தது. எப்ப வந்தே நீ?"

"இப்பதான் வரேன்."

"நான் இஞ்ச இருக்கேன்னு எப்படித் தெரியும்?"

"கீழே கேட்டேன். சொன்னார்."

"எங்கேருந்து வரே?"

"ஊர்லேர்ந்துதான்."

"மதராஸிலிருந்து எப்ப வந்தே?"

"நாலஞ்சு நாளாச்சு."

பாபு அவனை ஏற இறங்கப் பார்த்தான்.

வழக்கம்போல சங்குவின் ஐபர்தஸ்து பிரமாதமாகத்தான் இருந்தது. கண்ணுக்குக் கூலிங்கிளாஸ். மேலே சில்க் சட்டை, இடுப்பில் நீராவிமாதிரி மல்வேஷ்டி. தலையில் தைலம் கமகமவென்று கமழ்ந்தது. சட்டையில் அத்தர் வாசனை. சட்டைக்குக் கல் வைத்த பித்தான். பையில் இரண்டு பேனா. சில்க் கைக்குட்டை. உதட்டில் வெற்றிலைக் காவி. சங்கு நல்ல முண்டன். பார்த்தாலே கொஞ்சம் தடுத்து நிறுத்தி, பார் பார் என்று சொல்லுகிற முகவெட்டும் தோற்றமும் உள்ளவன்.

அவனைப் பார்த்ததுமே பாபுவுக்கு உற்சாகம் கரைபுரண்டு ஓடிற்று.

"சாப்பிட்டாச்சாடா சங்கு?"

"ஊரிலே சாப்பிட்டுத்தான் கிளம்பினேன்."

பாபு அவனை மறுபடியும் வியப்புத் தாங்காமல் பார்த்தான்.

மோக முள்

22

சின்னப் பையனாக, அதாவது ஏழு, எட்டு, ஒன்பது வயதில், சின்ன லீவு, பெரிய லீவுக்கெல்லாம், சங்கு தஞ்சாவூரில்தான் தங்குகிற வழக்கம்.

அவன் முதன்முதலில் வந்தது இன்னும் நன்றாக ஞாபகம் இருக்கிறது. அப்போது பாபுவுக்கு ஏழு வயதிருக்கும். பாபுவிடம் அப்போது சின்ன கள்ளி டப்பா ஒன்று இருந்தது. 'சாக்' கட்டி விற்றது போக மிகுந்திருந்த டப்பா அது. யாரோ கடைக்காரனிடம் வாங்கி வந்தது. ஸ்லேட்டுக் குச்சிகள், புழுக்கைப் பென்சில்கள் ரப்பர்கள், சோடா பாட்டில் மூடிகள் நாலைந்து, புஸ்தகத்திலிருந்து கிழிந்த நாலைந்து அக்பர், அவுரங்கசீப் முதலிய தலைகள் எல்லாம் அதில் கிடக்கும். அதோடு ஈய நாலணா நாணயம் ஒன்று கிடந்தது. ஏதோ கள்ள நாணயம். பெருவியாதி வந்த முகம் மாதிரி ஒரு அசட்டுப் பளபளப்புடன் வந்த அது, இரண்டு மூன்று வாரங்களில் நன்றாகக் கறுத்துவிட்டது. ஒரு வருஷமாகக் கிடந்த அதைப்பற்றி பாபுவுக்கு ஒன்றும் தோன்றவில்லை. செல்லாக்காசு என்று அப்பா சொன்னதிலிருந்து அது அங்கேதான் கிடக்கிறது. புழுக்கைப் பென்சிலுக்கும் குச்சிக்கும் உள்ள உபயோகம்கூட இல்லாமல் அது கள்ளிப்பெட்டியின் அடியில் கிடந்தது.

சங்கு அதைப் பார்த்ததுதான் தாமதம்.

"ஏய், இது ஏதுடா?" என்றான்.

"அப்பா கொடுத்தா. செல்லாக்காசுடா அது."

"செல்லாக்காசா?" என்று அதைக் கையில் எடுத்து, திருப்பித் திருப்பிப் பார்த்தான் சங்கு. "ஆமாண்டா, செல்லாக்காசுதான்."

சற்றுக் கழித்து, "இதைச் செல்ல வைக்கலாமாடா?" என்றான்.

"எப்படிடா வைக்கிறது?"

"நான் ஒரு வித்தை பண்றேன் பாரு."

அவ்வளவுதான். கொஞ்சம் புளியை எடுத்து ஒரு நாழிகை தேய்த்து, பிறகு விபூதியை வஸ்திரகாயம் செய்து — அவன் வேஷ்டிக்குக் கீழ் சம்பட மூடி ஒன்றை வைத்து வஸ்திரகாயம் செய்த சிரத்தையும் காரியத்தில் கண்ணும் இப்போது நினைத்தால்கூடச் சிரிப்பு வருகிறது. புது நாணயமாகச் செய்துவிட்டான்.

வெள்ளி நாணயமாக மாறிவிட்டது கள்ளக் கால் ரூபாய்.

"வாங்கடா போகலாம்."

தி. ஜானகிராமன்

பாபு, சங்கு, அவர்களுக்கு ஒன்றுவிட்ட அத்தை பிள்ளை எல்லோரும் கிளம்பிவிட்டார்கள். கோயில் பக்கத்தில் ஒரு கடையைப் பார்க்க அழைத்துப் போனான் பாபு.

சற்றுத் தூரத்திலிருந்தே கடையைப் பார்த்தவாறு "இது வேண்டாமடா" என்று நின்று விட்டான் சங்கு.

"ஏண்டா சங்கு?"

"வேண்டாம்டா. இந்தக் கடைக்காரனைப் பார்த்தால் பிடிக்கலை."

இரண்டு மூன்று கடைகளை ஒதுக்கிவிட்டான் சங்கு.

நால்வரும் நடந்துகொண்டிருந்தார்கள்.

"ஏய் பேசாம வாங்கடா" என்றான் சங்கு.

வெற்றிலைப்பாக்குக் கடையில் ஒரு பொம்மனாட்டி உட்கார்ந் திருந்தாள். அவள் முகம் நன்றாக ஞாபகம் இருக்கிறது. வாயில் பல் இருக்கு. ஆனால், பல் இல்லாதது போன்று காணும் முகவாய், மணிபர்ஸ் வாய் – மாவடு ராமசாமிக்கு இருந்த மாதிரி.

"வாழைப்பழம் எப்படி?" என்று மேலே கயிற்றில் தொங்கும் தாரை நிமிர்ந்து பார்த்தான் சங்கு. அவன் பின்னல் விறைத்துக் கொண்டு நின்றது.

"எடுத்துக்க புள்ளே. சல்லிக்கு ரண்டு பளம், எத்தினி வேணும்?" என்று பொம்மனாட்டி சிரித்துக்கொண்டே அவனைப் பார்த்தாள்.

"சல்லிக்கு ரண்டா? அப்படீன்னா அரையணாவுக்குக் கொடு."

ஒரு சீப்பை எடுத்துக்கொடுத்து, காசை வாங்கிக்கொண்டு, மீதி மூன்றரையணாவைக் கொடுத்தாள் அவள்.

"வாங்கடா."

மூன்றரை அணாவை வைத்துக்கொண்டு என்ன செய்வது? பளிங்குக் குண்டு கலர் அப்போது காலணாத்தான். ஆளுக்கு மும்மூன்று பழங்களாகப் பகிர்ந்து நாலு கலர் வாங்கிக் குடித்தார்கள். அதாவது, சங்கு வாங்கிக்கொடுத்தான். அப்புறம் அரையணாவுக்கு பக்கவடா, பப்பர்மிட், ஆளுக்கு ஒரு ஜப்பான் கொடை மார்க் பென்சில், எல்லாம் போக, அரையணா மிச்சம் பிடித்துக்கொண்டு வந்துவிட்டான் சங்கு. வயிறு எல்லாவற்றிற்கும் நிரம்பிக்கிடந்தது. சோடா ஏப்பம் மூக்கால் வரவர எல்லாம் வீடு வந்து சேர்ந்தன. பாபுவுக்கு ஆச்சரியம் தாங்கவில்லை.

மாடியில் ஒரே கும்மாளம். இது நடந்தது மத்தியானம் மூன்று மணிக்கு.

இருட்டுகிற சமயத்திற்கு "டேய் பாபு" என்று கீழேயிருந்து அப்பாவின் குரல் கேட்டது.

"ஏம்பா."

"இஞ்ச வா."

பாபுவுடன் எல்லாம் மாடிப்படியில் இறங்கின.

பாபுவுக்குச் சொரேர் என்றது.

மணிபர்ஸ் முகவாயுடன் அந்தப் பொம்மனாட்டி நின்று கொண்டிருந்தாள். "இதுங்கதாம்மா வந்திச்சு இதுங்களேதான். இந்த நாலு புள்ளீங்களும்தான்" என்று காண்பித்தாள் அவள்.

"ஏண்டா பாபு, இவ கடையிலே வாழைப்பழம் வாங்கினேளா?" என்றார் வைத்தி.

"இந்தப் புள்ளெதாம்மா வாங்கிச்சு" என்று சங்குவைக் காட்டினாள் அவள்.

"யாரு வாங்கினா? என்னன்னு நெனச்சுண்டிருக்கே. பல்லை உடைச்சிப்பிடுவேன்" என்றான் சங்கு.

"த்தா. சும்மா இரு, நீ அரையணாவுக்கு வாழைப்பழம் வாங்கலே மத்தியானம்?"

"நான் ஒண்ணும் வாங்கலே."

பாபு என்ன சொல்வதென்று தெரியாமல் திருதிருவென்று விழித்தான்.

"எந்த வீட்டிலே வந்து கேக்கறேடீ! இதுகளுக்கெல்லாம் இந்த ஊர்கூட இல்லியே" என்றாள் அம்மா.

"இல்லீங்கம்மா. இந்தக் காசை கொடுத்திச்சு. பணத்தைக் குடுத்து மூண்ரையணா நான்தாம்மா பாக்கி சில்லரை குடுத்தேன். நான் இவ்வளவு குறிப்பாச் சொல்றேன், எனக்கென்ன பைத்தியமா?"

"ஏண்டா சங்கு, நீ பழம் வாங்கலியா?" என்றார் வைத்தி.

"இல்லை சித்தப்பா."

"இல்லை மாமா. சங்குதான் வாங்கினான். எனக்குக்கூட ரண்டு கொடுத்தான்" என்று மூன்று விரல்களை நீட்டிக் காண்பித்தான் அத்தைபிள்ளை நாகராஜன். அவனுக்கு ஐந்து வயது. எல்லாருக்கும் சின்னவன்.

"ஆமாம், மாமா. எனக்குக்கூட மூணு குடுத்தான். அப்பறம் சோடா, பக்கோடா, பப்புருமுட்டு, பென்சில் எல்லாம் வாங்கினான்" என்றான் இன்னொரு அத்தை பிள்ளை.

"பார்த்தீங்களாம்மா?"

"என்னடா சங்கு."

"நான் கலர் பென்சிலெல்லாம் இவகிட்டே ஒண்ணும் வாங்கலே" என்றான் சங்கு.

"பளம் வாங்கலியா?"

"பழம்தான் வாங்கினேன்."

சங்கு மகா நெஞ்சழுத்தக்காரன். உண்மை வெளிப்பட்டும் வீறாப்பை விடவில்லை.

"இந்தக் காசா கொடுத்தே?"

"இதை ஒண்ணும் கொடுக்கலே."

"இல்லே மாமா, இதான் குடுத்தான். மத்யானம் புளியும், சாம்பலும் போட்டுத் தேச்சு, இவன்தான் வெள்ளையாப் பண்ணினான்" என்று மறுபடியும் கரடிவிட்டான் அத்தைபிள்ளை.

சங்குவுக்குப் பேசமுடியவில்லை. வேறு நாலணாவைக் கொடுத்து அவளைப் போகச் சொல்லிவிட்டு, உதட்டில் காத்திருந்த சிரிப்பை அடக்க முடியாமல் சிரித்துவிட்டார் வைத்தி.

"ஏண்டா கழுதே. இப்படித்தான் பண்றதோ?" என்று கடிந்து கொண்டாரே ஒழிய அவருக்கு முகத்தில் கோபத்தைத் தருவித்துக் கொள்ளக்கூட முடியவில்லை.

"இனிமே பண்ணுவியா இதுமாதிரி?"

"ஹ்ம்."

"இது ஏதுடீ புள்ளே" என்று முகவாயில் கையை வைத்துக் கொண்டாள் அம்மா.

ஒன்றுவிடாமல் அவ்வளவும் அப்படியே ஞாபகமிருக்கிறது. சங்கு இன்னும் எவ்வளவோ விஷமங்களின் தலைவனாக, நடுநாயகமாக விளங்கியிருக்கிறான். மூன்றாவது பாரம் படிக்கும்போது லீவிற்கு வந்தவன், பாபு பாடுவதைப் பார்த்து, மாடிக்கட்டையோரமாக நின்று "ஏய் பாபு, நீ உள்ளே உட்கார்ந்து ஒரு பாட்டுப்பாடேன்" என்று சொல்லிவிட்டு, தெருவைப் பார்த்துக்கொண்டே பாட்டுக்குத் தகுந்த மாதிரி வாயையும் தலையையும் அசைத்துக்கொண்டிருப்பான். தெருவில் போகிறவர்கள் அவன்தான் பாடுவதாக நினைக்க வேண்டுமாம்!

பாபுவுக்கு ஒன்றோடொன்றாக வந்து நினைவில் மோதிற்று. இப்போதும் சங்குவைப் பார்த்ததும் குழந்தைப் பருவம் திரும்பி வருகிறாற் போலிருக்கிறது.

“நாலஞ்சு நாளாச்சா ஊருக்கு வந்து?”

“ஆமாம். ஆறு நாளாறது.”

“எனக்குத் தெரியவே தெரியாதே.”

“அதான் நேரே வந்துவிட்டேனேடா.”

“வேலையெல்லாம் சௌகரியமாயிருக்கா?”

“இருக்கு.”

“இப்ப என்ன சம்பளம் கொடுக்கிறான்?”

“முப்பத்தஞ்சு ரூபா. நான் இப்ப முதலியாருக்கு ப்ரைவேட் செக்ரடரி.”

“ம்ஹ்ம்.”

“எத்தனை நாள் லீவு?”

“ஒரு மாசம்.”

பாபுவுக்கு ஆச்சரியமாயிருந்தது. சங்கு கண்டபடி கண், காது தெரியாமல் செலவு செய்கிறவன். முப்பத்தைந்து ரூபாயில் காரைக்கால் சில்க் சட்டை, கல் பொத்தான், கிளாஸ்கோ மல் – எல்லாம் எப்படித்தான் வாங்குகிறானோ!

“ஊரிலெ அப்பா அம்மா எல்லாம் சௌக்யம்தானே?”

“ம்.”

“ஊரிலே விசேஷம் ஏதாவது உண்டா?”

“நிறைய இருக்கு” என்றான் சங்கு.

“என்ன?”

“பெரிய பண்ணை பட்டப்பாவை பளார்னு கன்னத்திலே ஒண்ணு விட்டேன் நேத்திக்கி” என்று மூக்கு விடைக்கப் பார்த்தான் சங்கு.

பாபுவுக்குத் தூக்கிவாரிப் போட்டது.

“என்னது?”

“ஆமாண்டா, பளார்னு ஒரு அறை.”

“யாரை?”

“பெரிய பண்ணை தண்டு பிள்ளை பட்டப்பாவை.”

“எதுக்கு அறஞ்சே அவனை?”

“நேற்றைக்குச் சீட்டாடிண்டிருந்தான் பய. சாயங்காலம் நான் போய் நின்னுண்டு வேடிக்கை பார்த்திண்டிருந்தேன். கன ராங்கி

புடிச்ச பயன்னா. இவனுக்கு எத்தனை லட்சம் இருந்தா எனக்கென்னன்னேன். விட்டேன் பளார்னு – ஒரே அடியிலே ஆள் ஆடிப் போயிட்டானா!"

"என்னத்துக்கு அடிச்சே?"

"என்னத்துக்கா? நந்தமங்கலத்திலே சுப்புணி மாமா செத்துப் போயிட்டாராமே."

"ஆமாம்."

"உன்னிடம் சொன்னா நீ வருத்தப்படுவே."

"என்ன சொல்லேன்."

"கும்மாணம் போகப்போறேன் நாளைக்குன்னேன். ஓகோ! அப்படியான்னான் பட்டப்பா. போனா துக்கம் விசாரின்னான். யாரைன்னேன். உன் தம்பியைத் தாண்டான்னான். என் தம்பிக்கு என்னன்னேன். உங்க சித்தப்பாக்கு மாமனார் ஸ்தானத்திலே இருந்தாரே நந்தமங்கலம் மிராசுதார் . . . அவர் செத்துப் போயிட்டாரேடான்னான் . . . எனக்குச் சட்டுனு ஒண்ணும் புரியலே. . ."

"என்ன சொன்னான்?"

"என் சித்தப்பா வைத்திக்கு மாமனார் ஸ்தானத்திலே இருந்தாராம் சுப்புணி."

"அப்படீன்னா?"

"என்னடா பாபு இது?"

"நெசம்மாவே ஒண்ணும் புரியலே எனக்கு!"

"பார்வதிபாய் பொண்ணு யமுனா உனக்கு சித்தி முறை, பட்டப்பா அபிப்பிராயத்திலே."

"என்ன!" என்று திகைத்தாற்போல வாயைத் திறந்தான் பாபு.

"என்ன சொன்னான்?"

"என் சித்தப்பாவுக்கு மாமனார் ஸ்தானத்திலே இருந்த சுப்புணி போனதுக்கு நான் உன்னை துக்கம் விசாரிக்கணும்!"

பாபுவுக்கு உதடு துடித்தது. உடல் குமுறிற்று.

"எனக்குப் பதறித்து. என்ன சொன்னேன்னு ஒரு கத்து கத்தினேன். என்னடா சங்கு, எப்படியிருந்தா என்னடா, உறவு உறவு தானேன்னான். உறவா, உறவா, என்ன சொன்னேன்னேன். கிட்டக்கப் போனேன். இழுத்தேன் பார் ஒண்ணு கன்னத்தைக் காட்டி. குடுமி கிடுமியெல்லாம் பறந்துபோச்சு. சீட்டுக்கட்டெல்லாம் பறந்தது. நாத்தக் கழுதே. பணத்திமிரா உன்னை இப்படி பேசச் சொல்றது?

பல்லுக்கில்லெல்லாம் உடைச்சுக் கையிலே கொடுத்து விடுவேன், ஜாக்ரதைன்னேன். ஒரு நிமிஷம் மலங்க மலங்க முழிச்சான். உள்ளே எழுந்துபோயிட்டான். கிட்ட இருக்கிற பசங்கள்ளாம் அப்படியே பதறிப் போய்ட்டான். அவன் சீட்டைக் கீழே போட்டான். துண்டை உதறிப் போட்டுண்டு வீட்டைப் பார்க்கப் போய்ச் சேர்ந்தான். ராத்திரி அவன் தம்பி வந்தான். என்னடா கை மிஞ்சினியாமேன்னான். வாசலிலெ திண்ணையிலே வந்து உட்கார்ந்துண்டு. என்ன செய்தேன் தெரியுமா? உள்ளே போய் குதிருக்கடியிலே மூங்கிலரிவாள் கிடந்தது. எடுத்துவந்தேன். ‘எலே, பரிஞ்சா பேச வந்தே? எழுந்து போறியா? ஒரே வீச்சா வீசட்டுமா! தலை திண்ணையிலேயே உருண்டு போயிடும்னேன்.’ எடுத்தான் பார் ஓட்டம். வீட்டுக்குப் போய்க் கதவைச் சாத்திண்டவன்தான், ரண்டு பசங்களையும் வாசல்லெ காணும். அந்தப் பய மாத்திரம் எதிர்த்துப் பேசியிருந்தான், இத்தனை நாழி கொலைக் கேசுக்கு ரிமாண்டிலே உட்கார்ந்திருப்பேன் . . . காலமேதான் சாப்பிட்டுவிட்டு இங்கே கிளம்பினேன். அம்மா வந்து கொல்லை வழியாலே போடா பஸ்ஸுக்குன்னாள். நீ சும்மா இருமான்னு வாசலோடதான் வந்தேன். பட்டப்பா வாசலிலெ உட்கார்ந்திருப்பனே ஈஸி சேர்லே சாஞ்சிண்டு – பெரியவா, சின்னவா யார் போனாலும் காலைக்கூட மடக்காமல். இன்னிக்கி வாசலிலெ ஈ காக்கையைக் காணும். வாசல் கதவைத் திறக்கவில்லை. சிங்கம் மாதிரி வந்தேன். அப்பா ஓடி வந்தார். பின்னாலே ஏண்டா சொல்லிக்காம புறப்பட்டுட்டியே தனியா, அந்தப் பசங்க பணக்காரப் பசங்க. கொலைக்கு அஞ்சமாட்டான். இப்படி வறியேன்னார். ‘யாரு! அவன் ஆளைவிட்டு அடிக்கச் சொல்லுவான். நான் என்ன பண்ணுவேன் தெரியுமா? நானே தீர்த்துவிடுவேன். எனக்கு ஆள் வாண்டாம். பரதை ராஸ்கல்கள்! ஊர்லே ஒரு கூட்டுகிறவள் பாக்கியில்லே. இந்தப் பன்னிப்பய சித்தப்பாவைப் பற்றியா ஆரமிச் சான். நாக்கு அழுகவில்லையே இந்தப் பயலுக்கு அந்த மகாத்மாவை சொல்லிவிட்டு’ன்னு கத்திண்டே போனேன். அப்பாவுக்கு ஏண்டாப்பா கூட வந்தோம்னு ஆயிடுத்து. மெதுவாடானா மெதுவான்னார். மெது என்னப்பா மெது? ‘இந்தப் பயலை ஒருகை பார்க்காமலா விடப்போறேன்னு கத்திண்டே வந்தேன். ஊர்லே திண்ணையில் இருந்ததுகள்ளாம் என்னைக் கண்டு பயந்து பேசாமல் உட்கார்ந் திருந்தது!’

சங்குவிற்குக் குரல் ஏறிக்கொண்டே இருந்தது. உடலும் முகமும் உணர்ச்சிக்கு ஆளாகி வெறி பிடித்து நடுங்கிற்று. மகா கோபக்காரன் அவன். பச்சைக் குழந்தையிலேயே ராக்ஷச விளையாட்டெல்லாம் விளையாடின அவன், அரிவாளைத் தூக்கிக்கொண்டு போனதும் அதிசயமாகத் தோன்றவில்லை. பாபுவுக்கு வருத்தத்திலும் கோபத்தி லும் உடல் நடுங்கிற்று. தூய்மையே வடிவான தகப்பனாரை நினைத்து அவன் உள்ளம் வெம்பிற்று. கண்ணில் நீர் தளும்பி நின்றது.

"இதுக்குத்தான் நான் சொல்ல வாண்டாம்னு பார்த்தேன்" என்று பாபு கண்ணில் நீருடன் கலங்குவதைப் பார்த்துக்கொண்டே சொன்னான் சங்கு.

"நீ சொல்லாட்டா, யாராவது சொல்லத்தானே போறா? அதனாலெ இப்ப ஒண்ணும் மோசம் போயிடலெ."

"இனிமே ஒரு பய வாயைத் திறந்துட்டு உசிரோட இருந்துடறதா, ஒரே வீச்சா வீசி விடமாட்டேன்? நீ சும்மா மனசைப் போட்டு அலட்டிக்காதே பாபு, எனக்கு வேறு ஒண்ணும் இல்லெ. போயும் போயும் சித்தப்பாவைப் போய் நாக்கிலெ நரம்பில்லாம பேசி விட்டானேன்னுதான் எனக்குப் பதர்றது."

"சித்தப்பா என்ன? சீதையே தப்பலெ. மகாத்மா காந்தியே தப்பலெ. சித்தப்பா எந்த மூலை?"

"ராமன் சீதையைக் கொண்டு காட்டிலே விட்டான். நான் அந்த மாதிரி செய்ய முடியுமா? அந்தப் பட்டப்பா நாக்கை அறுக்காமலா இருக்கப் போகிறேன்? நீ பாரு. மதராஸ் போறதுக் குள்ளேயும் அவன் என் காலில் விழுந்து மன்னிப்புக் கேட்டுக்கலெ, நான் ஜெயிலுக்குத்தான் போகப் போறேன். உத்தியோகமுமாச்சு, மண்ணுமாச்சு ... நீ மாத்திரம் சொல்லிவிட்டானே சொல்லிவிட்டா னேன்னு சாம்பிப் போகாம இருந்தால் போதும்."

"சங்கு, நீ ஏதாவது எக்கச்சக்கமாப் பண்ணிவிடாதே, எனக்குப் பயமாயிருக்கு."

"பயம் என்னடா பயம்? இந்த பயலுக்கு வயசாச்சா இல்லியா? சின்னப்பயலா? கழுதைக்கு ஆறாப்போல முப்பது வயசாப் போறது. இவனுக்கு ஏதாவது பாடம் கற்றுக்கொடுக்காம இருந்தா சும்மா இருப்பானா?"

"அது அவன் சுபாவம். அவன் அப்பா இல்லையோ? அக்கா குறைப்பட்டுப் போனப்புறம் அவளுக்கு வரவேண்டிய பணம், பாத்திரம் எல்லாம் ஏப்பம் விட்டான். பொய்க் கணக்கு எழுதி, பதினாயிரம் ரூபாய் பாக்கின்னு கேஸ் போட்டான். கோர்ட்டிலெ வந்து சத்தியம் பண்ணினான். அக்காவைக் கோர்ட்டுக்கு இழுத்துக் கூண்டிலெ ஏற்றி அழ அழ அடிச்சான். அப்பாவே இப்படிப் பண்ணியிருக்கிறபோது பிள்ளை சும்மா இருப்பானா? அவனும் தன் பங்கைச் செய்துவிட்டான்."

"அவன் செய்த பாவம் எல்லாம்தான் குழந்தைகள் தலையிலெ விடிந்திருக்கே. ரண்டு பிள்ளைகளுக்குப் பெரு வியாதி. ஒரு பெண் வேறே பிடிச்சிண்டிருக்கா அதை. ஒரு பெண் பைத்தியம். பிறத்தியாரைத் தூஷிக்கிறபோது இதெல்லாம் ஏன் நினைச்சுப் பார்க்கவில்லை அந்தப் பட்டப்பா கழுதை?"

“குழந்தைகளுக்கு வியாதி எப்படி வந்ததோ, நாம் ஏன் அதைச் சொல்லணும்?”

“நான் சந்தோஷப்படலை இப்ப. எல்லாம் இப்படி இருக்கேன்னு வருத்தமாத்தான் இருக்கு. இவ்வளவு இருந்தும் இந்தப் பயலுக்குப் புத்தி வரவில்லையே. இந்தப் பயலும் காலேஜிலே போய் இண்டர் வரையில் படித்துவிட்டுத்தானே வந்திருக்கான்.”

“காலேஜிலே படித்துவிட்டா மனுஷன் கடவுளாக மாறிடு வான்னு நெனச்சிண்டிருக்கியா?”

“என்னமோப்பா, அப்படித்தான் எல்லாரும் நெனச்சுண்டிருக் காப்பல இருக்கு! எனக்குக் காலேஜூம் கீலேஜூம் என்ன தெரியும்?”

பெரியப்பா அவனைக் காலேஜில் படிக்க வைக்காத ஏக்கமும் வருத்தமும் படிக்கிறவர்கள் மீது ஏளனமாக வந்து பாய்வது பாபுவுக்குத் தெரிந்தது.

“அதெல்லாம் ஒண்ணுமில்லே சங்கு. காலேஜிலே பிள்ளைகளைப் படிக்கவைக்கிறவர்கள், உயர்ந்த மனுஷனாக ஆக்கணும்கறத்துக்காக வைக்கலெ. நாலு காசு கூடச் சம்பாதிக்கிறதுக்கு அஸ்திவாரமா யிருக்கும்னு செய்யறா, அவ்வளவுதான். யாராவது ரெண்டு மூணுபேர் நெஜமா அதனாலெ பிரயோஜனமடைந்தாலே அதிகம். பட்டப்பா மாதிரி எதிலேயும் அலட்சிய புத்தி, அகம்பாவம், இடை வெட்டுப் பேச்சு இதுதான் ஜாஸ்தியாகப் படிகிறது. படிப்பும் புத்தியும் வரதோ என்னமோ, அதுக்கு இருக்கற அகம்பாவம் வந்துடறது. நான் என்னமோ சொல்றேனேன்னு நினைக்காதே. எனக்கு இப்ப இருக்கிற கர்வமும் எல்லாம் தெரிந்த நினைப்பும் கொஞ்சம் கடுமைன்னுதான் சொல்லணும் முன்னைவிட. பட்டப்பாவுக்கு கேட்பானேன்? பிறக்கிறபோதே பணக்காரன்.”

பாபுவுக்கு பட்டப்பாவின் தகப்பனார் தண்டுவின் நினைவு வந்தது, திண்ணையில் உட்கார்ந்து வெள்ளிப் பெட்டியிலிருந்து வெற்றிலை எடுத்துச் சுண்ணாம்பு இடுவதும், புகையிலையை அதக்கிக் கொண்டு தலை கொழுத்த அகம்பாவத்தில் இரைவதும் . . . எப்படி மறக்க முடியும்? வார்த்தைக்கு வார்த்தை வெசவு. அப்பன், ஆயி என்று பூர்வோத்தரங்களை அம்பலத்திற்கு இழுக்கிற வெசவுகள்.

“எல, என்ன, பேச்சுக்கீச்செல்லாம் கடுமையாயிருக்கு? தலையைக் கிள்ளிப்பிடுவேன். ஜாக்ரதை, காமாட்டிக் கழுதே!”

“உங்கப்பன் இருக்கானாடா ஊர்லெ?”

கார்யஸ்தரிடம், “இசுமாயி ராவுத்தருக்காகப் பண்ணை காத்திண் டிருக்காது. நாளை சாயங்காலம் ஆறு மணி பைசாமாறா வட்டி யோட பணம் வரணும். ஒரு நிமிஷம் தாண்டித்தோ கோர்ட்டுலேதான் பார்க்கலாம் அவரைன்னு சொல்லிப்பிடு.”

அவருக்கு அன்னதாதா என்று பட்டம் வந்துவிட்டது. வாசலில் கிழிசலும், கந்தலுமாக நாலைந்து பிராம்மணச் சோம்பேறிகள் பகல் வேளையில் சோற்றுக்குக் காத்துக்கொண்டிருப்பார்கள்.

"ஸ்வாமி, நாலு நாளா ஆகாரமில்லே."

"பேஷ், எனக்கு ஒருநாள்கூட இருக்க முடியலியே? என்ன கோத்ரம் நீர்?"

"மௌத்கல்ய கோத்ரம்."

"என்ன வேதம்?"

"சாம வேதம்."

"எங்கே ஒரு காண்டம் சொல்லும் பாப்பம்."

"அத்யயனம் பண்ணலியே."

"சோறுதான் திங்கத் தெரியுமோ?"

"..."

"அது சரி, ஏதாவது ஸ்தோத்ரமாவது சொல்லத் தெரியுமா?"

"ஏதோ ரண்டு மூணு தெரியும்."

"ம். பிராம்மணனாகப் பிறந்து ஏனய்யா இப்படிப் பாஷாண்டியா அலையறே? சரி உள்ளே போய் தின்னுட்டுப் போ."

"ஓய் நீர் என்ன கோத்ரம்?"

"சரவணபவ கோத்ரம்."

"என்னது? கேள்விப்படாததாயிருக்கே? ... என்ன சூத்ரம்?"

"வந்து ... கிருஷ்ண சூத்ரம்."

"ஓகோ ... இங்க வாரும் இப்படி ..." கன்னத்தில் ஓங்கி ஒரு அறை. "காலிப் பரதேசிப் பயலே, பாப்பார வேஷமா போடறே? கயட்றா பூணலை ... ம். கயட்டுறான்னா ..."

"இல்லே ஸ்வாமி."

"ஸ்வாமி என்னடா ஸ்வாமி! சாமின்னு சொல்லேன். தீனிக்கா பாப்பாரப் பேச்சு? கயட்டுறா பூணலை ... ம். கயட்டினயா? எறி பந்தல் மேலே ... ஓடு ... நிக்கப்படாது இங்கே ..."

இந்த இரண்டும் வெவ்வேறு நாளில் நடந்தது. ஒரு கோடை லீவுக்குக் கிராமத்திற்குப் போனபோது பார்த்தது. தண்டு அவ்வளவு பெரிய மனிதர். அதிகாரம், பணம் எல்லாம் கண்ணிலேயே, நடையிலேயே, குரலிலேயே, முழங்கின வண்ணமாகத்தான் இருக்கும். பிள்ளைகளுக்கும் பெண்ணுக்கும் சடசடவென்று வியாதி வந்தபிறகு,

மனிதன் சற்று அரண்டுபோய், அடங்கிவிட்டானாம். அடங்கிய காலத்தில் பார்க்கவில்லை. பார்க்கச் சந்தர்ப்பம் இல்லை. மனிதன் உலகத்தை விட்டே போய்விட்டான்.

பட்டப்பா நில, ரொக்கங்களோடு அவருடைய அருமையான குணங்களுக்கும் வாரிசாகிவிட்டான். உள்ளே கிடந்த சாய்வு நாற்காலியை வாசலில் கொண்டு போட்டான். கால் சட்டத்தை முன்னால் நீட்டி அதன்மேல் காலைப் போட்டுக்கொண்டான். அந்தக் கால் யார் வந்தாலும் மடங்காது, தொங்கினால் இயந்திரம் போல் ஆடிக்கொண்டிருக்கும். நரம்புத்தளர்ச்சி இல்லை; பெரிய மனிதத்தனம். அப்பாவைப் போலவே பேச்சு, காலாட்டல், காய்தா – எல்லாவற்றிலும் உருவாகியிருந்தான் இந்தப் பிள்ளை.

சீட்டாட்டத்தில் அபார மோகம் அவனுக்கு. அவன் சகோதரர் களுக்கும்தான். நிலங்களைப் பண்ணை வைத்தால், நேரில் போய் நின்று கவனிக்க வேண்டும். என்னதான் காரியஸ்தன் இருந்தாலும் எஜமான் தலைகாட்டாமலிருப்பது விவசாயத்துக்கு கௌரவமில்லை. இந்த வம்பே வேண்டாமே, வெளியூர் நிலங்கள் குத்தகையில் விளையும்போது, உள்ளூர் மட்டும் பழுதாகிவிடப் போகிறதா? அப்பா இறந்த இரண்டு மாதத்திற்கெல்லாம் பண்ணைச் சாகுபடியை விட்டு, உள்ளூர் நிலங்களையும் குத்தகைக்கு விட்டார்கள் சகோதரர் கள். இப்போது மற்ற காரியங்களை, அதாவது சீட்டாட்டத்தைக் கவனிக்க நிறைய பொழுது இருக்கிறது. திண்ணை இரண்டும் நிறைந்துவிட்டன. கிராமத்தில் கைகளுக்கா பஞ்சம்?

ஒரு திண்ணையில் பட்டப்பா கோஷ்டி இன்னொரு திண்ணை யில் அவன் தம்பி செல்லப்பா கோஷ்டி. காலையில் காப்பி சாப்பிட்டுவிட்டுப் பதினோரு மணி வரையிலும், சாப்பிட்டு ஐந்துமணி வரையிலும் என்று இரண்டு வேளைகளாக வேலை நேரத்தைப் பிரித்துக்கொண்டிருந்தார்கள். கூஜா நிறையத் தண்ணீர். வாய் நிறையப் புகையிலை. வேஷ்டி நழுவுகிறது தெரியாமல் கருமமே கண்ணான ஈடுபாட்டில் புகையிலைச் சாற்றைத் துப்பு வதற்குக் கூட எழுந்து போக மனமில்லாமல் விழுங்கக் கற்றுக்கொண்டு விட்டார்கள்.

ஒரு காலத்தில் அதாவது முப்பது வருஷங்களுக்கு முன்பு வரையில், கிளிமங்கலத்தில் வேதங்களும் சாஸ்திரங்களும் இடைவிடா மல் ஒலித்துக்கொண்டிருந்தனவாம். பழைய தர்சனங்களில் பிரமாண மாக விளங்கிய இரண்டு பண்டிதர்களுக்கு எங்கெங்கிருந்தோ சீடர்கள் வந்துகொண்டிருந்தார்கள். அவர்கள் தலை சாய்ந்ததும் உள்ளூர்ச் சீடர் ஒருவர் குருவாக மாறிப் பத்து வருட காலம் அந்தச் சம்பிரதாயத்தைக் காப்பாற்றி வந்தாராம். அவர் போன பிறகு அறிவு மந்தம் ஒரு இருபது வருட காலம். இப்போது பட்டப்பா தலை எடுத்ததும் சிந்தனை மீண்டும் க்ளைத்துவிட்டது. வேறு வடிவில் முளை கண்டு வளர்ந்துகொண்டிருக்கிறது. வேத ஒலியாக

இருந்தால் என்ன? ஜாக்கி, பத்தாம் பந்து, ஏழம் பந்து என்றிருந்தால் என்ன? எல்லாம் சிந்தனைதான். பார்க்கப் போனால், இதற்குக் கொஞ்ச சொந்த புத்தி வேண்டும். வேதமா, படிப்பா, பொட்டை உருப்போட? பட்டப்பா சீட்டாடுகிற நேரம் போக திண்ணைச் சாய்வு நாற்காலியில் காலை நீட்டிப் படுத்திருப்பான். யாராவது பேச வந்தால், பொதுவாக மனிதர்களைப்பற்றித் தன் அபிப்பிராயங் களைச் சொல்லிக்கொண்டிருப்பான். இப்போது சங்குவைப் பார்த்ததும், சங்கு கும்பகோணம் போகிறேன் என்றதும், நம் அப்பாவைப் பற்றி வைத்திருந்த அபிப்பிராயத்தைத் தன் சொந்த முறையில் சொல்லிவிட்டான். கட்டுவிரியன் பிடுங்கும்போது, நல்லவன் கெட்டவன் என்று யோசிக்கவா செய்யும்?

"நீ எங்கே போனே அங்கே?" என்று கேட்டான் பாபு.

"பொழுது போகலே, போனேன். நானும் சீட்டைத் தொட்டு நாலு வருஷமாச்சு. ஒரு கை உட்காரலாம்னு போனேன். போய் ரண்டு நிமிஷம் ஆனதுமே ஏதோ பேச்சு வந்தது. கும்பகோணம் போகப் போறேன், பாபுவைப் பார்க்கன்னு சொன்னேன். துக்கம் கேட்கவான்னான். எனக்கு முதல்லெ ஒண்ணும் புரியலெ. அப்புறம் தான் பேத்தினான். கன்னத்திலே வாங்கிண்டான். உள்ளே ஓடிப் போயிட்டான். நானும் அறைந்ததோடு விடவில்லை. வெளியிலே வாடா விஷப்பாம்புன்னு கூப்பிட்டேன். உன் மாதிரி சாவி தேடுறவன்னு நெனச்சிண்டியா எல்லோரையும்னு கத்தினேன்."

"சாவி தேடறவனா?"

"ஆமாம், அவன் பண்ணினதைச் சொல்லி வெய்யணும்! இல்லாட்டா அவனை எப்படி மூக்கறுக்கிறது?"

"அவன் என்ன பண்ணினான்?"

"என்ன, தெரியாதுபோல கேட்கிறே?"

"எனக்கு ஒண்ணும் தெரியாதே."

"போன மாசம் நடந்துதாமே. உனக்குத் தெரியாது?"

"என்னது?"

"என்னடா இது? மெட்ராஸிலே படைபடைச்சுக் கிடக்கு சேதி. உறவு ஜனங்கள்ளாம் துணியை வழிச்சிண்டு சிரிக்கிறது – இவன் சாவி தேடின கதையைச் சொல்லிச் சொல்லி. ஒண்ணும் தெரியாதுங்கிறியே?"

"தெரியவே தெரியாது எனக்கு. சாவி தேடினானா?"

"ஆமாம். ஊரிலேதான் ராமையா சொன்னார்."

"என்ன?"

“போன மாசம் நடந்ததாம். பட்டப்பா திடீர்னு பத்துப் பதினைஞ்சு தரம் குளிக்க ஆரமிச்சானாம். ஒரு நாளைக்கு பட்டா மணியம் இருக்கானே அப்பு, அவன் பெண்டாட்டி ஈரப் புடவை சொட்டச் சொட்ட அழுதுண்டே விறுவிறுன்னு நடையும், ஓட்டமுமா குளத்திலிருந்து வந்தாளாம். பட்டப்பா எதிர்த்த துறையிலே குளிச்சிண்டிருந்தானாம். கொஞ்ச நாழி கழிச்சு இவ காலை ஏதோ கவ்வினாப் போல இருந்துதாம். அலறிப் புடைச்சிண்டு இவ கரையிலே ஏறியிருக்கா. திரும்பிப் பார்த்தா பட்டப்பா. தலை ஜலத்துக்கு மேலே! சிரிச்சானாம். ஐயோ ஐயோன்னு வெதறிப்போய் குடத்தைக்கூட எடுக்காமல் ஓடி வந்திருக்கா அவ. பட்டாமணியம் அப்பு வாசல்லே நின்னுண்டு கத்தினானாம், ‘அக்ரமாயிருக்கே. கேள்வி முறை இல்லையா’ன்னு. பட்டப்பா ‘பூணல்லேர்ந்து சாவி கயண்டு விழுந்துடுத்து; தேடினேன்’னானாம். அசட்டுப் பிசட்டுன்னு முழித்துவிட்டு நல்லவன் மாதிரி கோபித்துக்கொண்டானாம்.”

“பட்டப்பாவா இப்படிப் பண்ணினான்!”

“பட்டப்பாவான்னா? பட்டப்பா என்ன மகரிஷியா?”

“அப்படியிருக்கிறவனா, அப்பாவைப்பற்றிச் சொன்னான்?”

“வேறு தினுசா இருக்கிறவன் ஏன் சொல்கிறான்?”

“யமுனாவையும் பார்வதியையும் இவன் பார்த்துக்கூட இருக்க மாட்டானே?”

“பாத்திருந்தால்தான் சொல்லணுமா? ஏதோ ரொம்ப வேண்டியவான்னு தெரியும். அவ்வளவுதான். பிணைச்சுட வேண்டியது.”

பாபுவுக்கு ஒரே குழப்பமாயிருந்தது. சரீர சம்பந்தத்தைத் தவிர, வேறு ஒன்றுமே மனிதர்களுக்குப் புரியாதா? வேறு தினுசாக எதையும் அர்த்தம் செய்துகொள்ளும் கற்பனையே இல்லையா?

அதுவும் அப்பாவையா சொன்னான்?

இந்தச் சங்கு ஒரு அவசரக்காரன். அவனை எதற்காக அறைய வேண்டும்? பட்டப்பா பணக்காரன், அவனை அறைந்த சாகசம் கட்டாயம் பரவத்தான் பரவும். காரணம் என்ன என்று கேட்பார்கள். காரணத்தைச் சொன்னால், அப்பா பெயர் அடிபடும்.

அடித்ததும் நல்லதுதான். இனிமேலாவது வாயைத் திறக்காம லிருப்பான் பட்டப்பா. நல்ல பாடம்தான் . . .

“நீ கவலைப்படாதேடா பாபு. அந்தப் பய தலை என் கால்லெ படணும். இனிமே சொல்லலே சொல்லலேன்னு என் கால்லெ விழப் பண்றேனா இல்லியா பாரு. இல்லேன்னா என் பேர் சங்கு இல்லை.”

“என்ன பண்ணினா என்னடா? கீழே விழுந்த வார்த்தையை எடுக்க முடியுமா? அவன் சொல்றதைச் சொல்லிவிட்டான். அவன் இனிமே காலிலெ விழுந்தா என்ன, கையிலே விழுந்தா என்ன?”

"வீட்டுக்கு நெருங்கின ஸ்நேகம். விஷமமா நெனச்சுட்டான் அந்தக் கழுதை . . . சரி, சும்மா அலட்டிக்கிண்டே இருக்காதே. நான் அவனைப் பார்த்துக்கறேன். நீ மாத்திரம் அக்கா, அம்மா, அப்பா யாரிடமாவது இதையெல்லாம் சொல்லிவைக்காதே. ரொம்ப வருத்தப் படுவா. அதுவும் சித்தப்பா ஏதாவது வருத்தப்படுவர். அந்தப் பய வீணா அழிஞ்சு போயிடப் போறான்."

பாபு எழுந்தான். அவனுக்குச் சங்கு சொல்வதைக் கேட்டு ஆச்சரியமாயிருந்தது. அப்பா வருத்தப்பட்டால் பட்டப்பா அழிந்து போய்விடுவான் என்று குழந்தை மாதிரி நினைப்பதும், அது நேராமல் தடுக்க அவனுக்கு இருந்த கருணையும் . . . சங்கு வேடிக்கையான ஆள் தான்.

"சட்டையைப் போட்டுக்கோயேண்டா பாபு."

"எங்கே?"

"ஹோட்டலுக்குப் போகலாம் வா . . ."

சங்கு கண் காது தெரியாமல் செலவு செய்கிறவன். ஹோட்டலுக்குப் போனால் தித்திப்பு, ப்ரூட் ஸாலட், நெய் தோசை, டிக்ரி காபி – இந்தத் தரத்தில்தான் அவன் செலவுகள் போகும். இதற்கெல்லாம் பணம் எங்கிருந்து வருகிறது என்று பாபுவுக்குத் தெரியாது. தெரிந்துகொள்ளவும் முடிந்ததில்லை.

இரவும் ஹோட்டலில் சாப்பிட்டுவிட்டு, யமுனாவையும் ராஜத்தையும் பார்த்துவிட்டு, ராஜத்தோடு ஒரு சினிமாவும் பார்த்துவிட்டுத் திரும்பும்போது இரண்டு மணி ஆகிவிட்டது.

சங்கு வேலை பார்க்கிற கம்பெனி மதராஸில் இரும்பு, எஃகு மோட்டார்கள், ரிக்ஷாக்கள் முதலியவற்றில் வியாபாரம் செய்துவந்தது. முதலாளியின் சொந்த குமாஸ்தாவாக இருந்தானாம் அவன். அவன் எழுத்து பார்க்கப் பார்க்க அழகாக இருக்கும். பேச்சும் பந்தல் பந்தலாகத்தான் போட்டுப் பேசுவான் அவன். தினந்தோறும் நாலு பட்டதாரிகளாவது அவனிடம் வேலைக்காக வந்து போய்க் கொண்டிருந்தார்களாம்.

"பாபு, நீ பி.ஏ., முடிச்சுட்டு வா. முதலாளிட்ட அழச்சிண்டு போறேன். உன்னை எங்கேயாவது பிராஞ்சு மானேஜராப் போட்டுடும் படியா நான் பாத்துக்கறேன் . . . என்ன?"

"அதுக்கு இப்ப என்ன? பி.ஏ., பாஸ் பண்ணின்னா அதெல்லாம்!"

"இப்ப வந்தாலும் சரி, யுத்த டயம் பாரு. ஏகப்பட்ட பிசினஸ். இப்ப வந்தாக்கூட நூறுரூபாய் சம்பளம் தயாராயிருக்கு."

"பாஸ் பண்ணின அப்பறமே வரேன்."

"உன் இஷ்டம். நீ இப்ப வந்தாலும் பரவாயில்லைன்னுதான் சொன்னேன்."

மறுநாள் விடியற்காலையில் பையை எடுத்துக்கொண்டு பாபநாசம் புறப்பட்டுவிட்டான் சங்கு, சித்தப்பாவைப் பார்க்க. அப்படியே தஞ்சாவூர், திருச்சி எல்லாம் போய்விட்டு, நாலைந்து நாள் கழித்துத்தான் ஊர் திரும்புவானாம்.

காரடியில் நின்றுகொண்டு, "அப்பாவிடம் ஏதாவது சொல்லி விடாதே சங்கு. ராத்திரி பேசிண்டிருந்தோமே, அதைப் பற்றி" என்று எச்சரித்தான் பாபு.

"இப்ப நீ எனக்கு ஜாக்கிரதை பண்ண ஆரமிச்சுட்டியே."

"நீ கோபக்காரன், ஏதாவது திடீர்னு பட்டப்பா ஞாபகம் வரும். வாயில் வந்ததைக் கொட்டிவிடுவே."

"அதெல்லாம் பயப்படாதே . . . ஊரிலே ஏதாவது விசேஷம் உண்டான்னா, ஒரு விசேஷமுமில்லைன்னு வாயைத் தைச்சுப் போட்டுக்கறேன்."

"அதான்."

"கோபக்காரன்னா, முன்யோசனைகூடக் கிடையாதுன்னு நெனச்சியாடா எனக்கு?" என்று சிரித்தான் சங்கு.

"சரி. நீ திரும்பி எப்ப வருவே?"

"நாலு நாள் ஆகும்."

"வந்து ரண்டு நாள் இருந்துட்டுப் போகும்படியா வா."

"பேஷா . . . நான் வரட்டுமா? நான் சொன்னது ஞாபகம் இருக்கட்டும். சும்மா 'ஓர்ரி' பண்ணிக்காதே."

"சரி."

பன்னிப் பன்னிச் சொல்லிவிட்டுப் போனான் சங்கு. சரி என்று உறுதியும் அளித்தான் பாபு. ஆனால் எப்படி நிம்மதியாக இருக்க முடியும்?

பட்டப்பாவைப் போய் உதைத்து நசுக்க வேண்டும் போலிருக் கிறது. அப்பாவைப் பற்றி இவன் யார் சொல்ல? பிதிரார்ஜிதமாக நம் குடும்பத்திடம் தண்டு வளர்த்த துவேஷத்தை இவனும் பெற்று விட்டானா?

பரம்பரைச் சொத்தில் வாழ்ந்து வருகிற சுகவாசி. அவனால் வேறு என்னதான் செய்ய முடியும்? சம்பாதிக்க வேண்டும் என்று கவலையில்லை. இருக்கிற தொழிலையும் மேற்பார்வை பார்க்கக்கூடச் சோம்பிக்கொண்டு குத்தகைக்கு விட்டுவிட்டு, ஜீவனாம்சம் வாங்குகிற வாழாவெட்டியைப் போல, உலுப்பை வாங்குகிற கைம்பெண்ணைப் போல வீதம் வாங்கி வாழ்கிறவன். திண்ணையை உட்கார்ந்து தேய்த்துத் தேய்த்துப் பொழுதைத் தேய்க்கிறவன்.

அப்பா இவனைப்பற்றி நினைத்துக்கூட இருக்கமாட்டார். அவரைப்பற்றி இவனுக்கென்ன இவ்வளவு அக்கறை?

அதுவும் யமுனாவையா இழிவுபடுத்த வேண்டும்?

அவளைப் பார்த்திருக்கக்கூட மாட்டான் இவன். ஒருவேளை பார்த்திருக்கிறானோ என்னவோ! யமுனாவும் பார்வதியும் அக்கா வோடு ஒரு தடவை கிளிமங்கலம் போய் வந்தார்களாம். ஞாபகம் வருகிறது.

ஜபத்திற்கு உட்கார்ந்து கண்ணை மூடியபோது அவனுக்கு லேசாகச் சிரிப்பு வந்தது. யமுனாவின் முகத்தை அங்கு பார்த்தபோது, நெஞ்சு உலுங்கிற்று. உன்னையா சொன்னான்? மடையன். சங்குவை ஏவிவிட்டால், அந்த பட்டப்பா தலையை உன் காலில்கூட விழச் செய்துவிடலாம் . . . சை, அந்த தரித்திரம் பிடித்த தலை போயும் போயும் உன் காலிலா பட வேண்டும்? நல்லதே நினைக்காத தலை. பணம் பணம் என்று கர்வம் கொழுத்து ஜடமாகிவிட்ட தலை. நேரான கண்ணையும் புத்தியையும் இழந்து நிற்கிற தலை. வயசு முப்பதுதான் . . . கர்வம் என்னமோ முப்பது உலகை ஆள்கிற மாதிரி. கர்வமா இது? அறியாமைதானே; அசட்டுத் தனமில்லையா இது? சங்குவின் அறையிலா இது தெளியப் போகிறது? அறிவை மயக்குகிற திமிரைத் தின்று தின்று வளர்ந்து மதமதத்துப் போன மனம் அது. நுணுக்கமாக மனித உயர்வுகளை ஆராயவா தெரியப் போகிறது? எல்லாரும் தன்னைப் போல போக்கிரி, பொல்லாதவன் என்று தன்னையே பிறரிடம் காணும் ஆழ்ந்து கிடக்கிற சிறுமை; அகற்ற முடியாத சிறுமை.

அன்று ரங்கண்ணாவிடம் போக முடியவில்லை. கண்ணைத் திறந்து பார்த்தபோது, 'இவ்வளவு நேரம் நீ ஜபம் செய்யவில்லை' என்று சிரிப்பதுபோலக் கொல்லையில் காரிக்குருவி ஏளனமாக ஒரு ஒலிவடிவைத் திருப்பித் திருப்பிச் சொல்லிக்கொண்டிருந்தது. அரைமணியாக அது ஓயவில்லை. அது சிரிக்கிற ஏளனத்தைக் கேட்டுவிட்டுத்தான் அவன் கண்ணைத் திறந்தான். ஆமாம், ஜபம் செய்யத்தான் இல்லை. முக்கால் மணியாக பட்டப்பாவின் நினைவு தான். அவன் முதலை மாதிரி நீருக்குள் சென்று சாவி தேடியது – அப்புவின் மனைவி அரண்டு ஓடி வந்தது – தண்டுவின் அட்டகாசம் – இந்த ஜபம்தான் இவ்வளவு நாழியாக நடந்திருக்கிறது.

மணி ஒன்பதரை. கோபம் கோபமாக வந்தது. தன்மீதுதான். எழுந்தான் பாபு. ரங்கண்ணாவிடம் போய்த் தம்புரா ஒலியையாவது கேட்டிருக்கலாம்.

காலேஜுக்குப் போய், ராஜத்தையும், மற்ற நண்பர்களையும் பார்த்த பிறகுதான் – வெகு நாழி கழித்து – மனது ஒரு நிலைக்கு வந்தது.

இரவு வாசித்து முடித்ததும், ரங்கண்ணா நேற்று சொல்லிக் கொடுத்த பாடத்தைப் பற்றி நினைக்க ஆரம்பித்தான். நேற்று முழுவதும் சங்குவோடு கழிந்துவிட்டது. சங்குவிடம் இதைப்பற்றிச் சொல்லவில்லை.

மனதுக்குள் ரங்கண்ணா சொன்ன கீர்த்தனத்தை, அவர் சொல்லிக் கொடுத்த ராகத்தின் தனித்தனிப் பிடிகளாக ஆராய்ந்தான் பாபு. ராகத்தை முந்நூறு வருஷ சரித்திரத்துடன் அலசிவிடுகிற வழக்கம் அவருக்கு. தியாகய்யரும், தீட்சிதரும் அதை எப்படிக் கையாண்டிருக்கிறார்கள், அந்த ராகத்திற்குப் பழைய பெயர் என்ன, புதுப்பெயர் என்ன, அது எப்படி உருமாறிற்று, அழகுக்காக எப்படி இரவல் ஸ்வரங்களை, யார், எந்தக் காலத்தில் சேர்த்தார்கள் – எல்லாவற்றையும் சொல்லிவிடுகிற வழக்கம் அவருக்கு.

ரங்கண்ணாவின் செவி நுண்ணிய செவி. எங்கெங்கோ வேகமாக, கணத்தில் பத்தில் ஒரு பங்கு நேரம் தொட்டு விடும் ஒரு அசைவை ஏதோ ஒலியளக்கும் கருவிபோல இடம் கண்டுபிடித்து விடுகிற காது அது. அந்த மாதிரி இந்தக் காது பதமாக, கூர்மைப்பட, எத்தனை வருஷங்கள் ஆகுமோ? ஒரு ஆயுள் சாதனை அது!

கீர்த்தனை முழுவதையும் அரைமணி நேரம் முணுமுணுத்தான் பாபு. சஞ்சாரங்களைத் தனித்தனியாகப் பிடித்துப் பார்த்தான். இன்று என்னமோ குரல் சரியாகப் பேசவில்லை. மனமும் ஒருமைப் படவில்லை. சுவர்க்கோழி கிணிக் கிணிக் என்று ஒரு மணி நேரமாகக் காது முனையில் உட்கார்ந்திருப்பது போலப் புலம்பிக்கொண்டிருக்கிறது.

“கிணிக் கிணிக் கிணிக், கிணிக் கிணிக் கிணிக்.” அப்பா! கீச்சென்று காதைத் துளைக்கிறது, எழுத்தாணியை சுரசுரக்கிற உலோகத்தில் அழுத்தி அழுத்தித் தேய்க்கிறாற்போல.

எப்போதுமே உற்றுக் காதைக் கொடுத்துக்கேட்டால் ஒழிய கேட்காத அந்த ஒலி இன்று செவியைத் துளைக்கிறது. அருகில் எங்கேயோ கத்துகிறது, எங்கே என்று தெரியவில்லை. எழுந்து அதன் பிறப்பைத் தேடித் தேடிப் பார்த்தாய்விட்டது. பூச்சி எங்கு இருக்கிறது என்று தெரியவில்லை. புத்தகத்தால் இரண்டு மூன்று தடவை தட்டியதில் மரியாதை காட்டுவதுபோல ஓய்ந்துவிட்டு மீண்டும் கிணிக் கிணிக் என்று துளைக்கத் தொடங்கிவிட்டது.

அப்பா எவ்வளவு கீச்சுக்குரல்! தூக்கம்கூட வராது போலிருக் கிறது. காதை மாற்றி உற்றுக் கேட்டபோது, வழக்கம்போலக் கேட்கும் அடங்கிய ஒலி ஒன்று ‘ஙீ’ என்று நீளமாகக் கேட்டுக்கொண்டிருந்தது. இந்தப் பூச்சி புதிதாக வந்திருக்கிறது போலிருக்கிறது. பாட்டைக்கூடப் பாட முடியாமல் அடித்துவிட்டது.

படுத்துக்கொண்டே கேட்கலாமே. நேற்று இரவு இரண்டு மணி வரையில் சினிமா பார்த்தது போதாதென்று சங்கு படுத்துக் கொண்டே ஒரு மணி நேரம் பேசிக்கொண்டிருந்தான். தூங்குகிறபோது மூன்று மணிக்கு மேலாகிவிட்டது.

பாபு பாயை உதறிக் கட்டிலில் பரப்பி, மேஜை மேலிருந்த விளக்கைச் சிறிது பண்ணிவிட்டுக் கால்மேல் கால் போட்டுக்கொண்டு கட்டிலில் படுத்தபோது, அவனுக்குச் சட்டென்று தூக்கி வாரிப் போட்டது.

மொட்டை மாடிக்குப் போகும் நிலையண்டை ஒரு உருவம் நின்றது.

எழுந்து உட்கார்ந்து, "யாரு?" என்றான்.

"ஸ்" என்று வாயில் கை வைத்தாள் அவள்.

அடுத்த வீட்டுத் தலைமை குமாஸ்தாவின் மனைவி. எச்சரித்த கை உதட்டிலேயே நின்றது. கண்ணில் ஒரு புன்சிரிப்பு தெறித்து நின்றது.

"நீயா?"

'ஆமாம்' என்ற பாவனையில் தலையாட்டல்.

பாபுவுக்கு உடல் நடுங்கிற்று.

அவளையும் கடந்து மொட்டை மாடிப்பக்கம் விழிகள் சென்றன.

"அங்கே யாருமில்லை" என்ற அர்த்தத்தில் அவள் உதடு பிதுங்கிற்று. முகம் பளபளவென்றிருந்தது. காதில் பூரித்த வைரத்தோடு கன்னத்தில் வீசிக் கொட்டிற்று. காதின் முன் மயிர் சற்று அதிகமாகவே கீழே இறங்கியிருந்தது முகத்தின் களையை இன்னும் உயர்த்திவிட்டது. அந்த முகம் அழகி என்று சொல்வதே, இந்த இறக்கத்தால் தானோ என்னவோ! முகத்தில் ரோஜா நிறப்பவுடர் குளுகுளுவென்று கமழ்ந்தது. தலையில் வைத்திருந்த பூவின் ஓரம் வெள்ளையாக எடுப்பாகத் தெரிந்தது. பளீர் என்று மஞ்சள் குங்குமம். மூக்கில் ஒரு வைரப்பொட்டு நீலமாக இறைத்தது.

ஒரு சிவப்புப் பட்டுப்புடவை. முடமுடக்கிற கும்பகோணம் தறிப்புடவையல்ல. ஏதோ காரைக்கால் பட்டோ, வங்காளப்பட்டோ தெரியவில்லை. துவண்டு விழுகிற பட்டு. ஒரு வெள்ளைப்பட்டு ரவிக்கை. கையில் ஒரே ஒரு வளை.

நிலவு மாதிரி அடித்த அரிக்கேன் விளக்கின் ஒளியில் பளீர் என்று அவள் முகம் சுடர்விட்டது. பல்லின் லேசான காவி சிரித்தது. வெற்றிலையையும் ஏலக்காயையும், கடைவாய் அரைத்துக்கொண் டிருந்தது.

"விளக்கைச் சின்னது பண்ணு" என்று ஜாடை காட்டினாள் அவள். இயந்திரம்போலக் கீழ்ப்படிந்தான் அவன்.

"என்ன விசேஷம்?" என்று கேட்கிற ஒலி எழவில்லை. இரைந்து பேசக்கூடிய சந்தர்ப்பமா?

"என்ன?" என்று தொண்டைக்குள்ளிருந்து பதில் வந்தது.

"என்ன சமாச்சாரம்? எங்கே வந்தே?"

"ஏன், நான் உள்ளே வரப்படாதா?"

"எதுக்கு வந்தே?"

"எதுக்குன்னா?"

"எதுக்கு?"

"ஏன் இப்படிப் பயந்து சாகறேள்? மூஞ்சியெல்லாம் வேர்த்து வடியறதே" என்று முந்தானையால் அவன் மூக்கின் கீழ் முத்திட்ட வியர்வையைத் துடைத்த அவளுடைய கையைச் சட்டென்று அகற்றினான் அவன்.

அவன் உடல் அந்த கை பட்டு இன்னும் நடுங்கிற்று.

"ஏன், கோபமா என்மேலே?"

பாபுவின் பெருமூச்சைக் கேட்டு "ஏன் பயந்து சாகறேள்? கீழே உங்க வீட்டுக்காரர் ஊருக்குப் போயிருக்கிறார்! இங்கேயும் ஒருத்தருமில்லை, அது காம்பிலே போயிருக்கு" என்று முகவாயாலேயே தன் மொட்டை மாடியைக் காண்பித்தாள் அவள்.

பாபு உதறிக்கொண்டிருந்தான்.

பாபுவுக்கு உடல் வெடவெடவென்று நடுங்கிற்று. அனல் வீசிற்று. ஜுரம் வருகிறதுபோல வந்த காங்கையில் நாக்கு ஒட்டிக் கொண்டது. உள்ளுதட்டையும், ஈற்றையும் தடவி நனைத்துக் கொண்டது.

அவளுடைய புன்சிரிப்பில் விஷமமா, அனுதாபமா தெரிய வில்லை. இரண்டும்போல்தான் இருக்கிறது.

"எப்படி வந்தே?" என்று கேட்டான்.

"மாடிக்கட்டையைத் தாண்டி வந்தேன்."

"எதுக்கு?"

"..."

"என்ன வேணும் உனக்கு?"

"வேணும்னாத்தான் வரணுமா? இல்லாட்டா வரப்படாதா?"

"..."

"உங்களுக்கு ஒண்ணும் வேண்டாமா?"

"அப்படீன்னா?"

"பதில் கேட்டேனே."

தி. ஜானகிராமன்

"எதுக்கு?"

"எதுக்கா? ... அவ்வளவு ஞாபகம் வச்சிண்டிருக்கேளா? கடுதாசி எழுதினேளே. சுண்டைக்காயிலெ சுற்றி எரிஞ்சேளே."

"ஆமாம்."

"கிழிச்சுப் போட்டுன்னுகூட நீங்க ஜாடைக் காமிக்கலியா?"

"கிழிச்சுப் போட்டியா?"

"இல்லை."

"நான் செய்தது தகாத காரியம். அதுக்குத்தான் கிழிச்சுப் போடுன்னேன். யோசிக்காமல் எறிஞ்சதுக்கப்புறம் எனக்குப் படபடன்னு வந்தது. கிழிச்சுப் போடுன்னு அதான் கெஞ்சினேன்."

"நான் கிழிச்சுப் போடுவேனா அதை? என்னை அவ்வளவு கிராதகின்னு நினைச்சுவிட்டேளா?"

"நான் செய்தது தப்புத்தானே?"

"இல்லை, அந்தக் கடுதாசியைப் பெட்டிக்கு அடியிலே ஜாக்ரதையா வச்சிருக்கேன். அதை மத்யானம் எல்லாம் எடுத்து எடுத்துப் பார்க்கிறேன். என்னை என்ன எதுன்னு கேக்கறதுக்கு யார் இருக்கா? எனக்கு இருக்கற மனுஷா இப்ப அதுதான். எடுத்து எடுத்துப் பார்க்கிறேன். உங்களைத்தான் கண்ணிலேயே காண முடியலியே."

கடைசி வார்த்தைகள் விக்கலும், விசும்பலுமாகக் கலந்து வந்தன. பாபு திகைத்து நின்றான். அழுதுகொண்டிருந்தவள் கண்ணைத் துடைத்துவிட்டு, தெருவைப் பார்க்கும் ஜன்னல் கதவுகளைச் சாத்திவிட்டு வந்தாள்.

"நான் பதில் போடலியேன்னு கோபமா?" என்று தோளைத் தொட்டாள். கையை எடுத்து அப்பால் விட்டான் அவன்.

"நீ இப்ப எதுக்கு வந்திருக்கே?"

"போடலாம்னுதான் நெனச்சேன். பயமாயிருந்தது. பத்துப் பதினைஞ்சுநாள் கழிச்சு எழுதிக்கூட வச்சேன். அப்புறம் நீங்க திரும்பிக்கூடப் பார்க்கலெ."

"நீ எதுக்கு வந்திருக்கே?"

"பதில் சொல்லத்தான் வந்தேன். போதுமா? எதுக்கு வந்தே, எதுக்கு வந்தேன்னு கரிக்கணுமா? ... ஏன் பயமாயிருக்கா? உங்க வீட்டுக்காரர்தான் ஊரில் இல்லையே. அந்த மாமி, பாட்டியெல்லாம் கூடத்திலேதானே படுத்திண்டிருக்கா?"

"நீ போய்விடு."

“ஏன் என்னைக் கண்டா பிடிக்கலையா? நான் அழகா இல்லியா?”

கிணிக் கிணிக் கிணிக் கிணிக் என்று அந்த சுவர்க்கோழி இன்னும் கத்திக்கொண்டிருந்தது. அக்கரையில் ஒரு கோட்டான் அலறிற்று. இக்கரையில் சாகுருவி ஹ் என்று பாறையாகக் கட்டிப் போன தொண்டையில் அழுதுகொண்டிருந்தது.

நடுக்கம்கூட நின்றுவிட்டது. வயிற்றில் மட்டும் – திடீரென்று வந்த அதிர்ச்சியின் கலக்கம் மட்டும் கனத்துக் கிடந்தது. யாராவது இதைப் பார்த்துக்கொண்டிருப்பார்கள் என்ற அச்சம். அதோடு இன்னதென்று தெரியாத ஒரு அச்சம் வேறு.

ஜாதிப் பூவின் மணம் விட்டுவிட்டுக் கமழ்ந்தது. தெய்வீகமான வாசனை இது! அம்மா அரும்பு அரும்பாக இரவில் தொடுத்து படங்களுக்கெல்லாம் போட்டிருப்பாள். காலையில் அலமாரியைத் திறக்கும்போது குப்பென்று அந்த மணம் சற்று உஷ்ணமாக வீசும் – உள்ளே பட்டாபிஷேகத்தில் அமர்ந்த ராமனும் சீதையும் காமாட்சி யும் விடும் மூச்சைப் போல – தெய்வீக மணம்.

இந்தப் பூவை மனிதர்கள் எப்படி மனதோடு சூட்டிக் கொள் கிறார்கள்! தெய்வத்துக்குரிய இந்த மணத்தை எப்படித் தலையில் தரிக்கத் துணிகிறார்கள்!

இந்த மணம் கூடத்தில் கமழ, அன்று அப்பா சொன்னதெல் லாம் – விஜயதசமியன்று அப்பா சொன்னதெல்லாம்! அந்தப் புனிதமான சொற்களின் மணம் அல்லவா இது!

நெஞ்சு படபடவென்று பரந்தது.

“கௌரவத்துக்கே இழுக்கு இது . . .”

அப்பா உடனே இங்கு வந்து குதித்து ஜன்னல்கம்பி வழியாலேயே இழுத்துக்கொண்டு போய்விட்டால் இவள் என்ன செய்ய முடியும்?

ராஜுவுக்கு மனிதனுக்கெட்டாத சக்திகள் எல்லாம் இருந்தன வாம். அப்படியானால் அவருடைய அழியாத ஆத்மா ஓடிவந்து என்னைத் தடவிக் கொடுத்து, அணுக முடியாத, ஸ்பர்சிக்க முடியாத, நெருப்புத்துண்டமாக என்னைச் செய்துவிடும் ராஜுவுக்கு அந்த மண்டை வெடிக்கிற உச்சி வேளையில், காலில் பொடி ஒட்டுகிற அந்த வேளையில் ஒரு குளத்தையும் காண்பித்து, அமிருதமான அன்னத்தையும் கொடுத்தாளே ஒரு அம்மாள் குழந்தையுடன் வந்து! அவள் வந்தால்?

ஒரு வேளை அவள்தானோ என்னமோ இவள்?

“நான் சொல்றதை நம்பலியா நீங்க?” என்று சொல்லிக்கொண்டே அவள் இடுப்பிலிருந்த ஏதோ ஒன்றை எடுத்தாள். அந்த இருண்ட வெளிச்சத்தில் ஊன்றிப் பார்த்தபோது நன்கு தெரிந்தது. தோடு,

மூக்குத்தி மாதிரி நகை வைக்கிற சிறு பெட்டி. வெல்வெட்டால் உறையிட்டு வழவழக்கிற பெட்டி.

பாபு நிமிர்ந்து அவளைப் பார்த்தான்.

"என்னை நம்பலியா?"

"என்ன?"

அந்தச் சிறு புத்தானை அமுக்கித் திறந்தாள். உள்ளே ஒரு சிறு காகிதத்துண்டு.

"நீங்க எழுதிப் போட்டதுதான். நான் யாரு என்னன்னெல்லாம் கேட்டேளே. ஏன் திடீர்னு பார்க்கக்கூட மாட்டேன்னுட்டேள் ... கேட்டுக்கக்கூட இஷ்டமில்லியா? அப்பா, அம்மான்னு யார் கையிலாவது வளர்ந்திருந்தா ..."

"அப்பா, அம்மா இல்லியா உனக்கு?"

"இல்லை ... இடி விழுந்து செத்துப் போயிட்டா. ஒன்றுவிட்ட அத்தைதான் வளர்த்தா ... அதெல்லாம் இப்ப எனக்கு நினைக்கக்கூட வேண்டாம் போலிருக்கு. அப்பா அம்மா வளர்த்திருந்தா, நான் இங்கே வந்து உங்களைப் பார்த்திருக்கப்போறேனா? ... உங்களை நெனச்சு நெனச்சு இப்படி மத்யானமும் ராத்ரியும் தூக்கம் வராமல் ஏங்கிண்டிருப்பேனா? ... ஒண்ணே ஒண்ணு சொல்றேன், கேக்கறேளா?"

"..."

"நேத்திக்கு நீங்க பாடினேள் பாருங்கோ. 'மனசு விஷய'வா அதுதானே?"

"ஆமாம்."

"இனிமேல் என் காதுபட அதைப் பாடாமல் இருக்கேளா?"

"ஏன்?"

"நீங்க பாடினா நன்னாத்தான் இருக்கு ... பாடவேண்டாம்."

"ஏன்?"

"என் கல்யாணத்தில் யாரோ ஒரு பெண் வந்து பாடினா அதை" என்று மறுபடியும் அழ ஆரம்பித்துவிட்டாள் அவள்.

"அதை இனிமே பாடமாட்டேளே?"

"இல்லை."

"அதுக்குத்தான் நான் வந்தேன் ... நான் போயிட்டு வரட்டுமா?"

"நான் பாடவில்லை."

"எனக்கு அதைக் கேட்டால் பைத்தியம் பிடிச்சுப் போயிடும் போலிருக்கு."

"சரி, பாடலை."

"நான் வரட்டுமா?"

"அதுக்குத்தான் வந்தியா?"

"ஆமாம். நான் வரட்டுமா?"

"சரி."

"சரியா?"

"போயிட்டு வா."

"உங்களைப் பார்த்தா நல்லவர் மாதிரி இருக்கு. இங்கே மாத்திரம் கல்லா இருக்கு" என்று மார்பைத் தடவினாள் அவள். "இந்த மார்பு மாதிரிதானே இருக்கும் உள்ளே இருக்கிறதும்... ஏன் கையை எடுத்து எடுத்து எறியறேள் கன்றுக்குட்டியைத் தள்ளி விடற மாதிரி... என் கண்ணாவுக்கு என்னைக் கண்டா பிடிக்கலியா? உனக்குக்கூடவா நான் பிடிக்காமப் போயிட்டேன்?"

இப்போது இரண்டு கைகளாலும் அவன் கழுத்தைக் கட்டிக் கொண்டு நிமிர்ந்து, மூச்சுக்காற்று அவன் மூக்கில் படப் பேசினாள் அவள். சற்று முன்பு அழுதவளா இவள்!

"என் கண்ணாவுக்கு என்னைக் கண்டா பிடிக்கலியா? ...எங்கே, என்னமோ திமிர்றேளே, மிரள்ற கன்னுக்குட்டியாட்டமா? திமிரு பார்ப்பம்..."

"விடு என்னை."

"மாட்டேன்."

"இரைஞ்சு கத்துவேன்."

"கத்தேன் பார்ப்பம்."

"இப்ப நீ என்ன பண்ணணும்ங்கறே."

"நீ ஒண்ணும் பண்ண வாண்டாம்."

திமிர முடியாமல் நின்றான் அவன். அவள் புன்சிரிப்பு மலர, அவனைச் சிறு மூச்சு படும் நெருக்கத்தில் பார்த்துக்கொண்டிருந்தாள்.

"திமிரு பார்ப்பம்."

"..."

"ஏன் மூஞ்சி விளக்கெண்ணெய் குடிச்சாப்பல இருக்கு... ஜாதிப்பூ கமகமன்னு மணக்கலெ?... ஒரு பூவைப் பிச்சுக்கோயேன்."

பாபு இடிந்தாற்போல கட்டை மாதிரி நின்று கொண்டிருந்தான்.

"ஏன், பூ வேண்டாமா? பிச்சுக்கோயேன்?"

"பூவைத்தான் பிச்சுப் பிச்சு நசுக்கிண்டிருக்கியே."

"ஒண்ணும் நசுக்கலை. சித்தநாழி படுத்திண்டிருந்தேன் அங்கே. கீழே எடுத்து வச்சுட்டுத்தான் படுத்திண்டிருந்தேன். வரும்போதுதான் வச்சிண்டு வந்தேன். ஒண்ணும் நசுங்கலை."

புரிந்துதான் இப்படிப் பேசுகிறாளா இவள்?

"ஹ்ம்."

"என்ன ஹ்ம்?"

"..."

"நான் ஒரு பூவை எடுத்து உன் மூக்கிலே அடைப்பேன் அதுக்கு ஒரு கையைன்னா எடுக்கணும்."

"இல்லை, எடுத்துக் கொடு."

"உம். நான் மாட்டேன். கையைப் பிச்சிண்டு ஓடறதுக்கா..? இந்தா நீ வேணும்னா எடுத்துக்கோ" என்று தலையைத் திருப்பினாள். மூக்கில் ஜாதிப் புஷ்பம் ஜிலுஜிலுவென்னு தீயைப் போல உராய்ந்தது.

"வேண்டாம்."

"ஏன், பிடிக்காதா?"

"வேண்டாம்."

"ஏன் சொல்லேன்."

"அது ஸ்வாமிக்கு வைக்கிறது."

"க்கும்... நீதான் எனக்கு ஸ்வாமி."

"என்னை விடேன்."

"நீ என்னைப் பாரு முதல்லே, ஏன் இப்படி வருத்தமாயிருக்கே? உன்னை யாராவது ஏதாவது சொன்னாளா?... மருந்து வச்ச மாதிரியே இருக்கியே... இதைப் பாரேன்... நீ என்னைப் பார்க்கிறாப்பல இருக்கு. ஆனா வேறு எங்கோ பார்க்கிற மாதிரி இருக்கே... நீ என்ன பார்க்கிறேன்னு தெரியும்... சொல்லட்டுமா?... ஒரே ஒரு ஊர்லே ஒரு ராஜாவாம். ஆனா அவன் ரொம்ப நல்லவனாம். எல்லோருக்கும் ஓடிஓடி ஒத்தாசை பண்ணுவானாம். பக்கத்து தேசம் ஒரு காட்டு தேசமாம். அங்க வந்து ஒரு ராணி ஆண்டுண்டிருந் தாளாம். அவளுக்கு ஒரு நாளைக்கு பாம்பு கடிச்சுதாம். மந்திரம், மாயம் எல்லாம் பண்ணிப் பார்த்தாளாம். கண்ணுக்குக் கலிக்கன் போட்டாளாம். இறங்கவே இல்லியாம். இந்த ராஜா இருக்கானே,

அவன் இப்படி வேட்டைக்கு வந்திருந்தானாம். அப்ப காட்டிலே ராணி வீட்டிலே அமர்க்களமாயிருந்ததைப் பார்த்துவிட்டு, என்னன்னு போனானாம். சேதியைச் சொன்னாளாம் எல்லோரும். உடனே வெளியே ஓடிப்போய் ஒரு பச்சிலையை எடுத்து வந்து நசுக்கி வாயிலே சாற்றைப் பிழிஞ்சானாம். உடனே கொஞ்ச நாழிக்கெல்லாம் அவ சிரிச்சிண்டு எழுந்து வெட்கப்பட்டுண்டு நின்னாளாம். அப்புறம் அவன் மேலே ஆசை வந்துடுத்து அவளுக்கு. அவனோ போயிட்டான். வேட்டைக்கு எப்ப வருவான் வருவான்னு பார்க்கலாம்னு காட்டிலே தனியா நின்னுண்டு, குளம்புச் சப்தம் கேக்கறதான்னு பார்த்துண்டே நிப்பாளாம். ஒரு தடவை வந்தானாம். திரும்பிப் பார்க்காமலே போயிட்டானாம். அப்பறம் உடம்பு வந்துடுத்தாம், ஸ்வப்னத்திலே அந்த ராஜா பேரைச் சொல்லிப் பேத்தினாளாம். உடனே எல்லாரு மாப் போய் அந்த ராஜாகிட்ட இந்த மாதிரி சமாச்சாரம். ராணி உங்களை நெனச்சு உருகி உருகித் தேஞ்சு போறான்னாளாம். இந்தக் காட்டுப் பொண்ணையா நான் பண்ணிப்பேன். போங்கோ வந்த வழியைப் பார்த்துண்டுன்னு இறைஞ்சானாம் அவன். காட்டு ராணி நாலஞ்சு தடவை ஆளனுப்பிச்சாளாம். ராஜா மசியலே. நல்லவனாயிருந்தாலும் காட்டுராணிதானே என்று அலட்சியம். உடனே அவ ஒரு படையோடு வந்து தாக்கினாளாம். முற்றுகை போட்டாளாம். காட்டு சைன்யம்னா? நல்ல பலம் உள்ளவன் சிப்பாய் எல்லாரும். கடைசியிலே கோட்டைக் கதவை இடிச்சு இப்படித் திறந்தாளாம்."

"இவ்வளவுதான் தெரியுமா?" என்று கோட்டைக் கதவுகளாகக் கற்பனை செய்யப்பட்டிருந்த தன் உதடுகளை அந்த உதடுகளினின்று இழுத்துக்கொண்டான் பாபு.

"உன் கதையும் நீயும்."

"ஏன், கதை நன்னாயில்லியா? . . . நீ முடியறதுக்குள்ளேயும் அவசரப்பட்டா! அப்பறம் அந்தக் கதவைச் சாத்திச் சாத்திப் பாத்தா ராஜாவோட சிப்பாயெல்லாரும். ஆனால் ராணி அதைத் திறந்துவிட்டாள் இப்படி" இது என்ன சுவை! என்ன போதை இது!

மெல்லிய மூச்சும், பூவின் மணமும், காந்தும் நெடியுமாக அந்த இளமை வந்து பாபுவைத் தாக்கிற்று. காரண காரியங்களை அலசிக்கொண்டிருந்த அறிவைக் கழுத்தைப் பிடித்துக் கீழே அமுக்கிற்று. ஜாதிப் பூ மனிதத் தலையில்தான் இப்போது கமழ்ந்தது.

கன்னத்தின் பூனை மயிர் மின்னிற்று. தளதளவென்ற அதன் மென்மையை மலரச் செய்தது. எவ்வளவு அழகான நெற்றி! காதின் முன் இந்த மயிர் எவ்வளவு இறக்கம்! அவன் கழுத்தில் அவள் கன்னமும், தலையும் வலமும் இடமுமாக மாறி மாறித் தேய்ந்து கொண்டிருந்தன.

"இப்பகூட என்னைப் பிடிக்கலியா?"

"நீ போயிடேன்."

"என் மேலே கோபமா?"

"ம்."

அவள் கழுத்து பளபளவென்று பொலிந்தது. கழுத்திலிருந்து இறங்கிய தோள்பட்டையில் பழுக்கத் தொடங்கிய பழமாக, மென்மையும் அழுத்தமும் கலந்த அந்தக் கலவையை இளமையின் தேர்ந்த கைதான் கலந்திருக்க வேண்டும். வளைவுகளும் அழுத்தமும் மலரின் தன்மையும் புதிய கட்டின் உறுதியும் சேர்ந்து அவனைத் தாக்கின.

"நீங்க ஏன் திரும்பியே பார்க்கலெ என்னை?"

"ம்."

"இப்பகூடப் பார்க்கமாட்டேளா?"

"ம்."

"அப்படீன்னா பார்க்கமாட்டேங்கறேளே."

"க்கும்."

"நீங்க யார் கிட்ட பாட்டு கத்துக்கறேள்."

"ஆமாம்."

"சொல்லுங்களேன்."

"பேசாமல் இரேன்."

"உங்க அப்பா, அம்மா எல்லாரும் பாபநாசத்திலே இருக்காளாமே."

"க்கும்."

"எனக்கும் பாடத் தெரியும்."

"ம்ஹ்ம்."

"நீங்க யார்கிட்ட சொல்லிக்கிறேள்."

"ம்."

"சொல்லப்படாதா?"

"ம்ஹ்ம்."

அமுத கலசம் போல உணர்வின் அலைமீது அந்த உடல் மிதந்தது.

"க்கும், திரும்பிக்கூடப் பார்க்கமாட்டேன்னுட்டு அப்ப என்னத்துக்காகப் போயிடு போயிடுன்னேள்?"

"க்கும்."

"பயமாயிருக்கிறதா?"

"ஆமாம்."

நீளச் சுரைக்காய்களைப் போல அந்தச் சிறு ஒளியில் கால்கள் பளபளத்தன.

"எதுக்கு வந்தே, எதுக்கு வந்தேன்னு ஏன் என் மேலே கோபமாய் பாஞ்சே நீ?"

"எப்ப?"

"எப்பவா!"

"பேசாம இரேன்."

"நீங்க ஏன் பேசவே மாட்டேங்கறேள் என்னோட?"

உறை கழற்றிய வீணை மாதிரி கிடந்த அந்த உடல், அலை அலையாக எழுந்தது.

ஜாதிப் பூ மனிதத் தலையில்தான் கமழ்ந்தது.

வெளியே காக்காய்கள் இரண்டு மூன்று, நிலவை வைகறையாகக் கண்டு கரைந்தன. கோட்டான் மட்டும் சுயபுத்தியுடன் கூவிற்று. சாகுருவி நடுநிசிதான் என்று சற்றைக்கொருதரம் கரைந்தது. சினிமாப் பார்த்துவிட்டுப் போகிற ஒரு செருப்பு ஜோடி, வாசலில் 'டப்பிட்டு டப்பிட்டு' ஒலி பெருகித் தேய்ந்து மறைந்தது. 'கிணிக் கிணிக் கிணிக்' என்று சுவர்க்கோழி எதற்கோ தாளம் போட்டுக்கொண்டிருந்தது.

'பாாததா சாது மாதிரி இருநதது.'

பாபு எழுந்து ஜன்னலைத் திறந்துவி ட ான். ஜிலு ஜிலுவென்று குளிர்ந்த காற்று முகத்திலும், மார்பிலும் வீசிற்று.

"அப்பாடா, நல்ல காற்று . . . எங்கே அந்த பெட்டி . . . இதோ இருக்கு . . . இதோ இருக்கு . . . நான் வரட்டுமா?"

பாபு காவேரியைப் பார்த்துக்கொண்டே உட்கார்ந்திருந்தான்.

"நான் வரட்டுமா?"

பாபு தலையசைத்தான்.

"என் மேலே கோபமா?"

இயந்திரம்போல, திரும்பாமலேயே "இல்லை" என்ற பாவனையில் தலையை அசைத்தான் அவன்.

"ஏன், திரும்பிப் பார்த்துப் போயிட்டுவான்னு சொல்லப்படாதா?"

பாபு திரும்பவில்லை.

"கொஞ்சம் எழுந்திரேன் . . . எழுந்திரேன்."

ஜமக்காளத்தை எடுத்து கட்டிலில் போட்டு தலையணையை வைத்துவிட்டு, "போய்ட்டு வரட்டுமா?" என்றாள் அவள்.

"ம்."

"இங்கே பாரேன்."

பாபு திரும்பினான்.

"வரட்டுமா?"

"ம்."

"போக வேண்டாமா?"

"இல்லே. போயிட்டு வா."

"கோபமில்லியே."

"இல்லே."

"வரட்டுமாடா, கண்ணா!" என்று மீண்டும் அவன் கையை எடுத்து விரலை அழுத்தினாள். "வரட்டுமா?"

"ம்."

நிலையில் தயங்கி, பக்கங்களில் பார்த்துவிட்டு மாடிக் கட்டையண்டை போயிற்று அந்த உருவம்.

பாபு திரும்பிக்கொண்டான்.

காவேரி புனிதமாக ஓடிக்கொண்டிருந்தது. இவ்வளவு வேகம் எதற்கோ? சொல்லைக் காப்பாற்றாதவர்களின் கண் அவ்வளவு சுடுமா? அந்தச் சூடு தாங்காமலா தப்பித்து ஓடுகிறது இந்தப் பிரவாகம்? அகௌரவமான மனிதர்களைக் கண்டு தூர விலகும் விரைவா?

அதோ அந்தப் படிக்கட்டுதான். அங்குதான் அப்பா உட்கார்ந்திருக்கிறார். ராஜுவின் கதையைச் சொல்கிறார். நடுப்பொட்டலில் அமுதிட்ட அம்மாள்கூட அதோ வருகிறாள்.

பாபு வேறு திசையில் பார்த்தான். மனம் கூசிற்று.

இந்த மாதிரி வாழைத்தோட்டமாக, தூங்குமூஞ்சி மரமாகப் பிறந்திருந்தால்? எப்போதும் நிம்மதியுடன் இருந்திருக்கலாம் . . . ஆ, அந்தத் துறையிலும் அப்பாதான் உட்கார்ந்திருக்கிறார்!

"குற்றத்தை நீயாக வந்து ஒப்புக்கொண்டால் ஆகிவிட்டதா? குற்றம் செய்தது இல்லை என்று ஆகிவிடுமா? முதல் குற்றவாளி நான்தான். உன்னிடம் நம்பிக்கை வைத்த குற்றம்தான் எல்லாவற்றிற்கும் காரணம். பூஜை உள்ளில் வைத்துக் காப்பாற்ற வேண்டிய பொருளை தெருத்திண்ணையில் வைத்தால் மாடும், ஆடும் இழுத்துப் புழுதியில்

புரட்டுகிறது. நாய் முகர்ந்து பார்க்கிறது . . . நான் பேசாமலிருந்திருந் தால்” என்று சொல்லிக்கொண்டே அந்த உருவம் நீரில் குப்புற விழுந்தது.

சரேலென்று ஜன்னல் கதவைச் சாத்தினான். வெடவெடவென்று உடல் பதறிற்று.

அப்படியே படுத்தான். தலையணையை யார் மேற்கே வைத்தார் கள்? கிழக்கேயல்லவா இருப்பது வழக்கம்! . . . அவளா . . ! குடியைக் கெடுத்தவள்.

இல்லை . . . நம்மைச் சோதிப்பதற்காக, துப்புதுலக்குவதற்காக அந்தத் தெய்வமே அனுப்பிய உளவாயிருந்தால் . . ?

இந்த அடுத்த வீடு ஏன் இங்கே இருக்கிறது? கட்டை உயரமாக இருந்திருந்தால் அந்த உளவாளி இங்கு வந்திருக்க முடியுமா? இப்படி ஏமாற்றுவதுதான் தெய்வத்தின் பிழைப்பா? இதுவா கருணை? இதுவா தெய்வத்தன்மை? அண்டிக் கெடுப்பதா தெய்வத்தின் வீரம்!

இனி ராஜத்தின் முகத்தில் எப்படி விழிப்பது? ரங்கண்ணாவின் முகத்தில்? யமுனா இதையெல்லாம் கண்ணைப் பார்த்தே தெரிந்து கொண்டுவிடுவாள். நிலையின் வழியாக அந்த அறை தெரிகிறது. அந்தக் கிழம் எப்படித் தனியாக நம்பி ஊருக்குப் போயிற்று.

இந்த நிலையை மூடிவைத்திருந்தால்? மூடியிருந்த கதவைக்கூட காட்டு ராணியின் சிப்பாய்கள் வந்து தகர்த்தார்களாம்.

உண்மையாகவே பேதையா இவள்? ரத்னம் வைக்கிற பெட்டி யில் அறியாமையின், அவசரத்தின் கிழிசல் ஒன்றைப் பத்திரப்படுத்தி யிருக்கிற இவளா பொல்லாதவள்! குடியைக் கெடுக்கிறவள்! பாவம்!

நிலையை மூடியிருந்திருந்தால் . . ? எப்படி மோகினி மாதிரி வந்து நின்றாள்! உள்ளத்தை, உறுதியைக் குடிக்கிற மோகினி வந்தபோது இந்த நிலை மூடியிருந்திருந்தால் . . ?

பாபு எழுந்து மொட்டைமாடி நிலைக் கதவைச் சாத்தித் தாழிட்டான்.

அந்த மாடியிலிருந்து இருமல் கேட்டது . . . விழிப்பு இருமலா? தூக்க இருமலா?

‘கிணிக் கிணிக் கிணிக்’ என்று சுவர்க்கோழி துளைத்தது. உள்ளே உள்ள ஆதார சுருதிக்குமேல் ரிஷபமாக ஒலித்தது அது.

“ஏண்டா நேத்திக்கு வரலை . . . அண்ணா வந்திருந்தானா? உனக்கு ஒரு அண்ணா இருக்கிறானா . . ? ஒன்றுவிட்ட அண்ணாவா . . ? அவனையும் அழச்சிண்டு வரப்படாதோ? மூஞ்சி ஏன் என்னமோ போலிருக்கு . . ? என்னது? ‘அந்த’க் களைன்னா சொட்றது? சங்கீதத் துக்கு முழுக்கு போட்டுட்டேன்னு சொல்லு . . . மூஞ்சியிலே கொலை

பண்ணின களை கூத்தாடறதேடா? யாரைக் கொலை பண்ணினே ..? சீ, தர்மஹத்தி, எழுந்து தொலை .. என் மூஞ்சியிலெ முழிக்காதே ... உனக்குத் தேவடியா வீடுதாண்டா லாயக்கு! அவளை மடியிலே போட்டுக்கோ ... தம்புரா என்ன மடியிலே? துன்மார்க்க தரித்திரம் ...”

பாபு இறுக்கிக் கண்ணை மூடிக்கொண்டான். ரங்கண்ணா வெய்யத் தொடங்கினால் எதிராளியின் உடல் வாடிச் சாம்பி மட்க வேண்டும்.

“அப்பா பேரைக் கெடுக்க வந்திருக்கியாடா, பாவி? அப்படி உடம்பு கெட்டுதுன்னா எங்கியாவது தேவடியா வீட்டுக்குப் போறது? இப்படி ஏன் தலையிலெ சேற்றை வாரிப்போட்டுக்கறே!” அம்மாதான். ஓலை ஆட, குங்குமம் பளீர் என்று மின்ன, அவள் வார்த்தைகளில் எவ்வளவு நிஷ்டூரம், எவ்வளவு கோட்டையிடிந்த நிராசை!

வக்கீல் குமாஸ்தா கிழம் நீளப் பல்லுடன், உடைந்த உடலுடன், விலா எலும்பு ஊத ஊத அழுகிறது ...

பாபு எழுந்து விளக்கைப் பெரிது பண்ணினான்.

உதிர்ந்து கிடந்த ஜாதிப்பூவைக் காலால் தள்ளி எடுத்து வீசி எறிந்தான்.

வாசலில் சாணி தெளிக்கும் ஓசை கேட்டது. இந்த வீட்டு வாசலில்தான். மணி நான்கு ஆகியிருந்தது.

அப்பொழுது நான் எழுந்து கீழே ஓடியிருந்தால் ... ஏன் ஓடவில்லை?

ஏன் ஓடவில்லை? கீழே எழுந்து விடுவார்கள் என்ற பயமா?

இவளைக் கைவிட்டுப் போகிற பயம்தான்.

இன்னும் அவள் உருவம் முன்னால் நிற்கிறது. எதையோ திருடிக்கொண்டு நிலையைக் கடந்து, மாடிக் கட்டைச் சுவரை ஏறிக் குதித்து ஓடுகிறாள்.

பாபு எழுந்தான். நான்கு மணிதான். இருள் பிரிய வெகு நேரம் இருக்கிறது. குளிர் காற்றாக வீசிற்று. உள்ளே அனல் அடித்தது.

கதவைப் பூட்டிக்கொண்டு கிளம்பினான். வேகமாக நடந்தான், கிழக்கே பார்க்க. பக்தபுரித் தெருவில் திரும்பி, தெற்கே நடந்து கொண்டிருந்தான்.

பாணாதுறைப் பக்கம் போகும்போது, ஒரு நாய் பெரிய உறுமலாக உறுமிற்று. பின்னாலேயே வந்தது. அதிகமாகக் குரைக்கக்கூட இல்லை. கன்னத்தில் முள் படர்ந்தது அவனுக்கு. பயத்தில் ஒடுங்கி ஒடுங்கி வேகம் என்று தெரியாமல், அதைத் திரும்பிப் பாராமல் நடந்தான்.

கூடவே வந்த நாய் எல்லை தாண்ட மறுப்பதுபோல் சட்டென்று நின்று பெரிதாகக் குரைத்தது.

“கடியேன். பத்து நிமிஷம் முன்னாலேயே உனக்குப் பலியாகி றேனே ... ஆனால் நீ என்ன சாகச் சாகக் கடிப்பாயா? நீ என்ன பாம்பா ..? பிடி சோற்றுக்கு வாலைக் குழைத்து அடிமையாக இளிக்கிற நாய்ப் பிழைப்பு.”

நாயின் குரைப்பு அதுவாக வகுத்துக்கொண்ட எல்லையில் கேட்டது. சிறிது சிறிதாகக் குறைந்தது. நடந்துகொண்டே திரும்பிப் பார்த்தான். தெற்கே பார்த்த நாய் முகத்தை வடக்கே திருப்பி மெதுவாக நடந்து படுத்துக்கொண்டது.

❍

மகாமகக் குளத்தின் வடகிழக்கு மூலை இது. பாசியை ஏவி வழுக்கவிட்டுப் பலருக்கு மோட்சம் கொடுத்திருக்கிற மூலை.

நீந்துகிறவனுக்கு நீரில் சாக முடியுமா? ஏன், நடுக்குளத்திலேயே சுற்றிச் சுற்றிச் சோர்கிற வரையில் நீந்தினால்? நிச்சயம் காவேரியை நம்ப முடியாது. எங்காவது ஆளை உயிரோடு உலகத்தின் கரையில் கக்கி ஒதுக்கிவிடும். இது நிச்சயம் நம்பிச் சரண் அடையக் கூடிய இடம்.

வக்கீல் குமாஸ்தா வரதய்யர்கூட இங்கேதான் விழுந்தாராம். வீட்டில் ஏதோ தகராறாம். சாஸ்திரிகள் அன்று சொன்னது நன்றாக ஞாபகமிருக்கிறது.

இந்த ஊரில் செய்த பாபம் இந்த ஊரிலேயே தொலைந்து விடுமாம். எவ்வளவு நம்பிக்கை! அப்படியானால் இன்னொன்றும் முடியுமா? இந்த ஊரில் பாபம் செய்த உடலை அழிக்க முடியுமா இதற்கு!

மாலையில் வந்து ஒரு கூட்டம் கரையில் நின்று இதைப் பார்த்துக்கொண்டு நிற்கும். போலீஸ்காரன் வந்து இழுத்துப் போடுவான். ஆஸ்பத்திரி ... அப்பா, அம்மா, ராஜம், ரங்கண்ணா, யமுனா ... ஊரில் அடி வாங்கின பட்டப்பாவும்தான் இதைக்கேட்டுச் சிரிக்கப் போகிறான்!

பாசி வழுக்காமல் ஜாக்கிரதையாகக் காலை ஊன்றி வைத்து இறங்கினான் பாபு. எதற்கு இந்த ஜாக்கிரதை! நீர் வெடவெட வெடவென்று காலை நடுக்கிக் குத்திற்று.

சிரிப்பு வந்தது.

ராஜுவின் நினைவு, பொட்டலில் அமுதிட்ட அம்மாள், அப்பா, யமுனா – இவர்கள் இருக்கிற உலகிலா இவ்வளவு அதைரியம்! இவ்வளவு பலஹீனம்! இவ்வளவு கோழைத்தனம்!

புழுதி மண்டியிருந்த காலை நன்றாகத் தேய்த்து அலம்பினான்.

இது தண்டனை இல்லை. தப்பித்துக்கொண்டு ஓடி ஒளியும் கோழைத்தனம். ஓடி ஒளிந்துகொள்ளுவதற்கு மரணத்தைப் போல் பத்திரக் குறைவான இடம் இருக்க முடியாது! சிரிப்புகளும் நகைப்பு களும் எழுந்து மானத்தை வாங்குகிற இடம்.

பாபு காலை நன்றாகக் கழுவினான். மெதுவாகக் கரையேறினான். கரையோடு மேற்கு நோக்கி நடந்தான்.

கடலங்குடித் தெருவில் ஒரு வீடும் எழுந்திருக்கவில்லை. சில வீடுகளில் சல் சல்லென்று சாணி தெளிக்கும் ஓசை கேட்டது. இரண்டு, மூன்று வாசல்களில் மாடுகள் கட்டியிருந்தன. அரிக்கேன் வெளிச்சத்தில் பால் பீர் விழுந்து வெறும் பாத்திரத்திலும் பாதி நிரம்பிய செம்பிலுமாக விழுந்துகொண்டிருந்தது.

ராஜத்தின் வீடு சாத்தியிருந்தது. அவனிடம் போய்ச் சொல்ல முடியுமா இதை? முடியாது . . . கதவைத் தட்டிப் பார்ப்போமா . . . வேண்டாம் . . .

இன்னும் நடந்து கடைத்தெரு திரும்பி துக்காம்பாளையத் தெருவில்தான் போக முடிந்தது.

யமுனா வீட்டு வாசலில் சாணி மட்டும் தெளித்திருந்தது. கோலத்தைக் காணவில்லை. வாசல்படி ஏறினான் பாபு.

கொல்லையில் பார்வதி பல் தேய்த்துக்கொண்டிருந்தாள்.

“யாரது?” என்று உள்ளே விசிறிக்கொண்டே நடையில் யாரோ வருவதைப் பார்த்த யமுனாவின் குரல் எழுந்தது.

பாபு பேசாமல் ஊஞ்சலுக்கருகில் வந்து நின்றான்.

“என்ன பாபு? வா உட்காரு.”

பதில் பேசாமல் உட்கார்ந்தான்.

யமுனா பார்த்த பார்வை உள்ளே போய்த் துளைப்பது போலிருந்தது. தலையைக் குனிந்துகொண்டான் அவன்.

“எங்கேருந்து வரே பாபு?”

“சும்மா இப்படி உலாவிவிட்டு வரேன்.”

“உலாவிவிட்டா? அதுக்குள்ளாகவா?”

“எதுக்குள்ளாக?”

“இவ்வளவு காலமேயா?”

“ஆமாம் . . . பார்க்கணும் போலிருந்தது. வந்தேன். வரலாமோல்லியோ?”

“என்னது!”

பாபு அவளை ஒருமுறை பார்த்தான் நிமிர்ந்து, அடிபட்ட நாய்போல.

"எப்ப எழுந்திண்டே?"

"நான் எழுந்திருக்கவேயில்லை, யமுனா."

"என்னது?"

"ஆமாம்" என்று விக்கி விக்கி அழ ஆரம்பித்துவிட்டான் அவன். யமுனா வேகமாக அருகில் ஓடி வந்தாள்.

"பாபு, பாபு, என்ன உடம்பு? எங்கேருந்து வரே? ... என்னத்துக்கு அழறே?"

பாபு குழந்தை மாதிரி வாய்விட்டு அழுதுகொண்டிருந்தான். அடைந்து கிடந்த வேதனை பீறிக்கொண்டு வந்தது.

"என்னத்துக்கு அழறே? எங்கேர்ந்து வரெ? அப்பா உடம்பு சரியாத்தானே இருக்கார்?"

'அதெல்லாம் ஒன்றுமில்லை' என்ற பாவனையில் தலையாட்டினான் பாபு.

"பின்னே என்ன?"

"ஒண்ணுமில்லே" என்று சட்டென்று அழுகையை அடக்கிக் கொண்டான் அவன்.

"என்ன பாபு?"

"ஒண்ணுமில்லை ... நான் வரேன்."

"எங்கே வரே? ... போயிட்டே இருக்கியே என்ன?"

"ஆமாம் யமுனா, அம்மாகிட்ட ஒண்ணும் சொல்லாதே" என்று மெதுவாகக் கெஞ்சிவிட்டு வாசலில் இறங்கிவிட்டான் பாபு.

"பாபு, பாபு!"

பாபு திரும்பினான்.

"இங்கே வாயேன்."

"எதுக்கு?"

"எதுக்கா?"

"அப்புறம் வரேன்" என்று, அவள் வாயடைத்துக் குழம்பி நிற்க, வாசலில் வேகமாக நடந்து ஆனையடி திரும்பினான் அவன்.

காவேரியில் இறங்கிக் குளிக்கும்போது, ரங்கண்ணாவிடம் போவதா வேண்டாமா, போவதா வேண்டாமா என்ற கேள்விதான் ஒலித்துக்கொண்டிருந்தது. நீலுப்பாட்டி வீட்டில் காப்பியைச் சாப்பிட்டுவிட்டு, அறைக்கு வந்து பழுப்பு வேஷ்டியைக் கட்டிக்

கொண்டு ஆற்றில் இறங்கினவன், நீரில் நாலைந்து முழுக்குப் போட்டு விட்டு பித்தம் பிடித்து நின்றுகொண்டிருந்தான். இயந்திரம் போல கை உடம்பைத் தேய்த்துக்கொண்டது. முழுகும்போது விரல்கள் மூக்கைப் பிடித்துக்கொண்டன. பழக்கத்தின் வலுவில் இதெல்லாம் மனதுடன் சம்பந்தப்படாமல் இயங்கிக்கொண்டிருந்தன. மனம் எங்கேயோ போய் பயத்தில் நடுங்கிக்கொண்டிருந்தது.

ரங்கண்ணா வீட்டுக்குப் போகலாமா?

இந்த ஒன்றரை மாதத்தில் அவரைப் பற்றித் தெரிந்து கொண்டவை களை நினைக்கும்போது இனி அவர் வீட்டில் கால் வைக்க, அவர் வீட்டை மிதித்து மாசுபடுத்த, மனம் வருமானால் அது நெஞ்சில் ஈரமில்லாதவன் செய்கிற துணிவு. நல்லது கெட்டது என்ற பாகுபாடில்லாமல், மனச்சாட்சி என்ற ஆந்தரீக உறுப்பே இல்லாத கொடியவன் செய்யும் துணிவு. பாபத்திலேயே உழன்று உழன்று, சுவைத்துச் சுவைத்து, கல்லாங்காய்ப் பட்டுப்போன மனம்தான் அவ்விதம் செய்ய முடியும்.

ரங்கண்ணாவின் தூய்மை வேடிக்கையான, அதிசயமான தூய்மை. அது கபடமில்லாத இயற்கையாக அமைந்த தூய்மையா? அல்லது நல்லதல்லாததைச் செய்யக்கூடாது என்று, பிரக்ஞையுடன் பிரயாசைப்பட்டுக் காப்பாற்றி வந்த தூய்மையா? எதுவென்று தீர்மானமாகச் சொல்லுவது கஷ்டம். ஒரு சமயம் குழந்தையினதைப் போன்ற தூய்மையாக இருக்கும். இன்னொரு சமயம் சரீரத் தூய்மை யைக் காப்பாற்ற வேண்டிய, மனத் தூய்மையைக் காப்பாற்ற வேண்டிய, அவசியத்தைப் பற்றி அவர் கிண்டலும் கோபமுமாகப் பொரியும்போது, அதிப்பிரயாசைப்பட்டு, போராட்டங்கள் செய்து சாதித்த தூய்மை போன்று இருக்கும். போராட்டமே நிறைந்த நீண்ட ஆயுள் வடிவெடுத்து எதிரில் அமர்ந்திருப்பதுபோல் தோன்றும்.

இல்லை, அவருக்குப் போராட்டமே ஏற்படச் சந்தர்ப்பம் இல்லையா? நாகத்தைக் கண்டு நடுங்குவதைப் போல், பளபளவென்று மின்னும் அந்தத் தூய்மையைக் கண்டு தீய சக்திகளும், மனிதர்களும் ஒதுங்கி நின்றுவிட்டார்களா? சிலருக்கு இப்படியெல்லாம் அதிர்ஷ்டம் அடிக்கத்தான் அடிக்கிறது. மகா கோரரூபிகளுக்குக்கூட இந்த அதிர்ஷ்டம் கிட்டுவதில்லை. வாட்டமும் சாட்டமுமாக ரங்கண்ணா மாதிரி வளர்ந்த சிலருக்கு இந்த அதிர்ஷ்டம் அடிக்கத்தான் அடிக்கிறது. ரங்கண்ணாவின் சிம்ம முகத்தைக் கண்டு ஏமாற்றும் வஞ்சக நரிகள், மாமிச போதையின் வெறி கண்ட நரிகள் ஓடி விட்டனவோ என்னவோ...

எப்படியிருந்தாலும் அந்த வீட்டில் அவருடைய வெற்றியின் ஒளி வீசிக்கொண்டிருக்கிறது. அந்த வீட்டுத் தரை, தூண்கள், கூரை, வாசல் யாவும் அவருடைய தூய்மையின் ஒளி ஏறி நிற்கின்றன. அந்த வீட்டின் இண்டு இடுக்குகளில்கூட இதைக் காண முடியும்.

"ம்" என்று வேதனையில், தன்னையறியாமல் இரைந்து முனகினான் பாபு. புரையோடிய மனம், வலி தாங்காமல் பிறர் கேட்கும் படியாக முனகிற்று. சட்டென்று திரும்பிப் பார்த்தான் அவன். நல்ல வேளையாக ஒருவரும் இல்லை. வீட்டுக்கு நேராக இருந்த துறை அது. அங்கு யாரும் வந்து குளிப்பதில்லை. குளிக்கும்படியான படிக்கட்டு வசதிகள் அங்கு கிடையாது. மண் சற்றுக் கரைந்து, துறை மாதிரி ஒரு பள்ளம் விழுந்த இடம் அது. கைலாசமும், பக்கத்து வீடுகளிலிருந்து யாராவது ஆண்பிள்ளைகளும்தான் குளிக்க வருவது வழக்கம் அங்கு. அதுவும் இந்த விடியற்காலையில் வர மாட்டார்கள்.

நீரைப் பார்த்தும், பார்க்காமலும் நின்றான் பாபு.

"எப்படிப் போகிறது?"

இந்தக் காவேரிக்கு இந்தக் கறையைக் கழுவ முடியுமா?

தூரத்தில் தெற்குக் கரையிலிருந்த மரங்களுக்குப் பின்னிருந்து சூரியன் எழுந்துகொண்டிருந்தது.

கரையிலிருந்த மரத்தில் 'டூவ் டூவ் டூவ்' என்று ஒரு குருவி வேகமாகக் கத்திக்கொண்டிருந்தது. நிமிர்ந்து பார்த்தான் அவன். மிளகாய் அளவுதான், விரல் நீளம்தான் இருக்கும். பச்சைப் பசேலென்று உடல். எவ்வளவு பெரிய குரல்! எவ்வளவு இனிமை!

படார் என்று ஜன்னல் கதவு ஓங்கிச் சாத்திக்கொள்ளும் ஓசை கேட்டது. திரும்பிப் பார்த்தான். அடுத்த வீட்டு ஜன்னல்தான். சாத்திக்கொண்ட கதவு மறுபடியும் திறந்தது.

அவள்தான். காதுக்குமுன் சரிந்து இறங்கும் மயிருடன் அந்த முகம்தான். அதே சிவப்புப் புடவை – அதே ரவிக்கை.

சட்டென்று பாபு இரண்டு முழுக்குப் போட்டான். இடுப்பில் இருந்த துண்டை அவிழ்த்துப் பிழிந்து தலையைத் துவட்டிக் கொண்டான். கரையேறி அறைக்குச் சென்று, வேஷ்டியை மாற்றிக் கொண்டு, கீழே இறங்கி, ரங்கண்ணாவின் வீட்டைப் பார்க்க நடந்தான்.

23

"ஜபமா? நடந்துகொண்டே செய்வோமே ..."

"ஏண்டா நேத்திக்கு வரலெ?"

"மெட்ராஸிலேர்ந்து எங்கண்ணா வந்திருந்தான்."

"அண்ணா இருக்கானா உனக்கு?"

"ஒன்றுவிட்ட அண்ணா."

"மெட்ராஸிலே என்ன பண்றான்?"

"ஏதோ கம்பெனியிலே வேலையாயிருக்கான்."

"அவனோட சுத்தினியாக்கும்?"

"..."

"சுத்தினவன் இங்கேயும் எட்டிப் பார்த்துவிட்டுப் போறதுதானே. ஜடாயு மாதிரி இங்கே ஒரு கிழம் இருக்கு பார்றான்னு அண்ணா வுக்குக் காமிக்கப்படாதோ?"

"..."

தம்புராவில் சுருதி சேர்க்க வழக்கம்போல் கால் மணிக்கு மேலாயிற்று அவருக்கு.

"இன்னிக்கி என்ன இவ்வளவு சுருக்க வந்துட்டே?"

"..."

"சுருக்க எழுந்துட்டியாக்கும்."

"..."

"அண்ணா ஊருக்குப் போயிட்டானா?"

"போய்ட்டான்."

"போகாட்டா இன்னிக்கும் வந்திருக்கமாட்டே."

"வந்திருப்பேன்."

"போடா போ. உன்னைத் தெரியாதா எனக்கு? யார் வந்தா என்னடா? அதுக்காக நம்ம காரியத்தை விட்டுவிட முடியுமா? மழையோ, பனியோ, மனுஷாளோ யார் வந்தா என்ன? காரியம்னா முக்கியம். அண்ணா வந்திருக்கான், தம்பி வந்திருக்கான்னு கூடச் சுத்திண்டிருக்க முடியுமோ? ... ம்."

தம்புராவை மீட்டிக்கொண்டிருந்தார் ரங்கண்ணா. கேட்டுக் கொண்டே இருந்தார். பாபுவும் கேட்டுக்கொண்டே இருந்தான்.

அதன் தூய நாதம், குறையின்றி சுருதி சேர்ந்த நாதம், காந்தாரக் கார்வையுடன் அலை அலையாக ஒன்றன்பின் ஒன்றாக எழுந்து பரவிக்கொண்டேயிருந்தது.

உள்ளத்தில் அடித்த புயல் அடங்கிவிட்டது. மரங்கள் நிமிர்ந்து அமைதியுடன் நின்றன. இருள் அகன்று காலையிளம் கதிரவனின் மெல்லிய கிரணங்கள், சூடில்லாத கிரணங்கள், அதில் விழுந்திருந்தன.

"சுருதி சேரேண்டா."

சுருதி சேர்த்தான் பாபு.

மோக முள்

கிழவர் அவனைக் கண் கொட்டாமல் பார்த்தார்.

ஒரு நிமிஷமாயிற்று. கிழவர் அவனையே பார்த்துக்கொண்டிருந்தார். எதற்காகப் பார்க்கிறார் இப்படி?

சட்டென்று தம்புராவை வருடிய விரல்கள் நின்றன.

"ஏண்டா, உடம்பு கிடம்பு சரியா இல்லையா?"

"இல்லையே."

"ஏன் இப்படிக் கிழம் தட்டிப்போச்சு?"

"..."

"நடுங்கறதேடா குரல்... ஆரமிச்சதிலேருந்து பார்க்கிறேன். ஒரு இழை கீழே நிக்கறே – இல்லாட்டா மேலே நிக்கறே... இல்லை வேற எங்கேயாவது ஞாபகமோ?"

"..."

"பசியாயிருக்கா? காலமே வயத்துக்கு ஏதாவது போட்டியோ இல்லியோ? காபி சாப்பிட்டியா?"

"சாப்பிட்டேன்."

"அண்ணாவோட சினிமா, டிராமான்னு எதுக்காவது போயிருந்தியோ?"

"இல்லை."

"பின்னே ஏன் இப்படி விலகி விலகி ஓடறது..? சரி ஜாக்ரதையா, கவனிச்சுப் பிடி."

பாபு மறுபடியும் தொடங்கினான்.

"ம்... சரி... பாடு" என்று அலுத்தாற்போலச் சொன்னார் ரங்கண்ணா. "பாடறபோது சரியா வந்துடும்."

பாபு பாடும்போது முகத்தை முகத்தைச் சுளித்துக்கொண்டார் ரங்கண்ணா.

"ஏண்டா, இன்னிக்கி என்ன வந்துடுத்து உனக்கு..? ஏன் இப்படி ஒரே கோணலாயிருக்கு?"

பாபு தலையைக் குனிந்துகொண்டான்.

"ஜூரம் கிரம் அடிக்கிறதா?"

"இல்லை."

"எங்கே கையைக் காட்டு" என்று நீட்டினார் ரங்கண்ணா.

"இல்லை" என்று கையைப் பின்னுக்கிழுத்துக்கொண்டான் பாபு.

அவர் கேட்ட கேள்விகள் புதிதாக ஒரு நடுக்கத்தைப் புகுத்தி விட்டன.

"ஜுரம் கிரம்னா தொட்டுப் பார்க்கறேனேடா."

"ஜுரமில்லை." நல்ல வேளையாகத் தொடாமல் தப்பித்தார் ரங்கண்ணா, நாமும் தப்பித்தோம்.

"சரி, உடம்பு கிடம்பு ஜாட்யமா இருக்கும் ... கிணத்துலே குளிச்சியோ?"

"இல்லை."

"புதுத்தண்ணி முறை விட்டிருப்பான் காவேரியிலே. அமராவதி தண்ணியோ என்னமோ. சித்தெ கலங்கலா இருக்கும். உடம்பு வலி எடுத்திருக்கும். சாப்பிடறயே. அங்கே கொஞ்சம் வெந்நீரைப் போட்டுத் தரச்சொல்லிக் குளிக்கப்படாதோ?"

"உடம்பு ஒண்ணுமில்லையே."

"பின்னே ஏன் இப்படித் தவிக்கிறே சுருதியிலே சேராமே ..? சரி ... இன்னிக்குப் போரும் ... எழுந்திரு. நாளைக்குப் பார்த்துக்க லாம் ... உடம்பு ஏதாவது பண்ணித்துன்னா சொல்லு ... கஷாயம், கஞ்சி ஏதாவது போட்டுத்தரச் சொல்றேன்."

"வேண்டாம். ஒண்ணுமில்லே."

"சரி, எழுந்திரு."

பாபு எழுந்து நின்றான்.

"எங்கேடி சாம்பன் ..? ஊருக்குப் போயிருக்கானோ? அவன் ... எனக்கு ஞாபகமில்லை. நேத்து சாயங்காலம்தானே சொல்லிவிட்டுப் போனான் ... ராம ராம" என்று எழுந்துகொண்டே தாழ்வாரத்தில் கிணற்றங்கரையைப் பார்க்க நடந்தார் ரங்கண்ணா. பாபு பின் தொடர்ந்தான்.

"என்ன சேதி?" என்று திரும்பினார் அவர் கிணற்றங்கரையில்.

"ஒண்ணுமில்லை."

"இன்னும் போகலியா நீ?"

"வெந்நீர் நான் எடுத்து வைக்கிறேன்."

"உனக்கு என்னத்துக்குடா இதெல்லாம்!"

"இல்லை. எடுத்துவைக்கிறேன்."

"வாண்டாம் வாண்டாம், நான் பாத்துக்கறேன் போ."

பாபு கேட்கவில்லை. அடுப்பிலிருந்த அண்டாவிலிருந்து வெந்நீரை எடுத்து விளாவி ஜோட்டியில் கொட்டினான்.

"நீ என்னத்துக்குடா சிரமப்படறே..? ஐயோ... சாம்பன் செய்யறான்னா நீயும் செய்யணுமா..? போடா போ."

அவர் ஈர வேஷ்டியைக் கீழே போட்டதும், ஜோட்டியில் அவற்றைப் போட்டுத் தோய்க்க ஆரம்பித்தான் பாபு.

"ஏய், என்னது... நீ போடு... அவ தோச்சுப்ப... உன்னைத் தாண்டா."

பாபு கேட்கவில்லை.

"ஏய் செவிடு, உன்னைத்தான், சும்மா இரு" என்று அவர் கத்தினார். கத்திக்கொண்டே அவன் கையிலிருக்கும் வேஷ்டியைப் பிடுங்கினார். "போடு கீழே. உனக்கு எதுக்குடா இதெல்லாம்? பேசாம உள்ளே போ."

"இல்லே."

"இல்லையாவது ஓட்டையாவது... நீ போ சொல்றேன்... உன்னாலே முடியாதுடா. பூஞ்சை உடம்பு உனக்கு."

"முடியும்."

கிழவர் அடம் பிடித்தார். முதலில் வெறுப்பு மாதிரி இருந்தது. 'இவருக்கு ஏதாவது நம்மைப்பற்றித் தெரியுமா... என்ன?'

"நான் இதுக்குக்கூடப் பாவம் பண்ணிவிட்டேனா?" என்று சொல்லும்போது பாபுவுக்குத் தழதழத்துவிட்டது.

திகைத்துப்போய் அவன் முகத்தைப் பார்த்தார் ரங்கண்ணா.

"சரி போ... உன் இஷ்டம்..." என்று கையை விட்டார். "காலேஜிலேயும் கீலேஜிலேயும் படிக்கிறவனுக்கு எதுக்குடா இதெல்லாம்? இதுக்கு நட்டாமுட்டி ஒருத்தன் இருக்கானே... சாம்பன்... அவன் போதாதா? நீ வேறயா?"

"என்ன இரைச்சல் பேட்டுண்டிருந்தேள் இத்தனை நாழியா?" என்று கொல்லை நிலையில் வந்து நின்றாள் அவர் சம்சாரம்.

"ஒண்ணுமில்லே. வேட்டியைத் தோய்க்கிறேன்னான். வாண்டாம்னு சொல்லிப் பார்த்தேன். அழக் கிளம்பி விடுவன் போலிருந்தது. விட்டுட்டேன்."

"கிழிச்சுப்பிடாம தோய்டாப்பா... இந்தச் சாம்பனுக்கு நாலுநாள் வட்டம் வந்துடும் ஏதாவது."

"சாம்பன் என்னடி பண்ணுவன்? மூணு வயிறு நம்பிண்டிருக்கே அவனை. இங்கே வந்து தந்தனப்பாட்டுப் பாடிண்டிருந்தா நடக்குமா?" என்று அவர் சொல்வதற்குள் உள்ளே போய்விட்டாள் கிழவி.

பாபுவின் மனம் உண்மையில் சோர்ந்துதான் கிடந்தது. இந்தச் சிறு பணிவிடையால் கிடைத்த அனுமதி போதவில்லை. உலகத்தின்

தி. ஜானகிராமன்

கண்கள், நகைக்கும் கண்கள், அவன் கற்பனையில் விச்வரூபம் எடுத்து, பார்த்துப் பார்த்தே எரிப்பது போலிருந்தது. வெளியே போகக்கூட உடல் கூசிற்று. இந்த வீட்டுக்குள்ளேயே இருந்துவிட்டால் என்ன? இந்த வீட்டில் வேலைக்கா குறைச்சல்? ஒட்டடையடிக்கலாம், வீட்டைப் பெருக்கலாம், தண்ணீர் விட்டுக் கழுவலாம், கொல்லையில் இருந்த வாழைகள், துளசி, நந்தியாவட்டை இவற்றிற்குத் தண்ணீர் ஊற்றலாம். கொத்திவிடலாம் . . . கிழவியிடம் திட்டம் கேட்டுக் கொண்டு சமைக்கலாம் . . .

"ஏண்டா நிக்கறே? நாழியாகலையா உனக்கு? போய்ட்டு வா" என்றார் ரங்கண்ணா.

பாபு தலையைக் குனிந்துகொண்டே நடந்தான்.

அறைக்கு வந்ததும் வழக்கம்போல அவன் மொட்டை மாடிக் கதவைத் திறக்கவில்லை. அங்கே பார்க்கும் ஜன்னலின் கதவுகளையும் சாத்திவிட்டான்.

அறை, இரவின் நினைவுகளைக் கொணர்ந்து மனதை நாலு பக்கமும் நாய்களைப்போலப் பிடுங்கி இழுத்தது. நீரின் பீச்சல்களுக்கு நடுவில் எண்ணெய்க் கம்பத்தில் ஏறுகிறவனைப்போல விழுந்து விழுந்து மனம் மேலே ஏற முயன்று கொண்டிருந்தது.

வாசலில் அங்காடிக்காரி கூவிக்கொண்டே போனாள். இந்த அறையை விட்டால் வேறு போக்கிடம் இல்லையா? எங்கெங்கோ சுற்றிவிட்டு இங்குதானா வர வேண்டும்? அங்காடி மாதிரி தெருத் தெருவாகச் சுற்றிக்கொண்டிருந்தால் என்ன?

"பாபு, பாபு."

கைலாசத்தின் சம்சாரத்தின் குரல் மாடிப்படியில் கேட்டது.

"ஏன்?"

"நீ இருக்கியா? . . . எப்ப வந்தே?"

"கால் மணியாச்சு."

"உன்னை யாரோ தேடிண்டு வந்தா."

"யாரு?"

"யாரோ பையன். துக்காம்பாளையத் தெருவிலே உனக்கு யாரோ தெரிஞ்சவாளாமே. அவா வீட்டிலே உன்னை வரச்சொன்னா ளாம். வரதுக்கு ஒம்பது மணியாகுமேன்னேன். கொஞ்சம் காத்திண் டிருந்தான். அப்புறம் சமாசாரத்தைச் சொல்லிவிடுங்கோன்னு போயிட்டான்."

"வரச் சொன்னாளாமா?"

"ஆமாம். முடிஞ்சா உடனே வரச்சொன்னாளாம். இல்லாட்டா சாயங்காலமாவது கட்டாயம் வரச்சொல்லணும்னான் அந்தப் பிள்ளை."

"சரி."

துயரத்திலிருந்தும், கலக்கத்தினின்றும் விலகி நின்ற பாபுவுக்கு இப்போது வெட்கமாயிருந்தது. எதற்காக அந்த விடியற்காலையில் அங்கு போனோம்? போன உடனேயே பிரமை பிடித்தாற்போல எதையோ சொல்லிவிட்டு எதற்காக எழுந்து வந்தோம்? ராஜத்தின் வீட்டைக் கடந்தவன், இவள் வீட்டையும் கடக்காமல் ஏன் உள்ளே போனேன். ஏன்?"

○

ராஜத்தின் முன்னால் முகத்தில் அழுக்கில்லாமல், கலக்க மில்லாமல் எப்படி நிற்பது என்றுதான் புரியவில்லை. பார்த்தவுடன் அவனும் சந்தேகப்பட்டால், நடந்ததைச் சொல்லிவிடத்தான் வேண்டும். அவன் சந்தேகப்பட்டது எவ்வளவு சரியாக நடந்துவிட்டது! முதல் முதல் பார்த்த அன்றே அவன் சந்தேகப்படவில்லையா?

கல்லூரிக்குப் போனபோது அன்று ராஜம் வரவில்லை, கடலங்குடித் தெருவிலிருந்து வரும் இன்னொரு பையனைக் கேட்டபோதும், ராஜத்திற்கும் உடம்பு சரியாயில்லை என்று தெரிந்தது.

"என்ன உடம்பு?"

"ஜுரம் மாதிரியிருக்காம்... அவன் அப்பாதான் லீவ் லெட்டரைக் கொண்டு கொடுத்தார்."

"எனக்கு ஏதேனும் சொன்னாரோ?" என்று கேட்டான் பாபு.

"ஒண்ணும் சொல்லலியே."

இந்த ராஜம் எப்போதுமே இப்படித்தான். ஜுரம் என்று எனக்குச் சொல்லி அனுப்பினால் என்ன? வா என்று சொல்லி யனுப்பினால் என்ன? எப்போதுமே தனியாக நிற்கிறவன் இவன். கோபம் கோபமாக வந்தது அவனுக்கு.

'நல்ல வேளையாக வரவில்லை' என்று உடனேயே சமாதானப் படுத்திக்கொண்டான்.

மாலையில் யமுனா என்ன கேட்பாள், எப்படிக் கேட்பாள், எப்படிப் பதில் சொல்வது என்று திட்டம் போட்டுக்கொண்டான்.

இவள் ஒரு அதிசயப்பிறவி. ஜபத்திற்கு உட்கார்ந்து கண்ணை மூடும்போது இதயத்தில் கொண்டு பாதத்தை வைப்பவள். நம்பிக்கை யும், தைரியமும் ஊட்டுகிறவள். மனத்துணிவை வற்றாத தன் கண்ணிலிருந்து ஊட்டுகிறவள். ஆனால்... ஆனால்... எதற்காக இப்படி, இப்படி...

எல்லாருக்கும் இந்த அன்பு; இவளுடைய பரிவும், அன்பும் கிடைக்கக் கூடியவைகளா? கிடைத்துக்கொண்டேயிருக்கின்றனவா? வேறு யாரும் அங்கு வரவில்லையே? . . . எனக்குத்தானே இந்த அன்பு, இந்தப் பிடிவாதம் பிடிக்கும் அன்பு! இந்த அன்புக்கு இவ்வளவுதானா அர்த்தம்!

எதற்காக இந்த இரட்டை உருவம்? ஜபம் செய்யும்போது தெய்வம்! அப்புறம் . . . அழகான பெண்ணாக, யௌவனத்தில் அமர்ந்த கோலாஹலமாக, வனப்பை மூடும் மறைவைக் கழற்றி, நினைவைக் கவ்வி, நினைவழிந்து . . .

ஆனால் இரண்டுமாக இருக்க முடிகிறதே இவளால்!

காலையில் நான் அங்கு போனதும் இதனால்தானா? என்னை அங்கு இழுத்துச் சென்றது எது?

❍

மாலையில், "பாபுவா? வா" என்று கிணற்றடியில் முகத்தையும் காலையும் சோப்புத் தேய்த்துக் கழுவிக்கொண்டிருந்த யமுனா வரவேற்றாள்.

"உட்காரு பாபு, வந்துவிட்டேன்" என்று இடுப்பில் செருகியிருந்த புடவை முனையை எடுத்துக் கணைக்காலை மறைத்துக்கொண்டாள் அவள்.

கொல்லையிலிருந்து நெல் புழுக்கும் சூட்டு வாடை வந்தது. பார்வதி அடுப்பண்டை உட்கார்ந்து கண்ணை இடுக்கிப் புகையோடு மன்றாடுவது தெரிந்தது.

இதயத்தில் பாதம் மட்டும் இல்லை. சந்தனக்கட்டையில் செதுக்கிய நீர் ஜாடியைப் போல, மது ஜாடியைப் போல, அந்தக் கணைககால்களும் பாதத்தின் மேல் வந்து நின்றன. கண்ணைச் சுளித்தும் அந்தத் தோற்றத்தைக் கண்ணைவிட்டுப் பெயர்க்க முடிய வில்லை. இந்த இதயத்தின் சேற்றில் அந்த இரண்டு கால்களும் கணைக்கால்களும் முழுங்காலும் ஆழப்பதிந்துவிட்டன. எப்படி எடுக்க முடியும்?

இந்த இதயமா சேறு? இல்லை . . . இல்லை . . .

உடல் சற்றுச் சிலிர்த்தது அவனுக்கு.

இந்த இதயமா சேறு? . . . இல்லை, இல்லவே இல்லை . . . வந்து வந்து நிற்கும் இந்தக் காலை எப்படி மறக்க முடியும்? இந்த நினைவை, எதற்காக மூடி மறைக்க வேண்டும்? தகாதது என்று தோன்றினால் தானே மூடி மறைக்க?

"என்ன பாபு? காலேஜ் விட்டாச்சா?" என்று முகத்தைத் துண்டால் துடைத்துக்கொண்டே வந்தாள் யமுனா. கழுத்திலும்

கன்னத்திலும் நீர் நனைத்திருந்தது. கழுத்தடியில் சோப்பு நுரை ஒரு சுட்டி, புடவையில் அங்குமிங்கும் சுட்டி சுட்டியாக ஈரம் படர்ந்து கிடந்தது.

"மணி அஞ்சரை ஆச்சே" என்றான் பாபு.

"ம், காலமே ரூமில் இல்லையாமே நீ?"

"ஆமாம், வெளியிலே போயிருந்தேன். வீட்டுக்காரா சொன்னா."

"என்னத்துக்குக் காலமே வந்தே, உட்கார்ந்தே விறுக்குன்னு எழுந்து போனே?"

"அம்மா என்ன பண்றா?"

"அம்மா காதிலே விழாது. கொல்லைத் தாவாரத்திலே உட்கார்ந்திருக்கா..."

பாபு தலையைக் குனிந்து உட்கார்ந்துகொண்டிருந்தான்.

"எழுந்திருக்கவே இல்லேன்னியே... ராத்திரி தூங்கலையா?"

"..."

"ம்?"

இல்லை என்ற பாவனையில் தலையசைத்தான் அவன்.

"எங்கேயாவது போயிருந்தியா?"

"இல்லை."

"நேரே ரூம்லேருந்துதான் வந்தியா?"

"ஆமாம்."

"எப்ப கிளம்பினே?"

"நாலு மணிக்கு."

"நாலு மணிக்குக் கிளம்பி இங்கே வரதுக்கு ஒண்ணே கால் மணி நேரமாச்சா?"

"இல்லை."

"எங்கே போனே?"

"பக்தபுரி அக்ரகாரத்தோட போய் மாமாங்குளத்துக்குப் போனேன்."

"மாமாங்குளத்துக்கா! எதுக்கு."

"அப்புறம் நேரே கடலங்குடித்தெரு வழியா, கடைத்தெரு வழியா இங்கே வந்தேன்."

"மாமாங்குளத்துக்கு எதுக்குப் போனே?"

தி. ஜானகிராமன்

பாபு நிமிர்ந்து அவளைப் பார்த்தான். "யமுனா, என் உயிரை வாங்காமல் இருக்க முடியாதா உனக்கு?" என்றான் தாழ்ந்த குரலில்.

யமுனா தலையைக் குனிந்துகொண்டாள். கொல்லை வாசல் தெரியும்படியாகத் தாழ்வாரத்தில் நாற்காலியை இழுத்துப் போட்டு உட்கார்ந்துகொண்டாள்.

"உன் உயிரை வாங்கத்தான் கூப்பிட்டேன்னு நெனச்சா நான் அப்பறம் என்னத்தைக் கேட்கிறது?" என்றாள். "ஒண்ணும் கேட்கப் படாதுன்னா சொல்லிவிடு."

"என்ன யமுனா. கோபம் வந்துவிட்டதா?"

"பின்னே என்ன? கூப்பிடறவளை மதிச்சுப் பதில் சொன்னால் தேவலை."

"மதிக்காமலா இங்கே வந்து உட்கார்ந்திருக்கேன்? உன்னை மதிக்காமலா? உன்னை மதிக்காமல்?" உன்னையில் அதிக அழுத்தம் விழுந்ததைக் கேட்டு யமுனா சற்றுத் திகைத்துப் போய்ப் பார்த்தாள்.

"என்ன பாபு இது?"

". . ."

"மறுபடியும் அழப்போறியா?"

'இல்லை' என்று சொல்ல முடியாமல் உதட்டைக் கடித்துக் கொண்டே தலையசைத்தான் அவன்.

"பச்சைக் குழந்தை மாதிரி, என்ன பாபு இது..! எதுக்கு இப்படிக் கண் கலங்கறே? காலமே வந்தியே, எதுக்கு அழுதே அப்படி?"

"ஏதோ சொல்லணும்னுதான் வந்தேன்: சொல்ல முடியலெ."

"இப்ப சொல்லு."

"முடியாது."

"பரவாயில்லே, சொல்லு, எங்கிட்ட வந்து சொல்லணும்னுதானே தோணித்து காலமே, அப்படின்னா சொல்லேன்."

"உங்கம்மா கேட்டுக்கொண்டு வந்துவிடுவள்,"

"அம்மாவுக்குத் தெரியாமல், நீ எங்கிட்ட என்ன ரகசியம் சொல்லப் போறே?"

பாபு திகைத்துப்போய் நிமிர்ந்தான்.

"அப்படியா நீ நினைக்கிறே?"

"ஆமாம், அப்படித்தான். அம்மாவுக்குத் தெரியாத எதைச் சொல்லப்போறே நீ?"

மோக முள்

“அப்படின்னா நான் எப்பவுமே சொல்ல முடியாது.”

“அம்மாவுக்கு தெரிஞ்சாலும் பரவாயில்லேன்னு நினைக்கிறேன்.”

“நீ நினைக்கலாம். நான் நினைக்கவில்லை. தனியாகத் தாங்கிக் கொள்கிற இரகசியங்கள் இருக்கிறபோது, மூன்றாவது பேரை எப்படி பரவாயில்லைன்னு சேர்த்துக்க முடியும்..? மனசிலே பாரமாயிருந்தது ... சொல்லி விடட்டுமா..? எனக்கு முடியல்லெ. உங்கிட்ட சொல்லலாம்னு ஓடி வந்தேன். அப்பா, அம்மா, அக்கா, ராஜம் ... ஒருத்தர் கிட்டவும் என்னாலெ இதைச் சொல்ல முடியாது.”

“ராஜம் யாரு?”

“என் சிநேகிதன்.”

“சிநேகிதன் கிட்ட சொல்ல முடியாத ரகசியமா?”

“ஆமாம்.”

“என்ன ரகசியம்.”

“உனக்குத் துரோகம் பண்ணின ரகசியம்.”

“துரோகமா? எனக்கா?”

“ஏன்? நீ நம்பவில்லையா?”

“அப்படி என்ன எனக்குத் துரோகம் பண்ணிவிட்டே?”

“யமுனா, நீ நிறுத்திக்கமாட்டியா?”

“முக்கால்வாசி சொல்லியாச்சு. அப்புறம் என்ன?”

“நான் ரூம் வச்சிண்டிருக்கேனே, அதுக்கு அடுத்த வீட்டிலே குடியிருக்கார் ஒருத்தர் ... கிழவர். அவர் இரண்டாவது கலியாணம் பண்ணிண்டு வந்திருக்கார்.”

“அழகாயிருப்பாளா?”

“ரொம்ப.”

பாபு அலிகார் பூட்டையும் தேள்கடி மருந்து வாங்கிக் கொடுத்ததையும், கடிதங்களையும், தான் உதைத்துக்கொண்டு கிடந்ததையும் பின்பு மறந்ததையும் சொன்னான்.

“ஹ்ம்” என்று பெருமூச்செறிந்தாள் யமுனா.

“நேத்து ராத்திரி பன்னிரண்டு மணிக்குமேல் இருக்கும். படுத்துக்கப்போறபோது திடீர்னு அவ வந்து என் ரூம் நிலையிலே, மொட்டை மாடி நிலையிலே வந்து நின்னா ... அவர் ஊரில் இல்லியாம் ... உள்ளே வந்தா ... நான் போயிடு போயிடுன்னு கெஞ்சினேன். போகலெ. ரண்டு மணி நேரத்துக்கு அப்பறம்தான்

போனா ... நான் முன்னாலேயே இறங்கி கீழே போயிடலாம்னு பார்த்தேன். முடியலே ..."

யமுனா தலையைக் குனிந்துகொண்டாள். முகம் சற்றுக் கடுத்தது போலிருந்தது. நிமிர்ந்தபோது சர்க்கரை போடாத, நன்றாகக் காய்ச்சாத பால்போல ஒரு புன்னகை தவழ்ந்தது.

விறுக்கென்று பாபு எழுந்தான்.

"இதைத்தான் அம்மா இருக்கும்போது சொல்லணுமான்னு பார்த்தேன்."

"ஏன் எழுந்துவிட்டே?"

"போகணும்."

"எல்லாம் சொல்லியாச்சா."

"எல்லாம் சொல்லணுமா?"

"எல்லாத்தியும் சொல்லுவாங்களா..? நீ சொல்ல வேண்டிய தெல்லாம் சொல்லிட்டியா?"

"இல்லை."

"சொல்லேன்."

"வேண்டாம்."

"அம்மா இப்ப வரமாட்டாள்."

"வராட்டாலும்தான்."

"எனக்கு என்ன துரோகம் இதனாலெ?"

"பிச்சுப் பிச்சுச் சொன்னாத்தான் புரியுமா உனக்கு யமுனா? இல்லை. நான் சொல்லவே போறதில்லை."

"ஏன்?"

"உனக்குப் புரிஞ்சுதோ புரியலியோ? நீ கேட்டுண்டே இருக்கே, சொல்லு சொல்லுன்னு. இனிமேலும் சொன்னா மட்டும் புரிஞ்சுடப் போறதா? சொல்லாமல் புரியாதது சொல்லியா புரியப்போறது?"

அவன் எழுந்து நாற்காலியை, கொல்லையைப் பார்க்கும்படி யாகப் போட்டுக்கொண்டான்.

"என்ன யமுனா?"

"ம்."

"இன்னும் புரியும்படியாச் சொல்லணுமா?"

"வாண்டாம்."

மோக முள்

பாபு பேசாமல் உட்கார்ந்திருந்தான். யமுனாவும் பேசவில்லை.

ஒரு நிமிஷம், இரண்டு நிமிஷம், ஆறேழு நிமிஷம் ஆயிற்று.

யமுனா குனிந்த தலை நிமிரவில்லை; இடது கட்டை விரல் நகத்தை வலது விரலால் ராவிக்கொண்டே இருந்தாள்.

அவள் முகத்தில் கதவு திறந்திருக்கிறதா, அடைத்திருக்கிறதா என்று கண்டுபிடிக்க முடியவில்லை.

"என்ன யமுனா?"

"ம்."

"நான் சொன்னது பிடிக்கலியா?

"ம்."

"சொல்லேன்."

"பிடிக்கிறதோ பிடிக்கலையோ, நான் ஒன்றும் சொல்லத் தயாராயில்லை இப்ப."

"நான் சொல்லத் தயாராயில்லாததைச் சொல்லு சொல்லுன்னு அவசரப்படுத்தினியே."

"தப்புதான். நான் இதை எதிர்பார்க்கவில்லை."

"அப்படின்னா?"

"எதிர்பார்க்கவில்லை."

"நான் எதிர்பார்த்துண்டு இருந்தேன்!"

"பாபு" என்று கெஞ்சுவது போல் நிமிர்ந்தாள் அவள். "வேண்டாம் பாபு வேண்டாம்." அவள் குரல் ஆழத்தில் கம்மிக் கிடந்தது. உயிரற்று முனகுவதுபோல் தொண்டைக்குள் தேய்ந்தது.

"ஏன்? ஏன் வேண்டாம்கறே ... அதோ அம்மா வரா."

"என்ன பாபு, காலமே வந்தியாம். பொசுக்குனு வந்த உடனே கிளம்பிட்டயாமே. பல் தேய்ச்சுட்டு வர்றதுக்குள்ளேயும் நகந்துட்டியே" என்று சொல்லிக்கொண்டே வந்தாள் பார்வதி.

"சும்மா உலாவிட்டு வந்திண்டிருந்தேன் விடியகாலமே. எட்டிப் பார்த்துட்டுப் போனேன்" என்று மெதுவாகச் சொன்னான் அவன்.

"என்ன யமுனா, பேசிட்டே உட்கார்ந்திருக்கியே. காபி கீபி கொண்ணாந்து தரப்படாதா அதுக்கு?"

"எனக்கு வேண்டாம்."

"உட்காரு பாபு, கொண்டுவந்து தரேன்" என்று உள்ளே எழுந்துபோனாள் யமுனா.

“நீங்க ரெண்டுபேரும் பேச ஆரமிச்சாதான் பூலோகமா கைலாசமான்னு ஆயிடுதே . . .”

“ஆமா, நீங்க என்ன கொல்லையிலேயே ஆணியடிச்சு உட்காந்துட்டேள்?”

“ஆமாம், நெல்லு புழுக்கணும் புழுக்கணும்னு ஒரு வாரமாப் போயிட்டே இருந்தது. இன்னிக்கி உட்கார்ந்துகிட்டேன். யமுனாவும் நீ வரதுக்கு முன்னாடிதான் கிளம்பினா. கொஞ்சம் இரு வந்துடறேன். மேலெல்லாம் அனலும் சொணையுமா ஒட்டிக்கிட்டிருக்கு, சமாச்சாரம் நிறைய இருக்கு சொல்லணும் . . . நீ பாட்டுக்கு யமுனா கிட்ட சொல்லிக்கிட்டு கிளம்பிடாதே” என்று மீண்டும் கொல்லையில் போனாள் பார்வதி.

பாபுவுக்கு உட்கார இஷ்டமில்லை. யமுனாவின் முகம் அனல் பட்ட பூவாக வாடிக்கிடந்தது. நான் சொன்னதைத் தவறாக எடுத்துக்கொண்டுவிட்டாளா? நான் சரியாக முழுவதையும் சொல்லவில்லை. “வேண்டாம் பாபு வேண்டாம்” என்ற அவள் குரல் கம்மிக் கிடந்தது. அவள் இதை எதிர்பார்க்கவில்லை என்றா சொன்னாள்?

இரண்டு நிமிஷம் கழித்து யமுனா காப்பியைக் கொண்டு வந்தாள். அவள் முகத்தில் இருக்கும் கிண்டலும் மலர்ச்சியும் இறந்துவிட்டாற் போலிருந்தது.

“யமுனா?”

“. . .”

“தவறா நினைச்சுட்டியா?”

“நீதான் என்னை நினைச்சுட்டே அப்படி.”

“நான் தவறா நினைச்சேன். ஆனா நான் நினைக்கிறது அவ்வளவும் மனப்பூர்வமா நினைக்கிறேன். என் அப்பாவும் நானும் பூஜை பண்ற தெய்வத்தின் ஆணையாக என் நம்பிக்கை, என் வார்த்தையெல்லாம் உண்மையானது. மனப்பூர்வமானது.”

“காப்பியைச் சாப்பிடு.”

“வருத்தமாயிருக்கா?”

“வருத்தம் என்ன? எதை நெனைச்சு வருத்தப்படறது? சாப்பிடு” என்று யமுனா கொல்லைப்பக்கம் போனாள்.

“வேண்டாம் பாபு, வேண்டாம்.”

இதற்கு என்ன அர்த்தம்? இவ்வளவு வேதனை எதற்காக? நாம்தான் முழுவதும் மனதில் படும்படி சொல்லவில்லையா? என்னைச் சரியாகப் புரிந்துகொண்டால் வேதனைப்பட இடம்

ஏது? என் மனசை முழுவதும் சொல்வதென்றால் இந்தத் தனிமை போதாது. பயமும் கூச்சமும் பளிச் பளிச்சென்று மின்னிக் கொண்டிருக்கும் இந்தத் தனிமை போதாது. பார்வதி இல்லாத சமயத்தில்தான் எல்லாவற்றையும் சொல்ல முடியும்.

பார்வதி கொல்லையில் குளிக்கப் போயிருந்தாள்.

'இப்பொழுது யமுனா வரமாட்டாளா?'

யமுனா வரத்தான் வந்தாள். வேறு புடவை உடுத்திக்கொண்டு குங்குமத்தை விரலால் எடுத்துக் கைக்கண்ணாடியில் பார்த்து நெற்றியில் வைத்துக்கொண்டிருந்தாள்.

"யமுனா?"

"என்ன?"

"இப்படி உட்காரேன்."

"எதுக்கு?" என்று கேட்டுக்கொண்டே, முன்போலவே கொல்லை கண்ணுக்குத் தெரியும்படியாக முற்றத்தில் உள்ள பெஞ்சின்மீது உட்கார்ந்தாள் யமுனா.

"அம்மா என்ன பண்ணிண்டிருக்கா?"

"குளிக்கிறா. கொல்லைத் தாவாரத்திலே இருக்கு குளிக்கிற உள்ளு. காதில் விழாது."

இந்தப் பதிலைக் கேட்டு பாபுவுக்கு சற்றுக் குழப்பமாக இருந்தது. பதிலின் பொருளில் உள்ள உற்சாகம் குரலில் இல்லை.

"நான் சொன்னது வேதனையாயிருக்கா?"

"ஆமாம்."

"வேதனைப்படும்படியாக என்ன சொல்லிவிட்டேன் நான்?"

"எனக்கு வேதனையாயிருக்கு. அவ்வளவுதான். நீ சொன்னது சாதாரணமாயிருக்கலாம்." யமுனா நிமிராமல் பதில் சொல்லிக் கொண்டிருந்தாள்.

"நான் சொன்னது நியாயப்பிசகாகப் படுகிறதா?"

"..."

"ம்?"

"எனக்கு ஒண்ணுமே புரியவில்லை."

"தகாத காரியமாகப் படுகிறதா?"

"அதுவும் புரியவில்லை."

"பின்னே வேதனையாக மட்டும் இருக்குங்கிறியே."

தி. ஜானகிராமன்

“வேதனையாகத்தான் இருக்கு.”

“காரணம்?”

“காரணம் தெரியவில்லை . . . மனசு சங்கடப்படுகிறது.”

வேதனை படர்ந்த அந்த முகத்தைச் சற்றுக் கூர்ந்து கவனித்தான் பாபு.

“சங்கடப்படுகிறதுன்னா, நீ தைரியமாகச் சொல்லேன் எதனாலேன்னு. நான் நியாயத்தவறாகப் போகலேன்னு எனக்குப் பூர்ணமாக நம்பிக்கையிருக்கு. அப்படி இருந்தும் உன் மனது சங்கடப்படுகிறதுன்னா ஏன்னு வாயைவிட்டுச் சொல்லலாம்.”

“பாபு.”

“என்ன?”

“இப்படியெல்லாம் எங்கிட்ட பேச எப்படித் துணிஞ்சது உனக்கு?”

ஒரு கணம் பாபுவைக் கலங்கச் செய்துவிட்டது இந்தக் கேள்வி. யமுனாவின் முகத்தில் கோபமில்லை. கடுமையில்லை. கண்மட்டும் அவனையே பார்த்தது. நாலைந்து விநாடிக்குமேல் அதைப் பார்க்க சக்தியில்லாததுபோல, பாபு வேறு எங்கோ கண்ணைத் திருப்பிக் கொண்டான். சற்று மௌனமாக இருந்துவிட்டுச் சொன்னான்.

“எப்படித் துணிஞ்சுதுன்னு கேக்கறியா? . . . யமுனா, நீ ஏன் ஒண்ணும் புரிஞ்சுக்கமாட்டேன்னு பிடிவாதம் பண்றே . . ? நான் இப்படி ஒரு நாள் கேட்பேனென்று நானும் எதிர்பார்க்கத்தான் இல்லை. நாலைந்து மாசமாகத்தான், வெவ்வேறு ஜோடியிலிருந்து பொறுக்கின இரண்டு செருப்பைப் போட்டுக்கொண்டு நடக்கிறாற் போல இருக்கிறது.”

“பாபு, சரியாகச் சொல்லு, எனக்குப் புரியவில்லை.”

“ஒரு எண்ணம், தெய்வத்தைப் போல – தெய்வம் என்றுதான். நான் ஸ்வாமி என்று நினைத்துக்கொள்கிறபோதெல்லாம் உன் முகம்தான் என் முன் வந்து நிற்கும். உன் பாதம்தான் வந்து நிற்கும். உன்னை சாதாரண மனித ஸ்திரீயாகவே நான் நினைக்கிறதில்லை. குளிக்கிறதும் சாப்பிடுகிறதும் சாதாரணமாகப் பேசுகிறதும், கலியாணம் செய்துகொள்கிறதும் குடித்தனம் நடத்துகிறதும் அம்மாவாக ஆகிறதும் – சாதாரண ஸ்திரீகள் –செய்கிற காரியம். நீ அதற்கெல்லாம் மேம்பட்டவள் என்ற எண்ணம்தான் எனக்கு. உனக்குக் கலியாணம் என்றால் புரிகிறதில்லை எனக்கு. கோயம்புத்தூரிலிருந்து வந்தானே அவனைப் பார்த்ததும் கோபம் கோபமாக வந்தது எனக்கு . . . அவன் முரண்டிக்கொண்டு போனதும் எனக்கு அப்பாடா என்று குளிர் விட்டாற்போலிருந்தது.”

"உனக்கு ஒரு போட்டி ஒழிஞ்சு போச்சுன்னா?"

"அப்படித்தான் இருக்க வேண்டும். நீ சொல்லும்போதுதான் தெரிகிறது. இப்போதுதான் படுகிறது. அந்த சமயத்தில் காரணம் தெரியாத கோபம்தான் இருந்தது. இவ்வளவு முட்டாளாக இருக்கிறானே என்று கோபமாக வந்தது."

"பொறாமையாகன்னு சொல்லு."

"இருக்கலாம்."

"செருப்பை சேராத ஜோடியா எப்பப் பண்ணிண்டே?"

"எனக்குத் தெரியவில்லை. நாலைந்து மாசத்துக்குள்தான் – என்று, எந்த நிமிஷம், என்று நிச்சயமாகச் சொல்ல முடியவில்லை."

"உனக்கு ஏன் இந்த எண்ணம் வந்தது?"

"நான் ஸ்வாமி என்று நினைக்கிறபோது யார் முகத்தை நினைக்கிறேனோ அவர்களைத்தான் கேட்க வேண்டும்."

"இப்பவும் செருப்பு விச்சோடியாகத்தானிருக்கா? இல்லே, புது செருப்போட ஜோடி கிடைச்சுட்டுதா?"

"கிடைத்துவிட்ட மாதிரி இருக்கிறது. பழையதைக் காணவில்லை இப்போது. எப்பொழுதாவது மறுபடியும் வந்துவிட்டாற் போலிருக்கிறது."

"அதனாலே சொல்றதுக்கும் துணிச்சல் வந்துவிட்டதா?"

"ஆமாம், நேற்று ராத்திரி வரையில் இது அவ்வளவும் தெளிவாகக் கூடத் தெரியவில்லை. ராத்திரிதான் எனக்கு பளிச்சென்று தெரிந்தது. அப்பொழுதும் சொல்லத் துணியவில்லை. இப்போது நீயாக என் மனசையும் வாயையும் பிடுங்கிவிட்டாய்."

"நான் பிடுங்கினது தப்புதான்."

"பிடுங்காவிட்டால் உள்ளேயே புதைந்து எரிந்துகொண்டிருக்கும்."

"வேண்டாம் பாபு, வேண்டாம்."

"நீ இதைப்பற்றி நினைக்கக்கூட மாட்டியா?"

"நினைப்பேன். எப்படி உனக்கு என்னைப் பார்த்து இந்த எண்ணம் வந்தது என்று நினைச்சு ஆச்சர்யப்பட்டுட்டே இருப்பேன்."

"அப்புறம்?"

"ஆச்சரியப்பட்டுட்டே இருப்பேன். அவ்வளவுதான். இப்ப அதிர்ச்சியாகக்கூட இருக்கு."

"அதிர்ச்சியாகவா?"

தி. ஜானகிராமன்

"எங்கேயோ பாத்துகிட்டு நிக்கறபோது திடீர்னு பின்னாடி வந்து குத்தினா, அதிர்ச்சியாகத்தான் இருக்கும்."

"உண்மையாக நீ எதிர்பார்க்கவில்லையா?"

"உண்மையாக இல்லை."

"இந்த மாதிரிதான் நான் நினைப்பேன் என்று எங்கேயாவது, கொஞ்சமாவது சந்தேகப்படக்கூட இல்லையா?"

"நீ அப்படி நடந்துக்கவே இல்லியே."

பாபு பேசாமல் உட்கார்ந்திருந்தான்.

"எனக்கு ஏன் இது நியாயமாகப்படுகிறது?" என்று சற்றுக் கழித்துக் கேட்டான்.

". . ."

"தப்பான எண்ணம், தகாத எண்ணம் என்று எனக்கு குறுகுறுக்கக்கூட இல்லியே."

"நான் தப்பு, அநியாயம்னு சொல்லவில்லையே இப்ப."

"என்ன யமுனா, தப்பு, சரி, நியாயம், அநியாயம்ன்னு பெரிய தர்க்கமாயிருக்கே? என்ன என்று கேட்டுக்கொண்டே வந்தாள் பார்வதி. பாபுவுக்குத் தூக்கிவாரிப் போட்டது. கூடத்தைப் பார்த்துக் கொண்டிருந்தவன் அவள் வருவதைக் கவனிக்கவில்லை. கொல்லை யைப் பார்த்து உட்கார்ந்திருக்கிற யமுனா ஏன் எச்சரிக்கைகூட செய்யவில்லை? அம்மாவுக்கும் தெரியட்டும், இது மூடிவைக்கத் தேவையில்லாத விஷயம் என்று நினைத்துவிட்டாளா? இல்லை, வழக்கமாக இருக்கிற குறும்பா?

"ஒண்ணுமில்லேம்மா" என்றாள் யமுனா.

"நியாயம், நல்லது எல்லாம்தான் வெள்ளம் அடிச்சிகிட்டுப் போயிடிச்சே. இனிமே அதைப்பத்தி என்ன?" என்று ஜோட்டியை முற்றத்து ஓரமாக வைத்தாள் பார்வதி.

பாபுவுக்கு வயிற்றை நமநமவென்றது. கேட்டுக்கொண்டுதான் வந்துவிட்டாளா? தகாத எண்ணம் இல்லை என்று சொன்னோமே, ஏன் இப்படிப் பயப்படுகிறோம் என்று அவனுக்கே புரியவில்லை. யாரை நினைத்துப் பயப்படுகிறோம் இப்போது? பார்வதி தெரிந்து கொண்டுவிடப் போகிறாள் என்றா? உலகம் தெரிந்துகொண்டுவிடப் போகிறது என்றா? யார் தெரிந்துகொண்டால் என்ன? நான் இதைத் தவறென்று எண்ணவில்லை.

"வெள்ளம் அடிச்சுகிட்டுப் போனாலும் பேசத்தானே வேண்டி யிருக்கு. டாக்டர் சவத்தை அறுத்தாத்தானே மோசடியிலே போன

கேஸா, தானாப்போன கேஸான்னு தெரியும். நிஜம் தெரிஞ்சுக் கிறதுன்னா பேசித்தானே ஆகணும்" என்றாள் யமுனா.

"பேசுங்க போன உசிரு என்னமோ திரும்பி வராது. அப்படி எதைப்பத்திப் பேசிக்கிட்டிருக்கீங்க? நியாயம்தான் உங்க அப்பாவோட போயிடிச்சே, அதைப்பற்றித்தானே பேசிக்கிட்டிருக்கீங்க."

"அதுன்னு குறிப்பாகப் பேசலை. ஏதோ உலகத்திலே நடக்கிற தெல்லாம் பற்றிப் பேசினோம்" என்றாள் யமுனா.

"உலகம் என்ன? உங்க அண்ணா செஞ்சிட்டு வர்றதைத்தான் சொல்லேன். நியாயம் அநியாயத்தைப் பற்றிப் பேச அதைவிட ஒரு பேச்சு இருக்க முடியுமா?"

"நீயே பேசிக்கவேன்."

"நான் பேசத்தான் போறேன். அதுக்காகத்தான் அதை இருக்கச் சொன்னேன். இரு பாபு, இதோ வந்துவிடறேன்" என்று ஊஞ்சலைக் கடந்து காமிரா உள்ளைப் பார்க்கச் சென்றாள் பார்வதி. ஸ்நானம் செய்துவிட்டு துணியால் ஈரத்தலையை முடிந்துகொண்டிருந்தாள் அவள். குளித்த புதுமை அந்த உடலில் அவ்வளவு பொலியவில்லை. ஏதோ பழைய மண் பொம்மையைத் துணியால் தூசி தட்டினாற் போலிருந்தது. உடல் பாதியாக இளைத்துக் கிடந்தது. விதவைக் கோலம் – நெற்றி, மூக்கு, கைகள், கழுத்து கால் விரல் அனைத்தையும் சூன்யமாக்கியிருந்தது. தோல் வறண்டு கிடந்தது. கண்ணின் கீழ் வறண்டு சுருங்கியிருந்தது. புதிதாக ஒரு சிறு கூனல் விழுந்திருந்தது. கன்னத்தில் வறட்சி; மூப்பு விறுவிறுவென்று யாரோ கொஞ்சம் இடங்கொடுத்ததும் மடத்தைப் பிடுங்குவதுபோல் உடல் எங்கும் பரவி ஆக்ரமித்துக்கொண்டிருந்தது.

"அம்மா ஏன் இப்படி இளைச்சுக் கிடக்கா?" என்று கேட்டான் பாபு.

"ஆமாம். ராத்திரி சாப்பிடறதே இல்லை. மத்யானம் உட்கார்ந்து கொறிக்கிறா. நெனச்சு நெனச்சு கண்ணாலெ ஜலம் விடறா. ஒரு வேளை சாப்பாடுதான். மத்த வேளைகளில் காபி."

"உடம்பு பாதியாய்ப் போயிடுத்தே இப்படி?"

"சொன்னால் கேட்டால்தானே."

"ஏதாவது வியாதியிலே கொண்டு விட்டுவிடும் இப்படி பட்டினி போட்டுண்டிருந்தா . . ."

"நீ சொல்லு. நான் சொன்னா ஏறாது அவளுக்கு."

"அண்ணா என்ன செய்தார்?"

"அண்ணாவா? பணம் இருக்கிறவங்க செய்யறதைத்தான் செய்தான்."

“அப்படின்னா?”

“எனக்குப் பிடிக்கல்லே பாபு அதைப்பற்றிப் பேச, அம்மாவே சொல்லட்டும் . . . எனக்கு இதெல்லாம் நெனச்சாலே மனசு கசந்து போறது. எல்லா மனுஷங்களிடமுமே நம்பிக்கை, நல்லெண்ணம் எல்லாம் குறைஞ்சு போயிடும் போலிருக்கு.”

“அவ்வளவு தூரம் கசந்துகொள்ளும்படியாக செய்துவிட்டானா?”

பார்வதி அறையிலிருந்து வந்தாள்.

“உங்கப்பா ஒண்ணும் எழுதலியா பாபு உனக்கு?” என்று கேட்டாள்.

“எதைப்பற்றி?”

“இவ அண்ணனைப் பற்றி.”

“இல்லையே.”

“ரண்டு மூணுநாள் கழிச்சு உங்கப்பா துக்கம் கேக்கப் போனாங்களாம். நீ ஊர்லேந்து வந்து, அப்பா நெல்லுவண்டி நாலஞ்சு நாள்ளே அனுப்பறேன்னு சொன்னாங்கன்னு சொல்லலியா?”

“ஆமாம்.”

“அந்த நெல்லு வரவே இல்லை.”

“வரவேயில்லையா!”

“ம்ஹ்ம். அனுப்பிக்க வாண்டாம். வித்து இஞ்ச பணமா அனுப்பிச்சிடுங்க. நான் இங்கேருந்து அனுப்பிச்சுக்கறேன்னானாம் இவ அண்ணன். உங்கப்பா சரிதான்னு அப்படியே செஞ்சிட்டாங்க. பதினஞ்சு நாளுக்கப்பறம் ஒரு வண்டி அனுப்பிச்சான். வண்டி ஓட்ற ஆளுக்கிட்டவே ஒரு லெட்டரும் கொடுத்தனுப்பிச்சான். யமுனா, அந்த லெட்டரைக் கொண்டாயேன். இதுவும்தான் பார்க்கட்டுமே.”

“நாம வேதனைப்படறது போதாதுன்னா?” என்றாள் யமுனா.

“வேதனை என்ன . . .”

“கொண்டாயேன் யமுனா” என்று பாபு சொன்ன பிறகு யமுனா எழுந்து உள்ளேயிருந்து கடிதத்தைக் கொண்டு வந்தாள்.

“வாசிச்சுப் பாரு. உலகம் எப்படி மாறுதுன்னு பாரு.”

கடிதத்தைப் பிரித்தான் பாபு.

“இரைஞ்சுதான் வாசியேன்.”

அவன் வாசித்தான்.

“ஒரு வண்டி நெல் இத்துடன் வருகிறது.”

“பார்த்தியா ஆரம்பத்தை . . . முன்னெல்லாம் சின்னம்மாவுக்கு அநேக நமஸ்காரம்னு எளுதுவான். இப்ப சின்னம்மான்னு கூப்பிடக் கூட பிடிக்கல்லே. நமஸ்காரம் பண்ண வாண்டாம், சின்னம்மாவுக்கு எழுதிக்கொண்டதுன்னாவது எளுதினா வந்து ஒட்டிக்கப் போறாங் கன்னு நெனச்சான் போலிருக்கு . . . அப்பறம் வாசி. இன்னும் வேடிக்கையெல்லாம் இருக்கு.”

“சிறுமணிய நெல்லுதான். பழைய நெல்லாக நல்லதாகப் பார்த்து அனுப்பியிருக்கிறது . . . கடைசி தடவையாதலால் எனக்குக் கண்ட நெல்லை அனுப்ப மனசு வரவில்லை. நெல்லைக் குதிருக்குள் போடச் சொல்லி சாக்குகளைக் கொடுத்தனுப்பிவிடவும். யமுனா சௌக்யம் என்று நம்புகிறேன். இப்படிக்கு சுந்தரம்.”

வாசித்துவிட்டு “கடைசி தடவைன்னா என்ன அர்த்தம்?” என்று கேட்டான் பாபு.

“அதான் எங்களுக்கும் புரியல்லெ, எழுதிக் கேட்கலாமான்னு பார்த்தேன். இவதான் வாண்டாம் வாண்டாம்னு குறுக்கே விழுந்து தடுத்தா. நாலு நாளுக்கப்புறம் அவனே வந்தான். என்ன சுந்தரம் என்னமோ எழுதியிருந்தியேன்னு கேட்டேன். ஆமாம்னு தலையைக் குனிஞ்சிக்கிட்டே சொன்னான். ‘அப்பா நாலாயிரம் ஐயாயிரத்துக்கு நகை பண்ணிப் போட்டுட்டார். வீடும் கொடுத்திட்டார். இத்தனை நாளாக் காப்பாத்திட்டும் போயிட்டார். எவ்வளவுதான் செய்ய முடியும்? அங்கேயும் சம்சாரம் குறைச்சலாயிருக்கா’ன்னான்.”

“விடேம்மா அந்தப் பேச்சை” என்றாள் யமுனா.

“விடாம என்ன செய்யப் போறேன்? அவன் தீர்த்துவிட்டுப் போய்ட்டான் ஒரு முடிவா. நான் விடாம என்ன? என்னமோ வேத்து ஆள் மாதிரின்னா பேசிட்டுப் போனான். அதான் எனக்கு ஆறமாட்டேங்குது, சொல்றேன்.”

“முடிவாச் சொல்லிவிட்டுப் போயிட்டாரா?” என்று கேட்டான் பாபு.

“முடிவாச் சொல்லிவிட்டுப் போயிட்டான். நகையை வித்து பெண்ணுக்குக் கலியாணம் பண்ணனுமாம். அப்புறம் இந்த வீட்டை வாடகைக்கு விட்டுவிட்டு ஒரு சின்ன வீடா பார்த்துக்கிட்டுப் போயி அந்த வாடகையை வச்சிகிட்டு சாப்பிடணுமாம்.”

“ஏன் அவன் சொல்றதிலே என்ன தப்பு? என்று கேட்டாள் யமுனா. பார்வதியை நிறுத்துவதற்காக அவள் எதிர்க் கட்சியைப் பிடித்துக்கொண்டதுபோல் தோன்றிற்று.

“என்ன தப்பா?”

“ஆமாம். அப்பா செய்ய வேண்டிய கடமை செஞ்சுப்பிட்டாரு. அப்புறம் பிள்ளையும் செய்யணுமா? நான்தான் கேட்கிறேன்.”

“செய்யணுமோ? இல்லியோ? இவனுக்கு எப்படி திடீர்னு அறுத்துக்க மனசு வந்ததுன்னுதான் நினைச்சு நினைச்சுப் பார்க்கிறேன். எனக்குப் புரியலே.”

“யமுனா, நீ சொல்றமாதிரிதானே உங்கம்மாவும் சொல்றா.”

“எனக்கும் ஆச்சரியமாத்தானிருக்கு. திடீர்னு இப்படி ஆயிட்டானேன்னு. அம்மா சொல்லிச் சொல்லி அலட்டிக்கிறதிலே என்ன லாபம்? அதான் அந்தப் பேச்சை விட்டுவிடுங்கறேன்.”

“நான் எடுத்து எடுத்து, தூக்கித் தூக்கி வளர்த்தேன். எனக்கு சமாதானம் பண்ணிக்க முடியலை.”

“இவன் கொடுக்கட்டா பட்டினி கிடந்துடப்போறோமா? மானமா வாழாம இருந்துடப் போறோமா?” என்றாள் யமுனா.

பார்வதி பதில் பேசவில்லை.

பாபுவுக்குத் திகைப்பாகத்தான் இருந்தது.

“வந்தானே அங்கிருந்து! கலியாணத்துக்கு ஏதாவது ஏற்பாடு பண்ணியிருக்கியா, போனியா வந்தியா ஏதாவது கேட்டாங்கிறியா? ம்ஹும்” என்றாள் பார்வதி.

“கேட்டா, நீ பணம் கேட்பே.”

“அப்படியும் பயந்திருக்கலாம். ஒரு வார்த்தையாவது கேட்கக் கூடாதாங்கறேன். பணம் கேட்டா இல்லைன்னு சொல்லவிட்டுப் போறான், இப்ப சொன்ன மாதிரி. அது தெரிஞ்சுதானிருக்கு. இருந்தாலும் ஒரு வார்த்தை!”

“பின்னே இங்கே எதுக்குத்தான் வந்தாராம் அவர்?” என்று கேட்டான் பாபு.

“என்னத்துக்கா? இனிமே பணம், கிணம்னு எழுதித் தொந்தரவு பண்ணாதே. இப்பவே சொல்லிவிட்டுப் போயிடறேன்னு காமிக்கத் தான்.”

“மறுபடியும் கேக்கறேன். முடிவாச் சொல்லிட்டாரா?” என்று பாபு கேட்டதற்கு, “முடியா, தீர்மானமுமா” என்று அழுத்தமாகச் சொன்னாள் பார்வதி.

“நான் போய் கேட்கிறேனே அவரை.”

“நீயா! அவனையா? உன்னையெல்லாம் ஒரு மனுஷனா மதிச்சுப் பேசுவானா அவன்? உங்கப்பா போனபோது கேட்காமலா இருந்திருப் பாங்க? கட்டாயம் கேட்டிருப்பாங்க. எல்லாத்துக்கும் அணைச்சுப் பதில் சொல்லியிருப்பான் அவன்.”

“நான்போய்க் கேட்டுப் பார்க்கறேனே. ஒரு சமயம் அப்பாவும் கேட்காமல் இருந்திருந்தால்?”

“நீ கேட்டாலும் சரி, உங்கப்பா கேட்டாலும் சரி, எல்லாத்துக்கும் ஈடு கொடுப்பான் அவன். அவனை நல்லாத் தெரியும். எனக்கு உடம்பைக் கூடப் பார்க்கவிடாம சும்மா வெறும் தந்தியை என்னிக்குக் கொடுத்தானோ, அன்னியிலிருந்தே எனக்குச் சந்தேகந்தான், பயந்துகிட்டேதான் இருந்தேன். ஆனா இப்படி ஆயிடுவான்னு நினைக்கல்லே.”

“எனக்கும் இந்தச் சந்தேகம் ஏற்பட்டுது . . . அதுதான் உங்ககிட்டே சொன்னேன் அப்ப.”

“இரு வந்திட்டேன்” என்று உள்ளே எழுந்துபோனாள் பார்வதி. பெட்டியைத் திறந்து மூடும் சத்தம் கேட்டது.

வெளியே வந்து பாபுவின் அருகில் வந்து “இந்தா” என்று எதையோ நீட்டினாள்.

“என்ன இது?”

“மூக்குத்தி.”

பாபு வாங்கி வெளிச்சத்தில் பிடித்தான். பொலபொலவென்று நீலம் சிதறிப் பூரித்தது அது.

“ப்ளூ ஜாகர் மாதிரியிருக்கே.”

“ப்ளூ ஜாகர்தான்.”

பாபு அதைக் கோணங்களை மாற்றி மாற்றி, எட்டியும் அருகில் பிடித்தும் பார்த்துக்கொண்டிருந்தான்.

“எப்ப வாங்கினது?”

“இப்ப விற்றாகணும். எப்ப வாங்கியிருந்தா என்ன? வாங்கி நாற்பது வருஷம் இருக்கும்.”

“விற்கணுமா?”

“இப்ப உபயோகமில்லாதது இதுதான். இதைத்தான் விற்கணும்.”

“எதுக்காக?”

“சாப்பிடத்தான்.”

“என்னது!”

“ஆமாம். பாபு நீ திகைச்சுப்போய் என்ன? அதுதான் நிலைமை இப்ப!”

“ரொக்கமா ஒண்ணும் வைக்கிலியா இவர்?”

“ரொக்கமா மாசா மாசம் கொடுப்பாரு. இப்ப என்ன? ஒரு வண்டி நெல்லேதான் கடைசி வண்டியாப் போச்சே. இதை வித்தா

முந்நூறு ரூபாய்க்குக் குறையாம கிடைக்கும். இப்ப வைரம் தூக்கலா யிருக்காம் விலை. அதை வச்சுக்கிட்டு கொஞ்சநாள் தள்றது."

"அதுக்காக இதைப் போயா விக்கறது? இது ரொம்பக் கிடைக்காத தினுசா இருக்கும் போலிருக்கே... என்ன யமுனா இதையா விற்கிறது?"

"ஆமாம்."

"நீதான் யாரிட்டவாவது கொடுத்து, ரண்டு நாளுக்குள்ளே வித்துத்தரணும். இங்கே வேற யாரிடமும் கொடுக்க இஷ்டமில்லே எனக்கு. எதிர்த்த வீட்டுக்காரங்க தெரிஞ்சவங்கதான். இருந்தாலும் இதையெல்லாம் கொடுக்கறதுன்னா இந்தப் பழக்கம் போதாது. அதுக்குத்தான் உன்னைச் சிரமப்படுத்த வேண்டியிருக்கு."

"எனக்கு என்ன சிரமம்?"

"ஓடியாடி நாலஞ்சு பேரைப் பார்க்கணுமே."

"எனக்கு அதெல்லாம் சிரமமில்லே. இப்படி நீங்க இறங்கும்படியா ஆயிடுத்தேன்னு சிரமமாயிருக்கு மனசுக்கு. இப்படிப் பேத்தல் பண்ணிட்டானே அவன்!"

"பேத்தல் என்ன பாபு! மூத்த தாரம், இளையதாரம் இருக்கிற இடங்கள்ள நடக்கிறதுதான் இது. இங்கே இருக்கிறதுக்குக் கேக்கணுமா? அவங்க பழகினதுக்கு இதெல்லாம் நடக்கும்னு எதிர்பார்த்திருக்க முடியாது. அதுதான் மனசைக் கொஞ்சம் பாதிக்குது."

"அந்த அம்மாளும் ஒண்ணும் சொல்லலையா?"

"அந்த அம்மா என்ன செய்யும்? இதமாச் சொல்லிப் பார்ப்பாங்க. அவ்வளவுதான். கேக்கலேன்னா என்ன செய்யறது? சின்னப் பிள்ளையா அதிகாரம் பண்றதுக்கு அவங்க?"

பாபு யோசனையில் ஆழ்ந்து சற்று மௌனமாயிருந்தான்.

"சரி, இதை நான் விற்றுத் தருகிறேன். இருந்தாலும் அவனைப் போய்க் கேட்காமல் இருக்க முடியாது என்னாலே. கேட்கத்தான் போறேன்."

"நீ சும்மா இரு பாபு. உனக்கென்னத்துக்குப் பொல்லாப்பு? நீ யாரு கேட்கன்னு கேட்டான்னா உனக்கு ரோசமாயிருக்கும்."

"தகாத காரியத்தைச் செஞ்சா யாருக்கும் கோபம்தான் வரும். சம்பந்தமில்லாதவர்கள்கூடக் கோபித்துக்கொள்ள உரிமை உண்டு. கேட்க உரிமை உண்டு."

"கேட்கிறே. இல்லேன்னு சொன்னா?"

"கேட்கிறபடி கேட்டா இல்லேன்னு சொல்ல முடியுமா?"

“எப்படி கேட்கப் போறே?”

“எங்கப்பாவை அழச்சிண்டு போய்க் கேட்கிறேன். நான் கேட்கிறேன். இன்னும் அவனுக்குத் தெரிஞ்சவங்களைக் கொண்டு சொல்லச் சொல்றது. ஒண்ணுக்கும் மசியாட்டா கோர்ட் இருக்கு.”

“கோர்ட்டிலே போய் நாக்கிலே நரம்பு இல்லாம வக்கீல்னு ஒருத்தன் சாக்கடை வாயாலே கேள்வி கேட்பான். அதுக்கெல்லாம் பதில் சொல்லிக்கிட்டு நிக்கிணும்கிறியா?” என்று யமுனா குறுக்கிட்டாள். அவள் கண் கோபத்தில் ஜொலித்தது.

“நியாயம்னா இதெல்லாம் பார்க்க முடியுமா யமுனா?” என்று தணிந்த குரலில் சொன்னான் பாபு.

“நியாயம் என்ன? அவன் சொத்து. கொடுக்க முடியாதுன்னு சொன்னா என்ன பண்றது? பிள்ளையாப் பிறந்திருந்தாலும் சரிங்கலாம்.”

“உங்கம்மாவுக்குச் சேர வேண்டியது கூடவா கிடையாது?”

“பாபு, நீ சுத்திச் சுத்திப் பேசி என்ன செய்யறது? கோர்ட்டுக்குப் போனா, வேணுமின்னே அவமானத்தை நம்ம வாயிலே திணிப்பான் வக்கீல். இதையெல்லாம் கேட்கறதுக்கு நாம் பிறக்கலே. சும்மா இரு. கையும் காலும் இருக்கு. சம்பாதிச்சுக்கறோம். அப்பவே பிடிச்சு இதையே பேசிக்கிட்டிருந்தா எனக்குப் பிடிக்கலே.”

“சரி, வேண்டாம்” என்று பேசாமலிருந்தான் பாபு.

சிறிது நேரம் யாரும் பேசவில்லை.

“பாபு, நான் கோவிச்சுக்கறேன்னு வருத்தப்படாதே. என்னமோ அண்ணா நடந்துகிட்டதை நெனச்சா எனக்குக் கசப்பா இருக்கு. கோபம் வந்திடுது. படபடன்னு பேசிப்பிட்டேன் . . . வருத்தப்படாதே நீ.”

“வருத்தம் என்ன யமுனா, நீ சொன்னதுதான் சரி. கௌரவமான மனுஷாளை வக்கீல்கள் விட்டுவைக்க மாட்டார்கள். தெரியும். எனக்கும் அது தோன்றவில்லை.”

“அதான் சொன்னேன் . . . எப்படியாவது பார்த்துக்கறோம். உலகத்திலே ஏழைகள் இல்லையா? உழைச்சுச் சாப்பிடலியா? என்னமோ அவன் கொடுக்கலேன்னு நமக்கு இவ்வளவு கோபம் வருவானேன்? கொடுத்து வச்சிருக்கோமா?”

பாபு ஒன்றும் சொல்லவில்லை.

“ரண்டு மூணு நாளுக்குள்ளாக வித்துக்கொடுத்தாத்தான் தேவலை” என்றாள் பார்வதி.

“கட்டாயம் . . . நான் வரட்டுமா?”

"ஜாக்ரதை. இனிமே யாரு மனுசங்க எங்களுக்கு?" என்று சொல்லிக்கொண்டே பார்வதி பூஜை அலமாரி விளக்கை எடுத்துக் கொண்டு, எண்ணெய் போடுவதற்காக உள்ளே சென்றாள். உரத்த குரலில் விடைபெற்றுக்கொண்டு அவன் கிளம்பியதும் யமுனாவும் வாசல் வரையில் வந்தாள்.

"எரியற வீட்டிலே பிடுங்கினாற்போல நானும் ஏதோ கேட்டு வச்சுப்பிட்டேன்" என்றான் பாபு இடைகழியைக் கடந்ததும்.

"அதுக்கும், இதுக்கும் சம்பந்தமில்லை பாபு. பணமும் நெல்லும் சின்ன விஷயம்" என்றாள் யமுனா.

"இதுதான் பெரிய விஷயமா?"

"என்னமோ, இதை நான் மறக்கவே முடியாது."

"நானும்தான்."

"மறுபடியும் சொல்றேன். வேண்டாம். நல்லாப் படி. கௌரவமா பாஸ் பண்ணு. அப்பா, அம்மா எல்லார் மனசையும் குளிரப்பண்ணு."

"அப்பா, அம்மா, பாஸ் பண்றது – இதோடு எல்லாம் சரியாப் போச்சா?"

"நீ போயிட்டுவா. திண்ணையிலே நின்னு வேறே தர்க்கமா?"

"மறுபடியும் எப்ப வரேன்னு கேட்கிற வழக்கமாச்சே நீ."

"இப்பவும் போயிட்டுவான்னுதான் சொன்னேன்."

"வரத்தான் போகிறேன்" என்று சொல்லிக்கொண்டே தெருவில் இறங்கினான் பாபு.

இருள் கவிந்துகொண்டிருந்தது. தெரு மின்சார விளக்குகள் நன்றாக இருட்டிய பிறகுதான் என்று சொல்வது போலப் பளிச்சென்று ஒளி வீசின. தொண்டர் கடையில் ராஜம் வந்தானா என்று விசாரித்துவிட்டு, பெரிய தெருவில் புகுந்தான் அவன். கும்பேச்வரன் கோயில் வாசல் கடையில் நாலு சாத்துக்குடிகளை வாங்கிக்கொண்டு தெற்கு நோக்கி நடந்தான்.

○

"என்ன ராஜம்! என்ன உடம்பு?"

ராஜம் பெஞ்சில் மெத்தையும் தலையணையும் போட்டு மல்லாந்து படுத்திருந்தான்.

"வா, பாபு ... ஒண்ணுமில்லை. ஜலதோஷம், ஜுரம். நீ வாங்கி வந்த ஆரஞ்சை நாளன்னிக்குத்தான் சாப்பிடணும்."

"சாப்பிடு."

அரைமணிநேரம் படுத்தபடியே பேசிக்கொண்டிருந்தான் ராஜம்.

செருப்புச் சத்தம் கேட்டது. "பாபுவா?" என்றார் உள்ளே வந்த தியாகராமன்.

"ஆமாம்."

"இன்னிக்குப் பேச ஆளில்லாம தவிச்சுப் போயிட்டாண்டாப்பா, நல்ல வேளையா வந்தியே. வந்து ரொம்ப நாழியாச்சா?"

"அரைமணியிருக்கும்."

"ஜுரத்திலே அரை மணி பேசினால் போதும்டா ராஜம். அவனையும் கொஞ்சம் பேசவிடேன்!"

ராஜம் சிரித்துக்கொண்டான்.

"இனிமே பாபுதான் பேசப்போறான். நீ சொல்லிக்கோப்பா" என்றான்.

"என்னடா பாபு?"

"அவனுக்கு என்னமோ நகை விற்கணுமாம்."

"நகையா?"

"ஆமாம் சார். சிநேகிதர்கள். இதை விற்கும்படியா அவர்களுக்கு ஒரு முடை வந்திருக்கு" என்று கடுதாசு மடிப்பைக் கொடுத்தான் பாபு.

"என்னது?"

"மூக்குப் பொட்டு."

"வைரமா?"

"நல்ல ஜாதி வைரம்."

உள்ளே போனார், மூக்குக் கண்ணாடியை எடுத்து வர.

"பாபு, அவருக்கு வைரப் பரீட்சை தெரியும்னு தெரியுமோ உனக்கு?" என்று கேட்டான் ராஜம்.

"எனக்குத் தெரியாதே."

"காலமே வந்துபார். வாசல்லே நித்யம் ரண்டுமூணு பேராவது எதையாவது கொண்டு வராமலிருக்கமாட்டான். பென்ஷன்னாலெ வந்த நஷ்டத்திலே பாதி ஈடு பண்ணிவிடுவார்" என்று மெதுவாகச் சொன்னான் ராஜம்.

"நான் இப்படி நேரும்னு எதிர்பார்க்கலெ ராஜம். யார் கிட்டடா போறதுன்னு தவிச்சிண்டிருந்தேன். உங்கிட்ட சொல்றபோது ஏதோ தற்செயலாகத்தான் சொன்னேன்."

"நாளைக்கே பணம் வந்துவிடும், போதுமா?"

"நான் எதிர்பார்க்கவே இல்லை."

"அப்படி என்ன பணமுடை அவர்களுக்கு?"

"அண்ணன்காரன் கையை விரிச்சுப்பிட்டான்."

"போன மாசம்தானே காலமானார் அவர்."

"ரண்டு மாசம் ஆகிறது."

"அதுக்குள்ளேயுமா இந்த மாதிரி . . ."

"என்ன செய்யறது?"

"வயிற்றிலே பிறந்தவங்களே அரிவாமணையை ரண்டா வெட்டி பாகம் பண்ணுங்கறான். இது மாற்றாந்தாய் விஷயம். அதிலேயும் கலப்பு. கேட்பானேன் . . . இப்ப நீதான் கார்டியனாக்கும்?"

"அப்படித்தான்."

"முப்பது வயசுப் பெண்ணுக்கு இருபது வயசு கார்டியனா? ஸ்வாரஸ்யமா இருக்கே" என்றான் ராஜம். அவன் புன்சிரிப்பில் விஷமம் தவழ்ந்தது.

"அதனால் என்ன? பெரிய வயசா இருந்தாத்தான் கார்டியனா இருக்க முடியுமா?"

"எதுதான் முடியாது?" என்றான் ராஜம்.

"என்ன ராஜம் சிரிக்கிறே?"

"சிரிப்பென்ன, உன் தைரியத்தைக் கண்டு எனக்கு ஆச்சரியமா யிருக்கு."

"இதில் என்ன தைரியம்? அவர்களுக்கு மனிதர்கள் யாரு மில்லைன்னு தீர்ந்துபோச்சு. நான்தானே கைகொடுக்கணும்."

"நெஜமாகவே கையையும் கொடுத்துவிடுவே போலிருக்கே நீ" என்றான் ராஜம். பாபுவுக்குச் சிரிப்பு வந்தது.

"தேவை வந்ததுன்னா அதையும் செய்ய வேண்டியதுதான்."

தியாகராமன் உள்ளே வந்தார்.

"ரொம்ப நல்ல ஜாதின்னுதான் தோணறது பாபு. இது யாருது?"

"எங்கள் சிநேகிதர்களது."

"ரொம்ப நல்லதாயிருக்கே. ஏன் விற்கணும்?"

"அசாத்தியமான பணமுடை."

"ரொம்ப நன்னாயிருக்கு. இருந்தாலும் காலமே ஒரு தடவை பார்த்தால் தேவலை. கல்லைப் பெயர்த்துவிட்டுப் பார்த்தாலும் பார்க்கும்படியாயிருக்கும்."

"எப்படிப் பார்த்தாலும் சரி. அவர்களுக்குப் பணம் வேண்டும். அவ்வளவுதான்."

"அப்ப எடுத்துண்டுபோய் காலமே கொண்டு வறியா?"

"இங்கேயே இருக்கட்டுமே."

"சரி . . . அப்ப நீ காலமே ஒன்பது மணிக்கு வா. ரங்கண்ணா வீட்டுக்கு வர்றியோ இல்லியோ?"

"வரேனே."

"அவர் எப்ப விடறார் உன்னை?"

"ஒன்பதரை மணியாகும்."

"ஒன்பதரையாகுமா? அப்படீன்னா சாயங்காலம் வந்தாப் போதும். அப்ப இங்கேயே இருக்கட்டுமா இது?" என்றார் தியாகராமன்.

"இருக்கட்டும் சார்."

"ரங்கண்ணாகிட்ட பாடம் எல்லாம் எப்படி நடக்கிறது?" என்று அவர் மேலும் பேச்சுக்குத் தயாரானார்.

"உங்கள் உதவியை மறக்க முடியாது சார்" என்றான் பாபு.

"என்ன?"

"சமுத்ரம் மாதிரியிருக்கிறது அவருடைய ஞானம். அதைவிடப் பெரிதாக இருக்கிறது அவருடைய சுபாவம். பெரிய மனிதர். அது ஒன்றே போதும்."

"சந்தேகம் என்ன? மனிதனுடைய நல்ல அம்சங்களெல்லாம் உருவாகி வந்தவர் அவர் . . . அவரோடு பழகுவதே போதும். அவர்கூட இருந்தாலே போதும், உன்னையும் அறியாமல் நீ பாதிக்கப் பட்டுக் கொண்டிருப்பாய். அவர் பேசக்கூட வேண்டாம். நல்லார் ஒருவர் உளரேல் என்று சொல்லுகிறாற்போல, இந்த மாதிரி மனிதர்கள் சுத்தாத்மாக்கள் இருந்துகொண்டிருந்தாலே உலகம் க்ஷேமம் அடையும். அவர்கள் யாருக்கும் வாயைத் திறந்து உபதேசமோ நல்ல வார்த்தை களோ சொல்ல வேண்டிய அவசியமில்லை. இந்த மாதிரி மகான் களினால் உபயோகமில்லை என்று லோகாயதவாதிகள் சொல்லலாம். ஆனால், லோகாயதவாதிகளுக்கே பதில் சொல்ல முடியும் – அவர் களுடைய வாதத்தை வைத்துக்கொண்டு. வேறு ஜன்மம் – முன் ஜன்மமோ பின் ஜன்மமோ, – இல்லை என்றே வைத்துக்கொள்வோம். ஆனால், இந்த வாழ்க்கையில் சாப்பிடுவது, குழந்தைகள் பெறுவதைத் தவிர மனிதர்கள் எல்லாவற்றையும் ஒரே மாதிரியாகச் செய்வதில்லை.

ஒரே மாதிரியாகவும் இல்லை. இல்லாவிட்டால் எல்லோரையும் நடத்தத் தலைவன் என்று ஒருவன் இருப்பானேன்? அவனுக்கு எல்லோரும் கீழ்ப்படிவானேன்? அறிவாளி, விஞ்ஞானி என்று பத்துப்பேர் இருப்பானேன்? அவர்களை மற்றவர்கள் பெரியவர்களாக ஒப்புக்கொள்வானேன்? அப்படியே சிறந்த குழந்தைகளையே பிறக்கச் செய்வது, சிறந்த ஆதி மனிதர்களாக எல்லாரையும் ஆக்கிவிடுவது என்று விஞ்ஞானம் முன்னேறினால்கூட, அந்தக் கூட்டத்திலும் பெரியவன் ஒருவன் இருப்பான். தன்னைக் கட்டுப்படுத்தி, சாதாரண இச்சை, இன்பங்களுக்கு மேல் நின்று, பெரிய வாழ்க்கை வாழ முயல்கிற ஒருவன் இருப்பான். அவனைப் பார்க்கும் எல்லா ஜனங்களும் கண்ணகல வியப்புடன் பார்த்துக்கொண்டுதானிருப் பார்கள். அவனுடைய வார்த்தைக்குக் கௌரவம் கொடுப்பார்கள். அவன் இருந்தாலே தங்களுக்குப் பக்கபலம் என்று நினைப்பார்கள். சாதாரண சராசரி வாழ்க்கையிலிருந்து முயற்சி செய்து தன்னையே எழுப்பிக்கொண்டு உயர்ந்து நிற்கிறவர்கள், எப்போதும் சிலர் இருந்துகொண்டேதான் இருப்பார்கள்."

தியாகராமன் தமிழும் ஆங்கிலமுமாகக் கலந்து பேசிக்கொண் டிருந்தார். ராஜமும் பாபுவும் தம்மை ஏதோ மறப்பது போலவும், அடியிலிருந்து எல்லாவற்றையும் சொன்னாலொழிய அவர்கள் நம்பமாட்டார்கள் என்று அவர் நினைப்பது போலவும் இருந்தது, அவருடைய பேச்சில் இருந்த உஷ்ணமும் வேகமும்.

"மகான் ஒருவர்கூட இருந்தாலே ஒரு மனிதன் திருந்தி விடுவானா? நல்ல வாழ்வு வாழ முடியுமா? நல்ல எண்ணங்களையே வளர்த்துக் கொண்டிருப்பானா? தீச்செயலில் இறங்காமலிருப்பானா?" என்றான் பாபு.

"ஆமாம்" என்றார் தியாகராமன்.

"ஓம் பிரகாசர் பெரிய மகான்தானே?"

"ஆமாம்."

"அப்படியானால், அவரிடம் பூஜைக்கு தீட்சை பெற்றவர்கள் முதல் இன்னும் சிலர் உள்பட ராத்திரியில் அகௌரவமான இடங்களில் எல்லாம் காணப்படுகிறார்களே."

"ஆமாண்டா பாபு. ஆமாம். என்ன செய்கிறது?" என்று தியாகராமனின் குரல் தணிந்தது. "என்ன செய்கிறது? மகான்கள் இருந்தாலே போதுமென்றால் என்ன அர்த்தம்? முழுவதும் புரண்டு விடாமல் பார்த்துக்கொள்வார்கள். அவ்வளவுதான், எல்லாரும் ஒழுங்காக இருந்தால் மகான்கள் எதற்காக இருக்க வேண்டும்? மகான்களைப் பார்த்து சாதாரண மனிதர்கள் தாங்களும் உயர முயல்கிறார்கள். முயலுவார்கள். மகா பெரிய மகானாக இருந்தாலும், அவரைக் கண்டு எல்லா லாபத்தையும் அடைந்து உயர்கிறவன்

இரண்டு ஒருத்தன் இருக்கலாம். மற்றவர்கள் அவர்கூட இருக்கிற வரையில் ஒழுங்காக இருந்து, அப்பால் போனால் மனம் போனபடி செய்கிறார்கள். என்ன செய்கிறது? தன்னைத்தானேதான் மனிதன் உயர்த்திக்கொள்ள வேண்டும். அதுதான் முக்யம். அப்படி பிரமாதமாக உயர்த்திக்கொண்டவன்தான் ஒரு மகான். அவனைப் பார்த்துப் பிறர் கற்றுக்கொள்ளலாம். லாபம் அடையலாம். அவ்வளவுதான்."

"வந்து ..." என்று பாபு ஆரம்பிப்பதற்குள். "இலை போட்டாச்சு" என்று நிலையண்டை வந்து நின்றாள் ராஜத்தின் தாயார்.

விடை பெற்றுக்கொண்டு உள்ளே போனார் தியாகராமன்.

"நீ சாப்பிட்டியா ராஜம்?"

"கஞ்சி சாப்பிட்டாச்சு."

பாபு அவனை உற்றுப் பார்த்தான்.

கண்ணில் லேசான கருமையுடன், ஜுரம் அடித்து, விட்ட கவர்ச்சி அந்த முகத்தில் படர்ந்திருந்தது. ஜுரம் அடித்து விட்டுப் போனாலே ஒரு தனி மினுமினுப்புதான். நவயௌவனம் போன்று எதனால் என்று கண்டுபிடிக்க முடியாத அழகு அது.

ராஜத்தைப் பார்க்கும்போது குழந்தை ஒன்று – உடலாலோ, உள்ளத்தாலோ குற்றம் ஏதும் புரியாத, ஏதும் அறியாத குழந்தை படுத்திருப்பதுபோல் இருந்தது பாபுவுக்கு. மார்பு வரையில் வெள்ளைப் போர்வையை இழுத்துப் போர்த்தியிருந்தான் ராஜம். அந்த முகத்தில் ஏதோ அபூர்வமான அமைதியின் ஒளி பொலிந்துகொண்டிருந்தது. போராட்டங்களைப் புரிந்து, வெற்றி கண்டது போன்ற அமைதி. இனிமேல் இந்த நிலையிலிருந்து என்னை இறக்க முடியாது என்ற அமைதி. ஏணியில் ஏறி ஏறி, பாம்பு வாயில் பாதாளத்துக்குச் சென்று சென்று மீண்டும் ஏறி ஏறி அடி அடியாக எடுத்து வந்து கொண்டிருப்பவன், பரமபத வரிசையில் ஏறிவிட்டவனைப் பார்ப்பது போல் அவனைப் பார்த்தான் பாபு. சோகமும் ஆற்றாமையும் அவனை ஆட்கொண்டன. இந்தப் பயலுக்குப் பிரச்னைகளே இல்லையே. இந்தக் கணத்தில் இந்த ஜுரம் ஒன்றுதான் அவன் பிரச்னை. அதைக்கூட பிரச்னையாகக் கருதவில்லை அவன். எப்படி இருக்கிறான் இப்படி? அப்பா நல்ல உத்தியோகத்திலிருந்து கைநிறைய சம்பாதித்துக் கவலையில்லாமல் வளர்ந்த நிம்மதியா? இவன் படித்து முடித்தும்கூட இவன் சம்பாதித்துப் போடுவதை இவனுடைய பெற்றோர்கள் எதிர்பார்க்கமாட்டார்கள்.

இவன் அப்பா சொல்வதும் உண்மைதான். நல்லவன் ஒருவன் இருந்தாலே போதும். தன்னைச்சுற்றித் தூய்மையின் ஒளியை, அவனால் பரப்ப முடியும்; அருவியினின்று எட்டி நின்றும் திவலைகள் பட்டு சுகப்படுவதுபோல, அதன் திவலைகளை உணர முடியும். இந்த ராஜத்திடம்கூட அந்த ஒளியிருக்கிறது.

ராஜத்தைப் பார்க்கும்போது பனிக்கட்டி படுத்திருக்கிற மாதிரி இருந்தது. பனிக்கட்டி வாழும் உயரமும் எட்டாமையும் தன் முன்னால் கிடப்பது போலிருந்தது.

"என்ன இளம் கார்டியன், ரொம்ப யோஜிக்கிறாப் போலிருக்கே?" என்றான் ராஜம்.

"யோசனைக்கென்ன எனக்கு? உனக்கு எப்போதுமே பிரச்னைகள் கிடையாது. எனக்கு அதுகள் இல்லாத நேரம் கிடையாது."

"என்னைப் பார்த்தால், அவ்வளவு முட்டாளாகத் தோன்று கிறதா?"

"இல்லை. எல்லாப் பிரச்னைகளையும் நீ தீர்த்துக் கொண்டு விட்டாற்போலிருக்கிறது உன்னைப் பார்த்தால்."

"உனக்கென்ன பிரச்னை இப்ப? இந்த கார்டியன் பிரச்னை தானே?"

"ஆமாம்."

"அவள் அண்ணா கைவிட்டுவிட்டானா?"

"ஆமாம், இருந்தாலும் நான் விடப்போவதில்லை. நான் போய் அவனைக் கேட்கப்போகிறேன். நியாயத்தை எடுத்துச் சொல்லப் போகிறேன்."

"அவன் கேட்காவிட்டால்?"

"நான் பார்த்துக்கொள்கிறேன்."

இந்த சமயத்தில் தியாகராமன் சாப்பாட்டை முடித்துக்கொண்டு வெளியே கிளம்பியவர், "நான் கடைத்தெரு வரையில் போயிட்டு வரேன். நாளைக்குச் சாயங்காலம் வா பாபு" என்று சொல்லிவிட்டு, செருப்பை மாட்டிக்கொண்டு வெளியே நடந்தார் அவர்.

"உன் காரியமாகத்தான் போறாரோ என்னவோ?" என்றான் ராஜம்.

"என்னால் சிரமம்தான் அவருக்கு."

"சிரமம் என்ன? பொழுது போகணுமே அவருக்கும். பதவியி லிருந்து விலகின பிறகுதான் வேலை செய்கிறதின் அருமை தெரியும்" என்று சிரித்துவிட்டு, "அது சரி பாபு, இப்ப இதை வித்து பணம் வரது. அந்தப் பணம் ஆயிட்டுதுன்னா?"

"அதுதான் தெரியவில்லை."

"நிலத்திலிருந்து ஒன்றும் வராதா?"

மோக முள்

“நிலம் கொடுக்க மாட்டானாம் அவன். அதுதான் நெல்லுவண்டி கூட கடைசி வண்டின்னு சொல்லிவிட்டான்னேனே.”

“அப்படீன்னா சாப்பாட்டுக்கு? இன்னொரு நகையை விற்கிறதா?”

“. . .”

“நான் பார்த்துக்கறேன்னு சொன்னியே இப்ப.”

“நான்தான் பார்த்துக்கணும்.”

“உங்க நிலத்திலிருந்து கொடுக்கப் போறியா?”

“என் நிலம் ஏது? எங்கப்பாவுதுன்னா அது? எனக்கு ஏது உரிமை?”

“பின்னே என்ன பண்ணுவே?”

“சம்பாதிச்சுப் போடுகிறேன்.”

“சம்பாதிச்சுப்போட்டு, கலியாணமும் பண்ணி வைக்கிறவரையில் உன்னால் முடியுமா? பெரிய பொறுப்பில்லையா இது? அதுவும் நீ பாஸ் பண்ண இன்னும் ஒன்றரை வருஷம் இருக்கு. அதுவரையில் அவர்கள் சில நகைகளை விற்றுத்தானே ஆகணும்.”

“போனால் போகிறது.”

“நீ எதைத்தான் கவனிக்கப்போறே? சங்கீதம் சொல்லிக்கப் போறியா, வேலைக்குப் போகப்போறியா? இவர்களைக் காப்பாத்தி இவளுக்குக் கலியாணம் பண்ணிவைக்கப் போறியா?”

“நான்தான் பண்ணிக்கப் போகிறேன் அவளை.”

“என்னது!”

“ஆமாம்.”

“இன்னொரு தடவை சொல்லு.”

“நான்தான் பண்ணிக்கப் போகிறேன்.”

ராஜம் அவனைக் கண்கொட்டாமல் இரண்டு நிமிஷம் பார்த்தான். அந்தப் பார்வையில் வியப்பும் குழப்பமும் கலந்து வந்தன. அதிர்ச்சியுற்ற பார்வையா? பளார் என்று கன்னத்தில் அறைவதற்கு முன்னால் பார்க்கிற பார்வையா? அட முட்டாள் என்று சொல்கிற பார்வையா? இவ்வளவு தைரியசாலியா நீ என்று சொல்கிற பார்வையா? அட பைத்தியமே என்று இரக்கப்படுகிற பார்வையா? எல்லாமே அந்தக் கண்ணில் இருந்தன. எல்லாமே ஒன்றன்பின் ஒன்றாக வந்தது போலிருந்தது. தன் உடல் சற்றுக் குன்றுவதை உணர்ந்த பாபு அதை எதிர்த்துச் சமாளித்துக்கொள்ள முயன்றான்.

“ஹ்ம்” என்று பெருமூச்சுவிட்டு ஜன்னல் பக்கம் திரும்பி ஒருக்களித்துக்கொண்டான் ராஜம்.

பாபு ஒன்றும் பேசாமல் அவனைப் பார்த்துக்கொண்டு உட்கார்ந் திருந்தான். அவன் மனதிலிருந்த சுமையை இறக்க வேண்டும் போலிருந்தது. ராஜம் எங்கேயோ திரும்பிவிட்டானே. யமுனா என்னை உடனே ஏற்றுக்கொண்டிருந்தால் இதை இவனிடம் பிரஸ்தாபித்துக்கூட இருக்கமாட்டேன் இந்த சமயத்தில்.

இரண்டு, மூன்று நிமிஷம் அவன் ஏதாவது சொல்ல மாட்டானா வென்று காத்திருந்த பாபுவுக்கு ஏமாற்றம்தான் கிட்டிற்று.

“என்ன ராஜம் திரும்பிவிட்டே?” என்று கடைசியில் கேட்டும் விட்டான். ராஜம் நிதானமாக “திரும்பிக்காமல் என்ன செய்யறது? இதை நேராகப் பார்க்க முடியவில்லை என்னால்” என்றான்.

“அவ்வளவு கண்ணைக் கூசுகிற விஷயமா இது?”

“எனக்கு என்னமோ அப்படித்தான் படுகிறது.”

“எனக்கு இந்த மாதிரி உணர்ச்சியே தோன்றவில்லையே.”

“அவ்வளவு கண்ணைக் கூசுகிற விஷயமா இதுன்னு எப்படிக் கேட்டே இப்ப? அப்படின்னா உனக்கும் கூசித்தானே இருக்கு.”

“எந்த அனுபவமும் முதன்முதலில் கூசத்தான் செய்யும்.”

“அப்படி பதில் சொல்லி இதையும் எல்லா அனுபவத்தோடும் சேர்த்துவிடலாம்னு பார்க்கறயா?”

“நீ சொல்கிறது புரிகிறது. இருந்தாலும் நான் வெகு தூரம் முன்னேறி விட்டேன்.”

“மனசிலே தானே?”

“ஆமாம்.”

“ரண்டு மாசம் முன்னாலேயே எனக்குச் சந்தேகமாயிருந்தது” என்றான் ராஜம்.

“ரண்டு மாசம் முன்னாடியேவா?”

“ஆமாம், நாமதான் அதைப்பற்றிப் பேசினோமே.”

“இவளைப் பற்றியா நீ சொன்னாய்?”

“ஆமாம்.”

“அடுத்த வீட்டுப் பெண்ணைப்பற்றி இல்லையா?”

“இரண்டாவது மனைவியா?”

“அவள்தான்.”

"அவளைப் பற்றி நான் பேசவில்லை."

"நிஜமாகவா!"

"நிஜமாகத்தான்."

"ஏன்?"

"நீ அப்படியெல்லாம் போகமாட்டாய் என்று தெரியும்."

"நிச்சயமாகத் தெரியுமா உனக்கு?"

"ரொம்ப நிச்சயமாகத் தெரியும்."

"ராஜம், இன்னொரு தடவை அப்படிச் சொல்லேன்."

"ஏன்?"

"சொல்லேன்."

"ஏன்?"

"சொல்லமாட்டியா?"

"ஏன்னு சொல்லு."

"நான் நிரபராதி என்று எனக்கு நீயாவது சொல்ல வேண்டாமா?"

"நீ சின்னக் குழந்தை, பாபு."

"என்னைப் பார்த்தால், அகௌரவமான நீசத்தனமான ஒரு காரியம் செய்ததாகப் படவில்லையா?"

"இல்லை."

"உண்மையாகச் சொல்லு, என் உடம்பைப் பார். என் முகத்தைப் பார்த்துச் சொல்லு. நான் சுத்தமானவன்தானா?"

"சந்தேகமில்லாமல்."

பாபு அவன் கையை எடுத்து நன்றியுடன் பிசைந்தான்.

"என்ன பாபு?"

"ராஜம், நீ ஒரு மகரிஷி மாதிரி இருக்கிறாய். இப்படி முட்டாளாக வும் இருக்கிறாயே."

"என்னது!"

"ஆமாம், என்மேல் அந்தப் பெண்ணின் தலைப்பூவின் மணம் வீசவில்லை? அந்தப் பெண்ணின் உஷ்ண சுவாசம் இந்த உதட்டில் தெரியவில்லை? அந்தப் பெண்ணின் இதழீரம் இந்த உதட்டில் தெரியவில்லை?"

"என்ன பாபு இது?" என்று குழம்பிப் போய் எழுந்து உட்கார்ந்து விட்டான் ராஜம். பாபுவின் முகம் பிரமை பிடித்தாற்போலிருந்தது.

தி. ஜானகிராமன்

"என்ன பாபு இது?"

"நான் கேட்டதற்குப் பதில் சொல்லு."

"எனக்கு ஒன்றும் தெரியவில்லை."

"அதுதான் நீ முட்டாள் என்று சொன்னேன்."

"என்ன நடந்தது?"

"எல்லாம் நடந்துவிட்டது."

"உண்மையாகவா."

"ஆமாம். அவளே வந்தாள். என்னை – இரண்டு கையையும் காலையும் கட்டினாள். தரதரவென்று இழுத்துப் போனாள். பொத்தென்று சேற்றில் போட்டுவிட்டுப் போய்விட்டாள்."

"பாபு, நீ அமைதியாகச் சொல்லு."

"ஆமாம். நீ தனியாக இருக்கிறாய். படுக்கப்போகும் சமயத்திற்கு மாடிக்கட்டையைத் தாண்டிவந்து நின்று, உன் கழுத்தில் கையைப் போட்டுக் கட்டிக்கொண்டால் நீ என்ன செய்ய முடியும்! கத்த முடியுமா? நீ என்ன மனிதனா மிருகமா?"

"இவ்வளவு துணிச்சலா?"

"நீ ஒரு முட்டாள்டா ராஜம்."

"ஆமாம் முட்டாள்தான்."

"இல்லாவிட்டால் என்னைச் சின்னக் குழந்தையென்று சொல்லுவியா?"

"நீ இன்னும் சின்னக் குழந்தைதான்."

"ஏன்?"

"நீ சொல்வது அவ்வளவும் உண்மையாக இருந்தால் நீ சின்னக் குழந்தைதான்."

"நான் பொய் சொல்லுவதாகப்படுகிறதா?"

"பொய் சொல்றதாயிருந்தா இதைச் சொல்லியே இருக்க மாட்டியே."

"ஆனால் நான் அப்போதே சொல்லியிருந்தால் நீ என்னைத் தடுத்திருப்பாய்."

"எப்போதே? எதை?"

பாபு மறுபடியும் யமுனாவுக்குச் சொன்னதுபோல், ராஜத்திட மும் தேள் கொட்டி, கடிதங்கள் எழுதின கதையைச் சொன்னான்.

"நான் இதை அப்போதே சொல்லியிருக்க வேண்டும், உன்னிடம்."

"சொன்னால் இதை எப்படி நான் தடுத்திருக்க முடியும்?"

"நீ ஏதாவது யோசனை சொல்லியிருப்பாய். உனக்கு ஏதாவது ஆபத்து வருகிற மாதிரி அந்திமங்கல் கண்ணில் பட்டிருக்கும். நீ எச்சரித்திருப்பாய்."

"என்னமோ."

"நான் சொல்லியிருக்கலாமில்லையா?"

"நீ ஏன் சொல்லவில்லை?"

"அவள் வேண்டாமென்று கேட்டுக்கொண்டாள்."

"இப்போது மட்டும்?"

"இதுவும் அதுவும் ஒன்றா ராஜம்?"

"அதிருக்கட்டும், ஏன் இப்படி அலட்டிக்கிறே? இந்த துரதிர்ஷ்டம் அல்லது அதிர்ஷ்டம் சிலருக்கு வாய்த்துவிடுகிறது. என்ன செய்கிறது?"

"இனிமே நீ என்னைக் குழந்தை, நிரபராதி என்றெல்லாம் சொல்ல மாட்டாயே?"

"சொல்லுவேன்."

"ஏன்."

"நீதானே பொம்மனாட்டி மாதிரியிருந்திருக்கே இப்ப."

பாபுவுக்குச் சிரிப்பு வந்தது.

"இது என்னிக்கி நடந்தது பாபு?"

"நேற்று ராத்திரி."

"நேற்று ராத்திரியா?"

"ஆமாம். இன்னிக்கிக் காலமே உங்கவீட்டு வாசலோடுதான் போனேன்."

"எப்ப?"

"ஐந்து மணிக்கு. மகாமகக்குளம் என்னைக் காப்பாற்றாது என்று தெரிந்ததும்."

"ஆ..!"

"ஆமாம்."

"அட அடிமுட்டாள்!"

தி. ஜானகிராமன்

"நீ, அப்பா, யமுனா, ரங்கண்ணா எல்லார் ஞாபகமும் வந்து என்னை இழுத்துப் போட்டது சுயபுத்தியிலே. யமுனாவுக்கு இது பெரிய துரோகம். எனக்குக் காப்பு வேண்டியிருந்தது. அவளிடம் இன்று சாயங்காலம் என் மனதை வெளியிட்டுவிட்டேன்."

"மூக்குத்தியை யார் கொடுத்தா?"

"அவ அம்மா."

"எப்ப கொடுத்தா?"

"நான் கிளம்பி வர்றபோது."

ராஜம் பேசாமலிருந்துவிட்டான். யமுனா என்ன சொன்னாள் என்று அவன் கேட்கவில்லை.

"நான் செய்தது சரியென்று இப்போதும் நீ நினைக்கவில்லையா?" என்று கேட்டான் பாபு.

"என்னமோ; சரி தப்பு எல்லாம் அவரவர்கள் லட்சியத்தைப் பொறுத்தது. ஆனால் இது என்னமோ எனக்கு வேடிக்கையாக இருக்கிறது ... இயற்கைக்கு முரணாகத் தோன்றுகிறது."

"இயற்கைக்கு முரண் என்ன, வயசா?"

"ஆமாம்."

"முரண் என்ன?"

"இப்போது உள்ள இயற்கைக்கு, அதாவது பத்து லட்சம் வருஷம் பின்னோக்கி போய் விட்டாற்போலிருக்கிறது."

"என்ன?"

"ஆமாம், பிள்ளை, தகப்பனார், சகோரன், சகோதரி, தாயார் என்ற வித்யாசம் இல்லாத ஆதிகாலம் மாதிரியிருக்கிறது."

"ராஜம், உன் வாதம் வேண்டும் என்றே விஷமமாகப் பண்ணு கிறாப் போலிருக்கிறதே."

"இருக்கலாம்."

"பின்னே என்ன? பத்து லட்சம் அஞ்சு லட்சம் என்று காட்டு மிராண்டியாக்கி விட்டாயே என்னை."

"கோபித்துக்கொள்ளாதே பாபு, நீ செய்கிற மாதிரி உலகத்தில் நடக்கலாம். ஆனால், நாகரிக உலகம் இதைச் செய்வதில்லை. நாகரிகச் சட்டங்கள் இதைக் கண்டு ஆமோதிப்பதில்லை."

"அப்படியானால் அதுகளைச் சுட்டுக்கொளுத்து," என்றான் பாபு.

"பாபு, நாம் இதோட இந்த விஷயத்தை நிறுத்திப்போம். இன்னொரு நாளைக்குப் பேசலாம். எனக்குப் பட்டதை நான் சொன்னேன். நானும் யோசிக்க வாண்டாமா? நீ நாலஞ்சு மாசமாகப் பாடுபட்டுக் கண்டுபிடித்ததை என்னை உடனே சரியென்று சொல்லச் சொல்கிறாயா? நம்பச் சொல்கிறாயா?"

"நீ பேசுகிறது எனக்கு ஆச்சரியமாயிருக்கிறது. பெரியவர்கள் உன்னைக் கோழைகளாக்கிவிட்டார்கள்" என்று சொன்ன பாபு உடனே சட்டென்று திருத்திக்கொண்டு மீண்டும் சொன்னான்: "இல்லை. நீ கோழையில்லை. நீ இரண்டு தடவை தப்பியிருக்கிறாய். சபதம் செய்துகொண்டாய். காப்பாற்றி வருகிறாய். நீ கோழை யில்லை ... ஆனால் யமுனா விஷயமாக நீ சொல்வது புரியவில்லை எனக்கு."

"நான் அதைப்பற்றி இன்று பேசுவதை நிறுத்திவிட்டேன்" என்றான் ராஜம்.

"நான் வேறு என்ன பேசுவது?"

"இன்னக்கிக் கோதண்டராமய்யங்கார் ஷேக்ஸ்பியரின் எந்த அங்கங்களை அறுத்துப்போட்டார், சொல்லு."

"அவன் செத்துப்போய்த்தான் ரொம்ப வருஷமாச்சே அவர் கையிலே."

இரு நண்பர்களும் கல்லூரிப் பாடங்களைப் பற்றிக் கால்மணி நேரம் பேசிக்கொண்டிருந்தார்கள்.

"மணி என்னடா ராஜம்?" என்று உள்ளேயிருந்து குரல் வந்தது.

"எட்டு இருபது."

"எட்டு இருபதாயிடுத்தா?" என்றான் பாபு. "அப்ப நான் வரட்டுமா?"

"ஒண்ணே ஒண்ணு கேட்கலாமா?" என்றான் ராஜம்.

"கேளேன்."

"சின்னதா ஒரு பாட்டுப் பாடிவிட்டுப் போயேன், சின்னதாப் போறும்."

பாபு கள்ளக் குரலில் ஐந்து நிமிஷம் ஒரு ராகத்தையும் கீர்த்தனத்தையும் பாடி முடித்தான்.

◯

நீலுப்பாட்டி வீட்டில் அவள் பிள்ளை பாபுவைப் பேசப் பிடித்துக்கொண்டான். பாபு அறைக்கு வரும்போது பத்து மணியாகி விட்டது.

தி. ஜானகிராமன்

அறையில் நுழைந்ததுமே மொட்டைமாடிக் கதவு தாழிட்டிருக்கிறதா என்று நன்றாகப் பார்த்துக்கொண்டான். விளக்கை ஏற்றிச் சிறிது நேரம் படித்தான். ஒரு மணி நேரம் பாட்டைச் சாதகம் செய்தான்.

படுக்கும்போது மணி பதினொன்றரை. விளக்கைச் சிறிது பண்ணிவிட்டுப் படுத்தான் அவன்.

ராஜம் ஏன் தன்னை ஆமோதிக்கவில்லை என்று அவனுக்குப் புரியவில்லை. ராஜம் ஆமோதிப்பதாகவே இருந்தாலும், யமுனா ஏன் இப்படி வேதனைப்பட வேண்டும்? எனக்கு ஏன் இது சரியான எண்ணமாகத் தோன்றுகிறது? ராஜம் எதற்காக நாகரிக உலகம், சட்டம் என்றெல்லாம் பிதற்றினான்? என்மேல் அனுதாபம் இல்லையா அவனுக்கு? யார் எதிர்த்தால் என்ன? எனக்குத் தவறாகத் தோன்றவில்லை. நான் இப்படியே வாழ முடியாது. நான் என்னிஷ்டப்படிதான் நடப்பேன்! எதற்காகப் பயந்து பயந்து சாக வேண்டும்? மனிதனுக்கு இந்த அடிமைத்தனம், பிறர் கருத்துக்குப் பணியும் கோழைத்தனம் என்றுதான் தொலையப் போகிறது? நான் என் மனசை அடையத்தான் வேண்டும் . . .

அவள் வேண்டாம் வேண்டாம் என்று புலம்புகிறாளே, அவள் ஏன் என்னைச் சரியாகப் புரிந்துகொள்ளவில்லை? நட்டாற்றில் விட்டுவிடுவேன் என்று நினைத்தாளா? நான் அவளைக் காப்பாற்ற முடியாதா? . . .

இது என்ன அற்பத்தனம்! இந்தக் காரணங்களுக்காகவா யமுனா வேண்டாம் என்று சொல்லுவாள்! யமுனா அவ்வளவு சாதாரண மனுஷியாக எப்படி இருப்பாள்? வேறு ஏதாவது காரணம் இருக்க வேண்டும் . . ?

அவளில்லாமல் இருக்க முடியுமா?

“டொக் டொக்” என்று மொட்டை மாடிக் கதவைத் தட்டும் ஓசை கேட்டது.

பாபு உற்றுக் கேட்டான்.

“டொக் டொக்.”

நாக்கு உலர்ந்தது அவனுக்கு. துள்ளி எழுந்தது போலிருந்தது, மனது. மறுகணம் அது யார் பிடியிலோ நசுங்கி நின்றது.

“டொக் டொக்.”

பாபு எழுந்திருக்கவில்லை.

ஜன்னலண்டை “ஸ் ஸ்” என்று நாக்கு ஓசையிடுவது கேட்டது.

அவள்தான்.

"தூங்கறியா ?"

"பாபு, பாபு, பாபு . . . த்ஸ் . . . ஹ்ம் . . . பாபு . . ."

"ஸ் . . . ஸ்" பாபு குறட்டை விட்டுக்கொண்டிருந்தான்.

ஒரு சிறு கல் வந்து அவன்மீது விழுந்தது.

"பாபு, பாபு."

"தூங்கிப் போயிட்டேளா ?"

"கண்ணா . . . இதைப் பாரு."

"கண்ணா !"

கட்டிலில் மல்லாந்து கிடந்தான். ஓசை நின்றது.

அப்பாவையும் ராஜூவையும் யமுனாவையும் நினைத்துக் கொண்டான் பாபு.

ஓசை நின்றே விட்டது.

'நீ தானே என் ஆதாரம்' என்று, அப்பா காட்டிய தெய்வத்தை வணங்கிக்கொண்டே இருந்தான் அவன்.

அவன் மனம் லயித்து தூக்கத்தில் சரிந்தது.

அதிகாலையில் எழும்போது மனம் லேசாக இருந்தது. இரவு நல்ல மழையில் நனைந்து, காலையில் கிளம்பிய வெயிலில் குளிர் காய்ந்து புதுமைத் தோற்றத்துடன் நிற்கும் சோலைக் காட்சியைப் போல அவன் மனம் அமைதியில் குளித்து நின்றது. சருகுகளும் குப்பைகளும் நீங்கி உள்ளம் துப்புரவாக இருந்ததுபோல் தோன்றிற்று. குளித்துவிட்டு, சப்பணம் கூட்டியமர்ந்து வெகுநேரம் தியானம் செய்து உள்ளத்தைத் திடப்படுத்திக்கொண்டான்.

'நீ சோதனை செய்தாய் நான் தோற்றுவிட்டேன். என்னைச் சோதனைசெய்ததில் உனக்கென்ன பெருமை? சிங்கம் பூனையோடு பலப்பரீட்சை செய்வது போல்தான் இது. ஆனால் . . . அதாவது . . . என்ன, இனிமேல் நான் அஜாக்ரதையாக இருக்கமாட்டேன். நேற்று இரவைப்போல் வெளிக் கதவைத் தாழிட்டுவிடுவேன். மதில் காவலா, மனம் காவலா என்று சிரிப்பதுண்டு சிலர். ஆனால், உள் கதவும் திறக்காது என்பதற்கு அடையாளம்தான் வெளிக்கதவு மூடியிருப்பதும். வெளிக் கதவு மூடியிருந்தால் உள்கதவு திறவாது என்றுதான் புரிந்து கொள்ள வேண்டும் . . . அன்று இந்த மாதிரி திடீர் என்று ஒரு தாக்குதலுக்கு ஆளாகாமலிருந்தால், நான் பிழைத்துத்தானிருப்பேன் . . . சை . . . என்ன மோசமான கதை! எதற்காகத் தத்துபித்தென்று அந்தக் கதையைச் சொன்னாள் அவள்? ஆனால், இனிமேல் அந்தக் கதை எல்லாம் இந்தக் காதில் ஏறுமா ? என்னைத் திருடத்தானே கூட்டாளியாக அழைத்துப் போனாள் அவள். நல்ல வேளையாக

நீ சோதித்ததும் நல்லதாகப் போயிற்று. யமுனா எப்படியிருக்கிறாள் என்று தெரிந்துகொள்ள முடிந்தது. யமுனாவைத் தவிர நான் வேறு யாரையும் நினைக்க முடியாது என்று உன் சோதனை எனக்குத் தெரிவித்துவிட்டது. இனிமேல் இந்த இவளை அனுப்பி யாரும் என்னைப் பணியவைக்க முடியாது. கதவை ஓங்கிச் சாத்தி அவள் முகத்தில் அடிப்பேன். அவளுடைய அழகை, கூந்தலை, காதுமுன் சரிந்து அழகூட்டும் கேசத்தை, சரியும் தோளை, அழுத்தமும் மென்மையும் கொண்ட உடலை நான் வெறுக்கிறேன். அவளுடைய கண்ணீர், அவளுடைய நிலை எல்லாம் என்னுள் வெறுப்பைத்தான் ஊட்டுகின்றன. வெறுப்பது நியாயம்தானா? வெறுத்து வெறுத்தா அருளை அடைய முடியும்? அவளை வணங்கி வணங்கி வெறுப்பை வணக்கமாக மாற்றிவிட்டால் என்ன? ... இவளை எப்படி வணங்குவது? இவள் மனத்தின் முன் வரும்போது நினைக்கவும் தகாதபடி யல்லவா வந்து நிற்கிறாள்? அந்த வெறுமையை, அந்த அங்கங்களை நான் வெறுக்கிறேன். இவளை மறக்கத்தான் வேண்டும். என் உள்ளத்தில் அடியெடுத்து வைக்கும்போதே அவளை வெளியே துரத்த வேண்டும். துரத்தத்தான் துரத்துவேன்.

பாபு உறுதிமேல் உறுதியாகச் செய்துகொண்டான். மனத்துள் மதில்மேல் மதிலாக எழுப்பினான். எந்தச் சோதனையையும் சமாளித்து நிற்க வேண்டும் என்று மனதைத் தட்டித் தட்டிப் பார்த்துக்கொண்டான். எந்த சந்தர்ப்பமும் தன்னை அசைக்க முடியாது என்று திருப்பித் திருப்பிச் சொல்லிக்கொண்டான். புருவத்திடையே தான் வணங்கும் சக்தியை நிறுத்தி வைத்துக்கொண்டு, என்னை யாரும் அசைக்க முடியாது என்று அந்த சக்தியிடமே சவால் விடுவதுபோலத் திருப்பித் திருப்பிச் சொல்லிக்கொண்டான்.

இந்தப் போராட்டத்தில் ஒரு முரட்டு வெறி கலந்திருந்தது. நான் துணிவுள்ளவன், வலிகொண்டவன் என்று மீண்டும் மீண்டும் சொல்லுவது வெறியை வளர்த்துக்கொண்டே வந்தது. அவனை எழுந்திருக்கக்கூட மனமில்லாமல் செய்தது.

ஆனைச்சாத்தான் ஒன்று கொல்லையில் இன்னும் கத்திக் கொண்டிருந்தது. 'டுவீக் டுவீக் டுவீக்' என்று மிளகாய்க் குருவி ஓயாமல் அவசர அவசரமாக அரற்றிற்று. வாசலில் அங்காடிக் கூச்சல் காய்கறிகளைக் கூவிக்கொண்டு போயிற்று. மணி ஏழு இருபது ஆகியிருந்தது. ரங்கண்ணா வீட்டுக்குப் போகும் நேரம்.

பாபு மொட்டைமாடிக் கதவைத் திறந்து பனியனையும் வேஷ்டியையும் பிழிந்து கீழே பரப்பினான். சட்டையைச் சுருக்க மில்லாமல் பிரித்துவிட்டான். தலையை உராசிக் கொண்டு அந்த சட்டைமேல் தென்னைமரத்தில் பாளைப் பூ உதிர்வதுபோல் ஏதோ வந்து விழுந்தது. சட்டென்று திரும்பிப் பார்த்தான். முகத்தில் புன்னகையுடன், பார்த்தும் பார்க்காததுமாக உள்ளே ஓடினாள் அவள். அந்தக் கடுதாசிக் கட்டுகளை எடுத்துக்கொண்டு மொட்டை

மோக முள் 343

மாடிக் கதவைச் சாத்தினான். சாத்தும்போது ஜன்னலில் அந்தப் புன்னகையும் மலரும் மலர்ந்து நின்றன.

"நேத்திக்கி ராத்திரி நான் வந்து நின்று ஜன்னலில் நின்று தொண்டை வறளக் கத்தினேன். கதவைத் தட்டினேன். நீங்கள் ஒன்றுக்கும் எழுந்திருக்கலை. எப்படித்தான் இவருக்குத் தூக்கம் வருகிறதோ என்று நினைச்சிண்டே நின்னேன். எனக்குத் தூக்கம் வரவில்லையே! எனக்குக் கோபம் கோபமாக வந்தது. ஒரு பொம்மனாட்டி மானத்தை விட்டுவிட்டு எத்தனை நாழி ஒண்டியாக வந்து நின்னு கத்துகிறது. நீங்கள் கதவைச் சாத்திண்டு தூங்கினதுமே எனக்குப் பயமாயிருந்தது. உங்களுக்கு என்னைப் பிடிக்கவில்லை யோன்னுதான் பயமாயிருக்கு. இல்லாவிட்டால் நீங்க ஏன் கதவை அப்படி மூடிண்டு தூங்கணும். வெறுமே சாத்தியிருக்கோன்னுதான் முதலில் நினைச்சேன். அப்பம் விரலால் தள்ளிப் பார்த்தேன். திறக்கவில்லை. கையால் அழுத்திப் பார்த்தேன். அப்பறம்தான் ஜன்னலில் வந்து மானத்தை விட்டு உங்களைக் கூப்பிட்டேன். உங்களுக்குத்தான் கல் நெஞ்சாச்சே. எப்படிக் காதில் விழப்போறது. எனக்கு அழுகை அழுகையாய் வந்தது. என்னை ஏன் இப்படி அவமானப்படுத்தணும். வேண்டாம் வராதே என்று ஒரு வார்த்தை சொல்லிவிடுங்கள். நான் என் விதி இதுதான்னு மனசைக் கெட்டிப் படுத்திக்கிறேன். மறுபடியும், மறுபடியும் நீங்க என்னை இவ்வளவு துணிச்சல்காரியான்னு நெனைக்கலாம். நான் துணிச்சல்காரிதான். இப்பகூட நீங்கள் எங்கே வரச்சொன்னாலும் என்ன செய்யச் சொன்னாலும் நான் அதுப்படி செய்யத் தயாராகத்தானிருக்கிறேன். நான் அப்பறம் என்னத்தைச் சொல்றது? நேரே சொன்னால் நிறையச் சொல்லுவேன். இன்னிக்கி 'அது' ஊரிலிருந்து வந்தாலும் வந்துடும். வராவிட்டால் நான் நேராக ஏதாவது சொல்றதுக்கு இடம் கொடுப்பீர்கள்னு நான் நிச்சயமாய் நம்புகிறேன். நான் மானம் வெட்கம் எல்லாம் விட்டுவிட்டேன். எனக்கே தெரிகிறது. யாருக்காகன்னு நீங்களாவது கொஞ்சம் யோசிச்சுப் பார்த்தால் தெரியும் ... இப்படிக்கு உங்கள் தங்கம்மாள்."

தங்கம்மாவா உன் பெயர்? பெயரும் உடம்பு மாதிரிதான் இருக்கிறது. கடிதத்தை இரண்டு மூன்று தடவை வாசித்தான் பாபு. மடித்தான், மீண்டும் பிரித்து நாலைந்து முறை ஏதோ நெட்டுருப் போடுவதுபோல் வாசித்தான். பெட்டியைத் திறந்து சலவை செய்த சட்டை வேஷ்டிகளுக்கடியில் போட்டுப் பெட்டியை மூடினான். ஜன்னலண்டை வந்து நின்று காவேரியைப் பார்த்தான், மீண்டும் பெட்டியைத் திறந்தான். மூடிவிட்டு மறுபடியும் ஜன்னலண்டை வந்து ஓடும் நீரை உற்றுப் பார்த்தான்.

'என்ன செய்யச் சொன்னாலும் தயாராயிருக்கிறாயா? எங்க வரச்சொன்னாலும் தயாராயிருக்கிறாயா? நான் எதற்காக உன்னை வரச்சொல்ல வேண்டும்? உன்னை எங்கு வரச் சொல்லத்தான்

நான் யார்? நீ யார்?... எனக்காகவா மானம் வெட்கம் எல்லாம் விட்டாய் நீ? யார் விடச் சொன்னார்கள்?... என்னைக் கொலை செய்யவா? இப்படி என்னை வதை செய்யவா? யார் முகத்திலும் விழிக்க முடியாத அமாவாசை நிலாவாக என்னைச் செய்யவா? ஸ்வாமிகூட என்னைத் தேடி வந்தாலும் நான் அகப்படாமல் என்னைப் பதுக்கி வைக்கவா? ... நீ யார் இதெல்லாம் செய்ய? எங்கேயோ பிறந்து நான் இங்கு வந்திருக்கிறேன். என் அப்பாவை நீ பார்த்திருக்கிறாயா? என் அக்காவை நீ பார்த்திருக்கிறாயா? அவளுக்கு யார் தெய்வம் தெரியுமா? என் ராஜத்தை நீ பார்த்திருக்கிறாயா? என் ரங்கண்ணாவை? யமுனாவை? நான் என்ன வெறும் அந்த ஆளா? உனக்குச் சௌகரியாம்போல் இந்தப் பணிவிடை செய்கிற கூலிக்காரனா?... நீ யார் சொல்லு? எனக்கும் உனக்கும் என்ன?...

ஓடும் நீர் சுழிந்து வளைந்தது. விகாரமாக ஒரு குப்பல் நுரையை ஏந்திக்கொண்டு போயிற்று. வளைந்து விழுந்திருந்த நாணல் தட்டையில் சிக்கி அந்த நுரைக்குப்பல் சிதறிற்று.

"நா? நானா? நான் முடியாது..." பெட்டியைத் திறந்து சலவைத் துணிகளுக்கடியிலிருந்த அந்தக் காகிதத்தை எடுத்து, இரண்டாக, நாலாக, எட்டாக, சுக்கு சுக்காகக் கிழித்து, தங்கம்மா என்ற அந்தப் பெயரையும் உருத் தெரியாமல் கிழித்து, ஜன்னல் வழியாக மொட்டை மாடியில் எறிந்தான் பாபு. மெல்லியதாக வீசிய காற்றில் துகள்கள் சிதறிப் பறந்தன. தலையிலிருந்து விழுந்த மயிர்போல, கிள்ளிய நகம்போல, குப்பையாகக் கீழே பறந்து அடங்கின.

அன்று காலை பாபு கல்லூரிக்கு வழக்கத்தைவிட சற்று சீக்கிரமாகவே கிளம்பிச் சென்றான். வகுப்பிற்குப் போகும் கடைசி மணி அடிக்க இன்னும் இருபது நிமிஷம் இருந்தது. புதிய சஞ்சிகை எதாவது பார்க்கலாம் என்று நூல் நிலையத்துள் சென்றான் அவன். நூற்றுக்கணக்கான பத்திரிகைகளுக்கு முன் மாணவர்கள் வரிசையாகத் திரண்டு பெரிய மேஜைகளுக்குமுன் உட்கார்ந்திருந்தார்கள்.

ராஜத்தை அங்கு பார்த்ததும் அவனுக்கும் வியப்பாக இருந்தது.

"என்ன ராஜம், உடம்பு தேவலையா?" என்று அருகே சென்றான்.

"ஜுரமில்லை. வீட்டில் கொட்டுக் கொட்டென்று எத்தனை நேரம் உட்கார்ந்திருக்கிறது?"

"நடந்தா வந்தே?"

"இல்லை. வண்டி வச்சிண்டு வந்தேன்" என்று சொல்லிக் கொண்டு ராஜம் எழுந்து நடந்தான். "வாயேன், கிளாஸில் போய் உட்கார்ந்துக்குவம்."

வகுப்பில் யாருமில்லை. மாணவர்கள் காவிரியோரமாகப் போட்டிருந்த பெஞ்சுகளிலும், பலாமரங்களின் நிழலிலும், விளையாட்டு

வெளியின் மரங்களின் நிழலிலும் உட்கார்ந்து பேசிக்கொண்டிருந் தார்கள்.

“பாபு, இந்தா” என்று பையிலிருந்து ஒரு கவரை எடுத்துக் கொடுத்தான் ராஜம்.

“என்ன ராஜம்?”

“பணம். மூக்குத்தி விற்றாச்சு.”

“அதுக்குள்ளியுமா?”

“அம்மா பார்த்தா. விடமாட்டேன்னுட்டா. அப்பா பணத்தை எடுத்துக் கொடுத்துட்டார். நாலு நோட்டு இருக்கா பாரு.”

“உங்கிட்டவே வியாபாரம் ஆயிடுத்தா கடைசியிலே?”

“எங்கப்பா இன்னும் ரண்டு பேரிடம் காண்பித்தாராம். நானூற்று இருபத்தஞ்சு வரையில்கூட போகுனாளாம் அவர் யாரோ முந்நூற்றைம்பதுன்னானாம்... மையமாகக் கொடுத்துட்டார் அப்பா. சரிதானே?”

“இவ்வளவு சுருக்க நடக்கும்னு நான் எதிர்பார்க்கவில்லை. அவர்களுக்கு இப்ப பண மழையாப் பெய்தாற்போல இருக்கு.”

“சும்மாப் பெய்யலியே! ஒரு தலைமுறையாகக் காப்பாத்திண்டு வந்த சாமான்னா போறது” என்றான் ராஜம்.

“என்ன செய்கிறது? வேறு வழியில்லை.”

இருவரும் சற்று மௌனமாக இருந்தார்கள்.

“நீ ஏன் இந்த உடம்போடு காலேஜுக்கு வரே?” என்றான் பாபு. ராஜத்தின் உடம்பு சோர்ந்திருந்தது.

“இப்ப சாதாரணமாகத்தானே இருக்கேன்.”

“சாதாரணமாக இல்லை. வதங்கிக் கிடக்கு.”

“ராத்திரி வெகுநேரம் வரையில் தூக்கம் வரவில்லை.”

“ஏன்?”

“ஆமாம். என் சிநேகிதன் நடந்துக்கறதை நினைச்சா தூக்கம் எப்படி வரும்?”

“என்ன ராஜம் இது?”

“ஆமாம் பாபு, ராத்திரி யோசிச்சு யோசிச்சு பார்த்தேன். எனக்கு சமாதானப்படவில்லை.”

“ஏன்?”

"எனக்குக் காரணம் சொல்லத் தெரியவில்லை. என்னமோ இது வேண்டாமென்று படுகிறது. அவ்வளவுதான்."

"என்ன காரணங்களை எல்லாம் யோசிச்சே நீ?"

"காரணங்கள் என்ன எது என்று தெளிவாக ஒன்றும் தோன்ற வில்லை எனக்கு. ஆனால், நீ சொன்ன நிமிஷத்திலிருந்து, நான் யோசிக்க ஆரம்பித்த நிமிஷத்திலிருந்து, இது உனக்கு ஒத்துவராது என்றுதான் தோன்றுகிறது. மனிதனுக்கு முக்யமானது என்ன?"

"வேண்டியதை அடைகிறது."

"வேண்டியதை அடைகிறதினால் என்ன லாபம்?"

"லாபம் என்ன? ஒரு திருப்தி, ஒரு அமைதி."

"அதுதான் கேட்டேன். திருப்தி இருக்கட்டும். அமைதி என்று சொன்னாயே, அதுதான் சரி... அது கிடைக்காது உனக்கு."

"ராஜம், நீ அவளைப் பார்த்தால் இப்படியெல்லாம் பேச மாட்டே."

"என்னமோ."

"நீயே வாயேன் சாயங்காலம். நீங்கதான் மூக்குத்தியை வாங்கிக் கொண்டீர்கள் என்ற சாக்கிலாவது வந்து பாரேன்."

"பார்க்கிறேன்."

"பார்த்தால் நீ இந்த மாதிரி நிச்சயம் பேசமாட்டாய்."

"பார்த்த பிறகல்லவா அது."

"சாயங்காலம் காலேஜ் விட்டதும் நேராகப் போவோமா?"

"போவோம்."

"உனக்கு நடக்க முடியுமா?"

"நடக்க முடியாவிட்டால் வண்டி இருக்கு. சாயங்காலத்துக்குள் எனக்கு உடம்பு கொஞ்சம் சரியாயும் ஆகிவிடும்."

பாபு நிமிர்ந்து வெளியே பார்த்தான். காவேரி ஓரமாகக் கும்பல் கும்பலாக மாணவர்கள் உட்கார்ந்து பேசிக்கொண்டிருந் தார்கள். இரண்டு மூன்று மாணவர்கள் புத்தகத்தைப் பிரித்து வைத்துப் படித்துக்கொண்டிருந்தார்கள். பாபுவும் வெறித்துப் பார்த்துக்கொண்டே உட்கார்ந்திருந்தான். லஜ்ஜையாகத்தான் இருந்தது அவனுக்கு. படிப்பைத் தவிர வேறு எதைப்பற்றியும் யாரும் சிந்திப்பதாகத் தெரியவில்லை. எனக்கு மட்டும் இந்த அசந்தர்ப்பமான மனப்போக்கு எதற்கு? எந்தப் பெண்ணைப் பற்றியாவது இவர்கள் சிந்திக்கிறார்களா? யாரையாவது பார்த்தால்

ஏதாவது தத்துப்பித்து என்று பிதற்றுவார்கள் பிறகு அதை மறந்து விடுவார்கள், இரவில் படித்துக்கொண்டிருப்பார்கள். படித்ததைப்பற்றி சிந்தனை செய்வார்கள்.

"ராஜம், நான் மட்டும் ஏன் இப்படித் துன்பப்படுகிறேன்?"

ராஜம் பதில் சொல்வதற்குள் இரண்டு, மூன்று மாணவர்கள் அறையில் நுழைந்தார்கள். பிறகு இரண்டு பேர் புகையிலைச் சாற்றைத் தாழ்வாரத்திலிருந்து துப்பிவிட்டு மிச்சத் துகள்களை 'ப்...ப்' ...என்று எதிரிலேயே துப்பாமல் துப்பிக்கொண்டு உள்ளே வந்தனர். அவர்கள் பேச்சுக் கொடுத்தது பாபுவுக்கு இதமாகத்தான் இருந்தது.

மாலையில் கல்லூரி விட்டதும் இருவரும் பாபுவின் அறைக்குச் சென்றார்கள். ராஜம் முதல் நாள் பாபு சொன்னதைப் பற்றி நினைவே வராததுபோல, பாபு சட்டையை மாற்றிக்கொள்கிற வரையில் உட்கார்ந்திருந்தான். பாபுவும் அவசர அவசரமாகச் சட்டையை மாட்டி சீப்பால் தலையை வாரிக்கொண்டு, பானையி லிருந்த நீரால் முகத்தைக் கழுவித் துடைத்துக்கொண்டு கிளம்பினான். வெளியே வரும்போது அவனுக்குக் கேட்காமலிருக்க முடியவில்லை.

"என் அறையில் உட்கார முடிந்ததா ராஜம்?"

"ஏன்?"

"இல்லை, கேட்கிறேன்."

"உன் அறை என்ன தீமிதிக்குப் போட்ட நெருப்பா?"

"எனக்கு அப்படித்தானிருக்கிறது."

"செத்துப் போனதைத் தின்னு தின்னு வாழ்கிறவர்கள் எப்படி அமைதி அடைவார்கள்? மாடுகூட காலையில் தின்னதைத்தான் அசைபோடும். முந்தாநாள் தின்றதைப் போடாது."

"நடந்தது, இறந்த காலம், இதெல்லாம் உண்டா?"

"அவ்வளவு தூரம் பொதுப்படையாகப் பேசினால் என்ன பிரயோஜனம்? நமக்கு நடக்கிறது, நடக்கப்போகிறது தான் முக்யம். பழசை நினைத்து நினைத்து என்ன? இன்பமாயிருந்தாலும், துன்பமா யிருந்தாலும் பழசை நினைப்பது துன்பம்தான். சவத்தை தின்கிற மாதிரி அது."

"பழசை நினைக்காமல் எப்படித் திருந்துகிறது?"

"பாபு, இந்த டிசம்பர் லீவில் எங்காவது போய்விட்டு வா. அப்பா, அம்மா, நான் எல்லாரையும் பார்க்காமல் கொஞ்சநாள் இரு."

"ராஜம், இனிமேல் எனக்குப் பயமில்லை."

"ஏன்? பழசு செத்துப்போயிட்டுதா?"

"பழசு செத்துப்போகாது. அதுதான் எனக்குப் பலம்."

"புரியும்படியாகச் சொல்லு."

"நேத்திக்கி நான் கதவைத் திறக்கவில்லை. கதவை இடிச்சா. கூப்பிட்டா. நான் கும்பகர்ணன் மாதிரி கிடந்தேன்."

"நேத்திக்கா?"

"ஆமாம்."

"இன்னிக்கி?"

"என்ன ராஜம் இது?"

"இன்னிக்கும் அப்படியே தான் நடக்குமான்னு கேட்கப்படாதா?"

"இன்னிக்கி ஊர்லேருந்து வந்துவிடுவார்?"

"நல்லாதாயிற்று இனிமேல் இப்படி நினைச்சு நினைச்சு தற்கொலை பண்ணிக்காதே. அதை மறந்துவிடு."

"நான் மறந்தே விட்டேன்."

"எல்லாத்தையும் மறந்துவிடு."

"எல்லாத்தையும் எப்படி மறக்க முடியும்?"

"பாபு, நீ சுவரில் போய் முட்டிக்கொள்வதை நான் தடுக்க முடியாது. முட்டிக்கொள்ளாதேன்னு சொல்லலாம். நீ திமிறிக் கொண்டு போனால் நான் என்ன செய்ய?"

பாபு பதில் பேசாமல் நடந்து வந்தான்.

மடத்துத் தெருவுக்குப் போகும் முன்பே உடுக்குச் சத்தம் கேட்டுக்கொண்டிருந்தது. பிள்ளையார் கோவில் தெருவைக் கடந்ததும் அந்த மாரியம்மன் கோவிலைக் கடந்துதான் போகவேண்டும்.

பிராகாரத்தில் பலகைகளும் ஆயுதங்களும் தித்திப்பல்லும் பெருவிழியுமாக காளியின் உருவம் கொலைக் கோலம் கொண்டு நின்றிருந்தது.

'நீ தான் எனக்கு வேண்டும். என் பகைகளைக் கொன்று வீழ்த்த நீதான் வேண்டும். ஆனால் நீயே என்னைச் சோதித்தால், தங்கம்மாவின் உருவில் வந்தால், உன்னைவிட எனக்குக் கைகள் முளைக்கும். உன்னையும் நான் அடிபணியச் செய்ய முடியும்!' என்று மார்பை மனத்திற்குள்ளேயே தட்டிக்கொண்டான் பாபு.

யமுனாவின் வீட்டை அடைந்ததும், யமுனா புதிதாக யாரோ வந்திருப்பதைப் பார்த்து சற்றுத் தள்ளினாற் போல் அடுக்களை

மோக முள்

நிலைப்பக்கம் சென்று நின்றாள். ஊஞ்சலை விட்டு எழுந்த பார்வதி, "வா பாபு" என்று வரவேற்றுக் கொண்டே ராஜத்தைப் பார்த்தாள்.

"வா பாபு, உட்காரு; உட்காருங்க."

"என்னோடு படிக்கிறவர். ராஜம்னு பேரு."

"உன் கிளாஸ்தானா?"

"ஆமாம்."

"எங்கே இருக்காங்க?"

"கடலங்குடித் தெரு."

"உட்காருங்க."

"இவர் இல்லாவிட்டா இவ்வளவு சீக்கிரம் இது கிடைச்சிருக்காது" என்று சொல்லிக்கொண்டே பாபு பையிலிருந்த நானூறு ரூபாயையும் எடுத்து பார்வதியிடம் நீட்டினான்.

"அட, பணமாகவே கொண்ணாந்துட்டியா?"

"நான் கொண்டு வரலை; இவர். இவர் அம்மா பாத்தாங்களாம். பிடிச்சுப் போச்சாம். அவங்களே எடுத்துக்கிட்டாங்க ... யமுனா. இவர்தான் ராஜம்."

யமுனா தயங்கிக்கொண்டே சிறிது சிறிதாக ஒரு தூண் தள்ளி வந்து நின்றாள்.

"உட்காருங்க."

"உட்காருங்க, தம்பி."

"உட்காரு ராஜம். யமுனா, இவரும் நானும் ஒன்றுதான்" என்றான் பாபு.

"அப்படீன்னா?" என்று கேட்டாள் யமுனா.

"அப்டீன்னா அப்படித்தான்!"

"ரண்டு பேரும் ஒன்றாகவே இருப்பீங்களா எப்பவும்?"

"பிரிச்சுப் பார்க்கறது கஷ்டம் யமுனா."

"தேவலையே."

பாபு என்ன பதில் சொல்வது என்று தெரியாமல் புன்னகை புரிந்தான்.

பார்வதி ராஜத்தைக் குலம் கோத்ரம் எல்லாம் விசாரிக்கத் தொடங்கிவிட்டாள். எல்லாக் கேள்விகளுக்கும் சின்னச் சின்னதாக விடை பகன்று கொண்டிருந்தான் பாபு.

இரண்டு நிமிஷம் கழித்து ராஜத்தின் பக்கம் ஒரு டம்ளர் காபி வந்தது.

ராஜம் பேசாமல் எடுத்து ஆற்றினான். டம்ளரை வைத்துவிட்டு யமுனா தூணோரமாக நின்றுகொண்டிருந்தாள்.

"பாபுவுக்கும் கொண்ணாந்து கொடேன் யமுனா."

"இவரும் அவரும்தான் ஒண்ணாச்சே!"

"எதிலே? தாயும் பிள்ளையுமாயிருந்தாலும் வாயும் வயிறும் ஒண்ணாயிடுமா?"

"பாபு சொல்றதைப் பார்த்தா அப்படி இல்லையே" என்றாள் யமுனா.

"என்ன யமுனா?" என்றான் பாபு.

"நீ சொல்றதைப் பார்த்தா, மார்க்கு வாங்கறது, நினைக்கிறது, நடக்கிறது, சாப்பிடறது எல்லாம் ஒன்று மாதிரில்ல இருக்கு?"

"எல்லாம் அப்படியிருக்குமா?"

"கலியாணம் ஆயிடுத்தா உங்களுக்கு?" என்று யமுனா கேட்டதும், ராஜம், பாபு, பார்வதி எல்லோருக்குமே தூக்கிவாரிப் போட்டது.

"இன்னும் ஆகலை" என்று சாவதானமாகச் சொன்னான் ராஜம்.

"எப்ப ஆகும்?"

"படிப்பு அஞ்சாறு வருஷம் இருக்கே."

"ஏது அஞ்சாறு வருஷம்? பாபு கிளாஸ்தானே நீங்க?"

"ஆமாம். இந்த ஒண்ணரை வருஷம். அப்புறம் ரண்டு வருஷம் மேலே படிக்கணும். பிறகு ஆராய்ச்சி நாலஞ்சு வருஷம்."

"பிறகுதான் கலியாணமா?"

"பிறகு பண்ணிண்டாலும் உண்டு. இல்லேன்னாலும் இல்லை."

"அவர் கலியாணத்தைப் பற்றி ரொம்ப விவரமா விசாரிக்கிறியே, என்ன யமுனா?" என்றாள் பார்வதி.

"இல்லேம்மா, தஞ்சாவூர்லே அடுத்த வீட்டு பார்த்தசாரதி மாதிரி இருந்திச்சு இவங்களைப் பார்த்தா. அதான் கேட்டேன்."

"பார்த்தசாரதிக்குப் பதினாறு வயசிலே கலியாணம் ஆச்சுன்னா எல்லோருக்கும் ஆகணுமா? உனக்குத் தெரியுமா பாபு..?"

"தெரியுமே, அவன் ஆறாவது பாரம் படிக்கிறபோது அவனுக்கு சீமந்தம் நடந்ததே. மாப்பிள்ளே, மாப்பிள்ளேன்னுதான் அவனைக் கூப்பிடுவார்கள் வாத்தியார், பையன்கள் எல்லாரும்."

மோக முள்

"கொஞ்சம் அசைப்பிலே பார்த்தா அவன் மாதிரியில்லே இவங்க?" என்று ராஜத்தைப் பார்த்தாள் யமுனா.

"அவன் வேறே, இவங்க வேறே, தலைமயிரு மாத்திரம் இப்படித் தான் அவனுக்கும் அலை அலையா இருக்கும். இந்த மாதிரி நீள மூஞ்சிதான்; நீள மூக்குதான் அவனுக்கும்."

"பின்னே எல்லாம் சொல்லிவிட்டு வேறேங்கிறியே!"

"பாச்சாவுக்கு சூட்டுப் போட்டாலும் படிப்பு வராது. என்னவோ அவங்க அப்பாரு வாய்ச் சவடாலடிச்சிக்கிட்டு பையனை கிளாசு கிளாசாத் தூக்கிப்போட்டுக்கிட்டே வந்தாரு. இந்தப் பையனுக்கும் அதுக்கும் போய் ஈடு கட்றியே. இது ஓடற பாம்புக்குக் கால் எண்ணும் போலிருக்கு."

"தேவலையே நீங்க" என்றான் ராஜம்.

"தேவலை என்ன? முகத்தைப் பார்த்தாத் தெரியாதா? பாபு சிநேகம் பிடிக்கிற ஆளு சாமான்யப்பட்டதா இருக்குமா?"

பாபு பெருமையோடு ராஜத்தைப் பார்த்துக்கொண்டிருந்தான்.

"போகலாமா பாபு?"

"ம் . . . அப்ப நாங்க வரட்டுமா?"

"இரு பாபு, கோச்சுக்கிட்டுப் போயிடாதே" என்று யமுனா உள்ளே ஓடிப்போய் காப்பியைக் கொண்டு வந்தாள்.

"வாயும் வயிறும் வேறுதான் பாத்தியா?" என்றாள் பார்வதி.

"எல்லாம் வேறாகத்தானிருக்கும். ஒருத்தர் மாதிரியே இன்னொருத்தர் இருக்க முடியுமா? . . . பாபு! இவங்க மார்க் எப்படி வாங்குவாங்க? உன்னைவிட ஜாஸ்தியாயிருக்குமா, குறைச்சலா யிருக்குமா?" என்று சிரித்தாள் யமுனா.

"எல்லாத்திலேயும் என்னைவிட ஒருபடி மேல்தான் ராஜம்."

"அப்படிச் சொல்லு."

"நான் வரட்டுமா?" என்றான் ராஜம்.

"சரி பாபுவை நீங்களும் கட்டியிழுத்துக்கிட்டுப் போங்க. உங்களைவிட மார்க்கெல்லாம் குறைச்சு வாங்குதாமே அது!"

ராஜமும் பாபுவும் சிரித்துக்கொண்டே விடைபெற்றார்கள்.

24

"பாபு, நான் இதுவரையில் இவ்வளவு அழகான பெண்ணைப் பார்த்ததில்லை" என்றான் ராஜம், ஆனையடியைக் கடந்து வந்ததும்.

திருவையாற்றிலிருந்து வருகிற பஸ் ஒன்று படபடவென்று பேரரவத்துடன் புழுதியைக் கிளப்பிக்கொண்டு அவர்களைக் கடந்து போயிற்று. இருவரும் துண்டால் மூக்கையும் வாயையும் பொத்திக் கொண்டார்கள். புழுதி அடங்கியதும், "நீ இதுமாதிரி சொல்லுவாய் என்று எனக்குத் தெரியும்" என்றான் பாபு.

"நான் என்ன? எல்லாருமே சொல்வார்கள். அவளுடைய நிறம், கண், உடல் எல்லாம் சாதாரணப் பெண்களிடம் பார்க்க முடியாது."

"அவள் சாதாரண ஸ்திரீயே அல்ல."

"அதுதான் உனக்கும் அமைதி கிடைக்காது என்று சொல்கிறேன்."

"இன்னும் அப்படியேதான் சொல்கிறாயா?"

"எப்பொழுதும் சொல்வேன்."

"அவள் என்னை ஏற்றுக்கொண்டால்..?"

"அதை அப்போது பார்த்துக்கொள்கிறது! அது சரி. ஏற்றுக் கொண்டுவிட்டால் நினைத்ததெல்லாம் கிடைத்துவிடுமா?"

"ராஜம், நீ ஏன் இப்படி சொல்கிறாய்?"

"நீ சந்தோஷமாக இருக்கத்தான்."

"நான் சந்தோஷமாக இருக்க முடியாது என்று ஏன் சொல்கிறாய்?"

"பாபு, ஏதோ எக்கச்சக்கமாகக் கேள்விகள் கேட்கிறேன்னு நினைச்சுக்க மாட்டியே?"

"கேளேன்."

"காதல் என்று சொல்கிறோமே; அதுதான் இது என்ற நிச்சயமாக நம்புகிறாயா நீ?"

"ஆமாம்."

"காதல் என்றால் என்ன தெரியுமா?"

"நீதான் சொல்லேன்."

"இரண்டுபேரும் ஒரே மாதிரியா நினைக்கணும்... ஒருவர் மட்டும் நினைத்தால் காதல் இல்லை அது. அது அழுகை. இல்லா விட்டால் யாரும் கீழ்ப்படியாத சர்க்கார் உத்தரவு... தரிசு நிலத்துக்கு,

மோக முள்

சாகுபடிக்கே லாயக்கில்லாத, சாகுபடியே இல்லாத பூமிக்கு, வேலி கட்டுகிறது. எது வேணும்னாலும் வச்சுக்கலாம்."

"சரி."

"அப்படீன்னா, இதை நம்புகிறாயா நீ?"

"நம்புகிறேன்."

"நான் நம்பவில்லை."

"ஏன்?"

"நீ அவளிடம் ஏதோ தெரிவிச்சேன்னியே."

"ஆமாம்."

"அவள் எதாவது சொன்னாளா?"

"வேண்டாம் என்று சொன்னாள்."

"எப்படிச் சொன்னாள்?"

"கெஞ்சுகிறாற்போல் சொன்னாள்."

"அப்படியா சொன்னாள்?" என்று ராஜம் சற்று சந்தேகமும் வியப்பும் கலந்ததுபோலக் கேட்டான்.

"ஆமாம்."

"கெஞ்சினாற்போலவா?"

"ராஜம், நீ ஏன் இப்படிக் குழப்புகிறாய் என்னை?"

"உன் மனசு தெளிய வேண்டும் என்றுதான்... கெஞ்சுகிறாற்போல சொன்னால் இன்னும் கஷ்டம்."

"ஏன்?"

"நீ எதோ நம்பிக்கொண்டேயிருப்பாய்."

"சரி, அப்படியே இருக்கட்டும். அவள் சித்தம் மாறக்கூடாதா?"

"பேஷாக மாறட்டும். மாறவேண்டும் என்றுதான் என் ஆசை."

"ராஜம், இந்த ட்ராமாவெல்லாம் வேண்டாம். முழுக்கச் சொல்லித்தொலை நீ சொல்கிறதை."

ராஜம் சிரித்தான்.

"பாபு, நீ எப்பொழுது இவளைக் கலியாணம் பண்ணிக்கொள்ளப் போகிறாய்?"

"அவள் வைக்கிற தேதியில்தான்."

"யார் நிச்சயம் பண்ணுவார்கள்?"

"நான்தான்."

"உங்கப்பா, உங்கம்மா?"

"அவருக்கு இஷ்டமில்லையென்றால் நான் என்ன செய்கிறது?"

"உன் அப்பாவுக்கு ஒரு கடமை இல்லையா? நீ செய்கிற கடமை?"

"இதையெல்லாம் சொல்லி என்னைக் கலைக்க முடியுமா என்ன?"

"அப்ப நீ அதைப்பற்றி யோசிக்கவில்லையா?"

"அவர் சரின்னு சொல்ல வேண்டும் என்று என்ன முடை?"

"அதுதான் கேட்டேன்."

"அப்பாக்களின் அதிகாரத்துக்கு வரம்பு, குறிப்பிட்ட இடம் எல்லாம் கிடையாதா ராஜம்?"

"இல்லை பாபு. உங்கப்பாவுக்கு நீ ஒரே பிள்ளை, என் மாதிரி. நீயும் அவரிடம் அசாத்யமா பக்தி அன்பு எல்லாம் வச்சருக்கே. அதனாலே சொன்னேன்."

"அதற்காக நான் தலையில் துணியைப் போட்டுக்கொண்டு ஓடணுமா?"

"ஏன் ஓடணும்? தைரியசாலிகள் எதையும் பகிரங்கமாகச் செய்வார்கள். தலையிலே துணி எதற்கு?"

"என்ன சார்?" என்று அப்போது குரல் கேட்டது. பாபு திரும்பினான். மேலக் காவேரி சாஸ்திரிகள் சைக்கிளைத் தள்ளிக்கொண்டு பின்னால் வந்துகொண்டிருந்தார்.

"நமஸ்காரம் சார்."

"நமஸ்காரம். என்ன சேதி? உங்க ரூமுக்கு வரணும் வரணும்னு பாக்கறேன். ஒழியவே இல்லை . . . என்ன சார், சௌக்கியமா?" என்று ராஜத்தைப் பார்த்தார்.

ராஜம் "சௌக்கியம்" என்று தெரியாத மனிதர் போடுகிற கேள்வியைக் கேட்டுக் குழம்பிக்கொண்டே சொன்னான்.

"உங்கப்பா ரிடயரானதுக்கப்புறம் வேறு வேலைக்கே போகலியா?"

"இல்லை."

"ஒரு சின்ன ட்யூடோரியல் காலேஜ் வச்சா பணமா அரிச்சுக் கொட்டலாம் சார். எல்லாம் அவா அவா ஆசையைப் பொறுத்தது. தியாகராமய்யர் அப்படியெல்லாம் பறக்கிறவரா என்ன? ஏன் சார், துக்காம்பாளையத் தெருவிலே இருக்காளே உங்களுக்குத் தெரிஞ்சவளா?"

"ஆமாம்."

"அதுதானே பார்த்தேன். உங்களைப் பார்த்தேன் அன்னிக்கி."

"ஆமாம். எங்கப்பா அவர்கள் நிலத்தைப் பார்த்திண்டிருக்கார். அவர்கள் நிலம் பாபநாசத்திலே இருக்கு. நாற்பது வருஷமாப் பழக்கம். மராத்தியர்கள் ..." என்று பாபு சடசடவென்று ஒப்பித்தான். அவனுக்குச் சற்று எரிச்சலாக வந்தது. "நீங்க என்ன கடைத்தெரு பக்கம் போறேளா?" என்று கூடவே கேட்டான்.

"ஆமாம் . . . ஒரு நாளைக்கு வரேன் ரூமுக்கு."

"கட்டாயம் வாங்க சார்."

"நான் வரட்டுமா?" என்று இருவரிடமும் விடை பெற்றுக் கொண்டு மிதியை மிதித்தார் சாஸ்திரிகள்.

சாஸ்திரிகளைப் பார்த்துக்கொண்டே சற்று நின்றான் ராஜம்.

"இவர் யாரு?"

"யாரு இவர்?"

"உனக்கும் தெரியாதா?"

"ரண்டு மாசத்துக்கு முன்னால் ஆறுமுகம் கடைக்கு முன்னாலே பார்த்தேன். அவராக எல்லாம் விசாரித்தார் என்னை. குலம், கோத்ரம், படிப்பு எல்லாம் விசாரித்தார்."

"என்னை எப்படித் தெரியுமாம்?"

"அவருக்குத் தெரியாத விஷயம், தெரியாத மனிதர்கள் ஒன்றும் இராது என்றுதான் தோன்றுகிறது."

"அப்பாவைப் பற்றிக் கேட்டார். அப்பாவுக்குத் தெரிஞ்சிருக்கும்."

"தெரியாவிட்டாலும் பரவாயில்லை. நமக்கு எந்த சமாசாரம் வேணும்னாலும் இவரைக் கேட்டுத் தெரிஞ்சக்கலாம். அவர் எங்கப்பாவைப்பற்றிச் சொல்கிறார். நான் சாப்பிடுகிற நீலுப்பாட்டி வீடு, அவள் பிள்ளையைப்பற்றிச் சொல்கிறார், என் வீட்டுக்காரரைப் பற்றிச் சொல்கிறார்: நம்ம காலேஜ் வாத்யாரை எல்லாம் பற்றிச் சொலகிறார், இப்போது யமுனாவைப் பற்றி நமக்குத் தெரியாததைக் கூடத் தெரிந்துகொண்டு விடுவார் போலிருக்கிறது" என்றான் பாபு.

"அப்ப நீதான் ஜாக்ரதையாக இருக்கணும்."

"எனக்கு என்ன ஒளிவுமறைவா ஒன்றும் செய்யவில்லையே நான்."

"உனக்கு ஒளிவுமறைவு வேண்டியதில்லை. வேண்டும் என்று நினைக்கிறவர்கள்?"

"அவள் அப்படி நினைப்பாள் என்கிறாயா?"

"நினைத்தால்?"

"எதற்காக நினைக்க வேண்டும்?"

"சும்மா அபவாதத்துக்கு ஆளாவானேன் என்றுதான்."

"அபவாதம் எப்படி வரும்?"

"ஆமாம், அவள் உன்னை ஏற்றுக்கொண்டால் அபவாதம் என்றெல்லாம் பயப்பட வேண்டியதில்லை. இல்லையென்றால்?"

பாபுவுக்கு ராஜத்தின்மீது புகைச்சலாக வந்தது இவனிடம் ஏன் இதையெல்லாம் சொன்னோம் என்று ஒரு கணம் நெஞ்சு குமுறிற்று; இவன் வாயை அடக்கவாவது அவளை உடனே வசமாக்கி, 'சரி' சொல்லச் செய்துவிட வேண்டும் என்று துடித்தது.

"இல்லை என்று எப்படிச் சொல்ல முடியும்?"

"அவள் தான் சொல்லிவிட்டாளே."

பாபுவுக்கு வயிற்றுக்குள் கல் விழுந்தாற்போலிருந்தது.

"என்ன சொன்னாள்?"

"இல்லை என்றுதான்."

"எப்பொழுது சொன்னாள்?"

"இப்போதுதான்."

"அப்படிச் சொல்லக் காணோமே."

"உன்னிடம் சொல்லவில்லை."

"உன்னிடம் சொன்னாளா?"

"நீ இவ்வளவு தூரம் அவளோடு பழகியிருக்கிறேன் என்கிறாய் உனக்கு ஏன் புரியவில்லை? என் கலியாணத்தைப் பற்றிக் கேட்ட தெல்லாம், நீயும் இப்போது அதைப்பற்றி நினைக்க வேண்டாம் என்றுதான். உன்னையும் கட்டி இழுத்துக்கொண்டு போ என்று என்னிடம் சொன்னதும் அதற்குத்தான்!"

"நான் எத்தனை வருஷமானாலும் காத்துக்கொண்டிருப்பேன்."

"அதைப்பற்றி அவள் கவலைப்பட வேண்டுமே?"

பாபுவுக்கு மீண்டும் கோபம் புகைந்தது. இவன் என்னமோ எல்லாம் தெரிந்தாற்போல் பேசுகிறான்!

அவன் பதில் சொல்ல விரும்பவில்லை.

"பாபு, நான் சொல்கிறதெல்லாம் சொல்லியாகிவிட்டது. உனக்குப் பிடிக்கவில்லை என்றுதான் நினைக்கிறேன். நாம் எதற்காக இதைப்

மோக முள் 357

பற்றிப் பேசிப்பேசி, கோபத்தை வளர்த்துக்கொள்ள வேண்டும் என்று புரியவில்லை. இதைப்பற்றியே பேச வேண்டாம்."

பாபு பேசாமல் நடந்துகொண்டிருந்தான். ராஜம் மேலும் சொன்னான்.

"இதைப்பற்றிப் பேசுவதில்லை என்று வைத்துக்கொள்வோம். நான் சொல்வது எல்லாமே தவறாக இருக்கலாம். நீ அதையெல்லாம் நினைத்து வேதனைப்பட வேண்டிய அவசியமில்லை. உன் யமுனா மாறினாலும் மாறலாம். யார் எதைச் சொல்ல முடியும்? மாற வேண்டும் என்றுதான் வேண்டுகிறேன் . . . அதாவது முற்றிலும்."

"முற்றிலும் என்றால்?"

"முற்றிலும்தான். உனக்கு அமைதியைக் கொடுக்கக்கூடிய அளவுக்கு மாறட்டும் என்றுதான் நான் வேண்டிக்கொள்கிறேன். எல்லாமே மாற வேண்டும் என்று விரும்புகிறேன்."

"எல்லாமா?"

"ஆமாம். உன் அப்பா அம்மா எல்லாரும் இதை ஒப்புக் கொள்ளட்டும். அந்த அளவுக்கு மனப்போக்குகள் மாறட்டும்."

"நீ என்ன நினைக்கிறாய்?"

"என்னைப்பற்றி என்ன? நானும்தான் மாற வேண்டும்."

"உனக்குத்தான் இதில் நம்பிக்கை இல்லை என்று சொல்லி விட்டாயே."

"அதனால்தான் நானும் மாற வேண்டும் என்று சொல்கிறேன்."

"இப்போது நீ ஆமோதிக்கவில்லையா?"

"இல்லை. ஆனால் நீ எதற்காக என்னைப் பற்றிக் கவலைப்பட வேண்டும்? உனக்கு எது சரி என்று தோன்றுகிறதோ அதைச் செய்."

அதற்குப் பிறகு பாபுவும் ராஜமும் அதைப்பற்றி ஒன்றும் பேசவில்லை. ராஜத்துடனேயே சென்று தியாகராமனிடம் நன்றி தெரிவித்துவிட்டுத் திரும்பினான் பாபு.

○

எல்லாம் மாறட்டும். மாறவேண்டும் என்று ராஜம் வேண்டிக் கொண்டதும், வாழ்த்தியதும் பாபுவை மேலும் குழப்பிக்கொண் டிருந்தன. அனாவசியமாக, பிடிக்காத கருத்துக்களைச் சொல்லிப் புண்படுத்த வேண்டாம் என்று அவன் முடிவு செய்துவிட்டான் போலிருக்கிறது. எப்படியோ! மாறட்டும் என்று சொன்ன குரல் மட்டும் மனது ஒட்டாமல் சுரையில் ஏறாத் தந்திபோல் பொருளிழந்து ஒலித்தது.

தி. ஜானகிராமன்

அந்த வறட்சி, ராஜம் முதலில் சொன்னவற்றை உறுதிப்படுத்து வது போலிருந்தது; சந்தேகங்களை எழுப்பி மனதை அலைக்கழித்தது.

இந்த யமுனாவே இல்லாமலிருந்தால் தேவலை போலிருந்தது...

இப்போதும் ஒன்றும் முழுகிப்போய் விடவில்லை. நடந்ததை யெல்லாம் மறந்து, விழித்துக்கொண்டால்?

முக்கால்வாசிக் கனவுகள் மறந்துதான் போகின்றன. ஆனால் இது மறந்துபோகிற கனவாகத் தோன்றவில்லை; விழிப்பிலும் தொடரும் கனவு.

ஆனையடியைக் கண்டதும், பழகின மாட்டைப்போல மேற்குப் பக்கம் ஏதோ அவனை இழுத்துக்கொண்டு போயிற்று.

உள்ளே போனபோது யமுனா அவனை வா என்று கூடச் சொல்லாமல் சூன்யமாகப் பார்த்தாள். "என்ன பாபு!" என்று அவள் கேட்க அரை நிமிஷமாயிற்று. அதுவும் அவன் உட்கார்ந்த பிறகு.

மறுபடியும் அவள் கண், பதிலை எதிர்பார்க்காதது போல வாசித்துக்கொண்டிருந்த புத்தகத்தின் மீது போயிற்று.

"அம்மா இல்லையா?"

"பணம் வந்தாச்சு. கடைக்குப் போயிருக்காள்."

"வந்த மூச்சிலேயே செலவழிக்கணுமா?"

"கடைக்காரன் மறுபடியும் கடன் கொடுக்கணுமே!"

"எப்ப போனா?"

"இப்பதான். அஞ்சு நிமிஷமாச்சு."

யமுனா புத்தகத்தைப் பார்த்துக்கொண்டே புரட்டிக்கொண் டிருந்தாள். பாபு பேசாமல் உட்கார்ந்திருந்தான். வார்த்தைகள் மட்டும் நாக்கு நுனியில் வந்து துடித்துக்கொண்டிருந்தன.

"எங்கேருந்து வரே?"

"ராஜத்தின் வீட்டிலேர்ந்து."

"இந்த ராஜம் உனக்கு ரொம்ப சிநேகமா?"

"ரொம்ப சிநேகம்."

"ரொம்ப கெட்டிக்காரனா?"

"கெட்டிக்காரன், நல்லவன்."

"பார்த்தாலே தெரிகிறது. ரொம்ப அமரிக்கையா, அடக்கமா இருப்பான் போலிருக்கு."

"அடக்கம். நிறைஞ்ச குடம்."

"அழுத்தமாகக்கூட இருப்பான் போலிருக்கு ஆர அமரத்தான் எதையும் செய்வானா?"

"ஆமாம்."

"உன் அவசரத்துக்கும் அவன் அழுத்தத்துக்கும் ரொம்ப தூரம் இருக்கும்போலிருக்கேன்னு கேட்டேன்."

"வாஸ்தவம்தான்."

"அப்படியானா, நீ அவன் யோசனையைக்கூடக் கேட்பியா?"

"எதுக்கும் கேட்பேன்."

"எதுக்கும்?"

"எதுக்கும்தான்!"

"அவனும் உன்னைக் கேட்பானாக்கும்?"

"அவன் ஏன் கேட்கணும்? கேட்கும்படியா ஒண்ணுமில்லை அவனுக்கு. இருந்தாலும், தானே முடிவு பண்ணிப்பான்."

"இதுக்கு என்ன சொன்னான்?"

"எதுக்கு?"

"உன் கவலைக்குத்தான்."

பாபு என்ன சொல்வது என்று தெரியாமல் விழித்தான்.

"நான் அவனிடம் இதைக் கேட்கவில்லை. இது சொந்த விஷயம்."

"அப்படின்னா எதுக்கு அழச்சிக்கிட்டு வந்தே?"

"உடனே நகையை வாங்கிண்டாங்களே. அது யார்ன்னு தெரிஞ்சுக்க நீங்க ஆசைப்படமாட்டேளா?"

"அது சரி. தெரிஞ்சிண்டதும் நல்லதுதான்."

இதைக் கேட்டு பாபுவுக்கு விவரம் தெரியாத அச்சம் ஒன்று ஏற்பட்டது.

"யமுனா!"

"ம்."

"ஏன் இப்படிப் பிடிவாதம் பண்றே?"

"அது நான் செய்ய வேண்டியது."

"பறக்க விட்டுவிடுவேன்னு நெனச்சியா?"

"அதுவும் நினைக்கலை."

"பின்னே என்ன?"

"எனக்கு இஷ்டமிருந்தால்தானே?"

"நான் யாருக்கும் பயப்படவில்லை. அப்பா அம்மா, உலகம் பூராவும் சிரித்தாலும் நான் லட்சியம் பண்ணப் போவதில்லை."

"எதுக்காக உலகம் சிரிக்கணும்?"

"அனுதாபமில்லாதவர்கள் சிரிப்பார்கள். யோசிக்காதவர்கள் சிரிப்பார்கள். அனாவசிய முட்டாள்தனத்தை வளர்க்கிறவர்கள் சிரிப்பார்கள்."

"முட்டாள்தனம் என்ன இதில்? சிரிக்க என்ன இருக்கு?"

"ஆமாம். பத்து வயசுக்கு மேல் அண்ணாந்து பார்க்கிறேன் என்று நாலு முட்டாள் நினைக்கலாம்."

"அதையும்கூட நினைச்சுப் பார்த்துட்டியா நீ?"

"யமுனா!"

"பாபு, நீ போய்விடு. நேரமாயிடுத்து."

"இப்படியே தான் சொல்லப்போறியா?"

"இப்படியேதான்."

"யோசிக்கக்கூட மாட்டியா இதை?"

"யோசிக்க ஒண்ணுமே இல்லை."

"இப்படியே தனியாகவே இருக்கப்போறியா?"

"தனி என்ன? நீதான் சத்யம் பண்ணியிருக்கியே."

"பண்ணினேன். ஆனால், நான்தான் அது. இந்த மோதிரத்தைக் கூட உனக்கு நல்ல கலியாணமாக ஆனால் கொடுத்து விடுகிறேன் என்று பாமரனைப்போல ஒரு சமயம் வேண்டிக்கொண்டேன்" என்று மோதிரத்தைக் கழற்றி அவள் மடியில் எறிந்தான் பாபு.

"எல்லாம் ஆனப்பறம்னா இது? அதையும் எங்கிட்ட தள்ளி என்ன செய்கிறது?"

"சேர வேண்டிய இடம்தான் இது."

"ஸ்வாமிக்கு இல்லையா இது?"

"எல்லாம் நீதான் எனக்கு."

"அதாவது, விச்சோடிச் செருப்பாத்தான் இருக்கா இன்னமும்?"

பாபு தலையைக் குனிந்துகொண்டான். சம்மட்டி மாதிரி விழுந்த அந்தச் சொற்களைக் கேட்க முடியவில்லை.

மோக முள்

“இந்த மோதிரத்தை நானே வச்சுக்கலாமா?”

“உனக்குத்தான் அது.”

“ஞாபகமா வச்சுக்கறேன்.”

“ஞாபகத்துக்குத்தான் இது.”

“வேறு ஞாபகம் இல்லை. இதுமாதிரி கூட உலகம் நடக்கும் என்று ஞாபகப்படுத்திக்கத்தான் பாபு. என் மனசும் நிம்மதியாக இல்லை. வயசு காலத்தில் ரண்டு பேர் தவிக்கிறதை என்னால் நினைச்சுப்பார்க்கவே முடியவில்லை. இதுவாவது என்னை ஜாக்ரதை யாக இருக்கும்படியா பண்ணும். வயசு வயசு வயசு என்று உலகம் சிரிக்கும். என் பந்துக்கள் சிரிப்பார்கள். உன் பந்துக்கள் சிரிப்பார்கள். உன் சிநேகிதர்கள் சிரிப்பார்கள். அந்தச் சிரிப்புக்கெல்லாம் நீயும் ஆளாகாமல் இருக்கணும்னுதான் இது இங்கே இருக்கட்டுமென்று நினைக்கிறேன். இந்தச் சிரிப்பு எல்லாம் சேர்ந்து யாரையும் அழவச்சிடும்.”

“நான் அழமாட்டேன். நீயும் மனசிருந்தால் அழாமலிருக்க முடியும்.”

“எனக்கு மனசில்லை.”

“அப்படியானா, இதை வச்சிண்டு உன் மனசைக் கல்லாக்கிண்டு எனக்கென்ன லாபம்?”

“கல்லை யாரும் கடைசியில் தூக்கி எறிந்துவிடுவார்கள்.”

“யாரும்தான். நான் ஏன் அதில் சேரணும்?”

“பாபு, நேரமாச்சு, புறப்படு.”

“கழுத்தைப் பிடிச்சுத் தள்ளிவிடுவே போலிருக்கே.”

“நீ போ இப்ப . . .”

“இனிமேல் வரக்கூடாதா?”

“நான் அப்படி சொல்லலியே. உன் இஷ்டம்போல் வரலாம் போகலாம். இது உங்க வீடு . . . இப்ப போயிடு.”

“எங்க வீட்டிலேர்ந்தா?”

“இது மாதிரி நினைக்கிறபோதெல்லாம் இது உன் வீடில்லை.”

“அப்படீன்னா நான் எப்பவும் வரமுடியாது.”

“நான் என்ன செய்கிறது?”

பாபு பேசாமல் எழுந்தான். நடையில் இருந்த செருப்பை மாட்டிக்கொண்டான்.

“நான் சொல்றதையும் யோசிச்சா நல்லது. என் பாபுவுக்குக் கெடுதலா நான் ஸ்வப்னத்திலும் சொல்லுவேன்னு நெனக்கலை.”

வழக்கத்திற்கு விரோதமாக யமுனாவின் குரல் கரகரத்தது. பாபுவுக்கு ஏதோ தகாததைச் செய்ததுபோல உள்ளம் நடுங்கிற்று.

"யமுனா, இதை மறந்துவிடு" என்று சிறு பறவைக் குஞ்சு நடுங்குவது போல அவன் குரல் கம்மிப் படபடத்தது.

"நான் மறந்துவிட்டேன்."

"என்னையும் மன்னித்துவிடு."

"நீதான் செய்யணும் அது."

"இதோடு இந்த விஷயம் புதைந்துவிட்டது."

"ஆமாம்."

"மோதிரத்தை எடுத்துப் போகட்டுமா?"

"வேண்டாம் . . . எங்கிட்டவே இருக்கட்டும்."

". . ."

"எங்கிட்டவே இருக்கட்டும்."

கால் இற்றுவிடும் போலிருந்தது. நடப்பதுகூட சிரமமாயிருந்தது. மடத்துத் தெரு ஹோட்டல் ஒன்றில் புகுந்து ஒரு பெஞ்சியில் உட்கார்ந்துகொண்டு ஸர்வரிடம் காப்பிக்குச் சொல்லிவிட்டு, அது ஆற ஆற அரை மணி நேரம் உட்காாந்திருந்தான் பாபு.

25

நீலுப்பாட்டியின் பிள்ளைக்கு மைத்துனன் வந்திருந்தானாம் அன்றைக்கு. மலர் மலராகப் பொரித்திருந்த கருவடாம் வற்றல்களையும் சமைத்த சாதத்தையும் சாப்பிட்டு அறைக்கு வந்தான் பாபு.

நடந்ததையெல்லாம் நினைத்து நினைத்துப் பார்த்தான் அவன். காரணம் தெரியாமல் அழுகை வந்தது. தனிமையில் அது ஒரு நிமிஷம் தடையின்றி வந்தது. கன்னத்தில் வழிந்து தானாகக் காய்ந்தது.

எப்படித் துணிச்சலாகக் கேட்டேன்? அவ்வளவு கீழே புத்தி இறங்கிவிட்டதா? இந்த எண்ணம் ஏன் வந்தது? இந்த உடலழகை எதிர்க்க முடியாத அவ்வளவு சிறுமை வந்துவிட்டதா?

யமுனாவின் கம்பீர உருவம் கண்முன் நின்றது. அந்தப் பார்வை இதயத்தின் மெல்லிய பகுதியைத் துடிக்கத் துடிக்க அடித்தது.

"யமுனா, என்னை மன்னித்து விடு" என்று மனதாரக் கெஞ்சினான். கண்ணீரால் தன் உள்ளத்தின் கொடுந்தீயை நனைத்து அவித்துவிட்டது போலிருந்தது அவனுக்கு. வாயைத் திறந்துகொண்டு பெருமூச்சு வந்தது.

படுத்தபடியே தந்தை காட்டிய தெய்வத்தை இழுத்து இழுத்து மனத்தின் முன் நிறுத்தினான்.

'என்னைக் காப்பாற்று. தகாத எண்ணங்களிலிருந்து என்னைப் பிய்த்து எடு, முள்மேல் துணியைப் போட்டு விர்ரென்று இழுத்தால் கிழியத்தான் கிழியும். இந்த மனம் கிழிந்து ரத்தம் பெருகட்டும். நான் புது மனிதனாக ஆகிவிடுவேன்' என்று வேகமாக முள்மீது பரந்த இதயத்தை முரட்டுப் பிடியால் பிடித்து இழுத்தான். கண்ணை மூடி மூடி வணங்கினான்.

இவ்வளவும் அப்பாவுக்குத் தெரிந்தால் என்ன நினைப்பார் அவர்? அம்மா என்ன நினைப்பாள்? யமுனா யமுனா என்று உயிரை விடுகிற அக்கா அவனைப்பற்றி என்ன நினைப்பாள்! இவ்வளவு கேவலமான ஒரு தம்பியா? இவ்வளவு கேவலமான ஒரு பிள்ளையா!

"டொக் டொக்."

"டொக் டொக்."

நேற்று வந்த ஓசைதான்.

"ஸ் ஸ் ஸ்."

நாலைந்து சீத்காரம். பிறகு கை நகம் ஜன்னல் கம்பியைச் சுண்டிற்று. மல்லிகையின் மணம் ஜன்னலிலிருந்து வந்தது. நல்ல பாம்பு வந்தால்கூட இந்த வாசனைதான் கமழுமாம்.

பாபு கட்டிலிலிருந்து எழுந்து ஜன்னலண்டை போய் நின்றான். "கதவு தாழ்ப்பாள் போட்டிருக்கா?" என்று தொண்டைக்குள் கேள்வி எழுந்தது.

"ஆமாம்."

"எத்தனை நாழி நிற்கிறது?"

"ஏன், தாத்தா இன்னும் வரலியா?"

"வரலை. பேரனைப் பார்க்க வந்தேன் ... திறக்க முடியாதா?"

"எதை?"

"எதையா? இதைத்தான்!" என்று மார்பில் ஒரு பூ விழுந்தது.

"எதையும் திறக்க மாட்டேன்."

"பிடிக்கவில்லையா?"

"ஆமாம்."

"லெட்டரை வாசிச்சு விட்டுக் கிழிச்சேளா? வாசிக்காமலே கிழிச்சேளா?"

"பத்துதரம் வாசிச்சுத்தான் கிழிச்சேன்."

"நான் சொன்னது சரியாகப் படலியா?"

"படவில்லை."

"மானத்தை விட்டு 'என்னவானாலும் செய்யறேன். எங்கேயும் வரேன்'னு சொல்லுவாளா ஒரு பொம்மனாட்டி?"

"உன்னை யார் சொல்லச் சொன்னா?"

"நீங்கதான்."

"அப்படியே திறந்துண்டு வந்து உன் கழுத்தை முறிச்சுப் போட்டுடுவேன்."

"போட்டுட்டா ஒரு பாடாத் தீர்ந்துது. எனக்கும் விடிஞ்சு போயிடும்."

"தங்கம்மா, நீ போயிடு, வாண்டாம்."

"உங்களுக்குத் தைரியம் இல்லை."

"அப்படியே வச்சுக்கோயேன்."

"நான் தைரியமா இருக்கேன். அதிலே பாதி உங்களுக்குக் கொடுத்தாப் போதுமா?"

"எனக்கு வேண்டாம்."

"நான் என்ன செய்வேன்?"

"என்ன வேண்டுமானாலும் செய்."

"என்னால் இருக்க முடியாது போலிருக்கே."

"நான் என்ன செய்யறது?"

"என் உயிர்கூடத் தக்காது."

"என்ன செய்யணும்ங்கறே?"

"கதவைத் திறந்துவிட்டா, கொஞ்சநாழி உங்களைப் பார்த்து விட்டாவது போறேன்."

"மாட்டேன்."

"நிச்சயமா?"

"இப்படியே பாரு."

"இருட்டா இருக்கு."

"இருந்தா என்ன?"

"அவ்வளவுதானா?"

"காலமேதான் பார்த்தியே."

"இப்ப பார்க்க முடியலியே."

"அவசியமில்லை."

"கையையாவது கொடுங்களேன்."

ஜன்னல் கம்பி வழியாகப் பற்றிய கையை உதறி எறிந்தான் பாபு.

"அப்பா அவ்வளவு கோபமா?"

"ஆமாம்."

"நான் என்ன செய்தேன்?"

"செய்தது போதும்."

ஒரு நிமிஷம் பேச்சில்லை.

"நான் போகட்டுமா?"

"போயேன்."

"ரொம்ப நியாயம் தெரிஞ்சவா இவா எல்லாரும்."

"போகட்டுமான்னு ஏன் நிக்கறே?"

"போகத்தான் போறேன்."

"போ."

"எப்பவாவது உங்கிட்ட வரத்தான் போறேன்."

"எப்ப?"

"எப்பவாவது"

"இப்ப போயிடு."

"வெறுமே போ போன்னு தள்ளவாண்டாம். இதோ போயிட்டேன்... இந்தாங்கோ."

"என்ன?"

"நீங்க எழுதின லெட்டர்."

"நீயே கிழிச்சுப் போட்டுவிடு."

"என்னாலே முடியாது."

வெல்வெட் பெட்டியிலிருந்த கடுதாசித் துண்டை இருட்டில் தடவித் தடவி எடுத்து பட்டென்று கொடுத்தது.

"இதையும் வாங்கிப்பேன்னு நினைக்கலை நான்."

"இதோ கிழிச்சுப் போடப் போறேன்."

தி. ஜானகிராமன்

பாபு அதைக் கிழித்து, தூள் தூளாகக் கிழித்து, வீசி எறிந்தான்."

"வேண்டாம், வேண்டாம்" என்று அவன் கையைப் பிடித்து விசும்பல் கேட்டது. நனைந்த கையை இழுத்து பனியன் மீது துடைத்துக்கொண்டான் அவன்.

"நீ இப்படி இருப்பேன்னு நான் நினைக்கவே இல்லை." துணுக் குற்று இருட்டில் அவளுடைய குனிந்த தலையைப் பார்த்துக்கொண்டு நின்றான் பாபு.

"நான் வரட்டுமா ?"

"போயிட்டு வா தங்கம், இதைப் பாரு. உன் நன்மைக்குத்தான் சொல்றேன்."

"தெரியறது."

மாடிக்கட்டையைத் தாண்டி அந்த உருவம் திரும்பிப் பார்க்கா மல், நிற்காமல் உள்ளே போயிற்று.

26

அந்த மார்கழியில் கடைசி மழையும் இரண்டு மூன்று நாளைக்குத் தூற்றலாகத் தூறிவிட்டு ஜோவென்று பெரிதாக இரண்டுநாள் கொட்டிற்று. கல்லூரியிலிருந்து மாலையில் திரும்பியதும் வெளியே காலை வைக்க முடியவில்லை. கல்லூரிக்குப் போவதும் வருவதுமே இந்த மூன்று மாதமும் பாடாகத்தான் இருந்தது. நசநசவென்று தெருமண் குழம்பிக் கிடந்தது. ஈசல் கூட்டம் முதுகிலும் வயிற்றிலும் ஊர்ந்தது. படுக்கையை மொய்த்தது.

பாபு அதிகமாக வெளிக்கிளம்பவில்லை. பார்க்கிற்குப் போவது இன்னும் இரண்டு மாதத்திற்கு முடியாது. மழை நின்றதும் குளிர் ஆரம்பித்துவிடும்.

மழை நின்று இரண்டு, மூன்று நாள் குளிர் அதிகமாகத் தெரியவில்லை. நாலாவது நாள் மாலையிலேயே மேலே ஒரு ஸ்வெட்டர் போட்டுக்கொள்ள வேண்டும் போலிருந்தது.

ராஜத்தைக் கல்லூரியில் சந்திப்பதற்குமேல் முடியவில்லை. பாபு உள்ளேயே அடைபட்டுக் கிடந்தான் மொட்டை மாடிக் கதவையும், அங்குள்ள ஜன்னல் கதவுகளையும் சாத்தி, ஆறுமணிக்கே அரிக்கேன் விளக்கை ஏற்றி விட்டு முழுக்கை ஸ்வெட்டரை அணிந்து புத்தகத்தை எடுத்துக்கொண்டு உட்கார்ந்துவிடுவான்.

படபடவென்று ஜன்னல் சார்ப்புகளின் மீது மழைத்துளி அடிக்கும் சப்தத்தைக் கேட்டுக் கொண்டே, கட்டிலில் மல்லாந்து படுத்து, தலைமாட்டு ஸ்டூல்மீது வைத்த அரிக்கேன் விளக்கின் ஒளியில் ஆங்கில நாவல்களைப் படிப்பது, ஒரு புது அனுபவமாகத்

தான் இருந்தது. காலைப் போர்த்திக்கொண்டு மழையோசையின் பின்னணியில் அந்தப் படிப்பு குளிருக்கே இதமாயிருப்பதுபோல் தோன்றிற்று.

மழை நின்றுவிட்டது. டிசம்பர் பரீட்சைக்கு இன்னும் ஒரு வாரம்கூட இல்லை. ஈர நைப்பில் களிகொண்டு சிறு தவளைகளும், மடாத் தவளைகளும் ஆகாசத்தையே நிரப்பி விடுவதுபோலக் கத்திக்கொண்டிருந்தன. கூட சுவர்க் கோழிகளும் பத்துப் பதினைந் தாகச் சேர்ந்துகொண்டன. இந்த ஒலிகளெல்லாம் சேர்ந்து எழுப்பியது போல, நீலப் படலம் படலமாக முன் பனி விழுந்து, நாணல் புதர்களிலும் நிலத்தின் மீதும் புகைந்து நின்றது.

அந்தி வேளைகளில் கட்டிலில் படுத்து ஜன்னல் வழியாகப் பனிமூட்டம் இறங்குவதைப் பார்த்த பாபுவுக்கு உலகமே இன்பமய மாக, அமைதி மயமாக இருந்தது. சுவர்க்கோழியின் இசை தெளிவாகக் கேட்பதே அமைதியைக் கேட்பது மாதிரிதான் இருக்கிறது. அமைதி ஒலியின் வடிவத்தை அடைந்ததுபோல நீண்டு ஒலித்தது அந்த இசை.

இந்தக் குளிரிலும், பனியிலும், மழை நின்ற ஓய்விலும் தான் காலத்தின் அழகெல்லாம் நிறைந்து கிடக்கிறதுபோல் தோன்றுகிறது. இல்லாவிட்டால் இவ்வளவு அமைதியும், நிம்மதியும் நிலவுவானேன்! வெகு சீக்கிரம் அந்தி வந்து அமைகிறது.

எங்கு பார்த்தாலும் நீலநீலமாகப் பனிக் குப்பல். கொல்லைமரத்து இலைகள் மாலையில் பனிப்போர்வை போர்த்தி உறங்கின. வாடைக் காற்று ஊதிற்று.

தெருக்களின் ஈர நசநசப்பு மெள்ள மெள்ள உலர்ந்தது. தெரு விளக்கைச் சுற்றிய புகைவட்டத்தில் கொசுக்கள் மொய்த்துக் கொண்டிருந்தன.

மழை ஓய்ந்த ஓய்ச்சலோடு அவன் கவலைகளும் வேதனைகளும் ஓய்ந்துவிட்டாற்போலிருந்தது. வெளியில் நிலத்தின் மேல் படர்ந்து தொங்கிய பனியைப்போல அவன் மனமும் லேசாக மிதந்தது.

பரீட்சை வந்தது. நாவல்களை ஓரமாக வைத்துவிட்டு கல்லூரிப் பாடங்களைப் படிக்கத் தொடங்கினான்.

பாடங்களை நன்றாகவே படிக்க முடிந்தது. மனதில் இப்போது வேறு விஷயங்களுக்கு இடம் நிறைய இருந்தது. தானே இறந்து போவதாகக் கண்ட கனவின் அதிர்ச்சியிலிருந்து விழித்தவன்போல, தான் பத்திரமாக இருப்பதை உணர்ந்தான் பாபு. யமுனாவிடம் விழுந்த புது உறவினின்றும் விடுபட்டது அல்லது விடுவிக்கப்பட்டது, அந்தப் பயங்கர கனவினின்றும் உலகத்தின் காலையில், பாதுகாப்பின் ஒளியில் விழித்து எழுந்ததுபோல் தானிருந்தது அவனுக்கு எல்லோரை யும்போல, எல்லா மாணவர்களையும்போல ஆகி விட்டதில் எல்லை

யில்லாத நிம்மதியும் திருப்தியும் கிடைத்தன. இந்தப் புதிய மாறுதலின் திளைப்பில், அவன் மற்ற மாணவர்களோடு பழகுவதுகூட மாறிக் கொண்டிருந்தது. முன்பெல்லாம் ராஜத்தைத் தவிர மற்ற மாணவர் களைக் கண்டு ஒதுங்கிப்போனவன், இப்பொழுது அவர்களுடன் நின்று பேசத்தொடங்கினான். பாடங்களைப்பற்றிப் பேசினான். அரசியல் பேசினான். ஆசிரியர்கள் மாதிரிப் பேசிக்காட்டித் தன் சந்தோஷங்களைப் பல மாணவர்களுடன் பகிர்ந்துகொண்டான்.

பரீட்சை வந்தது; முடிந்தது. அன்றே ரங்கண்ணாவிடம் சொல்லிக்கொண்டு ஊருக்குப் புறப்பட்டுவிட்டான் பாபு. பாபநாசத்தி லும் அவனுக்கு வெளியே போகக்கூட மனமில்லை. காமிரா உள்ளில் புளிப்பானை, உப்புச்சட்டி, வற்றல், கருவடாம் வைக்கும் பானைகள், விபூதிச்சட்டி, பாத்திரங்கள் வைக்கும் பெரிய மரப்பெட்டி – அதுவும் கனமாக இரட்டைத் தாழ்ப்பாளுடன் சிறு குதிர்மாதிரிதான் இருந்தது – வாழைக்காய்களைப் போட்டு மூடிய பித்தளை அண்டா – இத்தனைக்கும் நடுவில் ஒரு சாய்வு நாற்காலியில் சாய்ந்துகொண்டு படித்துக்கொண்டிருந்தான். படிக்காத வேளைகளில் நாற்காலியில் சாய்ந்தபடியே வைத்தி சொன்ன வழிபாட்டை நினைத்து மனதை ஒருமைப்படுத்திக்கொண்டிருப்பான். அந்த உள்ளில் கால் நீட்டக்கூட இடமில்லை. வலதுகாலை நீட்டினால் விபூதிச்சட்டி காலில் தட்டும். இடது காலை நீட்டினால் வாழைக்காய் அண்டா. பின்பக்கம் கையை உயர்த்தி நீட்டினால், ட்ரங்குப்பெட்டியின் கூர் அடி மாடத்திலிருந்து கையில் இடிக்கும். பாபுவுக்கு இந்த அடைசல் வேண்டியிருந்தது, பயமில்லாத பத்திரமான காப்பில் இருப்பது போலிருந்தது. இங்கு இந்த வீட்டுக்கு வந்தது முதலே அந்த விடுதலையை உணரமுடிந்தது. ஆனால் இந்த அறை இன்னும் விசேஷமான பாதுகாப்பை அளித்தது.

வைத்தி அவனை இழுத்து இழுத்து வைத்துப் பேசியது கூட அவனுக்கு வேண்டியிருந்தது. சாயங்காலமெல்லாம் அவருடனேயே பாபநாசத்தின் கடைத்தெருவிலும் சாலிய மங்கலம் ரஸ்தாவிலும், குடமுருட்டியைக் கடந்து உள்ளிக் கடை வரையிலும் தினமும் உலாவிக் கொண்டிருந்தான் அவன். இருவரும் ஓயாமல் பேசிக் கொண்டிருந்தார்கள். வகிடு எடுத்தாற்போலிருந்த சாலியமங்கலம் ரஸ்தாவின் இரு மருங்கிலும், நரைக்கப்போகும் கூந்தலைப்போல நெற்கதிர்கள் கண்ணுக்கெட்டியவரை முதிர்ந்து பழுத்துச் சாய்ந்துக் கிடந்தன. அந்த வெளி முழுவதும் யாரோ வயதான தலையைப்போல அமர்ந்து உறங்கிற்று. வயது முதிர்ந்த மன அமைதியும், வாழ்வின் பின்னிலையின் ஓய்வும் சுற்றிலும் இறைந்துகிடப்பது போன்ற ஒரு உணர்ச்சி அவனைப் பற்றிக்கொண்டது.

ஒரு மாதம் கழித்து அங்கு அவனும் அவரும் வந்து நின்றபோது சாய்ந்த கதிர்களைக்கூடக் காணவில்லை. அறுவடை முடிந்து சாண் உயரத்திற்கு வைக்கோல் மலர்ந்து கிடந்தது. அறுவடையைக் கவனிக்கத்

துணைக்காக அவனைத் தருவித்திருந்தார் அவர். களத்து மேட்டில் பழங்கயிற்றுக் கட்டிலைப் போட்டு அவர் உட்கார்ந்திருப்பார். பக்கத்தில் ஒரு குப்பல் வைக்கோலின்மீது அவன் உட்கார்ந்திருப்பான். நெல்லின் நறுமணமும் சொணையும் நெடியுமாக, தாளடி மும்முரமாக நடந்துகொண்டிருந்தது. கும்பகோணத்தைவிட இந்த இடம் மனதுக்குப் பிடித்தமாக இருந்தது அவனுக்கே ஆச்சரியமாகத்தானிருந்தது. காலையில் தொடங்கிய தாளடியைக் கவனிக்க அவன் போவதும், அவர் உணர்க்கையாகக் காய்ந்த உச்சி வெய்யிலில் நடந்துபோய் அவனைச் சாப்பாட்டுக்கு அனுப்புவதும், ஒரு சின்ன தூக்கமாகப் போட்டுவிட்டு, ஒரு தர்மாஸ் பிளாஸ்கில் காப்பியுடன் அவன் மறுபடியும் வரப்புகளைக் கடந்து சென்று அவரோடு சேர்ந்து கொள்வதும் – இந்த வருஷப் புது அனுபவமாக இருந்தது பாபுவுக்கு. அந்தப் புதுமையில் கிளர்ச்சியும், நிம்மதியும் நிறைந்து கிடந்தன. இந்தத் தடவை அவரை விட்டுப் பிரிவதுகூட எப்பொழுதையும்விட ஏக்கத்தைப் பெருக்கிவிட்டது.

ரங்கண்ணா இல்லாவிடில் இந்தப் பிரிவு மனதை அனாவசிய மாக வருத்தியிருந்திருக்கும். என்ன காரணத்தினாலோ, ரங்கண்ணா வுக்கு அவருடைய இடத்தைப் பிடித்துக்கொள்ள முடிந்தது. நாள் தவறாமல் அவரிடம் போய்க்கொண்டிருந்தான் பாபு. முன்போலவே வாரத்துக்கொருநாள் பேசாமல் இருப்பதுகூட இப்போது முடிய வில்லை.

"பாபு, பாபு" என்று அவர் பெயரைத் திருப்பித் திருப்பிச் சொல்லி அழைக்கத் தொடங்கிவிட்டார். எதிரே உட்கார்ந்திருப்பவ னோடு பேசுகிற ஒவ்வொரு பேச்சுக்கும் நடுவில் 'பாபு' 'பாபு' என்று அவருடைய வாய் நிறைந்து அழைத்தது, அவருடைய அன்பும் அருளும் நேராகத் தன்னிடம் பாய்வதைக் கண்ணாலேயே காண்பது போலிருந்தது அவனுக்கு. பார்வை, அழைப்பு எல்லாவற்றிலும் தன் பலஹீனத்தைக் காட்டிக்கொண்டிருந்தார் கிழவர்.

சாம்பனின் தாயார் மாசி மாத வாக்கில் இறந்துவிட்டாள். ஒரு மாதம்போல் சாம்பன் சரியாக வரமுடியவில்லை. ரங்கண்ணா வின் வேஷ்டிகளையும் கிழவியின் புடவைகளையும் பாபுவே தோய்த்துப்போட ஆரம்பித்தான். காய்கறி வாங்குவதும் கடைக்குப் போவதும் அவன் பொறுப்பாகிவிட்டன. கொல்லைச் செடிகளுக்குத் தண்ணீர் விடவேண்டும். ரங்கண்ணாவுக்கு வாழைப்பட்டையில் சாப்பிடுவதில் தனி ஆசை. கிராமத்தில் வாழை இல்லாதவர்கள் தார் அறுத்த மரத்தை இலவசமாக வாங்கிவந்து திண்ணையில் உட்கார்த்து துண்டு போட்டு, சூர்க்கத்தியால் சோறு வழித்து, பட்டைகளைத் தேய்த்துப் படுகிற அவதி இந்த கும்பகோணத்தில் இவர் ஏன் படவேண்டும் என்று புரியத்தான் இல்லை. ஆனால் வாழைப்பட்டையைப் பார்த்தாலே உண்டாகிற கவர்ச்சியும் கிளுகிளுப்பும் அவனுக்குப் புரியாமல் இல்லை. ரங்கண்ணா தங்கத்

தி. ஜானகிராமன்

தட்டைப் பார்க்கிறதுபோல அதைப் பார்த்துக்கொண்டிருப்பார். சாம்பன்தான் பட்டைகளைச் சோறு வழித்து தைக்கிற வழக்கம். இப்போது இந்த வேலையையும் ஏற்றுக்கொண்டான் பாபு.

அன்று ஒரு மரத்தைத் துண்டுபோட்டு மேல் பட்டையை உரித்து அடுத்த பட்டையை உரிக்கும்போது, ரங்கண்ணா கண் கொட்டாமல் பார்த்துக்கொண்டிருந்தார் அதை. கையை நீட்டிப் பட்டையை எடுத்து சோறு அமைந்திருந்த வரிசைகளையும் சச்சதுர மான துவாரங்களையும் பார்த்துக்கொண்டே இருந்தார்.

ஒரு நிமிஷம் திருப்பித் திருப்பி பார்த்துவிட்டுச் சிரித்தார். பாபு நிமிர்ந்து அவரைப் பார்த்தான்.

"பாபு, இதைப் பார்த்தியாடா? . . . இதைப் பாரேன். என்னமோ தம்புரா, வீணைங்கிறானேடா இந்தச் சோற்றிலே இருக்கிற துவாரத் தைப் பாரு. லக்ஷக்கணக்கிலே இருக்கும் போலிருக்கு, எங்கேயாவது ஒரு கோணல் மாணல் இருக்கா பாத்தியா? பத்து வாத்தியத்தைச் சுருதி சேர்த்துண்டு, ஒருத்தனே ஏகக்காலத்திலே வாசிக்கிறப்பல இருக்கு . . . இத்தனை அழகாக ஒரு பாட்டுப் பாட முடிஞ்சாப் போரும். இல்லாட்டா இந்த மாதிரி ஒரு வாத்யம் எங்கேயாவது தேவலோகத்திலே இருக்குமோன்னு தோண்றது. சிவன் ஆடறபோது அந்த வாத்யத்தை ஒரு நல்ல மேதாவி வந்து வாசிக்கிறானோ என்னவோ . . . ஹ்ம், ஒரு வாழைப்பட்டை! இதுக்கு எத்தனை வழவழப்பு, எத்தனை பளபளப்பு . . . நல்ல வேடிக்கைடா இது" என்று உலகத்தின் அதிசயத்தைக் கண்டுவிட்டதுபோலக் கண்ணகல, வியப்பும் மென்சிரிப்புமாகப் பேசிக்கொண்டிருந்தார் ரங்கண்ணா.

அவரோடு பழகியதிலிருந்து இந்தக் குணம் பாபுவையும் பற்றிக் கொண்டது என்றுதான் சொல்ல வேண்டும். சின்ன சின்ன பொருட் கள், நிகழ்ச்சிகள் எதைப் பார்த்தாலும் அவருக்கு வியப்பாகத்தானிருக் கும். மழைக் காலத்தில் கொல்லை வாழைகள் மீது டப்டப்பென்று மழை சொட்டும் ஒலியை மெய்மறந்து கேட்டுக்கொண்டு நிற்பார். இலை நுனியிலிருந்து நின்று நின்று நழுவி விழும் பளிங்கு போன்ற தீர்த்துளியை. இலையிலிருந்து தரை வரை பார்த்துக்கொண்டே நிற்பார். வாழை மரத்தின் அடியில் ஊரத் தொடங்கிவிட்ட மரவட்டைகளைப் பார்த்துக்கொண்டே நிற்பார். அடியில் நீரில் செல்லும் படகைப்போல, வழிபோட்டு ஊரும் நத்தையையும் அதன் கொம்புகளையும் முழங்கால்மீது கைவைத்துக் குனிந்து பார்த்துக் கொண்டே நிற்பார். 'டூவிட் . . . டூவிட்' என்று மிளகாய்க் குருவி கருவேப்பிலை மரத்தில் அவசர அவசரமாகக் கத்தும்போது கொல்லைத் தாழ்வாரத்தில் நின்று பார்த்துக்கொண்டே நிற்பார். பாபு கொல்லை யில் போனால் 'ஸ்' என்று தூங்குகிற குழந்தையை அவன் எழுப்பி விடுவது போல, போகாதே என்று ஜாடை சொல்லித் தடுத்து நிறுத்துவார். கறையான் புற்று தூணில் சாரி கட்டியிருந்தால்,

நன்றாக அதைப் பார்த்துவிட்டு விரலால் மெதுவாக உதிர்த்து விடுவார். அவர் எதையோ தேடுகிறாற்போலிருந்தது. மர வட்டையி லும் நீர்த்துளியிலும் எதைத் தேடுகிறாரோ தெரியவில்லை. அவனுக் கும் எதையோ தேடவேண்டும்போல்தான் தோன்றிற்று. “எதை, எதை?” என்று கேட்டுக்கொண்டு இப்போது அவனும் எதைப் பார்த்தாலும் நிற்கத் தொடங்கிவிட்டான்.

27

கோடை விடுமுறைகூட அவனைக் கும்பகோணத்திலேயே நிறுத்திவிட்டது. முதல் ஒரு வாரம் பாபநாசத்தில் தங்கி, வருஷப் பரீட்சையின் உளைச்சல்களை, உறங்கி உலுப்பிவிட்டுக் கும்பகோணத் தில் வந்து மீண்டும் ஒரு மாதம் தங்கினான். இப்போது இன்னும் இரண்டு மாதங்களாகும் கல்லூரி திறக்க. வந்து வந்து போகலாம் என்று தினமும் காலையில் சாப்பிட்டுவிட்டு பஸ்ஸில் கும்பகோணம் வந்து சாயங்கலாம் திரும்பிவிடுவான். இரண்டு நாளுக்கொரு முறை ஏதாவது கடிதம் வந்திருக்கிறதா என்று தன் அறைக்குச் சென்று பார்த்து விட்டு வந்துகொண்டிருந்தான். அப்படி இரண்டு மூன்று நாள் போகாத போதுதான் அதிரவைக்கும் அந்தச் செய்தியும் அவன் காதில் விழுந்தது.

○

“என்னடா பாபு, உங்க தெருவிலே என்னடா விசேஷம்?” என்று ரங்கண்ணா மத்யானம் பாடம் முடிந்ததும் கேட்டார்.

“எங்கே? நான் இருக்கிற தெருவிலேயோ?”

“நீ காவேரிக்கரை ஓரமாகத்தானே இருக்கே, கோர்ட்டுக்கு போற வழியிலே? காலேஜுக்குக் கிட்ட இருக்கே அந்தத் தெருதானேடா?”

“ஆமாம்.”

“பின்னே என்ன விசேஷங்கிறியே?”

“எனக்கு ஒண்ணும் தெரியாதே.”

“என்னடாது? திருமஞ்சன வீதியிலே இந்த சேதி வந்து ரண்டு நாளாச்சு. நீ அங்கேயே இருக்கிறவன்.”

“நான் போய் மூன்று நாளாச்சே ரூமுக்கு.”

“மூணு நாளாச்சா? அப்ப தெரிஞ்சிருக்காதுதான். யார் அங்கே? உன்னைத்தானே . . . ஏய்” என்று உள்ளைப் பார்த்துக் கூப்பிட்டார் ரங்கண்ணா.

“என்னவாம்?” என்று சமயலுள்ளில் விசிறிக்கொண்டே படுத் திருந்த அவர் சம்சாரம், ஒருக்களித்த ஒரு கதவைப் படுத்தபடியே திறந்தாள்.

"வந்து சொல்லேண்டி."

"என்னதை?"

"இவனுக்குத் தெரியவே தெரியாதாமே."

"எது தெரியாதாம்?"

"அதுதான், முந்தாநாள் நடந்துதுன்னியே."

"ஏண்டா பாபு, உனக்குத் தெரியாதா?" என்று எழுந்து வந்தாள் கிழவி. செய்தி சொல்லும் ஆவல் அவள் அலுப்பைப் போக்கிக் கிளப்பிவிட்டது.

"இவன்தான் மூணு நாளா வரவில்லையேடி" என்றார் ரங்கண்ணா.

"ஏண்டா பாபு. உங்க தெருவிலே யாரோ கிழவராமே. அம்பத் தஞ்சு வயசுக்கு மேல் ரண்டாம் கலியாணம் பண்ணிண்டு வந்தாராம். இப்பதான் அஞ்சாறு மாசம் ஆச்சாம்."

"பேரு?"

"ஆமாம். பேரும் ஊரும் நான் கண்டேன்!"

"அடுத்த வீட்டிலே ஒருத்தர் இருந்தார். அவர்தான் ரண்டாம் கல்யாணம் பண்ணிண்டிருந்தார்."

"இருந்தார் என்னடா இருந்தார்? அவர் கல்லு மாதிரி இருக்கார். அந்தப் பாவிப் பொண்ணுதான் போயிட்டுது . . . அவர் ரொம்பப் படுத்தினாரோ?"

"தெரியாதே."

"படுத்தாட்டா மாமாங்குளத்திலே போய் விழுந்தா பிராணனை விடும்? ரொம்ப அழகாயிருக்குமாமே. ஷண்முகம் பாத்துட்டு வந்து மகாலக்ஷ்மி மாதிரியிருக்காங்கம்மா இருக்காங்கம்மான்னு மாஞ்சு போயிட்டான். முந்தா நாள் காலமே கீழக்கரை ஓரமா மிதந்திண்டிருந்ததாம். போலீஸ் வந்து இழுத்துப் போட்டுதாம். அந்தப் பிராமணன் கூட ஊரிலே இல்லையாம். காலமேதான் வந்துதாம். குளத்தங்கரையிலே வந்து அலறிப் புடைச்சிண்டு அழுது தாம். அவர் பிள்ளை, மாட்டுப்பெண்கள் எல்லாரும்கூட வந்திருந் தாளாம்."

பாபுவுக்கு வயிற்றைக் கலக்கிக்கொண்டு வந்தது.

"அப்படியே ஸ்வர்ண விக்ரஹமாட்டமா இருப்பாளாமே?"

"ஆமாமா" என்றான் பாபு.

“நகை ரொம்ப இல்லையாம். ஆனா தகதகன்னு இருக்குமாம் பொண்ணு. ஷண்முகம் சொன்னான் சொன்னான் அப்படிச் சொன்னான். கரையிலே நிக்க முடியலியாம். அப்படிக் கூட்டமாம்.”

பாபுவுக்கு முகத்தில் கரியைப் பூசினதுமாதிரி இருந்தது. அதிர்ந்து போய், வந்த தாக்குதலைச் சமாளிக்கவே, சற்று நேரமாயிற்று அவனுக்கு.

‘அவளாகத்தானிருக்குமோ? .. வேறு யாராக இருக்க முடியும்? அந்தத் தெருவில் வேறு யார் அவ்வளவு வயதானவன் மனைவி. அவ்வளவு அழகான பெண்.’

அறைக்குப் போவதா வேண்டாமா என்று அவனுக்கு ஒரு முடிவுக்கு வர முடியவில்லை. திகிலும் சந்தேகமும் மரத்தின்மீது எறிந்த கத்தியைப்போல அடிவயிற்றில் குத்திக்கொண்டு நின்றன.

கிழவி மேலும் சொன்னாள்: “உடம்பை ஆஸ்பத்திரிக்கு அனுப்பிச்சாளாம். கிழவரைக் கூப்பிட்டு என்னமோ விசாரிச்சாளாம் யார் யாரோ. அப்புறம் தவறி விழுந்து விட்டான்னு சொல்லி உடம்பைக் கொடுத்தாளாம். நேத்திக்கித்தான் கொண்டு கொளுத்தி விட்டு வந்துதாம் அது.”

பாபுவின் கண்முன் அந்தப் பொன்னுடல் எரிந்தது. மல்லிகையின் மணமும் மயிரின் துர்க்கந்தமும் கலந்து எரிந்தது. தீப்பிடித்த வீட்டில், எரிந்து உடைந்துபோன தம்புராவைப்போல அந்த உடல் எரிவதை மனதில் கண்டு உடல் சிலிர்த்தது.

கிழவி என்னென்னமோ பேசிக்கொண்டிருந்தாள். மனதைவிட்டு விண்ட அவன் புலன்களுக்கு ஒன்றும் கேட்கவில்லை. தெரியவில்லை.

போவதா வேண்டாமா என்று சஞ்சலப்பட்டு அஞ்சிக் கொண்டிருந்தவன், ரங்கண்ணாவிடம் சொல்லிக்கொண்டு கிளம்பும் போது ஒரு நிச்சயத்திற்கு வந்துவிட்டான். கால்கள் அறையை நோக்கி நடந்தன.

அடுத்த வீட்டு வாசலில் கோலம் போட்ட அடையாளம் கூட இல்லை. உள்ளே நுழைந்ததும் நடையிலிருந்த ஒட்டுத் திண்ணையில் யாருடனோ பேசிக்கொண்டிருந்த கைலாசம், “பாபுவா, இப்பத்தான் வறியா?” என்று கேட்டார்.

“ஆமாம்”.

“ரங்கண்ணா வீட்டுக்குப் போயிட்டு வறியா?”

“ஆமாம்.”

“உட்காரேன்.”

பாபு “இல்லை, போகணும்” என்றான்.

“ஊரிலே அப்பா, அம்மா எல்லாரும் சௌக்கியம்தானே?”

“சௌக்கியந்தான்.”

“இவர் மாடி ரூமில் இருக்கார் சார். காலேஜிலே வாசிக்கிறார்.”

“ஓகோ” என்றார் கூட இருந்தவர். வயது இருபத்தெட்டிலிருந்து முப்பத்தைந்து வயது வரையில் இருக்கும் போலிருந்தது. தீர்மானமாகச் சொல்ல முடியவில்லை.

“இப்ப லீவு தானே?” என்றார். அவர்.

“லீவுதான். இவர் நன்னாப் பாடுவார். பாட்டுச் சொல்லிக்கிறார். எல்லாம் உங்க தெருக்கிட்டத்தான்.”

“எங்கே?”

“திருமஞ்சன வீதியிலே”

“ரங்கண்ணாகிட்டவா?”

“ஆமாம் ... சார் யாரு தெரியலியே?” என்று கேட்டான் பாபு.

“சாரா?” என்று அவரே சொல்லிக்கொண்டார். “சார் வந்து உங்க அடுத்தாத்து மன்மதனோட பிள்ளை” என்று அருவருப்பும் வெறுப்பும் கலந்த சிரிப்பில் அவர் பதில் வந்தது.

“அட போம்யா விடும் அதை. என்னமோ இனிமேலாவது ஒத்துமையாயிருந்தா சரி” என்றார் கைலாசம்.

‘யாரு. இவரோடவா! நல்ல பாம்போட வாழலாம். நரியோட வாழலாம். இதோடவா! தனக்கும் தெரியாது பிறத்தியார் சொன்னாலும் கேட்காது. மத்த முப்பது குணங்களும் உண்டு.”

“என்ன பாபு, உனக்கு ஒண்ணும் தெரியாது போலிருக்கே?”

“என்ன?”

“ஒரு பெரிய அசந்தர்ப்பமா நடந்துபோச்சு. நீ என்னிக்கி வந்தே இங்கே?”

“நாலஞ்சு நாளாச்சு,”

“அதான் உனக்குப் புதுச்சேதியாயிருக்கு. இவர் அப்பாதான் அடுத்த வீட்டிலே இருக்காரே சிவசிதம்பரம், அவர் ஹெட்கிளார்க். பிள்ளையும் பேரனுமா ஒழுங்கா இருந்திருக்கலாம். அசட்டு மனுஷன் ஒரு கலியாணத்தைப் பண்ணிண்டு வந்தார் அபர வயசிலே ... உடம்போ சீக்குப் போட்டுப் புரட்டறது. நிமிஷம் தவறினாலும் இருமல் தவறமாட்டேங்கறது. இந்த அசக்தியிலே ஒரு கலியாணத்தைப் பண்ணிண்டு வந்தது. ஆனா சார் ...” என்று வந்தவரின் பக்கம் திரும்பி கைலாசம் மேலும் சொன்னார்: ‘அந்தப் பெண்ணை வீணாச் சொல்லப்பட்டாது. வெளியிலே யாராவது பார்த்திருப்பாளோ

என்னமோ அதை. அவ்வளவு அடக்கம்! அவ்வளவு பதவிசு! அப்படித் தான் இருந்தது. இங்கேகூட வந்து என் சம்சாரத்தோட பேசிண்டிருக் குமே, இந்த மாதிரி இக்கட்டா வந்து தலையிலே எழுதிப்பிடுத்தேன்னு ஒரு வார்த்தை சொல்லியிருக்குமோ? கிடையாது. அதுபாட்டுக்கு எல்லாப் பொம்மனாட்டிகளையும்போல சாதாரணமாகத்தான் இருக்குமாம். நீ பார்த்திருக்கியோ பாபு அவளை."

"பார்த்திருக்கேன்."

"இந்த மனுஷன் கொடுத்து வைக்கலை. என்ன பண்றது?"

"என்ன?"

"ரெண்டு நாள் முன்னாடி கிழவர் காம்ப்பிலே போயிருந்தார். காசி விச்வநாதர் கோயிலுக்குப் போய், நவகன்னிகைக்கு விளக்குப் போட்டுவிட்டு வரேன்னு, என் சம்சாரத்துக்கிட்ட சொல்லிவிட்டு வாசல் சாவியைக் கொடுத்துவிட்டுப் போயிருக்கா. மத்யானம் ஆச்சு. ராத்திரியாச்சு. வரலை. அவளுக்குக் கவலை வந்துடுத்து. யாராவது சொந்தக்காரர் வீட்டுக்குப் போயிருக்காளோ என்ன மோன்னு இருந்தது. அப்பறம் அஸ்தமிச்சுது. இருட்டித்து. வரலை. காலமே கிழவர் வந்தார். எட்டு மணியிருக்கும், நான் அவரைப் பார்த்து சாவியைக் கொண்டுவந்து கொடுத்தேன். இந்த ஊர்லே யாரும் அவளுக்குச் சொந்தக்காராயில்லியே, என் பிள்ளை இருக்கான். அங்கே போக மாட்டாளேன்னார். எனக்குத் திகீர்னுது. அப்புறம் யாரோ சொன்னா. மாமாங்குளத்திலே என்னமோ மிதக்கிறது ... சின்னப் பெண்ணுதான், லக்ஷணமாயிருந்திருக்கும் போலிருக்குன்னு. பத்து மணி இருக்கும். ஓடினோம். சரியாய்ப் போயிடுத்து. முதல் நாள் காலமே விழுந்து, மறுநாள் விடியற்காலமே மிதந்திருக்கு. போலீஸ்காரன் கரையிலே இழுத்துப் போட்டிருந்தான். நவகன்னிகை என்ன வேண்டி கிடக்கு இப்ப? இங்கிருந்து அங்கேயா போகணும்? போகத்தான் போனா, அந்தச் சனியன் பிடித்த குளத்திலேயா போய் இறங்கணும்? அது ஐங்காலனையெல்லாம் சாப்பிட்டு ஏப்பம் விட்டிருக்கு ... சரி எத்தனையோ பேர் போய் ஜாக்கிரதையாய்க் குளிக்கலியா? இவ போறாத காலம்" என்று பெருமூச்சுவிட்டார் கைலாசம்.

"அவளுக்கு நல்ல காலம்னு சொல்லுங்கோ" என்றான் கிழவரின் பிள்ளை.

தந்தை இரண்டாம் கலியாணம் செய்துகொண்டு புது மனைவி யுடன் வீடு நுழையும்போது இவன்தான் சாணத்தையே ஆரத்தியாகக் கரைத்துக் கொட்டினானாம். பாபுவுக்கு இதைப்பற்றிச் சீதாராமன் சொன்னது நினைவுக்கு வந்தது.

"என்னவோ எப்படி இருந்தா என்ன? அவ காலம் வந்துடுத்து. வரட்டும், வேண்டாங்கலை. சிறுசுகளுக்கு சாவு வரது புதிசில்லை.

இருந்தாலும் இப்படியா வரணும். ...ஹ, நினைச்சாலே வயித்தைக் கலக்கறதுடாய்யா! அப்படியே நாள் முழுக்க ஜலத்திலே ஊறி சேப்பங்கிழங்கை வேகவச்சு உரிச்சாப்போல ... அப்பா, ஐயோ, ராமா ... இதையும் பார்க்கும்படி ஆயிடுத்து பாரு எனக்கு இந்த வயசிலே! எங்கேயோ பொறந்து, எங்கேயோ வந்து எங்கேயோ சறுக்கிவிழுந்து ... யாரு என்னத்தைச் சொல்றது? ... நல்லவேளையாப் போலீஸ்காரன் பத்தைக் கொண்டா நூறைக்கொண்டான்னு பிடுங்காம இருந்தானே, அதைச் சொல்லுங்கோ ..." என்ற கைலாசம், உற்சாகம் கலந்த அங்கலாய்ப்புடன் செய்தியைத் திருப்பித் திருப்பிச் சொல்லிக் கொண்டிருந்தார்.

"போஸ்ட் மார்ட்டம் பண்ணாம தடுத்திருக்கலாம். போலீஸ் காரன் என்ன பண்ணுவன்? அவனுக்கும் சட்டம் நியாயம் எல்லாம் வச்சிருக்கே."

"எனக்கு என்னவோ தோண்றது சார். எங்கப்பா அவ உசிரோட இருக்கச்சே டாக்டரைவிட நன்னாவே கிழிச்சிருப்பார்னு தோண்றது. அவ மனசு கிழிஞ்ச கிழிசலுக்கு இது உறை போடக் கண்டிருக்காது" என்றான் பிள்ளை. அவன் முகம் அதே வெறுப்பு தோய்ந்து கிடந்தது.

"போஸ்ட் மார்ட்டம்" என்றதும் பாபுவுக்கு வயிற்றைப் புரட்டிற்று. இருளில் அன்று அவன் கண்டு தொட்ட அந்த உடலா ... என்ற கேள்வி பாதியில் நின்று உடலை உலுக்கிற்று.

"என்ன பாபு இது?"

"ஒண்ணுமில்லே சார்."

"நீ என்னத்தைக் கண்டே? கேட்கிறபோதே உனக்கு நடுங்கறது. ம் ... ராம ... ராம! இப்படி ஒரு ஆயுசு, இப்படி ஒரு ஜன்மா. என்னமோ இனிமேலாவது அப்பாவும் பிள்ளையுமா ஒத்துமையா இருந்தா சரி. அப்படி இருந்தாத்தான் லோகத்துக்கும் அழகாயிருக்கும்" என்று முடித்தார் கைலாசம்.

"நான் தயார் சார். அவர் இன்னொரு கலியாணம் பண்ணிண்டு வராம இருக்கணுமே. காவேரியிலே ஜலம் வரதுக்குள்ளியும் இன்னொருத்தி வந்துவிட்டாள்னா என்ன செய்யறது?"

"அட போய்யா போம்."

பாபு ஒன்றும் பேசாமல் எழுந்து மாடிக்குப் படி ஏறினான்.

கதவுகள் எல்லாம் மூடி இருளில் அடைந்து கிடந்த அறையில் புழுதி நெடி வீசிற்று. உள்ளே கால் வைத்ததும் தூசி நரநரவென்று காலைக் கூசச் செய்தது. வாசலை நோக்கும் ஜன்னல் கதவு ஒன்றைத் திறந்து விளக்குமாற்றை எடுத்துப் பெருக்கினான். மொட்டைமாடி ஜன்னலுக்கடியில் கிடந்த காகிதத்தை எடுத்தான். என்ன இது! கடிதமா? கடிதமா? ஆமாம் அதே எழுத்துதான்.

‘நாலுமாசம் முன்னாடி ஒருநாள் ராத்திரியே உங்களிடம் உத்தரவு வாங்கிக்கொண்டுவிட்டேன். இப்ப எழுதினாலும் உங்களுக்குப் பிடிக்காது. உங்களுக்கு எப்பவுமே என்னைப் பிடிக்கவில்லை. ஆனால், உங்களுக்கு என்னைப் பிடிக்கணும்னு கோடி வருஷம் ஆனாலும் நான் தவங்கிடப்பேன். நீங்கள் போ போ போன்னு விரட்டினதுகூட இன்னும் காதில் விழுகிறது. அப்படி அடிச்சுத் துரத்தறவாளிடம் என்னன்னு ஒரு சமயம் தோணுகிறது. ஆனால் பாவி மனசு கேக்கவில்லை. நீங்க திரும்பி என்னிக்காவது ஒருநாள் பார்ப்பேள்னு தெய்வத்துக்கெல்லாம் வேண்டிக்கிண்டேன். இந்தப் பக்கத்து ஜன்னல், நிலை ஒண்ணும் திறக்கிற வழியாயில்லை. நீங்க சொன்னாப்போல உங்களைத் தூரத்திலேயிருந்து பார்க்க முடியாது, பார்த்துண்டே தானிருக்கேன். ஆனா இப்படி எல்லாம் என்னை ஏமாத்திக்க முடியல்லெ. பச்சைக் குழந்தையா? நான் உடம்பை இப்படியே வச்சிண்டிருக்கவும் முடியலெ. உடம்பு, உசிரு எல்லாம் பெரிய பாரமாயிருக்கு. நான் போய்ட்டு வரேன். ஆனா இனிமே நான் எங்கேயாவது பெண்ணாகப் பிறந்தால் அப்ப நான் உங்களோடு தானிருப்பேன். லோக சம்மதமா நான் உங்ககிட்ட வந்தா, நீங்க போ போன்னு அதட்டமாட்டீர்களில்லையா?

“உங்களை இன்னும் ஒருதடவை பார்க்கணும்போலிருக்கு. என்ன செய்வேன்?”

பாபு திருப்பித் திருப்பி வாசித்தான். கடைசி வார்த்தைகளைப் படிக்கும்போது கண்ணை மறைத்தது. கலங்கிற்று. நெஞ்சை அடைத்தது. வாயில் மேல்துண்டைத் திணித்து நன்றாகக் கடித்துக் கொண்டான். இல்லாவிட்டால் விக்கல் கீழே நடையில் கேட்கும்போலிருந்தது.

“உங்களை இன்னும் ஒரு தடவை பார்க்கணும் போலிருக்கு. என்ன செய்வேன்?”

திருப்பித் திருப்பிப் படித்தான் அவன்.

மொட்டை மாடி ஜன்னலின் கொய்யாக்கட்டையை மேலே உயர்த்தி, சற்றே திறந்து பார்த்தான். அடுத்தவீட்டு ஜன்னல்கள் சாத்தியிருந்தன. மாடி வெறிச்சோடிக் கிடந்தது. நிசப்தம் ஆழ்ந்து நிலவிற்று.

சித்திரை வெயிலின் கொடுமை தணியவில்லை. தென்னண்டை ஜன்னல் கதவுகளையும் மொட்ட மாடிக் கதவையும் திறந்துவிட்டான் அவன். ஓரிரண்டு கழுகுகள் நீலவானில் உயரத்தில் வட்டமிட்டுக் கொண்டிருந்தன. சற்றைக்கொருதரம் கழுகின் வளைந்த கூவல் கேட்டது.

அரை மணி படுத்திருந்தான் அவன். என்ன செய்வேன், என்ன செய்வேன் என்று எழுந்துகொண்டிருந்த அத்தச் சோகக் குரலுக்கு விடை சொல்ல முடியவில்லை.

கதவைப் பூட்டிக்கொண்டு கிளம்பினான்.

"என்ன கிளம்பியாச்சா?" என்று நடைத்திண்ணையில் படுத்திருந்த கைலாசம் கேட்டார்.

"ஆமாம் சார்."

"அப்பாவையெல்லாம் விசாரிச்சேன்னு சொல்லு."

"ம்."

"நேரே பஸ்ஸுக்குத்தானோ?"

"ஆமாம்."

நேராகப் பஸ்ஸுக்குப் போகவில்லை பாபு. மேற்கே நடந்து காவேரியின் பழைய பாலத்தைக் கடந்து இறக்கத்தில் நடந்து மீண்டும் மேற்கே திரும்பினான். குடிசைகளைத் தாண்டி நடந்து சுடலைக்குள் திரும்பினான்.

நாலைந்து பேர்கொண்ட ஒரு சிறு கும்பல் ஒரு குழியைச் சுற்றி நின்றுகொண்டிருந்தது. சற்று அருகே போனான் பாபு. ஒரு இரண்டு வயதுக் குழந்தை குழியில் மல்லாந்து கிடந்தது. கும்பலில் நின்றவர்கள் வாய்க்கரிசி போட்டார்கள். வெட்டியான் இரக்க மில்லாமல் மண்ணைத் தள்ளியதும் பெரிய விக்கலும் விசும்பலுமாக அழுகை எழுந்தது. ஒதுங்கி நின்றான் பாபு. வெட்டியான் பெண்டாட்டி இன்னொரு இடத்தில் குழந்தையின் உடம்பிலிருந்து கழற்றிய சட்டை கிழிசல் இல்லாமலிருக்கிறதா என்று பார்த்துக்கொண்டிருந்தாள். அதைப் போர்த்திய போர்வையும் முன் கையில் தொங்கிக்கொண் டிருந்தது.

கும்பல் சுடலையை விட்டு வெளியேறிற்று.

"ஏஞ்சாமி நீங்க மட்டும் நிக்கிறீங்க?"

"நான் அவங்களோட வல்லையே."

"பின்னே?"

"நேத்து யாரோ அம்மா போயிட்டாங்களாமே."

"குளத்திலே விளுந்தவங்களா?" என்று வெட்டியான் மனைவி கேட்டாள்.

"ஆமாம் . . ."

"அதோ . . . எல்லாம் ஆயிடுச்சு. காலமே வந்து பால் ஊத்திப் பிட்டுப் போனாங்களே அந்த ஐயா."

பாபு அந்த மேடையின் அருகில் நின்றான். சாம்பல் சற்றுக் கலைந்திருந்தது.

“உங்க தங்கச்சீங்களா?”

“இல்லை. உறவுக்காரங்க.”

“படுபாவிக் குளஞ்சாமி அது. இப்படியா இறங்குவாங்க ஒரு பொம்பிளை! டாக்குடரு கிளிச்சுக் கிளிச்சுப் போடறாருன்னா என்னங்க செய்யுறது?”

பாபு பார்த்துக்கொண்டே நின்றான். முதுகில் நடுக்கம் உதறிற்று.

தெற்கே நடந்து வறண்ட சுட்ட காவிரி மணலைக் கடந்து கரையேறினான்.

பாபநாசத்திற்குப் போய்ச் சேர்ந்தான். வேர்வை தாங்கவில்லை. கிணற்றிலிருந்து வாளி வாளியாக நீரை மொண்டு மொண்டு தலையில் கொட்டிக்கொண்டான். என்ன செய்வேன் – என்ற கேள்விக்கு அவனுக்கு இந்தப் பதில்தான் கொடுக்க முடிந்தது!

கைகள் வாளி வாளியாக நீரை இழுத்து இழுத்து மொண்டு மொண்டு தலையில் கவிழ்த்துக்கொண்டிருந்தன. ஒரு வாளியை இழுத்து கிணற்றுக் கட்டையில் வைத்து விட்டு, உடம்பைச் சொரிந்து தேய்க்கத் தொடங்கினவன், சூன்யத்தைப் பார்த்துக்கொண்டு நின்றான். திடீர் திடீர் என்று விழித்துக்கொண்டு உடம்பைப் போட்டுத் தேய்ப்பான். மீண்டும் கை ஓய்ந்துவிடும். கையை ஓய வைத்த மனம் எங்கேயோ போய் நின்றது.

தங்கம்மாள் எரிந்த சிதைக்குமேல் சின்ன தகரக் கொட்டகை போட்டிருந்தது. கொட்டகையைத் தாங்கி நின்றன நாலு செங்கல் தூண்கள். மேலே சிமெண்ட் போட்டு வெள்ளையடித்த தூண்கள், தூண்கள்மீது ஊசி குத்த இடமில்லாமல் பென்சிலாலும் கரியாலும் கூட்டலும் கழித்தலுமாக ஒரே எண்கள். வெட்டிகள் கணக்குப் போட்டிருந்தார்கள். எல்லாத் தூண்களிலும் எண்கள், எண்கள், எண்கள்! கணக்கு, கணக்கு! எதற்காக இந்தக் கணக்குகள் என்றுதான் தெரியவில்லை. எரிந்த வரட்டிகளின் தொகையா? சவங்களின் உடலிலிருந்து பிடுங்கிய துணிமணிகளின் முழக்கணக்கா! சவங்களைத் தாங்கிய விறகுகளின் எடையா, தொகையா?

ஓய்ந்திருந்த கை மறுபடியும் முதுகைச் சொரிந்தது. கீழே உட்கார்ந்து கால்நகங்களை விரலால் தேய்க்க ஆரம்பித்தான் பாபு.

சுடலை காக்கிற சாம்பசிவன் போட்ட கணக்கா?

கழுத்தைச் சுற்றிய பாம்பு படமெடுத்து நிற்கிறது. புஜத்தில் வளையமாகச் சுற்றிய பாம்புக்குட்டி படமெடுத்து இடம் புஜத்தில் வளைந்து படமெடுக்கும் பாம்புக்குட்டியைப் பார்த்துச் சீறுகிறது. மேலே கால், கை, முகம், மார்பு எங்கும் சாம்பல். சூலத்தைக் கொட்டகையின் சுவரில் சாய்த்துவிட்டு, மேடையின் ஓரமாக

உட்கார்ந்து பக்கத்தில் எரியும் சிதையைப் பார்க்கிறான் சிவன். நெருப்பு அவன் மேல் படக்கூடப் படுகிறது. ஏய், உனக்குச் சுட வில்லை? தூணில் என்ன எழுதுகிறாய்?

சிவனைக் காணவில்லை. உயிர் மறுபடியும் புகுந்துவிடப் போகிறதோ என்ற பயத்தில் உடம்பு சாம்பலாக, முழுச் சாம்பலாக எரியும்வரையில் கூட இருந்து காவல் காத்து விட்டுப் போய்விட்டான்.

எவ்வளவு சாம்பல்! இவ்வளவு சாம்பலா உன் உடம்பில் இருந்தது? இவ்வளவு இராது. இது வரட்டியின் சாம்பல்! உன் உடம்பின் சாம்பல் எங்கே? இந்த வரட்டிச் சாம்பலுக்குள் புடம் போட்டுக் கிடக்கிறதா? தங்க பஸ்பம் மாதிரி!

"தங்கம்மா! இவ்வளவு சாம்பலுக்கு அடியில் நீ எப்படிப் படுத்திருக்கிறாய்!"

கூடத்தில் குரல் கேட்டது.

பாபு விழித்துக்கொண்டு கால் நகத்தை நினைவுடன் தேய்த்தான்.

"ஏண்டி, குழந்தை வந்துவிட்டானோ?" – அப்பாவின் குரல்.

பதில் என்ன வந்ததென்று தெரியவில்லை. ஏதோ கேட்டது. அம்மாவின் குரல். அக்காவின் குரல். காலோசை கேட்டது.

"பாபு, பாபு!"

"ஏன்?"

"எப்ப வந்தே?"

"இப்பதான்."

"ஸ்நானமா பண்றே?"

"ம்."

"ஏதுக்கு?"

"வெறுமனே தான்."

"வெறுமேயா?"

"ஒரே சாம்பலா இருக்கு."

"சாம்பலா?"

"ம்."

"சாம்பலா?"

"இல்லெப்பா. ஒரே புழுதி. ஒரே வேர்வையாக்கிடக்கு."

"வெதவெதன்னு சுடவச்சாவது குளிக்கப்படாதோ!"

“என்னத்துக்குப்பா?”

“உடம்புக்கு ஒத்துக்கணுமேடா.”

“ஒத்துக்கும்.”

“சரி, சுருக்கத் தலையைத் தோட்டிண்டுவா.”

“ம்.”

கொல்லையிலிருந்த உழவு மாடுகள் வைக்கோலைப் பிடுங்குவதும் கழுத்து மணிகளும் மெல்லியதாக ஒலிக்கின்றன.

வப்பாளை மாடு இரண்டும்! தோல் வெள்ளை வெளேரென்று, வழவழவென்று – ராஜா உடம்பு மாதிரி – பொம்மனாட்டி உடம்பு மாதிரி. வெயில்கூட பொறுக்காது. சாட்டையால் அடித்தால், அந்த இடம் கன்றிவிடும். அவ்வளவு மிருது, வெள்ளை! சேப்பங் கிழங்கை வேக வைத்து உரித்த மாதிரி!

உன் உடல் ஏன் உரித்த சேப்பங்கிழங்கு மாதிரி கிடக்கிறது? குளக்கரையில் கிடக்கிறதே. யார் இழுத்துப் போட்டார்கள்! கரை எல்லாம் செங்கல்லால் தளமிட்ட இடம். இந்தச் சித்திரை வைகாசி வெயிலில் பத்து மணிக்குப் பொரிந்துகொண்டிருக்கும்! எப்படி இதில் அசையாமல் கிடக்கிறாய்! இப்படியா முழங்கால் தெரியப் போடுவார்கள்!

முதுகு உதறுகிறது . . .

“உங்களைப் பார்க்கணும்போலிருக்கு. என்ன செய்வேன்?”

நானும்தான் வந்து பார்த்தேன். சாம்பல் வழியாக என்னைப் பார்த்திருப்பாய் நீ. நீ அப்படியே எழுந்து வரக்கூடாதா? நீ அப்படியே படுத்துக்கிடந்தால்?

“பாபு.”

“ம்.”

“என்ன பண்ணிண்டிருக்கே?”

“தேச்சுண்டிருக்கேன். காலெல்லாம் ஒரே புழுதி.”

“நல்ல புழுதி போ. எழுந்துண்டு சீக்கிரம் வாடாங்கறேன்.”

மறுபடியும் அவர் போய்விட்டார்.

பாபு தலையில் நீரை மொண்டு கொட்டிக்கொண்டு கிணற்றுத் தூணின் மொட்டைக் கூம்பில் தொத்திக் கொண்டிருந்த துண்டை எடுத்துத் தலையைத் துவட்டிக்கொண்டான்.

“நீதானே கிடத்தினே இப்படி என்னை?”

“நானா? நானா கிடத்தினேன்?”

“பின்னே யாரு? அவருக்கு ஒண்ணும் தெரியாது. சாது. குளத்தங் கரையிலே வந்து வாயிலேயும் வயித்திலேயும் அடிச்சிண்டார். அந்தக் கண்ராவியைப் பார்த்து எழுந்து விடலாம்போலக்கூட இருந்தது. வந்தா உன்னைப் பார்க்கணும் . . .”

பஸ்ஸின் ஹார்ன் கடைத்தெருவில் ஊதுவது கேட்கிறது.

கொல்லை நிலையைத் தாண்டுவதற்குமுன் நின்றான் பாபு. மாடத்தில் பல்பொடி டப்பாவை எடுத்தான். திறக்க முடியவில்லை. இழுத்து அழுத்தித் திறந்தான். பொக்கென்று திறந்து கரிப்பொடி மேலே கொட்டிற்று. பொடி முக்கால்வாசிக்குமேல் கொட்டிவிட்டது; டப்பாவை இரண்டு கையாலும் அழுத்தினான். வாய்வட்டம் நசுங்கிக்கூடிக் கொண்டது. பிறையில் மீண்டும் அதை வைத்துவிட்டு உள்ளே வந்தான்.

அப்பா ஸ்வாமி அலமாரி அங்கணத்தில் தூணில் சாய்ந்ததும் சாயாததுமாக உட்கார்ந்திருந்தார். அக்கா படிக மாலையை உள்ளங் கையில் நகர்த்திக்கொண்டே, கண்களை மூடிக்கொண்டு உட்கார்ந் திருந்தாள்.

சட்டையை மாட்டிக்கொண்டான்.

“எங்கேயாவது போப்போறியா என்ன?”

“சும்மா காத்தாடப் போயிட்டு வரேன்.”

“மறுபடியும் வெளியிலேயா?”

“சுருக்க வந்துடறேம்பா.”

ஊரெங்கிலும் இருட்டு. மின்சார விளக்குகளைச் சுற்றிக் கறுப்பு போட்டிருந்தது. யுத்த காலத்து இருள். எங்கு பார்த்தாலும் போர்வை போர்த்திக் கழுத்தை நெறிப்பது போல விளக்குகளைக் கறுப்பு அமுக்கிக்கொண்டிருந்தது.

லெவல் கிராஸிங்கைக் கடந்து சாலியமங்கலம் சாலையில் நடந்தான் பாபு. நட்சத்திரங்கள் வானில் இறைந்து கிடந்தன. வயல்வெளியின் காற்று குளிர்ந்து தவழ்ந்தது. அங்குமிங்கும் சாலை யோரத்திலும் வயல் நடுவிலும் நாட்டு சுருட்டு நெருப்புகள் புகையிலை நெடியைப் பரப்பி எரிந்தன. திருக்கருகாவூர் போகிற அரை வண்டிகள் இரண்டு சலங்கை ஒலிக்க, மேற்கத்தி மாட்டின் பெருநடையுடன் சக்கர ஓசை கேட்காமல் ஓடின.

சிறிது தூரம் நடந்தவனுக்கு இருளும் தனிமையும் கசந்தன. வந்த வழியே திரும்பினான். ரயில்வே ஸ்டேஷனைப் பார்க்கத் திரும்பினான். ஸ்டேஷனில் ஈ, காக்கை இல்லை. இருக்கிற ஒரு சாயங்கால வண்டியும் போய் விட்டது. வெளிக்கொட்டகையில் இருந்த பெஞ்சுகளில் உட்கார இடமில்லாமல் என்னமோ வாடகைக்கு

எடுத்தது போல அழுக்கும் கிழிசலுமாக நாலைந்து பரட்டைகள் நீட்டிப்படுத்திருந்தன. பாபுவைக் கண்டதும் "சாமி, உட்காரீங்களா" என்று காலை மடக்கி உயர்த்திக்கொண்டான் ஒரு கிழவன்.

பாபு அவன் காலடியில் உட்கார்ந்தான்.

அங்கும் அதிகமாக உட்கார முடியவில்லை. சற்றைக்கொருதரம் தூக்கத்தில் காலை நீட்டி நீட்டிச் சிறு உதையாக விட்டுவிட்டு மடக்கிக்கொண்டிருந்தான் அவன். கடைசியில் உதைத்த கால் மடங்காமல் போகவே, அங்கு எழுந்து கிளம்பினான்.

ஸ்டேஷனுக்குப் பக்கத்திலுள்ள பெரிய மரங்களில் மின்மினிக் கூட்டம் சிமிட்டிக்கொண்டிருந்தது. பாபு சற்று நின்றுவிட்டு மீண்டும் நடந்தான்.

ஜவுளி விருத்தகிரி செட்டியார்தான் கடைத்தெருவில் நல்ல பழக்கமுள்ளவர். கடைத்தெருவில் எங்காவது உட்கார்வதென்றால், அங்குதான் உட்கார்கிற வழக்கம். கடைக்குள் வெளிச்சம் சிறைப்பட்டு விழுந்திருந்தது. முன்மாதிரியெல்லாம் இல்லை இப்போது கடைகள். சாக்குகள் அலமாரிகள் வெலத்தியாகக் கிடந்தன. யுத்தம் மூலைமுடுக்கெல்லாம் புகுந்துகொண்டிருந்ததற்கு அத்தாட்சி போலிருந்தது. விருத்தகிரியின் கடையில் மூன்று பேர் உட்கார்ந்து கெட்டியாக ஜரிகை போட்ட வெண்பட்டு நாலைந்தைப் பார்த்துக் கொண்டிருந்தார்கள்.

"வாங்க தம்பி. உட்காருங்க" என்று பாபுவை வரவேற்று வியாபாரத்தைக் கவனித்தார் விருத்தகிரி. உள்ளிக்கடையிலிருந்து வந்திருந்தவர்கள் அவர்கள். "வாங்கண்ணே" என்று புகையிலையைத் துப்பிக்கொண்டே கடையண்டை வந்து நின்று யாரையோ வரவேற்றார்கள்.

"என்ன! வெண்பட்டா வாங்குறீங்க? . . . மச்சினருக்கா?"

"ஆமாம். பின்னே யாருக்கு?"

"சரிதான்னேன்."

"என்ன, போன காரியம் பளம்தானே?"

"பளமாவது காயாவது; ஒண்ணுமில்லே."

"அப்படீன்னா?"

"ஜமாபந்தி முடிஞ்சப்பறம் ஊருக்கு வாங்கன்னாரா இந்த ஐயரு . . . கலெக்டருட்ட சொல்லி இந்த உத்தரவை ரத்துப்பண்ணிப் பிடறேன் பாருன்னாருல்ல?"

"ம்."

"ஆபீசுக்குப் போனேன். இந்தாடாய்யா அவர் ஊட்டுக்குப் போகாதே இப்பன்னான் டவாலிக்காரன். அவரு சம்சாரம் குளத்திலே வளுக்கி உளுந்து செத்துப் போயிடிச்சாம்."

"குளத்திலே விளுந்தா?"

"ஆமாங்க. இஞ்சேருந்து போனவரு. குளத்தாங்கரைக்குப் போக வேண்டி வந்திடிச்சாம்."

"எங்கே? கும்மாணத்திலியா?" என்றார் விருத்தகிரி.

"ஆமாங்க."

"அதான் மத்யானம்கூட யாரோ பேசிட்டிருந்தாங்க. சின்ன வயசுதானில்ல?"

"ஆமாங்க ரண்டாம் தாரமாம்."

"வளுக்கியா விளுந்திச்சாம்?"

"வளுக்கி விளுந்தாங்களோ வேணும்னுட்டு விளுந்தாங்களோ? யார் கண்டா? நம்ம வேலை நடக்கலெ."

அதோடு அந்தப் பேச்சு போய்விட்டது. அவர் யாரோ கிராமக் கர்ணம். கணக்கு சரியாயில்லை என்று தற்காலிகமாக வேலையினின் றும் தள்ளி வைத்துவிட்டாராம் சப் கலெக்டர். தாசில்தார் செய்த திரிசமனாகத் தானிருக்குமாம். இந்தப் பேச்சுதான் பிறகு கால் மணி நேரம் முழங்கிற்று.

வேலையையே திருப்பி வாங்கிக்கொடுக்கப் போகிறவரின் மனைவி போனது என்னமோ அகஸ்மாத்தாக நடந்த அசந்தர்ப்பமாம்!

தங்கம்மாவைப்பற்றி யாருமே கவலைப்படவில்லை. கடைகள் நடக்கின்றன. பஸ் ஓடுகிறது. ரயில் ஓடுகிறது. ஹோட்டல் எல்லாம் நடக்கிறது. மூன்று நாள் ஆகியும் விட்டது. கும்பகோணத்தில் குளத்தங் கரைக்கு வந்த சிலரைத் தவிர யாரும் சட்டை செய்ததாகத் தெரிய வில்லை.

என்ன அநியாயம்!

"நீ மட்டும் வந்து பார்த்தாயா!"

"நான் இருந்தால் வரமாட்டேனா ... அப்புறம் வந்து பார்த்தேனே."

சாம்பலும் கரிக்கோட்டுக் கணக்குகளும் கடையின் பழம் பாயில் நின்றன.

"என்ன தம்பி கிளம்பிட்டீங்க?" என்றார் விருத்தகிரி.

"நாழியாச்சு" என்று செருப்பை மாட்டிக்கொண்டான் பாபு.

"எப்ப காலேஜ் திறக்கறாங்க?"

"அது இருக்கு ஒரு மாசம் . . . வரட்டுமா?"

"செய்யுங்க தம்பி."

இரண்டு கடை தாண்டியதுமே, "என்ன குளந்தே? இஞ்சியா இருக்கிறீங்க? ஐயா சாப்பிடக் காத்திட்டிருக்காங்களே" என்று ராமு எதிர்ப்பட்டான்.

சாப்பிடும்போது அம்மாவும் சும்மா இருக்கவில்லை. "என்னடா பாபு, கிளப்பிலே ஏதாவது தின்னியா என்ன சாயங்காலம்?"

"இல்லியே."

"பின்னே ஏன் சாப்பிடவே மாட்டேங்கறே?"

"அதான் சாப்பிடறேனே."

"என்ன சாப்பிடறே?"

"உடம்பு ஏதாவது ஜாட்யமாயிருக்கா?"

"எதுக்குடா இத்தனை நாழி தொளையறே ஜலத்திலே பாபு?" என்று கேட்டாள் அக்கா.

அப்பா வழக்கம்போல சிரிக்கச் சிரிக்கப் பேசிக்கொண்டிருந்தார். ஆனால், பாபுவின் முகத்தில் உற்சாகப் பேச்சுகளுக்கு ஆதரவு இல்லை. அவரும் அத்துடன் ஓய்ந்துவிட்டார்.

கவனமில்லாமல் சாப்பிட்டான் பாபு. கையலம்பினான். யாரிடமும் பேசவில்லை. கேட்டதற்கு ஒரு வார்த்தையில் பதில் சொல்லிவிட்டு உள்ளே போய்ப் படிக்க உட்காருவான். இல்லா விட்டால் திண்ணையில் போய் சாய்ந்துகொள்வான். அதற்கும் மனமில்லாதபோது வெளியே போய்விடுவான்.

மிச்சமிருந்த கோடைகால விடுமுறை அவ்வளவாக நிம்மதியைக் கொடுக்கவில்லை. கடைத்தெருவின் இரண்டு மூன்று கடைகளில் மருந்துக்கு விற்கிறாற்போல விற்ற மல்லிகையும் மருவும் துக்க நினைவு களை எழுப்பின. மயிர் எரியும் நாற்றம்தான் அந்த மணத்தை மேற்கரித்து வீசிற்று.

பகலெல்லாம் வந்தது. இரவெல்லாம் போயிற்று. அந்தியும் சந்தியும் ஒளியையும் இருளையும் மாறி மாறிக் கொணர்ந்தது.

காலையிலும் மாலையிலும் குளித்துவிட்டு பாபு காமிரா உள்ளுக்குள் தாழிட்டு தியானத்தில் உட்கார்ந்திருந்தான். மூடிய கண்ணின் முன் தெரியும் சிவப்பையும் பூக்களின் ஓட்டத்தையும் நிறங்களின் புரளலையும் மணிக்கணக்கில் பார்த்துக்கொண்டிருப்பான். இவ்வளவையும் நிறுத்தி, ஒரு எண்ணத்தை நினைப்பது பெரும்பாடா யிருந்தது.

அன்று இருட்டிய பிறகு கூடத்தில் உட்கார்ந்து மூன்று பேரும் பேசிக்கொண்டிருந்தார்கள். வெளியே போன பாபு நடை உள்ளின் கட்டிலில் மெத்தைகளுக்குமேல் சாய்ந்திருந்தான். பகல் வேளைகளில் அங்கு அவன் இருப்பது வழக்கமில்லை. பொதுவாக அது படுக்கைகள் வைக்கும் அறை. ஒரு ஓரத்தில் தாத்தாவும் முப்பாட்டனார்களும் எழுதிய வால்மீகி கம்பராமாயணச் சுவடிகள், வைத்திய சாஸ்திர ஓலைகளை எல்லாம் மூட்டையாகக் கட்டி ஒரு ஸ்டூல் பலகை மீது மாசக்கணக்காக எடுப்பாரில்லாமல் உட்கார்ந்து கிடக்கும். மாசத்துக்கு ஒரு முறை அதைக் கீழே எடுத்துவைத்து, தூசி தட்டி வைப்பது வழக்கம். தவிர, கொடியில் நாலு கொசுவலைகள் தொங்கும். பொதுவாக அங்கு படுக்குமுன் படுக்கைகளை எடுக்க, இரவு வேளைகளில் போவதைத் தவிர அதிகமாக யாரும் போவதில்லை. பாபு அங்கிருந்த கட்டில் மீது மெத்தைகளைத் தலைமாட்டிலும் கால்மாட்டிலும் போட்டு அந்திக்கு முன்னாலேயே படுத்தான். அவன் வீட்டில் இருப்பதை யாராவது கவனித்தார்களோ என்னவோ, கவனித்ததாகத் தெரியவில்லை.

கதவு சாத்தியிருந்தது. உள் இருண்டு கிடந்தது.

இந்த விடுமுறையில் பாதிக்குமேல் நிம்மதியில்லாமல் போய் விட்டது. சென்ற வருஷ லீவில் எங்கெங்கோ போய் வந்தோம். மீதி இரண்டு மாதங்களை நல்ல இலக்கியங்கள் உற்சாகமாகப் போக்கின.

இப்போது புஸ்தகம் படிக்காமல் இல்லை. ஆனால் வெகு நாழி வாசிக்க முடியவில்லை. சாம்பலும் தகரக் கொட்டகையும் முன்னே முன்னே வந்து நிற்கின்றன. இது என்ன மறையாத நினைவா?

கூடத்தில் அப்பா முணுமுணுவென்று அலமாரி முன் உட்கார்ந்து தோத்திரங்களைச் சொல்வது கேட்டது. அம்மாவும் அக்காவும் ஏதோ சமையல் உள்ளில் பேசிக்கொண்டிருந்தார்கள். மூடிய கதவுகளூடே தொலைவிலிருந்து வருவது போல எல்லாம் கேட்டது.

அப்படியே இருள் சாச்வதமாகி விடுமா? சாச்வதமாகி விட்டால் அமைதிக் கடலில் திளைப்பது போலிருக்கும்.

பாபு தெய்வத்தைப் பிரார்த்தனை செய்துகொண்டே படுத்திருந் தான். இருளில் சிவப்பும் மஞ்சளுமாக தெய்வங்கள் நடையிட்டுக் கொண்டிருந்தன. நடனம்தான். சரஸ்வதி வீணையும் கையுமாக ஆடுகிறாள். நடராஜன் மழுவேந்தி ஆடுகிறான்.

"வாசல் கதவைச் சாத்திருக்கியோ?" என்ற குரல் கேட்டது.

"பார்த்துட்டு வரேன்" என்று அக்கா எழுந்து நடைப் பக்கம் வரும் ஓசை கேட்டது. வாசல் கதவைத் தாழிட்டுச் சென்றாள். நடை உள்ளைத் திறந்து பார்க்கவில்லை. பார்த்தாலும் தெரிந்திராது.

"குழந்தை எப்பப் போனான் வெளியிலே?"

"ஆறு மணி வரைக்கும் இருந்தான்."

"என்னமோபோல இருக்கானே ஒரு மாசமா? உனக்குத் தெரியாதோ?" என்றது அவர் குரல்.

"ஆமாம்பா, சிரிச்சு சிரிச்சுப் பேசிண்டிருப்பன். இப்ப என்னமோ போலிருக்கானே!"

"இந்த வயசிலே அப்படித்தானிருக்கும். அதுக்கென்ன இப்ப!" – அம்மாவின் குரல்.

"ம்?" என்று இழுத்தாற்போல நிறுத்தினார் அப்பா.

கேள்விதான். விடை தெரியாத. யோசனை தொடரும் கேள்வி தான் அந்த 'உம்' காரம்.

"இருபது வயசாச்சு. ஜாதகம் வரதுக்கெல்லாம் இந்த வருஷம் பண்ணலே இந்த வருஷம் பண்ணலேன்னு கழிச்சுக்கிண்டே இருந்தா என்ன பண்றது? அவன் மனசு என்னன்னு தெரிஞ்சுக்காமியே நாம பாட்டுக்குப் பதில் சொல்லிண்டிருந்தா?"

பரீட்சை எல்லாம் ஆகட்டுமேன்னு பார்த்தேன்."

"பரீட்சைக்கும் இதற்கும் என்ன?"

"என்னன்னா? இப்ப வர பெண்கள்ளாம் சிறிசுகளா? எல்லாம் குதிரை மாதிரி வரது. வந்து சரியா பத்துமாசத்துக்கெல்லாம் இடுப்பிலே தூக்கி வச்சுக்கறது."

"கலியாணம் பண்ணினவுடனே அழைக்கணுமா? பாஸ் பண்ணினப்பறம் அழச்சுக்கறது."

"ஆமாம். அழச்சுக்கலாம். பண்ணினா நீதான் முதல்லே போய் அழச்சிண்டு வருவே."

"ஆமாமாம்."

"உனக்கென்ன தோண்றது விஜயம்?" என்று பெண்ணைப் பார்த்துக் கேட்டார் அப்பா.

"செஞ்சுடறது" என்று பட்டுக்கொள்ளாததுபோல் பதில் வந்தது.

"ம்?"

"கலியாணத்துக்கு இப்ப என்ன அவசரம்னுதான் எனக்குத் தோண்றது. ஆனால் உங்களுக்கு செஞ்சுப் பிடணும்னு தோணித் துன்னா செஞ்சுப்பிடறது" என்று அக்கா மேலும் சொன்னாள்.

"ரங்கம் பெண்ணு ஜாதகம் சரியாயிருக்குன்னு சொன்னாப் போலிருக்கே" என்றாள் அம்மா.

தி. ஜானகிராமன்

"ஜாதகம் நன்னாத்தானிருக்கு. பெண்ணும் அடக்கமாயிருக்கும். அம்மா கெட்டிக்காரி. நன்னாத் தயார் பண்ணியிருக்கா. அடங்கின சரக்குத்தான். இவன் கேட்கணுமே. பசங்கள்ளாம் இப்ப ரவிவர்மா எழுதினாப்பலன்னா இருக்கணுங்கறான்."

"எல்லாருக்கும் அப்படிக் கிடைச்சுடுமா?"

"அழகாகவும் இருக்கத்தானேப்பா வேணும்" என்றாள் அக்கா.

"ரங்கத்தின் பெண்ணு என்ன லட்சணக் குறைச்சலா?"

"லட்சணக் குறைச்சல் இல்லே. சித்தே கருப்பா இருக்கேன்னு தான். வேற என்ன?"

"அப்படி கறுப்பாவா இருக்கு அது?"

"மாநிறத்துக்கும் குறைச்சல்தானேம்மா" என்றாள் அக்கா.

"பார்த்தா குறுகுறுன்னு லட்சணமாயிருக்கு. சமர்த்து. ஒரு குடும்பம் முழுக்க லக்ஷ்யமில்லாம நிர்வாகம் பண்ணும்."

"என்னமோ அவனுக்குப் பிடிச்சா சரி."

"ஏன், உனக்கு என்ன தோண்றது?"

"எனக்கு ஒண்ணுமில்லை. நன்னா படிச்சு பாடக்கீடத் தெரிஞ்ச பெண்ணா இருந்தா தேவலையேன்னு பார்த்தேன்."

அம்மா மேலும் மேலும் பேசி அப்பாவைக் கரைத்துக் கொண்டிருந்தாள்.

பாபுவுக்கு சிரிப்பாக வந்தது.

ஆறு மாதமாகிறது. யமுனாவை அன்று பார்த்த பிறகு இரண்டே இரண்டு தடவைதான் போய்ப் பார்த்தோம். பார்வதிக்குக்கூட இது புதிராகத்தான் இருந்தது. முதல் தடவை பார்த்தது நாலுமாதம் கழித்து. இரண்டாம் தடவை பார்த்தது போன மாசம் ஒரு நாள் கும்பகோணம் போயிருந்தபோது.

"என்ன பாபு. என்ன ஆளே மாறிப் போயிட்டாப் போலிருக்கே" என்றாள் பார்வதி.

"என்ன?"

"வாரத்துக்கொரு தடவையாவது வந்திட்டிருந்தே. எட்டோட்டு நாள் பெரிசாப் போச்சேன்னு, தீவளிக்குத் தீவளி வர ஆரமிச்சிட்டாப் போலிருக்கு."

"அதெல்லாம் ஒண்ணுமில்லை. படிப்பு ஜாஸ்தியாயிருக்கு."

"பாட்டு வேறே. இந்தப் பாட்டையும் கவனிக்க முடியாதுதான். இஞ்ச வந்தாத்தான் மூக்குத்தியை வித்துக்கொடு; காதோலையை

வித்துக்குடுன்னு பிடுங்கறாங்க. நமக்கு ஏண்டா இந்தத் தொல்லைன்னு இருந்திடலாமில்ல?"

"அதெல்லாம் யாரும் ஒன்றும் நெனச்சுக்கலெ."

பார்வதி சொன்னது முதல் பகுதி வாஸ்தவம்தான். முடை அவர்களை அரித்தது. இரண்டாவது தடவையாகப் பார்க்கப் போகிறபோது ஒரு சங்கிலியை விற்றுப் பணத்தை ராஜத்தின் மூலமே கொடுத்தனுப்பினான் பாபு. அன்று அவனுக்கு மழையின் நசநசப்பில் லேசாக ஜுரமாயிருந்தது. ராஜமே பணத்தைக் கொடுத்து விட்டு வந்தான்.

"ஏன், பாபுவுக்கு வரமுடியலியா?" என்று கேட்டாளாம் யமுனா.

"உடம்பு சரியாயில்லை" என்று ராஜம் பதில் சொன்னதில் அவள் திருப்தி அடையவில்லை.

யாருடைய திருப்தி எனக்கு வேண்டும்?

நான் எதற்காக உன்னிடம் வரவேண்டும்? பழைய குற்றவாளி நான் என்று ஞாபகப்படுத்திக்கொள்ள வேண்டுமா? உனக்கும் ஞாபகப்படுத்த வேண்டுமா?

இரண்டு தடவை போனபோதும் பார்வதியோடுதான் அதிக மாகப் பேசினான் பாபு. ஐந்து நிமிஷத்திற்கு மேல் அங்கு தங்கவும் இல்லை.

யமுனாவும் இங்கு உட்கார்ந்திருந்தால் பேச்சு எப்படித் திரும்பி யிருக்கும்? தங்கம்மா உட்கார்ந்திருந்தால்?

"என்ன இன்னும் வரலெ அவன்?" என்றார் அப்பா, எழுந்து வந்து வாசல் கதவைத் திறக்கும் சப்தம் கேட்டது. அக்காவும் அம்மாவும் கூடவே சென்றது போலிருந்தது. ஐந்து நிமிஷம் நின்று விட்டு உள்ளே போனார்கள்.

"ராமு" என்று மாட்டுக்குத் தீனி வைத்துவிட்டு வீட்டுக்குப் புறப்பட்டுக் கொண்டிருந்த ஆளிடம் சொன்னார், "குழந்தை இன்னும் வரலைடா ராமு."

"எங்கே போயிருக்கும்? ஐவுளிக் கடையிலே உட்காந்திட்டிருப் பாங்க."

"போனா சுருக்க வரச் சொல்லிட்டுப் போ. சாப்பிடக் காத்திட்டிருக் காங்கன்னு சொல்லு."

"அனுப்பிச்சிட்டுப் போறேன்."

அவனும் போய் பத்து நிமிஷம் கழித்து பாபு தூங்கி எழுவது போல் 'ம்' என்று முனகினான். இரண்டு மூன்று தடவை முனகிய பிறகு, "யாரங்கே, பாபு, பாபு" என்று அக்காவின் குரல் கேட்டது.

"ம்."

"எங்கேடா இருக்கே?"

"ம்."

"ஹால் உள்ளிலா இருக்கே."

"ம்."

விளக்கைத் தூக்கி வந்தாள் அக்கா.

"இஞ்ச இருக்கானே பாபு" என்று என்னமோ காணாததைக் கண்ட வியப்புடன் சிரித்தாள் அக்கா.

"இஞ்சதான் இருக்கியா?"

"ஆமாம்."

"வெளியிலே போகலியோ?"

"இல்லியே."

"தூங்கிண்டிருந்தியா?"

"ஆமாம்."

"உடம்பு ஏதாவது பண்றதா என்ன?"

"ஒண்ணும் இல்லியே. அசதியாயிருந்தது. தூங்கிப் போயிட்டேன்."

"ரொம்ப நாழியாத் தூங்கிறியா?"

"சாயங்காலமே பிடிச்சுத் தூங்கறேன்."

❍

அப்பா என்ன செய்தாரோ, நாலைந்து நாட்களுக்கெல்லாம் ரங்கத்தின் புருஷன் என்கிற ரங்கு வந்துவிட்டார்.

அவர் இருப்பது வெகு தூரமில்லை. மாயவரத்திற்குப் பக்கத்தில் ஒரு கிராமம். பாபு மாப்பிள்ளையாகவே ஆகிவிட்டதுபோல சற்று கூச்சத்துடனேயே பழக ஆரம்பித்துவிட்டார் அவர். அவசர அவசர மான பேச்சு.

அவர் அன்று மாலை வெளியே போயிருந்தபோது அப்பா அவனைத் தனியாக ஆற்றங்கரைப் பக்கம் அழைத்துப் போனார்.

"ரங்கு வந்து தொந்தரவு பண்றாண்டா பாபு" என்று ஆரம்பித் தார் அவர். குடமுருட்டியின் கட்டுக்கரையில் இருவரும் நடந்து கொண்டிருந்தார்கள்.

"என்ன?"

"ரொம்ப நாளா சொல்லிண்டிருக்கான்."

"எதை?"

"இஞ்ச சம்பந்தம் பண்ணிக்கணும்னு பத்து வருஷமாகச் சொல்லிண்டிருக்கான்."

"நான் அஞ்சாவது படிக்கிறதிலேருந்தா?"

வைத்தி சிரித்தார்.

"ரங்குவுக்கு நீங்க ஒண்ணும் வாக்குக் கொடுத்துடலியே."

"அது ஒண்ணும் இல்லெ. பெண் லட்சணக் குறைச்சலாயிராது. நல்ல சமர்த்து."

"எந்த சமத்தும் வேண்டாம் இப்ப, எனக்கு. இப்ப எனக்கு வேண்டியது கலியாணம் பண்ணிக்காம சமாளிச்சுக்கிற சமர்த்துதான்" என்று துண்டித்தாற்போல பதில் சொன்னான்.

அப்பா ஒன்றும் பதில் சொல்லவில்லை. முன்னால் சிவந்த வானத்தைப் பார்த்துக்கொண்டே நடந்துகொண்டிருந்தார்.

தன் துணிச்சலைக்கண்டு அவனுக்கே சற்றுப் பயமாயிருந்தது. வியப்பாக இருந்தது. அப்பாவிடம் உரிமையுடன் எதையும் பேசுகிறவன் தான். ஆனால் இந்த விஷயம் கட்சிக்காக, என்று வைத்துக்கொள் வோம் என்று பூர்வ பட்சம் போட்டுக்கொள்கிற விஷயமில்லை. அப்பா நடக்க வேண்டிய, செய்யவேண்டும் என்ற, ஒரு காரியத்தைப் பற்றிப் பேசுகிறார். அதற்கு இந்த மாதிரி வெடுக்கென்று பதில் சொன்னது அகம்பாவத்தினால்தான் என்று அவன் மனம் வருந்திற்று.

அப்பா எதிரே வான்முகட்டில் தகதகத்த தங்க ஓடைகளையும் ரோஜா நிறப் பஞ்சுகளையும் பார்த்துக்கொண்டே நடந்து கொண்டிருந் தார்.

"இப்ப எனக்கு என்ன கலியாணம்?" பாபு அவரைச் சமாதானப் படுத்துவதுபோல மெதுவாகப் பேசினான்.

அவர் பேசவில்லை.

"இன்னும் படிப்பு இருக்கே எனக்கு?"

"என்னமோ, அம்மா பண்ணிவிட்டா என்னன்னு நினைக்கிறா."

"நீங்க என்ன நினைக்கிறேள்?"

"எனக்கு என்ன இப்ப? எல்லாம் உன் இஷ்டம்."

"நீங்க என் மேலே சந்தேகப்படலியே?"

"எனக்கு என்ன சந்தேகம்?"

“போனவருஷம் துரையப்பா வந்து சொன்னபோது அவர் வாயைப் பொத்தி அனுப்பிச்சேளாம். அம்மா சொன்னா. இப்ப அவர் சொன்னது நெஜமாயிருக்கும்னு சந்தேகம் வந்துடுத்தோன்னு கேட்டேன்.”

இதைப் பிரஸ்தாபித்திருக்கவே வேண்டியதில்லை. ஆனால், நெஞ்சில் வந்து வந்து முட்டிய எண்ணம் வெளியே வந்துவிட்டது அவனுக்கு. போன வருஷம் நடந்த சங்கதி அது. யாரோ தூரத்து உறவினர். திருவாரூருக்குப் பக்கத்திலிருந்த ஒரு கிராமம் அவருக்கு. அவர் ஊரில் ஒரு பெரிய சிவன் கோயில். வருஷா வருஷம் அங்கு நடக்கிற நவராத்திரி உற்வசம் ஒன்பது நாளும், ஆயிரம் பிராம்மணர்களுக்கு சஹஸ்ர போஜனம் செய்கிறாராம். ஆயிரம் என்ன கணக்கோ தெரியவில்லை. சற்று ஸ்தூல சரீரம். பாபு தனியாக இருந்ததையும், அறையின் காற்றோட்டத்தையும், அந்த வீட்டிலிருந்து குளிக்க, தங்க வசதிகளையும் கண்டு நாலுநாள் அவனோடு தங்கினார் அவர். நவராத்திரிக்கு இரண்டு மாசம் இருந்தது அப்போது. இன்னும் நாலு நாள் தங்கியிருப்பார் அவர். ஆனால் நாலாம்நாள் ராத்திரி நடந்த பேச்சுதான், அவர் மறுநாள் காலையிலேயே புறப்படக் காரணமாக இருந்திருக்க வேண்டும்.

“என்னடா பாபு, நீ என்ன போடப் போறே?”

“நான் என்னத்தைப் போடறது? நான் சம்பாதிக்கிறேனோ!”

“சம்பாதிச்சாத்தான் போடணுமா?”

“எங்கப்பா வருஷா வருஷம் கொடுக்கிறார்போலிருக்கே!”

“உங்கப்பா கொடுத்தா அந்தப் புண்யம் அவருக்கு. புண்ய பாவங்களெல்லாம் அவாவாளைச் சேர்ந்ததில்லியோ? பிதிரார்ஜிதமா வருமோ?”

“வராது.”

“பின்னே, நீயும் போட்டாத்தானே?”

“இந்தப் பாவம் அப்பாவோட இருக்கட்டும்னு நெனச்சேன்.”

“பாவமா? என்ன சொல்றே நீ?”

“ஆயிரம்பேருக்கு விருதாவாச் சாப்பாடு போடற பாவத்திலே அஞ்சு ரூபாய் பங்கு அவர் வாங்கிக்கறது போதாதோ?”

“விருதாச் சாப்பாடா?” என்று மண்டையில் அடி வாங்கி விட்டதுபோல் கேட்டார் அவர். “இது விருதாச் சாப்பாடா? சாப்பாடு போடறதும் பாவம்கறே!”

“போடறது, சாப்பிடறது எல்லாம் பாவம்தான்.”

“அப்படியா” என்று வாயை மூடிக் கொண்டுவிட்டார் அவர். பிறகு பேசவே இல்லை. ‘ஈச்வரீ . . . பரதேவதே’ என்று ஐந்து நிமிஷம் கழித்து, கால் இரண்டையும் தட்டிக்கொண்டு பெருமூச்சு விட்டுக் கொண்டே படுத்தார். பாபுவுக்கு முணுக் முணுக்கென்றது உள்ளுக்குள். மறுநாள் காலையில் எழுந்திருந்தவுடன் “போய்ட்டு வரேன்” என்று சொல்லிக்கொண்டார்.

“என்ன மாமா, இன்னும் ரண்டு மூணுநாள் இருக்கப் போறேன் னேளே?”

“இல்லேப்பா. ஐயன் தெருவிலே என் மாமா பேரன் இருக்கான். இஞ்ச வரவேல்லியே வரவேல்லியேன்னு புலம்பிட்டான் இன்னி சாயங்காலம். என்னத்துக்கு உறவுகாராகிட்ட வம்பு, சொல்லு” என்று சொல்லிவிட்டுக் கிளம்பினார் அவர்.

இரண்டு மாதம் கழித்து ஊருக்குப் போயிருந்தபோது எல்லாப் பேச்சுக்கும் நடுவில் அம்மா சாதாரணமாகக் கேட்டாள்:

“ஏண்டா பாபு, கும்பகோணத்திலேயும் நீ ரூமுக்கு வர ராத்திரி ஒரு மணி ரண்டு மணி நேரம் ஆறதாமே.”

“ஏதாவது ஒரு நாள் ரண்டு நாள் நாழியாகும்.”

“தினமும் அப்படித்தான் வர்றியாம்.”

“யார் சொன்னா?”

“எல்லாரும்தான்.”

“எல்லாருமா? கும்மாணத்திலேருக்கிற எல்லாருமா? நான் ரண்டு மணிக்கு வரபோது அவா தூங்கிண்டுன்னா இருப்பா!”

“என்னமோ படிக்கிற காலத்திலே இப்படியெல்லாம் இருந்தா நாலு பேர் சிரிப்பா. எதையாவது சொல்லுவா. நமக்கேதான் அது நன்னாருக்கோ?”

“என்ன நன்னாயில்லை?”

“ஆமாம். ராத்திரி ஒரு மணியோ ரண்டு மணியோ நீ ஜன்னல்லெ வெளிச்சம் தெரிய வாசிச்சா ஒண்ணும் இல்லே. நீ பாட்டுக்கு வெளியிலே சுத்திவிட்டு ராத்திரி வந்து கதவு இடிச்சா?”

“இடிச்சா என்ன? வீட்டுக்காரர் திறக்கிறார். அவர் நடையிலே தான் படுத்திருக்கார். பூனைத் தூக்கம் தூங்கறவர். கதவிலே நகத்தாலே கீறினாலே முழிப்புக் கொடுத்துடும் அவருக்கு.”

“போடாபோ. துரையப்பா இஞ்ச வந்தபோது மெனக்கட்டு அப்பாகிட்ட வந்து சொல்லிட்டுப் போனார்.”

“துரையப்பாவா! என்ன சொன்னார்?”

“அப்பா பேரைச் சொல்லி, உன் பிள்ளையைக் கவனிச்சுக்கோடா, கொஞ்சம் கண்டிச்சானும் வையி. தினமும் ராத்திரி ரண்டு மணி யாறது அவன் சுத்திப்பிட்டு வந்து படுக்கறதுக்கு. ஒரு ஜாகையாவது கும்மோணத்திலே போட்டுப் படிக்கவைக்கப்படாதோ, இந்த மாதிரி விட்டுவிட்டு அப்புறம் ஏதாவது நேர்ந்ததுன்னா வருத்தப்பட்டு பிரயோசனமில்லே பாருன்னு, சொன்னதும் சொல்லாததுமா என்னென்னமோ சொன்னார்.”

“துரையப்பாவா!”

ஆமாம். ஒரு நாழி அப்பா பேசாம கேட்டுண்டேயிருந்தா. மேலே மேலே பேசிண்டிருந்தார் அவர். அப்பாவுக்குக் கடைசியிலே கோபம் வந்துடுத்து. ‘துரையப்பா, வந்த காரியத்தைப் பாத்துண்டு போ. எதுக்கு இந்த வம்பெல்லாம் உனக்கு’ன்னு சொன்னா. ம், அப்படியா, நான் வம்பா பேசறேன்? உனக்கு இருக்கறது ஒரு பிள்ளை. அது ராமுழுக்க இப்படி ஊரைச்சுத்திண்டு சீரழியறதேன்னு அங்கலாப் பாய்ச் சொன்னா, நீ என்னமோ வம்பு வம்புங்கறயே, ஏதோ உறவுகாராள்ளாம் நல்லதைச் சொல்லுவா, நன்னாயிருக்கணும்னு சொல்வா’ன்னார். ‘என்ன சீரழியறான் எம்பிள்ளே’ன்னு கேட்டா அப்பா. ‘என்னமோப்பா வயசான பிள்ளையாச்சேன்னு சொன்னேன். அப்புறம் உம்பாடு உம்பத்து’ன்னார் துரையப்பா. அப்பாவும் விடலே. ‘என்ன பண்ணினான் என் பிள்ளை? ஏதாவது தப்பா நடந்ததை நீ பாத்தியா’ன்னு கேட்டா, ‘என்னமோ எனக்கு மனசிலே பட்டுதுப்பா, கடைசிவரை நேரப் பாக்கறதுன்னா முடியுமா? கதவைத் திறந்து வச்சிண்டேவா இதெல்லாம் பண்ணுவா’ன்னு கோணாமா ணான்னு பேச ஆரம்பிச்சுது அது. ‘சரி நிறுத்து இந்தப் பேச்சை’ன் னுட்டா அப்பா.”

“துரையப்பா இவ்வளவு தூரம் பத்தவச்சுட்டுதா?” என்று பாபு வியப்புடன் கேட்டான். அதற்குப் பிறகுதான் துரையப்பாவோடு அன்று நடந்த பேச்சையும் அம்மாவிடம் சொன்னான்.

அப்பா அந்த மாதிரி அவருக்குப் பதில் சொன்னது அவனுக்குப் பெருமையாக இருந்தது. அவருடைய நம்பிக்கையையும் விட்டுக் கொடுக்காத அன்பையும் கண்டு அவன் மனதில் அவருடைய ஸ்தானம் இன்னும் சற்று உயர்ந்துவிட்டது.

இதைத்தான் பாபு இப்போது அப்பாவிடம் ஞாபகப் படுத்தினான்.

ஏதோ அப்போது பேசிவிட்டார் பிள்ளைக்குப் பரிந்துகொண்டு. ஆனால் துரையப்பா சொல்லிவிட்டுப் போனது மனதில் வேலை செய்துகொண்டுதானே இருக்கும்? துணியில் கறை விழுந்தால் நனைக்க நனைக்க அதன் கப்பு குறையலாமே தவிர கறையே போய்விடாதே. அப்பாவும் இதை நினைத்துக்கொண்டாரோ என்னவோ.

“துரையப்பா என்னமோ பேத்தினான். போடான்னுட்டேன்” என்றார் அப்பா.

“அப்படின்னா திடீர்னு என் கலியாணத்தைப் பத்தி இப்ப என்ன வந்துது உங்களுக்கெல்லாம்?”

அப்பாவுக்கு சூதுவாது தெரியாது. வார்த்தைகளில் நுழைந்து கொள்ளமாட்டார். பாபு நேராக இந்தக் கேள்வியைக் கேட்டதும் அவர் பதில் சொல்ல முடியாமல் விழுங்கினார். ஐந்தாறு விநாடி கழித்து “அதான் சொன்னேனேடா பாபு, அம்மா ஆசைப்படறா,” என்றார்.

“இப்ப வாண்டாம் ஒண்ணும்.”

“அம்மா கிட்ட சொல்லு.”

அம்மாவிடம் சொல்லும்போது வேடிக்கையாயிருந்தது. அம்மா எல்லாவற்றையும் கேட்டுவிட்டு, “அது சரிடா பாபு. அப்பாவுக்குக் கலியாணம் ஆறபோது என்ன வயசு தெரியுமோ?” என்றாள்.

“என்ன?”

“பதினாலு.”

பாபு சிரித்தான்.

“அம்மா, நான் கலியாணமே பண்ணிக்கப் போறதில்லேம்மா” என்றான்.

“என்னது?”

“ஆமாம்.”

“போதும். அச்சுப்பிச்சுன்னு பேசவேண்டாம்.”

“அச்சுப்பிச்சு என்ன?”

“பின்னே என்ன? கலியாணம் பண்ணிக்காம சன்னாசியா அலையப் போறியோ?”

“கல்யாணம் பண்ணிக்காட்டா சன்னாசியாத்தான் அலையணுமா என்ன? அலையாமலே இருக்கிறது.”

“ம். ம். இருக்கறதுக்கு விடுவா எல்லாரும். பேசாம இரு. பெரியவா ஆகாததைச் சொல்லமாட்டா, செய்யமாட்டா. நீ சொன்னதைக் கேட்டுண்டு இரு...ரங்கு பெண்ணுக்கு என்னடா? நல்ல வடிகட்டின சமத்து.”

“சமத்து கிமத்தெல்லாம் வடிகட்டினதாகவே இருக்கட்டும். எங்கிட்ட இதையெல்லாம் இன்னும் அஞ்சாறு வருஷத்துக்குக் காதிலே போடாதேம்மா.”

“அஞ்சாறு வருஷத்துக்கா?”

“அப்படித்தான்.”

அம்மா பேச்சு எடுபடவில்லை.

பாபுவின் மனதில் சக்கரப் படித்துறையும் தகரக் கொட்டகையும் சாம்பலும்தான் இறைந்து கிடந்தன.

ரங்கு ஏமாற்றத்துடன் ஊர் திரும்பினார். காலேஜும் திறந்து விட்டது.

28

யமுனா வீட்டில் எல்லாம் வரவரத் தாழ்ந்துகொண்டே வந்தது. கோடை வந்து மேல் காற்றும் வந்துபோயிற்று. மேல்காற்று இன்னும் இரண்டு மூன்று நகைகளை அடித்துக்கொண்டு போயிற்று. நவராத்திரி வந்தது. சென்ற வருஷம் போலவே அவர்கள் வீட்டுக்கூடம் கொலு வைக்காமல் சூன்யமாயிருந்தது. சுப்ரமண்யம் இறந்ததை ஒவ்வொரு பண்டிகையும் கொண்டாடிக் கொண்டிருந்தது. கூடத்து நிலைகளில் தொங்கிக்கொண்டிருந்த தொங்கு சீலைகள் கிழிந்துவிட்டன. அனாவசியமான சாமான்கள் கூடத்தில் இல்லை. பார்வதியின் பேச்சிலும் யமுனாவின் பேச்சிலும் எப்போதும் இருக்கிற தெம்பு ஒலிக்கவில்லை. ஏதோ ஒரு பயம் அவர்கள் குரலில் தொனித்துக் கொண்டிருந்தது. பயம்கூட இல்லை. வீடு முழுவதும் ஆக்ரமித்துக் கொண்டு அதிகாரம் செலுத்துவது போன்று காணப்பட்ட தோல்வி இன்னும் தெளிவாகத் தொனித்தது. அந்தத் தோல்விதான் அவர்கள் குரலை அமுத்திப்பிடித்து ஓங்க விடாமல் அடிப்பது போலிருந்தது.

நவராத்திரி போன கையோடு ஒரு மழை வந்தது. பார்வதியின் இன்னொரு நகையைக் கரைத்துக்கொண்டு போயிற்று.

பாபு அடிக்கடிப் போகவில்லை அங்கு. ஆனால், போன பொழுதெல்லாம் அந்த வீடு, பயத்திலும் தோல்வியிலும் சிக்கிக் கொண்டிருப்பது நன்றாகத் தெரிந்தது. எதைக் கண்டு பயம்?

யமுனாவுக்கு வயது முப்பத்திரண்டு.

பார்வதியின் நகைகள் ஒவ்வொன்றாக விடைபெற்றுக் கொண்டிருந்தன.

யமுனாவின் கண்ணில்கூட முன்போலத் துணிச்சலையும் கிண்டலையும் அவ்வளவாகக் காணவில்லை. அவளும் எதையோ கண்டு பயப்படுவது போலிருந்தது.

பாபு அன்று ராஜத்தின் வீட்டுக்கும் கடைத்தெருவுக்கும் போய்விட்டு இரவு எட்டு மணிக்கு அறைக்கு வந்தபோது கைலாசம் சொன்னார்: "துக்காம்பாளையத் தெருவிலேருந்து ஒரு பையன் வந்தான் பாபு."

"யாரு?"

“உன்னை வரச் சொன்னாளாம், உங்க சிநேகிதா வீட்டிலே. கையோட அழச்சிண்டு போகலாம்னு வந்தானாம், நீ இல்லைன்னதும், வந்தவுடனேயும் வரச் சொல்லுங்கன்னு சொல்லிவிட்டுப் போனான்.”

இந்த வருஷம் கல்லூரி திறந்து கோடை கழிந்து, நவராத்திரி வந்து மழை தொடங்கி, இந்த நாலு மாசத்திற்காக பாபு அங்கு போனது நாலு தடவைதான். அதுவும் ஒவ்வொரு தடவையும் அவர்கள் கூப்பிட்டனுப்பித்தான். குரூரமாக, அற்பத்தனமாக ஏதோ செய்வது போலிருந்தது பாபுவுக்கு. தான் மிருகத்தனத்துடன் யமுனா மீது பழி வாங்கிக்கொள்வதுபோல் ஒரு அச்சம் தோன்றிற்று அவனுக்கு.

நீ ஏன் முன் மாதிரி போகிறதில்லை! முன்னெல்லாம் அவர்கள் வீட்டை வளைய வளைய வந்துகொண்டிருந்தாயே? அவள் ஏன் என்னை மறுத்தாள்? ஏன் மறுத்தாளா? உனக்கு உண்மையாகவே அவளிடம் ஏதாவது மனதில் இருந்தால் நீ இந்த மறுப்பைப் பொருட்படுத்தியே இருக்கவேண்டாமே. நீ பாட்டுக்கு ஒன்றும் நடக்காததுபோலப் போய் வந்து கொண்டிருக்கலாமே . . . ஏன், இப்போதும் அவளை நினைத்துக் கொண்டுதானிருக்கிறேன். நேரே போகாவிட்டால் என்ன? நேரே போனால் அந்த உடல் கண்ணில் படுகிறதே. அந்த மாதிரி கரவும் சரிவும் வழியும் உடல் கண்ணில் படுகிறது. நான் எவ்வளவு மன்னிப்புக் கேட்டுக்கொண்டாலும் அதற்கு அர்த்தமில்லாமல் போய்விடுகிறது. அப்படி ஒன்றும் முன் மாதிரி எனக்கும் தோன்றவில்லை. இந்த உடம்புகூட அவ்வளவாகப் படுத்தவில்லை. ஆனால், நான் பழைய குற்றவாளிதானே? நான் எல்லாவற்றையும் மறந்துவிட்டேன் என்று அவள் நம்புவாளா? அவள் மறந்துவிட்டாள். சாதாரணமாகத்தான் பேசுகிறாள். முழுவதும் மறந்துவிட முடியுமோ ஒருவரால் . . ? முடியாவிட்டாலும் அந்த நினைவைப் பெரிய பாறாங்கல்லை வைத்தும் தலை தூக்க முடியாமல் அமுக்க முடியும் அவளால்.

“கூப்பிட்டனுப்பிச்சேளா?” என்று கேட்டுக்கொண்டே உள்ளே போனான் அவன்.

கூடத்தில் யமுனா மட்டும் இருந்தாள்.

“யாரங்கே?” என்று உள்ளேயிருந்து குரல் வந்தது.

“நகை வியாபாரி வந்திருக்காரும்மா” என்று யமுனா உள்ளைப் பார்த்துக் குரல் கொடுத்தாள்.

“உன் நகையை விற்காது இருந்தா சரி” என்று சொல்லிக் கொண்டே நின்றான் பாபு.

“நகை போறதேன்னு அழ முடியுமா? உட்காரு.”

“வா . . . பாபு. நான் யாரோன்னுல்ல பார்த்தேன்.” என்று பார்வதி அடுக்களையிலிருந்து வந்தாள். “அது சொல்றதும் சரிதான்.

நகை கிகை வித்தால்தான் நீ வர்றே. அதுவும் கூப்பிட்டனுப்பிக்க வேண்டிருக்கு."

யமுனா எழுந்து உள்ளே போனாள்.

"என்ன விசேஷம்?" என்றான் பாபு.

"விசேஷம்தான் ... இன்னிக்கிக் காலமே சாமிராவ் வந்தான் தஞ்சாவூர்லேந்து."

"எதுக்கு?"

"அதான் ஒரு மாதத்திலேயே நல்ல வரனா முடிச்சுக் கொடுக்கறேன்னு போன வருஷமே சொன்னானே."

"ஆமாம். அப்புறம்தான் மறு காரியம் பார்க்கிறேன்னார் அவர்."

"அப்புறம்தான் இவ அப்பாவுக்கு உடம்பு வந்தது. ஒரு தினுசா முடிஞ்சுபோச்சு."

"இப்ப என்னவாம்?"

"இப்ப நல்ல வரனா வந்திருக்காம்."

"யாரு?"

"தஞ்சாவூர்லியேதான்."

"யார்?"

"கங்காதரம் பிள்ளை. உனக்குத் தெரியாது?"

"கங்காதரம் பிள்ளையா? நெல்லு வியாபாரியா?"

"ஆமாம்."

"அஞ்சாறு பெரிய ரைஸ் மில்கூட வச்சிருக்காரே."

"ஆமாம்: சிய்யாழி, சிதம்பரம் – இன்னும் ரண்டு மூணு இடத்திலே ரைஸ்மில் வச்சிருக்காரு."

"தெரியும்."

"சண்டைக்காலமா? ஏகத்தாறாப் பணம் வந்துகிட்டிருக்காம்."

"சரி."

"அவருதான்."

"அவரா? அவர் மகன் என்னோட வாசிச்சானே!"

"அப்படியா? உன்னோட வாசிச்சானா?"

"ஆமாம்."

"ஒரு வீடு எளுதி வக்யறேங்கறாராம் இரண்டு வேலி நிலம் எளுதி வக்யறேங்கறாராம்."

"ம்."

"அதான்."

"உங்களுக்கு என்ன தோண்றது ?"

"எனக்குக் கொடுக்கலாம்னுதான் படுது. ஆனா . . . ஒரு விஷயம் தான் உறுத்துது."

"என்ன ?"

"கலியாணமாப் பண்ணிக்கமாட்டாராம்."

"அப்படின்னா ?"

"வீடும் நிலமுமா எளுதி வச்சுப்பிடுவாராம். தஞ்சாவூர்லியோ கும்பகோணத்திலேயோ இருந்துக்கட்டும்கறாராம்."

"வாரத்துக்கு ஒரு நாள் ரண்டு நாள் வந்து போவாராக்கும். வாசல்லே கார் நின்னுண்டிருக்குமாக்கும் !" என்று வெறுப்புக் கக்கச் சிரித்தான் பாபு.

"சாமிராவ் அதுக்குத்தான் வந்தாரா, இந்த சம்பந்தம் இஷ்டமா இல்லியான்னு உங்க சம்மதத்தைக் கேட்க ?"

"அவன் வந்தான் காலமே, சொன்னான். பன்னிப் பன்னிச் சொன்னான். நான் யோசிச்சுச் சொல்றேன்னு சொன்னேன்."

"நீங்க மாத்திரம்தான் யோசிச்சேளா ?"

"யமுனாவையும்தான் கேட்டேன்."

"என்ன சொன்னா ?"

"யமுனாவா . . ?" என்று அவள் ஆரம்பிப்பதற்குள், யமுனாவே உள்ளேயிருந்து வந்துவிட்டாள்.

"எனக்கும் சம்மதம்தான் பாபு" என்றாள் யமுனா.

பாபு திகைத்துவிட்டான்.

"ஆமாம். கலியாணம் பண்ணிக்காமல் தேவடியாள் மாதிரி இருக்கலாம். வாசல்லே கார் வந்து நிக்கும். தெருவோட போறவங் கள்ளாம் காலையில் போனால்கூட ஆசையா வீட்டைத் திரும்பிப் பார்த்துகிட்டே போவாங்க. அப்புறம் பிள்ளையெல்லாம் பிறக்கும். அப்பா எங்கே எங்கேன்னு கேட்கும். யோசிச்சு யோசிச்சுப் பதில் சொல்லலாம். எங்க அம்மாவுக்கு பகவான் கொடுக்காத மூளையை எனக்குக் கொடுத்திருக்கான். அதை வளர்க்க வேண்டாமா ?" என்றாள் யமுனா.

"எனக்கு மூளையில்லேங்கறதுதான் தெரிஞ்சிருக்கே" என்று யமுனாவைப் பார்த்தாள் பார்வதி. இந்தப் பார்வை இதுவரை

அவன் கண்டிராத பார்வை. மூன்றாவது ஆசாமியைப் பார்க்கிற தூரமும் கோபமும் அதில் கனிந்துகொண்டிருந்தன.

“கங்காதரம் பிள்ளை பல லட்சப்பிரபு. மராட்டிங்க ராஜ்யத்தைக் கோட்டை விட்டுட்டாங்க. அந்த ராஜாங்க மாதிரியாவது இருக்க லாம்னு பாக்கறா. நீ தஞ்சாவூர் அரண்மனை பார்த்திருக்கியோ?”

“பத்துப் பதினஞ்சு தடவை பார்த்திருக்கேன்.”

“ஊருக்குப் புதிசா வரவங்களை அழச்சிக்கிட்டுப் போயிருப்பியே.”

“சின்னப் பையனாயிருக்கிறபோது வருஷத்துக்கு ரண்டு தடவையாவது இந்த சான்ஸ் கிடைக்கும் எனக்கு.”

“அப்ப ராஜா படங்கள்ளாம் காமிப்பானே டபேதார், அவன் சொல்றதையும் கேட்டிருப்பே” என்றாள் யமுனா.

பாபு இரைந்து சிரித்தான். யமுனா சொல்வது இப்போது தான் புரிந்தது.

அரண்மனை வாசலில் வழிகாட்டி, வந்து பார்க்க வருகிறவர் களை அழைத்துப் போவான். தர்பாரிலுள்ள ராஜாக்களின் படங்களைத் திரையை விலக்கி விலக்கிக் காட்டிக்கொண்டு, ‘இவங்கதான் இந்த ஜீ மகாராஜா – இவங்களுக்கு நாற்பது சம்சாரம். அறுபத்தேழு வைப்பாட்டி, இவங்கதான் அந்த ஜீ மகாராஜா – இவங்களுக்கு இருபது சம்சாரம், தொண்ணுத்தாறு வைப்பாட்டி. இவங்க இந்த ஜீ – இவருக்கு பாய் சாகப்பு முப்பது பேரு, அதைத் தவிர இவங்கள் ளாம் அபிமானமா வச்சிக்கிட்டிருந்தவங்க’ என்று காண்பித்துக் கொண்டே போவான். “இந்த ராஜாக்களை பிரிட்டிஷ்காரர்கள் நாடு பிடுங்கி அவமானப்படுத்தியது இதற்கு உறை போடக்காணாது போலிருக்கே” என்று சங்கு ஒரு தடவை சொன்ன ஞாபகம் இருக்கிறது.

“என்ன சிரிக்கறே பாபு..? நான் சொல்றது பொய்னு நெனச்சுக் கிட்டியா? ‘கங்காதரம் பிள்ளை கலியாணமாப் பண்ணிக்கிட்டது மூணுபேரு. அதைத் தவிர தஞ்சாவூர்லியே ஆளுக்கு ரண்டு வேலியும் ஒரு வீடுமா வாங்கிக்கிட்டு இருக்கிறவங்க நாலுபேர் இருக்காங்க.’ மேல வீதி, கிழக்கு, வடக்கு வீதி, கருந்தட்டாங்குடி – நாலு இடத்திலே, நானும் போனா தெற்கு வீதிக்கு இல்லாத குறையும் நீங்கிப்போயிடும். அதுக்காகவாவது ‘சரி’ சொல்ல வேண்டியதுதானே! அம்மா உன்னைக் கலந்து செட்டில் பண்ணலாம்னு கூப்பிட்டிருக்கா. ரண்டு பேரும் பேசி முடிவுக்கு வாங்க” என்ற சொல்லிவிட்டு, விறுவிறுவென்று அடுக்களைக்குள் போனாள் யமுனா.

பாபு பேசாமல் உட்கார்ந்திருந்தான்.

போகிறவளைப் பார்த்து, “ஆமாம். நீ முப்பத்திரண்டு வயசுவரை யில் உட்கார்ந்துகிட்டிரு. உன்னை வந்து அக்னி சாட்சியா, மேளம் கொட்டி. ஊர்வலம் விட்டு கலியாணம் பண்ணிப்பான். இன்னும்

பத்து வருஷம் போகணும்" என்றாள் பார்வதி. சிறிது நேரம் கழித்து, "யமுனாவோடு ரொம்பநேரம் இதைப்பத்திப் பேசியிருப்பேள் போலிருக்கே நீங்க" என்றான் பாபு.

"சமாசாரத்தைச் சொல்றபோதேதான் அவளுக்குப் பொத்துகிட்டு வந்திடிச்சே. அவ என்ன சொன்னா தெரியும்ல?" நீ கூட பண்ணிக்க லாமே அவரை? சுமங்கலியாயிருக்கறது பார்க்கறதுக்கும் நல்லாருக்கும்ங் கறா இவ" என்று சொல்லிக்கொண்டே வந்த அவள் நெஞ்சு அடைத்தது.

பாபுவுக்கு ஒன்றும் புரியவில்லை. தன்னை எதற்காக அழைத்தாள் இவள்? யமுனாவைச் 'சரி' சொல்ல வைப்பதற்கா? அல்லது யமுனா மீதிருந்த கோபத்தை யாராவது வேண்டியவர்களிடம் கக்கவா?

"எத்தினிநாள்தான் இப்படியே உட்கார்ந்திருக்கிறது? ரண்டாயிர ரூபாய்க்கு நகை வித்தாச்சு. நெல்லும் இல்லேன்னு கையை விரிச்சிப் பிட்டான். அப்புறம் எதை நம்பிக்கிட்டு இருக்கிறது? நான் எத்தினிநாள் இருக்கப்போறேன்?"

"அதுக்காக கன்னிகழிக்க முடியுமா? முடமா, குருடா, பைத்தியமா, கொணடு தள்ளறதுக்கு?"

"பின்னே இவளைத் தேடிக்கிட்டு யாரு வரேங்கறான்?

உருத்தெரியாத ஒன்று சிரிப்பதுபோலிருந்து பாபுவுக்கு. அழகும் இங்கிதமும் நிறைந்த இந்த யமுனா, பாழுங் கிணற்றில் சுவரின் இடுக்கில் பூத்த பூவாக இருப்பது ஏன் என்று புரிந்துகொள்வது சிரமமாயிருந்தது.

"நீ ரண்டு காரியம் செய்யணும். இவளுக்கு நல்ல புத்தி சொல்லணும். அப்புறம் அந்த கங்காதரம் பிள்ளையைப் பார்த்து இப்படி இருக்கிறது அவளுக்கு இஷ்டமில்லை. நல்ல குடும்பத்திலே பிறந்தவங்க. ஒரு மந்திரம் மாயம்னு சொல்லி, நாலு பேரைக் கூட்டித்தான் எதையும் செய்வாங்கங்கறதை அவருக்குப் படும்படியாச் சொல்லணும்."

பாபுவுக்குத் தூக்கிவாரிப் போட்டது. பெரிய கல்லைத் தூக்கித் தலையில் சுமக்க வைத்தாற்போலிருந்தது.

"என்ன பாபு, என்ன பண்ணப் போறே?" என்று கேட்டுக் கொண்டே வெளியே வந்தாள் யமுனா.

"..."

"தூது போகப் போறியா?"

"உனக்கென்னடியம்மா. பரியாசமா இருக்கு. உன்னை அதட்டாம, கொள்ளாம, உள்ளங்கைமேலே வச்சு வளத்ததுக்குப் பரியாசமும் பண்ணுவே. ரண்டு அடியும் போடுவே."

"கலியாணம் பண்ணிக்கப் போறது நான். இதுக்கு நீ யாரு? பாபு யாரு? எனக்குப் புரியலியே."

"நீ இப்படியே பேசிப் பேசித்தானே இப்படி நிக்கறே! இன்னும் இப்படியே பேசிக்கிட்டிரு, சுகமாயிருக்கலாம்."

பார்வதியிடம் இவ்வளவு மாறுதலைக் கண்ட பாபுவுக்கு வியப்பாகத்தானிருந்தது. பார்வதி சோர்ந்து போயிருந்தாள். கோபித்துக் கொள்ள யமுனாவைத் தவிர வேறு யாரும் அகப்படவில்லை என்று அவள் புகைவதுபோலிருந்தது. சுமந்து சுமந்து அலுத்துப்போன கழுதை படுத்து முரண்டுவதுபோல் அவள் முகம் யமுனாவைக் கண்டு சினந்தது.

"உங்களுக்கு இப்படிச் செய்யறது இஷ்டமாயிருக்கா?" என்று கேட்டான் பாபு.

"இஷ்டமில்லைதான். ஆனா, அவ நன்னாயிருக்கணும், கண் கலங்கப்படாது, ஒண்ணுமில்லாம பண்ணிட்டுப் போயிட்டான்னு என்னைச் சொல்லப்படாது. நாதியில்லாம தவிக்கப்படாதுன்னு நான் நினைக்கிறது தப்பா சொல்லு."

"பிறத்தியாருக்காக நாம் எவ்வளவுதூரம் கவலைப்பட முடியும்?"

"இது என்ன பிறத்தியா?"

"ஆமாம். ஒரு அளவுக்கு அப்புறம் எல்லாமே பிறத்திதான். கையிலே புரையோடித்துன்னா, அது போக வேண்டியது தான். கையைவிட உசிருதான் நெருக்கம். கைதான் பிறத்தியாகப் போயிடும்."

"நீ இப்ப என்ன சொல்றே?"

"நான் ஒண்ணும் சொல்லப் போறதில்லை. எழுந்து போகப் போறேன்."

"சாமிராவ் வந்தான்னா?"

"இப்ப பேசிண்டு இருந்ததையெல்லாம் சொல்லுகிறது" என்று நடைவரையில் போய்விட்டான் பாபு.

"சாப்பிடேன் பாபு" என்று யமுனா ஓடி வந்தாள்.

"இல்லை."

"இது கலியாணமாயிருந்தாலும் சாப்பிடச் சொல்லலாம். கலியாணம் பண்ணிக்காமயே நான் பெண்டாட்டியாயிட்டா?"

"சரி யமுனா. அம்மாவுக்கு ஆற அமர பதில் சொல்லு. அவளும் நொந்துதானே கிடக்கா" என்றான் பாபு.

"நான் நொந்துக்கச் சொல்லலியே."

மழை பிசுபிசுவென்று தூறிக்கொண்டிருந்தது. கையை நீட்டிப் பார்த்துவிட்டு, தவிட்டுத் தூற்றலாக விழுந்ததைக் கண்டு வாசலில் இறங்கினான்.

"நான் வரேன்."

"போறேன்னு சொல்லு."

" . . ."

"இன்னொரு நகை விற்கிறபோது சொல்லியனுப்பறேன்" என்றாள் யமுனா.

கலியாணம் கலியாணம் என்று ஏன் பார்வதி அடித்துக் கொள்கிறாள்? அப்பாவும் அம்மாவும் ஏன் பறக்கிறார்கள்?

தங்கம்மாவின் உடல் அதற்காகத்தான் சாம்பலாயிற்றா?

தெருவெல்லாம் நசநசவென்றிருந்தது. தீபாவளிக்கு இன்னும் பத்து நாளிருக்கிறது. ஓரிரண்டு இடத்தில் நாலைந்து மத்தாப்புக்கள் பிசுபிசுவென்று எரிந்துகொண்டிருந்தன. இரண்டு வருஷங்களுக்கு முன்னால் ஊர் இப்படி இராது. காது செவிடுபடும். இப்போது தெருக்களை அதிரவைக்கும் இடிகள் யுத்தகளத்துக்குப் போய்விட்டன. இங்கிலாந்தின் குழந்தைகள்மீதும் கட்டிடங்கள்மீதும் மனிதர்கள்மீதும் விழுந்து கொண்டிருந்தன. கும்பகோணத்தில் எரிந்த நாட்டு மத்தாப்பு கள் மஞ்சளாக, வான்கோழி மினுக்கு மினுக்கின. தூற்றல் வேறு அதன் உற்சாகத்தைப் பிசுபிசுக்க அடித்தது. ஐந்தாம் தேய்பிறையின் உருவம் அடிவானத்தில் கெட்டியாக மேக மூட்டத்துள் முழுகிக் கிடந்தது, தெருவில் இருள்தான் மிகுந்து கிடந்தது. சடை விளக்குகள் கறுப்புப் போர்வை போட்டு, இருளைப் பார்க்கக் கூசுவது போலப் அமுங்கிக் கிடந்தன.

இந்த இருள் யாருக்காக? எங்கோ ஆயிரக்கணக்கான மைலுக் கப்பால் விமானங்களை வைத்துக்கொண்டு 'குண்டு போட்டுவிடுவேன்' என்று பயமுறுத்திக்கொண்டிருந்த எதிரியின் கண்ணில் மண்ணைத் தூவுகிறார்களாம்.

யாருக்காக இருந்தாலும், பார்வதியையும், யமுனாவையும் அந்த இருள் நன்றாகப் பிடித்துக்கொண்டிருக்கிறது. யமுனாவின் அழகின் தோல்வியே இப்படி இருளாக விழுந்திருக்கிறதா?

பார்வதி முன்மாதிரி இல்லை. அவளுடைய சாந்தமும் பொறுமையும் திரும்பிவராத வழிக்கு நீங்கிவிட்டாற் போலிருந்தது. யமுனாவைக் கண்டு கசந்து பொருமிய அவளுடைய பார்வையையும் பேச்சையும் கண்டு பாபுவின் உள்ளம் அஞ்சிற்று, கலங்கிற்று.

நான்தானே அதற்குக் காரணம்? வாக்குக் கொடுத்தபடி, எங்காவது ஓடியலைந்து நல்ல வரனாகக் கொண்டுவந்து தந்திருந்தால் . . ?

பார்வதிக்கு என்ன, பைத்தியம் பிடித்துவிட்டதா? தாலி கட்டாத, மனைவி என்று பெயர் கொடுக்காத, 'கலியாணத்'திற்கு இவள் எப்படி இணங்குகிறாள்?

அவர்கள் 'வாழ்ந்த' நாட்களெல்லாம் நினைவுக்கு வருகின்றன. சுப்பிரமண்யம் கவலை, தேவை – இவற்றை என்னவென்று தெரியாமல் தான் இந்தக் குடும்பத்தை வைத்திருந்தார். பதினான்கு, பதினைந்து வயதில், செக்கச்செவேலென்று, உயரமாக, அரக்கு நிறத்தில் ஜரிகைத் தலைப்புப் பட்டுப் பாவாடை! – அந்தப் பாவாடைதான் எவ்வளவு உயரம் எவ்வளவு மடிப்பு! – அலையோட, யமுனா நடந்ததும், சிரித்து சிரித்துக் கூடத்துக்கும், வாசலுக்கும் பாபுவைத் தூக்கிக் கொண்டு ஓடியதும், தலைக்கு மேல் அவனைப் பிடித்துத் தூக்கியதும், எறிந்து பிடித்ததும்... நிறைவின் ஓட்டம் அது; வசதியின் துள்ளல்.

பார்வதியின் வீடு உறவினர்கள் வந்து மொய்த்தவண்ணமாகத் தானிருக்கும். அவளுடைய ஒன்றுவிட்ட தம்பிகள், அக்காக்கள், தங்கைகள், இன்னும் ஏதோ உறவு சொல்லிக்கொண்டு வரும் அத்தங்கா, அம்மங்காக்கள் வந்து தங்கிச் சாப்பிடுவதும், கச்சேரி கேட்கப் போவதும், அந்தக் காலத்துப் பேசாத படம் பார்க்கப் போவதும், தலை நிறைய பூ வைத்துக்கொள்வதும், ஐந்துகால் பின்னல், ஏழுகால் பின்னல் என்று பார்வதி அவர்களுக்குப் போட்டு விடுவதும். பின்னலுக்குத் தாழம்பூ தைப்பதும் – இவையெல்லாம் எங்கே போயினவோ! அந்த மனிதர்கள் இப்போது எங்கு ஓடிஒளிந்து கொண்டிருக்கிறார்கள்? அவர்களுக்கெல்லாம் இந்தக் குடும்பம் சரியும் நிலைமை தெரியாதா? ஆனால், தெரிந்தவன் ஒருவன் இருக்க வேண்டும். அவனுக்குத் தெரியாமல் இருக்க முடியாது. எப்படிக் குடும்பம் நடத்துகிறார்களோ என்று அவன் ஒரு முறையாவது, ஒரு நிமிஷமாவது யோசிக்காமல் இருந்திருக்க முடியாது. அவனிடம் போய் நியாயத்தை எடுத்துச் சொல்வோம் என்று போன வருஷம் சொன்ன உடனேயே யமுனாவிற்குக் கோபம் குமுறிக்கொண்டு வந்தது. பார்வதிக்குச் சம்மதந்தான். ஆனால், நடக்குமா என்பதுதான் அவள் சந்தேகம்.

இரவு முழுவதும் பாபுவுக்கு வேதனை கிளர்ந்தது. என்னமோ கடமை தவறிவிட்டதாகத் தோன்றிற்று. அப்போதே அவனிடம் போய் நியாயத்தை எடுத்துச் சொல்லியிருக்க வேண்டும். சூட்டோடு சூடாகச் செய்ய வேண்டிய காரியம். இவர்களைக் கேட்டதே தப்பு. எரியும் வீட்டில் அகப்பட்டுக் கொண்டவர்களை, தப்புவிப்பதா வேண்டாமா என்று அவர்களையே கேட்பதுபோல் இருக்கிறது நாம் யோசனை கேட்பது. அவன் முரடனாக இருக்கலாம்; முட்டாளாக இருக்கலாம்; நெஞ்சைத் துடைத்து விட்டு உட்கார்ந்திருக்கலாம். ஆனால், யார்தான் நியாயத்திற்குப் பயப்படமாட்டார்கள்? பாபத் திற்கு யார்தான் பயப்பட மாட்டார்கள்?

மோக முள்

மறுநாள் வெள்ளிக்கிழமை. அன்று காலேஜுக்குப் போகவேண்டியிருந்தது. சனிக்கிழமை காலையில் எழுந்து குளித்துவிட்டு, பஸ்ஸில் நந்தமங்கலத்திற்குக் கிளம்பினான் பாபு.

நந்கமங்கலத்து வாய்க்கால் மதகிற்குப் பஸ் வரும்போது பத்து மணிக்கு மேலாகிவிட்டன.

இறங்கி சிறிது தூரம் நடந்து ஊருக்குள் திரும்பியதும், பாபுவுக்கு உடல் கூசிற்று. திண்ணையில் உட்கார்ந்து பேசிக்கொண்டிருந்தவர்கள் சட்டென்று பேச்சை நிறுத்தி அவனை உற்றுப் பார்த்தது என்னவோ செய்தது. இந்தக் கிராமத்துப் பார்வையிலேயே உடலைக் குன்ற அடிக்கிற ஏதோ ஒன்று இருப்பது போல் தோன்றிற்று. சுப்ரமண்யத்தின் வீட்டு வாசலில் யாருமில்லை. படியேறி நடையில் நின்று கூப்பிட்ட போது, ஒரு பதினைந்து வயதுப் பெண் வந்து "யார்?" என்று கேட்டது.

"சுந்தரம் அய்யர் இருக்கிறாரா?"

"இல்லையே."

"எங்கே போயிருக்கிறார்?"

"வாழைக் கொல்லைக்குப் போயிருக்கார்."

"யார்றீ அங்கே?" என்று ஒரு குரலும், பின்பு உருவமும் வந்தன.

பாபுவுக்கு அதிர்ச்சியாக இருந்தது. பாலம்மாள் சிரசை முண்டனம்செய்து, நார்ப்பட்டும், விபூதிப்பட்டையும் துலங்க, ஆசாரக் கைம்பெண்ணாகக் கூடத்தில் வந்ததைக் கண்டு, அப்பால் திரும்பிக் கொண்டான் பாபு. அவளை நேராகப் பார்க்க முடியாமல் இனம் தெரியாத கூச்சத்திலும் வேதனையிலும் முகம் தானாகத் திரும்பிக் கொண்டது.

"பாபுவா?"

"ஆமாம்."

"ஊர்லேர்ந்தா வரே?"

"கும்பகோணத்திலேர்ந்து வரேன்."

"கை, கால் அலம்பி சாப்பிடு முன்னாடி."

"இல்லே, காலமே நிறைய டிபன் பண்ணிட்டேன்."

"டிபன் எத்தனை நாழியிருக்கும்? டிக்கீ, போய் இலையைப் போடு."

"இல்லியே, நான் வந்து . . ."

"முடிஞ்சதைச் சாப்பிடறது. சுந்தரம் வந்து, குளிச்சு, ஜபம் பண்ணி சாப்பிடறதுக்கு ரண்டு மணியாகப் போறது. ஏதோ இருக்கிறதை சாப்பிட்டுவிட்டு, அப்பறம் காரியத்தைப் பார்க்கிறது."

டிக்கி என்ற அந்தப் பெண் இலையைப் போட்டுவிட்டது. பாபு தட்ட முடியாமல் உட்கார்ந்துகொண்டான்.

"கும்பகோணத்திலே யமுனாவைப் பார்க்கிறதுண்டா?"

"நேற்றுக்கூடப் பார்த்தேன்."

"சௌக்யமா இருக்காளா?"

"ஏதோ இருக்கா" என்று சொல்லிவிட்டுப் பாபு நிமிர்ந்தபோது, பாலம்மாள் தரையைப் பார்த்துக்கொண்டிருந்தாள். "நான் என்ன செய்வேன்?" என்று அவள் கண் தரையைப் பார்த்துச் சொல்வது போலிருந்தது.

'நீ நினைக்கிறதுதான் நானும் நினைக்கிறேன். நான் ஒன்றும் செய்ய முடியவில்லையே' என்று சொல்வதுபோல் தோன்றிற்று. இருவரும் ஒருவரை ஒருவர் பார்த்த மாத்திரத்தில் புரிந்துகொள்ளும் இந்தக் கணம் விந்தையாகத்தான் இருந்தது பாபுவுக்கு.

"கலியாணத்துக்கு ஏதாவது வரன் திகைஞ்சுதாமா?"

"ஒண்ணும் இல்லைபோலிருக்கு."

"கலியாணத்துக்குப் பிரயத்னம் பண்ணிண்டாவது இருக்காளோல்லியோ?"

"பண்றதுபோல் தெரிகிறது."

"என்னமோ எல்லாத்துக்கும் வேளை வரவேண்டாமா? வேளை வந்தா, தானே நடக்கிறது."

"எல்லாம் தானே நடக்கும்னு சும்மா உட்கார்ந்திருக்க முடியுமா?" என்று தலை நிமிராமல் சொன்னான் பாபு.

"அதென்னமா முடியும்? நாம் செய்யறதைச் செய்ய வேண்டியது தான். நல்லபடியா முடிச்சுக் கொடுக்கிறது பகவான் பொறுப்பு."

"பகவான் அப்படியிருப்பாரா?"

"டிக்கீ, டிக்கீ" என்று ரசம் கொண்டுவந்த தன் பேத்தியைக் கூப்பிட்டு, "டிக்கீ, சுப்பச்சி இருந்தாள்னா நான் ரண்டு படி அவல் கேக்கறேன்னு வாங்கிண்டு வாயேன் ..." என்று சட்டென்று ஞாபகம் வந்ததுபோல் பாலம்மாள் சொல்லவே, ரசப் பாத்திரத்தை அவளிடம் கொடுத்த விட்டு டிக்கி வாசல் பக்கம் போனாள்.

"வரன் ஒண்ணுமே திகையலையா, யமுனாவுக்கு?"

"இல்லை."

"எப்படியிருக்கா அவா?"

“நகையெல்லாம் ஒண்ணொண்ணா வித்துண்டிருக்கா. சாப்பிட்டாகணுமே.”

“பொம்மனாட்டிகளுக்குக் கையைக் கட்டிப்போட்டு வச்சிருக்கு. இல்லாட்டா இதெல்லாம் ஏற்பட்டிருக்காது.”

பாபு பேசாமலிருந்தான். இவள் வயிற்றில் சுந்தரத்தைப் பிறப்பித்த விதியின் கொனஷ்டையை நினைத்த அவனுக்கு எரிச்சல் கிளம்பிக் கொண்டிருந்தது. இவளுடைய கையைக் கட்டக்கூடிய ஒரு உரிமை இவள் பெற்ற பிள்ளைக்கே கிடைத்திருக்கிற வேடிக்கையை எந்த தர்மத்தின், எந்த சட்டத்தின், எந்த விதியின் கொனஷ்டை என்று சொல்லுகிறது? இவனும் நேற்று வந்தவன்தானே?

“உங்க பிள்ளை வரதுக்கு நாழியாகுமா?”

“ஒரு மணிக்குத்தான் வரான். அவனைப் பார்க்கத்தான் வந்திருக்கியா? என்ன விசேஷம்?”

“எல்லாம் இப்ப பேசிண்டிருக்கிறதுதான்.”

“பார்வதி ஏதாவது சொல்லச் சொன்னாளா?”

“அவா அப்படி சொல்றவா இல்லே. எனக்குத்தான் பார்த்துண்டிருக்க முடியலெ. கேட்கலாமேன்னு வந்தேன். நான் வரதுகூட அவாளுக்குத் தெரியாது. தெரிஞ்சா வேண்டாம்னு கட்டை போட்டுவா!”

‘ம்’ என்று பெருமூச்சு விட்டாள் பாலாம்மாள். “போய்க் கேளு. ஆளும் தேளும் வேலை செஞ்சிண்டிருப்பன். தனியாய்க் கூப்பிட்டுக் கேளு. நான் சொல்றதையெல்லாம் சொல்லியாச்சு.”

“உங்களைப் பற்றி எனக்கு எந்தவித பயமும் இல்லை.”

“நீ சொல்லிவிட்டாப் போருமா? ஊரு, உலகம் எல்லாம் நான் ஒரு பாவமும் அறியாதவள்னு தெரிஞ்சுக்க வாண்டாமா சொல்லு. பாவத்தைவிட அபவாதம் பெரிசு. குட்டி குரைச்சா நாய் தலையிலே தான் பழி வரும்.”

“என்னமோ, வராம இருக்கட்டும். நான் கேக்கறேன் ... வாழைக் கொல்லைக்கு எப்படிப் போறது?”

“சாலையிலே ஏறி கிழக்கே போனா, ஒரு வெத்திலை பாக்குக் கடை இருக்கும். அதுக்கு அடுத்த கொல்லைதான். ஒரு சமயம் அங்கே இல்லாட்டா, களத்திலே இருப்பன். இன்னிக்கி அறுப்பாள் விட்டிருக்கானாம். அங்கே இருந்தாலும் இருப்பன். வாழைக் கொல்லையிலே இல்லேன்னா, நேரப் போனா பிடாரி கோயில் தெரியும். அதை ஒட்டினாப்போலத் தான் களம் இருக்கு.”

எழுந்து கையலம்பிவிட்டு அவன் திரும்பும்போது டிக்கி அவலோடு வந்துகொண்டிருந்தாள்.

"பேசிவிட்டு அப்படியே போயிடாதே. இஞ்ச வந்துட்டுப்போ" என்றாள் பாலாம்மாள். அவன் புறப்படும்போது.

வாழைக் கொல்லையில் சுந்தரம் இல்லாததைக் கண்டு, களத்தை நோக்கி நடந்தான் பாபு. குறுவை அறுப்பு பெரும்பாலும் முடிந்து பல இடங்களில் நீர்ப்பரப்புதான் தெரிந்தது. சில இடங்களில் ஒட்டடம் விலத்தியாக வளர்ந்து தண்ணீருக்கு மேல் தலையசைத்துக் கொண்டிருந்தது. பின்னறுப்பாக சில வயல்களில் அங்குமிங்கும் நடந்துகொண்டிருந்தன. பிடாரி கோயில் ஆலமரத் திட்டுக்கு நாலு வயல் கடைக்கப்பால் சுந்தரம் தடியும் கமுக்கட்டில் வெற்றிலைப் பெட்டியுமாக நின்றுகொண்டிருந்ததைக் கண்டான் பாபு. வரப்பின் இரு மருங்கிலும் அறுத்துப் போட்ட கதிர்கள் அரிக் காய்ச்சலுக்காக வயலிலேயே கிடந்தன. தூரத்தில் நட்ட பயிர் போட்ட நிலங்களில் அறுத்த கதிர்களை வயலிலேயே போட முடியாமல் தலைக்கட்டாகத் தூக்கிக்கொண்டு ஆட்கள் களத்தை நோக்கி நடந்துகொண்டிருந் தார்கள்.

"அட நீங்களா, யாரோ மாதிரியிருந்துது" என்று வரவேற்றார் சுந்தரம். "இப்பத்தான் வரேளா?"

"வந்து உங்க வீட்டிலெ சாப்பாட்டை முடிச்சிண்டு வரேன்."

வரப்பில் வரும்போது சிறிது தூரத்தில் அவரைப் பார்த்த பாபுவுக்கு இருந்த பயம், அவர் மலர்ச்சியுடன் வரவேற்றதைப் பார்த்து, சற்றுத் தெளிந்துகொண்டிருந்தது.

"எப்ப வந்தே?"

"அரை மணியாச்சு."

"பாபநாசத்திலேர்ந்தா வரே?" ஒரு சமயம் எப்போது வந்தீர்கள். இன்னொரு சமயம் எப்போது வந்தாய். அவருக்கே அவனை எந்த மரியாதையுடன் அழைப்பது என்று தீர்மனிக்க முடியவில்லை போலிருக்கிறது.

"இல்லை: கும்பகோணத்திலேர்ந்து."

"ஓகோ, இன்னிக்கு சனிக்கிழமையாக்கும். லீவா இருக்கும்."

"ஆமாம்."

சுந்தரம் பின்பு அவனுடைய அப்பா அம்மாவைப் பற்றியெல்லாம் விசாரித்தார். படிப்பைப் பற்றி விசாரித்தார். இரண்டு, மூன்று ஆங்கிலக் கவிகளின் பெயரைச் சொல்லிச் சின்ன வயசில் நெட்டுருப் பண்ணின இரண்டு மூன்று கவிதைகளைக்கூடச் சொல்லி, அந்தக் காலத்து மனப்பதிவுகளை எடுத்துக்காட்டினார். மேலுக்கு அதைப் பாராட்டிக்கொண்டிருந்த பாபு, நான் இப்போது சொல்லப்போவது உன் மனதில் பதிய வேண்டுமே என்று உள்ளுக்குள் கவலைப்பட்டுக்

கொண்டிருந்தான். விஷயத்தை எப்படி ஆரம்பிப்பது என்ற திகைப் புடன் தட்டித் தடவிக் கொண்டிருந்தது மனம்.

“எங்கே இப்படி இவ்வளவு தூரம்?” என்று கால்மணி கழித்துத் தான் கேட்டார் அவர். “கட்டைப்பயலே, என்னடா என்னமோ தடவிக்கொடுக்கிறே? ஓங்கி அடிப்பியா? இது என்ன கதிரா, உங்க வீட்டுக் குழந்தையா எண்டாலெ . . . போட்றா” என்று கத்தினார்.

“உங்களைத்தான் பார்க்க வந்தேன்.”

“என்னையா! என்ன?”

“தனியாய்ப் பேசணும்.”

“அவசரமோ?”

“எனக்கு இருக்கிற போதுக்கு அவசரம்தான்.”

சுந்தரம் எழுந்து பிடாரி கோயிலை நோக்கி இரண்டு வயல் கடை தாண்டி வந்தார். கூட நடந்தான் பாபு. ஒரு அகல வரப்பின் மேல் இருவரும் நின்றுகொண்டார்கள்.

“என்ன விசேஷம்?”

“சுருக்கமாகச் சொல்லிவிடறேன். பார்வதி ஒவ்வொரு நகையா வித்துண்டிருக்கா. நெல்லு அனுப்பறதைக்கூட நிறுத்திப்பிட்டேளாமே?”

“பின்னே என்ன செய்யறது?”

“நிறுத்தறது நியாயம்தானான்னு எனக்கு சந்தேகமாயிருக்கு.”

“எனக்கு சந்தேகமா இல்லை.”

“உங்ககூடப் பிறந்த தங்கையாயிருந்தா . . .”

“அதனாலெதான் வீட்டை நான் எடுத்துக்கல்லே. அவர்களுக்கே இருக்கட்டும்னு விட்டுட்டேன் . . . அவா ஏதாவது சொன்னாளா?”

“அவா அனுப்பிக்கவே இல்லே. நானாகத்தான் வந்தேன்.”

“உனக்கு என்ன அவ்வளவு அக்கறை அவாபேர்லே” என்று ஒரு பார்வை பார்த்தார் அவர். சந்தேகமும் எரிச்சலும் மண்டியிருந்த அந்தப் பார்வையை இப்போது பாபுவுக்கு நேராகப் பார்க்க முடிந்தது. யமுனாவிடம் தான் கொண்ட எண்ணத்திற்குப் பிராயச்சித்தம் செய்துகொண்டுவிட்டோம் என்ற தன்னம்பிக்கை அவனுக்குத் தைரியமளித்தது.

“மனுஷன் என்ற முறையில் எனக்கு அக்கறை இருக்கிறதிலே என்ன தப்பு?”

“நீ மனுஷனா இருக்கிறதை வாண்டாம்ங்கலே, நீ மனுஷனா இருக்கிறதனாலேயே சொல்றேன். அப்பா இது வரையில் ஒண்ணரை

லட்சம் வரையில் கொடுத்திருக்கார் அந்தக் குடும்பத்துக்கு. உங்கிட்ட இதெல்லாம் சொல்லணும்கிற அவசியம் இல்லை. நீ வந்திருக்கே இதுக்காக. அதுனாலே சொல்லுகிறேன்."

"இது பழங்கணக்குப் பார்க்கிற சங்கதியா? இப்ப ஏதாவது செய்யணும்கிறதுதான் எனக்கு."

"எனக்குக் குழந்தை குட்டிகள் இருக்கு. பையன்களெல்லாம் மேஜராயிட்டான்னா நானும் பதில் சொல்லி ஆகணும்!"

"பையன்களுக்கு விவரமாச் சொல்றதும் உங்க கடமை."

"என் கடமைதான். ஆனால், எங்கப்பா அந்தக் கடமையைச் செய்யலே. நானும் போனா போறதுன்னு அவர் போகிறவரைக்கும் பாத்துண்டுதானிருந்தேன்."

"உங்களுக்கு ரத்தபாசம் கூட உறைக்கலியே."

"உறைக்கிறது. அதனாலெதான் அந்த வீட்டை இன்னும் நான் எடுத்துக்கல்லெ. ஒண்ணே ஒண்ணு செய்யறேன். வீடு அவா பேரில் இல்லெ. அதை சாசனம் பண்ணிக் கொடுத்துடறேன்."

"வீடு அவாபேரில் இல்லையா?"

"இல்லை... அதைக் கொடுத்திடறேன். வேற ஒண்ணும் செய்யறதுக்கில்லை. நாமும் ஜாக்கிரதையாத்தான் இருக்கணும். எப்பப் பார்த்தாலும் பாய் சாகப்புக்கு நடக்கிறாப் போல நடந்திண்டிருக்குமா? கண், காது தெரியாமல் செலவு பண்றதை நிறுத்திக்கணும். கடிவாளத்தை இறுகப் பிடிக்கணும். பிள்ளைக் குழந்தையா இருந்தாலும் பரவாயில்லை. நாலு காசு சம்பாதிப்பான்."

"பிள்ளைக் குழந்தையாயிருந்தா இப்ப நான் வந்திருக்கவே மாட்டேன்."

"ஜாக்ரதையாத்தான் செலவு பண்ணணும்."

"சாப்பாட்டுக்கு நெல் அனுப்பறதுகூட உங்களுக்கு ஒரு பாரமா யிருக்குமா?"

"இப்பவே ஊரிலே தலைகாட்டவே முடியலே."

"தலைகாட்ட முடியாம என்ன?"

"நான் ஒண்ணும் சொல்றதுக்கு இஷ்டப்படலெ. வீட்டை மாத்திரம் கொடுத்துடறேன். வேற எந்தவிதமான சம்பந்தமும் வாண்டாம்."

"தர்மம், நியாயம் ஒண்ணுக்கும் கட்டுப்படமாட்டேங்கறேளே."

"கட்டுப்பட்டுத்தான் சொல்றேன். இல்லாட்டா, அன்னிக்கே இன்னொருத்தனா இருந்தா, வீட்டைவிட்டுக் காலி பண்ணச் சொல்லியிருப்பன்."

"யாரும் அப்படிச் சொல்லியிருக்கமாட்டான்."

"சரி, நானே போக்கிரி ஆயிட்டேன்னு வச்சுக்கோ."

"நான் அந்தமாதிரி சொல்லலியே."

பாபு நயமாகச் சொல்லிப் பார்த்தான். சிரித்துச் சிரித்து வேடிக்கையாகச் சொல்லிப் பார்த்தான். அவர் அசைகிற ஆளாகத் தெரியவில்லை. அதிகமாகப் பேசினால், வீட்டையே எடுத்துக் கொண்டுவிடுவான் போலிருக்கிறது.

"செத்துப்போன உங்கப்பாவுக்குத் திருப்தி வேண்டாமா?"

"பாபு, நீ ஒரு சிறு பையன். அநாவசியமா உன்னோட பேசி, பொழுதை வீணா அடிக்கிறதிலே என்ன பிரயோசனம்? நீ படிக்கிற வன். இவா யாரு? நீ யாரு? உனக்கும் அவாளுக்கும் என்ன சம்பந்தம்? நீ பாட்டுக்குப் படிச்சு, பாஸ் பண்ணி உன் வேலையைப் பார்ப்பியா? யார் நகை வித்தா என்ன, நட்டு வித்தா என்ன? ஆண்டவன் செயல். எதோ நடந்துண்டிருக்கு. நீயும் நானும் யாருக் காகக் கவலைப்பட்டு முடியும்? அவாவா தலையெழுத்து. நாமெல் லாம் உழைச்சுப் பாடுபடறவா. அவா உட்கார்ந்து சாப்பிடறவா. பணம், பொருள் அதை மானமா அடையறதுக்கு நாம படற கஷ்டம் இதெல்லாம் அவாளுக்கு என்னமாத் தெரியப் போறது? கை நிறையக் கொடுத்தா, மல்லிகைப் பூ பந்து பந்தா வாங்கி வச்சுப்பா. மைசூர்பாகாப் பண்ணி தின்பா. பட்டுப் புடவையா வாங்கிக் கட்டிப்பா. ஒண்ணுவிட்ட அண்ணா பிள்ளை வெத்திலை பாக்குக் கடை வச்சு போண்டியாப் போறதுக்கு முன்னூறு நானூறுன்னு எடுத்துக்கொடுப்பா. அத்தங்கா ஆம்படையான் கடன்பட்டு விட்டான்னு நோட்டுக்கூட எழுதி வாங்கிக்காமல் ஐநூறு அறுநூறுன்னு ரூபாயைத் தூக்கிக்கொடுப்பா. தங்கை வீட்டு மாட்டுக்கொட்டில் வருஷா வருஷம் புதுசு பண்ண வேண்டியிருக் கேன்னு சிமண்டு போட்டு தகரம் அடிச்சுக் கொடுப்பா. அவாளுக்கு இந்த வெயிலும் வேர்வையும் தெரியுமா?"

"அவாகூட உறவு முறையைக் கைவிடவில்லை போலிருக்கே. ஒண்ணுவிட்டது, ரண்டுவிட்டதுன்னுகூடப் பார்க்காம செய்யறான்னு நீங்க சொல்றேளே."

"ஒண்ணுவிட்டது நாலுவிட்டதுக்கெல்லாம், நந்தமங்கலம் சுந்தரம் இப்படி மண்டை வெடிக்கிற வெயில்லே நிக்கணுமா?"

பாபு ஒரு மணி நேரம் அசைத்துப் பார்த்தான். அவன் பேச்சு சிமிட்டில் தண்ணீரைத் தெளித்தாற் போல் மனதையும் பிடிவாதத்தை யும் இன்னும் கெட்டியாக்கிக் கொண்டே இருந்தது. கடைசியில் அவனுக்கே தலை குனிவாக இருந்தது. நெல்லை வயலிலிருந்து வீட்டுக்குக் கொண்டுவந்து கண்ணால் காண்கிற வரையில் படுகிற பாட்டையும் கவலையையும் விழிக்கிற இரவுகளையும் அவர்

சொல்லும் போது வாயடைத்து நின்றான் அவன். ஒன்றுக்கும் உபயோகமில்லாத, நாட்டுக்கு உபயோகமில்லாத படிப்பு என்கிற ஆடம்பரத்தில் வீண்பொழுதைப் போக்குகிற சோம்பேறி என்று உள்ளத்தைக் குனிய வைத்தது அவர் பேச்சு. அவர் அரை மணி பேசி முடித்தார். "அப்ப நான் கடைசியிலே வெறுங்கையோட திரும்பணுமா?"

"வெறுங்கையோடு போவானேன்? நல்ல பேயந்தார் இருக்கு. அதை எடுத்துக் கொடுக்கிறேன். பஸ்ஸிலே போட்டுண்டு போ. அவாளுக்கும் கொடு" என்றார் அவர்.

ஏதோ சொல்லி மழுப்பி விட்டு, அவரிடம் விடைபெற்றுக் கொண்டு திரும்பி வந்தான் அவன்.

அவனுக்காகக் காத்துக்கொண்டிருப்பது போல, வாசலுக்கு நேராக முற்றத்தில் இருந்த பெஞ்சின்மீது உட்கார்ந்திருந்தாள் பாலம்மாள்.

"வாப்பா, பாத்தியா?"

"பார்த்தேன் . . . இப்ப பஸ் இருக்குமோல்லியா?"

"ம் . . . இருக்கும். டிக்கீ, டிக்கீ . . ."

டிக்கி அடுக்களையிலிருந்து புத்தகத்தில் வைத்த விரலுடன் கூடத்திற்கு வந்தாள்.

"கொல்லையிலே ரோஜாப்பூ நாலஞ்சு பூத்திருக்கிறது பாரு. அதையும், மல்லிகையும் மொட்டுக்கட்டியிருந்தது. காயரும்பில்லாம, முத்தின அரும்பாப் பார்த்துப் பறிச்சிண்டு வா, இருக்கிறதை எடுத்துண்டு வா." டிக்கி கொல்லைப்பக்கம் போனதும், "வந்த காரியம் பலிக்கலே மாமி. அதிகமாப் பேசினா, வீட்டையே பிடுங்கினுடுவேன்னு சொல்லமாப் பயமுறுத்தறார் உங்க பிள்ளை."

"ம்" என்று யோசனையில் ஆழ்ந்தாள் பாலம்மாள்.

ஒரு நிமிஷம் கழித்து ஒரு பெருமூச்சு விடுவதைத் தவிர அவளால் ஒன்றும் செய்ய முடியவில்லை. உள்ளே எழுந்து போய், கடுதாசுப் பொட்டலம் ஒன்றைக் கொண்டு வந்தாள்.

"நீ வந்து கேட்டது எல்லாம் அவாளுக்குத் தெரியணும்னு தோணி, அவாளும் சரின்னு ஒப்புக்கிண்டா, இதைக் கொண்டு கொடு. கொஞ்சம் அவல் இருக்கு. குசேலஸ்வாமி அவலைக் கொண்டு போனார். ஐச்வரியமாகக் கிடைச்சுது. இஞ்ச தலை கீழே இருக்குன்னு சொல்லு. நான் என்ன செய்வேன்?" என்று பொட்டலத்தைக் கொடுத்தாள் அவள். டிக்கி மல்லிகை, ரோஜாவைக் கொண்டு வந்ததும் அதையும் வாங்கிக்கொண்டு விடைபெற்றான் பாபு.

பஸ்ஸில் போகும்போது அவலையும் புஷ்பப் பொட்டணத்தையும் மாறி மாறிப் பார்த்துக்கொண்டிருந்தான் அவன். தன்னுடைய பௌருஷம் எல்லாம் பெண்டுகள் தின்னுகிற அவலாக, பெண்கள் சூடுகிற வாடப்போகும் மென்மலராக மாறி அடங்கிக்கிடப்பதுபோல் தோன்றிற்று அவனுக்கு. வெட்கமும் கையாலாகாத்தனமும் அவன் ஆண்மையைக் கண்டு நகைத்தன. அர்த்தமில்லாமல் செய்த இந்தப் பிரயாணத்தால் மனதில் தோல்வியும் இயலாமையும் மண்டிக் கிடந்தன.

○

பஸ்ஸை விட்டுக் கும்பேச்வரன் கோயிலுக்கு அருகிலேயே இறங்கி, திருமஞ்சன வீதியை நோக்கி நடந்தான் அவன்.

ரங்கண்ணா வீட்டுக்குள் நுழையும் முன்பே தம்புராவின் நாதம் சுருதி சுத்தமாகக் கேட்டுக்கொண்டிருந்தது. உள்ளே போனதும் யார் யாரோ வந்து உட்கார்ந்திருந்ததைப் பார்த்தான் அவன்.

ரங்கண்ணா உட்கார்ந்திருந்தார். சாம்பன் இருந்தான். ஷண்முகம் இருந்தான். எதிரே நாலுபேர் உட்கார்ந்திருந்தார்கள் எல்லாரும் சாணிக்கலரில் கோட்டு அணிந்திருந்தனர். எல்லாத் தலைகளிலும் குல்லாய். எல்லாருக்கும் மீசை கறுப்பாக இருந்தது. உட்கார்ந்திருந்த போதே எல்லோரும் பஞ்சகச்சம் கட்டியிருந்தது போலிருந்தது. தென் தேசத்தவர்களே இல்லை. நால்வரில் ஒருவன் வயது ஐம்பதிருக்கும் – தம்புராவை மீட்டிக்கொண்டிருந்தான். தஞ்சாவூர்த் தம்புரா இல்லை. தந்தத்தில் கமலவேலைகள் ஒன்றும் இல்லாத மொட்டையாக ஒரு தம்புரா மீரஜ் சுரைக்குடத்துடன், நாட்டுப் புறத்துப் பெண்ணைப் போல், காத்திரமாக அவன் தோளில் சாய்ந்து பெரிய நாதமாக எழுப்பிற்று. இவ்வளவு பெரிய நாதம் எதற்கு என்று பாபுவுக்குப் புரியவில்லை.

“பாபுவா? வாடா, வா” என்றார் ரங்கண்ணா. “நல்ல வேளையா வந்தியே! நல்ல சமயத்துக்கு வந்தே. உட்கார்” என்றார். பாபு உட்கார்ந்துகொண்டான்.

அவர்கள் அணிந்திருந்த கோட்டுகள் புதிதாகவும் இல்லை. சாணி நிறத்தில் கசங்கலும் அழுக்கும் ஏறியிருந்தன. இடுப்பு வேட்டிகளில் பழுப்பு.

தம்புராவை மீட்டிக்கொண்டிருந்தவன், பின்னால் உட்கார்ந்திருந்தவர்களிடம் திரும்பி அவர்கள் பாஷையில் இரண்டு நிமிஷம் பேசினான். மராத்தி பாஷை மாதிரி இருந்தது.

சுருதி மூன்றரைக்கட்டை இருக்கும். ரங்கண்ணாவின் தம்புராவின் நாதத்தைப்போல இல்லை. பெரிய நாதமாக, கனநாதமாக எழுந்து, கூடம் முழுவதும் நிரப்பிக்கொண்டிருந்தது.

கண்ணை மூடிக் கொண்டிருந்தான். மீட்டிக்கொண்டிருந்தவன் ஒரு நிமிஷம் கழித்து வாயைத் திறந்து சுருதிசேர்த்தான்.

எல்லோர் முகத்திலும் அந்தக் குரலைக் கேட்டு ஒரு மலர்ச்சியும் பிரமிப்பும் ஒளிர்ந்தன. சாரீரத்தில் ஒரு கனம், ஒரு கம்மல். பெரிய தூணைப்போன்ற சாரீரம். அவ்வளவு கனத்திற்கு இவ்வளவு இனிமை கொடுத்தது அந்தக் கம்மல்தான். "ஆ . . ." என்று நீண்ட கார்வை கொடுத்து, சுருதியோடு நின்று கொண்டிருந்தான் அவன். அவனோடு பக்கத்திலிருந்த இன்னொருவன் – இருபத்திரண்டு வயதிருக்கும். அந்தப் பையனும் சேர்ந்து கார்வை கொடுத்தான். பெரியவன் குரலில் இருந்த அழுத்தம் இதில் இல்லை. ஆனால், இனிமைக்குக் குறைவில்லை.

இது என்ன சாரீரம்! இவ்வளவு கனமாகவா மனிதக் குரல் இருக்க முடியும்! இந்தக் குரலுக்கும்தான் எவ்வளவு பலம்! ஆ . . .ம் என்று அலட்சியமாக மூச்சைப் பிடித்துக்கொண்டு நின்றது பாபுவுக்குக் கவலையாகத்தானிருந்தது, இவ்வளவு மொத்தமான சாரீரம் மேலே போய் எப்படி எட்டப்போகிறது என்று. ஆனால், மந்தரத்தில் நாலுநிமிஷம் நின்று பிரமிக்க அடித்துவிட்டு, அவன் படிப்படியாக ஏறி, மேல் ஷட்ஜமத்தில் ஏறி கம்பீரமாகக் கார்வை கொடுத்து நின்றபோது, அவன் உடல் அதிர்ந்தது. புல்லரித்தது. புல்லரித்ததோடு கண்ணில் நீர் மல்கிற்று. என்ன குரல்!

ரங்கண்ணா கண்ணை மூடி, புன்னகையுடன் ஆடிக்கொண்டிருந்தார். ஆகா ஆகா என்று ஆகாகாரம் செய்தார். மகுடிமுன் நாகம்போல அவர் உடல் ஆடிக்கொண்டிருந்தது. அந்த சாரீரம் கார்வையோடு நிற்கவில்லை. பிரமாதமான புரளல்களுடன் புரண்ட போது, அவர் விநாடிக்கு விநாடி ஆகாகாரம் செய்துகொண்டிருந்தார். கடலைத் தாண்டுமுன் அனுமான் தன் பலத்தை அறிந்துகொள்ள மரங்களையும் மலைகளையும் தட்டிவிட்டு, அங்குமிங்கும் அலைந்து விர்ரென்று மேலே கிளம்பியது போல, கீழே நின்றுகொண்டிருந்த சாரீரம் மேலே ஏறி சஞ்சரித்ததைக் கேட்கும்போது பாபுவின் உள்ளத்தில் என்னென்னமோ உருவங்கள் எழுந்தன. கடைசியில் உருவங்கள் அழிந்து, குரலிலேயே லயித்துவிட்டான்.

"ஆகா, ஆகா . . . கந்தர்வ சாரீரம்டா இது. மனுஷ்ய சாரீரம் இல்லை" என்று ரங்கண்ணா கண்ணை மூடிக்கொண்டே சொல்லிக் கொண்டிருந்தார்.

அவர்கள் இருவரும் வேறு நினைவில்லாமல் பாடிக்கொண்டிருந்தார்கள். இடைகழி நிலையில் தெருவில் போகிறவர்களின் கூட்டம் வந்துமொய்த்துக் கொண்டிருந்தது.

மூன்று மணி நேரத்திற்குமேல் பாடினார்கள். பெரிய மழை பெய்து ஓய்ந்த மாதிரி இருந்தது. ஆண்மையும் சக்தியும் நிறைந்த

இந்தக் குரல்களுக்குப் பிறகு, பேசின பேச்செல்லாம், எலி முணு முணுப்பதுபோலிருந்தது.

"பாபு, என்ன சாரீரம் பாத்தியாடா?" என்றார் ரங்கண்ணா. பாபுவுக்குப் பதில் பேசத் தெரியவில்லை. அவர்களைக் குழந்தை மாதிரி பார்த்தான்.

"மகாராஷ்டிர தேசமாம். யாத்திரை போறாளாம் ராமேச்வரத் துக்கு. இப்படி க்ஷேத்ரங்களிலெல்லாம் இறங்கி இறங்கிப் பார்த்துண்டு போறாளாம். இவர் பிள்ளையாம் இந்தப் பையன்."

பெரியவர் புன்சிரிப்பு பூத்துக்கொண்டிருந்தார்.

"நேத்திக்கி கும்பேச்வரன் கோயில்லெ பாடிண்டிருந்தாராம். ஷண்முகம் திருவையாற்றிலிருந்து வந்தவன், அங்கே போய்க் கேட்டுண்டு நின்னானாம். இருக்கிற ஜனங்கள்ளாம் பிச்சைக்காரங் கன்னு நெனச்சிண்டு, நாலணா எட்டணான்னு காசு போட்டுதாம். எல்லாத்தையும் வாங்கி அங்கேயே உண்டியிலே போட்டுவிட்டாளாம் இவா."

பாபு சங்கு சொல்லிக்கொடுத்த அரை குறை ஹிந்தியை, மறந்துபோன ஹிந்தியை, ஞாபகப்படுத்திக்கொண்டு என்னென்னமோ கேட்டுப்பார்த்தான். அவர்கள் சொல்வது இவனுக்குப் புரியவில்லை. அவர் சொன்னதற்குமேல் அதிகமாக ஒன்றும் தெரிந்துகொள்ள முடியவில்லை.

வாசலில் கார் வந்து நிற்கும் சப்தம் கேட்டது. கூடவே செருப்புச் சப்தம் கேட்டது. இரண்டு மூன்று பேர் வந்தார்கள்.

"ராமு வந்திருக்கார்" என்று எழுந்து பார்த்த பாபு. ரங்கண்ணா விடம் தெரிவித்தான். சாம்பனும் ஷண்முகமும் எழுந்துகொண்டார்கள்.

பாலூர் ராமு, "நமஸ்காரம் அண்ணா" என்று வடக்கத்தியர் களைப் புரியாமல் ஒரு தடவை பார்த்துவிட்டு, ரங்கண்ணாவை விழுந்து நமஸ்காரம் செய்தார்.

"எப்ப வந்தே?"

"இன்னிக்கித்தாண்ணா" என்று எழுந்து, அவர் காலைத் தொட்டுக் கண்ணில் ஒற்றிக்கொண்டார் பாலூர் ராமு.

பாபுவுக்கு உடனே ஞாபகம் வந்தது "திருட்டுப் பயடா இந்த ராமு" என்று ரங்கண்ணா சொல்வதை நினைத்து. அவன் உதட்டில் புன்னகை தவழ்ந்தது.

"அண்ணா அண்ணான்னு விழுந்து விழுந்து காலைப் பிடிப்பன். கையைக் கட்டிண்டு அடிமைமாதிரி நிப்பன். காசுன்னா விழுந்து மூர்ச்சை போட்டுடுவன்! இல்லாட்டா இதோ வந்துட்டேன்னு

நழுவிப்பிடுவன்" என்று ரங்கண்ணா சொல்கிற பாலூர் ராமு இவர்தான்.

பாலூர் ராமு ரங்கண்ணாவிடம் குருகுலவாசம் செய்தவர். அவர் இப்போது சென்னையோடு போய்விட்டார். கதர் வேஷ்டி, கதர் பஞ்சகச்சம் என்று தேச பக்தியையும் அரசியல்வாதிகளிடமும் பத்திரிகைக்காரர்களிடமும் குருகுலவாசம் செய்ததுபோலப் பெற்றுக் கொண்டுவிட்டார். இரண்டு வருஷத்திற்கு முன்னால் பார்த்ததை விட நாலு சுற்று உடல் பருத்திருந்தது. பெரிய வக்கீல்கள், நீதிபதிகள், ராஜ்ய நிர்வாகிகள், மந்திரிகள் எல்லாரும் அவருக்கு சம அந்தஸ்து கொடுத்துவிட்டார்கள் இப்போது. எட்டு வருடங்களுக்கு முன்பு தஞ்சாவூரில் சாம்பு நடத்துகிற உற்சவத்தில் அவர் ஒல்லியாக முகத்தைப் பழிப்புக் காட்டிக்கொண்டு பாடிய காட்சி நன்றாக ஞாபகம் இருக்கிறது. மறுநாள் காலையில் "அண்ணா, இந்த பனியன் நன்னாருக்கே" என்று சாம்புவின் ஜவுளிக் கடையில் வந்து அவர் கெஞ்சியதும் நன்றாக ஞாபகமிருக்கிறது. ஆனால், அந்த இறைஞ்சும் இளிப்புக்குப் பதிலாக, இப்போது ஒரு அலட்சியப் புன்னகை வந்திருக்கிறது. அந்த அலட்சியம்தான் கோட்டுப் போட்டுக்கொண் டிருந்த வடக்கத்தியர்களைப் பார்த்து "அண்ணாவுக்கு என்ன வேலை? இந்த மாதிரி தெருவிலே போறவனையெல்லாம் கூட்டி வச்சிண்டு கூத்தடிப்பர்!" என்று புன்னகை சிரிப்பது போலிருந்தது. ராமுவோடு இன்னும் இரண்டுபேர் வந்திருந்தார்கள். பெரிய மனிதர்கள். தனியாகப் போக முடியாது என்பதையும் ராமு கற்றுக்கொண்டுவிட்டார்.

"சௌக்யம்தானே?"

"இருக்கேண்ணா."

"மெட்ராஸ் எல்லாம் எப்படி இருக்கு?"

"சௌக்யமா இருக்கு, அண்ணா அனுக்ரகத்திலே."

உடனே வடக்கத்தியர்களைக் காட்டி அவர்கள் சாரீரத்தைப்பற்றி ஒரு அத்தியாயம் ஆரம்பித்தார் ரங்கண்ணா, "அப்படியா? பேஷ் அப்படியா?" என்று மனசோடு ஒட்டாத ஆச்சரியத்துடன் கேட்டுக் கொண்டிருந்தார் ராமு.

"படே வித்வான்" என்று திடீரென்று ஒரு சிரிப்புடன் ஒரே வார்த்தையில், ராமுவை அவர்களுக்கு அறிமுகப்படுத்திவிட்டு, மறுபடியும் அவர்களைப் பாடச்சொன்னார் ரங்கண்ணா.

"படே வித்வான் ... இவர் கேட்கட்டும்" என்று காதில் கைவைத்து ஜாடை காட்டி, ரங்கண்ணா ராமுவை மறுபடியும் அறிமுகப்படுத்தி னார். "என்னடா சிரிக்கிறே பாபு, நான் பேசற பாஷை சரியா யில்லியா?"

வடக்கத்திப் பாடகன் மறுபடியும் ராமுவுக்கு ஒரு கும்பிடு போட்டுவிட்டுப் பாட ஆரம்பித்தான். மந்த்ர பஞ்சமத்தில் ஒரு நிமிஷம் நின்றுவிட்டு, கீழே இறங்கி மந்த்ர ஷட்ஜத்திலும் ஒரு நிமிஷம் நின்று ராகச் சாயைக் காண்பித்ததைக் கேட்டதும் ராமுவின் அலட்சியப் புன்சிரிப்பு உதட்டுக்குள் ஒளிந்துகொண்டது.

"இது என்னடா சாரீரம்! அதள பாதாளங்களெல்லாம் போறது! மேலே போனா, சத்யலோகம் எல்லாம் போறது! த்ரிவிக்ரமாவதாரத் திலே, பகவானோட தலை எங்கிருக்கின்னு தெரிஞ்சிக்க முடியலியாம் சிவப்பிரம்மாதிகளாலே. இவன் போய் எட்டிப்பிடுவான் போலிருக்கே!" என்று கண் அகல வியந்தார் ரங்கண்ணா.

பதினைந்து நிமிஷம் மீண்டும் பாடி நிறுத்தினான் அவன்.

"சாரீரம் எப்படியிருக்கு பார்த்தியா ராமு?"

"அவாள்ளாம் கொடுத்துவச்சவா அண்ணா" என்று பதில் கொடுத்தார் ராமு.

"கொடுத்துவக்யவாவது? அப்படிப் பாடுபட்டிருக்கான். பட்ட பாட்டுக்குப் பலன் கிடைச்சிருக்கு."

ராமுவுக்கு முக்கால் கட்டைக்கு மேல் சாரீரம் எழும்பாது. சற்று அசைப்பில் கேட்டால் காக்காய்கள் ஒன்றின் மூக்கில் இன்னொன்று மூக்கைவிட்டுக் குழறும்போது கேட்கும் தொனிமாதிரி இருக்கும். ஆனால், அதை ஒரு தினுசாகப் பக்குவப்படுத்தி, தன் ஞானபலத்தினால் ஒப்பேற்றி, ஜனங்களின் காதுக்கும் அதைப் பழக்கப்படுத்திப் பேரடைந்தவர் அவர். பத்திரிகைக்காரர்களையும் பலவாறாக அண்டி, இதுதான் உயர்ந்த சங்கீதம் என்று அவர்களில் சிலர் எழுதி, ஜனங்கள் அதை ஏற்று ஒரு மாதிரியாக உச்ச ஸ்தானத்தைப் பெற்றுக்கொண்டவர்.

"எழுபது வருஷமா நான் சங்கீதம் கேட்கிறேன். சங்கீதத்தைப் பத்தி தியானம் பண்றேன். சிந்தனை பண்றேன். ஏதோ பகவான் கிருபையினாலெ அந்த சமுத்திரத்திலே கொஞ்சம் காலையும் நனைச்சிண்டு நிக்கிறேன். ஆனா இந்த மாதிரி சாரீரத்தை நான் கேட்டதில்லை ராமு. இது பரம ஆச்சரியமான சாரீரம்."

அவர்கள் யாத்திரைக்கு வந்ததைப்பற்றியும் கோயில் கண்ட இடங்களில் உள்ளே சென்று அவர்கள் பாடுவதையும் ஷண்முகத்தி னிடம் தெரிந்துகொண்டதையும் மீண்டும் சொன்னார் ரங்கண்ணா.

அதைத் தவிர மேலே ஒன்றும் தெரிந்துகொள்ள முடியவில்லை. அவர்கள் பேசுகிற பாஷை புரியவில்லை.

"ஆளைப் பார்த்தா காக்கா புடிக்கி மாதிரி இருக்கான். கந்தர்வ னாப் பொழியறானே ... ம்!" என்று அவனையே பார்த்தார் ரங்கண்ணா.

"உங்க குரு யார்?" என்று ஜாடை செய்து கேட்டார் ராமு.

"விச்வம்பர் காணே."

"காணேயா..? கேள்விப்பட்டதில்லியே. அப்படி பெரிய இடத்து சிஷ்யன் இல்லே போலிருக்குண்ணா." என்றார் ராமு.

"எதாயிருந்தா என்ன? சாரீரம் மர்மாவை எல்லாம் சிலிர்க்க அடிக்கிறது. கேக்கறபோதே மயிர்க்கூச்செறியறது. அமிர்தத்தாலே காது, உடம்பு, மனசு, ஆத்மா எல்லாத்தையும் நனைச்சுப்பிடறான். எந்த இடத்து சிஷ்யனாயிருந்தா என்ன? பெரிய இடத்து சிஷ்யாளுக்கெல்லாம் சாரீரம் வாய்ச்சுப்பிட்டுதா என்ன? பெரிய இடம்னு நாலு பேர் தூக்கிவச்சா பெரிய இடம்" என்றார் ரங்கண்ணா.

ராமு புன்சிரிப்பு பூத்தார். சற்றுக் கழித்து, "இவ்வளவு சாரீரம் இருக்கே, ஆனா அவா சங்கீதம் என்ன இருந்தாலும் நம்ம சங்கீதம் மாதிரி வருமா அண்ணா?" என்றார்.

"அதைக் கேட்டுப் பழகினா அது நன்னாயிருக்கும். கழுதையைப் போய்க் கேட்டா, கழுதை கத்தறதுதான் ரசம்னு சொல்லும். வெள்ளைக்காரனுக்கு நம்ம சங்கீதம் புரியுமோ? அதுமாதிரி இது. நமக்கு என்னமோ போலிருக்கு. அதிலே ஊடாடினாத்தான் அதிலே இருக்கற அழகு தெரியும். நமக்கு நம்ம சங்கீதம் தானே தெரியும்."

"அது வாஸ்தவம்தாண்ணா... ம், உடம்பு ரொம்ப இளைப்பா இருக்கே?" என்று பேச்சை வேறு திசைக்குக் கொண்டு போனார் ராமு. பாபுவுக்கு வியப்பாகத் தானிருந்தது.

"இளைப்பு என்ன? இனிமே இப்படியே போக வேண்டியதுதானே. வயசு என்ன கொஞ்சமா ஆச்சு?"

"அப்படிச் சொல்லலாமாண்ணா? உடம்பைப் பார்த்துக்கணும்."

"உடம்பு, உடம்புன்னுதான் பிறந்ததே புடிச்சு நான் வேற பாத்துக்கறேன். கண்ணாடியிலே வேற பாத்துக்கறேன். பாத்துக்கறதிலே ஒண்ணும் குறைச்சல் இல்லே... அது சரி, உன் கதையைச் சொல்லு. பட்டணம் சௌகர்யமா இருக்கோல்லியா?..."

"இருக்குண்ணா; எல்லாம் அண்ணா ஏத்தி வச்சதுதானே."

"ஆமாம். நான் ஏத்தினேன்! காக்காய் உட்கார்ந்துது பனம் பழம் விழுந்தது. அவனவனுக்குப் புத்தியில்லையா, மேதையில்லையா? உன்னைப்பத்தி பேப்பர்லெல்லாம் வரது. பாத்துண்டிருக்கேன்."

ராமு குனிந்துகொண்டார்.

இரண்டு நிமிஷம் இருந்துவிட்டு, "வரேண்ணா, சாவகாசமா வந்து பார்க்கிறேன்", என்று எழுந்துகொள்ள வாயெடுத்தார் ராமு.

"எங்கே தங்கியிருக்கே?"

“இவா நம்ம சிநேகிதா. எக்ஸ்டென்ஷன்லெ இருக்கா. அவாளோட தங்கி இருக்கேன்” என்று அவர்களை அறிமுகப்படுத்தி விட்டு, “ரண்டு நாள் இருப்பேண்ணா. செவ்வாய்க்கிழமைதான் போகப் போறேன். வரேன் சாவகாசமா” என்று சொல்லிக்கொண்டு கிளம்பி னார் ராமு. எழுந்து கூடத்திலிருந்த கிழவிக்கும் நமஸ்காரம் செய்து ஒரு நிமிஷம் பேசிவிட்டுக் கிளம்பி, மீண்டும் ரங்கண்ணாவிடம் சொல்லிக்கொண்டு காரில் போய் ஏறினார் அவர். கார் நகர்ந்தது.

“மோட்டார்லே வந்திருந்தானோ ராமு?” என்று கேட்டவாறே கிழவி எழுந்து வந்தாள்.

“ஆமாம். மோட்டார்லெதான்.”

“அவன் மோட்டார்லெ வந்தா என்ன? புஷ்பக விமானத்திலே வந்தா என்ன? அண்ணா ஆறு குடகாரஞ்சுக்கு மேலே பொறமாட் டார்னு புள்ளி போட்டிருக்கானே. நல்ல சமத்து!” என்று அண்ணாவின் முன் இருந்த அரை டஜன் குடகாரஞ்சுகளைப் பார்த்தாள் கிழவி.

“சாவகாசமா வரேன்னு போயிருக்காண்டி. அப்ப குருதட்சிணை ரண்டு டஜனாயிடும். உரிச்சுத் திங்கலாம். கவலைப்படாதே” என்று சிரித்துக்கொண்டே பாபுவைப் பார்த்தார் ரங்கண்ணா.

“சாவகாசம் ஏது அவனுக்கு? அவன் இப்பவாவது வந்து தலையைக் காட்டிவிட்டுப் போனானே.”

கிழவி கொடுத்த ‘டீ’யையும் வாழைப்பழங்களையும் சாப்பிட்டு விட்டு வடக்கத்தியர்கள் விடைபெற்றுக் கொண்டார்கள். கூடவே பாபு எழுந்தான்.

நானும் போயிட்டு வரேண்ணா. எனக்குத் தெரிஞ்சவா இந்த பாஷை பேசறவா இருக்கா, அங்கே அழச்சிண்டு போய் இவா யாரு என்னன்னு எல்லாம் தெரிஞ்சுக்கறேன்.”

“அதுவும் நல்லதுதான். கூடப்போ” என்றார் ரங்கண்ணா.

அவலையும் புஷ்பங்களையும் எடுத்துக்கொண்டு கிளம்பினான் அவன்.

○

குளிர்கால முன்னிருள் கவிந்துவிட்டது, பெரிய கடைத்தெரு வழியாக அவர்களை அழைத்துக்கொண்டு வந்தான் பாபு. ஜவுளிச் சரக்குகளுக்கும் பஞ்சம். கூட்டத்திற்கு மட்டும் பஞ்சமில்லை. தீபாவளிக்கு எப்படியாவது புதிது வாங்கிவிடவேண்டுமென்று கங்கணம் கட்டிக்கொண்டு, சிமிணி விளக்குகளைக் காகிதம் போட்டு இருட்டடித்து, தெருவில் கடை பரப்பியிருந்த நாட்டு வேட்டிக் காரர்கள் முன் கும்பல் கும்பலாக ஜனங்கள் சலசலத்துக்கொண்டிருந் தார்கள். நாட்டு வாணங்களுக்கும் மத்தாப்புகளுக்கும் பஞ்சமில்லாமல்

கூட்டம் முண்டி அடித்துக்கொண்டிருந்தது. மராட்டியர்கள் தமக்குத் தெரியாத ஹிந்தி பாஷையில் பாபுவை எதையோ கேட்க, அவனும் எதையோ சொல்லிக்கொண்டு வந்தான். அவர்களும் விழித்துவிட்டு. புரிகிறாற்போலவும் புரியாததுபோலவும் முகத்தை வைத்துக்கொண்டு பாராக்குப் பார்த்துக்கொண்டே வந்தார்கள்.

யமுனா வீட்டின் திண்ணையருகே அவர்களை நிற்க வைத்து விட்டு அவன் நடையுள் புகவும், யமுனா காலோசை கேட்டு வெளியே வரவும் சரியாக இருந்தது.

"பாபுவா வா" என்று வாசலில் நின்றவர்களைப் பார்த்தாள் யமுனா.

"உங்களவர்கள்தான். எதோ புனாப் பக்கமாம். பாடகர்களாம் யாத்திரை செய்கிறவர்களாம். அழச்சிண்டு வந்திருக்கேன். பாஷை தெரியலே. நீதான் கேட்டுச் சொல்லணும்."

"உள்ளே கூப்பிடேன்" என்று சொல்லிவிட்டு கம்பளத்தைக் கூடத்தில் விரித்தாள் யமுனா.

எல்லோரும் உட்கார்ந்தார்கள். கம்பளம் வெதவெதவென்று குளிருக்கு இதமாக இருந்தது.

"பாட்டு வாத்யார் வீட்டிலே இவர் பாடினார். இவர் பிள்ளை யாம் இந்தப் பையன். நான் இந்த மாதிரி பாட்டையே கேட்டதில்லே, யமுனா. நான்தான் கேட்கலேன்னு நினைச்சுண்டிருந்தேன். எங்க வாத்யாருக்கு எண்பது வயசாகப்போறது. அவரும் கேட்டதேயில்லே இந்த மாதிரி சாரீரத்தைன்னு சொன்னார். பரவசமாய்ப் போய்ட்டார் அவர். இவா யாரு, யாருகிட்ட சொல்லிண்டா, எல்லாம் தெரிஞ்சுக்க ணும். அதான் இங்கே அழச்சிண்டு வந்தேன்" என்றான் பாபு.

பார்வதி வந்திருந்தவர்களிடம் என்னமோ சொல்லிவிட்டு உள்ளே போனாள். யமுனா பேச ஆரம்பித்தபோது பாபுவுக்கு கண்ணைக் கட்டிக் காட்டில்விட்டது போலிருந்தது. அவள் சொல் வதைக் கேட்டு அவர்கள் சிரிக்கிறார்கள். பதிலைக் கேட்டு அவள் சிரிக்கிறாள். 'ச'வும், 'ண'வும் 'ள'வும் அந்த பாஷையில் அதிகம் என்ற ஒன்றைத் தவிர ஒன்றும் கண்டுபிடிக்க முடியவில்லை. யமுனா ஒரே ஹாஸ்யமாகப் பொழிகிறாள் போலிருக்கிறது. அவர்கள் சிரித்த சிரிப்பில் அப்படித்தான் தோன்றுகிறது!

கால்மணி ஆயிற்று. எல்லோருக்கும் டீயை வைத்துவிட்டு பார்வதியும் அந்தச் சிரிப்பில் சேர்ந்துகொண்டாள்.

"என்ன யமுனா, நீயே பேசிண்டிருந்தா? நீ சிரிக்கிறே. அவா சிரிக்கிறா."

"நீயும் புரிஞ்சாப்பல சிரியேன்."

“இவா யாராம்?”

“இவங்க சாதாரண பாடகங்கதானாம். முதல் க்ளாஸ்கூட இல்லையாம். ரண்டாவது கிளாஸ்னுதான் சொல்லணுமாம். யாத்திரை போறாங்களாம். கொஞ்சம் சொத்து இருக்காம்.”

“இவ்வளவுதானா? இதுக்கா சிரிச்சே?”

“என் மராட்டியைப் பார்த்து இவங்களுக்கு அந்த வார்த்தைகள் எந்த வார்த்தையாயிருக்கலாம்னு கண்டுபிடிச்சு அப்புறம் புரிஞ்சுக்க வேண்டியிருக்கு. அதான் சிரிக்கிறோம்.”

“தேவலையே!”

“இன்னொரு பாஷையைக் கேட்டாலே சிரிப்பு வரும். நம்ம பாஷையே இன்னொரு பாஷை மாதிரி இருந்துதுன்னா கேக்கணுமா?” என்றாள் யமுனா.

பாபு சிரித்துவிட்டு, “எனக்கு எல்லாம் ஒண்ணாத்தான் இருக்கு. இவா பாட்டு ஒண்ணைத் தவிர ஒண்ணும் புரியலே.”

யமுனா மேலும் சில விவரங்களைச் சொன்னாள். அவர்கள் மகாராஷ்டிரப் பிராந்தியத்தில் மங்கள்வாடி என்ற சிறு ஊரைச் சேர்ந்தவர்கள். டோண்டிலிருந்து மண்மாடுக்குப் போகும் ரயில் பாதையில், நடுவில் சிறு ஸ்டேஷனில் இறங்கி மூன்று மைல் நடந்து பஸ் ஏறி, மறுபடியும் இருபது மைல் போகவேண்டுமாம் அந்த ஊருக்கு. கூடப் பாடுகிறவன் பிள்ளை. மற்ற இருவரும் சீடர்கள். நாலைந்து வருஷமாகச் சொல்லிக்கொள்கிறார்களாம். குரல் பயிற்சி இன்னும் போதாததால் அவர்களைப் பாட அனுமதிப்பதில்லை அவர். அவர் பையனுக்குக்கூட அவ்வளவு தேறிய பயிற்சி என்று சொல்ல முடியாதாம். ஆனால் ஏழு வயதிலிருந்து சொல்லிக் கொள்கிறானாம். கற்றுக்கொள்ள ஆரம்பித்த நாளிலிருந்து குரல் பயிற்சி செய்கிறான் அவன். போனால் போகிறது என்று அவனைப் பாட அனுமதித்திருக்கிறார் அவர். பாபுவுக்கு வேடிக்கையாக இருந்தது. அந்தப் பையன் பேசும்போது சின்னக்குரலாக மிருதுவாக இருந்தது. பாடக் கிளம்பினால் குரல் விச்வரூபம் எடுத்ததுபோல பருமன் கொண்டு இனிமையில் தோய்ந்து கம்பீரமாகப் பொழிந்தது. அண்டாத ஆழத்திலும் எட்டாத உயரத்திலும் ஆயாசமில்லாமல் திரிந்தது.

“விச்வம்பர் காணேயைப்பற்றி இங்கு யாரும் கேள்விப்பட்டதே யில்லையே, ஏன்?” என்று கேட்டான் பாபு. யமுனா கேள்வியையும் பதிலையும் மொழிபெயர்த்துக் கொண்டே வந்தாள்.

“எதற்காகக் கேள்விப்பட வேண்டும் நீங்கள்?”

“இல்லை. பெரிய வித்வான்கள் சிலரின் பேர் இங்கெல்லாம் தெரிந்திருக்கிறதே என்று கேட்டேன்.”

"இங்கே பேர் தெரிந்துவிட்டால் பெரிய வித்வான்களாகத்தான் இருக்க வேண்டும் என்று அவசியமுண்டா?" என்று பதில் கேள்வி கேட்டார் பெரியவர்.

பாபு புன்னகை செய்வதைத் தவிர ஒன்றும் சொல்ல முடிய வில்லை.

"மேலும் பெரிய வித்வான்கள் என்று சொல்லப்படுகிறது என்பது சாரீரத்தையும் ஞானத்தையும் மாத்திரம் பொறுத்திருக்க வில்லை. சம்பந்தமில்லாத பல தகுதிகளும் வேண்டும் அதற்கு. மனிதர்களை அலுக்காமல் சலிக்காமல் போய்ப் பார்க்கும் பொறுமை வேண்டும். காலில் பலம் வேண்டும். நேரம் வேண்டும். அந்த நேரத்தில் கொஞ்சமாவது குரலைச் சாதகம் பண்ணலாமே, இன்னும் கொஞ்சம் ஞானத்தைச் சேர்த்துக்கொள்ளலாமே என்று அநாவசிய மாக வருந்தக் கூடாது. நாம் போய்ப் பார்க்கிற மனிதர்கள் சங்கீதம் அரைகுறையாகத் தெரிந்தவர்களாக இருக்கலாம். தெரியாமலேயே இருக்கலாம். ஆனாலும் அவர்கள் சொன்னால் அதை உடனே மறுக்காமல் இருக்க வேண்டும். மறுத்தால் மறுக்கிறோம் என்று தெரியாத வகைக்கு மறுக்க வேண்டும். அதையும் அவர்கள் கண்டு பிடித்து ஒப்புக்கொள்ளாவிட்டால், அவர்கள் சொல்வதுதான் சரி என்று ஒப்புக்கொள்ள வேண்டும்" என்றார் பெரியவர்.

"எல்லாப் பெரிய மனிதர்களுமா அப்படியிருக்கிறார்கள்?"

"அப்படியில்லாத ஒன்றிரண்டு பேர்களைப்பற்றி நான் பேச வில்லை."

சற்றுக் கழித்து பாபு கேட்டான். "இந்தப் பக்கத்து சங்கீதம் கேட்டீர்களா?"

"கேட்டேன், ரொம்ப நன்றாக இருக்கிறது."

"சங்கீத வித்வான்களைப் பார்த்தீர்களா?"

"இரண்டு மூன்று பேரைப் பார்த்தேன்."

"எப்படி?"

"நன்றாகப் பாடுகிறார்கள். ரொம்பவும் தெரிந்துகொண்டிருக் கிறார்கள். ஆனால் யாரும் சிரமப்பட்டுப் பாடவே இல்லையே. எப்படியாவது தப்பித்துக்கொண்டு ஓடிவிட ஆசைப்படுவது போலிருக் கிறது குரலைக் கேட்டால்."

"தப்பிச்சிண்டு ஓடுகிறது யாரு?"

"குரல்."

"ஏன்?"

"ஆமாம். குரல் ஏமாற்றுவித்தை காட்டுகிறது. கடினமான இடத்தின் அருகிலேயே போவதில்லை. போனாலும், தளுக்குப்பண்ணி, ரயிலில் டிக்கட்டு வாங்காமல் போனால், செக்கிங் அதிகாரியைக்கூடப் பார்க்காமல் விர்ரென்று கடந்துபோவார்களே, அதுமாதிரி வேகமாக ஓடிவிடுகிறது."

"அதிகாரி யாரும் இல்லை என்கிறீர்களா?" என்று பாபு சிரித்தான்.

"இந்த ரயிலுக்கு நாம்தான் அதிகாரி" என்றார் அவர்.

"அப்படியென்றால் தங்களையே ஏமாற்றிக்கொள்ளுகிறார்களா?"

"ஆமாம். இதுதான் கஷ்டம். பிறரை ஏமாற்றுவதைவிட தன்னை ஏமாற்றிக்கொள்வது பாபமில்லையா?"

"என்ன பாபம்? அப்பாடா, தப்பித்துவிட்டோம் என்று நிம்மதி ஏற்பட்டுவிடுகிறதே!"

"அது நிம்மதியில்லை. திருடிவிட்டு தப்பித்துக்கொண்டால், தப்பித்துக்கொண்ட திருப்திதான் இருக்கும். திருடிவிட்ட குற்றம் நெஞ்சுக்குள்ளேயே இருக்கும்." அவரும் சளைக்காமல் பதில் சொல்லிக் கொண்டுதான் வந்தார்.

"பாபு, ஒரு பாட்டுப்பாடேன்," என்றாள் யமுனா.

"ஐயோ வேண்டாம்."

"நீ நன்றாகப் பாடுவேன்னு சொல்லியிருக்கேன்," என்று அவர்களிடம் ஏதோ சொன்னாள் அவள்.

"நீங்களும் ஒரு பாட்டுப் பாடுங்களேன்" என்றார் அவர்.

"நீங்கள்தான் பாடவேண்டும். இவர்கள் கேட்க வேண்டாமா? உங்களவர்கள்" என்றான் பாபு.

"நாங்கள் இத்தனை நேரம் பாடினோமே, எங்களுக்கும் கொஞ்சம் ஓய்வு வேண்டாமா? நாகேச்வர் மந்திருக்குப் போகப்போகிறோம். அங்கு வந்தால் அவர்கள் கேட்கலாம். நீங்கள் இப்போது ஒரு சின்னப்பாட்டுப் பாடுங்கள்."

"பாடு பாபு."

"இப்படி வெட்கப்பட்டா நீ வித்வானாகப்போறே?" என்றாள் பார்வதி.

பாபு பாடினான். ஐந்து நிமிஷமாயிற்று. பெரிய மலையின் பக்கத்தில் ஒரு சிறு கல் கிடப்பதுபோல் இருந்தது அவனுக்கு.

"நன்றாக இருக்கிறது. குரல்கூட இனிமையாக நன்றாக இருக்கிறது. நாலைந்து வருஷம் உழைத்தால் நன்றாக இருக்கும் ... ஆனால் இந்த ஊருக்கு இது போதும்" என்று நிறுத்தினார் அவர்.

“இந்த ஊர் திருப்திதானா நமது லட்சியம்?” என்று கேட்டான் பாபு.

“எந்த ஊர் திருப்தியும் நமக்கு லட்சியமில்லை. நம்முடைய திருப்திதான் நமது லட்சியம்.”

பாபு விறுக்கென்று ஏதோ கேட்டான். “இவ்வளவு ஞானியாக இருந்து, ஏன் இந்த கோயில் தெய்வத்தைத் தேடித்தேடி அலைகிறீர்கள்?”

அவர் சிரித்தார். “கோயில் தெய்வத்தைத் தேடி அலையவில்லை. வெளியே சுற்ற ஏதாவது சாக்கு வேண்டாமா? கால் அலையத்தானே இருக்கிறது. இல்லாவிட்டால் எங்கள் ஊரிலுள்ள கரிசல் மண்ணையும், வேப்ப மரங்களையும், கருகை, புளி மரங்களையும்தானே பார்த்துக்கொண்டிருக்க வேண்டும். பார்த்த இடம் எல்லாம் பச்சை காண்கிற இந்த தேசத்தை, எப்படிக் காணமுடியும்? புனாவிலிருந்து குதிரைப் பந்தயத்துக்காக மதறாஸ் வருகிறார்களே பல பேர்! நான் வேடிக்கை பார்க்க வரக்கூடாதா?”

“நாலைந்து வருஷம் உழைத்தால் நன்றாக இருக்கும்” என்று அவர் சொன்னது உள் மனத்தில் குறுகுறுத்துக்கொண்டே இருந்தது பாபுவுக்கு.

“என் குரல் நன்றாகயில்லை இல்லையா?” என்று கேட்டான்.

“நான் அப்படிச் சொல்லவே இல்லையே. மன்னிக்க வேண்டும். நாலைந்து வருஷம் சிரமப்பட்டால் உங்கள் குரல், ஞானம் எல்லாம் சேர்ந்து பிரமாதமாயிருக்கும் என்றுதான் சொன்னேன்.”

“நான் எப்படிச் சாதகம் செய்தால் நன்றாயிருக்கும்?”

“அது பெரிய விஷயம். யாத்திரை வழியில், போகிற போக்கில் சொல்கிற காரியம் இல்லை. ஐந்து வருஷம், பத்து வருஷம் என்று பழகுகிற வித்தை. கேள்வி மாதிரி சுலபம் இல்லை பதில்.”

“அசுர சாதகம் பண்ணிக் குரலைத் தகரக் குவளையாச் செய்துகொண்டுவிட்டார்களே சிலர்” என்றான் பாபு.

“எல்லாம் வழியோடு போனால்தான் உண்டு. தேகப் பயிற்சி செய்கிறேன் என்று முட்டியை உடைத்துக்கொள்ளலாமா? ரத்தக் குழாயை வெடிக்கவிடுவதா?” என்று கணிந்த குரலில் மிருதுவாகச் சொன்னார் அவர்.

பாபுவுக்கு நிராசை கவ்விக்கொண்டது. ‘நாலைந்து வருஷமா! குரலைப் பதப்படுத்தவா!’ என்று பிரமித்துப் போய் உட்கார்ந்திருந்தான்.

○

சிறிதுநேரம் கழித்து அவர்களோடு நாகேச்வரன் கோயில் வரையில் தொடர்ந்து வந்து, கோயில் வாசலில், “இதுதான் நாகேச்வர மந்திர். நீங்கள் போங்கள். நான் இதோ வந்துவிடுகிறேன்” என்று

சொல்லிவிட்டுக் கடலங்குடித் தெருவைப் பார்க்க விரைந்தான் பாபு. யமுனாவும் பார்வதியும் அவர்களுக்குச் சாப்பாடு தயார் செய்துவிட்டுத் தாங்களும் வருவதாகச் சொல்லியிருந்தார்கள்.

முன் உள்ளில் படித்துக்கொண்டிருந்த ராஜத்திடம் அவசர அவசரமாகச் செய்தியைச் சொன்னான்.

ராஜம் அம்மாவிடம் சொல்லிவிட்டுப் புறப்பட்டான்.

எப்பொழுதும்போல நாகேச்வரன் கோயில் வெறிச்சிட்டுக் கிடந்தது. உற்சவ நாட்களில்கூட ஏழை வீட்டுக் கலியாணமாக இருக்கும் அங்கு. இப்போது ஒளி யுத்த எதிரிக்குப் பயந்து இருளில் ஒன்றிக் கிடந்தது. அன்ற கிருஷ்ணபட்ச பஞ்சமி. பழம்பித்தளைத் தட்டைப்போல சந்திரன் எழவும் இன்னும் இரண்டு நாழிக்கு மேலிருந்தது. நட்சத்திரங்களைத் தவிர வேறு ஒளிகள் இல்லை. கோயிலுக்குள் மட்டும் அகல் விளக்குகள் எரிந்துகொண்டிருந்தன. மின்சார விளக்குகள் கறுப்பு உடை அணிந்திருந்தன. அவர்களை எங்கும் காணவில்லை.

உள்மண்டபத்தில் இருந்தார்கள் நால்வரும். அவர்கள் போகும் போது குருக்கள் அவர்களுக்கு விபூதி கொடுத்துக்கொண்டிருந்தார். அதை நெற்றியிலிட்டுக்கொண்டு கீழே உட்கார்ந்தார்கள் நால்வரும். ராஜத்தை அறிமுகப்படுத்தி வைத்தான் பாபு.

சுருதி சேர்த்துவிட்டு மீட்டினபொழுது கோயில் மண்டபத்தில் தம்புராவின் நாதம் எதிரொலித்து வந்தது. பெரியவர் சுருதி சேர்ந்துக் கொண்டு பாட ஆரம்பித்தார்.

ஆரம்பித்து ஒரு நிமிஷத்திற்கெல்லாம் ராஜம், ‘ஆகா ஆகா’ என்று மெய் மறந்துவிட்டான்.

“எப்படி?” என்ற பாவனையில் பாபு பார்த்தான் அவனை.

“உண்மையாகவே கந்தர்வர்கள்தான் இவர்கள்!”

அந்த கனமும் கம்மலும் நிறைந்த இனிமை, மண்டபத்தில் மேளம் கட்டி உள்ளத்தை மிதக்கவைத்தது. அந்த கானம் பட்டுப் பரவசமடைந்து ஆகாகாரம் செய்வதுபோல், மண்டபம் குரல் நின்ற ஒவ்வொரு கனத்தையும் எதிரொலித்துக் கொண்டிருந்தது.

சற்று விழித்து அசைப்பில் திரும்பியபோது, யமுனாவும் பார்வதியும் நின்றுகொண்டிருந்ததைப் பார்த்தான் பாபு.

யமுனாவின் கண் மூடியிருந்தது. சிறிது நேரம் சென்று மீண்டும் பார்த்தபோது தூணில் பின் தலையைச் சாய்த்து கண் மூடி நின்றாள் அவள். ஏழெட்டு தடவை அவளைப் பார்த்தபோதெல்லாம் அதே நிலையில்தான் இருந்தாள் அவள். நமக்கு மட்டும் இல்லை. எல்லோரையுமே இது மெய்மறக்கச் செய்கிற இசை.

இந்தச் சூழ்நிலை முற்றிலும் புதிதாக இருந்தது. கோயில், அங்கு யமுனாவை மோகிக்கச் செய்கிற சங்கீதம், பாடுகிறவர்களின் தன்மறதி, யமுனா லயித்து நின்றது எல்லாம் புது அனுபவமாக இருந்தன. பாபுவை வழக்கம் போல் உணர்ச்சிவசப்படுத்தின. தாரை தாரையாகக் கண்ணீர் வழிந்தது. அவன் கன்னத்தில்.

சுமார் ஒரு மணிக்குப் பிறகு இசை ஓய்ந்தது. யாரும் எழுந்திருக்க வில்லை. பேசவும் இல்லை. அப்படியே மௌனமாகச் சற்று நேரம் உட்கார்ந்திருந்தார்கள், மயக்கம் தெளியாததுபோல.

யமுனாவிடம் சென்றான் பாபு.

"என்ன யமுனா?"

"ம்" என்று உட்கார்ந்திருந்த யமுனா நிமிர்ந்தாள். முகம் சோகம் படர்ந்து கிடந்தது. அவள் புன்னகை பூத்த பிறகுதான் பாபுவுக்குச் சிறிது தைரியம் வந்தது.

யமுனா மெதுவாகச் சொன்னாள்:

"நெஞ்செல்லாம் வலிக்கிறது பாபு."

"ஏன்?"

"எனக்கு அழுகையை அடக்கி அடக்கிப் பழக்கம்... நீ வெட்கப் படறதில்லே."

"நான் எதையுமே அடக்கிக்கறதில்லையே."

"இவர் ஏன் இப்படிப் பாடறார்? எனக்குப் பைத்தியம் பிடிச்சுப் போயிடும் போலிருக்கு, பாபு" என்றாள் யமுனா.

அவள் உதட்டில் புன்னகை தவழ்ந்தது. ஆனால் கண் மாத்திரம் சாதாரணமாக இல்லை. வெறிபிடித்ததுபோல் எங்கேயோ பார்த்தது.

பாபு பேசாமல் அவளைப் பார்த்தான்.

"இவ்வளவு பரவசமாய்ப் பாடினால், என்னால் கேட்க முடிய வில்லையே. உடம்பெல்லாம் என்னமோ பண்றது" என்று மீண்டும் கண்ணை மூடித் தூணில் பின் தலையைச் சாய்த்துக்கொண்டாள் யமுனா. ஏதோ இல்லாத படுக்கையில் படுத்து ஆச்வாசம் செய்து கொள்வது போலிருந்தது அவளைப் பார்த்தால். "உடம்பெல்லாம் கூட பறக்கிறது" என்று கண்ணைத் திறந்து மீண்டும் சொன்னாள் அவள்.

அருகில் யாரோ வருவதை உணர்ந்து கண்ணை நன்றாகத் திறந்துகொண்டாள் யமுனா.

"பாபு, எனக்கும் சங்கீதம் தெரிஞ்சிருந்தா, இப்படி காலம் என் கழுத்து மேலே உட்கார்ந்துண்டு நெறிக்காம இருக்கும். இவர்

மாதிரி அறுபது நாழியும் சாதகம் பண்ணின்டிருந்திருப்பேன். ஓய்வு இல்லாமல் இருந்திருக்கும்."

பாபு ஒன்றுமே பேசவில்லை.

பார்வதி அருகே நின்றுகொண்டிருந்தாள். தம்புராவுக்கு உறை போட்டுக்கொண்டே பேசிக்கொண்டிருந்தார்கள் நால்வரும். குருக்கள் உள்ளே போய் கற்பூரம் ஏற்றிக் காண்பித்ததைப் பார்த்து எல்லோரும் எழுந்து நின்றார்கள். "மகாதேவ் ஜேய் சங்கர். நாகேச்வர் கீ ஜெய்" என்று அவர்கள் கோஷமிட்டார்கள்.

"பாபு, என் உடம்பைத் தொட்டுப் பார்" என்றான் ராஜம்.

"என்ன?"

"பாரேன் எப்படி அதிர்கிறது பார். என் உடம்பு கூட சங்கீதத் துக்கு இசைய ஆரம்பித்துவிட்டது. அப்படின்னா இது சங்கீதமாத்தான் இருக்கணும்" என்றான் ராஜம்.

கோயிலில் ஆங்காங்கு நின்றுவிட்டு அருகில் வந்து பாட்டுக் கேட்ட நாலைந்து பேர் பாடினவரையே பார்த்துக்கொண்டு நின்றார்கள்.

"எங்கே தங்கியிருக்கிறார்களாம்?" என்று கேட்டான் ராஜம்.

"ரயிலடி சத்திரத்திலேயாம்."

"இன்னும் இரண்டு நாள் இருப்பார்களா?"

"ஒண்ணும் அவசரப்படறவர்களாகத் தெரியலே."

"இன்னிக்கு யமுனா வீட்டிலே சாப்பாடு."

"ராஜம், நீங்களும் வந்து சாப்பிடலாம்" என்று அழைத்தாள் யமுனா.

"இல்லை. நான் சாப்பிட்டாச்சு. போய்வரேன். காலமே அவர் களைச் சத்திரத்திலே பார்க்கலாம். நீ வறியா பாபு?"

"நான் கேட்கலாமான்னு இருந்தேன் உன்னை. காலமே எட்டு மணிக்கு வாயேன் அங்கே."

"சரி."

ராஜம் போய்விட்டான்.

அன்றிரவு சாப்பாடான பிறகு அவர்களை ரயிலடி வரையில் போய்ச் சத்திரத்தில் கொண்டுவிட்டு வந்தான் பாபு. அன்றோடு விடவில்லை. மறு நாள் முழுவதும் அவர்களுடனேயே கழித்தான். ராஜமும் பாபுவும் இழுத்த இழுப்புக்கு வந்துகொண்டிருந்தார்கள் அவர்கள். ராஜத்தின் வீடு, பாபுவின் அறை, சாரங்கபாணி கோயில், சோமேச்வரர் கோயில் – எல்லாவற்றிற்கும் கால் சோரச் சோர

நடந்தார்கள். சாம்பன் வீட்டுக்குப் போனார்கள். ஷண்முகத்தின் வீட்டில் ஒரு மணி. கேட்ட இடத்திலெல்லாம் பாடிக்கொண்டே இருந்தார்கள் தகப்பனும் பிள்ளையும்.

மறு நாள் காலையில் அவர்கள் தஞ்சாவூர் புறப்பட இருந்தார் கள். அவர்களை மாலை வரையில் இருத்தி, கல்லூரி முடித்ததும் முண்டி அடித்து டிக்கட்டு வாங்கிக் கொடுத்து, அவர்களைப் பாபநாசத்திற்கு அழைத்துச் சென்றான் பாபு. அன்று இரவு பதினோரு மணி வரையில் பாட்டு ஓயவில்லை. ஒன்றும் பேசத்தான் முடிய வில்லை. அவரவர்கள் பாஷையை ஜாடையாகவே பேசி ஒரு வழியாகச் சமாளித்துக்கொண்டார்கள்.

அன்று முழுவதும் பாபுவுக்குத் தூக்கம் வருவது சிரமமாகத் தானிருந்தது. அவர் சாமான்யமான ஆசாமி இல்லை, பெரிய வித்வானென்று சொல்லிக்கொள்ளவும் இல்லை. மற்றவர்களுக்கு அளித்த ஸ்தானம் தனக்குக் கொடுக்கப்படவில்லையே என்று அழவும் இல்லை. எதையும் எதிர்பார்க்காமல் பாடிக்கொண்டிருந்தார். அந்த மனிதனின் முகத்திலும் நெஞ்சுரப்பும் அழுத்தமும் உறுதியும் அசைக்க முடியாதபடி வேரூன்றிக் கிடந்தன. அதனால் அவருக்குக் கோபமே வரவில்லை போலிருக்கிறது. நிதானம் இழக்காமல் எதற்கும் புன்சிரிப்புப் பூக்க முடிகிறது அவரால். இங்கு பெரிய கூட்டத்தின் முன் பாட வேண்டும் என்று ஏன் அவர் விரும்பவில்லை? ராஜத்தின் அப்பா கொடுத்த பத்து ரூபாய், ரங்கண்ணா வைத்த நூறு ரூபாய் எதையும் அவர்கள் ஏற்கவில்லை. திண்ணையில் எல்லோரும் படுத்துக்கொண் டிருந்தனர். பாபு ஒரு ஓரமாகப் படுத்திருந்தான். வெகுநேரம் வரையில் பெரியவரின் உருவம் உட்கார்ந்த நிலையிலேயே தலையைக் குனிந்து கொண்டிருந்தது. வெகுநேரம் கழித்துத்தான் படுக்கையில் சாய்ந்தது.

செவ்வாயன்று காலையில் அவரை பஸ் ஏற்றிவிடப் போகும் போது அப்பாவும் கூட வந்தார். போலீஸ்காரனிடம் சொல்லி தஞ்சாவூருக்கு நாலு டிக்கட் வாங்கிக் கொடுத்துவிட்டான் பாபு. பெரியவர் ஹிந்தியில் சொல்வது புரிந்தது அவனுக்கு. அவனுக்குத்தான் பேசமுடியவில்லை.

"பாபு, நீங்கள் படே வித்வானாகி எப்போதாவது புனாவுக்கு வருவீர்கள். வந்தால் உங்களை வந்து பார்ப்பேன். வரும்போது எனக்கு எழுதுங்கள். விலாசம்தான் கொடுத்திருக்கிறேனே. அப்படியே எங்கள் ஊர் கரிசல் மண், வேப்பமரம், எங்கள் வீடு எல்லாவற்றையும் பார்த்துவிட்டுப் போகலாம்."

பாபு சிரித்தான். அவனுக்குப் பிரிவது சதையைப் பிய்ப்பது போலிருந்தது. அவன் முகம் கலங்குவதைப் பார்த்து, கையைத் தடவிக்கொடுத்து கூட வந்திருப்பவர்களிடம் கனிந்து ஏதோ சொன்னார் அவர். அதற்குப் பதிலாக மூவரும் அவனைப் பார்த்துப் புன்னகை புரிந்தார்கள்.

"புனா பக்கம் வேறு காரியமாக வந்தாலும் எனக்கு எழுதுங்கள். என் பையன் வந்து உங்களை அழைத்துக்கொண்டு வருவான் எங்கள் ஊருக்கு."

"ஓ" என்று தலையசைத்தான் பாபு. "நீங்கள் திரும்பிப் போகும் போது வந்துவிட்டுப் போங்கள்."

"நாங்கள் ராமேச்வரம் போய்விட்டு, திருச்சி, ஸ்ரீரங்கம் அப்படியே மைசூர் போய், அப்படியே ஊர் போவோம். அப்படிப் போகவில்லை யானால் வருகிறேன்."

அரை நிமிஷத்திற்கெல்லாம் பஸ் கிளம்பிவிட்டது. சூன்யம் பிடித்தாற்போல அது போன திசையைப் பார்த்துக்கொண்டு நின்றான் பாபு.

"மகா புண்யசாலிகள். சங்கீதம் சங்கீதம்னு ஒரு வித்தைக்காகவே ஆயுஸ் முழுக்கக் கழிக்கிறார்கள். உடம்பிலேயும் தெம்பு இருக்கு. எந்த ஊராயிருந்தாலும் சரீரம் ஈடு கொடுக்கிறது . . . என்னடா சாரீரம்! இப்படியா பாடுவன்! அமிர்தமாப் பொழியறானே!" என்று ஆச்சரியக்குறிகளாகவே சொல்லிக்கொண்டிருந்தார் வைத்தி.

கால்மணி கழித்து கும்பகோணம் பஸ் வந்தது. பாபு ஏறிக் கொண்டான். வழியிலெல்லாம் அந்த சங்கீதம்தான் கேட்டுக் கொண்டிருந்தது அவனுக்கு. இருக்கச் சொன்னால்கூட இன்னும் ஒரு மாதம் இருந்திருப்பார். நமக்கு ஏன் தோன்றவில்லை என்று வருந்தினான்.

கிட்டத்தட்ட இந்தப் பிரிவு ஏக்கமாகவே இருந்தது. கலியாண அமளி ஓய்ந்த வீடுபோல உள்ளத்தில் பழங்கணக்குகளும், சூன்யமும், அலுப்பும் நிறைந்து கிடந்தன. இந்த நிலையிலிருந்து மீள இரண்டு மூன்று நாள் ஆகும் போலிருந்தது.

இந்த சூன்யமும் ஏக்கமும்தான் அவனை நேராக யமுனா வீட்டுக்கு இழுத்துப் போயின.

"எங்கேருந்து வரே, பாபு? கையிலே பையோட வறியே."

"ஊர்லேர்ந்து வரேன்" என்று அவர்களோடு போய் வந்ததெல்லா வற்றையும் சொன்னான் அவன்.

"இவ்வளவு நல்லாப் பாடினா, எனக்குப் பயமாயிருந்தது. மாரை மாரை வந்தடைச்சுது. அழுகை அழுகையா வந்தது, அவர் நிறுத்தின தால்தானோ என்னவோ. நிறுத்தாம பாடிட்டே இருந்திருந்தா நானும் அங்கேயே உட்கார்ந்து பிராணனை விட்டிருப்பேன்" என்றாள் யமுனா.

"என்ன யமுனா, இது."

"ஆமாம்! நல்லதா ஒண்ணை அனுபவிச்சதுக்கப்பறம் உசிரோட இருக்கலாமா? மறுபடியும் மண்ணிலேதானே வந்து புரள வேண்டியிருக்கு."

"எனக்கும் பயமாத்தானிருந்தது. கீழே கொண்டுவந்து விட்டு விட்டாரேன்னு."

பாபுவுக்குத் தனக்கு ஏன் இந்த உணர்ச்சி ஏற்படவில்லை என்று வியப்பாக இருந்தது.

பார்வதியும் சிறிது நேரம் பேசிக்கொண்டிருந்தாள். அவன் புறப்படும்போது "பாபு, மறந்துபோயிட்டேனே. அன்னிக்கி ஏதோ பொட்ளத்தை வச்சிட்டுப் போயிட்டியே. பூவை எடுத்து இவ வச்சிக்கிட்டா. பொட்ளம் இருக்கு. நீதான் கொண்டுவந்தே போலிருக்கே."

"அதுவா உங்களுக்குத்தான்."

"எங்களுக்கா?"

"ஆமாம்."

"யார் கொடுத்தா?"

"உங்க பெரியம்மாதான், யமுனா?"

"யாரு?"

"நந்தமங்கலத்துப் பெரியம்மா."

"பெரியம்மாவா?"

"ஆமாம்."

"எப்ப கொடுத்தா?"

"நான் போனேன்."

"நந்தமங்கலத்துக்கா? எப்ப?"

"சனிக்கிழமை."

"என்ன காரியமாகப் போனே?"

"ரண்டிலே ஒண்ணு தீர்த்து விடலாம்னு போனேன்."

"எங்க காரியமாத்தானா?" என்று கேட்டாள் யமுனா.

"என் காரியமாயிருக்கப்படாதா அது?"

"என்ன சொன்னான்?" என்றாள் பார்வதி.

பாபு எல்லாவற்றையும் சொன்னான்.

"ஏன் வீட்டை வேணும்னாலும் எடுத்துக்கட்டுமே" என்றாள் பார்வதி. அவள் கண் கலங்கி நீர் பெருகிற்று.

மோக முள்

பாபு விடை பெற்றுக்கொண்டபோது. "பாபு. நீ ஒரு முட்டாள்" என்று வாசலில் வந்து சொன்னாள் யமுனா.

"ஒரு வழியில் இல்லையே" என்று ஒப்புக்கொண்டான் அவன்.

"மற்றதிலே இல்லை. என் சம்பந்தப்பட்டவரையில் நீ முட்டாள் தான்."

" . . ."

"நந்தமங்கலத்தைப் பற்றி நினைக்காதேன்னு அன்னிக்கே சொன்னேனே. நீ ஏன் கேட்கவில்லை."

"எனக்கு ஏதோ சபலம்."

"இனிமேல் என்னைக் கேட்காமல் எதையும் செய்யாதே."

"இல்லை."

"இதை நினைக்கிறபோது, அந்தப் பாட்டைக் கேட்டுண்டு அப்படியே கல்லாயிருக்கப்படாதான்னு தோணுது."

"நான் வரேன் யமுனா" என்று சொல்லிக்கொண்டு படி இறங்கினான் பாபு. அவள் சொன்னது சரிதான். நான் முட்டாள்தான். நந்நமங்கலத்துக்குப் போனதல்ல. அவள் நிம்மதியாக இருக்கும்போது இதைச் சொன்னதுதான்.

அதற்கப்புறம் பி.ஏ. பரீட்சை முடிகிற வரையில் அவள் வீட்டுப் படியேறவில்லை அவன்.

29

இந்த மனதின் விசித்ரத்தைப் புரிந்துகொள்ளத்தான் முடிய வில்லை. யமுனாவைப் பற்றி நினைக்கும்போதெல்லாம், அவளிடம் தகாதமுறையில் நடந்துகொண்ட குறுகுறுப்பும் கழிவிரக்கமும் தோன்றிக்கொண்டேயிருக்கின்றன. இது விஷயமாக அவளிடம் பேசி ஒரு வருஷமாகிவிட்டது. இப்போதும் அந்தக் குறுகுறுப்பு நெஞ்சை அரிக்கத் தவறவில்லை, ஆனால் சிறிது நேரம் அவளையே நினைத்துக்கொண்டிருந்ததால் அந்த உடலின் எழில், காவல்களினின்று தப்பி வருவதுபோல், நழுவிக்கொண்டு மனதில் வந்து பரவுகிறது. முகம் மட்டும் இல்லை, அந்த உயரம், வளைவு, சரிவு, குழைவு, மென்மை எல்லாம் பட்டும் பருத்தியும் போட்ட மறைவைக் களைந்து வந்து நிற்கின்றன. ஒரு நிமிஷம் . . . இரண்டு நிமிஷம் . . . திடீரென்று அந்த மூளையில் ஒன்றிக் கிடக்கிற குறுகுறுப்பு தலை தூக்கப் பார்க்கிறது. இந்த வளைவும், குழைவும் பயந்து அடித்துக் கொண்டு வெளியேறுகின்றன.

ஒரு தடவை, இரண்டு தடவை இல்லை. மனதின் ஒரே கூரையின் கீழ்க் குடியிருந்த இந்த இரண்டும் இப்படி ஒன்றுக்கொன்று பூசலிட்டுக்கொண்டிருந்தன. தினப்படி நடக்கிற நிகழ்ச்சி. இரண்டு குடிகள்; ஒன்று இஷ்டப்படி கத்திப் பாடிக்கொண்டு இன்னொரு குடியின் சௌகர்யம் தெரியாமல் காலங்கடத்துகிற குடி; இன்னொன்று ஏழை, ஆனால் வம்புக்குப் போகாது; பலமுள்ளது. நல்லது செய்து செய்து மரியாதை சம்பாதித்துக்கொண்ட குடி. எப்போதாவது தொந்தரவு தாங்கமுடியாமல் அது தலைதூக்கிப் பார்க்கும். உடனே தான்தோன்றிக்குடி அடங்கிவிடுகிறது.

யமுனாவைப் பற்றி நினைப்பதையே விட்டுவிட்டான் அவன். நினைவு வந்தால் உடனே அதை வெளியேற்றப் பாடுபட வேண்டியிருந்தது. பழக வேண்டியிருந்தது. பழகிக்கொண்டான். ஓயாமல் படித்துக்கொண்டிருந்தான். இந்த பி.ஏ. பரீட்சை அவ்வளவு கஷ்டமான பரீட்சை இல்லை. அதற்கு இவ்வளவு முயற்சி தேவையில்லை. ஆனால் பரீட்சைக்காகப் படிக்காமல், அந்தப் படிப்புக்கு உதவுகிற மற்ற புத்தகங்களை எல்லாம் பசியுடன் வாங்கி வாங்கி ஓயாமல் ஒழியாமல் இரவுபோவது தெரியாமல் படித்துக்கொண்டிருந்தான். கண் சோர்ந்து, உடல் சோர்ந்து தூக்கம் வந்து அழுத்துகிறவரையில் மன்றாடினான். அதுவும் நல்லதாகத்தானிருந்தது. கனவுக்கும் இடங் கொடுக்காத அந்த ஆழ்துயில் காலையில் மறையும்போது புதுமையும் தெளிவும் பலமும் அமைதியும் தந்துவிட்டுச் சென்றன.

இந்தச் சலியாத உழைப்பால், இருக்கிற நேரம்கூடப் போத வில்லை. ஓய்வுதானே கதவை இடித்து இடித்து வலுக்கட்டாயமாக வந்து புகுந்துகொண்டது. அவனாகப் போய் எப்போதுமே அதைக் கூப்பிடவில்லை. அந்த ஓய்வும் தூக்கத்துடன் வராமல் தனியாக வந்திருந்தால் அதற்கு அனுமதி கிடைத்திராது.

வாழ்வது எவ்வளவு ஆனந்தமாக இருக்கிறது! அதுவும் காவேரிக்கு ஓரமாக இந்த இடத்தில் வாழ்வது எவ்வளவு ஆனந்தம்! காவேரி மண்ணில் வேர்விட்டு உரம் குடித்து வானில் ஓங்கிய பச்சை, வெயில், பட்சிகளின் ஆர்ப்பாட்டம் வாசலில் கறிகாய் கூவும் அங்காடிகளின் குரலினிமை – வாழ்வின் வெவ்வேறு ஸ்வரங்களாக இவை ஒலித்து, ஒரு சுருதி சுத்தமான காணமாகக் கேட்டன. இதை ஏதும் வந்து கெடுக்க முடியவில்லை.

பரீட்சைக்கு இரண்டு நாள் முன்பு ரங்கண்ணாவும் அவனுக்கு லீவு கொடுத்துவிட்டார். புத்தகத்திலேயே முழுகிவிட இப்போது நேரம் கிடைத்தது. பங்குனி மாதத்து விடியற்காலையின் ஜிலுஜிலுப்பு எவ்வளவு இதமாயிருக்கிறது! காவேரியைப் பார்க்கும் ஜன்னலோர மாக நாற்காலியைப் போட்டுக்கொண்டு எதிரே தெரியும் மரங்களை யும், சோலைப் பசுமையில் முடங்கிக்கிடக்கும் ஹாஸ்டல் கட்டிடத்தை யும் பார்த்துக்கொண்டு படித்துக்கொண்டிருந்தான் அவன். எங்கோ

தொலைவில் கேட்பதுபோலத் தெருவில் போகும் அங்காடிக் கூவல்கள் உள்ளத்தின் மூலையில் ஒலிக்க, பறவைகள் பாட, வறண்ட காவிரியின் மணல் கண் விளிம்பில் காண, இந்தப் பாதி மறதியில் அவன் வேறு உலகில் திரிந்துகொண்டிருந்தான்.

பரீட்சை முடிந்த அன்று எல்லாக் கவலைகளும் சுமைகளும் திடீரென்று கீழே இறங்கின. சுப்பாச்சாரிக்கு இதெல்லாம் புரிந்திருந்தது. பகல் மூன்று மணிக்குமேல் பட்சணத் தட்டுகளைத் துடைத்துவிட்டு கணக்குப் பார்க்க ஆரம்பித்துவிடுகிற அவர் கடையில் இன்று ஐந்து மணிக்கு ஜே ஜே என்று கூட்டம் மொய்த்தது. சிறையிலிருந்து, இருளிலிருந்து விடுதலையடைந்த மாணவர்கள் இன்னது செய்வ தென்று தெரியாமல் காச்சு மூச்சென்று கத்தலாகவே பேசிக்கொண் டிருந்தார்கள். வயிறு கொண்ட மட்டும் வாங்கித் தின்றுகொண்டிருந் தார்கள். இடமில்லாதவர்கள் இலையைக் கையில் வைத்துக்கொண்டு, கோதுமை ஹல்வாவையும் வெள்ளையப்பத்தையும் இனாமாக வாங்கித் தின்பதுபோல் போடப்போட கேட்டுக் கேட்டுத் தின்று கொண்டிருந்தார்கள். ஒரே சந்தை இரைச்சல்.

"ஓய் ரங்கராவ். எங்கெய்யா ரவாதோசை!"

"ஏய் மாது ... சீச்சிச்சி எத்தனை நாழிடா கத்தறது?" ரங்கராவும் மாதுவும் வேர்த்து விறுவிறுக்க "இரய்யா! பரீட்சைதான் முடிஞ்சு போச்சு. சித்தெ இருந்துதான் சாப்பிட்டுப் போயேன். நானும் ஓடிண்டுதானே இருக்கேன்" என்று சொல்லிக்கொண்டே ஓடிக் கொண்டிருந்தார்கள்.

பாபுவும் ராஜமும் வாய் வழிய வழியத் தின்றார்கள். பாபுவுக்கும் என்ன செய்வதென்று தெரியவில்லை. சுப்பாச்சாரி ஊரிலிருக்கிற பாலையெல்லாம் வாங்கிவிட்டார் போலிருந்தது. மாமாங்கக் கூட்டம் கூடினாலும் அவர் தீர்ந்து போச்சென்று கடையை மூடுவாரே தவிர, எண்ணெயையோ தண்ணீரையோ விட்டடித்து, தரத்தைக் குறைத்துவிடமாட்டார். இந்தப் பரீட்சைக் கலியாணத்தில் கமகம வென்று கொட்டை வறுக்கும் மணத்துடன் அவர் காப்பி கொடுத்தது அவருடைய நல்ல மனசைத் தவிர வேறு எதைக் குறிக்கும்? உயிர் போனாலும் பேர் போகக் கூடாது அவருக்கு. பாபு அந்தக் காப்பியின் ருசியை ருசித்து ருசித்துச் சாப்பிட்டான். சேர்ந்தாற்போல மூன்று டம்ளர் காப்பியை அவன் குடித்தது இதுதான் முதல்தடவை. அவனைப் பார்த்து மேலும் குடிப்பதா வேண்டாமா என்று தயங்கிக் கொண்டிருந்த மாணவர்கள்கூட இரண்டு மூன்று டம்ளராகப் பெருக்கிக்கொண்டார்கள்.

வெளியில் வந்து மற்ற மாணவர்களைப்போல் வறுத்த சீவலையும் வெற்றிலையையும் கவுளி கவுளிகளாகப் போட்டு அரைத்தார்கள் இருவரும்.

கூட்டத்தில் பாதி சினிமாக் கொட்டகைகளை நோக்கி நடந்தது. பாதிக்கூட்டம் காவேரி மணலில் இறங்கிற்று. ராஜம்கூட ஏழரை மணிக்கு வீட்டுக்குப் போவதை மறந்துவிட்டான் போலிருக்கிறது. கும்பல் கும்பலாகக் காவேரி மணலில் மாணவர் கூட்டம் உட்கார்ந்து கொண்டது. ஆங்காங்கு மேல்துண்டை விரித்து வழவழவென்று வழுக்கி ஓடும் புதுச் சீட்டுக் கட்டுகளைக் கலைத்து ஆட்டங்கள் தொடங்கின. கைமறையும் வரையில் ஆட்டங்கள் நடந்துகொண் டிருந்தன. நிலவுக்கு இன்னும் கொஞ்சம் ஒளியிருந்தால் மேலும் தொடர்ந்திருக்கும். எட்டாம் நாள் நிலாவாக இருந்ததால் கட்டுகளைப் பெட்டிக்குள் போட வேண்டியிருந்தது. அந்த வெளிச்சமே போதும் என்று கண்ணை இடுக்கு வெளிச்சத்தில் பிடித்துப் பார்த்து இரண்டு ஆட்டம் ஆடின. ஒன்றிரண்டு கும்பலும் கடைசியில் முடியாமல் நிறுத்திக்கொண்டன.

பேச்சும் சிரிப்பும் கூச்சலும் நிலவு விழுந்த ஆற்று வெளியைக் கலகலக்க அடித்துவிட்டது. கிழக்கே எங்கோ ஒரு மூலையில் ஒரு கும்பலில் கிராமக் கூத்துப்பாட்டு ஒன்று எழுந்தது. அரிச்சந்திர நாடகத்திலிருந்து ஒரு பாட்டைத் தொண்டை கிழியக் கிழிய ஒரு பையன் பாடிக்கொண்டிருந்தான். கூத்துப்பாட்டின் ஸ்தாயி, நடுக்கங் கள், சங்கதிகள் அதட்டல்கள், ஒப்பாரிகள் – எல்லாம் அப்படியே அச்சாகப் பாடிக்கொண்டிருந்தான் அவன்.

ராஜமும் பாபுவும் இன்று தனியாக இல்லை. கூட இரண்டு மூன்று மாணவர்கள் இருந்தார்கள்.

"பாபு, ஒரு பாட்டுப் பாடுங்களேன்" என்றான் ஒருவன்.

பாபுவுக்கும் பாட வேண்டும் போல்தானிருந்தது. காமன் பண்டிகை மாதிரி நிலவு. இன்னது செய்வதென்று அறியாத வெறியும் வடிவெடுத்தது. இந்தக் கோலாகலத்தில் விழுந்து மணலில் குதிரை புரள்வதுபோல் புரள வேண்டும் போலிருந்தது அவனுக்கு. கேட்ட வுடனே "பாடுகிறேன்" என்று சொல்லிவிட்டு ஆரம்பித்துவிட்டான் அவன். ஆரம்பத்திலிருந்தே ஆங்காங்கு இருந்த கும்பல்கள் கலைந்து இந்தக் கும்பலைச் சுற்றி ஒட்டிக்கொண்டன. கொஞ்சம் கொஞ்சமாகக் கும்பல் கூட்டமாக வளர்ந்தது. கடைசியில் பெரிய கச்சேரிக் கூட்டமாகக் கூடிவிட்டது. பாபுவுக்கும் உற்சாகம் தாங்கவில்லை. வாய்விட்டு, தன் திறமைகளெல்லாவற்றையும் பயன்படுத்திப் பாடிக் கொண்டிருந்தான். தன்னை மறந்த நிலையில் அவன் கண் தானாக மூடிக்கொண்டது. கூட்டத்தில் ஓரிரண்டு குரல் நிசப்தத்தின் நடுவில் பலே போட்டதைக் கேட்டு, கூட்டம் முழுவதும் தன் குரலில் மயங்கிக்கிடப்பதை அவனால் உணரமுடிந்தது. கேட்ட பாட்டுகளை எல்லாம் பாடினான். விச்வம்பர் காணேயின் சிஷ்யரின் நினைவு அவனுக்கு எப்போதுமே அகலவில்லை. இன்று வாயை விட்டுப் பாடும்போது அவர் மாதிரியே நினைத்துக்கொண்டு அவராகவே

ஆகிவிட்டான். அவராகவே தன்னை நினைத்துக்கொண்டு பாடும் போது அவனுக்குச் சுற்றுப்புறத்தை மறக்கக்கூடிய நிலை முழுக்க முழுக்க வந்துவிட்டது. இந்த வியப்பில் அவனே தன் குரலைக்கண்டு அதிசயப்பட்டான். ஆனால் அவர் குரலின் குழைவு என்ன! காம்பீர்யம் என்ன! அதுமாதிரி ஒரு நிமிஷம் பாட ஆயிரம் வருஷம் தவம் கிடக்க வேண்டும் என்றுதான் தோன்றிற்று.

ஒன்பது மணிவரையில் பாடி நிறுத்தினான் அவன். இரண்டா வது சினிமா ஆட்டத்திற்குத் திட்டம் போட்டுக்கொண்டிருந்தவர்கள் எழுந்துவிட்டார்கள். பிரிவுபசாரங்களில் கால் மணி கழிந்தது. பாபு, ராஜம் உள்பட எல்லோர் மனதும் இரண்டாவது ஆட்டத்தில் தான் இருந்தது. விடைபெறும் உபசாரங்கள் முடிந்தபோது, ராஜமும் பாபுவும் மட்டும்தான் மணலில் உட்கார்ந்திருந்தார்கள். சந்திரன் சற்று மேற்கே போயிருந்தது. மணல் பரப்பு வெண்மை போர்த்தி குளிர்ந்திருந்தது. ராஜம் கையால் மண்ணைத் திலாவிக்கொண்டிருந் தான். சுற்றிலும் தனிமையும் மௌனமும் அரசாண்டன.

மணலைத் திலாவிக்கொண்டே ராஜம் கேட்டான்: "என்ன பாபு, மேலே என்ன பண்ணப்போறே நீ?"

"நீ என்ன பண்ணப்போறே?"

"நானா? நான் முதலில் கலியாணம் பண்ணிக்கப் போறேன்" என்றான் ராஜம்.

"கலியாணமா? நீயா?"

"ஆமாம்."

"எப்ப?"

"இன்னும் பதினைஞ்சு நாளில்."

"பதினைஞ்சு நாளிலா?" பாபுவுக்குக் குழப்பமாகவும் இருந்தது வியப்பாகவும் இருந்தது.

"ஆமாம் பாபு! நிச்சயமாயிடுத்து."

"எனக்குச் சொல்லவே இல்லையே."

"உங்கிட்டகூடச் சொல்லலை பார்த்தியான்னு உனக்குக் குறையாத் தானிருக்கும். ஆனா பரீட்சையெல்லாம் முடியட்டுமேன்னு தானிருந்தேன். இன்னிக்கி அப்பாடான்னு இருக்கு. சொல்றேன்."

"பெண் யாரு?"

"திருச்சியிலே வக்கீலாம். அப்பாவோட வாசிச்சவராம். இங்கே ஒரு கலியாணத்துக்கு வந்திருந்தார். முதல் பெண்ணையும் சம்சாரத்தை யும் அழைச்சுண்டு வந்தார். எங்க வீட்டிலேதான் தங்கியிருந்தார், ரண்டு நாள் . . . நாலு நாள் ஆச்சு. ஆனதுக்குக் காரணம் அவர்

என்னைப் பார்த்ததுதான். அப்பாவும் அவரும், அம்மாவும் அவளும் முணுமுணுவென்று பேசிக்கொண்டிருந்தார்கள். ரொம்ப நெருங்கிப் பழகினவர்கள் பாலியத்தில். அப்புறம் தனித்தனியாப் பிழைப்புக்காக ஊர்விட்டு ஊர்போனதும் போக்குவரத்து குறைஞ்சு போச்சு . . . இப்ப நாலுநாள் அப்பாவும் அவரும் விடாமல் பேசித் தீர்த்தார்கள், கலியாணத்துக்குப் போய்விட்டு வந்த அசதியில் அவர்களும் தங்கி விட்டார்கள். அந்தப் பெண் அழகுதான். திடீர்னு ஒருநாள் அவள் காப்பி கொண்டு வந்தாள் என் உள்ளுக்கு. டம்ளரை வைத்துவிட்டுப் போனாள், எனக்குப் படபடன்னு வந்தது. காப்பியை சட்டை யெல்லாம் கொட்டிண்டேன். திரும்பி டம்ளரை வந்து எடுத்துண்டு போனவ, எங்கம்மாகிட்ட 'மாமி, இன்னும் கொஞ்சம் காப்பி கொடுங்கோ அவருக்கு. அவர் சட்டையே பாதி காப்பியைச் சாப்பிட்டுடுத்து'ன்னாளாம்.

"அவர் சட்டையா! யார் சட்டை?" ன்னாளாம் அம்மா.

"அப்பா சாயங்காலம் கடைத்தெருப் பக்கம் அழச்சிண்டு போய்க் கேட்டார். நான் சம்மதித்துவிட்டேன். அன்னிக்கி ராத்திரியே பாக்கு வெத்திலை மாத்திண்டா பத்திரிகையும் அடிச்சாச்சு . . . இந்தா உனக்குத்தான் முதல் பத்திரிகை. முதல்லெ சொல்லலையேன்னு நெனச்சுக்காதே. பத்திரிகையே இனிமேத்தான் 'ரிலீஸ்' பண்ணப் போறேன், அதுக்கு முன்னாடி உனக்குக் கொடுத்தாச்சு" என்று நடுவில் பேச இடங்கொடுக்காமல் பேசி, சட்டைப் பையிலிருந்து பத்திரிகையை எடுத்து நீட்டினான் ராஜம்.

பாபுவுக்கு ஒன்றுமே முதலில் புரியவில்லை. சடசடவென்று வேகமாகப் பேசிக்கொண்டிருந்தான் ராஜம்.

பளிச்சென்று போன வருஷம் இவன் யமுனாவிடம் சொன்ன தெல்லாம் நினைவுக்கு வராமல் என்ன செய்யும்? எம்.ஏ., அப்புறம் ஆராய்ச்சி, அப்புறம் கலியாண யோசனை என்று அளந்துகொண்டிருந் தவன் இவன்.

"வெளிச்சத்திலே போய்ப் பாரு பத்திரிகையை" என்றான் ராஜம். "நானே சொல்றேனே. பெண் பெயர் அலமேலு."

"ரொம்ப கர்நாடகப் பெயராக இருக்கே."

"என்மாதிரி. அப்பா பேரு நாகராஜன், கலியாணம் உத்தமர் கோயில்லெ . . . இன்னிக்கிப் பதினஞ்சாம் நாள். நீ பிள்ளை வீட்டுக் காரன்."

"அது சரி."

"நீ மேலே என்ன கேட்கப்போறேன்னு தெரியும். எனக்குப் பெண் பிடித்துவிட்டது. கலியாணம் பண்ணிக்காம இருக்கலாம். ஆனால், அவளைப் பார்த்தேன். சரி என்று வாயில் வந்துவிட்டது.

கலியாணம் பண்ணின்டதனாலே பாதகமில்லை. எனக்கு எதையும் சமாளிச்சுக்க முடியும் . . ."

அவர்கள் மணலை விட்டு எழுந்து சகாநாயகன் தெருவில் நடந்து வந்துகொண்டிருந்தார்கள். ஒரு பெரிய தட்டளவுக்கு ஒளி விழுந்திருந்த கம்பத்தின்கீழ் பத்திரிகையைப் பிரித்துப் பார்த்தான் பாபு.

"என்னப்பாது? யமுனா பேர் எழுதியிருக்கே?"

"ஓகோ . . . உன்னிடம் கொடுத்துவிட்டு இரண்டாவது உங்கள் யமுனாவுக்கு எழுதிக்கொண்டு வந்தேன். அது உன் கையில் வந்து விட்டதா? அதை இப்படிக்கொடு . . . இதை எடுத்துக்கொள்" என்று பையிலிருந்த இன்னொன்றை எடுத்துக்கொடுத்தான் ராஜம்.

"அது சரி, பெண் உனக்குப் பிடிச்சிருக்கா?"

"பிடிச்சிருக்கு. ஆனால் அவளையும் ஒரு வார்த்தை கேட்டு விட்டேன். அவளும் என்னைத் தனக்குத் தகுதியுள்ளவன்னுதான் நெனச்சிருக்கணும் . . ."

"நீ பார்த்து விரும்புகிறவள் அழகாகத்தான் இருப்பாள், தகுதி யுள்ளவளாகத்தான் இருப்பாள்."

"கலியாணத்தில் நீயே பார்க்கப்போறே. ஆனால் யமுனா மாதிரி இவள் கண்ணைப் பறிக்கிற அழகில்லை. அகல் விளக்கு மாதிரி இருப்பாள்."

"யமுனா மாதிரி இருந்தால் என்ன? இல்லாவிட்டால் என்ன?"

"இல்லை. இந்த விஷயத்தில் உன் பாக்யம் எனக்கு இல்லைன்னு சொல்றேன்."

"என்ன ராஜம் இது?" என்று திரும்பிப் பார்த்தான் பாபு. "யமுனா என்னை உதறிவிட்டாளே, நானும் அவளை நினைக்காம லிருக்கத்தான் பாடுபடுகிறேன்."

ராஜம் பதிலே பேசவில்லை.

"யமுனா விஷயத்தில் நீ என்னை ஆதரித்ததே இல்லையே."

"இல்லைதான். ஆனால் இப்போதுதான் எனக்குத் தெரிந்தது. நீ எவ்வித உறுதியுடன் இருக்கிறாய் என்று."

"நான் உறுதியாயிருந்து என்ன பிரயோஜனம்?"

"பிரயோஜனம் உண்டு."

"உண்மையாகவா?" என்று ஏக்கத்துடன் கேட்டான் பாபு.

"ஆமாம் பாபு. நம்முடைய உறுதியை நாமே ஏன் கலைக்க வேண்டும்? நான் உன்னைத்தான் பெரியவனாக மதிக்கிறேன். நான்

தி. ஜானகிராமன்

அப்போது உன் உற்சாகத்தை ஒடித்துப்போட்டதற்கெல்லாம் இப்போது மன்னிப்புக் கேட்க வேண்டும்."

"என்ன ராஜம் இது?"

"ஆமாம். நான் இந்தப் பெண்ணை முன்பின் பார்த்ததில்லை. நாலைந்து நாள் பார்த்ததுதான். ஆனால் அவளைப் பல வகைகளில் தெரிந்துகொள்ள முடிந்தது எனக்கு. அவள் சிரிப்பு, அவள் பேச்சு, அவளுடைய கருணை, பெண்மை, சாமர்த்தியம், குழந்தைத்தனம் அல்லது பேதைமை என்று சொல்கிறார்களே அது, அவளுடைய அநுதாபம், எல்லாவற்றையும் நான் உற்றுக் கவனித்தேன். ஆறாவது நாள் அப்பா என்னிடம் கலியாணப்பேச்சை எடுத்தபோது என்னுடைய எண்ணமே, என் ஏக்கமே அவர் வாயிலிருந்து பேச்சாக வந்தது போலிருந்தது."

"ஐந்தாறு நாள் பார்த்தா உனக்கு இதெல்லாம் வந்துவிட்டது?"

"ஐந்து நிமிஷமே போதுமென்றுதான் எனக்குத் தோன்றுகிறது."

"என் விஷயம் அப்படி இல்லை, ராஜம்! நீ அப்போது சொன்ன மாதிரி இரண்டு கையும் தட்டினால் ஓசை உண்டாகும். இங்கே ஒரு கைதான் வீசுகிறது. இன்னொரு கை தட்டுக்கப்பால் இருக்கிறது."

"நீ காத்திருக்கலாம்."

"நான் மறந்துவிட முயன்றுகொண்டிருக்கிறேன்."

"உறுதியான விருப்பத்திற்கு என்றும் பயனுண்டு. இதைத்தவிர வேறு ஒன்றும் சொல்லத் தோன்றவில்லை எனக்கு."

பாபு சாப்பிட்டுவிட்டுத்தான் புறப்பட்டான். அதுவரையில் காத்திருந்தான் ராஜம்.

யமுனா வீட்டில் நுழையும்போது, "மூணு, நாலு மாசமா தலையே காட்டலெ. நீங்களும் கூட வந்தா ஒண்ணும் சொல்ல மாட்டாங்கன்னு தைரியம்போலிருக்கு" என்று ராஜத்தைப் பார்த்துக் கொண்டே சொன்னாள் யமுனா.

"பரீட்சைக்கு ரொம்ப படிச்சிருக்கான் பாபு. நேரமிருந்தால் வரமாட்டானா?"

பாபு ராஜத்தின் பையிலிருந்த பத்திரிகையை எடுத்து யமுனா விடம் நீட்டினான்.

"என்ன இது?"

"நிம்மதிச் சீட்டு" என்றான் பாபு.

"ஆமாம். எம்.ஏ. எம். லிட். டாக்டருக்கு எல்லாம் படிக்கிறபோது என்ன செய்கிறது?"

“அட உங்களுக்கா . . ? சித்திரை ஏழாம் தேதியா? இந்த ஊரிலே இல்லையா?”

“அம்மா எங்கே, யமுனா?”

“உள்ளே படுத்திட்டிருக்கா. ஜுரம்.”

பாபு உள்ளே போய்ப் பார்க்கப் போனான்.

பார்வதியின் உடல் இளைத்துக்கிடந்தது. இந்த ஜுரம் மட்டும் காரணமாக இருக்க முடியாது, இவ்வளவு இளைப்புக்கு.

“பாபுவா?” என்று எழுந்து உட்கார்ந்தாள் அவள்.

“என்ன பாபு, இதெல்லாம் எப்பக் கத்துக்கிட்டே? ஊர்லேதான் இருக்கியா?”

“பரீட்சை, படிக்கவேண்டியிருந்தது.”

“நல்ல பரீட்சை போ. நீயும் இப்படி இருந்தா நாங்க என்ன பண்றது . . ? ஏன் இவ ஏதாவது சொன்னாளா?”

“யாரு?”

“யாரு – எல்லாம் உங்க யமுனாதான்” என்றாள் பார்வதி.

“அவ என்னத்தைச் சொல்லப் போறா?”

“இன்னும் யாரு வந்திருக்கா?”

“ராஜம். அவருக்குக் கல்யாணம். பத்திரிகை கொடுக்க வந்தோம்.”

“கூடத்திலிருக்கா அது?”

“ஆமாம்.”

“மாப்பிள்ளையா ஆனா எட்டிக்கூடப் பார்க்கக்கூடாதா?” என்று கூடத்தைப் பார்க்கக் குரலை உயர்த்தினாள் பார்வதி.

“ராஜம், உன்னைத்தான்” என்றான் பாபு.

ராஜம் எழுந்து உள்ளே வந்தான்.

“என்ன தம்பி! கலியாணமா?”

“ஆமாம் . . . என்ன உடம்பு உங்களுக்கு?

“நீ எப்ப கலியாணம் பண்ணிக்கப் போறே பாபு?”

“எனக்கென்ன இப்ப?”

“உனக்கென்னவா? காலாகாலத்திலே நடக்கத்தானே வேணும்?”

“அப்படீன்னா தானே நடந்துட்டுப் போறது.”

“பரீட்சை எப்ப?”

"எல்லாம் இன்னியோட தீர்ந்து போச்சு."

"மேலே என்ன பண்ணப்போறே தம்பி?"

"மதராஸிலே படிக்கப்போறேன்."

"நீ?"

"நான் இன்னும் யோசிக்கலெ."

"நீ சங்கீத வித்வானா ஆயிடுவே."

"நீங்க சரியாச் சொல்லிவிட்டேள். அவன் அப்படி ஆகணும்னு தான் எனக்கு ஆசை" என்றான் ராஜம்.

"படிப்பும் சேர்ந்திருக்கு. நல்லாயிருக்கலாம் . . ."

"அவன் ஏதாவது உத்தியோகத்துக்குப் போனான்னா யோசனை யுள்ள காரியம்னு நான் சொல்லமாட்டேன்" என்றான் ராஜம்.

"நீங்களே தீர்மானம் பண்ணிவிட்டா? நான் எங்கப்பா எல்லாரும் இருக்கோமே."

"ஆமாம். அப்பாவுக்கு அடங்கி நடக்கிற பிள்ளைதான் ரொம்ப."

"ஏன்? என்ன அடங்கி நடக்கலெ?"

"கலியாணத்துக்குத் தலைகீழே நின்னாங்களாம். மாட்டேன்னு வந்துட்டியாமே?"

"உங்களுக்கு யார் சொன்னா?"

"யார் சொன்னா என்ன?"

"எங்கிட்ட சொல்லவே இல்லியே பாபு நீ?" என்றான் ராஜம்.

"ஆமா. கலியாணம் வேண்டாம்னு சொன்னதை உங்கிட்ட சொல்லணுமா?"

"சரி, இனிமேலாவது இப்படி சொல்லமாட்டீல்ல?"

"த்ஸ" என்று மூச்சுக்கொட்டினான் பாபு. வேதனையில் அவன் உள்ளம் புரண்டுகொண்டிருந்தது. அவன் முகத்தைப் பார்த்ததும் பார்வதி பேச்சை விட்டுவிட்டாள்.

இருவரும் விடை பெற்றுக்கொண்டார்கள்.

"இனிமே பாபுவுக்குத்தான் கஷ்டம்."

"ஏன்?" என்றான் ராஜம்.

"நீங்களும் ஊருக்குப் போயிட்டா?"

"நீங்க இருக்கிற வரையில் பாபுவுக்கு என்ன கஷ்டம்? . . . நான் வரட்டுமா?" என்று சொல்லிக்கொண்டே விறுவிறுவென்று வெளியே வந்தான் ராஜம்.

பாபுவுக்கு உள்ளம் துள்ளிற்று. மறுகணம் நோவில் விழுந்து தத்தளித்தது. தலையைக் குனிந்துகொண்டே பின்தொடர்ந்தான்.

30

எல்லா விடுமுறைகளைப் போலத்தான் இதுவும் இருந்தது பாபுவுக்கு. பாபநாசத்திற்கும் கும்பகோணத்திற்கும் எப்போதும்போலப் போய் வந்துகொண்டிருந்தான் அவன். இப்போது ரங்கண்ணா வீட்டில் காலை முதல் மாலைவரையில் கழிக்க முடிந்தது. ராஜத்தின் கலியாணத்திற்குப் போய் வந்தபிறகு காவேரிக்கரைத்தெரு அறையைக் காலி செய்தான். பகல் சாப்பாட்டைக் காலையிலேயே சாப்பிட்டு விட்டு பாபநாசத்திலிருந்து வந்து, மாலையில் சாப்பாட்டுக்கு முன் திரும்பிப்போகும் பழைய பழக்கம் மீண்டும் வந்தது.

ராஜம் ஒன்றரை மாதகாலம் கும்பகோணத்திற்கும் திருச்சிராப் பள்ளிக்கும் போய் வந்துகொண்டிருந்தான். கடைசியில் ஜூலை மாதம் வந்தது. மேல் படிப்புக்குக் காசிக்குப் புறப்பட்டான். அவனுடைய ஒன்றுவிட்ட பெரியப்பா அங்கு பேராசிரியராக இருந்தாராம். அவனை ரயிலேற்றிவிட அவன் அப்பா, அம்மா, மனைவி, பாபு எல்லோரும் போயிருந்தார்கள்.

அந்தப் பெண்ணின் முகத்தைப் பார்க்க முடியவில்லை. அட முட்டாள்! இன்னும் இரண்டு வருஷம் இப்படித் தனியாக விட்டு விட்டுப் போகவா கலியாணம் செய்துகொண்டாய்!

ரயில் புறப்படுமுன் “பாபு, என்னை மன்னித்துவிடேன்” என்றான் ராஜம்.

“என்ன ராஜம்?”

“இல்லை. நான் உன்னை ரொம்ப வேதனைப்படுத்தியிருக்கிறேன்.”

“நீ மனசில் தோணினதைச் சொன்னால் அதிலே என்ன தப்பு?”

“இல்லை பாபு. நான் விஷயம் புரியாமல் சொல்லிக்கொண் டிருந்தேன். எனக்கு வருகிற வரையில் எல்லாம் வெறும் ஆதாரமில்லாத உணர்ச்சியாகத்தான் பட்டது. அந்த மாதிரி இப்போது நினைக்க முடியவில்லை. அன்று ராத்திரி, விடியற்காலையில் நீ அவளிடம் ஓடிப் போய்த்தானே சொன்னாய். எவ்வளவு கல்மிஷமில்லாதவன் நீ!”

அவன் வார்த்தைகளைக் கேட்கக் கேட்க பாபுவுக்கு எல்லை யில்லாத சோகம் படர்ந்துகொண்டிருந்தது.

“நீ அப்புறம்தான் எவ்வளவு தைரியமாக இருந்திருக்கிறாய்? எப்படி உன்னால் அடுத்த வீட்டுக் கதவைத் திறக்காமலிருக்க முடிந்தது? உண்மையாகச் சொல்கிறேன், நீ கல்லாகத்தான் இருந்திருக்கிறாய்.”

"கல்தான்" என்று நினைத்துக்கொண்டு முகத்தை அப்பால் திருப்பிக்கொண்டான் பாபு. தங்கம்மாளைக் கொன்றுவிட்ட பாபம் கண்ணை மறைத்தது. மார்பு படபடவென்று அந்த நினைவில் நடுங்கிற்று. ஒன்றும் புரியாத இந்த படபடப்பு மீண்டும் வந்து வயிற்றைக் கலக்கிற்று.

ராஜத்திற்கு எல்லோரையும்போல் செய்தி தெரியும். ஆனால் தற்கொலை – நான் ஏவிய தற்கொலை என்று தெரியாது. இப்போது சொல்லிவிடலாமா? இருந்து இருந்து சொல்லுகிற இந்தச் செய்தியை வெளியே சொல்லியாவது பார்க்கலாமா? கொஞ்சம் நிம்மதி கிடைக்குமா . . ? வேண்டாம். சொல்லாதே . . . எதற்காகச் சொல்ல வேண்டும்? குற்றம் குற்றம்தான் . . . வெளியே சொல்ல என்ன இருக்கிறது? நான் குற்றவாளி என்று சொல்லிக்கொள்வதில் என்ன வந்துவிடப்போகிறது . . . ஆனால் நான் அவளை இந்த மாதிரியான உறவில் நினைக்கவே இல்லையே. எது நடந்தால் என்ன? நான் செய்யவில்லை. என் உடல் செய்தது . . .

"நீ இந்த விஷயத்தில் தைரியசாலியாகத்தான் இருக்கிறாய். ஆனால் உணர்ச்சி வசப்படுகிறவன் நீ. இந்தப் பிரியும் நட்புதான் வாழ்க்கை, நேற்றுக் கலியாணம் பண்ணிக்கொண்டு பிரிகிறேன் நான். உன்னிடமிருந்து பிரிகிறேன். எனக்கும் புரியத்தான் இல்லை. இதெல்லாம் எதற்காக என்று . . . இத்தனை நாள் சேர்ந்திருந்துவிட்டு நான் காசியைப் பார்க்கப் போகிறேன். ம் . . . சரி நீ இங்கேயே இரு. ரங்கண்ணாதான் உனக்கு எல்லாம் என்று தோன்றுகிறது எனக்கு. ரங்கண்ணா உன் பேரில் உயிரை வைத்திருக்கிறார். எனக்குத் தெரியும். அவரிடம் இருக்கிறதை எல்லாம் உன் தோளுக்கு மாற்றி விட்டுத்தான் அவர் கண்ணை மூடுவார். அதுவரையில் நீ எங்கேயும் போக முடியாது. நீ நினைத்தால்கூட முடியாது என்று நினைக்கிறேன் . . . ரங்கண்ணாவின் நாத அனுபவங்கள் உன்குரலில் ஏறி வரும்போது நான் கேட்க வேண்டும். உலகம் கேட்க வேண்டும். அப்பொழுது இந்த ராஜத்தை மறந்துவிடாதே" என்று அவன் கையைப் பிடித்துக் கொண்டான் ராஜம்.

"அப்புறம் நீ எல்லாவற்றையும்விட யாரைப் பெரிதாக மதித்துக்கொண்டிருக்கிறாயோ, அவளும் உன்னுடன் சேர்ந்திருப்பதை நான் பார்க்க வேண்டும் என்றுதான் என் ஆசை" என்று மேலும் சொன்னான் அவன்.

அவனுக்கு இன்னும் என்ன என்னமோ பேச இருந்தது போலிருந்தது.

"ராஜம் . . . உன் மனைவியிடம் விடைபெற்றுக்கொள்ளவில்லையா?" என்று கேட்டான் பாபு.

"செய்ய வேண்டியதுதான். அது ஆரம்பம். இது முடிவு. அதுதான் உன்னைவிட எனக்கு மனமில்லை."

"பாதகமில்லை. போ."

மேலே பேசமுடியாமல் நகர்ந்தான் ராஜம்.

எட்ட நின்றுகொண்டான் பாபு. ராஜமும் மனைவியை சற்று விலகிப்போனாற்போல் அழைத்துச் சென்றான்.

ஒரு நிமிஷத்திற்குள் வண்டி ப்ளாட்பாரத்துக்குள் வந்தது. சாமான்களைத் தூக்கி வைத்தார்கள்.

இடம் கண்டுபிடித்து உட்கார வைக்க மூன்று நிமிஷமாகி விட்டது. கூட்டம் நெறித்தது. சாயங்காலத்துக்குப் பிறகு மதராஸ் போகிற ஒரே எக்ஸ்பிரஸ் வண்டி.

"ஜாக்ரதையாப் போடா, குழந்தே."

"போனவுடனே லெட்டர்... விவரமா."

"சரிப்பா."

"ஜாக்ரதை, ஜாக்ரதை."

வண்டி ஊதிற்று, நகர்ந்தது.

"அம்புலு..."

"பாபு..."

பாபு கையைப் பிடித்து அழுத்தினான். கூடவே ஓடினான், வண்டி முந்திக்கொண்டது.

பாபு நின்று, சிகப்பு விளக்கு இரட்டை கைகாட்டியைக் கடப்பதைப் பார்த்தான். துண்டை வாயில் வைத்துக் கடித்துக் கொண்டான். கை ஒடிந்து விழுந்தது மாதிரி இருந்தது அவனுக்கு.

எத்தனை பிரிவுகள்! எத்தனை பிரிவுகள்!...ராஜம்...ராஜம், உன்னைப் புரிந்துகொள்ளவே முடியவில்லையே.

தி. ஜானகிராமன்

இரண்டாம் பாகம்

குளுகுளுவென்று கடற்காற்று. நல்ல வேளையாகக் கிழக்குப் பார்த்த வீடு, வசதி என்று பேச்சே எடுக்க முடியாத இந்தக் காலத்தில் இந்த அறை, அதுவும் காற்றுக் கொட்டும் இந்த அறை கிடைத்தது அதிர்ஷ்டம் என்று சொல்லாமல் என்ன சொல்வது? இந்தக் காற்றை நினைக்கும்போது தெருவைப்பற்றியோ பேட்டையைப்பற்றியோ கவலைப்பட வேண்டியதில்லை. திருவல்லிக்கேணியில் இரைச்சலும் கூட்ட மும் நெருக்கமும் அதிகம்தான். ஆனால் இந்தத்தெரு ஏறக்குறைய கிழக்குக்கோடித் தெரு. இன்னும் ஒரு தெரு தாண்டினால் சென்னை எங்கும் வளைத்து நிற்கும் பக்கிம்ஹாம் கால்வாய். அதன் பாலத்தைக் கடந்து சிறிது தூரம் நடந்தால் கடற்கரை. கடல் கூப்பிடு தூரம். கூப்பிடுவதுதான் காதில் கேட்காது. கடலின் கூப்பாட்டில் முழுகிவிடும். தெருவில் என்னமோ அதிகச்சத்தம் இல்லை. வடக்கே பைக்ராப்ட்ஸ் பஸ் ஸ்டாண்ட் ஒரு பர்லாங் தூரம். ஐஸ் ஹவுஸ் பஸ் ஸ்டாண்ட் ஒரு பர்லாங். சத்தம் இவ்வளவு தூரம் தாண்டி வருவதில்லை. இப்போது ஊரே அடங்கித்தான் கிடக்கிறது. கடலின் இரைச்சல் இந்த நிசப்தத்தின் ஒரு அங்கமாக ஆகிவிட்டது போலிருக்கிறது. விட்டுவிட்டுக் கேட்கிறது. திடீர் திடீர் என்று மனதில் வந்து மோதுகிறது. அது என்னமோ ஒரே ஓலமாக, ஏற்றம் இறக்கமில்லாமல்தான் ஓசை எழுப்பிக்கொண்டிருக்கிறது.

அப்படி ஒன்றும் சௌகரியமான அறையில்லை. தண்ணீ ருக்குக் கீழேதான் போக வேண்டும். குளிப்பதற்கு வீட்டுக் காரர்கள் உபயோகிக்கிற குளிக்கிற அறைதான். நல்லவேளையாக வேறு குடியில்லை. வீட்டுக்காரர்கள் மட்டும் இல்லாமல் ஒண்டுக்குடியிருந்தால் மாடி ஜன்னல் வழியாக குளிக்கிற அறையின் கதவைப் பார்த்துப் பெருமூச்சு விடும்படி ஆகியிருக்கும். அவர்களும் நல்லவர்களாகத்தானிருக்கிறார்கள்.

இரவில் பாடுவதைப் பாட்டாகவே எண்ணிக்கொள்ளும் ஞானம் படைத்தவர்கள். சங்குவின் வீட்டுக்காரன் மாதிரியிருந்தால்?

மூன்று வருஷங்களுக்கு முன் ஏதோ காரியமாக சென்னைக்கு வந்தபோது சங்குவின் அறையில்தான் தங்கினோம். இந்தத் தெருவி லில்லை. பெல்ஸ் ரோட்டில் மேற்கே போகிற ஒரு தெரு. அலைந்து திரிந்துவிட்டு இரவில் நானும் சங்குவும் வந்தபோது, சங்கு பாடச் சொன்னான். மாடியில் இன்னொரு அறை. அங்கு மூன்று கல்லூரிப் பையன்கள் வாசித்துக்கொண்டிருந்தார்கள். அவர்களும் பாட்டுக் கேட்க வந்துவிட்டார்கள். கால் மணி பாடுவதற்குள் கீழே இருக்கிற வீட்டுக்காரரும் வந்து நின்றார்.

"சார், இன்னும் ரொம்ப நேரம் பாடுவரோ?"

"ஏன்!"

"எனக்குத் தூங்கணும்"

"அடாடா."

"வேணும்னா ஒண்ணு செய்யலாமே"

"என்ன?"

"இப்படி . . . பீச்சுப்பக்கம் காத்தாடப் போறது. இந்த மாதிரி தொந்தரவு எல்லாம் இருக்காது. ஹாயாகப் பாடலாம். கேக்கலாம்."

"அங்கேயே தூங்கலாம்" என்றான் சங்கு.

"எதுக்கு?"

"எதுக்காகச் சொல்றேன்னா, தூங்கறபோது மூச்சுக் காற்று நீளமா வரும், அந்த சத்தமும் உங்க தூக்கத்தைக் கெடுக்காமல் இருக்குமோல்லியோ?"

"உங்களைத் தூங்கப்படாதுன்னு சொன்னேனா இப்ப?"

"பின்னே என்ன சார்? ஊரிலேந்து வந்திருக்கார் நல்லாப் பாடுவார்னு பாடச் சொன்னோம்னா வாயைத் திறக்கறதுக்குள்ள கடிவாளத்தை மாட்றீரே."

"காலமே பாடுங்களேன்."

"காலமே ஒழியாது அவருக்கு."

"நான் தூங்கணும்,"

"சரி, நிறுத்துடா பாபு. எழுந்திரு, பீச்சுப்பக்கம் போகலாம். கற்பூரவாசனை எல்லாருக்கும் தெரியுமோ?" என்றுகொண்டே சங்கு எழுந்தான்.

"நிறுத்துய்யா சரிதான்" என்று வெட்டினார் வீட்டுக்காரர்.

“என்னய்யா நிறுத்தறது?”

“பாடப்படாதுன்னு சொன்னா, என்னென்னமோ பேசறியே? கற்பூரம்கிறே. வாசனைங்கிறே. நீ சொல்றது புரியாதுன்னு நெனச்சியோ?”

“ஐயா, உம்மோட பேசலை. இவன்கிட்ட சொல்லிக்கிட்டிருந்தேன்.”

இப்பொழுது மாதிரியா? யுத்தம் முடியாத காலம் அது. முடிய இரண்டு மாசம் மூன்று மாசம் முன் என்று ஞாபம். பீச்சில் கும்மிருட்டு. குடித்துவிட்டு அலைந்துகொண்டிருந்த வெள்ளைக்கார சோல்ஜர்கள், நீக்ரோ சோல்ஜர்கள் – அவர்களுக்கு அந்தரங்கமாக உதவிக்கொண்டிருந்த ரிக்ஷாக்காரர்கள், ரௌடிகள் – இப்படி பீச்சில் பயமும் மிருகத்தனமும் வெறியும் சீட்டியடித்துக்கொண்டு பூட்ஸ் ஆணி கிணிக்கக் கிணிக்கப் பாட்டும் கூச்சலுமாக நடமாடிக்கொண்டிருந்த காலம். பீச்சண்டை போனதும் திக்திக்கென்றது. திரும்பி நடந்து வேறு எங்கெங்கோ சுற்றிவிட்டு வந்தோம்.

மறுநாள் காலையில் மாடிப்படியிறங்கும்போது சங்கு ஒரு பாட்டை முணு முணுத்துக்கொண்டே இறங்கினாள்.

“ம்” என்று ஒரு அதட்டல்.

“ . . .”

“உம்மைத்தான்யா, பாட வாண்டாம்னு நேத்திக்கே ராத்திரி சொன்னேனே.”

“காலமே பாடலாம்னு சொன்னீரே,”

“அப்ப நான் ஏதோ கோபத்திலே சொன்னேன். அதுக்காகக் காலமே பாடறதுன்னு அர்த்தமா? இங்கே பாடவே கூடாது.”

முதல்முதல் மதராஸுக்கு நான் வந்தது அப்போதுதான். மதராஸ் மனிதர்கள் இப்படித்தான் இருப்பார்கள் என்று அருவருப்பு. அன்றிலிருந்து ஏதாவது சிறு முணுமுணுப்பு கேட்டால்கூட சண்டைக்கு வந்துவிடுவான் அந்த வீட்டுக்காரன். நாலு நாள் தங்கியிருந்தது ரொம்ப சந்தோஷமாகத்தானிருந்தது – அந்த வீட்டில் தங்கும் நேரத்தைத் தவிர. சற்று இரைந்து சந்தோஷமாய் பேசிக்கொண்டிருந்தால்கூட வீட்டுக்காரருக்கு மூஞ்சியைத் தூக்கிக்கொண்டு நிற்கும் நிலை. “இது பட்டிக்காடு இல்லையா, மட்ராஸு. இந்த மாதிரி தொந்தரவுப்படவா இஞ்ச வீடு கட்டிக்கிறோம்?” என்று மூன்றாம் நாள் ஞாபகமில்லாமல் ஒரு ராகத்தைத் தொண்டைக்குள் முணுமுணுத்துக்கொண்டிருக்கும்போது வந்து கேட்டான் அவன். சங்கு என்ன பண்ணினான்? இடுப்பில் சோமனைக் கட்டிக்கொண்டு அவர் பாதங்களில் வீழ்ந்தான். ஸ்வாமி, மறந்து போச்சு அவனுக்கு, அவனுக்காக நான் மன்னிப்புக் கேட்டுக்கிறேன். இனிமே வாயைத் திறந்தான்னா உங்க முன்னாடியே மாமிச பிண்டமா கடிச்சுப் போட்டுடறேன். போதுமா?” என்று நின்றான்.

“இல்லை, சார் . . . இதெல்லாம் வேண்டாம் . . . நான் அதுக்காகச் சொல்லலை.”

“இல்லை, நான் அடிச்சுப் போடறேனா இல்லியா பாரும். நாலு நாள் வந்து இருக்குறதுக்குள்ளியும் இப்படியா மனுஷாளை வறுத்து எடுப்பான்? பாபு, நீ பி.ஏ. பாஸ்பண்ணி என்னடா பண்றது? பட்டணத்திலே வந்து இருக்கறதிலே ஒண்ணாங் கிளாஸ்கூட பாஸ் பண்ணலியே . . . நீங்க போங்க சார் . . . நான் பாத்துக்கேறேன்.”

இன்னொரு அறையிலிருந்த மாணவர்கள் இவ்வளவையும் வேடிக்கை பார்த்துக்கொண்டிருந்தார்கள். அவர் இறங்கிப் போகும் வரை வாயில் துணியை வைத்துக்கொண்டு சிரிப்பைக் கடித்து விழுங்கிக்கொண்டிருந்தேன். இப்போதும் நினைக்க நினைக்கச் சிரிப்பு வருகிறது. இந்த இருளில் சிரித்தால் என்ன? சங்கு, எவ்வளவு பெரிய நடிகன் நீ! அதனால்தான் இந்த உத்யோகம் போய்விட்டது உனக்கு.

சங்குவுக்குப் பணமுடை. அவன் அப்பா கலியாணத்தைப் பண்ணிவைத்துவிட்டார். ஆனால் மதராஸில் வீடு கிடைக்க வில்லை . . . யார் யாருடனோ சுற்றத் தொடங்கினானாம். யார் யார் என்ன, பெண்கள். சங்குவுக்குப் பணமுடை வந்துவிட்டது. ஐந்தாறு மாசமாக மதராஸிலிருந்து பணமே வரவில்லை என்று கும்பகோணத்திற்கு வந்திருந்த பெரியப்பா சொன்னார். பிறகு யார் யாரோ என்னென்னவோ சொல்லிக்கொண்டிருந்தார்கள். கடைசியில் வேலை போய்விட்டது. சங்குவுக்கு ஆளைக் கம்பிக்குள் வைக்காமல், கையாடிய ஆயிரத்துச் சொச்சத்தையும் திருப்பிக் கேட்காமல் முதலாளி அவனை விட்டுவிட்டதே அவன் அதிர்ஷ்ட மாம். அவரும் அப்படி சும்மா அவனை விட்டிருக்கமாட்டார். சங்குவை இந்த வதந்திக்குப் பிறகு நாலு மாசம் கழித்து சந்தித்தபோது, “நான் எடுத்தேன்னு சொன்னா மகாபாவம். அப்படித் தான் எடுத்தேன்னே வச்சுக்குவம். நான் எடுத்தேன்னு நெனச்சுடாதே. எடுத்ததாக வச்சிண்டாலும், இவனுக்கு அம்பதாயிரம் அறுப தாயிரம்னு ஆர்டர் வாங்கிக் கொடுத்தேனே, சர்க்கார் உத்யோகமா யிருந்தா ‘சீச்சீ போ, நீ வேற உத்யோகத்துக்குப் போ’ன்னு இன்னும் பெரிய உத்யோகமாகப் போட்டு அனுப்பிச்சிருப்பன்” என்று, உண்மை என்ன என்று சொல்லாமல் மழுப்பிக் குழப்பிவிட்டுப் போனான் சங்கு.

சங்கு இப்போது கோயிலில் கணக்கு எழுதிக்கொண்டிருக் கிறானாம். மாயவரத்துக்கருகில் சின்ன ஊர். கோயில் பெரிதாம். கணக்கு வாக்கில் சூரப்புலி. கண்ணில் ஒத்திக்கொள்கிற கையெழுத்து – தலையெழுத்து நன்றாக இராது போலிருக்கிறதே என்று அப்பா சொல்ல ஆரம்பித்துவிட்டார். அவன் பேசப் பேசக் கேட்டுக் கொண்டிருக்க வேண்டும். வருஷக் கணக்கில் கள்ளி டப்பாவுக்குள் கிடந்த ஈய நாலணாவை ஏழெட்டு வயதில் மாற்றிப் புகழ் பெற்றவன்.

திருவல்லிக்கேணியில் எங்கோ பஜனை மண்டபத்தில் மிருதங்கம் வாசிக்கத் தெரியும் என்று சொல்லி வாசித்துவிட்டே வந்தானாம். மிருதங்கத்தைத் தொட்டுக்கூடப் பார்த்திருக்கிறானோ என்னவோ, அதற்கு முன்னால், பெண்டாட்டியை பொடேர் பொடேர் என்று சாத்துகிறானாம். அடிக்கத்தான் கலியாணம் செய்துகொள்கிறார்களோ என்னவோ எல்லோரும்! இப்போது கேட்பதற்கு யாரும் இல்லை. பெரியப்பா காலமாகிவிட்டார். இருந்தால்கூட பிள்ளைக்குப் பரிந்து கொண்டுதான் பேசுவார். பிள்ளை சொல்வது அவருக்கு வேதவாக்கு, "பி.ஏ., எம்.ஏ. எல்லாம் ஒரு வேலை வாங்கிக்கொடு கொடுன்னு நம்ம பயகிட்ட வந்து மோளம் அடிக்கிறானடா" என்று பிள்ளையின் பெருமையைத் தம்பியிடம் 'மேளம்' அடித்துக்கொண்டிருந்த பெரியப்பா அவர்.

"உங்க சங்கு பெரிய ஆளப்பா. இன்னும் பத்து வருஷத்திலே பார். அவன் பெரிய பிஸினஸ் முதலாளி ஆயிடப் போறான். நீயும் நானும் படிச்சுப்பிட்டு, பட்டம் வாங்கி அவன்கிட்ட வேலைக்குப் போய் நிக்கப்போகிறோம்" என்று சொன்னான் ராஜம். சொன்னது இன்னும் பலிக்கவில்லை. பத்து வருஷமல்லவா சொன்னான்? சொல்லி ஆறேழு வருஷம்தானே இருக்கும். அதற்குள் சங்கு சரிந்துவிட்டான். சரிந்தால் என்ன? சாண் சறுக்கி முழம் ஏறுகிற ஜாதகமோ என்னவோ! மனிதனுக்குள் பதுங்கிக்கிடக்கிற சக்திகளையும் சந்தர்ப்பங்களைப் பயன்படுத்திக்கொள்ளும் ஆற்றலையும் எப்படி எடை போட முடியும்? வருகிற வாப்புகளை எல்லாம் போ போ என்று விட்டுவிட்டு திடீரென்று பெரிதாக வருகின்ற அலைமீது ஏறிக்கொண்டு முன்னுக்குப் போனால்? ராஜம் சொன்னது பலித்தாலும் பலித்துவிடும். ராஜம் அப்படி திடீர் திடீர் என்று ஏறவில்லை. நிதானமாகப் படித்து முன்னேறியவன். காசிக்குப் போய்ச் சேர்ந்தவன், படித்து ஆராய்ச்சி பண்ணி டாக்டர் பட்டம் வாங்கி இந்திய சர்க்காரில் எரிபொருள் ஆராய்ச்சி இலாகாவில் சேர்ந்துவிட்டானாம். அந்நிய சர்க்காரின்கீழ் வேலை பார்ப்பதில்லை என்று காலேஜில் ஒரு 'மாணவர்கள் ஸ்ரைக்' நடந்தபோது ராஜமும் நானும் இன்னும் மூன்றுபேரும் ஒரு கூட்டத்தில் சொல்லி வைத்தோம். சொக்கு மளிகைக் கடைக்காரன். அவனுக்கு உத்யோகம் பார்க்க முடியவில்லை. சந்தானம் அப்பா ஜஸ்டிஸ் கட்சிக்காரர். அவர் சிரித்தாராம். பையனைக் கேலி செய்தாராம், "நீ போய் பேனா ஓட்டாட்டி மூட்டை முடிச்செல்லாம் தூக்கிக்கிட்டு, அய்யோ இனிமேலே நம்மளாலே மாளாதுடாய்யான்னு ஓடிப்போயிடு வாண்டா வெள்ளைக்காரன். போக்கத்த பசங்களோட சேந்துகிட்டு சத்யம் பண்ணினாராம் சத்யம்! பெரிய கரிபால்டில்ல? உன்னைக் கண்டுதாண்டா ராசால்லாம் பயந்துக்கிட்டு ஓடப் போறான்!" என்று தாண்டிக் குதித்தாராம் அவன் அப்பா. அவன் யாரும் குற்றம் சொல்ல முடியாத வாத்யார் வேலையைப் பார்த்துக்கொண்டு அமர்ந்துவிட்டான். சத்யம் செய்த இன்னொரு பையன் – காவிக்கலரில்

கதர் சட்டை அணிந்து வரும் கம்பீர உருவம் – அந்த ராமசாமியை அவன் சத்யம் பண்ணின வருஷம் கோடை விடுமுறையில் அம்மை கொண்டு போய்விட்டது. ராஜத்தின் அசாதாரணமான புத்தி அவனை சர்க்கார் வேலைக்குக் கொண்டு போய்விடும் என்றுதான் தோன்றிற்று. ஆனால் அவன் ஆராய்ச்சி முடிவதும் சுதந்திரம் வருவதும் சரியாக இருந்தது. அப்போது சுதந்திர சர்க்காரின் ஊழியனாகிவிட்டான் அவன்.

காசிக்குப்போன பிறகு இரண்டுமுறைதான் அவனைப் பார்க்க முடிந்தது. முதல் தடவை எம்.எஸ்ஸி., முடித்து விட்டு வந்தான். சற்று சதை போட்டிருந்தது. ஆள் ஒன்றும் அப்படி மாறிவிடவில்லை. பழைய நண்பர்களை ஒருவர் விடாமல் பார்த்துவிட்டு வந்தான். சுப்பாச்சாரி ஹோட்டலுக்கு ஏழெட்டுத்தடவை போய் பழைய நாட்களைப் பார்த்துவிட்டு வந்தோம். பாபநாசத்திற்கு வந்திருந்தான். அப்பாவோடு பேசிக் கொண்டிருந்தான். அம்மாவும், அக்காவும் "இப்படி கலியாணம் பண்ணிக்காம திடுதண்டி சன்னாசி மாதிரி நிக்கறான். நீ சொன்னால் கேப்பனோ என்னவோ" என்றார்கள். அம்மாவுக்குக் கண்ணில் நீர் பெருகிற்று. ராஜம் கூட கேட்டான், "நீ, எத்தனை நாள் இப்படி இருக்கப்போகிறாய்?" என்று. எனக்கு என்ன தெரியும் என்று நான் பதில் சொன்னதற்கு, "வாஸ்தவம்தான்" என்று ஒரே வார்த்தை சொல்லிவிட்டு நிறுத்திவிட்டான் அவன்.

"யமுனா எப்படி இருக்கிறாள் இப்ப?"

"வீடு போய்விட்டது."

"ஆமாம். பார்வதி தங்கைக்கு க்ஷயரோகம்; நகைகள் வித்தது சாப்பாட்டுக்கும் அந்த க்ஷயரோகத்துக்கும் சரியாயிருந்தது. இரண்டாம் தடவை வியாதி மும்முரமாக வந்தது. எலும்பை உருக்கின வியாதி கடைசியில் வீட்டையும் உருக்கிவிட்டது. நோட்டெழுதிக் கொடுத்துக் கடன் வாங்கியிருந்தாள். சிறுகச் சிறுகச் சேர்ந்த கடன், வீட்டை விற்றுக் கடனடைத்தும் மூவாயிரம் ரூபாய் மிஞ்சியிருக்கிறது."

"போய்ப் பார்க்கலாமா?" என்றான் ராஜம்.

"ஏன்! பார்க்க என்ன தடை?"

"இல்லை பாபு. வசதியாயிருந்தவர்கள். அப்படிப் பார்த்த கண்ணாலேயே இதையும் பார்க்க வேண்டுமா?"

"இந்த சமயத்தில்தான் பார்க்க வேண்டும். உன்னைப் போன்றவர் கள் பாக்கிறதுதான் அவர்களுக்குத் தெம்பு."

தெருவில் இருட்டுக் கெடுபிடி இன்னும் இறுகிவிட்டது. பத்து மணிக்குப் பிறகு ஊர் விளக்கே அணைந்துவிடும். போர் உச்சநிலையில் இருந்தது. மதராஸிலிருந்து ஒரு குண்டுக்குப் பயந்துகொண்டு அலறி அடித்துக்கொண்டு வந்த கூட்டம், மகாமகக் குளத்தெரு காமாட்சி

ஜோசியர் தெரு, மேட்டுத்தெரு, பக்தபுரித்தெரு, மடத்துத்தெரு என்று எங்கு பார்த்தாலும் குடிபுகுந்து ஒரு வருஷத்திற்கு மேல் ஆகிவிட்டது. சோறு தின்பது பிரச்னை; அகப்படுவது பிரச்னை. தங்கத்தைக் கொடுத்து தான்யத்தை வாங்கிக்கொண்டிருந்த சமயம். 'இல்லை, இல்லை' என்று சூன்யம் பகலில் சொல்லாகவும், இரவில் ஒளியைத் தின்னும் இருளாகவும் வாழ்க்கையைப் பொட்டலாக அடித்துக்கொண்டிருந்தது.

துக்காம்பாளையத் தெரு திரும்பியதும் ராஜம் கேட்டான்: "இந்தத் தெருவில்தான் இருக்கிறார்களா?"

"ஆமாம்."

"வீடு?"

"அதே வீடுதான்... கடன் கொடுத்தவன் எதிர்த்த வீட்டுக்காரன். வீட்டை வாங்கிண்டவனும் அவன்தான். வீடு முப்பது ரூபாய் வாடகை பெறும், பதினஞ்சு ரூபாய் போதும்ன்னு சொல்லி அவர்களை இருக்கச் சொல்லியிருக்கான்."

"சொந்த வீட்டில் வாடகை கொடுத்து இருக்கிறதுன்னா... அவர்களுக்கு எப்படி இருக்கோ மனது?"

"எப்ப வந்தே தம்பி?" என்று பார்வதி வரவேற்றாள்.

இரண்டு பேர் பேச்சிலும் சிரிப்புக்கும் ஆவலுக்கும் குறைவில்லை. அந்தச் சிரிப்பில் மகிழ்ச்சியும் இருந்தது. ஆனால் பலம் இல்லை. நன்றி மட்டும் தனியாகத் தொனித்தது.

"வேலைக்குக் கீலைக்குப் பாத்துக்கிட்டிருக்கீங்களா?"

"அதுக்குள்ளியும் என்ன வேலை?"

"அப்படின்னா?"

"மறுபடியும் டாக்டருக்குப் படிக்கப் போறேன்."

"டாக்டருக்கா? நல்லதுதான். டாக்டருங்கன்னா பரவாயில்லை. இப்பதான் வியாதியெல்லாம் புதுசா புதுசா வரதே" என்றாள் பார்வதி.

"அந்த டாக்டர் இல்லை இது."

"பின்னே?"

"வைத்தியம் பண்ற டாக்டர் இல்லெ. நல்லாப் படிச்சிருக்கார்னு சொல்றதுக்காக டாக்டர்னு ஒரு பட்டம்."

"வைத்தியம் பண்ணாத டாக்டரா? இது என்ன தம்பி, புதுசா இருக்கு?"

மோக முள்

“மருந்து கொடுக்கிற டாக்டர் இல்லேன்னேனே. இந்த டாக்டர் வேறே. எந்தப் படிப்பிலே பெரிசாப் படிச்சாலும் டாக்டர்னு பட்டங்கொடுப்பாங்க. சமையல் வேலைக்குக் கூட.”

“அப்படியா!”

“நான் சமையல்லெ பெரிய படிப்பு படிச்சாலும் டாக்டர்னு கூப்பிடுவாங்களா?”

‘சொல்லுவாங்க.’

“சமையல் டாக்டர் பண்ணினதைச் சாப்பிட்டுப்பிட்டு நெச டாக்டரே வரும்படியா ஆயிடுச்சுன்னா?”

பார்வதியின் பேச்சைக் கேட்டு எல்லோரும் சிரித்தார்கள்.

“நீ எந்த டாக்டருக்குப் படிக்கப் போறே?”

“விறகு டாக்டருக்கு.”

“என்னது!”

“ஆமாம். விறகு மாதிரி எரியறதுக்கு உபயோகப் படற மண்ணெண்ணெய், பெட்ரோல், இன்ஜின் எண்ணெய் – இந்த மாதிரி விறகுகள்.”

“எனக்கு ஒண்ணும் புரியலை போ.”

ராஜம் பொறுமையாக விளக்கினான். கால்மணி ஆயிற்று. “அப்படீன்னா, சம்சாரத்தை அழச்சிக்கிட்டப் போகலியா?” என்று கேட்டாள் யமுனா.

“இது முடிஞ்சப்புறம்.”

“நல்ல படிப்பு . . . அளச்சிக்கிட்டே ஒரு ஜாகையைப் போட்டு வாசிக்கிறது?”

“எதை வாசிக்கிறது?”

வெளியே வந்ததும், “நூல் புடவை உங்க யமுனா, பார்வதி உடம்பிலே பட்டுப்புடவை மாதிரிதான் இருக்கு” என்றான் ராஜம். இந்த ‘உங்க’வை எதற்காகச் சேர்க்கிறான் இவன்?

“உன்னொடத்த பிள்ளை கலியாணம் பண்ணிக்கிட்டு ஆளா அழகா இருக்கிறப்போ இது மாத்திரம் இப்படித் தனியாளாப் பாட்டுப் பாடிகிட்டுத் திரியுதேன்னு பார்த்தேன். நீ என்னடான்னா கலியாணத்தைப் பண்ணிக்கிட்டு வடக்கு சீமையிலே போய்த் தனியா நிக்கிறே” என்று பார்வதி சொன்னாள்.

“நீங்கதான் அவனுக்குக் கலியாணத்தைப் பண்ணிப் போடணும். அப்பா அம்மா சொல்லிக் கேட்கலை அவன்” என்றான் ராஜம்.

ஊருக்குப் போகிறபோது "யமுனாவிடம் இதைப்பற்றிப் பேச வேண்டும் என்று ஆசை எனக்கு. என்னமோ தைரியம் வரவில்லை" என்று என்னவோ சொல்லிவிட்டுப் போனான் ராஜம்.

"கலியாணத்தைப்பற்றி நான் உண்மையாகவே, கவலைப்பட வில்லை ராஜம். நீ சும்மா அலட்டிக்காதே" என்று அவன் ரயிலில் ஏறி உட்கார்ந்ததும் சொன்னேன்.

ரங்கண்ணா சொல்லியே நான் கேட்கவில்லை. அப்பா வந்து அவரைச் சிபார்சு வைத்தாரே ... இந்த ஒரு விஷயத்தில் மட்டும் ... என்று வார்த்தையில் சொல்லாமல் அவருக்கு மனதில் படச் செய்தாகிவிட்டது. 'என்னமோடாப்பா நாங்கள்ளாம் கெட்டதுக்கா சொல்வோம்? அப்பறம் உன் பாடு பத்து" என்று அவருக்கே அலுத்துவிட்டது. ராஜத்தின் சொல் அதைவிடவா பெரியது?

ராஜம் இரண்டாம் தடவை வந்தபோதுகூட முழு மூச்சாக இறங்கிவிட்டான் ... அவனுக்கு இனிமேல் எப்போது என்னை பார்க்கப்போகிறோமோ என்ற கவலை போலிருக்கிறது. மகா நெஞ்சுரப்புக்காரன். அவனுக்கு வந்த துரதிர்ஷ்டங்களைச் சற்று மறந்துவிட்டு எனக்காகப் பேசுகிறவன், வாதாடுகிறவன் அழுத்தக் காரனாகத்தான் இருக்க வேண்டும். ஆனால் நெஞ்சில் பட்ட அடியினால்தானோ அப்படி என்ன சொல்வதென்று தெரியாமல் என்னமோ உளறிவிட்டுப் போய்விட்டான். அவன் அப்பாவுக்கு உடம்பு சரியில்லை என்று நான்தான் தந்தி கொடுத்தது. திடீரென்று மூளை ஜுரம் மாதிரி வந்துவிட்டது அவருக்கு. இரண்டாம் நாள் பிரக்ஞை தவறிவிட்டது. தந்தியடித்த உடனே புறப்பட்டு வந்தான் அவன். ஏழெட்டு நாள் பிரக்ஞை வராமல் ஏதோ முனகல்தான் கேட்டது. பிரக்ஞை வராமலேயே உயிரும் போய் விட்டது. பத்தாம் நாளன்று அவன் அம்மா காவேரிக்குப் போய்விட்டு வந்து மார்பை வலிக்கிறது என்று படுத்தவள் பத்து நிமிஷத்திற்குள் கண்ணை மூடிவிட்டாள்.

"பாபு, பாபு, என்னடா இது!" என்று என் முகத்தைப் பார்த்துக் கூச்சலிட்டான் ராஜம். அவனை அணைத்துக்கொண்டு ஒரு மணி நேரம் உட்கார்ந்திருந்தது ஒரு யுகம் மாதிரி இருக்கிறது.

ஒன்றரை மாதம் தங்கியிருந்தான் அவன் அந்தச் சமயம். தினமும் அப்போது அவன் பேசின பேச்சு இரண்டு ஆயுசுக்குக் காணும். அம்மாவுக்கு ஈமச்சடங்கு முடிக்கிற வரையில் அதிகமாகப் பேசவில்லை. அப்புறம் ஆரம்பித்துவிட்டான். முற்றத்து நாற்காலியிலும் திண்ணையிலும் ஓயாத பேச்சு. அப்பாவைப் பற்றி, அம்மாவைப் பற்றி, பார்வதியைப் பற்றி, யமுனாவைப் பற்றி ...

யமுனாவும் பார்வதியும் தாங்கள் வாழ்ந்த வீட்டிலும் இல்லை. வீட்டுக்காரன் பிள்ளைக்கும் அவனுக்கும் சண்டை. பிள்ளையை ஒதுக்கிவிட்டான். பிள்ளை குடித்தனம் வந்ததும் யமுனாவும்

பார்வதியும் கீழக்கடலங்குடித் தெருவுக்கு ஒரு சின்ன வீட்டுக்கு வந்து சேர்ந்துவிட்டார்கள்.

அப்போதுதான் அவர்களிடமிருந்து இரண்டு முழு ஜரிகைப் புடவைகளையும் விலை கொடுத்து வாங்கினான். அந்த இரண்டும் பதினாறு முழமும் ஜரிகை. இரண்டும் இரண்டு தடவை அடகுக்குப் போய்வந்தன. கடைசியில் ராஜம் அதை விலை கொடுத்து வாங்கிக் கொண்டான். இருபது இருபத்தைந்து வயதுக்கு மேல் ஆன அந்தப் புடவைகளுக்கு இந்த யுத்தகால விலையில் முக்கால் விலை கொடுத்ததை அவர்கள் ஏற்க மறுத்துவிட்டார்கள். “அசலுக்கு மூணு மடங்கு வாங்கிக்கறதுன்னா, கொள்ளைக்காரங்களா தம்பி நாங்க?” என்று வேதனையும் வெட்கமும் தாங்காமல் சொன்னாள் பார்வதி. ஆமாம் மூன்று மடங்குதான். எனக்கு விலை தெரியும். நாலைந்து மாதமாகப் புடவை எல்லாம் எனக்கு அற்றுபடி. கும்டா இராதாகிருஷ்ணனுக்கு ‘நல்லா’ இங்கிலீஷ் தெரிந்த படிப்பாளி வேண்டியிருந்ததாம், ‘பக்குவமா’ கடிதப்போக்குவரத்து செய்ய நான் இராதாகிருஷ்ணனிடம் குமாஸ்தாவாக அமர்ந்துவிட்டேன். வெங்கட்ராமன் என்னிடம் சொன்னதும் சரியென்றுவிட்டேன். அப்போதிருந்து பாபநாசத்திலிருந்த வந்து போவது நின்றுவிட்டது. மடத்துத் தெருவில் ஒரு அறை வாடகைக்கு. காலையில் ரங்கண்ணா வீட்டுக்குப் போய்ப் பாடம் முடிந்து சாப்பிட்டுவிட்டு, கும்டா வீட்டுக்குப் போய் வந்த கடிதங்களைப் பார்த்து, விவாதித்துப் பதில் எழுத மூன்று மணிவரை ஆகும். நடுநடுவே ராதாகிருஷ்ணன் வியாபாரம் செய்வது வேறு. ஊரில் அப்பாவுக்கும் முடியவில்லை. ஐம்பது ரூபாய் நமக்குப் போதும். மீதி ஐம்பது ரூபாய் அவருக்கு எவ்வளவோ தெம்பு. பிள்ளை இருபத்தாறு வயதுக்குப் பிறகு சம்பாதிக்கத் தொடங்கி அப்பாவுக்கு வேறு அனுப்புகிறான் என்றால் அந்த அப்பா, அம்மாவுக்கு வேறு என்ன செய்ய வேண்டும்? புதிதாக நாலைந்து மாதமாகப் புத்தகங்கள் வாங்கி வருகிறார் அப்பா.

இந்த நாலைந்து மாதத்தில் பாதி வியாபாரியாகிவிட்டதாக ஒரு பெருமை. வியாபார பரிபாஷை, பெயர்கள் எல்லாம் உடம்பில் ஊறிவிட்டன.

“பாபு! இனிமே இந்த கும்பகோணத்திலே எனக்கு யார் மனிதர்கள், உன்னைத் தவிர? வந்தால் உன்னைப் பார்க்கத்தான் வரணும். கும்பகோணம் விட்டுப்போச்சு எனக்கு” என்று ரயில் வண்டியின் கதவண்டை நின்றுகொண்டே சொன்னான் ராஜம்.

அப்பா அம்மா இருவரையும் இழந்துவிட்டு அப்பா பாங்கியில் போட்டிருந்த பணத்தை எடுத்துக்கொண்டு மனைவியுடன் காசிக்குக் கிளம்பிவிட்டான்.

“பாபு, நீயும் அந்தப் பக்கம் வந்துவிடேன். இங்கே இருந்தாத்தானே பரிகாசம், வம்பு எல்லாம்! கல்கத்தாவிலும் காசியிலும் நீ யார்,

யமுனா என்ன ஜாதி என்றெல்லாம் விசாரித்துப் பொழுதைப் போக்கிக்கொண்டிருக்கமாட்டார்கள் . . . ம் . . ?

"நீ சொல்கிறது சரி."

"அப்புறம் சொல்லு."

"சொல்ல ஒன்றுமில்லை . . . அதைப்பற்றி நான் மறந்து போய் வருஷங்களாயிடுத்து."

ராஜம் என்ன பதில் சொல்லமுடியும்?

ஒன்றும் பேசமுடியாமல் ஒரு நிமிஷம் என்னைப் பார்த்து விட்டு, ஒரு புன்சிரிப்புச் சிரித்தான்! அவன் புன்னகைக்கு நாலு தாஜ்மகாலைக் கொடுக்கலாமா? மனிதத்தன்னமையின் அழகை யெல்லாம் காட்டக்கூடிய இந்தப் புன்னகை எப்படி வருகிறது இவனுக்கு?

ரயில் ஊதிவிட்டு நகர்ந்தது.

"நான் வரட்டுமா?" என்று அவன் மனைவி அலமேலு என்னைத் திரும்பிப் பார்த்தாள். "உங்கள் சிநேகிதருக்கு எப்படிப் போது போகும்? நீங்க வந்தால்தான் நல்லது . . . உங்களுக்கும் போது போகணுமே?"

நான் அசடு மாதிரி சிரித்தேன்.

எனக்கு இருந்த ஒருவனும் போய்விட்டான். ரயிலடியிலேயே 'சுதேசமித்திரன்' புக் ஸ்டாலில் இருந்த பத்திரிகைகளையும் புத்தகங் களையும் வெறிக்க வெறிக்கப் பார்த்துக்கொண்டே நின்றேன்.

ரயிலடியிலிருந்து நகர்ந்து, புதுரோடில் போகும்போது . . . இது என்ன தனிமை! ராஜமுமா விட்டுவிட்டுப் போய்விட்டான்!

சலங் சலங் என்று ஸ்டேஷனிலிருந்து திரும்பிச் செல்லும் ஒற்றை மாட்டுவண்டிகளின் ஓசை.

மகாமகக்குளம் வடகரையோடு போகும்போது, அந்த முனையைத் தாண்டும்போது ஒரு சிலிர்ப்பு. அந்த முனை மண்டபத்தில் சாகுருவி ஒன்று கரைகிறது.

வழக்கம் போல் தொண்டை அடைக்கவில்லை. தொண்டையை அடைக்கிற சோகம் இல்லை இது. கும்பகோணத்தை விட்டே போய்விட்டான் அவன். இந்தப் பிரிவுக்கு அளவு ஏது?

இனிமேல் ஒருவர்தான்.

ஆனால் கதவை அவள் திறக்கவில்லை. பார்வதி வந்து திறந்தாள்.

"என்ன பாபு? ரயிலடிக்குப் போயிட்டு வறியா?"

“ராஜம் ஊருக்குப் போனான். ஏற்றிவிடப் போனேன்.”

“உள்ள வாயேன் . . . போட் மெயில்லியா ?”

“ஆமாம்.”

“நேத்திக்கி வந்து அது சம்சாரத்தை அளச்சுகிட்டு வந்து சொல்லிகிட்டு போச்சு.”

“இங்கே வந்தா ?”

“ஆமாம் நேத்து மத்யான்னம் மூணு மணி இருக்கும் . . . பொண்ணு லட்சணமாயிருக்கு. நல்ல சமத்து பாபு. நல்ல ஜோடி. பகவான் நல்லா வக்யணும் . . . ரண்டு மூணுநாள் போயாகணும் . . . இல்லையா ?”

“ஆமாம்.”

“எல்லாமே புதிசாத்தான் இருக்கு. ஆயிர மைலுக்கந்தண்டை போய் உத்யோகம் பாக்கறதும் . . . இக்கினியுண்டு பிள்ளைக்கு வந்த கஷ்டத்தைச் சொல்லு. அப்பா, பத்தாம் நாளைக்கு அம்மா. இந்தப் பிள்ளையும் மருமகளும் குடித்தனம் பண்றதைத்தான் பார்க்கக் கூடாதா? நினைவே வராம அவர் போகவாவது? அப்புறம் அந்த அம்மா எனக்கு மட்டும் என்னன்னிட்டுப் போகவாவது . . ? நல்ல கண்ராவி போ . . . ம்ஹம் . . . தண்ணி கிண்ணி சாப்பிடறியா ?”

“சாப்பிடறேன். யமுனா தூங்கிப்போயிட்டாளா ?”

“தலைவலியாம். சாயங்காலம் முளுக்க தலையைப் பிடிச்சு கிட்டேயிருந்தா. ஒரு மணியாத்தான் தூங்கறா. இனிமே மடத்துத் தெருக்கு நடந்து போகப் போறியா ? இங்கியே படுத்துக்கவேன். இரு, ஜமக்காளம் தலாணி கொண்டாரேன்.”

திடீர் என்று மேளச் சத்தம், கலியாண ஊர்வலம். நாயனக்காரர் வாசித்த வாசிப்பு ராம ராம. சித்தரஞ்ஜனிக்குமேல் ஷட்ஜமம்! மகானுபாவன் மேல் பஞ்சமம் வரையில் போய்விட்டு வருகிறானே. அந்நிய ஸ்வரங்களை இப்படிச் சேர்த்துக் கலப்பு மணம் செய்கிறாரே – சீர்திருத்த நாயனக்காரர் போலிருக்கிறது! சுருதியையும் அவ்வளவாகக் கவனிக்கவில்லை. ஏழைக்குத் தகுந்த மோழை நாயனம். கூட்டமில்லை. தூக்கத்தை கலைத்துக்கொண்டு வெளியே வேடிக்கை பார்ப்பாரில்லை போலிருக்கிறது. நிற்காமல் நடந்த வாக்கில் வாசித்துக்கொண்டு போகிறார் நாயனக்காரர்.

ராஜத்தின் கலியாணத்தில் வாசித்தானே . . . ஆகாகா! உசேனி ஆலாபனத்தில் புகுந்து தரங்களெல்லாம் நாட்டிவிட்டான் அன்று. ராஜத்தின் மாப்பிள்ளைக் கோலம் . . . அப்பா அம்மா இரண்டு பேருமா ? . . ரயில் இத்தனை நாழி மாயவரம் தாண்டியிருக்கும்.

“ம்ஹ்ம் . . . ராமா ராமா” என்று கூடத்தில் படுத்திருந்த பார்வதி பெருமூச்சு விட்டாள். ஒருக்களித்துப் படுத்திருந்தாள் அவள் – ஆழ்ந்து உறங்கும் யமுனாவைப் பார்த்துக்கொண்டு.

எவ்வளவு அலுப்பு!

பெட்ரூம் விளக்கின் பர்னரின் நிழல் பெரிய பெரிய நிழல் பூக்களாக விழுந்து கிடந்தது. இந்த வீட்டில் மின்சார விளக்கு கிடையாது. விளக்கிற்குப் பக்கத்தில் ஒரு பல்லி பாய்ந்து பாய்ந்து பூச்சிகளை விழுங்கிக்கொண்டிருந்தது.

“அப்பனே, ஆண்டவா” – மறுபடியும் பார்வதி. அவளுக்குத் தூக்கம் வரவில்லை.

எனக்கும் தூக்கம் வரவில்லை. பக்கத்து வீட்டில் இரண்டு மணி அடித்தது. மூன்றாம் மணி கேட்கவில்லை. அந்த ஒரு மணிக்குள்தான் தூங்கியிருக்க வேண்டும்.

தூக்கம் கண்ணை மூடிக்கொண்டால் வந்துவிடுகிறதா? அதுவும் ராஜம் ஊருக்குப் போன பிறகா? ஒரே ஒரு ஆள், நண்பன் என்று சொல்லிக்கொள்ள! என் மனிதன் என்று சொல்லிக்கொள்ள! எத்தனை நாள், எத்தனை நாள் பேசிப் பேசிப் பேசி . . . காவேரி மணலில் கைமறையும் வேளையில் அவன் உட்கார்ந்திருக்கிற நிழல்படம் போன்ற கருமை இதோ நிற்கிறதே. நான் இருப்பதுகூடத் தெரிகிறது. எத்தனை பேச்சுகள்! அலசி அக்கு அக்காகப் பிரித்துப் போட்டு, மறுநாள், மூன்றாம் நாள் ஒவ்வொன்றாகப் பேச முடியும் அவனுக்கு.

இவனுக்கும் நமக்கும் என்ன? இப்படி மாறாத நினைவுகளாகத் தலையில் கட்டிவிட்டுப் போய்விட்டானே! எவ்வளவு அழகான முகம்! மேட்டு நெற்றி, நீள மூக்கு, படிப்படியாக மயிர். இந்த தேசத்து முகம் என்று கூட அதைச் சொல்ல முடியாது. ரோமன் முகம் அது. இன்னும் சற்று வெள்ளையாக, மூக்கு நீளமாக இருந்தால் பார்ஸி என்று சொல்லிவிடலாம். எப்படி இவ்வளவு ஒல்லியாக இருக்க முடிகிறது இவனால்! அவன் சாப்பிடறதுகூட கவனிக்கப்பட வேண்டிய நிகழ்ச்சி தான். சாதத்தில் பத்து ஸ்பூன் அளவுக்குமேல் இராது அதிலேயே குழம்பு, ரசம், மோர் எல்லாவற்றையும் முடித்து விடுகிறான். உடம்பு என்னமோ பளபளவென்று மின்னுகிறது – கிட்டத்தட்ட பெண்ணைப் போன்ற மென்மை கொண்ட உடல். குழந்தையின் உடலைப்போல ஒரு வழவழப்பு. ஆனால் இந்த அழுத்தமும் வைரமும் உள்ளத்திற்கு எப்படி வந்தது? ஒரு சமயம் ஆண்மையும் வன்மையும் நெஞ்சிலும் அறிவிலும் திரண்டுபோய் எஞ்சியிருந்தது உடம்புக்குப் போதாமல் போய்விட்டதா?

பார்வதி ‘ம்’ என்று முனகுகிறாள். அவளுக்குத் தூக்கம் வர வில்லை. வயதான சிரமம். பற்பல குறைகளின், அவமானங்களின்

சுமை வேறு. புரண்டு புரண்டு படுக்கிறாள். விரல்கள் சொடுக்கும் சத்தம் கேட்கிறது.

என் விரல்களைச் சொடுக்கினால் சத்தம் அதிகம். பத்து விரல்களையும் சொடுக்க வேண்டும் போலிருக்கிறது . . . டக்கு, டொக்கு, டெக்கு . . .

"என்ன பாபு, தூக்கம் வரலியா?"

"வந்திண்டிருக்கு."

யமுனாவுக்கு நல்ல தூக்கம். குழந்தை மாதிரி தூங்குகிறாள். வந்தது முதல் ஒரு அசைவு இல்லை. ஒரு புரளல் இல்லை, ரோஜாக் கலர் புடவை போலிருக்கிறது. அல்லது வெண் பழுப்பாக இருக்க வேண்டும். இந்தப் பார்வதி ஏன் இன்னும் உயிரோடு இருக்கிறாள்! இவளுக்குத்தான் பயந்து சாகிறாளோ என்னவோ இவள்!

தலையணையில் சற்று லேசாக வலது பக்கம் சாய்ந்திருக்குக்கிறது யமுனாவின் தலை. மல்லாந்து படுக்கை. காலிரண்டும் மடங்காமல் நீண்டு கிடக்கின்றன! சற்றுத் தளர்ந்து ஓய்வுபெறும் துவட்சி. தலைப் பின்னால் தலையணையில் ஏறி வளைந்து பின்னால் கிடக்கிறது. எனக்கு வயது இருபத்து நான்கு முடிந்துவிட்டது. இவளுக்கு முப்பத்து ஐந்து நடந்துகொண்டிருக்கும்.

நாலைந்து வருஷத்துக்கு முன்னால் – கோயம்புத்தூரிலிருந்து பெண் பார்க்க வந்தானே – அன்று இருந்த மாதிரி இல்லை இப்போது. முகத்தில் அந்தக் குழந்தைத்தனமும் குறும்பும் இல்லை. உடலில் பொன்னிறம்கூட சற்று மறைந்து கொஞ்சம் கனிந்திருக்கிறது. பழம் பழுத்து ஒரு நாள், இரண்டு நாள் ஆன கனிவு மாதிரி. யௌவனத்தின் உச்சியை அடைந்துவிட்டு, இறங்கிக்கொண்டிருக்கிறது உடல்; இந்த உச்சியிலிருந்து நீ என்ன பார்த்தாய்! வயல்கள், கடல், சூரிய ஒளியின் கிரணங்கள் பூரிக்கும் ஆறுகள், சோலைகள் – இவற்றையா? அல்லது வெறும் மணல் காடான, முட்புதர்களும் கருகப் புதர்களும் நிறைந்த காட்டுப் பெருவெளியையா?

மற்ற மலைகளைப் போலத்தான். ஏறும்போது நம்பிக்கைகள், ஆசைகள், சிரமம். இறங்கிய பிறகு மட்டும் வித்யாசம் இருக்கத்தான் இருக்கிறது. யௌவனத்திலிருந்து பழைய இடத்திற்கே இறங்கி வந்துவிட முடியாது. அது எங்கேயோ குட்டைச் செடியும் புதர்களும் மண்டின கரம்பில் கொண்டுவந்து இறக்கி விட்டுவிடுகிறது. முப்பத் தைந்து முப்பத்தாறு. இன்னும் ஏழு வருஷத்திற்குப் பிறகு நீ பெண்மையின் ஆசையுடன், நோக்கங்களுடன் வாழமுடியுமா என்ன? உத்தியோகத்திலிருந்து விலகின அதிகாரி மாதிரி பழைய செல்வாக்கின் நரையைச் சாப்பிட வேண்டியதுதானே!

இந்த பார்வதிதான் உனக்குத் தடையாயிருக்கிறாள். இவள் மட்டும் இப்போது இல்லாமலிருந்தால்? எங்கேயாவது வெளியூருக்குப் போயிருந்திருந்தால்?

அப்பாடா! என்ன காற்று! என்ன குளுமை! சற்றுப் போனால் போர்த்திக்கொள்ள வேண்டுமோ என்னவோ! கும்பகோணத்தில் காவேரிக்கரை அறையில் புழுதியாகக் கொட்டும். மடத்துத் தெரு அறையில் காற்று வராது. புழுதி மட்டும் எங்கிருந்தோ வந்து படிந்துவிடும். காவேரிக்கரை அறை மாதிரி இங்கு காவேரியும் மரமும் சுமையும் இல்லை. மஞ்சள் சுண்ணாம்பு பூசின வீடுகள்.

கடல் இன்னும் ஓலமிடுகிறது. இது எப்போது ஓயப் போகிறது? அன்று இந்தப் பார்வதி மட்டும் இல்லாமல் இருந்திருந்தால் . . . யமுனா யமுனா . . . என்ன பாபு இப்படியேதான் இருக்கப் போறியா நீ . . . எப்படி – இப்படித்தான் . . . பின்னே எப்படி இருக்கணுங்கறே . . . எனக்கு என்ன சொல்றதுன்னு தெரியலெ . . . என்ன சொல்லணும், உனக்குப் புரியலியா? புரியறது . . . நீ மனுஷியில்லையா? மனித உணர்ச்சிகளே கிடையாதா? . . இருக்கு . . . பின்னே? அதுக்காக நான் என்ன பண்றது . . ? பாபு, இதெல்லாம் வேண்டாம் . . . யமுனா எழுந்து போய்த் தூணில் சாய்ந்துகொண்டு உட்கார்ந்திருக்கிறாள். பார்வதி இல்லாத போனாலும் இதுதான்.

பார்வதி இருக்கிறது மட்டும் இல்லை. இன்னும் தூங்கவில்லை.

எதற்காக இங்கே வந்து வந்து சுற்றுகிறேன்? இவர்களுக்கும் நமக்கும் என்ன சம்பந்தம்? அப்பா இவர்களுடைய நிலத்தைக் கவனித்துக்கொண்டிருந்த உறவா? இவர்களுடையது கூட இல்லை அது? எங்கோ ஒரு கிராமத்தில் ஒரு சுந்தரம். அவன் நிலம். அதில் விளைகிற நெல்லில் ஒரு மணிகூட மிஞ்சாமல் நந்தமங்கலத் திற்குப் போய்விடுகிறது, வெகு நாள் சிநேகம். குடும்ப சிநேகம். அதனால்? ராஜம் பிய்த்துக்கொண்டு போய்விட்டான். அவனவனுக்கு அவனவன் வாழ்க்கை, பெண்டாட்டி, குடும்பம், ஆசைகள், லட்சியங் கள் . . . கடைசியாக வட்டி கூட்டிப் பார்த்தால் சுயநலத்தைத் தவிர வேறு என்ன இருக்கிறது? நம்மைப் பற்றி இவளுக்கு என்ன அக்கறை? எதற்காக இவர்களோடு இந்தக் காரியமில்லாத போக்குவரத்து . . ?

காலையில் யமுனா கொல்லைக் கிணற்றடியில் குளித்துக் கொண்டிருந்தபோது பார்வதி காபியைக் கொண்டு வைத்தாள்.

“ஏன் என்னமோ போலிருக்க பாபு? சரியாத் தூங்கலியா?”

“தூங்கினேனே.”

“ரொம்ப நேரம் முழிச்சுக்கிட்டிருந்தியே.”

“நேரம்தான் ஆயிடுத்து தூங்க.”

“சிநேகிதன் ஊருக்குப் போயிட்டானேன்னு ஏக்கம் உனக்கு.”

“என்னத்துக்குத்தான் கவலைப்படறது?”

“அவனும் உன் விஷயமாப் படற கவலை இவ்வளவு அவ்வளவு இல்லெ.”

“என்ன சொன்னான் ராஜம்?”

“சொன்னான். எனக்கு முதல்லெ கேக்கறபோது நமக்கும் மோட்சம் வந்திட்டுது பார்த்தியான்னு நெறைஞ்சு போச்சு. பிறத்தியார் பிறத்தியார்னு ஒட்டாம பண்றதுக்கெல்லாம் என்னென்னமோ வச்சிருக்காங்களே ... ஜாதி, குலம், வயசு. ஜாதிஜனம் ஒண்ணையும் நாங்க பார்க்கலே. அதெல்லாம் நல்லது இல்லேன்னு தெரியும். தைரியமா நடந்து நாப்பது வருஷம் நின்னாச்சு. ஆனா இந்த விஷயத்தை அவ்வளவா ஒத்துக்க மாட்டாங்கன்னு சொல்லிச்சு ராஜம். வாஸ்தவம்தான். ஆனா வந்து ... எனக்குகென்ன?.. நான் யாரு வேண்டாம்னோ, சரியில்லேன்னோ சொல்றதுக்கு? அப்படி சரியில்லேன்னு நான் நினைக்கவும் இல்லியே ... எல்லாரும் சந்தோஷமா இருக்கறதுக்கத்தான் பிறந்திருக்கோம்.”

பார்வதி எட்டிக் கொல்லைப்பக்கம் போய்ப் பார்த்துவிட்டு வந்தாள்.

“அப்பா அம்மா எல்லாம் மூஞ்சிலே முளிப்பாங்களா அப்புறம்! நம்மாலே இதுக்கு எத்தினி கஷ்டம்னு நெனச்சுக்கிட்டே இருந்தேன். ராத்திரி முழுக்கத் தூக்கமே வரலெ எனக்கு. என்ன சொல்றது, என்ன செய்யறதுன்னு புரிய மாட்டேங்குது. ஆனா காமாட்சியம்மன் ஆணையா நான் குறுக்கே நிக்கமாட்டேன். அவளுக்குத் தெரியும் எல்லாம் ... அப்பாவும் அம்மாவும் இதெல்லாம் சரின்னு ஒப்புக்கு வாங்களா?

பேச முடியாத விஷயம். மென்று மென்று விழுங்குகிறாள் பார்வதி. அவளுக்குத்தான் பேச முடியாத விஷயம். எனக்கும் ஏன் கேட்க அவ்வளவு கூச்சமாயிருந்தது? ராஜம் பொத்தென்று இவளிடம் என்னத்தையோ சொல்லிவிட்டுப் போய்விட்டான். ஒரேயடியாகக் கும்பகோணத்தை விட்டுப் போகிறோம். போகிறபோது என் விஷயத்தை எப்படியாவது தீர்த்துவிடுவது என்று நினைத்து விட்டான் போலிருக்கிறது. அந்தச் சிரிப்பு சிரித்தானே, ரயிலில் ... இதுதானா அது?

தெருவில் லொடலொடவென்று சைக்கிள் ரிக்ஷா ஓடிக் கொண்டிருந்தது ...

“காபியைச் சாப்பிடேன். ஆறிப் போயிடப்போறது.”

“சாப்பிடறேன் ... அப்பாவும் அம்மாவும் எதெதுக்குத்தான் சொல்றதுன்னு கிடையாதா?”

காபியைக் கையில் எடுத்து எழுந்து நின்று வந்து கொல்லையைப் பார்த்துக்கொண்டே சொன்னான்.

“அப்படித் துணியலாமா நாமெல்லாம்? இன்னைய நேத்தைய சிநேகமா?”

“நீங்களும் அப்படியே சொன்னா என்ன பண்றது?”

"எனக்கு ஒண்ணும் இல்லெ. அப்படித் துணிஞ்சு ஒரு காரியம் நடக்கிறதுன்னு எளுதியிருந்தா நடந்துட்டுப் போகட்டும். நான் செய்யறதுக்கு என்ன இருக்கு? நான் தான் சொல்லிட்டேனே. எல்லாரும் சந்தோஷமாக இருந்தாப்போதும். நான் எத்தினி நாளைக்கு இருக்கப் போறேன்? இருந்தாலும் ரண்டு கையரிசியைக் களைஞ்சு பொங்கி நான் பாட்டுக்குச் சாப்பிடப்போறேன்."

பயங்கரமான காட்சி. அப்பாவும் அம்மாவும் தனியாக இருந்து கொண்டு நான் அவர்களுக்குச் சம்மதமில்லாத ஒரு வாழ்க்கை நடத்திக்கொண்டு – இதைவிட – இப்போதுபோலத் தனியாக இருப்பது வம்பில்லாமல், வழக்கில்லாமல், யாருக்கும் வேதனை தராமலிருக்கும் . . .

பார்வதி காப்பிப் பாத்திரத்தை எடுத்துக்கொண்டு போய் விட்டாள். மென்று விழுங்கின அவள் எப்படியோ தன் மனசை எல்லாம் சொல்லிவிட்டுப் போய்விட்டாள். ஆனால் மறைக்கிறது நந்தியில்லை. கடவுள்தான்.

இந்த ராஜம் பார்வதியோடு விடவில்லை. யமுனாவிடமும் சொல்லியிருக்கிறான். பார்வதி எங்கோ கோவிலுக்குப் போய்க் கொண்டிருந்தாளாம். அன்று அவனைத் தன் வீட்டில் கூப்பிட்டு வைத்து எல்லாவற்றையும் சொன்னானாம். இரண்டுநாள் கழித்து அதே மாதிரிஅவள் கோவிலுக்குப் போவதைப் பார்த்துவிட்டு, விறுவிறுவென்று கிழக்கே நடந்து யமுனா வீட்டுக்குப் போய்ப் பேசியிருக்கிறான்போல் தோன்றுகிறது.

சனிக்கிழமையன்று சாயங்காலம் போனபோது சற்றுப் பேசிக் கொண்டிருந்துவிட்டு, பார்வதி எண்ணெய்க் கிண்ணத்தை எடுத்துக் கொண்டு கிளம்பிவிட்டாள்.

"பாபு, இரு. கோயிலுக்குப் போயிட்டு வந்திடறேன்."

"எந்தக் கோயிலுக்கு?"

"கும்பேச்வரன் கோயிலுக்கு . . . அரை மணியிலே வந்துடுவேன்."

"சரி."

அவள் இறங்கிப்போனாள்.

"எனக்கு ஏழரைநாட்டான் சனியாம். அம்மா அரைக்கால் சேர் கடலெண்ணெயை லஞ்சம் கொடுத்து சனீச்வர பகவானைச் சரி பண்ணப்போறாள்" என்றாள் யமுனா. "ஒண்ணும் சிபார்சு இல்லாம நடக்கமாட்டேங்குது. வேலைக்குச் சிபார்சு. அரிசிக்குச் சிபாரிசு. கலியாணத்துக்கு சிபாரிசு."

"நியாயமா கிடைக்க வேண்டியது கிடைக்காட்டா, சிபார்சு பண்றதிலே ஒண்ணும் தப்பில்லையே."

“ராஜம் நீ சொல்லிச் சொன்னாரா? இல்லே அவராச் சொன்னாரா?”

“எதை?”

“உன் சமாசாரம்தான்.”

“நம்ம சமாசாரமா?”

“எப்படியாவது வச்சுக்கவேன்.”

“எனக்கு என்னத்துக்குச் சிபாரிசு? நானே எல்லாம் இடிச்சுப் பார்த்தாச்சு. நடக்கலெ. அவன் என்ன சிபாரிசு எனக்கு?”

“அவ்வளவு மட்டமா நான் நெனக்கல்லை. கோச்சுக்காதே. சும்மாச் சொன்னேன்.”

“நமக்குப் பிரியமா இருக்கிறவா, நமக்கு நல்லது செய்யறோம்னு எதேதோ சொல்லிட்டுப் போறா. என்னைக் கேட்டா வேண்டாம்னு சொல்லியிருப்பேன்.”

“வேண்டாம்னா?”

“நான் வேறு என்னத்தைச் சொல்லியிருக்கப் போறேன்?”

“உன் சிநேகிதன் வந்தான். உங்களாலே ஒரு நல்ல மனுஷனுடைய ஜன்மமே பொட்டலாப் போயிண்டிருக்குன்னான்.”

“நிஜம்தான்.”

“என்னை என்ன செய்யச் சொல்லணும்கிறீங்கன்னு கேட்டேன். உங்களுக்குத் தெரியாதான்னு கேட்டான். நான் பேசாம இருந்திட்டேன்.”

“ஓகோ . . . சரி . . . கொம்பில் புல்லைக் கட்டி விடுகிற இந்த அவதியை என்னால் தாங்கிக்கொண்டிருக்க முடியவில்லை. நான் வரட்டுமா?”

“எங்கே? ரூமுக்கா?”

“ஆமாம்.”

“உனக்கு அங்கே யார் காத்திட்டிருக்காங்க?”

“எங்கேதான் யார் காத்திண்டிருக்கா எனக்கு?”

யமுனா பேசாமல் குனிந்துகொண்டு நின்றாள்.

“நான் இல்லாமலிருந்திருந்தா எத்தனையோ பேர் சந்தோஷமாயிருந்திருப்பா” என்றாள்.

பேசாமல் கிளம்பி வந்துவிட்டேன்.

எனக்கு என்ன கவலை? நல்ல சாப்பாடு. மடத்துத் தெரு ஹோட்டல் சாப்பாடு, வீட்டில்கூட கிடைக்காது. நல்ல அறை.

ஏகப்பட்ட புத்தகம். ரங்கண்ணா அன்றாடம் சொல்லிக்கொடுப்பதைப் பாடம் பண்ணவும் நினைத்துப் பார்க்கவும் ஒரு இரவு போதாது. மத்யான்னம் கும்டா ராதா கிருஷ்ணனோடு பொழுது போய்விடு கிறது. மத்யான்னம் அங்கேயே ஒரு மணிநேரம் தூங்கலாம். வியாபாரம் இல்லாத வேளையில், நன்னையன், வெங்கடராமன், தஸ்மா மூன்று பேரும் வந்து பேசினால் போதும். பொழுது போவதே தெரியாது. வெங்கடராமன் இவர்களோடு எப்படிப் பழகுகிறான் என்று வேடிக்கை பார்ப்பதற்கே சரியாக இருக்கும். நல்ல மேதாவி, நன்றாக சிந்திக்கக் கூடியவன். அறிவு, படிப்பு என்பதே சுட்டுப்போட்டாலும் வராத நாலைந்து பேருடன் நாள் முழுவதும் சம்பாஷித்துக்கொண்டு, வெற்றிலை சீவலையும் வாசனைப் புகையிலையையும் அரைத்துக் கொண்டிருப்பது புத்தியுள்ளவர்களுக்குப் புரியாத விஷயமோ என்னவோ, எனக்கு வேடிக்கையாக இருக்கிறது. இந்தக் கூட்டம் பேசாத பேச்சு எது? மாட்டுச் சுழி, நாடி ஜோஸ்யம், மந்திர சாஸ்திரம், சினிமா, நாடகம், கறுப்புச்சட்டை, கதர்ச்சட்டை, கொடிக்கால், பெண்கள், தாசிகள், குடும்ப தாசிகள், பத்திரிகைகள், புடவைகள், கறுப்பு மார்க்கட் – எல்லாவற்றையும் பற்றி ஒரே கூச்சலும் சிரிப்புமாக இருக்கும். விஷயம் ஏதாயிருந்தாலும் அதை ஒரே கூச்சலும் சிரிப்புமாகப் பேச அவர்களுக்கு முடிகிறது வெங்கட ராமன் எல்லாவற்றையும் புன்சிரிப்புடனும், நடுநடுவில் திடீர் திடீர் என்று காது கேட்கும்படியான சிரிப்புடனும் கேட்டுக் கொண்டிருப்பான். அந்தக் கூட்டத்திற்கு அவன் தெய்வம். நரிக்கொம்பு கொண்டா என்றால் கொண்டுவருவார்கள். ஆனால், "போய்யா, நீ பிரமாதமா எளுதிப்பிட்டியே. மூஞ்சியும் மோரக்கட்டையும். நீ எளுதி எவனுக்காவது புரிஞ்சுது, புடிச்சிதுன்னு சொல்லச் சொல்லு. உன் எளுத்து மாதிரிதான் இருக்கும் நீ பண்ற பஞ்சாயத்தும் நீ பேசற பேச்சும்" என்று அவனைக் கிண்டல் செய்துகொண்டு தானிருப்பார்கள். இதற்கு சபாஷ் போடுவது போல ஒரு கூச்சல் சிரிப்பு. நிஜமாகவே அவன் எழுத்துக்களைப் புரிந்துகொள்ளக்கூடிய ஜமா இல்லை அது. அதனால் தானோ என்னவோ, அவன் உடம்பில் ஜில்லென்று ஊதல் படுவதைக்கூட சகிக்காமல் பாராக் கொடுத்து வந்தது அது.

விசித்திரமான இந்த அன்பையும் உறவையும் பார்க்கப் பார்க்க ஆச்சரியமாயிருக்கிறது. இந்த சிநேகத்திலும் பாசத்திலும் எத்தனை தினுசு, எத்தனை தோற்றங்கள்! அவனுக்கு மார்புவலி என்றால் உடனே கூட்டத்தில் இருவர் பறந்து டாக்டரிடம் ஓடுவார்கள். வெளியே போகலாம் என்றால் இரண்டு கவுளி வெற்றிலை, பெரிய வாசனைப் புகையிலை மட்டை, ஒரு பொட்டணம் சீவல், ஐந்து ரூபாய்க்குக் குறையாத சில்லறை – எல்லாவற்றையும் எடுத்துக்கொண்டு கிளம்பிவிடும் இந்தக் குழாம். பெரிய தெருவில் அவன் நடந்து வருகிறானே. வாய் வெற்றிலையை அரைத்துக்கொண்டிருக்கிறது. முகம் குழந்தை மாதிரி இன்னதென்று சொல்லமுடியாத ஒளியுடன்,

துளைக்கும் கண்ளுடன், கேட்கிறாற்போலக் கேட்கும் காதுடன் வருகிறான். இந்தப் பக்கம் இரண்டு பேர். இடது பக்கம் நாலு பேர், பின்னால் இரண்டு மூன்று. இவன் என்னிடம் எப்படி ஒட்டிக்கொண்டான் ... நான்தான் ஒட்டிக்கொண்டேனோ? ராஜம் இருந்த அறை இல்லை இது. ஆனால் இந்த மூன்று வருஷமும் நெருங்காமல் நெருங்கிய நெருக்கமாக அதாவது பழக ஆரம்பித்த அன்று ஏற்பட்ட நெருக்கம் துளி விலகாமல், மேலும் நெருங்காமல் நான் புறப்பட்டு வரும் வரையில் இருந்துவிட்டது.

ஒரு நாள் அறையில் பேசிக்கொண்டிருக்கும்போது, பெண்கள், காதல் எல்லாம் அடிபட்டுக்கொண்டிருந்தது.

"உலா வாசித்தீர்களா?" என்றான் முண்டா. வெங்கடராமனுக்குச் செல்லப் பெயர் இது.

"இல்லை."

"உலாவில் பவனி வருவான் ஒரு ராஜா. அல்லது உள்ளூர் கோயிலில் குடியிருக்கிற தெய்வம். அவனைப் பார்த்து ஏழு வயசு, பத்து வயசு, இருபது முப்பது வயசு, முப்பத்தஞ்சு வயசு, நாற்பது வயசு – வயசெல்லாம் சரியாக ஞாபகம் இல்லை; மங்கை, அரிவை, தெரிவை, பேரிளம் பெண் இப்படி சில பேருங்க மட்டும் ஞாபகமா யிருக்கு – இதுங்கள்ளாம் அந்த ராசாவைப் பார்த்து பெருமூச்சு விட்டுக்கிட்டு நிக்கும். அப்படி நாம பவனி போனா, எந்தப் பெருமூச்சை எடுத்துக்கறது?"

சிரித்தேன் நான்.

"நீங்க எதை எடுப்பீங்க?"

"நானா! நாற்பதைத்தான்?" என்று சிரித்தான். நானும் சிரித்தேன்.

"நாற்பதுதான் கடைசி இல்லியோ?"

"ஒண்ணுமே புரியாததுபோலத் தெரியாததுபோலக் கேட்கிறீங்களே." ஒன்றும் புரியவில்லை. அவன் கண்ணில் குறும்பு பளிச்சிட்டது.

"எனக்குத் தெரியும்."

"எப்படித் தெரியும்?"

"நீங்கள் போகிறதைப் பார்க்கிறேன், உங்கள் மனசு தெரிகிறது."

"ஆனால் ஒன்றும் நடக்கவில்லை என்று தெரியுமா உங்ககளுக்கு?"

"நடக்கிறதெல்லாம் அப்புறம்."

"எப்புறம்?"

"எங்களை எல்லாம் அழைச்சு, சாப்பாடு போட்டு, மேளம் கொட்டி, இல்லாவிட்டா, ரிஜிஸ்டர் ஆபீசுக்குப் போய் ..."

"அதெல்லாம் நடக்காது."

"ஊருக்குப் பயந்துகிட்டிருக்கிற வரையில் இந்த உலகத்தில் எதுவும் நடக்காது. எதுவும் நகராது."

"அது சரி."

"கூழுக்கும் ஆசை, மீசைக்கும் ஆசைங்கறது முடியாது. எதையாவது விட்டுத்தான் தீரணும். ஒரே சமயத்திலே மேற்கேயும் கிழக்கேயும் போக முடியுமா?"

நான் முழுவதும் சொல்லவில்லை. நான் தோற்றவன் என்பது ராஜத்திற்கு மட்டும் தெரிந்தால் போதாதா? இவனுக்கு வேறு தெரியவேண்டுமா? பாவம், எனக்கு யாரோ காத்துக்கிடக்கிறார்கள் என்று அவன் நம்பிவிட்டான். முடிவு செய்யவேண்டியது நான்தான். தடுக்கும் சக்திகளை உதிர்த்து நீச்சுப் போடவேண்டியது நான்தான் என்று அவன் புரிந்துகொண்டிருந்தான் போலிருக்கிறது.

அன்று மதராஸுக்குப் புறப்படும்போது ரயில் ஏற்றிவிட வந்தவன், இதைத்தான் ஆசை தீரக் கேட்டான்.

"எப்ப முடிவு பண்ணப்போறீங்க?"

"எதை?"

"எதையா?"

"அதுவா?"

"நீங்க முடிவு பண்றதுக்குள்ளேயும் ரொம்ப தாமசமாகிவிடுமோ என்னவோ?" என்று சிரித்தான்.

நான் சிரித்தேன்.

"உலாவிலே வரவங்களுக்குக்கூட ஒரு வரம்பு இருக்காப் போலிருக்கேங்கறேன்" என்றான் முண்டா.

ரயில் ஏற்றிவிட வந்திருந்த ஷண்முகத்துக்கும் சாம்பனுக்கும் ஒன்றும் புரியவில்லை.

"பாபு, எங்களுக்கும்தான் இங்கே இருக்கப் பிடிக்கலெ" என்றான் சாம்பன்.

ஷண்முகம் சூன்யத்தைப் பார்த்துக்கொண்டு நின்றான்.

"இந்தக் குடும்பத்தை விட்டுவிட்டு எங்கே வரது. இன்னொரு தங்கைக்குக் கலியாணத்தைப் பண்ணிட்டேன்னா நானும் உங்க மாதிரி கிளம்பிடுவேன்" என்றான் சாம்பன்.

நான் பேசாமல் நின்றேன்.

"ஒரு வருஷமா, ரண்டு வருஷமா; பதினாறு வருஷமா அங்கேயே வளர்ந்துவிட்டான். எனக்கு இருப்பா இருக்க மாட்டேங்கறது இப்ப. இப்படி நாதியில்லாம பண்ணிப்பிட்டுப் போயிட்டாரே."

சாம்பன் அழவோ விசும்பவோ இல்லை. கண்ணீர்த் துளிகளைத் துடைத்துக்கொண்டான்.

"அங்கே போனாலே அழுகை வரது, கொல்லையிலே கிணத்தடியிலே நின்னா அவர் நிற்கிறாப்போல இருக்கும். நடையைப் பார்த்தா அவர் கையை தூக்கி இறக்கித் தியானம் பண்றாப்போல இருக்கு. தம்புராவை மீட்டவே பிடிக்கலை. அந்த மாதிரி யாரு சுருதி சேர்க்கப்போறா இனிமே? ஒரு வேஷ்டியை எடுத்து வச்சிருக்கேன் – பெட்டியிலே, அதை எடுத்து எடுத்துப் பார்க்கறேன். ஆகாகா... துளி அழுக்கிருந்தா பிடிக்காது அண்ணாவுக்கு. தும்பைப்பூ மாதிரி இருக்கணும். அவர் மனசு மாதிரியே இருந்தது" என்றான் சாம்பன்.

"நீங்க ஊருக்குப் போறதாகக் கேட்டவுடனேயே பாட்டிக்குப் பாதி ஜீவன் போயிட்டுது. ரயிலேத்தி அனுப்பிச்சேன்னு சொன்னா ஏங்கிப்போயிடப்போறா."

ரயில் ஊதிற்று.

"வெங்கடராமன், வரட்டுமா?"

"ஞாபகம் இருக்கணும்."

"ஷண்முகம்!"

"சரி."

"சாம்பன்!"

"லெட்டர் போடணும், போய்ச் சேர்ந்த விவரத்திற்கு பாட்டிக்கு விவரமா எழுதணும்."

வண்டி நகர்ந்துவிட்டது.

இத்தனை அன்பு முகங்களைக் காணாமல் தலையை எப்படி உள்ளுக்குள் இழுத்துக்கொள்கிறது... வண்டி தண்டவாளம் மாறிற்று. முகங்கள் மறைந்துவிட்டன. போனவுடன் பாட்டிக்குக் கடிதம் எழுத வேண்டும்.

வந்தவுடனே எழுதியும் ஆயிற்று. சாம்பன் உடனே பதிலும் எழுதிவிட்டான்.

இன்னும்கூட எழுதிக்கொண்டிருக்கிறான் சாம்பன். இவனுக்குக் கடிதம் எழுவது சர்வசாதாரணம். வியாபாரி – கடிதம் எழுதுவதும் பெறுவதும்தான் உயிர் இவர்களுக்கு. நமக்கு என்னமோ தேரிழுக்கிற பாடாக இருக்கிறது. தபாலாபீசுக்கு ஹைரோடுக்குப் போக வேண்டும். ஒரு வருஷம் இந்த சிரமம் இல்லாமலிருந்து. மாம்பலத்தில் தபாலாபீஸ்

தி. ஜானகிராமன்

கூப்பிடு தூரம். நடந்து போகிறது சிரமமில்லை. சாலையோரத்தில் நிறைய தூங்குமூஞ்சி மரங்கள். நிழலாடப் போய் வரலாம். திருவல்லிக் கேணியில் எப்படித்தான் நடக்கப் போகிறோமா? சுள்ளென்று எதிர்வெயிலில் திணறிக்கொண்டே, குளித்துக்கொண்டே நடக்க வேண்டும். நாளைக்கு எப்படியாவது சாம்பனுக்குப் பதில் எழுதியாக வேண்டும். பதினைந்துநாள் முன்பு ஒரு கடிதம் எழுதிவிட்டு அதே சமாசாரத்தை, முன் கடிதம் கிடைக்கவில்லையோ என்ற சந்தேகத்தில் மீண்டும் எழுதியிருக்கிறான். பாட்டி, ரங்கண்ணாவின் மனைவி கும்பகோணத்து வீட்டைக் காலி செய்துவிட்டு, கிராமத்தோடு போய்விட்டாளாம். கிராமத்தில் அவள் தமையன் பிள்ளைகள் இருக்கிறார்கள். வீட்டுவாடகை இருபத்தைந்து ரூபாய் வரும். கிராமத்தில் செலவும் கிடையாது. அதனால் நீங்கள் பணம் அனுப்ப வேண்டிய தேவையில்லை என்று எழுதியிருக்கிறான் சாம்பன். திடீரென்று நிறுத்தினால் பாட்டி ஏதாவது நினைத்துக்கொண்டால்?

ரங்கண்ணா இருந்தபோது பாட்டி இப்படியா இருந்தாள்? அவரே அவள் வாயைக் கிண்ட பயந்துகொண்டு, அவள் கத்துவதற் கெல்லாம் பதில் பேசாமல் என்னைப் பார்த்துப் புன்னகை பூத்துக் கொண்டே உட்கார்ந்திருப்பார். பார்க்கிறவர்களுக்கெல்லாம் புருஷனுக்கு அடங்காத பெண்பிள்ளை என்றுதான் தோன்றும். “காப்பியைச் சாப்பிட்டுட்டுப் பாடட்டுமே” என்று ரங்கண்ணாவை அவள் நினைவுக்குக் கொண்டு வருகிற அதட்டலையும் அதிகாரத்தையும் கேட்கும்போது, யாருக்கும் சற்று நாடி ஒடுங்கத்தான் செய்யும். அந்த அதட்டல் இல்லாவிட்டால், ரங்கண்ணாவைப் பணம் கொடுக்காமலேயே கூழைக்கும்பிடு போட்டு ஏமாற்றிவிடலாம். அந்த மாதிரி இரண்டு மூன்று சீடர்களும் அவருக்கு வந்துவிட்டுப் போய்விட்டார்கள். பாலூர் ராமு கூட அப்படி கூழைப்பாட்டுப் பாடியவர்தான். சாகிறவரையில் ரங்கண்ணாவுக்கு அவரிடம் ஒரு தினுசான கோபம் உண்டு. ராமுவின் பேச்சை எடுத்தாலே பாட்டிக்குக் குரல் தானாக உயர்ந்துவிடும். பேச்சில் ஒரு கிண்டலும் நிஷ்டூரமும் கேட்கும். “ஏதோ, எப்படியாவது நன்னாயிருக்கணும்” என்று ஆசி கூறிவிட்டு, வேறு பேச்சுக்குப் போய்விடுவாள். இப்பேர்ப்பட்ட பாட்டியா இப்படி மாறிவிட்டாள்!

ரங்கண்ணா போன பிறகு பாட்டியின் குரல், பேச்சு எல்லாம் ஒடுங்கிவிட்டன. பிரமை பிடித்தாற்போல் ஒரு மாதம் உட்கார்ந்திருந்தாள்.

“நான் இப்படி ஏமாந்து போவேன்னு நினைக்கலேடா பாபு. அந்த நாதப்பிரும்மத்தின் கையாலே எனக்குக் கொள்ளிக் கிடைக்கப் போறதுன்னு நினைச்சிண்டேயிருந்துட்டேன் ... இப்படி ...” அதற்கு மேல் அவளுக்குப் பேச முடியவில்லை. பேசவில்லை. அடக்கிக் கொண்டு, தலையைக் குனிந்துகொண்டுவிட்டாள்.

ஒரே மாதத்திற்குள் அவள் உடம்பு பாதியாகிவிட்டது. உதவிக்காக யாரோ தூரத்து உறவு, இளம் வயதிலேயே குறைப்பட்டுப்போன

ஒரு ஸ்திரீயைக் கொண்டு வைத்துக்கொண்டாள். அவளோடு அதைச் செய், இதைச் செய் என்று மிக மிக அவசியமாயிருந்தால் ஒரு வார்த்தை, இரண்டு வார்த்தை – வேறு பேச்சே கிடையாது. துக்கம் கேட்க வந்தவர்களிடம்கூட இந்த மௌனத்தைத் தவிர வேறு ஒன்றும் பேசவில்லை. அந்தக்காலத்தில் அவள் அதட்டின அதட்டல் எல்லாம் ரங்கண்ணாவைக் கணவனாகப் பெற்றுவிட்ட, கட்டுக்கடங்காத கர்வம்தானா?

சாவில் அவர் முந்திக்கொண்டுவிட்டார். தோல்வியடைந்த அவமானத்திலும் துயரிலும் ஏங்கி ஒடுங்கிவிட்டாள் பாட்டி.

இனிமேல் பணம் அனுப்பவேண்டாம் என்று பாட்டிதான் சொன்னாளாம். மாதம் முப்பது ரூபாய் ஒன்றும் பிரமாதமில்லை. ரங்கண்ணாவுக்குக்கூடக் கடைசி இரண்டு வருஷம்தான் இப்படிக் கொடுக்க முடிந்தது. "என்னத்துக்குடா இந்த ஆடம்பரம்? பணம் சம்பாதிக்கிற பெருமையைத் தீர்த்துக்க இஞ்சதானா இடம் பார்த்தே?" என்று வழக்காடிவிட்டுத்தான் ஒவ்வொரு தடவையும் வாங்கிக் கொள்வார் ரங்கண்ணா. பாட்டியும் வேண்டாம் என்றுதான் சொல்லியிருப்பாள். ஆனால், அவர் வீட்டைத்தவிர ஒன்றும் வைத்து விட்டுப் போகவில்லை. மணியார்டரில் மையில் கட்டைவிரலைத் தோய்த்து அழுத்தி வாங்கிக்கொண்டுதான் வந்தாள். இப்போது தேவையில்லையாம். வீட்டு வாடகையை வைத்துக்கொண்டு கிராமத்தில் காலந்தள்ள முடியும். பாட்டிக்குக் கடிதம் எழுதுவதாயிருந்தால் கிராமத்து விலாசத்திற்கு எழுதுமாறு, எழுதியிருக்கிறான் சாம்பன். தெம்பு குறைந்துவிட்டது. தனியாக இருக்கப் பயந்துகொண்டே பாட்டி ஊரோடு போய்விட்டாளாம். அங்கு மட்டும் எப்படியிருக்க முடியும்? தனிமை விட்டுவிடுமா?

நேற்று நடந்ததுபோலிருக்கிறது. ரங்கண்ணா போய் ஒரு வருஷம் ஒரு மாதமாகிவிட்டதா? பாட்டிக்கு மட்டும் இல்லை. எனக்கு, சாம்பனுக்கு, எல்லோருக்கும் தனிமை வந்துவிட்டதே.

கூடம் முழுவதும் கூட்டம். சீடர்களும் உறவினர்களும் வந்து குழுமியிருந்தார்கள். பாட்டி மடியில் ரங்கண்ணாவின் தலையை வைத்துக்கொண்டு உட்கார்ந்திருக்கிறாள். நான் எப்படிப் பாடினேன்! முதல்நாள் சாயங்காலம், ரங்கண்ணா கம்மிய குரலில் சொன்னார். "என் ஸ்வாமி கீர்த்தனத்தை நிறுத்தாம பாடுங்கோடாப்பா. பாபு, சாம்பா, ஷண்முகம் . . . எல்லாரும்தான். நினைவு தப்பியிருக்கேன்னு நிறுத்த வாண்டாம். இப்பவே சொல்லிப்பிட்டேன். நினைவு தப்பினாலும் உள்ள கேட்டிண்டிருக்கும்."

சாயங்காலம் ஆரம்பித்த பாட்டு, ஓயவில்லை. மாறி மாறிப் பாடினோம். ஷண்முகம் பாடுகிறபோது "இப்படி கிட்டக்க வந்து பாடு" என்றார். அருகே உட்கார்ந்துகொண்டான் அவன். பாடும்போது அவன் கையை எடுத்து மார்பில் வைத்துச் சற்றுக் கண்ணை

மூடிக்கொண்டிருந்தார். சாம்பன் பாடும்போதும் அப்படித்தான் உத்தரவு பிறந்தது. அவன் கையை எடுத்துக்கொண்டு "அப்பாடா" என்றார். நான் பாடும்போது, அவர் கண்ணில் தாரை தாரையாக நீர் பெருகிற்று. பாட்டுக்காக இல்லை, என்மேல் இருந்த எல்லை யில்லாத பாசம். என் கையை எடுத்து மார்பெல்லாம் தடவிக் கொண்டார். என்னையே பார்த்த அந்தப் பார்வை, "போயிட்டு வரட்டுமாடா குழந்தே ... கண்ணைத் துடைசுக்கோ ... ம் ... நான் சொன்னதெல்லாம் ஞாபகம் இருக்கோ ? .. இருக்கா ! .. சரி ... ம் ... பாடு பாடு – நாளைக்கெல்லாம் இப்படி இம்சை பண்ண மாட்டேன் ... பாடு ..."

சாப்பாட்டுக்கு ஒவ்வொருவராக எழுந்து போய் திரும்பி வந்து பாட்டைப் பிடித்துக்கொண்டு இன்னொருவரை அனுப்பு வதும் ... இரவு முழுவதும் பாட்டு அறாத பாட்டு. காலை எட்டு மணிக்கு மறுபடியும் கூடம் நிறைந்துவிட்டது. அவ்வளவு கூட்டம், பாட்டு ஓயவில்லை. தம்புராவைக் காண்பித்தார் அண்ணா, அதை எடுத்துச் சுருதி சேர்த்து மீண்டும் பாட்டு ...

ஷண்முகமும் நானும் சேர்ந்து ஸாவேரி கீர்த்தனை பாடும் போது ...

"அண்ணா இனிமே கேக்கமாட்டார்றா ... பாபு, கேக்க மாட்டார்றா – பாபு, பாபு, என்னடா செய்வேன் ?" என்று வெதறிப் போய், கண்டம் கரகரக்க பாட்டி ... மடியில் இருந்த முகமும் முகமும் ஒன்றின.

"இப்படி விட்டுட்டுப் போயிட மனசு வந்துதா ?"

அவ்வளவுதான். பாட்டி. ஒரு அவச்சத்தம் போடவில்லை. தம்புரா நின்றுவிட்டிருந்தது. மூலைக்கு மூலை விசும்பல், முனகல், விக்கல் எல்லாம் சேர்ந்து கடைசியில் அடங்கிய அழுகையாக நீண்டது. அழும்போதுகூட மரியாதையாக அடக்கி அடக்கி அழுததே அந்தக் கூடம் ... அவ்வளவு ஆட்சி உண்டு ரங்கண்ணாவுக்கு.

நாலைந்து நாளுக்கு முன்னாலேயே பாபநாசத்திலிருந்து அப்பா, அம்மா, அக்கா எல்லாரும் வந்து பார்த்துவிட்டுப் போனார்கள். அப்பா மறுபடியும் வந்தார்.

"பெரியவா, இயலாதுன்னு தெரியும். ஆனால், கொஞ்சம் பாடிக் கேட்கணும் போலிருக்கு" என்றார் ரங்கண்ணா.

"எனக்கு என்ன தெரியும் ?" என்றார் அப்பா.

"தட்டப்படாது."

அப்பா பதில் பேசவில்லை. பத்து நிமிஷம் பாடினார். "ஆகா, ஆகா, ஐயா, உங்களுக்கா தெரியாது ? பாடினது கால் நாழி இருக்குமா ? அதுக்குள்ளே என் உடம்பெல்லாம் புல்லரிக்க

அடிச்சிப்பிட்டுதே! ஆம்! பைரவியை இதுக்கு மேலே பாடறதுக்கு இருக்கா என்ன? அப்புறம் பாடினா, கணக்குத்தான். கணக்குக்கு முடிவு ஏது? ரண்டு ரண்டு நாலு, முன்னாங்கு பன்னண்டுன்னு பெருக்கிண்டு போகலாம்... இத்தனை நாளாக் கேட்காத போயிட்டேனே... அம்..!"

அப்பாவுக்குக்கூட ஆச்சரியம் தாங்கவில்லை "என் பாட்டுக்கு இப்படி மாஞ்சு போயிட்டாரே... பரம சாது!" என்று வியந்து மாளவில்லை அவருக்கு.

காலையிலிருந்து மாலை வரையில் தங்கிவிட்டு, இருட்டுகிற நேரத்திற்குத்தான் அப்பா ஊருக்குக் கிளம்பினார். வழக்கம் போல பஸ்ஸுக்கோ, ரயிலுக்கோ அவரை ஏற்றிவிடப் போகவில்லை. கடைத்தெரு வரையில் போய்விட்டுத் திரும்பிவிட்டேன்.

திரும்பி வந்த பிறகு அப்பாவைப் பற்றியே அரை மணி நேரம் பேசிக்கொண்டிருந்தார் ரங்கண்ணா. என்ன வயசு, எப்போது எழுந்திருப்பார், என்ன சாப்பிடுவார்..?

"உங்கப்பாவுக்கு நீ கலியாணம் பண்ணிக்க மாட்டேங்கறியேன்னு ரொம்ப குறை. முகத்தைப் பார்க்க முடியலே. நான் என்னத்தைச் சொல்றது? என் பேச்சைத் தட்டமாட்டான். இதிலே மட்டும் அவனை அசைக்க முடியலே. என்ன நினைச்சிண்டிருக்கானோ? மூர்க்கப் பிடிவாதம் பண்றவனாகவும் தெரியலே. அவன் போக்குப்படி விட்டுடுங்கோன்னு சொல்லிப்பிட்டேன். நீ என்ன புத்திசாலி இல்லையா? இத்தனை பேர் சொல்லிக் கேக்கலேன்னா, ஏதாவது இருக்கும். அவனவனுக்கு விவேகம் இல்லியோ?" என்று ரங்கண்ணா கனியக் கனியச் சொன்னது யார் இப்படி நமக்குக் கிடைக்கப் போகிறார்கள்? அவர் சொல்லிக் கொடுத்த சங்கீதம், விவேகம் எல்லாம் சேர்ந்து அப்பாவிடம் சொன்ன இந்த வார்த்தை ஒன்றுக்கு ஈடாகுமோ என்னவோ? இவ்வளவு கவலையுடன் காத்து வந்த இமை போய்விட்டதே!

அதற்குப் பிறகு அப்பாவோ அம்மாவோ கலியாணத்தைப் பற்றிப் பேச்சே எடுக்கவில்லை. அடியோடு அந்தப் பேச்சு நின்றுவிட்டது.

நான் இன்று தனியாக, ஒரு வருஷமாக மதராஸில் இஷ்டப்படி இருப்பதற்கும் இந்த ரங்கண்ணாதானே காரணம்? எனக்கு எல்லாம் ரங்கண்ணாதான். அவர் போன பிறகு கும்பகோணத்தில் என்ன வேலை? அப்படியும் ஒரு மாசம் இருந்துதானே பார்த்தோம்; முடியவில்லையே. அவர் வாழ்ந்த வீட்டுக்குள் போனபோதெல்லாம் நிர்க்கதியாக விட்டுவிடப்பட்ட ஒரு பயம் எத்தனை நாள் சூழ்ந்து கொண்டிருந்தது! வாசல் கதவைத் திறந்த உடனேயே இடைகழியில் சூன்யம்! கையை மேலே தூக்கித்தூக்கி இறக்கி கண்ணைமூடி நாதத்தில் லயித்திருந்த அந்த உருவம் இல்லை. முதல் வரவேற்பே சூன்யம். உள்ளே போனால், அவருடைய தம்புரா, இளம்

தி. ஜானகிராமன்

கைம்பெண்டைப்போல, துக்கத்தின் அதிர்ச்சியில், அவமானத்தில் தலைகாட்ட நாணி உறைக்குள் புதைந்து கிடக்கிறது. அதற்கு உயிர் கொடுக்க அவர் ஸ்பரிசத்திற்குத்தான் முடியும். சுருதி சுத்தமான கற்பு நிலையில் அதை வைத்துப் போற்றி ஆராதிக்க அவரால்தான் முடிந்தது. சோகப்படுவது எவ்வளவு அவமானமான நிலை! அதற்கப்பால் முதியவிதவை பாலம்மாளை அன்று நந்தமங்கலத்தில் பார்த்த மாதிரி. நார்மடிப் புடவை, முண்டனம் செய்த தலையையும் உடலையும், ஒட்டியும் ஒட்டாமலும் மறைத்திருந்தது. பாட்டி ஒல்லி. காலிறங்கின புடவை அவள் வயதில் பற்றுக்கொண்டு உடலில் படிந்திருந்தது. இந்த நார்மடி அந்த உடலைத் தொடக் கூசுவதுபோல், பழகுவதற்கு முன்னால் தயங்குவது போல முடமுட வென்று ஒட்டாமல் தயங்கிக் கொண்டிருந்தது. கண்ணெல்லாம் குழி விழுந்துவிட்டது. கருவட்டம் கட்டிவிட்டது. உடல் கிழித்த நாராகத் துவண்டு இளைத்துவிட்டது. தனிமையும் வெட்கமும் அவளைக் கொஞ்சம் கொஞ்சமாகத் தின்றுகொண்டிருந்தன.

பொழுது விடிந்தால் இதைப் பார்க்க முடியவில்லை. கொல்லை யில் போனால் ரங்கண்ணா நிற்கிறாற்போலிருக்கிறது. வாழை இலையில் டப்டப்பென்று விழும் நீர்ச் சொட்டைக் கேட்டுக்கொண்டு நிற்பார், கீழே ஊரும் நத்தையைப் பார்த்து நிற்பார். எறும்புச் சாரியைப் புன்னகையுடன் பார்த்து நிற்பார். அணில் கிணிக் கிணிக்கென்று வாலைத் தூக்கிக் கத்தும்போது “பிரமாத சௌலா யிருக்கே இன்னிக்கு” என்று சபாஷ் போடுவார். அண்ணா, இதெல் லாம் இந்த மதராஸில் மாட்டிக்கொண்டு போய்விடும் போலிருக் கிறதே எனக்கு . . .

அண்ணா இல்லாத வேதனை தாங்காமல்தானே மதராஸைப் பார்க்க ஓடிவந்தேன். அப்பாவின் திருப்திக்காக ஒரு கச்சேரிகூடச் செய்தாகிவிட்டது பாபநாசத்தில், அண்ணாவின் திருப்திக்காக. அப்புறம் கச்சேரி என்ற நினைப்பையே ஒழித்தாயிற்று.

“மதராஸ் போகிறேன்” என்றதும் அப்பாவுக்குக் கவலை வந்து விட்டது.

“எதுக்கு மதராஸுக்கு?”

“கொஞ்சநாள் இருந்துட்டு வரேன். அண்ணா போனதிலிருந்து மனசு சரியாயில்லை.”

அப்பா பதிலே பேசவில்லை. நானாகத்தான் கோயிலில் ஒரு வெள்ளிக்கிழமையன்று ஏற்பாடு செய்து கச்சேரி செய்தேன், மிருதங்கம் வாசித்த சாமிக்கண்ணுப்பிள்ளை நாலு வார்த்தை வாழ்த்தியும் விட்டார். அப்பா அன்று இரவு வெகுநேரம் தூங்க வில்லை. மேலே எங்கெங்கே கச்சேரிகள், எப்படியெப்படிச் செய்ய வேண்டும் என்று ஒரு மணிநேரம் பேசிவிட்டுத்தான் ஓய்ந்தார்.

மேலே கச்சேரிகள் ஒன்றும் இல்லை. அதற்குள் மதராஸ் பயணம் தீர்மானமாகிவிட்டது. அண்ணா சொன்னது முற்றிலும் வேறு. அவர் சாகக் கிடந்தது ஒன்பதுநாள். முதல்நாளே சொன்னார். "இந்தத் தடவை நிச்சயம் புறப்பட்டுடுவேன் ..." என்று ஆரம்பித்து, சொல்ல வேண்டும் என்று நினைத்ததையெல்லாம் சொல்லிவிட்டார். அதற்கு நடுவில் சொன்னதுதான் எனக்கும். "சாம்பனும் ஷண்முகமும் கச்சேரிக்குத் தயார்பண்ணிக்கட்டும். வயத்தைக் கழுவியாகணும். ஆனா அவாளுக்கும் அப்படித்தான் சம்பாதிக்கணும்னு இல்லே. அப்படி ஆசையாயிருந்துதுன்னா செஞ்சுக்கட்டும். உனக்குப் படிப்பு இருக்கு. இப்ப கச்சேரி கச்சேரின்னு பறக்கறதுக்கு ஆயிடலை. நிறைகுடமா வித்தையைச் சம்பாதிச்சுண்டு ஆரம்பிச்சா தேவலைன்னு தோணறது. பிஞ்சிலே பழுக்க வேண்டாமேங்கறதுக்காகச் சொல்றேன். வேறென்ன — எள்ளோடு எலிப்புழுக்கையும் எண்ணெய்க்குக் காயறாப் போல, அரைகுறைகள், வெந்தது வேகாதது எல்லாம் ஜவ்வாதுப் பொட்டை இட்டுண்டு, சாரைப் பாம்பு மாதிரி ஒரு ஜரிகைமடிப்பைக் கழுத்திலேபோட்டுண்டு கச்சேரி கச்சேரின்னு கிளம்பிவிட்டுது. கேட்பானேன்? பாம்புப்பிடாரன் கத்தறாப்பலதான் இருக்கும், அதெல்லாம் வேண்டாம்னு சொல்றேன். புரியறதோ? .. தண்ணியிலே இறங்காம எப்படி நீஞ்சறதுன்னு பலபேர் புத்தியைக் கலைப்பா. அதையெல்லாம் கேட்டா தளர்ந்து போயிடப்படாது ... அந்தரங்கமாக் கேட்டா, உனக்குக் கச்சேரியே வேண்டாம்னு சொல்லுவேன், ஆத்மானந்ததுக்கு ஏற்பட்ட வித்தை. விலை பேசற வித்தையில்லை. தானே அனுபவிச்சு அனுபவிச்சு, நாலு நல்ல சிஷ்யனாப் பார்த்துக் கடைசியிலே அவன் தோளுக்கு எல்லாத்தையும் மாத்தி விட்டுப் போறதுதான் உத்தமமான காரியம். இதைத் தொழிலா வச்சிண்டா, நாம சேவகம் பண்றது மாத்ரமில்லை கேட்கிற எஜமான் போக்குக்கு நம்ம வித்தையும் மாத்திக்கணும். ஞானத்தை எதுக்காகச் சம்பாதிக்கிறது? ஞான சூன்யங்கள் சொல்றபடி ஆடறத்துக்கா? சத்யத்தை எதுக்காகத் தெரிஞ்சுக்கறது? பயமில்லாம பொய் சொல்றதுக்கா? ஏண்டாப்பா ... என்னடாது, ஆசையிலெல்லாம் மண்ணை அள்ளிப் போடறானேன்னு வருத்தப்படறியோ? நீ கச்சேரி பண்றதை வாண்டாம்னு சொல்ல மனசு வல்லை. அவசரப்பட வாண்டாம்னு தான் சொல்றேன். நம்ம ஆத்மா ஆனந்தப்படறதுக்காக ஏற்பட்ட சாமானை யாராவது அம்பலத்திலே காமிச்சு பிச்சை வாங்குவானோ? ... எனக்குப் புரியமாட்டேங்கறது. சிறுசுகள் ஆசையைக் கெடுக்கறதும் நியாயமில்லை. அதுக்காகத்தான் அவசரப்பட வாண்டாம்னு சொன்னேன் ... என்ன?" — இப்படிச் சுற்றிச் சுற்றி வந்தார் அண்ணா.

"சரிண்ணா."

"நீ இப்ப பாடினாலே ஒரு பய ஈடாக நிக்க மாட்டாண்டா. ஆனாலும் இதுகூடப் போறாது ... கிளம்பினா சிம்மம் மாதிரி

கிளம்பணும். அதுவரைக்கும் ஆடுமாதிரி பயந்துண்டுதான் இருக்கணும்."

அண்ணாவுக்குப் பேசக்கூட முடியவில்லை. ஆனால், பேசுகிற ஆசையோ சும்மா விடமாட்டேன் என்கிறது. அண்ணாவின் பேச்சுக்கு இணையேது? பாட்டில் மாத்திரமா கலைஞர் அவர் . . ?

ஒரு வருஷம் எப்படி அண்ணா இல்லாமல் கழித்தோம்!

அப்பாவுக்கு நானும் கூட இல்லை என்று குறை. ஆனால், பாபநாசத்தில் உட்கார்ந்துகொண்டு என்ன செய்கிறது?

அடே, இங்கேகூட சுவர்க்கோழி கத்துகிறதே! மாம்பலத்தில்தான் மரம், பச்சை கண்ணில் படுகிறது. அங்குதான் சுவர்க்கோழி கேட்டுக் கொண்டிருந்தது. இந்தத் திருவல்லிக்கேணியில் கூடவா? சுவர்க் கோழிக்குச் சுவர் போதாதா? மரம்தானா வேண்டும்? நம் மாதிரியா? எங்காவது சின்ன இடுக்கு இருந்தால் போதும். குடியிருந்த இடத்தில் மரம் வேண்டும், பச்சை வேண்டும். காற்று வேண்டும், இயற்கைக்காட்சி வேண்டும் என்று இதுவா ஏங்கப் போகிறது? எங்காவது கொஞ்சம் இருள்! சிறிது இடம், உட்கார்ந்து ஒத்து ஊத. மாம்பலத்து அறையிலும் இது கேட்காத நேரம் இல்லை. பதில்கூட உற்றுக் கேட்டால் காதில் விழும். அங்கேயே இருந்திருக்கலாம். ஆனால், அங்கு ஒரே ஒரு ட்யூஷன்தானே. மீதி இரண்டும் இங்கே இருக்கிறது. தம்பு செட்டித் தெருவில் வேலை. பஸ்ஸும் இங்கிருந்து அதிகம். ஆபீசுக்குப்போவது சிரமமல்ல. அதுவும் வேலை பண்ணி வைத்தவர் பெல்ஸ்ரோடில் இருக்கிறார். அவரும் அவ்வளவு வற்புறுத்தி அழைத்ததனால் வந்திருக்கிறோம். அவர் குழந்தைக்கு வயது பன்னிரண்டு. ஆனால் ஞானமோ, அதைப் பெறுகிற சுருக்கோ . . . ஆச்சரியமான புத்தி. இயற்கையாகவே குரல் சுருதியில் போய்க் கவ்வுகிறது. இந்த ஆண்கள் சுருதி இருப்பதையே மறந்துவிட்டார்களா? பெணகளுக்கு எப்படி அனாயாசமாக சுருதிஞானம் ஏற்பட்டுவிடுகிறது? ஞானமா? இல்லை, குரல் வாய்க்கிற இயல்பா? பெண்மையிடம் சுருதி ஏன் இவ்வளவு பாரபட்சம் காட்டுகிறது? ஆனால், பெண்கள்கூட வரவர விலகிக் கொண்டே போகிறார்கள். சமத்துவம் கேட்கிற போராட்டத்தின் முதல் கட்டம் போலிருக்கிறது! ஆணகளோடு சேர்ந்து சேர்ந்து, போட்டிப் போட்டுப் போட்டு இவர்களுக்கும் ஆணதன்மை வந்துவிட்டதோ என்னவோ? அரும்பு மீசையும் வீச்சு நடையுமாகப் போகிற பெணகளைப் பார்க்கும்போது . . . இது என்ன இழவு? . . . பெண்மைக்கும் சுருதிக்கும் எவ்வளவு நகச் சதை உறவு! அதனால்தான் பெண்மையோடு அதுவும் போய்க்கொண்டிருக்கிறதோ என்னவோ? . . . என்னமோ இந்தப் பெண் இந்த நஷ்டத்தில் கலந்துவிடாமல் பத்திரமாக இருக்கிறதே . . . அதைச்சொல்லு. அவளுடைய அப்பாவுக்கு அவளை என்னமோ சரஸ்வதியாகவே ஆக்கிவிட வேண்டும் என்று ஆசை. "இதென்ன சார் கஷ்டம்? எதுக்காக இப்படி ஊர் ஊரா

அலையணும்? ஒரு வேலையைப் பார்த்துக்கொள்ளுங்கள். ஆபீசுக்குப் போயிட்டு வரது. காற்றாட ஒரு மணி இளைப்பாறுகிறது. அப்புறம் இங்கே வந்து ஒரு மணி நேரம் பத்மாவுக்குச் சொல்லிக்கொடுங்கள், போறும். வேணுமானால் வேறு ஏதாவது ஒரு ட்யூஷன் மேலே வைத்துக் கொள்ளுங்கள்?"

"நானா? வேலை பார்க்கிறதா? இருபத்தேழு இருபத்தெட்டு வயசுக்குப் பிறகு யார் தருகிறார்கள்?"

அவர் விடவில்லை. ஒரு அளவுக்கு சுயநலம்தான். பெண்ணுக்குக் கருத்தாகச் சொல்லிக்கொடுக்க வேண்டுமே. எனக்கு என்ன? நல்ல பாத்திரமாயிருந்தால் தெரிந்ததைச் சொல்லிக்கொடுக்க வேண்டியது. வஞ்சனையா? பயமா? . . . அவருக்கு என்னமோ ஏதாவது செய்து இவனைத் தனது படுத்திக்கொண்டுவிட வேண்டும் என்று தீர்மானம். மனுஷன் வெகுளி, வெளிப்படையாகக்கூட இதைச் சொல்லிவிட்டார். என்னிடம் மனுவை எழுதி வாங்கி, தானே கொண்டு கொடுத்து, அப்புறம் நேராக அழைத்துக் கொண்டு போய், அறிமுகப்படுத்தி, வேலையையும் வாங்கிக் கொடுத்து . . . இருபத்திரண்டு நாளாகிவிட்டது . . . படியும் சம்பளமுமாக இருநூற்று ஏழு ரூபாய் என்று கம்பெனிக்காரன் போட்டதே இவருக்காக. இல்லாவிட்டால் நூற்றைம்பது தாண்டியிராது. இன்ஷூரன்ஸ் கம்பெனிதான். ஆனால் ஏஜெண்டாக அலைந்து அலைந்து நீலுப் பாட்டியின் பிள்ளையைப் போல நடக்க வேண்டியதில்லை. ஆபீசிலேயே வேலை . . . விளம்பரங்கள் பத்திரிகைகளுக்குக் கொடுத்து ஜனங்களைப் பிடிக்க வலைவீசும் வாசகங்கள் எழுதி . . . நல்ல வேடிக்கை. கற்பனை இப்படிப் போகப் போகிறது என்று யாராவது கனவில் நினைத்தார்களா?

'சூட்டும் கழுத்துப் பட்டையும் கட்டிக்கொண்டு . . . இதென்ன வேஷம்? கணைக்கால், துடை எங்கு பார்த்தாலும் வேர்வை, முதுகில் வேர்வை . . . சவ்வாதுப் பொட்டும் சாரைப்பாம்பு சரிகை மடிப்பும் அண்ணாவை உறுத்தினவே! அவர் என்னை வந்து பார்த்தால் . . ? "என்னடா பாபு . . ? இது எத்தனை நாளா . . ? சட்டை, பூட்ஸ் . . . பேஷ் பேஷ் . . . தேவலையேப்பா நீ . . . யாரோ மாதிரி இருந்தது. நீ தானா . . ? பலேபலே . . . யார்ரீ அங்க உள்ளே . . ? இதைப் பாரு . . . இது யாரு, அடையாளம் தெரியறதா . . . ம், தெரிஞ்சுதா. இப்படியே கச்சேரிகூடப் பண்ணலாம். நாலுபேர் இப்படிக் கிளம்பினா மத்த அஜங்களும் ஆளுக்கு ஒரு சட்டையும், கோட்டையும் தானா மாட்டிக்கிண்டு கிளம்பிவிடும் . . . இந்த ஆட்டுக்கும்பல் சங்கீதத்திலே ரொம்ப ரொம்ப ஜாஸ்தி . . ." அண்ணா இப்படி நெடுகப் பேசிக்கொண்டேயிருப்பார்.

இன்று ஏகப்பட்ட நட்சத்திரமாயிருக்கிறது வானம் முழுவதும். மதராஸ் வானம் பைத்தியக்கார வானம். திடீர் என்று ஒரு மழை. இந்தத் தெருவில் மழை . . . அந்தத் தெருவில் வெயில், அல்லது

வெறும் மப்பு. நேற்றும் முந்தா நாளும் பிசுபிசுவென்று தூறிக் கொண்டிருந்தது. திடீர் என்று இன்று மத்தியானத்திலிருந்து சுள்ளென்று வெயில் ... முந்தாநாள் அறையில் பெட்டி, படுக்கைகளை இறக்கும் போது நல்ல தூற்றல் ... இன்று ஒரே விளக்காக அள்ளி வீசியிருக்கிறது! ரங்கண்ணாவும் நட்சத்திரமாக ஆகி, இந்த மௌனப் பிரகாசத்தில் ஒரு ஒளித்துளியாக எங்கேயாவது ஒளிர்கிறாரோ என்னவோ? என்ன கம்பீரமான முகம்! சிம்மத்தின் சாயை! சிம்மத்தின் ஆட்சி! .. அப்பாவிற்குக் குருவாக வந்த ராஜூகூட ஏதாவது ஒரு மூலையில் நட்சத்திரமாக மாறியிருக்கிறாரோ என்னவோ ... உலகத்தாய் அணியும் புடவையின் இந்தப் பூக்களில் ஒரு பூவாக ராஜூவும் மலர்ந்திருக் கிறாரோ ... இந்த மாதிரி யாரோ சொல்லியிருக்கிறார்கள். பட்டுக்கரு நீலப்புடவை பதித்த நல்வயிரம் நட்ட நடுநிசியில் தெரியும் நட்சத்திரங்களடீ ..., என்னைப் பார்த்து இந்த உலகத்து அம்மா சிரிக்கவா போகிறாள்? அவளுக்குத் தெரியாதா இந்தச் சிறு உள்ளத் தின் வேதனைகள்? அவள் அவள் என்று ஏன் சொல்லுகிறோம்? எல்லாவற்றிலும் உள்ள பெரும் சத்திக்கு ... கடவுளுக்கு ... எதற்காக இத்தப் பொம்மனாட்டி வேஷம் கொடுத்திருக்கிறார்கள் .. !

பாபு அயர்ந்துவிட்டான். திடீர் என்று கால் ஓங்கித் தரையில் அடித்தது. விழித்துக்கொண்டான். ஒன்றுமில்லை. கால் புரண்டதோ என்னவோ ... மறுபடியும் கண்ணை மூடிக்கொண்டான்.

“ஊவ்” என்று வாசலில் சப்தம் கேட்டது.

“அம்மா” என்று கன்னத்தில் அறைகிறாற்போல ஒரு கூப்பாடு. “அம்மா ...” இந்தப் பால்காரர்களுக்கு எவ்வளவு பெரிய தொண்டை! எழுந்து பார்த்தபோது ஓங்கோல் பசு மாடு ஒன்றுகட்டி நின்றிருந்தது. பக்கத்தில் ஒரு வைக்கோலும் பஞ்சும் அடைத்த கன்று. அதைத் திரும்பிப் பார்க்கக்கூட இல்லை, பசு. எல்லாம் எனக்குத் தெரியும் என்று சொல்வதுபோலத் தெற்கே பார்த்துக்கொண்டு நின்றது. எதிர்த்த வீட்டில் ஒரு எருமை மாட்டுக்குத் துவரம்பொட்டைக் காட்டிக்கொண்டிருந்தான் ஒரு பையன். வேறொருவன் கறந்து கொண்டிருந்தான். மாட்டுக்காரன் ஆழாக்கை வைத்துக்கொண்டு இடது கையால் தலையைச் சொரிந்துகொண்டிருந்தான்.

மப்பும் மந்தாரமுமாயிருந்தது வானம். ரிக்ஷாவில் யாரோ ஒரு பெண் வண்ணான் மடியிலிருந்து எடுத்த பூப்போட்ட வெள்ளை வாயிலை உடுத்துக்கொண்டு, வடக்குப் பக்கமாகப் போய்க் கொண்டிருந்தாள்.

உப்புக்காரன் தள்ளு வண்டியில் உப்பைத் தள்ளிக்கொண்டு கூவிக்கொண்டிருந்தான். இவன்தானா? நேற்று ஆளைப் பார்க்க வில்லை. கூவல்தான் கேட்டது. குரலைக் கேட்டபோது உப்பின கழுத்தாக இருக்கும்போல் மனதில் ஒரு படம். ஆனால் அப்படி யில்லை, கழுத்து சாதாரணக் கழுத்து. நினைத்ததுபோல உயரமாக,

வாட்டமாக, சற்றுக் கூனலாக இல்லை. ஒல்லிதான். கழுத்துக்கூட சாதாரணக் கழுத்துதான். இவனுக்கா இவ்வளவு பெரிய தொண்டை!

மதராஸில்கூட காலை வேளை அழகாகத்தானிருக்கிறது. அதுவும் மப்பும் மந்தாரமும் இருந்தால் இன்னும் அழகு.

காக்கை ஒன்று ஜன்னல் கதவின்மேல் உட்கார்ந்து, கண்ணைச் சாய்த்துச் சாய்த்து அவனைப் பார்த்துக்கொண்டே கத்திற்று. திடீர் என்று பறந்துபோய் எதிர் வீட்டு மொட்டை மாடிக்கட்டையில் உட்கார்ந்து கீழே பார்த்துக்கொண்டிருந்தது. நாலு பக்கமும் பார்த்தது சட்டெனப் பறந்து தெருவில் நடந்துகொண்டிருந்த யார் தலையிலோ அகல மூங்கில் தட்டில் பரப்பியிருந்த துணியை அலகால் தூக்கி எடுத்துப் பறந்து கீழே நழுவவிட்டு, மறுபடியும் மொட்டை மாடிக்குப் பறந்துபோயிற்று.

“த்தா . . . சூ . . . காக்காய் துணியைப் பிடுங்கிச்சிய்யா, தெரியலே உனக்கு.”

இடியாப்பக்காரன் கீழே கிடந்த தட்டை மூடி துணியை எடுத்து உதறி, மறுபடியும் “இடியாப்பம்” என்று கத்திக்கொண்டே நடந்தான்.

பர்பர்ரென்று ஊதின பலூனைத் தேய்த்துக்கொண்டே போனான் ஒரு அரைக்கால் சட்டை. உடம்பெல்லாம் பலூன் தலையெல்லமே பலூன். இந்த விடியற்காலையில் யார் பலூன் வாங்கப்போகிறார்கள்? கூப்பிட்டாவது சொல்லலாம். எதற்காக இப்படி அலைகிறான்? எப்பொழுது எழுந்தான்? அதற்குள் எல்லாவற்றையும் ஊதிக்கொண்டு புறப்படுவதென்றால் . . ?

பாபு ஜன்னலை விட்டு நகர்ந்து பல்பசையையும் பிரஷ்ஷையும் துண்டையும் எடுத்துக்கொண்டான். பசை கம்மென்று மணத்தது. மேனாட்டு மணம். நான் எப்படி மாறிவிட்டேன்! கருகப்பட்டை பல்பொடி – அதே மாதிரி வீட்டில் செய்த சாக்குக்கட்டியும் படிக்காரமும் கிராம்பும் போட்டு இடித்த பல்பொடி – இதைத்தவிர வேறு ஒன்றும் தொட்டதுகூட இல்லை. ஒரு மாசமாகப் பசை. ஒரு சிவப்பு பிரஷ்ஷு.

சாம்பன் எழுதிய கடிதமும் ராஜம் எழுதிய கடிதமும் ‘பதில் போடு பதில் போடு’ என்று சொல்வதுபோலப் புத்தக அடுக்கிலிருந்து நீட்டிக்கொண்டிருக்கின்றன. இன்று சாம்பனுக்கு எப்படியாவது எழுதிவிட வேண்டும். ராஜத்திற்கு இரண்டுநாள் கழித்து எழுதலாம். டில்லியில் இப்போது வெகு சுகமாக இருக்கிறதாம். சங்கீதம் இப்போது எங்கே இருக்கிறது என்று எழுதி விசாரித்து எழுதியிருக்கிறான். அவனுக்கு எல்லாம் விவரமாக எழுத வேண்டும்.

எட்டரை மணி சுமாருக்கு வானம் மப்புத் தெளிந்து வெயில் உறைக்க ஆரம்பித்துவிட்டது. கால் சட்டையையும் கோட்டையும் மாட்டிக்கொண்டு கிளம்பினான் பாபு.

இன்னும்கூட இந்தச் சட்டையும் கோட்டும் உடம்போடு ஒட்டவில்லை. ஷோரூமின் கண்ணாடிகளில் நடந்துகொண்டே பார்க்கும்போது, ஒட்டினாற்போல், ஏன், சற்றுப் பார்க்கும்படியாகக் கூட இருக்கிறது.

ஆபீஸில் சுமார் நூறு குமாஸ்தாக்கள் இருந்த பெரிய ஹாலில் நடந்து, ஒதுக்குப்புறமாக இருந்த தன் அறைக்குள் நுழைந்தான் பாபு. இன்னும் விளம்பர மானேஜர் வரவில்லை. சித்திரக்காரர் மட்டும் உட்கார்ந்து, அமெரிக்கப் பத்திரிகை ஒன்றின் விளம்பரத்தைப் பார்த்துக்கொண்டிருந்தார். எப்படிக் காப்பியடிக்கலாம், எப்படி அங்கும் இங்கும் மாற்றலாம் என்று திட்டம் செய்கிறார் போலிருக்கிறது.

"குட்மார்னிங் சார்" என்று வரவேற்றார் அவர்.

"என்ன சேதி?"

"நல்ல சேதி பாருங்க சார். எப்படி எப்படியெல்லாம் ஒரு ஐடியாவைச் சொல்றான் பாருங்க சார். இதோ பாருங்க ... இஞ்ச கலரை இங்கே ஏன் மங்கவிட்டிருக்கான்? ஐடியா புரியுதா ..? அதாவது ..."

பாபுவுக்கு ஒன்றும் புரியவில்லை. என்னமோ சொல்லிக் கொண்டிருந்தார் அவர் ... நட்டநடு நிசியில் தெரியும் நட்சத்திரங்களடி என்ற பாட்டை விளம்பரத்தில் புகுத்த முடியுமோ? புகுத்துவது நியாயமா? பெரிய கவியை இப்படி வியாபாரச் சந்தியில் நிறுத்தலாமோ ..?

"என்ன சார் புரியுதா?"

"புரியறாப்பல இருக்கு. மறுபடியும் சொல்லுங்க."

அரைமணி நேரம் அவர் என்னமோ சொல்லிக்கொண்டிந்தார். "ஆமாம் ஆமாம்" என்று தலையாட்டிக் கொண்டேயிருந்தான் அவன். வார்த்தைகள் மட்டும் காதில் விழுந்தன. வியாபார விளம்பரத் திற்கு இந்த நல்ல கவிதையை உபயோகிக்க வேண்டும் என்ற நீசபுத்தி எனக்கு ஏன் தோன்றிற்று? ஒரு சமயம் அந்தப்பாட்டு அந்த நாலுபேர் கண்ணில் படலாம் என்றா?

"சார்" என்று தள்ளுகதவைத் தள்ளி நின்றான் சேவகன்.

"என்னப்பா?"

"உங்களை யாரோ பார்க்கணுமாம் சார். கீழே வந்திருக்காங்க."

"யாரு?" என்றான் பாபு.

அப்பாவா? ராஜமாக இருக்குமோ? சங்குவோ!

"யாரோ அம்மா."

சித்திரக்காரர் நிமிர்ந்து பார்த்தார்.

"அம்மாவா? யார்றா அம்மா? யாராம்?"

"வரச் சொல்லுங்கறாங்க. பேரு கேட்டா சொல்ல மாட்டேங்கறாங்க... வயசானவங்க..."

பாபு ஒன்றும் புரியாமல் கீழே இறங்கி, விஸிட்டர் அறைக்குப் போனான்.

யார் அது?

யாரு... யமுனா? யமுனாவா இது?

○

தூக்கிவாரிப் போட்டது அவனுக்கு.

ஒரு சோபாவின் நுனியில் தொட்டும் தொடாததுமாக உட்கார்ந்திருந்த யமுனா சட்டென்று எழுந்து நின்றாள்.

ஒன்றும் புரியாமல் பிரமித்தான் பாபு. தட்டுத் தடுமாறிக்கொண்டு "என்ன யமுனா? எப்ப வந்தே?" என்று கேட்டான். கேள்வியில் கவனம் இல்லை. ஏதோ தானாக வந்தது அது. ஏன் இப்படி மாறியிருக்கிறாள் இவள் என்று வியப்பும் பயமும்தான் அறிவைக் கலக்கிக்கொண்டிருந்தன. பழைய யமுனாவின் படம் இந்த யமுனா இப்போது நிற்கும் தோற்றமும் ஒன்றின்மேல் ஒன்றாக நின்றன. பார்வை மங்கியவன் கண்ணில் தெரிவதுபோல். இரட்டையாக, ஒன்றினுள் ஒன்று செருகினாற்போல் நின்றன. திகைத்துப் போன அவனுக்கு இரண்டு மூன்று கணத்திற்கு எந்த உருவம் உண்மை, எதை இப்போது பார்த்துக்கொண்டிருக்கிறோம் என்று புரியவில்லை. எனக்கே ஏதாவது சித்தப்பிரமையா?

எப்போதும்போல் உயரமாக நின்றாள் அவள்... அவள் இல்லை... யாரோ உடம்பு துரும்பாக இளைத்துக் கிடந்தது. தோலில் எவ்வளவு முற்றல்! சுமார் ஒரு வருடம் முன்பு பார்த்த அந்த நிறம் எங்கே? அப்போதே உடலில் உள்ள பளபளப்பு மறைந்துவிட்டது. வயது இப்போது நாற்பது இருக்கும். எனக்கு இருபத்தெட்டு, இவளுக்கு முப்பத்தொன்பது முடிந்திருக்கும். நாற்பது... நாற்பது வயதில் இப்படி மாறி விடுவார்களா?

என்ன பதில் சொன்னாள்?

"எப்ப வந்தே யமுனா?"

"ரண்டு நாளாச்சு."

"ரண்டு நாளாச்சா?" என்று கேட்டுவிட்டு மீண்டும் அவன் வாயடைத்துவிட்டது.

இவளா யமுனா?

தி. ஜானகிராமன்

கையிரண்டும் தோளிலிருந்து பிடிப்புத் தளர்ந்து தொங்கிக் கொண்டிருந்தது போலிருந்தது. பிடித்து இழுத்தால் கையோடு வந்துவிடுமோ என்னவோ! வலது தோள்பட்டை எலும்பு முண்டி நின்றது. வெள்ளை மல் ரவிக்கையும் முட்டிக்கொண்டு தெரிந்தது அந்த எலும்பு. இடது தோளில் பரவியிருந்த மேலாக்கையும் மீறிக்கொண்டு இடது எலும்புப்பட்டை, கையெல்லாம் நரம்புப் புடைப்பின் நெளிவுகள். நரம்பில்லை. ரத்தக்குழாய், புறங்கையில் இவ்வளவு புடைப்பா? புஜப் பனை விசிறிக் காம்பைப் போலத் தட்டையாக வாய்க்காலோடிற்று. முன் கையில் இரண்டு எலும்புகள் உண்டு என்று நன்றாகத் தெரிந்தது. முன் கை, புஜம், இரண்டையும் உருண்டையாகக் காத்து வந்தது எங்கே? காத்து வந்தது எது? அது எங்கே? கழுத்தின் எலும்புக்குள் இரு பள்ளங்கள்.

கறுத்துத்தான் விட்டிருந்தாள். கறுப்புக்கூட இல்லை. இவள் இயற்கையில் நல்ல சிவப்பு. அந்த பளபளப்பை எதிலோ போட்டு வாட்டி வதக்கினாற் போலிருந்தது. வதக்கல்தான். எந்தச் சூட்டில் இப்படி வதங்கிக் கிடக்கிறாள்? தலையில் நாலைந்து நரை மயிர்கள் எங்கோ தெரிந்தன. நரையில்லை. நரையின் ஆரம்பம் இல்லை. ஏதோ தப்பித் தவறி முளைந்த வெள்ளை என்று சமாதானம் செய்து கொண்டான் பாபு.

"இன்னிக்கிக் காலமேதான் வந்தியா?"

"இல்லையே, ரண்டு நாளாச்சே."

"எங்கே தங்கியிருக்கே?"

"புரசைவாக்கத்திலே."

"அங்கே யார் இருக்கா?"

"எங்க சின்னம்மா மாப்பிள்ளையோட தம்பி இருக்கான். அங்கேதான் இருக்கேன் இப்ப."

"அம்மா வந்திருக்காளா?"

"இல்லை."

"நீ மாத்திரமா வந்தே?"

"ஆமாம்."

"ரண்டு நாளாச்சுன்னா? முந்தாநாள் வந்தியா?"

"ஆமாம்."

"உட்காரேன்."

"பரவாயில்லை."

"பரவாயில்லை, உட்கார்... சரியா உட்காரலாம்."

"நாலஞ்சு நாள் முன்னால் பாபநாசம் போயிருந்தேன் . . ."

"பாபநாசமா?"

"இஞ்ச வரதுக்கு முதல்நாளுக்கு முதல்நாள் போயிருந்தேன்."

"என்ன விசேஷம்?"

"சும்மாத்தான். அப்பா. அம்மாவைப் பார்த்துவிட்டு வரலாம்னு தான் போனேன். அப்பாதான் சொன்னாங்க, உனக்கு வேலை ஆயிருக்குன்னு."

யமுனா தலையைக் குனிந்தவாறே பேசிக்கொண்டிருந்தாள். நிமிர்ந்தபோதும் அவனை நேராகப் பார்க்கவில்லை. சுவரை அல்லது திறப்பின் வெளியே தெரிந்த சென்னையின் மாடிகளைப் பார்த்துக் கொண்டே இருந்தாள். கண்ணில் சூன்யமான ஒரு பார்வை. கண் வெளிறிட்டுக் கிடந்தது. அதன் ஒளியை வயது கொண்டுபோய் விட்டது என்று நிச்சயமாகத் தெரிந்தது. இனிமேல் திருப்பித் தராது, கண்ணின் வெள்ளை – காரை மாதிரி ஒரு வெள்ளை பீங்கானின் பளபளப்பு பெயர்ந்துவிட்டாற்போல் ஒரு வெறும் வெள்ளை, பழைய பாத்திரம் – இனிமேல் எந்த உபயோகத்திற்கும் ஆள முடியாத பழைய பாத்திரம் மாதிரி.

ஏன் இப்படி இளைத்துவிட்டாள்? ஏன் இந்தப் பழைய புடவை? காதில் ஒரு தோடு. சிவப்புத்தோடு. நல்ல சிவப்பில்லை. மலிவாகக் கிடைக்கிற போலிச் சிவப்பு. மூக்கில் கறுப்பாக ஒரு மூக்குத்தி. சிவப்புக்கல் கூட இல்லை அது. கறுப்பாகப் புத்தான் கல் மாதிரி இருந்தது. கழுத்து சூன்யமாக இருந்தது. கையில் இரண்டு ரப்பர் வளை.

இவளுக்கு என்ன உடம்பு? க்ஷயரோகமாக இருக்குமோ? வைத்தியம் பார்த்துக்கொள்ள மதராஸ் வந்திருக்கிறாளோ? அப்படி யானால் ஏன் அம்மாவை அழைத்து வரவில்லை?

"மாம்பலத்திலேர்ந்து திருவல்லிக்கேணிக்கு ரூம் மாத்திட்டுப் போகப் போறேன்னு எழுதியிருக்றதாகச் சொன்னாங்க அம்மா."

"ஆமாம். மாத்திண்டு வந்தாச்சு. ரண்டு நாள் தானாச்சு."

"அதான் சொன்னாங்க. மாம்பலம் சௌக்யமாயில்லையா?"

"சௌகரியமாயிருக்கு. எனக்குத் தெரிஞ்சவா திருவல்லிக்கேணி யிலேதான் இருக்கா. பஸ்ஸூம் இஞ்ச ஜாஸ்தி . . . நான் இங்கே இருக்கேன்னு எப்படித் தெரியும் உனக்கு?"

"உங்க அம்மா விலாசம் கொடுத்தாங்க."

"நீ இங்கே வரது தெரியுமா அவாளுக்கும்?"

"நான் வரேன்னு சொல்லலே."

"எங்கே இப்படி இவ்வளவு தூரம்?"

"..."

பதில் எதிர்பார்த்து நின்றான் அவன். யமுனா ஒன்றும் பேசவில்லை. வெளியே பார்த்துக்கொண்டு உட்கார்ந்திருந்தாள்.

"உடம்பு ஏதாவது சரியில்லையா யமுனா?"

"இல்லையே. சாதாரணமாய்த் தானிருக்கு."

"அப்படின்னா அடையாளமே புரியாம இப்படி இளைச்சிருப்பானேன்?"

"..."

"டாக்டரிடம் காண்பித்தால் நல்லதுன்னு நினைக்கிறேன்" என்றான் பாபு.

"உடம்புக்கு ஒண்ணும் இல்லை."

"இல்லை யமுனா..."

"அதெல்லாம் ஒண்ணும் இல்லை, பாபு."

"பின்னே என்ன?"

"எல்லாத்தையும் இங்கேயே சொல்லிவிடணுமா?"

"நீ எங்கே தங்கியிருக்கே?"

"புரசைவாக்கத்திலேன்னு சொன்னேனே. செல்வ விநாயகர் தெரு."

"உங்க உறவுக்காரர் என்ன பண்ணிண்டிருக்கார் அவர்?"

"ஷாப்பு வச்சிருக்கார். அவர் சொந்த வீடுதான் அது."

"அங்கே வந்து பார்க்கலாமா நான்?"

"அதுக்குத்தான் வந்தேன் நான்."

"எப்ப வரலாம்?"

"எப்பவும் வரலாம். நான் எங்கே போகப் போறேன்?"

"என்ன விஷயம் யமுனா, சொல்லேன்."

"யாரோ வராப்போலிருக்கே" என்று குரலைத் தாழ்த்திச் சொன்னாள் யமுனா. விஸிட்டர் ஹால் வழியாக யாரோ போய்க் கொண்டிருந்தார்கள். விளம்பர, பொது உறவு அதிகாரி – நம் அதிகாரி.

"நமஸ்காரம்" என்றான் பாபு.

"நமஸ்காரம்" என்று யமுனா இருப்பதைப் பார்த்துச் சற்றுத் தயங்கிவிட்டுத் திரும்பினார் அவர்.

"அவர் யாரு பாபு?"

"எங்க ஆபீஸர்."

"எத்தனை நாளா இங்கே வேலையாயிருக்கே நீ?"

"மூணு வாரமாறது."

"ஆளே மாறிப் போயிட்டியே."

"என்ன?"

"சட்டை..."

"சட்டையைத்தான் மாத்திக்கலாம். வேற எதை மாத்திக்க முடியும்?"

"சௌகர்யமாயிருக்கா?"

"இருக்கு."

"அப்ப... போயிட்டு வரேன். சாயங்கலாமா வறியா"?

"வரேன்."

யமுனா தயங்கினாள்.

"வரும்போது சார்ஜுக்கு இல்லை. பக்கத்து வீட்டிலே வைத்தியம் பண்றாங்க ஒரு அம்மா. அவங்ககிட்ட பத்து ரூபாய் வாங்கி வந்தேன். உடனே அனுப்பிச்சிடறேன்னு சொல்லி வந்தேன். வந்த அன்னிக்கே அனுப்பியிருக்கணும். ஆனா, இவங்ககிட்டே கேக்கறதுக்கு என்னமோ போலிருந்தது."

"தங்கியிருக்கியே, அவாகிட்டவா?"

"ஆமாம். சம்பந்திகளாச்சே!"

"எப்ப அனுப்பணும்?"

"இன்னிக்கு அனுப்பறதே தவக்கம்தான்."

"நான் அனுப்பிக்கட்டுமா, நீ அனுப்பிக்கிறியா?"

"போஸ்டாபீஸ் எங்கே இருக்கு... உன் ஆபீசை நேத்து முழுக்கத் தேடினேன். இன்னிக்குத்தான் கிடைச்சுது."

"அட ராமா, எனக்கு ஒரு லெட்டராவது போடப்படாதா?"

"போட்டிருக்கலாம். பதில் வர வரையில் காத்திருக்க முடியறதா?"

"..."

"நேர வந்து பாத்துவிட்டாத் தேவலை போலிருந்தது, வந்தேன்..."

"பணத்தை எந்த விலாசத்துக்கு அனுப்பிக்கணும்?"

தி. ஜானகிராமன்

"வைத்தியம் கோவிந்தம்மாள், கர்ணக் கொல்லைத் தெரு."

"கர்ணக் கொல்லைத் தெருவா?"

"ஆமாம்."

"பக்கத்து வீடுன்னியே."

"பக்கத்து வீடுதான்."

"கடலங்குடித் தெரு இல்லையா?"

"அங்கே அம்மாதான் இருக்கா."

"அம்மாவா?.. என்ன யமுனா இது?"

"நான் தனியாக வந்துவிட்டேன். கர்ணக்கொல்லைத் தெருவிலே ஒரு சொந்தக்காரர் இருக்கார். இஞ்சி முரப்பா பண்ணித் தெருவோட வித்துக்கிட்டுப் போவாரே... ஞாபகம் இருக்கா?"

"மீசை வச்சிண்டு, மணி அடிச்சிண்டு, மாநிறமா குட்டையா?"

"ஆமாம்."

"சந்தனப் பொட்டு இட்டுண்டு."

"அவரேதான். ராத்திரி தூங்கும்போதுகூட அவர் சந்தனப் பொட்டு அழிஞ்சு போயிடாது" என்று சிரித்தாள் யமுனா. "அவர் வீட்டிலேயே ஒரு ரூம் இருந்தது. வாடகைக்குத் தரேன்னார். அஞ்சாறு மாசமா அங்கேதானிருந்தேன்."

"தனியாவா?"

"தனியென்ன? இஞ்சி முரப்பாக்காரருக்கு சம்சாரம் குழந்தை கள்ளாம் இருக்கு."

"அம்மா வரவில்லையான்னு கேட்டேன்."

"அம்மா கடலங்குடித் தெருவிலே இருக்கா."

"தனியா இருப்பானேன்?"

"ஒத்துக்கலெ."

"காரணம்?"

"எத்தனை நேரம் இங்கேயே பேசிட்டிருக்கிறது? உனக்கு வேலை இல்லையா?"

"தனியாத்தான் சமைச்சு சாப்பிட்டுண்டிருந்தியா?"

"ஆமாம்."

"உடம்பைப் பார்த்தாலே தெரியறது."

"நான் வரட்டுமா?"

யமுனா இறங்கினாள். கூடவே பாபு இறங்கினான்.

"இப்படி நேரே போனா, ஏழாம் நம்பர் பஸ் நிற்கும். அதிலே ஏறிப்போயிடலாம்."

"கட்டாயமா வறியா? சாயங்காலம் . . . நகையிருந்தாத்தான் வரதுன்னு வச்சுக்கவாண்டாம். இந்த நகைகளைச் சும்மா கொடுத்தாக் கூட வாங்கிக்கமாட்டா யாரும்."

பாபு பதில் பேசவில்லை. யமுனா எஸ்ப்ளனேடை நோக்கி நடந்து போவதைப் பார்த்துக்கொண்டு நின்றான்.

நடையில்கூட ஒரு அச்சம் தெரிந்தது. எங்கேயாவது பஸ்ஸில், ட்ராமில் மாட்டிக்கொண்டுவிட்டால்?

எதற்காக இங்கு வந்திருக்கிறாள்?

அந்த யமுனா இல்லவே இல்லை இவள். உடலை எதிலோ போட்டு நெருக்கி உருட்சியைப் போக்கி, உயிரையும் ஒளியையும் பிழிந்து பலகையாக அடித்துவிட்டாற் போலிருந்தது. குரல்கூட கணீர் என்று இல்லை. கம்மியிருந்தது – எங்கிருந்தோ பேசுவதுபோல ஒரு மெலிவு, பலஹீனம். உடலில் வளைவுகளுக்கு, குழைவுக்குப் பதிலாக இப்பொழுது வெறும் கோடுகளும் சச்சவுக்கங்களும்தான் மிஞ்சியிருந்தன. கன்னத்தில் பள்ளம். கழுத்து எலும்பில் பள்ளம், முன்னங்கையில் இரண்டு எலும்புகளையும் காட்டும் ஒரு நீளப்பள்ளம். பாதம்கூடச் சற்று இளைத்துவிட்டாற்போலிருந்தது. கண்ணில் ஏன் இவ்வளவு ஆழ்ந்த குழிவு?

இப்படித் தனியாக எதற்காக வரவேண்டும்? பார்வதிக்கும் இவளுக்கும் என்ன தகராறு? ஒத்துவரவில்லையாம்.

உலகம் முழுதும் இருள் மண்டியது போலிருந்தது.

❍

மாடிப்படியேறி, விஸிட்டர் ஹாலைக் கடந்து, குமாஸ்தாக்களும் சின்ன அதிகாரிகளும் வேலை செய்கிற கூடத்தைக் கடந்து தன் அறைக்குள் நுழைந்தான் பாபு.

பொது உறவு அதிகாரி, விளம்பரச் சித்திரக்காரர், இன்னொரு குமாஸ்தா – மூன்று பேரும் பாபுவைப் பார்த்தார்கள்.

மேஜைமுன் உட்கார்ந்து கொண்டான் பாபு.

இவர்கள் பார்க்கிற பார்வை புரிகிறது. முன்னாலேயே ஏதாவது சொல்லிவிட்டால் என்ன? என்ன சொல்லலாம்?

"ஏன் சார்" என்று கோதண்டபாணியைப் பார்த்தான் அவன். பொது உறவு அதிகாரி தலையை நிமிர்த்தினார்.

“ஒரு பையன் இரண்டு வருஷம் இன்ஷூரன்ஸ் கட்டினானாம். அப்பறம் நாலு வருஷம் கட்டவில்லையாம். இப்போது செத்துப் போய்விட்டான்.”

“யார் பையன்?”

“இப்ப கீழே வந்திருந்தாங்களே அந்த அம்மாவுக்கு உறவு.”

“எப்ப செத்துப் போனான்?”

“ஒரு வருஷமாச்சு.”

“ப்ரீமியம் கட்டிண்டிருந்தானோல்லியோ?”

“ப்ரீமியம் ரண்டு வருஷம் கட்டி அப்புறம் முடியாமல் நிறுத்தி விட்டான். நாலு வருஷத்துக்கப்பறம் செத்துப் போயிட்டான்.”

“நல்லது.”

“என்ன?”

“நமக்கெல்லாம்தான்.”

“என்ன?”

“இல்லாட்டா நமக்கு போனஸூம் பஞ்சப்படியும் எப்படி வரும்? . . . நான் ஒண்ணும் வித்தியாசமாச் சொல்லல்லெ. இது ஒண்ணும் பிரயோசனப்படாது. சட்டம் இடம் கொடுக்காது. நாலு வருஷம் முன்னாடி செத்துப் போயிருந்தாலும் ஏதோ கட்டிண்டே செத்துப்போனான்னு கொடுத்திருக்கலாம். செத்துப் போறதுக்கும் வேளை தெரிஞ்சு செத்துப்போனாத்தான் உண்டு.”

“ரொம்ப பரிதாபகரமான கேஸ், ஸார்.”

“நல்லது. என்ன பண்றது? நம்ம கையைக் கட்டிப் போட்டு வச்சிருக்கே . . . உங்களுக்கு ரொம்ப வேண்டியவாளா?”

“ஆமாம்.”

“நான் வாணா எம்.டி. கிட்ட சொல்லிப் பாக்கறேன். நாலு வருஷம் ஆயிடுத்து. அவர்தான் என்ன பண்ணுவர்?”

“நம்ம கம்பெனி இல்லே சார்.”

“பின்னே,”

“ஓல்ட் சில்வர்.”

“ஓல்ட் சில்வரா? இன்னும் நல்லது.”

“என்ன சார்?”

“பாலிஸி முழுக்க, பூர்ணாயுசோட இருந்து கட்டினவனுக்கே கொடுக்க மனசு வராதேய்யா அவங்களுக்கு. மெச்சூர் கேஸை

டிஸ்போஸ் பண்றதுக்கே ரண்டு வருஷம் மூணு வருஷம்னு இழுத்தடிக்கிற தப்பிலிகளாச்சே! இதுக்கா? சொப்பனம்கூட காணவாண்டாம்னு சொல்லிப்பிடுங்க... இதுக்குத்தான் இத்தனை நேரம் மெனக்கட்டீர்களா..?"

"என்ன பண்றது? பணத்தைப் பறிகொடுத்துவிட்டு, ஆளையும் கொடுத்துவிட்டு, நம்ம கிட்ட வந்து கேக்கறபோது என்ன செய்யறது?"

"பாவம், பையன் என்ன பண்ணிக்கிட்டிருந்தானாம்?"

"அவன் ஏதோ மோட்டார் கம்பெனியிலே இருந்தானாம்."

"ப்ஸ... மோட்டார் கம்பெனியிலே இருந்தா என்ன, ஏரோப்ளேன் கம்பெனியிலே இருந்தா என்ன? பிரயோசனமில்லே... ஒண்ணும் முடியாதுன்னு சொல்லிடுங்க சார்... இந்த மாதிரி கண்ராவிக் கேஸை எல்லாம் கேட்டா, ஏண்டாப்பா இந்த உத்யோகத்துக்கு வந்தோம்னு ஆயிடறது... ம், கிருஷ்ணமூர்த்தி... இந்த கே–த்ரீயை எடு" என்று தன் வேலைக்குத் திரும்பிவிட்டார் அவர்.

பாபுவுக்கு அப்பாடா என்றிருந்தது. எதற்காக இந்த அனாவசிய மான கதை எல்லாம்? ஒரு க்ஷணத்திற்குள் ஒரு பையனைப் படைத்து, அவனை ப்ரீமியம் கட்டச் சொல்லி, நிறுத்தச் சொல்லி, சாக அடித்து, ஓல்ட் ஸில்வர் கம்பெனிக்கு ஒரு வெசவையும் வாங்கிக் கொடுத்து... யமுனா இத்தனை நேரம் பஸ்ஸில் ஏறியிருப் பாளா? ஏழாம் நம்பர் லேசில் கிடைக்காது... பதினைந்தில்போய் பெட்ரோல் பங்கில் இறங்கி, பதினாறிலோ இருபதிலோ போகச் சொல்லியிருக்கலாம். பெட்ரோல் பங்கிலிருந்து கொஞ்சம் நடந்து தெருவைக் கடந்து திரும்பினால் ஒரு தூங்கு மூஞ்சி மரமோ ஏதோ இருக்கிற ஞாபகம். அங்கு நிழலாக இருக்கும்... ஆனால் இப்பொழுது எதிர்வெயிலாக இருக்கும். அந்த நிழல் கூடத் தெருவுக்கு மேற்கே விழுந்திருக்கும். சாப்பிட்டாளா என்றுகூடக் கேட்கவில்லையே. கையில் ஏதாவது சில்லறையிருந்ததா?

"டிங் டிங்."

தள்ளுகதவைத் திறந்து வந்த நம்மாள்வார், கோதண்டபாணியிட மிருந்து ஏதோ கடுதாசை வாங்கிக்கொண்டு வெளியே போனான்.

சித்திரக்காரர், போன வருஷத்துக்கு இந்த வருஷம் கம்பெனி போட்டிருக்கிற பெரும் நடையை விக்ரமாவதாரம் மாதிரி படம் போட்டுக்கொண்டிருந்தார். ஒரு வருஷத்தில் இரண்டு கோடி ரூபாய் பாலிஸி... மகாபலி கையைக் கூப்பி உட்கார்ந்திருக்கிறான்.

"மகாபலி எதுக்கு சார்?"

"மகாபலியா? அதுதான் வறுமை, ஊதாரித்தனம்."

"சுக்ர பகவானைக் காணோமே."

"எல்லாத்தையும் போட்டா 'போகஸ்' வராது சார்."

"அவர் தானே தடுத்தார் மகாபலி தானம் பண்றதை,"

"அது சரிதான். அதெல்லாம் காமிக்கணும்கறது இல்லை . . . ஏன் உங்களுக்கு அதையும் போடலாம்னு தோணுறதா?"

"எனக்கு ஒண்ணும் தோணலை. சும்மா கேட்டேன்."

"ம் . . . அதை . . . யும் . . . போடலாம். ஆனால் பாக் க்ரவுண்டிலே அப்படி 'டிம்'மா மெல்லிசு கோட்டிலே சுக்ரனைப் போட்டு, ஒரு கிண்டியையும் அப்படியே இருக்குறாப்பல காமிச்சாலும் நல்லாருக்கும் . . . ஆமாம் சார். போடலாம். சுக்ரன் எதுக்காகத் தடுக்கறார்?"

"யாரு வந்திருக்கான் பிச்சைக்குன்னு அவருக்குத் தெரிஞ்சு போயிடுத்து."

"ஆமாமாம். அதாவது, வீண் டம்பம். புது மோஸ்தர் இதையெல் லாம் சுக்ரர் மாதிரி காமிக்கிறது. அவர் வந்து மகாபலியைத் தடுக்கிறார் . . . நல்ல விஷயத்துக்குப் பணம் கொடுக்காதேன்னு . . . அதானே."

இத்தனை நேரம் பஸ் ஸெண்ட்ரல் போயிருக்கும் . . . இங்கே வந்து உட்கார்ந்த போதே முகம் வேர்த்திருந்தது. ஏதாவது குளிர்ந்த பானமாக வாங்கிக் கொடுத்திருக்கலாம். எல்லாம் அப்புறம்தான் தோன்றுகிறது . . .

"ஏன் சார், என்ன யோசனை பண்றீங்க . . . நீங்க சொல்றதும் சரிதான். பின்னாடியே போட்டுவிடறேன். சுக்ரரை மட்டும் லைன் ட்ராயிங்காப் போட்டு – அதாவது வெள்ளைக் கோடா . . . பின்னாலெ நீல 'டிண்ட்' வரும்படியா போட்டுட்டா ஜோரா இருக்கும். ஆனா கீள நீங்கதான் எடுப்பா, எல்லாத்துக்கும் ஒத்ததா – எளுதணும்"

"அட, எழுதி முடியுமேய்யா! நீர் எளுதினாலும்தான் அதுக் கெல்லாம் சப்பைக் கட்டு கட்றாரே அவர் . . . முழுக்கப் போட்டுவிட்டு காமியுமேன். சரியா இருந்தா எளுதறார். இல்லாட்டா கிழிச்சு வேற ஐடியா அவர் கிட்ட கேட்டுக்குமே . . ." இது கோதண்டபாணி.

"சார், இதை வாணாப் பாருங்க . . . மத்த கம்பெனிகள்ளாம் இந்த ஒண்ணைப் பார்த்தாப் போரும். அப்படி அமைச்சலா விழும் போலிருக்கு . . ." என்றார் சித்திரக்காரர்.

"மத்த கம்பெனிகள்ளாம் பார்த்து என்ன பண்ணறது? கம்பெனி களா இன்ஷுர் பண்ணப்போறா? ஜனங்கள்னாய்யா."

"அது சரி . . . அதுக்குத்தான் புரிஞ்ச கதையா எடுத்திட்டிருக்கேன். இருந்தாலும் நம்ம கம்பெனி விளம்பரம்னா அது யாரும் பார்க்கறாங்களே."

"நீர் இருக்கீர். அப்புறம் என்னையா? பாபு அவருக்கு என்ன குறை தெரியுமோ இப்ப? பார்த்தியா இத்தனை செய்கிறோம். ஒரு பய வாயைத் திறக்கமாட்டேங்கறானேன்னு வருத்தம். அதுக்காக இப்படிச் சுத்திச்சுத்தி முதல் அத்யாயம் ரண்டாவது அத்யாயம்னு போட்டுக்கறார். அதெல்லாம் உம்ம பொறுப்பு இனிமே. நல்ல ஆர்டிஸ்டு அவர். அவரை வந்து தம் பலத்தைத் தானே தெரிஞ்சிக்கறாப் போல நீர் பண்ணணும்! என்ன ஓய் ஆர்டிஸ்ட், சரி தானே?"

"அதெல்லாம் ஒண்ணும் வாண்டாம் சார். அவர் விஷயம் தெரிஞ்சவர். லேசுப்பட்ட ஆள் இல்லை. ஒரு நிமிஷத்துக்குள்ளே நம்ம கண்ணிலே மண்ணைத் தூவிட்டாரா?"

"என்ன சார்" என்றான் பாபு.

"என்ன ஐயா?"

"இப்ப ஒரு பையனைப்பத்தி என்னமோ சொன்னாரே . . . செத்துப் போயிட்டான் அப்படி இப்படின்னு . . ."

"அட பாவி மனுஷா . . . நெஜத்தைச் சொல்றதுகூட முடியலியே . . . சார்! தேவலையே நம்ம ஆர்டிஸ்ட்?" என்றான் பாபு கோதண்ட பாணியைப் பார்த்து.

"பின்னே என்ன சார்? திடீர்னு ஆபீசிலியா வந்து கேப்பாங்க . . . அதுவும் வேற ஒரு கம்பெனிலெ இருக்கிறவர் கிட்டியா . . ?" என்று பல்லைக் காட்டிக்கொண்டே குறும்புச் சிரிப்புச் சிரித்தார் ஓவியர். "அதுவும் நாம் ஏதாவது கேட்டமா? இவராத்தானே ஆரமிச்சாரு?"

"என்னய்யா பாபு, இதுக்கு என்ன சொல்றீர்? எனக்குக்கூட தோணலியே."

"அவர் ஆர்டிஸ்ட். மனசிலே நினைக்கிறதெல்லாம், நடக்கறது, நடந்தது மாதிரியே தோணிப் போயிடும் . . . ஓய், பொல்லாத ஆளா இருக்கீரே."

"ஓய் ஆர்டிஸ்ட்டு! கீழ வந்த அம்மாளுக்கு அம்பது வயசிருக்கும். சந்தேகப்படாதீர். நான் பார்த்தேன் வரபோது" என்றார் கோதண்ட பாணி சிரித்துக்கொண்டே.

"அம்பது வயசா? அப்ப சரி. எல்லாத்தையும் வாபஸ் வாங்கிக்க றேன்" என்று சிரித்துவிட்டு, மையில் பிரஷ்ஷைத் தோய்த்தார் சித்திரக்காரர்.

❍

பாபுவுக்கு மொலமொல வென்றது.

சித்திரக்காரர் சொன்னதையெல்லாம் வாபஸ் வாங்கிக் கொண்டு விட்டார். ஆனால், அதிகாரி சொன்னதற்காகவே தவிர, உண்மையாக இல்லையோ என்று திக்திக்கென்றது பாபுவுக்கு. இவன் பொல்லாதவன். வெகுளி மாதிரி சிரிப்பு. அசடு மாதிரி சில சமயம் பேச்சு. ஆனால்,

பொத்தென்று எதையோ தூக்கிப் போடுகிறான்! நாம் சொன்னது உண்மையல்லவென்று எப்படி இவனுக்கு நறுக்கென்று தோன்றிற்று?

பொல்லாதவனா இவன்? இல்லை. நம்பகமானவன். குறும்பும் அறிவும் வெள்ளை மனதும் படைத்தவன். மூன்று வாரமாகப் பழகியதில் இந்த நிர்மலமான உள்ளத்தை வேறு எந்த நாற்காலியிலும் இந்த ஆபீசில் பார்க்க முடியாது என்று முடிவுக்கு வந்தது தவறில்லை. நம்மை ஒரு நிமிஷம் சும்மாவாவது கலவரப்படுத்தி வேடிக்கை பார்த்திருக்கிறான் ... இருந்தாலும் எப்படி நான் சொன்னது உண்மை யில்லை என்று தோன்றிற்று? நான்தான் ராபணா என்று ஏதாவது உளறிவைத்தேனா? அப்படி ஒன்றும் சொல்லவில்லையே ... நாமாக முந்திக்கொண்டு யாரும் கேட்காதபோது பேச்செடுத்த தோஷமா ..? பேசியதிலும் ஒன்றும் உளறுபடியில்லையே ...

சித்திரக்காரனைச் சிறிது நேரம் பார்த்தான் அவன். நாக்கைப் பிதுக்கிக்கொண்டு பின்னணியில் சுக்ரபகவானைக் கோடாக வரைந்து கொண்டிருக்கிறான் அவன்.

சிரிப்பு வந்தது.

இவனைப் பார்த்தால் வியப்பாகவும் இருக்கிறது, பயமாகவும் இருக்கிறது. கையில் எவ்வளவு சுருக்கு ..! இந்தக் குழந்தை உள்ளத்தில் உண்மை சட்டென்று ஒளி காட்டிவிட்டதா? இந்நேரம் புரசைவாக்கம் போயிருக்கலாம், எவ்வளவு இளைப்பு! ஆனால், இவ்வளவுக்கும் அழகு போய்விடவில்லையே. இந்த இளைப்பிலும் வறுமைக் கோலத்திலும் வாடலிலும் மருவின் மணமாகக் கமழும் அழகு எங்கிருந்து எட்டிப் பார்க்கிறது! முன் கையில் எலும்புக்கும் சதைக்கும் நடுவில் வாய்க்கால் போல பள்ளம். தோளில் எலும்பு முட்டு. எந்த நோய் உன்னை இப்படி ஆசையுடன் தின்று உருக்குகிறது? அம்மாவுக்கும் அவளுக்கும் ஒத்துக்கொள்ளவில்லை என்று தனியாகக் குடித்தனம் நடத்துகிறாளா? பார்வதியும் இவளும் தனித்தனியாக எப்படியிருக்க முடியும்? நீ தனியாகவா இருந்தாய்? தானே சமைத்து, தண்ணீர் கொண்டு வந்து, தானே கடைக்குப்போய், மார்க்கெட்டுக்குப் போய் சாமான் வாங்கி, சாப்பிட்டு, இடத்தை மெழுகி ... அம்மா கூடவா உன்னைக் கவனிக்காமல் விட்டுவிட்டாள்? இப்போது எதற்காக இங்கு வரவேண்டும்? மதராஸில் புதிதாக வருகிறவர்கள் இடம் கண்டுபிடிக்க முடியுமா? எனக்கு ஒரு கடிதம் எழுதினாலும் நேராக ரயிலுக்கு வந்து அழைத்துப் போயிருப்பேன் ... அழைத்துப் போய் எங்கே இறக்கியிருப்பாய்? ஏன், என் அறையில்தான் ... போன வருஷம் பார்த்ததில் கால் உடம்புகூட இல்லை ... இவர் சொல்லுவதுபோல ஐம்பது வயது மதிக்கலாம் போல்தான் இருக்கிறது, யமுனா நீ ஏன் மதராஸ் வந்திருக்கிறாய் ..?

தார் ரோடு உருகும் ... செருப்பில்லாமல் எதற்காக நடந்து வருகிறாய்? வீட்டில் இருந்து ஒரு கடிதம் போட்டால், நான் வர

மாட்டேனா . . ? பதில் வரும்வரையில் காத்திருக்க முடியாதா ? . . யமுனா . . . யமுனா . . . எதற்காக இதைச் சொன்னாய்? அமிர்தமாகப் பொழிகிற இந்தச் சொற்களை ?

“என்ன சார் என்ன சார் முனகுகிறீங்க?” – சித்திரக்காரர் உரக்கக் கேட்டார். “ரொம்ப ஏழைங்களா சார்? அதையே நெனச்சுக்கிட்டு உட்கார்ந்திருக்கீங்க போலிருக்கே?”

“இல்லை இல்லை. என்னமோ நெனச்சிட்டிருந்தேன்.”

“யாருக்காக வருத்தப்படறது? கையிலே கோடி கோடியா இருக்கணும் . . . இந்த மாதிரி வருத்தப்படணும்.”

“ம் ?”

“ஆனா அப்ப இந்த மாதிரி வருத்தப்பட வேண்டாமே . . . நம்ம மாதிரி முடியாதவங்களுக்குத்தானே இந்த மாதிரி மனசாப் படைச்சு வச்சிருக்கு . . .”

பாபு பதிலுக்குத் தலையாட்டினான்.

சாயங்காலம் போய்ப் பார்க்க வேண்டும் . . . சாயங்காலம் என்ன? இன்று சனிக்கிழமை . . . ஆபீஸ் விட்டவுடன் போய்ப் பார்க்க வேண்டும். டாக்டரிடம் காண்பிக்கத்தான் வந்திருக்கிறாற்போலிருக்கிறது எக்ஸ் ரே எடுக்க வேண்டும் என்பாரோ? . . எக்ஸ் ரே எடுத்து க்ஷயம் தான் என்று சொல்லி சனடோரியத்திற்கு அனுப்பினால் . . . அங்கு போகிறவர்கள் திரும்பி வருவது ஏது? வருஷக்கணக்கில் படுக்கை . . . வந்தாலும் உடலைச் சுமந்துகொண்டு காலந்தள்ள வேண்டும். யமுனா, பிறரை ஏமாற்றி சூறையாடிப் பிழைப்பவர்களுக்குத்தான் இந்த வியாதி வரும் என்று நீலுப்பாட்டி சொல்லிக் கொண்டிருப்பாள். ஒரு பாவமும் அறியாத உனக்கா வந்தது? குழந்தை மாதிரி, பாவத்தை நினைக்காமல்கூட வாழ்ந்துவிட்ட உனக்கா வந்தது? இல்லை; நான் இதைப் பார்த்துப் பார்த்து மனசு ஒடியவா? உனக்குத் தவறு செய்துவிட்ட குற்றத்திற்கு . . . ஈடுசெய்ய நான் உனக்குச் செய்துபோடவா !

தள்ளுகதவு திறந்தது. நம்மாள்வார் கோதண்டபாணியிடம் ஏதோ சொல்கிறான்.

“வரச் சொல்லு.”

நம்மாள்வார் போகிறான். மறுபடியும் தள்ளு கதவு திறக்கிறது. யாரோ புதிதாக இருக்கிறது. லாங்கிலாத்தில் ஒரு ஜிப்பா. மாநிறத்திற்கும் குறைவு. வகிடில்லாத பின்னோடுகிற கிராப்பு. அகன்ற மூக்கு. கையில் ஒரு தோல்பை. நரிக்குறவன் மாதிரி இந்தத் தோல் பையைத் தூக்காத பத்திரிகாசிரியரையோ பிஸினஸ்காரர்களையோ இங்கு பார்ப்பது அரிதாகிவிட்டது. இது பாடம் பண்ணின தோல் – மனசும், சுண்ணாம்பிலும் திராவகத்திலும் பாடம் பண்ணினதுதான்.

“விளம்பர மானேஜர்” என்று பாபுவின் மேஜை முன்வந்து நிற்கிறார். முகத்தில் யாசகம் கேட்க வந்தது போல ஒரு அச்சம்.

“அதோ” என்று பாபு கோதண்டபாணியைக் காட்டினான்.

“வணக்கம் சார்.”

“வணக்கங்க . . . யாரு ?”

பதில் சொல்லாமல் நாற்காலியில் உட்கார்ந்து, தோல் பையைத் திறந்து, நாலைந்து பத்திரிகை இதழ்களை மேஜை மீது வைக்கிறார் இளைஞர்.

“என்ன ?”

“நம்ம பத்திரிகைங்க” . . . புன்னகையா ? ஐயோ – யாசகனின் புன்னகைக்குக்கூட அந்தஸ்து கிடையாதா ?

“நீங்க போடறீங்களா ?”

“இல்லீங்க. மதராஸ் ஸிடி விளம்பரம்லாம் நான்தான் பாத்துக்க றேன்.”

“என்ன பத்திரிகை . . . விருதா ?”

“ஆமாங்க.”

“அப்படின்னா ?”

“விருதுபட்டியிலேருந்து வருது . . .”

“விருது . . . பேஷ்.”

கோதண்டபாணி ஒவ்வொன்றாகப் பிரித்துப் பார்க்கிறார்.

“பெரிய புள்ளிங்கள்ளாம் எளுதறாங்க . . . அருமைக்கண்ணு, சிறுக வாழ்ந்தான், நீலா திருமணி . . .”

“இவாள்ளாம் யாரு ?”

“இண்ணய முன்னணி எளுத்தாளர்ங்களாச்சே இவுங்கள்ளாம்.”

“அப்படியா ?”

“முற்போக்கான எளுத்துங்க. தெக்குத்திச் சீமையெல்லாம் ஒரு கலக்கு கலக்கிடிச்சு.”

“ஹ் . . . ம், அப்படியா ?”

“நல்ல இலக்கியம் . . . முற்போக்கு இலக்கியமாத்தான் இப்ப கேக்கறாங்க மாணவருங்க, பொம்பிளைங்க எல்லோரும். அதுக்கெல்லாம் பெரிய திட்டமாப் போட்டு செய்யுறாங்க. முதல் இதழு முப்பதாயிரம் போட்டாங்க. அப்படியும் பல பேருக்குக் கிடைக்கலெ. அப்புறம் ஐயாயிரம் கூடுதலாக்கினாங்க. அப்புறம் ஏகப்பட்ட டிமாண்டு . . . மாசா மாசம் ஏறிக் கிட்டே வருது.”

“இப்ப எப்படியிருக்கு?”

“இப்ப அறுபத்திரண்டாயிரம் போவுது, ஆனா சொல்லிக்கிறது எண்பதாயிரம்னு. போறது அறுபத்தீராயிரம்தான்” என்று சிரித்துக் கொண்டே, அறையிலுள்ள மற்றவர்களைப் பார்க்கிறார் அவர்.

“நீங்க தேவலாம் சார். நானூறு காப்பி போட்டுப்பிட்டு நாப்பதாயிரம் அம்பதாயிரம்னு நாக்குக் கூசாம சொல்றாங்க. நீங்க என்னன்னா எண்பதாயிரம்னு சொல்றேம்னு சொல்லிட்டு, உண்மையையும் சொல்றீங்க . . . என்ன ஐயா ஆர்டிஸ்டு . . ?”

“ஆமாங்க.”

“இதுமாதிரி எல்லோரும் சொல்றாங்களா?”

“சேதி தெரிஞ்சவங்க நீங்க. இங்கியா உள்ளத்தை மறைக்கணும்?” என்கிறார் வந்தவர்.

“அப்படி யார் சார் நினைக்கிறாங்க?”

சிறிது மௌனம்.

“விலை மூணணாவா?”

“ஆமாங்க. எண்பது பக்கம் போடறோம். விளம்பரத்துக்கும் பக்கத்துக்கு நாற்பது ரூபாதான்.”

“தேவலையே . . . குறைச்சலாத்தானிருக்கு . . . அறுபதாயிரத்து சொச்சம் காபி . . . மூணணா . . . எண்பது பக்கம் – ஏ அப்பா கட்டுமா சார் உங்களுக்கு!”

“முதல்லெ அப்படித்தாணேங்க செய்யணும்.”

“அது சரி . . . நல்ல கொட்டை போட்ட ஆளுங்கதான்.”

“நடத்துறவரும் பெரிய வியாபாரிங்க . . . வெங்காயம். பஞ்சு, தீப்பெட்டி, சுருட்டு – இப்படிப் பல வகை பிஸினஸ் நடத்துறவரு. பெரியபுள்ளி . . .”

“பேரு?”

“காத்தையா.”

“காத்தையாவா . . ? பேஷ் . . .”

மீண்டும் மௌனம்.

“அப்ப . . ?”

“என்ன புறப்பட்டுட்டீங்களா?”

“இல்லீங்க . . . ம்.”

“விளம்பரம்தானே?”

"ஏதோ நீங்கள்ளாம் . . . பார்த்துங்க."

"பேஷா."

"அப்ப . . . ஒரு . . ."

"என்ன எடுக்கிறீங்க?"

"காண்ட்ராக்டுங்க . . ."

"இப்ப என்ன அவசரம் . . ! கொஞ்சம் போகட்டும்."

"வந்து . . ."

"பத்திரிகை அனுப்பிச்சிட்டே இருங்க . . . பார்த்து செய்யறோம். இந்த வருஷம் விளம்பரத்துக்கு ரொம்ப கொஞ்சமாத்தான் ஒதுக்கி யிருக்குறாங்க. பார்த்துச் செய்யறோம்."

"அப்படிச் சொல்லக் கூடாது . . ."

"பின்னே எப்படிச் சொல்றது? இல்லேன்னு சொல்லச் சொல்றீங்களா?"

". . ."

"பார்த்துச் செய்யறோம்."

"சர்க்குலேஷன், விலை, ரேட் எல்லாம் பார்த்தா . . ."

"எல்லாம் பார்த்துத்தான் செய்யறது . . . உங்களுது சவுகரியமா இருந்தா ரொம்ப நல்லதாச்சு. டைரக்டருங்கள்ளாம் பார்த்தா செய்யாம இருப்பாங்களோ?"

"என்னங்க . . . நீங்க மனசு வச்சா . . . நீங்களா பார்த்துச் செய்யறதுதானேங்க?"

"நானா? நான் வெறும் களுதை, தூக்குன்னா தூக்கறது இறக்குன்னா இறக்குறது. அவ்வளவுதான் . . . டைரக்டர் மீட்டிங்கிலே எல்லாம் பூந்து புறப்பட்டாகணும் இங்கே."

"என்னமோ . . . அப்புறம் உங்க தயவு."

"பார்த்துக்கலாம்."

"மீட்டிங்கு என்னைக்கு?"

"ஜனவரி மாசம்."

"ஜனவரியா . . ? இன்னும் நாலு மாசம் இருக்கே."

"நாலு மாசம் ஒரு பிரமாதமா? ராமர் காட்டுக்குப் போய் 14 வருஷத்தை 14 நாளா ஓட்டிட்டு வரலியா?"

"அது சரிங்க . . . அப்ப ஞாபகம் வச்சிங்க . . . நானும் வருவேன்."

“வாங்க.”

“இவங்க . . ?”

“இவர்தான் நம்ம ஆர்டிஸ்ட். அவரு நம்ம அசிஸ்டெண்ட். வந்து மூணு வாரம் ஆவுது. இவரு நம்ம டைப்பிஸ்ட்டு . . . நான்தான் உங்களுக்குத் தெரியும்.”

“ஹஹ்ஹஹ்ஹா. ஆமாங்க.”

“நீங்களும் ஞாபகம் வச்சுக்குங்க சார்.”

“. . .”

“அப்ப, வரேனுங்க.”

“பத்திரிகையை வச்சிட்டுப் போறிங்களே.”

“உங்களுக்குத்தாங்க அதெல்லாம் . . . நிறைய இருக்குங்க நம்ம கிட்ட.”

“நிறைய இருக்கா? அப்ப சரி.”

“வரேன் சார் . . . நீங்களும் பாருங்க. மதிப்புரையெல்லாம் ரொம்ப நல்லா வந்திருக்குங்க.”

“சரி.”

“வரட்டுங்களா?”

“சரி.”

“சார், செருப்பை விட்டுவிட்டுப் போறீங்களே?” என்று எழுந்தார் சித்திரக்காரர்.

“அடேடே!” என்று திரும்பி வந்தார் அவர்.

“சர்க்குலேஷன் தொகை மாதிரி இதுவும் ஞாபகம் இருக்க வாண்டாமோ?” என்றார் கோதண்டபாணி.

“உண்மைங்க.”

தள்ளு கதவு திறந்தது.

“விருதுபட்டி சனியனை விலைக்கு வாங்கினாப்பலேம்பாங்க. இனாமா இத்தனை காப்பியைத் தள்ளிட்டுப் போயிட்டரே பாவம் . . . ஓய் ஆர்டிஸ்ட், பார்த்தீராய்யா?”

“பார்த்தேங்க . . . நல்ல சத்யசந்தருங்க. அப்பட்டமா உண்மையைச் சொல்லிட்டுப் போயிட்டாரு.”

“கெட்டிக்கார ஆளுதான் . . . என்னமோ . . . அண்டப் புளுகெல்லாம் கேட்டுக்கேட்டு, இந்த வெறும் புளுகெல்லாம் ஏற மாட்டேங்குது இந்தப் பாவிக் காதிலெ . . . என்ன செய்யறது?”

இந்த நாடகத்தைப் பார்த்து பாபுவின் மனம் சற்று லேசாக ஆயிற்று.

ஐந்து நிமிஷத்திற்கெல்லாம் மணி ஒன்றடித்தது. ஆபீஸ் முடிந்தது. அன்று சனிக்கிழமை. கோதண்டபாணியிடம் சொல்லிக்கொண்டு கீழே இறங்கினான் அவன். ஹோட்டலில் தோசை காப்பி சாப்பிட்டு விட்டு, ஏழாம் நம்பர் பஸ்ஸில் ஏறி தோல் வளையத்தைப் பிடித்துக்கொண்டு நின்றான். வெப்பம் மூச்சைத் திணற அடித்தது. உடல், வேர்வையிலும் காங்கையிலும் வெந்து தவித்தது.

"இப்படி உட்கார்றீங்களா?" என்று குரல் கேட்டுத் திரும்பினான். 'விருது' விளம்பர ஏஜண்டுதான்!

"இப்படி உட்காருங்க."

"வாண்டாம்."

"பரவாயில்லிங்க. நான் நின்னுக்கறேன்."

"வாண்டாம்!"

"அட, சும்மா உட்காருங்க."

"வாண்டாம் சார்."

பஸ் கிளம்பிவிட்டது.

எல்லாவற்றையும் இங்கேயே சொல்லிவிட வேண்டுமா என்றாளே, அப்படி என்ன சொல்ல வைத்துக்கொண்டிருக்கிறாள்? அப்படி சொல்லப்போவதையும் நன்றாகச் சொல்ல முடியுமா? அவ்வளவு தனிமை, தங்கியிருக்கிற வீட்டில் கிடைக்கப் போகிறதா?

பஸ் ஸ்டாண்டிலிருந்து செல்வவிநாயகர் தெரு இரண்டு பர்லாங் தூரமிருந்தது. வெயிலில் நடக்கத்தான் முடியவில்லை. சட்டைக்குள்ளும் கால் சட்டைக்குள்ளும் கசகசவென்று வேர்த்து ஒழுகிற்று. ஆடுசதை, துடை, முதுகு, மூக்கு, நெற்றி எங்கு பார்த்தாலும் வேர்வை ஊற்றிற்று. தங்கியிருக்கிற வீட்டில் குழந்தைகள் அதிகமில்லா விடினும் இருக்கும் மனிதர்கள்தான் எப்படியோ என்று பழக்கடையில் அரை டஜன் ஆப்பிள்களும் ஒரு டஜன் ஆரஞ்சும் வாங்கிக்கொண்டு ஒரு பொட்டணமாகக் கட்டிக்கொண்டு நடந்தான்.

செல்வவிநாயகர் தெருவில் திரும்பி ஏழெட்டு வீடு தாண்டிய துமே 'பாபு' என்று குரல் கேட்டுத் திரும்பினாள் அவன்.

"எங்கே நீளப் போறே?"

திரும்பி மேலே பார்த்தான். கிழக்குப் பார்த்த ஒரு வீட்டில் பால்கனியில் யமுனா நின்றுகொண்டிருந்தாள்.

"வா."

மோக முள்

உள்ளே நுழைந்தான் அவன்.

யமுனாவும் கீழே இறங்கி வந்துவிட்டாள்.

"உள்ள வா."

கூடத்தில் ஒரு வயதான அம்மாள் காலை நீட்டி உட்கார்ந் திருந்தாள். எதிரே இருபத்தைந்து வயதில் ஒரு பெண் பூத்தொடுத்துக் கொண்டிருந்தாள். பக்கத்தில் கருப்புப் புடவைக் கிழிசல்மீது ஒரு நாலு வயதுப் பெண் குழந்தை உறங்கிக் கொண்டிருந்தது. கூடத்தி லேயே தூளியில் ஒரு சிறு குழந்தை உறங்கிற்று. பாபுவைப் பார்த்ததும் சட்டென்று எழுந்து உள்ளே போனாள் அந்தப் பெண்.

"யாரு?"

"இவங்களைத்தான் பாட்டி, போய் பார்த்துட்டு வந்தேன்."

"வாங்க, உட்காருங்க."

"இந்தா யமுனா, குழந்தைகளிடம் கொடு" என்று பொட்டணங் களைக் கொடுத்தான் பாபு.

பாட்டி பாபுவின் வேலை, சம்பளம், குடியிருப்பு, சாப்பிடுகிற இடம் எல்லாவற்றையும் விசாரித்தாள். நாற்பது வருஷக் குடும்ப சிநேகத்தை யமுனாவும் சற்று விவரமாகவே அவளிடம் சொல்லத் தொடங்கி, நடுநடுவே அவர்களைப் பற்றியும் சொல்லிக்கொண்டிருந் தாள். சின்னம்மா மாப்பிள்ளைக்குத் தம்பி சம்சாரம் அந்தப் பெண் மாப்பிள்ளையின் தாயார் அவள். சின்னப் பிள்ளையோடு இருக்கிறாள். பெரிய பிள்ளை மதுரையில் வேலையாக இருக்கிறாராம். இவர் புரசைவாக்கத்தில் மல் கடை வைத்து நல்ல பணம் சேர்த்து, இந்த வீட்டையும் வாங்கிவிட்டார். இவர்களுக்குச் சொந்த ஊர் வேலூர். ஆனால், ஐம்பது வருஷமாக சென்னையில், இந்த புரசை வாக்கத்திலேயே இருக்கிறார்களாம். சொந்த ஊர் சென்னை என்று தான் சொல்ல வேண்டும். இந்த வீடு வாங்கி நாலைந்து வருஷ மாகிறதாம்.

பழைய கால மோஸ்தரில் கட்டப்பட்டிருந்த வீடு. வாசலில் ஒரு சின்ன காம்பவுண்டு. மேலே ஒரு சிறிய பலகை பால்கனி. உள்ளே கூடம் கலியாணக்கூடமாக மாடியில் ஜன்னல்களுடன் கட்டப்பட்டிருந்தது. வாசலைப் பார்த்த பால்கனிக்குப் பின்னால் ஒரு அறை. அதற்குப் பின்னால் மொட்டையும் கலியாணக்கூட ஜன்னல்களும் இருக்கும் போலிருக்கிறது.

"மத்யானம் ரண்டுமணியாச்சின்னா காத்து கொட்ட ஆரமிச்சிடும்" என்றாள் பாட்டி. "அதுவும் மாடியிலே உட்கார்ந் திட்டா, இறங்கி வரவே தோணாது."

"ஆமாம், கிழக்குப் பார்த்த வீடில்லையா? பால்கனிகூட ரொம்ப லட்சணமாயிருக்கு பார்க்கறதுக்கு," என்றான் பாபு.

தி. ஜானகிராமன்

“போய் உட்கார்ந்து பார்த்தால்ல தெரியும்? யமுனா. மாடியெல்லாம் அளச்சிக்கிட்டுப் போய்க் காமியேன் இவங்களுக்கு. நான்தான் கடைப்படாம உக்காந்திருக்கிறேன்.”

யமுனா பாபுவை அழைத்துக்கொண்டு சமையலறை சாமான் அறை, பூஜை அறை, ஸ்நான அறை எல்லாவற்றையும் காண்பித்து விட்டு, மாடிக்கு அழைத்துப்போனாள். பாட்டி சொன்னாற்போலவே காற்று கொட்டிற்று.

“அஞ்சு மணிக்கு வரச்சொல்லியிருக்கார்னு சொல்லு பாபு” என்றாள் யமுனா மெதுவாக.

“யாரு?”

“யாராவது? நான் இப்ப வேலை தேடி வந்திருக்கேன் ... வேலை கொடுக்கிறவரிடம் அஞ்சு மணிக்கு நீ தான் என்னை அழச்சிண்டு போகணும்?”

“சரி.”

“இதுதான் கல்யாணக் கூடம்.”

“அந்தண்டையும் ‘ரூம்’ இருக்கா?”

“இருக்கு.”

பாபு நினைவிழந்து நின்றான். முன்னால் அறை நடுவில் கல்யாணக்கூட ஜன்னல். பின்னால் அறை. கும்பகோணத்தில் காவேரிக்கரை வீடுமாதிரிதான். தங்கம்மாள் குனிந்து எதையோ திலாவும் பிரமை நிழலாடிற்று. நள்ளிரவில் வந்து கழுத்தைக் கட்டிக்கொண்டு ... போயிட்டு வரட்டுமா ... கண்ணீர் வெதவெதக் கிறது ... உங்களைப் பார்க்க வேண்டும் போலிருக்கிறதே ... என்ன செய்வேன் ... இவ்வளவு சாம்பலா? .. மயிர் சிலிர்த்து உடல் உதறிற்று.

“என்ன பாபு?”

“ஒண்ணுமில்லை.”

“இந்தக் காத்துகூடச் சிலிர்க்கிறதா?”

பாபு பதில் பேசாமல் திரும்பினான். கீழே இறங்கினான்.

“பாட்டி, வீடு ரொம்ப நல்லாயிருக்கு. நீங்க சொன்னாப்பல காத்து கொட்டறது. அப்பாடா.”

“காத்து, புளங்கறதுக்கு இவ்வளவு இடம் – இதைப் பாத்துப்பிட்டுத் தான் வாங்கிப் போட்டுடணும்னு ஒத்தைக் காலாலே நின்னேன். இதுக்கு எத்தனை போட்டி, எத்தனை கலைசல்! வாங்கினது ஒரு பாடு. அப்பறம் குடியிருக்கிறவன் ஆணியடிச்சாப்போல உட்கார்ந்துகிட்டான். அவனைக் கிளப்பறதுக்குக் கோர்ட்டுக்கும் வக்கீல் ஊட்டுக்கும் நடையா நடந்ததும் இறைச்ச காசும் ...

அம்மாடி ... வீட்டை வாங்கிப்பிட்டா போதுமா? குடியிருக்கிறவங்க என்னமோ பங்காளி பாத்தியமல்ல கொண்டாடறாங்க இந்த நாள்ளெ ..?"

பாட்டி தன் பிள்ளைக்குக் கைகொடுத்து நின்று, குடியிருக்கிற வனை வெளியேற்றப்பட்ட பாட்டை அரை மணி நேரம் சொன்னாள்.

"அம்மா" என்று வாசலிலிருந்து ஒரு குரல் கன்னத்தில் அறைந்தது.

"முக்தா, முக்தா ... பால்காரன் கூப்பிடறான் பாரு" என்று பாட்டி குரல் கொடுத்தாள்.

"மணி என்ன?"

"மூணு இருபது."

"அஞ்சு மணிக்கு வரச் சொல்லியிருக்காரே. பஸ்ஸு கிடைச்சு போயாகணுமே ..."

"காப்பி சாப்பிட்டுப் போகலாங்க. மாடு வந்திரிச்சே."

"யமுனா, சுருக்கு பண்ணு."

"யமுனாவும் வரப்போறதா?"

"ஆமாம் பாட்டி. மத்தியானம் போனிலே கூப்பிட்டுப் பேசினேன். அஞ்சு மணிக்கு வரச்சொல்லியிருக்காரு ... யமுனா வேலை விஷயமாத்தான்."

"யாரு?"

"நமக்குத் தெரிஞ்சவங்கதான்."

"என்னம்மோ போய்ப் பாருங்க. எப்படியாப்பட்ட குடும்பம். எப்படியாயிருக்கு..! என்னமோ என்ன வேலைக்குப் பார்க்கிறீங்க?"

"என்னமோ, போய்ப் பார்த்தாத்தான் தெரியும்."

"எங்க இருக்காங்க?"

"டவுன்லெதான்."

"டவுன்லெ எங்கே?"

"முத்தியால்பேட்டையிலே."

"பாத்திட்டுக் கொண்டு விட்டுட்டுப் போங்க. இருட்டிலே வழி தெரியாம, பஸ்ஸு தெரியாம தவிக்கப் போவுது அது."

காப்பியைச் சாப்பிட்டுவிட்டு இருவரும் கிளம்பினார்கள். புறப்படும்போது மணி நாலடித்து விட்டது.

பஸ்ஸுக்கு நின்று பாரிஸ் முனைக்குப்போய், அங்கிருந்து மறுபடியும் பஸ் கிடைத்து மரீனாவில் இறங்கும்போது வெயில்

தி. ஜானகிராமன்

நன்கு தணிந்துவிட்டது. சூரியன் மறைய இன்னும் கால் மணிகூட இராதுபோல் தோன்றுகிறது. இருவரும் பஸ்ஸை விட்டு இறங்கித் தெற்கே நடந்து பரீட்சை ஹால் கட்டிடத்திற்கு எதிரே கடற்கரை மணலில் இறங்கி நடந்து, அலையின் அருகே ஒதுப்புறமாக உட்கார்ந்து கொண்டார்கள். வானத்தில் மேற்கேயிருந்து கிளம்பிய செந்நீல உத்தரங்கள் விரிந்து விரிந்து விண் முழுதும் வியாபித்து ஓடியிருந்தன. பக்கத்தில் கடலலை துள்ளித் துள்ளி விழுந்தது. முன்னே ஓடிஓடி வந்து, தோட்டக்காரனைக் கண்ட குழந்தைகள் போல் திரும்பி ஓட்டம் பிடித்தன.

அவன் மனமும் நிறைந்து வழிந்தது. இந்த நிறைந்த தனிமை அவள் உள்ளத்தைத் தாக்கி நிரப்பிற்று. யமுனாவைப் பார்த்துக் கொண்டே உட்கார்ந்திருந்தான். மெலிந்த தேகம். பெரிது பெரிதாக நீலப்பூக்களைத் தெளித்த ஒரு வெள்ளை வாயில் புடவை. புள்ளி போட்ட ஒரு சிவப்பு ரேயான் ரவிக்கை. கையில் ரப்பர் வளை இரண்டு.

இந்தத் தனிமையில், இந்தத் தோழமை நிறைந்த தனிமையில், அவன் உள்ளம் பொங்கி ஆர்ப்பரித்துக் கொண்டிருந்தது. பேச்சுக்கு இடமில்லாத தனிமை. பேசத் தோன்றவில்லை.

நெற்றியில் நுரையை அணிந்து அலைகள் வீசி வந்துகொண்டிருந்தன. வந்த சுருக்கில் அடங்கிக்கொண்டிருந்தன. எவ்வளவு இயலாமை! எதற்கு இந்த வேகம்! கடைசியில் அடக்கத்திலும் தேய்விலும் ஒடுங்கிவிடுகின்ற சீறல்! என்னைப் போல்தான் இருக்கிறது இந்த அலையும்.

"யமுனா, நீ சமுத்ர ஸ்நானம் செய்திருக்கிறாயோ?"

"எனக்கும் வேடிக்கையாகத்தானிருக்கிறது."

"என்ன?"

"ஒரு அர்த்தோதயத்தின்போது காவேரிப்பட்டணம் போனோம். உங்கப்பா, அம்மா, அக்கா, எங்கம்மா, நான் நீ எல்லோரும்... அப்புறம் இப்பதான் கடலைப் பார்க்கிறேன். இப்பவும் நீ கிட்ட இருக்கே."

காவேரிப்பட்டணத்திலிருந்து ஒரு கட்டை வண்டியில் பயணம். யமுனா மடியில் படுத்துத் தூங்கிவிட்டான் பாபு. அப்போது அவன் ஏழெட்டு வயதுக் குழந்தை.

யமுனா கடலலைகளைப் பார்த்துக்கொண்டு, பழைய நினைவுகளைக் கண்டு கொண்டிருந்தாள். அந்த யமுனாவா இவள்!

"உடம்புக்கென்ன யமுனா?"

"ஒன்றுமில்லை. பசி."

"என்ன யமுனா இது?"

"ஆமாம். நான் ஒரு வேளை வயிறு நிரம்பச் சாப்பிட்டு மூணு மாதமாகிவிட்டது."

"ஏன்?"

"இருந்தால்தானே சாப்பிட?"

"பசி இளைப்பா இது? ஏன் எனக்கு எழுதவில்லை?"

"நிம்மதியாயிருக்கிற உன்னையும் உயிரை வாங்கணுமா?"

"சரி. ஏன் அம்மாவோடு இல்லை?"

"அம்மாவுக்கு நான் தனிக்கட்டையாக இருக்கிறது பிடிக்கலை. கங்காதரம் பிள்ளையை நான் தட்டிக் கழித்ததிலிருந்து அவளுக்கு ஆத்திரம். நீ வந்த பிற்பாடு இந்தத் தொணதொணப்பும் குரோதமும் ரொம்ப ஜாஸ்தியாப் போச்சு. ஒரு நாள் சாயங்காலம் ரண்டு புடவையையும் ரவிக்கையையும் எடுத்துட்டுக் கிளம்பி கர்ணக் கொல்லைத் தெருவுக்கு வந்துவிட்டேன். முப்பது, நாற்பது ரூபாய் பணம் இருந்தது. சமைக்கிற பாத்திரம் நாலஞ்சு வாங்கிகிட்டேன். அம்மா அப்புறம் வந்தாள். 'வா, வா'ன்னு அழுதாள். நான் போகலெ. போய் என்ன? ரண்டு நாள் சாதாரணமாயிருப்பா. மூணா நாள் பழைய குருடின்னு கங்காதரம் பிள்ளையைப் பத்தி ஆரமிச்சிடுவ. நான் சந்தோஷமா இருக்கணும்கிறதுதான் அவளுக்கு. யார் கேட்டா இதை இப்ப..? முதல்லியே ரண்டு தடவை கோச்சுகிட்டு தஞ்சாவூர் போய் இருந்திட்டு வந்தேன். வந்து வந்து கூப்பிட்டா. ஆனா திரும்பிப்போன அஞ்சா நாள் அவள் வாய் ஆரமிச்சுப்பிட்டுது. எதுக்காகப் போறது? கலியாணம் ஆயிருந்தாலும் அவள் இல்லாம இருக்க வேண்டியவதானே நான். தனியா வந்திட்டேன்."

பாபு பெருமூச்சு விட்டான்.

"மூணு மாசமாச்சு ரூபாய் ஆயிடுத்து. பசி வந்துடுத்து. ஏழெட்டு பேர்கிட்ட கடன் வாங்கியாச்சு. திருப்பித் தர வாண்டாமா? வந்துவிட்டேன். நீ ஒரு வழி பண்ணமாட்டியா எனக்கு! அந்த நம்பிக்கைதான்."

அந்தி மங்கல் இருளில் புகுந்துகொண்டிருந்தது. கடற்கரைச் சாலையின் நீல விளக்குகள் எரியத் தொடங்கிவிட்டன. விளக்குகள் மஞ்சளாகக் கடல் நீரிடை நீண்டு ஒளிர்ந்துகொண்டிருந்தன. கடலில் நின்ற இரண்டு மூன்று கப்பல்களிலிருந்தும் மஞ்சள் ஒளியும் நீல ஒளியுமாகக் கலந்து வந்துகொண்டிருந்தன. ஹைகோர்ட் உச்சியில் சுழல் விளக்கு மங்கியும் மறைந்தும் எட்டி எட்டிப் பார்த்தது.

நன்றாக இருட்டிவிட்டது.

"என்ன வேலை பார்க்கிறதாக உத்தேசம் உனக்கு?"

"எது கிடைச்சாலும் பார்க்கறேன்."

"ஏதாவது நோக்கம் வாண்டாமா?"

"நோக்கம் என்ன? பசியில்லாமல் இருக்கணும். பசியிருந்தா மனசு நாயாய்ப் போகிறது. கோபமும் பொறாமையும் எரிகிறது. பொல்லாத நினைவெல்லாம் வருது. பசியில்லாம இருந்தால் போதும்."

"நீ எதுவரையில் படிச்சிருக்கே?"

"அஞ்சாவது படிச்சு நிறுத்திட்டேன்."

மீண்டும் அவள் சொன்னாள்.

"பாபு, நான் படிக்கத்தான் வேணும்னு சொல்லலெ. சும்மாதான் சொன்னேன். இனிமே எனக்கு எங்கே படிப்பு ஏறப் போறது? ஏதாவது வேலை கிடைச்சாப் போதும். எனக்கு யார் கிட்டவும் கோபம் கிடையாது. இந்த உலகத்திலே பசி ஒண்ணுகிட்ட தவிர. அது எவ்வளவு நீசமான ஜந்துன்னு இப்பதான் தெரிஞ்சிண்டேன். பெரிய பீடை. இருக்கிற இடமே விடியாது. மனுஷனை அல்பத்தனம், முட்டாள்தனம், சின்னத்தனம் விவஸ்தை கெட்ட துணிச்சல்– எல்லாத்திலும் கொண்டு இறக்கிவிடும், மூணுமாசமா இது நல்லாத் தெரிஞ்சுது. அது என்னிடம் வராம இருந்தால் போதும். ஒரு வேலைன்னு கிடைச்சாப் போயிடறேன். ஒரே துணியோட வாழலாம். ஒரு நாள் பசியோட வாழ முடியாது."

கடலின் பின்னணியில் இந்த அபயம் கேட்கும் பேச்சு கேட்டது. பசியைக் கண்டு ஓடிப் புகல் தேடிய இந்தக் குரல் மர்மத்தைப் பிளந்தது.

இவள் ஏன் எனக்கு எழுதவில்லை. எழுதினால் நான் உடனே செய்திருக்கமாட்டேனா ..? ஆனால் பசியோடு சேர்ந்து குடியிருந்த தால்தான் அதன் சுயகுணங்களும் தெரிகின்றன.

"நிஜமா பாபு, எனக்குப் படிக்கிறதிலே ஊக்கமில்லே."

"யமுனா, நான் என்னமோ இதனாலே சிரமப்படப்போறதாக நினைக்கவேண்டாம் நீ."

"இல்லே பாபு. எனக்குப் படிப்பு இனிமேல் ஏறாது. இருக்கிற படிப்புக்கு யாராவது வேலை கொடுத்தால் போதும். வேணும்னா கூடவே ஒழிஞ்ச நேரத்திலே ஏதாவது படிச்சுக்கறேன். நான் இனிமே படிச்சு வேலைக்குப் போறதுன்னா குறைஞ்சது நாலு வருஷமாவது ஆகும். அதுவும் எனக்கு இன்னும் நாளாகும்."

"ஆகட்டுமே."

"வேண்டாம். நான் வேலை செய்யறேன். எனக்கு வேறு எதிலும் மனசு பாவலை இப்ப. நான் சொன்னதைக் கேளு."

"சரி, நாளைக்குப் போய்ப் பார்க்கலாம். ஞாயிற்றுக் கிழமை."

"நானும் உன்னை எங்கே போனாலும் விரட்டி விரட்டிண்டுதான் வந்திட்டிருக்கேன்."

"இன்னும் என்ன உபசாரம் எல்லாம் பேசப்போறே?"

பாபுவுக்கு வேறு என்னமோ சொல்ல வேண்டும் போல உள்ளம் கிளர்ந்தது, பொங்கிற்று. ஆனால் சீறி வந்து கரையைக் கண்டு அடங்கும் அலைபோல் ஒடுங்கிப் பின்வாங்கிற்று.

இருவரும் மௌனமாக உட்கார்ந்திருந்தார்கள். வானிலும் விளக்குகள் மினுங்கிக்கொண்டிருந்தன.

"ராஜத்திட்டேர்ந்து லெட்டர் வந்திருக்கா?"

"நாலுநாள் முன்னாலேகூட வந்தது. குழந்தை பிறந்திருக்காம். பிள்ளைக் குழந்தை, டில்லி வெயில் தாங்கவில்லையாம். ஆனால் சவுகரியமாயிருக்காம். என்னை வரச்சொல்லிக்கூட எழுதியிருக்கான்."

"உன்னோட படிச்சவங்கள்ளாம் சம்சாரிகளா ஆயிட்டாங்க. நீ இன்னும் ஒத்தை மரமா நிக்கிறே இப்ப."

"இப்ப நான் தனியா இல்லையே."

சட்டென்று வாயில் வந்துவிட்டது அவனுக்கு.

யமுனா ஒன்றும் பேசவில்லை. உருண்டு உருண்டு ஓடி வரும் இருளின் அலைகளை வெறித்துப் பார்த்துக்கொண்டிருந்தாள்.

மணல் பரப்பில் கூட்டம் இல்லை. ஒன்றிரண்டு பேர் எங்கேயோ பேசுகிற குரல் கேட்டது. அங்குமிங்கும் ஒன்றிரண்டு பேர் படுத்திருப்பது மாதிரி இருந்தது. பட்டாணிக்கடலை, சுண்டல் விற்பவர்கள்கூடப் போய் விட்டார்கள்.

"நேரமாயிட்டாப்போலிருக்கே" என்றாள் யமுனா.

"இங்கே நேரமேது? இப்ப நேரம் ஏது?"

மீண்டும் நாலைந்து நிமிஷம் மௌனம்.

"போவோம்" என்று எழுந்தாள் யமுனா.

பாபுவும் எழுந்தான். கை, முகம் எல்லாம் உப்பு பிசுபிசுத்தது. பஸ்ஸில் வந்து உட்கார்ந்தபோது, முகத்தில் எண்ணெய் வருவது போலிருந்தது.

புரசைவாக்கம் வீட்டை அடைந்ததும் "இத்தனை நேரமாயிடுச்சா?" என்று வரவேற்றாள் பாட்டி.

"ஆமாம் பாட்டி. அஞ்சேகால்மணி ஆயிடுத்து போற போது. அங்கே காத்திருந்துவிட்டு அவர் வெளியே போயிட்டாராம். ஏழரை

மணி வரையில் பார்த்தோம். அப்புறம் நாழியாயிடிச்சேன்னு நாளைக்கு வரோம்னு வந்திட்டோம்."

"இருந்து பார்த்து வரக்கூடாது? . . . சரி, நாளைக்குத்தான் ஞாயிற்றுக் கிழமை. பாத்துக்கறது, நாளைக்குக் காலமே அவரைப் பாத்துட்டு, அவர் எப்ப வரச் சொல்றார்னு கேட்டுட்டு வரேன்."

இந்தக் கற்பனை மனிதர் சற்றுப் பருமனாக, கண்ணாடி போட்டு அவன் மனதில் வடிவெடுத்திருந்தார். கையில்லாத பனியன். நாற்காலி யில் சாய்ந்திருக்கிறார். இடது புஜத்தில் அம்மை குத்தின தழும்புகள் தான் எவ்வளவு பெரியதாகப் பதிந்திருக்கின்றன! மாலையில் பிறந்து மனிதனாகவே வளர்ந்துவிட்ட இந்த மனிதரை நினைத்துச் சிரிப்பு வந்தது. யமுனாவின் மனதில் எந்த உருவம் பதிந்திருக்கிறதோ?

"நான் வரட்டுமா பாட்டி?"

"நேரமாயிடுச்சா?"

"ஆமாம்."

"இன்னும் கொஞ்சம் இருந்தா பையன் கடையைப் பூட்டிக்கிட்டு வந்திருவான். பாத்திட்டுப் போகலாம்."

"நாளைக்குப் பார்க்கிறேன்."

"கடைக்குப் புதன்கிழமைதான் லீவு."

"பரவாயில்லை. கடையிலேயே ஒருநாள் பார்த்துக்கறது."

"சரி . . . நேரமாச்சு. நீங்களும் பஸ்ஸு கிடைச்சு தில்லிக்கேணி போகணும். வாங்க."

விடைபெற்றுக்கொண்டு கிளம்பினான்.

சாப்பிட்டுவிட்டு அறையில் நுழைந்தபிறகுதான் பெல்ஸ் ரோடு சங்கீத ட்யூஷன் ஞாபகம் வந்தது.

"இன்னிக்கும் முடியாது. நாளைக்கும் முடியாது . . . ரண்டு நாள் லீவாகத்தானிருக்கட்டுமே."

கடல் இரைந்தது. கட்டுமரத்தில் ஏறி மிதப்பது போலிருந்தது அவனுக்கு. அலையில் ஏறி ஏறி இறங்கிற்று உள்ளம்; ஒரு கட்டையை நம்பி இந்தக் கடலில் ஏறி இறங்கி, அடிவானத்தைத் தாண்டி மறையும் இந்தத் துணிவையும் அலட்சியத்தையும் என்னவென்று சொல்வது? வெறுங்கட்டை! இந்த உலகத்தில் இதைவிட வீரமும் வைராக்கியமும் எங்கே காண முடியும் . . ?

மறுநாள் ஞாயிற்றுக்கிழமை. விடுமுறையைப் பயன்படுத்திக் கொண்டு எங்கெங்கோ அலைந்தான் பாபு. பள்ளிக்கூடம் பள்ளிக் கூடமாக ஏறி ஏறி இறங்கினான். அனாதைகளுக்கும் அவதிப்பட் டோருக்கும் பள்ளிக்கூடங்களும், விடுதிகளும் நடத்தும் சமூக

சேவகிகளின் ஆபீசுக்கும் வீடுகளுக்கும் போய்வந்தான். அவர்களைப் பார்ப்பதே கஷ்டமாயிருந்தது. பார்ப்பதற்காகப்போன ஐந்து பேர்களில் மூவர் வீட்டில் இல்லை. ஆபீசிலும் இல்லை. டில்லிக்கு சமூக சேவகிகளின் காரியக் கமிட்டிக் கூட்டத்துக்குப் போயிருந்தார் ஒரு சேவகி. ஓய்வுக்காகத் திருக்குற்றாலம் போயிருந்தார் இன்னொருவர். மூன்றாவது சேவகி உடம்பைப் பரிசோதித்துக்கொள்ள ஆஸ்பத்திரியில் தங்கியிருந்தாராம். ஒரு வாரம் கழித்துப் போனால்தான் அவரைப் பார்க்க முடியும் என்றும் அவருடைய காரியதரிசி சொன்னாள். இரண்டு பேரைத்தான் பார்க்க முடிந்தது.

"அம்மா இருக்காங்களா?"

"தூங்கறாங்களே."

"ஹ்ம் . . . எப்ப எழுந்திருப்பாங்க?"

"நாலு மணியாகும்."

பாபுவுக்கு மணியைக் கேட்டதும் நாலு மைல் நடந்தாற் போலாகிவிட்டது.

"எழுந்துட்டாங்களா, போய்ப் பாரேன்."

"இல்லீங்களே, இப்பதானே போனாங்க."

"இப்பதானா?"

"ஆமாம், அஞ்சு நிமிஷமாச்சுங்க."

"அப்படின்னா அதுக்குள்ளியுமா தூங்கியிருப்பாங்க?"

"தூங்கறதுக்காகப் போயிடுவாங்க. அப்ப போய் யாரும் எதுவும் சொல்லக் கூடாது. 'போன்' வந்தாக்கூட சமாச்சாரத்தைக் கேட்டு வச்சுக்கிட்டு அப்பறம்தான் சொல்லணும். போய்ப் பார்க்கக் கூடாது. சரியா நாலு மணி அடிக்கிறப்போ, கப்புலே டீயை வச்சுகிட்டுப் போகணும். அப்படியே சாஞ்சாப்பலே குடிச்சிட்டு, அப்பறம் எளுந்து வருவாங்க."

"எங்கே தூங்குவாங்க?"

"வீட்டிலே."

"இங்கே இல்லையா? வீடு எங்கே இருக்கு?"

வீடு இங்கேதாங்க. அதோ இருக்கு பாருங்க."

"நான் அங்கே போய்ப் பார்த்துக்கறேன்."

"போகக்கூடாதுங்க. ஏண்டா உட்டேன்னு என்னை சண்டை பிடிப்பாங்க."

“ரொம்ப அவசரம்பா, போய்ச் சொல்லேன். தூங்கறாங்களோ இல்லியோ. இதுவரைக்கும் படுக்காமல் இருந்தா, ரண்டே நிமிஷம், பாத்திட்டுப் போயிடறேன்.”

“பார்க்கமாட்டாங்க சார். டயம்னா டயம்தான் அவங்களுக்கு. அதுக்கப்பாலே எப்படியாப்பட்டவங்க வந்தாலும் பார்க்கமாட்டாங்க.”

ஆபீஸ் சாவியை வைத்துக்கொண்டே பேசிக்கொண்டிருந்தான் அந்த ஆள். அவன் நிற்பதைப் பார்த்தால் அறையைப் பூட்டிக் கொண்டு போகப்போகிற மாதிரி இருந்தது. பார்த்த பார்வையும் ‘சொல்லிக்கிட்டேயிருக்கேன், ஏன் சும்மா இங்கேயே நின்னுக் கிட்டிருக்கீங்க?’ என்று கேட்பது போலிருந்தது.

“அப்ப நான் காத்துக்கிட்டிருக்கலாமா இங்கே?” என்றான் பாபு.

“இருங்க. மூணு மணி நேரம் காத்திருக்கணுமே, முடிஞ்சா உட்கார்ந்திருங்க. நான் சாப்பாட்டுக்குப் போறேன்.”

மறுபடியும் பாபு யோசிப்பதைப் பார்த்து நின்றான் அவன்.

மத்யான்னம் மூன்று மணி நேரம் தூங்குகிற சமூக சேவகியை நினைத்து என்ன செய்வதென்று தெரியாமல் விழித்தான் பாபு. குழம்பிப்போய் உட்கார்ந்திருந்தான். பகல் வேளையில் மூன்று மணி நேரம் ஏன் தூங்கவேண்டும்?

“அப்ப நான் வரட்டுங்களா?”

“இருக்கிறதுன்னா சொல்லுங்க. நான் சாப்பிட்டு வந்திடறேன், ஒரு மணி நேரத்திலே.”

“எனக்கு ஒண்ணும் புரியலே.”

“அப்ப ஒண்ணு செய்யுங்களேன். ஏதாவது வேலையிருந்தாக்க பாத்திட்டு நாலு மணி, நாலரை மணிக்கு இப்படி வாங்க. நாலரை மணிக்கப்புறம் வந்தீங்கன்னா பார்க்க முடியாது. அம்மா வெளியிலே புறப்பட்டிருவாங்க.”

“சரி, அப்படியே செய்யறேன்” என்று முடித்தான் பாபு.

மெதுவாக என்ன செய்யலாம் என்று யோசித்துக்கொண்டே வெளியே வந்ததும் ஒரு அம்மாள் வந்தாள். அறையில் நுழைந்தாள்.

“யாரைப் பார்க்க வேண்டும்?” என்று கேட்டாள்.

“இந்த ஸ்தாபனத்தின் தலைவியை.”

“நான்தான் அது.”

“நமஸ்காரம்.”

“நமஸ்காரம். என்ன?”

"நீங்கள் தூங்கப் போய்விட்டீர்கள். இனிமேல் நாலு மணிக்குத் தான் பார்க்க முடியும் என்று தெரிந்துகொண்டேன், மன்னிக்க வேண்டும்."

"ஆமாம், நானும் சாப்பிட்டுவிட்டுத் தூங்கத்தான் போனேன். ஆனால் ஒரு கடுதாசியை மறந்துவிட்டேன் எடுப்பதற்காக வந்தேன்."

"அப்படியானால் . . ."

"ஏன், உங்களுக்கு என்ன செய்ய வேண்டும் நான்?"

"இங்கு ஹாஸ்டல் இருக்கிறதா?"

"இருக்கிறது."

"ஒரு பெண்ணைச் சேர்க்க வேண்டும்."

"உங்களுக்குச் சொந்தமா?"

"இல்லை, தெரிந்தவர்கள்."

"படித்துக்கொண்டிருக்கிறார்களா?"

"படிக்கப்போகிறாள்."

"எந்த வகுப்பு?"

"ஆறாவது வகுப்பு."

"வயசு என்ன ஆகிறது?"

"நாற்பது வயசு,"

"நாற்பது வயசா? ஆறாவது வகுப்பா?"

"ஆமாம். கலியாணமாகவில்லை. நல்ல செல்வ நிலையில் இருந்து ஏழைகளாகிவிட்டார்கள். இப்போது படித்துப் பிழைக்க வேண்டும்."

"கலியாணம் செய்துகொள்ளவில்லையா?"

"இல்லை."

"ஏன்?"

"ஆகவில்லை. முயன்று பார்த்தார்கள். நடக்கவில்லை. கலப்பு மணத்தின் விளைவு, ஊர், அவள் கலியாணத்தைத் தடை செய்து கொண்டே வந்தது."

"தெரியும் . . . தெரியும்."

"ரொம்ப நல்ல பெண்."

"ம்."

தி. ஜானகிராமன்

"சொத்தும், சாப்பிட்டுச் சாப்பிட்டு கரைந்துவிட்டது. உறவினர்களுக்குச் செய்து செய்து கரைந்துவிட்டது. உறவினர்கள் இப்போது திரும்பிப் பார்க்கமாட்டேன் என்கிறார்கள்."

"வாஸ்தவம், வாஸ்தவம்."

"மிகவும் அடக்கமான பெண். நல்ல பெண்."

"அதுதான் இப்போது இடையூறாகிவிட்டது."

"என்ன?"

"நாங்கள் விதவைகளையும் தவறிப் போனவர்களையும் தான் சேர்த்துக்கொள்கிறோம். நீங்க சொல்வதைப் பார்த்தால் ரொம்ப கௌரவமான குடும்பத்தைச் சேர்ந்தவள் அவள் என்று தெரிகிறது."

"ஆமாம்."

"மன்னிக்கவேண்டும். இங்கு சேர்த்துக்கொள்ள முடியாது."

"கௌரவமானவர்களுக்கு இங்கு இடமில்லையா?"

"கௌரவம் இல்லாதவர்களை கௌரவமாகச் செய்யும் இடம் இது. அதனால் தான் சொல்லுகிறேன்."

"நான் காலையில் எட்டு மணிக்குப் புறப்பட்டேன். பஸ்ஸிலும் நடந்தும் அலைகிறேன். லக்ஷ்மம்மா டில்லிக்குப் போயிருக்கிறாராம். ஜகதாம்பா குத்தாலம் போயிருக்கிறாராம். மாலதி ஆஸ்பத்திரியில் இருக்கிறாராம்."

"ஆஸ்பத்திரியிலா?"

"உடம்புக்கு ஒன்றுமில்லையாம். 'ஜெனரல் செக் அப்'பாம்."

"ஓ."

"நாலாவதாக உங்களைப் பார்க்க வந்தேன். நீங்களும் இப்படிச் சொல்லிவிட்டீர்கள்."

"எனக்கும் வருத்தமாகத்தானிருக்கிறது."

"வேறு வழியே இல்லையா?"

"பத்மாசனியைப் போய்ப் பாருங்களேன்."

"யார் அது?"

"அவர் ஒரு அனாதாசிரமத்துக்கு நிர்வாகியாக இருக்கிறார். அவர் விலாசம் இதுதான்" என்று ஒரு கடுதாசியில் எழுதிக் கொடுத்தாள். "இவரைப் போய்ப் பாருங்கள். உங்களுக்கு ஏதாவது செய்வார். நான் சொன்னேன் என்று சொல்லாதீர்கள்."

"சொல்லவில்லை."

"அங்கேயும் கூட்டமாகத்தானிருக்கிறதாம். நீங்கள் அந்த பொம்மனாட்டியைக்கூட அழைத்துப் போங்கள். பார்த்தால் ஏதாவது செய்வார்."

"எப்போது பார்க்கலாம்?"

"எப்போதும் பார்க்கலாம்."

"அங்கேயும் இடமில்லாவிட்டால்?"

"அவரே ஏதாவது வழி சொல்லுவார்."

"ரொம்ப வந்தனம் உங்களுக்கு. உங்கள் நேரத்தை வீணாக்கி விட்டேன்."

"அதெல்லாம் ஒன்றுமில்லை. ஆனால், நல்ல வேளையாக நான் திரும்பி வந்தேன். நீங்கள் காத்திருக்கும் அவசியம் இல்லாமல் போய்விட்டது."

"ஆமாம். என் அதிருஷ்டம்தான். நான் வரட்டுமா?"

"வாருங்கள், நமஸ்காரம்."

"நமஸ்காரம்."

"பத்மாசனியிடம் மட்டும் நான் சொன்னதாகச் சொல்ல வேண்டாம்."

"ஞாபகமிருக்கிறது. நான் சொல்லுவேனா?"

"எதற்காகச் சொல்கிறேன் என்றால் காரியம் கெட்டு விடும்."

"அப்படியா? அப்படியானால் மிகவும் ஜாக்கிரதையாக இருக்கிறேன். நான் வரட்டுமா?"

"வாருங்கள்."

சாலைக்கு வந்ததும் வெய்யில் தோலை உரித்தது. தார் ரோட்டில் காங்கை அலை அலையாக நெளிந்தது. ஒதுக்குப்புறமான இடம். பெரிய மனிதர்கள் வாழ்கிற இடம். பஸ்ஸுக்கு இரண்டு பர்லாங் நடந்தாக வேண்டும். அங்கும் அரை மணிக்கு ஒரு வண்டிதான் வருமாம். பசி வேறு கிண்டுகிறது. ஒன்றரை மணிக்கு மேல் எந்த ஹோட்டலில் சாப்பாடு இருக்கப் போகிறது? இரண்டு பர்லாங் நடந்து பஸ் ஸ்டாப்புக்கு வந்ததும், பஸ்ஸுக்குக் காத்துக்கொண்டிருந்த ஒருவர் ஹோட்டல் ஒரு பர்லாங்கில் இருப்பதாக எங்கோ கையைக் காண்பித்தார். அந்த திசைப் பக்கம் நடந்து ஈ ஓட்டிக்கொண்டிருந்த ஒரு ஹோட்டலில் புகுந்தான்.

தி. ஜானகிராமன்

மூன்றாம் பாகம்

"யாரு?"

"நான்தான்"

"வா பாபு... அவங்க வந்திருங்காங்க பாட்டி."

"நான்தான் பாட்டி."

"காலமேயே வரேன்னீங்களே."

"காலமே போனேன். அவர் வேறு ரண்டு பேரைப் பார்க்கச் சொன்னார். அப்புறம் அவங்களைப் போய்ப் பார்த்தேன். அவங்க வேறு யாரையோ பாருன்னாங்க. பத்மாசனி அம்மாளாம், அவங்களைப் போய்ப் பார்க்கணும். காலமே எட்டுமணிக்கு கிளம்பினது."

"சாப்பிட்டீங்களா?"

"ஆச்சு."

"மறுபடியும் போகணுமா?"

"ஆமாம். யமுனாவை அழைச்சிட்டுப் போகணும்."

"எங்கேயிருக்காங்க?"

"திருவல்லிக்கேணியிலே."

"உங்க பேட்டையில் தானா?"

"ஆமாம்."

"காபிக்கெல்லாம் காத்திருக்க வாண்டாம். நாலு மணிக் குள்ள போய்ப் பார்த்தாத்தான் உண்டு. இன்னிக்கு ஞாயிற்றுக் கிழமை. எங்கேயாவது போயிட்டாங்கன்னா?"

"இப்ப மணி என்ன?"

"ரண்டு நாற்பது."

“நல்ல வெய்யிலா இருக்கே.”

“வெய்யிலைப் பார்த்து முடியுமா?”

“அப்ப யமுனா, புடவையை மாத்திக்கிட்டு கிளம்பு.”

யமுனா கால் மணிக்குள் கிளம்பிவிட்டாள். வெளியில் வரும் போது மெதுவாகக் கேட்டான் அவன்:

“ஏன் யமுனா, அதே புடவையைக் கட்டிக்கிண்டு வறியே.”

“ஏன், இது நல்லாயில்லையா?”

“நல்லாயில்லையேன்னு சொல்லலை.”

“அப்புறம் என்ன?”

புரசைவாக்கத்தில் ஒரு செருப்புக் கடையில் ஒரு ஜோடி செருப்பு வாங்கிக் கொடுத்து பஸ் ஸ்டாண்டுக்கு வந்தான் அவன்.

பஸ்ஸும் வந்தவுடன் கிடைத்துவிட்டது.

பத்மாசனி அம்மாள் நல்ல வேளையாகத் தூங்கவில்லை. ஹாலில் உட்காரச் சொல்லிவிட்டு ஒரு பெண் உள்ளே போயிற்று. சற்றுக் கழித்து அறுபது வயதிருக்கும், ஒரு அம்மாள் வந்தாள்.

“நமஸ்காரம். யாரு?”

“நீங்கள் தான் ஜான்ஸி ஆச்ரமத்தின் . . .”

“நிர்வாகி. உங்களுக்கு என்ன வேண்டும்?”

“இந்த அம்மாளைச் சேர்க்க வேண்டும்.”

“இந்த அம்மாளையா?”

“ஆமாம்.”

“ரொம்ப வயசாயிருக்கும் போலிருக்கே. என்னம்மா வயசு?”

“நாற்பது.”

பாபு பழைய பல்லவியை மீண்டும் பாடினான். நல்ல வசதியாக இருந்தது. உறவினர்களுக்குச் செய்து க்ஷீணித்துப் போய், சமயத்தில் அவர்கள் கை கொடுக்காமல், பசிக்கு ஆளாகி . . .

“உங்களுக்கு எப்படித் தெரியும்?”

“எங்களுக்கு ஐம்பது வருஷமாக குடும்ப நண்பர்கள்.”

“நீங்கள் என்ன செய்கிறீர்கள்?”

“ஒரு இன்ஷூரன்ஸ் கம்பெனியில் பொது உறவு இலாகா அதிகாரிக்கு அடுத்தவனாக இருக்கிறேன்.”

“உங்கள் கம்பெனியிலேயே பார்க்கப்பட்டாதோ?”

"பார்க்கலாம், படிப்பு இல்லை."

"இத்தனை வயசுக்குமேல் நாங்கள் படிப்புக்குச் சேர்ப்பதில்லையே. முப்பது வயசுக்குள் என்று வைத்துக் கொண்டிருக்கிறோம்."

பாபு காலையிலிருந்து அலைந்ததையெல்லாம் சொன்னான் – மூன்று மணி தூங்குகிற அம்மாளை மாத்திரம் விட்டுவிட்டு.

எல்லாவற்றையும் கவனமாகக் கேட்டாள் பத்மாசனி அம்மாள்.

"உடம்பு இப்படியிருக்கே."

"ஆமாம். என்ன செய்கிறது. மூன்று மாசமாக சாப்பாடே பிரச்னையாகிவிட்டது அவளுக்கு."

"ரொம்ப பரிதாபப் படவேண்டிய கேஸ்தான். உட்காரம்மா. ஏன் நிற்கிறாய்? உட்கார், பாதகமில்லை."

"உட்கார், யமுனா."

யமுனாவையே ஏற இறங்கப் பார்த்துக்கொண்டிருந்தாள் பத்மாசனி அம்மாள். பிறகு ஆங்கிலத்தில் பேச ஆரம்பித்தாள்.

"கலியாணமாகவில்லையா?"

"இல்லை" என்று மீண்டும் யமுனாவுக்குக் கலியாணமாகாத காரணத்தையெல்லாம் சொன்னான் பாபு.

"நம் சமூகம் சீரழிந்துதான் கிடக்கிறது. அதற்காக நான் எத்தனை பேரைத்தான் எடுத்துக் காப்பாற்ற முடியும்! இந்த மாதிரி விஷயத் திற்குப் பணம் கேட்டால் பத்துக் கொடுக்கிறவர்களுக்கு ரண்டு ரூபாய்தான் கைக்கு வருகிறது. அதைக் கொடுக்கும் போதும் நம் தலையில் யாரையாவது கட்டிவிடுகிறார்கள். நீங்கள் வித்தியாசமாக நினைத்துக்கொள்ள வேண்டாம். இது மிகவும் பரிதாபத்திற்குரிய கேஸ்தான். நான் என்னால் ஆனதைச் செய்கிறேன். ஆட்சேபணை யில்லை. இவருடைய தோற்றம் என்னை நடுங்கச் செய்கிறது. நல்ல அழகியாக ஒரு காலத்தில் இருந்திருப்பாள் இவள்."

"ஆமாம்."

"இவ்வளவு அழகாக இருந்தவருக்கு ஏன் கலியாணம் ஆகவில்லை?"

"அதுதான் எனக்கும் புரியவில்லை. ஜாதி ஜாதியென்று இவள் கலியாணத்திற்குக் குறுக்கே நின்றது இவள் ஜாதி."

"இந்த அழகை எதிர்த்துக்கூடவா?"

"அதுதான் எனக்கும் புரியவில்லை என்றேன். ஒரு அளவுக்கு இவளையும் காரணமாகத்தான் சொல்ல வேண்டும்."

"ஆ! அப்படிச் சொல்லுங்கள்," என்றாள் பத்மாசனி.

மோக முள்

"ஆமாம் அம்மா. வந்த பிள்ளைகளைத் தனக்குப் பிடிக்கவில்லை என்று தட்டிக்கொண்டு வந்தாள். கடைசியில் கலியாணம் பண்ணிக் கொள்ளாத மனைவியாக இருக்க முடியுமா என்று யாரோ ஒரு தனவந்தர் கேட்டாராம்."

"அதற்கு என்ன சொன்னாள் இவள்?"

"மறுத்துவிட்டாள்."

"இப்போது அனுபவிக்க வேண்டியிருக்கிறது. நல்ல வழியில் போகத்தான் முடியாது, இந்த உலகத்தில். எனக்குப் புரிகிறது. ஆனால் எனக்கு ஒரே ஒரு திருப்தி. ஆச்சரியம்கூட, இங்கு வருவதெல்லாம் அநேகமாக நாகரிக மனிதர்கள் கேட்கக் கூச்சப்பட வேண்டிய சேர்க்கைகளின் விளைவுகளாகத்தான் இருக்கிற வழக்கம். இந்த மாதிரி அநேகமாக வருவதில்லை. என்னுடைய ஆயுஸிலேயே இது ஆறாவது அல்லது ஏழாவது கேஸாக இருக்கலாம். ஞாபகப்படுத்திப் பார்த்தால்" என்று பழைய நினைவுகளை சூன்யத்தில் அவள் விழிகள் துருவிப் பார்த்தன. "ஆமாம், இது ஏழாவது கேஸ்தான். இவ்வளவுநாள் ஒழுங்காக இருக்கிறதே கஷ்டம்தான், ஒழுங்காக இருந்தாள் என்றால் ஆச்சரியப்படத்தான் வேண்டியிருக்கிறது."

யமுனாவைப் பார்த்ததுமே அவளுக்குப் பிடித்துவிட்டது போலிருக்கிறது. அவளையே கனிவும் கேள்விக்குறியுமாக மாறி மாறிப் பார்த்துக்கொண்டிருந்தாள் அவள்.

"நீங்களும் நல்ல பதவியிலிருக்கிறீர்கள். நீங்கள் சொல்வதை நான் நம்பத்தான் வேண்டும்."

"எதை?"

"இவள் கண்ணியமானவள் என்பதை."

"நீங்கள் புதிது. நான் புதிது. நான் எப்படிச் சொல்வதென்று எனக்குப் புரியவில்லை."

"நான் சொல்ல வேண்டியதை நீங்கள் சொல்லுகிறீர்கள். ஆமாம் எனக்கு உங்களைத் தெரியாது. திடீர் என்று வந்திருக்கிறீர்கள். நான் மனசைத் திறந்து என் சந்தேகங்களைத் தீர்த்துக்கொள்ளுவது நல்லதுதானே."

"தாராளமாகக் கேளுங்கள். நான் சொல்லுகிறேன்."

"மனிதர்களைப் பார்த்தாலும் எனக்கும் புரியும். அதிலும் சில வருஷ அனுபவம் உண்டு எனக்கு. ஆனால் நாம் மனிதர்கள் தானே. நினைத்ததற்கு மாறாக சில சமயம் நடந்து விடுவதும் உண்டு. அதனால் நான் முன்னாலேயே ஜாக்கிரதை பண்ணிக்கொள்ள வேண்டியிருக்கிறது."

"நீங்கள் தாராளமாகக் கேட்கலாம். எதைத் தெரிந்துகொள்ள விரும்புகிறீர்களோ அதைக் கேட்டுத் தெரிந்துகொள்ளலாம். ஆனால் என் வார்த்தைகளைத்தான் நீங்கள் நம்ப வேண்டும். நான் புதிது. எனக்கு வேறு தெரிந்தவர்கள். இல்லை, உங்களுக்கும் எனக்கும் தெரிந்த ஒரு மனிதரை அறிமுகப்படுத்திக்கொண்டு சிபார்சு கொண்டு வர எனக்கு நேரமில்லை. இவள் இரண்டு நாள் முன் வந்தாள். தங்கள் உறவினரோடு தங்கியிருக்கிறாள். எத்தனை நாள் அங்கு தங்க முடியும்? சிபாரிசு தேட எனக்கு நேரமில்லை. நேராகவே கேட்கலாமே என்று அழைத்து வந்துவிட்டேன்.

"தகுதியுள்ளவர்களுக்கும் கஷ்டப்படுகிறவர்களுக்கும் சிபார்சு இல்லாமல் ஒன்றும் நடக்கவில்லை என்று தெரியும் எனக்கு. ஆனால் நீங்கள் நேராக வந்ததும் எனக்கு சந்தோஷம்தான்."

பாபுவுக்கு நம்பிக்கை வந்தது. பத்மாசனிக்கு யமுனாவைப் பிடித்துவிட்டது. அவள் மேலும் சொன்னாள்:

"ஆனால் ஒரு விஷயம். எனக்குச் சொல்லத் தயக்கமாயிருக்கிறது. நீங்கள் அதை விரும்பமாட்டீர்கள்."

"என்ன?"

"நான் இவளைப் படிப்புக்குச் சேர்த்துக்கொள்ள முடியாது. வயதாகிவிட்டது."

"அப்படியானால்?"

"இங்கு ஏதாவது வேலை பார்க்கட்டும்."

"என்ன வேலை?"

"அவளுக்கு படிப்பு இல்லை என்கிறீர்கள். நல்ல வேலையாக ஒன்றும் கொடுக்க முடியாது. ஏதாவது அட்டெண்டர் மாதிரி வேலையிருக்கும். ஆபீஸ் வேலையிருக்கும். குழந்தைகளைக் கவனிக்க வேண்டியிருக்கும். இன்னதென்று சொல்ல முடியாது. உண்மையில் இந்த மாதிரி எனக்கு உதவி செய்ய ஒருவர் வேண்டும். இங்கு பெரிய பெண்கள் படிக்கிறார்கள். ஒன்றிரண்டு தப்பித் தவறி நடக்கிறது உண்டு. அதையெல்லாம் கண்காணிக்க வேண்டும். இந்த மாதிரி ஒரு பொம்மனாட்டி எனக்கு வேண்டும். சாப்பாடு போடுகிறோம். வாரத்தில் ஒரு நாள் லீவு கொடுக்கிறோம் இவளுக்கு. கட்டாயம் அந்த லீவு கொடுக்க வேண்டும் என்று அவசியமில்லை. ஆனால் இவள் இருந்த நிலையை நினைத்துச் சொல்லுகிறேன். ஒரு நாள் வாரத்தில் விடுமுறை மாதிரி கொடுக்கிறேன். உங்கள் வீட்டுக்கோ, உறவினர் வீட்டுக்கோ போய் வரலாம்."

"நான் தனியாகத்தானிருக்கிறேன்."

மோக முள்

“அப்படியானால் உறவினர் வீட்டுக்குப் போகலாம் அவள். அவள் இஷ்டப்பட்டால்தான் போக வேண்டும் என்று இல்லை. வேலை செய்துகொண்டே ஒழிந்த வேளைகளில் படிப்பு ஏதாவது சொல்லிக் கொடுக்க ஏற்பாடு செய்கிறேன். சம்மதமானால் கேட்டுச் சொல்லுங்கள்.”

பேச்சு ஆங்கிலத்தில் நடந்துகொண்டிருந்தது. யமுனா இருவரையும் மாறி மாறிப் பார்த்துக்கொண்டிருந்தாள்.

“என்ன யமுனா? இங்கு படிக்க குறிப்பிட்ட வயசுக்குள் இருந்தால்தான் சேர்ப்பார்களாம். ஏதாவது அட்டெண்டர் மாதிரி வேலை செய்வதானால் செய்யட்டும் என்கிறார்கள். சாப்பாடு போடுவார்களாம், சம்பளம் கிடையாது.”

“வேலை நன்றாகச் செய்தால் சம்பளத்தைப் பற்றி அப்பறம் யோசிப்போம்” என்று குறுக்கிட்டாள் பத்மாசனி.

“வாரத்திற்கு ஒருநாள் லீவு உண்டு. நீ புரசைவாக்கத்திற்கோ வேறு உறவினர் வீட்டுக்கோ போய் வரலாம். கட்டாயம் போக வேண்டும் என்று இல்லை. இஷ்டமிருந்தால் போகலாம்.”

“இல்லையானால், இங்கேயே தங்கலாம். அந்த ஒரு நாள் லீவில் படிப்பு கிடிப்பு சொல்லிக்கொள்ள நேரம் இருக்கும்” என்று மீண்டும் குறுக்கிட்டாள் பத்மாசனி.

“உனக்கு இஷ்டமா என்று கேட்கிறார்கள் அம்மாள். எனக்கு நல்லது என்றே தோன்றுகிறது . . .”

“அப்புறம் என்னை ஏன் கேட்க வேண்டும்?”

“இல்லேம்மா. நீயும் அப்புறம் வேலை செய்யச் சொல்லுகிற இடமாகக் கொண்டு தள்ளிவிட்டாரே என்று வருத்தப்படக் கூடாது பாரு. நல்லா வசதியாயிருந்தவள் நீ. ஏதோ காலக்கோளாறு இப்படி ஆயிடுத்து, இல்லாமல் போயிட்டோம். நீ நாலு ஆளை வச்சு அதைச் செய் இதைச் செய்யின்னு எஜமானியாயிருந்து வேலை வாங்கினவளாயிருக்கலாம். அப்படியெல்லாம் இருந்துவிட்டு இன்னொருத்தர் அங்க போ இங்க போன்னு சொல்லும்படியா ஆயிட்டுதேன்னு நினைக்கலாமோல்லியோ? . . அதுக்குத்தான் உன் சம்மதத்தைக் கேட்டுச் சொல்லச் சொன்னேன்.”

“எனக்கு அதெல்லாம் கிடையாதும்மா. வசதியாயிருந்தது உண்டு. அதை நினைச்சுக்கிட்டே உட்கார்ந்திருக்க முடியுமா?”

“அப்படின்னா உனக்கு இஷ்டம்தானே?”

“இஷ்டம்தான்.”

“இஞ்ச சாப்பாட்டுக்கு குறைவிராது. காசு கையிலே புழங்காது. வேணும்னா இவர் கொடுத்தால் நீ வாங்கி வச்சுக்கலாம். நாங்க கொடுக்கறதுக்கு இல்லே.”

"சாப்பாடு ஆயிடுத்துன்னா காசு என்னத்துக்கு?"

"உலகம் தெரியாதவளா இருக்கியேம்மா. புடவை, எண்ணெய் சலவை – இதுக்கெல்லாம் என்ன செய்யறது. இங்கே காபிக்குத் தனியா வாங்கிவிடுவோம். காபி குடிக்காமல் சில பேருக்கு தலைவலி வரும். வாந்தி எடுக்கும். அதுக்காகப் போட்டுக் கொடுக்கறதுதான், ஆனால் அதுக்குத் தனியா பணம் கொடுத்துவிடணும் எங்க மானேஜ்மெண்டிலே."

"அதெல்லாம் நான் பார்த்துக்கலாமா?" என்று கேட்டான் பாபு.

"பேஷாக. நான் தடை சொல்லவில்லை. உண்மையில் காசு புழங்குவதைக்கூட நான் விரும்பவில்லை. ஆனால் இதை ஒரு தனிக்கேஸாகக் கருதத் தயார் நான். திடீர்னு வம்ச வம்சமா வந்த பழக்கங்களை நிறுத்த முடியாதுன்னு எனக்குத் தெரியும். அதனால்தான் நீங்கள் கொடுத்து உதவி செய்வதை நான் வேண்டாம்னு சொல்லவில்லை."

"ரொம்ப நன்றி."

"உனக்கு இஷ்டம்தானேம்மா?"

"என்னை வெறுமே கேட்கறீங்களே. நான் என்னதை சொல்லப் போறேன்? முன்னே பின்னே தெரியாம வந்து நின்னவளை நீங்க ஏத்துகிட்டதே பெரிசு."

"பெரிசு என்னம்மா? என் கடமையைச் செய்யறேன்."

"எனக்கு மிகவும் ஆச்சரியமாயிருக்கிறது" என்றான் பாபு."

"என்ன?"

"நான் காலையிலிருந்து அலைகிறேன். வீடு வீடாக ஏறி இறங்கு கிறேன். இப்படி சட்டென்று என் எண்ணம் கைகூடும் என்று நான் எதிர்பார்க்கவில்லை. நீங்கள் சாதாரண மனுஷியில்லை. இந்த உலகத்தில் இந்த மாதிரி கருணையைப் பாத்திரத்தில் வைத்துக் கொண்டு வந்தவர்களுக்கெல்லாம் பரிமாறுகிறவர்களை நான் கண்டதில்லை. காணவும் போவதில்லை."

"நீங்கள் அதிகமாகச் சொல்ல வேண்டாம். இது கடமை. செய்கிறேன். அப்படி மிகைப்படுத்தவும் இங்கு தகுதியில்லை. மனமிருக்கிறது. ஆனால் நீங்கள் சொன்னாற்போல வந்தவர்களுக் கெல்லாம் பரிமாறும்படியாகப் பாத்திரத்தில் இல்லை. ரொம்ப கொஞ்சம். கருணையிருந்தால் போதுமா? பொதுமக்கள் ஆதரவு வேண்டாமா? இங்கு என்னமோ உதவாக்கரைகளுக்காக ஊர்ப் பணத்தை வாரியிறைத்துக்கொண்டிருக்கிறோம் என்று பொறுப்புள்ள வர்கள்கூட நினைத்துக்கொண்டிருக்கிறார்கள். இருக்கலாம். தவறிப்

போனவர்கள் இருக்கலாம். திருத்த முடியாதவர்களும் இருக்கலாம். பெண்களெல்லோருமே அருந்ததிகள் இல்லை. புருஷர்கள் எல்லோரும் ஜனகர்கள் இல்லை. புத்தர்கள் இல்லை. தவறிக்கொண்டுதான் இருக்கிறார்கள் பல பேர். திருத்தமுடியாதவர்களை விட்டுவிடுவோம். என்னிடம் உள்ள பலரில் கூடத் திரும்பியும் தெருவுக்குப் போக விரும்புகிறவர்கள்கூட இருக்கலாம். அதை விட்டுவிடுங்கள். இப்போது இவள் வந்திருக்கிறாள். என்னத்தைச் சொல்றது? பார்க்கிறவர்கள் இவளுடைய பழைய நிலை எப்படி இருந்திருக்கும் என்று கற்பனை செய்து பார்க்கப்போகிறார்களா என்ன? பொதுவாக இப்படி ஒரு அனுதாபமின்மை, சிந்தித்துப் பார்க்க மறுக்கும் பிடிவாதம், அறியாமை எல்லாம் இருக்கும்போது, நான் அகப்பையால் அள்ளி அள்ளிக் கொடுக்கும்படியாக பாத்திரத்தில் எங்கு இருக்கப் போகிறது?.. தினம் தினம் போராட்டம்தான்."

"நான் வேண்டுமானால் ஒன்று செய்கிறேனே."

"என்ன?"

"யமுனாவுக்கு நீங்கள் இலவசமாகச் சாப்பாடு போடவேண்டாம். பணம் கொடுத்துவிடுகிறேன்."

"ரொம்ப நன்றாயிருக்கிறதே, அதற்கு இங்கு வருவானேன்?"

"இல்லை. வேலை செய்கிற திருப்தி அவளுக்கு இருக்கட்டும்."

"வேண்டாம். சம்பளம்தான் கொடுக்க முடியவில்லை. சாப்பாடு கூடப் போட முடியாது என்று தோன்றவில்லை எனக்கு. நீங்கள் தான் எத்தனை காலம் கொடுக்க முடியும்? உங்களுக்கும் குடும்பச் செலவெல்லாம் இல்லையா?"

"தற்போதைக்கு இல்லை. ஊரில் அப்பா அம்மா இருக்கிறார்கள். அவர்களுக்கு பணம் அனுப்பி வருகிறேன். எனக்கும் கண்டு கொஞ்சம் மிஞ்சும்."

"அதை அவள் சாப்பாட்டிற்குக் கொடுக்க வேண்டாம். கைச்செலவுக்கு வேண்டுமானால் கொடுங்கள். மன்னிக்க வேண்டும். நீங்கள் நல்ல ஹிருதயமுள்ளவர் என்ற தைரியத்தில் கேட்கிறேன். உங்களுக்குக் கல்யாணமாகிவிட்டதா?"

"இல்லை"

"அப்படியானால் உங்கள் மனைவி வரும்போது கொஞ்சம் வேண்டியிருக்கும். எவ்வளவோ எதிர்பாராத செலவுகள் வரும். ஆதலால் மிச்சம் வைத்துக்கொள்ளுங்கள்."

பாபு சிரித்தான்.

"இவள் கைச்செலவுக்கு ஏதாவது கொடுத்து வந்தால் போதும்... வேலையும் செய்துகொண்டு சாப்பாட்டுக்கும் கொடுக்கிறாள் இந்த

மாதிரி ஒரு ஏழை என்றால், நாலுபேர் சிரிப்பார்கள் ... இன்னொன்று, சாப்பாட்டுக்கும் பணம் கொடுத்து, சும்மாவாவது வேலையும் செய்துகொண்டிருப்பவர்கள்மீது எனக்கு எப்படிப் பிடிப்பு வரும்..?" என்று சிரித்தாள் பத்மாசனி. "நான் எஜமானி இல்லையா? அப்படிச் சொல்லிக்கொள்ள எனக்கு ஏதாவது இடம் வையுங்கள் ... உங்கள் முகத்தைப் பார்த்தால் பிடிவாதம் செய்வீர்கள் போலிருக்கிறது. என் அதிகாரத்துக்கும் கொஞ்சம் இடம் கொடுங்கள்."

பாபுவுக்கு உள்ளம் நெகிழ்ந்தது. இந்த உலகத்தில் எவ்வளவு நல்ல மனிதர்கள் இருக்கிறார்கள்! எங்கோ மூலை முடுக்குகளில் எல்லாம் நல்லது ஒளி வீசிக்கொண்டுதானிருக்கிறது.

பேச முடியாமல் சற்று மௌனமாகவே இருந்துவிட்டு, "சரி, உங்களிஷ்டம்" என்றான் கடைசியில்.

"இந்தாருங்கள், இந்தக் கடுதாசியில் ஒரு மனு மாதிரி எழுதிக் கொடுங்கள். இவள் பெயர், பழைய நிலை, புதிய நிலை எல்லா வற்றையும் விவரமாக எழுதிக்கொடுங்கள். இவளுடைய நல்ல நடத்தைக்கு உத்தரவாதி என்று எழுதிக்கொடுங்கள். இதெல்லாம் எதற்காக என்றால், நாளைக்கு ஒரு சமயம் இவளைப் பிடிக்கவில்லை என்றால் தெருவில் நிற்கவிட முடியாது. மறுபடியும் உங்களிடம்தான் அனுப்புவோம்."

"அது ஒருக்காலும் நேராது."

"நேராது என்றுதான் நினைக்கிறேன்."

"எதற்காக நேரவேண்டும்? நம்முடைய வேலையை நேர்மையாக, கண்டிப்பாக, மனச்சாட்சிக்கு விரோதமில்லாமல் செய்யும்போது நமக்கு நாளும் குறைவு வராது."

பாபு எழுதிக்கொடுத்தான். பத்மாசனி மூக்குக் கண்ணாடியை எடுத்துப் போட்டுக்கொண்டு அதை வாசித்தாள்.

"ரொம்ப சரி ... அப்ப ... நீ என்றைக்கிம்மா வரே?"

"எப்ப வரச் சொன்னாலும் வரேன்."

"நாளைக்கே வந்தாலும் வரலாம். பிரசிடெண்டிடம் ஒரு வார்த்தை சொல்லிவிடுகிறேன். தினமும் காலையில் வருவாங்க அவங்க. எப்ப இஷ்டமோ அப்ப வரலாம் நீ ... நாளைக்குத்தான் வயேன்."

"சரி."

"உறவுகாரா இன்னும் இரண்டு நாள் இருக்கச் சொல்லுவாளோ?" என்றான் பாபு.

"சொன்னாலும் சொல்லிவிட்டு வந்துவிடலாம்."

"சரி. அப்ப நாளைக்குக் காலமே வந்துவிடு."

"பதினோரு மணிக்கு முன்னால் வந்துவிடம்மா. அப்ப தான் ப்ரஸிடெண்ட் அம்மா வர சமயம்."

"வரேன்."

"எனக்கு என்ன சொல்கிறதென்று தெரியவில்லை . . . நினைத்து நினைத்துப் பார்க்கிறேன். என்னால் நம்ப முடியவில்லை. நீங்கள் எவ்வளவு பெரிய மனசுள்ளவர்கள்!"

"தேவையே இல்லை. முடிந்ததைச் செய்கிறோம். நன்றி கூற நீங்கள் எதற்காக இப்படித் தவிக்க வேண்டும் . . . ?"

"வரட்டுமா?"

"வரேம்மா."

"வாம்மா. இங்கே வந்தா நிம்மதிக்குக் குறைச்சலிராது கண்டிப்பும் தைரியமும் உண்மையும் இருக்கணும் . . . இது மாத்திரம் இருந்தால் போதும் . . . போய் வாம்மா."

"நான் அப்புறம் வந்து பார்க்கிறேன்" என்றான் பாபு.

"எதற்கு? நன்றி கூறவா? . . வேண்டாம். நீங்கள் வருவதை வேண்டாம் என்று சொல்லவில்லை. நன்றி கூறுவதற்காக வரத் தேவையில்லை . . . உங்கள் பெயரென்ன?"

"பாபு."

"ஓ, ஆமாம். அதான் கையெழுத்துப் போட்டிருக்கேளே? ரொம்ப சின்னப் பேரா இருக்கே. ஆள் என்னமோ பெரியவராத்தான் இருக்கேள்."

பாபு சிரித்துக்கொண்டே யமுனாவுடன் வெளியே வந்தான்.

அவனுக்கு ஒன்றும் பேசத் தோன்றவில்லை. நம்பவும் முடிய வில்லை, எவ்வளவு சுருக்கில் காரியம் முடிந்துவிட்டது! நமக்கு இந்த மாதிரி நேர்கிற வழக்கமே இல்லையே. எதை எடுத்தாலும் இடைஞ்சல், தாமதம் எல்லாம் முன்னாலே வந்து நிற்குமே. யமுனா தான் இதற்குக் காரணமாக இருக்க வேண்டும். அவளைக் கண்டதும் தான் பத்மாசனியின் மனது கருணை வழிய நிரம்பியிருக்க வேண்டும், நாமும்தான் காலையிலிருந்து அலைகிறோம். இவளை அழைத்துக் கொண்டு போன பிறகுதான், இந்த முகத்தை பத்மாசனி கண்டவுடன் தான் எண்ணம் கனியாகக் கனிந்தது.

பைக்ராப்ட்ஸ் ரோடில் ஒரு கடையில் கடிகாரம் ஐந்து இருபத்தைந்து காட்டிற்று. எதிர்த்த ஹோட்டலில் பாதாம் ஹல்வா போட்டிருப்பார்கள்.

தி. ஜானகிராமன்

பரீட்சை ஹாலுக்கு எதிரேயுள்ள பீச்சு மணலை அடையும்போது ஆறேகாலாகிவிட்டது.

ஞாயிற்றுக்கிழமை. கூட்டம் அதிகம் இராத இந்தப் பகுதியில்கூடக் கும்பல்கள் அதிகமாகவே அமர்ந்திருந்தன. பெரிய சுறாமீன் ஒன்றைப் பிடித்து வந்திருந்தார்கள் பரதவர்கள். அங்கு ஏகக் கூட்டம்.

அலை துள்ளித் துள்ளி விழுந்தது.

பாபுவுக்கு உற்சாகம் கரை புரண்டு விழுந்தது. மாங்காய் தேங்காய் பட்டாணி சுண்டல், வேர்கடலை, பட்டாணி நெய் முறுக்கு, முந்திரிப் பருப்பு வறுவல் – எது வந்தாலும் மறுக்காமல் வாங்கி வாங்கிப் போட்டுக்கொண்டான்.

"என்ன இன்னிக்கு? மத்தியானம் சாப்பிடலையா?"

"இல்லை யமுனா. மத்தியானம் சாப்பிடத்தான் இல்லை."

"சாப்பிடலையா? அப்படின்னா சொல்லக்கூடாது?"

"சொல்றது என்ன? எதோ நாழியாயிடுத்து. சாப்பாடு இல்லை. காரணம் அது இல்லை. வேலைக்கு அலை அலைன்னு அலைஞ்சுப் பிட்டு, கடைசியில் ஒண்ணும் பலிக்காம, நீ திரும்பிப் போயிடுவி யோன்னு பயந்திண்டிருந்தேன். அது இல்லைன்னு ஆயிடுத்து."

"ரொம்ப நல்லவங்க அந்த அம்மா."

"நல்லவங்கன்னு சொன்னால் போதுமா? கோயில் கட்டணும்."

"எனக்கு தழதழத்துப் போச்சு அவங்க பேசறதைக் கேட்கறப்போ. ரொம்ப இளகின மனசு. அதோட கண்டிப்பு, திறந்த மனசு ... எல்லாம்."

"இவங்களையும் மயக்கிவிட்டே."

"நான் மயக்கினேன். நான் சாமர்த்தியசாலியாக இருந்தா ஏன் மூணு மாசம் பட்டினி கிடக்கணும்?"

"சாமர்த்தியசாலி இல்லைதான். ஒத்துக்கறேன். உன்னுடைய நேர்மைதான் அவளைப் பயமுறுத்திவிட்டதோ என்னமோ."

"எதோ, எதாயிருந்தா என்ன? பாபு ஏத்தி வச்ச விளக்கு இது. நாளையிலேர்ந்து ஜான்சி ஆச்ரமத்து ஆளாப் போயிடப் போறேன்."

"வாரம் ஒரு நாள் லீவு இருக்கு."

"அதை நான் மறக்கவில்லையே."

"நான் வந்துதான் பார்க்கணுமா? நீ வருவாயா?"

"உன் இஷ்டம்."

“நீதான் வாயேன். இது நம்ம ஊர் மாதிரி வம்பளக்கிற ஊர் இல்லை.”

“வரேன்.”

“ஞாயிற்றுக்கிழமை காலமே வந்தால் நல்லது.”

“வரேன்.”

விளக்குகள் எரிந்தன. இருட்டிவிட்டது.

“அறையைப் பார்த்துவிட்டுப் போறியா?” என்றான் பாபு.

“சரி.”

வெங்கடரங்கம் பிள்ளைத் தெருவை நோக்கி இருவரும் நடந்தார்கள். வீட்டுக்காரர்களிடம் அவளை அறிமுகப்படுத்திவிட்டு அறைக்கு அழைத்துச்சென்று பார்த்துவிட்டு, இறங்கினான் பாபு.

ஜவுளிக் கடையில் இரண்டு புடவைகள், ஒரு ஜமக்காளம், தலையணை, போர்வை, ஒரு டம்ளர், கண்ணாடி, சீப்பு – எல்லாவற்றையும் வாங்கிக்கொடுத்தான்.

புரசைவாக்கத்தில் இதையெல்லாம் பார்த்ததும் பாட்டிக்கு எப்படியிருந்ததோ. “இதையெல்லாம்கூட நீங்க வாங்கிக் கொடுக்கணுமா? நாங்க பார்த்துக்கமாட்டோம்?” என்று பட்டதும் படாததுமாகச் சொல்லிவைத்தாள். “நாளைக்குப் பதினோரு மணிக்குள்ளாகப் போகணுமா?”

“ஆமாம்.”

“எங்கேயிருக்கு இடம்?”

“டவுன்லே” என்று விலாசத்தைக் கொடுத்து பாபு மேலும் சொன்னான்: “பாட்டி, நாளைக்கு ஆபீசு உண்டு. உங்க பிள்ளையைப் பத்து மணி சுமாருக்கு அழச்சிக்கிட்டுப் போகச் சொல்லுங்க. நான் மத்தியானம் அங்கே போய்ப் பார்த்துக்கறேன்.”

“உங்களுக்கு என்னமாகப் போக முடியும்..? பையனை அளச்சிகிட்டுப் போகச் சொல்றேன். நீங்க கவலைப்படாதீங்க.”

கிழவி விசித்திரமாகப் பிடிவாதம் செய்யவே, அங்கேயே சாப்பிட்டுவிட்டு விடைபெற்றுக்கொண்டான் பாபு.

பஸ்ஸில் வரும்போது பெரிய காரியத்தைச் சாதித்துவிட்ட பெருமை நெஞ்சை லேசாக்கியிருந்தது. அலைக்கழிக்காமல் உதவிசெய்த பத்மாசனியை நினைத்து நன்றி நிறைந்த உள்ளத்தில், எதிர்பாராத சுருக்கில் காரியம் கை கூடிய வியப்பும் பளிச்சிட்டது.

ராஜம், சாம்பன் அப்பா எல்லோருக்கும் பதில் போட்டுவிடுவது என்ற தீர்மானத்துடன் மேஜைமுன் உட்கார்ந்துகொண்டான்.

1

அன்புள்ள ராஜத்திற்கு,

உன் கடிதம் வந்தது. எழுத என்ன இருக்கிறது என்றுதான் எழுதவில்லை. இத்தனை நாளாக வீடு வீடாக ஏறி சங்கீதம் சொல்லிக் கொடுக்கிறவன் விசேஷமாக எதைச் சொல்ல இருக்கிறது? பஸ்ஸுக்குக் காத்திருப்பதும் நடப்பதுமாகக் கழிகிற நாளில் உன் மனதிற்குப் பிடித்தமாக என்னத்தைச் சொல்லப்போகிறேன்?

உனக்கு இன்னும் எழுதவில்லை. சுமார் மூன்று வாரமாக நான் ஒரு இன்ஷுரன்ஸ் கம்பெனியில் பொது உறவு அதிகாரிக்கு உதவியாளனாக வேலை பார்த்து வருகிறேன். எதற்காக இந்த வேலை பார்க்கிறேன் என்று எனக்கே புரியவில்லை. ஒரு சின்னப் பெண் என்னிடம் சங்கீதம் சொல்லிக்கொள்கிறது. நான் அதிகமாக அலைய வேண்டாம் என்று அந்தப் பெண்ணின் தகப்பனார் இந்த வேலையை எனக்கு வாங்கிக் கொடுத்துவிட்டார். பெண்ணின் சிட்சையில் நான் தீவிரமாக இருக்க வேண்டும் என்று அவருக்கு ஆசை. ஆனால், இரண்டு நாளாக அவர் வீட்டுப் பக்கமே நான் திரும்பவில்லை. மீண்டும் தொலைவில் புயலின் உறுமல்போல் கேட்கிறது. சென்னைப் பத்திரிகைகளில் வானிலை அறிக்கைகள் தினமும் வருகின்றன. கடலில் புயல் உருவாகிறது உருவாகிறது என்பார்கள். இரண்டு மூன்று நாள் சொல்லுவார்கள். நான்காவது நாள் அது எங்கேயோ வடமேற்காகப் போய்விட்டது என்பார்கள். ஏன் அப்படிப் போகிறது என்று நான் பலதடவை யோசிப்பதுண்டு. இரண்டு மூன்று நாளாக என் உள் மனத்தில் இந்த யோசனை புகைந்து கொண்டேயிருக்கிறது.

நேற்று முற்பகலில் ஆபீசில் இருந்தபோது திடீரென்று யாரோ வயதான அம்மாள் என்னைப் பார்க்க வந்திருப்பதாக ஆபீஸ் பையன் வந்து சொன்னான். ஆமாம், வயதான அம்மாள்தான். யமுனா – மூன்று மாதப் பசியில் அவள் ஐம்பது வயதைக் கடந்து விட்டாற்போல் தானிருக்கிறது. என்னைவிடப் பத்துவயது பெரியவள் என்று நினைக்கிறேன். ஆனால் பன்னிரண்டு வயது பெரியவள் என்றுதான் எனக்கு அடிக்கடி தோன்றுகிறது. அதேமாதிரிதான் நேற்று அவளை ஜான்ஸி அனாதாச்ரமத்தில் வேலைக்காரியாக வேலை தேடிக் கொடுத்தபோது சொன்னேன். ஆனால் பார்க்கிறவர்கள் ஐம்பது வயது சொல்லுவார்கள், அதாவது உடலைப் பார்த்தால். முகத்தில் தெரியவில்லை. முகத்தில் தெரிந்தாலும் எனக்குத் தெரிய வில்லையோ என்னவோ. ஆறு மாதமாகத் தனியாக இருந்தாளாம், அம்மாவின் தொணதொணப்புத் தாங்காமல். மூன்று மாதமாகப் பசியாக இருந்திருக்கிறாள். இரண்டு நாள் முன் சென்னை வந்தாள். இன்று வேலை கிடைத்துவிட்டது. ஞாயிற்றுக்கிழமைகளில் என் அறைக்கு வருவாள்.

கடற்கரை ஓரமாக உள்ள ஊரில் வானிலை எதிர்பாராத ஏமாற்றங்களையும் நம்பிக்கைகளையும் கொடுக்கிற வழக்கம். ஆனால் யமுனா எதற்கும் அசையாதவள். அவள் உள்ளத்தில் புகுந்து, என்ன இருக்கிறது அங்கு என்று கண்டுபிடிக்க வேண்டும் என்று நானும் எட்டு வருஷமாக முயன்று வருகிறேன், முடியவில்லை. அவள் உள்ளத்தில் புகுந்து புரிந்து கொண்டுவிட்டோம் என்று நினைக்கும்போது மீண்டும் சுவரில் ஒரு திட்டி வாசல் தெரிகிறது. அங்கே நுழைந்தால் அதுவும் கடைசியில்லை என்று மீண்டும் ஒரு கதவு தென்படுகிறது. மீண்டும் அதில் போனால் மீண்டும் ஒரு கதவு. இது இவளிடம்தான் தோன்றுகிறதா? அல்லது எல்லோருக்கும் உள்ள பொதுவான அனுபவம்தானா? ஒரு மனிதனை இன்னொரு மனிதன் முழுவதும் புரிந்துகொள்ள முடியாது என்ற நிலையா இது?

என் சங்கீதத்தைப் பற்றிக் கேட்டிருக்கிறாய். ரங்கண்ணா கடைசியில் சொன்னபடிதான் அது பயன்பட்டுக் கொண்டிருக்கிறது. வெற்றிலைப் பெட்டி தூக்கும் சீடர்களும் வேஷ்டி தோய்க்கும் சீடர்களும் எனக்கு வேண்டாம். இந்த மாதிரி நான் வளர்வதை அவர் விரும்பவில்லை என்றே நினைக்கிறேன்.

இந்த சமயத்தில் நீ இங்கிருந்தால் எனக்கு மிகவும் பலமாக இருக்கும். ஆனால் பழக்கத்தாலோ நினைவின் மாறாமையினாலோ நீ இங்கு இருப்பதுபோல்தான் எனக்கு அடிக்கடித் தோன்றுகிறது.

எனக்கு வேறு ஒன்றும் எழுத இல்லை.

நமஸ்காரம்,
பாபு."

கடிதத்தைக் கவரில் போட்டு ஒட்டி விலாசம் எழுதினான் பாபு. பார்த்ததும் என்ன என்ன நினைக்கப் போகிறானோ?

ராஜம் இருந்தால் சௌகர்யமாகத்தானிருக்கும் இப்போது.

"மறுபடியும் அவள் வந்துவிட்டாள். இனிமேல் உனக்குக் கவலையில்லை."

"கவலையில்லை என்றால்?"

"எத்தனை நாள் மறுத்துக்கொண்டிருக்க முடியும்? எத்தனை நாள்தான் கதவைச் சாத்திக்கொண்டிருக்க முடியும்? எண்ணத்திற்கு வலு அதிகம். வேறு எங்கும் சிதற அடிக்கப்படாமல் ஒரு முகமாகப் பாயும் எண்ணத்திற்கு பலம் அதிகம். ஒரு இடத்தில் குவிக்கப்பட்ட படைகளைப் போல, ஒரு புள்ளியில் குவிந்த வெயிலின் ஒளியைப் போல எதிர்ப்புகளைப் பொசுக்கிவிடும் அது."

"அப்படியானால் நான் இன்னும் அதையே நினைத்துக் கொண்டிருக்கிறேன்; இந்த உறவை அவளிடம் வேண்டி நான் இன்னும் ஏங்குகிறேன் என்று நினைக்கிறாயா நீ?"

"ஏன், நீ நினைக்கவில்லையா?"

"அப்படி நினைக்க என்ன இருக்கிறது? அவளுக்கு வயது முப்பத்தெட்டாக இருக்கலாம். ஆனால் ஐம்பது வயதுதான் அவளுக்கு உண்மையாக. பசி அவளைக் கொன்றுவிட்டது. வறுத்துவிட்டது. காயந்துபோன எலுமிச்சம் பழம், நிழல் பட்டால் மீண்டும் நிறமும் பச்சையும் அடையாது."

"இந்தத் தோற்றத்தைக் கண்டா நீ தளர்ந்துவிட்டாய் என்று கேட்கிறேன்."

"அவளே நான் மறுபடியும் அந்தப் பேச்சை எடுத்தால் சிரிப்பாள். என்னை வெறுக்கக்கூட வெறுப்பாள், என்ன இவ்வளவு மிருகமாக இருக்கிறானே என்று."

"அப்படியானல் உனக்கு அந்த உறவில் அவளை நினைக்க முடியவில்லையா இப்போது?"

"முடியவில்லை. அண்டமுடியாத ஒரு புனிதத் தன்மையை வயது இன்னும் அவள்மீது ஏற்றியிருக்கிறது. இயற்கையிலேயே இந்தத் தனிமை அவளுக்கு உண்டு. அது இப்போது அதிகமாகி விட்டது. என்னால் அப்படி நினைக்க முடியாது போலிருக்கிறது."

"அப்படியானால் நீ அதிர்ஷ்டக்காரன்தான்."

"அதிர்ஷ்டம் என்ன?"

"இந்தப் புனிதத் தன்மையை நீ மதிக்கிறாயல்லவா? அதனால் தான்."

"இந்த நிலையில் அவளை அந்தக் கண்ணுடன் பார்த்தால் காய்ந்துபோயிருக்கிற சோல்ஜரைப் போல . . . எனக்குப் பேசக்கூடத் தைரியமிராது. அந்த எண்ணத்தின் வாசலில் நிற்கக்கூடத் துணிவு வராது."

"ரொம்ப வேடிக்கையான பதிலாக இருக்கிறதே."

"ம் . . . வேடிக்கையென்ன? கற்பூர சம்புடம் காலியாகி வெகுநாள் வரையில் மணக்கிறது. ஆனாலும் தற்போது சூன்யமாக இருப்பது உண்மைதானே."

"கடைசியில் என்ன தீர்மானம் செய்திருக்கிறாய்?"

"அப்பா அம்மாவை இங்கு வரவழைக்கப் போகிறேன்."

"கல்யாணம்?"

"அனாவசியமான கேள்விகளெல்லாம் எதற்காகக் கேட்கிறாய் ராஜம்? அதைப் பற்றி இப்பொழுது என்ன?"

"உங்கப்பா அம்மா வந்தால் . . ? யமுனா?"

“அவள் பாட்டுக்கு இருக்கட்டுமே.”

“அது சரி அவள் வந்து . . . ஒப்புக்கொண்டால்?”

“ராஜம், நீயா பேசுகிறாய்? . . .”

“நான்தான்.”

“நீ முட்டாள். இவ்வளவு சொல்லிவிட்டேனே நான். நீ இந்த மாதிரி பேசுகிறதே அநியாயம். உனக்கு மோட்டாத்தனம் வந்து விட்டது – ரஸமயமாக, சொல்லாமல் சொல்லும், சூசகமாகப் பேசும் உன் ஆற்றல் எங்கே போய்விட்டது . . ?”

“கோபித்துக்கொள்ளாதே. சும்மா கேட்டேன்.”

“நீ அவளைப் பார்த்தால் தெரியும். அவள் வாடித்தான் போய் விட்டாள். ஆனால் தலையில் வைத்து வைத்து, உடல் சூடு பட்டு வாடிய வாடல் இல்லை. பூஜை அறையிலிருந்து உதிர்ந்த நிர்மால்யம். மறுநாள் காலை பூஜை அலமாரியைத் திறக்கும்போது உதிரும் வாடல், விளக்குமாற்றாலோ காலாலோ தொட்டுவிட முடியாது!”

கடற்கரையில் அவள் உட்கார்ந்து அலையைப் பார்த்துக் கொண்டிருந்த தோற்றத்தின் எளிமையிலும் சோகத்திலும் ஒரு தெய்வத் தன்மை ஓலமிடுகிறது. யாரும் உணரவில்லையே என்றா? அந்தக் கோலத்தை இப்போது பார்க்கும்போது, அப்பா காட்டிய தெய்வம் நினைவுக்கு வருகிறது.

“சார் . . . சார்” என்று குரல் கேட்டது. வீட்டுக்காரர் குரலைப் போலிருந்தது.

“தூங்கிப் போயிட்டீங்களோன்னு நினைச்சேன். தபால்காரன் இன்னிக்கு இந்த லெட்டரைக் கீள போட்டுட்டுப் போயிட்டானாம். இப்பதான் சொன்னாங்க ஊட்லெ” என்று ஒரு கடிதத்தைக் கொடுத்துவிட்டுப் போனார் வீட்டுக்காரர்.

சங்குவின் கையெழுத்து மாதிரி இருந்தது. பிரித்தான் பாபு. என்ன அழகு! என்ன கோவை! என்ன ராயசம்!

“சிரஞ்சீவி பாபுவுக்கு அநேக ஆசீர்வாதம். திடீர் என்று இந்தக் கடிதம் எழுதக்கூட முடியாமல் எழுதுகிறேன். படுத்த படுக்கையில் எழுதுகிறேன். எல்லோரும் என்னைக் கைவிட்டு விட்டார்கள். கோவில் வேலை என் கெட்டகாலம், போய்விட்டது. போய் நாலு மாதமாகிவிட்டது, இங்கு வந்து ஒரு மாசமாகிறது.”

பாபு மேலே பார்த்தான். திருச்சி ஆஸ்பத்திரி விலாசம் எழுதியிருந்தது. ஆஸ்பத்திரியிலா இருக்கிறான் சங்கு!

“ஒரு மாசமாகிறது. ஆஸ்பத்திரியில் இருபது நாளாகப்படுத்த படுக்கையாகக் கிடக்கிறேன். என் சம்சாரத்துக்கு மூன்று கடுதாசி

எழுதிவிட்டேன். பதில் இல்லை. இந்த மாதிரி ராக்ஷச குடும்பத்தில் சம்பந்தம் பண்ணாதே பண்ணாதே என்று சித்தப்பா சொன்னதைக் கேட்காமல் செய்த பாவத்தை இப்போது அனுபவிக்கிறோம். புருஷன் – மாப்பிள்ளை பொல்லாதவனாக இருக்கலாம் ஆனால் இப்படித் தெருவில் விடக்கூடிய நிலைமைக்கு நான் என்ன செய்துவிட்டேன்!

இன்ஜக்ஷன் பதினாறு போட வேண்டும் என்கிறார் டாக்டர். ஒவ்வொன்றும் நாலு ரூபாய் ஆகுமாம். ஆஸ்பத்திரியில் போட மாட்டார்களாம். நான் எங்கு போவேன் இவ்வளவு ரூபாய்க்கு? என் சம்சாரத்தின் வீட்டில் கைகொடுக்க மாட்டார்கள். ஓவல்டினும் ஆரஞ்சும் சாப்பிட்டால் தேறும் என்கிறார் டாக்டர். நீ எப்படியாவது ஐம்பது ரூபாய் கடிதம் கண்டவுடன் அனுப்ப வேண்டும். தந்தி மாதிரி பாவித்து அனுப்ப வேண்டும். உன்னைத்தான் நம்பியிருக்கிறேன். இந்த உலகத்தில் யாருமில்லை எனக்கு. அம்மா சீர்காழியில் ஒரு பெரிய மனுஷர் வீட்டில் சமைத்துப் போட்டுக்கொண்டிருக்கிறாள். அவளுக்கு எப்படி எழுதுவது என்று புரியவில்லை. நீ எப்படியாவது அனுப்பு. எழுந்து வந்த சில நாளைக்கெல்லாம் அனுப்பிவிடுகிறேன். உடம்பில் ரத்தம் முறிந்துவிட்டது என்கிறார் டாக்டர். மார்பு அடிக்கடி அடைத்துக்கொள்கிறது. சர்வேச்வரன்தான் உன் மூலமாக என்னைக் காப்பாற்ற வேண்டும். இந்த சமயத்தில் என்னைக் கைவிட்டு விடாதே. எனக்கு எழுதக்கூட முடியவில்லை. நாளை சனிக்கிழமை, நாளை மறுநாள் தபால் வராது. திங்கட்கிழமை எதிர்பார்க்கிறேன். இந்த மருந்துகளில்லாவிட்டால், நான் பிழைப்பது கூட சிரமமாயிருக்கும்போலிருக்கிறது. உடம்பு சரியானதும்தான் நான் வேலையைப் பற்றி யோசிக்க வேண்டும்.

ஆசீர்வாதம்
சங்கு."

கடிதத்தைப் படிக்கும்போது கண்ணில் நீர் துளிர்த்துவிட்டது அவனுக்கு. காட்டாள் மாதிரியிருப்பான் சங்கு. இப்படிப் படுத்த படுக்கையாக விழும்படி என்ன வந்துவிட்டது? மூன்று கடிதம் போட்டுமா அவன் மனைவி வந்து பார்க்கவில்லை? அந்தக் குடும்பமே நெஞ்சழுத்தத்திற்குப் பெயர் போனதுதான். இவன் மீது கோபமாகக் கூட இருக்கும்? வாயில் வந்தபடி வாசலில் நின்று மாமனாரைத் திட்டுவானாம் சங்கு. அந்தக் கோபமா? ஏதாயிருந்தாலும் இந்த சமயத்தில் அரக்கர்கள் கூட கைவிட்டு விடுவார்களா என்ன?.. என்ன சீக்கு இவனுக்கு..? சங்குவுக்குக் கூடவா இந்த மாதிரி ஒரு நிலை வர முடியும்? சந்தோஷமும் உல்லாசமும் நிறைந்த மனம் அது. எதையும் லட்சியம் பண்ணாதவன். குறும்பும் முரட்டுத் தனமும் கோபமும் நிறைந்தவன். கணக்கில் புலி. யாராயிருந்தாலும் கூலிங் கண்ணாடியைப் போட்டுக்கொண்டு தலையை நிமிர்த்தி நேராக முகத்தைப் பார்த்துத்தான் பேசுவான். பயம், கூச்சம் இவைகள் என்னவென்றே தெரியாதவன்! இவனா மரணத்தை

மோக முள் 525

நினைக்கிறான் இப்போது. அதற்குள்ளாகவா? அப்படி என்ன வாழ்ந்து அடிபட்டுச் சளைத்துவிட்டான்? ஆஸ்பத்திரியில் கிடந்து உதவியில்லாமல் தவிப்பவனை வந்து பார்க்கக்கூட மறுக்கும்படியாக அப்படி என்ன குற்றம் செய்துவிட்டான் இவன்? என்னடா கொடுமை இது!

விடுமுறைக்கு விடுமுறை அவன் தஞ்சாவூருக்கு வந்த அல்லது தான் போய் அவனோடு ஒருமாதம் இருந்து கழித்த நாட்களும் நினைவுக்கு வந்தன பாபுவுக்கு. கடை முழுக்கின் போது மாயவரம் தெருக்களும் ஆறும் வெறும் தலையாகத்தான் தெரியும். கொடை ராட்டினமும் தொட்டில் ராட்டினமும் வந்திருந்தன. உற்சவக்காசு என்று எங்கிருந்தோ வந்த உறவினர்கள் இரண்டணாவும் ஓரணாவு மாகக் கொடுத்து தலைக்கு இரண்டுரூபாய் சேர்ந்திருந்தது. 'அவ்வளவை யும் ஓரணாச் சில்லரையாக மாற்றினான் சங்கு. பாபுவையும் அழைத்துக்கொண்டு அறுபது தடவை கொடை ராட்டினமும் அறுபது தடவை தொட்டில் ராட்டினமும் சுற்றினான். மீதி இரண்டணாவுக்கு பப்பர்மிட்டும் பட்டாணிக் கடலையும். இப்போது நினைத்தால்கூட வயிற்றைக் கலக்குகிறது. சங்கு அனுபவிக்கிறது, விளையாடுகிறது எல்லாமே தனி! குதிரையைவிட்டு இறங்காமலேயே கால் காலணாவாகக் கொடுத்து மாலையிலிருந்து ராத்திரி பத்து மணிவரை சுற்றினார்கள் இருவரும். மறுநாள் மாலையில் அதே மாதிரி தொட்டில் ராட்டினம் . . .

அந்த சங்குவா ஆஸ்பத்திரியில் கவனிப்பாரின்றித் தவிக்கிறான்? இவ்வளவு சந்தோஷமும் துணிவும் நிறைந்தவனை மடக்கிப் படுக்கை யில் போட்டு பயக்குரல் எழுப்பும் படியாகச் செய்தது எது?

செவ்வாய்க்கிழமை எதிர்பார்க்கிறானாம். பணத்திற்கு எங்கே போவது? கையில் இருந்த ரூபாயில் முக்கால் வாசி யமுனாவுக்குப் புடவைகள், படுக்கை, செருப்பு – இப்படியே செலவழிந்துவிட்டது.

மணிபர்சை எடுத்துக்கொட்டினான். பன்னிரண்டு ரூபாய் சொச்சம். இன்னும் ஆறுநாள் ஓட்டியாக வேண்டும்? முதல் தேதி யன்று இருபத்தெட்டு நாள் சம்பளம் வரும். அதற்கு முன் பணத்திற்கு எங்கே போகிறது? அம்மா சொல்வது இப்போதுதான் தெரிகிறது. தபாலாபீசில் பத்து பத்து ரூபாயாவது என்னுடையதில்லை என்று போட்டுவை என்று அவள் சொல்லாத நாள் இல்லை. என்னது இல்லை என்று சொல்லத் தயார்தான். பணம் இருந்தால் அல்லவா சொல்ல? பத்மாசனி அம்மாள் சொன்னதுகூட நினைவுக்கு வருகிறது – அவள் வாய்க்கு என்ன போடுவது? அவசரச் செலவு வரும். மிச்சப்படுத்தி வையுங்கள் என்று சொல்லி ஒரு பொழுது ஆகவில்லை. வந்து விட்டது. சாயங்காலமே யமுனாவுக்கு அறையைக் காண்பிப்பதற்காக வந்தபோது இந்தக் கடுதாசைக் கொடுத்திருந்தார் களானால் . . . அப்போது மட்டும் என்ன? யமுனாவுக்குச் செலவானது.

ஒரு ஏழு, ஒரு ஒன்பது, ஒரு நாலே முக்கால். ஒரு ஆறு . . . முப்பத்து நாலே கால் ரூபாய்தானே. அதுவுமில்லாமல் அவளுக்கு முக்கியச் செலவில்லையா அதெல்லாம்? எங்கே போகிறது இப்போது? பெல்ஸ்ரோடில் போய்க் கேட்கலாமா? வேலைதான் தேடித் தந்தார் . . . கடன் வேறா? வேலை நமக்காகக் கேட்கவில்லையே . . . கடன் என்ன, முதல் தேதி இன்னும் ஆறுநாள் இருக்கிறது. கொடுத்துவிடு கிறோம் . . . இந்த மாசத்து சம்பளத்தை வாங்கிக்கொள்ளாமல் இருந்து விடுகிறது.

சங்குவின் முகத்திற்கு சோர்வு தாள முடியமா? தொய்வும் வருத்தமும் அவனால் பட முடியுமா? அவன் இப்படி எழுதுவதென் றால்? அவன் குரல் இப்படி கம்முவதென்றால் உலகத்திலேயே ஏதோ பயங்கரமாக நடந்து கொண்டிருக்கவேண்டும்.

ஒ

காலையில் பெல்ஸ் ரோடுக்குப் போனபோது சட்டென்று ஐம்பது ரூபாயை எடுத்துக் கொடுத்துவிட்டார் அவர். பணத்தை அனுப்பி, நான் வந்து ஏதாவது செய்ய வேண்டுமா என்று கேட்டுக் கடிதமும் எழுதிவிட்டு ஆபீசுக்குப் புறப்பட்டான் பாபு.

பிற்பகல் இடைவேளையில் ஒரு சைக்கிள் ரிக்ஷாவில் ஏறிக் கொண்டு ஜான்ஸி ஆச்ரமத்திற்குள் நுழைந்தபோது பள்ளிக்கூடத் தோட்டத்து மரங்களின் நிழல்களில் கும்பல் கும்பலாகக் குழந்தைகள் விளையாடிக்கொண்டிருந்தன. யுவதிகளும் சிறுமிகளும் அங்குமிங்கும் அமர்ந்து. பேசியும் படித்தும் பொழுதுபோக்கிக்கொண்டிருந்தார்கள். வெயில் உடலை அயர அடித்தது.

ஆபீஸில் படியேறினான் அவன். யமுனாவா அது? ஒரு பைலைத் தூக்கிக்கொண்டு உள்ளே ஒரு மேஜையை நோக்கிச் சென்று கொண்டிருந்தாள் அவள். நேற்று வாங்கிக் கொடுத்த புடவைதான். பாபுவைப் பார்த்துவிட்டு ஒரு பெண் – வாத்யாரம்மாள் போலிருக்கிறது – யாரைப் பார்க்க வேண்டுமென்று விசாரித்தாள்.

“பத்மாசனி அம்மாளை.”

ஒரு நிமிஷத்தில் பத்மாசனி அம்மா வந்தாள்.

“காலமே வந்துவிட்டாள் யமுனா. பிரசிடெண்டும் பார்த்தார். அவருக்கும் திருப்தி . . . ஞானம்!”

“ஏனம்மா?” என்று ஒரு பெண் ஓடிவந்தது.

“யமுனாக்காவைக் கூப்பிடு.”

அதற்குள் யமுனாக்காவாக ஆகிவிட்டாளா?

யமுனா வந்தாள். பாபுவைப் பார்த்துப் புன்சிரிப்பு அவள் முகத்தில் தவழ்ந்தது. விநோதமான புன்முறுவல் போலிருந்தது.

நிச்சயமும் நிறைவும் ஒளிவிட்ட புன்முறுவல். கிண்டலும் குறும்பும் மறைந்த புன்முறுவல். பிறந்ததுமுதல் இன்றுதான் இந்த மாதிரி இப்படி ஒரு புன்முறுவல் பூத்தாளோ என்னமோ!

"இடம் பிடிச்சிருக்காக யமுனா?"

"ம்."

"அதுக்குள்ளியும் பிடிச்சுப் போயிடுமா?" என்றாள் பத்மாசனி.

"பார்த்தவுடனே பிடிச்சு போச்சும்மா. இருட்டைப் பின்னாடியே விட்டுவிட்டு வந்தாப்பல இருந்தது."

"ஓ, உங்கள் யமுனா நன்றாகப் பேசக்கூடப் பேசுகிறாள்" என்று ஆங்கிலத்திற்கு மாறிவிட்டாள் பத்மாசனி.

"உண்மையைச் சொல்கிறபோது, வார்த்தைகளும் அப்படி அமைகிறது. அவள் பொறுப்பா என்ன அதற்கு? உணர்ந்ததைச் சொல்லியிருக்கிறாள்" என்றான் பாபு.

"நன்றாகக் கவனித்தீர்களா அவள் சொன்னதை?"

"கவனித்தேன்."

"ரொம்ப வேகத்தோடு வந்த வார்த்தைகளில்லை?"

"ஆமாம்."

"நீங்கள் சொல்கிறதுபோல நல்ல உணர்ச்சியும் உண்மையும் சொல்லும் வார்த்தைகள்தான். சொல்லில் நயமில்லாவிட்டாலும் தாக்குதல் இருக்கிறது. புத்திசாலிதான். அதுக்குள்ளியும் புடிச்சுதுன்னு சொல்லிவிடாதே! வேலை அதிகமாக ஆக, அலுப்பு வந்தாலும் வரும். இருந்து பார்த்து சொல்லு,"

"எனக்கு என் இடம் தெரியும். வரம்பு தெரியும். நான் அலுத்துக்கவும் குறைபடவும் என்ன இருக்கப் போறது?" என்றாள் யமுனா பத்மாசனியிடம். மரியாதையும் கௌரவ புத்தியும் அடக்கமும் அவள் குரலில் தொனித்தன. நின்று கொண்டே பேசினாள்.

"நீங்கள்தான் அவளுக்கு வேண்டியதை வாங்கிக் கொடுத்து தயார் செய்து அனுப்பினதாகச் சொன்னாள். நல்லதுதான். இதெல்லாம் நாங்கள் செய்யமாட்டோமா? இனிமேல் நீங்கள் இதெல்லாம் செய்யாதீர்கள். நானும் கொஞ்சம் செய்ய இடம் வையுங்கள்.

"அதெல்லாம் ஒன்றுமில்லை. நான் ஸ்டேஷன் மாஸ்டர் மாதிரி வண்டியைக் கிளப்பிவிட்டுவிட்டேன். நடத்துகிறது, செலுத்துகிறது எல்லாம் நீங்கள்தான் ... உங்களுக்கு எப்படி நன்றி கூறுகிறது என்று கூட எனக்குத் தெரியவில்லை. ஏதோ கடமை செய்கிறார்கள் என்று நினைப்பவன் பேசுகிற தோரணையில் நான் பேசிக்கொண்டிருக்கிறேன்."

"இப்பொழுது என்ன இடைவேளையா ஆபீசில்?"

"ஆமாம்."

"இரண்டு மணி வரையிலா?"

"ஆமாம்."

"எங்களுக்கும் இரண்டு மணி வரையில்தான். கவலைப்படா தீர்கள். நான் பார்த்துக்கொள்கிறேன்."

"எனக்கு எதற்குக் கவலை?"

"கவலையே வேண்டாம்..." என்று எழுந்தாள் பத்மாசனி. பாபுவும் எழுந்தான்.

"நீங்கள் வேண்டுமானால் ஏதாவது சொல்கிறதானால் சொல்லி விட்டுப் போங்கள்" என்று ஆங்கிலத்திற்கு மாற்றிக்கொண்டாள் அவள். "நான் இன்னும் காப்பி சாப்பிடவில்லை. போகிறேன்... நீங்கள் இருந்து பேசி விட்டுப் போகலாம்."

"நான் என்ன சொல்ல இருக்கிறது?"

"அப்படியில்லை. புது இடம். மனிதர்கள் புதிது. வாழ்க்கையே புதிது. என்னமோ போலிருக்கும். சின்னக் குழந்தையை முதலில் பள்ளிக்கூடத்தில் சேர்த்து விட்டுவிட்டு வருகிறாற்போல்தான் இதுவும்... இருந்து நாலு வார்த்தை சொல்லிவிட்டுப் போங்கள். ஐம்பது வருஷமாக குடும்ப நண்பர்கள் நீங்கள். வாழ்வு தாழ்வெல்லாம் நீங்கள் பார்த்திருக்கிறீர்கள். சொல்லுங்கள், பொம்மனாட்டிகள் முழுக்க முழுக்கப் புழங்கும் இடம். பதினாயிரம் ஆண்கள் ஓசைப் படாமல் சந்தடியில்லாமல் காரியம் பார்ப்பார்கள். இங்கே கொஞ்சம் அரசியல் எல்லாம் இருக்கும். ஆற்றமாட்டாதவர்கள். தன் சொத்தை ஏதோ கொண்டு போவதற்கு வந்துவிட்டாற்போல நினைக்கிறவர்கள் எல்லாம் இருப்பார்கள். எங்கேயும் இருக்கிறதுதான். அதெல்லாம் சட்டை செய்யப்படாது. தைரியம், நேர்மை, உண்மை, கண்டிப்பு எல்லாம் இருந்தால்தான் தேவலை. இரண்டுநாள் பசியாற சாப்பிடுகிற போது ஸ்வர்க்கத்திற்கு வந்துவிட்டாற்போலிருக்கும். பசி ஆறி நிலைமைகள் நடப்புகள் எல்லாம் தெரிந்துகொள்கிறபோது மனசுக்கு என்னமோ போலிருந்தாலும் இருக்கும், மனசு கொஞ்சம் களைக்கும்... அதனால்தான் சொல்றேன். நீங்கள் பொது உறவு அதிகாரியாச்சே. இதெல்லாம் தெரிந்துகொண்டிருப்பீர்களே... அனுபவம் இருக்குமே... தைரியமாக இரண்டு வார்த்தை சொல்லிவிட்டுப் போங்கள்... நான் வரட்டுமா? மன்னிக்க வேண்டும்... ஞாயிற்றுக்கிழமை வரச் சொல்லுகிறேன். அவள் இஷ்டப்பட்டால் போகலாம்... வரட்டுமா?"

"சரி. நமஸ்காரம்... யமுனா, இந்த மாதிரி ஒரு மனுஷி கோடியில் ஒருத்தர்கூட கிடைக்கமாட்டாள்."

"உன்கிட்ட நான் பயமில்லாமல் நிம்மதியா இருக்காப் போல இவங்க கிட்டவும் இருக்க முடிகிறது எனக்கு."

மோக முள்

பாபு இந்தப் பேச்சைக் கேட்டுப் பதில் சொல்லத் தெரியாமல் உட்கார்ந்து கொண்டிருந்தான். அரை மணிகள் அடிக்கத் தொடங்கின.

"மணி ஒன்றரையா?"

"ஆமாம்."

"பொம்மனாட்டி ராஜ்யம் இங்கே. பொறாமைகள் இருக்கலாம். தைரியமா இருக்கச் சொல்றா பத்மாசனி அம்மா."

"தைரியத்துக்கு என்ன பஞ்சம் இங்கே?" என்று சிரித்தாள் யமுனா.

வகுப்புக்குள் போகும் ஒரு வழி மாதிரி அந்த ஹால் அமைந்திருந்தது. தாழ்வாரம் இருந்தாலும் பெண்களும் ஆசிரியைகளும் அதன் வழியாக வரலானார்கள். இரண்டு வாத்தியார் அம்மாக்கள் இவர்கள் இருவரையும் பார்த்து லேசாகப் புன்னகைப் பூத்துக் கொண்டே போனார்கள்.

"அப்ப நான் வரட்டுமா?"

"சரி."

"நீ எப்ப வருவே!"

"ஞாயிற்றுக்கிழமைதான்."

பாபு வெளியே வந்தான்.

மதராஸில்கூட பிறர் என்ன செய்கிறார்கள் என்று பார்க்கிறவர்களும் இருப்பார்கள் போலிருக்கிறது. நாலைந்து வாத்தியாரம்மாக்கள் பார்க்கிற பார்வை இந்த சந்தேகத்தை எழுப்பிற்று. மதராஸ் என்ன? மனிதர்கள்தானே என்று பதில் சொல்லிக்கொண்டே ரிக்ஷாவில் ஏறிக்கொண்டான் பாபு.

ஒரு நாளைப் போல் இன்னொரு நாள் எப்படி இருக்கும்? திங்கட்கிழமை, செவ்வாய், புதன் ... ஒவ்வொன்றுக்கும் ஒவ்வொரு வடிவம் இருக்கத்தான் இருக்கிறது. ஊரும் வீதிகளும் மனிதர்களும் தெருக்களும் அப்படியேதானிருக்கிறார்களோ என்னமோ. ஆனால் இந்த ஒவ்வொரு நாளுக்கும் ஒவ்வொரு உருவம், அடையாளம் கண்டுபிடிக்கக்கூடிய தனித்தன்மை இருக்கிறது. திங்கள், செவ்வாய் என்ற பெயர் மாறாமல், முந்தாமல் ஒன்றன்பின் ஒன்றாக, வருகிறதிலிருந்தே இந்தத் தனித்தன்மை விளங்கத்தான் விளங்குகிறது. ஆயிரமாயிரம் ஆண்டுகளாக இந்த வரிசை கலையாமல் வருகிற கட்டுப்பாடு இந்த நாட்களுக்கு இருக்கும் அதிசயத்தை நினைத்துப் பார்க்கிறபோதே, ஒரு நம்பிக்கையும் அவநம்பிக்கையும் தைரியமும் அச்சமும் கனவுகள் பலிக்கிற ஆசையும் பலிக்காத நிராசையும் சேர்ந்து சேர்ந்து வருகின்றனவே ... ஆயிரம் ஆயிரம் ஆண்டுகளாக இந்தக் கிழமைகள் நகர்ந்துகொண்டிருக்கின்றன. அப்படியானால் கிழடு தட்டித்தானிருக்க

வேண்டும். இவ்வடி மெல்ல மெல்ல ஊரும் மந்தப் போக்கைப் பார்க்கும்போது கிழக்கிழமைகள் என்றுதான் தோன்றுகிறது – திங்களன்று ஆரம்பித்த கீர்த்தனம் செவ்வாயன்று முடிந்துவிட்டது. அந்தப் பெண் புதன்கிழமையன்று பிசுகு ஒன்றுவிடாமல் உதவு படிகளும் ஓதுக்கல்களுமாகப் பத்துதடவையாவது பாடி அற்றுபடி யானதுபோல் ராக பாவமும் கசியக் கசியப் பாடிவிட்டது. அசாதாரணப் புத்திதான். சங்கீதம் இப்படி எல்லோருக்கும் சான்னித்யம் கொடுத்து விடுகிறதா? எத்தனை வருஷமாக மண்டையை உடைத்துக்கொள் கிறார்கள் ஒரு சாயை குரலில் வந்து தேங்க எத்தனை தவம் கிடக்க வேண்டியிருக்கிறது! எத்தனை நாள் மனதிற்குள் சிந்தனை செய்து செய்து வா வா என்று தொழுது ஏங்க வேண்டியிருக்கிறது. இந்தப் பெண் எப்படி ஒரு கையெட்டில் லாவுவதுபோல் தேனையும் மலரையும் பற்றிவிடுகிறாள்! புதன்கிழமை நாலு தடவை திருப்பித் திருப்பி அந்த கன்னட கௌளைக் கீர்த்தனத்தைப் பாடச் சொல்லிக் கேட்டபோது பிரமிப்பாகத்தானே இருந்தது! என்ன லாகவம்! என்ன குழைவு! சாரீரத்தில் கமகங்களை இப்படி அழுத்தமாகவும் அதே சமயம் குழைவு குன்றாமலும் பிடிப்பது ரொம்ப ரொம்பக் கஷ்டம்! அழுத்தமிருந்தால் சிறு வளைவுகள் கூராகிவிடும், குழையும் வளைவு இருந்தால் அழுத்தம் குறைகிற வழக்கம். இந்த இரண்டையும் எப்படிக் குரலில் கொண்டு வர முடிகிறது இந்தச் சின்னக் குட்டிக்கு! வியாழக்கிழமை பாடும்போது இன்னும் முழுமையுடன் பாடிவிட்டது அது. எத்தனை நாள்தான் கடத்துகிறது! நாள் மெல்ல மெல்லப் போகிறது. அவள் இறக்கை கட்டிப் பறக்கிறாள்! வேறு கீர்த்தனம் ஆரம்பித்து, அதுவும் நெருடானதாக ஆரம்பித்தால் பல்லவி, அனுபல்லவி, சரணம் என்று இன்று முடிந்துவிட்டது. நாள்தான் மெல்லப் போய்க்கொண்டிருக்கிறது . . .

மெல்லவா போகின்றன இந்தக் கிழமைகள்? தினமும் இந்த மாதிரி ஒரு நினைவு தோன்றுவானேன்? என்றும் போகிற வேகம்தானே இது! நான் ஏன் இவ்வளவு சந்தோஷமாக இருக்கிறேன்? உள்ளம் அலையில் ஏறி மிதக்கிறது. உடல், உள்ளம் எல்லாம் லேசாகத் தவழ்கின்றன. திங்கள், செவ்வாய், புதன், வியாழன், வெள்ளி, சனி இன்றோடு ஆறு நாள் சர்வீஸாகிவிட்டதா? பைலைத் தூக்கிக் கொண்டு போனதே விசித்திரமாகத்தானிருந்தது. நீ இந்த மாதிரி சேவகம் பார்க்கும் நிலையைப் பற்றி என்றாவது கனவு கண்டதுண்டா? பாவாடையைக் கட்டிக்கொண்டு குதித்துக் குதித்து ஓடின வயதில்? – கலியாணமாகியிருந்தால் பதினெட்டு வயசில் ஒரு பெண் இருப்பாள் . . . அவளுக்கு ஒரு குழந்தை பிறந்திருக்கும் . . .

‘டண் டண்’ என்று கீழே மணிச்சத்தம் கேட்டது. பெட்ரோமாக்ஸ் விளக்கின் ஒளி ஜன்னல் கதவில் ஊர்ந்து மறைந்தது. ஐஸ்கிரீம்காரன். ஒருநாள் பார்த்தாற்போல ராத்திரி பதினோரு மணிக்குத்தான் வருகிற வழக்கம் இவன். இன்னும் ஒரு மாசம் போனால் குளிர் ஆரம்பித்துவிடும்!

விடிந்தால் ஞாயிற்றுக்கிழமை. ஒன்பது மணிச் சோறு இல்லை. இட்லியோ பொங்கலோ தின்னலாம். இஷ்டப்படி பகல் சோறு தின்ன முடியும் . . .

மேலே மாறி மாறி வந்த நினைவுகளுக்கு அடியில் பேகடை ராகம் கமகங்களும் பாய்ச்சல்களுமாகத்தானே பாடிக்கொண்டிருந்தது. ரங்கண்ணா பேகடை ராகத்தில் இருக்கிற கீர்த்தனங்கள், கிருதிகள் எல்லாவற்றையும் சொல்லிக் கொடுத்துவிட்டார். எத்தனை தினுசுகள்! எத்தனை உயிர்கள்! எத்தனை உருவங்கள் அதற்கு! ஸ்வரங்களைத் தொட்டும் தொடாததுமாக எத்தனை போக்குகள்! அண்ணா பாடும்போது எப்படி அந்த உருவங்களெல்லாம் வந்து நிற்கும் . . ! இதையெல்லாம் கச்சேரியில் பாட நேரமேது! மூன்று மணிக்குள் நாலு ராகம், பத்து பாட்டு, நாலு துக்கடா, ஒரு பல்லவி இப்படி வாரப் பத்திரிகை மாதிரி நடக்கிற கச்சேரியில் பேகடை ராகம் தன் முழு வடிவத்தையும் வெளியிட நேரம் ஏது? அண்ணா அதற்குத்தான் கச்சேரி வேண்டாம் என்று சொன்னாரா? ஆத்மானந் தத்தில் தவிர வேறு எப்படி இந்தப் பேரின்பத்தைக் காண முடியும்? இவ்வளவு அழகாக இருக்கிறதே . . . நாலு பேர் கேட்டால் என்ன? எல்லாரும் அதன் வடிவத்தைக் காணக் கூடாதா . . ? அது உன் வேலை இல்லை . . . யாருக்காவது சொல்லு. அவர்கள் தாங்கள் கற்றுக்கொண்டதையும் ஜனங்களுக்குக் காட்டி மகிழட்டும். அண்ணா எதற்காக என்னை மாத்திரம் இப்படிக் கட்டிப்போட்டுவிட்டார் . . ! கிழவி எப்படியிருக்கிறாளோ . . . நாளைக்குக் கடிதம் கிடைக்கும் . . . எப்படி தனியாக அவளுக்கு இருக்க முடிகிறது? கும்பகோணத்தில் யாரும் இல்லை . . . ரங்கண்ணா, பாட்டி, ராஜம் . . . யமுனா இவள் இங்கு எதற்காக வந்திருக்கிறாள்? நாளைக் காலையில் வரவேண்டும் . . . என்ன வாழ்வு இது . . . பருவம் வாழ்வு எல்லாவற்றையும் போக விட்டுவிட்டு இந்தக் கடுதாசி தூக்குகிற வேலையா . . ? ஞாயிற்றுக் கிழமை அவள் எதற்காக இங்கு வரவேண்டும் . . ? வந்தால் . . ? சை! வயது யாரையும் புனிதமாக்கிவிடுகிறது . . . ஏன் இங்கு வரவேண்டும்? பத்மாசனி அம்மாகிட்ட இருக்கிறபோது ஒரு நிம்மதி ஏற்படுகிறது . . . உங்கிட்ட இருக்கிற மாதிரி . . . நான் அவ்வளவு நல்லவனா . . . இந்த நம்பிக்கையைப் பாதுகாக்கக் கூடியவனா . . ?

கடல் ஹோவென்று தொலைவில் இரைந்துகொண்டிருந்தது. அதைக் கேட்கக் கேட்கக் கண் அயர்ந்தது. மின்சார மோட்டாரின் நாதத்தைப் போலப் புலன்களை அயர்த்தி உறங்கச் செய்தது அந்த தேயா, மாறா ஓசை.

வெயில் முகத்தில் அடிக்கிறபோதுதான் எழுந்தான் பாபு. பல்லைத் தேய்த்து, ஹோட்டலில் வயிறு நிறையத் தின்று காபியைக் குடித்துவிட்டு வந்தான். தினசரியை எடுத்துப் படித்தான். வயிற்றி லிருந்த கனம் மீண்டும் உடலை அயர்த்திற்று. சோம்பலும் ஞாயிற்றுக் கிழமையும் புலன்களில் புகுந்து ஓயச் செய்கின்றன. கீழே சிமண்டுத்

தரையில் படுத்தான். தலையணையை வைத்துக் காலை நீட்டி தினசரியை எடுத்தான். வயிற்று கனம் மூளையையும் விடாமல் பிடித்துக்கொண்டிருக்கிறது ... கண்ணை மூடினால் நன்றாகத் தூங்கலாம் ...

"ஓய் பாபு. ஓய் உம்மைதானய்யா."

திடுக்கிட்டுக் கண்ணைத் திறந்தான் பாபு.

"என்னையா காலையிலே தூக்கம்..? ராத்திரி சினிமா கினிமா?"

மலங்க விழித்தான். யார் இது? அட! பாலூர் ராமுவா? ஆமாம், ராமுதான். நம்மைத் தேடிக்கொண்டா?

பரபரவென்று எழுந்தான்.

"வரணும் வரணும். உள்ள வாங்கோ – காலமே டிபன் சாப்பிட்ட மயக்கம் – வாங்கோ" என்று மரியாதையிலும் ஒருவித அச்சத்திலும் தடுமாறிக்கொண்டே தலையணையை எடுத்து வைத்துவிட்டு, ஜமக்காளத்தைக் கீழே விரித்தான். மூலையிலும் அங்குமிங்கும் கிடந்த கடுதாசிகளையும் துரும்புகளையும் எடுத்து எறிந்தான்.

பாலூர் ராமு இரண்டு சீடர்களுடன் வந்திருந்தார்.

"ஆமாம்...மாம்பலம் ரூமுக்குப் போயிருந்தேன். இஞ்ச மாத்திண்டு வந்துட்டதாகச் சொன்னா. வந்தேன்."

இன்னும் இரண்டு தூசு துரும்பைத் திரட்டி எறியப் போனவன் கீழே பார்த்தான். கார் நின்றுகொண்டிருந்தது.

"ஒரு வருஷமா மெட்ராஸ் வாசமாமே?"

"ஆமாம்."

"ரொம்ப நன்னாருக்கு. அண்ணாகிட்ட நானும் சொல்லிண் டிருக்கேங்கறது மறந்துபோயிட்டுதா? நானும் மாம்பலத்திலேதானே இருக்கேன். வரப்படாதா? இல்லே, வந்திருக்கேன்னு தெரியப் படுத்தப்படாதா?"

"வரணும்னுதான்...ம்" என்று பாபு என்ன சொல்வதென்று தெரியாமல் இழுத்தான்.

"ஒழியலியோ?"

"ஒழியாமல் என்ன?"

"பின்னே வரதுக்கென்ன?... சரி... அது போயிட்டுப் போறது. நான் வந்துட்டேன். இனிமேலாவது வரலாமோல்லியோ?"

"என்ன அண்ணா இப்படிச் சொல்றேள்?"

"அதான் சரின்னுட்டேனே... அண்ணா காலமான போது வந்திருந்தேன். அப்ப பார்த்தது இல்லையா?"

மோக முள்

"ஆமாம்."

"அப்புறம் பார்க்கவே இல்லை. இல்லே?"

"நான் பாத்துண்டுதான் இருக்கேன். மாம்பலம், திருவல்லிக்கேணி, கபாலிகோயில், டவுன்... நாலு இடத்திலே கேட்டேனே அண்ணா கச்சேரியை."

"கேட்டுட்டு அப்படியே போயிட்டீராக்கும், எங்கியாவது பிடிச்சுனுடப் போறதேன்னு?"

பாலூர் ராமு எதற்காகத் திடீர் என்று வந்திருக்கிறார். எதற்காக இப்படி இவ்வளவு அக்கறை காட்டுகிறார் என்று குழம்பினான் அவன். ரங்கண்ணா வீட்டில் இரண்டு தடவை பார்த்ததுதான். அப்போதுகூட அவர் முகங்கொடுத்துப் பேசினதில்லை. யார், என்ன என்று ரங்கண்ணாவையே கேட்டுத் தெரிந்துகொண்டார் அப்போது. அவ்வளவுதான்.

"மூணு நாலு மணி நேரம் பாடிவிட்டு சிரமப்படறபோது நான்வேறு வந்து பேச்சுக் கொடுக்கணுமா?"

"இந்த நொண்டி சால்ஜாப்பெல்லாம் எனக்கு வாண்டாம். நீர் பண்ணினது தப்பா இல்லையா?"

"தப்புதான்" என்று சிரித்தான் பாபு.

"தப்புக்கு தண்டனை உண்டா இல்லையா?"

"உண்டு."

"அப்படின்னா தம்புராவை எடுத்து வச்சிண்டு ரண்டு ராகம் பாடி கீர்த்தனை பாடும்."

"தண்டனைதான்."

"பின்னே என்ன?"

"அதுக்குச் சொல்லலேன்னா. இட்லி, பொங்கல் எல்லாமா சங்கீதத்தை அமுக்கிக்கிண்டு வயத்துக்குள்ள கிடக்கு" என்றான் பாபு.

"அதையெல்லாம் மீறிண்டுதான் வரும் நிஜ சங்கீதம்."

அவர் விடுகிற வழியாயில்லை. எதற்காகத் திடீர் என்று வந்தார்? இவ்வளவு உரிமை கொண்டாடுகிறார்? இவருக்கு காக்கைகள் இரண்டு, மூக்கில் குழறும் குரல். ஆனால் ஞானபலத்தினாலும் சாதகபலத்தினாலும் அதை வசப்படுத்தியிருக்கிறார். திவ்யமான சாரீரம் என்று இரண்டு பத்திரிகைக்காரர்கள் ஓயாமல் எழுதி எழுதி ஸ்தாபித்தும் விட்டார்கள். ஐ.சி.எஸ். அதிகாரிகள் எல்லாம் இவர் சொன்ன சொல்லுக்குத் தலை சுற்றி ஆடுகிறார்கள். சங்கீத

தி. ஜானகிராமன்

உலகில் முதல் பீடம் கொடுத்திருக்கிறார்கள். இவரும் கம்பீரமாகத் தான் நடந்துகொள்கிறார். பத்து கச்சேரி விளம்பரமானால் நாலு கச்சேரிதான் செய்வார். மீதியெல்லாம் அசௌகரியத்தால் ரத்தாகி விடும்.

"என்ன யோசிக்கிறீர் . . ? நடக்கட்டும்."

பாபு தம்புராவை சுருதி சேர்த்து மீட்டினான்.

தம்புராவின் நாதத்தில் லயித்தான்.

நேற்றிரவு ஆரம்பித்த பேகடை இன்னும் உள் மனத்தில் ஒலித்துக்கொண்டேதானிருந்தது. பல் தேய்க்கும்போதுகூட அந்த ஞாபகத்தில் கை நின்றுவிட்டது இன்று. அதைத்தான் ஆரம்பித்தான். ஒரு நிமிஷத்திற்கெல்லாம் "பலே, பலே . . . ம், பேஷ். பேஷ்" என்று தட்டிக்கொடுக்கிறாற்போல உரக்க பலே போட்டார் ராமு. ஆனால் பத்து நிமிஷம் இருபது நிமிஷம், முப்பது நிமிஷம் ஆயிற்று. ராகம் இன்னும் நிற்கவில்லை. ராமு 'பலே' 'பேஷ்' என்று தட்டிக் கொடுப்பதை நிறுத்திவிட்டார். நாற்காலியைவிட்டுக் கீழே விரிப்பில் உட்கார்ந்துகொண்டார். கண்ணைமூடி 'ஆஹா ஆஹா' என்று மெய் மறந்து உட்கார்ந்திருந்தார். கீர்த்தனம் பாடி ஸ்வரம் பாடி முடித்துக் கால் நிமிஷம் கழித்துத்தான் கண்ணைத் திறந்தார். ஆரம்பத்தில் இருந்ததற்கும் இப்போது இருந்ததற்கும் சம்பந்தமே இல்லை. ஆளின் தன்மை, தோரணை எல்லாம் மாறிவிட்டது போலிருந்தது. பார்வையிலும் அந்தத் தட்டிக் கொடுக்கிற புன்முறுவல் இப்போது இல்லை.

"அடேயப்பா. அசாதாரணமாயிருக்கே" என்று சொன்னார். அவர் மேலும் பாடச் சொன்னபோது அவன் தயங்கவில்லை. அவர் கேட்டதையெல்லாம் பாடினான். மெய்மறந்து பாடினான். உயிரும் உடலும் மனமும் ஒன்றப் பாடினான்.

"அண்ணா போட்ட பாதை இப்ப ஜிலுஜிலுன்னு விளக்கும் மத்தாப்புவுமாப் போட்டாப்பல இருக்கு . . . அண்ணா எங்களுக் கெல்லாம் இவ்வளவு சொல்லிக் கொடுக்கலை . . . நீர் மகா பாக்யசாலிய்யா . . . அண்ணாவுக்கு மேல ஞானப்பழமா இருக்கீர்."

"சொல்லாதிங்கோண்ணா. அண்ணா சமுத்ரம். மீதி எல்லோரும் அதிலே மிதக்கிற துரும்பு . . ." என்றான் பாபு.

ராமுவின் முகம் மாறிவிட்டது. வெட்கினாற்போல் பேசாம லிருந்தார். "வாஸ்தவம்! நீங்க இப்படித் துரும்பா நினைச்சிண்டிருக் கிறதினாலெதான் உங்களுக்கு அப்படியே வித்தையெல்லாம் பொங்கிப் பொங்கி உம்மை வந்து அடைஞ்சிருக்கு" என்று குரல் தழதழக்கக் கலங்கினார் ராமு. "அண்ணாவை நாங்கள்ளாம் தெரிஞ்சிக்காமயே விலகி வந்துட்டோமே . . ."

ராமுவின் அகந்தையெல்லாம் அந்தக் கண்ணீர்த் துளியில் கரைந்து மறைவது போலிருந்தது. அண்ணா இதை எங்கிருந்தோ பார்த்துக்கொண்டுதானிருப்பார். பாட்டி, நீங்கள் பார்க்கவில்லையே இதை!

"நாலு நாள் முன்னால் பாபநாசத்திலே கச்சேரி. சாமிக் கண்ணுதான் மிருதங்கம் வாசிச்சார். அப்புறம் வந்து பேசிண்டிருந்தார். உங்களைப்பத்திச் சொன்னார். அப்படிச் சொன்னார். உடனே போய்ப் பாருங்கோன்னு சொன்னார், வந்தேன். ஆனா இப்படி பிரும்மானந்தத்தை அனுபவிக்கப் போறோம்னே நினைக்கலெ நான். நீங்க ரொம்ப பெரியவர் ஐயா . . ." என்றார் ராமு.

"நீங்க இப்படியெல்லாம் பேசவே படாதுண்ணா. எனக்கு என்னமோ பண்றது. வாண்டாம்."

"சொல்லணும்னு சொல்லவில்லை. வாயில் வரது. சொல்றேன். என்ன பண்றது?"

"வாண்டாம்."

"அதிருக்கட்டும் . . . இஞ்ச மெட்ராஸ்லே இந்த இடத்திலே உட்கார்ந்துண்டு என்ன பண்றேள்?"

"என்ன பண்றது?"

"யார் கண்ணிலும் படாம எப்படி ஒளிஞ்சிண்டிருக்க முடியறதுன்னு கேக்கறேன். இங்கே என்ன பண்ணிண்டிருக்கேள்?"

"இன்ஷூரன்ஸ் கம்பெனியிலே வேலையாயிருக்கேன்."

"என்னது! என்னது! கம்பெனியிலா, வேலையா?"

"ஆமாம்."

"என்னத்துக்காக? என்னையா பெரளியா இருக்கு!"

"ஏன்?"

"என்னத்துக்கு வேலை?"

"பிழைப்புக்குத்தான்."

"பிழைப்புக்கா . . . என்ன ஐயா இது?"

"ஏன்? என்ன?"

"மாசம் முப்பத்தாறு கச்சேரி வருமேய்யா உங்களுக்கு?"

"கச்சேரியே வாண்டாம்."

"கச்சேரி வாண்டாமா? ஏன் வாண்டாம்!"

"அண்ணா அதுக்கெல்லாம் இப்ப அவசரமில்லைன்னு சொல்லி யிருக்கார்."

"அண்ணாவா சொன்னார்!"

"ஆமாம். காலமாறதுக்கு ஏழெட்டு நாள் முன்னால் சொன்னார்!"

"நான் இப்ப மாம்பலம், மயிலாப்பூர் எல்லாம் பெரிய கச்சேரிகளா வைக்கிறதாத் தீர்மானம் பண்ணிவிட்டேனே."

"அண்ணா! அண்ணா! வாண்டாம். வாண்டாம் வாயைத் திறக்கப்படாது."

"என்ன ஐயா இது? அண்ணா என்னத்துக்காக அப்படி சொன்னார்?"

"என்னத்துக்கோ! சொல்லிவிட்டார். அவ்வளவுதான்."

"நிஜம்தானா?"

"ஒவ்வொரு எழுத்தும்."

"விசித்திரமாயிருக்கே" என்று சீடர்களைப் பார்த்தார் ராமு. "அப்ப எப்பத்தான் சபைக்கு வரதாம்?"

"இப்ப இல்லை. போகட்டுமே. கொஞ்ச காலம்."

"எனக்கும் ஒண்ணும் புரியவே இல்லை."

ராமு குழம்பினாற்போல் உட்கார்ந்திருந்தார்.

"அது சரி. எத்தனை வருஷம் இப்படி இருக்கிறதாம்?"

"இப்ப கணக்குப் போட முடியுமா? தானே ஒரு நாள் கிளம்பினாலும் கிளம்பும்."

"அதுவரையில் எங்களுக்குக் கவலையில்லை... பயமில்லாம பாடிண்டிருக்கலாம்."

"பெரிய பெரிய வார்த்தையெல்லாம் சொல்றேளே. நீங்க இன்னிக்கி பாடறவாளுக்கெல்லாம் தலைமை ஸ்தானத்தில் இருக்கிறீர்கள்."

"இருக்கிறதாகவே வச்சுக்குவம். நீங்க கம்பெனியிலே வேலை பார்க்கிறவரையில் என் நிலைமைக்குப் பங்கமில்லை."

"நீங்க சாப்பிடலேயே?"

"இனிமேத்தான்."

"என்னோடவே சாப்பிட்டுடலாம்."

"இல்லே. இன்னொரு நாள் பாத்துக்கலாம்."

மணி பன்னிரண்டு அடித்தது.

மேலும் பத்து நிமிஷம் பேசிக்கொண்டிருந்தார்கள். ரங்கண்ணா, அவர் சம்சாரம், உலக விஷயங்கள் எல்லாவற்றையும் பற்றிப்

பேசினார்கள். சாமிக்கண்ணு சொன்னதைக் கேட்டுத்தான் வந்தாராம் அவர். "இப்படி ஏமாந்து போவேன்னு நெனக்கலை" என்று புறப்படும் போது சொன்னார் ராமு. "அடிக்கடி வந்துண்டாவது இருங்கோ."

"இஞ்ச துப்பலாம் அண்ணா" என்று புகையிலையைக் குதப்பிக் கொண்டிருந்த அவருக்குப் பக்கத்து வீட்டு ஓட்டுச் சார்பைக் காட்டினான் பாபு.

"ஞாயித்திக்கிழமையிலேதான் உங்களைப் பார்க்க முடியும்."

"ஆமாம்."

"அடுத்த ஞாயித்திக்கிழமை எக்மோரிலே கச்சேரி இருக்கு."

"வரேன்."

மாடிப்படி இறங்கும்போது வீட்டுக்காரர் ராமுவுக்கு ஒரு சிரிப்புடன் கூழைக் கும்பிடு ஒன்று போட்டார். பதிலுக்கு ஒரு கும்பிடு போட்டுக்கொண்டே இறங்கினார் ராமு.

"பெரியவர் யாரு?"

"வீட்டுக்காரர்."

காரில் ஏறிக்கொண்டார்கள் ராமுவும் சீடர்களும்.

"கட்டாயம் வாங்கோய்யா அடுத்த வாரம்."

"கட்டாயம் வரேண்ணா."

சீடர்களும் "வரேண்ணா" என்று மரியாதைக்காகக் கும்பிடு போட்டார்கள் அவனுக்கு. கார் புறப்பட்டுவிட்டது.

"பாலூர் ராமுல்ல இவர்?" என்றார், வீட்டுக்காரர் திரும்பி வரும்போது.

"ஆமாம்."

வீட்டுக்காரர் இதுவரையில் இல்லாத மரியாதையுடன் வேஷ்டியைக் காலுக்குள் இடுக்கிக்கொண்டு பாபு போக ஒதுங்கிக் கொண்டார்.

"தேனா ஊத்திப்பிட்டிங்களே இன்னிக்கி."

"ம்."

"இப்பேற்பட்டவங்க நம்ம வீட்டிலே இருக்காங்க. எனக்குத் தெரியவே இல்லியே."

வீட்டுக்காரர் பிரமித்து நின்றார்.

"அவங்க பாட்டுக்கு மேலே இருக்கு. இங்க அந்த அம்மாகூட கண்ணாலே தாரை தாரையா உட்டுட்டாங்க."

தி. ஜானகிராமன்

"ஆமாம்."

"உங்களைப் பார்க்கத்தான் வந்தார்களாம்."

"யாரு? . . . அட வந்தாங்களா?"

"உள்ள இருக்காங்க. நீங்க பாடறதைக் கேட்டு அப்பறம் போறேன்னு உள்ளே உட்காந்துகிட்டாங்க."

"அப்படியா! எப்ப வந்தாங்க?"

"பத்தரை மணிக்கே வந்திட்டாங்க."

"அடேடே."

"வாங்களேன் உள்ளே."

பாபு அவரோடு உள்ளே போனான்.

"என்ன யமுனா? எப்ப வந்தே?"

"ரண்டு மணி நேரம் ஆச்சு."

"மாடிக்கு வரப்படாதோ?"

"யார் யாரோ இருந்தாங்க போலிருக்கே."

"ம் . . . சாப்பிடலையே!"

"ஆயிடுத்து."

"நீங்க குளிக்கக்கூட இல்லை."

"உங்க பாட்டிலேயே நாங்கள்ளாரும் குளிச்சிட்டோம்" என்றார் வீட்டுக்காரர். முன் தலையில் க்ஷவரம். அரைக் கிராப்பு என்ற இந்தியக் கிராப்பு. கழுத்தில் மாலையாகப் போட்ட ஒரு மூன்று முழத் துண்டு. கீழே தொப்புளுக்கு மேலும் கணைக்காலின் கீழ் இறங்காமலும் கட்டியிருந்த ஒரு நாலு முழத் துண்டு. மூக்கு நுனியிலும் அடியிலும் பொடி போடுகிற கறுப்பும் நைப்பும்.

"நாம குளிச்சாச்சு. இனிமே நம்மைக் குளிப்பாட்டின தீர்த்தமே குளிக்கப் போவுது" என்றார் மூக்கடைப்புடன்.

"ஏதேது பிரமாதமாப் பேச்சுப் பேசறேளே" என்றான் பாபு, "யமுனா கொஞ்சம் இரேன். குளிச்சு சாப்பிட்டுவிட்டு வந்துடறேன்."

மாடிக்குப் போய்த் துண்டை எடுத்து வந்தான் அவன்.

○

ஹோட்டலுக்குப் போய்த் திரும்பி வரும்போது மணி ஒன்றே காலாகி விட்டது.

யமுனா புஸ்தகங்களைப் புரட்டிக்கொண்டிருந்தாள்.

சென்ற தடவை பார்த்த சோர்வும் இளைப்பும் நீங்கியிருந்தது. உடலில் சற்றுக் கருமை குறைந்திருந்தது. சந்தோஷமாகத்தான் இருக்கிறாள் போலிருக்கிறது.

"ரொம்ப நேரம் காக்க வைத்துவிட்டேன்."

"இல்லாட்டா இந்த மாதிரி பாட்டு என்னிக்கிக் கேக்கப் போறேன்?"

"நீயும் ஆரமிச்சாச்சா? ரெண்டு பேர் ஆயிடுத்து நீயும் இப்ப –"

"இல்ல பாபு. இவ்வளவு விஸ்தாரமா நீ பாடி நான் கேட்டதே இல்லே. ரண்டு மணி நேரம் நான் இந்த உலகத்திலேயே இல்லாமல் இருந்தேன்."

"அப்புறம்?"

"அப்புறம் என்ன? இறங்கி மாடியிலே வந்து இப்ப உட்கார்ந் திருக்கேன்."

"நல்ல வேளை மாடியாப் பார்த்து இறங்கினாயே, கீழே இறங்காமல்."

"நீ இதெல்லாம் எங்கே கத்துண்டே? எப்ப கத்துகிட்டே? ஒரு பக்கம் முழுக்க மறைச்சே வச்சிட்டிருக்கியே இத்தினி வருஷம்!"

"மறைக்கிற வழக்கமே எனக்குக் கிடையாதே."

"ஆமாம்."

"நீ கேட்டதில்லே ... ரண்டு நாள் கேட்டா புளிச்சுப் போயிடும்."

"இது என்ன பாலா?"

"பத்மாசனி சௌக்யம்தானே."

"சௌக்யம்தான். உன்னைக் கேட்டதாகச் சொல்லச் சொன்னாங்க."

"பிடுங்கல் இல்லாமல் இருக்கோல்லியோ?"

"எனக்கு ஒரு கவலையும் இல்லை. பத்மாசனி, ப்ரஸிடெண்ட் அம்மாள், குழந்தைகள் எல்லாரும் பிரியமாகத்தான் இருக்கிறார்கள்."

"பத்மாசனி பயமுறுத்தினாளோ."

"அதுவும் இருக்கு. அதையெல்லாம் லட்சியம் பண்ண முடியுமா? பத்து நல்லது இருக்கிற இடத்திலே ஒரு நெருஞ்சி முள் இருக்கத்தான் இருக்கும். மிதிக்காமல் போக வேண்டியதுதான். இல்லாட்டா காலில் படாம பூத்தாப்போல நடக்க வேண்டியது."

"புரசைவாக்கத்துக்குப் போனியா?"

"நேர இங்கதான் வரேன்."

"போகணுமா?"

"போகணும்."

"எப்ப?"

"நீ எப்ப கிளம்பறயோ அப்பதான்."

"இன்னிக்கு ஸ்பெஷல் சாப்பாடு. சிரமமாயிருக்கு. கொஞ்சம் காலை நீட்டி விட்டுக் கிளம்பலாமே."

"சரி... அப்ப நான் கீழே இருக்கட்டுமா?"

"உன் இஷ்டம்... வேணும்னா புஸ்தகம் இருக்கு."

பாபு பெஞ்சில் காலை நீட்டிப் படுத்தான்.

கண்ணை மூடினான். தூக்கம் வரவில்லை மனசைத் தூக்கத்தில் குவித்துப் பார்த்தான். சூன்யப்படுத்திப் பார்த்தான். பயனில்லை. புரண்டு புரண்டு படுத்தான்.

யமுனா வெளிர் ஆரஞ்சில் ஒரு புடவையும் அரக்குச் சிவப்பில் ஒரு ரவிக்கையும் அணிந்திருக்கிறாள்.

பகல் நிசப்தமாகத்தான் இருந்தது. இரண்டு மூன்று வீட்டுக்கு அப்பாலிருந்த அரச மரத்தில் கூடு கட்டியிருக்கும் கழுகு நீல வானில் பறந்து வட்டமிட்டது. வளைந்து வளைந்து சற்றைக்கொரு தடவை கத்திற்று. களாயி பூசலியா என்று நாலைந்து நாணல் ஊதலைச் சேர்த்து ஊதுகிறாப் போன்ற குரலில் ஒருவன் கத்திக் கொண்டு போனான்.

உடல் அயர்ந்திருந்ததே தவிர தூக்கங்கொள்ளவில்லை. பிற்பகலின் நிசப்தம் நிசப்தமாக இல்லை. மனதுக்குள் ஏதோ இரைச்சல் மாதிரி இருந்தது. மேல் காதுக்குக் கேட்காத அந்த இரைச்சல் உட்செவியில் மட்டும் கேட்டுக்கொண்டிருந்தது. தூக்கத்தை வராமல் தடுத்துக்கொண்டிருக்கும் இந்தத் தொல்லை எது இந்த இரைச்சல் எது? யமுனாவைப் பார்த்தான். ஆமாம். அவள் இங்கு இருப்பதுதான் இரைச்சல் மாதிரி இருக்கிறது. தெற்குப் பக்கத்து ஜன்னல் பக்கம் திரும்பி நாற்காலியில் உட்கார்ந்து ஏதோ வாசித்துக்கொண்டிருக் கிறாள். ஆமாம். நிச்சயமாக அவள் இங்கு இருப்பதுதான் இரைச்சலாக ஒலித்துக்கொண்டிருக்கிறது. ஐந்து நிமிஷமாகக் கண்ணை மூடி மூடி இவள் உருவத்தைத்தான் பார்க்க முடிகிறது. கண் மூடலில் சங்கிலி இறங்கும் சிவப்புப் படுதாவில் இவள் உருவம்தான் தெரிகிறது. உடலில் ஒரு பரபரப்பு. கால் விரலைத் தூக்கி ஜன்னல் கம்பியைப் பற்றும்போது கால் நடுங்குகிறது. ஏன், கை நடுங்குகிறது. உடல் எங்கிலும் ஒரு நடுக்கம் உள்ளோட்டமாக அசைவது தெரிகிறது.

சூடு வேறு. மாதக்கணக்கில் எண்ணெய் தேய்த்துக்கொள்ளாமல் ராக்கண் விழித்தது போல உடலில் ஒரு சூடு. உள்ளத்தில் ஏன் இந்தக் கவலை, ஏக்கம்? கவலையா படுகிறேன். சந்தோஷமாக இருப்பது போலல்லவா இருக்கிறது.

ஏன் தூக்கம் வரவில்லை?

எப்படி இவள் என்னோடு தைரியமாக இந்தத் தனியறையில் உட்கார்ந்திருக்கிறாள்? வீட்டுக்காரர்களுக்குப் பயப்படவில்லையா? நான்கூடப் பயப்படவில்லை என்றுதான் தோன்றுகிறது. பாலூர் ராமு வந்தபிறகு வீட்டுக்காரர் மனதிலும் அவர் வீட்டாரின் மனதிலும் நான் உயர்ந்திருக்கிறேன். அவர்கள் மாறித்தான் இருக்கிறார் கள். அவர் சிரிப்பிலும் ஒதுங்கி வழிவிடும் மரியாதையிலும் இந்த மாறுதல் பளிச்சென்று தெரிகிறது. என்னைப் பற்றி எதுவும் நினைக்க மாட்டார்கள் அவர்கள். ஆனால் இவள்? இவளுக்கு இந்தக் காப்பு ஏது? எந்த தைரியத்தை வைத்துக்கொண்டு இவள் இப்படி உட்கார்ந்திருக்கிறாள்? பேசினாலும் பாதகமில்லை. பேச்சும் இல்லை. கீழே இருப்பவர்கள் ஏதாவது நினைத்துக்கொண்டால்? இவளுக்கு எவ்வளவு நம்பிக்கை. நிம்மதியாக இருக்கிறதாம், பத்மாசனியோ நானோகூட இருக்கும்போது. யமுனா, என் மனம் புயல்போல் இரைந்து கொண்டிருக்கிறதே. உனக்குக் கேட்கவில்லையா? முதுகைக் காட்டிக்கொண்டு, நிம்மதியாக எங்கோ பார்த்துக்கொண்டு உட்கார்ந்திருக்கிறாயே? எனக்கு என்னவோ மாவு மிஷினுக்கருகில், கடலில் விளிம்பில் உட்கார்ந்திருப்பது போலிருக்கிறது.

"மணி என்ன ஆறது யமுனா?"

"ரண்டே கால். உனக்கு இன்னும் தூக்கம் வல்லியாக்கும்."

"ரண்டேகால் ஆயிடுத்தா?"

"வெயில் கண்ணைக் கூசுகிறதா? ஜன்னல் கதவையெல்லாம் சாத்திவிட்டுக் கொஞ்ச நேரம் தூங்கேன் ... நான் வேணாம்னா கீழே போய்ப் பேசிட்டிருக்கேன்!"

"வேண்டாம்."

"புரசைவாக்கத்துக்குப் போகணும்னு தேவையில்லை. அடுத்த வாரம் போகலாம்."

"பின்னே எங்கே போறது?"

"நீ தூங்கேன்? குருட்டு வெயிலாக அடிக்கிறது. உடம்பை அசத்தறது. எனக்குக்கூடக் கொஞ்சம் கண்ணை மூடினால் தேவலை போலிருக்கு."

"அப்ப சரி. அஞ்சு மணியாச்சுன்னா பீச்சுப்பக்கம் போகலாம்."

“அப்ப நான் போய்க் கீழே படுத்திருக்கேன். நீ கொஞ்சம் தூங்கு.”

கீழே இறங்கிப் போனாள் அவள். பாபு ஜன்னல் கதவுகளைச் சாத்தி தினசரிப் பத்திரிகையைப் பிரித்து முகத்தின் மீது போட்டுக் கொண்டான்.

மனம் ஒரு நிலையில் இல்லை.

பாலூர் ராமு பிசாசு மாதிரி வந்து மயக்கிவிட்டுப் போகிறார். எனக்கே தெரிகிறது. நான் கச்சேரி செய்யக் கிளம்பினால் அவர் படுத்துப்போய்விடுவார். அண்ணா உத்தரவு அவருக்கு ஒரு வகையில் மகிழ்ச்சியைக்கூட அளித்திருக்கும். என் குரல் நன்றாக இருக்கிறது என்றுதான் சொல்லுகிறார்கள் கேட்கிறவர்கள் யாரும். ஆனால் இது போதுமா?

நினைத்ததை எல்லாம் குரல் வடிவில் மாற்ற வேண்டாமா? போரையும் களியாட்டத்தையும் காதலையும் வெறுப்பையும் அசட்டையையும் அகம்பாவத்தையும் என் குரலில் காண்பிக்க முடியுமா? சொல்லுக்கு இருக்கிற அத்தனை வேகங்களும் நுணுக்க மான தொனிகளும் குரலில் வருமா? போரை நினைத்துப் பாடும் போது போர்க்களத்தின் களரி அமளிப்பட வேண்டும். புத்திர சோகத்தை நினைத்துப் பாடுகையில் தந்தையரும் தாய்மார்களும் மக்களும் உளம் வெடிக்க வேண்டும். வாஞ்சையும் பக்தியும் தோல்வி யும் வெற்றி எக்காளமும் தனிமையும் கூட்டமும் இரைச்சலும் மௌனமும் குரலாக வடிய வேண்டும். உலகிலுள்ள எல்லாக் கலைகளும் சொல்ல முடியும் செய்திகளைக் குரல் சொல்ல வேண்டும். மற்ற கலைகளின் ஆற்றல்கள் எல்லாம் குரலில் தேங்குமா? சிற்பமும் சித்திரமும் கதையும் நாவலும் கவிதையும் பேச்சும் தனிச்சிறப்பாகச் சொல்லும் செய்திகள் என் குரலில் ஒலிக்குமா? பாலூர் ராமுவின் பதவியை, நினைத்தால் ஒரு மாதத்தில் பிடித்துவிடலாம். இந்தச் சுமைதாங்கியின் மீது ஏறி உட்காருவதா என் லட்சியம்? ஒரு எம்பு எம்பினால் எட்டிவிடக்கூடிய இதுவா! நான் நினைக்கும் உயரத்திலிருந்து பார்க்கும்போது இந்தச் சுமைதாங்கி கண்ணுக்குக் கூடத் தெரியாது. குப்பைக் குழியின் பள்ளமும் இதன் உயரமும் ஒன்றாகத்தான் இருக்கும். நீதிபதியின் தலைகளும் பத்திரிகைக்காரர் களின் தலைகளும் மற்ற எளிய தலைகளோடு தலைகளாக ஒரு மட்டமாகத்தான் தெரியும். அவ்வளவு உயரத்தில் இவை கண்ணில் கூடப் படாமலும் இருந்துவிடலாம், ராமு, நீர் ஏன் கவலைப்படுகிறீர்? உம்மோடு நான் போட்டிக்கு வரவே மாட்டேன், குளிர் விட்டு நிம்மதியாக இருக்கலாம் நீர். அண்ணாவின் கண் பார்வையில் இத்தனை நாள் வளர்ந்துவிட்டு இந்த சின்ன ஆசைகள் எனக்கு நிச்சயமாக வராது. ஆனால் உங்களுக்கு எப்படி வந்தது என்று நினைக்கும்போதுதான் புரியவில்லை . . . நான் இப்படி மூலையில்

உட்கார்ந்திருக்கத்தான் பிறந்திருக்கிறேன். வெளிச்சமும் மேடையும் எனக்கு வேண்டியதில்லை.

இன்று பேகடை ராகம் எப்படியிருந்தது? நானா பாடினேன்! ராகத்தின் அழகு அது. அதுவாகப் பாடிக்கொண்டது. புஷ்பம் மலர்வதுபோல் தன்னையே மலர வைத்துக்கொண்டது. இப்படியே நிதபாஸாரிநீதபஸா என்று மந்த்ரத்தில் மனனம் செய்து கொண்டே யிருந்தால் . . . திருப்பித் திருப்பி மந்த்ர ஸஞ்சாரங்களை நாடிக் கொண்டிருந்தது மனம் . . . மனம் அப்படியே தீர்க்கமாக மந்த்ர பஞ்சமத்தில் லயித்துக்கொண்டே தூக்கத்தின் அணைப்பில் மெதுவாக விழுந்தது.

கண் விழித்தபோது தினசரிப் பத்திரிகை மார்பில் நழுவிக் கிடந்தது. எதிர்வீட்டு மாடியில் மஞ்சள் வெயில் பூசியிருந்தது. மணியைப் பார்த்தான். ஐந்தரை. விறுவிறுவென்று கீழே போய் முகத்தை அலம்பிக்கொண்டான்.

“தூக்கம் வரலே வரலேன்னு சொன்ன ஆளைப் பார்த்திங்களா?” என்று தூணில் சாய்ந்து உட்கார்ந்திருந்த யமுனா சிரித்தாள்.

“பாடின அசதி . . . மூணு மணி நேரமில்ல உசிரைக் கொடுத்துப் பாடியிருக்காங்க!” என்றாள் வீட்டுக்காரர் மனைவி.

யமுனா முகம் கழுவி தலையைச் சீவித் தயாராயிருந்தாள். பளிச்சென்று புது மஞ்சள் குங்குமம் நெற்றியில் ஒளிவிட்டது. நெற்றியையே அழகுபடுத்தியிருந்தது.

ஞாயிற்றுக்கிழமைக் கூட்டம் தெருவோரத்தில் புற்றீசலாக ஊர்ந்துகொண்டிருந்தது.

பரீட்சை ஹாலுக்கு எதிரே கடற்கரைச் சாலையைக் கடந்து அலையினருகே போய் உட்காாந்தார்கள். இருவரும் கடல் நடுவில் கட்டுமரத்தின் பாய்கள் கரையை நோக்கிப் பம்மி வந்துகொண்டிருந் தன. நாலைந்து கட்டு மரங்கள் கரையை அணுகிக்கொண்டிருந்தன. ஒவ்வொரு கட்டுமரமும் வரவர, கும்பல் பெருகிக்கொண்டிருந்தது. அந்த இடத்தில் ஒரு இளைஞன் காமிராவைப் பிடித்துக்கொண்டு கரை தட்டும் கட்டுமரத்தைக் குறிவைத்துக் கொண்டிருந்தான். கட்டுமரத்திலிருந்து குதித்த ஒருவன் சீறிவரும் அலையோடு கட்டையைக் கரையில் தள்ளினான். கரையில் ஏறியவுடனேயே இளைப்பாறவோ நிற்கவோ செய்யாமல், துடுப்பை எடுத்துக்கொண்டு ஒருவனும், வலையை எடுத்துக்கொண்டு ஒருவனுமாக விறுவிறு வென்று குப்பத்தை நோக்கி நடந்தார்கள். கடலைத் திரும்பிப் பார்க்கக்கூட இல்லை இருவரும். பின்பு வந்த கட்டுமரக்காரர்களும் அப்படியே கரை ஏறின சுருக்கில் துடுப்பும் வலையுமாகக் குப்பத்தை நோக்கி நடந்துகொண்டிருந்தார்கள்.

தூரத்திலும் தொடு வானிலும் கட்டு மரங்களின் பாய்கள் கருப்பாகத் தெரிந்தன. ஐம்பது அறுபது இருக்கும். எங்கேயோ படையெடுத்து வெற்றியின் எக்களிப்புடன் ஆடுவதுபோல ஆடி வந்தன, தொங்கும் மேகங்களின் கரிய வெண்மையும், வானின் மாபெரு வட்டமும் நீலமும் கண்ணையும் நெஞ்சையும் கவர்ந்து நிறுத்தின. யமுனா விழியை வீசி அமைதியாக அமர்ந்திருந்தாள்.

"காலமே வந்திருந்தாங்களே, யார் பாபு அது."

"வீட்டுக்காரரர் சொல்லியிருப்பாரே."

"சொன்னார். பாலூர் ராமு அவர்தானா?"

"ஆமாம். ரங்கண்ணா கிட்டத்ததான் சொல்லிண்டார்."

"எதுக்கு வந்தார்?"

"அண்ணா கிட்ட படிச்சவர்தான். இத்தனை காலமா அவர் என்னைச் சரியாப் பார்த்ததுகூடக் கிடையாது. ஊரிலே யாரோ சொன்னாளாம். வந்தாராம். பாடிக் கேட்கணும்னார். முதல் பரிச்சயமே இப்பத்தான்."

"இவ்வளவு நன்னாப் பாடுவேன்னு எனக்குத் தெரியவே தெரியாது பாபு. அன்னிக்கி அந்த வடக்குத்தியார் வந்தபோது பாடினியே. அப்ப தானே கேட்டிருக்கேன் நான் ... எனக்குப் பெருமையாயிருந்தது. வீட்டுக்காரங்க கேக்கறபோது அழுகை அழுகையா வந்தது. கோபமாகக்கூட இருந்தது."

"கோபம் என்ன?"

"ஆமாம். நீ இவ்வளவு பெரியவன்னு ஏன் எனக்கு சொல்லலே?"

"என்ன யமுனா இது?"

"நானாத்தான் எல்லாத்தையும் கண்டுபிடிச்சுக்கணுமா?"

"பின்னே, நானாக வந்து இந்தா கேளுன்னு இழுத்து வச்சிண்டு ஆரம்பிக்கிறதா? மாம்பலத்திலே பக்கத்து ரூம்லே ஒருத்தர் கதை எழுதுகிறவர். பத்து நாளைக்கு ஒரு தடவை என்னை மடக்கிப் போட்டு, எழுதின கதையெல்லாம் வாசிக்க ஆரம்பித்துவிடுவார். அந்த மாதிரின்னா இருக்கு நீ சொல்றது?"

யமுனா புன்னகை தவழ உட்கார்ந்திருந்தாள். கண் நினைவில் செருகியிருந்தது. "பெரிய மகாத்மாக்கள் கிட்ட ரண்டு தினுசான ஆசாமிகள் இருப்பாங்கன்னு, வடக்கேயிருந்து ஒரு ராணி வந்திருந்தா தஞ்சாவூருக்கு, அவ சொல்லுவா. ரொம்ப கெட்டிக்காரனா, குட்டிப் பெரியவனா ஒருத்தன் இருப்பன். நல்ல பொறுக்கின அசடாக

ஒருத்தனும் இருப்பான்னு சொல்லுவா அவ. இந்த இரண்டாவது மாதிரி நான் ஒருத்தி இருந்திருக்கேன் இத்தனை நாளா" என்று கடலின் தொலைவில் பார்த்துக்கொண்டே சிரித்தாள் அவள்.

"அப்படியே நான் பெரியவனாயிருந்தாலும், நீ அசடா, பெரியவளான்னு நானல்லவா சொல்லணும்?"

"ஏதாவது சொல்லிக்க நீ... அசடுகளையும் பெரியவங்க கட்டி இழுத்துக்கிட்டுத்தானே போக வேண்டி இருக்கு."

வேலை செய்கிற அனாதை ஸ்தாபனத்தைப் பற்றிப் பேச ஆரம்பித்தாள் யமுனா. ஒவ்வொருவராக வர்ணித்துக்கொண்டு வந்தாள். இருள் கவிழ்ந்து கொண்டிருந்தது. அலையின் பின்னணியில் ரஸமும் விவரமும் நிறைந்த அவள் பேச்சு மெல்லிசை போலக் கேட்டது. ஆடாமல் அசங்காமல் பேசிக்கொண்டு வருகிறாள். கையும் காலும் ஆட்டத் தெரியாது அவளுக்கு. முகத்தில்கூட அவ்வளவாக சலனங்கள் தெரியாது. பொங்குகிற உணர்ச்சியாக இருந்தால் ஒரு சிறு சுருக்கமாக, அல்லது ஏற்றமாக, அல்லது சுளிப்பாகக் கண்ணிலும் புருவத்திலும் உதட்டிலும் தெரியும். அசையாமல் பேசுவாள். தூரத்தில் பார்ப்பவர்களுக்கு வேறு யாரோ பேசுவது போலிருக்கும். இந்த சளிப்புகளும் விரிவுகளும்கூட இப்போது தெரியவில்லை. சாலை நீளவிளக்கொளிகளின் நெடிய மங்கலில் சரியாகத் தெரியவில்லை... பாபு குரலைத்தான் கேட்டுக்கொண் டிருந்தான். பேச்சின் பொருளைக்கூட மனதில் வாங்கவில்லை. யார் யாரோ பெண்கள் பெயரெல்லாம் வருகிறது அவள் பேச்சில். எதற்காக இப்படிப் பேசிக்கொண்டே இருக்கிறாள்? வரவேண்டிய இடத்திற்கு வர முடியாமல் என் மனதை எங்கோ பாச்சு காட்டி ஒதுக்கிக்கொண்டு போகிறாளா? ஆமாம் நிஜமாகவே அவளுக்கு பயம்தான். மௌனத்தைக் கண்டு பயந்து சாகிறாள். மௌனம் எதெதையெல்லாம் கொண்டு வருமோ என்று அஞ்சி ஓடுகிறாள்... இதெல்லாம் பாசியை விலக்குகிற கதைதானே. முழுவதும் தப்பிவிட முடியுமா? ஏன்? ஏன், இப்படி இடைவெளியில்லாமல் இந்தப் பேச்சு? நீ சிரித்தாலும் நானா சிரிக்கப் போகிறேன்! குரல் தக்குச்சுருதியில்தான் பேசுகிறது. ஆனால் எதையும் தீர்மானமாக, எளிதாக, தொனியும் வளமும் பொங்கப் பொங்கப் பேசுகிறது. குரலில் சிறிது... இது என்ன, எதனால் இந்தக் கரகரப்பு – கரகரப்பு இல்லை... ஒருகால் நடு வயதின் தடிப்போ என்னமோ... சிறிது கட்டைத் தொண்டைதான். இன்னும் கொஞ்சம் கட்டையாக இருந்தால் ஆண் குரலாக இருக்கும். இந்தக் குரல்கூட என் உடலைக் கிளறுகிறதே. குரலில் உள்ள இந்தத் தடிப்பா இப்படிக் கிளறுகிறது?

"என்ன பாபு. நான் சொல்றதைக் கேட்கிறியா இல்லியா நீ? நான் மாத்திரம் பேசிக்கிட்டேயிருக்கேனே?"

"என்ன?"

"நான் இத்தனை நாழியா எனக்கேதான் பேசிக்கிட்டிருந்தேனா?"

"கேட்கிறேனே."

"எங்க கேக்கறே. நான் இப்ப என்ன சொன்னேன்?"

"உங்க ஆச்சிரமத்தைப்பற்றி."

"அதைப் பத்தித்தான் அரைமணியாப் பேசறேனே, கடைசியா என்ன சொன்னேன்?"

"கவனிக்கவில்லை. ஏதோ நினைச்சுண்டிருந்தேன்."

"என்ன நினைச்சுண்டிருந்தே?"

"பழைய நாட்களைப் பத்தி. யமுனா, நீ ஈர்க்குச்சியாலெ புழுவை தள்ளுகிறாற்போலத் தள்ளித் தள்ளிப் பிரயோஜனமில்லை."

"என்ன?"

"சொல்லணும் சொல்லணும்னு நினைச்சேன். முடியவில்லை. கழுகு கையிலே இருக்கிறதைக் கொத்திக்கொண்டு போறாப்போல ஏதாவது வந்து அடிச்சிண்டு போயிடறது."

யமுனா பேசாமல் உட்கார்ந்திருந்தாள்.

"ஒரே வார்த்தையில் சொல்லிவிடட்டுமா? சட்டுனு சொல்லி விடுகிறேன். அதுக்குள்ளியும் ஏதாவது வந்து தடுத்துடும்னு பயமா யிருக்கு."

"சொல்லு."

"நீதான் எனக்கு வேணும்."

கடல் இரைந்து கொண்டிருந்தது. அங்குமிங்கும் உட்கார்ந்திருந்த கும்பல்கள் பேசுவது அலை எழுந்து விழுந்த இடையில் மெதுவாகக் கேட்டது. ஒரு நிமிஷம், இரண்டு நிமிஷம், இருள் சூடாக ஊர்ந்தது.

"நான்தான் வேணுமா?"

"ஆமாம்."

"இன்னும் அதே பாபுவாகத்தான் இருக்கியா?"

"அதே பாபுதான்."

"அப்படின்னா உன் இஷ்டம்."

"உன் இஷ்டம்னா?"

"எடுத்துக்கோ."

சீறி வந்த ஒரு அலை நுரையை அழித்துக்கொண்டு திரும்பிற்று.

படபடவென்று மார்பு அடித்துக்கொண்டிருந்தது. உடல் சூட்டால் நடுங்கிற்று.

"பழைய பாபு இல்லை என்றுதான் நம்பினேன். நீ பிடிவாதமா இருக்கே. உன் திருப்திக்காகத்தான் நான் உயிரை வச்சிருக்கேன். உன்னைத் திருப்தி செய்யறதுதான் என் கடமை. எனக்கு அதுதான் ஆசை … ஆனால் எனக்கு ஒன்றிலும் ஆசையில்லை. உன் திருப்திக்குத் தான். நீ எனக்குச் செய்தது கொஞ்சநஞ்சமில்லை. எதையும் லட்சியம் பண்ணாமல் எனக்குக் கை கொடுத்திண்டே வந்திருக்கே. நான் ஏன் உன்னைத் திருப்திப்படுத்தப் படாது?"

"என் திருப்தி ஒன்றுதானா மறுபடியும்?"

"ஆமாம். உன் திருப்திதான். எனக்கு ஒன்றிலும் ஆசையோ ஆர்வமோ இல்லை."

"இப்பதான் இல்லையா . . ?"

"இப்ப இல்லை. இருந்ததுண்டு. ஆனா ராவும் பகலுமாகத் தவிச்சு நசுக்கிவிட்டேன் எல்லாத்தையும். அப்படி சுலபமா நசுக்கக் கூடிய சக்தியில்லை. வேறு என்ன செய்யறது? தலையெடுத்துத் தலையெடுத்து மறுபடியும் ஆடுவதைப் பிடிச்சு நசுக்கிக் காலால் மிதிச்சுத் தேச்சு வந்தேன். இப்ப உசிர் இல்லாமல் கிடக்கு."

"அன்னிக்கு நான் கேட்டேனே?"

"எட்டு வருஷம் முன்னால்."

"ஆமாம்."

"கணக்கு நன்றாக ஞாபகமிருக்கு எனக்கு. இன்றுவரையில் அதைப்பத்தி நான் நினைக்காத நாளில்லை. எட்டு வருஷம் ஆயிட்டுது . . . அதைப்பத்தி இப்ப என்ன? அப்ப எனக்கு மனசு இடங்கொடுக்கவில்லை. இப்ப உயிரில்லாமல் கிடக்கறபோது, போனால் போறது என்று தோன்றுகிறது."

கும்பலின் பேச்சுகளை அலையின் இரைச்சல் விழுங்கிக் கொண்டிருந்தது. இவள் பேசும் பேச்சின் அர்த்தத்தைக்கூட என் மன இரைச்சல் விழுங்கிக்கொண்டிருக்கிறது போலிருக்கிறது.

"உயிரில்லா பொருளையா என்னிடம் கொடுக்கிறாய்?"

"நீ உயிர் கொடேன்."

பாபுவுக்கு உடல் சிலிர்த்தது.

"இங்கேயே உக்காந்திருக்கணுமா?"

"ஏன்?"

"அங்கே போவோமே."

"இங்கேயே இருப்போமே."

"முடியாது."

"எழுந்து அங்கு போய் உட்கார்வதை எல்லாரும் பார்க்கணுமா?"

சற்று நெருங்கி உட்கார்ந்தான் பாபு; அவள் கையை மெதுவாகத் தொட்டான். விரலால் தொட்டான். தொட்ட கை பின்னுக்கிழுத்தது. மீண்டும் அந்தக் கையைப் பற்றினான். கைக்குள் அதை இறுக்கினான். இறுக்கினதும் உள்ளம் குறுகுறுவென்றது. குதூகலித்தது. அழுதது. வேதனையில் முனகிற்று. விட்டுவிட்டான். அவள் கையை இழுத்துக் கொள்ளவில்லை. விட்ட இடத்திலேயே சிறிது புரண்டிருந்தது.

யாரும் பார்க்கவில்லை. சுற்றுமுற்றும் பார்த்தான். தொலைவில் பேச்சுகள் கேட்டுக்கொண்டிருந்தன. நெஞ்சில் கனிந்த சூட்டிலும் வேதனையிலும் அந்த ஒலிகள் இன்னும் தொலைவிலேயே கேட்டன. அலை இரைந்துகொண்டிருந்ததும் காலைக் கனவின் நினைவுபோல், உள்ளத்தின் தொடுவானத்தில் கேட்பது போலிருந்தது.

மங்கிய ஒளியின் நிழல் பட்ட அவள் முகத்தைப் பார்த்தான். அவனையே, அவன் கண்களையே பார்த்துக்கொண்டிருந்த கண்கள் மீண்டும் அலைமீது பாய்ந்தன. மீண்டும் கையைப் பற்றினான். மார்பின்மீது வைத்துக்கொண்டான். "யமுனா . . ."

"ம்."

"நான் செய்யறது சரியில்லை என்று தோன்றுகிறது . . . என்னமோ பயமாயிருக்கிறது . . ."

"எனக்கு ஒன்றும் தோன்றவில்லை . . ."

"அப்படியானால் விட்டுவிடேன்."

"ஒன்றுமில்லை. நீ நினைக்கிறதுதான் எனக்கு. இனிமேல் எனக்காக ஒன்றுமே இல்லை. அதான் சொல்லிவிட்டேனே – நான் உன்னை திருப்தி செய்யத்தான் இருக்கிறேன்."

"நான் ஏன் இப்படிக் குழம்புகிறேன்? என் மண்டை கனக்கிறது. சுடுகிறது. தொண்டை வலிக்கிறது."

மௌனத்தைக் கடலிரைச்சல் வந்து நிறைத்துக்கொண்டிருந்தது.

"உனக்காக ஒன்றுமில்லை என்று சொல்கிறாயே. ஏன்?"

"நிச்சயமாக இல்லை."

"இந்த மாதிரி சிந்தையே எழுந்ததில்லையா உனக்கு?"

"எழுந்து என்ன? வந்தது, வந்து என்ன? காலின் கீழ் நசுங்கத்தான் வந்தது."

"இந்த நசுங்கலை, உயிரில்லாததைத்தான் நான் எடுத்துக்கொள்ள வேண்டுமா?"

"நான் என்ன செய்வேன்?"

"எதற்காக அப்படி நசுக்கினாய்?"

"எதற்காகவா..? என்ன சொல்கிறது என்றே எனக்குப் புரியவில்லை."

"உனக்கா புரியாமலிருக்கும்?"

"புரிந்தது என்ன? பாபு, நான்தான் தடைசொல்லாமல் எடுத்துக் கொள்ளலாம் என்று சொல்கிறேனே. நேத்து, முந்தாநாள் எல்லாம் எப்படியிருந்தால் என்ன?"

"நான் செய்கிறது தவறாகப் படுகிறதா?"

"எனக்குத்தான் ஒன்றும் எந்த விதமாகவும் படவில்லை என்று விட்டேனே?"

"இப்படியே சொல்லிக்கொண்டிருந்தால்?"

"ஆமாம். வேறு என்ன சொல்கிறது? நீ செய்ததை எல்லாம் நான் எப்படி மறக்க முடியும்? அதற்காக நீ கேட்கிறதை எல்லாம் கொடுக்கக் கடமைப்பட்டவள் நான். சொல்கிறதை எல்லாம் செய்ய வேண்டியவள்."

"இப்பவும் அதே நிம்மதியோடுதான் பேசுகிறாயா?"

"ஆமாம்."

"நிம்மதியாக இல்லையே நான்."

"எனக்கு நிம்மதியாகத்தான் இருக்கிறது. எனக்கு என்ன பயம்? கடமையைச் செய்யறதிலே என்ன பயம்?"

கை அவன் கைக்குள்தானிருந்தது. இழுத்த இழுப்புக்கு வந்து கொண்டிருந்தது. அவன் முகம் நெருங்கி வந்தது. அவள் கண் நட்சத்ரத்தையோ எதையோ பார்த்துக்கொண்டிருந்தது.

புடவைத் தலைப்பால் உதட்டைத் துடைத்துக்கொண்டாள் அவள்.

திரும்பிப் பார்த்தாள்.

"என்ன அது?"

"எது?"

"அதோ கறுப்பா."

"வலைக்குவியல்."

"நல்ல வேளை."

"ஏன்?"

"உனக்குத்தான் ஒண்ணும் புரியலியே."

"என்ன யமுனா?"

"ஆமாம், எடுத்துக்கோன்னா, இங்கேயா! மணி என்ன இருக்கும்?"

"தெரியலியே."

"நடமாட்டம்கூட குறைஞ்சு போயிட்டாப்போலிருக்கே."

"ஆமாம்."

"போவோமா?"

"புரசைவாக்கம் போகணுமா?"

"போகணும்னு முடையில்லை."

"அப்ப . . ?"

"வீட்டுக்காரங்க படுத்துக்க இடங்கொடுக்க மாட்டாங்களா? ஏன் இப்படி கொதிக்கிறது உடம்பு . . ? நாழியாகலெ?"

"ம்?"

"போகலாமா?"

"உனக்குப் போகணும்ணா போகலாம்."

"எனக்கு ஒண்ணும் இல்லே. நீ எழுந்துண்டா நானும் எழுந்துக்கப் போறேன். இருந்தா இருக்கேன் . . . போய் சாப்பிடணும். அப்பவும் இத்தனை நாழி கழிச்சு ரண்டு பேருமா சேர்ந்து போனா. வீட்டுக் காரங்க மனசு நல்லபடியா இருக்கணுமே."

"சரி, போவோம்."

"கையை விடேன் . . . எனக்கும் கொஞ்சம் . . ."

"என்ன யமுனா? . . . நிறுத்திவிட்டியே. சொல்லேன்."

"திடீர்னு ஒரு மணி நேரத்திலே நான் எப்படி மாற முடியும்? எனக்கும் . . . நானும் மனுஷிதானே."

"நான் உன்னை மனுஷியாகவே நினைக்கவில்லை."

"இப்பவுமா?"

"இப்பவும்தான்."

யமுனா எழுந்து நின்றாள். பாபு எழுந்தான். இருவரும் நடந்தார் கள். மணலில் சிறிது தூரம் நடந்ததும் யமுனா தாழ்ந்த குரலில் சொன்னாள்:

"எல்லாம் மறந்துவிட்டிருப்பேன்னு நெனச்சேன்! அப்படியே இருக்கியே."

"மறந்துதானிருந்தேன் ... இல்லை இருக்கப் பார்த்தேன். முடிய வில்லை. மாசக் கணக்கில் உன்னை வந்து பார்க்காமலிருந்ததுண்டு."

"கோபத்தினாலெ."

"கோபம் இல்லை. மறக்கத்தான். ஒரு சமயம் மறந்து போயிட்டதாகக்கூட ஒரு பிரமை வந்தது. பிரமைதான். ரங்கண்ணா போய், ராஜமும் பிரிஞ்சு போய் மனசு சுக்கு நூறாக உடஞ்சு போய், நம்பிக்கை எல்லாம் தூளாகிற பயம் எல்லாம் வந்ததுண்டு. ஆனா, எப்பவும் உன்னை நினைச்சிண்டுதானிருந்திருக்கேன். பகலிலே நட்சத்ரம் தெரியலென்னா, இல்லேன்னா அர்த்தம்?"

"ஆனால் நான் நினைச்சது வேறே. நீ மறந்து போயிட்டேன்னு தான் என் தீர்மானம். மோக முள் முப்பது நாள் குத்தும். அப்புறம் மழுங்கிப்போயிடும்பாங்க ... எட்டின மோகம் மட்டும் இல்லை. எட்டாத மோகமும் அப்படித்தான். ஆனா நீ இன்னும் மாறலே. அப்படியே இருக்கே. ஒரு சமயம் நான் இங்கே வராம இருந்திருந்தா?"

"பழைய நாளில் நெருப்புப்பெட்டியே கிடையாதாம். அதுக்காக ஒவ்வொரு வீட்டிலேயும் குண்டானில் தீயைப் போட்டு மூடி வச்சிருப்பாளாம். மறுநாள் காலமே அந்த சாம்பல் மேல் ரண்டு சுள்ளியும் வரட்டியும் போட்டு விசிறினால் போதும். அப்படி அக்கினியை உயிரோட காப்பாத்திண்டு வந்தா பழைய காலத்திலே."

பீச் ரோட்டில் கார் நடமாட்டம்கூடக் குறைந்துவிட்டது. கடற்கரை மணலில் தனியாகப் படுத்திருந்தும், கூடிப் பேசியும் தாமதமாகத் திரும்புகிறவர்கள் அங்குமிங்கும் நடந்துகொண்டிருந் தார்கள். புரசைவாக்கம் பஸ்ஸுக்கு பெரிய க்யூவாக நின்று கொண்டிருந்தது.

இருவரும் சாப்பிட்டுவிட்டுத் திரும்பி வந்தார்கள்.

"இத்தினி நேரமாயிடுச்சா?" என்று மாடிப்படி வளைவின்கீழ் மேடையில் உட்கார்ந்திருந்த வீட்டுக்காரர் கேட்டார்.

"சமுத்ரம் பார்க்காதவங்க போனா எப்படிச் சுருக்க வர முடியும்?" என்று சிரித்தவாறு பதில் சொல்லிக்கொண்டே உள்ளே நுழைந்தாள் யமுனா.

பாபு வீட்டுக்காரரிடம், "என்ன? சாப்பாடாச்சா?" என்று கேட்டுக்கொண்டே நெருங்கினான்.

"ஆச்சு" என்று மரியாதையாக எழுந்து நின்று "உட்காருங்க" என்று அவன் உட்கார்ந்து இரண்டு தடவை சொன்ன பிறகு அவரும் உட்கார்ந்துகொண்டார்.

"அந்த அம்மா காலமேதான் போகணும். இங்கேயே படுத்திருக்க லாம்னு நினைக்கிறேன்."

தி. ஜானகிராமன்

"தாராளமா..." என்று உள்ளே போய் "ராஜேச்வரி! அந்த அம்மா இங்கத்தான் படுக்கப் போறாங்க" என்றார்.

"கவலைப்படாதீங்க. எண்ணெய் சிக்குத் தலையணையாக் கொடுத்திடலை" என்ற பதிலைக் கேட்டுக்கொண்டு திரும்பினார் அவர்.

காற்று, புழுக்கம், திருவல்லிக்கேணியில் ஏற்படுகிற மாறுதல்கள் – இப்படிப் பேசிக்கொண்டிருந்தார் வீட்டுக்காரர். அவரிடமிருந்து தப்பித்துக்கொண்டு வரும்போது பன்னிரண்டு மணியாகிவிட்டது.

விளக்கு எரிந்துகொண்டிருந்தது.

வீட்டுக்காரர்களுக்கு நம்மை முன்பின் தெரியாது. பத்து நாட்களாகத்தான் தெரியும் – மாடியில் குடியிருக்கிற ஒரே ஒரு சிநேகம்தான். அதற்குள் யமுனா வந்துவிட்டாள். யமுனா யார், எதற்காக இங்கு வந்திருக்கிறாள், என்னைத் தவிர வேறு மனிதர்கள் இல்லையா என்ற கேள்விகள் அவர்கள் மனதில் எழாமலிராது. புரசைவாக்கத்தில் இனத்தவர்கள் அவளுக்கிருப்பதும் தெரியும். அப்படி இருக்கும்போது இவனிடம் என்ன இவ்வளவு ஒட்டுதல்? காலையில் வந்து மாலைவரையில் தங்கி, கூடவே சாப்பிட்டுவிட்டு, ராத்திரி படுத்து உறங்கிவிட்டு, காலையில் எழுந்து போகும்படியாக இந்த நேரத்தில் சிறிதையாவது புரசைவாக்கத்தில் போக்கியிருக்கக் கூடாதா என்ற கேள்விகளை அவர்களுடைய உள் மனமாவது கேட்டுக்கொண்டுதானிருக்கும்.

கேட்டுக்கொள்ளட்டும்... சந்தேகப்படுவார்களே, படட்டும். சந்தேகத்திற்கு ஆதாரம் இருக்கிறது. சந்தேகம் சந்தேகம் என்று நான் ஏன் பயப்பட வேண்டும்?

எதற்காக, யாருக்காகப் பயப்படுகிறேன் நான்? அவ்வளவு தூரம் நெருங்கிய பிறகு... கிட்டத்தட்ட மேலே சாய்ந்துகொண்டு... கையைத் தடவினேன். பழைய யமுனா இல்லை இவள்... புது யமுனா. யமுனாவா அப்படி உட்கார்ந்திருந்தாள்! நம்பத்தான் முடியவில்லை. நான் நம்பாதது, எதிர்பாராதது, நடக்காது என்று முடிவுகட்டிவிட்டதெல்லாம் நடந்துவிடும்போது ஒன்றும் புரியத்தான் இல்லை. ஆமாம்; நெருங்கி, தோள்பட்டை இடிக்கத்தான் அமர்ந்திருந்தாள். உண்மைதான், கனவில்லை, தொட்டேன். கையை வருடினேன். கன்னத்தை வருடினேன். இதழ்களைத் தீண்டினேன். வறண்ட இதழ்கள். முதலில் எதையோ கல்லைத் தீண்டுவது போலிருந்தது – உயிரற்று, உலர்ந்து. எழுந்து போகுமுன் மறுபடியும் தீண்டியபோதுகூட அப்படித்தான்.

இனி இந்த அறையில் தனி வாழ்வு வாழ முடியாது. இப்படி ரகசியமாக இந்தத் தொடர்பை நீடித்துக்கொண்டு எத்தனை நாள் வாழ முடியும்? வீடு பிடித்தாக வேண்டும். வீடு பிடித்தானதும்

ஆசிரமத்தில் அவள் வேலை செய்துகொண்டிருக்க முடியாது. அந்தத் தொடர்பு விட்டுப் போய்விடும். பத்மாசனி புருவத்தைச் சுளிப்பது தெரியாமல் சுளித்து "அப்படியா . . ? . . . நல்ல முடிவு. எனக்கு மிகவும் சந்தோஷம்! உங்கள் தைரியத்தையும் துணிவையும் நான் பாராட்டுகிறேன்" என்று விடை கொடுப்பாள். அப்புறம் அப்பாவும் அம்மாவும் இங்கு வந்து இருப்பார்களா? அப்பாவுக்கு மனிதனின் விசித்திரங்களைப் புரிந்துகொள்ளும் சக்தியும் பரிவும் உண்டு. ஆனால் தன் குடும்பத்திலேயே இப்படித் துணிவு முளைத்தால் பொறுத்துக்கொண்டிருப்பாரா? அம்மாவுக்குக்கூட அதிர்ச்சியாகத் தானிருக்கும். சின்னப் பெண்ணாகப் பார்த்துக் கட்டிப்போட்டு, குடித்தனத்தின் பெரிய அரசியாக இருந்து உள்ளம் நிறைய அமைதியை எட்ட ஆசைப்பட்டிருப்பாள். அக்காவும் . . ? நினைக்கவே என்னமோ போல்தானிருக்கிறது. நான் என்ன செய்வேன்? எனக்கு வேறு யாரையும் நினைக்க முடியவில்லையே . . . மாட்டார்கள். அவர்கள் வர மாட்டார்கள் . . . வரச்செய்யவும் முடியாது. என்ன செய்ய முடியும்? பிள்ளையுடன் சேர்ந்து வாழ, பெற்றோருடன் சேர்ந்து வாழ, எல்லோராலும் முடியாது. எனக்கு அந்த வாய்ப்பு கிடைக்காது.

மணி இரண்டு. தெரு முழுவதும் தூங்குகிறது . . . கடல் ஓலம் நிற்கவில்லை, எங்கோ ஒரு குழந்தை அழுகிறது, எதிர் வீட்டில்தான். நானும் பத்து நாளாகப் பார்க்கிறேன். இந்த நடுநிசியில் ஒரு ஆவர்த்தனம் அழுதுவிட்டுத்தான் ஓய்கிறது.

ஒரு சமயம் அவள் இங்கு வந்தால் . . ?

எழுந்து விளக்கை அணைத்தான் அவன்.

விளக்கை அணைத்தால் வந்துவிடுவாளா? எங்கே படுத்திருக்கி றாளோ! நடையில் படுத்திருந்தால் கதவைத் திறந்து கொண்டு வரவேண்டும். வாசல் இரும்புக் கிராதிக்கு உள்ளே வீட்டுக்காரர் படுத்திருக்கிறார். தூக்கத்திற்கு நடுநடுவே இரண்டு மூன்று முறை எழுந்து பொடி போடுகிற வழக்கம் அவருக்கு. அவரிடம் எல்லா வற்றையும் சொல்லிவிடுகிறேனே. பிறகு அவள் இங்கு வந்துவிடுவாள். எங்கே சொல்வது? இங்கே அழைத்து வந்துதான் . . . நன்றாகத் தூங்குகிறார்.

இன்று ஏன் இவ்வளவு தாகம்! சாப்பிட்டு வந்து நாலைந்து டம்ளர் குடித்தாகிவிட்டது. புழுக்கம்கூட அவ்வளவில்லை. . .

அவன் எழுந்து மறுபடியும் நாலைந்து வாய் தண்ணீர் குடித்து, மீண்டும் நாலைந்து டம்ளர் நீர் எடுத்து உடல், கை, முகம், கால் எல்லாம் தடவிக்கொண்டான். துண்டால் துடைத்துக்கொண்டான்.

விசிறி விசிறும் ஓசை கேட்டது. விசிறிக் காம்பைக் கீழே போடுகிற ஓசை. பொடி உறிஞ்சுகிற ஓசை.

பாபு கீழே இறங்கினான்.

"நீங்களா? இன்னும் தூங்கலியா?"

"இனிமேத்தான்."

"மணி என்ன ஆவுது?"

"ரண்டு ரண்டேகால் இருக்கும்..."

"தினமும் இப்படித்தான் பண்றீங்க. உடம்பு என்னத்துக்கு ஆகும். சேந்து காலமே எட்டு மணி வரைக்கும் தூங்கினாலும் தேவலாம். அதுவும் மாட்டேங்கறீங்க. உடம்பு வறட்சி கொண்டு போயிடும். இப்ப சிறு வயசு; தெரியாது. ஏன் இப்படிக் கண் முழிக்கிறீங்க? ராத்திரி சுருக்கப் படுத்து விடிய காலமே எழுந்து, செய்யற வேலையை அப்ப செய்யுங்களேன் நான் எழுப்பி விடறேன்" என்று பொடியை இரண்டாம் தடவை எடுத்து உறிஞ்சினார் அவர்.

"பொடியா?"

"ஆமாம்... வேணுமா?"

"கொடுங்க. மூக்கு கொணகொணங்குது. அதுக்குத்தான் வந்தேன்."

"இதோ. பாத்துப் போடுங்க. வெள்ளைப் பொடி. சரக்குனு மண்டையிலே ஏறிப்படும்."

பாபு வாங்கி எல்லாவற்றையும் உதிர்த்துவிட்டு மூக்கில் வைத்துக்கொள்வதுபோல் பாவனை செய்தான்.

"அப்பாடா! வரட்டுமா?"

"எப்படியிருக்கு?"

"ஏ அப்பா!"

"தும்மக்காணுமே. முன்னாடியே பழக்கமுண்டோ?"

"இல்லியே."

"தும்மக்காணுமே. போட்டிங்களோ சரியா?"

என்ன கவலை! என்ன அக்கறை!

"எனக்கு அப்படியே போட முடியுமா? சும்மா லேசாக மூக்குக்கிட்ட காமிக்கறதுதான்."

"ரண்டு நாள் போட்டா சரியாயிடும். முதுல்லெ கொஞ்சம் எரியும். எங்க சித்தப்பா, போடறா, நல்லாயிருக்கும் போடறான்னு இக்கினியூண்டு பையனா இருக்குறப்பவே பளக்கிப்பிட்டாரு. அப்புறம் புடிச்சிக்கிட்டுது. அது ஆச்சு அம்பது வருசம்... நீங்க பளக்கிக்காதீங்க. பளக்கிக்கிட்டா ஒண்ணும் மோசம் பூடாது. உங்க மாதிரி பாடறவங்க

குரலுக்கு இதமா இருக்கும்னு போடத்தான் போடறாங்க. இருந்தாலும் என்னாத்துக்கு."

"வாண்டாம் வாண்டாம் . . . வரட்டுமா?"

"சரி, போய்ப் படுத்துக்குங்க. எத்தனி நேரமாச்சு."

லொடலொடவென்று ஒரு சைக்கிள் ரிக்ஷா போகும் ஓசை கேட்டது. தெரு நாய் ஒன்று குரைத்தது. யாரோ இருமுகிற ஓசை. கீழே முற்றத்தில் குழாய் நீர் க்ளக் க்ளக் தொட்டிக்குள் சொட்டிக் கொண்டிருந்தது.

எதற்காகக் கீழே போனோம், பொடி போடுகிறாற்போல பாவனை செய்தோம்? என்னமோ அர்த்தமில்லாமல் பேசிவிட்டு வந்தோம், ஏதோ சொல்லி அவரைத் 'தன்னைக் கட்டிக்கலாம்' என்று போனது உண்மைதான். ஆனால், மனசு பதுங்கிவிட்டது. பொடி கேட்டுவிட்டுத் திரும்பிவிட்டது.

நாளைக்கே ஒரு வீடு பார்க்க வேண்டியதுதான். முன்பின் பழக்கமில்லாத இடமாக, தெரிந்த முகங்கள் தென்படாத இடமாக இருந்தால்தான் நல்லது. மயிலாப்பூர் வேண்டாம். மாம்பலம்? வேண்டாம். எழும்பூர்? ம்ஹ்ம். சூளை? சிந்தாதிரிப்பேட்டை? சிந்தாதிரிப்பேட்டையைவிட சூளை புதிது.

ஏன்? இந்தத் தொடை நடுக்கம்! பேசாமல் திருவல்லிக் கேணியிலேயே இருந்தால் என்ன? இதே தெருவில்.

திடீரென்று இரண்டு, மூன்று நாய்கள் சேர்ந்தாற்போல் குரைத்தன. ஒன்று ஓலமிட்டது. ஒன்று சீறிற்று. ஒன்று முசுமுசுவென்று முனகிற்று.

கண் விழித்தபோது யமுனா உட்கார்ந்திருப்பதைப் பார்த்து சட்டென்று எழுந்தான் அவன். காலை வெயில் உட்சுவர்மீது பாதி விழிந்திருந்தது.

"தூக்கம் கலைஞ்சுதா?"

"நீ எப்ப வந்தே யமுனா?"

"கால் மணியாச்சு. சொல்லிண்டு போகலாம்னு வந்தேன்."

"இதோ வந்துவிட்டேன்" என்று கீழே ஓடிப்போய் பல்லைத் தேய்த்துவிட்டு வந்தான்."

"கண்ணெல்லாம் ஜிவுஜிவுங்கறது."

"ராத்திரி ரண்டரை மணிக்கு இறங்கி வந்து பொடி போட்டா?"

"நீ முழிச்சிண்டிருந்தியா?"

"எனக்கும் தூக்கம் வரவில்லை."

"புது இடம்."

"எல்லாம் புதிசுதான்!"

புன்னகையை அடக்க முடியாமல் திரும்பினான். யமுனா தினசரியைப் பார்த்துக்கொண்டிருந்தாள். முதல் பக்கத்தில் மகாத்மா காந்தியின் படம் பெரிதாக அச்சாகியிருந்தது.

இன்று அக்டோபர் இரண்டாம் தேதியா?

இன்றுதான் சம்பளம் கொடுக்கப்போகிறார்கள் என்று மணிபர்சிலிருந்த ஒரு ரூபாய் சொச்சம் சில்லறையைப் பார்த்ததும் நினைவுக்கு வந்தது.

மனுஷன் போய் பிப்ரவரி, மார்ச், ஏப்ரல்... எட்டு மாசமாகி விட்டது. ரங்கண்ணா செத்துப்போனது ஒரு தடவை அழுதேன். அப்புறம் ஏக்கம்தான் பிய்த்தது. இந்த மனிதன் போய்விட்டார் என்று கேட்டதிலிருந்து வேண்டியவர்களைப் பார்க்கிறபோதெல்லாம் அழுகை குமுறிக் குமுறி வந்தது... டவுனில் தியாகராஜ ஆராதனை அன்று சாயங்காலம் கச்சேரி நடக்கிறபோது யாரோ ஒரு இளைஞன் வந்தான். கச்சேரிக்கு நடுவில் ஓடிவந்து முகம் பேயறைந்தாற்போல் கோண, "அண்ணா" என்று வித்வானைப் பார்த்து ஒரு சத்தம் போட்டான். திடீர் என்று வாத்யம், பாட்டு எல்லாம் நின்று விட்டது. "காந்தி செத்துப்போயிட்டாராம் அண்ணா" என்று பொங்க பொங்க, விசித்து அழத் தொடங்கிவிட்டான்.

"என்னது?"

"எப்ப?"

"என்னடாது... ஏய் பாலு..."

"யார்றா சொன்னா?"

"ரேடியோவிலே அண்ணா."

ஒரே கலவரம். வெளியே கடைகளை அவசரமாக அடைத்துக் கொண்டிருந்தார்கள். பார்க்கிற முகம் எல்லாம் அழுதுகொண்டிருந்தது.

"என்ன பாபு?" என்று யமுனா திடுக்கிட்டாற்போலக் கேட்டாள்.

"ஒன்றுமில்லை."

"என்ன?"

"ஒண்ணுமில்லை யமுனா..." என்று பேச முடியாமல் கண்டம் அடைத்துக்கொண்டது.

"என்ன சொல்லேன்" என்று அவன் படத்தைப் பார்ப்பதிலிருந்து தான் அவளுக்கு ஊகிக்க முடிந்தது.

மோக முள்

"ஆமாம். பாபு. நானும் அம்மாவும் திருவையாத்திலே அன்னிக்கி, கச்சேரி கேட்டுண்டிருந்தோம். திடீர்னு ஒருத்தர் வந்து சொன்னார். பந்தல் முழுக்க எழுந்துவிட்டது. ஒரே அழுகை. ஒரு போலீஸ்காரன் குழந்தை மாதிரி தேம்பித் தேம்பி அழுதான். அம்மா மூச்சை போட்டு விழுந்துவிட்டாள்.

"உங்கம்மாவா?"

"ஆமாம்."

கண்ணைத் துடைத்துக்கொண்டான் பாபு. "புத்ரா என்று சுகனைப் பார்த்துக் கூப்பிட்டாராம் வியாசர். பிரிவு தாங்காமல் மரங்கள்கூட ஓலமிட்டதாம். கூலிக்கு விழுந்த அடி மதுரை முழுவதும் விழுந்தது. இந்த உயிரை மரணம் பிடுங்கும்போது ஜீவராசி எல்லாம் நொந்து துடிச்சுது."

ஐந்து நிமிஷம் இருவரும் பேசவில்லை.

"பேசாமல் பூட்டை எடுத்து செருப்பை மாட்டிக்கொண்டான் பாபு. யமுனா வெளியே வந்ததும் அறையைப் பூட்டினான்.

உள்ளே சொல்லிக்கொள்ளப் போனாள் யமுனா.

"அடிக்கடி வாங்க" என்றாள் வீட்டுக்கார அம்மாள்.

"ம்."

"அடுத்த ஞாயிற்றுக்கிழமை வர்றீங்களா?"

"வரேன்."

பைக்ராப்ட்ஸ் சாலை ஹோட்டல்களில் காந்தி நாமம் ஒலி பெருக்கியில் முழங்கிக்கொண்டிருந்தது. தெருவிலும் வானிலும் தூய்மை ஒன்று வெயிலைப் போலப் பரந்து கிடந்தது போலிருந்தது.

காப்பி சாப்பிட்டுவிட்டு பஸ்ஸுக்கு வந்தார்கள்.

"ஞாயிற்றுக்கிழமைதானா மறுபடியும்?" என்றான் பாபு.

"ஆமாம்."

"அதுவரையில் என்னால் இருக்க முடியாது போலிருக்கே!"

"என்ன செய்யறது?"

"காந்தி பாட்டு கேக்கறது ... ஆனால் நான் செய்யறது சரியென்று தான் தோன்றுகிறது. சந்தேகமும் உளைச்சலுமில்லை. நடுவில் வரமுடியாதா?"

"வரலாம். ஆனால் வேண்டாம்னு நினைக்கிறேன்."

"உன் இஷ்டம்."

தி. ஜானகிராமன்

"ஞாயிற்றுக்கிழமை காலையில் புரசைவாக்கம் போயிட்டு வரேன்."

"தூக்கமே வரவில்லை."

"மெதுவாப் பேசேன்."

இன்னும் என்னமோ பேச வேண்டும் போலிருந்தது. பஸ் வந்துவிட்டது.

யமுனாவை ஏற்றிக்கொண்டு அந்த பஸ் போய்விட்டது. யாருமில்லாத அத்வானத்தில் நிற்பதுபோல் சோகத்தையும் வெறிச்சோடின தனிமையையும் விழுங்கிக்கொண்டே திரும்பி நடந்தான் அவன்.

கிழமைகள் தள்ளாடித் தள்ளாடி நடந்துகொண்டிருக்கின்றன. எந்த அவசரத்தையும் சட்டை செய்யாத நடுத்தெரு எருமைகளைப் போல் ஊர்ந்தன. பகலும் இரவும் நீண்டுகொண்டேயிருக்கின்றன. திங்கட்கிழமை நடுநிசி வரையில் ஜபம் செய்தாயிற்று. ஆனால் ஜபத்தில் எண்ணங்கள் அழியவில்லை. ஒளியில் குவியவில்லை. கடற்கரைதான் பரந்து நின்றது. கடற்கரையில் கேட்ட பேச்சுதான் ஒலித்தது. அங்கு தீண்டிய இதழும் முகமும்தான் பார்வைப் புலத்தை வியாபித்து நின்றன. அவள் மூச்சுதான் ஒலித்தது. இந்த வேதனைக்குப் பயந்தவாறே செவ்வாயன்று இந்தக் கண்மூடி உட்காரும் முட்டாள்தனத்தை விட்டுவிட்டு ஸாவேரி ராகத்தை எடுத்துக் கொண்டு உட்கார்ந்தேன்; நேற்று நாட குறிஞ்சியை எடுத்துக் கொண்டேன். இந்த ராகங்கள் யாருக்குப் பதிலோ என் பக்கத்தில் அமர்ந்து என்னைத் தடவிக்கொடுத்துத் தேற்றின.

பஸ்ஸில் உட்கார்ந்து எங்கோ பார்த்துக்கொண்டிருந்தான் பாபு. பூக்கடை நிறுத்தத்தில் வண்டியை நிறுத்தி, முடிவில்லாமல் டிக்கட் கொடுத்துக்கொண்டிருந்தான் கண்டக்டர்.

வேலை செய்துவிட்டு வருகிற முகங்கள் எண்ணெய் வழிந்து சோர்ந்து கிடந்தன. வீட்டுக்குப் போய் டிபன் சாப்பிடப் போகிற முகம் ஒன்று பசி தாங்காமல், கூட்டத்தையும் தாமதத்தையும் கண்டு எரிச்சல்பட்டு சுளித்துக்கொண்டிருந்தது. இன்னொரு முகம் எல்லா வேதனைகளையும் கடந்துவிட்டதுபோல் தோன்றிற்று; இந்த சில்லறை இம்சைகள் இனி எனக்கு உரைக்காது என்று, எல்லாவற்றையும் விதியின் கையில் போட்டுவிட்டு அடித்துப் போட்டாற்போல உட்கார்ந்திருந்தது. வீட்டுக்குப் போய் டிபன் சாப்பிட்டு சாய்வு நாற்காலியில் இரண்டு மணி நேரம் சாய்ந்திருந்து, மீண்டும் சாப்பிட்டுவிட்டுப் படுத்துத் தூங்கிவிடும் போலிருக்கிறது. இப்படியே விதியின் கையில் போட்டுக்கொண்டே நாளைப்போக்கி, பிள்ளையின் கையிலோ வறுமையின் கையிலோ மூப்பைக் கொடுத்து விட்டு, கடைசியில் உயிரையும் அதன் கையில் கொடுத்துவிட்டு, எரிந்து புகையும் குப்பையுமாகிவிடும். அவரை அப்படியே குண்டுக்

கட்டாகத் தூக்கி ஜன்னல் வழியாக வெளியே எறிந்துவிட்டால் என்ன? ஆத்திரம் ஆத்திரமாக வருகிறது. அவரைப் பார்க்க முடியாமல் முகத்தைத் திருப்பிக்கொண்டான்.

"இவன் எங்கய்யா உருப்படப் போறான். அதான் சனிக் கிழமையன்னிக்கி க்ஷவரம் பண்ணிக்கிறான்றேனே ... இவனா உருப்படப் போறான்! அப்படித் தயார் பண்றாங்க; வாத்தியார் எல்லாமே சனிக்கிழமை, அமாவாசை, மாசப் பிறப்பு, ஒரு நா விடாம மூஞ்சியைச் சரைச்சுக்கறான். பசங்க அப்பாரு திதியன்னிக்குக் கூட பண்ணிக்குவான் ... இன்னும் என்னாத்தையெல்லாம் கண்ணாலெ காணப்போறமோ?"

பாபு திரும்பிப் பார்த்தான். அப்பளக் குடுமியும் விபூதிச்சுவடு வேய்ந்த நெற்றியும் திறந்துபோட்ட மூடு கோட்டும் ஊன்றின குடையும் கையுமாக ஒரு பல்லுப் போன கிழவர் – பல் கோளாறால் பிடுங்கிவிட்டாற் போலிருக்கிறது. ஆபீஸிலிருந்து திரும்பி வருகிறவர், அவர் உரக்கக் கத்திக்கொண்டிருந்தார். பாபு திரும்பிப் பார்த்தபோது அலட்சியமாக "உனக்கும்தான்" என்று சொல்வதுபோலப் பார்த்து விட்டு, இன்னும் உதவுபடி, ஸ்தாயி, இதவு எல்லாம் சேர்த்துக்கொண்டு பேச்சை முடுக்கிவிட்டார்.

"பூட்டுது எல்லாம் இவ்வளவு பவுடர் பூசிக்கிறான்யா தம்மாத் தூண்டுப் பய! ... ம் ... என்னா!" என்று உள்ளங்கையை மல்லாத்தி பவுடர் அளவைக் காட்டினார் அவர்.

பாபு புன்னகையுடன் கன்னத்தையும் நெற்றியையும் தொட்டு பார்த்துக்கொண்டான். எண்ணெய் வழிந்தது. அவ்வளவு பவுடர் வேண்டித்தானிருக்கும், போய்க் குளித்துவிட்டு உடம்பெல்லாம் பூசிக்கொள்ள வேண்டும். யமுனா இதெல்லாம் தொடுவதுகூட இல்லை. பவுடர் இல்லாமலே பவுடர் போட்டாற்போல்தான் இருக்கிறது அந்த முகத்தில்.

வீட்டுக்கு வந்ததும் பாபு உடையைக் கழற்றி மாற்றிக்கொண்டு, முகம், கை, கால் எல்லாம் நனைத்துத் துடைத்து பவுடரைத் தேய்த்துக்கொண்டான். நாற்காலியில் சாய்ந்துகொண்டான்.

கார் நிற்கிற ஓசை கேட்டது.

"அண்ணா" என்று ஒரு கூப்பாடு.

"யாரு?"

"நான்தாண்ணா."

"ஓ, வாங்கோ."

பாலூர் ராமுவின் சீடர்.

“அப்ப ஒரு தடவை வந்தேன். இன்னும் வரலைன்னா. காப்பி சாப்பிட்டு வந்தேன்.”

“உட்காருங்கள்.”

“உட்கார நேரமில்லை. அண்ணா உங்களைக் கையோட அழச்சிண்டு வரச்சொன்னார். திடீர்னு இன்னிக்குக் காலமே ஒரு கச்சேரி ஏற்பாடாச்சு. ஏழு மணிக்கு ஆரம்பம்.”

“எங்கே?”

“சைதாப்பேட்டையிலே, கோயில்லே. உங்களைக் கட்டாயம் அழைச்சிண்டு வரச் சொன்னார்.”

ராமுவின் போக்கை நினைக்கும்போது விசித்திரமாகத்தான் இருந்தது. யாரையும் லட்சியமே பண்ணமாட்டாரே இவர்! மகா காரியவாதியாயிற்றே? இதுவும் காரியவாதம்தானா . . ?

பாபு கிளம்பினான்.

“அன்னிக்குப் போனதிலேர்ந்து அண்ணா இன்னும் ஓய வில்லை . . . உங்க பாட்டைப் பற்றியேதான் நாலு நாளாய்ப் பேசிண்டிருக்கார்.”

“ப்ஸ.”

“இருந்தாலும், அண்ணா சொல்றாப்போல எனக்கும்தான் புரியலெ . . . நீங்க என்னத்துக்கு வேலை பார்க்கிறேள்?”

உடம்பில் ஒரு அடிமைக்கூனல். வாயில் பஞ்சை இளிப்பு. பாபு சொல்வதற்கெல்லாம் புருவத்தை உயர்த்திச் சிரிக்கிற ஒரு ஆச்சரிய பாவம். சங்கீதச் சூழ்நிலையிலேயே ஊறின மட்டை.

“வரணும் வரணும்” என்று வரவேற்றார் பாலூர் ராமு. “நான் பிடிச்சு இழுத்துண்டு வரவரையில் வர்றதில்லேன்னு இருந்துட்டீர், பார்த்தீரா?” என்றார்.

“நாளைக்கு வரலாம்னு இருந்தேன்.”

“இருந்தீர் இருந்தீர். நானும் காவேரித் தண்ணி சாப்பிட்டு வளர்ந்தவன்தான். இந்த சமத்தெல்லாம் எங்கிட்டவே காமிக்கிறீரே.”

“நெஜமாத்தாண்ணா.”

விபூதியிட்டுக்கொண்டார் பாலூர். மிளகுப் பொடியைச் சிட்டிகை சிட்டிகையாக வாயில் போட்டுக் கனைத்துக்கொண்டார். கால்கால் வாயாக வெந்நீரை ருசித்துக் கால் சேர் குடித்தார். “ஸத்குரோ” என்று நிமிஷத்திற்கு நிமிஷம் சொல்லிக்கொண்டார். அவர் கிளம்பும் போதே ஏழு மணி ஆகிவிட்டது. கோயிலில் எள் விழாத கூட்டம். பிதுங்கப் பிதுங்க உட்கார்ந்திருந்தது ஜனத்திரள்.

பாபுவை முன்னால் உட்கார்த்திக்கொண்டு பாட ஆரம்பித்தார் ராமு.

அவர் ஆரம்பித்ததுமே களை கட்டிவிட்டது. மந்திரத்தில கட்டுண்டது போலக் கூட்டம் மௌனத்தில் மயங்கிக் கிடந்தது.

அவ்வளவு கற்பனை நிறைந்த பாட்டு என்று சொல்ல முடியாது. ஆனால் ராமுவின் நடையில் ஒரு உருக்கமும் குழைவும் அறாமல் தொனித்தன. இறைஞ்சுவது போன்ற குரல், உழைப்பிலும் இரைச்சலிலும் உழன்று விட்டு வந்தவர்களுக்கு இதமாக வந்த நடை இது. தங்களிடம் இல்லாத எதோ ஒன்றை வேண்டி நிற்பதுபோலக் கேட்டது கூட்டம். ராமுவின் குரலின் இறைஞ்சல் இந்த ஜன சமூகம் முழுவதின் சார்பிலும் அந்த இல்லாத பொருளுக்காக இறைஞ்சுவது போல் தோன்றிற்று பாபுவுக்கு.

இந்த உருக்கம் மட்டும் போதுமா? இது ஒரு அம்சம்தானே. புயலும் ஏக்கமும், தோல்வியும் வெற்றியும் களரியும் கிண்டலும் எல்லாவற்றையும் குரலில் கொண்டு வந்தால்தானே நாக தவம் முழுமை அடையும்.

நான்கு மணி நேரம் கச்சேரி நடந்தது. உள்ளத்தைத் தொட்ட அனுபவமாகத்தானிருந்தது. ஆனால் "இது போதாது. இது சுமை தாங்கி உயரம்தான்" என்று அவன் மனம் முனகிக்கொண்டே இருந்தது. ராமுவுக்கு இவ்வளவுதான் முடியும். இன்றைக்கு அவர்தான் முன்னணியில் நிற்கிறவர். இதைவிட உயரங்கள் இருப்பது ஜனங்களுக்குத் தெரியுமா?

கச்சேரி முடிந்ததும் ராமுவைச் சுற்றி நின்ற கூட்டம் கலையவில்லை. மற்றவர்களும், மத குருவை அண்டுவதுபோல் பணிவும் ஒதுங்கலுமாக அவரிடம் நடந்துகொண்டார்கள்.

காரில் வரும்போது வாயாறப் புகழ்ந்துகொண்டே வந்தான் பாபு.

"உங்களுக்குத் திருப்திதானே?" என்று கேட்டார் அவர்.

"திருப்தியா? காது நிறைஞ்சு போயிடுத்து."

"இப்பதான் எனக்கும் திருப்தி. எல்லாரும் சொல்றது மாதிரியா நீர் சொல்றது!"

"நீங்க என்ன அண்ணா இப்படி எல்லாம் . . ."

"சும்மா இரும்யா. உம்ம பெருமை எனக்குத் தெரியும். உம் அலட்சியமும் தெரியும் எனக்கு . . . இருந்தாலும் நான் விடப்போறதில்லை. உம்மைக் கச்சேரி பண்ணவைக்காமல் இருக்கப் போறேனா?"

ராமு எதற்காக அழைத்துக்கொண்டு போனார்? தனக்கு நடக்கிற மரியாதைகளை எனக்குக் காண்பிக்கவா இல்லை,

உண்மையில் என் பாராட்டைப் பெறவா? இல்லை, இது மாதிரி உனக்கும் கிடைக்கும் என்று மயக்குக் காட்டவா?

உண்மையாகவே என்னிடம் அவர் தனி மரியாதையுடன்தான் பழகுகிறார். வயசு வித்யாசத்தைப் பாராமல் சம வயசு போல்தான் பேசுகிறார்.

அறைக்கு வந்த பிறகும் அவருடைய நோக்கங்கள் அவனைக் குழப்பிக்கொண்டிருந்தன. ராமுவுக்கு உண்மையான கலையில் சிரத்தையும் ஆசையும் உண்டு. அதோடு இந்த மாலைக்கும் முரசுக்கும் நப்பாசையும் இருந்தது. காக்கை மூக்கில் குழறும் குரல்தான். ஆனால் இதை இள வயசில் படாத பாடுபடுத்தி ஒரு தினுசாக அடிமையாக்கிவிட்டார். ஆனால் அது எவ்வளவுதான் செய்யும்? அது இருக்கிற நிலைமைக்கு அது செய்கிற சேவகம் பெரியதுதான். சக்தியை மீறினதுதான். அந்த நாளில் ராமு கொஞ்சமாக உழைக்க வில்லையே. ரங்கண்ணா, சாமிக்கண்ணு, எல்லோருமே இதைச் சொல்லியிருக்கிறார்கள். முன்னுக்கு வந்த சுருக்குதான் அவருடைய மற்ற சுபாவங்களை வெளிக்கொணர்ந்தது. அதாவது அவருடைய மற்ற சுபாவங்கள் அவரை முன்னுக்குக் கொணர்ந்தன. என்னை இன்று இழுத்துப் போனதுபோல எத்தனை பேரை இழுத்துப் போயிருப்பார்! எத்தனை தேங்காய் மூடிக் கச்சேரிகள்! மேல் ஸ்தானம், இனி அசைக்க முடியாது என்று காயமான பிறகுதானே 'பிகு' பண்ணிக்கொள்வது, உடம்பு சரியாயில்லை என்று உடம்பின் மேல் பாரத்தைப் போடுவது, பத்திரிகைக்காரர்கள் வீட்டுக்குப் போவதற்குப் பதிலாக அவர்களையே வரச்செய்வது – எல்லாம் கற்றுக்கொண்டார். வளர்த்த கடா இப்படி மார்பில் பாய்கிற அனுபவங்கள், பாவம், பத்திரிகைக்காரர்களுக்குப் புதிது இல்லை. என்ன செய்கிறது? அம்மா வயிற்றில் பிறந்த பிள்ளை அம்மாவே நிமிர்ந்து பேசும்படி உயர்ந்து வளர்ந்து விடுகிறானே!

காற்று சிலுசிலுவென்றது. தோலில் குத்துவது மாதிரி இருந்தது. மூக்கை அருவுகிறது. காற்றின் சிலுசிலுப்பு மட்டும் இல்லை இது. உடலிலேயே ஒரு குளிர்ச்சி. கண் பொங்குகிறது. நெஞ்சு கரகரவென்றது. உடம்பு சற்று வலிக்கிறாற் போலிருக்கிறது. சாயங்காலம் ஆபீஸிலிருந்து வந்ததும் முகத்திலும் உடம்பிலும் நீரைத் தெளித்துக் கழுவியபோது அவ்வளவு இதமாக இல்லை. கோயிலில் சாப்பிட்ட புளியோதரையும் நாலைந்து டம்ளர் பச்சைத் தண்ணீராக வாங்கி விட்டது. குளிருகிற மாதிரி இருக்கிறது. ஜன்னல் கதவுகளைச் சாத்தினான் பாபு. படுத்தான். காலைப் போர்த்தினால் தேவலை போலிருந்தது. பெட்டியைத் திறந்து, துப்பட்டியை எடுத்து இடுப்புவரையில் போர்த்திக்கொண்டான். கண் ஜிவு ஜிவு என்றது. இழுத்து மார்பைப் போர்த்திக்கொண்டான். மூக்கில் ஜலம் ஜலமாக அருவிற்று. உடல் மூட்டுகள் வலித்தன. போர்த்தப் போர்த்த உடல் கண கணவென்று அனல் காய்ந்தது. அரையும் முக்காலுமாகக் கவ்வியும் விட்டும்

வந்து விளையாடிய துயிலில், இல்லாத உருவங்களும் நடக்காத நிழல்களும் கனவுகளும் படம் போட்டன.

கண் விழிக்க முடியவில்லை. தூக்கம் ஆழ்ந்து வந்தது.

○

காலையில் அவனால் எழுந்திருக்க முடியவில்லை. ஜுரம் அனலாக அடித்தது. அறையைப் பெருக்க வந்த கிழவி காப்பி வாங்கி வந்தாள். டாக்டர் வீட்டுக்குப் போக ரிக்ஷா பிடித்து வந்தாள். வீட்டுக்காரரின் மனைவி கஞ்சி வைத்துக் கொடுத்தாள். தர்மாஸ் ப்ளாஸ்கில் பொங்கப் பொங்க வெந்நீர் வைத்துவிட்டுப் போனாள். வீட்டுக்காரர் 'போனில்' ஆபீசைக் கூப்பிட்டு 'லீவு' சொல்லி வந்தார், கிழவியும் அவர் மனைவியும் ஒரு மணிக்கு ஒரு தடவை மாடி ஏறி ஏறி வந்து விசாரித்துக்கொண்டிருந்தார்கள். விழித்திருந்த வேளைகளில் வீட்டுக்காரர் வந்து நாற்காலியைக் கட்டிலுக்குப் பக்கத்தில் போட்டுப் பேசிக்கொண்டிருந்தது பொழுதைத் தள்ளிற்று. ஆஸ்பத்திரிக்குப் போய் மருந்தை வாங்கி வருவதோடு நின்றுவிடவில்லை அவர். வீட்டிலேயே கஷாயம் வேறு போட்டு, இரண்டு மூன்று தடவை கொடுத்தார்.

என்ன கொடுத்தும் காய்ச்சல் முழுவதும் விட்டுவிடவில்லை. வியாழன், வெள்ளி, சனி இன்று ஞாயிறு. இப்போது ஜுரம் விட்டிருக்கிறதுபோல் தோன்றிற்று. தொண்ணூற்றொன்பது இருக்கலாம்: இந்த மாதிரி நாலைந்து நாள் ஜுரம் அடித்ததே இல்லை. மூன்று வருஷம் முன்பு கடையில் வேலை செய்கிறபோது ஒரு வாந்தி எடுத்தது. உடனே ஜுரம் வந்துவிட்டது. உடனே அறையைப் பூட்டி வண்டியில் ஏறி ரயில் ஏறி பாபநாசம் போய் விட்டோம். எட்டுநாள்போல விடாமல் அடித்த ஜுரம் அது. அம்மா ராத்தூக்கமில்லாமல் பக்கத்தில் அணைத்து உட்காாந்திருந்தாள். திராட்சைப் பழத்தைப் போட்டுக் காய்ச்சிய கஷாயம் சிறு புளிப்பும் இனிப்புமாக வாயில் அண்ணித்தது. ஜுரம் என்று இப்போது கடுதாசி போட்டால் ஓடி வந்துவிடுவார்கள் அப்பாவும் அம்மாவும் . . .

வீட்டுக்காரர் வருகிறார். கையில் ஒரு பேலா, டம்ளர்.

"இந்தாங்க, இதைக் கொஞ்சம் சாப்பிடுங்க."

"என்னது?"

"பொரிச்ச ரசம் போட்டு நாலு பருக்கையைப் போட்டு கரைச்சிருக்கு . . . வந்து உட்காருங்க."

"நீங்க இப்படிச் சிரமப்படறீங்களே. ஹோட்டல்லேருந்து கிழவி கொண்டு வரமாட்டாளா?"

"ஹோட்டல்லேர்ந்தா? புளி சேர்க்கப்படாது சார் இப்ப. ஹோட்டல் ரசத்திலே புளியும் மொளகாயும் தவிர என்ன இருக்கு?

ஒரு வீசை மொளகாயை அறச்சி விட்டிட்டு அரைப்படி சர்க்கரை யைக் கொட்டியிருப்பான். இந்த உடம்பிலே சாப்பிட்டா ஒம்பது ஓட்டையும் எரிச்சல் கண்டிடும்... நல்லாச் சொன்னீங்க... இந்தச் சுடுதண்ணியும் பருக்கையும்தான் பெரிய பாடாகப் போயிடிச்சா எங்களுக்கு?"

கிழவர் டம்ளரில் ஊற்றிக்கொடுத்தார். பக்கத்தில் ஒரு துண்டு காய்ந்த நார்த்தைச் சுருளை வைத்தார். ருசியாகத்தான் இருக்கிறது. அம்மா இருந்தால் மணித்தக்காளி வற்றலையும் கொஞ்சம் வறுத்து வைத்திருப்பாள். ஆனால் இந்த ஜாதி நார்த்தையின் மணம் அதற்கு ஈடுகட்டிவிட்டது.

கிழவர் ஊற்றிக்கொண்டே இருந்தார்.

வெந்நீர் சாப்பிட்டதும் சற்று வேர்த்தது. வயிறு நிறைந்துவிட்டது. தூக்கம் கண்ணைச் செருகிற்று. கிழவர் கீழே இறங்கிவிட்டார். "நல்லாத் தூங்குங்க."

அவர் இறங்கிப் போனதுதான் தெரியும். கண்ணை அமட்டிற்று.

சின்ன பையனாக இருந்தபோது ஒரு ஜுரம். அப்போது அக்காவின் பெண் பட்டு வந்து வயிற்றை அணைத்தாற்போல் உட்கார்ந்திருந்தது.

"மாமா, நன்னாத் தூங்கு. காலமே சரியாப் போயிடும்..."

"மாமா, மாமான்னு கூப்பிடாதேன்னு சொல்லலே!"

"கூப்பிட்டா என்ன?"

"மாமால்லாம் உசரமா, பெரியவாளாயிருப்பா. என்னை யெல்லாம் மாமான்னு கூப்பிடப்பிடாது."

"அம்மா அடிப்பாளே."

"எதுக்கு?"

"மாமான்னு கூப்பிடாட்டா!"

"மாமான்னு கூப்பிட்டா எங்கிட்ட உட்காரப்படாது."

போர்வையை இழுத்துவிடுகிறாள் பட்டு.

"ஏன் மாமா நீ கலியாணமே பண்ணிக்கல்லே?"

"அப்படித்தான்."

"ஊருக்கு வந்துவிடேன்."

"பேசாம இருடி."

"ஊர்லெ வந்து படுத்துக்கோயேன்."

மோக முள்

"முடியாது."

"ஏன்?"

"முடியாதுன்னா முடியாது – ம் – ம் – ம்."

"சும்மா அனத்தாதே மாமா."

"தலை வலிக்கிறது. நெற்றியை அழுத்திவிடேண்டி . . . தடிச்சி மாதிரி உட்காந்துண்டு."

"பிடிச்சுடறேனே அதான்."

பட்டுவின் குழந்தைக் கையில் எவ்வளவு பரிவு! எவ்வளவு இங்கிதம்!

"ரொம்ப அமுக்காதேயேன் . . . பொணமே."

பாபு கண்ணைத் திறந்தான்.

யமுனா அவன் நெற்றியைத் தடவிக்கொண்டிருந்தாள். "ஜுரமா?"

ஞாயிற்றுக்கிழமை என்பதும் சொன்னபடி யமுனா வந்திருப்பதும் நாலைந்து விநாடிக்குப் பிறகுதான் நினைவில் புலனாயின.

"தூக்கத்திற்கு நடுவில் எழுப்பிவிட்டேனா?" என்றாள் யமுனா. "தொட்டுப் பார்த்தேன் நெற்றியை, உனக்கு விழிப்புக் கொடுத்து விட்டது."

"நீ வந்து ரொம்ப நேரமாய்விட்டதா?"

"இல்லையே. இப்பதான் வந்தேன். கீழே சொன்னாங்க ஜுரம்னு. பார்த்தேன். நல்லா தூங்கிட்டிருந்தே."

யமுனா நின்று குனிந்திருந்தாள்.

"மணி என்ன ஆகிறது?"

"மூணரை."

"மூணரையா? வெகு நேரம் தூங்கியிருக்கேன்."

நாற்காலியைக் கட்டிலுக்குப் பக்கத்தில் தூக்கி வந்து போட்டு உட்கார்ந்துகொண்டாள் அவள்.

"மூணு நாலு நாளா படுத்துட்டிருக்கியாமே?"

"எழுந்திட்டாங்களா சாரு?" என்று குரல் தாழ்வாரத்தில் கேட்டது. யமுனா எழுந்து உள்ளே வந்த வீட்டுக்காரருக்கு நாற்காலியைத் தள்ளினாள்.

"நான்தான் எழுப்பி விட்டிட்டேன். நெத்தியைத் தொட்டுப் பார்த்தேன், முழிச்சுக்கிட்டுது."

"இப்ப எப்படி இருக்கு?"

"லேசா ஜுரம் இருக்காப்பலதான் இருக்கு?"

"சரியாய்ப் போயிடும்."

"டாக்டர் பார்த்தாரா?"

"முத நாளைக்குப் போய் வந்தாங்க. அப்புறம் நான் போய் ரண்டு நாளா மருந்து வாங்கி வரேன்."

"இன்னும் ஒரு தடவை போய்ப் பார்த்தா என்ன?"

"என்ன பாபு?"

"அதுதான் மருந்து சாப்பிடறேனே."

"எதுக்கும் இன்னொரு தடவை பார்க்கலாமே; நாலைந்து நாளா இறங்கலேன்னா."

"சரி . . . பார்ப்போம்."

"வெயில் தாழ போய்ட்டு வந்திருவமே."

"நீங்க அழச்சிட்டுப் போய் வந்துடுங்க."

"அவர்தான் டாக்டர் வீட்டுக்கு அலையாக அலைந்துவிட்டார். மாடிக்கும் கீழுக்கும் எத்தனை தடவை ஏறி இறங்குவார்."

"ஆரமிச்சிட்டீங்களா?"

"இல்லே சார்" என்று சங்கு குடியிருந்த அறையில் தான் பட்ட பாட்டையும் தொண்டைக்குள் இழுத்த ராகத்தையும் சங்கு அவர் காலில் விழுந்ததையும் விவரமாகச் சொன்னான் பாபு. "இந்த மாதிரி தொல்லைப் படவா இப்படி வீட்டைக் கட்டிக்கிட்டிருக் கோம்" என்று புலம்பிவிட்டார் அவர்" என்று பாபு சிரித்தான்.

"அப்ப குடி வச்சிருக்கப்படாது . . . அது, புதுசா வீடு கட்டின பெருமைங்க – நமக்கு என்ன இப்ப? இந்த இரைச்சல்லியே பிறந்து வளர்ந்தவங்க நான், எங்க அப்பா தாத்தா எல்லோரும்! இந்த வீடு இன்னிக்கு வாங்கின வீடா? நேத்து வாங்கின வீடா? எங்க தாத்தாவுக்கும் பாட்டனாருக்கு தம்பி வெங்கடாசல செட்டியாருன்னு இருந்தாங்க. அவங்க வாங்கிப் போட்டது. பக்கத்து வீடும் இதுவும் ஒரே வீடு. அவருக்குச் சந்ததியில்லை. அண்ணாரு பிள்ளை, அதாவது எங்க தாத்தாவும் அவர் தம்பியும் பாகம் பண்ணிக்கிறப்ப ரண்டாப் பிரிச்சுக்கிட்டாங்க. எங்கப்பா இதுக்கு ஒட்டுப் போட்டு இந்த ரூமைக் கட்டினாங்க. எனக்குக் கலியாணம் ஆன கையோடே கட்டியாச்சு. சாந்தி முகூர்த்தம்கூட இங்கதான் நடந்திச்சு. ஏன்? அப்புறம் எம் பெரிய மருமகன், ஆரணியிலே இருக்காரே, அவருக்கும் இஞ்சதான் நடந்திச்சி, அங்கே ஏதோ வசதிக் குறைச்சல். கலியாணச்

செலவெல்லாம் அவர்தான் பண்ணிக்கிட்டாரு ... எதுக்குச் சொல்ல வந்தேன் – அதுக்குள்ளியும் மறந்து போச்சி."

"தலைமுறை தலைமுறையா வந்த வீடுன்னிங்க" என்று யமுனா எடுத்துக்கொடுத்தாள்.

"ஆ; ஆமாம், தலையிலியா கட்டிக்கிட்டுப் போப்போறோம், அப்படி சத்தமில்லாம இருக்குறதுன்னா, அடையாறு இல்லாட்டி எங்கியாவது குக்கிராமமாப் போய்க் கட்டிக்கிறதுதானே ... இதைப் பாருங்க, சொந்த வீடு இருக்கிறவங்க ரண்டு தினுசு. இப்படியே வீட்டையும் எடுத்துக்கிட்டுப் போறாப்பல நினைக்கிறவங்க ஒண்ணு. வீட்டையையும் கட்டிப்பிட்டு, தான் மட்டுக்கும் நாலு ரூபாய்க்கு ஒரு குச்சிலே குடக்கூலிக்கு இருந்துகிட்டு, குடக்கூலியா வாங்கி சாப்பிடறவங்க இன்னொரு தினுசு, நாம ரண்டும் செய்யலே. எங்க தாத்தாவும் இதை எடுத்துக்கிட்டுப் போகலெ. நானும் போப்போறதில்லை."

பரம்பரை பரம்பரையாகச் சென்னைவாசி அவர் என்பது நன்றாகத் தெரிந்தது. அவர் அப்பளக் குடுமியைக் கூட எடுக்கவில்லை. சுற்றிலும் மாறிக்கொண்டிருக்கிற சென்னை, அவரையோ அவர் எண்ணங்களையோ மாற்றிவிடவில்லை. நல்ல பட்டிக்காட்டில் இருக்கிற தனிமை இந்தக் கூட்டத்திலும் அவரை விட்டுப் போக வில்லை. பட்டிக்காட்டில் மரம், பட்டை, புல்பூண்டு அதிகம். இங்கு மனிதர்கள், கட்டிடம், வண்டி, காடி ஓசை அதிகம் அவ்வளவு தான். மாற என்ன இருக்கிறது?

"பிளாஸ்கை எடுத்துப்போய் காப்பி வாங்கி வரட்டுமா?" என்றார் அவர்.

"நான் வாங்கி வரேன்" என்றாள் யமுனா.

மன்றாடித்தான் அவரை இருத்த முடிந்தது.

அவர் விடமாட்டார் போலிருந்தது. "இதைப் பாருங்க" என்று அவர் மறுபடியும் தன் அத்தை குறைபட்டுப் போனதிலிருந்து அவள் குடும்பத்தைக் காப்பாற்றி, அவள் பெண்ணுக்குக் கலியாணம் செய்துவைத்தது, அவள் புருஷன் டாக்டராகி, ஏகக்காசு சம்பாதித்த தில் தலைகிறுங்கி, அவர்கள் தன்னை லட்சியம் செய்யாமல் பதினான்கு வருஷமாகப் பேச்சு வார்த்தைகூட இல்லாமல், கடைசி யில் போக்குவரத்துக்கூட நின்று போய்விடுமளவுக்கு, தன் மகள் கலியாணத்திற்குக்கூட வராத அளவுக்கு, நன்றி மறந்த கதையைச் சொல்லி முடிக்கக் கால்மணி ஆயிற்று. இன்னும் அவர் பேசிக் கொண்டே இருப்பார். ஆனால், டாக்டருக்குப் படித்த அவர் அத்தை மருமகன் பரீட்சைக்குக் கட்டப் பணமில்லாமல் அவரிடம் வந்த கட்டத்தில், பொடி மட்டையை மடித்து ஓங்கித் தட்டிக் கடைசி மிச்சத்தைத் திரட்டிச் சிட்டிகை எடுக்கிற அளவுக்கு

வந்துவிட்டது. அவசர அவசரமாகப் பேச்சை முடித்துவிட்டு, "அப்ப நான் வரட்டா? ... காப்பியை வாங்கிக் கொடுத்திட்டு, டாக்டர் கிட்டவும் அழச்சுப் போய்வாங்க. நீங்க காலமேதான் போறீங்க?" என்று கேட்டார்.

"ஆமாம்."

"நல்லது அப்படியே செய்யுங்க. நானே சொல்லலாம்ணு நெனச்சேன். அப்படி ஒரு சமயம் ராவுக்கே திரும்பிடறதாக வந்திருந் தாலும் இருந்திட்டுப் போங்கன்னு சொல்லணும்னு நெனச்சிட்டிருந் தேன். ராத்திரி ஜுரம் வராது. இருந்தாலும், அவரும் தூங்கறதுன்னா மிரண்டுகிடறாரு. யாராவது ஒருத்தர் பேச்சுக்கு இருந்தாலும் நல்லது பாருங்க."

கீழே இறங்கிப் போனார் அவர்.

"இப்படிப் பேசினா. எப்படித்தான் தூக்கம் வரும்?" என்றாள் யமுனா அவர் போன பிறகு.

"இல்லை யமுனா..."

"மனுஷன் தங்கக் கம்பிதான். யாரு இல்லைன்னா? ... அவரோட பேசிப் பேசியே ஜுரம் நிற்கலையோ என்னவோ?"

"நான் தனியாத் தவிக்கிறேன்னுதான் பேசறார். மற்றபடி இங்கிதம் சமயம் எல்லாம் தெரிஞ்சவர்தான். அவர் இல்லாட்டா திண்டாடிப் போயிருப்பேன், இந்த நாலஞ்சு நாளா ... அவருக்கு ரண்டு பெண்தான். அதுகளும் புருஷன் வீட்டுக்குப் போயிடுத்து. பொரிச்ச ரசம், கஷாயம், மருந்து, காப்பி ... அப்பா அம்மாகிட்ட இருக்கிறாப்போலவே இருந்தது யமுனா."

"இல்லாட்டா என்னை வரச்சொல்லியிருப்பியே."

பாபு அவளைப் பார்த்தான். அவள் பார்க்கவில்லை. பானையி லிருந்த நீரை மொண்டு தர்மாஸ் குப்பியைக் கழுவிக்கொண்டிருந் தாள்.

"ஹோட்டலுக்குக் கிளம்பியாச்சா?"

"மணி நாலரையாயிடுத்தே."

"எனக்கும் காபி வேண்டும்போல்தானிருக்கிறது. பர்ஸ் அதோ மொத்தமா சிவப்பா இருக்கு பார் டிக்ஷனரி, அதன் இடுக்கில் இருக்கு."

பர்ஸை அவள் எடுக்கும்போது, அவளுடைய உயரம்தான் அவனைக் கவர்ந்தது. கம்பீரமான உருவம். உடலில் இளைப்பு, பதினைந்து நாளுக்கு முன்னால் பார்த்த இளைப்பு மறைந்துவிட்டது. உடல் பழைய நிறத்தை நோக்கிப் போய்க் கொண்டிருந்தது.

முன்கையிலிருந்த கால்வாய் மறைந்து நிழற்கோடாக மாறியிருந்தது. அவளுடைய உயரம், சிலுவையான உடலமைப்பு, முகத்தின் வனப்பு எல்லாவற்றையும் விடத் தனித்தன்மையும் எடுப்பும் நிறைந்த அந்தப் பாதங்கள், பழைய பொலிவையும் நிறத்தையும் மீண்டும் பெற்று ஒளிர்ந்தன.

"பத்மாசனி சௌக்யமா, யமுனா?"

"சௌக்கியம், உன்னை விசாரிச்சாங்க. நீ நடுவிலே வரேன்னு சொல்லியிருந்தியா? நான் சொல்லியிருந்தேன். வரவே இல்லையேன்னு நேத்திக்கும் இன்னிக்கும் கேட்டாங்க."

"புதன் வியாழனில் வரதாகத்தானிருந்தேன். புதன் கிழமை பாலூர் ராமுவின் கச்சேரி சைதாப்பேட்டையிலே. கேட்டுட்டு வந்தேன். ராத்திரி வந்து படுத்தவன்தான். உனக்கு அந்த இடம் பிடிச்சிருக்குன்னு தெரிகிறது."

"எப்படி தெரிகிறது?"

"பார்த்தால் தெரியலையா, உன்னை."

"நீ ரொம்ப . . ."

"அதிகப்பிரசங்கியாப் போயிட்டேனா?"

"சரியான வார்த்தையைச் சொல்லிவிட்டாயே."

"நான் எது பேசினாலும் அப்படித்தான் படும் உனக்கு."

"சரி சரி . . . எனக்கு சந்தோஷமாயிருக்கு. கவலையில்லாம இருக்கு . . . . நீயா பார்த்துத் தந்த இடம் . . . காபி மாத்திரம் போதுமா?" இப்போதுதான் அவன் முகத்தைப் பார்த்தாள் அவள்.

"இப்படி வாயேன்."

அருகே வந்தாள் அவள்.

குரலைத் தாழ்த்திக்கொண்டே சொன்னான் பாபு. "எனக்கு என்ன சொல்கிறதென்றே தெரியலை யமுனா . . . நீ இன்னிக்கி வரமாட்டியோன்னு பயந்து போயிட்டேன் . . ."

"ஏன்?"

பாபு பதில் பேசவில்லை. அவளையே பார்த்துக்கொண்டிருந்தான். அவன் கண் மல்குவதைப் பார்த்து, "ப்ஸ, என்ன இது?" என்று முந்தானையால் கண்ணைத் துடைத்தாள் அவள். தொண்டைக் கட்டி ஏறி இறங்க, உஷ்ணமாக ஒரு பெரு மூச்சு, பாதி திறந்த அவன் வாயினின்று வந்தது.

"என்ன பாபு இது?"

“நிஜமாகவே பயந்துவிட்டேன். வரமாட்டியோன்னு.”

“ஏன் ?”

“நான் உன் நிலைமையைப் பயன்படுத்திக்கொண்டு விட்டேன். இல்லையா ?”

“இல்லவே இல்லை . . . சும்மா அலட்டிக்காதே.”

“இல்லை . . .”

“இல்லைன்னு மேலே பேசப்போறாப் போலிருக்கே.”

“உள்ளெல்லாம் நிறைஞ்சு வழிகிறது. எதையாவது சொல்லணும் போலிருக்கு” என்று நடுங்கிக்கொண்டே அவள் கையைப் பற்றினான்.

“உடம்பு கணகணங்கிறதே.”

“ஆமாம். குளிர்கிறது. கொஞ்சம் போர்த்திவிடேன்.”

போர்த்திவிட்டாள் அவள்.

“காப்பியை வாங்கி வரேன், சாப்பிட்டப்புறம் டாக்டர் வீட்டுக்குப் போவோம். பசியினாலேயே இருக்கும்.”

“சுருக்க வாயேன்.”

யமுனா தர்மாஸ் குப்பியுடன் வெளியே சென்றாள்.

அரக்குக் கலரில் அவள் கட்டியிருந்த பங்களூர் பட்டுப் புடவையின் எடுப்பும் அவள் மேஜை மீது சாய்ந்து அலமாரியிலிருந்த ப்ளாஸ்கை எடுத்த தோற்றமும் அவன் கண்ணிலேயே நின்று கொண்டிருந்தன. தன்னைப் பற்றிய நினைவே ஒழிந்தது போன்ற ஒரு தூய்மையின் பிரகாசம் அந்த சாய்விலும் கம்பீர வடிவத்திலும் ஒளிர்வது போலிருந்தது. இந்தப் பெண்மையின், தூய்மையின் காலடி படும் ஒவ்வொரு இடமும் புனிதமாகிவிடுமா ? எல்லை யில்லாத சக்தியை ஊட்டும் அருளாக இது கனிவது போலிருக்கிறது. இவள் எப்படி, யார் யாருடைய அதிகாரத்திற்கோ கட்டுப்பட்டு இருக்கிறாள் ? பத்மாசனியின் ஆதிக்கத்திற்கு, இப்படி அநாமதேய ஆதிக்கங்களுக்கெல்லாம், எதற்காகத் தன்னைக் கட்டுப்படுத்திக் கொண்டிருக்கிறாள் ?

ஐப்பசி மாதத்து இறுதியின் மெல்லிய வெயில் எதிரேயும் பக்கத்திலும் தெரிகிற மாடிகள் மீதும் தங்கமலராக விழுந்திருந்தது. வானில் துணிகளை மூலையில் குவித்தாற்போல மேகங்கள் அங்கு மிங்கும் குவிந்துகிடந்தன. ஜுரக் காதுக்குத் தெருவின் ஓசைகள் எங்கோ தொலைவில் ஒலிப்பன போலிருக்கிறது. மறுபடியும் கண் ஜிவு ஜிவு என்கிறது. குளிர்கிறது. மூடினால் நல்லதுபோல இமை பொங்குகிறது. கீழே வீட்டுக்காரரின் சம்சாரம் யாரோடோ பேசும்

ஒலி. சைக்கிள் ரிக்ஷா போகிற ஓசை. கார் ஹார்ன்கள். இந்த ஜுரஉலகத்துக்கும் நிஜ உலகத்துக்கும் நடுவில் ஒரு பெரிய மதிலை எழுப்பித் தந்தாற் போலிருக்கிறது. எப்படி இதைக் கடந்து ஒலிகளை அவற்றின் இயல்பான கனத்தில் கேட்கப் போகிறோம்! அந்த ஜுர உலகத்தின் ஆழத்திலிருந்து எப்படிக் கரையேறப் போகிறோம். நாளைக்கு ஆபீசுக்குப் போக முடியுமா? வியாழன், வெள்ளி, சனி மீண்டும் லீவா? ஒரு மாதம் வேலை பார்ப்பதற்குள் . . ? பெல்ஸ் ரோட் ட்யூஷனுக்கு வேறு போகவில்லை. சொல்லி அனுப்பினாலும் நல்லதாயிருக்கும். ஆபீசுக்குச் சொல்வதற்கு முன்னால் இவருக்குச் சொல்லியனுப்பியிருக்க வேண்டும் . . .

யமுனா வந்து விட்டாள்.

“ஹோட்டலுக்குப் போனா, எத்தனை நேரமாகிறது? என்ன இருக்குன்னு கேட்டால், எல்லாத்தையும் ஒப்பிச்சுப்பிட்டுப் போயிட றான். அப்புறம் அஞ்சு நிமிஷம் கழிச்சு வந்து என்ன வேணும்கறான். யோசிக்கிறதுக்குள் விசுக்குனு போயிடறான். கால் மணி நேரம் சும்மா உட்கார்ந்திருக்கும்படியா ஆயிட்டுது” என்று சொல்லிக் கொண்டே, காப்பியை ஊற்றிக்கொடுத்தாள்.

“அவர் போறேன்னு சொன்னாரே யமுனா, விட்டிருக்கப் படாதா?”

“அதுக்காகச் சொல்லலே, பாபு. இப்ப என்ன முழுகிப் போச்சு? கால்மணி வேடிக்கை பார்த்தாச்சு . . . ரொம்ப சூடாயிருக்கே. அவ்வளவு சூடா வேண்டியிருக்கு . . . ஜுரம் வந்திருக்கே.”

“காப்பி சாப்பிட்டா வேர்த்துவிட்டுடும்?”

“க்கும்.”

“ரொம்ப நேரம் காக்க வைச்சுப்பிட்டானாக்கும்? . . . அங்கே செய்யற வேலை போறாதுன்னு ஞாயிற்றுக்கிழமை இங்கே வேறே.”

“அண்ணா.”

தாழ்வாரத்தில் யாரோ வருகிறார்கள். யமுனா சட்டென்று நிலைப்படியண்டைப் போய்ப் பார்த்தாள்.

“யாரு?”

“ம் . . . அண்ணா இருக்காரோ . . . பாபு அண்ணா?”

“இருக்கார், வாங்க” என்று யமுனா அவர் போக இடம் கொடுத்துவிட்டுக் கீழே இறங்கினாள்.

“வாங்க சார்.”

“உடம்பு சரியாயில்லையா என்ன?”

“ஜுரம் . . .”

"அடடா ... எத்தனை நாளா?"

"நாலு நாளா."

"இந்த வெதர் எல்லாரையுமே ஒருபாடு படுத்திண்டிருக்கு. வீட்டிலெ தங்கை, அம்மா எல்லாருக்கும் அப்படித்தானிருக்கு ... இப்ப .. ?"

"கொஞ்சம் தேவலை."

"இன்னிக்கி அண்ணா கச்சேரி எக்மோர்லெ. அதான் அழச்சிண்டு வாடா அண்ணாவைன்னு வண்டி கொடுத்தனுப்பிச்சார்."

"அடேடே, ஆமாம் சார், அன்னிக்கே சொன்னாரே ... அடாடா."

"ஜுரத்திலே எப்படி வர முடியும்? நீங்க எழுந்துக்க வாண்டாம். படுத்துங்களேன் ... உடம்பு டக்குனு இறங்கிப் போயிடுத்தே இப்படி. இந்த இன்ப்ளுயன்ஸா வந்தாலே ஆளைப் பாதியா ஆக்கிவிடற துண்ணா, ஆகாரம் கீகாரம் ..."

"வீட்டுக்காரர் எல்லாரும் உபகாரத்துக்காகவே பிறந்திருக்கிறவர். கவலையில்லாமல் இருக்கு."

"பார்த்தேன் ... மெட்ராஸ்லே இதெல்லாம் அபூர்வம். எதோ நம்ம புண்யம் ... அண்ணாகிட்ட போய்ச் சொன்னேனோ, துடிச்சுப் போயிடுவர் ... பாடக்கூட ஓடாது. ரொம்ப எதிர் பார்த்திண்டிருப்பர். என்ன பண்றது? அவ்வளவுதான் இன்னிக்கு."

"சொல்லுங்கோ, இது மாதிரின்னு."

"பேஷா ... கச்சேரி முடிஞ்சவுடனே இஞ்ச வந்தாலும் வந்துடுவர்."

"என்னத்துக்கு? சிரமப்பட வாண்டாம். ரண்டு நாளில் நானே வரேன் மாம்பலத்துக்கு ... அனாவசியமாச் சிரமப்பட வாண்டாம்னு சொல்லுங்கள்."

"நான் சொல்லிவிடுகிறேன், அண்ணா கேட்கணுமே."

"நாசூக்காக சொல்லுங்கள்."

"சரி ... அப்ப வரட்டுமா? உடம்பைப் பார்த்துங்கோண்ணா. நீங்க அப்படியே இருங்கோ."

அவர் போனவுடன் கார் புறப்படும் ஓசை கேட்டது.

"பாலூர் ராமு கச்சேரி இன்னிக்கி. வரச்சொல்லி வண்டி அனுப்பிச்சிருந்தார்" என்றான் பாபு யமுனா வந்தவுடன்.

"நான் இல்லாட்டா கிளம்பியிருப்பே."

"நல்ல பாட்டு. உருக்கமான பாட்டு, யமுனா."

"அவர் சிஷ்யரா இவர்?"

"ஆமாம்."

இன்னும் ஒரு டம்ளர் காபியை விடும்போது, "நான் யாருன்னு கேட்கலையா ?" என்று காபியில் தூசி மாதிரி இருந்ததை விரலால் எடுத்துக்கொண்டே கேட்டாள்.

"யாரு? அவரா ?"

"ம்."

"கேட்டார்."

"ம்ஹ்ம் !"

"வீட்டுக்காரான்னு சொன்னேன்."

யமுனாவின் உதட்டிலிருந்து ஒரு சின்னச் சிரிப்பு தெறித்தது.

"ஏன் ? சொல்லப்படாதா ?"

"எதைச் சொன்னால் என்ன ?"

டம்ளரை அலம்பி வைத்துவிட்டு ஒரு புத்தகத்தை எடுத்துப் பிரித்துக்கொண்டே, நாற்காலியில் உட்கார்ந்து கொண்டாள் யமுனா.

எதற்காக இப்படிப் பாலைச் சுண்டுகிறாற்போலச் சிரித்தாள்? உட்கார்ந்திருப்பதில்தான் எவ்வளவு நிதானம்! சங்கோசம்! கூச்சம் எதுவுமின்றி, நம்பிக்கையும் துணிவும் இங்கு அமர்ந்திருக்கின்றன. பக்கம் பக்கமாகப் புரட்டிக்கொண்டிருக்கிறாள்.

"என்ன புஸ்தகம் யமுனா ?"

"கதைப் புஸ்தகம்."

"என்ன கதை ?"

"புருஷன் சொல்லிக்கொண்டேயிருக்கிறான். மனைவி எழுதிக் கொண்டேயிருக்கிறாள். இருபது வருஷம் எழுதுகிறாள், எழுதுகிறாள், அப்படி எழுதுகிறாள், நிமிர்ந்து பார்க்கிறாள். அவனும் பார்க்கிறான். அவள் முகத்தில் அது இல்லை."

"எது ?"

"யௌவனம்."

"எங்கே அது ?"

"அவள் எழுதுகிறபோது, அவர் சொல்லுகிறபோது, சொல்லிக் கொள்ளாமல் போய்விட்டது."

"அப்புறம் ?"

"புஸ்தகத்துக்கு அவள் பெயரையே வைத்துவிட்டார் அவர்."

"ஆகா! அந்தக் கதையா! ராஜகோபாலன் எழுதினதுன்னா அது. நீ கூடப் பார்த்திருக்கலாம் அவரை."

"யாரு?"

"யானையடியிலேர்ந்து போறபோது ஹைஸ்கூலுக்கு எதிர்த்த கடையிலே உட்கார்ந்திருப்பாரே – சேப்பா, வெள்ளி ப்ரேம் போட்ட கண்ணாடி போட்டுண்டு."

"ஒல்லியா, அடக்கமா, சின்னவரா?"

"ஆகிருதிதான் சின்னது."

"அவர் இல்லையாமே இப்ப?"

"இல்லை."

"கதை என்னமோ பண்ணுகிறது."

"என்ன?"

"அந்தப் பொம்மனாட்டி யௌவனத்தையே கொடுத்து விட்டாளே, புருஷன்கிட்ட! இல்லை..."

"அவனும்தான் கொடுத்துவிட்டான்."

யமுனா மீண்டும் கதையை ஆரம்பத்திலிருந்து வாசித்துக் கொண்டிருந்தாள். சட்டென்று எழுந்தாள். "வா பாபு."

"எங்கே?"

"டாக்டர் வீட்டுக்கு... எங்கேயிருக்கு?"

"இதோ ரண்டு தெருவுக்கந்தண்டைதான்."

"இரு, ரிக்ஷா கொண்டு வரேன்."

அவள் போய் வருவதற்குள், சட்டை வேட்டியை மாற்றி தலையை வாரிக்கொண்டான் பாபு. ஸ்வெட்டரைப் போட்டுக் கொண்டான்.

கீழே இறங்கும்போது "ஜாக்கிரதையா அழைச்சிக்கிட்டுப் போங்க. நீங்களும் உட்கார்ந்துகிட்டுப் போங்க... பரவாயில்லெ. துணி மாதிரி கிடக்காங்க. கூட ஒருத்தர் இல்லாட்டி முடியாது" என்றாள் வீட்டுக்கார அம்மாள்.

"ம்."

அவள் சொல்லாவிட்டால்கூட யமுனா ஏறிப் பக்கத்திலேயே உட்கார்ந்திருப்பாள்போல் தோன்றிற்று பாபுவுக்கு.

யார் யாரோ விழித்து விழித்துப் பார்க்கிறார்கள். உடல் குன்றுகிறது.

"சரியாக உட்கார் பாபு."

ரிக்ஷா நகர்வதே சிரமமாயிருந்தது, கடலை நோக்கிச் செல்லும் நதிகளைப் போல ஜனவெள்ளம் உராய்ந்தும் முந்திக்கொண்டும் சுழியிட்டும் நகர்ந்துகொண்டிருந்தது.

டாக்டர் கடுமையான மாத்திரைகளை எழுதிக் கொடுத்து விட்டார். அங்கிருந்து திரும்பி வரும்போது சாரி சாரியாக ஜன வெள்ளம் இன்னும் கடற்கரையை நோக்கி ஊர்ந்து கொண்டிருந்தது. உலகத்து ஆறுகளெல்லாம் கணவனான கடலைத்தான் இறுதியில் அடைகின்றன. எந்த தேவனுக்கு வணக்கம் செய்தாலும் அது கடைசியில் பரம்பொருளைத்தான் அடைகிறது என்று தினமும் சொல்லுகிற செய்யுள், பாபுவின் மனதில் ஒலித்தது. ஜுரத்தின் அயர்ச்சியாலோ அல்லது பக்கத்தில் அவள் அவ்வளவு நெருக்கமாக உட்கார்ந்திருப்பதோ என்னவோ, அந்த ஜனத்திரள் புதிய ஸ்வரங் களை, அவன் உள்ளத்தில் எழுப்பிற்று. புதிய பொருட்கள் அங்கு தொனிப்பது போலிருந்தது. நான் எங்கே போய்க்கொண்டிருக்கிறேன்? இவள் எங்கே போகிறாள்? என் பக்கத்தில் உட்கார்ந்து அயர்ந்த என் உடம்பைப் பிடித்துக்கொண்டு வரும் இவள், எங்கே சென்று கொண்டிருக்கிறாள்?

ரிக்ஷா அகலமாகவும் இல்லை. இரண்டு பேரையும் நன்றாக நெருக்கியிருக்கிறது. எதற்காக நெருக்கியிருக்கிறது? இந்த ஸ்பர்சத்தில் உடல் மட்டும் இல்லை, வேறு ஒன்றும் இருக்கிறது என்று காண்பிக்கவா? அவளை அழைத்துக்கொண்டு நந்தமங்கலத்திற்குக் காரில் போன போதும் இப்படித்தானே போனோம். ஆனால் அப்போது நாம் நினைத்த விண் மட்டும் இல்லை, மண்ணும் இங்கு இருக்கிறது என்று அவன் உடல் ஒரு அச்சத்தையும் துணிவையும் கொடுத்தது. அதே நெருக்கம் இப்போது ஏன் இந்த எண்ணங்களை இடம் மாற்றிப் போட்டிருக்கிறது?

ரிக்ஷா ஏதோ கார் குறுக்கே போவதற்காக இடம்விட்டு இரண்டு மூன்று கணம் நின்றது.

பஸ்ஸும் ரிக்ஷாக்களும் கூட்டமும் மண்டிய தெருவில் கோயில் தூண்களும் அகல் விளக்குகளும் எழுந்தன. யமுனா தூணில் தலையை நிமிர்த்திச் சாய்த்து கேட்கிறாள். மங்கள் வாடியி லிருந்து வந்த பாடகனும் அவன் பிள்ளையும் பாடுகிறார்கள். கீழே ஐந்து நிமிஷம் உலாவ விட்டு, மேல் ஷட்ஜமத்தைப் போய்ப் பிடித்து ஒரு நிமிஷம் விடாமல் கார்வை கொடுக்கிறான். எவ்வளவு நீளமான கார்வை. அதுவும் இரண்டு குரலும் சேர்ந்து கொடுக்கிற போது இறங்கி இறங்கி அவன் மேல் ஷட்ஜமத்தைத் தொடுகிறான். இந்த கால் ஸ்வரம் அரை ஸ்வரம் எல்லாம் எவ்வளவு சுத்தமாகப் பேசுகிறது! திடீர் என்று பிசிறு இல்லாமல் பிரயத்தனமில்லாமல் மூன்றாவது ஸ்தாயியின் தைவதத்தையும் நிஷாத்தையும் எட்டுகிறான்.

விடுகிறான். மீண்டும் எட்டி அதிலேயே நிற்கிறான் ... இல்லை ... அவர்கள் மனிதர்களாக இருக்க முடியாது. உடலும் சட்டையும் மண்ணில் பிறந்தவைதான். ஆனால் குரலால் ரசவாதம் செய்தோ என்ன செய்தோ அவர்கள் அதிமானிடர்கள் ஆகிவிட்டார்கள். நம்மைப் போல தின்னலாம், நடக்கலாம், பேசலாம். ஆனால் சுருதியின் மர்மத்தைக் கண்டுபிடித்து, மண்ணினின்று எழுந்து விட்டார்கள். விண்டு வந்த ஜீவன் பரம்பொருளுடன் ஐக்கியமாவது போல, சுருதியும் அவர்களுடைய குரலும் ஐக்கியமாகிவிட்டன.

நாகேச்வரன் கோயிலில் கேட்ட குரல் இன்னும் அந்த சுருதி லயத்துடனும் கனத்துடனும் கார்வையுடனும் அவன் காதில் பொழிந்துகொண்டிருந்தது. மேல் ஷட்ஜமத்தில் நின்ற அந்தக் கார்வைக்கு ஸ்தாயிக்கு ஏற்றாற்போல் அவன் தலையும் சற்று மேலே நிமிர்ந்திருந்தது.

"ஆகா" என்று அவனறியாமல் வாயில் வந்தது.

"என்ன பாபு?"

"..."

"பாபு."

"ம்?"

"என்ன?"

அவன் பதில் யோசிப்பதற்குள் ஹோட்டலிலிருந்து ஒரு குரல் பாடுவது கேட்டது. பாபு முகத்தைச் சுளித்துக்கொண்டான்.

"தலையை வலிக்கிறதா?"

"தலையை மாத்திரம் இல்லை. மனசுகூட வலிக்கிறது. ஏன்? இன்பம் துன்பம் எல்லாம் பாதிக்காத ஆத்மா என்கிறார்களே, அதைக்கூடப் போய் சுருக்சுருக்கென்று குத்துகிறானே ... ஹய்யோ ... மறுபடியும் பார் ... ராமா ராமா ..."

"புரியாததை எல்லாம் என்னிடம் சொல்லி என்ன பண்ணு கிறது?" என்றாள் யமுனா.

"புரியாமல் இராது. இருக்கவே இருக்காது. அன்னிக்கி கோயில்லெ பாடினாரே ... மங்கள்வாடியிலிருந்து வந்திருந்தாரே. அதைக் கொஞ்ச நேரம் ஞாபகப்படுத்திப் பார். இதையும் கேட்டுப் பார். புரிகிறதா இல்லையான்னு தெரியும்."

"தெரு திரும்பியாச்சு. சத்தம் தேஞ்சு போச்சு."

"நன்றாகச் சொன்னாய். சத்தம்தான். மகாபாவிகள். சங்கீதம் சங்கீதம்னு சங்கீதத்தினாலேயே பிழைக்கறானுகள். ஆனா, கசாப்புக்

கடைக்காரன் ஆட்டைக் கொலை பண்ணித் தொங்கவிட்டு வியாபாரம் பண்ணுகிறாப்போல, சுருதியைக் கண்டம் கண்டமாக் கழிச்சுத் தொங்க விட்டுன்னா காசு சம்பாதிக்கிறானுகள்."

"பாபு, உடம்பு சரியாயில்லே உனக்கு. கையை மூடிண்டு இப்படி ஆத்திரப்படாதே. நிதானமாயிரு."

"பின்னே பாரேன்."

"பேசாம இரேன்."

யமுனா அவனை அழுத்திப் பிடித்துக்கொண்டிருந்ததை உணர்ந் தான் அவன். ரிக்ஷா வீட்டு வாசலில் நிற்கிறவரையில் அவன் பேசவில்லை.

படுக்கையில் படுக்க வைத்துப் போர்த்திச் சிறிது நேரம் ஆனபிறகு "யமுனா, நான் ஏதாவது சப்தம் போட்டேனா என்ன?" என்றான் அவன்.

"கொஞ்சம் வேகமாகத்தான் பேசினே ... ஜுர வேகம்தான்."

"ம்ஹ்ம். ஜுரமும் இல்லை. வேகமும் இல்லை. நான் அவன் பாட்டில், அந்த சமுத்ரத்திலே திளைச்சிண்டிருந்தேன். இந்த அபஸ்வரம், அம்மாவையே கொலை பண்ணுகிற இந்தக் கிராதகன் போடற சத்தம் என்னை ஒரு நிமிஷம் என்னமோ பண்ணிவிட்டது."

"திடீர்னு அந்தப் பாட்டு எங்கே ஞாபகம் வந்தது?"

"என்னமோ பழசெல்லாம் நினைச்சிண்டே வந்தேன்."

"இப்ப ஒன்றும் நினைக்க வாண்டாம். கொஞ்ச நேரம் தூங்கு."

"தூங்கணுமோ என்னவோ, கண்ணை மாத்திரம் திறக்கத்தான் முடியவில்லை ... ம் ... வெளிச்சத்தையும் பார்க்க முடியவில்லை."

"கண்ணை மூடிக்கிட்டாவது படுத்திரு. நல்லாப் போர்த்தி விடறேன்" என்று போர்வையை நன்றாக இழுத்து, கழுத்து வரையில் போர்த்தி, காலிரண்டையும் தூக்கிப் போர்வையை அடியில் விட்டு, "கொஞ்சம் கீழே போயிட்டு வந்திடறேன். நல்லா தூங்கு" என்றாள் யமுனா.

"புறப்பட்டுப் போயிடுவியா?"

"இங்கேயேதான் இருக்கப் போறேன். கீழே போயிட்டு வந்திடறேன். வந்ததே புடிச்சு வீட்டுக்காரங்க கூட பேசவே இல்லை."

"அப்படியே, சாப்பிட்டு வந்துவிடேன். பர்சை எடுத்துண்டு போ."

"லைட்டை அணைச்சிட்டுப் போகட்டா?"

"ம்."

ஸ்விட்சை மேலே தள்ளிவிட்டு "தூங்கறியா? சும்மா அலட்டிக்கிட்டே இருக்காதே ... ம்?"

"ம் ..."

யமுனா கீழே இறங்கிப் போவது தெரிந்தது.

டாக்டர் தூக்கத்துக்கும் சேர்ந்து மருந்து கொடுத்து விட்டாரோ, என்னவோ ... கண்ணை அமட்டுகிறது.

○

விழிப்புக் கொடுத்தது. விளக்கு எரிந்துகொண்டிருக்கிறது. யார் அது? யார் உட்கார்ந்திருக்கிறது?

பாபு மலங்க மலங்க விழித்தான். பாலூர் ராமு பக்கத்தில் உட்கார்ந்திருந்தார்.

"இப்ப எப்படியிருக்கு?"

"ஜுரம்தான் ... நீங்க எப்ப வந்தேள்?"

"இப்பதான் வந்தேன். அசையவாண்டாம். அப்படியே படுத்துங்கோ."

"இப்பதான் வரேளா, மணி என்ன?"

"ஒன்பதரையாகப் போறது ... ஒன்பது மணிக்குக் கச்சேரி முடிஞ்சுது. நேரே இப்படி வந்தேன். பையன் சொன்னான் ஜுரம்னு."

"நான் இன்னிக்கி கொடுத்து வைக்கவில்லை."

"ஆமாமா. பெரிய அம்ருதம்னா தவறிப் போயிடுத்து! நீர் என்னமோ ... என்னதினாலோ திடீர்னு ... வெதர்தான் எல்லோரையும் சிரமப்படுத்தறது ..." என்று தொட்டுப் பார்த்தார் ராமு.

"ஜுரம் விட்டிருக்காப்பல இருக்கே. வேர்த்திருக்கே" என்றார். புழுக்கமாகத்தான் இருந்தது. காலை மூடியிருந்த போர்வையை உதறித் தள்ளிவிட்டு, வேட்டியைச் சரிப்படுத்திக்கொண்டு உட்கார்ந்தான் பாபு.

கால் மணி நேரம் பேசிக்கொண்டிருந்தார். நல்ல கூட்டமாம். ஆனால் பாபு வராமலிருக்க நேர்ந்தது ஏமாற்றமாகத்தான் இருந்ததாம்.

"கச்சேரிக்கு வரமுடியாதது மாத்திரம் இல்லை ... டாக்டர் வீட்டுக்குப் போய் வரபோது ஹோட்டல்லெ வச்சிருக்கிற ஸ்பீக்கர் லேர்ந்து ஒரு அபசுருதி வந்தது பாருங்கள் ... சுருதியிலே சேரப்படாதுன்னு சபதம் பண்ணிண்டாப்போல ஒரு பாட்டு."

"ஞாயிற்றுக்கிழமை. அதுக்கு லீவு கொடுத்திருப்பர்."

"இல்லை வாரம் ஏழு நாளும் லீவு கொடுத்துவிட்டாற் போலிருந்தது... இதைப் பற்றி வயித்தெரிச்சல் தீர உங்களோட பேசணும் ஒரு நாளைக்கு..."

"உடம்பு தேறட்டும். வாங்கோ பேசலாம்."

"பேசினால் போதாது. பெரிய சண்டைக்கு ஆரம்பிக்கணும். இப்படியே விட்டு விடப்படாது."

"இந்தச் சண்டைக்குச் சாதாரண பலம் போதாதுய்யா."

அவர் போகும்போது ஒன்பதே முக்கால் ஆகிவிட்டது. "பாதக மில்லை" என்று சொல்லிக்கொண்டே மாடிப்படி வரையில் போய் அவரைக் கொண்டுவிட்டு வந்தான் அவன்.

அவர் போன பிறகு யமுனா கஞ்சியை எடுத்து வந்தாள். வீட்டுக்காரரும் வந்து சேர்ந்தார். உடம்பைத் தொட்டுப் பார்த்து ஜுரம் விட்டிருப்பதைப் பார்த்து தூங்கச் சொல்லிவிட்டுக் கீழே போனார் அவர். மறுபடியும் வந்தார். கையில் ஒரு கித்தான், ஜமக்காளம், தலையணை.

"நீங்களும் இங்கேயே படுத்துங்கம்மா. ராத்திரி ஏதாவது வேணும்னா, வெந்நீரோ மருந்தோ – எழுப்பிக் கொடுங்க."

"நான் வந்து எடுத்துக்கமாட்டேனா படுக்கையை?"

"பரவாயில்லை... சார். தூங்குங்க. ஜுரம் இல்லேன்னு, ஏதாவது புஸ்தகத்தை எடுத்துக்காதீங்க... என்ன?"

"இல்லை."

"துப்புரவா ஓய்வு வேணும் இப்ப, ஆமாம்" என்று சொல்லி விட்டுக் கீழே போனார்.

யமுனா படுக்கையை உதறி, தலையணையைத் தட்டி விட்டுப் போட்டுக்கொண்டாள்.

"லைட்டை அணைத்துவிடலாமா?"

"ம்."

யமுனா பித்தானைத் தட்டிவிட்டுப் போய்ப் படுத்துக் கொண்டாள். இருளாக இல்லை. வெளியே வெள்ளி பூசியிருந்தது நிலவு. உள்ளே இருப்பவற்றைப் பார்க்க முடிந்தது. மேஜை, கடுதாசிகள், சட்டை மாட்டியில் தொங்கிய துணிகள், அலமாரியில் டிக்கிடும் கடிகாரம், நாற்காலி – எல்லாம் கண்ணுக்கு ஓரளவு தெரிந்தன. அவள் படுத்திருப்பதும் தெரிகிறது. என் பக்கம் ஒருக்களித்துத்தான் படுத்திருக்கிறாள். தலையணை போதாதென்று இடது கையை வேறு அதிகப்படி உயரத்திற்கு வைத்துக்கொண்டிருக்கிறாள் போலிருக் கிறது. கண் மூடியிருக்கிறதா திறந்திருக்கிறதா தெரியவில்லை. என்னைப் பார்த்துக்கொண்டிருக்கிறாளா?

தி. ஜானகிராமன்

"யமுனா!"

"ம்."

"தூங்கிவிட்டியா?"

"இல்லையே."

"மணி என்ன ஆகிறது?"

"பத்து இருக்கும்."

"மருந்து ஒரு டோஸ் சாப்பிடலாமா?"

"அடேடே, மறந்தே போயிட்டுதே. நாலு மணிக்கப்பறம் சாப்பிடச் சொன்னாரே!" என்று எழுந்தாள்.

"லைட்டைப் போட வாண்டாம். கண்ணைக் கூசுகிறது."

யமுனா மேஜை மீதிருந்த மாத்திரைப் பொட்டணத்தையும் மருந்து பாட்டிலையும் எடுத்து அருகே வந்தாள். பொட்டணத்தைப் பிரித்து ஒரு மாத்திரையை அவன் கையில் கொடுத்து, பாட்டிலைத் திறந்து வாயில் மருந்தை ஊற்றினாள். கார்க்கை மூடி மறுபடியும் போய்ப் படுத்துவிட்டாள்.

"படுத்துவிட்டாயா?"

"ஏதாவது வேணுமா?"

"வாண்டாம்."

என்ன சொல்கிறது என்று தெரியவில்லை.

கீழே வீட்டுக்காரர் சம்சாரம் பேசும் குரல் கேட்கிறது எதிர் சாரியில் யாரோ இரண்டு பேர் பேசுகிறார்கள். நிலவொளியில் வெண்மை பூண்ட மேகங்கள் கப்பல் கப்பலாக விம்மிக்கொண்டிருந்தன.

படபடவென்கிறது மார்பு. எழுந்துகொள்ளட்டுமா? எழுந்து உட்கார்ந்தான் அவன். குதிரை வாலைப் போல மேகம் கிழக்கே பூசிக்கிடந்தது. வில்லடித்த பஞ்சுப்படலம் ஒன்றின்மீது சந்திரன் வேகமாக ஓடிக்கொண்டிருந்தது. வலையில் படாமல் ஓடுவதுபோல.

தெரு விளக்குகள் சட்டென்று அணைந்தன. நிலாக்காலம். விளக்கை அணைத்துவிட்டார்கள் போலிருக்கிறது.

பாபு திரும்பிப் பார்த்தான். முன்னைப் போலவே ஒருக்களித் திருந்தாள் அவள். இடது கையும் அப்படியே அண்டக் கொடுத்திருந்தது.

இன்னும் வீட்டுக்கார அம்மாள் பேசுகிற குரல் கேட்கிறது. அவள் தூங்கட்டும். "ம்ம்" என்று பத்து வார்த்தைக்கு ஒரு வார்த்தை யாகப் பதில் சொல்லுகிற அவரும் தூங்கட்டும் ... எதிர்த்த சாரி பேச்சு நிற்கட்டும். உலகம் எல்லாம் தூங்கட்டும் ... பிறகு ...

மோக முள்

இந்தப் பேச்சொலிகளே பாதுகாப்பு இல்லையா? எல்லா வற்றையும் மறைத்து முழுக முழுக அடிக்கத்தானே இந்த ஒலிகளும் அரவங்களும்... பாபு எழுந்தான். அடிமேல் அடி வைத்தான். தெற்கு ஜன்னல் பக்கம் நடந்தான். மெதுவாக மண்டியிட்டான். உட்கார்ந்து விடவில்லை. முழங்கால் மடியும்போது மளக் என்று நரம்பு சொடுக்குகிறது.

அவள் தலையைக் கோதினான். காதோடு பேசுகிற குரலாகச் சொல் கம்மிற்று.

“தூங்க வரதா?”

“இல்லையே.”

“அங்கே வாயேன்.”

“எங்கே?”

“ஜில்லென்கிறது இங்கே. அங்கே வந்துவிடேன். எனக்கு இங்கே உட்கார முடியவில்லை. கால் ஜிலீர் என்கிறது/”

அவள் எழுந்தாள்.

பாபு படுத்துக்கொண்டதும் பக்கத்தில் உட்காாந்தாள். பொட்டைச் சற்று அழுத்தினாற்போல விரலால் தடவிவிட்டாள்.

லொட லொடவென்று சைக்கிள் ரிக்ஷா ஒன்று போய்க் கொண்டிருந்தது.

அம்மாடா! தலையை வலிக்கவில்லை. ஆனால் இந்தத் தடவலும் விரலின் லேசான அழுத்தமும் வேண்டித்தானிருக்கின்றன. அவனுடைய கை கூசிக்கொண்டு, அவள் கால்மீது பட்டுக்கொண்டு கிடந்தது. சற்றுக்கழித்து புரண்டு, அழுத்திக் கூச்சத்தைத் தெளிவித்துக்கொண்டது.

திடீர் என்று, பொட்டைத் தடவியவளின் புஜத்தைப் பற்றி இழுத்ததும், அவளும் வேரற்றுப்போய், விழக் காத்திருந்ததுபோல அவன்மீது சாய்ந்துவிட்டாள்.

“வேண்டாம்.”

“என்ன வேண்டாம்?”

“உடம்பு சரியாயில்லை உனக்கு.”

“இப்ப ஒண்ணுமில்லை உடம்புக்கு. ஜுரம் விட்டுவிட்டது.”

“பச்சைக் குழந்தை மாதிரி பேசறயே.”

“நிஜமாகவே சொல்லுகிறேன். எனக்கு இப்போது ஜுரம், குளிர், ஒன்றுமில்லை.”

“ஒன்பது மணிவரையில் ஜுரமடிச்சிருக்கு, மருந்து சாப்பிட்டு பத்து நிமிஷம்கூட ஆகலியே.”

"எல்லா ஜுரத்துக்கும் மருந்தாக நீ வந்திருக்கிறாயே."

"ஆமாமா."

"இது அஞ்சு நாள் ஜுரம். எட்டு வருஷமாக, பத்து வருஷமாக ஜுரத்தில் கிடக்கிறேனே."

"என்ன செய்யறது?"

"பத்து வருஷம் என்ன, அதுக்கும் முன்னாலேயே பிடித்து அடிக்கிற ஜுரம் இது."

"தப்பு தப்பா கணக்குப் போடாதே."

"என்ன?"

"அப்பா போய் எட்டு வருஷம்தான் ஆகிறது."

"அதனால் என்ன?"

"அதுக்கப்புறம்தானே ஒரு நாளைக்கு விடியகாலம் பேயறைஞ்சாப்போல வந்து ஊஞ்சல்லெ உட்கார்ந்திருந்தே. என்னன்னு கேட்டேன். பொம்மனாட்டி மாதிரி அழுதுண்டே விறுக்குனு எழுந்து வாசல்லெ போனியே."

"ஆமாம் யமுனா, பொம்மனாட்டி மாதிரிதான் இருந்தேன். எனக்கு ஒன்றும் தெரியாது. ஆனால், எங்கேயோ தொத்திண்டிருக்கிற கம்பியிலே இடிமின்னல் இறங்குவது போல அது வந்து இறங்கி, என்னை ஸ்தம்பிக்க அடித்துவிட்டது."

"அதுக்கப்புறம் நீ எங்கிட்ட வந்து பயந்து பயந்துண்டு நாலு பக்கமும் பார்த்துண்டு, ஏதோ திருட்டு சாமானைத் திறந்து காண்பிக்கிறாற்போலக் குழறினே."

பாபு சிரித்தான்.

"எட்டு வருஷம் ஆகிறது" என்றாள் யமுனா. "நானும் விட வில்லை. எத்தனை நாளா இப்படி புத்தி போச்சு என்று கூடக் கேட்டேன். நாலஞ்சு மாசம் என்கிறாற்போல்தான் நீ சொன்னே."

"இல்லை யமுனா. அப்போது எனக்கே தெரியவில்லை. ஆனால், எட்டு வருஷம் அதைப்பற்றி யோசித்துவிட்டேன். நான் பள்ளிக் கூடத்திலே படிக்கிறபோது, வீட்டுக்கு வருவியே உங்க அம்மாவோட நீ. ஏதோ ஒரு நாளைக்கு உங்க ரண்டு பேரையும் உட்கார வைத்துவிட்டு, அந்த இடத்திலே நிற்க முடியாமல் கூடத்திற்கு ஓடி வந்துவிட்டேன். உங்கம்மா பிடித்துப் பிடித்து இழுத்தாள். நான் திமிறிக்கெண்டு ஓடினேன். உன்னைப் பார்க்கப் பயந்துகொண்டே நான் ஓடினேன். அப்புறம் பல தடவை அதுமாதிரி பிய்த்துக்கொண்டு ஓடியிருக்கிறேன்."

"தெரியும்."

மோக முள்

"அப்போதிருந்து இந்த உடம்பு வந்துவிட்டது என்று நினைக்கிறேன். அப்புறம் நீங்கள் கும்பகோணத்துக்கு வருகிறவரையில் நான் உன்னை நேராகப் பார்த்ததுகூட இல்லை."

"நான் நிறையப் பார்த்திருக்கிறேன்."

"பின்னே என்ன?"

"எனக்கு நினைக்க நினைக்க ஆச்சரியமாயிருக்கிறது. அத்தனை வருஷமாகவா?"

"ஆமாம்."

"பெண் பார்க்க வந்த மாப்பிள்ளையை அழைத்து, உபசாரம் எல்லாம் பண்ணினாயே."

"கடைசியில் சண்டையும் போட்டேன்... அவர் வந்ததே என் கோபத்தைக் கிளறி விட்டுவிட்டாற்போலிருக்கிறது."

"சும்மா இரேன், இந்த உடம்போடு" என்று கையிரண்டையும் எடுத்துவிட்டு எழுந்தாள் அவள். மார்பிலிருந்து பாரம் எழுந்ததில் பெருமூச்சு விட்டான் அவன்.

யமுனா அறையை விட்டு வெளியே சென்று, தாழ்வாரத்தின் கட்டைச் சுவரோரமாகக் கிழக்கே பார்த்துக்கொண்டு நின்றாள். நிலவொளியின் சூழ்வில் அவளுடைய மெல்லிய தலைமயிர் கிரணக் கற்றையாகப் பரந்திருந்தது.

சுவர்க்கோழி கத்திக்கொண்டிருந்தது. வீட்டுக்கார அம்மாள் இன்னும் பேசிக்கொண்டிருக்கிறாள். பஸ்ஸின் ஹார்ன் சப்தம் தொலைவில் கேட்கிறது.

பாபு எழுந்தான். தாழ்வாரத்தில் போய் நின்றான். கிழக்கே பார்த்தான். பட்டையடித்த கரும் பஞ்சின் பின்னால் முக்கால் சந்திரன் ஓடிக்கொண்டிருந்தது. திடீரென்று சந்திரன் நின்று மேகம் நகர்ந்தது. மீண்டும் ஒரு நிமிஷம் கழித்து சந்திரன் மேகத்திற்குள் ஓடிற்று. ஒளி மங்கி அங்கும் இங்கும் நாலைந்து விண்மீன்கள் இமைத்துக்கொண்டிருந்தன. வெள்ளமாக வந்து முழுக அடித்து ஒளிக்கடலை எதிர்த்து நீந்தித் தலை தூக்கி நின்றன அந்த நட்சத்திரங்கள்.

'மனசை யோசிக்க விடுவதில் பல ஆபத்து இருக்கிறது' என்று அந்த நட்சத்திரங்கள் குரல் கொடுப்பது போலிருந்தது.

"உள்ளே வாயேன்."

யமுனா பதில் பேசவில்லை. கிழக்கே வானைப் பார்த்துக் கொண்டு நின்றாள்.

"உள்ளே வாயேன்."

விரலைப் பிடித்து இழுத்த பிறகு திரும்பி, உள்ளைப் பார்க்க நடந்தாள் அவள்.

"என்ன பாபு இது?"

"எதுக்காக அங்கே போய் நிற்கிறாய்?"

"நிலா காய்கிறது. குளுகுளு என்றிருக்கிறது. வெளிச்சமாயிருக்கிறது."

"இங்கேயும் வெளிச்சமாயிருக்கிறது."

"உடம்பு உனக்கு சரியாக இல்லை."

நிலைக் கதவையும் அடுத்திருந்த ஜன்னல் கதவுகளையும் சாத்திவிட்டு வந்தான் பாபு.

"என்ன பாபு இது?"

"ஒன்றுமில்லை."

"நான் சாயங்காலமே புறப்பட்டுப் போயிருக்கணும்."

"போயிருந்தால் ஜுரமும் ஜாஸ்தியாயிருக்கும் . . . நீ புறப்பட்டிருந்தாலும் வீட்டுக்காரர் உன்னை விட்டிருக்கமாட்டார்."

"நல்லவங்களை இப்படி ஏமாத்தலாமா?"

"ஏமாற்றுகிறதென்ன?"

"அவர்தானே சொன்னார், உன்னை இருக்கச்சொல்லி."

"இருக்கத்தான் சொன்னார்."

"ஏமாற்றச் சொல்லவில்லை என்கிறாயா? எதுக்காக இப்படி ஓயாம பேசிண்டிருக்கே. பேசாமல், வார்த்தையே வராமல் இந்த வாயை அடைச்சால் என்ன?"

அப்புறம் அவள் பேசவில்லை.

இருளும் சிறு ஒளியும் குழைத்த மௌனம் அந்த அறையில் இரவு முழுவதும் காவல் காத்தது. தூக்கம் அறைக்குள் வராமல் சூடும் உணர்வும் காவல் காத்து நின்றன. சந்திரன் மேற்கே வெகு தூரம் போய்விட்டது போலிருக்கிறது. சிறிது விழுந்திருந்த எதிரொளியை இரவின் இருள் மெல்ல மெல்லக் கவ்விக்கொண்டிருந்தது. அறையிலிருந்த பொருட்கள் முன்னைப்போல் அவ்வளவு தெளிவாகத் தெரியவில்லை. கடிகாரம், மருந்துபாட்டில், நாற்காலியின் முதுகில் போட்டிருந்த புடவை, மேஜை மீதிருந்த புத்தகங்கள் திட்டு விழுந்தாற் போல் தெரிந்தன.

ஊர் எல்லாம் அடங்கிக் கிடந்தது. நடு நிசியில் தெருவில் நடமாடும் ஒன்றிரண்டு ரிக்ஷாக்கள்கூட உறங்கச் சென்றுவிட்டன.

எதிர் வீட்டுக் குழந்தையும் நடுநிசிக் கத்தலைக் கத்தி வெகு நேரமாகிவிட்டது.

உலகெல்லாம் தூங்குவது போலிருந்தது.

இங்கு, விழிப்பின் மடியில் உணர்வு துள்ளிக்கொண்டிருந்தது. உலகத்து மலைவெளிகளில் உள்ளம் ஏறித் தனிமையின் ஆட்சியை அருந்திக்கொண்டிருந்தது. குகையும் சிகரங்களும் நிறைந்த மலைவெறியின் தனிமையில், ஆழ்ந்த மறதியும் தன்மயமும் தோன்றுகின்றன. யாரும் புகுந்து வாழ முடியாத தனிமை, நமக்கு மட்டும் படைக்கப்பட்ட தனிமை என்று ஒரு நிச்சயம், ஒரு உவகை படர்கிறது. வேறு யாரும் காணாத காட்சி இது; தொலைவில், நாட்டில் வாழ்பவர்கள் ஆனந்தத்தின் உண்மையறியாதவர்கள், வயிறு வளர்க்கும் அன்றாடங் காய்ச்சிகள் என்று உள்ளம் தன் தனிமையில் நினைக்கிறது.

சந்திரன் மறைந்ததற்கும் காலை நரைக்கும் உள்ள இடையில் இருள் சூழ்ந்தது. முழுகிக் கிடந்த விண்மீன்கள் வெள்ள வடிவிற்குப் பின் உயிர்த்து எழுந்தன. களைப்பையும் ஓய்வையும் கொண்டு கொட்டின. தூக்கம் இமையை அழுத்திற்று.

கண்ணைத் திறந்தபோது யமுனா பக்கத்தில் நின்றுகொண்டிருந்தாள். அவள்தான் தட்டி எழுப்பினாள் போலிருக்கிறது.

“எழுந்துக்கல்லே இன்னும்?” என்று கேட்டாள் அவள்.

வெயில் உள் சுவர்மீது விழுந்திருந்தது.

“மணி எட்டாகப் போறது” என்றாள் யமுனா.

“எட்டா?”

“சரியாக எட்டு.”

“முன்னாலேயே எழுப்பப்படாதா?”

பதில் வரவில்லை.

“நான் போகணும் பாபு ... நேரமாயிட்டுது. காப்பியை ப்ளாஸ்கில் வைத்திருக்கிறேன். சாப்பிடறியா?” என்று ப்ளாஸ்கை எடுத்து வந்தாள்.

தலையை நன்றாக வாரி முடிந்திருந்தாள் அவள். பெரிய முடிப்பாக, கூந்தல் பிடரியில் தளர்ந்துகொண்டிருந்தது. முகம் நீரில் நனைந்து பளபளவென்று பொலிந்தது. குங்குமப் பொட்டு பளீர் என்று எடுப்பாகச் சிவந்திருந்தது. தேய்த்து அலம்பிய செப்புச் சிலைபோல நின்றாள் அவள். இன்னும் தெய்வச் சிலைகளின் மானிடத்தைக் கடந்த அமைப்புதான் அதில் பொலிகிறது. இந்த வெயில் படும்போது, இந்தக் காலையில் அவளுடைய தூய்மை, மாசுபடுத்த முடியாத தூய்மைபோல் உயர்ந்து நிற்கிறது. இவளுடைய

உயரத்தில், உடலின் மென்மையில் அந்தத் தூய்மையை வெளிப்படையாகக் காட்டும் ஏதோ ஒன்று இருக்கத்தான் இருக்கிறது.

இரண்டு மூன்று விநாடிகள்தான் அவளைப் பார்க்க முடிந்தது. அவள் காப்பியைக் கொடுத்தபோது, தலையைக் குனிந்துகொண்டே, அதை வாங்கிப் பருகினான். அவன் நெற்றியில் உள்ளங்கையை வைத்துப் பார்த்து, "ஜுரம் விட்டிருக்கு" என்றாள் அவள்.

பதில் பேசவில்லை அவன். பேசமுடியவில்லை.

"இன்னும் ரண்டு நாள் கழிச்சு ஆபீஸ் போகலாம். இன்னிக்கும் நாளைக்கும் வேண்டாம். நாளை மறுநாள் போறதுதான் நல்லது" என்றாள் அவள்.

"ம்."

எதிரேயிருந்த நாற்காலியில் உட்கார்ந்திருந்தாள் அவள்.

"உடம்பைப் பார்த்துக்கொள். நான் வரேன். நேரமாகிறது."

"ம்." என்று எங்கேயோ பார்த்துக்கொண்டிருந்தான் பாபு.

"நான் செய்தது சரியா? கடைசியில் ..."

"என்ன?"

"..."

"மணி எட்டாகிவிட்டதே."

"ஆமாம்."

"நான் போக நேரமாகவில்லையா?"

"ம்."

யமுனா எழுந்துவிட்டாள்.

அருகே வந்து நின்றாள். அவன் கையைப் பிடித்தாள்.

"திருப்திதானே?"

"இந்தக் கேள்விக்கு என்ன பதில் சொல்லுகிறது?"

"வருஷக் கணக்காக, எத்தனை வருஷம், எட்டு வருஷமா இல்லை, விவரம் தெரிந்தது முதல், பையனாக இருந்தது முதல் தவிச்சதெல்லாம் இதற்குத்தானே ம்?" யமுனாவின் கை அவன் தலைமயிரைக் கோதிக்கொண்டிருந்தது.

பாபு எங்கேயோ கிழக்கே வெறித்துப் பார்த்துக்கொண்டிருந்தான்.

"என்னைப் பார்த்துச் சொல்லேன்."

பாபு நிமிர்ந்தான்.

மோக முள்

"இதுக்குத்தானே?"

பதில் சொல்ல முடியாமல் அவள் முகத்தைச் சற்றுப் பார்க்கத் தான் முடிந்தது. தொடர்ந்து பார்க்கவும் முடியாமல் திரும்பிக் கொண்டான். அந்தப் புன்னகையில் காலத்தின் சாம்பல் வெளிறிச் சிரித்தது – கடந்த காலத்தின் சாம்பல். அம்பு பாய்ந்த உயிரின் சிரிப்பு ஒளிர்ந்தது. நிலைத்து நின்ற விண்மீன்கள் பெயர்ந்து உதிர்ந்த குலைவு கிடந்தது.

"இதுக்குத்தானே?"

"..."

"சொல்லேன்."

"ஏன் இப்படிக் கேட்கிறே?"

"சொல்லேன்."

"இதுக்குப் பதில் சொல்லித்தான் ஆகணுமா?"

"சொல்லு."

"இப்போது சொல்ல முடியாது போலிருக்கிறது."

"நான் சொல்லட்டுமா?"

"சொல்லேன்."

"இதற்குத்தான்."

"காதில் விழுகிறது. இதற்குத்தானா? இதற்குத்தானா?"

"நான் வரட்டுமா?"

"நேரமாகிவிட்டது இல்லையா?"

"ஆமாம். இப்ப போனா, பஸ் கிடைக்கும். அப்புறம் போனால் 'க்யூ'வில் நிற்கணும்."

"சரி" என்று எழுந்தான் பாபு.

"அடுத்த ஞாயிற்றுக்கிழமை வரட்டுமா?"

"வரலாம்னு சொன்னால்தான் வரணுமா?"

"ஆமாம்."

கட்டில்காலைக் கால் விரலால் தேய்த்துக்கொண்டே நின்றாள் அவள்.

ஒரு நிமிஷம் ஆயிற்று.

"நான் போகணுமே."

பாபு நிமிர்ந்து பார்த்தான். அவள் முகத்தைப் பார்த்ததும் அவனையறியாமல் சிரிப்பு ஒன்று தெறித்தது. எத்தனையோ வருஷங்களுக்கு முன்னால் பார்த்துப் பழகின அந்தக் கேலி, கண்ணில் பளபளத்துக்கொண்டிருந்தது.

"போயிட்டு வாயேன்."

"நான் கேட்டதுக்குப் பதிலைக் காணோமே."

"ஞாயிற்றுக்கிழமை வரதுக்கா?"

"ம்."

"வாயேன்."

"சரி" என்று சொல்லிவிட்டுத் திரும்பி நடந்து படியிறங்கினாள் அவள்.

பாபுவுக்கு மேலே நடக்க முடியவில்லை. கீழே போக வேண்டும் போல் தானிருந்தது. ஆனால், மனம் பதுங்கிக் கட்டிலை நாடிற்று. ஒரு நிமிஷம் உட்கார்ந்தான். நிலைகொள்ளாமல் எழுந்தான். தாழ்வாரத்தில் கட்டைச் சுவர் ஓரமாக நின்று தெருவைப் பார்த்தான். இன்னும் கிளம்பவில்லை போலிருக்கிறது. போய்ப் பாரேன். பார்க்க லாமா?

மெதுவாக நடந்து அவன் கீழே போவதற்கும், வீட்டுக்காரம்மாள் பின்னால் வர, அவள் வெளியே வருவதற்கும் சரியாயிருந்தது.

"வரட்டுமா பாபு?"

"ம்."

"உடம்பு எப்படிங்க இருக்கு?"

"தேவலை. ராத்தரி விட்ட ஜுரம்தான். திரும்பவில்லை."

"அதுதான். அம்மா வந்தாங்க. விட்டுப் போயிடிச்சு. அதான் எப்பவும் நம்ம மனுசங்க இருக்கணும்கிறது. ஆயிரம் இருக்கட்டும். நம்மவங்கன்னு ஒருத்தர் இருக்கிறாப்பல இருக்குமா?"

"அசலாருங்க கடைசிவரையில் செஞ்சுப்பிட்டா, எல்லாம் சரியானப்புறம், நம்ம ஜனங்க வந்து நல்ல பேரு வாங்கிக்க வருவாங்க" என்று சிரித்தாள் யமுனா.

"ஆமாமாம்... நீங்க வராட்டி இப்படி எழுந்து நடக்கமாட்டாங்க. நான்தான் சொல்றேனே."

"சரி, அப்படியே இருக்கட்டும்... வரட்டுமா?"

"வாங்க."

இதற்குத்தானா?

மோக முள்

அவளே பதிலும் சொல்லிவிட்டாள். இதற்குத்தான். இதில்லாம லேயே இருந்திருக்க முடியாதா?

கடந்துபோன ஆண்டுகளிலும். ரங்கண்ணாவின் பேச்சுகளிலும் தந்தையின் பேச்சகளிலும் ராஜம் பேசிய சொற்களிலும் விடை தேடினான் அவன். அன்று நிலவில் சுழித்து ஓடிய ஆற்று நீரின் முன் படிக்கட்டில் அமர்ந்து வைத்தி சொன்னதெல்லாம் ஒலித்தது. ரங்கண்ணா சொன்னவை ஒலித்தன. காவிரியின் மணலிலும் பார்க்கிலும் ராஜம் காது கேட்கச் சிந்தித்த நினைவுகள் ஒலித்தன. வைத்தி அவன் கற்பனையில் உருவாக்கிய மனிதன் ராஜுவின் நினைவு கண்ணில் நின்றது.

'இதற்குத்தானா?' என்று கேட்ட புன்னகைக்கு என்ன அர்த்தம்? – இதற்குத்தான் என்று நானே சொல்லிவிடுவதாக நீ சொன்னது மனப்பூர்வமாகச் சொன்னதா? இல்லை, வெறும் கேலிக் குரலா?

கேலிதான். முப்பத்தெட்டு வருடம் மனிதன் நாடாத, நாட முடியாத பிரதேசத்தில் வளர்ந்து நின்ற செடிக்கு அர்த்தம் என்ன? லட்சியம் என்ன? கடைசிவரையில் யாரும் நாடாமல் இருப்பதுதான். யார் கண்ணிலும் படாமல் இருப்பதுதான். அதுதான் வெற்றி. ஓங்கி நிற்பதுதான் வெற்றி. இப்போது ஏன் வளைந்து கொடுத்தாய் நீ? என்னைப் பார்த்து இப்படிச் சிரிக்கவா? சிரிப்பின் ஒளியில் புரியாத ஒன்றை எனக்குக் காட்டவா?

"என்னங்க? உடம்பு எப்படியிருக்கு?" என்று சிட்டிகை பிரியாத விரல்களைக் காண்பித்துக்கொண்டே வந்தார் வீட்டுக்காரர். இந்த சின்முத்திரை, தட்சிணாமூர்த்தி காட்டிய சின்முத்திரைக்கு மாறாக மூக்குப்பொடியின் சின்னமாக எதிரே நிற்கிறது. வேறு எதையோ பிடித்துக்கொண்டு நிற்கிறது – மூன்றாவது பொருள் ஒன்றை.

ஆபீஸுக்கு இரண்டு நாள் கழித்துப் போகலாம் என்று சொல்லி விட்டு, அவரும் என்னன்னமோ பேசிக்கொண்டிருந்தார். 'போனி'ல் லீவு சொல்ல அவர் இரண்டணா வாங்கிக்கொண்டு போகிற வரையில், அவர் பேசியது ஒன்றிரண்டுதான் அவன் காதில் விழுந்தது.

"இதற்குத்தானா?" – இது என்ன, கூச வேண்டிய ஒன்றா?

உடலைப் படைத்தது உதறி எறிவதற்காகவா? அதுவும் என்னில் ஒரு பகுதிதான். அதுவே எல்லாம் இல்லாமல் இருக்கலாம். அதுவும் ஒரு பகுதிதான். இரட்டைச் சக்கரத்தில் ஒன்று.

ஹ்ம். இதற்குத்தானா என்று நீ சொன்னது உண்மைதான். நீ சொன்னது கேலி இல்லை. உண்மைதான்.

பாபு தலையணைகளை ஒன்றன்மேல் ஒன்றாகத் தலைமாட்டில் நிறுத்திச் சாய்ந்துகொண்டிருந்தான்.

ஆனால் இந்தக் கழிவிரக்கம் உள்ளத்தை ஏன் இப்படிப் பிடுங்கிக்கொண்டிருக்கிறது? நான் செய்தது தவறா? ... தவறில்லை. நீ பணிந்ததுதான் தவறு ... நீ ஏன் இன்னும் எதிர்த்து நின்றிருக்கக் கூடாது?

யாராவது தோல்வியை வேண்டும் என்று அணைவார்களா? தீயில் யாராவது தானாகப் போய்க் குதிப்பார்களா? அன்று மாட்டேன் என்று சொன்னதுபோல இப்போதும் சொல்வதற் கென்ன? ... ராஜம், நீ ஏதாவது சொல்ல முடியுமா? உனக்குத்தான் இதை முதலில் சொல்ல வேண்டும்.

கடுதாசையும் அட்டையையும் எடுத்து வந்து, சாய்ந்த வாக்கில் எழுத ஆரம்பித்தான் பாபு.

"அன்புள்ள ராஜத்திற்கு,

இந்தக் கடிதம் எந்த விதமான எண்ணங்களை உன் மனதில் எழுப்புமோ தெரியவில்லை. ஆனால், எனக்கு உன்னிடம் சொல்ல வேண்டும் என்று தோன்றுகிறது. எழுதுகிறேன். நீ பதில் எப்படி வேண்டுமானாலும் எழுதலாம். எப்படி எழுதினால் என்ன? நடந்து விட்டது.

நாலைந்து நாளாக ஜுரம். நேற்று ஞாயிற்றுக்கிழமை யமுனா வந்தாள், ஜுரம் நேரம் தெரியாமல் வந்துகொண்டிருந்தது. நேற்று இரவு இங்குதான். இந்த அறையில்தான் படுத்திருந்தாள். சென்ற ஞாயிறன்றும் வந்திருந்தாள். அப்போதே, நான் எட்டு வருஷம் கழித்து மீண்டும் கேட்டேன். நான் எதிர்பாராத, எதிர்பார்த்த 'சரி' கிடைத்துவிட்டது.

நேற்று அவள் வந்தபோது என் ஜுரம் போன இடம் தெரிய வில்லை. பழைய ஜுரத்திற்கு மருந்து கொடுத்துவிட்டாள். எந்த உடலைக் கண்டு நான் குனிந்து வணங்கிக்கொண்டிருந்தேனோ, எந்த முகத்தை தெய்வத்தின் முகமாக நான் ஒரு காலத்தில் நினைத்தேனோ ...

ஆமாம், மூன்று ஜாமங்களில் அந்த எண்ணம் மூன்று தடவை இறந்தது.

காலையில் ஏறிட்டுப் பார்க்க முடியவில்லை. அவள் சாதாரண மாகத்தானிருந்தாள். மீண்டும் கோயில் சிலை மாதிரி என் முன் நின்று, "எட்டு வருஷம் தவித்தது இதற்குத்தானா?" என்று ஏழெட்டு தடவை கேட்டாள். எனக்குப் பதில் தெரியவில்லை. அவள் "இதற்குத் தான்" என்று தானே சொல்லிவிட்டுப் போய்விட்டாள். கோயிலி லிருந்த செப்புருவம் உயிர்த்து வந்து சொல்வது மாதிரிதான் இருக்கிறது. அவளுடைய வனப்பே செப்பு விக்ரகத்தின் வடிவுதான். இப்போது முகம் சற்று நீண்டிருப்பதுபோலிருக்கிறது, முகவாய் கூர்ந்திருக்கிறது.

கோயிலில் காண்கிற உலோகச் சிலைதான். தியாகத்தைப் புரிந்து விட்டுச் சிரித்த அந்தச் சிரிப்பு, என்னை என்னமோ செய்கிறது.

உன்னிடம் சொன்னால் தேவலை போலிருந்தது. சொன்னேன்.

மேலே என்ன என்று எனக்குத் தெரியவில்லை ...

உன் குழந்தை, மனைவி யாவரும் நலம் என்று நம்புகிறேன்.

இப்படிக்கு,
பாபு."

கடிதத்தை நாலைந்து முறை வாசித்தான் அவன். உயிரற்ற குரல், சொல்லுக்குத் தவிப்பதுபோலிருந்தது கடிதம். சாயங்காலம் காப்பி வாங்கி வருவதற்காக ப்ளாஸ்கை எடுத்து வந்த வீட்டுக்காரரிடம் கொடுத்து, அதைத் தபாலில் சேர்க்கச் சொன்னான்.

காப்பியைக் கொடுத்துவிட்டு அவர் திருப்பிச்சென்ற பத்து நிமிஷத்திற்கெல்லாம் மாடிப் படியில் செருப்போசையும் பேச்சுக் குரலும் கேட்டது.

"என்னய்யா? உடம்பு எப்படி இருக்கு" என்று கேட்டுக்கொண்டு வந்தார் பாலூர் ராமு. கூட ஒரு சீடன் வந்தான்.

"தேவலை சார். வாங்கோ ..."

○

உடம்பைத் தொட்டுப் பார்த்துவிட்டு "ஜுரம் இல்லை" என்று சொல்லிக்கொண்டே, கட்டிலில் உட்கார்ந்துகொண்டார்.

மனிதர்களைப் பற்றிய முதல் அபிப்பிராயம் அவ்வளவு சரியானது என்று சொல்ல முடிவதில்லைதான். காசு விஷயத்தில் கிண்டாக இருக்கலாம். எத்தனை தடவை வந்துகொண்டிருக்கிறார் மனிதன்!

"இன்னிக்கி அபசுருதி ஒன்றும் கேட்கவில்லை போலிருக்கிறது ... உடம்பு சரியாகிவிட்டது!" என்று சிரித்தார் அவர்.

"ஆமாம் அண்ணா."

"என்ன செய்கிறது? சுருதி முக்யம்தான். அதுக்கு என்ன செய்கிறது? அது லேசிலே வரமாட்டேங்கிறதே. பிரமாதமா பிகு பண்ணிக்கிறது."

"பிகு பண்ணிக்கொள்ளவில்லை அண்ணா. சோம்பேறிகளைக் கண்டால் அதுக்கு ஆத்திரமாயிருக்கு. ஒதுங்கி போயிடறது ... கேட்க முடியவில்லை."

ராமு "த்ஸ" என்று ஒப்புக்கொள்கிறாற்போலத் தலையாட்டி விட்டு, "ஆனால் ..." என்று ஆரம்பித்தார்.

அவர் என்ன சொல்லப் போகிறார் என்று சண்டைக்குத் தயாராக இருந்தான் பாபு.

"நீங்கள் 'ஆனால்' போடுவதைப் பார்த்தால், எதிர்க் கட்சியிலேயே இருப்பதாகத் தீர்மானித்துவிட்டாற் போலிருக்கிறதே" என்றான் பாபு.

"நீர் இன்னும் உம்முடைய கட்சியையே சொல்லவில்லையே . . . அதற்குள் என் கட்சியைப் பற்றி என்ன கவலை? நான் எதிர்க் கட்சி என்று எப்படித் தீர்மானம் செய்ய முடியும்?" என்று பாலூர் ராமு காலைத் தூக்கிக் கட்டில்மேல் போட்டுக்கொண்டார்.

"என் கட்சி என்ன கட்சி! என் வேதனை. என் ஆத்திரம்." என் தாபம் அது."

"சொல்லும். சொல்லிவிட்டு ஆத்திரப்படும்."

"நமக்கு சுருதி சேருவது ஏதோ லாட்டரி சீட்டில் பரிசு விழுகிற மாதிரி இருக்கிறது. வாச்சான் பிழைச்சான் வியாபாரம்! பத்து தடவை முண்டி முண்டிப் பிரயத்னப்பட்டால், ஒரு தடவை அல்பத்தொகை வருகிறதே சூதாடிக்கு. அந்த மாதிரி ஒரு சூதாட்ட மாக நாம் பாடிக்கொண்டிருக்கிறோம்."

"ம் . . . அப்புறம்?"

"நமக்கு சுருதி சேரமாட்டேன் என்கிறது. இப்போது பெரிய வித்வான்கள் என்று சொல்லப்படுகிற எல்லோருக்குமே இந்த அவஸ்தைதான். அதாவது, நல்ல காது என்று படைக்கப்பட்ட எல்லா காதுகளுக்கும் நாராசம் . . ."

"நீர் நிறுத்த வேண்டாம். சொல்லுகிறதை எல்லாம் சொல்லும். அப்புறம் நான் பதில் சொல்லுகிறேன்."

"இல்லை. நீங்களும் கலந்துகொள்ளுங்கள். இல்லாவிட்டால் எனக்கும் சூடு ஏறாது."

"அப்படியா . . ? சரி. யார் யாருக்கு சேரவில்லை?"

"கணேசன், அண்ணாவையங்கார், புல்லூர் அய்யர் ஒருவருக்கும் சேரவில்லை."

"எனக்கு?"

"உங்களுக்குச் சேருகிறது."

"எதிரே இருக்கிறேனே என்று சொல்லுகிறீரா?"

"இல்லை. உங்களுக்கு நன்றாகச் சேர்கிறது. அதனால்தான் அந்த உருக்கம் சாத்தியமாகிறது. நீங்கள் கச்சேரி ஆரம்பித்தவுடனேயே களைகட்டிவிடுகிறது. ஆனால், சுருதியில் நிற்பதற்காக ரொம்ப

சிரமப்படுகிறீர்கள். அதனால்தான் மெதுவாகப் பாட வேண்டி யிருக்கிறது நீங்கள். வேகம் என்று முயலும்போது நீங்களும் இவர்களோடு சேர்ந்துகொள்கிறீர்கள்."

"அப்படியா?"

"ஆமாம்."

"ஒரே ஒரு விஷயம் ஐயா. அண்ணா அய்யங்காருக்கு மேல் ஷட்ஜமம் அவர் பாட ஆரம்பித்த நாளிலிருந்து ஒரு இழை குறைவாகவேதான் இருக்கும். ஆனால், அதுமாதிரி பிடித்தால்தான் ஜனங்கள் கேட்கிறார்கள். அவருடைய சிஷ்யர்கள்கூட அப்படியே குறைத்தே பிடிக்கிறார்கள். அதுதான் அவர்களுக்கும் பிடிக்கிறது."

"அப்படியானால் இன்னும் குறைத்துப் பிடி என்று எல்லா ஜனங்களுமாகச் சேர்ந்து ஒரு மனு எழுதிக்கொடுத்தால், சரி என்று சொல்லிவிட வேண்டும். இல்லையா?"

"உடனே கவிழ்க்கிறீரே!"

"பின்னே நீங்கள் சொல்வதில் அர்த்தம் என்ன? ஜனங்களுக்கு ஒரு அசட்டுத்தனம் பிடித்தால், அதையே செய்ய வேண்டுமா தொடர்ந்து? அவர் மேல் ஷட்ஜமத்தைக் குறைவாகப் பிடிப்பதற்காக அவர்கள் மயங்கவில்லை. அதை மன்னிக்கிறார்கள். அவருடைய பெருமைக்காக, அவருடைய மற்ற விசேஷங்களுக்காக."

"ம் . . . பலே" என்று தலையாட்டினார் ராமு.

"என்ன பலே?"

"அப்புறம் சொல்கிறேன். நீர் சொல்லும்."

"நாம் குரலை லட்சியம் பண்ணவில்லை. பெரிதாக நினைக்க வில்லை. அதற்காக உழைக்கவில்லை. அதை ஒரு பொருட்டாகவே கருதவில்லை. கீழ்க்கிளையில் அதற்குப் பாடுபட்டிருந்தால், உங்கள் வேகமும் பிசிறில்லாமல் இருக்கும். இன்னும் எத்தனையோ பேருடைய குரலும் ரசிகர்களின் முகங்களைச் சுளிக்க வைக்காமல் இருக்கும்."

"ம் . . ."

"அப்புறம் என்ன? அதுதான் என் ஆத்திரம். கணேசன் பிரமாத மாகப் பாடிக்கொண்டிருந்தார். இரண்டு வருஷமாக அவருக்கும் சுருதிக்கும் மனஸ்தாபம். பஞ்சமத்திற்குப் பிறகே அவஸ்தை. அவரே முகத்தைச் சிணுங்கிக்கொள்கிறார். உடம்பு ஆரோக்கியம் எல்லாம் நன்றாகத்தான் இருக்கும். குரலானால் அவஸ்தைப்படுகிறது."

"உடம்பு நன்றாயிருக்கிறதென்றால்?"

"வயசாகவில்லை."

"வயசானால் சுருதி சேராதோ?"

"வயசான நம் வித்வான்களுக்குச் சேரவில்லையே."

"யார் யாருக்கு?"

"இப்ப சொன்ன பெரியவர்களுக்குத்தான்."

"ஆனாலும் அவர்கள் பாட்டை ஜனங்கள் இன்னும் கேட்கிறாப் போலிருக்கிறதே."

"கேட்டால்..? இவர்களுடைய குறை குறையில்லை என்று ஆகிவிடுமா?"

"அது எப்படி ஆகும்?" – நிதானமாகப் பதில் சொல்லிக்கொண்டு வந்தார் ராமு.

"சுருதி தாய் என்று நாம் சொல்கிறோம். ஆனால், அவளை தினமும் சோறு போடாமல் இப்படி தினமும் கச்சேரி கச்சேரியாக இழுத்துப் போய்க் கொலை செய்கிறோம். ஜனங்கள் இதைக் கேட்கிறார்கள் என்றால், அது அவ ருசி; ஹிம்சையைப் பார்த்துக் களிப்பதில் ஒரு ருசி. பாமரனுக்கு, சுவையில்லாதவனுக்கு உள்ள ஒரு சந்தோஷம்... அவ்வளவுதான்."

"அவ்வளவுதானா? இன்னும் இருக்கிறதா?"

"இன்னும் என்ன? நான் சொல்வதைச் சொல்லிவிட்டேன்."

"ஏன் பாக்கியிருந்தால் அதையும் சொல்லிவிடுகிறது!"

"என்ன சொல்லுகிறது? சங்கீதம் என்பது பாடுவதற்கு. பாடுவதற்குக் குரல் வேண்டும். குரலை நாம் ஒரு பொருட்டாகவே எண்ணவில்லை... அண்ணா வீட்டுக்குக் கும்பகோணத்தில் ஏழெட்டு வருஷம் முன்னாடி வந்தீர்களே, ஞாபகமிருக்கிறதா?"

"எப்ப?"

"ஒரு வடக்குத்திப் பாடகர் வந்திருந்தாரே."

"ஆமாம்."

"அதைக் கொஞ்சம் ஞாபகப்படுத்திப் பாருங்கள்."

"ஆமாம் இணையில்லாத குரல். கேட்டாலே உடம்பெல்லாம் சிலிர்க்கிற குரல்..."

"ம்..?"

"ஆனால் அதுமாதிரி எல்லோருக்கும் வாய்க்கிறதா? குரல் இயற்கையின் வரமில்லையா?"

“அப்படி ஒதுக்கிவிடாதீர்கள். அதோடு பல காலம் மல்லுக்கு நின்று வசப்படித்தியிருக்கிறார் அவர்.”

“ஆனால், எத்தனை நேரம் கேட்க முடியும் அந்த சங்கீதத்தை?”

“என் காதில் இன்னும் ஒலிக்கிறது அது. நான் ஆயிரம் வருஷ மானாலும் விடாமல் கேட்கத் தயார்.”

“ஓய், இதைப் பாரும். நீர் கேட்கலாம். என்னால் கேட்க முடியாது.”

“ஏனோ?”

“கனமில்லாத சங்கீதம் ஐயா அது.”

“என்ன? எனக்குப் புரியவில்லையே.”

“நான் இப்போது சொன்னதை ஒப்புக்கொண்டீர். அதாவது அந்த வயசானவர்கள் சுருதியை விட்டுப் பாடுவதையும் ஜனங்கள் கேட்கிறார்களே என்று சொன்னேன். ஒப்புக்கொண்டீர்.”

“நான் அப்படியே ஒப்புக்கொள்ளவில்லை.”

“வேண்டாம். கேட்கிறார்களா இல்லையா?”

“கேட்கிறார்கள்.”

“ஏன்?”

“மற்ற விஷயங்களுக்காக.”

“அதுக்குத்தான் பலே போட்டேன் நான். அறிவு அதிகம், அது எங்கே மின்னுகிறதோ, அதைக் கேட்டுக்கொண்டிருப்பார்கள் ஜனங்கள். ஒரு எண்ணத்தை, ஒரு சங்கதியை ஒரு பிடியை அபூர்வமாகப் பிடிக்கிறான் வித்வான். அதற்கு மாய்ந்துபோய் மயங்குகிறார்கள். அவன் சரியாகப் பிடித்தால்கூட, தங்கள் கற்பனையை உபயோகப்படுத்தி, அந்தக் குறையை அசட்டை செய்துவிடுகிறார்கள் ஜனங்கள்.”

“ம்.”

“குரல் என்பது புறமான ஒரு விஷயம். காது ஒரு தோல். அதுவும் புறம்தான். அதற்கு சுகம் கொடுத்தால் மட்டும் போதாது. உள்ளே ஹிருதயத்தையும் மூளையையும் போய்த் தொட வேண்டும். அப்படித் தொட்டுவிட்டால், ஜனங்கள் இந்தக் குரலை லட்சியம் பண்ணமாட்டார்கள். வெறும் குரலை மட்டும் யார் கேட்பார்கள்? அந்த வடக்குத்திப் பாட்டை எத்தனை நேரம் கேட்க முடியும்? ஒரு பெண் பாடுகிறாள். சுருதி சுத்தமாகத்தான் பாடுகிறாள்? ஆனால், எத்தனை தரம் கேட்க முடியும்? அலுத்துவிடும்.”

“அதாவது பெண்களுக்கு அறிவு இல்லை என்கிறீர்களா?”

"ஆண்கள் மாதிரி இல்லை;" என்று அழுத்தமாகக் கூறினார் ராமு.

"இது புது தத்துவமாக இருக்கிறதே?"

"புதிசு இல்லை. அரதப் பழசு."

"பழசுதான். பல பழசுகள் தப்பு என்று இப்போது எல்லோரும் உணர்ந்து வருகிறார்கள்."

"மற்ற பழசுகள் தப்பாக இருக்கலாம். இது தப்பே இல்லை."

"தேவலையே, துணிச்சலாக அடிக்கிறீர்களே!" என்று சிரித்தான் பாபு.

"துணிச்சல் என்ன? இருக்கிறதைச் சொல்லுகிறேன்."

"ம். அப்புறம்?"

"அதனாலெ. நீர் சொல்லுகிறதை அப்படியே ஏற்றுக்கொள்ள முடியவில்லை. வயசானால் குரல் பலமிழந்து விடுகிறது. சுருதியில் நிற்கமாட்டேன் என்கிறது. அதற்காக ஞானம் போய்விடுமோ?"

"அந்த அபஸ்வரங்களையும் கேட்கலாம் என்கிறீர்கள்."

"கேட்கிறார்களே ... நீர் பரிகாசம் பண்ணினால் ஆய்விடுமோ? நம்ம சங்கீதத்திற்கு அவ்வளவு அறிவு பலம் இருக்கிறது. கேட்காமல் என்ன செய்வார்கள் .. ? நான் குரல் வேண்டாம் என்று சொல்ல வில்லை. ஆனால். நீர் நினைக்கிறாப்போல அதையே பிடித்துக் கொண்டு தொங்குவதில் அர்த்தமில்லை என்றுதான் சொல்லுகிறேன்" என்றார் ராமு.

"ஒரே ஒரு சந்தேகம்?"

"என்ன?"

"அந்த வடக்குத்திப் பாடகருக்கு, அப்பொழுது பார்த்தோமே – அவருக்கு ஐம்பது வயதுக்கு மேலிராது?"

"இருக்கும்."

"அவருக்குக் குரல் மக்கர் பண்ணவில்லையே."

"ஆமாம்."

"அவர் மாதிரி பல பேர் வயசானவர்கள் நன்றாகவே பாடுகிறார்களே."

"ரொம்ப பேர் அபஸ்வரக் களஞ்சியமாக அவர்கள் பாடுவதையே நானும் கேட்டிருக்கிறேன் ஐயா" என்று மூக்கு விடைக்கச் சொன்னார் ராமு.

மோக முள்

"ஆனால், அங்கே தெருவிலே பாடுகிற பிச்சைக்காரன், நாலாந்தரப் பாடகன் – இவர்களுக்கு இருக்கிற குரல் நம் முதல்தர வித்வான்களுக்கு இல்லையே."

"இல்லை. ஒப்புக்கொள்கிறேன். திருப்பித் திருப்பிச் சொல்லி என்ன? நம் சங்கீதம் காதுக்குள் போகிற சமாசாரம். அவர்களது காதோடு நிற்கிறது" என்று பாலூர் ராமு, பாபுவைத் திருத்தவே முடியாதோ என்று வேதனைப்படுவது போலப் பேச்சை நிறுத்தினார்.

பாபு சற்றுப் பேசாமல் உட்கார்ந்திருந்தான். அவன் உதட்டில் புன்னகை தவழ்ந்தது.

"என்னய்யா சிரிக்கிறீர்?"

"இல்லை. நீங்கள் எல்லா நொண்டிகளுக்குமாகச் சேர்ந்து வக்காலத்து வாங்கிப் பேசுவதைப் பார்த்தால் சிரிப்பு வருகிறது."

"இவருக்கும் குரல் சண்டித்தனம் பண்ணுகிறது. அதற்குச் சப்பைக்கட்டு கட்டுவதற்காக ஒரு கூட்டத்தையே ஒரு அவசுருதிக் கூட்டத்தையே தாங்கிப் பேசுகிறான் என்று சிரிக்கிறீரா?"

"அதேதான்."

"இருக்கலாம். ஆனால், அறிவு என்று சொன்னேனே, அதுதான் எனக்கு முக்ய வாதம்."

"பெண்கள், வடக்குத்திப் பாடகர்கள் – இவர்களைப் பற்றி வேறு சொல்லிவிட்டீர்களே."

"ஆமாம்."

"நம்மைவிட உயர்ந்தவர்களை அறிவில்லாதவர்கள் – கேவலம் புலன் இன்பத்தை மட்டும் ஊட்டுகிறவர்கள் என்று மனசாரப் பொய் சொல்லித்தானே ஒரு கோஷ்டி எப்போதுமே பிறரை மட்டம் தட்டிக்கொண்டு வருகிறது."

"ஓய் ஓய், ஒரே அடியா அடிவயிற்றில் குத்திவிட்டீரே!" என்று கட்டில் மீதிருந்த காலை எடுத்துத் தொங்கவிட்டுக்கொண்டார் ராமு.

"ஆமாம். தன்னிடம் இல்லாதது பிறரிடம் இருந்தால், ஒரு ஆச்சரியமாக, சாதனையாக மதிப்பார்கள் சாதாரண மனிதர்கள். ரொம்ப தெரிந்தவர்களாக எல்லாம் தெரிந்தவர்களாக நினைக்கிறவர்கள் தங்களிடம் தீராத குறை இருப்பதைக் கண்டு. தங்கள்மீதே வெறுப்புக்கொள்கிறவர்கள், பிறரின் சாதனைகளை அலட்சியம் செய்கிறார்கள். இது சிறு பிள்ளைத்தனம். வளராத மனசு, வளராத சிறுமை."

இதைக் கேட்டு பாலூர் ராமுவின் உதட்டில் புன்னகை தவழ்ந்தது. கண்கொட்டாமல் அவனையே பார்த்தது. அது கோபமா, அதிர்ச்சியா,

தி. ஜானகிராமன்

கேலியா என்று கண்டுபிடிக்க முடியவில்லை. மூன்றுமே தெரிவது போலிருந்தது.

"பேஷ்" என்றார் அவர்.

"மன்னிக்க வேண்டும்" என்றான் பாபு.

"மன்னிக்கிறதென்ன? இவ்வளவு சின்ன வயசிலே இவ்வளவு துடுக்கும் துணிச்சலும் இருக்கிறது, பாராட்ட வேண்டியதுதானையா! நீர்தான் குரல், அறிவு இரண்டையும் சமனாக, தராசிலே வைத்தாற் போலக் காட்டுமே."

"காட்டத்தான் போகிறேன்."

"அண்ணாதான் என்னத்தையோ சொல்லிக் கட்டிப்போட்டு விட்டார்!"

"அதெல்லாம் இல்லை. அண்ணா அதற்குள் வேண்டாம் என்றுதான் சொன்னார்."

"சொல்லி ஒரு வருஷம்தானே ஆச்சு?"

"அது வாஸ்தவம். ஆனால், உங்கள் சவாலை ஏற்றுக்கொள்ளத்தானே வேண்டும்? அனாவசியமாக அண்ணாமேல் பழியைப் போடுவானேன்?"

"பேஷாகச் செய்யும். நான் உம்மை மேடையிலே வைத்துப் பாட வைக்கத்தான் துடித்துக்கொண்டிருக்கிறேன்."

"நானும் பாடத்தான் போகிறேன்."

"என்றைக்கு?"

"சொல்லுகிறேன் . . . நானும் யோசிக்க வேண்டாமா?"

"நன்றாக யோசியும். யோசித்துக்கொண்டே இருந்துவிடாமல் இருந்தால் சரி."

"ரிஷிகள் ரிஷிகள் என்று நாம் சொல்லுகிற பழைய விஞ்ஞானிகளும் சத்யதர்சிகளும் பெரியவர்களும் ஒரே சிந்தையாக, ஒரே வேலையாக தங்கள் மனசையும் புலன்களையும் உடலையும் அர்ப்பணம் செய்தார்கள். லட்சியத்தை அடைவதற்குள் அவர்கள் உடம்பு எலும்பும் தோலுமாக ஆகிவிட்டது. அப்படிச் செய்த பிறகுதான் லட்சியம் கைக்கு எட்டிற்று. இலையைச் சருகாகக் காயவைத்தால்தான் தீப்பிடிக்கும்."

"அந்த மாதிரி?"

"அந்த மாதிரி மற்ற சிந்தைகளைக் காயவைத்தால்தான் நடக்கும். நாம் அதைச் செய்கிறதில்லை,"

“ம் . . .” என்று சிரித்தார் ராமு.

“என்ன சிரிக்கிறீர்கள்?”

“செய்யும்.”

“செய்கிறேன்.”

“செய்யும் என்று சொல்லிவிட்டேனே. நான் ஏதாவது உதவி செய்ய முடியுமானால் செய்கிறேன்.”

“உங்கள் உதவியில்லாமலா?”

பேச்சு பிறகு லேசாக மாறிற்று. இன்ஷூரன்ஸ் உத்தியோகத்தைப் பற்றி எல்லாம் விசாரித்தார் ராமு. தான் இன்ஷூர் செய்ததைப் பற்றியும் விஸ்தாரமாகச் சொன்னார். ராமு வாசலில் காத்திருந்த டிரைவரை அழைத்து, காப்பி வாங்கி வரச் சொன்னார்.

“அதிகமாய்ப் பேசியிருப்பேன் போலிருக்கிறது. அதை எல்லாம் மனசிலே வைத்துக்கொள்ளக் கூடாது” என்று அவர் போகும்போது சொன்னான் பாபு.

“நீர் சொன்னது அவ்வளவும் நூற்றுக்கு நூறு சரி. ஆனால், யாருக்கு இந்தக் கொம்பில் ஏறி உட்கார முடிகிறது? எனக்கு சக்தியில்லை. ஒப்புக்கொள்ளுகிறேன். நீர் சொன்னது தவறாகப் படவில்லை எனக்கு” என்று அவனைச் சமாதானம் செய்தார் அவர். “நீர் என்னிடம் இன்னும் தாராளமாக, இன்னும் மனசை விட்டுப் பேசலாம். பேசுவீர் என்றுதான் வந்தேன். அடிக்கடி நம்மையும் நாமே பார்த்துக்கொள்ளத்தானே வேண்டியிருக்கிறது. பிறர் காட்டுகிற கண்ணாடியிலேயே பார்த்தால் போதுமா?” என்றார் அவர்.

அவர் போகும்போது அஸ்தமித்துவிட்டது.

இரவு ஹோட்டலுக்கு நடந்துபோய் சாப்பிட்டுவர முடிந்தது. ரசஞ்சாதத்தை நீர்க்க சாப்பிட்டுவிட்டு, பொங்கப் பொங்க வெந்நீரையும் குடித்துவிட்டுத் திரும்பினான் பாபு.

“எங்கே போயிட்டு வறீங்க, இந்த நசநசப்பிலே? . . . ஹோட்டலுக்கா?” என்று திண்ணையில் உட்கார்ந்திருந்த வீட்டுக்காரர் பிடித்துக்கொண்டார்.

அவன் கட்டிலில் படுத்துச் சாய்ந்ததும், “சாயங்காலமே முழுக்க பேசியிருக்கீங்க, இன்னிக்கி, இனிமேலாவது படுத்துத் தூங்குவீங்களா?” என்றார் அவர். “நல்லாப் பேசினீங்க போங்க” என்று சொல்லிவிட்டு, அவரே அரை மணி பேசினார். ஹைதராபாத் நிஜாம், ஆற்காட்டு நவாப்பு இவர்களுடைய பூர்வோத்தரங்களை எல்லாம் தன்னுடைய விசேஷ கோணத்திலிருந்து ஆராய்ந்தார்.

“படுக்கை எல்லாம் சௌக்யமாயிருந்துதா அவர்களுக்கு ராத்திரி? . . . அந்த ரக்கு இருக்கு பாருங்க. அது அசல் கம்பளி, முழு கம்பளி.”

“ம்ஹ்ம்.”

“சொந்தக்காரப் பையன், எனக்கு ஒண்ணுவிட்ட அத்தைக்கு மச்சினன், அவன். ஜபல்பூரிலே இருக்குறான், மிலிடரியிலே. அவன் அனுப்பச்சுது போன வருசம். இந்த மாதிரி குளுரா இருக்குடாப்பா. மிலிடரியிலே இதெல்லாம் மலிவாகக் கிடைக்குதாமேன்னு சொல்லி வச்சேன். அடுத்த லீவுக்கு வரப்ப ரண்டு ரக்கு வாங்கியாந்துட்டான் . . . நல்ல உஷ்ணமா இருந்திருக்குமே.”

“கம்பளின்னா இருக்காதா?”

“இந்த வாடைக்கும் அதைப் போட்டுக் கிட்டா எப்படியிருக்கும் தெரியுமா? – மிலிடரி சாமான்னா சாமான்தான் . . . நம்ம மாதிரி வெங்காயத் தொலி இல்லே பாருங்க . . .”

“ம்க்கும்.”

“சண்டை போடறவங்களாச்சே. தூக்கமும், தீனியும் வசதியா இருக்க வாண்டாம்? அப்ப வரட்டுங்களா?”

“செய்யுங்க.”

“நல்லா தூங்குங்க.”

பொடி உறிஞ்சும் ஓசையும் அவர் மாடிப்படியில் இறங்குவதும் கேட்டன. அவர் நடக்கும்போது உள்ளங்கால் சரசர என்று ஓசை கேட்கும்.

விளக்கை அணைத்தான் பாபு. நிலவொளி பாதரசம் தூவினாற் போல வான் நீலத்தில் ஒளிர்ந்தது. ஜன்னலண்டை பார்த்தான். அங்கு படுக்கை ஒன்றும் இல்லை. ஒருக்களித்து அவள் படுத்திருந்தது அங்குதான் . . . கிழக்கே நிலவொளியில், பின்னணியில் மயிர் பறக்க, இதோ இந்தக் கட்டைச் சுவரை ஒட்டி நின்றுகொண்டிருந்தாள். புடவைகூட நாற்காலி முதுகில் கிடக்கிறது . . . நான்தான் எப்படிக் கூச்சமில்லாமல் . . . அப்படி இருளில், நிலவு குழைந்த இருளில் மல்லிகை மாலையைப் போலக் கிடந்தவளைப் பார்த்தபோது . . .

இன்றும் லீவு போடச் சொல்லியிருந்தால், மாட்டேன் என்றா சொல்லியிருப்பாள்? ஏன் தோன்றவில்லை.

காலையில் அவள் முகத்தை ஏறிட்டுக் கூடப் பார்க்க முடியவில்லை . . . பார்க்கவில்லை. பார்த்தபோது, நாலு விநாடி சேர்ந்தாற் போல் பார்க்க முடியவில்லை.

அது நடந்ததா? இல்லை, ஸ்வப்பனமா? அவள் ஒருக்களித்தது, எழுந்து வந்து மருந்து கொடுத்தது, கொடுத்து விட்டு மீண்டும் படுத்தது – நான் எழுந்து பக்கத்தில் மண்டியிட்டு உட்கார்ந்து, உச்சந்தலையைக் கோதிவிட்டு, எழுப்பி வந்து ... நிஜம்தான். எப்படி, இப்படியெல்லாம் முடிந்தது! ராஜம்கூட முன்னால தடுத்தவன், பின்பு நான் போகிறதுதான் சரியான வழி என்று சொன்னானே ... அப்பா, அம்மா யாராவது திடீரென்று வந்திருந்தால் ...

இன்று லீவு போடச் சொல்லியிருக்கலாம். இனிமேல் ஞாயிற்றுக் கிழமைதான். ஒரு சமயம் பத்மாசனியிடம் அனுமதி பெற்றுக்கொண்டு, உடம்பு எப்படியிருக்கிறதென்று நாளை பார்க்க வந்தால் ... இன்றுகூட வந்திருக்கலாம் ... ஆனால், இத்தனை நாழிக்குமேல் ...

எப்படி அந்த நிலையில் அவளைப் பார்க்க முடிந்தது என்னால் .. ? "உனக்கு ஒன்றுமே புரியவில்லை நான் யோசிக்கிறதையே விட்டுவிட்டேன்" என்றுதானே சொன்னாள்.

ஒரு சமயம் நாளைக்கு வந்தாலும் வரலாம். நீ சொன்னால் தானே வரமுடியும் என்று அவள் சொல்லும்போது, நீ சொல்லாம லேயே வருவேன் என்றுதானே கண் சொல்லிற்று.

நிலா பொழிந்து கொண்டேயிருந்தது. தவறிவிட்ட இந்தச் சந்தர்ப்பத்தை, காலியாயிருந்த இடத்தை எடுத்துக்காட்டி, நிலவின் எதிரொளி இருளூடே விழுந்திருந்தது. ஆனால், இடம் சூன்யமா யிருந்தது. உணர்வும் நினைவும் அசை போட்டன. ஆனால், மனப்பசு அமைதியாகவா அசை போடும்?

நேற்றும் ராமு வந்தார். வீட்டுக்காரர் வந்தார். இன்றும் வந்தார்கள். அப்புறம் ...

ராமுவுக்கு என் மேல் கொஞ்சமாவது வருத்தமில்லாமலா இருக்கும்? அவர் சமாதானம் செய்துகொண்டது கூடச் சுதாரிப்பு தான். கோஷ்டி என்று சொல்லும்போது வந்த அந்தப் புன்சிரிப்பில் ஏன் அவ்வளவு வெளிர்? ஏன் அவ்வளவு கோபம், அவ்வளவு அதிர்ச்சி?

இரவு ஒரு கனவு வந்தது, ராமு தலைகீழாக நிற்கிறாப்போல இரண்டு கைகளையும் தரையில் வைத்து, கால்கள் மேலே நிற்க, நடக்கிறார். "இப்ப பாருங்களேன்" என்கிறார். எதற்காகச் சொன்னார் என்று இப்போது தெரியவில்லை, நானும் அதுமாதிரி நின்று பார்த்தேன். ஆனால், திடீரென்று குடைசாய்ந்தது உடம்பு. அப்புறம் எங்கெங்கோ ஓடினாற்போல ஒரு தோற்றம். ஞாபகமில்லை. துளிக்கூட நினைவில் வரவில்லை. எத்தனை நேரம் மண்டையை உடைத்துக் கொள்கிறது?

விழித்தபோது, வெயில் ஒரேயடியாகக் காய்ந்தது. மணி எட்டாகி விட்டதா? நாற்காலியில் பிளாஸ்க் எப்படி வந்தது? பிளாஸ்க்

மூடியைத் திறந்தான் பாபு ... அதற்குப் பக்கத்தில் என்ன கடுதாசு இது, கறை படாமலிருக்கவா ..? இல்லையே, கவர் மாதிரி அல்லவா இருக்கிறது? யார் கையெழுத்து? அக்காவின் கையெழுத்து மாதிரி – முத்திரையில் மண்ணடி என்றல்லவா இருக்கிறது? காபியை ஒரு வாய் குடித்துவிட்டு உறையைக் கிழித்தான் பாபு. ரூல் போட்ட நாற்பது பக்கம் நோட்டிலிருந்து ஏழெட்டு காகிதங்களைக் கிழித்து எழுதியிருந்தது. யமுனாதான். அதற்குள் கடிதமா?

"அருமை பாபுவுக்கு,

நீ என்னைக் கோபித்துக்கொள்ளமாட்டாய் என்று நினைக்கிறேன்.

என்னவோ எழுத வேண்டும் போலிருக்கிறது. எழுதுகிறேன். பொழுது போகவில்லை, எழுத வேண்டாமென்று நினைத்து நினைத்து, பென்சிலை எடுத்து எடுத்து அப்பால் வைத்தேன். முடியவில்லை.

நான் இங்கு வந்தவுடன் பத்மாசனி அம்மாள் கேட்டாள், இன்றும் ராத்திரி தங்கினாயா என்று. எனக்குச் சுரீர் என்கவில்லை, என்னவோ போலிருந்தது. என்னடா இப்படிக் கேட்கிறாளே என்று; அவ்வளவுதான், வேறு ஒன்றுமில்லை. அப்புறம், ஜுரமாயிருந்தது அவருக்கு, அதனால் தங்கினேன் என்று சொன்னேன். இப்பொழுது தேவலையல்லவா என்று கேட்டாள். தேவலை என்று சொன்னேன். சரி போ என்று சொன்னாள். ராத்திரி ... அவள் தனக்கு வாங்கி வைத்த மைசூர்பாக்கில் ஒரு வில்லை எனக்கு வைத்திருந்தாளாம். நான் வரவில்லை என்றதும், சின்ன வார்டனிடம் கொடுத்து விட்டாளாம். எனக்கு ஏமாற்றமாகத்தானிருந்தது, பயம் ஒன்றுமில்லை. நான் யாருக்காக, எதற்குப் பயப்பட்டிருக்கிறேன்? என்றுமே கோழை யாக இருந்ததில்லை.

நேற்று என்ன என்னமோவெல்லாம் கேட்டாய். என்னவோ போலிருக்கிறாயே என்று அடிக்கடி கேட்டாயே. நான் அப்படியா இருந்தேன்? உற்சாகமாக இல்லையே என்று கூடச் சொன்னாய். அது என் சுபாவம் என்று உனக்கு ஞாபகமூட்ட வேண்டுமா? வெண்கலக் கடையில் யானை புகுந்தாற்போல என்னால் இருக்க முடியாது. அப்படி மனசைப் பேச்சாகவும் பார்வையாகவும் கொட்ட முடிகிறதில்லை என்னால். இரைந்து சிரிக்கத் தெரியாது எனக்கு. பெருமூச்சாக விடத் தெரியாது எனக்கு. எல்லோருக்கும் கிளர்ச்சியும், இன்பமும் கொடுக்கக்கூடிய விஷயம் என்றுதான் சொல்லுகிறார்கள். இருபது வருஷம் முன்னால் இதெல்லாம் எனக்கு நேர்ந்திருந்தால், அந்த உண்மை தெரிந்திருக்கலாம் எனக்கு. ஆனால், நேர வேண்டிய நேரம் எல்லாம் கடந்துவிட்டது. வெடித்துப்போன பலூன் ரப்பரைப் பொறுக்கி, மறுபடியும் கழுத்து உப்ப, குழந்தை காற்றை நிரப்பி விளையாடுகிறதே, அந்த மாதிரி.

இனிமேல் இதெல்லாம் வேண்டாம் என்றுதான் நினைத்தேன். ஆனால் என்ன செய்கிறது? உனக்காக நான் என்ன செய்தால்

மோக முள்

என்ன, எனக்கென்று இனி ஒன்றுமில்லை. உனக்குத் திருப்தி இருந்தால் போதும். எப்படி நடந்துகொண்டால் உனக்குத் திருப்தி ஏற்படுமோ அதையெல்லாம் நீ சொல்ல நான் காத்திருக்கிறேன்... ஆனால், குருடன் விழிக்க முடியாததை அவன் குற்றம் என்று நீ நினைக்கக் கூடாது என்பதற்காகத்தான் இதை எழுதுகிறேன். நான் யாருக்கும் பயப்படவில்லை. கூச்சப்படவில்லை. அந்த நாட்களில் நீ அடிக்கடி வருவாய். அப்போதெல்லாம், சபரி ராமனை வரவேற்றது போல் உன்னை வரவேற்பது சந்தோஷமாக இருந்தது. இப்போது வேறு வகையாக மாறியிருக்கிறது. ஆனால், என் சந்தோஷத்திற்குக் குறை வில்லை. என் சந்தோஷம் ஒன்றுமே இல்லை.

உன் உடம்பைப் பற்றித்தான் எனக்குக் கவலையாக இருக்கிறது. ஏன் இப்படி நடந்துகொண்டோம் என்று வருத்தமாக இருக்கிறது சில சமயம். உனக்கு ஏன் இந்த அவசரமோ தெரியவில்லை.

எனக்கு ஒரு யோசனை தோன்றுகிறது. நீ அதன்படி நடப்பாய் என்று நம்புகிறேன். உன் அப்பாவும் அம்மாவும் உன் கல்யாணத்தைப் பற்றி வெகு நாளாகக் கவலைப்பட்டு விட்டு, அதை விட்டுவிட்டார்கள் என்று தோன்றுகிறது. ஊருக்குப் போய் உனக்குப் பிடித்த பெண்ணாக, அப்பா அம்மாவுக்குச் சந்தோஷமாக ஒரு கலியாணத்தைச் செய்து கொள்ளேன். என்ன இப்படி எழுதுகிறாளே என்று நினைக்கலாம். யோசித்துப் பார்...

யமுனா."

கடைசி வரிகளைத் திருப்பித் திருப்பி வாசித்தான். அடியிலிருந்து மீண்டும் இரண்டு மூன்று முறை வாசித்தான். நயமாக அழைத்துப் போய், திடீரென்று கழுத்தை நெரிப்பதுபோல் தோன்றிற்று. முன்னுக்கும் முடிவுக்கும் எவ்வளவு முரண்! உண்மையாகவா நீ இந்த யோசனை சொல்கிறாய்! எனக்கு ஏதாவது பரீட்சை வைக்கிறாயா? எதற்காக இப்படி எழுதினாய் நீ..?

இன்னுமா அவள் புதிராக இருக்க வேண்டும்?

கடிதத்தை மீண்டும் வாசித்தான் அவன்.

எதற்காக இந்த யோசனை சொல்லுகிறாள்? நான் ஊருக்குப் போய், எனக்குப் பிடித்த பெண்ணாக, அப்பா அம்மாவுக்குச் சந்தோஷமாக ஒரு கல்யாணத்தைச் செய்துகொள்ள வேண்டுமா?

பாபுவின் மனத்திற்குச் சிரிப்பாக வந்தது.

வேடிக்கையாகச் சொல்லுகிறாளா கேலி செய்கிறாளா என்று புரியவில்லை. கடைசி வரிகளை வாசிக்க வாசிக்க, கேலிதான் ஒலிப்பது போலிருந்தது.

"நீ அதன்படி நடப்பாய் என்று நம்புகிறேன்" என்று வேறு சொல்லுகிறாள்.

“இதற்குத்தானா, இதற்குத்தானா?” என்று திருப்பித் திருப்பிக் கேட்ட கேள்வியிலிருந்து விளைந்த கேலியா இது?

உனக்கு எவ்வளவு தைரியம்..? ஆமாம். இது தைரியமாக இருக்க வேண்டும் அல்லது எந்த நிகழ்ச்சியாலும் எந்த அதிர்ச்சி யாலும் பாதிக்கப்படாத, ஜடத்தனமாக இருக்க வேண்டும்.

இருபது வருடங்களும் வந்து அலைந்து மோதின. உயரமாக, வீசி வீசி அலையோடுகிற பாவாடை, அந்த உயரத்தை எடுத்துக்காட்ட, அவள் தன்னை மேலே தூக்கி எறிந்ததும், பின்பு காவேரிப்பட்டினம் போகும்போது உய் உய் என்று மண்ணை அரைத்துக்கொண்டு செல்லும் கட்டை வண்டிக்குள் அவளுடைய மடிமீது தலைவைத்துப் படுத்து உறங்கிவிட்டதும், வீட்டுக்கு அவளும் அவள் அம்மாவும் வரும்போது அவன் வெட்கப்பட்டு ஓடியதும், அவனுக்கு வயதான பிறகு அங்கு போகும்போதெல்லாம் அவள் உபசாரம் செய்ததும்...

“சபரி ராமனை வரவேற்றதுபோல் உன்னை வரவேற்றேன்.”

எங்கேயோ புத்தகத்தில் பார்த்த ஒரு வர்ணப் படம் நினைவில் வந்து நின்றது. சபரி தொண்டு கிழவியாகிவிட்டாள். ஆனால், உடல் தூய்மையும், தவமும் அவள் தெம்பைக் காத்துக்கொண் டிருந்தன. ஒரு சுவையும் ஒரு இன்பமும் அறியாத நீண்ட வாழ்க்கை யில் பட்சிகளின் கீதமும், அருவிகளின் ஓசையும் மட்டும். புலனைக் களிப்பித்த வன வாழ்க்கையில், ஜன நடமாட்டமற்ற காட்டின் தனிமையில் உடலைச் சுமந்துகொண்டிருந்த அவள் யாருக்காகவோ காத்துக்கொண்டிருந்தாள். காத்துக்கொண்டிருந்தாளோ என்னவோ ராமன் வந்ததும் அவனுக்காகக் காத்திருப்பதுபோல்தான் தோன்றிற்று அவளுக்கு. ஒரு ஓலைத் தட்டில் பழங்களை வைத்துவிட்டு, அவனும் தம்பியும் சாப்பிடும்போது காலை நீட்டிக்கொண்டு எதிரே உட்கார்ந் திருக்கிறாள்.

இவனுக்காகவா அவள் காத்திருந்தாள்?

முந்தா நாள் இரவு – எழுந்து எழுந்து போனவளைத் தொட்டுப் பிடித்து...

பாபு முனகினான். செய்யத் தகாத செயலைச் செய்யும்போது யாரோ பார்த்துவிட்டது போலிருந்தது அவனுக்கு. அந்த முனகல் அவனுக்கே கேட்டது.

“நீ ஏன் என்னமோ போலிருக்கிறாய்... பிடிக்கவில்லையா?” என்று அவன் கேட்டான்.

“அப்படியில்லையே.”

“இல்லை... என்னமோ போல்தான் இருக்கிறாய்.”

“உனக்கு அப்படித் தோன்றுகிறது.”

"இத்தனை நாளாக இந்த மாதிரி சிந்தையே எழுந்ததில்லையா உனக்கு?"

"அதைப் பற்றி இப்போது என்ன?"

"சொல்லேன்."

"இப்போது வந்துவிட்டது. இனிமேல் என்ன அதைப் பற்றி?"

"இப்போது நிஜமாக வந்துவிட்டதா?"

"நீயே பார்த்துக்கொள்ளேன்."

"பார்க்கிறதினால்தான் சொல்லுகிறேன்."

"என்ன?"

"வந்துவிட்டதாகத் தெரியவில்லை."

"நான் எப்படி இருக்க வேண்டும்?"

"நான் சொல்லித்தான் தெரிய வேண்டுமா?"

"சொல்லேன்" என்று சிரிக்கிறாள் அவள்.

"சண்டையோ விளையாட்டோ எதிர்க்கட்சியும் சமமாக இருந்தால்தான் உண்டு. ஒருவர், எதிர்க்கட்சி என்ன வேண்டுமானாலும் செய்துகொள்ளட்டும் என்று சும்மா தழைந்து கொடுத்துக் கொண்டேயிருந்தால், உயிரில்லாமல் போய்விடும்."

"நான் இத்தனை வருஷமாக எதிர்க்கட்சியில்தான் இருந்தேன். இப்போது பணிந்ததால்தான் நீ இப்படி..." என்று இழுத்தாள் யமுனா.

"உனக்குக் குதர்க்கம்தான் பிடிக்கும்."

"குதர்க்கம் ஒன்றுமில்லை. உண்மை."

"சண்டையில் மாத்திரம் இல்லை, இதில்கூட எதிர்க்கட்சியாகத் தான் இருக்க வேண்டும்."

"உனக்கு உடம்பு சரியில்லை."

"ஆரம்பித்துவிட்டாயா?"

"சரி, உன் இஷ்டம்."

எல்லாவற்றையும் நினைத்துப் பார்க்கப் பார்க்க என்னவோ போலிருந்தது அவனுக்கு. நினைத்துப் பார்க்கவே கூசிற்று. குளிக்கப் போகிற நீரில் ஏதோ மிதப்பது போலிருந்தது. விரலால் எடுக்க எடுக்க, தப்பித் தப்பிச் செல்லுவது போலிருந்தது அது. நிலவின் சாம்பல் கலந்த, கண்ணுக்குத் தெரிகிற இருளில் அவள் மல்லிகை மாலை மாதிரிதான் கிடந்தாள். மாலைமாதிரிதான். மாலை தானாக

தி. ஜானகிராமன்

எழும்பியா மூக்கினருகில் வரும்? உயிரற்ற பதுமையைக் கொஞ்சுவது போலிருந்தது.

அதற்காகத்தான் இந்த மன்னிப்புக்கோரும் கடிதமா? சாப்பாடு நன்றாகத்தான் இருக்கிறது. ஆனால், உட்கார்ந்து சாப்பிடுகிற இடம், வேண்டாத இடம். அதைப்போல . . .

பகையும் இன்பமும் கலந்த ஒரு உணர்ச்சி. ஆர்வமும் அசட்டையும் கலந்த ஒரு வேதனை.

நான் செய்தது சரியா?

அடுத்த தடவை வரும்போது இப்படித்தான் இருப்பாளா? இல்லாவிட்டாலும் விரலில் சிலாம்பு ஏறியிருப்பது போன்ற இந்த நரநரப்புப் போய்விடுமா? இந்தச் சிலாம்பை எடுக்க முடியுமா?

பாபுவுக்கு வேதனையாகத்தான் இருந்தது.

உற்சாகத்தைத் தருவித்துக்கொண்டு, அவள் உள்ளம் இயங்கினாலும் . . .

தனியாக ஒரு வீடு எடுத்துக்கொண்டு சேர்ந்து வாழ்ந்தாலும் . . . அப்புறம்? அவ்வளவுதானா? எல்லாம் முடிந்துவிட்டதா? பிறகு . . ?

பாபு குழம்பிக்கொண்டேயிருந்தான்.

அதையும் தாண்டி இன்னும் சாலை நீளப்போவது போலிருந்தது. அதோடு நின்றுவிடவில்லை. ஆனால் அப்பால் என்ன இருக்கிறது என்று தெரியவில்லை. ஆனால், அப்பால் போய்த்தானாக வேண்டும் என்று எதிர்த்து நிற்க முடியாத கட்டாயம் அவனை உந்திற்று. எங்கே போவது, எதற்காகப் போவது என்று தெளிவுபடாமல் அவன் மனம் புருவத்தைச் சுளித்துச் சுளித்து, காலத்தின் இருளைத் துளைத்துப் பார்த்துக்கொண்டிருந்தது.

ஒன்றும் தெரியத்தான் இல்லை. ஆனால், பார்த்துக்கொண்டேயிருந்தால், பார்க்க வேண்டிய பொருள் நகர்ந்து நகர்ந்து பார்வைப் புலத்தில் வரத்தான் வரும்.

பிற்பகல் முழுவதும் தூங்கினான் அவன். இரவில் கண் அயரும் வரையில் மூளையை அயர்த்தும் புத்தகம் ஒன்றை வாசித்தான். விரும்பியவாறே, எதிர்பார்த்தவாறே இரண்டு மணி நேரத்திற்குள் அவன் மூளை அயர்ந்து கண்ணைப் பொத்திற்று.

3

மறுநாட் காலையில் தலைக்கு நீர் விட்டுக்கொண்டு ஆபீஸுக்கும் போக முடிந்தது. எல்லோரும் அக்கறையோடுதான் உடம்பைப் பற்றி விசாரித்தார்கள். ஆனால், வேலையும் சென்ற வியாழக்

கிழமையிலிருந்து மிச்சம் கிடந்தது. அவசர சமாசாரங்களைத் தவிர மீதியெல்லாம் போட்டது போட்டபடிக் கிடந்தன. ஐந்து நாள் வேலையை மூன்று நாளிலாவது முழு மூச்சுடன் உட்கார்ந்து முடித்துவிட வேண்டும் என்று கச்சை கட்டிக்கொண்டான் அவன். வேலை முடிகிற வழியாக இல்லை. கட்டுகளை வீட்டுக்குத் தூக்கி வந்தான். வீட்டுக்காரர் பேச்சுக் கொடுக்கும் நேரம் போக, அப்படி ஒன்றும் அவகாசமும் கிடைக்கவில்லை. வியாழக்கிழமை மாலையில் பெல்ஸ் ரோடுக்காரர், ஒரு வாரமாகப் பாட்டு சொல்லித்தர அவன் வரவில்லையே என்று விசாரிக்க வந்தவர், ஜுரம் என்று கேட்டதும் உட்கார்ந்து பேசிவிட்டுப் போனார். ஆக, வெள்ளிக்கிழமை இரவுதான் வேலை முடிந்தது.

மூளையைக் களைக்கச் செய்கிற நட்டாமுட்டி வேலை, இந்த இரண்டு மூன்று நாளைக்குள் இருபது வருஷம் சர்வீஸாகிவிட்டாற் போலிருந்தது. லீவு எடுத்துக்கொண்ட நாளின் வேலைதான். ஆனால், மற்ற நாட்களிலும் இந்த வேலையைத்தான் செய்துகொண்டிருக் கிறோம். இது ஒரு வேலையா?

வேலைதான். சமூகம், சமுதாயம் என்று சொல்லப்படுகிற பெரிய கட்டைவண்டியில் இந்த வேலையும் ஒரு கட்டைதான். ஒரு ஆணிதான். ஆனால், அதற்கு ஆணி போதும். சங்கீத அறிவும் குரலும் தேவையில்லை. சித்திரக்காரர் நல்லவர்தான். கோதண்ட பாணி நல்லவர்தான். அவசர வேலைகளை அவர்களே செய்து விட்டார்கள். அதற்காக?

கச்சேரி செய்ய அவசரமில்லை என்று ரங்கண்ணா சொன்னதற்கு இதுவா அர்த்தம்? இப்படியா ஒரு இடத்திலும் கொண்டுவிடாத, தவறான பாதையில் சென்றுகொண்டிருக்கிற வெட்டி வேலையிலா பொழுதைப் போக்கச் சொன்னார்?

சனிக்கிழமை ஆபீஸில் உட்கார்ந்திருந்தவன் பிரமித்தாற்போல உட்கார்ந்திருந்தான். எதிரே கோதண்டபாணி சுருக்கு எழுத்துக் காரரிடம் என்னவோ கடிதம் சொல்லிக்கொண்டிருக்கிறார். நாக்கைத் துருத்திக்கொண்டு ஏதோ எழுத்து வரைந்து, அதற்குப் பூப்போட்டுக் கொண்டிருந்தார் ஓவியர்.

ரங்கண்ணாவின் அந்திம நாட்கள் எதிரே ஓடுகின்றன – ஊர்கின்றன. ஏண்டா, கச்சேரி செய்ய இப்போது அவசரமில்லை என்றால், இதுவா அர்த்தம்? ஒன்று கிடக்க ஒன்று செய்துகொண்டே யிருக்கிறாயே, ஏண்டாப்பா? ஆறேழு வருஷம் கரடியாகக் கத்தின தெல்லாம் இதற்காகவா? பேஷ், ரொம்ப நல் . . . போதாதற்கு ஒரு பொம்மனாட்டியை வேறு . . . ம் – ரொம்ப . . .

என்ன இடம் இது? ஒரே கடுதாசிகள். சடசடவென்று டைப்படிக் கிற ஓசை . . . இதற்காகவா ஆறுவருஷம் ரங்கண்ணா தயார் செய்தது?

ஸகா . . . ங், ஸகா . . . ங் என்று தம்புராவின் ஓசை கேட்கிறது.

வயிற்றில் ஏதோ கல்லைத் தூக்கிப் போட்டாற் போலிருந்தது. வெளியே ஓயாத கார் ஹார்ன்களின் சப்தம். தா . . . தா என்று சதுச்ருதி தைவதத்தில் பாடி வழி செய்துகொள்ளுகிறது கார் . . . இன்னும் ஒரு கார் . . . பழைய காலத்து ரப்பர் ஹார்ன். பஞ்சமத்தில் கத்தி விரட்டுகிறது. பஞ்சமம் மட்டும் இல்லை. இரண்டு மூன்று ஸ்வரம் கேட்கிறது. தபநீ, தபநீ, தபநீ . . . பா . . . பா . . . பா . . .

கோதண்டபாணி மணியைத் தட்டுகிறார். ஸா ஸா என்று மேல் ஷட்ஜமம் பிடிக்கிறது. கர்ர்ர் என்று கால் நிமிஷம் கூறிவிட்டு, சுவரில் இருக்கிற கடிகாரம் பன்னிரண்டு அடிக்கிறது. இந்தக் காறலைப் பார்த்தால், புல்லூர் அண்ணா கீழ் ஷட்ஜமம் பிடிக்கிறாற் போலிருக்கிறது. பாலூர் ராமு சொல்கிறாற்போல அவருக்குச் சாராய சாரீரம். அளவில்லாமல் மதுபானம் செய்து செய்து, கீழே பேச மறுக்கிறது. குரல் காறுகிறது. இந்தக் கடிகாரம் எந்தக் கடையில் மது குடித்ததோ!

"என்னா சார், ரொம்ப யோசனையா இருக்காப்பலிருக்கே?" என்று குறுக்கிட்டார் சித்திரக்காரர்.

"ஒண்ணுமில்லையே."

"தலைக்கு ரண்டாம் ஜலம் போட்டுக்கிட்டீங்கள்ள?"

"ஆயிடுத்தே."

"பின்னே ஏன் இப்படி சோர்ந்தாப்பல இருக்கிறீங்க? என்னிக்கிப் போட்டுக்கிட்டீங்க?"

"இன்னிக்குத்தான்."

"இன்னக்கித்தானா? அப்படீன்னா சோர்வாத்தானிருக்கும்."

படபடவென்று டைப்படிக்கும் ஓசை. வயிற்றை என்னவோ செய்கிறது அது.

எதிரேயிருந்த கடுதாசிகளைப் பிரித்தான் அவன். ஒரு இருபது வரி வாசித்தான். என்ன வாசித்தோம் என்று தெரியவில்லை. மறுபடியும் வாசித்தான். முதல் இரண்டு வரிக்குப் பிறகு மூன்றாவது வரியின் பொருள் மனத்திற்கெட்டாமல் எங்கேயோ நின்றுகொண் டிருந்தது. கட்டியிழுத்தாலும் வரவில்லை . . . கால் மணியாக மண்டையை உடைத்துக்கொண்டும் பயனில்லை. வரிகள் வெறும் கறுப்பு வடிவ பேதங்களாகத் தோன்றியதைத் தவிர, கண்ணைக் கடந்து உள்ளே செல்ல முடியாமல் நின்றன.

மணி ஒன்றடித்ததும் அப்பாடா என்று இருந்தது. கடுதாசிகளை அப்படி அப்படியே நெட்டில் தட்டி அடுக்கி ட்ராயருக்குள் வைத்துப் பூட்டினான்.

“போய்ட்டு வரேன் சார்” என்று சொல்லிக்கொண்டே வெளியே வந்தான். கோதண்டபாணி ஏதோ ஞாபகத்தில் அவனைப் பார்த்தாரே தவிர, அவன் சொல்லிக்கொண்டதைகூடக் கேட்டுக்கொள்ளவில்லை. அவனும், அவர் நினைவினின்று எழக் காத்திருக்க விரும்பாமல் வெளியே வந்தான்.

வாசலில் உட்கார்ந்திருந்த கூர்க்கா சலாம் செய்ததைக் கூடச் சட்டை செய்யவில்லை. இனிமேல் நீ இப்படி சலாம் எல்லாம் போட முடியாது எனக்கு என்று ஆத்திரமாகச் சொல்லிக்கொண்டே நடந்தான். இரண்டு அடிவைத்ததும், இவன் என்ன செய்வான் பாவம் என்று எண்ணிக்கொண்டே புன்சிரிப்புடன் ‘மானேஜர் ஸாப் போய்விட்டாரா?’ என்று கேட்டு, ‘நஹீ ஸாப்’ என்று அவன் சொன்னதற்கு ஒரு புன்னகையைக் காட்டி, அவனைத் திருப்தி செய்துவிட்டுப் படியிறங்கினான்.

தரித்திரம் பிடித்த வேலை . . . இவன் நன்றாகச் சித்திரம் வரைந்தால் எனக்கென்ன? கோதண்டபாணி நல்லாயிருந்தால் எனக்கென்ன? பெல்ஸ் ரோட்காரர் ஏதாவது நினைத்துக்கொள்வாரா? நினைத்துக்கொள்ளட்டுமே. நானா வேலை வாங்கிக்கொடு என்று கேட்டேன்! அவருக்காகப் பார்த்தாகிவிட்டது. இனிமேல் முடியாது. இன்றோடு சரி. நாளைக்குக் கால் கடுதாசு . . . அப்புறம் என்ன செய்கிறது? . . . எப்படியாவது பார்த்துக்கொள்கிறோம். வயிறு பசிக்கிறது என்பதற்காக எது கிடைத்தாலும் தின்றுவிடுகிறதா? . . . எப்படியாவது பார்த்துக்கொள்கிறோம் . . . இனிமேல் முடியாது. காலையில் எழுந்து எட்டு மணியாகும்போதே நமநமவென்று வயிற்றில் பிடுங்கல், ஆபீசுக்குப் போக வேண்டுமே போகவேண்டுமே என்று நேரம் கழித்துப் போகிற நாளெல்லாம் மனசில் ஒரு இரைச்சல், பயம், மண்டையில் கனம். வயிற்றில் கலக்கம்.

எதற்காக இதெல்லாம்? யாருக்காக இந்த பயம்? . . . முடியாது.

வீதியில் செல்லச்செல்ல உண்மையாகவே எந்தக் கட்டுப்பாடு மில்லாமல் அவிழ்த்துவிட்டாற்போல் வயிறு லேசாக ஆயிற்று. எரிச்சல்கூட அடங்கிற்று.

ஹோட்டலில் காபி சாப்பிட்டான். டிபன் சாப்பிடும் கால் சட்டைகளைக் கண்டு அவனுக்கு இளப்பமாகத்தானிருந்தது. நீங்கள் நாளைக்கும் போக வேண்டும் வேலைக்கு. நாளை மறுநாள் போக வேண்டும். ஐம்பத்தைந்து வயதுவரையில் போய்க்கொண்டேயிருக்க வேண்டும். நான் இன்றோடு சரி. இந்தக் கால் சட்டையை இனிமேல் தொடமாட்டேன் . . . இஷ்டப்படி இருப்பேன். இஷ்டம்போல் எழுந்திருப்பேன், குளிப்பேன், சாப்பிடுவேன் . . .

உண்மையாகவே வேலையில்லாதது போல்தானிருந்தது. அனாதை விடுதிக்குப் போகும்போதுகூட அந்த எண்ணம் அந்த நிச்சயம்தான் தலைதூக்கி நின்றது.

நடு ஹாலில் உட்கார்ந்து யமுனாவிற்குச் சொல்லியனுப்பினான். அவள் அன்று அணிந்த புடவை, ரவிக்கையுடனேயேதான் – ஞாயிறு. செவ்வாய், வியாழன், சனி; இன்று இந்தப் புடவையின் முறைதான்.

“இன்னிக்கி சனிக்கிழமையா? அதான் மத்தியானம் ஆபீஸ் விட்டாச்சாக்கும்?”

“ஆமாம். ஆபீஸையே விட்டுவிட்டேன்.”

“ம்!”

“என்ன ‘ம்’? நான் சொன்னது காதில் விழலியா?”

“என்ன?”

“ஆபீஸை விட்டுட்டேன்னு சொன்னேன்.”

சற்றுத் திகைத்துப்போனாற்போல நின்றாள் அவள்.

“வேலை வேண்டாம் என்று முடிவு கட்டிவிட்டேன்.”

“ஏன்?”

“யாரு இந்த வேலையைப் பார்க்கிறது!”

“ஏன், சௌகர்யமாயில்லையா?”

“அது ஒன்றும் இல்லை. மனசுக்குப் பிடிக்கவில்லை.”

“இப்ப எங்கிருந்து வரே நீ?”

“ஆபீஸிலிருந்துதான் . . . விட்டுவிடுகிறதாக முடிவு செய்து விட்டேன். இன்றுதான் கடைசி. இனிமேல் திரும்பிக்கூடப் பார்க்க மாட்டேன்.”

யமுனாவின் முகத்தில் கலவரம் படர்ந்திருந்தது.

“என்ன பாபு இது?”

“ஆமாம், எனக்குப் பிடிக்கவில்லை.”

“நமஸ்காரம்” என்று சொல்லிக்கொண்டே, பத்மாசனி அங்கு வந்தாள். பாபு எழுந்தான். அவள் உட்கார்ந்ததும் உட்கார்ந்தான்.

“உங்களுக்கு ஜுரமாமே? இப்போது தேவலையா?”

“தேவலை.”

“உடம்பு மிகவும் இளைத்துத் தானிருக்கிறது . . . அதற்குள் ஆபீசிற்குக் கிளம்பிவிட்டீர்களா?”

“புதன் கிழமையே தலைக்கு ஜலம்போட்டுக்கொண்டு விட்டேன்.”

“போக முடிந்தால் சரி.”

அப்புறம் பேச ஒன்றுமில்லை.

"யமுனா எப்படி இருக்கிறாள்?" என்று கேட்டு வைத்தான் பாபு.

"அவளுக்கு என்னைப் பிடித்திருக்கிறதென்று நினைக்கிறேன். எனக்கும் பிடித்திருக்கிறது. போதாதா?" என்று சிரித்தாள் பத்மாசனி. சொல்லிக்கொண்டே எழுந்துவிட்டாள். 'நீங்கள் இருங்கள், நான் டிபனுக்குப் போகிறேன்' என்று கிளம்பிவிட்டாள். இரைச்சல் ஒன்றுமில்லை அங்கு அமைதியாக இருந்தது, சனிக்கிழமை விடுமுறை.

"உடம்பைப் பார்த்துக்கொள்ளுங்கள்" என்று சொல்லிவிட்டு அறையைவிட்டு வெளியேறினாள் பத்மாசனி.

"வேலையை விட்டே விட்டாயா?"

"விடப் போகிறேன்."

"அப்புறம் என்ன செய்வதாக உத்தேசம்?"

"அதற்கு இப்போது என்ன? நாளைக்கு வருகிறாயே, அப்போது சொல்கிறேன்."

"நான் வரவில்லை என்றால்?"

பாபு அவளை நிமிர்ந்து பார்த்தான்.

"நிஜமாகவா?"

"ஒரு சமயம் வரவில்லை என்றால்? விட்டுவிடுவாயோ?"

"நீ கட்டாயம் வருவாய் என்று நினைத்துத்தான் சொல்கிறேன்."

"வரவில்லை என்றால்?"

"இப்போதே எல்லாம் சொல்லிவிட வேண்டுமா?"

"மூஞ்சியெல்லாம் சிவந்து போய்விட்டதே, ஒரு வார்த்தை சொல்கிறதற்குள்" என்று குரலைத் தாழ்த்திச் சொன்னாள் யமுனா. 'கவலைப்படாதே, நாளைக்கு வரேன். சொல்லு. நான் இப்போது கேட்கவில்லை... உடம்பு தேவலையா?"

"தேவலை."

"ஆகாரம் சரியாகச் செல்லுகிறதா?"

"ம்."

"வீட்டுக்காரர்கள் இல்லாவிட்டால் சிரமம்தான். இல்லையா?"

"அவர் மட்டும் என்ன?"

"ஆமாம், ஒருத்தர் ஆக்க, ஒருத்தர் அழிக்க" என்று உள்ளே திரும்பிப் பார்த்துக்கொண்டே சொன்னாள் யமுனா.

"நான் வாதம் பண்ண வரவில்லை, இப்ப."

"வாண்டாம்."

"அப்ப நாளைக்கு வருகிறாயா?"

"காலையிலே புரசைவாக்கம் போய்ட்டு வரேன். சாயங்காலமாக வருகிறேன்."

"திரும்புகிறது?"

"அதற்கு இப்பொழுதென்ன?"

"ஏன்! சொல்லப்படாதா?"

"அம்மாவையல்லவா கேட்கணும்?"

"நான் கேட்கட்டுமா?"

"வேண்டாம், நான் கேட்டுக்கொள்கிறேன்."

"ஏன், நான் கேட்டால் என்ன?"

"நீ எதற்குக் கேட்கிறது? புரியவில்லையே எனக்கு" என்று அவள் சொன்னதும், அவன் பேசாமலிருந்துவிட்டான்.

4

மறுநாள் ஞாயிறன்று, மாலை நான்கு மணிக்கு வந்தாள் யமுனா. இருவரும் ஹோட்டலில் காப்பியைச் சாப்பிட்டுவிட்டு, பரீட்சை ஹாலுக்கு எதிரேயுள்ள கடற்கரை மணலுக்குச் சென்று, அலையோரமாக உட்கார்ந்திருந்தார்கள். பின்னால் இருந்த படகு உலகத்தை மறைப்பதுபோல் பாவனை செய்தது.

உட்கார்ந்ததும் உட்காராததுமாக யமுனா அவன் வேலையைப் பற்றித்தான் ஆரம்பித்தாள்.

"எதுக்காக வேலையை விடப் போவதாகச் சொன்னாய் நேற்று?"

"எனக்குப் பிடிக்கவில்லை."

"ஏன்? ஆபீசில் யாராவது சரியாக இல்லையா? அல்லது வேலை அதிகமாயிருக்கிறதா?"

"எல்லோரும் பிரியமாகத்தான் இருக்கிறார்கள். ஆனால், நான் ரங்கண்ணாவிடம் படித்தது இதற்காகவா?"

"இதை அப்பவே கேட்க வேண்டும் என்று ஆசை எனக்கே."

"எனக்கு இப்போது பிடிக்கவில்லை."

"இல்லை. என்மேல் கோபமா?" என்றாள் யமுனா.

மோக முள்

“உன் மேல் என்ன கோபம்?”

“லெட்டரிலே என்னென்னமோ எழுதிவிட்டேனே என்று . . .”

“ஆமாம். என்னென்னமோதான் எழுதியிருந்தாய். நீதான் கோழையில்லையே. உன்னைக் கோபித்துக்கொண்டு என்ன பிரயோஜனம்?”

“நீ கோபித்துக் கொண்டாலும் பாதகமில்லை. இனிமேல் நான் கேட்டுக்கொள்ள வேண்டியவள்தான்.”

“என் கலியாணத்தை நீயே எங்கப்பாவுக்கு எழுதி நடத்தி வைத்துவிடுவாய் போலிருக்கிறதே.”

“அப்படிச் செய்ய வேண்டும்போல் தானிருக்கிறது. நீ அனுமதித்தால், நான் எழுதுகிறேன். இதைவிட உங்கப்பா அம்மாவுக்குப் பெரிய உபகாரம் நான் என்ன செய்ய முடியும்?”

“யமுனா, உனக்குப் பைத்யம் கித்யம் பிடித்திருக்கிறதா?”

“ஆமாம்.”

“இப்படியே பேசிக்கொண்டிருந்தால் யாரும் ஓங்கி அறைந்து விடுவார்கள்.”

“அறையேன்.”

“பின்னே என்ன?”

“பின்னே என்ன?” என்று திரும்பினாள் யமுனா.

“எதற்காக இந்தக் குரூரமான எண்ணம் கிளம்பிற்று உன் மனதில்?”

“இது குரூர எண்ணமில்லை, உன் லட்சியம் கைகூடி விட்டது. இனிமேல் நீ கலியாணம் செய்துகொள்ள வேண்டியதுதானே?”

“நீ சித்தஸ்வாதீனத்துடன் பேசுகிறாயா என்பதே எனக்குச் சந்தேகமாயிருக்கிறது.”

“சந்தேகம் வேண்டாம். நான் பைத்தியம் இல்லை. சித்தஸ்வாதீனம் இழக்கவில்லை. உன்னைத் திருப்தி செய்தாகிவிட்டது. இனிமேல் உன் நன்மையைக் கவனிக்க வேண்டியதும் என் பொறுப்புதானே?”

“இப்படிப் பேச வெட்கமாயில்லையா, யமுனா? ஏதாவது சுயமரியாதை இருக்கிறதா உனக்கு?”

“எனக்கு மரியாதை வேண்டாம். நீ கௌரவமாக இருப்பதுதான் எனக்குப் பெரிது . . . இதை எத்தனை தடவை நான் சொல்லுகிறது? எத்தனை தினுசாக நான் சொல்லுகிறது? உனக்குப் புரியவில்லையா?”

“உன்னைத் தவிர வேறு யாரையும் நான் நினைக்கக்கூட முடிய வில்லை என்று வாயைத் திறந்து சொல்ல வேண்டும் என்கிறாயா?”

“சொல்ல வேண்டாம். எனக்குத் தெரிகிறது. சந்தோஷமாக இருக்கிறது கேட்க. வருத்தமாகவும் இருக்கிறது.”

“நீ வருத்தப்பட வேண்டாம், என் கௌரவம் என்னை விட்டுப் போய்விடாது. இனிமேல் அந்தப் பேச்சை எடுக்க வேண்டாம்.”

“எடுக்கவில்லை.”

“மூன்று நாலு நாள் எனக்குச் சிரமமாகத்தான் இருந்தது அதை நினைக்க நினைக்க. இப்போதுதான், உன்னைப் பார்த்த பிறகுதான் கொஞ்சம் நிம்மதியாக இருக்கிறது.”

“என்னமோ, தோன்றியதை எழுதிவிட்டேன். இனிமேல் எழுத வில்லை. பயம் கிடையாது என்று சொல்வதற்காக எழுதிவிட்டேன்.”

சிறிது நேரம் இருவரும் பேசவில்லை.

அலையோடு நடக்கிறவர்கள் படகினடியில் இவர்கள் உட்கார்ந் திருப்பதைப் பார்த்து, முறைத்து முறைத்துப் பார்த்துக்கொண்டு போகிறார்கள். போகட்டுமே. யமுனாவும் சாதாரணமாகத்தான் உட்கார்ந்திருக்கிறாள்.

“வேலையை விடுகிறேன் என்கிறாயே? அப்புறம் என்ன செய்யப் போகிறாய்?”

“அதுதான் புரியவில்லை.”

“கச்சேரி பண்ணேன்.”

“கச்சேரி பண்ணத்தான் தயார் செய்துகொள்ள வேண்டும்... கச்சேரி பண்ணினாலும் பண்ணாவிட்டாலும், இந்தக் குரலில் மாயங்கள் எல்லாம் செய்துகாட்ட வேண்டும். மழையும் புயலும், அமைதியும் காதலும், அருவருப்பும் வெறுப்பும், பிரிவும் வாஞ்சையும் அதில் நான் நினைத்தபடியெல்லாம் ஒலிக்க வேண்டும். அப்படி இந்தக் குரலை வசப்படுத்த வேண்டும். இந்த உடம்பே பாட்டாக நாதமாக மாறிவிட வேண்டும்.”

“வடக்குத்திப் பாடகன் வந்தானே, அதுமாதிரியா?”

“ஆமாம். அவர் குரலைவிட நன்றாக இந்தக் குரல் வளைந்து கொடுக்க வேண்டும். அவரே எனக்குக் குரலைப் பழக்கிக்கொள்ளச் சொல்லிக்கொடுத்தாலும் கொடுப்பார். மனிதன் இருக்கிறாரோ என்னவோ இப்போது.”

“என்னமோ. குரலைப் பழக்க அங்கேதான் போக வேண்டுமா என்ன? இந்தப் பக்கத்திலே இருக்கிறதை விடவா?”

"இந்தப் பக்கத்திலே நல்ல சங்கீதம் இருக்கலாம். இவர்களிடம் நல்ல சாமான்கள் இருக்கிறது. ஆனால் சமைக்கத் தெரியவில்லை. இவர்கள் அதற்குப் பழகவில்லை. குரலைப் பழக்க அங்குதான் போக வேண்டும்."

"நீ சொல்கிறது வேடிக்கையாயிருக்கிறது பாபு, மகா வைத்திய நாதய்யர் போன்ற பெரியவர்களின் சாரீரம் மாயம் எல்லாம் செய்தது என்கிறார்கள். இந்த நாட்டில் இல்லாத சாரீரமா?"

"இருக்கலாம். அவர்களுக்கு இயற்கையாக இருந்தது. சரீரத்தை நன்றாகக் காப்பாற்றினார்கள். பிரம்மசாரிகள் மாதரி வாழ்ந்தார்கள். நாதத்தின் இருப்பிடமாக இந்த சரீரத்தைச் செய்தார்கள். அவர்களுக்கு எல்லாம் பிரகாசித்தது. இப்போது பேர், புகழ் எல்லாம் மலிவாக, சீக்கிரமாகக் கிடைத்துவிடுகிறது. ஜனங்களும் சீக்கிரம் திருப்தி அடைந்துவிடுகிறார்கள். அதனால் எல்லாம் மங்கிவிட்டது, ஆசை போய்விட்டது. சித்திகளை அடைய வேண்டும் என்ற ஆசை போய்விட்டது. பாலூர் ராமுவைப் போன்றவர்கள் குரல் பெரிதல்ல, ஞானம்தான் பெரிது என்றெல்லாம் பிதற்ற ஆரம்பித்துவிட்டார்கள். ஏதாவது சொன்னால், நீர் இரண்டையும் சாதிச்சுக் காண்பியுமேன் என்று சவால் விடுகிறார். இப்படியே என்னிடம் சொன்னார்."

"சவால் விட்டாரா?"

"காண்பியுமே என்றார். நான் கட்டாயம் செய்கிறேன் என்று சொல்லியிருக்கிறேன் . . . நாலைந்து நாளாக ஒரே குழப்பம் எனக்கு. ஆபீஸ் வேலை ஐந்து நாள் மிச்சத்தைச் சேர்த்து வீட்டில் கொண்டு வந்து முடிக்கும்போது எரிச்சல் எரிச்சலாக வந்தது. அப்போதெல்லாம் அந்தச் சவால்தான் நான் படுத்தவுடன் கேட்டுக்கொண்டிருந்தது. இந்த வேலையை வைத்துக்கொண்டு நான் என்ன செய்ய முடியும்?"

"ம்."

மங்கள்வாடியிலிருந்து வந்தாரே, அவர்கூடச் சொன்னார். அவரிடம் புறப்பட்டுப்போய்ச் சிட்சை பெறலாமா என்று யோசித்துக் கொண்டேயிருந்தேன்."

"செய்யேன்."

"அவர் இருக்கிறாரோ இல்லையோ."

"எழுதிக் கேளேன். வரச்சொன்னால் அங்கே போய் கொஞ்ச நாள் இருக்கிறது."

"போயேன் என்றால் நீ?"

"நான் எதற்கு? எள்ளுதான் எண்ணெய்க்குக் காய்கிறது என்பார் களே, அந்த மாதிரி."

"முடியாது."

“சும்மா இரு, பாபு. சும்மா பிதற்றாதே, வெளிச்சம் மாதிரி நல்ல எண்ணம் ஒன்று தோன்றினால், அதை வேணும் என்றே ஊதி அணைக்கக் கூடாது. ஒரே இருட்டுத்தான் மிஞ்சும்.”

பாபுவுக்கு அந்தக் குரலின் கடுமையைக் கேட்டு சற்றுத் திகைப்பாக இருந்தது.

“சரீரத்தைக் காப்பாற்றி சங்கீதத்தை வளர்த்தார்கள், யாரோ அப்போதிருந்தவர்கள் என்று இப்போதுதான் சொன்னாய். உடம்பே, பாட்டாக, நாதமாகிவிட வேண்டும் என்று, அதற்குள் இந்த சஞ்சலமா? மனிதனுக்கு ஒரு நிதானம் வேண்டாமா? உனக்கு வயசாகவில்லையா?”

“நீ இல்லாமல் இருக்க முடியாது யமுனா எனக்கு.”

“இந்தப் பேச்செல்லாம் வெறும் பேச்சு. நான் வருவதற்கு முன்னால் – ஒரு மாசம் முன்னால், ஒரு வருஷமாக நீ இங்கு இல்லையா?”

“இருந்தேன். இப்போதும் அதேமாதிரி முடியுமா?”

“முடியும். எல்லாம் பழக்கம்தான். காபி பழகினால் காபி. டீ பழகினால் டீ. பழையது பழகினால் பழையது . . .”

“அது மாதிரி?”

“பழகினால் பிடித்துக்கொள்கிறது; எதுவும். பழகாவிட்டால தூர நிற்கிறது.”

“நீ லெட்டரில் என் திருப்திக்காகத்தான் வாழ்கிறேன் என்று எழுதியிருந்தாய் போலிருக்கிறதே.”

“இப்போதும் அப்படியே தானிருக்கிறேன். நான் எங்கும் போய்விடப்போவதில்லை. நீ போய் அவரோடு இருந்துவிட்டு, எல்லாவற்றையும் தெரிந்துகொண்டு, தேறி வாயேன். எனக்கும் பெருமையாகத்தானிருக்கும்.”

“நான் யோசித்தேன் என்று சொல்வதற்குள், நீ மூட்டையே கட்டிவிட்டாயே, யமுனா.”

“அந்த யோசனையைக் கேட்டபோது நியாயமாகப் பட்டது. சொன்னேன். நீ போனால் எத்தனை வருஷம் இருக்கும்படியாக இருக்கும்?”

“எத்தனை வருஷமோ. ஒன்றோ இரண்டோ . . . அவர், என்ன எழுதுகிறாரோ?”

“ஒன்றாக இருக்கட்டும், இரண்டாக இருக்கட்டும், நாலு, ஐந்தாகத்தான் இருக்கட்டும். உனக்குத் தோன்றினால் உன் அப்பா அம்மாவைப் பார்க்க வரமாட்டாயா நடுநடுவில்? அப்போது நான் எங்கே ஓடிப்போய்விடுகிறேன்! இது எப்போதும் இருக்கும்” – யமுனா ஒரு சிரிப்புச் சிரித்தாள்.

பாபு ஏறிட்டுப் பார்த்தான். சென்ற வாரத்தைவிட அவள் இன்னும் அழகாகத்தானிருந்தாள். ஏதோ ஒரு சந்தோஷமும் நல்ல உணவும் அவள் உடம்பில் இன்னும் மெருகேற்றியிருக்கின்றன. அடுத்த வாரம் இன்னும் அழகாக இருப்பாள். பட்டினியிலும் வறுமையிலும் செத்த அவள் உடல், நிறைவிலும் நிம்மதியிலும் ஊறி மின்னிக்கொண்டு வருகிறது. பழைய யமுனாவாகவே மாறி விடலாம்.

"என்ன பார்க்கிறே பாபு?"

"ஒன்றும் இல்லை ... உன்னிடம் சொன்னது எவ்வளவு ஆபத்தாகி விட்டது!"

"ஒரு ஆபத்துமில்லை. ஆபத்து ஒன்றும் வந்துவிடாது" என்று சிரித்தாள் அவள். "இன்னும் வெளிப்படையாகச் சொல்ல வேண்டும் என்றால், சொல்லிவிடுகிறேன்" என்று சுற்றும் முற்றும் பார்த்தாள் அவள்.

"என்ன?"

"இந்த உடம்பு நீ திரும்பி வருகிறவரையில், நீ நடுவில் வரும்போது, நீ வந்த பிறகு, இப்படியேதான் இருக்கும். இப்படியே உன் மனம் கோணிப்போய் விடாமல் நான் காப்பாற்றி வைக்கப் பாடுபடுகிறேன். வாக்கு வேணும்னாலும் தருகிறேன். போதுமா?"

பாபு சிரித்தான்.

சிரித்துவிட்டு மௌனமாகிவிட்டான். எவ்வளவு அருமையான குணம் இவளுக்கு! என்னை விட்டுப் பிரிந்திருக்க முடியுமா இவளால்! அதனால்தான் இப்படி அரற்றுகிறாளோ என்று கூடச் சந்தேகமா யிருந்தது. மூன்று நாளாக இந்த எண்ணம் இருந்துதான் வருகிறது எனக்கு. வருங்காலத்தின் இருளில் நான் தேடியது இதுதானா? இதுதான். அப்படியானால் இவள் செய்வது, அன்று தன் உடலையும் மனதையும் ஒப்படைத்ததைவிடப் பெரிய செயல்தான். இவளுக்குச் சமமாக என்றுமே ஆக முடியாது போலிருக்கிறதே. நாம் எவ்வளவு குரலைப் பழக்கினால் என்ன? எவ்வளவு கலைகளைப் பயின்றால் என்ன? உடலையும் உள்ளத்தையும் செருப்பாகத் தைத்துப் போடும் இந்த வாழ்வை, எப்போதாவது கனவு காண முடியுமா நம்மால்?

யமுனா பேசினாள்:

"கழுத்தைப் பிடிச்சுத் தள்ளுகிறேன் என்று நினைத்துவிடாதே பாபு. உன் குரலைக் கேட்டிருக்கிறேன். பாட்டைக்கேட்டிருக்கிறேன். நீ இந்த மாதிரி யோசனை வந்தது என்று சொன்னதும் எனக்குத் திடீர்னு சின்ன வயசு வந்துவிட்டாற் போலிருந்தது. சின்னக் குழந்தை மாதிரியே பேசிவிட்டேன் இல்லையா?" என்றாள் அவள். "அதிகமாகப் பேசிவிட்டேனா?"

“இல்லை யமுனா, நீ சொல்கிறது அவ்வளவும் சரி. உன்னால் தப்பாகப் பேச முடியாது. நீ எனக்காகப் பிறந்தவள். என்னைவிட என்னை நீ நன்றாகப் புரிந்துகொள்கிறாய் . . . எனக்கு இந்த வேலை பிடிக்கவில்லை. இந்த யோசனை எனக்கும் நன்றாகத்தான் படுகிறது. ஆனால், எப்படித் தனியாக இருக்க முடியும்?”

“இருக்கத்தான் வேண்டும். அதை எல்லாம் பேசியாகிவிட்டது. திரும்பித் திரும்பி அதையே பேசி என்ன? ஏதாவது ஒரு முடிவுக்கு வரவேண்டும். இப்போது பிடித்து சேர்ந்து இருக்கலாம். மங்கள் வாடிக்குப் போய் வந்த பிறகும் இருக்கலாம்.”

மேலும் தொடர்ந்து, “அதற்குள் ராஜினாமா கொடுக்க வேண்டாம். முதலில் மங்கள்வாடிக்கு எழுதிக் கேட்டுக்கொள்ளலாம். அவர் இருக்கிறாரா இல்லையோ என்றே சந்தேகப்படுகிறாயே. பதில் வந்த பிறகு செய்துக்கலாம்” என்றாள் அவள்.

“வேண்டாம் யமுனா. இனிமேல் நான் போக முடியாது அங்கு. விட்டுவிட்டதாகவே நினைத்துக்கொண்டிருக்கிறேன். இனிமேல் போனால் பைத்தியம்தான் பிடிக்கும்” என்று கெஞ்சினான்.

ஆபீசை நினைக்கும்போது, படிக்க வைத்த இரண்டாம் நாளும் முதல் வாரம் முழுவதும் ஆட்டிவைத்த பயம்தான் அவனை ஆட்டிவைத்தது இப்போது.

❍

இருள் நன்றாகக் கவிழ்ந்துவிட்டிருந்தது. இன்று சந்திரோதயமாக இன்னும் மூன்று மணி நேரமாகும்.

“அப்ப நாளைக்கே எழுதிப் போட்டுவிடுகிறாயா அவருக்கு?” என்றாள் யமுனா.

“ராத்திரியே எழுதி வைத்துவிடுகிறேன்.”

“ராத்திரி எழுத முடியும். ஜுரமாயிருந்தால், நான் மேலே வரலாம். இன்றுதான் ஜுரமில்லையே உனக்கு?” என்று பேசிக் கொண்டிருந்தவள் சட்டென்று அவனை மடியில் சாத்திக் கொண்டாள். இதழ்களில் இதழை வைத்துப் பதித்தாள்.

பேச்சுக்குரல்கூடக் கேட்கவில்லை. அலைகள் தான் வந்து வந்து மோதித் திரும்பின. பல அலைகள் வந்து வந்து திரும்பி போய்விட்டன.

“மணி என்ன பாபு?”

“இப்படியே எப்படிப் பார்க்கிறது நான்?”

“இரு. நான் பார்க்கிறேன் . . . எட்டு இருபது. பசிக்கிறதா உனக்கு?”

"இல்லை."

"ஒன்பதரை மணிக்கு ஹோட்டலில் சாப்பாடு இருக்கும்; இல்லையா?"

"நிறைய இருக்கும்."

"நான் மாடிக்கு வர முடியாது."

அலைகள் ஒவ்வொன்றாக வந்து மோதின. நாற்பது, ஐம்பது, அறுபது அலைகள் வந்து வந்து போயிருக்கும். படகு உலகத்து ஒளியையே மறைத்து விடுவதுபோல் பக்கத்தில் நின்று இருளைக் கொட்டிற்று.

பாபுவும் அவளும் எழுந்து கடற்கரைச் சாலையை அடைந்த போது, மாநிலக் கல்லூரியின் கடிகாரம் ஒன்பது முப்பத்தைந்துக்கும் நாற்பதுக்கும் நடுவில் ஏறிக்கொண்டிருந்தது.

சாப்பிட்டுவிட்டு வீடு திரும்பியதும் யமுனா நேராக உள்ளே சென்றாள். மாடிக்கு ஏறப்போன பாபுவை வீட்டுக்காரர் பேசப் பிடித்துக்கொண்டார். அவரை விட்டு வர ஒரு மணி நேரம் பிடித்தது. மாடிக்கு வந்ததும் முதல் வேலையாக கடுதாசையும், பேனாவையும் எடுத்து மேஜை முன் உட்கார்ந்தான் பாபு. மங்கள்வாடிக்கு விச்வம்பர்காணேயின் சீடருக்கு எழுதத் தொடங்கினான்.

"ஆசிரியர் அவர்களுக்கு, வணக்கம். தங்களுக்கு என்னை ஞாபகமிருக்கிறதோ என்னவோ. ஏழெட்டு வருஷம் முன்னால் தாங்கள் கும்பகோணம் வந்திருந்தபோது பார்த்த பாபுதான் நான். நான்தான் தங்களைத் தங்கள் பாஷை பேசும் யமுனா வீட்டிற்கு அழைத்துப்போனேன். பாபநாசத்திற்கு அழைத்துப் போனேன். எங்கள் வீட்டில் அன்று இரவு தங்கியிருந்தீர்கள். இப்போது ஞாபகம் வரும் என்று நினைக்கிறேன்.

பல ஆண்டுகள் கழித்து திடீரென்று நினைத்துக்கொண்டு எழுதுகிறேன். பாபநாசத்திலிருந்து புறப்படுகையில் தாங்கள் சொன்னீர்கள். 'பாபு, நீங்கள் பெரிய வித்வானாகி பம்பாய்ப் பக்கம் வரும்போது, எங்கள் ஊருக்கு வாருங்கள். ஒரு கடுதாசு போட்டால் நானே வந்து பார்க்கிறேன்' என்று சொன்னீர்கள். நான் பெரிய வித்வானாக ஆகவில்லை. ஆனால் தங்களிடம் வரவேண்டும் என்ற வேட்கை மிகுந்து வருகிறது.

தாங்கள் வந்து போன பிறகு ஆறேழு வருஷ காலம் என் குருநாதரிடம் பயின்றுதான் வந்தேன், சென்ற வருஷம் அவர் இந்த உடலை விட்டு நாதத்தில் லயித்துவிட்டார். நான் இப்போது சென்னையிலிருக்கிறேன்.

என் வாழ்க்கை விசித்திரமாகப் போய்க்கொண்டிருக்கிறது. இப்போது இன்ஷூரன்ஸ் கம்பெனியில் வேலை! முட்டாள்தனமான

காரியம்தான். இப்போதுதான் தெரிகிறது. ஆனால் இரண்டு மூன்று நாளாக இருப்பாக இருக்கவில்லை. கேட்கும் ஒவ்வொரு ஒலியும், நான் ஆற்றில் மிதக்கிற கட்டை போல மிதக்கும் அறிவீனத்தைத்தான் இடித்துக் காட்டுகிறது. மணி, பட்சிகளின் ஓசை, அலை, கார் ஓசை, பாத்திரங்கள் விழும் ஒலம், மனிதக் குரல் – எல்லாம் நான் நாதத்தை எதோ பொழுதுபோக்காக சொக்கட்டான் ஆடும் தடித்தனத்தைத்தான் இடித்துக் காட்டுகிறது. ஆனால் பாட்டு என்று நினைக்கும்போது என்னென்னமோ சந்தேகங்களும் ஆசைகளும் தோன்றுகின்றன. மனிதக் குரலில் எந்த ரசத்தையும், எந்தக் காட்சியை யும் வெளிப்படுத்த முடியுமா? தோற்றுவிக்க முடியுமா? முடிய வேண்டும். இதுவரை தோன்றிய உயிர்களின் எல்லை மனிதன், ஆகவே மற்ற உயிர்களின் ஆற்றல்களெல்லாம் மனிதனுக்குள் அடங்கிக் கிடக்கின்றன. இதுவரை தோன்றிய உயிர்களின் ஒலிகளெல்லாம் அவன் குரலில் இருக்கத்தான் இருக்கும் என்ற நிச்சயம் எனக்கு . . .

என் குரலை என் வசப்படுத்த வேண்டும். எந்த உணர்ச்சியும் எந்தக் காட்சியும் அதற்கு வசமாக வேண்டும். இதற்காக எத்தனை வருஷத் தவமாயிருந்தாலும் அதைச் செய்துதானாக வேண்டும். எந்த விருப்பத்தையும் எந்த இன்பத்தையும் அதற்காக ஆஹுதி செய்ய வேண்டும் என்றாலும் செய்யத்தான் வேண்டும்.

என் குரலை வசப்படுத்துவதுதான் இப்போதைய ஆசை எனக்கு. மனிதக் குரலின் ஆற்றலைப் பற்றிய என் நம்பிக்கை கேலிக்கு இடமாகக்கூட இருக்கும். பாதகமில்லை, ஆசைப்படுவதிலும் நம்பு வதிலும் என்ன தப்பு? ஆசை நிறைவேறினால் நல்லது. இல்லா விட்டால் . . .

நான் அங்கு வந்து தங்களிடம் குரலைப் பயிற்சி செய்துகொள்ள வேண்டும். தாங்கள் அனுமதிப்பீர்கள் என்ற நம்புகிறேன். அனுமதிக்கு மாறு வேண்டுகிறேன். ‘இந்த ஊரில் இல்லாத பயிற்சியா!’ என்று யமுனாவே ஒரு கேள்வி கேட்டாள். நம்மிடம் இல்லாதது பிறரிடம் இருப்பதைப் பார்த்துச் சிரிப்பதிலோ எரிச்சல் படுவதிலோ என்ன லாபம்? சிறுமைதான் மிஞ்சுகிறது.

எனக்கு வயது இருபத்தெட்டு நடக்கிறது இப்போது. ஆனாலும் உயிர் போகிறவரையில் மாணவர்களாகவே இருக்க முடியும் யாராலும்.

நான் எப்போது வரலாம்? எப்படி வர வேண்டும்? தயவு செய்து மறு தபாலில் எழுத வேண்டும். தங்கள் புதல்வருக்கு என் வணக்கங்களைத் தெரிவிக்க வேண்டும்.

வணக்கம். பாபு.”

இன்னொரு காகிதத்தை எடுத்து, மேலே படிக்க வெளியூர் செல்லப் போகும் காரணத்தைச் சொல்லி ஆபீசிற்கு ராஜிநாமாக் கடிதம் ஒன்று எழுதிவைத்தான். பெரிய பாரத்தைக் கீழே இறக்கி

வைத்தாற்போலிருந்தது. அப்பாடா ... பிறகு கீர்த்தனை நோட்டுகளை எடுத்து ஒவ்வொன்றாகப் புரட்ட ஆரம்பித்தான். ஆறேழு வருஷப் பாடங்கள் பெரும் பெரும் நோட்டுகளாகப் பதின்மூன்று நோட்டுகளில் அடைந்து கிடந்தன. ரங்கண்ணா அவ்வப்போது விளக்கிய ராக வடிவங்கள், சஞ்சாரங்கள், லயத்தைப் பற்றிய கருத்துக்கள் எல்லா வற்றையும் வேறு இரண்டு நோட்டுகளில் எழுதி வைத்திருந்தான். ஒவ்வொன்றாகப் பார்க்கும்போது ரங்கண்ணாவின் மேதையையும், வேறு சிந்தையில்லாமல் அவர் உழைத்த உழைப்பையும் தியானங் களையும்தான் அவனுக்குக் காண முடிந்தது. அநேகமாக ஆறேழு வருஷங்களில் அவர் சொல்லிய முக்கியமான கருத்துக்கள் எல்லாம் அதில் இருந்தன. ஒரு பக்கத்தில் அவர் சொன்ன சங்கீத சம்பந்த மில்லாத ஹாஸ்யம் ஒன்று எழுதிவைத்திருந்தது – இன்னொரு இடத்தில் ஒரு சங்கீத வித்வானைப் பற்றிய விமர்சனம். பாபுவுக்குச் சிரிப்பு வந்தது ... விமர்சனம் இல்லை, வெசவு விமர்சனமே அந்த வெசவில் அடங்கியிருந்தது. வாயில் சொல்ல முடியாத வார்த்தைகள், இதை எப்படி, எப்பொழுது எழுதினோம்? எறும்பு மொய்ப்பது போல சிறு சிறு எழுத்துக்கள். இரண்டு நோட்டுகளுமாக சுமார் ஆயிரத்து ஐந்நூறு பக்கம் இருக்கும். குறிப்புகள் கணக்கில்லாமல் எழுதியிருந்தன. இவ்வளவும் நானா எழுதினேன்? ரங்கண்ணாவின் கதையை யாராவது எழுதுவதானால் எவ்வளவு உபயோகமாயிருக்கும் இத்தனை குறிப்புகளும்! ஒவ்வொன்றையும் வாசிக்கும்போது மண்ணிலிருந்து உயர உயர எழுந்தது அறிவு. ஒரு தபஸ்வியின், ஒரு விஞ்ஞானியின், சிந்தனைகள் எண்ணில்லாமல் மின்னும் நடுநிசி வானைப் போல மின்னிற்று, அந்த ஏழு வருஷ காலமும். எத்தனை ஹாஸ்யங்கள்! எத்தனை அபிப்பிராயங்கள்!

பாபு வாசித்துக்கொண்டேயிருந்தான்.

வாசலில் ஐஸ்கிரீம் வண்டியின் மணி கேட்டது. மணி பதினொன்று பத்து.

வரி வரியாக, பக்கம் பக்கமாக அவன் கண்கள் ஊர்ந்து கொண்டிருந்தன.

நான் போகத்தான் வேண்டும். இனிமேல் இங்கிருப்பது சிரமம் தான். இத்தனை உழைத்தது இந்த ஆபீஸ் வேலைக்கா? ... வாசித்துக் கொண்டேயிருந்தான் அவன்.

படுக்கப் போகும்போது இரண்டு மணியாகிவிட்டது.

மறுநாள் காலையில் யமுனாவை பஸ் ஏற்றிவிட்டு, பெல்ஸ் ரோடுக்குச் சென்று அவரிடம் ராஜிநாமாச் செய்யப் போவதைச் சொல்லி அவருக்கு நன்றி செலுத்திவிட்டு, ஆபீசுக்குப் போய் கோதண்டபாணியிடமும் மானேஜரிடமும் தன் முடிவைச் சொல்லிக்

கழற்றிக்கொண்டு வரும்போது மணி பன்னிரண்டாகிவிட்டது. சிறையிலிருந்து வெளிவந்தது மாதிரி வந்தான் அவன். மனம் லேசாக மிதந்தது.

முதலில் என்ன செய்வதென்று புரியவில்லை. ஹோட்டலில் புகுந்து சாப்பிட்டுவிட்டு ஒன்பதாம் நம்பர் பஸ்ஸில் ஏறிக்கொண்டு மியூசியத்தில் இறங்கினான். உள்ளே புகுந்து மியூசியம் முழுவதையும் சுற்றினான். கன்னிமாரா நூல் நிலையத்தில் புகுந்து ஏழெட்டு புத்தகங்களை அள்ளிக்கொண்டு வந்து ஒரு மேஜைமீது போட்டுக் கொண்டான். எதை வாசிப்பது என்று புரியாமல் ஒவ்வொன்றிலும் பத்து பக்கம் இருபது பக்கம் என்று புரட்டினான். நான்கு மணியான தும் வெளியே வந்து மாம்பலம் பஸ்ஸில் ஏறினான்.

எங்கே போவது?

பையில் வேலை செய்த நாளுக்குச் சம்பளம் நூற்றைந்து ரூபாய் அடைந்திருக்கிறது. கோதண்டபாணி, சித்திரக்காரர் எல்லோருக்கும் வருத்தம்தான். எனக்கே சற்று வருத்தமாகத்தானிருந்தது. கோதண்ட பாணி இல்லாவிட்டால் இந்த அரை மாதச் சம்பளத்தை அடுத்த மாதம்தான் கொடுத்திருப்பார்கள். காயமான வேலையில்லை. உடனேயே சாக்குபோக்குச் சொல்லாமல் அவிழ்த்து விட்டுவிட்டார் கள். இன்று வேலை செய்திருந்தால் இன்னும் ஏழு ரூபாய் கிடைத் திருக்கும். எங்கே போவது?

மங்கள்வாடியிலிருந்து பதில் வர ஒரு வாரமாவது ஆகும். அதுவரையில் இந்த ரூபாய் போதும். கட்டிப்பிடித்தால் இன்னும் இரண்டு மாதம்கூட இந்த ரூபாயில் தள்ளிவிடலாம். ஒரு சமயம் பதிலே வராமல் இருந்தால்? தட்டிக் கழித்தாற்போல் பதில் வந்தால்... வா என்று வந்தாலும் மங்கள்வாடிக்குப் போக இந்த ரூபாய் போதும். எப்படி வரப் போகிறதோ..?

மாம்பலத்தில் இறங்கியதும் நேராகப் பாலூர் ராமுவின் வீட்டை நோக்கி நடந்தான் பாபு.

சீடர்களுக்குப் பாடம் சொல்லிக்கொண்டிருந்த ராமு அவனைக் கண்டதும் பாடத்தை நிறுத்திவிட்டு, 'வாரும்யா! வழி தெரிஞ்சுதா' என்று சிரித்துக்கொண்டே வரவேற்றார். உடம்பெல்லாம் தேவலையா? தலைக்கு ஜலம் விட்டுண்டீரா?"

"ஆபீஸிலிருந்தா... ஆபீஸிலேர்ந்து வராப்பலே இல்லியே? ரொம்ப பாமர உடுப்பிலே வந்திருக்கீரே."

"பாமரன்தான் பாமரனாகவே ஆயிட்டேன்."

"அப்படின்னா?"

"ஆபீஸ் உடுப்பெல்லாம் இனிமேல் கிடையாது. இனிமேல் இந்த பாமர உடுப்புதான்."

"என்ன விசேஷம்? ஆபீஸ்காரர்களும் மந்திரிகள் மாதிரியே இருக்கறதுனு தீர்மானம் பண்ணிப்பிட்டாளா?"

"இல்லேண்ணா. இது என் தீர்மானம். வேலையை விட்டு விட்டேன்."

"ஆ!"

"ஆமாண்ணா."

"விட்டுவிட்டீரா? நீரா?"

"ஆமாம், நான்தான்."

"என்னிக்கு?"

"இன்னிக்குத்தான்."

"எதுக்காக?"

"நீங்கதான் சவால் விட்டுவிட்டீர்களே. அதுக்குத்தான்."

"நான் சவால் விட்டேனா..? ஓகோ..; அதைச் சொல்றீரா? அப்ப மேடைக்கு வரதாக..."

"உடனே இல்லை. மங்கள்வாடிக்கு எழுதிப் போட்டிருக்கேன்."

"எங்கே!"

பாபு விவரமாக எல்லாவற்றையும் அவரிடம் சொன்னான். அவர் இந்த முடிவை ஆமோதிக்கிறாரா இல்லையா என்று கண்டு பிடிப்பது சிரமமாகத்தானிருந்தது.

"ம்" என்று இழுத்தார் அவர் கடைசியில்.

"என் யோஜனை சரிதானேண்ணா?"

"நீர் நல்ல துணிச்சல்காரர். நீர் எந்த யோசனையைச் செய்யப் படாது? குடும்பம் கிடும்பமென்று கால்கட்டும் போட்டுக் கொள்ள வில்லை. நல்ல சமர்த்தாக இருக்கிறீர். நான் என்ன சொல்ல இருக்கிறது?"

"ஆற அமர யோசித்துதான் அண்ணா இந்த முடிவுக்கு வந்திருக்கிறேன்."

"நல்ல முடிவுதான். இரண்டு சங்கீதமும் தெரிந்தவர்கள் பாக்கிய சாலிகள். எத்தனை காலம் அங்கே இருப்பதாக உத்தேசமோ?"

"இன்றுதானே எழுதிப் போட்டிருக்கிறேன்."

"பதில் எப்போது வரும்?"

"வரும் – ஒரு வாரத்திலே" என்றான் பாபு.

"அங்கே புறப்பட்டுப்போனால் எத்தனை நாள் தங்கறதாக உத்தேசமோ?"

"எத்தனை வருஷமோ . . . அங்கு போனால் தெரிகிறது."

"அட, எத்தனை நாள் ஆனால் என்ன? நீர் வருகிறவரையில் எங்கள் பிழைப்புக்குப் பங்கமில்லை. நீர் மாத்திரம் அது முடிந்ததும், மேல்நாட்டு சங்கீதம் கற்றுக்கொள்ளப் போகிறேன் என்று அப்படியே பம்பாய்க்குப் போய்க் கப்பல் ஏறாமல் இருந்தால் சரி."

பாபு சிரித்தான்.

"என்னய்யா சிரிக்கிறீர்? நீர் அது மாதிரி சொல்கிறவர்தானே."

"செய்தால் என்ன? அப்போது என்ன தோன்றப் போகிறதோ, யார் கண்டார்கள்?"

"அதுதான். அதுதான் சொல்கிறேன், போம் போம். ஜாம் ஜாமென்று ஞானப்பழமாகக் கனிகிற அதிர்ஷ்டம் எல்லாருக்கும் கிட்டாது. அவனவன் கிடந்து அடிச்சுக்கறான். கீர்த்தி, ஆசை. வயிற்றுப் பிழைப்பு, குடும்ப விலங்கு, எத்தனையோ பந்தங்கள். இப்படி யாராவது சன்னாசி மாதிரி கிளம்பினால்தான் உண்டு. அந்த சாப்பாடெல்லாம் ஒத்துக்கொள்கிறது கஷ்டமாச்சேய்யா . . . குளிர் வேற நடுக்கும்."

"கொஞ்சம் சிரமம்தான்."

ஆறு மணிவரையில் பேசிக்கொண்டிருந்தார்கள் இருவரும் இருட்டுகிற நேரத்திற்கு ராமு தம்புராவின் உறையைக் கழற்றிச் சுருதி சேர்த்தார்.

"ஏன்யா! இப்ப ஒன்றும் அவசரமில்லையே?"

"இல்லை."

"அப்படியானால் நன்றாக உட்காரும். ரண்டு பேரும் சேர்ந்து பாடலாம். பத்துப் பதினைஞ்சு கீர்த்தனமா வாயை விட்டு அலறினால் தேவலை போலிருக்கு. பழைய நியூஸ் பேப்பர் மாதிரி கிடக்கே, பல கீர்த்தனங்கள் ஏனென்று கேட்கிறவர்கள் இல்லாமல். எதையாவது பாடிப் பார்ப்போமே."

"பேஷா."

இருவரும் பாட ஆரம்பித்தார்கள். சிஷ்யர்கள் நாலைந்து பேர் வந்து உட்கார்ந்துகொண்டார்கள்.

புதிய விடுதலை அவன் குரலிலும் மலர்ந்து வெளிப்பட்டது போலிருந்தது. இருவரும் உற்சாகமாகப் பாடிக்கொண்டிருந்தார்கள். போட்டிப் போட்டுக்கொண்டு பாடினார்கள். ராமு அவனைத் தனக்கு சமமாக மதித்து 'ஆகா' காரமும் சிரக்கம்பமும் செய்து கொண்டு வந்தார். ஒரு மணி, இரண்டு மணி, மூன்று மணி நேரமாயிற்று.

"ஓய், ஒன்பதரை மணிக்கு முடித்துவிடுவோம். இங்கேயே சாப்பிட்டுவிட்டுப் போகலாம் ... போகிறதென்ன? வேலைதான் இல்லை. ராத்திரி இங்கேயேதான் படுத்துக்குமே. பேசிண்டிருப்பமே."

"ம்."

பாபுவுக்கு உற்சாகமாகத்தானிருந்தது.

சாப்பிட்டுவிட்டுப் பேசிக்கொண்டிருந்தபோது ராமு கேட்டார். "பாபு, நீர் வடக்கே போவதாக முடிவு பண்ணிவிட்டீரா?"

"ஆமாம். ஏன்?"

"இல்லை. நான் தற்குறி மாதிரி ஏதோ சொல்கிறேன் என்று நினைத்துக்கொள்ளாதீர். நீர் போகாமல் இங்கேயே இருக்கப்படாதா என்று இருக்கிறது எனக்கு. இந்த மாதிரி சந்தோஷமாக இந்த ஜன்மாவிலேயே பாடினதில்லை நான் – இன்று பாடின மாதிரி ... வேலையை விட்டுவிட்டவர் இங்கே இருக்கப்படாதா, எங்கேயோ யாத்திரை கிளம்புகிறேன் என்கிறீரே, மனப்பூர்வமாகச் சொல்கிறேன். எனக்கு வருத்தமாகத்தானிருக்கிறது."

அவர் குரல் ஆழ்ந்திருந்தது. அவனையும் சற்று உணர்ச்சி வசமாகத்தான் ஆக்கிற்று அது. பதில் பேசவில்லை அவன்.

"நீர் செய்யப் போகிறதைத் தடுக்கவில்லை நான். இருந்தாலும் எனக்குத் தோன்றுகிறதைச் சொல்கிறேன்."

"எனக்கும் இப்படிச் சேர்ந்து பாட, உங்களுடன் பாட உற்சாகமாகத்தானிருக்கிறது. ஆனால் எனக்கு என்னென்னமோ நோக்கங்களெல்லாம் இருக்கின்றன. போய்விட்டு வந்துவிடுகிறேனே. அதுதான் நல்லது."

"நல்லதுதான். நீர் திரும்பி வந்து கொண்டுவருகிற ஞானமும் சாதனையும் எனக்கும் லாபமாகத்தானிருக்கும். என்னமோ எனக்கு வெறிச்சோடினாற்போலிருக்கிறது. சொல்கிறேன் ... ம் ... லெட்டர் வந்தால் உடனே கிளம்பிவிடுவீரா?"

"அடுத்தவாரம் ஊருக்குப் போய்விட்டு, அப்புறம் போக வேண்டும்."

"அடுத்தவாரம் வரையில் இருப்பீரோ இல்லையோ ... அதுக்கு, இன்னும் ஏழெட்டு நாளிருக்கே."

"அதுவரையில் இருப்பேன்."

"அப்படியானால் அதுவரையில் இங்கேயே என்னோடேயே இருமேன்."

"இருக்கலாம் ..."

"இருக்கலாம் என்று இழுக்கிறீரே!"

தி. ஜானகிராமன்

“ஊருக்குப் போகிற ஏற்பாடுகளெல்லாம் செய்தாகணும். கொஞ்சம் வேலையும் இருக்கிறது. முடிந்தவரையில் கூட இருக்கிறேன். ஊருக்குப் போய் வந்து நாலு நாள் தங்கிவிட்டுப் போகிறேன்.

“எப்படியாவது செய்யும். சேர்ந்து சில நாள் இருக்க வேண்டும்.”

○

பிறகு நாலைந்து நாள் பெரும்பாலும் ராமுவுடனேயேதான் கழிந்தன. வெள்ளிக்கிழமையன்று அவன் எதிர்பார்த்த கடிதம் வந்துவிட்டது. படபடவென்று கை நடுங்க நடுங்க உறையைக் கிழித்தான் பாபு. ஆங்கிலத்தில் மணி மணியாக எழுதியிருந்தது.

“அருமை பாபுவுக்கு.

உங்கள் லெட்டர் வந்தது. நன்றி. எனக்கு ஆங்கிலம் தெரியாது. சின்னப் பையன் தீபாவளி விடுமுறைக்காக வந்திருக்கிறான். அவன் எழுதுகிறான்.

உங்கள் கடிதத்தைப் பார்த்தபோது எனக்கு ஆச்சரியமாகத்தான் இருந்தது. தீபாவளி சமயத்தில்தான் நான் உங்களூருக்கெல்லாம் வந்திருந்தேன். ஒவ்வொரு தீபாவளியும் உங்கள் ஞாபகம் வராமலிருப்பதில்லை. அடிக்கடி வருகிற ஞாபகம்தான். ஆனால், அன்று காலை உங்களைப் பற்றி வெகு நேரம் பேசிக்கொண்டிருந்தோம். உங்கள் ஊருக்குச் சென்றது, உங்கள் தகப்பனாருடன் பேச முடியாமல். பாஷை தெரியாமல் தவித்தது, எல்லாவற்றையும் பற்றிப் பேசிக் கொண்டிருந்தோம். தபால்காரன் எதிர்பாராத விதமாக உங்கள் கடிதத்தைக் கொண்டு வந்து கொடுத்தான். என்ன இது! நாங்கள் அன்று காலை பேசியது தற்செயலான காரியமா? இராது. இது என்ன விந்தை!

உங்கள் குரு காலமாகிவிட்ட செய்தி துக்ககரமான செய்தி. உங்களுக்குத் தகப்பனாராகத்தான் இருந்தார் அவர். அவர் ஞான சமுத்ரம் என்று தாங்களே சொல்லியிருக்கிறீர்கள்.

மனிதக் குரலைப் பற்றி நீங்கள் எழுதியதெல்லாம் சாதிப்பது கஷ்டம்தான். ஆனால் சங்கீதகன் யாரும் சாரீரத்திற்குப் பயிற்சி தராமலிருப்பது கொடும் பாவம் என்றுதான் நான் கருதுவேன். பாடுகிறவர்களுக்கு ஆதாரமான தர்மம் அது. குரல் பயிற்சி இல்லாத சங்கீதம் சூரியனில்லாத சந்திரன் மாதிரி. நீங்கள் அவசியம் வாருங்கள். இருவரும் பரஸ்பர குருவாக இருப்போம். நான்கு வருஷம் இங்கு இருந்தால் நல்லது. நீங்கள் சொல்லுகிற லட்சியத்திற்குப் பல ஜன்மங்கள் போதாது. ஆனால் நாலு வருஷம் என்று வைத்துக் கொள்வோமே. குறைக்கவும் கூட்டவும் நமக்கா தெரியாது! அது நம் சௌகர்யத்தைப் பொறுத்தது. நீங்கள் உடனே வரலாம். உங்கள் வரவிற்காக ஆவலுடன் காத்துக்கொண்டிருக்கிறோம். வரும் தேதியை எழுதினால்

ஸ்டேஷனுக்குக் காரை அனுப்புகிறேன். உங்கள் பதிலை எதிர்பார்க்கிறேன் ... ஆசிர்வாதம்.

உங்கள் மதுசூதன்."

கடிதத்தைப் படித்துவிட்டு உடனே யமுனாவைப் பார்ப்பதற் காகக் கிளம்பினான் பாபு.

விடுதிக்குப் போகும்போது மணி பதினொன்றிருக்கும். வகுப்புகள் கலைந்து மாணவிகள் வேறு வகுப்புகளுக்கு மாறிக்கொண்டிருந்தார்கள். இரண்டு மூன்று நிமிஷக் கலகலப்பிற்குப் பிறகு மீண்டும் மௌனம் நிலவிற்று. நடு ஹாலில் உட்கார்ந்து ஒரு சீட்டை அனுப்பினான் அவன்.

யமுனா வருவதற்கு ஐந்து நிமிஷம் ஆயிற்று. அவளுடைய நிறம்தான் அவனைக் கவர்ந்தது. நினைத்தது போலவே, இப்போது முகத்தில் இன்னும் களை மலர்ந்திருக்கிறது. புஜங்களில், தோள் பட்டையில் சதைப்பற்றுப் பிடித்திருக்கிறது. சந்தோஷம் அவள் மேனியில் நாளுக்கு நாள் ஊர்வதுபோல் தோன்றிற்று.

"எப்ப வந்தே பாபு?"

"பத்து நிமிஷமாச்சு. மங்கள்வாடியிலிருந்து லெட்டர் வந்திருக்கிறது."

"என்ன வந்திருக்கிறது?"

"வரச் சொல்லி."

"அவர் உயிரோடுதானிருக்கிறாரா?"

"ஆமாம்" என்று பாபு சிரித்தான். "சொல்லத்தான் வந்தேன்."

"பதில் என்ன எழுதப்போகிறாய்?"

"வருகிறேன் என்றுதான்."

"என்றைக்கு?"

"புதன்கிழமை தீபாவளி. செவ்வாயன்று ஊருக்குப் போக வேண்டும். ஒரு வாரம் அங்கு இருந்துவிட்டு, இங்கு பாலூர் ராமுவோடு நாலைந்து நாள் இருந்துவிட்டு, பிறகுதான் புறப்படப் போகிறேன்."

"ராமுவோடா இருக்கப்போகிறாய்?"

"ஆமாம். சேர்ந்து இருந்துவிட்டுப் போக வேண்டும் என்கிறார் நாலைந்து நாளாவது."

"ம் ... அதாவது இருபது இருபத்திரண்டு நாளில் புறப்படும் படியாக இருக்குமா?"

"ஆமாம்."

"செவ்வாய்க்கிழமை ராத்திரி பாபநாசம் போகப் போகிறாயா?"

"ஆமாம்."

"ஆபீஸுக்கு லீவா இன்று?"

"ஆபீஸ் இருந்தாலல்லவா லீவு? யமுனா, அன்று உன் தலை மறைந்ததுமே நான் ராஜிநாமா கொடுத்தாகிவிட்டது. நாலைந்து நாளாக அநேகமாக ராமு வீட்டில்தான் வாசம்."

பத்மாசனி எங்கேயோ கூட்டத்திற்குப் போயிருந்தாளாம். யமுனாவிடம் விடைபெற்றுக்கொண்டு கிளம்பினான் பாபு. ஞாயிற்றுக்கிழமையன்று அவள் வருவதை நிச்சயம் செய்துகொண்ட பிறகுதான் அங்கிருந்து புறப்பட முடிந்தது அவனுக்கு.

ஐப்பசி வெய்யில் உச்சி வெயிலாக இருந்தாலும் இதமாகத் தானிருந்தது. விடுதலையில் பறந்துகொண்டிருந்த உடலுக்கு மழையிலும் வெயிலிலும் நனைந்து காய வேண்டும் போலிருந்தது, கடலில் போய்க் குளித்தால் தேவலை போலிருந்தது. பஸ்ஸில் ஏறாமல், திருவல்லிக்கேணி வரையில் வெயில் வீணாகாமல் வேடிக்கை பார்த்துக்கொண்டே நடந்து போக வேண்டும் போலிருந்தது. நடந்தே தான் சென்றான். உச்சி வெயில். மழைக்கால வெயில். லேசாக வேர்த்தது. கோட்டை ஸ்டேஷனுக்கெதிரில் இருந்த மரவரிசையின் நிழலில் நடக்கும்போது அப்பாடா என்றிருந்தது. திருவல்லிக்கேணிக்கு எதற்காகப் போக வேண்டும்?... இனிமேல் நிழல் கிடைக்காது. எதிரே தார் ரோட்டில் கானல் நீரில் கார்களின் நிழல்களும் நடப்போரின் நிழலும் தலைகீழாகத் தெரிந்தன. அதைப் பார்த்துக் கொண்டே சற்று நின்றான் அவன்.

இரண்டு நிமிஷம் கழித்துத் திரும்பிக் கோட்டை ஸ்டேஷன் படிகளில் ஏறி மாம்பலத்திற்கு ஒரு டிக்கட் எடுத்துக்கொண்டு பிளாட்பாரத்திற்குள் புகுந்தான்.

5

"பாபு, பாபூ... மணி எட்டாகிறதே... எழுந்துக்கலே இன்னும்."

பாபு விழித்துப் பார்த்தான்.

யமுனா நின்றுகொண்டிருந்தாள்.

"இன்னிக்கி சனிக்கிழமை" என்றாள் அவள்.

"சனிக்கிழமையா? ஆனாம், சனிக்கிழமைதான்."

"என்னைப் பார்த்துவிட்டு ஞாயிற்றுக்கிழமை என்று சந்தேகப் படுவாயோ என்று சொன்னேன்!"

“நீ வர கிழமையெல்லாம் எனக்கு ஞாயிற்றுக்கிழமையாகத்தான் இருக்க முடியும்.”

“ஆச்ரமத்துக்கு இன்று சனிக்கிழமைதான்.”

“லீவா இன்னிக்கி?”

“நான் எடுத்துக்கொண்டிருக்கிறேன் . . . மூன்று நாளைக்கு.”

“மூன்று நாளா?”

“பல்லைத் தேய்த்துவிட்டு வாயேன். பேசலாம்.”

“என்ன, சொல்லேன்.”

“நீ போய்விட்டு வா.”

பாபுவுக்குச் சற்றுக் கலக்கமாகத்தானிருந்தது. வேலையை விட்டு நீக்கிவிட்டார்களா . . ?

இல்லை. என்னுடன் வருவதாக . . . இந்த சந்தேகம் எழுந்தபோது உடல் ஒரு கணம் புல்லரித்தது . . . ஆனால் . . . ஆனால் . . . வரமாட்டேன் என்று பிடிவாதமாகச் சொல்லிவிட்டாளே . . . இப்போது திடீர் என்று வந்த காரணம்?

அவசரமாகப் பல்லைத் தேய்த்துவிட்டு மாடிக்குப் போனான்.

“காபி சாப்பிடப் போகவில்லையா?” என்று மாடியேறியதும் கேட்டாள் அவள்.

“நீ?”

“எனக்கு எல்லாம் ஆகிவிட்டது.”

“பரவாயில்லை. நீயும் வாயேன்.”

“இல்லை. நீ போயிட்டு வா.”

“என்ன விஷயம் சொல்லேன் . . . ஏன் இப்படி திடீர் திடீர் என்று என்னைக் குழப்புகிறாய்?”

“குழப்பவில்லை, நீ சுருக்க வா.”

பாபு கீழே இறங்கி நடந்தான்.

மூன்று நாள் லீவா? எதற்கு மூன்று நாள்? ஒவ்வொரு ஞாயிறன்றும் புறப்பட்டு வந்ததன் விளைவாக வேலையை விட்டு . . . இராது. பத்மாசனியேதான் இந்த மாதிரி ஒரு சுயேச்சை கொடுத்திருக்கிறாள் இவளுக்கு. ஆரம்பத்திலேயே அவளாகக் கொடுக்கிறேன் என்ற சுயேச்சைதான் இது. ஒரு வேளை பரீட்சை பார்ப்பதற்காகச் செய்ததாயிருந்தாலும் இருக்கலாம். பயன்படுத்தக் கூடாது என்பதற்காகவே உள்ள சில சலுகைகளில் ஒன்றாக இது இருந்தால் . . ?

"என்ன சார், நாலைந்து நாளாகக் கண்ணிலேயே காணலையே?" என்று சர்வர் அகோரம் விசாரித்தான்.

"ஒன்றுமில்லையப்பா. மாம்பலத்தில் கொஞ்சம் வேலை."

"அதானே ... மாற்றல் கீற்றலோன்னு பயந்துபோயிட்டேன்."

"அதுவும் ஆகும்போல்தான் இருக்கு."

"மாற்றலா? எங்கே?"

"பம்பாயோ புனாவோ."

"அடாடா ... உத்தியோகம்னா ஒரு இடத்திலே அக்கடான்னு இருக்க விடறதா பாருங்கோ ... கொஞ்சம் கொத்ஸு போடட்டுமா?"

"போடேன் ... அப்படியே காபியும் கொண்டு வந்து விடு, சுருக்கப் போகணும்."

"இதோண்ணா."

காபியை அவசர அவசரமாக ஊற்றிக்கொண்டு திரும்பினான் பாபு. யமுனா தினசரியைப் பார்த்துக்கொண்டு உட்கார்ந்திருந்தாள்.

"மூணு நாள் எடுத்துண்டிருக்கியா லீவு?"

"ஆமாம்."

"உடம்பு சரியாயில்லையா?"

"அதெல்லாம் இல்லை ..."

"பின்னே?"

"பத்மாசனி அம்மாளுக்கு எல்லாம் தெரிந்துவிட்டது."

"அ!" பாபுவுக்குத் தூக்கிவாரிப்போட்டது. வயிற்றில் திடீரென்று கனத்தது ... "தெரிந்துவிட்டதா? என்ன?"

"எல்லாம்தான்."

"எப்படித் தெரிந்தது? ..."

"நான்தான் சொன்னேன்."

"நீதான் சொன்னியா ..? நீயா ..?"

"ஆமாம் ... எல்லாம் சொல்லிவிட்டேன்."

"என்ன யமுனா இது?"

அவன் கலவரத்தைக் கண்டு யமுனாவின் முகத்தில் புன்னகை படர்ந்தது. குரலைத் தாழ்த்திக்கொண்டு சொன்னாள்:

"நேற்று நீ வந்து போன பிறகு ஒரு மணிக்கெல்லாம் வந்தாள். அப்போதே சொல்ல வேண்டும் போலிருந்தது. சந்தர்ப்பம் கிடைக்க

வில்லை. சாயங்காலம் அவள் வீட்டுக்குப் புறப்படும்போது கொஞ்சம் தனியாகப் பேச வேண்டுமே என்று சொன்னேன். அப்படியா என்று அரைமணி கழித்து வந்து என்னைக் கூப்பிட்டாள். வேடிக்கை யாக எல்லார் முன்னாலும் பேச்சுத் துணைக்குக் கூப்பிடுவதுபோல் என்னை அழைத்துக்கொண்டு போனாள். ஆலமரத்தடியில் உட்கார்ந்து கொண்டாள். நின்றுகொண்டேயிருந்தேன். உட்காரேன் என்றாள். உட்கார்ந்தேன். என்ன விசேஷம் என்று கேட்டாள். என் குடும்பக் கதையைச் சொன்னேன். உங்கப்பா, அம்மா, அக்கா அவர்களுடைய ஆசாரம் படிப்பு எல்லாம் சொன்னேன். நீ எனக்காகச் செய்ததை எல்லாம் சொன்னேன். கும்பகோணத்தில் நீ என்னிடம் கேட்டதைச் சொன்னேன். நான் மறுத்தது, நீ சங்கீதம் சொல்லிக்கொண்டது, கடையில் வேலை பார்த்தது, இங்கு வந்தது, நான் பட்டினி கிடந்தது, இங்குவந்து உன்னைப் பார்த்தது எல்லாவற்றையும் சொன்னேன்."

பாபு அவள் நின்றதைப் பார்த்து "அப்புறம்?" என்றான்.

"அப்புறம் நீ மறுபடியும் என்னைக் கேட்டதையும் நான் உடன்பட்டதையும் சொன்னேன்."

பாபுவின் முகம் மீண்டும் வெளுத்துவிட்டது.

"சொன்னால் பாதகமில்லை என்று தோன்றிற்று . . . நான் அழக்கிழ இல்லை, போன ஞாயிற்றுக்கிழமை. அதுக்கு முந்தின ஞாயிற்றுக்கிழமை நடந்தது எல்லாம் சொன்னேன். கிண்டிக் கிண்டிக் கேட்டாள். என்ன செய்கிறது? சொல்லாமல் இருக்க முடியவில்லை. அவளும் பொம்மனாட்டிதானே . . ."

"என்ன யமுனா இது? . . . உனக்கு ஏதாவது?"

"பைத்யம் கித்யம் பிடிக்கவில்லை. என்னை வைத்துக் காப்பாற்றுகிறவளிடம் சொல்லாமல் யாரிடம் சொல்கிறது? நீ வேலையை விட்டுவிட்டாய். எனக்கு போன செவ்வாய்க் கிழமையி லிருந்து மேட்ரன் வேலையாகியிருக்கிறது. சாப்பாடு போக முப்பது ரூபாய் சம்பளம். பத்மாசனிதான் போட்டுக்கொடுத்தாள். அவளிடம் சொல்லத்தானே வேண்டும்! நீ ஊருக்குப் போகப்போவதைச் சொன்னேன். போன வாரம் அது சம்பந்தமாகப் பீச்சிலே நான் பேசினதை எல்லாம் சொன்னேன். நீ தீபாவளிக்கு ஊருக்குப் போகிறது, திரும்பி வந்து ராமுவோடு தங்கப்போகிறது, எல்லா வற்றையும் சொல்லிவிட்டுப் பேசாமல் நின்றேன். உன்னைப் பற்றித் துளைத்துத் துளைத்துக் கேள்வி எல்லாம் கேட்டாள். பதில் சொன்னேன். கடைசியில் என்ன வேணும் உனக்கு இப்ப என்று கேட்டாள். இன்னிக்கும் நாளைக்கும் லீவு வேணும் என்றேன். பயித்யமே சனி, ஞாயிறு, திங்கள் மூன்று நாள் தருகிறேன். போயிட்டு வா . . . அவரை ஒரு தடவை இங்கே வந்துவிட்டுப் போகச் சொல்லேன், ஊருக்குப் போகிறதுக்கு முன்னால் என்றாள். சொல்கிறேன் என்று சொல்லிவிட்டு வந்தேன். வீட்டுக்குப் போகிறபோது இருபத்தைந்து

ரூபாய் பணத்தைக் கொடுத்து இந்தா இதை வச்சுக்கோ, செவ்வாய்க் கிழமை காலமே வந்துவிடு என்றாள். எனக்கு இருபது வயசு குறைந்தது மாதிரிதான் இருந்தது."

ஜன்னல் வழியாக மாடிப்படியைப் பார்த்துக்கொண்டே பேசிக் கொண்டிருந்த யமுனா, பேச்சு முடிந்ததும் தினசரிப் பத்திரிகையைப் பார்க்கத் தொடங்கிவிட்டாள்.

திகைத்துப் போய் அவளைப் பார்த்துக்கொண்டே உட்கார்ந் திருந்தான் பாபு.

"அவ்வளவுதானா?"

"அவ்வளவுதான்."

"என்னைப் பற்றி என்ன கேட்டாள்?"

"உன்னிடம் எப்படியிருக்கிறான் என்று கேட்டாள். நான் இல்லாமல் அவனால் இருக்க முடியாது போலிருக்கிறது. எனக்குத் தான் இப்போது அவனோடு போக மனசு இடங் கொடுக்கவில்லை. படிக்கப் போகிற இடத்தில் எனக்கென்ன வேலை என்று சொன்னேன்.

என்ன சொல்வதென்று தெரியாமல் மோட்டு வளையைப் பார்த்துக்கொண்டு சாய்ந்திருந்தான் பாபு.

"இன்னும் என்ன என்னவெல்லாம் சொன்னாயோ?" என்று பெருமூச்சு விட்டுக்கொண்டே கேட்டான் கால்மணி நேரம் கழித்து.

"வேறு ஒன்றுமில்லை."

"எதற்காக இதெல்லாம் நீயாக 'அப்பா குதிருக்குள் இல்லை' என்று சொன்னாய்?"

"உனக்காகத்தான்" என்று திரும்பாமல் பதில் வந்தது.

". . ."

"நீ குளிக்கப் போகவில்லையா இன்னும்?"

"ஏ அப்பா."

"குளித்துவிட்டு வாயேன்."

"இப்போது என்ன அவசரம் குளிக்க?"

"பத்து மணி பஸ்ஸுக்குப் போயாகணுமே."

"லீவு என்றாயே."

"லீவுதான். காஞ்சிபுரம் பஸ் பத்து மணிக்கு இருக்கு."

"காஞ்சீபுரமா?"

"ஆமாம், காஞ்சீபுரம் போவோம் இன்னிக்கி. தஞ்சாவூரிலே இருக்கிற காமாட்சி அம்மன் இங்கேயிருந்து வந்தவளாமே?

மோக முள்

காஞ்சிபுரத்தையும் பார்ப்போம். ஏகாம்பரச்வரரைப் பார்க்கிறது அப்புறம். நாளைக்குத் திருக்கழுக்குன்றம் போய், நாளை மறுநாள் மகாபலிபுரம் போய்விட்டு, திங்கட்கிழமை ராத்திரி திரும்பிவிடலாம்."

"திடீர் என்று எங்கே இப்படி க்ஷேத்ராடன ஆசை வந்தது?"

"ஊர் சுற்றுகிற ஆசைதான். சுற்றுகிறவர்களோடு சுற்றினால்தானே. இல்லாவிட்டால் பள்ளிக்கூடத்து அநாதைகளோடு அநாதையாக 'எக்ஸ்கர்ஷன்' தான் போகணும்."

"திடீர் என்று சொன்னால் என்ன செய்கிறது நான்? லாண்ட்ரியி லிருந்து துணிகூட வாங்கி வரவில்லை."

"சீட்டைக் கொடேன். நான் வாங்கி வருகிறேன். எங்கேயிருக்கு?"

"இங்கேதான். முக்கு திரும்பினவுடனே."

லாண்டரிச் சீட்டை எடுத்துக் கொடுத்துவிட்டுக் குளிக்கப் போனான் பாபு.

அன்று பத்து மணி பஸ் கிடைக்கவில்லை. அடுத்த பஸ் கிடைத்துவிட்டது.

6

கார் வேகமாகப் போய்க்கொண்டிருந்தது.

டிரைவருக்குப் பக்கத்திலிருந்த முன் சீட்டு இரண்டையும் பிடித்துவிட்டான் பாபு. கதவோரமாக உட்கார்ந்தாள் யமுனா. எதிர்க்காற்றின் வீச்சில் அவள் தலைமயிர் கலைந்து பறந்து கொண்டிருந்தது. பளிச்சென்று குங்குமம். உடம்பில் நூலும் பட்டும் கலந்த அரக்குப் புடவையின் நழுவும் துவளல். காதில் முத்துத்தோடு. மேல் புடவை பறந்து பறந்து பாபுவின் முகத்தில் நாலைந்து தடவை வீசியதும் நுனியை எடுத்து இடையில் செருகிக்கொண்டாள்.

எதிரே எதையும் பார்க்கிறாற்போல இல்லை. அவளையே பார்த்துக்கொண்டிருக்க வேண்டும்போலிருந்தது. அறிவும் அமைதியும் கலங்காத நிதானமும் அவள் முகத்தில் அமைந்திருந்தன. முகம், கை, கால் எல்லாவற்றிலுமே அந்த நிதானம், கலக்க முடியாத நிதானம் அமர்ந்திருந்தது.

எதிரே பார்ப்பதற்கு ஒன்றுமில்லை. கும்பகோணம், மாயவரம், தஞ்சாவூர் சாலையா, பச்சைப் புடவை கட்டி நாணும் வயல்களைப் பார்க்க? ஒரே பொட்டல் காடாக இருந்தது. வெயில் மழைக் கால வெயில்தான். இருந்தாலும் அந்தக் கரம்பில் அந்த இளவெயில் கூட வைரம் பாய்ந்த முரட்டு வெயிலாகக் கண்ணை உறுத்திற்று.

எதற்காக இந்தத் திடீர் யாத்திரை என்று அவன் மனம் அவளைப் பார்த்து ஒரு கேள்வி கேட்டது. அவள் எங்கேயோ பார்த்துக்கொண்டிருந்தாள்.

தி. ஜானகிராமன்

அவளைப் பார்க்கும்போது சிரிப்பாகத்தான் வந்தது. ஏன் இப்படி எங்கேயோ கட்டியிழுத்துப் போகிறாள்? கொடுத்த மூன்று நாள் லீவிற்கு இந்த க்ஷேத்ரம்தானா உனக்கு அகப்பட்டது? க்ஷேத்திரத் துக்கும் அதற்கும்தான் தொடர்பு அதிகம் போலிருக்கிறது.

இயந்திரத்தின் சப்தம் மாறாமல் கேட்டுக்கொண்டிருந்தது. தூக்கம்கூட வரும் போலிருக்கிறது. யமுனா சற்றைக்கொரு தடவை பறந்த மயிரைக் கோதிக் கோதிச் சேர்த்துக்கொண்டாள்.

இரண்டு மணிக்குப் பஸ்ஸை விட்டு இறங்கியது முதல் வண்டி யும் நடையுமாக அலை அலை என்று இருவரும் அலைந்தார்கள். கோயில் கோயிலாகப் புகுந்தார்கள்; வெளி வந்தார்கள். காஞ்சியின் ஹோவென்று அகன்று கிடந்த வீதிகள் காலைச் சோரச் செய்தன. வீதிகளைப் பார்க்கும்போது இது என்னமோ எல்லையில்லாத ஊர் போலத் தோன்றிற்று. காலவெளியில் வியாபித்துக் கிடக்கும் அந்த நகரத்தின் பழமை. பழைய கள்ளைப் போல அறிவைக் கிறங்க அடித்தது.

இந்த மண்ணைத்தான் யுவான் சுவாங் மிதித்திருப்பான். பரஞ்சோதி மிதித்திருப்பான். பாரவியும் தண்டியும் மிதித்திருப்பார்கள். கதிரவன் கதிர்களை முதலில் குடிக்கும் கீழை நாட்டுக்கு தியான மளித்த தருமன் மிதித்திருப்பான். பழத்தை உரிப்பதுபோலக் கல்லை உரித்து உரித்து அழகைக் கண்ட சிற்பிகள் மிதித்திருப்பார்கள். காமாட்சியம்மனைக் காண எங்கிருந்தோ வெயிலில் வதங்கி நடையாய் வந்த ராஜு மிதித்திருப்பார். மண்டை ஓட்டைப் பறிகொடுத்த கபாலிகனும் அவன் மனைவியும் கள்ளைக் குடித்து இங்குதான் திரிந்திருப்பார்கள்.

கோயிலின் முன் கோபுரத்தினடியில் அண்ணாந்து பார்க்கும் போது கழுத்து வலித்தது. உச்சியில் அமர்ந்து வானைப் பார்த்துக் கொண்டிருந்த புள் ஒன்று பழமையே புள்ளுருவில் நிற்பதுபோல் தோன்றிற்று.

ஒவ்வொரு கோயிலிலும் நின்று நின்று சுற்றினார்கள் இருவரும்.

"ஏன் பாபு பேசவே இல்லை?" என்று காமாட்சி கோயிலை விட்டு வெளியே வந்ததும் கேட்டாள் யமுனா.

"நீயும்தான் வெகு நேரமாகப் பேசவில்லை."

"பேசாமல் கிடந்தவனை வெயில் வீணாகாமல் கட்டி இழுத்து விட்டேன்... ரொம்ப சிரமமாயிருக்கு. இல்லையா?"

"எனக்கு சிரமம் தோன்றவில்லை. மலையில் ஏறிப் பார்க்கிறாற் போல ஆயிரம் வருஷங்களைப் பார்க்கும்போது, பழமையின் காற்று மேலே படும்போது, புத்தி, மனசு எல்லாம் தூங்கிப்போய் விடுகிறது... இந்த அம்மனைப் பார்க்கத்தான் ராஜு ராஜு

மோக முள்

என்று அப்பாவுக்கு ஒரு குரு இருந்தார் – அவருக்கு திருவாரூருக்குப் பக்கத்தில் ஒரு கிராமம் – அங்கிருந்து நடையாகவே வந்தாராம்... பெரிய சித்த புருஷர் அவர். பெயருக்குத் தகுந்தாற்போலத்தான் இவளைக் கல்லில் வடித்திருக்கிறான் சிற்பி, அதைப் பார்க்கப் பார்க்க என்னமோ செய்கிறது எனக்கு. மேலே போகக்கூட இந்த வாசல் வழியாகத்தான் போக வேண்டியிருக்கிறது."

"யார் காதிலாவது விழப்போகிறது?"

"விழுந்தால் என்ன?"

"என்னவா? நீ சொல்கிற பழங்காலத்தில் சொல்லியிருந்தால் தோலை உரித்திருப்பார்கள்."

"இப்போது மட்டும் என்ன? விட்டுவிடுவார்களா?"

"பேசாமல் வா."

"எங்கே போகிறது?"

"இருட்டிவிட்டது. காலை வலிக்கிறது. சாவி பத்திரமாக இருக்கிறதா? சத்திரத்துக்காரன் தூங்கிவிடப் போகிறான். சாப்பிட்டு விட்டு நேராக ரூமுக்குப் போய்விடுவோம்."

சாயங்காலமே சத்திரத்தில் ஒரு அறையைப் பேசிப் பூட்டி வந்திருந்தார்கள். ஹோட்டலில் சாப்பிட்டுவிட்டு அங்கு போகும்போது ஒன்பது மணிக்குமேல் ஆகிவிட்டது. அறை காற்றோட்டமாக இருந்தது. முடியிறக்கின தலைகளுடன் இரண்டு மூன்று பெண்கள் கொண்ட ஒரு ஆந்திரக் குடும்பம் பக்கத்து அறையைப் பிடித்துக் கொண்டிருந்தது. சாத்துக்குடி உரிக்கிற மணம் அங்கிருந்துதான் வருகிறது போலிருக்கிறது.

தரை வழவழவென்றிருந்தது.

போர்வையைக் கீழே விரித்து இருவரும் படுத்துக்கொண்டார்கள்.

"அப்பாடா, காலெல்லாம் கெஞ்சுகிறது" என்று ஓங்கி ஓங்கி காலைத் தரையிலடித்தான் பாபு.

"என்னால் இந்த கஷ்டம் வேறு உனக்கு" என்று எழுந்து அவன் காலைப் பிடித்தாள் அவள்.

"வேண்டாம்."

"ஏன் வேண்டாம்? நான்தானே இழுத்து வந்தேன்" என்று காலை இழுத்து மடியில் போட்டுக்கொண்டாள் அவள்.

"நல்ல யாத்திரை இது!" என்றான் அவன்.

"நல்ல யாத்திரைதான். மனது நிம்மதிப் படத்தான் யாத்திரை போகிறார்கள். நாலு வருஷம் கழித்து வரப்போகிறாய் நீ... என்னமோ இங்கே வரவேண்டும் போலிருந்தது எனக்கு."

"எல்லாவற்றையும் விட்டுவிட்டு இந்த ஊரை எங்கே பிடித்தாய்?"

"நீதான் சொல்லிவிட்டாயே மத்யான்னம்."

"நான் ஒன்றும் சொல்லவில்லையே."

"ரொம்ப பழைய ஊர் என்று சொல்லவில்லையா நீ? எனக்கு இந்த ஊரைப்பற்றி இவ்வளவு தெரியாது. நீ மத்யான்னம் சொன்னதுக்கப்புறம்தான் இவ்வளவு பெரியவர்களும், பெருமையும் இருந்த ஊர் என்று தெரிந்தது. அதுவும் நான் நினைத்ததற்கு முரணாக இல்லை... நான் என்ன நினைத்துக்கொண்டு வந்தேன் தெரியுமா?"

"சொல்லேன்."

"முன்னே எப்போதோ இந்த ஊருக்கு வந்த ஞாபகம் இன்னும் மாறவில்லை எனக்கு. அப்போது மனசு ரொம்ப தெளிவாக இருந்தாற் போல ஒரு நினைவு. இங்கே வந்து இப்படி இருந்தால் மனசில் ஏதாவது முன் மாதிரி நெருடுகிறதா இல்லையா என்று பார்த்துவிட வேண்டும் போலிருந்தது எனக்கு..."

யமுனா நிறுத்திவிட்டாள். கை மாத்திரம் காலை அமுக்கிக் கொண்டிருந்தது.

"ம்?"

"ஒன்றும் நெருடவில்லை. இங்கேயும் நிம்மதியாகத்தானிருக் கிறது... நான் செய்கிறது தப்போ என்று இந்த தைரியத்திற்கெல்லாம் நடுவில் ஒரு சின்ன பயம் இருந்துகொண்டேயிருந்தது. அந்தப் பயம் இப்போது போய்விட்டது... சர்வ சாதாரணமாக இதில் ஈடுபடுகிற பூச்சி, மிருகம்போல் ஆய்விட்டேன் நான் இப்போது... இந்தக் கோயிலைக் கட்டினவர்களும் இப்படித்தான் இருந்திருப் பார்கள். பூமி, சந்திரன், சூரியன் எல்லாம்கூட ஒன்றுக்கொன்று இழுத்துக்கொண்டுதான் நிற்கிறதாமே..." யமுனா பிதற்றுகிற மாதிரியிருந்தது.

"ம்... ஆனால் நீ என்னை தனியாகத்தானே அனுப்பப் பார்க்கிறாய்?"

"மிருகங்களிடமிருந்து அதையாவது கற்றுக்கொள்ள வேண்டாமா?... இதே காரியம், இதேதான் முடிவு என்றிருந்தால் சரி. இங்கேயே தங்கிவிடு."

"தங்கிவிடலாம்..."

"நாளைக் காலையில் இப்படிச் சொல்லமாட்டே நீ... சந்நாசமும் சம்சாரமும் ராத்திரியும் பகலும் மாதிரி வந்துண்டேதான் இருக்கணும்..."

"ஏன் நிறுத்திவிட்டாய்?"

மோக முள்
637

“போதும். என்ன பேச்சு சும்மா? . . . தூர போகப் போகிறாய் நீ” என்று ஜன்னல் அடிக்கதவை மூடிவிட்டு வந்தாள் யமுனா.

இரண்டு இரவுகள் பகலாக ஓடின.

மகாபலிபுரத்திலிருந்து திரும்பி செங்கல்பட்டு ஸ்டேஷன் வரும்போது இருட்டிவிட்டது. ஸ்டேஷனிலேயே சாப்பிட்டுவிட்டு சென்னை ரயிலில் யமுனா சென்ற பிறகு, போட் மெயிலுக்குக் காத்துக்கொண்டு உட்கார்ந்திருந்தான் பாபு.

பை நிறைய சாத்துக்குடியை வாங்கித் திணித்துக்கொண்டான்.

போட் மெயிலில் கூட்டம் நெரித்தது. மறுநாள் போக மறுநாள் தீபாவளி விழுப்புரம் போகிறவரையில் உட்காரக்கூட இடம் கிடைக்கவில்லை. விழுப்புரம் வந்ததும் ஒரு இடம் காலியாயிற்று. அதற்கு எதிரேயிருந்தவர் கையில் வைத்திருந்த டப்பாவைக் காலி இடத்தில் வைத்து, ‘சார், நீங்கள் உட்காரலாம். ஒரு நிமிஷம் கழித்து உட்காருங்கள். காலை கொஞ்சம் நீட்டிக்கொண்டு விட்டு இதை எடுத்துக்கொண்டு விடுகிறேன்” என்று கேட்டுக்கொண்டார்.

“ஏன், நான் வைத்துக்கொள்கிறேன்” என்று டப்பாவைத் தூக்கப்போனான் பாபு.

“சார் சார் . . . மெதுவா ஜாக்கிரதை” என்று அதை எடுத்து மடியில் வைத்துக்கொண்டு உட்கார இடம் கொடுத்தார் அவர்.

“என்ன அது. கண்ணாடி சாமானா?”

“கண்ணாடியும் இருக்கு . . . காமிரா சார், காமிரா.”

“என்ன காமிரா சார்?”

“அது என்னமோ . . . சார் . . . இந்த ஏழைகளுக்கெல்லாம் பண்டிகையே வரப்படாது சார். பண்டிகை என்று வாயைத் திறந்தாலே வயத்திலே புளியைக் கரைக்கிறது எனக்கு.”

பாபுவுக்கு வழக்கம்போலப் புன்னகை வந்தது. அடக்கிக் கொண்டான். என்ன பதில் சொல்வதென்று தெரியவில்லை.

“எந்த ஊருக்குப்போகிறீர்கள்?”

“சிய்யாழி. மாப்பிள்ளை அங்கேயிருக்கிறான். மூணு வருஷம் ஆச்சு கல்யாணமாகி. முதல் தீபாவளிம்போதே காமிரா காமிரா என்று பறந்தான். எனக்கு வாங்க முடியலை. நான் என்ன செய்யறது? சொல்லுங்கள். போன தீபாவளிக்கு எப்படியோ எதையோ சொல்லி சமாளிச்சிப்பிட்டேன். இந்த வருஷம் தப்பிக்க முடியலெ. மாமியார் காரியும் மாமனாருமாச் சேர்ந்து பிடுங்கித் தின்னுவிட்டார்களாம். ‘அப்பா காமிரா வாங்கிண்டு வந்துடு இந்தத் தீபாவளிக்கு. இல்லாட்டா என்னை வச்சு நீங்கள்தான் காப்பாத்தணும்’னு

பொண்ணு எழுதியிருந்தா ஒரு வாரம் முன்னாடி. மசியினாலெ எழுதியிருக்கா. கண்ணிலேர்ந்து விழற தண்ணியாலே எழுதலே போறுமா . . ? இந்தப் பய தாலுக்கா ஆபீசிலே கிளார்க்கு. இவனுக்கு என்னத்துக்கு காமிரா? டிப்டி தாசில்தாரை வச்சு படம் புடிச்சிக்கவா . . ? என்னமோ அல்ப ஸ்வபாவம் . . . முந்நூறு ரூபாய் எப்படியோ புரட்டி வாங்கிப் பிட்டேன், போங்களேன். அவன் காலமே காலிலெ கொண்டுவச்சு கன்னத்திலே போட்டுண்டு வரப்போறேன். சார், நீங்க கோச்சுக்கப் படாது. பெரியவா, வயசானவா தான் இப்படி அதைக் கொண்டா, இதைக் கொண்டான்னு இழுக்க அடிச்சு பிள்ளைக்கும் தூபம் போட்டு, பெண்ணைப் பெத்தவன் கண்ணிலே விரலைக் கொடுத்து ஆட்டுவான்னு பேரு. இந்தக் காலத்திலே அந்தக் கைங்கரியத்தைப் பிள்ளைகளே ஏத்துனூட்டான்கள் . . . ஒரு வேலி நிலம் இருந்துது சார் . . . இது மூணாவது பொண்ணு. இன்னும் ரண்டு இதோ இதோன்னு காத்துண்டு நிக்கறது. இன்னும் ரண்டு ஏகரா பாக்கி . . . இந்த அநியாயத்தைப் பிடிக்கிறதுக்கு காமிராவைக் காணுமே. சாருக்கு நான் சொல்றது."

"பிடிச்சிருக்கு . . ." என்றான் பாபு. "இந்த மாதிரி கோரைக்கும் பூண்டுக்கும் தண்ணி பாச்சறாப்பல கொட்றதுக்குப் பதிலாக உங்க பெண்களைப் படிக்கவச்சிருக்கலாம்."

"ரொம்ப நியாயம் . . . ஆனா நீங்கள்ளாம் படிச்ச பெண்ணுன்னா பயப்படறேளே . . . நீங்கன்னா நீங்க இல்லே . . . படிச்ச பெண்ணுன்னா தைரியமா இருக்குமோன்னு பயமாயிருக்கு . . . நீங்க படிச்சு என்ன பிரயோசனம் . . ? போன வருஷம் போயிருந்தேன் ஸ்வாமி. இந்த பிள்ளையாண்டான் வீட்டுக்குத்தான். ரண்டு நாள் இருந்தேன். துரை திரும்பிக் கூடப் பார்க்கலெ. வாசல்படி ஏறி நாலு நாழி கழிச்சுத்தான் உள்ளேருந்து கூடத்திலே வந்து எப்ப வந்தாப்பலேன்னு கேட்டான். பதிலுக்குக்கூடக் காத்திண்டிருக்கலை. அவ்வளவு தான் பேச்சு. ரண்டு நாள் இருந்தேன் ஸ்வாமி. பேசவே இல்லை. என்ன ராங்கி! என்ன கிறுக்கு!" அவருக்குக் கோபம், சம்பந்தமில்லாமல் விஷயத்திற்கு விஷயம் பாய்ந்துகொண்டிருந்தது.

"ஸ்வாமி" என்று ஒரு குரல். ஜன்னலோரமாகக் கம்பளி மப்ளர் ஆசாமி ஒருவர் பேசினார். புன்சிரிப்போடு சொன்னார். "என் மாப்பிள்ளையும் அப்படித்தான் பண்ணினான். பன்னண்டு பவுன் சங்கிலி போடறேன்னு எட்டு பவுனிலே போட்டிருக்கீரே! என்ன அயோக்கியத்தனம்னு கத்தினான். நான் அயோக்கியனாம்! பெண்ணை நீரே வச்சுக்கும். சாந்திக் கலியாணம் கிடையாதுன்னான். சரின்னு வீட்டோட வச்சினூட்டேன். நாலு வருஷமாச்சு. போன மாசம் வந்தான். பெண்ணை அழச்சிண்டு போகணும்னான். என் கையிலே காலணா கிடையாதுன்னுட்டேன். பேசாம அழைச்சிண்டு போயிட்டான் . . . என்ன சொல்றேள் . . ?" என்று பாபுவையும் காமிரா

மாமனாரையும் மாறி மாறிப் பார்த்தார். "ஏதாவது ஒண்ணுக்குத் துணியனும். பழசைப் பார்த்துப் பயப்படணும், இல்லாட்டா புதுசைப் பார்த்துப் பயப்படணும். ரண்டுக்கும் பயப்படுவேன்னா இப்படிக் காமிராவைத் தூக்கிண்டு பழனிக்குப் போறாப்பலப் போக வேண்டியதுதான். இத்தோட விட்டுதா இது . . ? எப்படியிருக்குத் தெரியுமோ? மூணாம் இளையாளைக் கலியாணம் பண்ணிப்பேன். ஆனா அவ வீட்டோட அடக்கமா அருந்ததி மாதிரி இருக்கணும்னு சொல்றாப்போல இருக்கு."

பாபுவுக்கு வேதனையாக இருந்தது. மகிழ்ச்சியாகவும் இருந்தது. நாம் இந்தக் கவலையெல்லாம் ஒரு பெண்ணின் தகப்பனாருக்கு வைக்கவில்லை. ஆனால், அப்பா, அம்மாவுக்கு சம்பந்தி கொடுக்கிற மரியாதை, வேஷ்டி புடவையைக் கட்டிக்கொள்ள நேரமில்லையே என்று ஆதங்கமாக இருக்குமோ என்னவோ?

ரங்கண்ணாவின் புத்திமதியாகத்தான் இருக்க வேண்டும். என் கலியாணத்தைப் பற்றிக் கவலைப்படுவதை விட்டுவிட்டார்கள் அவர்கள். கவலைப்படுவதாகக் காட்டிக்கொள்ளவில்லை. இருந்தாலும் மனசுக்குள் என்னவோ . . .

கும்பகோணத்தில் இறங்கி ஸ்டேஷனிலேயே பொழுது விடிகிற வரையில் உட்கார்ந்துவிட்டுக் கிழக்கு வெளுத்ததும் வெங்கடராமன் வீட்டைப் பார்க்க நடந்தான் பாபு. வெங்கடராமன் ஜவுளிக்கடை வைத்துவிட்டானாம். அவன் கடையிலேயே வேஷ்டி புடவைகளை வாங்கிக்கொண்டான்.

"அழைச்சிக்கிட்டு வந்திருக்கீங்களா?" என்றான் அவன்.

"யாரை?"

"யாரையா? நல்லாயிருக்கே? மெட்ராஸிலே ஒரே குஷியாம் . . ."

"ஓய், யாரு, என்ன . . . குஷியாவது . . . என்னையாது?"

"ஓய் முந்தாநாள் காஞ்சீபுரம் வந்திருந்தீரா?"

பாபுவுக்குத் திகைப்பாக இருந்தது.

"யார் சொன்னா உமக்கு?"

"நம்ம ஸோனா பார்த்தானாம் உம்மை. உமக்குப் பக்கத்திலே இருக்கிற மயக்கம். நீரு எதைப் பார்க்கப் போறீர் . . ? வாஸ்தவம் தானா?" – திடீரென்று வெங்கடராமனின் குரலில் வேடிக்கை நழுவி விட்டது.

"எது?"

"அட சொல்லுங்கய்யா."

"நீர் எதைக் கேட்டீர்?"

"கலியாணத்தை?"

"பத்திரிகையடிக்காமல் கலியாணம் பண்ணிக்கொள்ளக் கூடாதா?"

"ம்... அப்படியா..? ஏன்? வீட்டுக்கு அழச்சிட்டு வரப்படாதோ?"

"அவள் வரவில்லையே."

"பின்னே ஜவுளி யாருக்கு?"

"அப்பா அம்மாவுக்கு. இப்ப பாபநாசம் போயிட்டிருக்கேன்."

"தீபாவளிக்கா?"

"ஆமாம்."

"தீபாவளி கழிச்சுத்தான் பட்டணமா?"

"ஆமாம்."

வெகுநேரம் பேசிக்கொண்டிருந்தான் பாபு. மங்கள்வாடிக்குப் போகிற செய்தியை எல்லாம் சொன்னான்.

"அவங்களை விட்டுவிட்டா?"

"அவள் வந்தால்தானே? நான் அழைத்துப்போகத் தயார்."

"ம்... நிச்சயமா வரமாட்டேனிட்டாங்களா?"

"அவள் சொன்னால் சொன்னதுதான்."

"நீர் அதிர்ஷ்டசாலிய்யா."

"ஆமாம். நான் உபசாரத்திற்காகக்கூட நீர் சொல்வதை மறுக்க வில்லை, நான் அதிர்ஷ்டசாலிதான். நான் தனியாகப் போவதென்று – அவள் சொல்வதற்காக ஏற்றுக்கொண்டேவிட்டேன்."

வெங்கடராமன் பிடிவாதம் செய்ததன்பேரில் அவன் வீட்டிற்கே சாப்பாட்டுக்குப் போனார்கள். ஊருக்குக் கிளம்பும்போது ஜவுளி மூட்டை பெரிதாக வளர்ந்திருந்தது.

"ஓய், மூட்டையிலே இருக்கிற எல்லாத்தையும் ஊரிலேயே அவுத்துப்பிடாதீர். இன்னொரு மூட்டை உள்ளார இருக்கு. அது பட்டணத்துக்கு... நீரு பத்திரிகை அனுப்பாட்டி எனக்கென்ன?"

"என்ன வெங்கடராமன் இது?"

"அட ஏறுங்கய்யா. மாடு நிக்கமாட்டேங்குது."

வண்டி பஸ் ஸ்டாண்டுக்கு விரைந்தது. வெங்கடராமன் பஸ் கிளம்புகிறவரையில் இருந்துவிட்டுத்தான் நகர்ந்தான்.

7

பஸ்ஸை விட்டு இறங்கி ஒரு பையனின் தலையில் மூட்டையைத் தூக்கிவிட்டு சிறிது தூரம் நடந்ததும் அவனுக்கு ஆச்சரியமாகத் தானிருந்தது. முக்குக் கடையில் சாயபுவிடம் வெற்றிலை வாங்கிக் கொண்டிருந்தார் வைத்தி.

"அப்பா" என்றான் பாபு.

வைத்தி திரும்பினார். கண் வியந்து அகன்றது. "அட, நாளைக் காலமே வரேன்னு எழுதியிருந்தியே."

"நேத்திக்கே புறப்பட்டுவிட்டேன். கும்மாணத்திலே இறங்கிவிட்டு வரேன்."

"சுகந்தானே தம்பி" என்று ராவுத்தர் விசாரித்தார். "பட்டணத்தி லேர்ந்துதானா?"

"ஆமாம். சவுக்கியமா?"

"சவுக்யம்தான். எளைப்பாயிருக்கே தம்பி!"

"அதெல்லாம் ஒண்ணுமில்லை... வரட்டுமா?"

"வாங்க. இருப்பீங்கள்ள?"

"ம். ஒரு வாரம் இருப்பேன்."

"ஒரு வாரம்தான் லீவு போட்டியா?" என்று அம்மாவும் அக்காவும் கேட்டார்கள். அதுவரையில் வேலையை விட்டதையும் மங்கள்வாடிக்குப் போவதையும் பற்றி எழுதவில்லை அவன். எல்லாவற்றையும் சொல்லி முடித்த பிறகு ஒரு நிசப்தம்தான் மிஞ்சியிருந்தது. 'அந்த சங்கீதமும் தெரிஞ்சுக்கிறது பெரிய லாபம் தான்... ஆனால் சாப்பாடு தேசம் எல்லாம் ஒத்துக்க நாளாகும்' என்பதோடு நிறுத்திக்கொண்டுவிட்டார் வைத்தி.

ஒன்றும் சொல்ல முடியாமல் உட்கார்ந்திருந்தான் பாபு. அந்த நிசப்தம் புயலுக்கு முன்னால் வருகிற நிசப்தம்போல்தான் தோன்றிற்று. ஒரு நிமிஷம் கழித்து அம்மா சொன்னாள். "சின்ன நாளிலிருந்து உன் இஷ்டப்படியேதான் எல்லாம் நடந்துண்டு வரது. இப்பவும் அப்படியேதான் நடக்கிறது" என்று சிரித்தாள்.

பொலபொலவென்று கண்ணீரும் விம்மலுமாகவே வரவேண்டிய அந்த வார்த்தைகளை அந்தச் சிரிப்பில் கலந்து கொட்டிவிட்டாள் அவள் என்று பாபுவுக்கு உணர முடிந்தது. அவ்வளவு வறண்டு சிரித்த சிரிப்பு.

"என் இஷ்டப்படித்தான் இருக்கட்டுமேம்மா. நான் உனக்கு ஒரே பிள்ளைதானே."

தி. ஜானகிராமன்

"நாங்களும் ஒருத்தனுக்குத்தானேடா அப்பா அம்மா!" என்று சொல்லும்போதுகூட அந்தச் சிரிப்பைப் பிடித்து ஜாக்ரதை பண்ணிக் கொண்டுவிட்டாள் அம்மா.

"பேசாம இரேம்மா" என்றாள் அக்கா.

"நான் பேசாமதான் இருக்கப்போறேன். காலா காலத்திலே எதுவும் நடந்தால்தான் நல்லதுன்னு சொல்ல வந்தேன்."

அம்மாவை சமாதானப்படுத்த இரண்டு நாளாயிற்று. தினமும் மூன்று மணி நேரம் பாடிப்பாடி அவளுக்கு வருங்காலத்தைக் காண்பிக்க வேண்டியிருந்தது.

"நன்னாத்தான் பாடறான்" என்று ஒப்புக்கொண்டாள் அம்மா, நாலாம் நாள் சாயங்காலம்.

"ஆனால் கலியாணம் பண்ணிண்டிருக்கலாம்" என்று சிரித்தார் அப்பா.

"பாபு, அக்காவுக்கும் முன்னாடி ஒரு அண்ணா இருந்தான் உனக்கு. ஒரே வயசுதான் இருந்தது. தலைச்சன். அது பிறக்கிறபோது அப்பாவுக்கு இருபது வயசு" என்றாள் அம்மா.

இந்த அவலக் குரலை அவனும் அப்பாவும் அக்காவும் சேர்ந்து சிரித்து முழுக அடித்தார்கள்.

யமுனாவைப் பற்றியும் பேச்சு வராமல் இல்லை. அதிகப் படியான புடவைகளைப் பார்த்து, அது யமுனா வாங்கி வரச் சொன்னது என்று அவன் சொன்னதும் 'நீ தான் வேலை வாங்கிக் கொடுத்தியாமே...' என்றாள் அம்மா.

"ஆமாம். கடையிலே வேலை நிறைய வச்சிருந்தது. போய் ஒண்ணை வாங்கி அவள் கையிலே கொடுத்தேன்."

"சரி, அவள் சாமர்த்தியத்திலேயே கிடைச்சிருக்கட்டும். சௌக்யமாயிருக்காளா?"

"ம்."

"அவ அம்மாவுக்குக் கடுதாசிகூடப் போடறதில்லையாமே."

"ஏனாம்?"

"என்னமோ..? அவ சோத்துக்கில்லாம ரொம்பக் கஷ்டப் பட்டுட்டா. அப்பா போய் அந்தக் காலகண்டன் கிட்ட சண்டை போட்டு வருஷம் முப்பது கலம் கொடுக்கிறதுன்னு தீர்த்துண்டு வந்தா. ஒன்பது நடை நந்தமங்கலத்துக்கு நடந்துது அதுக்காக..."

"ஏம்பா?"

"ஆமாம்."

மோக முள்

“எனக்குச் சொல்லவேயில்லையே நீங்க.”

“ஒரு வாரம்தானே ஆச்சு தீர்ந்து.”

“நான் கேட்டதுக்கு அசைய மாட்டேன்னுட்டானே.”

“நான் சொல்லி மாத்திரம் கேக்கப்போறானோ? ஜவுளிக்கடை விருத்தகிரிக்கு மச்சினன் சங்கரம் பிள்ளைன்னு ஸப்ளை ஆபீசராக இருக்கார். அவர் மூலமாகச் சொல்லச் சொல்லி நடந்தது. இருக்கிற நெல்லையும் ‘லெவி’ ‘லெவி’ன்னு சொல்லி எடுத்துனுடப் போறா னோன்னு அந்தப் பயலை நடுங்க வச்சதுக்கப்புறம் வழிக்கு வந்தான். அப்பாடா ஐயாடான்னு முப்பது கலத்துக்கு ஒப்புக்கிண்டதே நீ இழு நான் இழுன்னு ஆயிடுத்து. ஒரு அக்ரீமெண்ட் மாதுரி கையெழுத்துப் போட்டுக் கொடுத்துட்டான் கடைசீலே. இனிமேல் கவலையில்லெ.”

“எல்லாத்துக்கும் எல்லோருக்கும் வழி பிறக்கிறது. இங்கேதான் ஒண்ணையும் காணோம்” என்றாள் அம்மா.

“சும்மா இருடி, தொணதொணதொணன்னுண்டு” என்று வைத்தியே அலுத்துக்கொண்ட பிறகுதான் அம்மாவுக்குச் சும்மா இருக்க முடிந்தது.

அப்பா யமுனாவின் வேலை, சம்பளம், எல்லாவற்றையும் பற்றிக் கேள்விகள் கேட்க ஆரம்பித்துப் பேச்சை ஒரு வழியாக மாற்றினார்.

அம்மா பட்ட கவலையை அப்பாவும் அக்காவும் படவில்லை என்று தெரிந்தது. கச்சேரிக்கு ஆயத்தம் செய்துகொள்கிறோம் என்று சொல்லி அவருடைய எளிய மனதை மாற்ற முடிந்துவிட்டது. அக்கா நம்பும்படியாக யார் எதைச் சொன்னாலும் நம்பிவிடுவாள். அம்மாவின் மனதையும் இளக்கிவிடுவதற்காகத் தஞ்சாவூரிலிருந்து ஒரு பிடில்காரரையும், பாபநாசத்திலேயே இருந்த பிள்ளையையும் அழைத்து வந்து பக்கவாத்தியம் வாசிக்கச் சொல்லி நான்கு மணி நேரம் பாடினான் அவன். மறுநாள் அவரிடமும் விஷயத்தைச் சொல்லி அம்மாவை அள்ளிக் கட்டி ‘சரி’ சொல்லச் சொல்ல வேண்டியிருந்தது.

“அம்மா, முடியாதுன்னு சொல்லிட்டு அது போனா என்ன செய்வீங்க? நீங்க நல்ல மனசோட போய்ட்டு வான்னு சொல்லணும்னு ஆசைப்படுது” என்று கடைசி பாணமாக பிரயோகம் பண்ணி அம்மாவிடம் ‘சரி’ வாங்கிக்கொடுத்தார் சாமிக்கண்ணு.

எத்தனை ஏமாற்று! இத்தனைக்கும் அடிப்படையை இவர்கள் தெரிந்துகொண்டால்?

பாபு நொந்துகொண்டான். ஆனால் வாய்விட்டுச் சொல்ல முடியவில்லை. ஊருக்குக் கிளம்புகிற வரையில் முடியவில்லை.

அப்பா, அம்மா, அக்கா, மிருதங்கம் பிள்ளை, மனு கொண்டார் எல்லோரும் ஸ்டேஷனுக்கு வந்திருந்தார்கள். 'லெட்டராவது போட்டிண்டிருடா குழந்தே' என்று அம்மா ஆற்றமாட்டாமல் தழதழத்ததைக் காணும்போதுதான் சிரமமாயிருந்தது. வண்டி நகருகிற வரையில் அவன் புஜத்தைத் தடவிக்கொடுத்துக்கொண்டேயிருந்தாள் அம்மா.

கும்பகோணம் ஸ்டேஷனில் நாலு நிமிஷம் நின்றது வண்டி.

இரண்டாம் பெட்டி அது. ரயிலடி போலீஸ் ஸ்டேஷனுக்கு அப்பால் நின்றிருந்தது. இந்த இடத்தில் நின்றுகொண்டுதான் இரண்டாம் தடவை ராஜம் ஊருக்குப் போனபோது வழியனுப்பி னோம். அப்பா, அம்மா எல்லோரையும் பறிகொடுத்துவிட்டு, மண்ணைத் தட்டிவிட்டு, பெண்டாட்டியோடு ஊரை விட்டே போய்க்கொண்டிருந்தான் அவன். அவன் மனைவிகூட, 'நீங்களும் அங்கு வந்துவிடுங்கள்' என்று சொன்னது நன்றாக நினைவிருக்கிறது. நாம் அங்கு, டில்லிக்குப் போகவில்லை. இப்படி வடமேற்காக, பூனாவை நோக்கி, மங்கள்வாடியை நோக்கிப் போகப் போகிறோம் . . . ஆரஞ்சுப் பழக்காரன் தூங்கி எழுந்த குரலில் ஒரு ஜன்னல் மட்டும் கேட்கிற அளவுக்கு மெதுவாக முணுமுணுத்துக்கொண்டு போகிறான். விவரம் தெரிந்த நாளாக இவனை இந்த ஸ்டேஷனில் பார்த்திருக்கி றேன். பிறந்த ஊரிலேயே வளர்ந்து, முற்றி, தேய்ந்து மறையக் கொடுத்து வைத்திருக்கும் மனிதர்கள் இவர்கள். பிறந்த மண்ணுக்கு இரண்டு நினைக்காததுபோல ஒட்டி ஒட்டி வாழ்கிறவர்கள். அந்தந்த ஊருக்குத் தனித்தன்மையும் அறாத தொடர்பையும் அளிக்கிற அங்கங்கள். அங்குமிங்கும் ஓடும் பிரயாணிகளின் சௌகரியத்திற் காகவே பிறவி எடுத்தாற்போல ஸ்டேஷன் மண்ணை விட்டு அகலாத பிராணிகள். நாம் மட்டும் ஊரை விட்டு, பெற்றவர்களை விட்டு . . .

"ஓய், உம்மை எங்கெல்லாம்யா தேட்றது? நல்ல ஆளு போங்க" என்று குரல் கேட்டது. "முதல் வண்டியிலே இருக்கேன்னாவது எழுதப்படாது?"

வெங்கடராமன்தான். "நிக்கிறது நாலு நிமிஷம். கடைசி வண்டியி லேர்ந்து ஆளைத் தேடறதிலேயே மூணு நிமிஷம் போயிடிச்சு."

"அடேடெ" என்பதற்கு மேல் பாபுவால் ஒன்றும் சொல்ல முடியவில்லை. அவன் வருவான் என்றுகூட எதிர்பார்க்காமலிருந்ததே தவறு என்று ஒரு கழிவிரக்கம் கசிந்தது அவன் மனதில்.

"வெங்கடராமன், நீங்கள் லட்சத்தில் ஒருவர் . . . இந்த ஊதலிலும் தூறலிலும் வந்து . . ."

"சரி சரி . . . அழுதுவிடாதீரு . . . போன உடனே கிளம்பிடுவீரா?"

"இல்லை. நாலைந்து நாளாகும்."

"லெட்டர் கிட்டர் போடுங்க. போனாப் போன இடம் வந்தா வந்த இடம்னு பச்சைப்புள்ளை மாதிரி..."

"ம்."

"ஒரேயடியா விட்டுப் போயிடாதீங்க. நடுவிலே நடுவிலே வந்து பட்டணத்துக்கு வந்துவிட்டுப்போம். வித்தைக்கு சன்யாசம் வேண்டியதுதான். ஆனால் நம்ம மாதிரி ஆளுக்கெல்லாம்..."

மேலே சொல்லாமல் நிறுத்தியதும், "முடிக்கவில்லையே" என்றான் பாபு.

"முடிக்கலாம். ஆனால் நம்ம மாதிரின்னு எப்படி உம்மையும் சேர்த்துக்கறது."

"எல்லோரும் அப்படித்தான்."

"அது சரி உமக்கு வினோதமான அனுபவம் எல்லாம் ஏற்பட்டிருக்கு."

"உமக்கு இருந்துதுன்னா அருமையான கதையா எழுதுவீர்" என்றான் பாபு.

"நீர் அதையும் விட்டுவிட்டு எங்கேயோ போகிறீரே, அதுதான் வினோதமாயிருக்கு இன்னும்."

"என்ன செய்கிறது?"

"நான் குறை சொல்லவில்லை."

"நான் தனியாகப் போக வேண்டும் என்று சொல்லவில்லை. வந்தால்தானே!"

மணி அடித்தது.

"வண்டி கிளம்பப்போவுது. போய் ஏதாவது மாறுதலிருந்தால் எழுதுங்க."

வண்டி ஊதிற்று. நகர்ந்தது. போலீஸ் ஸ்டேஷனும் கைகாட்டியும் சாலை கேட்டும் எதிரே ஓடின. அதற்குள் நகரம் பிடிக்காததுபோல வயல் வெளிக்குள்ளும் இருளுக்குள்ளும் விரைந்தது வண்டி. வெங்கடராமன்கூட ஊரோடு ஒன்றிக்கொண்டுவிட்டான். மெனக்கட்டு ரயிலுக்கு ஓடி வந்து காத்திருந்து பார்த்துவிட்டுப் போகிறானே! ராஜம் ஒரு மாதிரி. இவன் ஒரு மாதிரி. பேசாமலேயே விழியால் நட்பைச் சுரக்கும் உள்ளம். என்னிடம் மட்டும் இல்லை. எல்லோரிடமும் இப்படித்தான். எந்த மனிதனிடமும் வெறுப்போ கசப்போ தோன்றாத, தோன்ற முடியாத மனது இவனுக்கு. வியாபாரத்தில் எப்படி இவன் முன்னுக்கு வரப்போகிறானோ? யோகியின் உள்ளம் இவனுக்கு, அதை மறைப்பதற்காகக் கடை வைத்திருக்கிறானோ? இன்னும் ஸ்திரப்படுத்திக் கொள்வதற்காக,

தி. ஜானகிராமன்

எல்லாவற்றையும் ஒரேயடியாக ஒரு நாள் உதறி எறிந்துவிட்டுப் போவதற்காக வைத்திருக்கிறானா – புரியவில்லை.

எதிரேயிருந்த அய்யம்பேட்டை சாயபு பூட்ஸைக் கழற்றி மேல் பலகையில் வைத்து, ஒரு எம்பு எம்பி மேலே ஏறி காலைத் தட்டிவிட்டு படுத்துக்கொண்டார். அவர் பக்கத்திலிருந்தவர் ஓரத்திற்கு நகர்ந்து ஜன்னலைச் சாத்தி அதன்மேல் தலையைச் சாய்த்து 'விழுப்புரம் வந்ததும் எழுப்பி விடுங்க' என்று பாபுவிடம் சொல்லி விட்டுக் கண்ணை மூடிக்கொண்டார். அந்த வார்த்தையைச் சொல்லி முடிக்கட்டும் என்று காத்திருந்தாற்போல, குறட்டை அவர் முகத்தில் ஒலித்தது. இவ்வளவு சீக்கிரமாகத் தூங்கிவிட்டாரே!

பாபு சுற்றுமுற்றும் பார்த்து விழித்துக்கொண்டே உட்கார்ந் திருந்தான்.

வேதனை இல்லாமல் இல்லை. விடுதலையும் இல்லாமல் இல்லை. வயதான வைத்தியையும் அம்மாவையும் பிரிந்து பிரிந்து வாழ வேண்டியிருக்கிற வேதனைதான். வேலையை விடாமலிருந்தால் அவர்களை சென்னைக்கு அழைத்துப்போயிருக்கலாம் ... ஒவ்வொன் றும் கைக்கு எட்டாமல் போய்க்கொண்டேயிருக்கிறது. இந்த தேசத்தில் பிள்ளையாகப் பிறந்தவர்களுக்கு ஒரு கடமை உண்டு. ஆனால், நாம் என்னமோ முட்டைக்கோசையும் தக்காளியையும் இந்த நாட்டில் நட்ட மாதிரி வளர்ந்து கொண்டிருக்கிறோம். அவர்கள் இதைச் சகித்துக்கொள்கிறார்களே. எப்படிச் சகித்துக்கொள்கிறார்கள்?

மாயவரம்போகிற வரையில், சீர்காழி, கொள்ளிடம் போகிற வரையில், வண்டி நின்று நின்று போயிற்று. சிதம்பரம் தாண்டிய பிறகுதான் அதுவும் வேகத்தை எட்டிப் பிடித்தது.

அம்மாவுக்கு வருத்தம்தான். சாமிக்கண்ணுப்பிள்ளையும் உட்கார்ந்து நாலு நாழி அவளோடு மன்றாட வேண்டியிருந்தது. மனித ஆயுளில் மூன்று வருஷம் நாலு வருஷம் விளங்குகிற பெருமைக்கு முன்னால் கலியாணம், கலியாணம் என்று புலம்புகிற ஆசைக்கு என்ன அவசரம் என்று தாயின் திறக்காத இதயத்தை அவர் தடதடவென்று இடித்து வெட்டி மல்லாத்த வேண்டியிருந்தது. முந்தாநாள் ராத்திரி அப்பா, "என்ன இது, ரொம்ப பாரமாயிருக்கே? உனக்கு ஏதாவது புத்தி கித்தி இருக்கோல்லியோ? ரொம்ப அழகாயிருக்கு" என்று அப்பா உருட்டி விழித்த பிறகுதான் அவள் வாயை மூடிக்கொண்டாள். அப்பாவுக்கு என்ன? அம்மா வாயை மூடிக்கொள்ளவில்லை. "அப்பா மாதிரி பிள்ளை, பிள்ளை மாதிரி அப்பா" என்று முணுமுணுத்தாள். "ஓகோ" என்று அப்பாவின் குரல் பதிலுக்கெழுந்ததும்தான் அவள் வாய் மூடிக்கொண்டது. அப்படியாவது இந்த சங்கீதம், இந்தக் குரலோசை எல்லாம் வேண்டுமா?

கண் விழித்தபோது விழுப்புரத்தில் எழுப்பிவிடச் சொன்ன ஆளை எதிரே காணவில்லை. வேறு யாரோ ஸ்திரீ அந்த இடத்தில் குழந்தையை அணைத்து, முதுகும் பின்பக்கமும் அந்தரத்தில் நிற்க, படுத்திருந்தாள். அவள் காலடியில் இருந்த கோட்டுப் போட்ட மனிதர் பாபு கண் விழிப்பதைப் பார்த்துக் கொண்டிருந்தார்.

"விழுப்புரம் தாண்டியாச்சா?" என்றான் பாபு.

"விழுப்புரமா? தாம்பரம் வந்திட்டிருக்கே" என்றார் அவர்.

குளிர் லேசாக சிலுசிலுத்தது. இருள் பிரியவில்லை. கிழக்கே தூக்கக் கலக்கத்தில் கண் விழித்து மூடுவதுபோல் வெள்ளை தெரிவதுபோலிருந்தது. பிரமைதான். எழும்பூர் வரும்போதுதான் கிழக்கு வெளுக்க ஆரம்பித்தது. ஒரு டாக்ஸியில் உட்கார்ந்து மாம்பலத்திற்கு விடச் சொன்னான் பாபு. பாலூர் ராமு அப்போது தான் படுக்கையில் எழுந்து உட்கார்ந்து பாக்கு சீவிக்கொண்டிருந்தார். பாபநாசத்தில் அப்பா படுக்கையில் இப்போது உட்கார்ந்திருப்பார். பாக்கு வெட்டிக்குப் பதிலாக உத்ராட்சக்காய் விரலிடுக்கில் நகர்ந்துகொண்டிருக்கும். முந்தாநாள், நாலாம் நாள், அதற்கும் முந்திய நாள் இரவெல்லாம் வழக்கம்போல் இரவு பன்னிரண்டு மணிவரையில் இருளில் அவருடைய உத்திராட்ச மாலை கிலுகிலுத்துக் கேட்டது. அதே மாதிரி இருள் பிரிய இரண்டு நாழிகை முன்னமே அவர் படுக்கையில் எழுந்து தலையணையில் சாய்ந்தவாறே கிசுகிசுவென்று பரம்பொருளுடன் உறவாடுவது கேட்டது.

"அட, வாரும்யா . . . டாக்ஸியிலா வந்தீர்? ஒரு வரி எழுதப் படாதோ. வண்டி அனுப்பிக்கமாட்டேனா? உட்காரும் . . ." என்று ராமு வரவேற்றார்.

8

எட்டு மணியிலிருந்தே பாலூர் ராமுவுக்கு பொழுது சரியாக இருந்தது. யாராவது வந்துகொண்டேயிருந்தார்கள். முதலில் ஒரு ஆடிட்டர் வந்தார். அவர் பேசிக்கொண்டிருக்கும்போதே ஒரு நீதிபதி வந்தார். கோயம்புத்தூரிலிருந்து கச்சேரிக்கு அச்சாரம் கொடுக்க ஒருவர் வந்தார். பத்திரிகாசிரியர் ஒருவரும், பங்கு வியாபாரி ஒருவரும் ஒருவர்பின் ஒருவராக வந்தார்கள். ஒவ்வொரு வருக்கும் ராமு அவனைப் பெரிய அளவில்தான் அறிமுகப்படுத்தி னார். 'சாதாரண ஞானமோ சாரீரமோ இல்லை. ரொம்ப பெரிய இடம். இப்படி எல்லாம் நான் அறிமுகப்படுத்தி முன்னுக்கு வர வேண்டிய அவசியமுள்ளவரும் இல்லை' என்றெல்லாம் வாயாரச் சொல்லிக்கொண்டிருந்தார். அவர்கள் புன்சிரிப்புடன் கேட்டுக் கொண்டார்கள். அதாவது மனப்பூர்வமாக நம்பத் தயாராக இல்லை. ராமுவிடம் அவர்களுக்கு இருந்த ஒருமுகமான பெயரும் பிரமையும் பேச்சுத் திறமைக்கு ராமுவுக்கு இருந்த பெயரும் சேர்ந்து அவர்

மனப்பூர்வமாகச் சொன்னதைக்கூட மிகையென்றுதான் அவர் களுக்குத் தோன்றச் செய்தன. எல்லோரும் போன பிறகு தங்கியிருந்த பங்கு வியாபாரி வெகுநேரம் பேசிக்கொண்டிருந்தார்.

"இது என்ன புதுசா இருக்கே?" என்று பாபுவின் யோசனையைப் பற்றிக் கேட்டபோது புன்சிரிப்பு சிரித்தார் அவர். "ஜெர்மனியிலே போய் தமிழ் வாசிக்கப்போறாப்பல . . ."

பாபுவுக்கு துணுக்கென்றது.

"ஞானத்துக்குப் போகலை ஐயா அவர். குரல் அப்யாசத்துக்காகப் போகிறார்" என்றார் ராமு. "ஞானம் என்மாதிரி பத்து பேரை வச்சு உட்கார்த்தி சொல்லிக்கொடுக்கும்படியா இருக்கு அவருக்கு!"

"அதை வைத்துக்கொண்டே குரலையும் சரிப்படுத்திக் கொள்ளலாமே?"

"ஞானம் உள்ளவர்கள் அல்லவா அதைப் பற்றி தீர்மானம் பண்ணணும்" என்றான் பாபு.

பங்கு வியாபாரி நிமிர்ந்து பார்த்தார். சுளீர் என்று விழுந்த அந்த அடியில் அவருக்கு அசட்டுச் சிரிப்புத்தான் சிரிக்க முடிந்தது. "வாஸ்தவம். அதனாலெதான் சொன்னேன்" என்றார் அவர்.

"ஓய், உமக்கு என்ன? நீர் ஆயிரம் சபாவிலே ஆயுள் மெம்பரா யிருந்தாலும், பங்கு வியாபாரி. சங்கீதத்தைக் கேளும், போதும். அதைத் தாண்டி எதுக்காகப் போறீர்?" என்று ராமு சொன்ன பிறகுதான் அவர் அடங்கினார்.

அவர் போன பிறகு "பாபு இவன் ஏதோ சொன்னான் என்று கஷ்டப்படாதீர். சங்கீதத்தைப் பற்றி இந்த மாதிரி அபிப்பிராயத்தை இலவசமாகக் கொடுக்கிற பிரபுக்களில் இவர் ஒருவர். யாரும் கேட்க வேண்டும் என்ற அவசியம் இல்லை. எல்லா வித்தைகளிலும் உண்டு. நாடகம், காவியம், நாட்டியம், சித்திரம் எல்லாவற்றிலும் உண்டு. இவனாவது விட்டானே. "நீர் கலைஞனாயிருக்கலாம்யா. நன்னாயிருக்கா இல்லையான்னு நாங்கள்னா சொல்லணும்"னு ஆரம்பித்து விடுவான்கள். அபிப்ராயம் சொல்ல யாருக்கும் உரிமை உண்டு என்று ஆகிவிட்ட காலம் இது. சொல்லுகிற மண்டை சூன்யமா, கனமா, சரக்கு உள்ளதா என்று நாம் தெரிந்துகொண்டு, வாங்குகிறதையோ தள்ளுகிறதையோ செய்யணும், இவன் கிடக்கான்" என்று ராமு அவனை சமாதானப்படுத்தினார்.

புதன் கிழமை மங்கள்வாடிக்குப் புறப்படுவதாகத் தீர்மானம் செய்துகொண்டான் பாபு. இன்னும் ஆறு நாள் இருக்கிறது. முதல் நான்கு நாட்களும் அவரோடு தங்கிவிடுகிறது என்று தங்கியும் இருந்தான்.

ராமு ஓயாமல் பேசிக்கொண்டிருந்தார். சங்கீதத்தைத் தவிர அவர் ஒன்றும் பேசவில்லை. அவர் சீடர்களிடமோ வேறு யாரிடமோ

எது பேசினாலும் என்ன பேசினாலும், அவரோடு பேசும்போது வேற ஒரு பேச்சும் பேசவில்லை. ஓயாமல் அவனைப் பாடச் சொல்லிக்கொண்டேயிருந்தார். கேட்டபோதெல்லாம் தட்டாமல் மறுக்காமல், சின்னக் குரலிலும் பெரிய குரலிலும் பாடிக்கொண்டே யிருந்தான் அவன்.

“வெறுமே வெறுமே கேட்கிறேன் என்று நினைத்துக்கொள்ளாதீர். மகரிஷிகளும் மகான்களும் செய்கிறாப்போல அண்ணா உம்மிடம் தன் சக்திகளையெல்லாம் மாற்றிவிட்டுப் போய்விட்டார். நானும் தெரியாத்தனமாக சம்பாதிக்கிறதில் இறங்கிவிட்டேன். இப்போதாவது உம்மிடம் முடிந்ததையெல்லாம் தெரிந்துகொள்ளலாம் என்று பார்க்கிறேன். சுயநலம்தான்.”

“என்ன அண்ணா இது . . ?” வெட்கம் சுருக்சுருக்கென்று தோலையும் உள்ளத்து மென்மையையும் குத்துவது போலிருந்தது. “நீங்கள் இப்படிப் பிதற்றிக்கொண்டிருக்கிறதானால் நான் ரூமுக்குப் போய்விடுகிறேன்” என்றான் அவன்.

“ஓய், உமக்கு என்ன தெரியும் . . ?” அவ்வளவுதான். பேச்சு நின்றுவிட்டது. விசும்பி விசும்பி அழ ஆரம்பித்துவிட்டார்.

“என்ன அண்ணா இது?”

ராமு கண்ணீரை அடக்கித் துடைத்துக்கொள்ள ஒரு நிமிஷ மாயிற்று.

“நீர் பரம பாக்கியசாலி அய்யா. மந்த்ர ஷட்ஜமத்திலே போய் இப்படி மதயானை மாதிரி எவ்வளவு தீர்மானமாக நிற்க முடிகிறது! எப்பேர்ப்பட்ட சாரீரம்! எவ்வளவு சாதகம் வேண்டும் இதற்கு! நானும் ரத்தமாகக் கக்கிக் கக்கித்தான் சாதகம் பண்ணினேன் அந்த நாளில். ஆனால் எனக்கு சுலபமாகக் குரலும் இல்லை. சாதகம் இப்படி இப்படிப் பண்ண வேண்டும் என்று வழிகாட்டுகிறவர்களும் இல்லை. யாருக்குத் தெரியும்? தெரிந்தாலல்லவா, தாங்களே சாதகம் செய்தாலல்லவா, வழி காட்டுவதற்கு . . ? நீரும் புத்திசாலித்தனமாக சாதகம் செய்திருக்கிறீர். ஆனால் நீர் வடக்கே போகிறேன் என்கிறீரே, அவ்வளவும் சரி. இந்தச் சின்ன வயசில் உமக்கு இப்படித் தோன்றியதே பெரிது. பணமும் பேரும் துர்நடத்தையும் எங்கே எங்கே என்று வாயைப் பிளந்துகொண்டு விழுங்கக் காத்திருக்கிற கலை இது. நீர் இந்தச் சின்ன வயசில் இவ்வளவு விவேகத்தோடு, தைரியமாகப் புறப்படுகிறீரே, அந்த புத்தி எங்களுக்குத் தோன்றவில்லை பாரும். அதுதான் பாக்யசாலி என்றேன். அதுமட்டுமில்லை. உமக்கு எல்லாம் தானாகக் கைகூடியிருக்கிறது. இந்த மந்த்ர ஷட்ஜமத்தைப் பிடித்து உலுக்குவதானால் சரீரத்தை, சூட்சும பலத்தைக் காப்பாற்றினால்தான் முடியும். அதுவும் உமக்குக் கிடைத்திருக்கிறது. பிரம்மசாரியாக இருக்கிறது பெரிய அதிர்ஷ்டம் ஐயா. எல்லோருக்கும் கிடைக்காது. அப்பா, அம்மா எல்லோரும் பிடுங்கித் தின்பார்கள், உமக்கு

எல்லாம் சௌகர்யமாக அமைந்துவிட்டது. இத்தனை சின்ன வயசில் இத்தனை பிடிவாதம் இருக்கிறது அபூர்வம். அதையெல்லாம் நினைக்கும்போது என் மனசு இளகிவிடுகிறது. பேசக் கூட முடிய வில்லை ... குருவின் அருள் உமக்குப் பரிபூரணமாக இருக்கிறது. சாமி கவனித்தாலும் கவனிக்காவிட்டாலும் குரு கவனிக்க வேண்டும், பரம நாஸ்திகனும்கூட குருவை விடமாட்டான் ... நமக்கு அந்தக் கலம் அவ்வளவு திருப்தி என்று சொல்வதற்கில்லை ... அண்ணாவின் மனசு உம்மை எப்போதும் ஒரு குறைவு வராமல் காப்பாற்றிக் கொண்டிருக்கும் ..."

ராமுவின் பேச்சு நின்றது. வெகுநேரம் மௌனம் நிலவிற்று. ரங்கண்ணாவின் ஒளி அவன் உள்ளத்தில் பளிச்சிட்டது. நின்று ஒளிர்ந்தது.

இதயத்தின் ஒரு மூலையில் பெரிய நகைப்பொலியும் கேட்டது பிரம்மசாரியாம்! நானா பிரம்மசாரி! தோற்றம் எப்படி எல்லாம் உலகத்தை ஏமாற்றுகிறது!

ராமுவின் குரல் எச்சரிக்கும் குரல்போல் இருந்தது அவனுக்கு. இந்த உடல் என்ன பாபம் செய்தது? அழகுக்கும் சக்திக்கும் ஆதாரமான இந்த உடல் என்ன பாபம் செய்தது? இவ்வளவு கரிப்புக்கும் எச்சரிக்கைக்கும் ஆளாகும்படியாக என்ன பாபம் செய்தது? இவர்கள் சொல்வதெல்லாம் உண்மைதானா?

கீழ்ஸ்தாயி ஷட்ஜமத்தில் நிற்கும்போதுகூட இந்த எதிர்ப்புத்தான் குரல் கொடுக்கிறது. எத்தனை வாய்களிலிருந்து, எத்தனை குரல்களாக, எத்தனை மாதிரியாக இந்த எதிர்ப்பு எழுகிறது!

ஞாயிற்றுக்கிழமை காலையில் திருவல்லிக்கேணிக்கு வந்து சேர்ந்தான் அவன். வீட்டு வாசற்படி ஏறியதுமே வீட்டுக்காரர், அவர் மனைவி, யமுனா மூவரும் நடையில் உட்கார்ந்து பேசிக் கொண்டிருந்தது தெரிந்தது.

"இதோ வந்திட்டாங்களே" என்று எழுந்தார் வீட்டுக்காரர். "உங்களைப் பத்திதான் பேசிக்கிட்டிருந்தோம். என்னங்க இது? வடக்கே எங்கேயோ போப்போறீங்களாம். சொல்லவே இல்லையே. ... எப்ப வந்தீங்க?"

"எல்லாம் சொல்றதுக்குத்தான் வந்திருக்கேன் ... நீ எப்ப வந்தே?"

"அரை மணியாச்சு" என்றாள் யமுனா.

ஊருக்குப் போய் வந்தது. மாம்பலத்தில் இருந்தது, ஊருக்குப் புதன்கிழமை புறப்படப்போகிறது – எல்லாவற்றையும் சுருக்கமாகச் சொல்லி முடித்தான் அவன். அறையை புதன்கிழமையன்று காலி செய்யப்போவதாகவும் தட்டித் தடவி சொல்லி முடித்தான்.

“கடசீலே எல்லாம் ரயில் சிநேகமாகத்தான் ஆயிடுது” என்றார் வீட்டுக்காரர்.

“எல்லா ரயில் சிநேகமும் அப்படி ஆயிடுதா? கலியாணம் வரைக்கும்கூட சிலது போகும்” என்றாள் யமுனா.

“ம் . . . அதெல்லாம் கதை” என்றார் வீட்டுக்காரர்.

சற்றுக்கழித்து “அம்மா உன்னைப் பார்க்கணும்னாங்க. சொல்லத் தான் வந்தேன்” என்றாள் யமுனா.

“யாரு?”

“பத்மாசனியம்மாதான். இன்னிக்கி ஞாயிற்றுக்கிழமை, வீட்டிலே தான் இருப்பாங்க.”

சாப்பிட்டுவிட்டு இருவரும் போனபோது பத்மாசனி ஹாலில் உட்கார்ந்திருந்தாள்.

“வாருங்கள் . . . ஊருக்குப் போயிருந்தீர்களாமே?”

“ஆமாம். நாலு நாளாயிற்று வந்து . . . கூப்பிட்டனுப்பித்தீர்கள் என்று சொன்னாள் யமுனா. பார்த்துப் போகலாம் என்று வந்தேன்”

“விசேஷம் ஒன்றுமில்லே, சும்மா பார்க்க வேண்டும் என்றுதான் கூப்பிட்டேன். தூர தேசம் போகிறீர்களே, சொல்லிக்கொள்ளாமலேயே போய்விடுவீர்களோ என்று பயந்துவிட்டேன்.”

“சொல்லிக்கொள்ளாமலா? நானா?”

“ஒரு சமயம் வெட்கப்பட்டுக்கொண்டு பார்க்காமல் போய் விடலாம். வெட்கப்பட என்ன இருக்கிறது . . ? நாம் நேர்மையாக நடந்துகொள்கிற வரையில் யாருக்காக, எதற்காக வெட்கப்பட வேண்டும்? . . . என்று புறப்படப் போகிறீர்களோ?”

“புதன்கிழமை.”

“புதன்கிழமையா? இன்னும் இரண்டு மூன்று நாள்தானிருக்கிறது. இடம் ரிசர்வ் செய்துவிட்டீர்களா?”

“இனிமேல்தான் செய்ய வேண்டும். நாளைக்குச் செய்யலாம் என்றிருக்கிறேன்.”

“ஒரு டிக்கட்தானே?” என்று புன்முறுவல் பூத்ததும் பூக்காததுமாக ஒரு கேள்வி.

“இரண்டாவது டிக்கட் வர மறுக்கிறதே.”

“எனக்கும் தெரியும், நான் சொன்னேன். கேட்கவில்லை . . . இன்னும் அதையேதான் சொல்கிறாயா யமுனா?”

“அதையேதான்” என்றாள் யமுனா.

"அவருக்குப் பிடிக்கவில்லை என்றால்?"

"அவருக்கு எது நல்லது என்று அவருக்கு எப்படித் தெயும்?"

"சரி உங்கள் பாடு பத்து. பிரயாணத்திற்கு ஏற்பாடெல்லாம் செய்துவிட்டீர்களா?"

"ஏற்பாடு என்ன? டிக்கட் வாங்க வேண்டியதுதான். நாலைந்து துணிமணி எடுக்க வேண்டும். குளிர்நாள் இப்போது. அங்கு குளிர் அதிகமாக இருக்குமாம். கம்பளிச் சட்டை, உடுப்பு, போர்வை வாங்க வேண்டும்."

"யமுனா, நீ கூட இருந்து எடுத்துக்கொடு."

"..."

"இவ்வளவு நேர்மையான பெண்ணை நான் பார்த்ததில்லை. ஊருக்குப் போனால் அவளுக்குக் கடிதம் போட்டுக்கொண்டிருங்கள். பேசுகிறபோது தைரியசாலி மாதிரி பேசுகிறாள். இந்த மாதிரி பிரகிருதிகள் மிகவும் ஆடிப்போய் விடுவார்கள்" என்று ஆங்கிலத்தில் சொன்னாள் பத்மாசனி. "இந்த ஆசிரமத்தில் எத்தனையோ அனுபவங்கள் ஏற்பட்டிருக்கிறது எனக்கு. இந்தப் பெண்ணும் என் சம்பந்தப்பட்ட வரையில் ஒரு அனுபவம்தான். நடக்காதது என்ற நோக்கில் சொல்லவில்லை, என்னவோ இது அபூர்வமான அனுபவமாக இருக்கிறது. வேடிக்கையான மனுஷி என்று சொல்வதா சாது என்று சொல்கிறதா ... என்ன சொல்வதென்று தெரியவில்லை. சாதாரணமாய் பார்க்க முடியாதவள்தான். அவள் ஒன்றுவிடாமல் சொல்லிவிட்டேன் என்று சொன்னாள். அவள் சொல்லும்போது நம்பாமல் இருக்க முடியவில்லை. சரியென்று ஒப்பாமலும் இருக்க முடியவில்லை."

"அவள்தான் எனக்கு எப்போதுமே வழிகாட்டி வந்திருக்கிறாள் என்று நினைக்கிறேன்."

"நீங்கள் சொல்வதைக் கேட்க எனக்குப் பெருமையாகத் தானிருக்கிறது" என்றாள் பத்மாசனி.

அவளிடம் விடைபெற்றுக் கொண்டாகிவிட்டது.

துணிக்கடையில் கம்பளித் துணிகளை வாங்கி வந்து அவசரமாகத் தைப்பதற்குக் கொடுத்துவிட்டு, காபியைச் சாப்பிட்டுவிட்டு இருவரும் கடற்கரையை நோக்கி நடந்தார்கள்.

சென்ற ஒரு தடவைபோல ஒன்பதரை மணிக்குப் பிறகு தான் – இரவுதான் – திரும்பினார்கள் இருவரும். மறுநாட் காலை யமுனா ஆசிரமத்திற்கு பஸ் ஏறிச் சென்றாள். பாபு மாம்பலம் பஸ்ஸில் ஏறிக்கொண்டான்.

9

புதன்கிழமை காலை.

பாலூர் ராமுவின் வீட்டு காம்பவுண்டைவிட்டு கார் வெளியே புறப்பட்டது.

பாபுவும் ராமுவும் பின்னால் உட்கார்ந்திருந்தார்கள். ராமுவின் இரண்டு சீடர்கள் முன்னால் உட்கார்ந்திருந்தார்கள்.

"நம்ம சங்கீதம் உயர்ந்ததுதான். ஆனால் ஒரு பாபியும் உழைக்க மாட்டேன் என்கிறானே. குருகுல வாசம் செய்கிற வித்தை, காலம் மாறிவிட்டது. பள்ளிக்கூடம் வைத்துவிட்டார்கள். வேண்டாம் என்று சொல்லவில்லை. ஆனால் மற்ற பள்ளிக்கூடம் மாதிரியே இதையும் பண்ணிவிட்டான்களே. பத்து மணிக்குப்போய் நாலரை மணிக்கு வருகிற பள்ளிக்கூடமாக அடித்துவிட்டான்கள். காலையிலே எழுப்பிவிட்டு, சாதகம் பண்ணச்சொல்லி, கூட இருந்து வழி காட்டினால் உருப்படும்... யார் இதெல்லாம் கவனிக்கப் போகிறானோ... ஈச்வரா!" என்று முனகிக்கொண்டே வந்தார் ராமு.

வண்டி நுங்கம்பாக்கத்தைக் கடந்துகொண்டிருந்தது.

"வழிகாட்ட யார் இருக்கிறார்கள்? இந்தத் தென் தேசத்திலே இப்ப யாரும் இருக்கிறதாகத் தெரியவில்லை, முன்னெல்லாம் இருந்திருக்கலாம் என்றார் அவர்.

"நீங்கள்தான் குரல் புறமானது; ஞானம்தான் முக்யம் என்கிறீர்களே."

"அட ஓய். ஏதாவது கட்சிக்குச் சொன்னால் அதைப் பிடிச்சிண்டு விடமாட்டேங்கிறீரே..."

சிலுசிலுவென்று காலைக் காற்று வீசிக்கொண்டிருந்தது.

செண்டிரல் ஸ்டேஷனை அடைந்து வண்டியைவிட்டு இறங்கி, கூலியின் தலையில் பெட்டி படுக்கைகளை ஏற்றிவிட்டு நடக்கும்போது, எங்கிருந்தோ வருவதுபோல, யமுனா வந்துகொண்டிருந்தாள். பளீர் என்று குங்குமம், துவளும் அரக்குப் பட்டுப்புடவை, காலையின் புதுமையும் தூய்மையும் அவள் முகத்தில் ஒளிர்ந்தன.

"என்ன யமுனா? இப்பதான் வறியா?"

"ஒரு நாழியிருக்கும், வண்டியில் பார்த்தேன். நீ வரவில்லை என்று தெரிந்தது. உன் பெயர் எழுதியிருக்கிறது" என்று சொல்லிக் கொண்டே ஒதுங்கினாற்போல வந்தாள் யமுனா. சீடர்கள் போர்ட்டரோடு வேகமாக நடந்துகொண்டிருந்தார்கள். யமுனா சற்றுதூரம் நடந்த பிறகு, நின்று நின்று நடந்த ராமு கேட்டார்.

"வீட்டுக்காராளோ? அன்னிக்கே பார்த்தேன் போலிருக்கே."

"ஆமாம்."

"வீட்டுக்காரர் வரவில்லையா? தனியா வந்திருக்காளே."

"வீட்டுக்காரர்தான் இதோ இருக்கிறாரே."

"எங்கே?"

"நீங்கள் அவரோடுதான் பேசுகிறீர்கள்."

"என்ன?"

"மூர்ச்சை போட்டு விழுந்துவிடாதீர்கள்."

"என்னய்யாது?"

"அண்ணா, நீங்கள் நினைக்கிறாற்போல உங்கள் தம்பி பிரம்மசாரி இல்லை."

"ஓய் என்னய்யா இது! இவாளா!... ம்."

"இவாதான்."

"நீர் எங்கிட்ட சொல்லவே இல்லையே."

"இப்போது சொல்லிவிடுகிறேன். ஊர் பார்த்த கலியாணம் இல்லை."

"எனக்கு ஒன்றும் புரியவில்லை." ராமுவின் புன்சிரிப்பு குழம்பிற்று.

"அவ்வளவுதான். இவள் இல்லாவிட்டால் நான் இங்கேயே உதவாக்கரை மாதிரி சுற்றிக்கொண்டிருப்பேன் ... என் பிடிவாதம், சங்கீதம் எல்லாவற்றிற்கும் இவள்தான் காரணம்."

"அப்படியா..? கூட..."

"ம்ஹம்."

"ஈச்வரா, உம்மை முழுசாப் பார்க்கறதுக்குள்ளியும் இந்த ஈச்வரனையே பார்த்துவிடலாம் போலிருக்கே."

"நீங்கள் பார்க்காமலே இருக்க வேண்டும், ஒரு ஐந்து நிமிஷம், நீங்கள் முன்னால் போங்கள், நான் இதோ வந்துவிடுகிறேன்."

"மெள்ள வாரும்."

ராமு வேகமாக நடந்து யமுனாவைக் கடந்துசென்றார். பாபுவும் ஒரு எட்டில் நடந்து நெருங்கி "யமுனா" என்று கூப்பிட்டான். யமுனா நின்றாள்.

"காப்பி சாப்பிட்டியோ?"

"இல்லை."

"வா" என்று ப்ளாட்பாரத்தின் பக்கவாட்டில் இருந்த காண்டீனை நோக்கி நடந்தார்கள்.

"வரட்டுமா நான்?"

மோக முள்

பதில் இல்லை. தலை அசைந்தது. கண்ணீர் மல்கிற்று. அவள் கண்களில். முந்தானையால் துடைத்துக்கொண்டு மேற்கே முகத்தைத் திருப்பிக்கொண்டாள்.

ஒரு நிமிஷம், இரண்டு நிமிஷம் ஆயிற்று.

"என்னால் உனக்கு எவ்வளவு கஷ்டம்!" என்று சொன்னவளின் உதடும் கன்னங்களும் இழுத்துக்கொண்டன. விசித்து விசித்து வந்த அழுகையை உதட்டைக் கடித்து அடக்கிக்கொண்டாள். இந்த நிலையில் யமுனாவைப் பார்த்தே அறியாத அவனும் வெறிச்சோடின பார்வையுடன் நின்றான்.

"நீயும் ஆரம்பித்துவிடாதே . . . போகலாம். வா" என்று ஒரு நிமிஷம் கழித்து நகர்ந்தாள் அவள்.

"இரு. போகலாம்."

"அங்கே போய் கண்டதை எல்லாம் நினைச்சுக்க வாண்டாம்" என்று அவள் சொன்னதைக் கேட்டு பாபு தலையைக் குனிந்து கொண்டே நின்றான்.

"இந்தா."

"என்னது?"

இதை இப்ப பிரித்துப் பார்க்க வேண்டாம். ரயில் கிளம்பினதுக் கப்புறம் . . ."

பாபு வாங்கிக்கொண்டான். நன்றாக ஒட்டிய கவர்.

"பையிலே போடேன். அப்புறம் பார்த்துக்கலாம்."

"ஏன், இப்ப பார்க்கப்படாதா?"

"கூடாது."

யார் யாரோ ஸ்டேஷனில் நிற்பவர்கள் அவர்களைப் பார்ப்பது தெரிந்தது. பாபு பேசாமல் அவளோடு நடந்தான்.

வண்டி புறப்படுகிற வரையில் யாருக்கும் என்ன பேசுவதென்றே தோன்றவில்லை.

"உடம்பை ஜாக்கிரதையாப் பார்த்துக்கும். குளிர் அதிகம். சாப்பாடெல்லாம் நம்ம சாப்பாடு இல்லை. ஒரேயடியாக மல்லுக்கு நின்று சாரீரத்தைக் கெடுத்துனுடாதீர் . . . அடிக்கடி லெட்டர் போட்டுண்டிரும்."

ஊதல் கேட்டது.

"வரட்டுமா, அண்ணா?"

"சரி"

ராமுவின் சீடர்களிடம் சொல்லிக்கொண்டான் பாபு.

"வரட்டுமா?" என்று அருகே வந்து ஜன்னலில் கை வைத்த யமுனாவின் விரலை அழுத்தினான்.

"ஜாக்கிரதையாப் போய்ட்டு வா."

யமுனா அந்தக் கூட்டத்தின் நடுவில் புஷ்பம்போல நின்று கொண்டிருந்தாள். ராமு நின்றுகொண்டிருந்தார். அவரைச் சுற்றி இரண்டு மூன்று ரசிகர்கள் ரயிலடியில் சந்தித்தவர்கள் – அவர் திரும்புவதற்காகக் காத்திருப்பது போலிருந்தது. பல கைகள் உயர எழுந்து யார் யாருக்கோ விடை தந்துகொண்டிருந்தன. ராமு, யமுனா – எல்லோரும் பார்வைப் புலத்தைவிட்டு அகன்றார்கள்.

தண்டவாளங்களை மாறிச் செல்கிற ஓசை கேட்டுக்கொண்டே யிருக்கிறது. பக்கத்து லயனில் இருந்த என்ஜின் பெருமூச்சு விட்டுக் கொண்டிருக்கிறது. அதுவும் போய் விட்டது.

உட்கார்ந்ததும் உறையைக் கிழித்தான் அவன். இரண்டு கடிதங்கள்.

"பாபுவுக்கு வணக்கம் பல. காஞ்சீபுரம் புறப்படுகிற முதல் நாளே அப்பாவுக்கு எல்லாவற்றையும் எழுதிவிட்டேன். அப்பாவை ஏமாற்றுகிறதா? எதற்காக ஏமாற்றுகிறது? என்ன வேண்டுமானாலும் ஆய்விட்டுப் போகிறது என்று எழுதி விட்டேன். அப்பா எனக்கு எழுதிய பதில் இதோ இருக்கிறது. நாலா நாள்தான் வந்தது. நீ கோபப்படும்படியாகவோ வருத்தப்படும்படியாகவோ ஒன்றும் செய்கிற உத்தேசமில்லை எனக்கு. எப்படி பத்மாசனியை ஏமாற்ற முடிய வில்லையோ அதேபோல் பாபுவின் அப்பாவையும் எனக்கு ஏமாற்ற முடியவில்லை. இப்போது நிம்மதியாக இருக்கிறது . . .

இப்படிக்கு
யமுனா."

இன்னொரு கடிதத்தைப் பிரித்தான் பாபு.

"ஸ்ரீமதி யமுனாவுக்கு அநேக ஆசீர்வாதம். கடைத்தெருவுக்குப் போனபோது, வழியில் தபால்காரன் உன் கடிதத்தைக் கொடுத்தான். ஆகையால் இங்கு வேறு ஒரு பிராணிக்கும் ஒன்றும் தெரியாது.

உன் கடுதாசைப் பார்த்த பிறகு நாலைந்து நாள் குழப்பமாகவே இருந்தது. ஒன்றும் புரியவில்லை. என்னென்னமோவெல்லாம் யோசனைகள் வந்துதான் தீரும். ஈச்வரியை நினைத்து நினைத்துப் பார்த்துக்கொண்டிருந்தேன்.

எதுவும் எப்போதும் இந்த பிரபஞ்சத்தில் புதிது இல்லை என்ற பிரக்ஞை எனக்கு இருந்தால்கூட இந்த விஷயம் கொஞ்சம் குழப்பத்தைத்தான் கொடுத்தது. வேறு ஒரு காரணமுமில்லை. குடும்பத்தைப் பாதிக்கிறதுபோல் தோன்றுகிற விஷயம் இது.

வீட்டிலிருப்பவர்களிடம் பக்குவமான காலத்தில்தான் சொல்ல வேண்டும். இவ்வளவு பெரிய பொறுப்பை எனக்கு வைத்துப்போன

பாபு என்னிடம் சொல்லியிருக்கலாம். இத்தனை சுயேச்சை கொடுத்தும் அவன் என் மனசைத் தெரிந்துகொள்ளவில்லையே, தெரிந்துகொள்ளப் பிரயத்தனப்படவில்லையே என்ற வருத்தம் தான் எனக்கு. கூச்சத்தினால் பேசாமலிருந்திருப்பான். பெற்றவர்களை இந்தச் சின்ன விஷயங்களால் கலக்கிவிட முடியாது. பெற்றவர்களும் சந்ததிகளுக்கும் அதுதான் வித்யாசம்.

இவ்வளவு கௌரவ புத்தியும் நேர்மையும் யோசனையும் இருக்கிற உன்னிடம் யாரையும் ஒப்படைக்கலாம். அந்த மனசு பழுதாகிவிடாது. அதற்கு மாறாக, நல்ல பிரகாசம்தான் அடையும்.

டிசம்பர் கடைசியிலோ பொங்கலுக்கோ லீவு விட்டால் நீ இங்கு வந்து இருந்துவிட்டுப் போகவும். இந்த வயசுகாலத்தில் எனக்கும் அதைரியமாகத்தான் இருக்கிறது. பாபு இல்லாதபோது, யாரையாவது பார்த்து தைரியப்படுத்திக்கொள்ள வேண்டும் போலிருக்கிறது.

உன் அம்மாவின் கஷ்டம் ஒரு வழியாகத் தீர்ந்துவிட்டது. பாபு சொல்லியிருப்பான். நீ கடிதமே போடவில்லை என்று வருத்தப் படுகிறாள். இனிமேல் என்ன? கடிதம் போடு அவளுக்கு.

ஆசீர்வாதம்
வைத்தி."

நாலைந்து தடவை வாசித்துவிட்டுக் கலங்கிய கண்ணைத் திருப்பி வெளியே பார்த்தான் பாபு. ரயில் தடதடவென்று பெரிய இரைச்சலுடன் விரைந்துகொண்டிருந்தது. அடிவாரத்தில் பூமியும் வானமும் உண்மையாகவே சேர்ந்துவிட்டது போலிருந்தது.

அப்பா எவ்வளவு பெரியவர்!

ஸ்டேஷன் பிளாட்பாரத்தைவிட்டு வண்டி வளைந்தபோது யமுனாவின் உருவம் மறைவது கண்முன் நிற்கிறது. அவள் இளமை மறைவது போலிருந்தது. வெண்கலச் சிலைபோல் அவள் அசைவற்று நின்றது, மோகத்தைக் காலடியில் மிதிப்பது போலிருந்தது.

அடிவானத்திலுள்ள மரங்கள்கூட நகர்ந்து வந்தன. வானையும் விண்ணையும் சேர்த்தன அம்மரங்கள்.

பூமி வானைத் தொட்டது. வானம் பூமியைத் தொட்டது.

ஐப்பசிக் காற்று ஜில்லென்று வீசியது.

முற்றும்

பின்னிணைப்பு

'மோக முள்'
நாவல் பிறந்த கதை

கண்ணாடிப் பாட்டியைப் பல வருடங்களுக்குப் பிறகு ஒரு கல்யாணத்தில் பார்க்க நேர்ந்தது. "யார்றப்பா அது, ஜானகியாடா?" என்று கண்ணாடியை இரண்டு விரல்களால் தூக்கி விட்டுக்கொண்டே அருகில் வந்தாள்.

"ஆமாம் பாட்டி. சௌக்கியம்தானே?"

"சௌக்கியமா இருக்கறதுக்குத்தான் வழி பண்ணிக்க வந்திருக்கேன். பேப்பர்லே கதை போட்டுண்டு வறியே. அதுக்கெல்லாம் பணம் தருவாளோ! இல்லே, ராமையா பாகவதரைக் கூப்பிட்டுக் கதை பண்ணச் சொல்றாப்பலே தேங்காய் மூடியோ..?" என்று கூறி நிறுத்தினாள் பாட்டி.

"தேங்காய் விலைதான் ஏறிக்கிடக்கே, இப்போ! பணமாகவே கொடுத்துவிடுகிறார்கள்."

"அது என்னமோப்பா! பாதிப் பணம் அப்பப்ப எனக்கு வரணுமே, வரலையேன்னு கேட்கிறேன். நான் கேட்கிறது நியாயம்தானே?" என்றாள் பாட்டி.

"எல்லாம் உங்க ஆசீர்வாதம்தானே!"

"அப்படிச் சொல்லிண்டே கிளம்பிப் போயிடலாம்னு பார்க்கறியா? என் பேச்சு, மூனாச்சி கதை, யோகாம்பா கதை, ரங்கு கதை – அவாளுக்குக் கொடுத்தாலும் கொடு. கொடுக்காட்டாலும் போ – எனக்காவது கொடுக்கலாமோல்லியோ நீ?"

பாட்டி கேட்டது வேடிக்கையாகத்தான். சொன்னது அவ்வளவும் உண்மை. எழுதத் தூண்டிய, வழி காட்டிய பல குருமார்களில் கண்ணாடிப் பாட்டிக்கு நான் தனி ஸ்தானம்

659

கொடுத்திருக்கிறேன். காவேரி வண்டலில் செழித்த பயிர் கண்ணாடிப் பாட்டி. பேச்சில் அசாதாரணமான நயம், நகைச்சுவை, 'சுருக் சுருக்' கென்று தைக்கிற கூர்மை, சில சமயம் என்ன அர்த்தத்தில் சொல்லு கிறாள் என்று இலேசில் கண்டுபிடிக்க முடியாத பூடகம், சொல்லாமல் சொல்லுகிற தொனி, அதிர்வேட்டு மாதிரியும் சிற்றிலை போலவும் பல தினுசுச் சிரிப்புகளை எழுப்பக்கூடிய ஹாஸ்ய வகைகள், எதைச் சொன்னாலும் தனக்கென்று ஒரு தனிப்பார்வை – பாட்டி ரொம்பப் பெரியவள்.

'மோக முள்' நாவலில் வருகிற பல பாத்திரங்களும் சம்பவங் களும் கண்ணாடிப் பாட்டியும் நானும் கண்டு ரசித்தவைதான். அவற்றை யெல்லாம் ஒரு நாவலாக எனக்கு எழுதத் தோன்றியதே பாட்டியின் பார்வையை இரவல் வாங்கிக்கொண்டதனால்தான். பாட்டிக்கு எழுதப் படிக்கத் தெரியாது. ஆனால் அவளுக்குத் தெரிந்த கதைகளும் மன விசித்திரங்களும் சொல் ஜாலங்களும் இந்த உலகத்திலேயே சிலருக்குத்தான் கைவரும். பாட்டியின் கலைக்கண்ணில் ஒரு தவலை கூட நமக்கு லபிக்கவில்லையே என்று எனக்குத் தீராத குறை. 'மோக முள்'ளில் சில அத்தியாயங்களைக் கிடைத்தபொழுது வாசிக்கச் சொல்லிக் கேட்டாளாம் பாட்டி. ஓரிரண்டு இடங்களை நன்றாக இருப்பதாக அவள் ஒப்புக்கொண்டுகூடவிட்டாள். ஆகவே மற்ற விமர்சகர்களைப் பற்றி நான் கவலைப்படவில்லை.

பள்ளிக்கூடத்தில் படித்த பத்து வருஷங்களில் ஞாபகம் இருக்கக் கூடியதாக ஒன்றுமில்லை. எப்பொழுது இச்சிறையிலிருந்து விடுபடப் போகிறோம் என்று ஆத்திரப்பட்டது ஞாபகம் இருக்கிறது. "உனக்குக் கணக்கு வராது. நீ கதை பண்ணத்தான் லாயக்கு. தொலை" என்று என் முகத்தில் பிரம்பை விட்டெறிந்த நாமமும், அம்மை வடு முகமும் கொண்ட மூன்றாம் வகுப்புக் கணக்கு வாத்தியார் ரங்காச்சாரியார் எனக்கு ஆசீர்வாதம் செய்தார். அந்த ஆசீர்வாதம்.

வகுப்புக் கட்டுரைகளில் சொந்தக் கைவரிசையைக் காட்டி அதிகப்பிரசங்கித்தனமாக அசடு வழிந்ததற்கு, சில வாத்தியார்கள் மற்றப் பையன்களுக்கு நடுவில் பரிஹாசம் செய்து மனத்தைக் கிழித்துப்போட்டதில் ஏற்பட்ட புண்கள்.

தஞ்சாவூரில் அப்பொழுதெல்லாம் மூலைக்கு மூலை சங்கீதக் கச்சேரிகள் அமர்க்களப்படும். சிவகங்கை அனுமார், வெங்கடேசப் பெருமாள் சன்னிதி அனுமார், மேலவீதி விசுவநாதர், மேலவீதிப் பிள்ளையார், தெற்குவீதிக் காளி அம்மன், வரகப்பையர் சந்தில் தியாகையர் பூஜித்த ராம விக்கிரகங்கள், நாணயக்காரச் செட்டித் தெரு ராமலிங்க மடம், பக்கத்தில் திருவையாறு – இத்தனை தெய்வங் களுக்கும் நடக்கிற உற்சவ சங்கீதக் கச்சேரிகளை ஒன்றுவிடாமல் ஐந்து வயதிலிருந்தே கேட்டுக்கொண்டிருந்த பழக்கம். . .

நாலைந்து பேரிடம் சிறுவயதிலிருந்தே சங்கீதம் கற்கும் வாய்ப்புக் கிடைத்தது. கலைஞர்களுக்கு உரிய பேச்சின் அழகில் மயங்கினது. . .

உமையாள்புரம் சுவாமிநாதய்யரிடம் சில நாட்கள் சங்கீதம் சொல்லிக்கொள்ளப் போய்க்கொண்டிருந்தேன். மற்றவர்களைவிட சங்கீதத்தை உபாசனையாக, தியான மார்க்கமாக அவர் கையாண்ட ஒரு தனிப்பண்பு, உலகத்தின் ஒலிகளையெல்லாம் நாதக் கடவுளின் பற்பல சைகைகளாகவும் விவகாரங்களாகவும் அவர் கண்ட விந்தையைத் துளியாவது பார்க்கக் கிடைத்த வாய்ப்பு...

கும்பகோணத்தில் கல்லூரியில் படித்த நாலு வருடங்களும் பள்ளி வாழ்க்கைக்கு நேர்மாறாக இருந்தன. அவ்வளவு உற்சாகம். அவ்வளவு அமைதி. இலக்கியங்களைப் பரவலாகப் படிக்க வாய்ப்புக் கிடைத்தது. பரம ரசிகர்களாக இருந்த இரண்டு மூன்று ஆசிரியர்களின் தோழமை இந்த வாய்ப்பைப் பெருக்கிற்று. அந்தப் பூரிப்பு...

கல்லூரியில் எனக்கு இணைபிரியாத நண்பன் ஒருவன் உண்டு. எந்தப் பெண்ணைப் பார்த்தாலும் தெய்வமாக வணங்குவான். அதை ஒரு தனி மதமாக வளர்த்திருந்தான் அவன். அவனோடு நெருங்கிப் பழகப் பழக என் உள்ளத்தில் சபலத்துக்கும் தூய்மைக்கும் மூண்ட ஓயாத சண்டைகள்...

நான் குடியிருந்த தெருவில் ஒரு கிழவர் ஐம்பத்தைந்து வயதில் ஒரு பதினாறு வயதுக் கட்டழகியைக் (அழகான பெண்கள் யார் யாருக்கோ போய்ச் சேர்வதைப் பாருங்கள்!) கலியாணம் செய்து கொண்டு வந்து முப்பத்திரண்டு வயதுப் பிள்ளையை அவன் மனைவி குழந்தைகளுடன் வீட்டை விட்டு விரட்டி, சரியாக ஒரு வருஷம் புது மனைவியோடு தனிக்குடுத்தனம் செய்துவிட்டு, திடீரென்று ஒருநாள் சிவபதம் அடைந்துவிட்டார். அதை ஒரு வருஷம் பார்த்துக் கொண்டிருந்த ஆற்றாமை...

தஞ்சாவூர் ஜில்லாவில் ஒரு கிராமம். அங்கே ஒரு மிராசுதார், சிறு பையனாக இருக்கும்பொழுதே முப்பது வேலி நிலத்துக்கு வாரிசாகிவிட்டான். தகப்பனார் இறந்து, நிலம் கைக்கு வந்ததுமே பண்ணை முறையை உதறி எல்லா நிலங்களையும் குத்தகைக்கு விட்டு விட்டுச் சுகவாசியாக வாழத் தொடங்கினான். சுகவாசியென்றால் வேறொன்றுமில்லை. திண்ணையில் பெரிய கலியாண ஜமக்காளத்தை விரித்து, ஊரில் உள்ள சின்னவர் பெரியவர்களையெல்லாம் சேர்த்துக் கொண்டு சீட்டாட்டம். ஓயாத ஒழியாத சீட்டாட்டம். அரையில் வேட்டி நழுவியதைக்கூட உணராத சீட்டாட்டம். மற்ற நேரங்களில் திண்ணையில் மரச்சாய்வு நாற்காலியைப் போட்டு, சட்டத்தை நீட்டி அதன்மேல் காலைப்போட்டு, எப்பேர்ப்பட்ட பெரியவர்கள் வந்தாலும் (ரெவின்யூ இன்ஸ்பெக்டர், தாசீல்தாரைத் தவிர) அந்தக் காலை மடக்காமல், எழுந்து கொண்டுவிடாமல் படுத்திருப்பான். வம்பளப்பான். இந்த மாதிரி எத்தனையோ ஜன்மங்கள் தஞ்சாவூர் ஜில்லாவில் இருக்கின்றன. (மற்ற ஜில்லாக்கள் அவ்வளவாக எனக்குப் பழக்கமில்லை.) இந்த ஜன்மங்கள் ஒன்றிரண்டைப் பார்த்த குழப்பம்...

தஞ்சாவூரில் நான் படிக்கும்பொழுது ஒரு நாள் நாலைந்து வடக்கத்தியர்கள் தம்புராவைத் தூக்கிக்கொண்டு வாசலோடு போனார்கள். என் தகப்பனாரும் நானும் திண்ணையில் நின்றுகொண்டிருந்தோம். எங்கள் வாசலண்டை வந்த அவர்கள் என் தகப்பனாருக்குக் கும்பிடு போட்டுக்கொண்டே உள்ளே நுழைந்தார்கள். ஹாலில் உட்கார்ந்தார்கள். தம்புராவை மீட்டினான் ஒருவன். பெரியவர் ஒருவர் பாட ஆரம்பித்து விட்டார். ஒரு மணி நேரம் உலகப் பிரக்ஞை அழியஅழியப் பாடினார் அவர். அவர் மகனும் சேர்ந்துகொண்டான். அந்தமாதிரி சாரீரங்களை நான் இதுவரையில் கேட்டதில்லை. அவ்வளவு கனம், அவ்வளவு இனிமை, அவ்வளவு சுருதி உணர்வு. விண்ணுக்கும் பாதாளத்துக்கும் அனாயாசமாக ஓடி, ஓடிப் பாய்கிற ஆற்றல்! கட்டி விழுந்த குழந்தையின் முனகல் போன்ற சில கர்நாடக வித்வான்களின் குரல்களும் நினைவில் வந்தன. பல வருஷங்கள் கழித்து, பிழை பொறுக்காமல் வடக்கத்தியர்களின் குரல் வளத்தைப் பற்றி ஒரு பிரபல கர்நாடக வித்வானுடன் தர்க்கம் செய்ய நேர்ந்தது. 'குரல் இருந்தால் மட்டும் போதுமா' என்று ஒரே வார்த்தையில் அலட்சியப் புன்னகையோடு அவ்வளவையும் 'பைசல்' செய்துவிட்டார் அவர்! ஒரு கிணற்றில் இத்தனை தவளைகளை எப்படி அடைத்திருக்கிறார் பகவான் என்று அப்போது ஓர் ஆச்சரியம் ஏற்பட்டது. அந்த ஆச்சரியம் . . .

என்னைவிட எட்டு வயது அதிகமான ஒரு பெண். நன்றாகப் படித்தவள். நல்ல வடித்தெடுத்த அழகு. அடிக்கடி அவளோடு பேசிப் பழகும் வாய்ப்புக் கிடைத்தது. ஆழ்ந்த அமைதியும் புத்திக் கூர்மையும் எதையும் கண்டு வியந்துவிடாத அழுத்தமும் நிறைந்த அவளை மரியாதையாகப் போற்றத் தொடங்கினேன். கடைசியில் அது மோகமாக மாறி, அவள் அதைத் தெரிந்துகொண்டு, என்னைப் பார்த்துச் சிரித்து விட்டுப்போய், ஒரு வருஷம் கழித்து யாரோ ஒரு மின்சார என்ஜினீயரைக் கலியாணம் பண்ணிக்கொண்ட செய்தியைக் கேட்டது . . .

இந்த எல்லாமாகச் சேர்ந்து, கொதித்து 'மோக முள்' என்ற நாவலாக ஆகிவிட்டது. முக்கியமானவற்றைச் சொல்லியாயிற்று.

எப்படி அதை எழுதினேன் என்று கேட்டால் பதில் சொல்ல முடியவில்லை. அந்த எல்லா ஞாபகங்களும் உள்ளே கிடந்தன. ஒரு நாள் ஒரு வாரப் பத்திரிகையிலிருந்து மூன்று பேர்கள் வந்து 'ஒரு தொடர்கதை எழுதுங்களேன்' என்றார்கள். நாலைந்து தடவை வந்தார்கள். இந்த ஞாபகங்கள், என் ஆசைகள், நப்பாசைகள், நான் எப்படி இருந்திருக்க வேண்டும் என்று நினைத்தேனோ, பார்த்த மனிதர்கள் பாத்திரங்களாக எப்படி மாற வேண்டும் என்று விரும்பினேனோ எல்லாமாகச் சேர்ந்து நாவலாக உருவாயின. மறுபடியும் எப்படி என்றால் அதற்குப் பதில் சொல்ல முடியவில்லை. ஏதோ உட்கார்கிறோம், எழுதுகிறோம். சில சமயம் தரதரவென்று எழுத முடிகிறது. சில நாளைக்கு ஒரு வரிகூட எழுத முடியவில்லை. நாட்கணக்கில் எழுதவே முடிவதில்லை. எழுத வந்தால்தானே! நாலு நாட்கள் ஐந்து நாட்கள்

மண்டையை உடைத்துக்கொண்டு, கடைசியில் அழாத குறையாக, படுத்து விடுகிறது. காலையில் எழுந்திருக்கும்பொழுது பளிச்சென்று கோவில், சினிமாவுக்குப் போகிற ஸ்திரீகள் 'குக்'கரில் வைத்துவிட்டுப் போகிற அரிசி மாதிரி, எல்லாச் சிரமங்களும் விடிந்து, தானாக எண்ணங்கள் பக்குவமாகி இருக்கும். வேகமாக, பேனா அதை எழுதிவிடுகிறது. அவ்வளவுதான்.

தொடர்கதை எழுதுவதைப் பற்றி விமர்சகர்கள் நல்ல அபிப்பிராயம் சொல்வதில்லை. எனக்குக்கூட அந்த அபிப்பிராயத்தில் சிறிது சார்பு உண்டு. ஆனால் நான் எழுதின மூன்று நாவல்களும் தொடர்கதை களாக வந்தவைதான். பாத்திரத்தில் பச்சைத் தண்ணீரில் கிடக்கிற காய்கறிகளை வேகவைக்க, தொடர்கதை எழுதச் சொல்லும் பத்திரிகாசிரியரின் தூண்டுதல் நல்ல தீயாக வந்து உதவிச் சமைத்துக் கொடுக்கிறது. நெருப்பை ஜாக்கிரதையாகப் பயன்படுத்துவது நம் பொறுப்பு.

என்ன, சமையல் உபமானமாகவே இருக்கிறதே என்று நீங்கள் கேட்கிறீர்களா? முன் ஜன்மத்தில் தவசிப்பிள்ளையாக இருந்தேனோ, என்னவோ, யார் கண்டார்கள்?

தி. ஜானகிராமன்
கல்கி 27.08.1961

நன்றி: திரு. லலிதா ராம், சொல்வனம் (இதழ் 47),
ரோஜா முத்தையா நூலகம்